અર્પણ

પૌત્રી ચિ. અનેરીને

શુભાશિષ સાથે

પડખે ઊભા રહેનારા મિત્ર

જીવનમાં જેમ બધું જ બદલાય છે તેમ પત્રકારત્વની પણ વિભાવના બદલાઈ. જે લોકો સમય સાથે બદલાતા નથી એ લોકોની પ્રતિભા થીજી જતી હોય છે અને છેવટે શોષાવું સાપ્તાહિકને પડે છે. હરકિસન મહેતા જાગૃત તંત્રી હતા. બદલાતી વિભાવના સાથે એ બદલાતા રહ્યા. એક અમેરિકન કવિએ કહ્યું છે એમ What does not change is the will to change. હરકિસન મહેતાએ સમય પ્રમાણે સિદ્ધાંતની બાંધછોડ કર્યા વિના પરિવર્તનનો પડકાર પણ ઝીલ્યો હતો.

ઘણી વાર એ વાતવાતમાં કહેતા કે હવે ટેબલ જર્નાલિઝમ રહ્યું નથી. ઍરકંડિશન્ડ ઑફિસમાં બેઠાં બેઠાં તંત્રીપદને માણવું એ પૂરતું નથી. જે સ્થળે ઘટના બની હોય એ સ્થળે પહોંચી જવાની ત્રેવડવાળો સ્ટાફ હોવો જોઈએ. સ્ટફ વિનાના માણસોને એ કદીયે સાંખતા નહીં. ઇન્વેસ્ટિગેટિવ જર્નાલિઝમના એ આગ્રહી હતા. જેમ કોઈ સારા વક્તાને શ્રોતાની પલ્સની સમજ પડે છે તેમ એ વાચકની નાડ પારખનારા હતા.

ધારાવાહિક નવલકથાના એ કીમિયાગાર હતા. જાણે કે જીવનની પળેપળનો હિસાબ એમણે પોતાને આપ્યો અને 'ચિત્રલેખા'ને પણ આપ્યો છતાં કોઈ એમ ન માને કે એ માત્ર કામગરા હતા. એ જે કંઈ કરતા એ પૂરેપૂરી ચીવટથી કરતા પણ જેવું કામ પૂરું થયું એટલે મિત્રો સાથે મળીને આનંદને પણ પૂરેપૂરો માણતા. નિરાંતને જીવે જામના સાન્નિધ્યમાં અને સિગારેટના વહી જતા ધુમાડામાં એમના આનંદની લિપિ ઓળખાઈ જતી.

– સુરેશ દલાલ

મુક્તિ-બંધન

(ભાગ - ૧ લો)

હરકિસન મહેતા

પ્રવીણ પુસ્તક ભંડાર
લાભ ચેમ્બર્સ, મ્યુ. કૉર્પો. સામે, ઢેબર રોડ, રાજકોટ.
Website : www.pravinprakashan.com
E-mail : pravinprakashan@yahoo.com

MUKTI-BANDHAN (Part - 1)
(Gujarati Novel)
By : HARKISAN MEHTA
Published by : PRAVIN PRAKASHAN PVT. LTD., RAJKOT - 360 001

પ્રકાશક :
પ્રવીણ પ્રકાશન પ્રા. લિ.
લાભ ચેમ્બર્સ, મ્યુ. કૉર્પો. સામે,
ઢેબર રોડ, રાજકોટ.
ફોન : (૦૨૮૧) ૨૨૩૨૪૬૦ / ૨૨૩૪૬૦૨

આવૃત્તિ : ૧લી ૧૯૯૨
આવૃત્તિ : ૨જી ૨૦૦૧
આવૃત્તિ : ૩જી ૨૦૧૧

ISBN : 978-81-7790-382-9

કિંમત : રૂા. ૮૦૦
(ભાગ ૧ - ૨ સેટના)

મુદ્રક :
પ્રવીણ પ્રકાશન પ્રા. લિ.
વેરાવળ (શાપર),
જિલ્લો : રાજકોટ.

વિશિષ્ટ મર્યાદા

દરેક કૃતિને તેની વિશિષ્ટતા હોય છે તેમ કોઈક મર્યાદા પણ હોય છે. મુક્તિબંધન એક એવા પરિવારની આસપાસ ગૂંથાઈ છે જેનું કેન્દ્ર એક ઉદ્યોગપતિ છે. આપબળે ઝડપભેર આગળ વધીને દેશના ટોચના ઉદ્યોગપતિ બનવા મથતા ઈશ્વરલાલ મોતીલાલ વીરાણી (આઈ. એમ. વીરાણી) એક એવું જાજરમાન પાત્ર છે જે તેમની આસપાસનાં પાત્રોને પોતાના પ્રભાવ અને વર્ચસ્વથી દાબમાં રાખે. અઠ્ઠાવન વર્ષનો કોઈ પુરુષ નાયકપદે હોય એ આ નવલકથાની વિશિષ્ટતા છે. અને તેને કારણે બીજાં પાત્રો નાયકની ઊંચાઈ સુધી પહોંચી શકતાં નથી એ મુક્તિ-બંધનની મર્યાદા પણ છે. સામાન્ય રીતે યુવાન પાત્રો જ કથાના કેન્દ્રમાં હોય છે પરંતુ આ નવલકથામાં અભાનપણે મેં એ ચીલો ચાતર્યો એટલું જ નહીં, નાયક બનવાની ક્ષમતા ધરાવતા વૈભવ વીરાણી જેવું પાત્ર પૂર્ણપણે વિકાસ પામ્યા વગર અધવચ્ચે જ અલવિદા કરી ગયું એથી ઘણાખરા વાચકોએ વસમો આઘાત પણ અનુભવ્યો.

પ્રથમના ચમત્કારિક આગમનનાં ઘણાને લેખકની અંધશ્રદ્ધા દેખાઈ છે પરંતુ જન્મીને મૃત્યુ પામેલા જાહેર થઈને જીવી ગયા હોય એવા કિસ્સા અપવાદ રૂપે બન્યા છે એના આધારે મેં આવા ચમત્કારનો આશ્રય લીધો છે. એટલી ચોખવટ કરવી જરૂરી છે.

બીજી એક સ્પષ્ટતા કિડની ટ્રાન્સપ્લાન્ટ અંગેની છે. હોંગકોંગમાં જ કિડની ટ્રાન્સપ્લાન્ટ કરવું પડે છે એ ઘટના વાંચ્યા પછી કેટલાક ડૉક્ટર વાચકોએ ધ્યાન ખેંચ્યું હતું કે તબીબી દૃષ્ટિએ એ અનિવાર્ય નહોતું એટલું જ નહીં ક્ષતિભર્યું પણ હતું. આમ છતાં પરાકાષ્ઠા માટે અનિવાર્ય હોવાથી મેં પુસ્તકમાં પણ એ ક્ષતિ રહેવા દીધી છે.

નવલકથા પૂરી થયા પછી વાચકોના અભિપ્રાય મુજબ મુક્તિ-બંધનમાં હજુ એક-બે પ્રકરણનો અવકાશ હતો પરંતુ નવલકથાને અણધાર્યા વળાંક પર છોડી દેવાની વિશિષ્ટતા પણ મારી મર્યાદા જ રહી છે, એ હું નમ્રપણે સ્વીકારું છું. આ પ્રકારનો અંત મારા માટે બંધનરૂપ બની ગયો છે અને એમાંથી હું મુક્તિ મેળવી શકીશ કે નહીં એ તો હવે પછીની નવલકથા જ કહી શકશે.

– હરકિસન મહેતા

૭, ગુરુકૃપા, દઠ્ઠો રસ્તો,
જુહૂ સ્કીમ, વિલેપારલે (પશ્ચિમ),
મુંબઈ - ૪૦૦ ૦૫૬
તા. ૫-૪-૧૯૯૨

પાત્રોનું સર્જન, પોતાનું વિસર્જન

એક નવલકથાકાર પોતાના લેખનકાળ દરમ્યાન જેટલું સર્જન કરે છે એનાથી વધુ તે વિસર્જન કરે છે. નવલકથાના દરેક પાત્રની લાક્ષણિકતાઓ નક્કી કરતી વખતે, પાત્રોના સ્વભાવની ખામીઓ અને ખૂબીઓ વર્ણવતી વખતે કે વિવિધ પરિસ્થિતિઓમાં મૂકાતા પાત્રોની પ્રતિક્રિયાઓ વિશે વિચારતી વખતે લેખકે પોતાના સ્વભાવથી પોતાના ચારિત્ર્યની લાક્ષણિકતાઓથી અને પોતાના દ્વારા અપાયેલી પ્રતિક્રિયાઓથી દૂર જઈને વિચારવું પડતું હોય છે; અન્યથા પાત્રોમાં એકવિધતા પ્રવેશી જાય, નવલકથાનાં તમામ પાત્રો એકસરખાં લાગવા માંડે; એટલું જ નહીં, પોતાની એક નવલકથાનાં અને બીજી નવલકથાનાં પાત્રો વચ્ચે ઝાઝો તફાવત પણ ન રહે, દરેક નવા પાત્રના જન્મ સાથે સર્જક એના પોતાનાપણાનું વિસર્જન કરતો રહે છે, એ વિના એના સર્જનનું વૈવિધ્ય કુંઠિત થઈ જાય. સર્જનની ક્રિયા અહમ્‌ના વિસર્જનની શરૂઆત છે.

નવલકથાકાર પોતાના અંતરમનમાં પડેલી સુષુપ્ત લાગણીઓને જગાડીને એના વાચકોમાં વહેંચી દે છે ત્યારે પાત્રો જીવંત થઈ જાય છે, એ પોતે ખાલી થઈ જાય છે. આ ખાલી થઈ ગયેલા લેખકને એના સર્જનના ભાવકોનો પ્રતિભાવ મળતો જાય છે ત્યારે એ ફરી છલકાવાનું શરૂ કરે છે.

હરકિસન મહેતા સતત છલકાતા, ઊભરાઈ જતા લેખક હતા. એમની વીસ નવલકથાઓ પંદર હજાર પાનાઓમાં ફેલાયેલી છે. બેહિસાબ વાચકોનો અખૂટ પ્રેમ મેળવનાર નવલકથાકાર હરકિસન મહેતાએ 'ચિત્રલેખા'ના તંત્રી તરીકે પણ એટલા જ વાચકોનો આદર-સત્કાર પ્રાપ્ત કર્યો. ૨૫ મે, ૧૯૨૮થી આરંભાયેલી એમની જીવનયાત્રા ૩ એપ્રિલ, ૧૯૯૮ના રોજ વિરમી ત્યારે બે યુગ આથમી ગયા. પ્રચંડ લોકપ્રિયતા પામતી ધારાવાહીક નવલકથાનો યુગ અને ગુજરાતી સાપ્તાહિકોના પત્રકારત્વમાં વિક્રમસર્જક ફેલાવાનો યુગ. હપ્તાવાર નવલકથાઓ હજુ પણ લખાય છે અને ગુજરાતી સાપ્તાહિકો પણ નિયમિત પ્રગટ થતાં રહે છે. પરંતુ હરકિસન મહેતાએ આ બેઉ ક્ષેત્રે જે શિખરો સર કર્યા તેની સરખામણી વર્તમાન પરિસ્થિતિ સાથે થાય છે ત્યારે ગુજરાતી સાહિત્ય-પત્રકારત્વની દરિદ્રતા છતી થાય છે, આ બેઉ ક્ષેત્રોમાં હરકિસન મહેતાએ કરેલા કામની મહત્તા પુનઃસ્થાપિત થાય છે.

- સૌરભ શાહ

હરકિસન મહેતાના
બેસ્ટ-સેલર પુસ્તકો

સર્જન-વિસર્જન
અંત આરંભ ૧-૨
લયપ્રલય ૧-૨-૩
મુક્તિબંધન ૧-૨
વંશ વારસ ૧-૨-૩
પીળા રૂમાલની ગાંઠ ૧-૨-૩
ડૉ. રોશનલાલ
જોગ-સંજોગ
ભેદ ભરમ
પ્રવાહ પલટાયો
સંસારી સાધુ
ભાગ્ય સૌભાગ્ય
ચંબલ તારો અજંપો ૧-૨-૩
જડ ચેતન ૧-૨
વેરનાં વળામણાં ૧-૨-૩
તરસ્યો સંગમ ૧-૨
શેષ-વિશેષ ૧-૨
સંભવ-અસંભવ
પાપ પશ્ચાત્તાપ
દેવ-દાનવ
માણસ નામે ગુનેગાર
સાગરને ખોળે ૩૨ દિવસ
સ્વીડન સોનાનું પીંજર
વાદ-સંવાદ
વેદના-સંવેદના
સીયામી જોડીયા

1

સવારના સવાનવ વાગ્યે, નરિમાન પૉઈન્ટ પર આવેલા 'વૈભવ ટાવર્સ'ની એકવીસ માળ ઊંચી ઇમારતના કમ્પાઉન્ડમાં રૉલ્સ રોઇસ કારને દાખલ થતી જોઈ, એકથી અઢાર માળ જવા માટે રાખેલી ત્રણ લિફ્ટની સામે લાઈનબંધ ઊભેલાં સવાસો જેટલાં સ્ત્રી-પુરુષોમાં એક પ્રકારનો સળવળાટ પ્રસરી ગયો. એરકન્ડિશન્ડ કારની બારીના કાળા કાચ બંધ હતા એટલે અંદર બેઠેલાને ઓળખી શકાય તો નહીં, પણ સ્પેશિયલ ગેટમાંથી દાખલ થતી સફેદ રંગની ઝાંય ચમકાવતી અને આગળના બૉનેટ પર રૉલ્સ રોઇસના ટ્રેડમાર્ક ઉપરાંત તરાપ મારતા સોનેરી ચિત્તાનું પ્રતીક ધરાવતી આલીશાન કાર ભારતના પાંચમા નંબરના ઉદ્યોગપતિ આઈ. એમ. (ઈશ્વરલાલ મોતીલાલ) વિરાણી સિવાય બીજા કોની હોઈ શકે ?

'યૂ આર લકી, ડૉલી !'

ઓગણીસ અને વીસ માળ પર જવા માટે, 'ઓન્લી ફૉર વૈભવ ઈન્ડસ્ટ્રીઝ સ્ટાફ'નું બૉર્ડ ધરાવતી ચોથી લિફ્ટ સામે કતારમાં ઊભેલી આલ્વારિઝ સહેજ પાછળ ફરી હળવી ઉત્તેજના સાથે ડૉલીનું કાંડું દબાવતી બોલી ઊઠી : 'સર્વિસના પહેલા જ દિવસે તું બૉસને આટલા નજીકથી જોવા પામી. હું ત્રણ વરસ પહેલાં ''વૈભવ''માં જોડાઈ ત્યારે છેક પાંત્રીસ દિવસે આ રીતે બૉસને રૉલ્સમાંથી ઊતરતા મેં પહેલી વાર જોયા હતા.'

બ્રેકના જરા સરખા અવાજ વિના કારને થોભાવી, સફેદ સફારીમાં સડસડાટ બહાર આવી ડ્રાઈવરે અદબભેર શેઠને દરવાજો ખોલી આપ્યો. જોકે છત્રીસ-સોના પગારદાર ડ્રાઈવરને ઈશ્વરભાઈ વિરાણી *શૉફર* કહેવડાવવાનો જ આગ્રહ રાખતા.

કારના ઊઘડતા દરવાજામાંથી વિરાણીશેઠે પહેલો પગ આરસની ફરસ પર મૂક્યો ત્યાં જ તેમના ચમકતા બૂટ તરફ ઇશારો કરતી આલ્વારિઝે ડૉલીના કાનમાં ફૂંક મારી : 'ગૂચીના શૂઝ છે. જોડીના પાંત્રીસ હજાર રૂપિયાથી ઓછા નહીં હોય.'

વિરાણીશેઠ બ્લૂ-બ્લેક સૂટ પર હાથ પસવારતા કારની બહાર નીકળ્યા એટલે ફરી પેલીએ ટહુકો કરીને માહિતી આપી : 'લંડનની બર્લિંગ્ટન કંપનીનું નામ સાંભળ્યું છે ? એના ટેલરે સ્ટીચ કરેલો (સીવેલો) આ સૂટ સાઠેક હજારનો તો હશે જ.'

આરસનાં પગથિયાં ચડતાં વિરાણીશેઠે ત્રીજી લિફ્ટ સામે લાઈનમાં ઊભેલા સ્વીડનના કૉન્સલ પર એક ઊડતી દૃષ્ટિ ફેંકીને ઝડપથી પીઠ ફેરવી લઈ લિફ્ટ વગરની દીવાલ પાસે ગયા ત્યારે તો આલ્વારિઝનો અવાજ રોમાંચથી છલકાઈ ગયો : 'જોજે, હમણાં ચમત્કાર જેવું જોવા મળશે... અજાણ્યા માણસને તો એમ જ લાગે કે ઉપર જવા માટે લિફ્ટ વગરની દીવાલ સામે એ કેમ ઊભા હશે ?'

એ જ વખતે ડાબા હાથનું કાંડું સહેજ ઊંચું કરી, પાંચ કરોડના 'વૈભવ ટાવર્સ'ના માલિકે ઘડિયાળ પર નજર નાખી એટલે ફરી પેલીએ ડૉલીને અચંબામાં નાખી દેતાં કહ્યું : 'એ રૉલેક્સ ગોલ્ડ વૉચ છે. બે વરસ પહેલાં સ્વિટ્ઝર્લેન્ડ જઈને બૉસે મેડ-ટુ ઑર્ડર બનાવડાવી હતી. વૉચ તો માત્ર પોણા લાખની હશે, પણ તેમાં જડેલા હીરા અઢાર-ઓગણીસ લાખના ખરા જ !' કહીને હળવેકથી ઉમેરી દીધું : 'આ ટાઈપની બે જ રૉલેક્સ વૉચ બની છે, બીજી પ્રિન્સ કરીમ આગાખાન પહેરે છે.'

એ જ વખતે જાણે પેલી દીવાલ ફાટી હોય તેમ આરસ જેવું ચળકતું તેનું આવરણ દીવાલ સરસું સરકી ગયું અને દરવાજાવાળી લિફ્ટ દેખાઈ.

'જોયું ને, ડૉલી, બૉસે જૅકેટના જમણા ખિસ્સામાં રાખેલા પાંચ ઇંચના રિમોટ કન્ટ્રોલનું બટન દબાવી વીસમા માળેથી લિફ્ટ મગાવી લીધી... સવાત્રણ વરસ પહેલાં 'વૈભવ ટાવર્સ'નું ઓપનિંગ થયું ત્યારે લોકો ખાસ આ ગુપ્ત લિફ્ટ જોવા આવતા. બૉસ અને તેમના બે સન સિવાય ચોથું કોઈ આ લિફ્ટનો ઉપયોગ કરવા ધારે તોપણ કરી શકે નહીં...'

પોતાને વૈભવ ઈન્ડસ્ટ્રીઝના કમ્પ્યુટર-ખાતામાં સર્વિસ અપાવી દેનાર આલ્વારિઝની દરેક માહિતી સાંભળીને ડૉલી અચંબાના પ્રતિભાવ આપતી રહી. પોતાના નવા બૉસને લિફ્ટમાં દાખલ થઈ સોનેરી ફ્રેમવાળાં ચશ્માં સરખા કરતા જોઈને તેને કહી દેવાનું મન થયું કે 'આલ્વારિઝ, ચશ્માંની એ ફ્રેમ કાર્ટિયરની છે અને તેની કિંમત...'

પરંતુ પોતે ઘણું જાણતી હોવા છતાં કાંઈ જ જાણતી નથી એવો દેખાવ રાખીને બીજું કાંઈક જાણી લેવા માટે તો 'વૈભવ'ની સર્વિસમાં જોડાઈ હતી.

'ચાલ જલદી, આપણી લિફ્ટ આવી ગઈ.' હાથ પકડીને આલ્વારિઝ તેને પંદર માણસોને ઊંચકી જવાની ક્ષમતા ધરાવતી લિફ્ટમાં ખેંચી ગઈ : 'બૉસ તો એક-ધડાકે વીસમા માળે પહોંચી જવાના.'

તેજ ગતિએ ઉપર જતી લિફ્ટના અરીસામાં જોઈને ઈશ્વરભાઈ વિરાણીએ નિરાંતનો શ્વાસ લીધો. લોકોની નજર સામેથી પસાર થવાનું બને ત્યારે આપબળે આગળ વધેલા આ ઉદ્યોગપતિ ન સમજાય એવી અકળામણ અનુભવતા. પોતાને એકીટશે જોઈ રહેનારા લોકોનાં મનમાં કેવા ભાવ જાગતા હશે ? કોઈકની આંખોમાં ઈર્ષાનો તિખારો ઝબકી જતો જોવા મળતો. કોઈ અહોભાવથી પોતાને જોતું હોય એવું મહેસૂસ થતું. કોઈ-કોઈની દૃષ્ટિ તો તેમને દઝાડી પણ જતી - કેમ જાણે પોતે એ માણસની સંપત્તિ હડપ કરીને અબજપતિ બની ગયા હોય ! જોકે મોટા ભાગના લોકો તો પોતાને ભગીરથ પુરુષાર્થના પ્રતીકરૂપે જુએ છે એ અનુભૂતિ જ ઈશ્વરભાઈ વિરાણીને ભારતના પાંચમા ઉદ્યોગપતિમાંથી ચોથા, ત્રીજા કે બીજા નંબરનું સ્થાન પ્રાપ્ત કરી લેવાની પ્રેરણા આપ્યા કરતી.

'વૈભવ'ના વીસમા ફ્લૉરને ટચ થતાં જ લિફ્ટનો દરવાજો આપોઆપ ઊઘડી ગયો. પોતાના કિલ્લામાં દાખલ થનાર રાજવીની જેમ આઈ. એમ. વિરાણી, કાચના બોગદા જેવા પચીસ ફૂટ લાંબા પૅસેજમાંથી સફેદ યુનિફૉર્મધારી પાંચ પટાવાળાની અદબ ઝીલતા ચિત્તાની ચપળતાથી વિશાળ એરટાઈટ કૅબિનમાં દાખલ થયા.

'ફાઈન મૉર્નિંગ, સર !'

પર્સનલ સેક્રેટરી મંજૂષા મુખરજીએ આદર, અદબ અને ઉમળકા સાથે બૉસનું સ્વાગત કર્યું ત્યારે હૂંફાળા સ્મિત સાથે ઈશ્વરભાઈએ કોટના અંદરના ખિસ્સામાંથી એક લાંબું કવર કાઢી તેના હાથમાં સોંપતાં સૂચના આપી :

'આપણી ફ્લોટિંગ હોટેલનું આ રિવાઈઝ્ડ કૉસ્ટિંગ છે. સરકારી ખાતાની ઢીલમાં પંચોતેર લાખ રૂપિયાની કૉસ્ટ વધી ગઈ.'

'છતાં પ્રોજેક્ટ પાસ થઈ ગયો એથી તો તમે બેહદ ખુશ થયા ને, સર ?'

કેમ જાણે બૉસની ખુશાલી સામે પંચોતેર લાખની રકમ સાવ નજીવી હોય તેમ મંજૂષાએ હરખ કર્યો : 'હવે હોટલના ખાતમુહૂર્ત માટે સારો દિવસ જોવડાવી લઉં ?'

'ખાતમુહૂર્ત !' વિઝિટર્સ રૂમમાંથી પોતાની કૅબિન તરફ જવા બે ડગલાં આગળ વધીને ઈશ્વરભાઈ અચાનક અટકી ગયા : 'મંજૂ, સમુદ્ર પર હોટેલ બાંધવા માટે તેનું ખાતમુહૂર્ત કઈ રીતે કરવામાં આવતું હશે, હેં ?'

કહીને હસતાં-હસતાં પોતાની કૅબિનમાં દાખલ થઈ ગયા. કદાચ એને કૅબિન ન કહી શકાય એટલો મોટો એ રૂમ હતો. ફાઈબર ગ્લાસના અર્ધગોળાકાર ટેબલ સામેની અર્ધવર્તુળાકારે ઘૂમતી લેધરની રિવૉલ્વિંગ ચેર પર બેઠક લેતી વખતે રાજદરબારના સિંહાસન પર બેસતા રાજવી જેવું ગૌરવ તેમણે અનુભવ્યું.

ના, એમનો દરબાર માત્ર 'વૈભવ ટાવર્સ'ના ૧૯-૨૦ માળ પૂરતો મર્યાદિત નહોતો. મહારાષ્ટ્રમાં તળેગાંવ તથા નાગપુર પાસે, ગુજરાતમાં જામનગર તથા કલોલ પાસે અને છેક કર્ણાટકમાં બૅંગ્લોર નજીક મળીને પાંચ વિરાટ પ્લાન્ટમાં કામ કરતા બત્રીસસો-બાવન કામદાર-કર્મચારીઓ અને 'વૈભવ ટાવર્સ' સહિત મુંબઈમાં પાંચ સ્થળે ચાલતી ઑફિસો તેમ જ હૉંગકૉંગથી ટોકિયો સુધી પથરાયેલી શાખાઓમાં કામ કરતો સ્ટાફ મળીને બીજા તેરસો-ત્રીસ ઉમેરો તો આઈ. એમ. વિરાણીના દરબારીઓની સંખ્યા ચાર હજાર પાંચસો બ્યાશી પર પહોંચી જાય. વૈભવ ઈન્ડસ્ટ્રીઝ માટે અતિશયોક્તિ સાથે એવું કહેવાય છે કે તેના સ્ટાફમાં સરેરાશ રોજ બે નવા માણસો ભરતી થાય છે અને મહિનામાં ત્રણ માણસો છૂટા અથવા નિવૃત્ત થતા રહે છે.

પોતાના આવતાં પહેલાં સેક્રેટરીએ ટેબલ પર મૂકી રાખેલા ફેક્સ સંદેશાના પેપર્સ ગ્લાસની ટ્રેમાંથી લઈ ઈશ્વરભાઈ તેના પર નજર ફેરવતા ગયા. ભારતના સમય કરતાં અઢી કલાક આગળ એવા હૉંગકૉંગથી લઈને સાડાદસ કલાક પાછળ એવા ન્યૂયૉર્ક સુધીના ફેક્સ સંદેશા વાંચી જઈ, જરૂર લાગે ત્યાં સૂચના ટપકાવી, તેની નીચે આઈ. એમ. વી.ની ટૂંકી સહી કરી, ફરી તેને ટ્રેમાં ગોઠવી દીધા. પછી ડાબી બાજુ પડેલી ટ્રેમાં 'આજની એસાઈન્ટમેન્ટ' પર નજર નાખી. તેમાં સૌથી ઉપર ટાઈપ થયેલું નામ હતું : મિસિસ ઉર્વશી ચોપરા, સમય સવારના દસ ! અને દિવસની

છેલ્લી એપૉઈન્ટમેન્ટ હતી : અગ્રગણ્ય ગુજરાતી ઉદ્યોગપતિઓ સાથે ડિનર, રૉય શેરેટન હોટેલ, વી. આઈ. પી. ક્લબ, રાત્રે આઠ ત્રીસ ! તેની સાથે જોડેલા બીજા કાગળમાં આજે કરવાના મહત્ત્વના કૉલની નોંધ હતી, પરંતુ એ બધા અગિયાર વાગ્યા પછી કરવાના હતા એટલે એમણે બીજા કામ પર ધ્યાન આપ્યું.

આમ તો ફાઈબર ગ્લાસનું ટેબલ સાવ સાફ રહેતું. બંને બાજુ કાગળ રાખવાની માત્ર બે ટ્રે અને ચાર ફોન નજરે ચડે, પણ ટેબલની સાથે જોડેલાં અનેક બટન કોઈના ધ્યાનમાં આવે નહીં. તેમણે પી.ઓ.નું બટન દબાવ્યું, ટેબલના ખાનામાંથી રિમોટ કન્ટ્રોલ કાઢ્યું, પછી જમણી બાજુ પડેલા વીસ ઇંચના ટેલિવિઝનની સ્વિચ દબાવી. બહારના માણસને તો એમ જ લાગે કે સમાચાર અથવા કોઈ મહત્ત્વનો ટીવી કાર્યક્રમ જોવા માટે વિરાણીશેઠે આ સેટ રાખ્યો હશે, પણ બટન દબાતાંની સાથે જ વીસ ઈંચના પરદા પર ઑફિસમાં કામ કરતાં માણસો ઊપસવા લાગ્યાં. પી.ઓ. એટલે પોલિયેસ્ટર ડિપાર્ટમેન્ટ ! પોતે જ્યાં બેઠા હતા એ જ વીસમા માળે આવેલા આ ડિપાર્ટમેન્ટમાં બસો-ત્રીસનો સ્ટાફ હતો. ડિપાર્ટમેન્ટના હેડ રમેશ દેસાઈથી શરૂ કરી ટીવીના પરદા પર ઊપસતા એક પછી એક ટેબલ પર નજર ફેરવતા છેલ્લે ટાઈપિસ્ટ આલ્વારિઝને ઝડપથી ટાઈપ કરતી જોઈ લીધી. પોલિયેસ્ટર ડિપાર્ટમેન્ટમાં છ ટેબલ ખાલી હતાં એની પણ નોંધ લઈ લીધી. પછી થોડું મલકી લીધું. પોતે ટાવરમાં હાજર હોય ત્યારે કામ કેટલું ઝડપથી થાય છે !

બૉસને ઑફિસમાં દાખલ થતા પ્રત્યક્ષ રીતે ભાગ્યે જ કોઈ જોવા પામતું, પરંતુ એમની અંગત લિફ્ટમાંથી કાળા કાચના બોગદા જેવા પૅસેજમાંથી એ પસાર થતો હોય ત્યારે એમના પડછાયા- માત્રથી એમની હાજરીનો પ્રભાવ સમગ્ર સ્ટાફ પર છવાઈ જતો. ડૉલીની જેમ નવા ભરતી થનાર દરેકને જાણ પણ કરી દેવામાં આવતી કે તમે જે કાંઈ કરો છો, જે કાંઈ પણ બોલો-ચાલો છો એના પર બૉસ ધારે ત્યારે કેબિનમાં બેઠાં આંખ અને કાન માંડી શકે છે. કદાચ મોટા બૉસ હાજર ન હોય તો એ જ માળે બીજા છેડેની કેબિનમાં બેસતા મોટા પુત્ર વૈભવ વિરાણી આ જ રીતે બટન દબાવીને ચકાસણી કરી શકે છે. હા, ઓગણીસમા માળે બેસતા નાના પુત્ર સિદ્ધાર્થ વિરાણી એવાં ગેજેટ્સ(સાધન)ની માયાજાળમાંથી મુક્ત રહ્યા હતા. મન થાય ત્યારે પોતાની જવાબદારીવાળા પ્લાસ્ટિક અને સિમેન્ટ ડિપાર્ટમેન્ટમાં જાતે ફરી આવીને, સ્ટાફને રૂબરૂ હળીમળીને કામ લેવાની પદ્ધતિ સિદ્ધાર્થે અપનાવી હતી.

ઈશ્વરભાઈ બીજુ બટન દબાવી કેમિકલ્સ ડિપાર્ટમેન્ટ પર નજર નાખી લેવાનું વિચારતા હતા ત્યાં ઈન્ટરકૉમની બઝર વાગી.

'સર !' મંજૂષાએ જાણ કરી : 'મિસિસ ચોપરા આવ્યાં છે.'

ઈશ્વરભાઈએ ઘડિયાળમાં જોયું, દસમાં બે મિનિટ બાકી હતી. 'ઠીક છે, બે મિનિટ પછી એમને અંદર લઈ આવજે... અને દસ મિનિટ પછી એમને માટે ડ્રિન્ક અને સ્નૅક્સ સર્વ કરજે.'

પછી ટાઈની પીન સરખી કરી બે મિનિટમાં મુલાકાત વિષે વાગોળી લીધું. બે દિવસ પહેલાં ઈન્ડિયન નેવીના વાઈસ-એડમિરલ ચોપરાસાહેબને ઘેરથી ફોન છે એમ મંજૂષાએ કહ્યું ત્યારે ઘડીભર પોતે નવાઈ પામ્યા હતા : 'મિલિટરીના આટલા મોટા અફસરને મારું શું કામ પડ્યું ?' પણ ફોન પર સ્ત્રીનો મૃદુ અવાજ સાંભળવા મળ્યો : 'ઈશ્વરભાઈ, મારે આપને મળવું છે.'

આમ તો ઈશ્વરલાલ વિરાણી દેશભરમાં *ઈશ્વરભાઈ* તરીકે ઓળખાતા એટલે મિસિસ ચોપરાના આ સંબોધનની તેમને નવાઈ ન લાગી. તેમાં આ તો પંજાબી વાઈસ-એડમિરલની ગુજરાતી પત્ની, એટલે *ભાઈ* કહીને શરૂઆત કરે તેમાં આત્મીયતાનો રણકો વર્તાય.

'બોલો, મિસિસ ચોપરા ?'

'મને ઉર્વશી કહેશો તો ચાલશે.'

એવું સામેથી સંભળવા મળ્યું ત્યારે એ ક્ષણવાર દ્વિધામાં પડી ગયેલા. માત્ર *ઉર્વશી* કહેવાનું અજુગતું લાગ્યું એટલે ઉર્વશીબહેન કહેવા જતા હતા ત્યાં અચાનક સૂઝી આવ્યું : 'બોલો, ઉર્વશીદેવી.'

પોતાના નામ સાથે *દેવી* જોડાય ત્યારે કોઈ પણ સ્ત્રી ક્ષોભ અનુભવે અને કહેનારના વિવેકીપણા માટે તેને માન પણ જાગે.

'આપ તો જાણો છો, ઈશ્વરભાઈ ! અમે *વૉર-વિડોઝ* (સૈનિકોની વિધવા) નામની સંસ્થા ચલાવીએ છીએ એના લાભાર્થે ત્રેવીસ ઑક્ટોબરે એક ફૅશન શો યોજવાનું વિચાર્યું છે.'

'ત્રેવીસ ઑક્ટોબર !'

'હા જી, સમય ઓછો છે એટલે જ આપને જલદી મળવું જરૂરી છે, ઈશ્વરભાઈ !'

પોતે એનો જવાબ ટેલીફોનથી જ આપી શકે તેમ હતા, પણ સામે છેડે વાઈસ-એડમિરલનાં પત્ની હતાં એટલે ટેબલ પર પડેલા પૉકેટ ડેટાબૅન્કની ચાંપ દાબી એપૉઈન્ટમેન્ટ-યાદી જોઈ લીધી.

'ગુરુવારે સવારે દસ વાગ્યે ફાવશે ?'

'ડેફિનેટલી ફાવશે.'

એવો જવાબ મળ્યો ત્યારે ક્યાં મળવાનું છે એવું કાંઈક કહેવા જતા હતા ત્યાં સામેથી ઉર્વશીદેવીએ જ કહ્યું : 'વૈભવ ટાવર્સના વીસમા માળે ગુરુવારે આવી જાઉં છું.'

'ઓકે !' કહીને ફોન મૂકી દીધા પછી આ ઉર્વશીદેવી કેવાં દેખાતાં હશે એવો બે ક્ષણ વિચાર આવી ગયેલો. અવાજ પરથી માણસના દેખાવની કલ્પના કરવામાં મોટે ભાગે છેતરાઈ જવાય છે એવા અનેક અનુભવ તેમને થઈ ચૂકેલા.

'ગૂડ મૉર્નિંગ, વિરાણીશેઠ !'

સેક્રેટરી મંજૂષાએ ઉઘાડી આપેલા દરવાજામાંથી દાખલ થતાં મિસિસ ચોપરાએ ટહુકો કર્યો ત્યારે ઈશ્વરભાઈ ક્ષણવાર તો તેમને જોતા જ રહી ગયા. વાઈસ-એડમિરલની પત્ની પાંચ ફૂટની ઊંચાઈ ધરાવે છે, અત્યંત ગોરો વાન છે, ઊંચાઈ વધારે હોવા છતાં સપ્રમાણ દેહને લીધે વધારે સ્વરૂપવતી લાગે છે અને સ્વભાવે ખૂબ જ મિલનસાર છે એ બધું તો પોતે અગાઉથી જાણી લીધું હતું, છતાં 'ગૂડ મૉર્નિંગ'ના ટહુકા સાથે એમને દાખલ થતાં જોઈને એટલું બધું ચોંકી જવાયું કે આવકાર આપવા માટે ઊભા થવામાંય થોડા મોડા પડ્યા.

'વેલકમ ટુ *વૈભવ* !'

કહીને ઉર્વશીદેવીએ સહજપણે લંબાવેલો હાથ પોતાના પંજામાં લઈ શેકહૅન્ડ કર્યા ત્યારે અબજપતિ વિરાણીશેઠની આંખો તેના ઉષ્માભર્યા સ્પર્શથી ચમકી ઊઠી. મંજૂષા હાજર ન હોત તો કદાચ શેકહૅન્ડમાં બે સેકન્ડ વધારે લેવાઈ જાત.

'તમે મંજૂષા મુખરજીને તો મળી ચૂક્યાં.' પરિચય આપવાને બદલે જરા જુદી રીતે ઈશ્વરભાઈએ કહ્યું : 'હું અહીં હાજર ન હોઉં તો બિઝનેસ કે પર્સનલ મૅટરના બધા જ સંદેશા મને એ સત્વર પહોંચતા કરે છે, એટલી વધારાની ઓળખાણ પણ આપી દઉં.'

પછી પર્સનલ સેક્રટરી તરફ જોઈને ઉમેર્યું : 'મંજૂષા, થોડી વાર મારા કોઈ ફોન નહીં આપતાં... અનલેસ (સિવાય કે) અર્જન્ટ હોય.'

'ઍઝ યૂ પ્લીઝ, સર !' કહીને એ બહાર નીકળી ગયા પછી ઈશ્વરભાઈએ કહ્યું : 'પ્લીઝ ટેક યોર સીટ ઍન્ડ બી કમ્ફર્ટેબલ.'

લેધરની સુંવાળી ખુરશીમાં બેઠક લીધા પછી સીટ ધાર્યા કરતાં પણ વધુ કમ્ફર્ટેબલ (સગવડભરી) છે એમ કહેવાનું મિસિસ ચોપરાને મન થઈ ગયું, પણ તેને બદલે પર્સમાંથી પેપર્સ કાઢવામાં મન પરોવ્યું.

'મોઢેથી કહેશો તો ચાલશે, ઉર્વશીદેવી, પેપર્સ દેખાડવાની જરૂર નથી.' અવિવેક ન લાગે એ રીતે વિરાણીશેઠે કહ્યું : 'તમે ફોન પર ફૅશન શો યોજવા બાબત કાંઈક કહેતાં હતાં.'

'હા જી, દર વખતે તો *વૉર-વિડોઝ* માટે નાના પાયે આવો શો યોજાય છે.' મિસિસ ચોપરાએ પેપર્સ પર્સમાં પાછા ગોઠવી દેતાં કહ્યું : 'પરંતુ ગયા જાન્યુઆરીની લડાઈમાં કાશ્મીર ફ્રન્ટ પર આપણા પાંચેક હજાર સૈનિકોએ જાન ગુમાવ્યા. કચ્છ અને રાજસ્થાન સરહદે બીજા ત્રણેક હજારની ખુવારી થઈ... જોકે દુશ્મનોએ આપણા કરતાં ત્રણગણી ખુવારી સહેવી પડી, પણ એકીસાથે આઠ હજાર વિધવાઓને પગભર કરવા માટે બહુ મોટી રકમ ઊભી કરવી જોઈએ.'

'બરાબર છે.'

'એટલે આ વરસે પાંચ મહાનગરોમાં ફૅશન શો યોજવાનું નક્કી કર્યું છે જેની પહેલ મુંબઈએ જ કરવી જોઈએ.'

'નેચરલી.'

'એટલે અમે ઇચ્છીએ છીએ કે મુંબઈનો ફૅશન શો આપ સ્પોન્સર કરો.'

ઈશ્વરભાઈ બે ક્ષણ તેમના ગોરા મુખને તાકી રહ્યા. ઉર્વશીદેવીને સમજાયું નહીં કે એ મારું મુખ નિહાળે છે કે મનનો તાગ લઈ રહ્યા છે ? એને એક જ વાતનો ડર હતો : હમણાં એ પૂછશે કે છેલ્લી ઘડીએ તમે મારી પાસે આવ્યાં એટલે બીજા કોઈ સાથે ચાલતી સ્પોન્સરશીપની વાટાઘાટ પડી ભાંગી કે શું ?

પરંતુ એવું કંઈ પૂછવાને બદલે વિરાણીશેઠ મલકતા મુખે પોતાને નીરખતા જ રહ્યા. ના, એમની દૃષ્ટિમાં ઉર્વશીદેવીને કંઈ અજુગતું ન લાગ્યું.

'ઈશ્વરભાઈ, સાતેક લાખનું બજેટ છે. તેમાં દોઢ-પોણાબે લાખ જેટલો ખર્ચ ફૅશન શોનો થાય અને બાકીના સવાપાંચ લાખ રૂપિયા વિધવાના ભંડોળમાં અપાય.'

છતાં ઈશ્વરભાઈ મૂંગા રહ્યા.

'૨૩મીએ શરદપૂનમ છે. આકાશમાંથી નીતરતી ચાંદનીને લીધે વાતાવરણ આહ્લાદક હશે. શો પછી કોકટેલ અને ડિનર રાખીશું. પ્રાઈમ મિનિસ્ટર તો કદાચ નહીં આવે પણ ડિફેન્સ મિનિસ્ટર અને નેવલ ચીફે હાજર રહેવાની સંમતિ દર્શાવી દીધી છે. બાકી તો શહેરના દરેક ફિલ્ડની ટૉપમોસ્ટ પર્સનાલિટીને નિમંત્રવાનાં જ છીએ.'

'સિવાય એક !'

ઉર્વશીદેવીએ ચમકીને ગરદન હલાવી ત્યારે શેમ્પુ કરેલા કોરા લીસા વાળમાં થતો સળવળાટ ઈશ્વરભાઈના ધ્યાન બહાર ન રહ્યો. ક્ષણવાર તેમને તાકી લઈને મિસિસ ચોપરાએ પૂછ્યું :

'સિવાય એક એટલે કોણ ?'

'બધા જ જાણે છે, તમે પણ કદાચ જાણતાં હશો.' ઈશ્વરભાઈની આંખોમાં તિખારો મચકી ગયો : 'છતાં તમે મારા મોઢે નામ બોલાવવા માગતાં હો તો ભલે ! અમારા સ્પોન્સર કરેલા પ્રોગ્રામમાં ભવાનજી શેઠિયાની હાજરી નહીં જોઈએ.'

ઉર્વશીદેવીનું મોં અધખુલ્લું રહી ગયું. આટલો મોટો માણસ કેવી વાત કરે છે ? આંચકો પચાવી જતાં વાર લાગી હોય તેમ થોડી વાર રહીને કહ્યું :

'ઈશ્વરભાઈ, વ્યાપાર-ધંધામાં કૉમ્પીટીશન હોય, મનદુ:ખ હોય, અબોલા લેવાય એ તો સમજ્યાં...'

'ઉર્વશીદેવી, આ બાબત હું કોઈ જ દલીલમાં ઊતરવા માગતો નથી.' વિરાણીશેઠે વાત કાપી નાખતાં કહ્યું : 'અમારા તરફથી ફૅશન શો પાકો... શરત માત્ર એટલી કે એમને નિમંત્રણ ન જવું જોઈએ !'

બીજી કોઈ વ્યક્તિ હોત તો આઈ. એમ. વિરાણીના આવા ફેંસલા સામે દલીલ કરવાનું ટાળીને શરત સ્વીકારી લેત, પણ આ તો મિલિટરીમૅનની પત્ની, એટલી જલદી ઝૂકી કેમ જાય ?

'ઈશ્વરભાઈ, પ્લીઝ, મને બે મિનિટ શાંતિથી સાંભળજો.' કોરા વાળ પર હાથ ફેરવી લઈ, ઊંડો શ્વાસ છોડતાં એણે કહેવા માંડ્યું :

'ચાર મહિના પહેલાં મહાલક્ષ્મી રેસકોર્સ પર એક મૅરેજ ફંક્શન હતું ત્યાં ભવાનજી શેઠિયા તેમની ગ્રાન્ડ ડૉટર સાથે આવેલા. તમારા મોટા સન વૈભવને પણ ત્યાં જોયેલા.'

'કોઈકના ફંક્શનમાં આમ ભેટો થઈ જાય એ વાત જુદી, પણ અમારા કોઈ ફંક્શનમાં એ નાના અને દોહિત્રીને તમે કદાપિ નહીં જુઓ.'

'હું બીજું જ કાંઈ કહેવા માગું છું, ઈશ્વરભાઈ !' કહીને ઉર્વશીદેવીએ આગળ ચલાવ્યું : 'ભવાનજી શેઠિયાની એ ગ્રાન્ડ ડૉટર... નામ એનું દેવકી... મારા જેટલી ઊંચી પણ દેખાવમાં અત્યંત બ્યૂટિફુલ. વર્તન અને વાતચીતમાં વિવેકી, મોટા ઘરની દીકરી હોવાનો કોઈ તોર નહીં... અને તેને મળ્યા પછી બે જ મિનિટે આપના વૈભવને મળવાનું બન્યું. એ પણ કેટલો સોહામણો... વાક્ચાતુરીમાં કેવો પાવરધો... ઊંચાઈ અને ઉંમરમાં પણ દેવકી-વૈભવની જોડી મેડ ફૉર ઈચ અધર, જેવી જ લાગતી હતી !'

પ્રસ્તાવ સાંભળીને આઈ. એમ. વિરાણી અંદરથી ખળભળી ઊઠ્યા તોપણ મુખ પર લાગવા દીધું નહીં. ટેબલના ખાનામાંથી રિમોટ કન્ટ્રોલ કાઢીને તેનાં બે-ત્રણ બટન દબાવ્યાં જેનો બીપ-બીપ અવાજ સાંભળીને ઉર્વશીદેવીએ ધારી લીધું કે સાંકેતિક સંદેશા દ્વારા સેક્રેટરીને બોલાવી હમણાં કહી દેશે, મહેમાનને બહાર લિફ્ટ સુધી મૂકી આવો !

'ઉર્વશીદેવી, તમે છોકરા-છોકરીની જોડી જમાવવા માટે મૅરેજ બ્યૂરો પણ ચલાવતાં હશો એની મને જાણ નહોતી !'

તેમના અવાજમાં વીંધી નાખતો કટાક્ષ હતો.

અર્ધી મિનિટ પછી સાચે જ મંજૂષા આવી પણ મિસિસ ચોપરાને બહાર લઈ જવા નહીં, બૉસને એક કાગળ આપી જવા.

'લ્યો, વાંચી લ્યો !' સેક્રેટરીના ગયા પછી પેલો કાગળ ઉર્વશીદેવીને દેતાં ઈશ્વરભાઈએ કહ્યું : 'આમાંથી તમને બીજું પણ ઘણું જાણવા મળશે.'

ઉર્વશીદેવીએ કુતૂહલવશ નજર દોડાવી તો ઉપર શીર્ષક હતું : દેવકી દલીચંદ શાહ... પછી જન્મતારીખ, માતાનું નામ, નાનાનું નામ, અભ્યાસ, ઊંચાઈ, સ્ત્રીઓમાં બહુ ઓછી જોવા મળે એવી વ્યાપારી કુનેહ, ખાવા-પીવામાં શું ભાવે-ફાવે, કેવાં કપડાં પહેરવાં ગમે, એની પસંદગીનું પર્ફ્યૂમ કયું, ડાબા હાથે લખવાની ટેવ, શરીરની તંદુરસ્તી સારી, પણ કોઈક વાર આધાશીશીનું દર્દ થઈ આવે, રામદેવ પીરમાં બહુ આસ્થા ધરાવે... આવી રજેરજ માહિતી કમ્પ્યુટરમાંથી કાગળ પર છપાઈને આવેલી જોઈ ઉર્વશીદેવી ચોંકી ગયાં : જે ભવાનજી શેઠ પ્રત્યે આટલી હદે અણગમો છે તેમની દીકરીની દીકરી વિષેની માહિતી આટલી ચીવટથી કમ્પ્યુટરમાં સંઘરી રાખવાનો હેતુ શું ?

એ કહેવા જતાં હતાં કે દેવકીની આ જન્મોત્રી તો મારા પ્રસ્તાવને ટેકો આપવા બરાબર છે. એને પુત્રવધૂ બનાવી દો તો બે ગુજુ ઉદ્યોગપતિ વચ્ચે કાયમી સુમેળ સ્થપાઈ જાય...

પણ એવું બોલવા જાય ત્યાર પહેલાં કેબિનનો દરવાજો ખોલીને નાની ટ્રોલી સાથે મંજૂષા દાખલ થતી દેખાઈ. ટ્રોલીમાં રાખેલી ચાંદીની બે ટ્રે ઊંચકીને મંજૂષાએ બંનેની સામે મૂકી ત્યારે ઉર્વશીદેવીને નવાઈ લાગી. પોતાની ટ્રેમાં કૉફી પીવાનો મગ અને કૉફી ભરેલી કાચની કીટલી હતી, જ્યારે વિરાણીશેઠે તેને પૂછ્યું પણ નહોતું કે તમે ચા લેશો યા કૉફી ? છતાં મારા માટે કૉફી જ કેમ આવી ? સેક્રેટરી તેના મગમાં કૉફી ભરવા લાગી ત્યારે તેનું આશ્ચર્ય ઓર વધી ગયું : અરે, આ તો તાજી દળેલી કૉફીની સોડમ ! કોચીનમાં ચાર વરસ રહેવાનું થયું ત્યારથી આ જ કૉફી પીવાની પોતાને ટેવ છે એની વિરાણીશેઠને ક્યાંથી જાણ થઈ ? મગમાં રેડાતી ગરમાગરમ કૉફીની તીવ્ર સોડમને ફેફસાંમાં ભરી લેવી હોય તેમ ઉર્વશીદેવીએ અર્ધમીંચેલી આંખે ઊંડો શ્વાસ લઈ ફરી આંખો ખોલી ત્યાં સુધીમાં કૉફીની બાજુમાં મુકાઈ ગયેલી નાસ્તાની પ્લેટ જોઈને તો એમનું આશ્ચર્ય પરાકાષ્ઠાએ પહોંચી ગયું : અરે, આ તો અમેરિકાના ટોર્ચીઆ કૉર્ન ચીપ્સ... મારી ફેવરિટ વાનગી અને સાથે શિકાન્તે સૉસ પણ ખરો !

હવે તો હદ થાય છે ! સૉસની બૉટલ પર અમેરિકન કંપનીનું નામ વાંચી ઉર્વશીદેવી તાજુબીભરી નજરે વિરાણીશેઠને તાકી રહ્યાં. અમેરિકા રહેતા ભાઈ પાસે પોતે મકાઈની આ વેફર અને સૉસ નિયમિત મંગાવી, ડિપ ફ્રિજમાં રાખતાં. સવારે કૉફી સાથે નાસ્તામાં આ જ વાનગી લેવાની પોતાને ટેવ નહીં, પણ ઘેલછા છે એની વિરાણીશેઠને ક્યાંથી જાણ થઈ ગઈ ? અને તે પણ પહેલી જ મુલાકાતમાં ?

તો શું પેલી દેવકીની જેમ મને ગમતી-ભાવતી માહિતી પણ કમ્પ્યુટરમાં ભરી દીધી હશે ? પરંતુ એ કેમ બને ? હજુ તો બે દિવસ પહેલાં જ પોતે ફોન કરીને એપૉઈન્ટમેન્ટ લીધી હતી. તો શું આ વિરાણીશેઠ દરેક મુલાકાતી અંગે અગાઉથી જાણી લેવાની ચીવટ રાખતા હશે ?

પોતે આમ વિચારતાં હતાં ત્યારે વિરાણીશેઠ તેને ધારીધારીને જોતા મલકી રહ્યા હતા એ જોઈને મિસિસ ચોપરાથી પણ હસી જવાયું. ના, એમને આ વિષે કાંઈ જ નથી પૂછવું.

'ઈશ્વરભાઈ, આપને કૉફી નથી ભાવતી ?'

'ભાવે છે, પણ ફાવતી નથી.'

'તમે શરત મૂકી, પણ એમને બોલાવ્યા વિના ચાલે તેમ નથી !' ફરી મૂળ વાતનો દોર સાંધી લેવા તેમણે ચીપ્સ ખાતાં-ખાતાં કહ્યું. પેલી મંજૂષાની હાજરીને કારણે ભવાનજી શેઠનું નામ લીધા વિના જ વાત આગળ ચલાવવી પડી : 'પાકિસ્તાન સાથેની લડાઈમાં કચ્છની બૉર્ડર પર જાતે જઈને એમણે સૈનિકોની સરભરા કરી હતી. અમારા સમારંભમાં એ અચૂક હાજર રહે છે...'

છતાં વિરાણીશેઠે જવાબ આપવાનું ટાળ્યું એટલે ચીપ્સ-સૉસ પતાવી ઉર્વશીદેવીએ કૉફીનો મગ ઊંચકતાં કહ્યું :

'આ તો તમે ફૅશન શોની હા પાડવા છતાં ના પાડવા જેવું કર્યું.'

તોપણ ઈશ્વરભાઈ મૌન સેવી રહ્યા ત્યારે તેમણે માન્યું કે સેક્રેટરીની હાજરીમાં કદાચ એ બોલવાનું ટાળતા હશે એટલે ઝટપટ કૉફી પતાવી પોતે જ ચાંદીની ટ્રે કાચની પ્લેટમાં મૂકી દીધી.

મંજુષા જાણતી હતી કે પોતાની હાજરીમાં બૉસ ગમે તેવી અગત્યની વાત કરવાનું ટાળતા નથી, પણ મિસિસ ચોપરાને પોતાની હાજરી ખટકે છે એ પામી જઈને ટ્રોલીને હડસેલતી એ પાછી ફરતી હતી ત્યાં ચાર ડગલાં ચાલતાં જ તેની સાડીનો છેડો ટ્રોલીનાં પાછલાં પૈડાંમાં ભરાયો અને એ સંતુલન ગુમાવી બેઠી.

'ઓહ'ના ઉદ્ગાર સાથે એ ગડથોલિયું ખાઈને નીચે પટકાઈ પડે એ પહેલાં જ સમયસૂચકતા વાપરીને ઉર્વશીદેવીએ ખુરશીમાંથી ઊભાં થઈને તેને ઝાલી લીધી. પોતે મંજૂષાને પડતી તો બચાવી, પણ એમ કરવા જતાં પેલીના ગોઠણ સુધી ઊંચી થયેલી સાડી નીચેથી લાકડાનો ડાબો પગ તેમની નજરે પડી ગયો.

'ઓહ ગૉડ !' ખોટો પગ જોઈને તેનાથી બોલાઈ તો ગયું, પણ પછી તરત જ વાળી લીધું : 'મિસ મુખરજી, તમને વાગ્યું તો નથી ને ! આર યૂ ઑલરાઈટ ?'

'તમે બચાવી લીધી...' કહેતી મંજૂષા ઝટપટ સાડી સરખી કરી, ખોટા પગ બદલ ક્ષોભ અનુભવતી મોં ફેરવી લઈને થૅન્ક યૂ કહેતી ટ્રોલી સાથે બહાર નીકળી ગઈ.

બે મિનિટ સુધી કૅબિનમાં સન્નાટો છવાઈ રહ્યા પછી અકળામણ ઓછી કરવા ઉર્વશીદેવીએ જ બોલવું પડ્યું...

'મને ખબર નહીં કે એનો એક પગ....'

'બિચારી માંડ ત્રણેક વરસની હશે ત્યારે તેનો ડાબો પગ ચગદીને મોટર ચાલી ગયેલી.' ઈશ્વરભાઈના અવાજમાં ભીનાશ આવી ગઈ : 'ખોટા પગથી ચાલતી તો થઈ, પણ બિચારીનો સંસાર ન ચાલ્યો. પરણનારો પાંચ જ દિવસમાં તેના દરદાગીના લઈને નાસી ગયો.'

'પરણનારો તો પછી નાસી ગયો હશે.' ઉર્વશીદેવીના બોલવામાં તીખાશ ભળી : 'પરંતુ તેનો પગ કચડી નાખનાર મોટરવાળો હાથમાં આવ્યો કે નહીં ?'

'હાથમાં આવ્યો હોત તોપણ બિચારીનો પગ થોડો પાછો આવવાનો હતો ?'

'રાસ્કલ ! માણસો પણ કેવા ઘાતકી હોય છે !' ઉર્વશીદેવીનો રોષ ભભૂકી ઊઠ્યો. પરંતુ તેનો આ આક્રોશ વિરાણીશેઠને ખટકતો હોય એવું લાગ્યું ત્યારે મિસિસ ચોપરાએ વાત વાળી લેવી પડી.

'જોકે તમારા જેવા દયાળુ માણસે તેને પર્સનલ સેક્રેટરી જેવા મહત્ત્વના હોદ્દા પર રાખીને મોટો ઉપકાર કર્યો કહેવાય.'

એ સાંભળીનેય વિરાણીશેઠના મુખ પર ઉજાસ પાછો ફર્યો નહીં ત્યારે તેમણે ઊભા થઈ જવું પડ્યું.

'થૅન્ક્સ ફૉર એવરીથિંગ !' કહી તેમણે હાથ લંબાવ્યો. વિરાણીશેઠે મૂક સ્મિત સાથે શેકહૅન્ડ કર્યા એટલે તેમણે જતાં-જતાં કહી દીધું :

'મારી વાત પર જરૂર વિચારજો... પેલી મૅરેજ બ્યૂરોવાળી વાત પર નહીં.' કહેતાં એમણે હસી લીધું : 'સૈનિકોની વિધવાના લાભાર્થે ફૅશન શો સ્પોન્સર કરવાની પરમાર્થની વાત પર જરૂર વિચારણા કરજો... હું કાલે ફરી ફોન કરીશ.'

પછી કૅબિનના દરવાજે પહોંચી છેલ્લે ઉમેર્યું : 'મને ખાતરી છે કે તમે હા પાડશો જ... અને તે પણ કોઈ જાતની શરત વિના જ !'

વિરાણીશેઠ જેવાનેય પડકારતાં હોય એવા આત્મવિશ્વાસ સાથે બોલીને એમના ચાલ્યા ગયા પછી થોડી વાર સુધી ઈશ્વરભાઈને બેસી જવાનું પણ સૂઝ્યું નહીં.

થોડી વાર પહેલાં એક જ વાક્યમાં એ મને ઘાતકી અને દયાળુ કહી ગઈ ! એને ક્યાં ખબર હતી કે સાડત્રીસ વરસ પહેલાં કલકત્તામાં હું છાનોછપનો મોટર શીખવાની ચેષ્ટા કરતો હતો ત્યારે મેં જ આ મંજૂષાનો પગ કચડી નાખ્યો હતો, જેની ખુદ મંજૂષાને પણ જાણ નથી !

અને ભવાનજી શેઠિયા સાથેની અંટસનું કારણ પણ ઉર્વશીદેવી ક્યાંથી જાણતાં હોય ? ચાલીસ વરસ પહેલાં મુંબઈના યાર્નબજારમાં પંચાણું રૂપિયાના પગારે હું ભવાનજી શેઠની પેઢીમાં ગુમાસ્તાગીરી કરતો હતો ત્યારે તેમની સોળ વરસની પુત્રી ચંદ્રપ્રભાનો હાથ પકડી લેતાં ભવાનજી શેઠ મને જોઈ ગયા હતા.

'માસ્તરના દીકરા ! તારી આ ઓકાત !'

ભવાનજી શેઠે ત્રાડ પાડતાં પોતાને એક તમાચો ઝીંકી દીધો હતો.

'જેનું ખાય છે એની જ થાળીમાં થૂંકે છે ? ચાલ્યો જા ! ફરી કદી તારું મોં દેખાડીશ તો આ ભવાનજીભા તને જીવતો નહીં છોડે... જા !'

ભૂતકાળમાં વાગેલા એ તમાચાની ઝણઝણાટી અત્યારે પણ અનુભવતા હોય તેમ વિરાણીશેઠનો હાથ ગાલ પર ફરવા લાગ્યો.

એ તમાચાની જાણ માત્ર ત્રણ જણને જ હતી. એ ત્રણમાંથી પેલી ચંદ્રપ્રભા તો કોણ જાણે ક્યાં હશે ? પરંતુ બાકી રહેલા બે હજુ એ તમાચાને ભૂલી શક્યા નહોતા. અને વિરાણીશેઠ એ તમાચાના બદલામાં ભવાનજીભાને તમાચા મારવાની કોઈ તક જતી કરતા નહીં !

*

2

પડછાયો માણસના શરીરથી કદાપિ અળગો થતો નથી તેમ ભૂતકાળની સારી-નરસી ઘટનાઓ અતીતનો ઓછાયો બનીને માનવીના મનનું વળગણ બની જાય છે. ભૂતકાળનાં સંભારણાં કોઈકને સમુદ્રકાંઠાની સુંવાળી રેતીમાં રમતાં બાળકની રમત જેવાં લાગે છે. બાળક રેતીમાં આંગળીથી અક્ષરો પાડે, આકૃતિ બનાવે અથવા બે હાથે રેતીનો ડુંગર કે મહેલ બનાવીને મન બહેલાવે છે, પણ વર્તમાનની ભરતી કાંઠા તરફ ધસી આવે ત્યારે એ સંભારણાંને ઊછળતાં મોજાંને હવાલે કરીને ભૂતકાળ દૂર ભાગી છૂટે છે. માનવીના ભવસાગરમાં વર્તમાન અને અતીતનો આ ઘટનાક્રમ નિરંતર ઘૂઘવતા સમુદ્રની જેમ અવિરત ચાલ્યા જ કરે છે.

'ઈશ્વરિયા !'

ભવાનજીભાની એ હાંકે જીવનપાટ પર રમાઈ ચૂકેલી ચાલીસ વરસ પહેલાંની રમતનો ઍક્શન રિપ્લે ચાલુ કરી દીધો હોય તેમ, નરિમાન પૉઈન્ટ પર આવેલા વૈભવ ટાવર્સના વીસમા માળે રાજવીના ઠાઠથી બેઠેલા ઈશ્વરલાલ મોતીલાલ વિરાણી શેઠને અબજપતિમાંથી પંચાણું રૂપિયાના પગારદાર ગુમાસ્તા બનાવી દીધા. સૈનિકોની વિધવાના લાભાર્થે ફૅશન શો યોજવાનો પ્રસ્તાવ લઈને આવેલાં વાઈસ-એડમિરલ ચોપરાનાં પત્ની ઉર્વશીદેવી થોડી વાર પહેલાં જતાં-જતાં કાંઈક એવું કહી ગયાં કે એક જ ઝાટકે જીવનસાગરમાં ચાલીસ વરસની ઓટ આવી ગઈ.

'ઈશ્વરિયો ક્યાં ગુડાણો ?'

ભવાનજી શેઠ કચ્છી હોવા છતાં બચપણ જામનગરમાં વિતાવ્યું હોવાથી કાઠિયાવાડી બોલીથી ટેવાયેલા હતા. પાયધુની પાસે, મુંબાદેવી મંદિરની સામે, સૂતરબજારમાં આવેલી ભવાનજી રામજીની પેઢીની લાંબી દુકાનના છેવાડે બેઠાં-બેઠાં ઝોકું ખાઈ ગયેલો ઈશ્વર હવે શેઠની હાંક સાંભળીને સફાળો ઊભો થઈ ગયો. આંખમાંથી કસમયની નીંદર ખંખેરતો, ચોળાયેલાં ટૂંકા લેંઘા અને લાંબા પહેરણ પર હાથ પસવારતો, ગાદી-તકિયે બેઠેલા શેઠની સામે અદબભેર હાજર થઈ ગયો.

'કેમ, ઈશ્વરિયા ! સંધ્યાટાણે ઉંઘરેટો કેમ દેખાય છે ?' નીચી મુંડીએ ઊભેલા અઢાર વરસના વાણોતરને ભવાનજી શેઠ થોડો ઠપકો અને થોડી કાળજીના સ્વરે પૂછી રહ્યા હતા : 'શરીરે અસુખ છે કે પછી રાતના ખેલમાં ફિલમ જોવાનો ઉજાગરો ?'

ચોરી પકડાઈ ગઈ હોય તેમ રાંક બનીને ઈશ્વર ચૂપચાપ ઊભો રહ્યો. સાંજે પેઢીએ મળવા આવતા સૂતરબજારના વેપારીઓ માટે જર્મન સિલ્વરનાં કપરકાબીમાં ચા ઠાલવતા કાણિયા તરફ તેણે ત્રાંસી આંખે જોઈ લીધું. એ જ તેને આગલી રાતે છેલ્લા ખેલમાં 'હાતિમતાઈ' જોવા લઈ ગયો હતો છતાં કાણિયાની આંખમાં ઉજાગરો દેખાતો નહોતો. દોઢ આંખથી સિનેમા જોનારાને શું ઉજાગરાનો ભાર નહીં લાગતો હોય ?

'લે, ભાઈ !' શેઠે ઢળતા મેજની સપાટ ટોચે કાગળની ચબરખી પર રાજા છાપના રોકડા બે રૂપિયા મૂકતાં વડીલભાવે કહ્યું : 'જા, ચંદ્રિકાએ લખ્યા મુજબ શાકપાંદડું લઈ આવ.'

એ સાંભળતાં જ ભારે ઉજાગરો અને હળવો ઠપકો વિલાઈ ગયા હોય તેમ ઉત્સાહભેર ચિઠ્ઠી સાથે બે રૂપિયા પહેરણના ખિસ્સામાં ખોસતાં ઈશ્વરે ચાલતી પકડી. શેઠનાં શાકભાજી લેવાના તેના ઉત્સાહની કાણિયાને અદેખાઈ થતી. ઈશ્વરિયો જરૂર દોઢ-બે રૂપિયાની ખરીદીમાં બે-ચાર આના ગપચાવી લેતો હશે. નહીંતર સાવ બાજુમાં ભૂલેશ્વરની શાક-માર્કેટમાં જવા માટે આટલો બધો થનગને શું કામ ?

'અરે ! એ માસ્તરના દીકરા !' શેઠની હાંક તેની પીઠ પર અફળાઈ : 'ઉઘાડપગો અને ઉઘાડમથ્થો ક્યાં ભાગ્યો ? શાકની ઝોળી લેવાનુંય ભૂલ્યો ?'

ત્યારે સાચેસાચ ભોંઠા પડી જઈ ઈશ્વરે ભૂલ સુધારી લીધી. કચ્છી શેઠિયાને ત્યાં વાણોતર ભલે ને પંદર વરસનો હોય, માથે ટોપી પહેર્યા વિના પેઢીએ આવવાની સખત મનાઈ. વાણોતરને દર છ મહિને પગરખાં અને ટોપીની જોડી શેઠ તરફથી મળે. શરૂશરૂની નોકરીમાં ઈશ્વર ટોપી પહેરીને આવવાનું ભૂલી જતો ત્યારે અડધો માઈલ દોડીને રાતવાસાના બાસા પરથી ટોપી લઈ આવવી પડતી.

પેઢી દેખાતી બંધ થઈ એટલે માથેથી ટોપી ઉતારી લેંઘાના ગજવામાં ખોસી દઈ ઈશ્વરે પહેરણના ખિસ્સામાંથી પેલી ચબરખી કાઢી.

- પોણો રતલ દૂધી, પા રતલ કારેલાં, અર્ધો રતલ ટીંડોળાં, કોથમીરની એક ઝૂડી સાથે મરચાં અને બે મોટાં લીંબુ.

મરોડદાર અક્ષરમાં લખાયેલી ચબરખી વાંચીને ઈશ્વરે સહજભાવે ડોક ફેરવી પાછળ જોઈ લીધું. પેઢીની ઉપર મેડીની બારીમાંથી કદાચ ચન્દ્રપ્રભા ડોકાતી હોય તો લીંબુની ફાડ જેવી તેની આંખો કે ટીંડોળાની ચીરી જેવા તેના પાતળા હોઠ જોવા મળે... પણ મેડીની બારી બંધ હતી.

'જા, મેડીએ જઈને ચન્દ્રિકાબહેન કહે એ પ્રમાણે શાક લઈ આવ.' પહેલી વાર શાક લઈ આવવાનું કામ શેઠે સોંપેલું ત્યારે ચન્દ્રપ્રભાને તેણે સાવ નજીકથી જોયેલી. મા વગરની પંદર વરસની છોકરીમાં ઠાવકાઈ વહેલી આવી ગઈ હતી :

'વાંચી જો, તને મારા અક્ષર બરાબર ઊકલે છે ?' ચન્દ્રપ્રભાએ નોટમાંથી ફાડેલા કાગળની ચિઠ્ઠી તેના હાથમાં સોંપતાં કહ્યું ત્યારે અક્ષર જોતાં જ તેનાથી બોલાઈ ગયું હતું :

'મોતીના દાણા જેવા તો છે !' ઠોઠ વિદ્યાર્થી મૌખિક પરીક્ષામાં ભૂલથી હિંમતભેર સાચો જવાબ બોલી જાય તેમ એણે કહ્યું હતું : 'મારા અક્ષર આવા હોત તો લેખનની પરીક્ષામાં સારા અક્ષરના પાંચ માર્ક્સ વધારે મળત.'

ત્યારે હીંડોળે હીંચકા ખાતી ચન્દ્રપ્રભા ખિલખિલાટ હસી પડી હતી. 'અદા કહેતા હતા કે તું માસ્તરનો દીકરો છે.' કહીને પેલીએ મોટું માણસ પૂછે એ રીતે પૃચ્છા કરેલી : 'શું ભણ્યો નાપાસ કેમ થયો ? ઘરમાં કોણ-કોણ છે ?'

પૂછપરછ પૂરી થઈ એટલે તેણે કહ્યું હતું : 'ચિઠ્ઠી વાંચી જો. બધાં શાકભાજીને તું ઓળખે તો છે ને ? એક વાર કાણિયો તૂરિયાંને બદલે ગલકાં લઈ આવેલો.'

કાણિયાનો વાંક સાંભળીને તેણે મલકી જઈને ચબરખી વાંચવા માંડેલી :

'ગુવાર બે તલ !'

અને ચન્દ્રપ્રભાના પાતળા હોઠ વચ્ચેથી ફુવારાની જેમ ખડખડાટ હાસ્યની છોળ ઊડી હતી.

'બે તલ નહીં, રતલ લખ્યું છે !' પછી તરત જ બિચારા નવાનવા મુંબઈ આવેલા છોકરાને છોભીલો ન પાડવા માટે વાળી લીધું : 'દેશમાં શેરની જોખ ચાલે, પણ મુંબઈમાં બધું રતલમાં તોળાય... તને ધીમેધીમે બધું આવડી જશે.'

બે મહિનામાં જ ઈશ્વરને બધું આવડવા માંડ્યું હતું. મનગમતી છોકરી તરફ સીધી નજરે નહીં પણ ત્રાંસી આંખે જોવાનું પણ એ શીખી ગયો હતો. એટલે જ ભૂલેશ્વર જઈને દૂધી, કારેલાં, ટીંડોળાં, કોથમીર-મરચાં અને લીંબુની ઝોળી સાથે એ સડસડાટ શેઠની મેડીએ ચડી ગયો.

ઉપરના પગથિયે પહોંચ્યો ત્યાં એના પગ રોકાઈ ગયા.

'ધીરેધીરે...'

પોતે ધબધબ પગથિયાં ચડ્યો એટલે ચન્દ્રપ્રભાએ ટોક્યો હશે એમ માનીને તે અટકી ગયો ત્યાં તો :

'ધીરે ધીરે જા...
મેરા બુલબુલ સો રહા હૈ,
શોર-ગુલ ન મચા !'

અને ત્યાં જ ગીત થંભી ગયું. કદાચ મેડીની છત પર રાખેલા વીજળીના ગોળાના પ્રકાશને કારણે સામેની દીવાલ પર પડતો તેનો પડછાયો જોઈને એ સમજી ગઈ હશે કે હું આવ્યો છું.

'કેમ ત્યાં અટકી ગયો, ઈશ્વર ?'

'એમ જ !'

હાર્મોનિયમની પેટી લઈને બેઠેલી ચન્દ્રપ્રભા સામે ઝોળી સહિત એ ઊભો રહી ગયો. પછી હોંશિયાર વિદ્યાર્થીની જેમ બોલી ઊઠ્યો : 'પહેલાં તો લાગ્યું કે *કિસ્મત*ની રેકર્ડ વાગે છે.'

'જા, જુઠ્ઠા !' ચણિયાચોળીમાં બેઠેલી ચન્દ્રપ્રભા ઓઢણી સરખી કરતાં બોલી : 'સારું લગાડવા પોલસન મારે છે ?'

પોલસન મારવું એટલે માખણ મારવું એ અર્થ તો ઈશ્વર માંગરોળથી જ શીખીને આવ્યો હતો.

'તું વળી *કિસ્મત*ની રેકર્ડ ક્યાં સાંભળી આવ્યો ?' પરીક્ષા લેતી હોય તેમ ચન્દ્રપ્રભાએ પૂછેલું.

'પરભુ મને માંગરોળથી ફિલ્મ જોવા લઈ ગયેલો.' એણે સાચા પુરવાર થવા માટે ભોળાભાવે કહી દીધું : 'અમારે ત્યાં મુંબઈની ઊતરી ગયેલી ફિલ્મ ચાર-પાંચ વરસ પછી આવે. અમે અંધારામાં રાતે ઘેર જતી વખતે બીક ન લાગે એટલે રાગડા તાણીને આ ગીત ગાતા.'

ત્યારે ખડખડાટ હસવાને બદલે એ આછેરું મલકતી તેને એકીટશે જોઈ રહી. ઈશ્વરને સમજાયું નહીં, એ મને હોશિયાર ગણે છે કે બુધ્ધુ માને છે ? તેની સાથે નજર મેળવવાની હિંમત ન ચાલી એટલે પગ વાળીને બેઠેલી ચન્દ્રપ્રભાના જરા ઊંચા થઈ ગયેલા ચણિયાને કારણે દેખાતી એની ગોરી પિંડી પર નજર ચોંટી ગઈ.

'ઝોળી મૂકીને તું જા !' પેલીએ પગની પલાંઠી વાળી લઈ પિંડી છુપાવી દેતાં કહ્યું અને તે મેડીનાં પગથિયાં ઊતરે એ પહેલાં ઉમેર્યું પણ ખરું :

'જોજે, નીચે જઈને અદા પાસે ચાડી નહીં ખાતો.'

'શેની ચાડી ?'

'ફિલ્મનાં ગીત અદાને ગમતાં નથી. સંગીત ટીચર સરસ્વતીદેવીને એમણે ખાસ કહ્યું છે કે છોકરીને પ્રાર્થના, ભજન, કવિતા ગાતાં શીખવજો... મેં બહુ જીદ કરી ત્યારે સરસ્વતીદેવીએ આ ગીત બેસાડી આપ્યું છે... અદાને પાછો કહી ન દેતો.'

કોઈ છોકરી કાંઈક ખાનગી રાખવાનું કહે ત્યારે એકાએક એના અંગત બની જવાય છે એવું ત્યારે તેણે મહેસૂસ કર્યું હતું. સાથોસાથ તેણે એ પણ મહેસૂસ કર્યું કે હું ભણવામાં ઠોઠ ન હોત તો કેટલું સારું થાત !

બરાબર એ જ વખતે પર્સનલ સેક્રેટરી મંજૂષા બારણું ઉઘાડી કૅબિનમાં ડોકાઈ, પણ બૉસને ઊંડા વિચારમાં મગ્ન જોઈને એ તરત જ પાછી ફરી ગઈ. થોડી વારની એ ખલેલે વિરાણીશેઠને સજાગ કરી દીધા કે સંભારણાંના મોતી હાથ કરવા મરજીવાની જેમ પોતે ચાલીસ વરસ પહેલાંના કાળમાં ડૂબકી મારી ગયા હતા.

પરંતુ વર્તમાનની સપાટી પર આમ એકાએક આવી જવું પડ્યું એ ખટક્યું હોય તેમ ફરી આંખો મીંચીને અતીત વાગોળવા મંડ્યા. બીજી વાર ખલેલ ન થાય એટલા માટે ટેબલ સાથે જોડેલી સ્વિચ દાબીને ખુરશીમાં બેઠાં-બેઠાં કૅબિનનો દરવાજો લૉક કરી દીધો.

બાવીસ વરસની વયે કચ્છથી આવીને સૂતરબજારમાં દલાલ તરીકે કારકિર્દી શરૂ કરનાર ભવાનજી શેઠ ધીમેધીમે પોતાની શાખ અને વગ વધારતા ગયા હતા. મોટી ચાર મિલોની દેશી સૂતરની એજન્સી લીધી, વિદેશથી આયાત થતા સુતરાઉ યાર્ન ઉપરાંત જાપાની સિલ્ક યાર્નના સોદામાં પણ ખૂબ કમાયા હતા અને કમાણીની સાથોસાથ પ્રામાણિક વેપારી તરીકેની શાખ બજારમાં સ્થાપી દેનાર ભવાનજી શેઠનો પંચાણું રૂપિયાનો પગારદાર ગુમાસ્તો બનવા બદલ પોતે ગૌરવ અનુભવતો હતો. તેમાં એમની પુત્રીની મીઠી ગોઠડી મળી એટલે ભવિષ્યમાં એ જ બજારમાં ઈશ્વરલાલ શેઠ બનવાની મહત્ત્વાકાંક્ષા જોર કરવા લાગી હતી. એ જ અરસામાં ભવાનજી શેઠે પરેલ પર હિંદુસ્તાન રેયોન મિલ નાખવાનું સાહસ ખેડ્યું.

'ઈશ્વરિયા, થોડા વખતમાં મિલના સંચા બેસાડવા શરૂ થશે. તારામાં આગળ વધવાની

ધગશ છે એટલે તને પહેલેથી જ ત્યાં જોતરી દેવા માગું છું.' ભવાનજી શેઠે પડખે બેસાડીને તેને કહેલું : 'ચન્દ્રિકા પણ કહેતી હતી કે તક મળે તો તું આગળ વધી શકે એમ છે.'

એ છેલ્લા વાક્યે પોતાની ધગશને દાવાનળની જેમ ભડકાવી દીધી હતી. નવી નખાતી મિલમાં તે દિવસ-રાત જોયા વિના કામે લાગી ગયો. શેઠ કરતાં શેઠની પુત્રીની નજરમાં પોતે પાવરધો પુરવાર થવા માગતો હતો. જોકે તેને કારણે ભૂલેશ્વરની શાકબજારમાં ખરીદી કરવાનું બંધ થઈ ગયું અને ચન્દ્રપ્રભાને મળવાનું પણ ઓછું થવા લાગ્યું. છતાં સવારે ઘરની ઘોડાગાડીમાં નિશાળે જતી ચન્દ્રપ્રભાને જોઈ લેવાનું ચૂકતો નહીં.

એક સાંજે પોતે મિલમાંથી બહાર નીકળી રાણીબાગ પાસે ટ્રામ પકડવા ઊભો હતો ત્યાં મીઠો સાદ સંભળાયો : 'અરે, ઈશ્વર, ક્યાં જાય છે ?'

જોયું તો ઘોડાગાડીમાં એકલી બેઠેલી ચન્દ્રપ્રભા !

'ચાલ, બેસી જા, દુકાને ઊતરી જજે.' કહીને ચન્દ્રપ્રભાએ હાથ આપ્યો અને તે વિક્ટોરિયામાં ચડી બેઠો. ચન્દ્રપ્રભાએ ગાડીમાં બેસાડ્યો એનો રોમાંચ હતો કે તેના સ્પર્શે પોતાનાં રોમેરોમમાં ઝણઝણાટી જગાડી દીધી હતી એ ત્યારે તો તેને સમજાયું નહીં.

'રાણીબાગમાં સ્કૂલની પિકનિક હતી. બધી છોકરીઓ બસમાં આવી, પણ અદાએ મારા માટે ગાડી મોકલી. સારું થયું તું મળી ગયો.' કહીને પેલીએ ઉમેર્યું : 'ઘણા વખતે મેળાપ થયો.'

સ્કૂલ યુનિફૉર્મમાં જેને દૂરથી જોવા પામતો તેની પડખોપડખ બેસીને આમ ઉઘાડી ગાડીમાં ભર-રસ્તે જવાનું મળશે એવો વિચાર પણ તેણે કદી કર્યો નહોતો. ના, વિચાર તો અનેક વાર કર્યો હતો, પણ એવું બનવાનું ક્યારેય શક્ય જ લાગતું નહોતું.

'ઈશ્વર, તેં પેલી ફિલ્મ જોઈ ?' હવે એ *ફિલમ*માંથી *ફિલ્મ* બોલતી થઈ હતી : 'દીદાર !'

ઈશ્વરે ડોકી ધુણાવી : 'ચાર દિવસ પહેલાં ભાંગવાડીમાં કાણિયા સાથે *'વડીલોને વાંકે'* જોવા ગયો હતો. એનાં ગાણાંને બહુ વન્સમોર મળે છે.'

'ભાયડાઓ બાયડીનો વેશ પહેરીને ગાણાં ગાય એમાં શું જોવા-સાંભળવાનું ? એવાં બધાં નાટકો તો વડીલોના વાંકે જ ચાલે છે.' વડીલોની પસંદગી સામે અણગમો દર્શાવવાની ઢબે ડોક ઝાટકી, લાંબો ચોટલો ઉછાળીને તે અચાનક ગાવા લાગી :

'ઓ...ઓ...ઓ...
બચપન કે દિન ભૂલા ન દેના,
આજ હંસે કલ રૂલા ન દેના !'

બે-ત્રણ વાર એકની એક કડી લલકારીને એણે તેની સામે જોયું : '*દીદાર*નું ગીત છે. અત્યારે આપણે ઘોડાગાડીમાં બેઠાં છીએ તેમ છોકરી ઘોડા પર બેસીને આ ગીત ગાય છે અને છોકરો તેની પાછળપાછળ જાય છે. ઈશ્વર, તું પણ મારી સાથે ગા ને !'

શરમના માર્યા તેણે બહુ આનાકાની કરી, પણ ચન્દ્રપ્રભાની જીદે તેની શરમ છોડાવી દીધી. પેલીના બોલમાં સાદ પુરાવતા તેણે આવડ્યું તેવું ગાઈ નાખ્યું. પછી તો ગીત-ગમ્મતમાં પાયધુની આવી ગયું તોપણ ખબર ન પડી.

'લે, આ રૂપિયો !' ફ્રૉકના ખિસ્સામાંથી કાઢેલા નાનકડા પાકીટમાંથી રોકડો રૂપિયો પરાણે

તેના હાથમાં પકડાવતાં એ બોલી ગઈ : 'કાલે મિનરવામાં જઈને *દીદાર* જોઈ આવજે, પછી આપણે બેઉ હાર્મોનિયમ પર સાથે ગાશું... અદાથી છાનાં-છાનાં હોં કે ?'

અને એ જ રાતના છેલ્લા શોમાં કાણિયાથી છાનોછાનો પોતે *દીદાર* જોઈ આવ્યો હતો અને બીજે દિવસે -

બેચેનીથી શરીર તપવા લાગ્યું ત્યારે તાવ જેવું છે કહીને એ બપોરે મિલમાંથી નીકળી ગયો. દુકાને આવીને ભવાનજી શેઠને ધંધામાં પરોવાયેલા જોઈ એમની નજર ચુકાવી, પૅન્ટ-બુશકોટ સાથે પહેરેલાં ચંપલ ઉતારી, અવાજ ન થાય તેમ મેડી ચડી ગયો. મા વગરની દીકરીનું ધ્યાન રાખવા કચ્છથી બોલાવી લીધેલાં ચન્દ્રપ્રભાનાં દૂરનાં ફઈબા ત્યારે બપોરની નીંદર લેતાં હતાં.

'અરે, ઈશ્વર, તું ? અત્યારે !'

પોતાને જોઈ આશ્ચર્ય સાથે તેને આનંદ અનુભવતી જોઈને એની બેચેની હિંમતમાં પલટાઈ ગઈ. સાવ લગોલગ જઈને ઊભો રહ્યો, પછી નજરમાં નજર પરોવીને કહ્યું :

'કાલે *દીદાર* જોઈ આવ્યો !' જાણે ગોખીને આવ્યો હોય તેમ બોલી ગયો : 'કોઈને ફિલમના નામનો અર્થ પૂછ્યો તો કહ્યું કે *દીદાર* એટલે *દર્શન*... પછી તો આખી રાત પેલું ગીત ગણગણતો રહ્યો. તારાં દર્શન કર્યા વગર જીવને... શું કહેવાય પેલું ? હા, ચેન પડતું નહોતું. જો, તાવથી મારો હાથ કેટલો ધગે છે ?'

કહી તેણે જમણા હાથનું કાંડું ધર્યું. અને ચન્દ્રપ્રભાએ લાગણીવશ તેનું કાંડું હાથમાં લીધું : 'અરે, શરીર આટલું તપે છે તો અહીં કેમ આવ્યો, ઈશ્વર ?'

'તારા દીદાર માટે !'

ફિલ્મી સ્ટાઈલથી ડાયલૉગ બોલીને તેણે તેનો હાથ પકડી લીધો. પછી તેના ગાલે બકી ભરવા ધ્રૂજતા હોઠે ડોક લંબાવી ત્યાં -

'ઈશ્વરિયા ! શું કરે છે અહીંયાં ?'

ભવાનજી શેઠ ભોંય ધમધમાવતાં પગલે અંદર ધસી આવ્યા. એ ક્યારે, શું કામ મેડીએ ચડી આવ્યા એનું કારણ તો સમજાયું નહીં, પણ અદાનો લાલઘૂમ ચહેરો જોતાં જ ચન્દ્રપ્રભા છળીને અંદર નાસી છૂટી અને પોતે થરથર કાંપતો ત્યાં જ ઊભો રહ્યો.

'માસ્તરના દીકરા, તારી આ ઓકાત !'

ત્રાડ સાથે જોરદાર પંજાનો તમાચો તેના ડાબા ગાલ પર વીંઝાયો :

'જે થાળીમાં ખાય છે એમાં જ થૂંક્યો ? ચાલ્યો જા ! ફરી તારું ડાચું દેખાડીશ તો આ ભવાનજીભા તને જીવતો નહીં છોડે... જા, ભાગી જા !'

ચાલીસ વરસ પહેલાં વાગેલા એ તમાચાની યાદથી અત્યારે પણ વિરાણીશેઠનો ગાલ લાલચોળ થઈ ગયો. એ તમાચાએ મુંબઈ છોડાવ્યું, કલકત્તા મેલ પકડાવ્યો અને -

લાલ ટેલીફોનની રણકી ઊઠતી ઘંટડીએ વિરાણીશેઠની વિચારશૃંખલા કાપી નાખી. ગાલ પરથી હાથ હઠાવી લઈ લાલ ફોનનું રીસીવર ઊંચકવું પડ્યું. વૈભવ સિવાય બીજા કોઈને એ ફોનનો ઉપયોગ કરવાની છૂટ નહોતી.

'ડેડી, તમને ડિસ્ટર્બ તો નથી કર્યા ને ?'

પુત્રને તેનો જવાબ આપવાનું ટાળીને ઈશ્વરભાઈએ પૂછ્યું : 'બોલ, વૈભવ, શું કામ હતું ?'

'ઓગણીસ સપ્ટેમ્બર, ગુરુવારે રાત્રે મેટ્રોમાં કેન્સર સોસાયટી માટે એક ફિલ્મનો ચૅરિટી પ્રીમિયર છે. ગવર્નર આવવાના છે. ઈન્ટરવલમાં સ્ટેજ ફંક્શન ગોઠવાશે, તેમાં કેન્સર સોસાયટીને પાંચ લાખ રૂપિયાનો ચેક ગર્વનરને અપાશે.' કહીને વૈભવ સહેજ અટક્યો ત્યારે પિતાને આશ્ચર્ય થયું.

'ડૅડી, એ લોકોની રિક્વેસ્ટ છે કે વૈભવ ઈન્ડસ્ટ્રીઝ તરફથી આ ડોનેશન અપાય... ફિલ્મનું નામ છે *સમર્પણ* અને તેમાં કેન્સરથી પીડાતી એક સ્ત્રીના સંઘર્ષની કથા છે.'

છતાં ઈશ્વરભાઈ ચૂપ રહ્યા ત્યારે પુત્રે સામેથી પૂછ્યું : 'ડોનેશન માટે હા પાડી દઉં, ડૅડી ?'

હા સાંભળવાની પુત્રની તત્પરતાને ધક્કો ન લાગે એવી ચીવટ સાથે પિતાએ કહેવું પડ્યું : 'હું તને પાંચ મિનિટમાં કહું.'

અને સામેથી કોઈ દલીલ કે આગ્રહ થાય એ પહેલાં રીસીવર ઠેકાણે મૂકી દીધું.

'સમર્પણ !' મનોમન ફિલ્મનું નામ બબડતાં એમણે ઈન્ટરકૉમ પર સેક્રેટરીને કહ્યું :

'મંજૂ, ઓગણીસમી સપ્ટેમ્બરે મેટ્રોમાં *સમર્પણ* નામની ફિલ્મનો શો છે. મને એની વિગત જોઈએ !' પછી તરત યાદ આવ્યું કે થોડી વાર પહેલાં મિસિસ ચોપરાની હાજરીમાં મંજૂષા નીચે ગબડી પડી હતી એટલે ખબર પૂછી લીધા : 'તને બહુ વાગ્યું તો નથી ને, મંજૂ ? આર યૂ ઑલરાઈટ ?'

'આઈ ઍમ ફાઈન, બૉસ !' શેઠને પોતાને માટે કાળજી લેતા સાંભળી તેણે લાગણીભર્યા સ્વરે કહ્યું : 'હમણાં જ આપને વિગત આપું છું.'

ઈન્ટરકૉમ મૂકીને હજુ તો એ મિનરલ વૉટરનો ગ્લાસ પૂરો કરે તે પહેલાં કેબિનના કાચના દરવાજા પાછળ ઊભેલી મંજૂષાની આકૃતિ દેખાઈ એટલે લૉક કરી દીધેલો દરવાજો ઉઘાડવાનું તેમને યાદ આવ્યું.

'લ્યો, સર ! આજના જ ન્યૂસ પેપરમાંથી *સમર્પણ*ની એડવર્ટાઈઝ મળી આવી.' કહી તેમના ટેબલ પર છાપાંમાંથી કાપેલી જાહેરખબરનું કટિંગ મૂકતી, મંજૂષા ગર્ભિત સ્મિત ફરકાવતી ઝડપથી પાછી ફરી ગઈ.

સમર્પણ ફિલ્મની જાહેરખબરમાં એમને બીજું કાંઈ જ વાંચવામાં રસ નહોતો અને જે જાણવું હતું તેના પર જ પહેલી નજર પડી. ફિલ્મના નામ હેઠળ મોટા અક્ષરે હીરોઈનનું નામ છપાયું હતું : સબીના સહાની !

અને એક જ ક્ષણમાં તેમને ચૅરિટી શોના ડોનેશન માટે પુત્રે મૂકેલો પ્રસ્તાવ તથા જાહેરખબરનું કટિંગ મૂકતી વખતે મંજૂષાએ ફરકાવેલા ગર્ભિત સ્મિતનો તાળો મળી ગયો. તેમના હોઠ ભિડાયા. હમણાંહમણાં સબીના સહાની અને વૈભવ વિરાણીનું નામ ફિલ્મ મૅગેઝિનની ગપસપમાં ચર્ચાવા લાગ્યું હતું. એકાદ વરસ પહેલાં કોલાબાના દરિયાકાંઠે આવેલા પોતાની માલિકીના પ્લૉટ પર રાધાકૃષ્ણનું મંદિર બંધાવવા માટે ખાલી પ્લૉટમાં ઊભી કરેલી ઝૂંપડપટ્ટી ખાલી કરાવવા માટે કાયદાની મદદ લેવી પડેલી. એ વખતે આ ઍક્ટ્રેસ સબીના સહાની કોણ જાણે ક્યાંથી ઝૂંપડાવાસીઓની વહારે ધસી આવી હતી. ભગવાનનું ઘર (મંદિર) બાંધવા માટે ગરીબ માણસોને

બેઘર બનાવી દેનાર વિરાણી- શેઠ સામે ઝુંબેશ ચલાવી, મોરચા કાઢ્યા, ચીફ મિનિસ્ટરને આવેદનપત્ર આપી આવી અને બાકી હતું તે છાપાંવાળાએ પૂરું કર્યું.

પ્રતિષ્ઠાને ખાતર પોતે તો છેવટ સુધી કાયદેસર લડી લેવા માગતા હતા, પણ વૈભવ વચ્ચે પડ્યો : નહીં, ડૅડી, આ મામલો હું પતાવી દઈશ. તમે મારા પર છોડી દો.'

અને સાચેસાચ તેણે પ્રતિષ્ઠા જળવાઈ રહે એ રીતે જ નહીં, તેમાં વધારો થાય એવી ઠાવકાઈથી મામલો પતાવી દીધો હતો. ઝૂંપડાવાસીને બીજે રહેવા મળી જાય અને પ્લૉટ પર મંદિર બની જાય એવો તોડ સબીના સાથેની વાટાઘાટમાંથી વૈભવે કાઢ્યો ત્યારે તો પોતે બહુ ખુશ થઈને તેની પીઠ થાબડી હતી. પરંતુ તેમાંથી સબીના સાથે વૈભવને ફ્રેન્ડશિપ બંધાઈ ગઈ ત્યારે લાગ્યું કે સોદો બહુ મોંઘો પડી જવાનો.

હજુ થોડા દિવસ અગાઉ જ કોઈએ ઓળખીતા અવાજમાં નનામો ફોન કર્યો હતો : ઈશ્વરભાઈ, વૈભવને વારો ! ફિલ્મ ઍક્ટ્રેસ સાથેનો રોમાન્સ બહુ આગળ વધી જશે તો કંપનીને ફટકો પડશે. શૅરહોલ્ડરો પર બહુ ખરાબ છાપ પડશે. એ ઍક્ટ્રેસને તમે પુત્રવધૂ તરીકે સ્વીકારશો નહીં અને વૈભવનો સ્વભાવ તો તમે જાણો છો, આઠમા એડવર્ડની જેમ પ્રેમિકા ખાતર અબજોની સંપત્તિ ત્યજીને ચાલ્યો જશે... પછી વૈભવ વગરની વૈભવ ઈન્ડસ્ટ્રીઝ કેવી લાગશે ?

આવી અગમચેતી આપનારે ભલે પોતાનું નામ આપ્યું નહોતું, પણ એ અવાજ કંપનીના કાનૂની સલાહકાર ડિરેક્ટર સોલિસિટર ભુતાનો જ હતો. આ શાણા માણસે નામ નહીં આપીને સામો જવાબ આપવાની અકળામણમાંથી પોતાને ઉગારી લીધા હતા... પરંતુ એથી અકળામણ થોડી ટળી જવાની હતી ?

એક-બે વાર તેમણે પુત્રને ઇશારો કરી જોયેલો : 'આજ સુધી દૈનિક વર્તમાનપત્રોમાં તારાં-મારાં નામ આવતાં હતાં, હવે ફિલ્મ મૅગેઝિનમાં તારું નામ કેમ છપાવા લાગ્યું ? વૈભવ, બી કૅરફુલ, આપણને આવી અફવા પાલવે નહીં !'

'ડોન્ટ વરી, ડૅડી, ફિલ્મ મૅગેઝિનમાં તો આવા ઘણા ગપગોળા આવ્યા કરે. આપણે એની પરવા નહીં કરવાની.' કહીને તેણે વાત કાપી નાખેલી.

અને હવે સબીના સહાનીની ભૂમિકાવાળી ફિલ્મના ચૅરિટી પ્રીમિયરમાં વૈભવ ઈન્ડસ્ટ્રીઝ પાંચ લાખનું ડોનેશન આપે તો ફિલ્મ મૅગેઝિનની અફવા ડેઈલી ન્યૂસપેપર્સમાં ચમકતી થઈ જાય... પણ વૈભવને ના કેમ પાડવી ? કદાચ એ વાત પર પિતા-પુત્ર વચ્ચે ઘર્ષણ જાગી જાય તો ?

થોડી વાર અકળામણમાં ધૂંધવાયા પછી ના પાડવાનું કોઈ સધ્ધર બહાનું શોધી કાઢવા મગજ કસતાં-કસતાં તેમણે કમ્પ્યુટર ડાયરી ઉપાડી. આવતા પંદર દિવસની એપૉઈન્ટમેન્ટ્સ, બૉર્ડની મિટિંગ વગેરે પર નજર નાખી જવા બટન દબાવ્યું તો ૧૯ સપ્ટેમ્બર ઓગણીસસો એકાણુની તારીખ અત્યંત મહત્ત્વની હોય તેમ લાલ લાઈટ સાથે બીપ-બીપ સિગ્નલ વાગવા લાગ્યું.

એમની આંખો ચમકી ગઈ. આવું ઈમ્પૉર્ટન્ટ ફંક્શન હોય તો તેમાં હાજર રહેવાની વૈભવ તો શું એના બાપથી પણ ના ન પાડી શકાય. વિચારમાં ને વિચારમાં એમનાથી મલકી જવાયું.

'વૈભવ, તેં ચૅરિટી પ્રીમિયરની કઈ તારીખ કહી ?' લાલ ફોન પર આ રીતે શરૂઆત કરીને પોતે જ તારીખ બોલી ગયા : 'ઓગણીસ સપ્ટેમ્બર... ઈમ્પૉસિબલ, માય સન, તું ભૂલી ગયો ?

એ સાંજે તો પ્રાઈમ મિનિસ્ટર આવવાના છે. એરપૉર્ટથી સીધા રશિયન બેલે એટેન્ડ કરવાના છે. ત્યાંથી ગર્વનર હાઉસમાં આપણે બંનેએ કદાચ ડિનરમાં તેમની સાથે જોડાવાનું થશે. પી. એમ. મુંબઈમાં હોય ત્યારે ગવર્નર કઈ રીતે ચૅરિટી પ્રીમિયર એટેન્ડ કરવાના... ફરગેટ ઈટ !'

છેલ્લા બે શબ્દો જરા જોરપૂર્વક બોલાઈ ગયા એટલે તેમણે ધીમેથી ઉમેર્યું : 'તને એ તો ખાસ યાદ હોવું જોઈએ કે આ વખતે પ્રાઈમ મિનિસ્ટર સાથે તેમની સિસ્ટર પણ આવવાની છે.'

'ઓહ, ડેડી !' કહીને પુત્ર વિરોધ કરવા જતો અટકી ગયો હોય એવું લાગ્યું એટલે ઈશ્વરભાઈએ સમજાવ્યું : 'ટેક ઈટ ઈઝી, વૈભવ ! આ દેશમાં કોઈ એવું પ્રતિષ્ઠિત કુટુંબ નહીં હોય જે પોતાના ઉંમરલાયક પુત્રને પ્રાઈમ મિનિસ્ટરનો બનેવી બનાવવા ન માગતું હોય.'

અને પુત્રને આનાકાની કરવાની તક આપવા ન માગતા હોય તેમ વિરાણીશેઠે લાલ ફોનનું કનેક્શન કાપી નાખ્યું.

દેવકી સાથે વૈભવનું ગોઠવવા માગતાં ઉર્વશીદેવીને જાણ થાય કે પી. એમ.ની સિસ્ટર સાથે વૈભવનું ગોઠવવાની હિલચાલ થઈ રહી છે તો-તો આશ્ચર્યથી એમનું મોં પહોળું થઈ જાય ને ! અને ખરેખર આવું કાંઈ ગોઠવાઈ જાય તો ભવાનજી શેઠને બંને ગાલે તમાચા ખાવા જેવું થાય ને !

એ રોમાંચક કલ્પનાએ ઈશ્વરભાઈના શરીરમાં ગરમાવો પ્રસરાવી દીધો. ઈન્ટરકૉમનું બટન દબાવી સેક્રેટરી મંજૂષાને આદેશ આપ્યો : 'મિસિસ ચોપરાને ફોન જોડી આપ... જલદી !'

સામેથી ઉર્વશીદેવીનો અવાજ સંભળાય ત્યાં સુધીમાં તેમણે શું કહેવું, કેવી રીતે કહેવું તે વિચારી લીધું.

'હેલ્લો !' મિસિસ ચોપરાએ સામેથી જ શરૂઆત કરી દીધી : 'મેં તો આપને નિરાંતે વિચાર કરીને જવાબ આપવાનું કહ્યું હતું, ઈશ્વરભાઈ.'

'યસ, મિસિસ ચોપરા !' તેમણે ઠાવકાઈથી કહ્યું : 'મને થયું કે તમને ચોવીસ કલાક રાહ શું કામ જોવડાવવી ?'

'નહીં, વિરાણીશેઠ, આપ ઉતાવળે કોઈ નિર્ણય ન લો એવી મારી રિક્વેસ્ટ છે.'

ઉર્વશીદેવી નકાર સાંભળવાની દહેશતથી બોલ્યાં ત્યારે ઈશ્વરભાઈથી મલકી જવાયું.

'જુઓ, મિસિસ ચોપરા, એક વાર નિર્ણય લઈ લીધા પછી હું અફર રહું છું.'

સામે છેડે ક્ષણવારનું મૌન છવાયેલું રહ્યું તેમાં ઉર્વશીદેવીના શ્વાસોચ્છ્વાસનો થડકો સ્પષ્ટ વર્તાયો. એ સ્વરૂપવતી સ્ત્રીને ઘડીકવાર અકળાવીને તેમણે કહી દીધું :

'તમારો ફૅશન શો અમે સ્પોન્સર કરીએ છીએ !'

'ઓહ... યૂ આર ગ્રેટ !' એવા ઉદ્ગાર ઉછાળતી વખતે ઉર્વશીદેવીનું મુખ કેવું ખીલી ઊઠ્યું હશે એની કલ્પના કરતા ઈશ્વરભાઈને આગળ સાંભળવા મળ્યું :

'મને હતું જ કે આવા નેક કામમાં આપ ના નહીં જ પાડો.'

'પરંતુ ઉર્વશીદેવી, તમારે મારી એક વાત માનવી પડશે.' કહીને એ જાણી-કરીને થોડું

અટક્યા. પછી હસીને ઉમેર્યું : 'ડોન્ટ વરી, કોઈ શરત નથી મૂકવા માગતો... પણ ભવાનજી શેઠિયા અને તેમની ગ્રાન્ડ ડૉટર આ ફૅશન શોમાં હાજર રહે એ જોવાની જવાબદારી તમારી.'

સાંભળીને ઉર્વશીદેવીએ આંચકો અનુભવ્યો હશે એ તો કલ્પી શકાય એવું જ હતું. શોમાં જે ન જ આવવાં જોઈએ એવી શરત મૂકેલી એ બંનેને ખાસ હાજર રાખવા પર ભાર મુકાય ત્યારે કોઈ પણ વિચારમાં પડી જાય.

'તો મિસિસ ચોપરા, અમારા ફૅશન શો વિભાગને હું તૈયારી કરવાનું કહી દઉં છું.'

'ઑફ કોર્સ.... વિરાણીશેઠ, તમારો આભાર માનવા માટે શબ્દો સૂઝતા નથી.'

'તમે હમણાં તો કહ્યું, મિસિસ ચોપરા ! કે આ નેક કામ છે, તો પછી તેમાં આભારનો કોઈ અવકાશ ક્યાં રહે છે ?' કહીને ફરી યાદ કરાવ્યું : 'પેલાં બંને જરૂર હાજર રહે... પણ ટેક કૅર, અમે તેમને નિમંત્રણ આપ્યું છે એવું નહીં દેખાવું જોઈએ.'

'એની આપ ચિંતા નહીં કરતા.' ઉર્વશીદેવીનો સ્વર ઉલ્લાસથી ઊછળતો હતો : 'આ નિમિત્તે દેવકી અને વૈભવને મેળવી આપવાની વાત આગળ વધારવાની તક પણ હું ઝડપી લેવાની, વિરાણીશેઠ !'

છેલ્લું વાક્ય સાંભળ્યું ન હોય તેમ ઈશ્વરભાઈએ કહ્યું : 'સ્પોન્સરશિપ માટે જે કાંઈ વિધિ કરવાની હોય તે ચાલુ કરી દેજો. આ અંગે તમારે વૈભવને મળવાની જરૂર નથી, મારા સેકન્ડ સન સિદ્ધાર્થને હું એ જવાબદારી સોંપું છું.'

'ઍઝ યૂ પ્લીઝ, સર !' સાંભળીને તેમણે ફોન કાપી નાખ્યો.

- હા, ઉર્વશીદેવી, બધું મારી મરજી મુજબ થશે... મનોમન હરખાતા એ બબડ્યા : જે કાંઈ બનવાનું છે એ જોઈને તમે ડઘાઈ જવાનાં, મિસિસ ચોપરા !

*

મા-બાપ હોંશે-હોંશે સંતાનોનાં નામ લાંબાં પાડે, પણ પછી તો પોતે જ એને ટૂંકા નામે બોલાવતાં થઈ જાય. ઈશ્વરભાઈ વિરાણીનાં પત્ની ચારુબહેનનું આખું નામ તો ચારુલતા જ હતું. કલકત્તામાં જન્મ્યાં હતાં એટલે રવીનદ્રનાથ ટાગોરની નાયિકા પરથી પિતાએ પ્રચલિત નામ પાડી દીધેલું. પરંતુ ત્યાર પછી ભાગ્યે જ એમણે પોતાનું આખું નામ સાંભળ્યું હશે. કોઈ-કોઈ ચારુથી આગળ વધીને ચારુલ સુધી પહોંચે, પણ ચારુલતાબહેન સૌને બોલવામાં અને એમને પોતાને સાંભળવામાંય બહુ લાંબું લાગતું.

'રાજી, તમે બેઉ તૈયાર થઈ ગયાં ?'

દીવાનખંડમાં બેઠાં-બેઠાં, ડાબા કાનનાં મૂલ્યવાન હીરાનાં લવિંગિયાં પર આંગળી ફેરવતાં ચારુબહેને ઈન્ટરકૉમ પર નાના પુત્રના બેડરૂમમાં પૃચ્છા કરી : 'પ્રાઈમ મિનિસ્ટરની સિક્યુરિટીને કારણે બધાંએ દસ મિનિટ પહેલાં બેઠક લઈ લેવાની છે એનો ખ્યાલ છે ને ?'

'હા, મમ્મી, સિદ્ધાર્થ ટાઈ બાંધી રહ્યા છે અને હું લિપસ્ટિક લગાડી લઉં એટલી જ વાર.'

રાજી તરીકે ઓળખાતી સિદ્ધાર્થની પત્નીનું નામ રાજલક્ષ્મી છે એની બહુ ઓછાને ખબર

હશે. મોટા પુત્રને કુંવારો રહેવા દઈને નાના સિદ્ધાર્થને રાજલક્ષ્મી સાથે કેમ પરણાવી દીધો એની ઘણાંને નવાઈ લાગતી, પણ ખુલાસો માગવાની કોઈ હિંમત કરતું નહીં.

'નિરા, તું શણગાર સજવામાંથી પરવારી કે નહીં ?'

ચારુબહેને એકની એક પુત્રીના બેડરૂમનો ઈન્ટરકૉમ લગાડી તાકીદ કરી : 'આજે મોડાં પડવાનું પાલવે તેમ નથી.'

'મમ્મી, હજુ તો છ ને ચાલીસ થઈ.' પૂર્ણ કદના મિરર સામે જોઈને તૈયાર થતી લાડકી દીકરીએ સંભળાવ્યું : 'આપણે સાત વાગ્યે નીકળવાનું છે. મને હજુ દસ મિનિટ તો લાગશે જ... લોકો મને જોતાં ન રહી જાય તો કહેજે !'

લાડકી દીકરીને એક કહેવા જતાં સામે બે સાંભળવાં પડશે એ જાણતાં ચારુબહેને આછા નિઃશ્વાસ સાથે ઈન્ટરકૉમનું રીસીવર મૂકી દેવું પડ્યું.

'દાદાએ તારું નામ નિરાલી પાડ્યું ત્યારે અમે સૌ ખુશ થતાં હતાં, પણ તું આટલી બધી *નિરાલી* થવાની એ ક્યાં ખબર હતી ?' બબડતાં ચારુબહેને હીરાજડિત કાંડાઘડિયાળ પર નજર નાખી : સાડાછએ પી. એમ. તેમની બહેન મૃગનયની સાથે સાંતાક્રુઝ ઊતરવાના હતા. કદાચ હવે તો એ હેલિકૉપ્ટરમાં આ તરફ આવવા નીકળી ગયા હશે. બીજા હેલિકૉપ્ટરમાં ચીફ મિનિસ્ટર સાથે પતિ પણ સીધા થિયેટર પર આવવાના હતા. શૉફર વાઘેલા ખાલી રૉલ્સ રોઇસ લઈને ક્યારનો રવાના થઈ ગયો હશે.

'આજનો પ્રસંગ આપણા માટે બહુ અગત્યનો છે, ચારુ !' પી. એમ.ને રીસીવ કરવા માટે એરપૉર્ટ જવા નીકળતી વખતે વિરાણીશેઠે ઉત્સાહભેર પત્નીને કહ્યું હતું : 'વૈભવ અને મૃગનયનીનું ગોઠવાઈ જાય તો પ્રાઈમ મિનિસ્ટરના વેવાઈ તરીકે દુનિયાભરમાં આપણો વટ પડી જવાનો !'

એ સાંભળ્યું ત્યારથી ચારુબહેનનું અધીર મન વિચારતું થઈ ગયેલું : એ મૃગનયની પુત્રવધૂ બનીને આવે ત્યારે એને શું કહીને બોલાવીશું ? નિરાલીનું *નિરા* થયું પણ મૃગનયનીનું નામ ટૂંકું કેમ કરવું ? પરંતુ તરત જ બીજો વિચાર આવી જતો કે ટૂંકા નામે બોલાવવાનું વૈભવને પસંદ નથી. નાનપણમાં પોતે એને *વિભુ* કહેતી પણ મોટો થયા પછી દીકરાએ કહી દીધું હતું : નામ વૈભવ પાડ્યું છે તો એને બાંડું નહીં કરતાં અને પાછળ કુમાર ઉમેરીને લાંબું પણ નહીં કરતાં. મને એવું પસંદ નથી !

છતાં મોટા પુત્રના બેડરૂમનો ઈન્ટરકૉમ જોડ્યો ત્યારે એમનાથી બોલાઈ ગયું : 'વિભુ, તૈયાર છો ને, ભાઈ ?'

'મમ્મી, મારી ચિંતા નહીં કરો.' રાબેતા મુજબ જવાબ સાંભળવા મળ્યો : 'આપણે સાથે તો જવાનું નથી.' કહી એ થોડું અટક્યો : 'મારે જ્યાં પહોંચવાનું છે ત્યાં હું મોડો નહીં પડું.'

પુત્રના અવાજમાં ધાર્યું કરવાનો રણકો સાંભળીને ચારુબહેનને ધ્રાસકો પડ્યો. વૈભવના ડૅડી ખાસ કહીને ગયા હતા કે ઘેરથી એને સાથે લઈને જ નીકળજો. સૌને કહેજો કે અત્યારે સાથે ચાલ, પછી અર્ધા પ્રોગ્રામે કામનું બહાનું કાઢીને સરકી જઈશ તો હું વાતવાતમાં પી. એમ.ને સમજાવી દઈશ કે મારા સનનો એક સિદ્ધાંત છે, પહેલાં કામ અને પછી બીજું બધું !

પરંતુ વૈભવે જુદા નીકળવાની વાત ઉચ્ચારી તેમાં ચારુબહેનને અસહકારનો અણસાર આવતો હતો.

દસ મિનિટમાં તૈયાર થઈને એક પછી એક સૌ પોતાના બેડરૂમમાંથી બહાર નીકળવા લાગ્યાં ત્યારે ચારુબહેનનો ચિંતાતુર ચહેરો જોઈને નાના પુત્ર સિદ્ધાર્થે પૂછ્યું :

'શું વાત છે, મમ્મી ? તું નકામી ચિંતા કરે છે, આપણે મોડાં નહીં પડીએ, ડૅડીને ઠપકો આપવાનો મોકો નહીં આપીએ.'

'ચિંતા મોડાં પડવાની નથી, સિદ્ધુભાઈ !' નિરાલીએ બહાર નીકળતાં ટહુકો કર્યો : 'પી. એમ.ની સિસ્ટર એમને સાસુ તરીકે સ્વીકારશે કે નહીં એનું મમ્મીને ટેન્શન છે.'

એ જ વખતે વૈભવને બહાર નીકળતો જોઈ નિરાલી ચિલ્લાઈ ઊઠી : 'હાય, હૅન્ડસમ ! મોટાભાઈ, તમારી સામે ફિલ્મનો કોઈ પણ હીરો ઝાંખો પડી જાય એવા સુપર સ્માર્ટ લાગો છો... રિયલી !'

પછી મમ્મીના મનનો ભાર હળવો કરતી હોય તેમ બોલી ઊઠી : 'ડોન્ટ વરી, માય ડિયર મમ્મી ! વૈભવભાઈનો આ વટ જોઈને પેલી મૃગલી તેમના પર....' બોલતી-બોલતી અટકી : 'શું કહેવાય, રાજીભાભી ? એના પર શું થઈ જશે ?'

'વૈભવભાઈ વારી જશે !'

'સ્ટૉપ ઈટ !' વૈભવ જે ક્ષણને ટાળતો હતો એ હવે આવી પહોંચી હતી : 'હું તમારી સાથે રશિયન બેલે જોવા કે એ મૃગલીને જોવા આવતો નથી.'

'વૈભવ !' ચારુબહેન લંગડાતા પગે બે ડગલાં આગળ ધસી આવ્યાં : 'એનું નામ મૃગનયની છે... અને જેમ તારું નામ કોઈ ટૂંકાવે એ તને ગમતું નથી તેમ બીજાંને પણ ગમતું ન હોય.'

'આઈ ઍમ સૉરી, મમ્મી !' વૈભવને પોતાની ભૂલ સમજાઈ : તકરાર કરવાનો આ સમય નથી.

'માત્ર સૉરી કહેવાથી નહીં ચાલે, તારે પણ અમારી સાથે ચાલવું પડશે.'

'એ નહીં બને.' વૈભવના અવાજમાં જીદની તીક્ષ્ણતા આવી ગઈ : 'મારે ચૅરિટી પ્રીમિયરમાં જવાનું છે.'

ત્યારે બીજાં ત્રણે તેને તાકી રહ્યાં, પણ કટોકટીનો સામનો કરવા તૈયાર થતાં હોય તેમ ઊંડો શ્વાસ લઈને ચારુબહેને આગળ સંભળાવ્યું :

'મને ખબર છે તારે કોના ચૅરિટી શોમાં જવું છે.' સબીના સહાનીનું નામ લીધા વગર માએ આગળ ચલાવ્યું :

'તારો એ શો રાત્રે નવ વાગ્યે છે અને આપણો પ્રોગ્રામ સાડાસાતે શરૂ થવાનો છે. તું એકાદ કલાક અમારી સાથે રહીશ તો બંનેનું સચવાઈ રહેશે.'

'શોમાં જતાં પહેલાં મારે સબીનાને લેવા પાલી હિલ પહોંચવાનું છે.' તેણે બેધડક કહી દીધું : 'આ બાબત મારે કોઈનું કાંઈ જ સાંભળવું નથી.'

'પણ તારા ડૅડીને હું શું જવાબ આપું ?'

'જવાબ તમારે નહીં, મારે આપવાનો છે.'

'જસ્ટ અ મિનિટ, વૈભવ !'

આગળ વધતા મોટા ભાઈને રોકતાં સિદ્ધાર્થે કહ્યું. બંને ભાઈ વચ્ચે ચારેક વરસનો તફાવત હતો. નાનો ભાઈ તેને વૈભવ કહેતો પણ તુંકારો વાપરતો નહીં.

'તમે સબીના સાથે આટલા બધા આગળ વધી ગયા હો તો ડૅડી સાથે એની ચોખવટ કરી લેવી જોઈતી હતી... તો પછી ડૅડી પ્રાઈમ મિનિસ્ટરની સિસ્ટર સાથેની વાત આટલી આગળ વધારત નહીં ને ?'

'સિદ્ધુ, બિઝનેસ બાબતમાં કે મારા અંગત મામલામાં સલાહ આપવાની લાયકાત હજુ તેં મેળવી નથી.'

નાના ભાઈનું મોઢું તોડી લઈ વૈભવ પૅસેજ પસાર કરી લિફ્ટમાં દાખલ થઈ ગયો. લિફ્ટ નીચે ઊતરી ત્યાં સુધી સૌ સ્તબ્ધ બનીને એ દિશામાં જોતાં રહ્યાં.

'જોયું ને, મમ્મી ! સૌની સામે સિદ્ધાર્થને તેમણે કેવા ઉતારી પાડ્યા ?' પુત્રવધૂ રાજીને હાડોહાડ લાગી આવ્યું હોય તેમ એ ધ્રૂજતા અવાજે બોલી ગઈ : 'આ ઘરમાં એક વાર જે બની ગયું એનું પુનરાવર્તન થવાના અણસાર મને તો દેખાઈ રહ્યા છે.'

નિરાલી વચ્ચે પૂછવા જતી હતી કે પુનરાવર્તનનું અંગ્રેજી શું, રાજીભાભી ! પણ ત્યાર પહેલાં સિદ્ધાર્થ જ પત્નીને પૂછી બેઠો :

'પુનરાવર્તન એટલે તું શું કહેવા માગે છે, રાજી ! આ ઘરમાં એવું શું બની ગયું ?'

'પૂછ્યું છે તો મને પૂરેપૂરું બોલવા દેજો, પ્લીઝ, વચ્ચે કોઈ બોલતાં નહીં.'

રાજીના ગોળમટોળ ગોરા મુખ પર વ્યથા પ્રસરી ગઈ. બોલતાં-પહેલાં દાંત વચ્ચે નીચલો હોઠ દબાવીને પીડા ગળી ગઈ.

'સિદ્ધુ, તમારા પિતા ઈશ્વરલાલ અને એમના નાના ભાઈ મનોહરલાલ... હા, એ ખરું કે ડૅડીએ જાત ઘસીને વેપાર-ધંધો જમાવ્યો, પણ આટલા મોટા કારોબારમાંથી મનુકાકાનો સાવ કાંકરો જ કાઢી નાખ્યો.'

'રા...જી !'

'નહીં, સિદ્ધાર્થ, મને રોકશો નહીં. આજે મારા મનનો ઊભરો ઠાલવી નાખવા દો.' રાજલક્ષ્મીનો અવાજ કાંપતો હતો, શ્વાસ રૂંધાતો હતો છતાં કહેવાનું કહી દીધા વગર ચાલે તેમ નહોતું :

'મોટા ભાઈએ નાના ભાઈને અન્યાય કર્યો છે એમ લાગ્યું ત્યારે એમની મા એટલે કે આપણાં દાદીમાએ શું કર્યું... ? તું મોટો ઉદ્યોગપતિ હો તો તારે ઘેર ! આજે તું નાના ભાઈને વેપારમાંથી ધક્કો મારે છે અને કાલે તારી આ માને ઘરમાંથી ધક્કો મારી દઈશ... એમ કહીને દાદીમા આ ઘર જ નહીં, દાદાને પણ છોડી ગયાં એ વાત આપણે સૌ જાણીએ છીએ છતાં તેમાંથી કોઈ બોધપાઠ લેવા માગતાં નથી.'

શ્વાસ ખાવા રોકાઈને રાજીએ સાસુ પર નજર માંડી : 'મમ્મી, કાલે વૈભવભાઈ તમારા આ નાના દીકરાને લાયકાત વગરના કહીને ઘેર બેસાડી દેશે તો તમે એ અન્યાય સાંખી લેશો ?

એ સંજોગોમાં તમે શું કરશો ? દાદીની જેમ આ ઘર અને ડેડીને છોડી દઈ અમારી સાથે બીજે રહેવા આવશો ખરાં ?'

ચારુબહેનને પગ નીચેથી ધરતી સરકતી લાગી. બીજા કોઈ પ્રસંગે જવાનું હોત તો માંડી વાળીને બેડરૂમમાં જઈ લાખોનું ઝવેરાત અને પંદર હજારનું પટોળું ઉતારી ધ્રુસકે-ધ્રુસકે રડી લીધું હોત... એવી જ સ્થિતિ સિદ્ધાર્થની હતી. ક્યારેય કોઈનું વાંકું નહીં બોલનારી, સૌની સાથે સલૂકાઈથી વર્તવાનો સ્વભાવી ધરાવતી પત્ની અત્યારે આ રીતે ઉશ્કેરાઈ ગઈ તેનું એને એટલું બધું વસમું લાગ્યું કે રાજીનું કાંડું પકડી, તેને બેડરૂમમાં ખેંચી જઈ મોટો ઝઘડો કરી બેસત... પણ ત્યાં એક કોમળ અવાજે સૌને સ્વસ્થ થઈ જવાની ફરજ પાડી.

'મોટા દાદાજી, આપણે રોજ દાદીને મળવા જઈએ છીએ ત્યારે તમે કહો છો કે મોટાં દાદી કાલે આપણી સાથે રહેવા આવશે... પણ તમે કેમ એમને લાવતાં નથી ?'

સિદ્ધાર્થના પાંચ વર્ષના પુત્ર ગૌરવનો એ પ્રશ્ન છેક દાદરથી દીવાનખંડ સુધી પહોંચી સૌનાં હૈયાં સોંસરવો ઊતરી ગયો. ઘર પાસે આવેલા કફ પરેડ પાર્કમાં પરદાદા સાથે રોજ ફરવા જતો ગૌરવ ત્યાં પરદાદીના ખોળામાં બેસી વાર્તા સાંભળતો. પછી તેને છૂટો રમવા દઈને મોતીલાલ વિરાણી પત્ની રતનબા સાથે સંસારનાં સુખ-દુઃખની વાતો કરી લેતાં. પણ ઘેર પાછા ફરવાનું થતું ત્યારે ગૌરવ રતનબાને વળગી પડતો : 'મોટાં દાદીમા, તમે કાલે કહ્યું'તું ને કે કાલે આવીશ ? તો ચાલો, આજે હું તમને અને મોટા દાદાને આંગળી પકડીને ઘેર લઈ જાઉં. ત્યાં બધાંને પ્રાઈઝ આપીશ !'

સરપ્રાઈઝને ગૌરવ પ્રાઈઝ કહેતો અને મોટા દાદા હસી પડતા. પછી દુભાતા જીવે પ્રપૌત્રને સમજાવી-પટાવી ઘેર લઈ આવતા અને લિફ્ટ નહીં વાપરવાનો નિયમ રાખ્યો હોવાથી બે સીડી ચડીને ઉપર આવતા.

'કેમ, તમે ચારેય બહાર જવા માટે તૈયાર થઈને આમ સૂનમૂન ઊભાં છો ?' આમ પૂછ્યા પછી વડીલને થયું કે દાદરો ચડતાં ગૌરવે પૂછેલો સવાલ આ લોકોના કાન સુધી પહોંચી ગયો છે એટલે સૌને ધરપત આપતા હોય તેમ કહ્યું : 'એ તો હજુ નાનો છે, મોટો થશે એટલે બધું સમજાઈ જશે.'

સાંભળીને ચારેયે એકબીજા સામે જોઈ લીધું.

'ગ્રાન્ડપા, અમે તમારી રાહ જોતાં હતાં !' દાદાને *ગ્રાન્ડપા* કહીને સંબોધતી અને મોટા ભાગે આડુંઅવળું બોલી નાખનારી નિરાલીએ અણધાર્યું ડહાપણ વાપરતાં કહ્યું : 'અમે રશિયન બેલે જોવા જઈએ છીએ અને મોંઘા ભાવની એક ટિકિટ વધે છે, તમે સાથે આવો તો મજા પડી જાય.'

'ટિકિટ વધારે છે એટલે લઈ જવા માગે છે કે પછી...' પચીસ વરસની પૌત્રીના ભારે મેક-અપ કરેલા ગાલ પર હળવી ટાપલી મારતાં તેમણે કહ્યું : 'તમારી ચારેય વચ્ચે રહેલી તંગદિલીની તાણ ઓછી કરવા આ ડોસાને લઈ જવા માગે છે ?'

એ સાંભળીને નિરાલી ઈઠ્યોતેર વરસના દાદાની હેયા-ઊકલત પર મલકી ઊઠી.

'મને આવવામાં કાંઈ વાંધો નથી.' કહેતાં મોતીલાલદાદાએ દરેક પર એક નજર નાખી

લીધી : 'પરંતુ તમારી સાથે હું લેંઘા-કફનીવાળો શોભીશ ખરો ?' કહીને પાછું તરત ઉમેરી દીધું : 'નિરા, તું કહેતી હો તો તેં મને વર્ષગાંઠ પર આપેલો રેશમી કુરતો-સુરવાલ પહેરીને આવું ?'

'યૂ આર ગ્રેટ, ગ્રાન્ડપા !' દાદા સહેલાઈથી માની ગયા એટલે નિરાલી પોતાનો મેક-અપ ન બગડે એ રીતે દાદાને વળગી પડી.

'દાદાજી, આપણા પ્રાઈમ મિનિસ્ટર પણ સાદો જ પોશાક પહેરે છે ને ?' પુત્રવધૂ રાજી સૂર પુરાવતી બોલી : 'બહુ ઠઠારો કરીને આવતા લોકો વચ્ચે તમારા જેવાની સાદાઈ વધુ શોભી ઊઠશે.'

ત્યારે દાદાજી તૈયાર થવા ઉતાવળાં પગલે પોતાના રૂમ તરફ ગયા અને રાજી ગૌરવને તૈયાર કરવા બીજી દિશામાં ચાલી ગઈ.

'મમ્મી, રાજી વધુ પડતું બોલી ગઈ હોય તો એના વતી હું માફી માગું છું.' માતાની નજીક આવીને સિદ્ધાર્થે ગળગળા અવાજે કહ્યું : 'સારા કામે જઈ રહ્યાં છીએ ત્યારે જ એણે આવાં અપશુકન કર્યાં.'

'અપશુકન તો વૈભવે કર્યાં.' આંખમાં ધસી આવવા મથતાં આંસુને માંડ રોકતાં ચારુબહેને કહ્યું : 'રાજીવહુએ તો ભૂતકાળમાં જે બની ગયું અને ભવિષ્યમાં જે બનવાની શક્યતા છે તેના તરફ આંગળી ચીંધી...' ફરી ગળે આવેલો ડૂમો દબાવી દેવા માટે રોકાઈને એ બોલી ગયાં :

'પણ વૈભવ તો બાપના મનોરથ અને માની મમતાને પાટુ મારીને ચાલ્યો ગયો, એનું મને દુઃખ છે.'

'ડોન્ટ વરી, ડિયર મમ્મી.' તેમના બંને ખભા પર હાથ મૂકી, હિંમત આપતો હોય તેમ એ બોલ્યો : 'ડેડી મામલો સંભાળી લેશે.'

'નહીં, સિદ્ધુ, આ મામલો કદાચ તારા ડેડી પણ સંભાળી નહીં શકે.' એમનાથી નિઃશ્વાસ નખાઈ ગયો : 'દાદા સાચું જ કહે છે, વધુ પડતો વૈભવ... વધુ પડતી સંપત્તિ... કોઈ પણ વાતનો અતિરેક એ તો કદી ન છૂટી શકે એવું બંધન બની જાય છે.'

'ચારુવહુ, તમે અધૂરું બોલ્યાં.' કપડાં બદલીને અચાનક આવી ચડેલા સસરાના શબ્દો સંભળાયા : 'સાથોસાથ મેં એમ પણ કહ્યું હતું કે મનોબળ હોય તો ગમે એવા જડ બંધનમાંથીય મુક્તિ પામી શકાય છે !'

શ્વશુરની એ વાણીએ ચારુબહેનના તપતા મન પર અમીછાંટણાંનું કામ કર્યું. ભગવાનના માણસ જેવા વડીલ ઘરમાં છે પછી મારે શું કામ અમંગળ કલ્પના કરીને દુઃખી થવું જોઈએ ? એવા આશ્વાસનથી તેમણે મન મનાવી લીધું.

*

3

સાન્તાક્રુઝ એરપૉર્ટમાંથી બહાર નીકળતી વખતે ઈશ્વરભાઈ વિરાણી થોડા હતાશ દેખાતા હતા. દિલ્હીથી વાયા અમદાવાદ મુંબઈ આવવા નીકળેલા પ્રાઈમ મિનિસ્ટરના આગમનની છ ચાલીસ સુધી રાહ જોયા પછી અમદાવાદના ગવર્નર હાઉસથી એરપૉર્ટ પર તાકીદનો સંદેશો આવ્યો કે અનિવાર્ય સંજોગોવશાત્ પી. એમ.ની મુંબઈ મુલાકાત રદ કરવી પડી. એટલી તો જાણ હતી જ કે એરફોર્સના પ્લેનમાં દિલ્હીથી નીકળી વડાપ્રધાન અમરનાથ ત્રિપાઠી ગુજરાતના ગવર્નર અને પોતાના પિતરાઈ ભાઈ મણિપતિ પંડિતની ખબર કાઢવા માટે અમદાવાદમાં અર્ધા કલાકનું રોકાણ કરવાના છે. પાંસઠ વરસના ગુજરાતના ગવર્નરને આગલા દિવસે બીજી વાર હાર્ટએટેક આવ્યો હોવાથી ઈન્ટેન્સીવ કેરમાં લઈ જવા પડ્યા હતા. એમની તબિયત જોઈને પ્રાઈમ મિનિસ્ટર તેમની બહેન સાથે મુંબઈમાં યોજાઈ રહેલા ફેસ્ટિવલ ઑફ રશિયાનું ઉદ્‌ઘાટન કરવા અચૂક આવવાના જ હતા. પ્રથમ દિવસના રશિયન બેલે કાર્યક્રમની આવક પ્રાઈમ મિનિસ્ટર્સ રિલીફ ફંડમાં જવાની હોવાથી પંદરસોથી પાંચ હજાર રૂપિયા સુધીની ઊંચા દરની ટિકિટો વેચાઈ ગઈ હતી. મહારાષ્ટ્રના ગવર્નરને ત્યાં દોઢસો જેટલા શહેરના પ્રતિષ્ઠિત નાગરિકો માટે ભોજનસમારંભ યોજાયો હતો, એરપૉર્ટથી પી. એમ. હેલિકૉપ્ટરમાં સીધા કોલાબાના ઑડિટોરિયમ પર પહોંચી શકે એટલા ખાતર લાખેક રૂપિયા ખર્ચીને નેવીનગરના હેલિપૅડનું સમારકામ પણ કરાવ્યું હતું અને એમના આગમનને લક્ષમાં રાખી શહેરની પોલીસનો પાકો બંદોબસ્ત ગોઠવાઈ ચૂક્યો હતો એ વધારામાં !

અનિવાર્ય સંજોગોની વિગત જાણવા માટે સાન્તાક્રુઝ એરપૉર્ટથી મહારાષ્ટ્રના મુખ્યપ્રધાને અમદાવાદ એસ.ટી.ડી. કૉલ જોડ્યો ત્યારે જાણવા મળ્યું કે ગુજરાતના ગવર્નરની તબિયતે ગંભીર સ્વરૂપ ધારણ કર્યું હોવાથી પ્રાઈમ મિનિસ્ટર કોઈ સંજોગોમાં નીકળી શકે તેમ નથી. તેમની ગેરહાજરીમાં રશિયન ફેસ્ટિવલનું ઉદ્‌ઘાટન મહારાષ્ટ્રના ગવર્નરે કરવું અને પ્રાઈમ મિનિસ્ટરે ફેક્સ પર મોકલેલું ભાષણ મુખ્યપ્રધાને વાંચી સંભળાવવું. એ સૂચના મળી એટલે ગવર્નર અને મુખ્ય પ્રધાન પોતપોતાના હેલિકૉપ્ટરમાં રવાના થયા ત્યારે ઈશ્વરભાઈ તેમની સાથે જવાનું ટાળી દઈ, હું કારમાં આવી પહોંચું છું કહી એરપૉર્ટની બહાર સરકી આવ્યા હતા. હેલિકૉપ્ટરમાં નહીં

જવાનું કારણ પોતે એકલા જ જાણતા હતા. સેક્રેટરી મંજૂષાના પરિચિત પ્રખર જ્યોતિષીએ તેમની કુંડળી જોઈને કહેલું કે ઉપરથી નીચે ઊતરતા વાહનની તમને ઘાત છે. તમે બચી તો જશો, પણ...

શૉફર જીતુ વાઘેલાએ રૉલ્સ રોઇસનો દરવાજો ખોલી આપ્યો ત્યારે ખ્યાલ આવ્યો કે કાર્યક્રમમાં થોડાક મોડા પહોંચીને પણ હાજરી પુરાવવાની છે. રૉલ્સ સ્ટાર્ટ થઈ એટલે હૂકમાં ફિટ કરેલો કાર-ફોન તેમણે હાથમાં લીધો. ઘડિયાળમાં જોયું તો સાત ને પાંચ મિનિટ થઈ ગઈ હતી. ઘેરથી સૌ નીકળી ગયાં હશે છતાં ફોન જોડીને જાણી લેવું હતું. ખાસ તો વૈભવ સૌની સાથે ઘેરથી નીકળ્યો છે કે નહીં એ જાણવું હતું, પણ ફોન ઊંચકનાર સહદેવને એમ સીધું પૂછવું ઠીક ન લાગ્યું એટલે બાપુજીને ફોન આપ એમ કહ્યું ત્યાં જાણવા મળ્યું કે મોતીલાલ વિરાણી પણ સૌની સાથે જ ગયા છે !

પિતાને બચપણથી *બાપુજી* કહીને સંબોધતા ઈશ્વરભાઈને નવાઈ લાગી. અઠવાડિયા પહેલાં પૂછ્યું ત્યારે એમણે પ્રોગ્રામમાં આવવાની અનિચ્છા દર્શાવી હતી એટલે એમની ટિકિટ પણ લીધી નહોતી, તો પછી એ કોને બદલે ગયા હશે ? વૈભવની ટિકિટમાં ?

ઉંમરલાયક પુત્ર અને તે પણ વ્યાપાર-ધંધામાં સમોવડિયા જેવા બની ગયેલા વૈભવને આજ્ઞા તો અપાય નહીં, પરંતુ પોતે ભારપૂર્વક કહેલું : આ કાર્યક્રમમાં તારી ગેરહાજરી પ્રાઈમ મિનિસ્ટરના માનભંગ જેવી ગણાશે. તેમની બહેન સાથે તારી આ મુલાકાત ગોઠવી આપવા આપણા હિતેચ્છુ પોદ્દાર ખાસ દિલ્હી ગયા હતા. આ સંબંધ બંધાય નહીં તે વાત જુદી છે, પણ આ કારણસર પી.એમ. સાથેનો આપણો સંબંધ વણસી જાય નહીં તેની સાવચેતી રાખવા જેવું ડહાપણ તો તારામાં છે જ !

- આટલી સમજાવટ છતાંય પેલી સબીનાના પ્રીમિયર શોમાં ગયો હોય તો એ માત્ર વિરોધ નહીં, ખુલ્લો બળવો જ ગણાય. પ્રાઈમ મિનિસ્ટરનો કાર્યક્રમ રદ થયો એથી એક રીતે ઈશ્વરભાઈએ રાહત અનુભવી, પણ બીજી બાજુ વૈભવનું વિરોધી વલણ ઉદ્વેગ જગાડી ગયું.

અણગમતા વિચારોમાંથી બહાર નીકળવા ઈશ્વરભાઈએ બહાર નજર કરી ત્યારે ખબર પડી કે બે મિનિટથી ટ્રાફિક જામમાં કાર અટવાઈ ગઈ છે અને રસ્તાની એક બાજુ જમા થયેલું ટોળું વાવટા ફરકાવી વિરોધના પોકારો પાડી રહ્યું છે. કદાચ પ્રાઈમ મિનિસ્ટર સામે વિરોધ દર્શાવવા શિવસેના જેવા કોઈ પક્ષ તરફથી દેખાવ થતા હશે અને એ બિચારાને હજુ ખબર પણ નહીં હોય કે જેમની સામે પોકારો પાડી રહ્યા છે એ પોતે તો અમદાવાદમાં બેઠા છે ! કુતૂહલવશ એમણે કારની કાળા કાચની બારી ઉઘાડી તો જુદું જ સાંભળવા મળ્યું :

'ધર્મના આદેશનું ઉલ્લંઘન કરનાર સાધ્વી પાછાં જાઓ... પાછાં જાઓ !'

પછી બરાબર ધ્યાનથી જોયું તો એક ઉઘાડી જીપમાં સફેદ વસ્ત્રોમાં સાધ્વી તેમના સમર્થકોના જયજયકાર વચ્ચે આગળ વધી રહ્યાં હતાં અને તેમને માટે માર્ગ ખુલ્લો કરવા પોલીસો મોટી વયના વેપારી જેવા અનેક સદ્‌ગૃહસ્થોને દૂર હઠાવવા મથી રહ્યા હતા.

રૉલ્સ રોઇસ થોડી આગળ ચાલી ત્યારે જીપમાં ઊભેલાં સાધ્વી તો વિરોધીઓના પોકાર કે ટેકેદારોના જયજયકાર બંનેની અસરથી નિર્લેપ દેખાતાં હતાં.

'અરે, ઈશ્વરભાઈ ! આપ ?'

ઉઘાડી બારીમાંથી આવતો કોઈનો સાદ સાંભળીને એમણે નજર ફેરવી તો શૅરબજારનો દલાલ ઉમેદચંદ દેખાયો એટલે એમણે બારીનો કાચ વધારે ખોલ્યો :

'શું બાબત છે, ઉમેદ ?'

'આગ્રાથી અમારાં સાધ્વીજી પધાર્યાં છે.' તેના બોલવા પરથી સમજાઈ ગયું હતું કે એ વિરોધી જૂથનો નથી.

'એમની સામે આ વિરોધ શું કામ ?'

'કારણ કે સાધ્વીજી ક્રાન્તિકારી વિચારનાં છે. રૂઢિચુસ્તોનોના વિરોધની અવગણના કરીને વિદેશ જઈ આવ્યાં, અહીં પણ વિમાનમાં આવ્યાં અને પહેલી જ વાર મુંબઈ પધારતાં સાધ્વી ચન્દ્રસ્મિતાજી હવે જીપમાં ખારના ઉતારે જઈ રહ્યાં છે. તેમને રોકવા માટે રૂઢિચુસ્તો આડા પડ્યા છે.'

'ઉમેદ, તું બેમાંથી કઈ બાજુ છે ?'

'અમે જુવાનિયાઓએ તો આગ્રહ કરી સાધ્વીજીને ખાસ મુંબઈ પધારવા સમજાવ્યાં.' ઈશ્વરભાઈની કાર ચાલુ થઈ તોપણ પોતાની વાત પૂરી કરવા ઉમેદ સાથેસાથે ચાલતો કહી રહ્યો હતો : 'એક વાર આ બધા તેમને સાંભળશે પછી સાવ ઠંડા પડી જવાના... અમૃત-ઝરતી વાણીમાં એ ધર્મની સાચી સમજ આપે છે ત્યારે આપોઆપ આપણું મસ્તક નમી જાય છે !'

ઈશ્વરભાઈ પર પ્રભાવ પાડવા ઉમેદ હજુ આગળ ચલાવવા માગતો હતો, પણ ટ્રાફિક થોડો હળવો થતાં વાઘેલાએ કારની સ્પીડ વધારી દીધી એટલે પેલો સાધ્વીની જીપ તરફ ફંટાઈને જયજયકાર કરનારાઓમાં જોડાઈ ગયો.

ફરી ટ્રાફિક સિગ્નલને કારણે કાર રોકાઈ ગઈ ત્યારે ઈશ્વરભાઈને થયું, હવે ફંક્શનમાં બહુ મોડા પહોંચીને સૌની આંખે ચડવા જેવું થશે. એ જ વખતે સાધ્વીજીની જીપ સાવ લગોલગ આવી ગઈ ત્યારે દર્શનભાવથી તો નહીં પણ જિજ્ઞાસાવૃત્તિ ખાતર તેમણે એમના પર મીટ માંડી. ખરેખર એમના સૌમ્ય મુખ પર તપનું તેજ જોઈને કોઈ પણ પહેલી જ નજરે પ્રભાવિત થઈ જાય એવું તેમને લાગ્યું. નાક અને હોઠ પર કપડાની મુહપત્તી બાંધેલી હતી એટલે સમગ્ર ચહેરો જોઈ શકાતો નહોતો, પણ લીંબુની ફાડ જેવી કીકીઓમાંથી પ્રગટ થતી દિવ્ય ચમક તરત ધ્યાન ખેંચતી હતી.

અરે, આ ચહેરો તો ક્યાંય જોયેલો છે !

ઈશ્વરભાઈના શરીરમાં રોમાંચની ધ્રુજારી પસાર થઈ ગઈ. પછી એકીટશે ધારીધારીને સાધ્વીના મુખનું બારીક નિરીક્ષણ કરવા લાગ્યા અને જાણે એ મુખાકૃતિ ધીમેધીમે પોતાના હૃદય પર અંકાઈ જતી હોય તેમ એમનું ચિત્તતંત્ર ખળભળી ઊઠ્યું.

'હોય નહીં !' મનમાં જ બોલવા માગતા હતા છતાં ઉદ્ગાર બહાર સરી પડ્યો એટલે સાવધ થઈને તેમણે જીભને તો સંભાળી લીધી પણ જીવ અંકુશમાં ન રહ્યો :

અરે, આ તો ચન્દ્રપ્રભા ! ચન્દ્રપ્રભા... ભવાનજી શેઠિયાની પુત્રી... પોતાની...

પ્રેયસી શબ્દને મન પર ઊપસતો રોકવા માટે તેમને બહુ કષ્ટ પડ્યું. કોઈ સાધ્વી માટે આવો વિચાર કેમ કરાય ?

પેલા ઉમેદ દલાલે શું નામ કહ્યું હતું એમનું ?

હા, ચન્દ્રસ્મિતા સાધ્વીજી !

જીપમાં ઊભેલાં સાધ્વીજી સિવાય હવે ઈશ્વરભાઈને બીજું કાંઈ દૃષ્ટિએ પડતું નહોતું, આજુબાજુના શોરબકોર કે ટ્રાફિક જામને કારણે વાગતાં વાહનોનાં હૉર્નનો કોલાહલ એમના કાને પડતો નહોતો. બસ, એ મોહિની-મૂરતમાં લીન થઈ જવા સિવાય જીવનમાં જાણે કે બીજું કોઈ ધ્યેય ન રહ્યું નહોતું !

સાધ્વીજીએ શ્રાવકોના જયજયકારના પ્રતિકારરૂપે આશીર્વાદની મુદ્રામાં જમણો હાથ ઊંચો કર્યો ત્યારે ઈશ્વરભાઈ મટીને પોતે *ઈશ્વરિયો* બની ગયા. એ જ હાથ... પોતે એ જ હાથ પકડીને એના ગોરા કુમળા ગાલ પર...

ફરી એમણે વિચાર પર અંકુશની લગામ ચડાવી દીધી. હવે જે સાધ્વી બની ચૂકી છે તેના વિષે એવું વિચારવું પણ પાપ ગણાય.

એ જ વખતે વાહનો માટે માર્ગ ખુલ્લો થતાં તેમની રૉલ્સ આગળ વધવા લાગી અને જીપ ત્યાં જ ઊભી રહી ત્યારે ભાન ભૂલી જઈને ઈશ્વરભાઈએ મોટેથી હાંક મારી : 'વાઘેલા, કાર થોભાવી રાખ...'

પછી ભૂલ સમજાઈ ગઈ હોય તેમ અવાજ નીચો કરીને ઉમેર્યું : 'ગાડી સાઈડમાં લઈને ઊભી રાખી દે.'

ત્યાં ફરી ભાન થયું કે કારને સાઈડમાં ઊભી રાખવા જેટલીય જગ્યા નહોતી અને પાછળનાં વાહનો હૉર્ન દ્વારા ઝડપ વધારવાની ચીસો પાડતાં હતાં.

'વાઘેલા, કારના એન્જિનમાં કાંઈ ગરબડ છે એવું દેખાડવા નીચે ઊતરીને આગળનું બૉનેટ ખોલી નાખ. પાછળવાળાને જવું હોય તો ઓવરટેક કરીને ભલે જતા રહે.'

શૉફર વાઘેલાને શેઠનું આ વર્તન રહસ્યમય કરતાં વિચિત્ર વધારે લાગતું હતું, છતાં આજ્ઞાને આધીન થયા વિના ચાલે તેમ નહોતું.

ઈશ્વરભાઈના માનવામાં આવતું નહોતું. દલીચંદ સાથે સંસાર માંડીને, એક પુત્રીની મા બનીને અચાનક ઘર છોડીને અદશ્ય થઈ ગયેલી ચન્દ્રપ્રભા જીવતી હતી ! સંસાર ત્યજીને એ સાધ્વી બની ગઈ ? અને છતાં ભવાનજી શેઠિયાને એના વિશે કંઈ જ જાણ નથી ? શું એટલે જ દેશ-વિદેશ જઈ આવેલાં સાધ્વીએ મુંબઈ આવવાનું આજ સુધી ટાળ્યું હશે !

ઈશ્વરભાઈ આસપાસનું ભાન ભૂલી જઈ એ જ મનોમંથનમાં ઘુમરાતા રહ્યા. ભવાનજી શેઠિયા પોતે જૈન સમાજના આગેવાન છે એટલે રૂઢિચુસ્ત ગણાતા જૂથમાં જ હોય... એ જો અત્યારે આ વિરોધીઓની આગેવાની લઈને આવ્યા હોત તો સાધ્વી બની ગયેલી પુત્રીને ઓળખ્યા વગર રહી શક્યા હોત ? તો એમની શું હાલત થાત ?

ત્યાં બીજા તર્કે તેમના મનમાં માથું ઊંચક્યું : અત્યારે હું તેની સામે જઈને ઊભો રહું

તો એ મને ઓળખી શકે ખરી ? અહીં બેઠાં-બેઠાં ચન્દ્રપ્રભા નામની હાંક મારું તો આશ્ચર્યથી ગરદન ફેરવીને મારા તરફ જુએ ખરી ?

'અરે, ઈતની બઢિયા ઈમ્પૉર્ટેડ ગાડી ભી રાસ્તેમેં દગા દેતી હૈ !'

યુનિફૉર્મમાં આવી ચડેલા ટ્રાફિક સુપરિન્ટેન્ડન્ટે કારની નજીક આવીને કટાક્ષ ફેંક્યો ત્યારે આઈ. એમ. વિરાણીને પોતાના મોભાનું ભાન થયું. સુપરિન્ટેન્ડન્ટ ટકોર કરીને ડ્રાઈવરને પૂછપરછ કરવા ગયો એટલે ફરી ઈશ્વરભાઈએ તર્કની તકરાર ચાલુ કરી દીધી : ચન્દ્રપ્રભા ક્રાન્તિકારી સાધ્વી બની ગઈ અને હું પ્રગતિશીલ ઉદ્યોગપતિ ! અત્યારે બંને સામસામાં હતાં છતાં કેવા અંતિમ છેડા પર આવીને ઊભાં હતાં !

એ જ વખતે સાધ્વીનો સંઘ આગળ વધતો ખારના જમણા વળાંક તરફ સરકતો નજર સામેથી ધીમેધીમે અદશ્ય થવા લાગ્યો ત્યારે ઈશ્વરભાઈને થયું કે પોતે ઉદ્યોગપતિ વિરાણીશેઠ મટીને ફરી *ઈશ્વરિયો* થઈ જાય અને એ જો ચંદ્રસ્મિતા સાધ્વીજી મટીને ફરી *ચન્દ્રપ્રભા* થઈ જાય તો ? ચાલીસ વરસના કાળચક્રને પાછું ફેરવી શકાય તો ?

તો શું ?

એનો જવાબ શોધવા મથે એ પહેલાં તો તેમના પેડુમાં અચાનક દુખાવો ઊપડ્યો. હૃદયની પીડાને પેડુના દર્દે ભુલાવી દીધી હોય તેમ એમણે ડાબા પડખા પર હાથ દાબી દીધો. છેલ્લા ચેકઅપ વખતે કિડની સ્પેશિયાલિસ્ટ ડૉક્ટર પાંધીએ તાકીદ કરી હતી : ડાબી કિડનીને થોડું ડેમેજ (નુકસાન) તો થયું જ છે. ધ્યાન રાખવું પડશે. પાણી પીતા રહેજો, પેશાબ જરાય રોકશો નહીં !

અને તેમને યાદ આવ્યું કે અઢી કલાકથી પોતે બાથરૂમ ગયા નથી.

'વાઘેલા !' ઉઘાડા બૉનેટના ઢાંકણ નીચે વાંકો વળીને એન્જિન ચાલુ કરવાના ડોળમાં પરોવાયેલા શૉફરને તેમણે સાદ પાડ્યો : 'જલદી કાર સ્ટાર્ટ કર... જલદી કોઈ હૉટેલ પર લઈ લે !'

વાઘેલાએ આજ્ઞાંકિતપણે રૉલ્સ સ્ટાર્ટ કરી એટલે ઈશ્વરભાઈને દિશા સૂઝી આવી : 'ફરી એરપૉર્ટ લઈ લે. સેન્ટુર હોટેલમાં એક કામ પતાવીને ટાઉનમાં જવું છે.'

પહેલી વાર વાઘેલાને થયું કે આજે શેઠને ન સમજાય એવું કાંઈક થઈ ગયું છે. જ્યાંથી અહીં સુધી પહોંચતાં પચીસ મિનિટ લાગી હતી ત્યાં જ ફરી જવા માગે છે ! એકાએક તેમને શું યાદ આવી ગયું ?

'અરે, વિરાણીશેઠ !' કારમાંથી નીચે ઊતરતા જોઈને સેન્ટુરનો આસિસ્ટન્ટ મૅનેજર દોડતો પગથિયાં સુધી લેવા આવ્યો : 'વેલકમ, સર !' કહી એમને અંદર દોરી જતાં પૂછ્યું : 'વૉટ કૅન આઈ ડુ ફૉર યૂ, સર ?'

ત્યારે ઈશ્વરભાઈ ઉલઝનમાં પડી ગયા. પોતે બાથરૂમ જવા માટે આવ્યા છે એમ કેમ કહેવાય ? મૅનેજરને જવાબ ન મળ્યો એટલે અનુમાન કર્યું કે ઉદ્યોગપતિ કોઈની સાથે મહત્ત્વની મુલાકાત ગોઠવવા આવ્યા હશે.

'સર, આપને માટે સ્વીટ બૂક કરી દઉં ?'

હોટેલનો સાદો રૂમ રાખવાનું તો એમના જેવા શ્રીમંતને કોઈ પૂછે જ નહીં. અને બાથરૂમ જવા માટે અઢી હજાર રૂપિયાનો સ્વીટ બૂક કરાવવાનું કેટલું વિચિત્ર લાગે ?

'ઓકે, સર ! આપ અંદર પધારો.' મૅનેજરે મોટા ગ્રાહકને સાચવી લેવા માટેની બધી જ મીઠાશ ઊભરાવી દેતાં કહ્યું : 'આપને માટે બેસ્ટ સ્વીટ બૂક કરી લઉં છું.'

અને હોટેલના એ બેસ્ટ સ્વીટમાં દાખલ થઈને ઈશ્વરભાઈએ પહેલું કામ બાથરૂમમાં જઈ પેડુનો ભાર હળવો કરવાનું કર્યું. એટલી વારમાં ફ્રેશ લેમન જ્યુસના બે ગ્લાસ આવ્યા તેને ન્યાય આપ્યા પછી... તરત જ પાછા ફરી જવાનું હાસ્યાસ્પદ લાગ્યું એટલે ડનલૉપની પોચી પથારીમાં લંબાવ્યું.

ધીમેધીમે તેમની આંખો ઘેરાવા લાગી. ના, નીંદર નહોતી આવતી. અતીતની સુંવાળી યાદ શ્રાવણની ઘનઘોર ઘટાની જેમ મન પર છવાઈ રહી હતી. બીજું બધું જ ભૂલી જઈને એકમાત્ર ચન્દ્રપ્રભાની યાદમાં ખોવાઈ જવા માટે આંખો પર પાંપણના પડદા ઢાળી દીધા.

મુગ્ધાવસ્થાની કોઈક ઘટના ભલે ને ગમે તેટલી નાની હોય, પણ તેનો પડછાયો ક્યારેક આખા આયખા પર પથરાયેલો રહે છે. ચન્દ્રપ્રભા સાથે ઘોડાગાડીમાં ગાયેલું ગીત *બચપન કે દિન ભૂલા ન દેના...* ભૂલ્યું ભુલાતું નહોતું. ત્યાર પછી થયેલો પ્રથમ તથા છેલ્લો સ્પર્શ આજે પણ વસંતમાં વૃક્ષની ડાળી પર ખીલતી પહેલી કૂંપળ જેવાં સ્પંદનો જગાડી જતો હતો અને તેની સાથોસાથ ભવાનજી શેઠિયાનો ખાવો પડેલો તમાચો વારેવારે વેરના ભારેલા અગ્નિની જેમ ભભૂકીને દઝાડી જતો હતો.

*

ઈન્ટરવલની બે મિનિટ અગાઉ વૈભવ મેટ્રો થિયેટરમાંથી બહાર સરકી આવ્યો. પહેલાં તો ઈન્ટરવલ દરમિયાન થનારું સ્ટેજ ફંક્શન પૂરું થયા પછી, *સમર્પણ* ફિલ્મનો ઉત્તરાર્ધ શરૂ થાય એટલે નીકળી જવાનું નક્કી કરેલું. પરંતુ બે-ત્રણ કારણસર એ વિચાર બદલી નાખવો પડ્યો. એક તો સ્ટેજ પર વૈભવ ઈન્ડસ્ટ્રીઝ તરફથી કૅન્સર સોસાયટીને અતિથિવિશેષના હાથે પાંચ લાખ રૂપિયાનો ચેક આપવાનો મનસૂબો ડૅડીએ તોડી પાડ્યો એનો રંજ હતો. હવે પોતે થિયેટરની સીટ પર બેસી રહી મફત ઈન્ડસ્ટ્રીઝના ચેરમૅન તરફથી અપાતા ચેકની અર્પણવિધિ નિહાળીને જીવ બાળવા માગતો નહોતો. બીજું, ડૅડીએ કહ્યું હતું તેમ ગવર્નર કે ચીફ મિનિસ્ટર પ્રીમિયરમાં આવ્યા જ નહોતા, તેમને બદલે મહારાષ્ટ્રના સાંસ્કૃતિક પ્રધાન અતિથિવિશેષ બનવાના હતા. જોકે વૈભવ માટે અતિથિવિશેષનું કોઈ જ મહત્ત્વ નહોતું. એણે વિચાર્યા પ્રમાણે તો પોતે પાંચ લાખનો ચેક *સમર્પણ*ની હીરોઈન સબીના સહાનીને સુપરત કરે ત્યારે તેની બિલોરી આંખોમાં ક્ષણવાર માટે જે ચમકારો થયો હોત તે માણવાનો મોકો ડૅડીના અસહકારથી ગુમાવી દેવો પડ્યો તેનો અફસોસ થતો હતો. અને ઈન્ટરવલ પહેલાં થિયેટરમાંથી સરકી જવાનું મહત્ત્વનું કારણ હતું એક પ્રેસ ફોટોગ્રાફરની જાસૂસી !

વૈભવની બેઠક એકદમ સબીનાની સીટ પાછળ હતી. બેઠકની આવી ગોઠવણ પોતાના કહેવાથી જ નિર્માતાએ કરી હતી. ફિલ્મના એક પ્રણય-દશ્યમાં પોતે જરા આગળ ઝૂકીને સબીનાના કાનમાં કંઈક કહેવા જતો હતો એ જ વખતે કૅમેરાની ફ્લૅશ ઝબકી. આંચકા સાથે પોતે ગરદન

પાછી તો ખેંચી લીધી, પણ પેલો પોઝ તો કૅમેરામાં ઝડપાઈ ચૂક્યો હતો. બીજી જ મિનિટે કોઈ આવીને ફોટોગ્રાફરને અંધારામાં બહાર ખેંચી ગયું ન હોત તો પોતે જાતે જઈ કૅમેરામાંથી રૉલ કાઢી લેવાની કોઈ પણ કિંમત ચૂકવવા તૈયાર થઈ જાત. એ ફોટો કોઈક મૅગેઝિનમાં છપાશે ત્યારે કોણ જાણે ડેડી સાથે કેવી ગરમાગરમી થવાની ! આ ઉચાટમાં જ ઈન્ટરવલનું અજવાળું થાય તે પહેલાં તેણે સરકી જવું પડ્યું.

'વૈભવ, તું અપસેટ કેમ દેખાય છે ?'

બીજા કોઈએ સાંભળ્યું હોય તો અચરજ પામ્યા વગર રહે નહીં કે બ્લૅક મર્સિડિસ ડ્રાઈવ કરતો આ માણસ પાછળ બેઠેલા માલિકને આ રીતે તુંકારે કેમ બોલાવે છે ?

'ફિલ્મમાં રોમૅન્ટિક સીન ચાલતો હતો એ જ વખતે સાલા કોઈ ફોટોગ્રાફરે સબીના સાથેનો મારો ફોટો ઝડપી લીધો.'

'મને ખબર છે !'

'તને ક્યાંથી ખબર !'

'હું એ વખતે થિયેટરમાં લટાર મારવા આવ્યો હતો.' કહીને ચિનુએ એક હાથ પાછળ લંબાવી તેના હાથમાં કાંઈક આપ્યું ત્યારે વૈભવ ચમકી ગયો : 'અરે, આ તો કોઈના કૅમેરાનો રૉલ !'

'સબીના સાથેનો તારો એ પોઝ એમાં જ છે.' કહીને તેણે આગલા અરીસામાં જોયું તો વૈભવનો ચહેરો ચિંતામુક્ત થઈને મલકતો દેખાયો.

'તો એ ફોટોગ્રાફરને હાથ પકડીને તું જ બહાર લઈ ગયેલો, ચિનુ ?'

'બહાર ખેંચી ગયો ત્યારે પહેલાં તો એ લડાયક મિજાજમાં આવી ગયેલો.' ચિનુને માંડીને વાત કરવાની ટેવ હતી : 'મેં તેને એટલું જ કહ્યું કે હું *ગૂડ મૉર્નિંગ*નો રિપૉર્ટર છું અને તું તો જાણે છે કે વિરાણીશેઠને ઉઘાડા પાડવાની કોઈ તક અમે જતી કરતા નથી. કાલના *ગૂડ મૉર્નિંગ*માં તારા નામ સાથે આ ફોટો છપાશે ત્યારે કેવી સનસનાટી મચી જશે એટલો વિચાર કર... એટલું કહીને મેં મોં-માગી કિંમત ચૂકવવાની તૈયારી દેખાડી એટલે એ માની ગયો.'

'કેટલામાં પતાવટ કરી ?'

'માત્ર પાંચ હજારમાં !'

ત્યારે ચિનુ ચોક્સીનો ખભો થાબડી વૈભવે શાબાશી આપી : 'દોસ્ત, તેં જોખમી ઘડી સાચવી લીધી... સાચેસાચ જો *ગૂડ મૉર્નિંગ* ડેઈલીવાળાના હાથમાં આ ફોટો આવ્યો હોત તો કાલ સવારે ડેડી સાથે તડાફડી થઈ જાત.'

કહીને એ ક્ષણવાર ચૂપ રહ્યો. પછી પેલો રોલ સાચવીને ખિસ્સામાં સરકાવી દઈ બબડ્યો :

'જોકે કાલે આમ પણ તડાફડી તો થવાની જ... રશિયન ફેસ્ટિવલના ઓપનિંગમાં મને નહીં જોઈને ડેડીનું બ્લડ-પ્રેશર વધી ગયું હશે.'

'એ જોખમી ઘડી પણ ટળી ગઈ, વૈભવ !'

'બને નહીં !'

'કેમ બને નહીં ?' કારના અરીસામાં મલકમલક થતો ચિનુનો ચહેરો જોઈને વૈભવની ઉત્સુકતા વધી ગઈ.

'તમારો આ ચિનુ ચોક્સી ધારે ત્યારે ન બનવાનું પણ બનાવી શકે છે.'

આ તેની બીજી ખાસિયત હતી. જેમાં પોતે કાંઈ જ ન કર્યું હોય કે કરી શકે તેમ ન હોય તેનો જશ પણ આપમેળે લઈ લેતો.

'પ્રાઈમ મિનિસ્ટરને મેં અમદાવાદથી મુંબઈ પહોંચવા જ નહીં દીધા.' કહી ચિનુએ વિગતવાર પી. એમ.ના અનિવાર્ય સંજોગો સંભળાવીને ઉમેર્યું : 'પોણા-નવ વાગ્યે તું મેટ્રોમાં દાખલ થયો ત્યારે મેં ગમ્મત ખાતર આપણી કારમાંથી ડેડીની રૉલ્સ રોઇસનો નંબર લગાડ્યો. ઈશ્વરભાઈનું 'હેલ્લો' સંભળાય તો કનેક્શન કાપી નાખવું એમ નક્કી કર્યું હતું તેને બદલે વાઘેલાનું 'એલાવ' સંભળાયું એટલે પૂછી લીધું, શેઠ ક્યાં છે ? તો કહે કે શેઠ હમણાં આવું છું કહીને પોણા કલાક પહેલાં સેન્ટુર હોટેલમાં ગયા અને હજુ પાછા ફર્યા નથી.'

'ડેડી સેન્ટુર હોટેલમાં !' વૈભવને જરા વિચિત્ર લાગ્યું. રશિયન ફેસ્ટિવલમાં જવાને બદલે ત્યાં શું કામ ? કે પછી મારી જેમ એમણે પણ કોઈની સાથે...

એ વિચારને વૈભવે બ્રેક મારી દેવી પડી. કારના રીઅર મિરરમાંથી ચિનુ પોતાને નીરખી રહ્યો હતો અને ચહેરો વાંચીને મનનો તાગ મેળવી લેવામાં એ બડો પાવરધો હતો.

'તેં મને બોજામાંથી મુક્ત કરી દીધો, ચિનુ !' કહેતાં-કહેતાં તેના હોઠ ભીના થવા લાગ્યા : 'હવે સબીના સાથેના બે-ચાર કલાક પુરબહારમાં ખીલી ઊઠશે.'

અને રૉય શેરેટન હોટેલના પાછલા દરવાજે ચિનુએ બ્રેક મારીને મર્સિડિસ ઊભી રાખી દીધી.

'બૉસ, ઉપર બધું જ તૈયાર રાખ્યું છે.'

ચિનુ ઘડીભરમાં પોતાની ભૂમિકા બદલવામાંય પાવરધો હતો. એકાન્તમાં વૈભવનો અંગત વિશ્વાસુ મિત્ર બની જતો, પણ એકાંતનો પરદો હઠી જાય એટલે તરત જ આજ્ઞાંકિત સેવક બની જઈ બૉસ તરીકે સંબોધન કરતો :

'બૉસ, સ્વીટ નંબર નાઈન, નાઈન, નાઈનમાં પહોંચી જાઓ... હું અહીં કારમાં જ છું. જરૂર પડે તો કારનો ફોન લગાડી હુકમ કરજો... સેવક હાજર થઈ જશે !'

બંને ભૂમિકામાં તેની અભિનયપટુતા પર આફરીન થઈ જઈ વૈભવે જતાં-જતાં જમણા હાથની ચાર આંગળીની મુઠ્ઠી વાળી અંગૂઠો દેખાડ્યો. તેના જવાબમાં ચિનુ ચોકસીએ એક આંખ મિચકારી.

અરસ-પરસની એ ચેષ્ટાનો અર્થ માત્ર તે બંને જ સમજતા હતા.

ટ્રિપલ નાઈન નંબરના આલીશાન સ્વીટમાં દાખલ થતાં જ વૈભવે તાજાં પુષ્પોની મહેક અનુભવી. હોટેલવાળા આ મોંઘેરા ક્લાયન્ટનું વિશેષ ધ્યાન રાખતા. એને માટે પાછલા દરવાજાની એન્ટ્રી રહેતી. એને મળવા આવનાર *ખાસ મહેમાનન* પણ એ સગવડ મળતી. અને ટ્રિપલ નાઈટ સ્વીટ વૈભવ માગે ત્યારે બૂક થઈ જતો.

નવ નંબરને વૈભવ પોતાના માટે નસીબવંતો માનતો. પોતે જન્મ્યો નવમી ફેબ્રુઆરીએ, પોતાના નામ પર ડેડીએ *વૈભવ ઈન્ડસ્ટ્રીઝ*નો પાયો નાખ્યો ત્યારે નવમી ઑગસ્ટ અને ખુદ સબીનાની

બર્થડે- ડેટ પણ નવ જાન્યુઆરી ! એનું મન કહેતું હતું : સપ્ટેમ્બરનો આ નવમો મહિનો હોવાથી આજે જરૂર કાંઈક બનવાનું છે...

બ્લૅક સૂટનો કોટ અને ટાઈ ઉતારી, બાલીના શૂઝ અને મોજાં કાઢી, ટિપાઈ પર તૈયાર પડેલી ડ્રિન્કની સામગ્રી સામે એ ગોઠવાયો. વૈભવને એકાન્તમાં વેઈટરની ખલેલ પસંદ નહીં હોવાથી ચિનુ ચોક્સી અગાઉથી આવીને બધી ચોકસાઈ કરી જતો. જ્હોની વૉકર બ્લ્યૂ લેબલની બૉટલનું સિલબંધ બૂચ ખોલતી વખતે તેને ન સમજાય એવો રોમાંચ થયો. ભારતમાં નહીં મળતી જ્હોની વૉકરની આ સ્પેશિયલ બ્રાન્ડ પાંચેક વરસ પહેલા હૉંગકૉંગ જતી વખતે પહેલી વાર પ્લેનમાં ચાખ્યા પછી વૈભવને તેનો સ્વાદ દાઢે લાગી ગયો હતો. પરંતુ પીવામાં એ ભાગ્યે જ મર્યાદા ઓળંગતો. અબજોનો બિઝનેસ કરનારે પોતાના મોભાની મર્યાદા જાળવીને જ બધા મોજશોખ કરવા જોઈએ એ બાબતમાં તે સજાગ હતો. જોકે સબીના સાથેના સંબંધમાં પોતે એ મર્યાદા ઓળંગી રહ્યો હોવાનું તેના ડૅડીને લાગતું હતું.

'સબીના, મને ખબર નહીં કે ફિલ્મ ઍક્ટ્રેસ આટલી બુદ્ધિશાળી હોઈ શકે !'

અભિનેત્રી સાથે પહેલી મુલાકાત પૂરી થતાં પહેલાં તેણે આમ કહેલું ત્યારે સબીના મીઠું મલકી હતી :

'ઘણા લોકો માને છે કે ફિલ્મ અભિનેત્રીઓ બધી જ બુધ્ધુ જ હોય છે.' પેલીએ હસીને જવાબ આપેલો.

'સાચું કહું તો તમે અમારા પ્લૉટમાં ઘૂસી ગયેલાં ઝૂંપડાવાસીને ખાતર આંદોલન શરૂ કર્યું અને ઉપવાસ પર ઊતરવાની ધમકી આપી એ પણ પહેલાં તો મને સ્ટંટ જ લાગતો હતો.'

'હવે શું લાગે છે ?'

'હવે સમજાય છે કે જેનાં માતા-પિતાએ દેશના ભાગલાને કારણે સાતસાત પેઢીનું વતન છોડી, નિરાશ્રિત બનીને નવેસરથી જિંદગી શરૂ કરવી પડી હોય તેને નિરાધાર લોકો માટે દયા જાગે એને સ્ટંટ કેમ કહેવાય ?'

'દયા નહીં, વૈભવ, હમદર્દી કહે.'

તેને *મિસ્ટર વિરાણી* કહેવાને બદલે નામથી બોલાવી શકે એટલી આત્મીયતા પ્રથમ મુલાકાતમાં જ બંને વચ્ચે સ્થપાઈ ચૂકી હતી.

બ્લ્યૂ લેબલ વિસ્કીના એકએક ઘૂંટ સાથે વૈભવને તેની સાથેની મુલાકાતોનો કેફ઼ ઘૂંટાતો જતો હતો.

'એમ તો, વૈભવ, હું પણ શ્રીમંતો માટે માનની લાગણી ધરાવતી નહોતી.'

'હિન્દી ફિલ્મોમાં દેખાડે છે એમ !' વૈભવે તેની પોચી હથેળીને પોતાના પંજામાં હળવી ભીંસ આપતાં કહ્યું હતું : 'હિન્દી ફિલ્મમાં ભાગ્યે જ કોઈ શ્રીમંતને સદ્‌ગુણી, ચારિત્ર્યવાન કે બુદ્ધિમાન દેખાડે છે.'

સબીનાએ તેનો જવાબ આપવાને બદલે પોતાની વાત આગળ વધારી હતી : 'હું માનતી હતી કે પિતાએ પુરુષાર્થ કરીને સ્થાપેલી કંપનીની તૈયાર ગાદી પર બેસી ગયેલો આ પાટવી કુંવર બુદ્ધિમાં બોદો અને ચારિત્ર્યનો પોલો હશે.'

સાંભળીને વૈભવને આશ્ચર્ય થયું હતું.

'ચારિત્ર્યમાં પોલો હોવાનું સર્ટિફિકેટ તો ખાનગીમાં ઘણા મને આપે છે.'

'વૈભવ, ચારિત્ર્યની મારી વ્યાખ્યા જરા જુદી છે.' બહુ ગંભીરતાપૂર્વક એ બોલી ગઈ હતી : 'વ્યવહાર ચોખ્ખો રાખનારને હું ચારિત્ર્યવાન ગણું છું - પછી એ પ્રેમ હોય, પૈસા હોય, વ્યાપાર- ઉદ્યોગ હોય કે...'

'કે શું ?'

'કે પછી વેરનો વ્યવહાર હોય !'

'વેરનો વ્યવહાર ?'

વૈભવે પૂછ્યું, પણ સબીના પ્રશ્નોના જવાબ આપીને વાતચીત કરવામાં માનતી નહોતી. પોતાના વિચાર રજૂ કરવાની તેની આગવી શૈલી હતી.

'બે પ્રેમી છૂટાં પડે, પતિ-પત્ની છૂટાછેડા લે, ભાગીદારો હિસાબ સમજીને પોતપોતાને રસ્તે ચડે તેની લોકો નિંદા કરે છે, પણ મને એમાં ટીકા કરવા જેવું કાંઈ જ લાગતું નથી. ચારિત્રહીનતા તો છૂટા પડ્યા પછી એકબીજાની સાથે દુશ્મન જેવો વર્તાવ કરવામાં છે. મિત્ર મટી જવું એને હું દગો નથી ગણતી, પણ મિત્રના દુશ્મન બની જવું એને હું નરી દગાખોરી માનું છું.'

તેની વાત સાંભળીને વૈભવે મહેસૂસ કર્યું કે પોતે જેવા પાત્રની શોધમાં હતો એ આ સબીના જ હતી. એ બહુ ભણી નહોતી એટલે વાંચેલું તો બોલતી નહોતી. તેના પિતા બલદેવ સહાની શાયર અને ફિલ્મના સંવાદલેખક હતા એનો થોડો પ્રભાવ હશે, પરંતુ એ કરતાંય જીવનસંઘર્ષે એને ઘણુંબધું શીખવ્યું છે એવા રણકાથી સબીના બોલતી હોય એવું તેને લાગતું હતું.

એ મુલાકાતને અન્તે બંને છૂટાં પડ્યાં ત્યારે મૈત્રી પ્રણયમાં પલટાઈ ગઈ હતી અને સ્પર્શમાંથી આશ્લેષ સુધીનો સંબંધ સ્થપાઈ ગયો હતો.

પહેલો પેગ પૂરો કરીને એ બીજો ગ્લાસ ભરવા જાય ત્યાં ફોનની ઘંટડી વાગી. ચિનુ ચોકસીએ નીચે પાર્ક કરેલી કારમાંથી ફોન કરતો હતો : 'બુરખાધારી મહેમાન ઉપર પધારી રહ્યાં છે. ઑલ ધ બેસ્ટ !'

સબીનાના આગમનના સમાચારથી વૈભવે અધીરતા ઉપરાંત થોડી અસ્વસ્થતા પણ અનુભવી. પોતાના પ્રસ્તાવનો એ કેવો પ્રતિભાવ આપશે ? વાતની રજૂઆત કઈ રીતે કરવી ? પછી વિચાર્યું કે એની ચિંતા શું કામ કરવી જોઈએ ? વાતની રજૂઆત આપોઆપ એની રીતે જ થઈ જશે.

બાજુના નવસો સત્તાણુ નંબરના સ્વીટનો દરવાજો ઊઘડવાનો અવાજ, પછી ખંડમાં પ્રવેશ કરતાં પગલાંનો અવાજ અને પછી બાથરૂમ ઊઘડવાનો તથા બંધ થવાનો અવાજ...

બંનેએ અગાઉથી બધું ગોઠવી રાખ્યું હતું,. મધ્યાન્તર પછી વારાફરતી થિયેટરમાંથી સરકી જઈને બંનેએ જુદાજુદા સમયે પાછલા દરવાજાની લિફ્ટમાંથી હોટેલના નવમા માળે પહોંચી જવું અને પછી...

એ જ વખતે બંને સ્વીટને જોડતા વચ્ચેના દરવાજા પર બે હળવા ટકોરા પડ્યા. જાણે હૃદયનાં દ્વાર પર આવીને કોઈ રાહ જોતું હોય એવા આવેગ સાથે, વૈભવ રૂમની વૉલ ટુ વૉલ કાર્પેટ પર ઉઘાડા પગે દરવાજો ઉઘાડવા પહોંચી ગયો.

અને ઊઘડતાં દ્વારમાંથી તેને સામે ઊભેલી જોઈ. સબીના સ્વસ્થ, સુંદર અને ખભાથી ગોઠણ સુધીનાં આછાંપાતળાં વસ્ત્રમાં સ્મિત ફરકાવતી ઊભી હતી.

'અંદર આવવા માટે મે *આઈ કમ ઈન* એવું મારે પૂછવાનું છે ?'

આંખોની પાંપણ પટપટાવતાં એણે પૂછ્યું તેના જવાબમાં વૈભવ કાંડું પકડીને તેને અંદર લઈ ગયો.

'હું બીજો પેગ ભરવાની તૈયારી કરતો હતો ત્યાં...'

'નીચે મર્સિડિસમાં બેઠેલા તારા પેલા બાતમીદારે ફોનથી કહી દીધું કે હું આવી રહી છું.'

'ના, બુરખાધારી મહેમાન પધારી રહ્યાં છે એવા શબ્દોમાં તેણે બાતમી આપી.'

'બુરખાથી તો તોબા ! અમે ફિલ્મવાળાં ટેકનિકમાં બહુ આગળ વધી ગયાં, પણ ફિલ્મ ઍક્ટ્રેસને છુપાઈને જવા માટે બુરખાની જરીપુરાણી ટેકનિકમાં હજુ કોઈ નવી શોધ થઈ શકી નથી.' કહેતી એ ઊભી થઈ.

'મેટ્રોથી અહીં સુધી પહોંચતાં બુરખામાં એવી અકળાઈ ગઈ...' કહેતી એ બારી પાસે પહોંચી ગઈ : 'આ એરકન્ડિશનર પણ મારી એ અકળામણ દૂર નહીં કરી શકે.' કહી એણે કાચની સ્લાઈડિંગ બારી સરકાવીને ઉઘાડી નાખી : 'અરબી સમુદ્રની તાજી હવા ખાઈ લઉં.'

'સાથેસાથે બ્લ્યૂ લેબલની ચુસ્કી લેવાથી હવાની તાજગીમાં થોડો તોર પણ ભળશે.'

કહી વૈભવે તેના હાથમાં ગ્લાસ પકડાવ્યો, પછી બંનેએ પરસ્પરના ગ્લાસને હળવેથી ટકરાવ્યા. બેમાંથી કોઈ ચિયર્સ બોલ્યું નહીં, પણ ગ્લાસ ઉપરાંત કીકીના ટકરાવમાંથી બંનેને 'ચિયર્સ' સંભળાયું.

ચહેરા પર સમુદ્રની નમકીન હવાની લહેરખીઓ ઝીલતાં અને ભાદરવા સુદ અગિયારશના ચન્દ્રના તેજથી ચમકતાં સમુદ્રનાં પાણી નીરખતાં સબીના-વૈભવ પડખોપડખ ઊભાં હતાં.

ગ્લાસમાંથી એક ઘૂંટ લઈને વૈભવે મૌન તોડ્યું :

'શું જોઈ રહી છે, સબીના ?'

'દૂર... સામે સ્થિર દેખાતાં વહાણની બત્તી જોઉં છું.' સબીનાએ પહેલો ઘૂંટ ગળે ઉતાર્યો. એ ધીમેથી પીતી અને બહુ જ ઓછું પીવામાં માનતી.

'વૈભવ, કિનારે ઊભેલાને મઝધારનું આકર્ષણ જાગે છે અને મઝધારમાં જનારા કિનારાનું ખેંચાણ અનુભવે છે.'

'આપણે બંને અત્યારે ક્યાં ઊભાં છીએ, સબીના... કિનારે કે મઝધારે ?'

સહજપણે પુછાઈ ગયા પછી વૈભવને ખ્યાલ આવ્યો કે પોતે ગંભીર સવાલ છેડી બેઠો હતો.

'મૈત્રીની મઝધારે !'

સબીનાના એ હાજરજવાબથી ચોંકી જતાં વૈભવે તેની સામે જોયું તો એના સ્મિતમાં ચંદ્રના તેજ જેવી શીતળતા લાગી અને આંખોમાં સમુદ્રનાં જળ જેવી ગહનતા !

તેણે પોતાનો ગ્લાસ જમણા હાથમાંથી ડાબા હાથમાં ફેરવી સબીનાના જમણા હાથનાં આંગળાંમાં પોતાનાં આંગળાંથી અંકોડા ભીડી લીધા.

'મૈત્રીની આ મઝધારમાં આગળ તરીને આપણે સંબંધોના સામા કિનારે ક્યારે પહોંચશું, સબીના ?'

લગ્નનો એ આડકતરો પ્રસ્તાવ સાંભળીને સબીના ચમકી નહોતી. હા, પોતે કમ્પ્યુટર અને કેલક્યુલેટરનો માણસ થઈને આવી શૈલીમાં પ્રસ્તાવ મૂકી શક્યો એનો અચંબો ખુદ વૈભવે અનભવ્યો ખરો. કદાચ કલાકારના સહવાસમાંથી પોતે આટલું શીખવા પામ્યો હશે. હવે કલા અને કમ્પ્યુટરનું કોલૅબરેશન થઈ જાય તો ?

કોલૅબરેશન ! ઘડી પહેલાં કવિતામય વાત કરનારને બે કંપનીના જોડાણ માટે વપરાતો આવો ધંધાદારી શબ્દ કેમ સ્ફુરી આવ્યો ?

'જવાબ નહીં આપ્યો તેં ?' કહી વૈભવે તેનાં આંગળાંના અંકોડામાંથી હાથ છૂટો કરી ધીમે રહીને એની હડપચી પકડી નજરથી નજર મળે તે રીતે તેની ગરદન સહેજ ઊંચી કરી : 'આજ સુધી ક્યારેય કોઈ પ્રશ્નનો જવાબ તારે શોધવો પડ્યો નથી, સબીના ! તો પછી આજે કેમ મૌન ધારણ કરી લીધું ?'

'હું વિચારતી હતી...' કહી ઉપરાઉપરી વિસ્કીના બે ઘૂંટ ગળે ઉતારીને એણે પાંપણ પટપટાવતાં કહ્યું : 'ફિલ્મમાં હીરોઈને લગ્નના પ્રસ્તાવનો જવાબ આપવાનો હોય તો હું બોલી જાત કે નહીં, વૈભવ, એ શક્ય નથી. આપણી વચ્ચે મોભાની ઊંચી દીવાલ છે. મારી સાથે પરણવાની વાતથી જ તારા કુટુંબમાં વિરોધનો વંટોળ જાગશે, પિતા તને મિલકતમાંથી ફારેગ કરશે, માતા આત્મહત્યા કરવાની ધમકી આપશે. એક ફિલ્મી ઓરતને ઘરમાં બેસાડવા બદલ સમાજ મહેણાં મારશે કે થોડા હજાર યા લાખ રૂપિયા ખર્ચીને જેને ભોગવી શકાય છે તેને માટે કરોડો-અબજો રૂપિયા જેટલી પ્રતિષ્ઠા ખર્ચી નાખવાની મૂર્ખાઈ કરી તેં ?'

ફિલ્મના સંવાદની જેમ આવેશમાં એકધારું બોલી જવાથી સબીના સહેજ હાંફી ગઈ. શ્વાસ ખાવા રોકાઈને તેણે ફરી વૈભવ સાથે નજર મિલાવી :

'પરંતુ વાસ્તવિક જીવનમાં મુકાયેલા તારા પ્રસ્તાવનો હું ફિલ્મી સ્ટાઈલથી જવાબ નહીં આપું.'

'તું જે જવાબ આપીશ તે તારી પોતાની ઓરિજીનલ સ્ટાઈલનો હશે એની મને ખાતરી છે, સબીના !'

'તો સાંભળ.' ગ્લાસમાં બાકી રહેલો વિસ્કીનો છેલ્લો ઘૂંટ ગટગટાવી જઈ ભીના હોઠે એણે કહ્યું :

'સંબંધનાં બંધનથી તને મુક્ત રાખીને હું જાતે એક નવા જ સંબંધથી બંધાઈ જવા માગું છું.'

સાંભળીને વૈભવ ગૂંચવણમાં પડી જઈ મૌન સેવી રહ્યો એટલે પેલી પાતળું હસી.

'ન સમજાયું ને ? મને હતું જ કે હું તને એ બહુ સહેલાઈથી સમજાવી શકીશ નહીં. મને સમજ્યા પછી તું એ આસાનીથી પચાવી પણ શકીશ નહીં.' કહી તેનો હાથ પકડી લીધો : 'ચાલ, અંદર જઈએ.'

પરસ્પરના પડખામાં હાથ વીંટાળી, પોતપોતાના ગ્લાસ ટિપાઈ પર રાખી દઈ, નવસો નવ્વાણું

નંબરના સ્વીટના સિટિંગ રૂમમાંથી બંને આછા ઉન્માદ સાથે બેડરૂમમાં દાખલ થયાં. બે-સવાબે ફૂટના અંતરે રાખેલા અલગઅલગ પલંગ પર પીઠ અઢેલીને બંને ગોઠવાયાં. વૈભવે બે પલંગ વચ્ચેના ટેબલલૅમ્પ સિવાયની શયનખંડની લાઈટ્સ બેઠાંબેઠાં જ બંધ કરી દીધી ત્યારે રૂમમાં અંધારા-અજવાળાનો માદક સમન્વય સધાઈ ગયો. વૈભવ બાથરૂમમાં જઈ ચિનુએ અગાઉથી મૂકી રાખેલો નાઈટડ્રેસ પહેરી લેવાનું વિચારતો હતો ત્યાં સામેની દીવાલ પર જડેલા બેલ્જિયમના દર્પણમાં બંનેનું સહિયારું પ્રતિબિંબ નિહાળતી સબીના ગંભીર સ્વરે બોલી ઊઠી :

'આજની ફિલ્મ તો તને અર્ધી જ જોવા મળી.'

વૈભવને અચરજ થયું. સબીનાને ફિલ્મોની ચર્ચા બહુ પસંદ નહોતી. એ કહેતી કે ફિલ્મ મૅગેઝિનો, ફિલ્મી હસ્તીઓ કે ફિલ્મી ફંક્શનોથી છૂટવા માટે તો તારા જેવા ફિલ્મલાઈન બહારના મિત્રો રાખું છું. પ્રેક્ષકો ફિલ્મનાં પ્રણયદશ્યો જોઈને ઉન્માદ અનુભવે છે અને એનાં ગીતો ગાઈને રોમૅન્ટિક મૂડ પેદા કરે છે, પણ એ સીન ભજવતી કે ગીત ગાવાના દેખાવરૂપે હોઠ હલાવતી વખતે અંગતપણે હું ક્યારેય રોમાન્સની લાગણી અનુભવી શકતી નથી. મને એ બધું જ મિકેનિકલ (યંત્રવત્) લાગ્યા કરે છે. બનાવટને પ્રેક્ષકો માટે વાસ્તવિકતામાં પલટાવી દેવામાં હું મારી તમામ શક્તિ અભિનયમાં નિચોવી દઉં છું ખરી, પણ એ બનાવટને અંગત જીવનમાં ઊતરવા દેતી નથી...

સબીના પાસેથી પહેલી વાર આ સાંભળ્યા પછી વૈભવ તેની સાથેના વ્યવહારમાં બહુ સાવધ બની ગયો હતો. શરૂઆતમાં તો ફિલ્મમાં સબીના સાથે પ્રણયદશ્ય ભજવતા હીરોના સ્થાને પોતાને કલ્પી લઈ મન બહેલાવી લેતો. સંબંધ બંધાયા પછી પોતે પણ ફિલ્મી શૈલીએ સબીનાને આશ્લેષમાં લઈ રોમાન્સ કરશે એવું વિચારતો, પણ સબીનાએ કહ્યું કે હીરોઈનને હીરો પોતાના બાહુપાશમાં લે છે ત્યારે હીરોઈન પોતાનો એક હાથ તેની છાતી પર આડો ધરી રાખે છે એ ચિટિંગ (છેતરામણ) કૅમેરાવાળા પ્રેક્ષકોની નજરે ચડવા દેતા નથી... ત્યાર પછી વૈભવના મગજમાંથી ફિલ્મી શૈલીએ પ્રેમ કરવાનું વળગણ પણ ખરી પડ્યું.

એ જ સબીનાએ અત્યારે નાજુક પળે ચૅરિટી પ્રીમિયરમાં પોતે અધૂરી જોયેલી ફિલ્મની વાત કેમ ઉચ્ચારી હશે એવી દ્વિધા સાથે વૈભવે અરીસામાં પડતા બંનેના પ્રતિબિંબ પર નજર રાખીને કહ્યું :

'થિયેટરમાં ભલે ને *સમર્પણ* ઈન્ટરવલ સુધી જોઈ, પણ કાલ રાત્રે ઘેર બેડરૂમના એકાન્તમાં વિડિયો પર પૂરી ફિલ્મ જોઈ, એટલું જ નહીં, રિવાઈન્ડ અને ફાસ્ટ ફૉરવર્ડ કરીને કેટલાંક દશ્યો બબ્બે વાર જોયાં હતાં.'

કહીને વૈભવે ધારી લીધું કે હમણાં એ પૂછશે, કયાં દશ્યો બબ્બે વાર જોયાં ?

પણ સબીનાએ જાણે એ સાંભળ્યું જ ન હોય તેમ તે ગંભીર સ્વરે બોલી :

'એ સમગ્ર ફિલ્મનું મધ્યબિંદુ માતૃત્વ છે એ તો તને સમજાઈ ગયું હશે, વૈભવ !'

ત્યારે એ સહેજ ચોંક્યો. હવે સમજાયું કે સબીનાએ *સમર્પણ*ની વાત બેડરૂમમાં જઈને એકાએક કેમ ઉચ્ચારી ?

અને તેણે હાથ લંબાવી સબીનાની આંગળીના અંકોડા ભીડી લીધા. પોતે હજુ લગ્નનો

આડકતરો પ્રસ્તાવ મૂક્યો અને સબીનાએ તો માતા બનવા સુધીનું વિચારી લીધું ! એ તેને પોતાના પડખામાં ખેંચી લેવાનું વિચારતો હતો ત્યાં –

'માતા બનવા માટે સ્ત્રીને પુરુષની જરૂર પડે છે.' દર્પણ પર નજર રાખીને જાણે જાતને કહેતી હોય તેમ ધીમા સ્વરે એ બોલી : 'પુરુષની જરૂર પડે છે, એટલું જ નહીં, તેને પૂર્ણપણે પામવો પડે છે.'

'એટલે કે તેની સાથે લગ્નથી બંધાવું પડે છે.'

કહેતો વૈભવ આવેશમાં પોતાના બેડ પરથી નીચે સરકી સબીનાના પલંગને અઢેલી ગાલીચા પર ગોઠવાઈ જઈ, એક હાથ પલંગની કિનાર પર ટેકવી, બીજા હાથે તેના આછા મેકઅપવાળું મુખ આંગળાંના ટેરવાંથી પસવારવા લાગ્યો. તેની નસોમાં ઉન્માદની લહેર પ્રસરવા લાગી. હોઠ પર માદક સ્મિત ફરકવા લાગ્યું. કીકીઓમાં તૃષ્ણા ઘેરાવા લાગી. ધીમેધીમે ગરદન ઝુકાવી સબીનાના હોઠ સુધી એ પહોંચવા જાય ત્યાર પહેલાં –

'વૈભવ, આપણે એક ગંભીર ચર્ચા પૂરી કરવાની છે.'

સાંભળતાં જ વૈભવે પ્યાસા હોઠે ગરદન ઊંચી કરી લેવી પડી. સબીના હવે બંધ આંખે કહી રહી હતી :

'આપણી મૈત્રી મઝધારે છે એમ મેં કહ્યું તેનો અર્થ શું થાય, વૈભવ ? કાં તો જ્યાંથી શરૂ કર્યું એ કિનારે પાછાં ફરીએ અથવા સામે પાર પહોંચી જઈએ...'

કહીને એ અબોલ થઈ ગઈ. વૈભવે તેને પૂરેપૂરી સાંભળી-સમજી લેવા માગતો હતો.

'હું માતા બનવા માગું છું ખરી, પણ...'

'પણ શું, સબીના ?'

'લગ્નનાં બંધન વગર મારે માતૃત્વ પામવું છે.' લાગણી-ઘૂંટ્યા અવાજે એ કહેવા લાગી : 'હું જેવા પુરુષના સંતાનની માતા બનવા ઝંખતી હતી તેની ઝાંખી મેં તારામાં જોઈ.'

'અને હું જેવી જીવનસાથીની શોધમાં હતો એ પાત્રતા મને તારામાં દેખાઈ, સબીના !'

આવું કહી તે એમ પણ બોલી નાખવા માગતો હતો કે ફૅમિલીની ઇચ્છા વિરુદ્ધ જઈને, સમાજની નિંદાની પરવા કર્યા વિના હું તને પરણવા માગું છું...

પરંતુ સબીનાએ તેને એ વ્યક્ત કરવાની તક ન આપી.

'સાંભળ, વૈભવ, હું તારા સંતાનની માતા બનીશ, પણ તું એનો પિતા નહીં બને... પિતાનું નામ આપ્યા વિના પ્રસૂતિ કરાવવામાં અહીંના કાયદા-કાનૂનનો અવરોધ નડશે તો હું વિદેશ જઈને ડિલિવરી કરાવીશ... પણ સંતાનના નામ સાથે મારું જ નામ જોડાશે. તું તેનો પિતા છે એ માત્ર હું યાદ રાખીશ, પણ તારે એ સત્ય ભૂલી જવું પડશે.'

'એટલે તું માતા થયા પછી આપણા સંબંધનો અંત આવી જશે ?' વૈભવ માટે એ કલ્પના બહારનો પ્રસ્તાવ હતો : 'તું એમ કહેવા માગે છે કે ત્યાર પછી તારા જીવનમાં મારું કોઈ જ અસ્તિત્વ નહીં રહે ?'

'અસ્તિત્વ કેમ નહીં રહે, વૈભવ !' તેના મુખને પોતાના બંને હાથમાં સમાવી લેતાં એ બોલી : 'મારા સંતાનમાં તારું અસ્તિત્વ તો મારા જીવન સાથે આજીવન જોડાયેલું જ રહેશે, વૈભવ...'

કહીને તેણે હાથ પાછા ખેંચી લેતા ઉમેર્યું : 'પરણીને જોડાતાં જીવન કરતાં જુદા પડીને આ રીતે જીવન જોડાયેલાં રહે એ મારે મન એક આદર્શ સ્થિતિ છે.'

એટલે તું બીજા કોઈ જ પુરુષ સાથે સંસાર નહીં માંડે ? - એવું પૂછવા જતા વૈભવે પ્રશ્ન બદલી નાખ્યો : 'સબીના, તું એમ કહેવા માગે છે કે તારા સંતાનના પિતા બન્યા પછી મારે બીજી કોઈ સ્ત્રી સાથે પરણી જવું ?'

'હું માતા બનું પછી તારે શું કરવું એ તો તારી મરજીની વાત થઈ, વૈભવ !'

કહી એ પલંગમાં બેઠી થઈ ગઈ. થોડી વાર વૈભવને તાકી રહી, પછી ધીમા છતાં દઢ અવાજે કહ્યું :

'નિર્ણય લેવાની કોઈ ઉતાવળ નથી.' કહેતી એ ઊભી થઈ : 'હું મારા સ્વીટમાં જાઉં છું. તું સંમત થઈશ તો સંતાનસુખ માણવાની મને જાણ થશે ત્યાં સુધી જ આપણી બંનેની વચ્ચે શારીરિક સંબંધ જળવાઈ રહેશે.'

'અને પછી ?'

'પછી...' સહેજ વિચારી લઈને, આછા સ્મિત સાથે એણે કહ્યું : 'પછી આપણી વચ્ચે માત્ર મૈત્રી જ રહેશે.'

કહેતી એ બેડરૂમમાંથી બહાર જવા આગળ વધી. દરવાજે પહોંચી તેની સામે સ્નેહ-નીતરતી સ્થિર નજર માંડીને છેલ્લું બોલી ગઈ : 'આજે નિર્ણય લેવાય તો સવાર સુધીમાં ગમે ત્યારે મારા સ્વીટને જોડતા દરવાજા પર બે ટકોરા મારજે. હું ઊંઘતી હોઈશ તોપણ એ ટકોરામાં મારા સંતાનનો સાદ સાંભળીને ભરઊંઘમાંથીય જાગીને બારણું ઉઘાડીશ... એટલે જ જતાં-જતાં *ગુડ નાઈટ* નથી કહેતી જતી... પરોઢિયા સુધીમાં મેળાપ નહીં થાય તો *ગૂડ મૉર્નિંગ* કહેવા પણ કદાચ નહીં રોકાઈ શકું.'

એના જતાંની સાથે જ ચેતના હરાઈ ગઈ હોય તેમ વૈભવ મૂઢ બનીને બેસી રહ્યો. એ જે કાંઈ કહેતી ગઈ તેનો અર્થ પામવા માટે થોડી વારે સ્વસ્થ થઈ તેનું કહ્યું બધું ફરીફરીને વાગોળતો રહ્યો. છેવટે કોઈ ઉકેલ ન જડ્યો ત્યારે બહાર આવી સિટિંગ રૂમમાં પડેલી બ્લ્યુ લેબલ વિસ્કીનો પેગ ભર્યો. તેણે વિચાર્યું : કદાચ મળસકા સુધી આમ પીતા રહ્યા પછી પણ પોતે નિર્ણય લઈ શકશે ખરો ?

*

4

પેરિસના નામાંકિત આનાતોલ ફ્રાંકવાની ડિઝાઈન પરથી ત્રણેક વરસ પહેલાં પાંચેક કરોડના ખર્ચે કફ પરેડ પર ચણાવેલ અદ્યતન નિવાસસ્થાન *વિરામ વિલા*ના માસ્ટર બેડરૂમમાં ઈશ્વરભાઈ વિરાણી મોટા પુત્ર વૈભવની રાહ જોતા બેઠા હતા. પહેલા માળે ચાર, બીજા માળે પાંચ અને ત્રીજા માળની ટેરેસમાં બે બેડરૂમ સહિત અગિયાર બેડરૂમના *વિરામ વિલા*માં વિરાણી પરિવારનાં સાત સભ્યો સવારનો નાસ્તો ને રાતનું ડિનર સાથે લેવા બેઠાં હોય એવું ભાગ્યે જ બનતું. દરેક પોતપોતાના બેડરૂમમાં બ્રેકફાસ્ટ મગાવી લઈને દિવસની શરૂઆત કરતા. અરે, દરેક બેડરૂમ માટે નોકર પણ અલાયદા હતા, જેમને ઘાંટા પાડીને બોલાવવાની જરૂર નહીં, ઇન્ટરકૉમ પર આદેશ આપવાથી જોઈતી ચીજવસ્તુ હાજર થઈ જાય. મકાન બંધાવ્યું ત્યારે પહેલા માળના ચાર બેડરૂમ આમ તો ઈશ્વરભાઈએ નાના ભાઈ મનોહરલાલના કુટુંબ માટે રાખ્યા હતા, પણ નાના ભાઈ સાથે મનદુઃખ થયા પછી એ જુદા થઈ ગયા અને તેમનો પક્ષ લઈને મા રતનબા પણ *વિરામ વિલા* છોડીને ચાલ્યા ગયાં ત્યારથી એ ચારેય બેડરૂમ મહેમાનોના ઉતારા સિવાય ખાલી રહેતા છતાં એમને સાફ-સુઘડ રાખવાની નોકરોને હંમેશની તાકીદ હતી.

પરંતુ વિરાણી કુટુંબના નોકર બનવું એને પણ નસીબ ગણવામાં આવતું. પંદરસો રૂપિયાથી ઓછો પગાર નહીં અને પગારમાંથી પોતાની પાછળ એક પણ પૈસો ખરચવો પડે નહીં. *વિરામ વિલા*ના બેઝમેન્ટ(ભૂગર્ભ)માં આવેલા સર્વન્ટ ક્વાર્ટર્સમાં દરેકને બાથરૂમ-સંડાસ સાથેની અલાયદી રૂમ. દાઢી-હજામત, પાન-તમાકુ કે કપડાંલત્તાંથી લઈને પોતાને ગામ જવા સુધીની તમામ ખર્ચી શેઠ તરફથી મળે. અરે, ઘરવાળાંને મળવા ગામ ગયેલા નોકર મહિને-સવા-મહિને પાછો આવે ત્યારે એનું શરીર અને મોંનું નૂર ઊતરી ગયાં હોય... *વિરાણી વિલા* જેવું ખાવા-પીવાનું પોતાને ઘેર થોડું મળવાનું ?

બીજા માળના પાંચ શયનખંડમાં સૌથી સાદો રૂમ હતો ઈશ્વરભાઈના પિતા મોતીલાલ વિરાણીનો અને સૌથી આલીશાન હતો ઈશ્વરભાઈનો પોતાનો માસ્ટર બેડરૂમ ! એક રીતે કહીએ તો પતિ-પત્નીના બે અલગ બેડરૂમમાંથી બનાવેલો એ વિશાળ શયનખંડ હતો. બંને બેડરૂમ વચ્ચે એક પાર્ટીશન રાખેલું જે મોટા ભાગે પતિ-પત્નીને પોતપોતાની દુનિયામાં અલગ રાખતું.

ચારુબહેન પોતાના સંસારમાં રચ્યાપચ્યા રહેતાં અને ઈશ્વરભાઈ પોતાના વ્યાપારમાં ! સવારે પાર્ટીશન ખૂલી જાય ત્યારે શયનખંડ એક લાગે, પણ આજે પાર્ટીશન ઉઘાડવા આવેલા વિશ્વાસુ નોકર સહદેવને ઈશ્વરભાઈએ રોક્યો હતો : એમ જ રહેવા દે અને મારો ને વૈભવનો બ્રેકફાસ્ટ અહીંયાં જ લઈ આવજે !

રાત્રે ગમે તેટલા મોડા સૂએ તોપણ સવારના છ વાગ્યે ઊઠી જવાની આદત ધરાવતા ઈશ્વરભાઈ આજે સાડાછ સુધી પથારીમાંથી ઊઠી શક્યા નહોતા. આમ તો મળસકા સુધી એ ઊંઘી પણ ક્યાં શક્યા હતા ? આગલી સાંજે મુગ્ધાવસ્થાની મનની માનેલી ચન્દ્રપ્રભાને સાધ્વી-સ્વરૂપે જોઈ ત્યારથી એ ભૂતકાળ અને વર્તમાન વચ્ચે ભીંસાતા રહ્યા હતા. સાન્તાક્રુઝ એરપૉર્ટ સામેની સેન્ટુર હોટેલમાંથી નીકળી રાત્રે દસેક વાગ્યે ઘેર પહોંચ્યા એ જ વખતે રશિયન ફેસ્ટિવલમાંથી પાછાં ફરેલાં ચારુબહેન સહિત અને વૈભવ વિના સૌનો દરવાજા પર જ ભેટો થઈ ગયેલો. અચાનક ઊપડેલા કિડનીના દુખાવાને કારણે પોતે પ્રોગ્રામમાં આવી ન શક્યા એ ખુલાસો કરી લઈને એકાન્તમાં તેમણે પત્નીને પૂછી લીધેલું : 'પ્રોગ્રામમાં ન આવવા માટે વૈભવે શું બહાનું બતાવ્યું હતું ?'

'બહાનું નહીં, કારણ બતાવ્યું હતું. અમને ચારેયને ચોખ્ખેચોખ્ખું સંભળાવી દીધું કે હું સબીનાના ફિલ્મના પ્રીમિયર શોમાં જાઉં છું.' કહી મા-દીકરા તથા મોટા ભાઈ - નાના ભાઈ વચ્ચે થયેલી ગરમાગરમીની વિગત અક્ષરશઃ સંભળાવીને ઉમેર્યું હતું : 'સબીના માટેની વૈભવની આવી જીદને કારણે આજે તો મારે રાજીવહુનું સાંભળવું પડ્યું : દીકરાને તમે રોકશો નહીં તો આવતી કાલે દુનિયાઆખીનાં મહેણાં સાંભળવાનો વખત આવશે.'

'મોટા ઘરની સાચી-ખોટી નિંદા કરવાની તો દુનિયાને આદત પડી છે, ચારુ !'

ત્યારે એ પતિની સામે ધારદાર નજરે તાકી રહ્યાં હતાં. કહેવા જતાં હતાં કે તમારા વિશે બોલાતું સાંભળવા છતાં હું સહન કરીને બેસી રહી, કારણ કે એ છાપે ચડ્યું નહોતું... પણ ફિલ્મ ઍક્ટ્રેસને રવાડે ચડી ગયેલા પુત્રના લફરાના ઇશારા તો અત્યારથી ફિલ્મ મૅગેઝિનો કરવા લાગ્યાં છે. વૈભવને એટલુંય ભાન નથી કે હજુ નાની બહેન માટે ખાનદાન કુટુંબનો નબીરો શોધવાનો છે.

પરંતુ આ બધું કહેવાને બદલે ચારુબહેને પતિના ડહાપણમાં વિશ્વાસ વ્યક્ત કરવાનું પસંદ કર્યું :

'એક તમે જ વૈભવને આ રસ્તેથી પાછો વાળી શકો તેમ છો. થોડી સખતાઈ અને થોડી નરમાશથી કામ લેવા માટે સૌ તમારાં બે મોઢે વખાણ કરતાં હોય છે.'

'વૈભવ આવે એટલે અત્યારે જ એની સાથે ચર્ચા કરી લઉં છું.'

સાંભળીને ચારુબહેન કહેવા-ન-કહેવાની થોડી ગડમથલ પછી બોલી ગયાં હતાં :

'અત્યારે આવવાની આશા નહીં રાખતા... આજ સુધી હું તમારાથી છાનું રાખતી હતી. એ પેલીને મળવા જાય છે ત્યારે મળસકા પહેલાં ઘેર આવતો નથી.'

અને પત્નીએ રાત્રે કહેલી એ વાત સાવ સાચી પડી. પુત્રની રાહ જોવામાં ઈશ્વરભાઈએ ઉજાગરો વેઠ્યો. ખરેખર તો એ ઉજાગરો એમણે ચન્દ્રપ્રભાની યાદમાં વેઠ્યો હતો. સેન્ટુર હોટેલથી

પાછા ફરતી વખતે નેપિયન્સી રોડ પરની મારુ વિડિયો લાઈબ્રેરીમાંથી 'દીદાર'ની કૅસેટ સાથે લઈ આવેલા. ઈશ્વરભાઈ ક્યારેક જૂની ફિલ્મની કૅસેટ મગાવીને જોતા ખરા, પણ જાતે લાઈબ્રેરી સુધી જઈને કૅસેટ લાવવાનો આ પહેલો જ પ્રસંગ હતો. લાઈબ્રેરીવાળા મારુને જિજ્ઞાસા ન જાગે એટલે પોતે જ સામેથી સ્પષ્ટતા કરી લીધેલી : સૌરાષ્ટ્રથી બચપણના એક ફ્રેન્ડ આવ્યા છે. અમે 'દીદાર' સાથે જોયેલી એટલે થયું કે જૂના દિવસો યાદ કરતાં-કરતાં વર્ષો પછી ફરી 'દીદાર' જોઈ નાખીએ !

પાર્ટીશન પાછળના ખંડમાં સૂતેલી પત્નીને પણ આવું કોઈ અચરજ ન લાગે એટલા ખાતર ધીમા અવાજે ફિલ્મ જોવાઈ ગયા પછીય વૈભવ ન આવ્યો ત્યારે ગોળગોળ ફરી શકે એવા પલંગમાં સ્થિર પડ્યા-પડ્યા એ વિચારોના વર્તુળમાં ઘુમરાતા રહ્યા હતા. ઘડીક એમને ભવાનજીભાની મેડીએ માણેલા ચન્દ્રપ્રભાના અછડતા સ્પર્શની યાદ આવી જતી તો ઘડીક વૈભવના વિચારમાં અટવાઈ જતા... અત્યારે એ સુખસાહ્યબીભર્યા એકાન્તમાં પેલી સબીનાનો સુંવાળો સહવાસ માણતો હશે એવું દૃશ્ય માનસપટ પર ઊપસી આવતું ત્યારે પુત્ર પ્રત્યે રોષ જાગતો કે છાની ઈર્ષા ઊપજતી હતી એ તેમને સમજાતું નહીં ! એમણે તો ઈર્ષાને દબાવી દઈ રોષને જ સળગતો રાખવાનો હતો ને ?

છેક સવારે સાડાચાર વાગ્યે વૈભવની કાર પહેલા માળે બનાવેલા પાર્કિંગ લૉટમાં થોભી તેની બ્રેક સાંભળી ત્યારે પહેલાં તો ઈશ્વરભાઈની ઇચ્છા જોર કરી ગઈ કે હમણાં ને હમણાં તેને સામે બેસાડી ચર્ચા છેડું, પણ મર્યાદામાં રહીને પીનારા અને કાર ચલાવવામાં પાવરધા પુત્રે જે રીતે કારની બ્રેક મારી તેના પરથી એ પામી ગયા હતા કે દીકરો વધુ પડતું પીને આવ્યો લાગે છે... અને પીધેલા માણસને મનાવવા જતાં મામલો બેકાબૂ બની જવાની દહેશત જાગી એટલે નાછૂટકે સવાર સુધી રાહ જોવી પડી.

'આવ, વૈભવ ! મને થયું, આજે સાથે બ્રેકફાસ્ટ લઈએ.' સવારે સાડાસાતે પોતાના બેડરૂમમાં દાખલ થતા પુત્ર સાથે નજર મિલાવ્યા વિના તેમણે શરૂઆત કરી. નોકર સહદેવ થોડી વાર પહેલાં જ ટ્રોલીમાં બંનેનો નાસ્તો મૂકી ગયો હતો : ઈશ્વરભાઈ માટે દૂધ સાથે કોર્ન ફ્લેક્સ અને ટૉસ્ટ સાથે ચા, જ્યારે વૈભવ માટે સૅન્ડવીચ સાથે આમલેટ અને પાઈનેપલ જ્યુસ... શાકાહારી વૈષ્ણવ વિરાણી કુટુંબે આમલેટ સુધીની છૂટ ઘરમાં રાખી હતી અને બહાર મનગમતું કાંઈ પણ ખાવાની મનાઈ નહોતી.

મૂંગામૂંગા બ્રેકફાસ્ટ ચાલુ કરીને ઈશ્વરભાઈએ દીકરા પર દૃષ્ટિ કરી તો એની આંખોમાં ઉજાગરાનો ભાર વર્તાયો. તેમને નવાઈ લાગી. સુંદર સ્ત્રીના સહવાસમાં ઉજાગરાનો ભાર કેમ લાગે ? કદાચ વૈભવે સબીના સાથે રાત ન પણ ગાળી હોય, કદાચ પેલીએ દાદ ન પણ આપી હોય.

પરંતુ તર્ક કરવાનું પડતું મૂકીને તેમણે ખામોશીનો ભંગ કરતાં પૂછી લીધું :

'વૈભવ, તું છેક સવારે ઘેર આવ્યો ?'

'તમે શેની ચર્ચા કરવા સવારના પહોરમાં આ રીતે બ્રેકફાસ્ટ પર બોલાવ્યો એનું હું અનુમાન કરી શકું છું, ડૅડી !' પાઈનેપલ રસના બે-ત્રણ ઘૂંટ પી લઈને તેણે કહી દીધું :

'તમારે એ જ જાણવું છે ને કે હું રાત્રે સબીના સાથે હતો કે નહીં ? તો એનો જવાબ છે હા ! હું તેની સાથે જ હતો.'

ચોંકી ગયા ઈશ્વરભાઈ... તેમણે માન્યું હતું કે પુત્ર જવાબ આપવાનું ટાળશે, કદાચ જવાબ આપશે તો આડું જોઈ લઈને ખોટું બોલી નાખશે. તેને બદલે *હા, હું સબીના સાથે જ હતા* એવું ભારપૂર્વક કહી દેનાર વૈભવને સાફસાફ શબ્દોમાં સંભળાવી દેવાનું મન થયું કે પેલીની અસરમાં પિતાની માનમર્યાદા પણ છોડી દીધી તેં ? સાવ સામાન્ય સ્થિતિમાંથી હું અબજપતિના સ્થાને પહોંચ્યો તોપણ મારા બાપુજી સામે હું એમની આમન્યા રાખું છું અને તું...

'ડૅડી ! યાદ છે, એક વાર તમે જ કહ્યું હતું કે ઉંમરલાયક સન સાથે ફાધરે મિત્રની જેમ વર્તવું જોઈએ.'

કેમ જાણે પિતાના મનની વાત કળી ગયો હોય તેમ વૈભવે જ્યુસનો ગ્લાસ ગટગટાવી જતાં કહ્યું :

'તમે ભલે મને પિતાની જેમ પૂછ્યું, પણ મેં તો તમને મિત્રની જેમ જવાબ આપ્યો.'

'અત્યારે તો તેં મને એકલાને જવાબ આપ્યો, દીકરા ! પણ કાલ સવારે મારે જગત-આખાને જવાબ આપવાના આવશે તેનો વિચાર કર્યો છે ખરો ?'

તેનો જવાબ આપવાને બદલે વૈભવ માત્ર મલક્યો.

મૌન સેવીને તેનું એ મલકવું પણ ઈશ્વરભાઈને બહુ કઠ્યું હોય તેમ એમણે ખોંખારો ખાઈ લઈને સીધું જ પૂછી લીધું :

'તારો અને એનો સંબંધ કેટલો આગળ વધી ગયો છે એ હું જાણવા માગું છું... હવે તું તારા આ બાપને મિત્ર બનીને જવાબ આપી શકે તો આપ.'

શું જવાબ આપે વૈભવ ? મધરાતે રૉય શેરેટન હોટેલના નવસો-નવાણુ નંબરના સ્વીટના બેડરૂમમાં સબીના સાથે થયેલી બહુ ગંભીર વાત તેને યાદ આવી ગઈ. જોકે એ ભૂલ્યો જ નહોતો, પછી યાદ આવવાનો સવાલ જ ક્યાં રહ્યો ? સબીના તો વૈભવના સંતાનની માતા બનવા માગતી હતી, વૈભવની પત્ની નહીં. બેડરૂમ છોડીને જતાં-જતાં કહી ગઈ કે મારો પ્રસ્તાવ તને માન્ય હોય તો મારા સ્વીટના દરવાજે બે ટકોરા મારજે, નહીંતર મળસકા સુધીમાં હું હોટેલ છોડીને ચાલી ગઈ હોઈશ. *ગૂડ મૉર્નિંગ* કહેવા પણ નહીં રોકાઉં ! કોઈ સ્ત્રી આવો પ્રસ્તાવ મૂકી શકે એ જ તેના માનવામાં આવતું નહોતું. માત્ર સેક્સનો ભોગવટો કરીને છૂટાં પડી જવાની વાત કરી હોત તો કોઈ પણ પુરુષને કદાચ એ શરત આકરી ન લાગે. પરંતુ 'તારે ભૂલી જવું કે તું મારા સંતાનનો પિતા છે' એવી સબીનાની માગણીએ તેને મૂંઝવી નાખ્યો હતો. તેના ગયા પછી વિસ્કીના બીજા બે-ત્રણ પેગ પી નાખ્યા છતાં નિર્ણય લઈ શક્યો નહીં ત્યારે નશાના ઘેનમાં બેઠાં-બેઠાં જ તે ઝોકે ચડી ગયો અને આંખ ઊઘડી ત્યાં સુધીમાં ચાર વાગી ચૂક્યા હતા.

'ચૂપ કેમ થઈ ગયો, વૈભવ ?'

પુત્રને વિચારમાં ખોવાયેલો જોઈને ઈશ્વરભાઈએ તેને સજાગ કરતાં પૂછ્યું : 'મને મિત્ર માનીને જવાબ ન આપી શકે તો પિતાને આપી શકાય એવો જવાબ આપજે... એની સાથે પરણવું પડે એટલી હદ સુધી તું આગળ નથી વધી ગયો ને ?'

પરણવું પડે ! વૈભવને પિતાના એ શબ્દો એને ખટક્યા. કદાચ એ કહી દેત કે મારે પરણવું હોય તોપણ એ પરણવા તૈયાર નથી, ડૅડી ! પરંતુ આ તબક્કે એ કહેવાનું તેને વધુ પડતું વહેલું લાગ્યું. હજુ પોતે આશા ક્યાં છોડી છે ? કદાચ સબીના પોતાની કસોટી કરતી હોય. કદાચ એ જાણવા માગતી હોય કે આ પુરુષ એક સ્ત્રીને માતા બનાવીને હંમેશને માટે પુત્રને ભૂલી જવા જેટલો નિષ્ઠુર બની શકે છે ખરો ? કદાચ એમ પણ બને કે હું એની સાથે સંબંધ વિકસાવું, પછી પોતે માતા બનવાની છે એની જાણ થતાં પ્રસ્તાવ મૂકી દે : વૈભવ, નાઉ આઈ વેરી મચ વૉન્ટ ટુ મેરી યૂ ! હવે હું જ તને પરણવા માટે તલસું છું, વૈભવ...

'તું જવાબ આપવા માગતો નથી કે જવાબ આપી શકતો નથી ?'

તેની ખામોશીથી અકળાયા હોય તેમ જરાક ઊંચા અવાજે ઈશ્વરભાઈએ જવાબની ઉઘરાણી કરી નાખી ત્યારે વૈભવને થયું કે પોતાની ચુપકીદીનો ડૅડી ખોટો અર્થ કરી રહ્યા છે.

'હું સબીનાને પરણવા માગતો હોઉં તો તેમાં વૉટ ઈઝ રૉંગ ? (ખોટું શું છે ?)'

દીકરો મક્કમ થવા મથતો હતો એવું ઈશ્વરભાઈએ મહેસૂસ કર્યું એટલે તેના મનસૂબાને હચમચાવી નાખવાની તક ઝડપી લીધી :

'સાચા-ખોટાની વાત જવા દે, માય સન ! તેં એના ખતરનાક પરિણામનો વિચાર કર્યો છે ? સાથોસાથ તેં એ પણ વિચાર્યું છે કે પ્રાઈમ મિનિસ્ટરની સિસ્ટર સાથે તારું ગોઠવાઈ જાય તો કેવું સુખદ પરિણામ આવી શકે ?'

ત્યારે વૈભવે ઘડીભર આંખો મીંચી લઈ, શ્વાસ લેતાં જવાબ વિચારી લીધો, પછી પિતાની સામે દૃષ્ટિ માંડી.

'તમારા બીજા પ્રશ્નનો જવાબ પહેલાં આપી દઉં, ડૅડી ! પ્રાઈમ મિનિસ્ટરની બહેનને પરણવાથી સરકારમાં આપણી વગ વધી જશે, સમાજમાં આપણો મોભો સવાયો થઈ જશે અને વેપારમાં બેહદ લાભ થશે એવી ગણતરી સાચી હોય તોપણ એ શૉર્ટ કટ (ટૂંકો રસ્તો) ખતરનાક પુરવાર નહીં થાય તેની શું ખાતરી ?'

'શૉર્ટ કટ ? ખતરનાક ?'

'તમે એમ કેમ નથી વિચારતા કે આજના પ્રાઈમ મિનિસ્ટર વરસે-બે-વરસે સત્તાસ્થાને નહીં પણ હોય... એ વખતે સત્તા પર આવેલા તેમના વિરોધીઓ ભૂતપૂર્વ વડાપ્રધાનના વેવાઈ સામે વેર પણ વાળી શકે છે... એનાં પરિણામ પણ ખતરનાક આવી શકે છે.'

'હું એટલો બધો શૉર્ટ-સાઈડેડ (ટૂંકી દૃષ્ટિનો) છું એમ તું માને છે ?' ઈશ્વરભાઈ દીકરાની દલીલ હસી કાઢતા હોય એમ બોલ્યા : 'તું એક-બે વરસની વાત કરે છે, પણ આવતાં પંદર વરસ સુધી બીજું કોઈ આ દેશનો વડાપ્રધાન બની શકે એવો વિકલ્પ જ નથી.'

'તમારી એ ગણતરીનેય સાચી માની લઈએ તોપણ, ડૅડી, એમાં જોખમ ઓછું નથી.' વૈભવનું મગજ ઝડપથી દલીલ શોધી કાઢવામાં સમર્થ હતું : 'અત્યાર સુધી વૈભવ ઈન્ડસ્ટ્રીઝની ઝડપી પ્રગતિને માટે લોકો તમારા પુરુષાર્થને યશ આપતા હતા, પણ વડાપ્રધાનના વેવાઈ બન્યા પછી જે કાંઈ પ્રગતિ કરશો તેને લોકો વડાપ્રધાન સાથેના સંબંધનો ગેરલાભ ગણાવશે એ વિચાર્યું છે તમે ?'

પુત્રની દલીલમાં પિતાને વજૂદ લાગ્યું. અત્યારે પણ હરીફો, અદેખાઓ અને વિઘ્નસંતોષીઓ આક્ષેપ કરતા રહે છે કે ઈશ્વરભાઈ પોતાને લાભ થાય એવી જ નીતિ સરકાર પાસે ઘડાવે છે.

પિતાનું મન કળી જનારા વૈભવે તરત જ બીજી દલીલ રજૂ કરી દીધી :

'ડૅડી, અત્યારે પાર્લામેન્ટમાં પોણોસો કરતાં વધુ સભ્યો આપણા આર્થિક ટેકાથી ચૂંટાઈને બેઠા છે... ખુદ નાણાપ્રધાનને આપણે સાધી લીધા છે. સમય જતાં બીજા પચાસ-સાઠ સંસદસભ્યોને આપણા બનાવી લઈએ તો પ્રાઈમ મિનિસ્ટરને વેવાઈ બનાવ્યા વિના પણ તમે એમને આપણા બનાવી શકો તેમ છો.'

સાંભળીને ઈશ્વરભાઈથી મલક્યા વિના રહેવાયું નહીં. પુત્રને એ કહી શક્યા નહીં કે વેવાઈ બનવાની આતુરતા માત્ર આપણા પક્ષે જ નથી, વડાપ્રધાન પોતેય એટલા જ તત્પર છે. એ જાણે છે વૈભવ ઈન્ડસ્ટ્રીઝે પાર્લામેન્ટમાં પોતાની જોરદાર લૉબી ઊભી કરી લીધી છે, નાણાંની તાકાતથી હજુ વધારે પીઠબળ ઊભું કરી શકે તેમ છે. જો પોતાની બહેનને વૈભવ સાથે પરણાવી દે તો આટલા સંસદસભ્યો કદી પોતાની પડખેથી ખસે નહીં અને સત્તા પરથી હઠવાનો વારો જ આવે નહીં.

'હવે તમારા પહેલા પ્રશ્નનો જવાબ પણ સાંભળી લો, ડૅડી !'

પોતે પિતાના મનમાં પ્રાઈમ મિનિસ્ટરની બહેનવાળી વાત બરાબર ઠસાવી દીધી એના ઉત્સાહમાં વૈભવે આત્મવિશ્વાસથી આગળ ચલાવ્યું :

'કોઈ ઍક્ટ્રેસને પરણવાથી ખતરનાક પરિણામ શું કામ આવે ? ઉદ્યોગપતિ માધવાણી જો મુમતાઝ સાથે પરણી શકે અને નવાબ પટૌડી શર્મિલાને પરણે છતાં કોઈ ખતરનાક પરિણામ ન આવે તો આપણે એવો ભય શું કામ રાખવો જોઈએ ?'

'માધવાણીના વેપાર-ઉદ્યોગ આ દેશમાં નહોતા અને પટૌડીએ આપણી જેમ હજારો-લાખો શૅરહોલ્ડરોનો વિચાર કરવાનો નહોતો. આપણને એમના વાદ ન પાલવે, વૈભવ !'

'એટલે તમે શું માનો છો કે હું કોઈ ઍક્ટ્રેસને પરણી જાઉં તો શૅરહોલ્ડરો આપણી કંપનીના શૅર ફટાફટ વેચવા માંડશે ?'

'કંપનીના ભવિષ્ય પર તારા પગલાના વિપરીત પ્રત્યાઘાત જરૂર પડે.' ઈશ્વરભાઈ પાસે આ એક જ સચોટ શસ્ત્ર હતું અને તેનો સચોટ ઉપયોગ કરી લેવાનો હતો :

'સાંભળ, વૈભવ, આજ સુધી લોકોએ મારી શક્તિ, સૂઝ અને આત્મવિશ્વાસ પર પોતાની કરોડોની મૂડી આપણી કંપનીઓમાં રોકી છે. તેમને ખાતરી છે કે આ માણસના હૈયે વૈભવ ઈન્ડસ્ટ્રીઝનાં પ્રગતિ અને હિત વસેલાં છે.'

'પરંતુ મારા કોઈ પગલાથી તમારા પરનો લોકોનો વિશ્વાસ શું કામ ડગી જાય ?'

'કારણ કે લોકો તને આ તમામ કંપનીઓના ભાવિ સૂત્રધાર તરીકે જુએ છે... એમના મનમાં ઠસી જાય કે ઈશ્વરભાઈનો પુત્ર પ્લેબૉય (છેલબટાઉ) છે, એક ઍક્ટ્રેસને પરણી ગયા પછી ભોગવિલાસમાં પડી જશે તો કંપીનાઓનું ભાવિ અંધકારમય બની જશે. આવો અવિશ્વાસ આપણા માટે ઘાતકી નીવડી શકે છે, વૈભવ !'

'હું એવું માનતો નથી. શૅરહોલ્ડરોને હું એવા અણસમજુ ગણતો નથી.'

'તારા એકલાના માનવાથી શું વળે, વૈભવ ?' ઈશ્વરભાઈને થયું કે નિશાન ચૂકી જવાનું પાલવે તેમ નથી એટલે બોલવાનું ચાલુ રાખ્યું :

'આ અંગે આપણે લોકોનો મત લેવા તો નહીં જઈ શકીએ, પણ આપણી કંપનીઓના વિચક્ષણ ડિરેક્ટરોમાંથી બે-ચારને તું જાતે જ પૂછી જોજે. એ લોકોય તારા આ પગલાને ખતરનાક તરીકે જ ખપાવશે.'

'મારી અંગત બાબતમાં કંપનીના ડિરેક્ટરોએ માથું મારવાની શી જરૂર ?' વાત આટોપી લેવા માગતો હોય એવી અધીરાઈથી વૈભવ બોલી ગયો : 'જે ડિરેક્ટરને મારું પગલું ગેરવાજબી લાગતું હોય તે કંપની છોડીને જઈ શકે છે !'

સાંભળીને પિતાની આંખો પહોળી થઈ ગઈ. પુત્રે ન કહેવાનું પણ કહી દીધું !

'અને, ડૅડી ! એ લોકો કંપની છોડીને જાય નહીં એવું તમે ઇચ્છતા હો તો તમે મને કંપની છોડી જવાનું કહી શકો છો.'

કહેતો વૈભવ આવેશમાં ઊભો થઈ ગયો. ઈશ્વરભાઈ આઘાતથી ઘડીભર હેબતાઈ ગયા. એ પુત્રને હાથ પકડીને બેસાડવાનું વિચારતા હતા ત્યાં પોતાના અંગત ફોનની ઘંટડી વાગી. બેડરૂમના જે ફોનના નંબરની થોડી અંગત વ્યક્તિઓને જ જાણ હતી એ રણકી ઊઠ્યો ત્યારે તેની અવગણના કરવી પાલવે તેમ નહોતી. ફોનનું રીસીવર ઊંચકવા ડોક ફેરવીને તેમણે હાથ લંબાવ્યો એ તકનો લાભ લઈ વૈભવ તેમની નજર સામેથી આબાદ સરકી ગયો.

'કોણ, ઈશ્વરભાઈ ?' ફોનનું રીસીવર કાને માંડતાં જ સંસદસભ્ય મુરારિનો ઉતાવળો અવાજ સંભળાયો.

'શું બાબત છે, મુરારિભાઈ ?'

'અમદાવાદથી બોલું છું.'

સાંભળતાં જ ઈશ્વરભાઈને યાદ આવ્યું કે સંસદસભ્ય મુરારિ પોદ્દાર પણ દિલ્હીથી પ્લેનમાં પ્રાઈમ મિનિસ્ટર સાથે મુંબઈ આવવા રવાના થયા હતા અને તેમની સાથે જ અમદાવાદ રોકાઈ ગયા હતા.

'બોલો, પી.એમ.ના પિતરાઈની તબિયત હવે કેમ છે ?'

'એની વાત છોડો, મૂળ વાત પર આવો.' મુરારિ પોદ્દાર રાજકારણીની ઢબે બોલ્યા : 'તમારા વૈભવ માટે હું આટલી મહેનત કરું છું ત્યારે તમે એને વશમાં કેમ રાખી શકતા નથી ?'

'શું થયું એ તો કહો ?' ઈશ્વરભાઈ સમજી તો ગયા કે સબીનાવાળી વાત ઝડપથી પ્રસરી રહી છે, છતાં અજાણ્યા રહીને પૂછ્યું : 'વશમાં રાખવાની વાત શું છે ?'

'સબીનાનું લફરું તત્કાળ બંધ થવું જોઈએ, ઈશ્વરભાઈ ! કાલે રાત્રે તમારો ચિરંજીવી તેની સાથે હતો એ વાત પી.એમ. સુધી પહોંચી ગઈ.'

'એ કેમ બને ?'

'આવડા મોટા દેશના વડાપ્રધાન પોતાની બહેનને પરણનાર વિષે તપાસ તો કરાવે જ ને ? એમની તહેનાતમાં તો આખું જાસૂસીતંત્ર છે, પછી તમારા દીકરા વિષે જાણવામાં વાર શું લાગે ?'

સાંભળીને ઈશ્વરભાઈ મૂંગા જ રહ્યા.

'જુઓ, મેં પી.એમ.ને સમજાવ્યા છે કે આ તો વિરાણીના વિરોધીઓ વાત ફેલાવી રહ્યા છે. ફિલ્મવાળા પણ પબ્લિસિટી વધારવા ખાતર આવા સ્ટંટ કરતા હોય છે. બાકી બે ટકાની ઍક્ટ્રેસને વિરાણીશેઠનો દીકરો સૂંઘે સુધ્ધાં નહીં.'

'પછી ?'

'પછી શું ? અત્યારે તો મેં એમને મનાવી લીધા છે. પરંતુ હવે તમારે તત્કાળ વૈભવને મનાવી લેવો પડશે.'

'હું એ જ કરી રહ્યો છું.'

'તમે ઢીલું બોલો છો, ઈશ્વરભાઈ !' અમદાવાદ બેઠાં પણ તેની સ્થિતિ સમજી ગયા હોય તેમ મુરારિએ સંભળાવ્યું : 'છોકરો ન માને તો પેલીનો કાંટો કાઢી નાખો... ફિલ્મ ઈન્ડસ્ટ્રીઝમાં તેનાં જેટલાં પિક્ચર ઊતરતાં હોય એ પ્રોડ્યુસરોને સાધીને કહી દો કે એને ફિલ્મમાંથી પડતી મૂકે... શૂટિંગ થયું હોય તેનો તમામ ખર્ચ આપી દેવાની ઑફર કરો. બીજી બાજુથી બાઈને પણ ચેતવી દો કે તું મારા દીકરાના રસ્તામાંથી હઠી નહીં જાય તો તારી કેરિયર ખતમ કરી નાખશું !'

'એમ કરવા જતાં કદાચ વૈભવ વધુ વીફરી બેસે.'

'તો પછી છેલ્લો એક જ ઉપાય છે.'

કહીને મુરારિ અટકી ગયો એટલે ધીરજ ખૂટી ગઈ હોય તેમ ઈશ્વરભાઈએ પૂછ્યું : 'કેવો ઉપાય, મુરારી ?'

'આ દુનિયામાંથી બાઈનું અસ્તિત્વ જ મિટાવી દો !'

સાંભળીને ઈશ્વરભાઈના શ્વાસ અધ્ધર થઈ ગયા ત્યાં સામેથી આગળ સાંભળવા મળ્યું :

'અમારે પૉલિટિક્સમાં આવું કરવું પડે છે, ક્યારેક પ્રેમની બાબતમાંય કરવું પડે. તમારાથી ન થઈ શકે તો મારા પર છોડી દો. ભાડૂતી માણસોને રોકવા માટે પાંચ-સાત લાખ ઓછા થાય એ સિવાય કાંઈ જ ગુમાવવાનું નથી, જાન તો પેલીએ જ ગુમાવવાનો છે ને ?'

ઈશ્વરભાઈ ચૂપ જ રહ્યા.

'અને સાંભળો, થોડા દિવસ માટે વૈભવને બહાર મોકલી દો... ફૉરેન મોકલવાનું વધારે સારું રહેશે. બહુ વિચાર કરવામાં સમય વેડફી નાખતા નહીં. તમે તો ઝડપી નિર્ણય માટે પંકાયેલા છો.'

મુરારિ પોદ્દાર એવી રીતે બોલી ગયા કે જાણે પાંચ-સાત લાખનું દાન કરીને કોઈનું ભલું કરવાનો નિર્ણય લેવાનો હોય !

ફોન મુકાઈ ગયા પછી થોડી વાર રહીને ઈશ્વરભાઈએ પુત્રના બેડરૂમનો ઈન્ટરકૉમ જોડ્યો :

'વૈભવ, હમણાં જ સેક્રેટરી મંજૂષાનો ફોન હતો.' તેમણે ખોટું બોલવું પડ્યું : 'કાલે રાત્રે હૉંગકૉંગથી એક અર્જન્ટ મેસેજ આવ્યો છે. ફ્લોટિંગ હોટેલના પ્રોજેક્ટ માટે તારે હૉંગકૉંગ જવું પડશે... બને એટલા જલદી !'

'ઓકે, ડેડી, આપણે ઑફિસમાં મળીને તેની ચર્ચા કરી લેશું.'

વૈભવ હા કે નાને બદલે વાતને થોડા કલાક પૂરતી જ વિલંબમાં નાખી એટલે ઈશ્વરભાઈનો ઉચાટ ઓછો થયો.

તરત જ હૉંગકૉંગ ફોન જોડી પોતે વૈભવને મોકલવાની કરેલી ગોઠવણ અંગે ત્યાં-વાળાને જાણ કરી દીધી.

બીજું કાંઈ નહીં તો એટલા દિવસ વૈભવ પેલીના મોહપાશમાંથી દૂર રહેશે એવી ધરપત અનુભવતાં સામે પડેલાં છાપાં પર તેમની નજર ગઈ. રોજ સવારે અર્ધો ડઝન જેટલાં ન્યૂસપેપર્સ ઉપરઉપરથી જોઈ લીધા પછી જ એ બ્રેકફાસ્ટ કરતા. સામે પડેલા ‘સમાચાર’ના પહેલા પાના પરનું મથાળું વાંચી એમણે ઝાપટ મારી પેપર પાસે લઈ લીધું :

સાધ્વીજી ચન્દ્રસ્મિતાજીનું મુંબઈમાં આગમન

નીચે પેટાશીર્ષકમાં લખ્યું હતું : *સમાજના રૂઢિચુસ્તો અને સુધારકો વચ્ચે તણખા ઝર્યા*

થોડી વાર પહેલાંની સાંસારિક ઉપાધિને ફગાવી દઈને ઈશ્વરભાઈ દરેકેદરેક છાપામાં પ્રગટ થયેલા સાધ્વીના અહેવાલ વાંચવામાં તલ્લીન બની ગયા. વાંચતાં-વાંચતાં એક જ વાતનો અફસોસ થયા કરતો હતો કે એક પણ વર્તમાનપત્રમાં સાધ્વીનો ફોટો છપાયો નહોતો. તો શું ચન્દ્રસ્મિતાજીએ ક્રાન્તિકારી હોવા છતાં પોતાનો ભૂતકાળ અપ્રગટ રાખવા માટે ફોટા પાડવાનો નિષેધ રાખ્યો હશે ?

પોતે ગમે તે રીતે એના ફોટા પાડીને ભવાનજી શેઠિયાને મોકલી આપે તો ? સાધ્વીજી કોની પુત્રી છે એ રહસ્યને ફોટા સાથે દરેકેદરેક અખબારમાં પ્રગટ કરાવી દઉં તો ?

એ પગલું જૈન સમાજના આગેવાન ભવાનજીભાને તમાચો મારી દેવા જેવું પુરવાર થાય કે નહીં ?

*

મારુતિ (વન થાઉઝન્ડ) કાર બાન્દ્રાના હાઈવે પર ફંટાઈ એટલે ઈશ્વરભાઈ વિરાણીએ સીટને અઢેલી રાખેલી પીઠ ટટ્ટાર કરી. ખાર નજીક આવી રહ્યું હતું તેમતેમ સાધ્વીનાં દર્શનની તાલાવેલી તીવ્ર બની જતી હતી. આમ તો છાપામાં લખ્યા પ્રમાણે તેમનું વ્યાખ્યાન નવ વાગ્યે જ શરૂ થઈ જવાનું હતું. સવારે વૈભવ સાથે ચર્ચા કરવાનું ન રાખ્યું હોત તો પોતે છાપું વહેલું વાંચી લીધું હોત અને સમયસર વ્યાખ્યાનમાં પહોંચી ગયા હોત... પછી વિચાર્યું : એક રીતે સારું જ થયું. સમયસર પહોંચત તો સૌની નજરે ચડી જાત. પોતાને જોઈ શ્રાવકોની આંખો પહોળી થઈ ગઈ હોત : વૈષ્ણવકુટુંબના વિરાણીશેઠ જૈન સાધ્વીજીને સાંભળવા છેક કોલાબાથી ખાર સુધી આવ્યા ? અને તે પણ ધંધાના ચાલુ દિવસે !

સવારે *વિરામ વિલા*માંથી નીકળતાં પહેલાં સેક્રેટરી મંજૂષાને ફોન કરીને કહ્યું કે લંચ પહેલાંની બધી જ એપૉઈન્ટમેન્ટ રદ કરી દેજે... સામેથી મંજૂષાએ કાંઈક યાદ કરાવ્યું ત્યારે એમણે સંભળાવ્યું હતું : ‘મને ખબર છે, અત્યંત અગત્યના એ પેપર્સ સાઈન કરવાના છે, પણ મારે એના કરતાંય વધુ અગત્યના કામે જવું પડે તેમ છે.’ કહી પહેલા માળે પાર્ક થયેલી મારુતિમાં ખાર આવવા રવાના થઈ ગયા હતા. સૌનું ધ્યાન ન ખેંચાય એટલા ખાતર તો રૉલ્સ રોઈસને બદલે પુત્રી નિરાલીની મારુતિ લઈ જવાનું પસંદ કર્યું, ધર્મનો ઉપદેશ સાંભળવા માટે આમ છાનુંછપનું કરવાનું

તેમને વિચિત્ર લાગ્યું, પણ પછી મનને મનાવી લીધું : હું ક્યાં એને સાંભળવા જાઉં છું... મારે તો એનાં દર્શન કરવાં છે !

ખારના ચાર રસ્તા પર વાઘેલાએ મારુતિને ડાબી તરફ વાળી ત્યાં જ ઈશ્વરભાઈને બંધ કાચમાંથી નાકા પર ઊભેલા પોલીસો દેખાયા. છાપામાં વાંચેલું યાદ આવ્યું : વિરોધીઓ સાધ્વીજીના વ્યાખ્યાનમાં ખલેલ પહોંચાડવાના પ્રયાસ કરશે એવી અગમચેતીથી જૈન *સમાજ* હૉલની આસપાસ પાકો બંદોબસ્ત રાખવામાં આવશે... ઈશ્વરભાઈએ રસ્તાની બંને બાજુ જોયું તો વિરોધીઓનાં ટોળાં તો શું, રડ્યા-ખડ્યા દેખાવકારોય નજરે ન પડ્યા. કદાચ નવ વાગ્યા પહેલાં દેખાવ કરીને ચાલ્યા ગયા હશે અથવા વચ્ચે તૂટી પડેલા જોરદાર વરસાદે તેમના વિરોધને પલાળી નાખ્યો હશે ! કોણ જાણે કેમ, પણ ચન્દ્રસ્મિતાજી સામે વિરોધીઓના હાથ હેઠા પડ્યા એથી ઈશ્વરભાઈ મનોમન રાજી થયા.

વાઘેલા કારને કમ્પાઉન્ડના ગેટ તરફ વાળવા ગયો તો દરવાજો બંધ જોવા મળ્યો. ત્યાં ઊભેલા હવાલદારે જાણ કરી કે અંદર પાર્કિંગની જગ્યા નથી અને મોડા આવનારને પાછલા દરવાજેથી જ પ્રવેશ મળી શકે તેમ છે એટલે મારુતિ એ તરફ આગળ વધી.

પછવાડેના દરવાજેથી પ્રવેશ કરતાં પહેલાં ઈશ્વરભાઈએ આંખ પર ગૉગલ્સ ચડાવી દીધા. ગૉગલ્સથી ચહેરો ભલે ન છુપાવી શકાય, પણ પોતે સાધ્વીને ધારીધારીને જોઈ રહ્યા છે એ તો છુપાવી શકાય ને ? અવસર એવો વેશ એ વિચારે તેમણે સિલ્કના ઝભ્ભા નીચે ટેરીકોટનો પાયજામો પહેર્યો હતો. ગુચીના શૂઝની જગ્યાએ અઢીસો રૂપિયાનાં 'સાદાં' ચંપલ પહેરેલાં. રૉલેક્સ વૉચને બદલે પાંચેક હજારની 'ચાલુ' ઘડિયાળ કાંડે બાંધી હતી, જેમાં દસ વાગી ચૂક્યા હતા.

હૉલમાં પ્રવેશ કરતાં પહેલાં તેમને આશ્ચર્ય થયું. મોટી સંખ્યામાં શ્રોતાઓની હાજરીનો કોઈ અણસાર નહોતો. સૂરીલા કંઠે બોલાતા મંત્રોચ્ચાર સિવાય બહાર કોઈ જાતનો અવાજ સંભળાતો નહોતો. કદાચ વિરોધથી ડરીને રડ્યાખડ્યા જ વ્યાખ્યાન સાંભળવા આવ્યા હશે ? - એવો વિચાર આવતાં થોડી વાર પહેલાંનો એમનો રાજીપો ઓસરી ગયો. ગમે તેમ તો ચન્દ્રસ્મિતાજી ભૂતકાળની ચન્દ્રપ્રભા હતી અને બીજા બધા કરતાં એ પોતાની માનીતી... માનીતી શું ? એમણે શબ્દ શોધવા પ્રયાસ કર્યો જે થોડી વારે જડી ગયો - પોતાની માનીતી વ્યક્તિ હતી ને !

જેવા એ પછવાડેના દ્વારમાંથી દાખલ થયા કે ગૉગલ્સ પાછળની એમની આંખો પહોળી થઈ ગઈ. સભાગૃહ ખીચોખીચ ભર્યું હતું અને સાધ્વીજીના મંત્રોચ્ચારમાં મુગ્ધ બનેલા શ્રાવકો આંખો મીંચી મંત્રો સાંભળવામાં ધ્યાનમગ્ન બની ગયા હતા. પોતે દાખલ થયા તેના તરફ કોઈનું ધ્યાન ગયું નહીં અને છેક છેવાડે ભીંતને અઢેલીને બેઠેલા શ્રોતાઓમાં બે જણા વચ્ચે થોડી જગ્યા દેખાઈ તેમાં સંકડાશ કરીને પોતે બેસી ગયા તોપણ બંને બાજુવાળાએ આંખો ઉઘાડ્યા વિના જ જગ્યા કરી આપી.

એ ભક્તિમય શાન્તિ અને સાધ્વીજીની મંત્રમુગ્ધ શક્તિ પર પ્રભાવિત થઈને તેમણે ચન્દ્રસ્મિતાજી પર દૃષ્ટિ માંડી.

મંચની મધ્યમાં ઊજળાં શ્વેત વસ્ત્રોમાં એ બેઠાં હતાં. છેક છેવાડે ત્રીસેક વરસની તેમની શિષ્યા જેવી દેખાતી મહિલા બેઠેલી. ના, આજે સાધ્વીએ મુહપત્તી બાંધી નહોતી એટલે એમનું

તેજસ્વી મુખ સમગ્રપણે જોઈ શકાતું હતું. ઈશ્વરભાઈને થયું : સાથે દૂરબીન લઈ આવ્યો હોત તો આટલે દૂરથી પણ હું એ મુખનું નિકટ-દર્શન કરી શકત ને ?

અને સાધ્વીનાં નેત્રો ખૂલ્યાં. સમગ્ર શ્રોતાગણ પર એમની અમીદૃષ્ટિ ફરી વળી. સૌને ધ્યાનમગ્ન જોઈને મુખ પર પ્રસન્નતા પ્રસરાવીને તેમણે ધીમા અવાજે ખોંખારો ખાઈ લીધો અને સેંકડો બંધ આંખો એકીટશે ઉઘડતી તેમને ભક્તિભાવથી નિહાળવા લાગી. શ્રોતાઓનો પૂજ્યભાવ જોઈને ઈશ્વરભાઈએ મનોમન નક્કી કર્યું : તેમને જોતી વેળા હું પણ મારી દૃષ્ટિમાં આસક્તિભાવને ઊપસવા નહીં દઉં !

'હાં, તો મૈં ક્યા કહ રહી થી ?'

ચાલીસ વરસ અગાઉ સાંભળ્યો હતો એ જ કંઠ ! પણ એ હિંદીમાં કેમ બોલે છે ? કદાચ આગ્રાના વસવાટને કારણે હિંદી ભાષા એમની વાણીમાં વણાઈ ગઈ હશે. પરંતુ ત્યાં તો સાધ્વીએ ગુજરાતી અપનાવી લીધું :

'વૈભવની આપણે વાત કરતાં હતાં ને ?'

સાંભળતાં જ વિરાણીશેઠ આખેઆખા ધ્રૂજી ઊઠ્યા : વૈભવ ! મારા કાને એનો પહેલો શબ્દ એ જ પડ્યો !

'અહીં આવી ત્યારે કોઈએ કહ્યું કે આપ એક વાર મુંબઈ શહેર જોઈ લો. અહીં કેટલી ગગનચુંબી ઇમારતો ઊભી થઈ છે ! કેવો વૈભવ ખડકાયો છે ! તેના જવાબમાં હું એટલું જ કહી શકી કે મુંબઈ શહેરમાં વીસ-બાવીસ માળની ઇમારતોનો પોરસ કરો છો તેની સાથે ઠેરઠેર પથરાયેલી ઝૂંપડપટ્ટીના વાત કેમ ઉચ્ચારતા નથી ? એ કુરૂપ દૃશ્યો દેખાડતાં તમે સંકોચ અનુભવો છો એટલા માટે ?'

એ જરા વાર અટક્યાં ત્યારે ઈશ્વરભાઈને થયું કે સાધ્વી સંબોધન તો સમૂહને કરે છે, પણ મને એકલાને જ સંભળાવતાં હોય એવું કેમ લાગે છે ?

'મોટા ભાગના સંસારીઓની મનોવૃત્તિ પણ આવી જ છે. બીજાને પોતાનું ઊજળું દેખાડવાનો ઉત્સાહ અપૂર્વ હોય, પણ પોતાના દુર્ગુણ કોઈની નજરે ચડી ન જાય એ માટે બહુ સાવધ રહે છે.

કોઈક વાર આપણને સાંભળવા મળે છે કે ફલાણા શેઠ આપબળે કરોડપતિ બન્યા છે... આપબળે આગળ વધનારની ભલે પ્રશંસા કરીએ, પણ માત્ર વૈભવને ધ્યાનમાં લઈને વખાણ કેમ કરી શકાય ? આપબળે આગળ વધીને કેટલાક વિદ્વાન થાય છે, મનોબળે પોતાનું તમામ ત્યજીને કેટલાક ગરીબોની સેવા માટે જીવન સમર્પણ કરી દે છે... એ બધા માટે આપણે કેટલું ગૌરવ અનુભવીએ છીએ ?

મુંબઈ આવતાં પહેલાં મને કોઈએ જણાવ્યું કે આપને અમે ફલાણા શ્રાવકની હવેલીમાં ઉતારો આપવા માગીએ છીએ. ત્યાં સર્વે સુવિધા છે, વૈભવી રાચરચીલું છે, ડઝન નોકરચાકર છે અને ચાંદીનાં પાત્રમાં ભોજન પીરસાય છે...

હવે તમે જ કહો, બધું જ ત્યજી દઈને સાધુ-સાધ્વી-પદે પહોંચ્યાં હોય તેમના ઉતારા માટે આવો પ્રસ્તાવ શોભે ખરો ?' કહેતાં એમણે સત્વર ઉમેર્યું : 'જોજો, હું કોઈની નિંદા નથી

કરતી. દરેક ધર્મના સાધુઓ શ્રીમંતના આવાસમાં ઉતારા કરે છે, પરંતુ એ વૈભવ કદાચ તેમને સ્પર્શી શકતો નહીં હોય, એ સુખસાહ્યબીથી તેઓ નિર્લેપ રહી શકતા હશે, જ્યારે હું હજુ એ સ્થિતિ પર પહોંચી નથી.

આજકાલ ઘણા એવું માનવા લાગ્યા છે કે જેમનો ઉપદેશ સાંભળવા વધુ ધનિકો આવે એ વધારે ઊંચા... જ્યારે હું કહું છું કે ધર્મોપદેશ સાંભળવા જતી વેળાએ માત્ર તમારાં જોડા-ચંપલ જ નહીં, તમારો ધન-વૈભવ, તમારા રાગ-દ્વેષ, તમારી વૃત્તિ-આસક્તિ - બધું જ બહાર ઉતારીને આવો.

આજે તો દરેકની દોટ શ્રીમંત થવા તરફની છે. પરંતુ સંપત્તિ માટેની આ દોડના પ્રત્યેક પગલે પોતાનો આત્મા બંધનની બેડીમાં જકડાઈ રહ્યો છે એનું માનવીને ભાન રહેતું નથી. તરસ લાગે એ તો પાણીથી છિપાઈ શકે છે, પણ લક્ષ્મી અને કીર્તિની પ્યાસ એવી છે કે એ જેમ મળતી જાય તેમ વધતી જ જાય. કોઈક જ એવો વીરલો નીકળશે જે કહે, બસ, હવે હું કીર્તિથી ધરાઈ ગયો. કોઈક જ એવો સંતોષી જડશે જે હાથ જોડીને લક્ષ્મીને કહે, દેવી ! હવે ખમૈયા કરો... અને આ અતૃપ્તિનું કારણ શું ?'

કહીને સાધ્વીજી અટક્યાં ત્યારે એમના વાણીપ્રવાહમાં તણાયે જતા શ્રોતાઓને આગળ સાંભળવાની ઉત્કંઠા વધી ગઈ. એકદમ છેવાડે બેઠેલા ઈશ્વરભાઈને થયું કે એ બોલે છે ત્યારે એની આંખોમાંથી કોઈ તેજ પ્રસરતું હોય એમ લાગે છે, જે ઝીલ્યા જ કરીએ એવી પ્યાસ જાગે છે.

'એનું કારણ છે આપણું મન ! ગીતામાં મનને જ બંધન અને મોક્ષનું કારણ ગણાવ્યું. એના જેવું પરમ સત્ય આજ સુધી કોઈએ ઉચ્ચાર્યું નથી. તમને એક દૃષ્ટાંત સંભળાવું.'

કહી શ્રોતાગણ પર દૃષ્ટિ માંડી. કેમ જાણે સૌને એ દૃષ્ટિના દિવ્ય બંધનમાં જકડી લેવાં હોય એવો સંકલ્પ તેમના મુખ પર પ્રસરતો દેખાયો.

'આ દૃષ્ટાંત તમે મુનિ વાત્સલ્યદીપ કે મોરારિબાપુના મુખે કદાચ સાંભળી ચૂક્યા હશો. હું જે કાંઈ તમને કહી રહી છું એમાં મારું પોતાનું કાંઈ જ નથી એમ માનજો... એક સંતે એક નગરમાં પ્રવેશ કર્યો ત્યાં સામે રાજાની સેના મળી. ગજરાજની અંબાડી પર બેઠેલા રાજવીને થયું કે સંતપુરુષનાં શુકન થયાં એટલે વિજય નક્કી જ છે. અંબાડી પરથી ઊતરી સંતપુરુષને પ્રણામ સાથે વિનંતી કરી : મહારાજ, અમને આશીર્વાદ આપો... સંતે આશીર્વાદ આપ્યા : તારું ભલું થજો ! આશીર્વાદ પામીને પ્રસન્ન થયેલા રાજવીએ કહ્યું : હું આપનાં ચરણે કાંઈક ધરવા માગું છું. મારું કાંઈક આપ સ્વીકારો એવી અરજ ગુજારું છું.

જે સંતે બધું જ ત્યજી દીધું હતું, જેમના એક હાથમાં દંડ અને બીજા હાથમાં કમંડળ હતું, શરીર પરનાં વસ્ત્રો સિવાય કોઈ પરિગ્રહ નહોતો એવા સંતે ઘણી આનાકાની કરી, પણ રાજાને તો પોતાની સંપત્તિ-સમૃદ્ધિનું ગુમાન હતું. અરે મહારાજ, હું અહીંનો રાજા ! આપને ખાલી હાથે કેમ જવા દઉં ? આપ માગો તે હાજર કરી શકવા માટે સર્વશક્તિમાન છું !

ત્યારે સંત મલક્યા : રાજન્, તારી પાસે સુવર્ણમુદ્રા તો હશે જ... જવાબમાં રાજવીએ પોરસ કર્યો : અરે, સુવર્ણમુદ્રાનો આખો ખજાનો ભર્યો છે... કહી સેવકોને આજ્ઞા કરી કે સુવર્ણમુદ્રાના

કોથળા લઈ આવી સંતનાં ચરણે ધરી દો. પણ સંતે કહ્યું : નહીં, મારે તો આ કમંડળમાં સમાય એટલી જ મુદ્રા જોઈએ. જરાય ઓછી-વધુ નહીં ચાલે.

અરે, હું તો અઢળક ખજાનાનો સર્વેસર્વા છું. આપને ઓછું શું કામ આપું ? કહી સોનામહોરથી સાધુનું કમંડળ ભરી દેવાની રાજાએ સેવકને આજ્ઞા કરી અને સેવકે કમંડળમાં એક ખોબો નાખ્યો, બીજો ખોબો ઠાલવ્યો, ત્રીજો, ચોથો - એમ સોનામહોર કમંડળમાં ઠલવાતી ગઈ, પણ કમંડળ ભરાય જ નહીં, અક્ષયપાત્રની જેમ એ અધૂરું જ રહે. કોથળાના કોથળા ઠલવાયા પછી પણ કમંડળ ભરાયું નહીં ત્યારે રાજવી સંતના પગે પડી ગયો : આપની પાસે આ કોઈ દૈવી પાત્ર છે ! એ ભરવાની મારી શક્તિ નથી ! મને માફ કરી દો !

નહીં, રાજન્, આ કોઈ દૈવી પાત્ર નથી. આ કમંડળ તો માનવીની ખોપરીનું બનેલું છે.'

હું સમજ્યો નહીં, સંત !

સમજવા જેવું છે, પણ સમજ્યા પછીય માણસ એને સમજતો નથી. છતાં સાંભળ. માનવીના મસ્તકમાં રહેલું મગજ ગમે તેટલું પ્રાપ્ત કર્યા પછી પણ સંતોષ અનુભવતું નથી. સત્તા-સંપત્તિ, વૈભવ-વિલાસ, વેરઝેર, રાગદ્વેષ એક વાર તેમાં ભરાવા લાગે એટલે માણસની એ ખોપરી હજી વધુ, હજી વધુ - એમ માગ્યા કરે છે. કુબેરનો ભંડાર ખૂટી જાય તોપણ એની માગણીનો આરો આવતો નથી.'

કહી જરા વાર અટકીને સાધ્વીજી આગળ બોલે ત્યાં આગલી હરોળમાં બેઠેલા શ્રોતાઓમાં કાંઈક ગરબડ થઈ. એક કાર્યકર કોઈને ઊભો કરી તેના હાથમાંથી કાંઈક ઝૂંટવી રહ્યો હતો.

'શું બાબત છે ?'

'સાધ્વીજી, પ્રતિબંધ હોવા છતાં આ માણસ છુપાઈને તમારા ફોટા પાડતો હતો. મેં એનો કૅમેરા ઝૂંટવી લઈને ફિલ્મનો રોલ ખેંચી કાઢ્યો.'

ત્યારે ઈશ્વરભાઈને ધ્રાસકો પડ્યો. કદાચ પોતાની કંપનીના પ્રેસ રિલેશન ઑફિસરે મોકલેલો ફોટોગ્રાફર તો નહીં હોય ને ?

'ભાઈ, તમે બેસી જાઓ.' સાધ્વીજીએ સંપૂર્ણ સ્વસ્થતા સાથે પેલા કાર્યકરને જણાવ્યું : 'એણે એનું કામ કર્યું, તમે તમારી ફરજ બજાવી... પણ આમ બન્યું તે એક રીતે સારું જ થયું !'

સાંભળીને ઈશ્વરભાઈ સહિત શ્રોતાઓ આશ્ચર્યમાં પડી ગયા. આમાં સારું શું થયું ?

'ઘણા મને પ્રશ્ન કરે છે : તમે ધર્મની મર્યાદા વટાવીને વિમાન જેવાં યાંત્રિક વાહનોમાં પ્રવાસ કરો છો, પ્રવચનમાં લાઉડસ્પીકર વાપરવાનો આગ્રહ રાખો છો, તો પછી છબી પડાવવા સામે વિરોધ શું કામ ?'

સાંભળીને ઈશ્વરભાઈને બોલી જવાનું મન થયું : કારણ કે તમારો ફોટો તમારી સાચી ઓળખાણ જાહેર કરી દે, જે તમે આજ સુધી સિફતથી ગુપ્ત રાખી શક્યાં છો.

'તમે લોકો જાતજાતના તર્ક કરવા માંડો એ માટે સ્પષ્ટતા કરવાની મને આ ફોટોગ્રાફરે તક આપી.'

સાંભળીને ઈશ્વરભાઈને થયું : મેં તર્ક કર્યો એની પણ એને જાણ થઈ ગઈ હશે ?

'મૂર્તિ અને છબી તો દેવ-દેવીઓની હોય, સાધુ-સાધ્વીઓની નહીં !' તેમની વાણીમાં એકાએક દૃઢતા આવી ગઈ :

'વળી સાધુ-સાધ્વીઓના ફોટા વર્તમાનપત્રો કે પત્રિકામાં છપાયા પછી એનું શું થાય છે ? એના કેટકેટલા સારા-ખરાબ ઉપયોગ થતા હોય છે એ તમે ક્યાં નથી જાણતા ? મારી દીક્ષાના થોડા સમય પછી એક વાર હું સંઘ સાથે વિહાર કરતી હતી ત્યાં રસ્તા પર અચાનક છાપાનો એક ટુકડો મારા પગમાં અટવાયો. હાથેથી ઊંચકી લઈ તેને દૂર ફગાવવા જતી હતી ત્યાં તેમાં છપાયેલી એક છબી પર મારી દૃષ્ટિ પડી. જોઉં છું તો મારા ગુરુજીની છબી ! આહાર માટે ઉપયોગમાં લઈને ફગાવી દીધેલો એ છાપાનો ટુકડો તેલ-મસાલાથી ખરડાયેલો હતો. મેં સામે નજર કરી તો સડકની સામી કિનારી પર કોઈ માંસાહાર રંધાતો હતો જેની દુર્ગંધ મારા સુધી પહોંચતી હતી. ત્યારે મારો જીવ કકળી ઊઠ્યો : અરેરે, અહિંસાના પરમ ઉપાસક એવા મહારાજસાહેબની છબી માંસાહારનું પાત્ર બની ? બસ, ત્યારથી સંકલ્પ કર્યો કે ક્યારેય છબી પડાવવી નહીં અને કદાપિ વર્તમાનપત્રમાં છપાવવી નહીં.'

વાત સડસડાટ ગળે ઊતરી ગઈ હોય તેમ શ્રોતાઓ દિગ્મૂઢ બની ગયા.

'આટલી આડવાત પછી આજના ઉપસંહારમાં ફરી એ જ કહેવાનું કે મનને અંકુશમાં રાખો. તેને વશ થઈને કર્મનાં બંધનોમાં બંધાવાનું રોકતાં શીખો. કેટલાકના મનમાં વેરભાવ ઘૂંટાય છે તો કોઈકનાં મન અપરાધભાવથી પીડાય છે. અન્ય ધર્મની અપનાવવા જેવી વાતનું આપણે અનુકરણ કરવું જોઈએ. ઈસાઈ ધર્મ અનુસરતા ખ્રિસ્તીઓ રવિવારે પાદરી સમક્ષ પોતાના પાપ કે અપરાધનો એકરાર કરીને મનનો બોજ હળવો કરે છે. કેટલાક એની નિંદા ભલે કરે. એવું ભલે બોલે કે વારંવાર પાપ-અપરાધ કરીને તેના કન્ફેશન(એકરાર)થી શું ઉદ્ધાર થાય ? પરંતુ તમે પ્રયત્ન કરી જોજો. અરે, બીજા કોઈ સમક્ષ નહીં તો તમારી પોતાની જાતને સાક્ષી રાખીને આવા એકરાર કરતા રહેશો તો ફરી વાર પાપ કરતાં તમારો આત્મા ડંખશે. જેનો અપરાધ કર્યો હોય તેની સમક્ષ જઈને ક્ષમા યાચવા જેવું ઉત્તમ પગલું તો કોઈ જ નથી. *મિચ્છામિ દુક્કડમ્* માત્ર પર્યુષણપર્વ માટે જ નથી, આત્માના ઉદ્ધાર માટે તો પ્રત્યેક પળ પર્યુષણપર્વ જ છે.'

એ શબ્દો સાથે તેમનો વાણીપ્રવાહ થંભી ગયો. સર્વત્ર શાંતિ છવાઈ ગઈ. ઈશ્વરભાઈ વિરાણીના હૃદયમાં મંજૂષાનો પગ કચડી નાખવાનો અપરાધભાવ વીંછીની જેમ ડંખવા લાગ્યો હોય તેમ એ આંચકા સાથે ઊભા થયા. બીજાં સૌ સમાપનનો મંત્રોચ્ચાર કરતાં બેઠાં હતાં તેનો લાભ લઈ પાછલા દરવાજેથી એ બહાર સરકી ગયા.

'અરે, વિરાણીશેઠ !'

મારુતિ કાર માટે એ આજુબાજુ નજર ફેરવતા હતા ત્યાં શૅરબજારનો પેલો દલાલ ઉમેદ હાંફતો-હાંફતો તેમની પાસે આવી પહોંચ્યો :

'મેં તમને છેલ્લે બેઠેલા જોયા ત્યારથી થતું હતું કે ત્યાં આવીને તમને આગળ બેસાડવા લઈ જાઉં... પણ સાધ્વીજી શરૂઆતમાં બોલ્યાં હતાં કે ધર્મલાભનો આધાર માણસની પોતાની ઇચ્છાવૃત્તિ પર અવલંબે છે. આગળ બેસનારા પર ઉપદેશની અસર વધુ થતી હોત તો-તો બધા ધનિકો ધન્ય બની જતા હોત !'

પોતે લોકોની નજરથી છટકવા માગતા હતા ત્યારે ઉમેદ તેમને લાંબી વાત કરીને જકડી રહ્યો હતો એથી ઈશ્વરભાઈ અકળાયા, પણ બોલી ન શક્યા.

'વિરાણીશેઠ, હું તમને એ જ કહેવા આવ્યો કે થોડી વાર રોકાઈ જાઓ તો સાધ્વીજીનાં નિકટથી દર્શન કરાવવા તેમના નિવાસમાં લઈ જાઉં.'

અને ઈશ્વરભાઈની ઉતાવળ પર જોરદાર બ્રેક લાગી ગઈ.

'પરંતુ સાધ્વીઓ તો પુરુષ-શ્રાવકને એકાંતમાં મળતાં નથી !'

એકાંત શબ્દ પર તેમનાથી ભાર મુકાઈ ગયો એ પેલા ઉમેદના ધ્યાન બહાર રહ્યું.

'એવા નિયમમાં ચન્દ્રસ્મિતાજી માનતાં નથી. તમે એમની વાણીથી પ્રભાવિત થયા હો તો દર્શનનો લાભ પણ લેતા જાઓ ને !'

એ નિર્ણય લઈ શકે એ પહેલાં વાઘેલાએ મારુતિ કાર તેમની સામે ખડી કરી દીધી.

'એમ કરો, શેઠ !' ઉમેદનો ઉત્સાહ વધતો જતો હતો : 'તમે અહીં કારમાં જ બેસી રહેજો. બધા વીખરાઈ જાય પછી હું પાછળની સીડીએથી સાધ્વીજીના ખંડમાં તમને લઈ જાઉં છું. તમારા જેવા ઉદ્યોગપતિ આટલે દૂરથી આવ્યા હોય અને એમનાં દર્શનનો લહાવો લીધા વિના જાઓ એ કેમ બને ?'

કહેતો ઉમેદ એટલી જ ઝડપથી અદશ્ય થઈ ગયો. કારના કાચ ચડાવી દઈ પ્રતીક્ષામાં બેઠેલા ઈશ્વરભાઈએ માની લીધેલું કે ઉમેદચંદ હતાશ થઈને જ પાછો ફરવાનો.

'ચાલો, વિરાણીશેઠ !' દસેક મિનિટમાં ફરી હાંફતો-હાંફતો એ આવી પહોંચ્યો : 'સાધ્વીજીએ મળવાની સંમતિ દર્શાવી છે.'

ત્યારે કારમાંથી ઊતરતાં ઈશ્વરભાઈના હૃદયમાં ન સમજાય એવી લાગણીનાં પૂર ઊમટવા લાગ્યાં. કદાચ સાધ્વીજીને મારો પરિચય નહીં આપ્યો હોય એટલે સંમત થયાં હશે.

'મેં એમને કહ્યું.' ઉમેદ વગર પૂછ્યે બોલી ઊઠ્યો : 'ભલે ને આપણા જૈન રૂઢિચુસ્ત વડીલો આપનો વિરોધ કરે, પણ શહેરના બહુ મોટા વૈષ્ણવ ઉદ્યોગપતિ ઈશ્વરભાઈ વિરાણી આપનું ઉદ્બોધન સાંભળવા આવ્યા છે... સાંભળીને સાધ્વીજી થોડી વાર મૌન સેવી રહ્યાં ત્યારે તો મને થયું, હમણાં અસંમતિ દર્શાવી દેશે, પણ મારી ધારણા ખોટી ઠરી... તેમણે એટલું જ કહ્યું, બહુ મોટા ઉદ્યોગપતિ છે એટલે નહીં, પણ મળવા માગે છે એટલે જરૂર એમને લઈ આવો.'

એટલી વારમાં પછવાડેની સીડી સુધી પહોંચી ગયેલા ઈશ્વરભાઈના મગજમાં હવે વિચારોનાં પૂર ઊમટવાં માંડ્યાં : તો શું મને ઓળખી ગયા છતાં... કે પછી મને ઓળખી જઈને તેમણે મળવાની સંમતિ દર્શાવી હશે ?

સીડીનું એકએક પગથિયું ચડતાં ઈશ્વરભાઈ ખરેખર તો ભૂતકાળનાં સ્મરણોની સીડીનું એકએક પગથિયું ઊતરી રહ્યા હતા. સમજાતું નહોતું કે પોતાને જે તાજું થઈ રહ્યું છે એ બધું તેમને યાદ કરાવવું યોગ્ય છે ? કે માત્ર દીદાર કરીને પાછા ફરી જવામાં જ બંને પક્ષે ગૌરવ જળવાઈ રહેશે ?

પરંતુ નક્કી કરે તે પહેલાં તો ઉમેદચંદ તેમને દોરીને સાધ્વીજીના ખંડમાં લઈ આવી ચૂક્યો હતો અને એ સામે જ આસન પર બિરાજેલાં હતાં.

'તમે બેસો, શેઠ !' બોલતો ઉમેદ પાછો ફરવા લાગ્યો : 'મારે નીચેની વ્યવસ્થા સંભાળવા જવું પડે તેમ છે.'

એને જતો જોઈને ઈશ્વરભાઈ દ્વિધામાં પડી ગયા : આ એકાંત મેળાપનું પરિણામ આઘાતજનક તો નહીં નીવડે ને ?

ધીમેધીમે તેમણે દૃષ્ટિ ઊંચી કરી ચન્દ્રસ્મિતાજી પર માંડી. તેજોમય સ્વરૂપ અને નિર્મળ આંખો. ઓળખી ગયાં હોય તોપણ ઓળખાણનો કોઈ જ અણસાર આંખોમાં ન હોય તેવી નિર્લેપતા !

શું પૂછવું ? શું બોલવું ?

'ઉમેદચંદજી કહેતા હતા કે આપ મળવા માટે ઉત્સુક છો ?'

પોતે થોડી વાર સુધી બોલી ન શક્યા ત્યારે સાધ્વીજીએ સામેથી આમ પૂછ્યું. એમની પૃચ્છામાં સ્વાભાવિક નમ્રતા અને સંપૂર્ણ સ્વસ્થતા વર્તાઈ.

'હું તો આપના...' બોલતાં ઈશ્વરભાઈની જીભ થોથવાઈ ગઈ. *દીદાર* શબ્દને જોર કરી જીભ પરથી પાછો વાળી માંડ બોલી શક્યા : 'આપનાં દર્શન માટે જ આવ્યો છું.'

'દર્શન !' એ શબ્દો ઉચ્ચારતાં સાધ્વીજીના હોઠ કેટલા કોમળ લાગતા હતા ! - ઈશ્વરભાઈએ વિચાર્યું. પોતાના કરતાં વયમાં એ ત્રણેક વર્ષ જ નાનાં હતાં છતાં કેટલાં બધાં નાનાં દેખાય છે !

'દર્શન-ઉચ્ચારણમાં તો પૂજ્યભાવ હોય છે.' ચન્દ્રસ્મિતાજીએ અનુસંધાન જોડતાં કહ્યું : 'હું હજુ એ પૂજ્યભાવના પદને પામી નથી... બીજું કાંઈ પૂછવું-કહેવું છે ?'

ઈશ્વરભાઈએ આંખો ઢાળી દીધી. કેટલું બધું પૂછવું-કહેવું હતું ! છતાં કોણ જાણે કેમ, એમની સમક્ષ આવતાંની સાથે જ જીભ જાણે બંધનમાં જકડાઈ ગઈ હતી.

'એટલું જ પૂછવું હતું...' સંકોચ ખંખેરીને એ માંડમાંડ બોલી શક્યા : 'ભૂતકાળનાં સ્મરણના બંધનમાંથી મુક્ત થવાનો કોઈ માર્ગ ખરો ?'

ઉત્તરની રાહ જોતા ઈશ્વરભાઈને પળવાર માટે એમનું સાધ્વી-સ્વરૂપ સહેજ વિચલિત થતું દેખાયું. કદાચ એ પોતાનો ભાસ પણ હોય.

'માત્ર ભૂતકાળ જ શું કામ ?' ફરી એ જ મંત્રમુગ્ધ કરી દેતી વાણી : 'ભૂત, વર્તમાન અને ભવિષ્ય... એ ત્રણે કાળની મુક્તિનો માર્ગ છે મોક્ષ !'

તેમની મોટી આંખોની પાંપણ વચ્ચેની કીકીઓમાં ઈશ્વરભાઈને પોતાનું પ્રતિબિંબ દેખાવાનો આભાસ થયો.

'મોક્ષ એટલે માત્ર મૃત્યુ પછીની ગતિ એવો અર્થ નહીં કરતા. *મોક્ષ* શબ્દના બે અક્ષરનો અર્થ સમજી જાઓ પછી મુક્તિનો માર્ગ સહજ સાંપડી જશે. મો એટલે મોહ અને ક્ષ એટલે ક્ષય... બસ, મોહનો ક્ષય કરી નાખો, પછી કોઈ બંધન બંધન જ નહીં રહે !'

'અમારા જેવા માટે એ સહેલું નથી, ચન્દ્ર...' ફરી *પ્રભા* શબ્દને હોઠેથી પાછો હડસેલી દઈ નામ પૂરું કર્યું : 'ચન્દ્રસ્મિતાજી, એ બહુ અઘરું લાગે છે.'

'અઘરું હશે, અશક્ય નથી.'

જીભ ખૂલી, હિંમત ઊઘડી, એટલે ઘણુંબધું પૂછી લેવાની ઈશ્વરભાઈને ઇચ્છા થવા લાગી : તમારે સાધ્વી કેમ બની જવું પડ્યું ? આજ સુધી મુંબઈથી દૂર કેમ રહ્યાં ?

પરંતુ જીભ ઊપડે એ પહેલાં ઉમેદ પાછો આવી ચડ્યો અને ઈશ્વરભાઈએ રજા લેવા માટે બંને હાથ જોડી સહેજ મસ્તક નમાવ્યું.

'ચાલો, વિરાણીશેઠ, નીચે બધાં વીખરાઈ ગયાં.' કહી ઉમેદે તેમને ઊભા થવા માટે હાથ આપ્યો. જતાં-જતાં સાધ્વીજી પર છેલ્લી દૃષ્ટિ નાખી લેવાનો મોહ છૂટ્યો નહીં, પણ એટલી વારમાં એ તો નેત્રો બીડી દઈ સમાધિમાં ઊંડાં ઊતરી ગયાં હોય તેમ મૂર્તિવત્ બેઠેલાં દેખાયાં.

એ સમાધિ અતીતના બંધનની હતી કે તપોબળ દ્વારા પ્રાપ્ત કરેલી મુક્તિની ? ઈશ્વરભાઈને એ ક્યાંથી સમજાય ?

જાણે પરાણે પાછા ફરતા હોય તેમ એકએક પગથિયું ઊતરતાં સીડીના છેલ્લા પગથિયે પહોંચ્યા હશે ત્યાં ઉપરથી સાદ પડ્યો : 'ઉમેદચંદભાઈ, ઘડી થોભી જજો.'

ના, એ સાદ સાધ્વીનો નહોતો, એમની શિષ્યા કઠેડા પાસે આવીને કહી રહી હતી. તેના હાથમાં કપડામાં વીંટાળેલું કાંઈક હતું. સાદ તો પડ્યો હતો ઉમેદને, પણ નીચે આવીને શિષ્યાએ ઈશ્વરભાઈના હાથમાં સફેદ કપડામાં વીંટાળેલું કાંઈક સોંપતાં કહ્યું :

'સાધ્વીજીએ આપના માટે એક ગ્રંથ મોકલ્યો છે. ચાતુર્માસ પૂરા થયા પહેલાં એ નહીં વાંચવાની ખાસ વિનંતી કરી છે.'

કહેતી એ સડસડાટ ઉપર જવા લાગી ત્યારે ઈશ્વરભાઈ કપડામાં વીંટાયેલા એ ગ્રંથ પર દૃષ્ટિ કરી વિમાસણમાં પડી ગયા :

શું હશે ? ચાતુર્માસ પહેલાં નહીં વાંચવાની મનાઈ શું કામ ?

અધીરાઈ જીરવાતી ન હોય તેમ ઉમેદને પૂછી લેવાનું મન થયું : ભાઈ, ચાતુર્માસ ક્યારે પૂરા થાય છે ?

પણ ત્યાર પહેલાં ઉમેદ જ બોલી ગયો :

'તમે નસીબદાર છો, વિરાણી શેઠ ! સાધ્વીજીએ દર્શન ઉપરાંત કોઈ અમૂલ્ય ભેટ આપી ! હવે તમારો ઉદ્ધાર થઈ ગયો સમજી લો !'

ઘણી વાર સુધી ઈશ્વરલાલ મોતીલાલ વિરાણી ગ્રંથનું પોટલું છાતી-સરસું ચાંપીને સ્થિતપ્રજ્ઞની જેમ ત્યાં જ સ્થિર થઈ ગયા.

*

5

મુંબઈના મરીન ડ્રાઈવ પર, ફ્લાય ઓવર બ્રિજની પાસે અને સમુદ્રની સામે આવેલા બે માળના *ચન્દ્રમહાલ*ના વિશાળ દીવાનખંડમાં શનિવારે બપોરે જૈન સમાજના બાવીસ જેટલા આગેવાનો ગંભીર ચર્ચા કરવા એકઠા થયા હતા. ભવાનજી શેઠિયા સમાજના મોવડી હોવાથી એમના નિવાસસ્થાને મીટિંગ ગોઠવાઈ હતી. સાઠેક વરસનો વૃદ્ધ નોકર લાલજી ચા-કૉફીનાં પ્યાલા-રકાબી અને છાશના ખાલી ગ્લાસ ટ્રેમાં લઈ અંદર ચાલ્યો ગયો પછી શરૂઆત થઈ.

'આપણે સૌ શું કામ એકઠા થયા છીએ તેની જાણ કરવાની જરૂર જણાતી નથી.'

પડછંદ દેહ ધરાવતા ભવાનજી શેઠિયાએ તેમની સફેદ મૂછ પર હાથ ફેરવતાં ગંભીર અવાજે શરૂઆત કરીને ચર્ચાને આગળ વધારવા માટે શ્રેયાંસપ્રસાદ તરફ નજર કરી. સૌને ભવાનજીભાની આ ઠાવકાઈ ગમી. મારવાડી ગ્રુપની અર્ધો ડઝન કંપનીના કર્તાહર્તા પીઢ શ્રેયાંસપ્રસાદજી પર સૌએ મીટ માંડી.

'બે જ દિવસમાં આ સાધ્વીએ સમાજમાં જે ખળભળાટ મચાવ્યો છે એ માત્ર સમાજ માટે નહીં, આપણા ધર્મને માટેય જોખમી છે.'

ખભેથી સહેજ ઝૂકી ગયેલા સિત્તેરક વરસના શ્રેયાંસપ્રસાદે મોતિયાવાળી આંખ પરથી ચશમાં ઉતારી ધોતિયાના છેડાથી સાફ કરતાં શરૂઆત કરી. અટકીઅટકીને કહેવાની તેમની ટેવથી સૌ વાકેફ હતા એટલે આગળ સાંભળવાની ધીરજ રાખીને તેમના તરફ જોતા રહ્યા.

'પહેલા દિવસના પ્રવચનમાં જ એણે આપણા આદરણીય મહારાજસાહેબો (સાધુઓ) પર પ્રહાર શરૂ કરી દીધા : શ્રીમંતોનાં સુખસાહ્યબી ધરાવતાં ઘરમાં નિવાસ કરે છે... ત્યાર પછી એણે છાપામાં સાધુ-સાધ્વીના છપાતા ફોટાની નિંદા કરી અને દૃષ્ટાંત એવું સજ્જડ આપ્યું કે સાંભળનારના ગળે ઊતરી જાય.'

'સાવ સાચી વાત છે, વડીલ !'

શાન્તિલાલ ઓસવાલે જરા ઉગ્ર અવાજે પોતાનું મંતવ્ય દર્શાવ્યું : 'મને સવારે દાદરના ઉપાશ્રયથી મહારાજસાહેબનો ફોન આવ્યો કે આગ્રાની આ સાધ્વી અમારી છડેચોક ઠેકડી ઉડાડે છે અને તમે સૌ ચૂપ કેમ છો ? સમાજના મોવડીઓ ઘેર બેસી રહીને પચીસ-ત્રીસ ભાઈઓને વિરોધ દર્શાવવા મોકલો તેમાં શું વળવાનું હતું ?'

'અરે, આજ સવારના તેના વ્યાખ્યાનનો દાખલ લો ને.' ચન્દ્રસ્મિતાજીનું નામ ઉચ્ચાર્યા વિના નવનીતલાલ ઝાલાવાડી બોલતાં-બોલતાં ઉશ્કેરાટમાં સોફામાંથી ઊભા થઈ ગયા : 'મારા પડોશીએ ખારથી આવીને મને કહ્યું કે આજે એણે કોઈ કાર્લ નામના માણસનું વિધાન ટાંક્યું હતું.'

'કાર્લ માર્ક્સ, નવનીતભાઈ !' એક જણે પૂરક માહિતી આપતા કહ્યું : 'એ સામ્યવાદી વિચારધારાના સ્થાપક હતા. બહુ ક્રાંતિકારી વિચારો ધરાવતા હતા.'

'સાધ્વીએ એનું નામ લઈને શું કહ્યું, ખબર છે ?' કહેતાં ઝાલાવાડીએ જરા વાર યાદ કરીને શબ્દો ગોઠવી લીધા : 'એ કહે છે કે શ્રીમંતો જે નફો કરે છે એ ખરેખર તો કામદારોને ઓછી રોજી આપીને એકઠી કરેલી મૂડી છે.'

'તમે તો એટલું જ સાંભળ્યું, નવનીતભાઈ !' ચોથાએ બેઠાં-બેઠાં જ કહ્યું. સાધ્વીનું વ્યાખ્યાન સાંભળવા ન જવાની મનાઈ ફરમાવનાર સમાજના આ મોવડીઓ ચન્દ્રસ્મિતાના પ્રત્યેક શબ્દનો અભ્યાસ કરતા હશે એમ તેમની ચર્ચા પરથી કોઈને પણ લાગે.

'ભાઈઓ, એણે તો આચાર્ય રજનીશ શું કહે છે એ પણ શ્રાવકોને કહી સંભળાવ્યું હતું. કહે છે, રજનીશજીના મત મુજબ જૈનધર્મીઓ લાંબા ઉપવાસ કરનારાના માનમાં ઉજવણી કરે છે અને તેમાં કોઈ મૃત્યુ પામે તો કર્મના બંધનમાંથી છૂટ્યા એમ કહે છે... પણ રજનીશજીના કહેવા પ્રમાણે જેનું આરોગ્ય સારું ન હોય તે જો ઉપવાસને કારણે મૃત્યુ પામે તો તેને આત્મહત્યા ગણવી જોઈએ.'

'આ તો હદ થાય છે !' ચાર-પાંચ જણાએ કૉરસમાં ટાપશી પુરાવી.

'તમે કદાચ જાણતા નહીં હો.' રાજસ્થાન કૉટન મિલના મારવાડી માલિકે નવી માહિતી આપી : 'આવતા અઠવાડિયે તેની વ્યાખ્યાનમાળા ક્રૉસ મેદાનમાં ગોઠવવાની વિચારણા ચાલી રહી છે. ખારના સભાગારમાં સાતસો માણસો જે સાંભળે છે એ ક્રૉસ મેદાનના શમિયાણામાં સાત હજાર માણસો સાંભળશે ત્યારે શું થશે ?'

'એને ક્રૉસ મેદાન ભાડે જ ન મળે એવું કાંઈક આપણે કરવું જોઈએ.' કોઈકે સુઝાવ દર્શાવ્યો.

'એક પાર્ટીએ મહિના દિવસ પહેલાં બૂકિંગ કરી લીધું છે. દોઢ લાખ રૂપિયા એડવાન્સ પણ ચૂકવી દીધા છે.' મિલમાલિકની એ માહિતીએ સૌને ચોંકાવી દીધા.

'એ પાર્ટી કોણ છે ? આપણા જૈન હોય તો એને રોકીએ, સમજાવીએ.'

''પાર્ટીનું નામ જાહેર થયું નથી. બાકી જૈન સિવાય આવો ખર્ચ કરવામાં કોને રસ હોય ?'

'શું કામ ન હોય ?' અચાનક દીવાનખંડમાં પ્રવેશ કરતા લખમશી ભુજવાળાએ સૌને ચોંકાવ્યા. પાતાળમાંથી પણ વાત લઈ આવવા માટે પંકાયેલા લખમશીભાઈની એન્ટ્રીએ સૌને સસ્પેન્સથી ટટ્ટાર કરી દીધા. દૂર પડેલી ખુરશી જાતે જ ઊંચકીને ભવાનજીભાની બાજુમાં ગોઠવી તેમના કાનમાં ગુસપુસ કરી એટલે સૌને થયું કે લખમશી ટાઈમબૉમ્બ લઈને આવ્યા લાગે છે.

કાનમાં કહેવાતી વાત સાંભળી રહેલા ભવાનજી શેઠિયાના ચહેરાની રેખાઓ તંગ થતી જોઈને બધાની અધીરાઈ પરાકાષ્ઠાએ પહોંચી.

'શું વાત લઈ આવ્યા છો, લખમશીભાઈ ?' ઝાલાવાડીની અધીરાઈ ઊછળી : 'કે પછી એકલા ભવાનજીભાને જ કહેવા જેવું છે ?'

'સૌને કહેતાં પહેલાં ભવાનજીભાની સલાહ લેવી પડે એમ છે.' લખમશીએ સસ્પેન્સ વધારવાની ચેષ્ટા કરી, પણ ભવાનજી શેઠિયાએ તેના પર બ્રેક મારી દીધી.

'લખમશીભાઈ, જે હોય તે બધાની વચ્ચે જાહેર કરી દો. તમારી વાત મારા ગળે ઊતરતી નથી, છતાં એ બાબતમાં અહીં બેઠેલા સૌનો અભિપ્રાય જાણવો જરૂરી છે.'

'તો સાંભળો.' કહી લખમશી ભુજવાળાએ પાણી પીવા માટે થોડો સમય લઈ સૌને ટટળાવ્યા. પછી આદત મુજબ માથા પરથી ટોપી ઉતારી તેને ખંખેરીને ફરી પહેરી લીધી :

'આમાં એક બહુ મોટા માણસ સંડોવાયા છે.'

'તો જલદી નામ પાડી દો ને એટલે ફેંસલો કરી નાખીએ.'

'નામ પાડ્યા પછી પણ તમે ફેંસલો નહીં કરી શકો એવી એ પાર્ટી છે.' પછી ભવાનજીભાની સંમતિ લેતા હોય તેમ એમના તરફ જોઈ લઈને નામ કહી નાખ્યું :

'વૈભવવાળા વિરાણી શેઠ !'

'હોય નહીં !' એકે કહ્યું : 'એ તો બિનજૈન છે.' બીજાએ અભિપ્રાય ઉછાળ્યો, 'તમે આ વાતમાં ખોટા પડવાના, લખમશી !' ત્રીજાએ ચુકાદો આપ્યો.

'ત્યારે તમે કોઈ કંઈ જાણતા જ નથી, મારા ભાઈ !' લખમશીએ ખોટું લાગ્યું હોય તેમ સંભળાવ્યું : 'સાધ્વીના પરથમ પહેલા જ વ્યાખ્યાનમાં ઈશ્વરભાઈ હાજર હતા !'

'કોણે કહ્યું ?'

'પેલા શૅરદલાલ ઉમેદચંદે.'

'એણે ? એ તો ગામ-આખામાં સાધ્વીનાં ગુણગાન ગાતો ફરે છે.'

'માત્ર સાધ્વીનાં જ નહીં, વિરાણી શેઠનાંય ગુણગાન ગાવા લાગ્યો છે.'

'હવે કાંઈક કડી મળે છે.' મારવાડી મિલમાલિકે પોતાની બાતમી સાચી ઠરાવવાની ઢબે કહ્યું : 'મેં કહ્યું ને, ક્રૉસ મેદાનમાં મોટા પાયે વ્યાખ્યાન યોજવાની ગોઠવણ ચાલી રહી છે. વૈભવવાળાનો તેમાં સાથ હોઈ શકે છે.'

'અરે, માત્ર સાથની વાત કરો છો તમે ?'

લખમશીએ ધડાકો કરવા ઊંચા અવાજે સંભળાવ્યું : 'વિરાણીશેઠનો તેમાં હાથ પણ છે.'

'હાથ અને સાથમાં શું ફરક, લખમશી ?'

શ્રેયાંસપ્રસાદને તેની મોણ નાખવાની વાત ગમતી ન હોય તેમ પૂછી લીધું : 'જે હોય તે સાફ- સાફ કહી નાખ ને, ભાઈસા'બ !'

'કહેતાં જરા સંકોચ થાય છે, વડીલ... આ વિરાણીશેઠ ફક્ત સાંભળવા જ નહોતા ગયા, સાધ્વીને મળતા પણ આવ્યા.'

સાંભળીને સૌ સ્તબ્ધ થઈ ગયા.

'તેને મળી આવ્યા ?' કોઈકે પૂછ્યું ત્યારે લખમશીએ ત્રીજો ધડાકો કર્યો : 'હા, એકાન્તમાં મળી આવ્યા !'

એકાન્ત પર એણે ભાર મૂકીને સૌને કુતૂહલથી ભારેખમ કરી દીધા. અને લખમશીભાઈએ આદત મુજબ મસાલો ભભરાવીને ગુપ્ત મુલાકાતની વાત કહી સંભળાવી ત્યારે સૌ સ્તબ્ધ બની ગયા.

ઘણી વારે આનાકાનીનો એક સૂર ઊઠ્યો : 'પુરાવા વગર કોઈ સાધ્વીના ચારિત્ર્ય પર આ રીતે આળ...'

'હું ક્યાં સાધ્વીના ચારિત્ર્યનું કાંઈ બોલ્યો ? આમાં તો વિરાણીશેઠના જ ચારિત્ર્યની વાત આવે છે. અને એને તો તમે કોઈ સાધુ-સંત કે પવિત્ર પુરુષ નહીં જ માનતા હો !'

'તું આડી વાતે નહીં ચડી જા.' ઈશ્વરભાઈ વિરાણી વિરુદ્ધ સાંભળવામાં પોતાને રસ ન હોય તેમ ભવાનજીભાએ તેને વાર્યો : 'ચારિત્ર્યની વાત બાજુએ મૂકીએ. સાધ્વીને આર્થિક મદદ કરવાનું કોઈક કારણ હશે ને ?'

'કારણ આપણા ધર્મ પર કાદવ ઊછળતો જોઈને રાજી થવાનું.'

'એમાં એને શું ફાયદો થાય ?'

'તમે ફાયદો પૂછો છો, ભવાનજીભા !' હવે તેમના જ ભાગીદાર પરસોતમે પહેલી વાર ચર્ચામાં ઝુકાવ્યું : 'તમને યાર્ન મર્ચન્ટ એસોસિએશનના પ્રમુખપદેથી હઠાવવા માટે એણે જ તો ઝુંબેશ ચલાવી હતી... ભૂલી ગયા ?'

'પરંતુ આમાં હું ક્યાં આવ્યો ?'

'કેમ, જૈન સમાજના આગેવાન ખરા કે નહીં ?' ભાગીદારે દલીલ કરી : 'સાધ્વી જૈન સમાજની બદનામી કરે તેમાં તમારું નામ ખરડાય કે નહીં ?'

'ધારો કે તમે કહો છો એવી એની ચાલ હોય તોપણ આપણે કરી શું શકીએ ?'

'બધું જ કરી છૂટવું જોઈએ આપણે !'

'દાખલા તરીકે ?'

ભવાનજી શેઠિયાના આ પ્રશ્નનો ત્વરિત ઉત્તર મળ્યો નહીં. એટલે લખમશીએ વચ્ચે ડબકું મૂકવાની તક ઝડપી લીધી.

'આવતી કાલે રવિવારે સાધ્વીના વિરોધમાં આપણે મોટું સરઘસ કાઢવાનું નક્કી કર્યું છે તેમાં શું થશે એ વિચાર્યું છે તમે કોઈએ ?'

'શું થશે ?'

'પોલીસો મોરચા પર લાઠીચાર્જ કરશે. ગૃહપ્રધાન સાથે ઈશ્વરભાઈને કેવી સાંઠગાંઠ છે એ ક્યાં અજાણ્યું છે ? એના કહેવાથી દેખાવ કરનારાને પોલીસ ઝૂડી નાખશે પછી જ આપણે જાગવાના છીએ શું ?'

થોડી વાર કોઈને કાંઈ બોલવાનું સૂઝ્યું નહીં. સમાજ પર આવનારી આપત્તિનો ઉકેલ શોધી કાઢવા માટે સૌ મગજ કસવા લાગ્યા.

'આપણે એક કામ કરીએ.' ઓસવાલે સૂચન કર્યું : 'વૈભવ ગ્રુપની કંપનીઓના શૅર એકસાથે વેચવા કાઢીને વિરાણી પર દબાણ લાવીએ.'

'એ વિચારવા જેવું ખરું !' કોઈએ પ્રસ્તાવને સમર્થન આપ્યું.

'એ માટે બધા તૈયાર થવા જોઈએ.' કોઈએ શંકા દર્શાવી : 'મોટી રકમના શૅર ધરાવતા સમાજના બસો-પાંચસો ધરખમ માણસોને સમજાવવા પડે. બાકી પાંચ-પંદર લાખ રૂપિયાના શૅરની હેરાફેરીની કોઈ અસર ઊપજે નહીં.'

'છતાં દબાણ લાવવા માટે એ શસ્ત્ર ધ્યાનમાં રાખવા જેવું તો ખરું.' ભવાનજીભાએ પ્રસ્તાવને આગળ ધપાવ્યો : 'સોમવારે બજાર ખૂલે ત્યાર પહેલાં લાગતાવળગતાને ફોન કરીને આપણે કહી રાખીએ.... અને આડકતરી રીતે ઈશ્વરલાલના કાન સુધી આ વાત પણ પહોંચાડી દઈએ તો એને એટલું જરૂર સમજાઈ જાય કે આપણે હાથ જોડીને બેસી રહીએ એવા નથી.'

'બરાબર છે.' શ્રેયાંસપ્રસાદે પેંતરાને નક્કર સ્વરૂપ આપતાં કહ્યું : 'સમાજ અને ધર્મને નામે કહીએ તો મારા જ સર્કલમાંથી ઊઘડતી બજારે દસ-પંદર લાખના શૅર કાઢી નાખનારા ઊભા થઈ જાય... શૅરબજારનું ભલું પૂછવું, એક વાર બજારમાં વેચવાલી ચાલુ થાય પછી તેજીને તૂટતાં વાર ન લાગે.'

'એનું કદાચ ધાર્યું પરિણામ ન પણ આવે.' ફરી શંકા રજૂ થઈ : 'વિરાણી કાંઈ કાચાપોચા નથી. આપણે વેચનારા ઊભા કરીએ તેમ એ શૅર ખરીદનારાનેય પેદા કરે એવા છે. એવું થાય તો શૅર વેચીને આપણે પસ્તાવાનો જ વારો આવે.'

'તમે એ બધા ફીફાં ખાંડવા રહેવા દો.' લખમશીએ ફરી ચર્ચામાં ઝુકાવ્યું : 'એક ઘા ને બે કટકા સિવાય બીજો કોઈ ઉપાય આમાં કામ લાગે નહીં.'

'કયો ઘા એ કોના કટકા ?' ભવાનજીભાએ પૂછ્યું એટલે લખમશીએ તરત જ ફોડ પાડ્યો.

'ઈશ્વરભાઈ વિરાણી એક જ હથિયારથી ડરે છે... અને તે છે છાપાં ! પેલા *ગૂડ મૉર્નિંગ* ગ્રુપના અંગ્રેજી, હિન્દી, ગુજરાતી અને મરાઠી ચારેય છાપાંના મથાળે છપાય કે *વૈષ્ણવધર્મી વિરાણી અને જૈન સાધ્વી વચ્ચે યોજાતી એકાન્ત મુલાકાતો !* પછી જુઓ, કેવો હોબાળો થાય છે ! અરે, દેશ-આખામાં જ નહીં, વિરાણીના પોતાના ઘરમાં સુધ્ધાં હલચલ મચી જાય.'

લખમશીએ સચોટ નિશાન તાક્યું હતું એની તો બાકીના બાવીસમાંથી કોઈ જ ના પાડી શકે તેમ નહોતું. *ગૂડ મૉર્નિંગ* અખબાર જૂથ વિરાણીના ખેધે પડી ગયું હતું. *વૈભવ ઈન્ડસ્ટ્રીઝની એક્સાઈઝમાં ચોરી, સરકાર સાથેની સાંઠગાંઠનો લેવાતો બેફામ ગેરલાભ, ચૂંટણીમાં કરોડા ખર્ચીને લોકશાહીના મૂળ પર થતા કુઠારાઘાત...* એવાં મથાળાં ચમકાવી *ગૂડ મૉર્નિંગ* દૈનિકે અનેક વાર તેમને ભીંસમાં લીધા છે. હવે વિરાણીના ચારિત્ર્ય માટે શંકા જગાડવાની તક એ શું કામ જતી કરે ?

'બોલો, આની હિલચાલ ચાલુ કરી દઉં ?'

લખમશીએ તત્કાળ નિર્ણય લેવા દબાણ કર્યું ત્યારે ભવાનજીભાએ કહેવું પડ્યું :

'કાલ સવારે આપણે ફરી મળીએ. હજુ આપણા હાથમાં રવિવારનો દિવસ છે. રાત્રે સૌ વિચાર કરી લઈએ. ચારિત્ર્યખંડન સિવાયનો બીજો કોઈ ઉપાય કદાચ નીકળે ખરો.'

અને એ સૂચન પર મીટિંગ બરખાસ્ત થયાને હજુ એક કલાક પણ વીત્યો નહીં હોય ત્યાં એકલા પડેલા ભવાનજીભાની બાજુનો ફોન રણક્યો.

'કોણ, ભવાનજી શેઠિયા બોલે છે ?'

'હા, બોલો.' ભવાનજીભાને અવાજ પરિચિત લાગ્યો છતાં ઓળખાણ પડી નહીં : 'કોણ છો આપ ?'

'એક વખતનો તમારો પંચાણું રૂપિયાનો વાણોતર.'

સાંભળીને ભવાનજીભા થોડી વાર શ્વાસ લેવાનું વીસરી ગયા, છતાં આમન્યા વીસર્યા નહીં.

'કોણ, ઈશ્વરભાઈ ?'

'તમારે મને આટલા માનાર્થે બોલાવવાની જરૂર ન હોય, શેઠિયા ! તમને તો ઈશ્વર કે *ઈશ્વરિયા* કહેવાનોય હક્ક છે.'

'મોભા પ્રમાણે માણસને માન આપવામાં હું માનું છું.'

'મેં પણ તમારા મોભાને ધ્યાનમાં લઈને જ ફોન કર્યો છે, ભા !' સામેવાળો દાઢમાંથી બોલે છે એ જાણવા છતાં ભવાનજીભાએ સાંભળવામાં ધ્યાન આપ્યું.

'મારા વિરુદ્ધ તમારા *ચન્દ્રમહાલ*માં મીટિંગો ભરાવા લાગી !'

'કોઈના વિરુદ્ધ તો કેમ કહેવાય ?' ભવાનજીભાએ સંયમ જાળવી રાખ્યો : 'કહેવું હોય તો સમાજના હિત માટે મીટિંગ ભરી હતી એમ કહેવાય.'

'સમાજના હિત માટે કે મારા અહિત માટે ?' પૂછીને ઈશ્વરભાઈએ ધારદાર અવાજે આગળ ચલાવ્યું : 'શૅરબજારમાં મને ભીંસમાં લેવાનો પેંતરો રચ્યો તેની સામે હું બરાબર ટક્કર લઈશ !'

'એટલે તમને કોઈએ બાતમી પણ આપી દીધી ?'

'કહેનારે બાતમી આપવા નહીં, ધમકી આપવા ફોન કર્યો હતો, ભવાનજીભા !'

'શેની ધમકી ?'

'સાધ્વીના મામલામાંથી હું હઠી ન જાઉં તો મારા ચારિત્ર્ય પર કાદવ ઉડાડવામાં આવશે, અખબારમાં ભળતીસળતી વાતો છપાશે.'

'એવો કોઈ નિર્ણય મીટિંગમાં લેવાયો નથી.'

'અને લેતા પણ નહીં, ભા !' હવે ઈશ્વરભાઈ કટાક્ષમાં બોલતા સંભળાયા : 'સાધ્વી સાથેની મારી એકાન્ત મુલાકાતને ભળતું સ્વરૂપ આપીને છાપે ચડાવશો તો તેનું પરિણામ તમારે એકલાએ જ ભોગવવાનું આવશે.'

'હવે ધમકી તમે આપો છો, ઈશ્વરલાલ !'

'ધમકી નહીં, બાતમી આપવા ફોન કર્યો છે.'

'શેની બાતમી ?'

'સાધ્વી ચન્દ્રસ્મિતાજી કોણ છે એની બાતમી !'

'હું સમજ્યો નહીં.'

'બહુ જલદી સમજી જશો, શેઠિયા !'

કહી વિરાણી થોડી વાર ચૂપ રહ્યા ત્યારે ભવાનજીભાની અકળામણ વધી ગઈ છતાં જલદી જાણી લેવાની ઉત્કંઠા દર્શાવી નહીં.

'તો ધ્યાનથી સાંભળજો ! ચાલીસેક વરસ પહેલાં જેને ખાતર તમે મને તમાચો માર્યો હતો... પાંત્રીસ વરસ પહેલાં જેને તમે મોટા ઘરના નાલાયક દલીચંદ સાથે વરાવીને દુઃખમાં નાખી હતી

અને અઠ્ઠાવીસ વરસ પહેલાં દુનિયા સમક્ષ જેને તમે મરેલી જાહેર કરી એ તમારી એકની એક પુત્રી ચન્દ્રપ્રભા... એટલે કે તમારી લાડકી ચન્દ્રિકા પોતે જ સાધ્વી ચન્દ્રસ્મિતા બનીને મુંબઈમાં પહેલી વાર આવી છે !'

તેમના શબ્દેશબ્દે ભવાનજીભાના હૃદય પર ગોફણમાંથી છૂટેલા પથ્થર જેવા ઘા વીંઝાતા હતા. ઈશ્વરભાઈને સામેવાળાની ખામોશી ખટકી હોય તેમ આગળ સંભળાવ્યું :

'હવે છાપાંમાં અમારા એકાન્ત મેળાપની વાતો છપાવશો અને પછી હું જાહેર કરીશ કે ચન્દ્રસ્મિતા સાધ્વી પૂર્વાશ્રમની ચન્દ્રપ્રભા છે તો લોકો નક્કી માની લેશે કે અમારી વચ્ચે જરૂર કાંઈક હોવું જોઈએ... એ તો ઠીક, તમે જીવતી દીકરીને મરેલી જાહેર કરી સમાજની આંખમાં ધૂળ નાખી હતી એ જાહેર થાય તો તમારું શું થાય એનો વિચાર કરી જોજો !'

છતાં ભવાનજીભાએ કોઈ જ પ્રતિભાવ ન આપ્યો એટલે ઈશ્વરભાઈનાં બે વધુ વેણ સાંભળવા પડ્યાં :

'પોતાનું કુળ છુપાવવા માટે સાધ્વીજી કોઈને ફોટા પાડવા દેતાં નથી. નહીંતર પહેલા દિવસે જ છાપામાં તેમના ફોટા જોઈને તમને આ વાતની ખાતરી થઈ ગઈ હોત.... છતાં ખાતરી કરવી હોય તે કાલે રવિવારે સવારે વ્યાખ્યાન શરૂ થાય એ પહેલાં, લોકોની નજરે ન ચડવું હોય તેમ, ખારના ઉતારે જઈને પૂર્વાશ્રમની એકની એક પુત્રીને સાધ્વી-સ્વરૂપે જોઈ આવીને મને ફોન કરજો.'

ત્યારે ભવાનજીભાની ભીની થતી જતી હથેળીમાંથી રીસીવર સરકીને નીચે પડી ગયું. આવો કઠોર આઘાત જિંદગીમાં ક્યારેય લાગ્યો નહોતો - પત્ની મૃત્યુ પામી ત્યારેય નહીં અને ચન્દ્રિકા સવા વરસની દીકરીને છોડી સંસાર ત્યજી ગઈ ત્યારે પણ નહીં !

*

'કેમ, અદા, આજે તમે ડિનર લીધું નહીં ?'

થોડી વાર પહેલાં બહારથી આવેલી દેવકીએ પહેલા માળના દીવાનખંડમાં દાખલ થતાં જ પૂછી લીધું ત્યારે ટીવી સામે બેઠેલા ભવાનજીભાને મુખ પરની વ્યથા છાની રાખવામાં બહુ કષ્ટ પડ્યું. દેવકીને નિયમ મુજબ નીચેથી લિફ્ટમાં સીધી બીજા માળે જતી જોઈ એટલે ત્રણ-ત્રણ કલાકથી મનમાં ઘૂંટાતા અજંપાનો અણસાર દોહિત્રીની ચકોર નજરે ચડી ન જાય એવી પીડાકારક પેરવીમાં એ પડી ગયા હતા. નવ વાગ્યા પછી ભાગ્યે જ ટેલિવિઝન જોનારા છોંતેર વરસના નાનાએ ટીવી ચાલુ કર્યું તો તેના પર આવતી સિરિયલમાં પણ પિતા-પુત્રી વચ્ચેનું જ કોઈ સંવેદનશીલ દૃશ્ય જોવા મળ્યું. કન્યાને આંસુભરી આંખે સાસરે વળાવતાં પિતા આશીર્વાદ સાથે શિખામણ આપતા હતા : તું જ્યાં જઈ રહી છે એ જ તારું સર્વસ્વ છે એમ માનજે. સૌની સેવા કરજે અને પિયરના સંસ્કારની શાન વધારજે... એ દૃશ્ય જોતાં-જોતાં ભવાનજીભાની આંખોના ખૂણા ભીના થવા લાગ્યા હતા. પુત્રી ચન્દ્રપ્રભાને વળાવતી વખતે પોતે પણ કાંઈક આવી જ શિખામણ આપી હતી એ યાદ આવી ગયું અને એ જ વખતે દેવકીએ દીવાનખંડમાં પ્રવેશ કર્યો હતો :

'લાલજીકાકાએ તમને ભાવતા કંટોલાના શાક સાથે જુવારના રોટલા ઘડી રાખ્યા છતાં

તમે જમવાનું જતું કર્યું, અદા !' તેમની ખુરશી પાછળ આવીને નાનાના બંને ખભા પર હાથ મૂકી દોહિત્રીએ હેતથી પૃચ્છા કરી :

'લાલજીકાકાએ એમ પણ કહ્યું કે ભા સાંજે એક કલાક દરિયે લટાર મારી આવ્યા હતા... તોપણ અદા, જમવાની રુચિ કેમ ન થઈ ?'

કહીને એ છોંતેર વરસના નાનાજીના સફેદ વાળ પર હાથ પસવારવા લાગી.

'કે પછી કોઈકના વિચારમાં એટલા બધા ખોવાઈ ગયા કે સૂર્યાસ્ત થઈ ગયાનો ખ્યાલ ન રહ્યો એટલે ભોજન જતું કરવું પડ્યું ?'

ત્યારે ચબરાક દોહિત્રીથી નાનાને સજાગ થઈ જવું પડ્યું. બેઠાં-બેઠાં જ રિમોટ કન્ટ્રોલની સ્વિચ દાબી ટીવી ઑફ કરી દઈ, પાછળ ઊભેલી દેવકીએ ખભા પર મૂકેલા બંને હાથ પંપાળતાં તેમણે લાગણીસભર અવાજે કહેવું પડ્યું :

'કોઈના વિચારમાં ખોવાઈ જવાનું થાય એવું તારા સિવાય મારે બીજું છે કોણ ?'

'કેમ, ખારમાં પધારેલાં પેલા સાધ્વીજી છે ને ?'

દેવકી તો સહજભાવે બોલી ગયેલી, પણ ચોરી પકડાઈ ગઈ હોય તેમ ભવાનજી શેઠિયાના બંને ખભા સહેજ ધ્રૂજી ઊઠ્યા. તેને ખબર પડી જાય કે એનો નાનો પોતાની પુત્રી અને એની માતા ચન્દ્રપ્રભાના અજંપાથી ઘેરાઈને ભોજનની રુચિ અને નીંદરની ઇચ્છા બંને ગુમાવી બેઠો છે તો-તો કેવો અનર્થ સર્જાઈ જાય !

'અદા, તમને તો ખબર છે, હું પશા(પરસોતમ)અંકલના મિહિરની બર્થ-ડે પાર્ટીમાં ગઈ હતી. બપોરે આ દીવાનખંડમાં મળેલી તમારી મીટિંગમાં શું ચર્ચા થઈ એની બધી જ વાત મને પશાકાકાએ કહી... ખરું પૂછો તો તમે બધા વડીલોએ આ વિવાદને વધુ પડતું સ્વરૂપ આપી દીધું હોય એવું મને લાગે છે.'

'દેવકી, આ પ્રશ્ન સમાજની પ્રતિષ્ઠાનો છે.'

'છતાં મીટિંગમાંથી ઘેર આવીને પશા-અંકલ મિહિરની પાર્ટીમાં મોજથી મહાલતા હતા અને અહીં તમે પ્રતિષ્ઠાના એ પ્રશ્નમાં ભોજન લેવાનુંય ચૂકી ગયા !'

કહેતી એ નાનાજી સામે આવીને ઊભી રહી ત્યારે ચહેરો ચાડી ન ખાઈ જાય એ માટે ભવાનજીભાએ વધારે સાવધ થઈ જવું પડ્યું.

'તને મારા એક ટંકના ભોજનની ચિંતા છે અને મને...'

'અને તમને પેલાં સાધ્વી જૈન સમાજમાં ખળભળાટ મચાવી દેશે એની ચિંતા છે ને, અદા ?' કહી દેવકીએ તરત ઉમેર્યું પણ ખરું : 'મેં તો પશાકાકાનેય કહ્યું હતું કે જાતે એ સાધ્વીજીને સાંભળ્યા વિના એમના વિષે ગમે તેવો મત બાંધી લેવાનું તમને વડીલોને શોભે નહીં. હું તમને એ જ કહેવા આવી હતી, અદા ! ચાલો, કાલે આપણે બંને સાથે ચન્દ્રસ્મિતાજીને સાંભળવા જઈએ.'

સાંભળીને ભવાનજીભાને હચમચી જતા જોયા એટલે દેવકીએ કહ્યું : 'જઈને ખાતરી તો કરીએ કે એમની વાણી આપણને કેટલી પ્રભાવિત કરે છે ! એમનાં વિધાનમાં કંઈ વાંધાજનક

હશે તો હું સૌની વચ્ચે ઊભી થઈને તેમને પડકારીશ કે આવા વિવાદ જગાવીને સસ્તી લોકપ્રિયતા હાંસલ કરવાની યુક્તિ સાધ્વીને શોભતી નથી.'

'નહીં-નહીં-નહીં !' બોલતાં-બોલતાં ભવાનજીભા ખુરશીમાંથી સફાળા ઊભા થઈ ગયા. પછી અધીરાઈ અને ઉદ્વેગને અંકુશમાં લેતાં કહ્યું : 'દેવકી, રખે એવું કરતી !' એ ગદ્‌ગદ બની ગયા : 'તારું ત્યાં જવું એ પણ વિવાદને વધારવા જેવું પગલું પુરવાર થશે, દીકરી !'

ત્યારે દેવકીએ ડાહી દોહિત્રીની જેમ તેમની આજ્ઞા માથે ચડાવી લેતાં કહ્યું :

'ભલે, અદા, તમે કહો છો તો નહીં જાઉં, પણ તમારેય મને એક વચન આપવું પડશે.'

'શું ?'

'સાધ્વીજીના વધુ પડતા વિચાર કરવામાં તમારી તબિયત નહીં બગાડતા. તમે જ મને વારંવાર એડવાઈઝ (શિખામણ) આપો છો કે કોઈ વસ્તુ સામે આવ્યા પહેલાં તેની ચિંતામાં પડી જવાથી સાચો નિર્ણય લેવામાં આપણી મતિ મૂંઝાઈ જાય છે.'

કહીને એ હસતી-હસતી જતી રહી ત્યારે ભવાનજી શેઠિયા ભીતરની પીડા છુપાવવાના પ્રયાસથી થાકી ગયા હોય તેમ ખુરશીમાં બેસી પડ્યા. દેવકીના શબ્દો તેમના ચિત્તમાં પડઘાવા લાગ્યા : *કોઈ વસ્તુ સામે આવ્યા પહેલાં...*

- અરે, દેવકી ! અઠ્ઠાવીસ વરસ પહેલાં તને અને મને ત્યજી ગયેલી એ હવે સાવ સામે આવી ગઈ છે અને એ વિકટ પરિસ્થિતિનો સામનો કરવામાં મારી મતિ મૂંઝાઈ જવા ઉપરાંત મારું હૃદય પણ રૂંધાઈ રહ્યું છે એ હું તને કેમ કરીને સમજાવું ?

દેવકીના ગયા પછી થોડી વાર સુધી એ શૂન્યમનસ્ક બેસી રહ્યા. પછી ખ્યાલ આવ્યો કે જે કામ પતાવવા માટે પોતે ત્રણ કલાકથી રાહ જોઈ રહ્યા હતા એ તક હવે મળી છે તો ઢીલ શું કામ ? દેવકી બીજા માળે જઈને ઊંઘી ગયા પછી જ એ થઈ શકે તેમ હતું.

'ભા, શરીર કળતું હોય તો દાબી દઉં ?'

પચીસ વરસ જૂના નોકર લાલજીએ આવીને પૂછ્યું ત્યારે ખ્યાલ આવ્યો કે હજુ એ પણ ઘરમાં હાજર છે.

'નહીં, ભાઈ, તું જા.' કોઈ સ્વજનની જેમ પોતાની સેવા-ચાકરી કરતા લાલજીને સ્નેહ-નીતરતા અવાજમાં તેમણે કહ્યું : 'થોડી વારમાં ઊંઘી જઈશ એટલે કળતર ઊતરી જશે, છતાં જરૂર પડશે તો રાત્રે તને જગાડીશ... તું તારે જા.'

લાલજીના ગયા પછી સાવ એકલા પડેલા ભવાનજીભાના મનનો કબજો પુત્રી ચન્દ્રપ્રભાએ લઈ લીધો. સાડાનવ વાગી ન ગયા હોત તો રિમોટ કન્ટ્રોલ દબાવી ટીવી સિરિયલના એપિસોડમાં જોઈ લેત કે શિખામણ આપીને સાસરે વળાવેલી કન્યાનું શું થયું ? કદાચ એમાં પોતાની અને ચન્દ્રપ્રભાની વાત કોઈએ ચોરીને મૂકી દીધી નહીં હોય ને ?

ફરી ભવાનજીભાને ભાન થયું કે આડાઅવળા વિચારમાં ફંટાઈ જઈને પોતે તત્કાલ હાથ ધરવાના કામને વિનાકારણ વિલંબમાં નાખી રહ્યા છે. દીવાલ-ઘડિયાળમાં જોયું તો દસ વાગવા આવ્યા હતા. મનોબળ મક્કમ કરી તેમણે બાજુમાં પડેલા ફોનનું રીસીવર ઊંચક્યું. ધ્રૂજતી આંગળીએ નંબર જોડ્યો. સામે ઘંટડી વાગતી સંભળાઈ ત્યાં જ તેમના હૃદયમાં સળવળાટ શરૂ થઈ ગયો.

થોડી વારે ફોન ઊંચકાયો. સામેથી પુરુષનું 'અલાવ' સંભળાયું કે તરત જ અધીરાઈથી એ બોલ્યા : 'સાધ્વીજી ફોન પર મળી શકશે ખરાં ?'

એટલે સામેથી પૃચ્છા થઈ : 'કયાં સાધ્વીજી, મોટાં કે નાનાં ?'

ભવાનજીભા ક્ષણવાર મૂંઝાણા. એક કરતાં વધારે સાધ્વીજી હશે એનો એમને ખ્યાલ નહોતો એટલે નામ આપવામાં જ ડહાપણ માન્યું : 'સાધ્વી ચન્દ્રસ્મિતાજી જાગતાં હોય તો ફોન પર બોલાવી આપશો, ભાઈ ?' કહીને તરત ઉમેર્યું : 'મારે તાકીદનું કામ છે.'

'આપનું નામ ?'

નામ આપવું પડશે એવું તો તેમણે વિચાર્યું જ નહોતું. અને જવાબમાં વિલંબ થાય તો સામો માણસ 'સવારે ફોન કરજો.' એવું કહીને મૂકી દે. પોતાનું નામ આપે તો સવાર સુધીમાં વાત ફેલાઈ જાય કે જાહેરમાં વિરોધ કરનારા ભવાનજી શેઠિયા ખાનગીમાં ફોનથી સાધ્વીજીનો સંપર્ક રાખે છે.

'સાધ્વીજી પૂછે તો શું નામ આપું ?'

ફોન ઊંચકનારે અધીરાઈ દર્શાવી ત્યારે હોઠ પર ન આવવું જોઈએ એ જ નામ ફોનમાં બોલાઈ ગયું : 'ઈશ્વરભાઈ વિરાણી !'

પોતે ખોટું કર્યું એવો પસ્તાવો કરવા જાય ત્યાં તો સામેથી અનુકૂળ પ્રતિભાવ પડ્યો : 'હમણાં જ એમને જાણ કરું છું.'

જવાબથી રાજી થયા તેની સાથોસાથ ઈશ્વરભાઈ વિરાણીના નામના આવા પ્રભાવથી થોડા અકળાયા પણ ખરા. કદાચ ફોન ઊંચકનારનેય ખબર હશે કે ઈશ્વરભાઈ વિરાણી સાથે સાધ્વીજી સંપર્ક ધરાવે છે ! તો શું સાધ્વી બન્યા પછીય ચન્દ્રપ્રભા અને ઈશ્વર...

એ આગળ વિચારે એ ત્યાર પહેલાં તો દૂરથી કોઈને કહેવાતા શબ્દો ફોનના રીસીવરે ઝીલી લીધા : તમારે એને કહેવું હતું ને કે સવારે ફોન કરે !

આવું કહેનાર ધીમેધીમે ફોનની નજીક આવતું હોય એમ પાછળના શબ્દો જરા મોટેથી સંભળાયા અને ભવાનજીભાનું હૃદય ધડકધડક થવા લાગ્યું. અઠ્ઠાવીસ વરસ પહેલાં સંસાર છોડીને ચાલી ગયેલી પુત્રી સાથે વાતની શરૂઆત કેમ કરવી ? અરે, ફોન પર એને શું સંબોધનથી બોલાવવી ? સાધ્વીને દીકરી કહીને વહાલથી બોલાવી શકાય ખરી ?

'હાં જી !'

ફોન પર સંભળાયેલા માત્ર એ બે જ અક્ષરે પિતાના હૃદયને ખળભળાવી મૂક્યું. અવાજ તો એ જ... પણ હાં જી કહેવાની શૈલીમાં દિલ્હી-આગ્રાની અસર વર્તાઈ.

'તાકીદનું કામ છે કહીને આપે મને ફોન પર બોલાવી અને હવે કેમ કાંઈ બોલતા નથી... ભાઈ !'

ભવાનજીભાને થયું કે પોતે હવે બોલી નહીં શકે.

'લાગે છે કે ફોન પર સામે કોઈ નથી.'

ત્યારે ભવાનજીભાના રૂંધાતા કંઠમાંથી આવેશભેર બે શબ્દો ઊછળી પડ્યા : 'હું છું !'

માત્ર એ બે જ અક્ષર ઉચ્ચારતાં પિતાના હૃદયમાં લાગણીનાં પૂર ઊમટ્યાં અને તેની

અસર સામા છેડે થઈ હોય તેમ સાધ્વીના અકળ મૌને તેમને વધુ વિહ્વળ કરી મૂક્યા. અઠ્ઠાવીસ વરસના વિજોગ પછી પણ માત્ર પિતાના અવાજ પરથી પુત્રી પોતાને ઓળખીને સ્તબ્ધ બની ગઈ એમાં સામા પક્ષે સ્નેહાળ પ્રતિભાવ હતો કે સાધ્વીનો સંયમભાવ હતો ? કે પછી પિતા પ્રત્યેનો રોષભર્યો અભાવ ?

'સાધ્વીજી, મને એક જ મિનિટ સાંભળવાની કૃપા કરશો !'

લાગણીભર્યાં તુંકારાને બદલે સગી પુત્રીને માનભર્યાં સંબોધનથી બોલાવવાની સ્થિતિ ભવાનજીભા માટે અસહ્ય હતી, છતાં શબ્દો દ્વારા વાત્સલ્યનું અનુસંધાન સાધવા માટે તેમણે મન કઠણ કરી લીધું.

'તમે તો પૂર્વજીવનના સંસારી સંબંધોથી નિર્લેપ બની ગયાં છો, પણ...' કંઠની રૂંધામણ સાથે પિતાની આંખો ચોધાર આંસુએ વરસવા લાગી, પરંતુ સામા છેડાની સ્તબ્ધતામાં કોઈ જ ફરક પડ્યો હોય એવું વર્તાયું નહીં.

'ભલે પિતા તરીકે નહીં, પણ એક દર્શનાર્થી તરીકે ત્યાં આવવાની સંમતિ માગું છું.'

સામા પક્ષના પ્રત્યુત્તરના અભાવે જાણે સ્વગત બોલતા હોય, જાતને કહેતા હોય તેમ ભવાનજીભાએ આંખનાં આંસુને વહેતાં રહેવા દઈ, ગદ્ગદ કંઠે અંતરની વ્યથાને વાચા આપી :

'સાધ્વી તો ક્ષમાનાં દેવી ગણાય... આવા કસમયે દર્શનાર્થે આવવાનું ઉચિત ન ગણાય... સવારે એક વાર... માત્ર ક્ષણભર માટે તને... ક્ષમા કરજો, આપને નજર ભરીને નિહાળી લઉં... નહીં-નહીં, આપનાં દર્શન કરી લઉં એટલી કૃપા નહીં કરો, ચન્દ્રસ્મિતાજી ?'

અને ક્ષણવાર પછી એક ડૂસકું સંભળાયું તેની સાથે જ ફોન મુકાઈ ગયો. છતાં એ સાંભળી રહી હોય એવા ભ્રમમાં પિતાએ બોલવાનું ચાલુ રાખ્યું અને છેવટે શરીરમાંથી શક્તિ હરાઈ ગઈ, હૈયાના વાત્સલ્યે કંઠને રૂંધી નાખ્યો ત્યારે રીસીવર મૂકી દઈ ભવાનજીભા ભાંગી પડ્યા. અવાજને અંકુશમાં રાખી ક્યાંય સુધી એ કલ્પાંત કરતા રહ્યા. અઠ્ઠાવીસ વરસ પહેલાં ચાર લીટીની ચિઠ્ઠી લખીને ગૃહત્યાગ કરી ગઈ અને પોતે હૃદય પર પથ્થર મૂકીને તેને મૃત્યુ પામેલી જાહેર કરી હતી ત્યારે પણ આવું કલ્પાંત તેમણે કર્યું નહોતું. એ વખતના આક્રંદમાં તો પુત્રી પ્રત્યે આક્રોશ પણ હતો : અરે, દીકરી ! તારી મા તને પાંચ વરસની મૂકીને ગામતરું કરી ગઈ ત્યારે હું ત્રીસ વરસનો જુવાન હતો છતાં તારા પર ઓરમાન માનો ઓછાયો ન પડે એટલા ખાતર ભરજુવાનીનો તાપ સહન કરી લઈને તને મા-બાપ બંનેની સ્નેહછાયા મેં આપી, લાડથી ઉછેરી, ધામધૂમથી પરણાવીને સાસરે વળાવી. એ સંસારને આમ ચાર લીટીની ચિઠ્ઠીનું પાટુ મારીને તું ચાલી નીકળી ? *મને મરી ગયેલી માનજો* એવું લખતાં તારો જીવ કેમ કરીને ચાલ્યો ?

વર્ષ પહેલાંના તેમના આક્રંદમાં આવો વલોપાત હતો, પણ એ જ પુત્રી સાધ્વી બની ગયા પછી શબ્દોના બેએક મિનિટના આ મેળાપથી જાગેલા કલ્પાંતમાં પિતાનો અપરાધભાવ આંસુ વાટે વહી રહ્યો હતો : અરેરે, એણે ભલે ને મરી ગયેલી માની લેવાનું લખ્યું, પણ એને મૃત્યુ પામેલી જાહેર કરતાં પહેલાં મારી જીભ કપાઈ કેમ ન ગઈ ?

આંસુ-આક્રંદ, વિલાપ-નિઃશ્વાસ અને કલ્પાંત-ડૂસકાંને મન મક્કમ કરી સંયમના પોટલામાં જકડી દઈ ભવાનજી શેઠિયા ધીમેધીમે ખુરસીમાંથી ઊભા થયા. આમ ભાંગી પડવાથી ચાલશે

નહીં એવું મનને ટપારતાં એ લથડતા પગે શયનખંડમાં ગયા. ખૂણામાં વર્ષોથી અકબંધ પડેલા નાના કદના પટારા પાસે જઈને ઊભા રહ્યા. વર્ષોથી ભીતરમાં ભંડારી રાખેલા ભૂતકાળને ફંફોસતા હોય તેમ પટારાનો કાટ ખાઈ ગયેલો નકૂચો પકડી ઢાંકણ ઉઘાડ્યું. અક્કડ થઈ ગયેલી કેડ ઝુકાવી પટારાની લગોલગ ગોઠણભેર બેઠા ત્યારે કમરનો ટાચકો ફૂટ્યો - કેમ જાણે વર્ષો પહેલાં પુત્રીએ સંબંધની કડી તોડી નાખી એની યાદ આપતો હોય !

ધ્રૂજતો હાથ પટારામાં સરકાવ્યો તો પહેલવહેલો સ્પર્શ થયો પાનેતરનો ! ચન્દ્રપ્રભાના કન્યાદાન માટે કેટલી હોંશથી ખાસ કારીગર પાસે તૈયાર કરાવેલા પાનેતર સાથે કન્યાદાનમાં બેઠેલી પુત્રીએ કપાળે બાંધેલો મોતી-ગૂંથ્યો મોડ પણ હાથમાં આવ્યો ત્યારે પાનેતરમાં શોભતી રૂપરૂપના અંબાર સમી પુત્રી સાધ્વીના તપસ્વી જીવન પછી સફેદ વસ્ત્રોમાં કેવી લાગતી હશે ?

એક પછી એક સામગ્રી બહાર કાઢી. ચન્દ્રપ્રભાની પ્રત્યેક ચીજ સાથે સંકળાયેલી સ્મૃતિની ગડી ઉખેળતા ભવાનજી શેઠિયાના હાથમાં છેલ્લે આવ્યું લગ્નના ફોટાનું આલ્બમ અને તેનાં બે પડ વચ્ચે રાખેલા કાગળો સાથે ચાર લીટીની ચિઠ્ઠી !

ચિઠ્ઠી વાંચવાની હિંમત ચાલતી ન હોય તેમ આલ્બમમાં ચિટકાવેલા છત્રીસ વરસની ધૂળ ખાઈને ઝાંખા પડી ગયેલા ફોટા પર આંસુભીની આંખ ફેરવતા ગયા. લગ્ન માંડવી નજીકના બીદડા ગામે લેવાયાં હતાં. ભુજથી મોટા ઘરની જાન આવી હતી. મુંબઈના વેપારીઓ સહિત બહારગામથી સાડા-સાતસો મહેમાનો ભવાનજીભાને ઘેર ઊજવાતાં લગન માણવા આવ્યા હતા. ભોજનમાં સાત વાનાંનાં પકવાન પીરસવા માટે જુદાંજુદાં સાત ગામેથી કંદોઈને બોલાવ્યા હતા અને મુંબઈનાં બે મશહૂર બૅન્ડવાજાં પણ વગડાવ્યાં હતાં. ઝાંખા પડી ગયેલા ફોટા એ ભવ્ય પ્રસંગનું ઊજળું બયાન આપતા હતા, પણ ભવાનજીભાના મુખ પર તો ઝાંખપ પ્રસરાવતા હતા... અને અદાલતના દસ્તાવેજ જેવા કાગળની ટોચે ટાંકણીથી જોડેલી ચિઠ્ઠી તેમણે વાંચવી જ પડી :

'ભા ! હું જાઉં છું. દેવકીને તમારે હવાલે કરતી જાઉં છું. એની જિંદગી પર પેલા જુગારી-દારૂડિયાનો પડછાયો સુધ્ધાં ન પડે એ જોજો. અને હું તેના ત્રાસમાંથી મુક્તિ પામું એ માટે અદાલતમાંથી તમારી જાણ બહાર મેળવી લીધેલી ફારગતીના દસ્તાવેજ આ સાથે બીડ્યા છે. હું મરવા માગતી તો નથી છતાં મને મરેલી માની લેજો.

- તમારા જીવનમાંથી સદાને માટે વિદાય લેતી ચન્દ્રપ્રભા.'

અઠ્ઠાવીસ વરસ પહેલાં આ ચિઠ્ઠી વાંચી ત્યારે વહાલસોયી પુત્રી પર કેવો કાળ ચડ્યો હતો એ ભવાનજીભાને યાદ આવી ગયું. તું મને છેહ દઈને આમ ચાલી ગઈ ? તને મરેલી જ માની લેવાની હોય તો હવે દુનિયા પણ તને મરેલી માને એવું હું કરવાનો... ક્રોધ માણસને કેટલો ઘાતકી બનાવી દે છે ! પિતાને પુત્રીનો કેવો કટ્ટર શત્રુ બનાવી દે છે !

ભવાનજીભાને ધોધમાર વરસતા વરસાદની એ સવાર યાદ આવવા લાગી. પુત્રીને પરણાવ્યા પછી તેમણે પાયધુનીના એ જ ઘરમાં વિધવા બહેન સાથે રહેવાનું ચાલુ રાખ્યું હતું. ચન્દ્રપ્રભા સવા વરસની દેવકીને લઈ આભડછેટના ચાર દિવસ પિયર રહેવા આવી હતી. જામનગરમાં ભવાનજીભાએ પોતાની માતાના સ્મરણાર્થે કેસરબાઈ મહિલા છાત્રાલય માટે સવા લાખનું દાન આપ્યું હતું તેના ભૂમિપૂજનના પ્રસંગે પુત્રીને લઈને સવારની જામનગરની ફ્લાઈટ પકડવાની

હતી. પરંતુ માસિક અટકાવને કારણે ચન્દ્રપ્રભાનું જવાનું કેન્સલ થયું એટલે સવારે પાંચ વાગ્યે તેમણે એકલાએ જ સાન્તાક્રુઝ એરપૉર્ટ જવાનું થયું. ત્યારે તેમને ક્યાં ખબર હતી કે ભોળી દીકરી સંસાર ત્યજી દેવા માટેની બાજી ગોઠવીને જ ચાર દિવસ પિયર રહેવા આવી હતી !

સાડાપાંચે એરપૉર્ટ પહોંચ્યા ત્યારે ખબર પડી કે ખરાબ હવામાનને કારણે જામનગર જતું વિમાન દોઢ-બે કલાક મોડું ઊપડવાનું હતું એટલે જામનગર ફ્લાઈટનું કાઉન્ટર હજુ ખૂલ્યું નહોતું. અર્ધો પોણો કલાક સવારનાં છાપાં પર નજર ફેરવ્યા પછી થયું કે છ વાગ્યે કુંવરબહેન ઊઠી જાય છે એટલે ફોનથી ઘેર વાત કરી લઉં.

'અરે ભા, આંઈ હઈયા ઘરે અચો (તમે જલદી ઘેર આવો) !' ફોન જોડાતાંની સાથે જ વિધવા બહેને રડમસ અવાજે કહેવા માંડ્યું : 'પાંચ વાગ્યે દેવકીએ રડારડ કરી મૂકી ત્યારે ઊઠીને મેં જોયું તો ચન્દ્રપ્રભા તેની બાજુમાં નહોતી ! ઘરમાં બધે ફરી વળી તો ત્યાંય ન મળી ! છોકરીએ ચીસાચીસ કરી મૂકી એટલે મેં એને પરાણે દૂધ તો પાયું, પણ એની માને જોઈ નહીં એટલે ફરી રડારડ કરી મૂકી. ત્યારે મને ભાન થયું કે કાંઈક ન બનવા જેવું બની ગયું લાગે છે. નીચે દુકાનમાં સૂતા વાણોતર ધનજીને ઉપાશ્રયે દોડાવ્યો. કદાચ એ વહેલી ઊઠીને ત્યાં દર્શન કરવા ગઈ હોય. પણ ધનજી ડોકું ધુણાવતો પાછો આવ્યો ત્યારે મને મૂરખીને ભાન થયું કે ચંદુડીની કપડાંલત્તાંની પતરાની પેટી એની ઓરડીમાં નથી. તમારા મેજ પર એના હાથનો લખેલો કાગળ જોયો ત્યારે ફાળ પડી. આંઉ અભણ બાયડી ચિઠ્ઠી જો લખાણ સમજી ન સકીયાં (હું અભણ બાઈ ચિઠ્ઠીનું લખાણ ઉકેલી શકી નહીં). ભા, તમારો ટેલિફુન આવ્યો ન હોત તો હું એકલી બાઈ શું કરત ? આંઉ અનકે ગોતેલા કડા વના ? (હું એને ગોતવા ક્યાં જાત ?) આણે આંઈ હઈયા ઘરે અચી વનો. (હવે તમે જલદી ઘેર આવી જાઓ.) ઘરજી હી દુખિયારી છોરી વાયમેં ન પઈવે ત ખાસુ. (ઘરની દુ:ખી એ છોકરીએ કૂવો ન પૂર્યો હોય તો સારું...)

છેલ્લાં બે વાક્ય સાંભળવા રોકાયા વિના જ ભવાનજીભા વલોવાતા હૈયે ચાળીસ મિનિટે ઘરે પાછા ફર્યા ત્યાં સુધીમાં સાત વાગવા આવ્યા હતા. બાળકી રડીરડીને થાકી ગઈ હોય તેમ જંપી ગયેલી પણ તેની છાતીનાં ડૂસકાં ચાલુ જ હતાં.

ભવાનજી શેઠિયાએ પહેલાં પુત્રીએ લખેલી ચિઠ્ઠી વાંચી, પછી પતિ પાસે લખાવી લીધેલી ફારગતી વાંચી ગયા. થોડી વાર આકળવિકળ થઈ ગયા. પુત્રીના આવા પગલાની કલ્પના સુધ્ધાં કરી ન હોય તેમ ક્રોધથી રાતાપીળા બની ગયા, પરંતુ વિધવા બહેને સંભળાવ્યું કે આમ પગ વાળીને બેસી કાં રહ્યાં છો ? ગામ ગાજતું થાય એ પહેલાં એને ગોતીને ઘરભેગી કરો...

ત્યારે એમણે મોટર દોડાવી મૂકી. પહેલવહેલા કાલબાદેવી પર મોતી બિલ્ડિંગના ત્રીજા માળે રહેતા જમાઈ દલીચંદને ઘરે પહોંચ્યા. ત્યાં તાળું હતું. પડોશીએ કહ્યું કે પાંચ દિવસથી દલીચંદ દેખાયા જ નથી, ત્યારે તેમને ખ્યાલ આવ્યો કે સામે દીકરીએ લખી આપેલા દર-દાગીના લઈને જુગારી જમાઈ જૂગટું રમવા બેસી ગયો હશે : મારી લાડકી દીકરીની જિંદગી સાથે પણ એ નાલાયક જુગાર જ રમ્યો ને ?

ત્યાંથી ગયા ચોપાટીના દરિયે : કદાચ કોઈ લાશ તણાઈને આવી હોય અને લોક ભેગું

થયું હોય તો નજર કરી લઉં, પણ ચોપાટીનો દરિયો વરસાદની હેલી સામે હિલોળા લેતો હતો. ભરતીનાં મોજાંએ કિનારાને જ ભૂંસી નાખ્યો હતો.

અને છેલ્લે ભાન થયું કે ઘેરથી નાસી જનાર માણસ સીધું રેલવે સ્ટેશને જ જાય. ભવાનજીભાએ ગાડી દોડાવી બૉમ્બે સેન્ટ્રલ. પંરતુ વરસાદને કારણે વિમાનની જેમ ટ્રેન મોડી ઊપડી નહોતી. સૌરાષ્ટ્ર-ગુજરાત તરફ જતી બંને ટ્રેન રવાના થઈ ગયા પછી બૉમ્બે સેન્ટ્રલ પર સૂનકાર છવાઈ ગયો હતો.

આખરના ઇલાજ-રૂપે બઝારગેટમાં રહેતી ચન્દ્રપ્રભાની એકની એક બહેનપણી સુશીલાને ઘેર પૂછપરછ કરી જોઈ, પણ પાંચમે માળેથી પાછા ફરીને ડ્રાઈવરે જાણ કરી કે બહેનની બહેનપણી તો અઠવાડિયાથી સુરત ગઈ છે.

હવે દુનિયાને શું મોઢું દેખાડીશ - એવા ભાવ સાથે સાડાનવ વાગ્યે ભવાનજીભા વીલા મોંએ અને ખાલી હાથે પાછા ફરી નાનકડી દેવકીને ગોદમાં લઈ હીંડોળે હીંચકતા મૂંગા-મૂંગા ભીતરથી વલોવાતા હતા.

અનરાધાર વરસાદ અને રવિવારની સવાર... દુકાને જવાનું નહોતું. પોતે જામનગર ગયા છે જાણી કોઈ ઘેર મળવા આવવાનું નહોતું. ખાધાપીધા વિના દોહિત્રીને લઈને હીંડોળે આડા પડ્યા હતા ત્યાં બપોરે બે વાગ્યે ફોન રણક્યો. કદાચ ચન્દ્રપ્રભા જ હશે એમ માનીને સફાળા ફોન તરફ દોડ્યા, તો ગયા વરસે જ દલાલમાંથી પોતાના ભાગીદાર બનેલા પરસોતમનો અવાજ સાંભળવા મળ્યો :

'ભા, મારા ઘાટીએ સવારે તમારી ગાડીને બૉમ્બે સેન્ટ્રલથી પસાર થતી જોઈ ત્યારે મને નવાઈ લાગી.'

પરંતુ પરસોતમને એ શું જવાબ આપે ?

'વરસાદને કારણે જામનગરની ફ્લાઈટ કેન્સલ થઈ એટલે તમે બૉમ્બે સેન્ટ્રલ ટ્રેન પકડવા ગયા હશો એ તો સમજ્યા, પણ સારું થયું તમે પાછા ફર્યા.'

છતાં એ ચૂપ જ રહ્યા.

'ભા, તમે બોલતા નથી એટલે લાગે છે તે તમને પણ ખબર પડી ગઈ.'

'શું ?' આપોઆપ તેમનું મૌન ભાંગી પડ્યું હોય તેમ એ પૂછી બેઠા : 'શેની ખબર પડી ગઈ ?'

'કે સવારે સેન્ટ્રલ પરથી ઊપડેલી સૌરાષ્ટ્ર એક્સપ્રેસ નાની દમણનો પુલ ભાંગી પડવાથી નદીમાં જઈ પડી. ભારે ખુવારી થઈ હોવાના ખબર છાપાવાળાની કચેરીમાં આવ્યા છે.' કહીને ભાગીદારે ઉમેર્યું : 'ઈશ્વરનો પાડ માનો કે તમે એ ટ્રેન ચૂકી ગયા, નહીંતર...'

અને સમાચાર સાંભળી ભવાનજીભા ફોન પર મોકળા મને રડી પડ્યા. હવે કોઈકને તો કહેવું જ પડશે, પણ કહેવા માટે જીભ ઊપડતી નહોતી અને રુદન થંભતું ન હતું.

'શું વાત છે, ભા ? તમે પોક મૂકીને આમ કેમ રડો છો ?' પરસોતમે એકનો એક પ્રશ્ન બે-ત્રણ વાર દોહરાવીને છેલ્લે પૂછ્યું : 'સૌરાષ્ટ્ર એક્સપ્રેસમાં આપણું કોઈ માણસ તો ગયું નથી ને ?'

અને અચાનક એમનું રુદન થંભી ગયું. પુત્રીએ 'મને મરેલી માની લેજો' એવા ચિઠ્ઠીમાં લખેલા શબ્દો કાનમાં ભોંકાવા લાગ્યા અને આઘાતનો ધક્કો લાગ્યો હોય તેમ ફોન પર એમણે કહી દીધું : 'આપણી... ચન્દ્રપ્રભા સવારે એ જ ટ્રેનમાં સુરત જવા નીકળી હતી !'

'ચન્દ્રપ્રભા ? સુરત ?' પરસોતમે તો સહજભાવે પૂછ્યું : 'સુરત શું કામ ?'

અને અદાલતમાં કોઈ આરોપીની ઊલટતપાસ લેતું હોય ત્યારે અચાનક તેને ખોટો જવાબ જડી જાય તેમ ભવાનજીભાને ચન્દ્રપ્રભાની બહેનપણી યાદ આવી ગઈ.

'એની બહેનપણી સુશીલાએ ચન્દ્રપ્રભાને ચાર-છ દિવસ સુરત રહેવા બોલાવી હતી.'

'તો પછી, ભા, તમે ઘરમાં કેમ બેઠા છો...' પરસોતમ અધીર અવાજે બોલી ઊઠ્યો : 'આપણે હાલ ને હાલ અકસ્મતના સ્થળે પહોંચી જવું જોઈએ ! તમે ડ્રાઈવર-મોટર તૈયાર રાખો. હું અબઘડી આવી પહોંચું.'

ભર-વરસાદમાં રાત્રે નવ વાગ્યે નાની દમણ પહોંચ્યા ત્યાં સુધી સૂનમૂન બેસી રહેલા ભવાનજીભાને વારંવાર થયા કર્યું : આ વિશ્વાસુ ભાગીદારને તો સાચી વાત કહી દઈ હૈયાનો ભાર હળવો કરી નાખું... પણ કહેવાયું નહીં અને ઊંડેઊંડે મનમાં એક આશા પણ સળવળતી હતી કે સાચેસાચ ચન્દ્રપ્રભા એ ટ્રેનમાં ગઈ હોય તો ઘર છોડીને ચાલી જવાની વાત શું કામ ઉચ્ચારવી ?

બબ્બે દિવસ ભા ઉતારુઓની યાદી તપાસતા રહ્યા, જખમીઓની છાવણીમાં ખોળતા રહ્યા, હૉસ્પિટલમાં ભરતી કરેલા ઉતારુઓનાં મોં જોતા રહ્યા અને મરેલાંનાં મડદાં કે ટ્રેનના ડબામાં ભીંસાઈને ચૂંથાઈ ગયેલી, ન ઓળખાતી લાશની નિશાનીઓ ઓળખવા મથી રહ્યા, છતાં ચન્દ્રપ્રભાનો ક્યાંય પત્તો ન લાગ્યો. અરે, નદીનાં પૂરમાં તણાઈને પાંચ-પંદર માઈલ દૂરના કાંઠેથી મળી આવેલી લાશોમાંય ચન્દ્રપ્રભાના અવશેષ સુધ્ધાં હાથ ન લાગ્યા.

અને બે દિવસ પછી મુંબઈ-ગુજરાતનાં અખબારોએ જાહેર પણ કરી દીધું કે રેલવે અકસ્માતમાં માર્યાં ગયેલાંમાં મુંબઈની સૂતરબજારના પ્રતિષ્ઠિત વેપારી ભવાનજી રામજી શેઠિયાની એકની એક પુત્રી ચન્દ્રપ્રભા પણ સામેલ હોવાનો ભય. પિતાને પુત્રીની લાશ પણ હાથ ન લાગી !...

અરેરે !

અઠ્ઠાવીસ વરસ પછી અત્યારે એ બધું તાજું થતાં ભવાનજીભાનો આત્મા કકળી ઊઠ્યો : મેં જ એને મરેલી જાહેર થવા દીધી ! શોક વ્યક્ત કરવા આવનારા લોકોને મેં જ રોક્યા નહીં. કમોતે મરેલી પુત્રીની પાછળ દાન-પુણ્ય કરવાનું સૂચન થયું તો મેં એમ પણ કર્યું ! હા, એટલી સદ્‌બુદ્ધિ સૂઝી કે દીકરીની લાશ ન મળે ત્યાં સુધી તેની ઉત્તરક્રિયા નહીં કરવાની જીદ પકડી રાખી... નહીંતર સાધ્વી-સ્વરૂપે અઠ્ઠાવીસ વરસે જીવતી પાછી ફરેલી પુત્રીને હું મોં દેખાડવાને પણ લાયક ન રહેત.

પરંતુ એ મારું મોં જોશે ખરી ? મને એના ઉતારાની બહાર જ રોકાવી રાખીને અંદરથી એ જવાબ આપશે કે સાધ્વીને કોઈ મા-બાપ નથી હોતાં, કોઈ સગાં-વહાલાં નથી હોતાં, એટલે

કહી દો કે સંબંધનું આવું અનુસંધાન કરીને સાધ્વીનાં મારાં શ્વેત વસ્ત્રો ખરડી નાખવાની ચેષ્ટા ન કરે... મને પાપમાં ન નાખે !

શું એ એવું કહેશે ?

સવારના સાડાપાંચ વાગ્યા સુધી આ એકના એક સવાલના હથોડાથી મનને ટીપતા રહી છેવટે ભવાનજીભા ઊઠ્યા. સ્નાન કરીને નિત્યક્રમ પ્રમાણે પૂજામાં બેસવા જતા હતા ત્યાં મન બળવો કરી ઊઠ્યું : હવે વિલંબ કરીશ તો ખાર પહોંચતાં સુધીમાં અનેક લોકો એનાં દર્શને આવી પહોંચ્યા હશે. મને જોઈને આશ્ચર્ય પામશે કે સાધ્વી ચન્દ્રસ્મિતાજીના વિરોધી પોતે જ તેમનાં દર્શને આવ્યા ? આ તે કેવો ચમત્કાર ! ત્યારે હું શું ખુલાસો કરીશ ?

નોકર-કમ-ડ્રાઈવર લાલજીને જગાડવા માટે એ દીવાનખંડમાં આવી ઘરનો દરવાજો ઉઘાડવા પગ ઉપાડે છે ત્યાં ટેલીફોનની ઘંટડીએ તેમને ભડકાવી દીધા : અત્યારે કોનો ફોન ?

જિજ્ઞાસાભેર તેમણે રીસીવર કાને મૂક્યું તો ભાગીદાર પરસોતમ ! પુત્રી ઘર છોડીને ચાલી ગઈ ત્યારે સૌપ્રથમ તેનો જ ફોન આવ્યો હતો. અને આજે સાધ્વી બનીને આવેલી પુત્રીને મળવા જઈ રહ્યો છું ત્યારે પણ એ જ !

'ભા, મને હતું કે તમે પૂજામાંથી પરવારી ગયા હશો.'

'ના, હમણાં જ બેસતો હતો.'

'તો-તો હવે ભગવાન મહાવીરની નિરાંતે પૂજા કરજો.'

'એમ કેમ કહે છે, પશા ?'

'આપણી જીત થઈ ! પેલી ભાગી ગઈ !'

'પેલી ? કોણ ભાગી ગઈ ?'

'સાધ્વી ચન્દ્રસ્મિતાજી ભાગી ગયાં !' પશા ભાગીદારનો હરખ વશમાં રહેતો નહોતો : 'મેં તેના ઉતારે આપણા એક માણસને ઘુસાડી રાખ્યો હતો. અર્ધા કલાક પહેલાં ખારથી એણે ખબર આપ્યા કે સાધ્વીજી પર રાત્રે દસના સુમારે કોઈકનો ફોન આવ્યો, ત્યાર પછી તરત જ તેમણે મુંબઈ છોડી જવાનું નક્કી કર્યું અને થોડી વાર પહેલાં જ દિલ્હીનું પ્લેન પકડવા ખારથી નીકળી ગયાં.'

ભવાનજીભાનો જીવ ઊતરડાઈ ગયો. એ કાંઈ જ બોલી શક્યા નહીં.

'જતાં-જતાં સાધ્વી એવું કહેતાં ગયાં કે આગ્રામાં એમના ગુરુજીની તબિયત બગડી છે એટલે જવું પડ્યું.'

છતાં ભવાનજીભા ખામોશ રહ્યા.

'ભા, સાચી વાતની કોઈને ખબર નથી.' અવાજ ધીમો કરીને પરસોતમ બોલી ગયા : 'રાત્રે એના પર કોનો ફોન આવ્યો હતો એની મને જાણ છે.'

'કોનો ?'

'ઈશ્વર વિરાણીનો !'

'એમ !'

'હા, આપણા માણસે જ ફોન ઊંચક્યો હતો. એ જ સાધ્વીને ફોન પાસે બોલાવી લાવ્યો હતો અને દૂરથી એણે બધું જ સાંભળી લીધું !'

ભવાનજીભાનું મગજ બહેર મારી ગયું હતું છતાં યંત્રવત્ પૂછ્યું : 'શું સાંભળ્યું એણે ?'

'ના, સાંભળવા તો કાંઈ ન મળ્યું, સામેથી જે બોલાતું હતું એ સાંભળીને સાધ્વી ચન્દ્રસ્મિતાજી અવાચક જેવાં બની ગયેલાં એ તેણે જોયું. પછી એક-બે ડૂસકાં ભરી, ફોન મૂકી દઈને સાધ્વી રડી પડવાનાં હોય તેમ દોડીને તેમના ખંડમાં ભરાઈ ગયાં. બસ, થોડી વાર પછી બહાર આવીને જાહેર કર્યું કે પોતાને સત્વર આગ્રા પહોંચવું પડે તેમ છે... બોલો, આને આપણી જીત કહેવાય કે નહીં ?'

ત્યારે ભવાનજીભાનું અંતર પોકારી ઊઠ્યું : નહીં, પશા, આ મારા જીવનની સૌથી મોટી બીજી હાર છે !

'તમે કેમ કંઈ બોલતા નથી, ભા ?' પરસોતમે આશા રાખી હતી એવો પડઘો ન પડ્યો એટલે પૂછ્યું : 'કાલ બપોરની મીટિંગમાં આપણે વિરાણીશેઠ અને સાધ્વીના એકાંત મેળાપની વાત છાપામાં જાહેર કરી દેવાની વિચારણા કરેલી તે એમના કાન સુધી પહોંચી ગઈ હશે એટલે જ ડરીને સાધ્વીને તેમણે નસાડી દીધા.'

ફરી ભવાનજીભાના અંતરમાં પોકાર પડ્યો : હવે તો સાચેસાચું કહી દે... વિરાણીને ખાતર નહીં તો સાધ્વી બનીને આવેલી પુત્રીના ચારિત્ર્યને આંચ ન આવે એટલા ખાતર તો બોલી નાખ કે એ ફોન ઈશ્વરલાલ વિરાણીએ નહીં, મેં કર્યો હતો અને સાધ્વી ચન્દ્રસ્મિતા એ બીજી કોઈ નહીં પણ મારી ચન્દ્રપ્રભા છે !

પરંતુ એકનો એક ગુનો ફરી કરીને તેની બમણી સજા ભોગવવા માગતા હોય તેમ એમણે અંતરના અવાજને રૂંધી નાખ્યો. એ માત્ર એટલું જ બોલી શક્યા :

'જે કંઈ થવું તેનો આપણે હરખ-શોક શું કરવો ?'

અને તેમણે ફોન રાખી દીધો.

*

6

લવ ઈઝ એવરગ્રીન,
ઈટ કિપ્સ યુ ક્લીન.
કમ સૂન માય ડ્રિમ બૉય,
મેક મી ફુલ ઑફ જૉય.

સ્ટીરીઓ પર વાગતી પોપ મ્યુઝિકની તર્જ સાંભળવામાં તલ્લીન બની ગયેલી નિરાલી, સુગંધી સાબુના ફીણવાળા પાણીથી છલકાતા ઈટાલિયન માર્બલના બાથટબમાં, નિર્વસ્ત્ર કાયાને ખભા સુધી ઝબોળી દઈને ડ્રિમ બૉયના સુંવાળા સ્પર્શથી રોમાંચિત થતી હોય તેમ સાબુનાં ફીણથી બંને ગાલ પંપાળતી હતી. મકાનની તંગીવાળા મુંબઈનગરમાં સામાન્ય સ્થિતિવાળા કુટુંબનાં ચાર-પાંચ સભ્યો જીવન ગુજારતાં હોય એવી ઓરડીના કદનો પોતાનો અંગત બાથરૂમ નિરાલી માટે એકાંત માણવાનું આશ્રયસ્થાન હતો. સાબુનાં ફીણની સુંવાળી ચાદર ગળા સુધી ઓઢીને બાથટબના લીસા આરસની શય્યામાં પડીપડી સ્વપ્ન-પ્રદેશમાં ભૂલી પડી જવા માટે જ જાણે સ્નાન કરતી હોય તેમ કલાક-સવા-કલાક સુધી એ બાથરૂમની બહાર નીકળતી નહીં. ક્યારેક મ્યુઝિક સાંભળવામાં ગુલતાન થઈ જતી, ક્યારેક કૉર્ડલેસ ટેલિફોન પર કોઈકની સાથે લાંબી વાતે વળગી જતી, તો કોઈ-કોઈ વાર રોમૅન્ટિક મૂડમાં આવી જઈ, હૃદયમંચ પર ભજવાઈ ચૂકેલાં પ્રણયદશ્યો તાજાં કરવાની લાલચમાં લપેટાઈ જતી.

અઢારમે વરસે મુંબઈની સૌથી મૉડર્ન ગણાતી સેન્ટ ઝેવિયર્સ કૉલેજમાં દાખલ થઈ ત્યારે સ્કૂલની સખીઓવાળી સાંકડી શેરીમાંથી બૉયફ્રેન્ડના મેઈન રોડ પર આવી પહોંચી હોય તેમ એ થનગનવા લાગી. વિરાણી કુટુંબ ત્યારે પૅડર રોડ પર ચાર બેડરૂમના ફ્લૅટમાં રહેતું હતું અને ઈશ્વરભાઈ વિરાણીનું નામ ઝડપથી આગળ વધી રહેલા ઉદ્યોગપતિમાં ગણાવા લાગ્યું હતું, એટલે ઘરની કાર પુત્રીને કૉલેજ મૂકવા-લેવા જાય એમાં નવાઈ નહોતી. પરંતુ થોડા દિવસમાં જ તેમણે પુત્રીની ફરિયાદ સાંભળવી પડી : ડૅડી, હવે હું સ્કૂલમાં નથી ભણતી કે મને ડ્રાઈવર લેવા-મૂકવા આવે. હવેથી સેલ્ફ- ડ્રાઈવ કરીને જ હું કૉલેજ જઈશ અને તે પણ બ્રાન્ડ ન્યુ *પદ્મિની*માં !

બચપણમાં દાદા-દાદી પાસેથી સાંભળેલી ઘોડેસવાર રાજકુમારની વાર્તા તો કિશોરવયના

કૉમિક મેગેઝિનના વાચનમાં વીસરાઈ ગઈ હતી, પણ તેના જુવાન હૈયા પર સવાર થનાર પહેલવહેલો યુવાન તો ઘોડેસવાર જ નીકળ્યો.

'હાય જીમી !'

કૉલેજમાં સાથે ભણતા જમશેદ વાડિયાને બસ-સ્ટૉપ પર ક્યૂમાં ઊભેલો જોઈને નિરાલીએ નવાઈ અનુભવી હતી.

'તું રોજ બસમાં કૉલેજ આવે છે ?'

જીમીને લિફ્ટ આપી કાર સ્ટાર્ટ કરતાં તેનાથી પુછાઈ ગયું હતું. મહાલક્ષ્મી પાસે ઘરનો નાનકડો બંગલો ધરાવતા કુટુંબનો છોકરો બસમાં કૉલેજે ભણવા જાય એ નિરાલીને અજુગતું લાગ્યું હોય તેમ તેણે સૂચન પણ કરેલું :

'મારી જેમ તારા ડેડી પાસેથી *પદ્મિની* કેમ માગી નથી લેતો ?'

'*પદ્મિની*ને બદલે બે વરસ પહેલાં મેં ડેડી પાસેથી *પ્રિન્સેસ* પડાવી લીધી હતી, મિસ વિરાણી !'

'પ્રિન્સેસ !' નિરાલીએ કારને પેડર રોડના ચઢાણ પર લેતાં પૂછેલું : 'એ કોઈ ઇમ્પૉર્ટેડ બ્રાન્ડની કાર છે ?'

ત્યારે પોણાછ ફૂટનો પાતળો ફૂટડો જીમી ભોળાભાવે ખડખડાટ હસી પડ્યો હતો.

'*પ્રિન્સેસ* એટલે મારી ડાર્લિંગ ઘોડી !'

પછી કૉલેજ સુધીના આખા રસ્તે જમશેદ વાડિયાએ ઘોડેસવારીના પોતાના લગાવની, ઊંચી ઓલાદના અશ્વની ખૂબીઓની, રેસના ઘોડાને અપાતી ટ્રેનિંગ અને રેસ જીતનાર જોકીની મહત્તાની જ વાતો સંભળાવ્યા કરી હતી. છેલ્લે કૉલેજના કમ્પાઉન્ડમાં કારમાંથી ઊતરતાં જીમીએ જીવનની એકમાત્ર મહત્ત્વાકાંક્ષા પણ કહી સંભળાવી હતી :

'એક દિવસ એવો આવશે, મિસ વિરાણી ! કે તારી *પદ્મિની*માં લિફ્ટ લેનાર આ જીમી ઇન્ડિયન રેસકોર્સનો સૌથી યંગેસ્ટ જોકી હીરો હશે !'

એમ બોલતી વખતે તેની આંખોમાં કોહિનૂર હીરા જેવી ચમક નિરાલીને દેખાઈ હતી. અઢાર-ઓગણીસ વરસનો યુવાન તેની લાઈફટાઈમ એમ્બીશન પણ નક્કી કરી નાખે એ જ તેના પર મોહી પડવા માટે પૂરતું હતું.

'બાય ધ વે, મને મિસ વિરાણી કહેવાની જરૂર નથી.' કાર લૉક કરીને તેની ચાવી પર્સમાં સરકાવતાં એણે લાડથી કહેલું : 'મારું નામ નિરાલી છે.'

'નિરાલી !' જીમીની ભરાવદાર ભમ્મરવાળી આંખો ફરી ચમકી હતી : 'વેરી ગૂડ નેમ ! હું પહેલી મોટી રેસ જીતું એટલે ડેડીએ માગું તે આપવાનું વચન આપ્યું છે.'

'એ રેસ જીત્યા પછી તું શું માગવાનો, જીમી ?'

ત્યારે જવાબ આપતાં પહેલાં એ મરકમરક હસ્યો હતો : 'નિરાલી માગી લેવાનો છું.'

સાંભળીને નિરાલીના ગાલ રોમાન્સની લાગણીથી લાલચોળ થઈ ગયા હતા. સાથોસાથ તેનો પ્રસ્તાવ વિચિત્ર પણ લાગ્યો હતો. ઘરથી કૉલેજ સુધીની ડ્રાઇવમાં જ કોઈ યુવાન પૂરી ઓળખાણ-પિછાણ વગર આવી વાત કેમ કરી શકે ?

'આઈ થિન્ક, મારી વાત તને બરાબર સમજાઈ નથી લાગતી.' પેલાએ તેના હાવભાવ પારખી જઈ ચોખવટ કરવી પડી હતી : 'રેસ જીતીને ડેડી પાસે હું *પ્રિન્સેસ* જેવી જ બીજી

પાણીદાર ઘોડી માગવાનો છું... એનું નામ ભલે ગમે તે હોય, પણ મારી થયા પછી એ *નિરાલી* તરીકે જ ઓળખાશે.'

'ઓહ !' સ્પષ્ટતા સાંભળીને નિરાલીએ થોડી નિરાંત અનુભવી તેમ થોડી નિરાશ પણ થઈ હતી : હજુ તો એને મારું નામ જ બહુ ગમી ગયું છે !

'બાય ધ વે, આ બધી વાતમાં કારની લિફ્ટ માટે હું તને થૅન્ક્સ કહેવાનું ભૂલી ગયો.'

'તો એ ભૂલની સજા પણ ભોગવવી પડશે.' કહીને ક્લાસ તરફ આગળ વધતાં તેણે સજા સંભળાવી હતી : 'સાંજે મારી સાથે જ કારમાં ઘેર પાછા જવું પડશે.'

'એ તો તારી જાતને સજા કરવા જેવું થશે, નિરાલી !' પારસી શૈલીએ રમૂજ કરતો જીમી બોલી ગયેલો : 'ઘેર જતાં-જતાં ફરી તારે મારી પાસેથી ઘોડાપુરાણ સાંભળીને બોર થવું પડશે.'

'એ મને મંજૂર છે !'

બસ, ત્યાર પછી તો જીમી સાથે મહાલક્ષ્મીની એમેચ્યોર રાઇડિંગ ક્લબ જોવા ગયેલી નિરાલી, ડૅડીને મનાવી લઈ એ ક્લબની મેમ્બર બની જઈને હોર્સ-રાઇડિંગ શીખવા જવાય લાગી હતી. ચારુબહેને વિરોધ તો ઘણો કરેલો : છોકરીને ઘોડેસવારી કરવા દો છો, પણ પગ ભાંગી બેસશે તો એનો હાથ પકડનાર સારા ઘરનો મૂરતિયો શોધવા તમે જાતે ઘોડે ચડીને જશો તોય મળશે નહીં, એનો વિચાર કર્યો છે તમે ?

એનો જવાબ પણ ઈશ્વરભાઈ પાસે તૈયાર હતો : એવું કહેતી હો તો તું અઢાર વરસની થઈ ત્યારે મોટર-ડ્રાઇવિંગ શીખવાની તારા બાપુજીએ તને રજા આપી એ વખતે એવો વિચાર કર્યો હતો કે ડ્રાઇવિંગ શીખવા જતાં તું ઍક્સિડન્ટમાં તારા હાથ-પગ ભાંગી બેસીશ તો તારો હાથ પકડનાર મારા જેવો કોઈ જમાઈ ગોત્યો મળશે ખરો ?

હોર્સ-રાઇડિંગ શીખવા જનારી દીકરીના હાથ-પગને તો કાંઈ થવાનું નહોતું, પણ દિલ ભાંગી બેસવાની હતી એ વાતની ઈશ્વરભાઈને ત્યારે ક્યાંથી કલ્પના હોય ?

ઘોડેસવારી શીખવા આવતા દરેકને ટ્રેનર પાંડુ એક જ દાખલો આપતો : 'રાઇડિંગમાં એક્સપર્ટ થવું હોય તો આ જીમીને દરરોજ અર્ધો કલાક ઘોડેસવારી કરતો જોયા કરો...

અને જીમીની ઘોડેસવારી નીરખતાં રહેવામાં ક્યારે તેના પ્રેમમાં પડી ગઈ એનુંય નિરાલીને ભાન ન રહ્યું. પંદર-વીસ મિનિટની સવારી કરીને એ તેની *પ્રિન્સેસ*ના બદન પર હેતથી હાથ પસવારતો, તેના કપાળને પંપાળીને બુચકારો બોલાવતો કે પછી ક્યારેક બહુ આનંદમાં આવી જઈ ઘોડીના મોં પર ચૂમી ભરી લેતો એ બધી ક્રિયા જોઈને નિરાલીને કાંઈનું કાંઈ થઈ જતું. એક વાર સ્ટેબલ- (તબેલા)માં ઘોડીને બાંધવા જતા જીમીની પાછળપાછળ જઈને તેણે પૂછી પણ લીધેલું : *પ્રિન્સેસ*ને કિસ કરવામાં તને શું સ્વાદ આવે છે ?

સાંભળીને જીમી આશ્ચર્યથી તેની સામે તાકવા લાગ્યો હતો. થોડી વારે હસીને એ બોલ્યો હતો : શરૂશરૂમાં ઇંગ્લિશ ફિલ્મમાં કિસિંગના સીન જોઈને મને પણ આવો જ સવાલ થતો હતો કે એમાં શું સ્વાદ આવતો હશે ?

અને જીમી બોલવાનું પૂરું કરે એ પહેલાં પોતાના કરતાં પાંચ ઇંચ ઊંચા તેના બંને ખભા પર કોણી ટેકવી, પોતાના બંને પગની પાની ઊંચી કરી, નિરાલીએ ઉત્તેજનાભેર તેના હોઠ ચૂમી લઈ જીમીને દસબાર સેકન્ડ માટે ગૂંગળાવી દીધો હતો.

પારસી રહેણીકરણીમાં ઊછરેલા જીમીને તેની એ ચેષ્ટામાં આઘાતજનક તો કાંઈ નહોતું લાગ્યું, પણ થોડું આશ્ચર્ય તો જરૂર થયું હતું... એકાએક તને આ શું થઈ ગયું ? - એવું તે એને પૂછવા જતો હતો, પણ નિરાલીનો લાલઘૂમ ચહેરો જોઈને ચૂપ રહ્યો. કમ્પાઉન્ડમાં પાર્ક કરેલી નિરાલીની કાર સુધી બંને પહોંચ્યા પછી જીમીથી કહ્યા વગર રહેવાયું નહીં :

'નિરાલી, બે વરસ પહેલાં મારી માસીની દીકરી આ રીતે મને કિસ કરી બેઠેલી ત્યારે હું બે વીક (અઠવાડિયા) સુધી તેની સાથે બોલ્યો નહોતો.'

'પણ મારી સાથે તો તું બે મિનિટ પછી જ બોલવા લાગ્યો !' નિરાલી ગુમાનથી બોલી ગયેલી : 'હું નિરાલી છું, તારી માસીની દીકરી નથી, જીમી !' કહીને મલકાતી બોલી ઊઠી હતી : 'અને તું મારો નિરાલો છે !'

'એ કબૂલ !' જીમીએ કારમાં તેની બાજુની સીટમાં બેસતાં કહી દીધું હતું : 'તું ભલે નિરાલી હો, પણ અત્યારે તો તારે આટલેથી જ અટકી જવું પડશે... મારા જીવનમાં અત્યારે એક જ એમ (ધ્યેય) છે અને તે નંબર વન જૉકી બનવાનું.'

'ત્યાં સુધી મારે ધીરજ રાખવાની, એમ જ કહેવું છે ને તારે ?' ચાવી ઘુમાવી કારનું એન્જિન સ્ટાર્ટ કરતાં તેણે પૂછી પણ લીધું : 'કેટલો વખત લાગશે નંબર વન જૉકી બનવામાં ?'

ભલે ને પૈસાદાર કુટુંબની છતાં ગુજુ છોકરીએ આમ બેધડક પૂછી લીધું ત્યારે જમશેદ વાડિયાએ સાચેસાચું જ કહી દેવું પડ્યું :

'તું રેસ જોતી નહીં થાય ત્યાં સુધી નંબર વન જૉકીનો અર્થ હું તને નહીં સમજાવી શકું, નિરાલી ! એક સિઝનમાં વધારે વખત વીનમાં આવવું જોઈએ. વન થાઉઝન્ડ ગિનીસ, ટુ થાઉઝન્ડ ગિનીસ, ડર્બી - એમ એકએકથી ચડિયાતી રેસ જીતી દેખાડે એ ચેમ્પિયન બન્યો કહેવાય. લાખો રૂપિયાનો દાવ લગાડનાર માત્ર ઘોડાની નસલ જ નથી જોતા, તેના પર સવારી કરનાર જૉકીનો રેકર્ડ પણ સારો હોય તો આંખો મીંચીને પૈસા લગાડતા હોય છે.'

જીમીમાં રસ જાગ્યા પછી નિરાલીને પહેલી વાર રેસ વિષે જાણવાની ઉત્સુકતા જાગી હતી. 'અત્યારે એવો ચેમ્પિયન કોણ છે, જીમી ?'

'વસંત શિંદે !'

એ નામ લેતી વખતે જીમીની આંખોની ચમક જોઈને નિરાલીએ અનુમાન ઉચ્ચાર્યું હતું : 'ત્યારે તો એ રેસકોર્સનો હીરો ગણાતો હશે !'

'અત્યારે હીરો ખરો, પણ વર્ષો પહેલાં માથેરાનમાં એ ઘોડાવાળો હતો. પંદરેક વરસ પહેલાં તું તારાં મમ્મી-ડૅડી સાથે માથેરાન ગઈ હોઈશ ત્યારે કદાચ એના કોઈ ટટ્ટુ પર તને બેસાડીને બે-પાંચ રૂપિયા ખાતર એ તારી સાથે દોડતો આવ્યો હશે... અને આજે એની ઘોડેસવારી પર પન્ટર્સ (રેસ રમનારા) બે-પાંચ લાખ રમી નાખતાં અચકાતા નથી !'

'તને પણ હું એવો હીરો જોવા માગું છું, જીમી !'

'એ માટે મારે સ્ટ્રગલ(સંઘર્ષ)માંથી પાર ઊતરવું પડશે અને તારે ધીરજ રાખવી પડશે, નિરાલી !'

અને ઘર આવ્યું ત્યાં સુધી અઢાર વરસની નિરાલીએ સાડાઅઢાર વરસના જીમીનો હાથ દબાવી રાખીને ધીરજ રાખવાનું ઉષ્માભર્યું વચન આપી દીધું હતું.

ત્યારથી નિરાલીને રેસનો નાદ લાગી ગયો. ઘરમાં તો કોઈ રેસશોખીન હતું નહીં, એટલે શરૂશરૂમાં એકબે વાર ઘરનાંથી છાની રેસ જોઈ આવી હતી. સાવ એકલી જવાનું અજુગતું લાગેલું એટલે તેની એકમાત્ર માનીતી ફ્રેન્ડ કાશ્મીરાને સાથે લઈ ગયેલી. સ્કૂલમાં ઝેવિયર્સમાં ભણવાનું પાલવે તેમ નહોતું એટલે અભ્યાસમાં બંને જુદી પડી ગયેલી, છતાં બંને વચ્ચેની મૈત્રી જળવાઈ રહી હતી.

'નીરા(લી), આ રીતે ઘરનાંથી છાનું રાખીને વારંવાર રેસમાં આવવાનું ખરાબ કહેવાય.' બીજી વાર મહાલક્ષ્મી રેસકોર્સ જતી વખતે કાશ્મીરાએ આનાકાની કરી હતી : 'કોઈક ઓળખીતા જોઈ જશે તો આપણું બંનેનું આવી બનશે !'

'મીરા, કૉલેજિયન થઈ તોપણ તું સાવ મણિબહેન રહી.' મધ્યમવર્ગની સીધીસાદી છોકરીઓને મણિબહેન કહેવામાં નિરાલીને ગમ્મત પડતી. કાંડું પકડી કાશ્મીરાને રેસકોર્સના ગેટમાં ખેંચી જતી નિરાલીએ તેને સંભળાવ્યું હતું : 'તને કાંઈ થાય તો જવાબદારી મારી... અને મારે તો વહેલા-મોડા જીમી સાથેના અફેર (પ્રણય) ખાતર ઘરનાંઓનો સામનો કરવાનો જ છે ને ?'

પરંતુ બીજી વારની એ મહાલક્ષ્મી યાત્રામાં ધાર્યા કરતાં ઊલટું જ બની ગયું હતું. રેસ શરૂ થતાં પહેલાં બંને બહેનપણીઓ વારાફરતી નાનું દૂરબીન આંખે લગાડી વીઆઈપી એન્ક્લોઝરમાં બેઠેલા ફિલ્મ સ્ટારને નીરખતી હતી તેમાં અચાનક કાશ્મીરા આંખેથી દૂરબીન હઠાવી નિરાલીનું કાંડું પકડી લેતી બોલી ઊઠી :

'માર્યાં ઠાર ! ત્યાં તો તારા ડેડી બેઠા છે !'

ત્યારે તેના હાથમાંથી દૂરબીન આંચકી લઈ ધારીધારીને પિતાને જોતી નિરાલી ખુશ થતી બોલી ઊઠેલી : 'મણિબહેન, એમાં માર્યાં ઠાર શેની કહે છે ? ડેડી ઘરનાંથી છાનામાના રેસ જોવા આવે છે એ તો મારા લાભની વાત થઈ. હવેથી તારી છુટ્ટી ! ગમે તેમ કરીને હું ડેડીને મનાવી લઈ એમની સાથે જ એ વીઆઈપીઓ વચ્ચે રેસ જોતી થઈ જવાની...'

બસ, ત્યારથી ઈશ્વરભાઈ વિરાણી પુત્રીને લઈ છડેચોક ઘોડાદોડમાં જતા થઈ ગયા. આમ તો બે મહિના પહેલાં જ તેમણે રેસમાં જવાનું શરૂ કર્યું હતું. શનિવારે કંપનીની બૉર્ડ મીટિંગમાં સોલિસિટર ભુતાને રેસની ચોપડી સાથે લઈને આવતા જોઈ એક વાર પૂછી નાખેલું : 'ભુતાસાહેબ, ઘોડદોડનો તમને આ તે કેવો ચસકો લાગ્યો છે ?'

'એ તો તમે આવીને ત્યાંનું થ્રિલિંગ (રોમાંચક) વાતાવરણ જાતે જુઓ તો જ સમજી શકાય, વિરાણીશેઠ !' કહીને સોલિસિટરે રેસના આકર્ષણનું બીજું કારણ સમજાવ્યું એ ઈશ્વરભાઈને તરત ગળે ઊતરી ગયું હતું.

'બીજું કાંઈ નહીં તો મુંબઈ શહેરમાં સ્ટેટસ (મોભો) ધરાવતા માણસો વચ્ચે બેસવાનો લહાવો કાંઈ ઓર છે. નવી ઓળખાણ થાય, જૂના સંબંધ તાજા થાય અને નવા સંબંધ બંધાય.'

અને આમ ઉદ્યોગપતિ તરીકે પોતાના વધતા જતા મોભાને ધ્યાનમાં રાખી ઈશ્વરભાઈ રેસમાં જતા થઈ ગયા તેનો લાભ લેવાનું નિરાલી કેમ ચૂકે ?

પહેલી સીઝનની છેલ્લી રેસ હતી ત્યાં સુધી તો ઈશ્વરભાઈને નિરાલીના રેસ-ચસકાનું રહસ્ય ધ્યાનમાં આવ્યું નહોતું, અમુક ઘોડા દોડતા હોય ત્યારે દીકરી સાવ નીરસ થઈને બેસી રહેતી

અને અચાનક એકાદ ઘોડદોડ શરૂ થવાની હોય ત્યાર પહેલાંથી એ ઉત્તેજનામાં આવી જતી, એક ક્ષણ પણ આંખેથી દૂરબીન હઠાવ્યા વિના કયો ઘોડો વીનમાં દોડે છે તે ઉચાટભર્યા ઉદ્વેગથી જોયા કરતી અને પોતાના ફેવરિટ ઘોડાને આગળ નીકળી જતો જોઈ જોરશોરથી ચિલ્લાઈ ઊઠતી : 'બક અપ, જીમી ! બક અપ !'

જ્યાં સૌ ચિલ્લાતા હોય એવા શોરબકોરમાં નિરાલીની ચિચિયારી પર કોણ ધ્યાન આપે ? પણ જીમીનું નામ પિતાના કાન-બહાર રહ્યું નહીં. વિનમાં દોડતો ઘોડો સ્નો-વાઈટ હતો અને તેના પર સ્વારી કરનાર હતો જોકી જીમી... જમશેદ વાડિયા !

પછી તો પુત્રીની પ્રત્યેક હિલચાલ પર એમણે ચાંપતી નજર રાખવા માંડી. સ્પોર્ટ્સ મૅગેઝિનમાં છપાયેલી જોકી જીમીની તસવીરો અને તેની જીતની તારીફ કરતાં લખાણનાં સાચવીને રાખેલાં કટિંગ્સ તેના બેડરૂમમાંથી મળી આવ્યાં, એટલું જ નહીં, પુત્રીએ વૉર્ડરૉબ(કપડાંના કબાટ)ના બંને દરવાજાની અંદરની બાજુએ ચિટકાવેલા જીમીના રંગીન બ્લૉ-અપ ફોટા પણ એક વાર ઈશ્વરભાઈએ જોઈ લીધા.

'નિરાલી, હવેથી રેસમાં જવાનું બંધ.' એવો મનાઈહુકમ ફરમાવતાં તેમણે કારણ પણ આપ્યું હતું : 'તારી મમ્મીને એ બિલકુલ ગમતું નથી. હું પણ હવે જવાનો નથી.'

એ કારણ નિરાલીને ગળે તો ઊતર્યું નહોતું છતાં દલીલ કરવાને બદલે રિક્વેસ્ટ(વિનંતી)થી કામ લીધું : 'ડૅડી, પ્લીઝ, એક જ વાર... આવતી રેસમાં જઈ આવીએ પછી બંધ કરી દઈશ, બસ !'

'આવતા રવિવારની રેસમાં એવું ખાસ શું છે ?' જાણતા હોવા છતાં આડકતરી રીતે પૂછવાની ચેષ્ટા કર્યા પછી ઈશ્વરભાઈને થયું કે પિતા તરીકે થોડા સખત થવાની જરૂર છે એટલે સીધું જ પૂછી લીધું :

'એટલા માટે જવા માગે છે કે જીમીને ડર્બી જીતીને ચેમ્પિયન થઈ જતો જોવો છે ?'

પિતાએ પોતાની ચોરી પકડી પાડી એથી થોડી નર્વસ થઈ ગયેલી નિરાલીને તરત જ થયું કે વહેલું-મોડું જે કહેવાનું છે તે અત્યારે જ શું કામ બોલી ન નાખવું ?

'હા, ડૅડી, જીમી ચેમ્પિયન બને એ ઘટના હું મિસ કરવા (ગુમાવવા) નથી માગતી.'

'શું કામ ?'

'કારણ કે...' ઘડીભર નિરાલીની જીભ થોથવાઈ, પણ પછી મન મક્કમ કરી ટટ્ટાર ગરદને તેણે કહી દીધું હતું : 'બીકૉઝ આઈ લવ હિમ !' (કારણ કે હું એને ચાહું છું.)

'લવ હિમ ?' પુત્રીને આ રીતે હિંમતભેર બોલતી સાંભળવાની અપેક્ષા ન રાખી હોય તેમ ઈશ્વરભાઈ બરાડી ઊઠ્યા : 'કોને, એ જોકીને ? તું ખાનદાન ઘરની કન્યા છો એ ભૂલી ગઈ ?'

'જીમી પણ ખાનદાન ઘરનો છે.'

'છતાં એણે જોકી બનવાની શું જરૂર પડી ? ઈશ્વરભાઈ વિરાણીનો જમાઈ જોકી ? નહીં, એ કદાપિ નહીં બને, નિરાલી !'

'તો હું આવતી રેસ ન જોવા જાઉં એ પણ નહીં બને, ડૅડી !'

પુત્રીના બોલમાં પિતાને બળવાની ગંધ આવી ગઈ. હઠ સામે હઠાગ્રહ કરવાથી વાત વણસી જશે એમ મન મનાવી લઈ તેમણે ઠાવકાઈ ધારણ કરી લીધી.

'ઠીક છે, છેલ્લી વારની એ રેસ જોવા આપણે બંને સાથે જ જઈશું, પણ લવ-બવની વાત મનમાંથી કાઢી નાખજે.'

'થેન્ક્યુ, ડેડી !' કહીને પોતાના રૂમમાં ચાલી ગયેલી નિરાલીએ મનોમન નક્કી કરી નાખ્યું હતું કે રવિવારે જીમી ડર્બી જીતે પછી અમારા બંનેના મિલનમાં કોણ રુકાવટ કરી શકવાનું છે ? કોઈ રોકટોક કરશે તો જીમી સાથે નાસી ગયા પછી ભલે ડેડી તેમની ખાનદાની આબરૂનો હિસાબ ગણ્યા કરે.

ખાસ ડર્બી માટે બે દિવસ પહેલાં ખરીદેલા છએક હજાર રૂપિયાના પોશાકમાં સજ્જ થઈને નિરાલી થનગનતા હૈયે પિતા સાથે રેસશોખીનોથી ઊભરાતા રેસકોર્સમાં દાખલ થઈ ત્યારે વિનિંગ પોસ્ટ તરફ ધસી જતા અશ્વ જેવી ઉત્તેજના અનુભવતી હતી. 'હું હમણાં આવી' કહીને પિતાથી છૂટી પડી રેસિંગની તૈયારીમાં પડેલા જીમીને દૂરથી જમણા હાથની ચાર આંગળી બંને હોઠ પર ચાંપીને ફ્લાઇંગ કિસ આપી *બેસ્ટ ઑફ લક*ની સંજ્ઞા કરી હતી. જવાબમાં જીમીએ ચાર આંગળાંની મુઠ્ઠી વાળી અંગૂઠો દેખાડ્યો ત્યારે એને ત્યાં ઊભાં-ઊભાં ઊંચા અવાજે કહી દેવાની ઇચ્છા જાગી હતી કે મેં ડેડીને આપણી વાત કરી દીધી છે ! પરંતુ એ શક્ય નહોતું અને ઇચ્છવાજોગ પણ નહોતું. જાણ્યા પછી એને ટેન્શન થઈ જશે તો ડર્બીની જીત હાથમાંથી છીનવાઈ જશે !

અને ડર્બીમાં દોડનારા ઘોડા પર સવાર થઈને સાત જૉકી મેદાનમાં આવ્યા. તાળીઓના ગડગડાટથી રેસરસિયાઓએ તેમને વધાવ્યા. આંખે દૂરબીન લગાવી જીમી પર મીટ માંડી નિરાલી તેના ચહેરાના હાવભાવનું બારીક નિરીક્ષણ કરવા લાગી ત્યારે પોતાનું હૃદય ધબકતું હતું, પણ પેલો તો હંમેશની જેમ સ્વસ્થ દેખાતો હતો. નિરાલીને તેના શબ્દો યાદ આવી ગયા : હોડમાં ઊતરવાનું હોય ત્યારે મનના તોખારને અંકુશની લગામ ચડાવી દેવી જોઈએ.

*સ્ટાટ*નું સિગ્નલ મળતાંની સાથે જ સાતેસાત ઘોડા તીરની જેમ છૂટ્યા. બે ઘડી સૌ અવાચક બનીને દોડ નીરખતા રહ્યા. પછી પોતાના ફેવરિટ ઘોડાને આગળ નીકળી જતો જોઈને ગેલમાં આવી જઈ કેટલાક *બક અપ, બક અપ*ના પોકારો પાડવા લાગ્યા. જેમના ઘોડા થોડા પાછળ હતા એ ઉશ્કેરાટમાં જૉકીને પાનો ચડાવવા ચિલ્લાવા લાગ્યા. અર્ધી દોડ સુધી જીમીનો ઘોડો *બ્લૅક નાઈટ* ત્રીજો હતો, છતાં નિરાલી નિશ્ચિંત રહી હતી. જીમીની સ્ટ્રૅટ્રેજી (પેંતરાબાજી) એ બરાબર જાણી ગઈ હતી. શરૂઆતમાં વેગને જરા અંકુશમાં રાખી અચાનક બધાની વચ્ચેથી આગળ નીકળી જવાની તેની લાક્ષણિકતા હતી. અને અત્યારે પણ એમ જ થયું. જીમીનો *બ્લૅક નાઈટ* ત્રીજામાંથી બીજો અને બીજામાંથી પહેલો નીકળી જતો દેખાયો. બીજા નંબરના *ગોલ્ડ રશ* ઘોડાના જૉકીએ તેને આંબી જવા માટે ભરપૂર જોશ અજમાવ્યું. એ લગભગ તેની *નેક્ ટુ નેક* (લગોલગ) થઈ ગયો ત્યારે વિનિંગ પોસ્ટ સાવ નજદીક આવી ગયું હતું. નિરાલી આનંદની પરાકાષ્ઠાએ પહોંચી ગઈ હોય તેમ બાજુમાં ઊભેલા પિતાની હાજરીની પરવા કર્યા વિના ચિલ્લાઈ : 'યૂ વીલ મેઈક ઈટ, માય લવ !'

અને એ ઘડીએ કાંઈક એવું બની ગયું કે જીમીનો *બ્લૅક નાઈટ* અચાનક વીફર્યો હોય, પોતાના પુરવેગને રોકી ન શકતો હોય તેમ એ ગડથોલિયું ખાઈ ગયો અને તેના પર સવાર

થયેલો જીમી હવામાં ઊછળી નીચે પટકાઈ પડ્યો. બહાર ફંગોળાઈ ગયો હોત તો-તો એ બચી જાત, પણ પાછળ ધસી આવતા ઘોડાના માર્ગમાં જ એ પટકાયો હતો અને પાછળથી આવતા ઘોડાના એક પગ હેઠળ તેની ગરદન દબાઈ ગઈ.

એકસામટી ચીસોથી રેસકોર્સ ખળભળી ઊઠ્યું. રેસના ટ્રેકથી ૨૦ ફૂટ દૂર રહીને ઘોડદોડ પર નજર રાખતી જીપમાં બેઠેલા નિરીક્ષકે હવામાં ગનનો ધડાકો કરી રેસ રોકાવી દીધી... ત્યારે પહેલાં તો અનેક સ્ટુઅર્ડ અકસ્માતના સ્થળે પહોંચી ગયા હતા... અને એ જ વખતે તીવ્ર ચિત્કાર સાથે નિરાલી બેહોશ થઈને નીચે ઢળી પડી હતી.

શુદ્ધિમાં આવી ત્યાં સુધીમાં એ તેના બેડરૂમમાં પહોંચી ગઈ હતી. સામે તેના ડેડી અને ડૉક્ટર ઊભા હતા. જીમીને શું થયું એમ તે વારંવાર પૂછતી રહી પણ જવાબ ન મળ્યો. ઘેનનું ઈન્જેક્શન આપીને ફરી તેને ઊંઘાડી દીધી હતી એટલે છેક સવારે છાપું વાંચ્યું ત્યારે જાણ થઈ કે પાછલા ઘોડાના પગ હેઠળ ગરદનની ધોરી નસ કપાઈ જતાં જીમીએ રેસ-ટ્રેક પર જ અંતિમ શ્વાસ લીધા હતા અને તેના *બ્લૅક નાઈટ* ઘોડા પર કોઈ તીક્ષ્ણ વસ્તુનો પ્રહાર કરી તેને ભડકાવી દઈ આ જીવલેણ કાવતરું કરનાર *ગોલ્ડ રશ* ઘોડાના જૉકી ચવ્હાણને હંમેશને માટે રેસ-કારકિર્દીમાંથી રસ્ટીકેટ કરવામાં આવ્યો હતો.

સમાચાર વાંચીને નિરાલી હીબકે-હીબકે રડી હતી, ચોધાર આંસુએ કલ્પાંત કર્યું હતું અને ઘરનાંઓએ તેને મોકળા મને રડવા દીધી હતી.

અત્યારે સવાપાંચ વરસ પછી પણ સાબુનાં ફીણથી ઊભરાતા બાથટબમાં પડીપડી એ પ્રસંગને યાદ કરતી નિરાલીના ગાલ પરથી આંસુની ધાર વહેવા લાગી હતી. આવું અનેક વાર બનતું રહેતું. મુંબઈના જૉકી જીમીને સંભારતી હોય, દિલ્હીના ક્રિકેટર ક્રિપાલના વિચાર વાગોળતી હોય કે પછી ગોવાના પોપ સિંગર ચાર્લી પ્રત્યે જાગેલા આકર્ષણની યાદ તાજી કરતી હોય... સ્મૃતિપટ પર દરેક પ્રણયસંબંધનો આરંભ ઉન્માદથી થતો, પણ અંત અત્યારની જેમ આંસુમાં જ આવતો, એટલું જ નહીં, દરેકના કરુણ અંજામ માટે નિરાલી પોતાને જ દોષપાત્ર લેખતી. જીમીની મહત્ત્વાકાંક્ષી જિંદગી ઘોડાના પગ નીચે કચડાઈ ગઈ. સેન્ચુરી બૅટ્સમૅન ક્રિકેટર ક્રિપાલના જમણા હાથનું હાડકું ભાંગ્યું ત્યારે ઑપરેશનમાં ઑર્થોપીડિક સર્જનની ગફલતને લીધે કાયમની ખોડી રહી જવા પામી તેથી એની ક્રિકેટ કારકિર્દીનો અંત આવી ગયો અને બિચારો ચાર્લી ભરપૂર નશામાં હતો ત્યારે કોઈએ ભરી આપેલા છેલ્લા ગ્લાસમાંથી કોણ જાણે શું ગટગટાવી ગયો કે તેનો કંઠ હંમેશને માટે બેસૂરો થઈ ગયો... કોણ જાણે હવે કોનો વારો આવશે ?

અતીતનાં એ રોમાંચક છતાં આઘાતજનક સંભારણાંને હૃદયમાંથી હડસેલી દેતી હોય તેમ નિરાલીએ બાથટબની મોરીનું ઢાંકણ ખોલી નાખી સાબુના સુગંધી પાણીને ખાળમાં વહાવી દીધું. પછી દીવાલે જડેલા દર્પણમાં નિર્વસ્ત્ર કાયાનું પ્રતિબિંબ નિહાળતી શાવરબાથ લેવા લાગી. ફુવારાના પાણીની છાલકથી ધીમેધીમે અરીસાની સપાટી પર ભેજની છારી વળવા લાગી હતી તેમતેમ દેહનું પ્રતિબિંબ દેખાતું બંધ થયું અને હૃદયદર્પણ પરથી પણ ભૂતકાળની સ્મૃતિઓ ઓઝલ થઈ ગઈ.

બગલથી પેંડી સુધી ટુવાલ વીંટીને એ બાથરૂમમાંથી બહાર આવતી હતી ત્યાં જ ટેલીફોન રણક્યો.

'કોણ, નિરા ?'

'બોલ, મીરા.'

'શું કરે છે ?'

'હમણાં જ બાથ લઈને બહાર આવી.'

'છેક અગિયાર વાગ્યે ?'

'તારા જેવી મણિબહેનોની જેમ રવિવારે પણ હું સાત વાગ્યામાં બાથ નથી લેતી એ જાણવા છતાં કેમ પૂછ્યું ?'

'અમસ્તું જ...' સામે છેડે કાશ્મીરા થોડું રોકાઈને આગળ બોલી : 'મણિબહેનોને મૂળ વાત પર આવતાં પહેલાં પ્રસ્તાવના કરવાની ટેવ હોય છે ને.'

'પ્રસ્તાવના પતી ગઈ હોય તો મૂળ વાત પર આવી જા ને.'

'થોડી વાર પહેલાં મેં એક છોકરો જોયો.'

'જિંદગીમાં પહેલી વાર છોકરો જોયો હોય એવી રીતે તું બોલે છે, મીરા !'

'આઈ મીન, એક છોકરો મને જોવા આવ્યો હતો.'

'ઓહ, એમ વાત છે !' નિરાલી કાંઈક મજાક કરવા જતી હતી, પણ વિચાર બદલીને પૂછ્યું : 'કેવો લાગ્યો ?'

'પરણી જવા જેવો !'

'અને એને તું કેવી લાગી ?'

'ઘેરથી જતી વખતે બાપુજીને એણે પૂછ્યું કે તમને વાંધો ન હોય તો નિર્ણય લેતાં પહેલાં સાંજે કાશ્મીરા સાથે બહાર એક મુલાકાત કરી લઉં !'

સાંભળીને નિરાલીને ગમ્મત સૂઝી ગઈ : 'તો-તો એ એકાંત મુલાકાતમાં હું પણ આવવાની !'

'એ શક્ય નથી, નિરા !'

'કેમ ? મને જોઈને તારો એ પરણી જવા જેવો છોકરો મારા પર મોહી પડશે એવી બીક લાગે છે તને ?'

'એ પણ શક્ય નથી.' કહી કાશ્મીરાએ ચોખવટ કરી : 'એ તારી વૈભવ ઈન્ડસ્ટ્રીઝમાં જ સર્વિસ કરે છે... એટલે બાપુજીએ કહ્યું કે નિરાલી તેના ડેડી મારફત છોકરા વિશે તપાસ કરાવી આપે ત્યારપછી પાકું કરી નાખીએ. આજે ને આજે જ રિપૉર્ટ જોઈએ.'

'આજે તો રવિવાર છે. તું આટલી બધી અધીરી કેમ થઈ ગઈ, મીરા ?'

'મણિબહેન છું ને એટલે !' કહી કાશ્મીરાએ સમજાવ્યું : 'બાપુજી કહે છે, કાલથી શરાધ બેસે છે. આજે નક્કી ન થાય તો દશેરા સુધી રાહ જોવી પડે. એનું નામ છે કૌશલ ચતુર્ભુજ ગાંધી. પ્લીઝ, તારા ડેડીને કહીને આજે જ તપાસ કરાવી આપ ને !'

'ઓકે, ડન. પણ રિપૉર્ટ સારો હોય અને તું કૌશલની મીરા બની જવાનું નક્કી કરે તો મને ઇનામ શું આપીશ ?'

'તું માગી લે.'

'તારા એ કૌશલને પહેલી કિસ તારે મારી હાજરીમાં કરવી પડશે... છે મંજૂર, મણિબહેન ?'

ત્યારે સામેથી 'યૂ મણિબહેનની બચ્ચી !'ના મીઠા ઠપકા સાથે કાશ્મીરાએ ફોન રાખી દીધો.

*

'સર, મિઝ મર્ચન્ટને લઈ આવી છું.'

વિરાણીશેઠની કેબિનમાં ડૉલી સાથે દાખલ થતાં સેક્રેટરી મંજૂષાએ કહ્યું ત્યારે ઈશ્વરભાઈએ સવારના છાપા પરથી નજર ખસેડ્યા વિના જ હકારમાં ડોક હલાવી અનુમતિ આપી. રવિવારનાં સવારનાં ગુજરાતી છાપાંના પહેલા પાના પર સાધ્વી ચન્દ્રસ્મિતાજીનું પ્રવચન રદ થવાની માત્ર જાહેર- ખબર જ વાંચવા મળી હતી. એકાએક વ્યાખ્યાન રદ કેમ થયું તે જાણવાની ઉત્સુકતામાં રવિવારનો આખો દિવસ ડહોળાઈ ગયો હતો. કદાચ એ બીમાર પડી ગયાં હશે ? કોઈએ ધમકી આપીને વ્યાખ્યાન બંધ કરાવ્યું હશે ? - એવા તર્ક કરતા રહીને છેક સાંજે શૅરબજારના પેલા દલાલ ઉમેદચંદના ઘરનો ફોન નંબર શોધવાનાં ફાંફાં માર્યાં પણ તેમાં ફાવ્યા નહીં ત્યારે સોમવારનું છાપું આવે ત્યાં સુધી ધીરજ ધરવાની ઈશ્વરભાઈને ફરજ પડી હતી. પરંતુ તેમાં તો એક પારાના સમાચારમાં એટલું લખ્યું હતું કે *ગુરુજીની ગંભીર માંદગીને કારણે સાધ્વીજીએ તત્કાલ સવારની ફ્લાઈટ પકડી આગ્રા જવું પડ્યું હોવાથી થોડા દિવસ માટે તેમનાં વ્યાખ્યાન મુલતવી રાખવામાં આવ્યાં છે...* પછી આગળ- પાછળની માહિતી આપતાં ઉમેર્યું હતું કે *જેમની મુંબઈના માત્ર ત્રણ દિવસની હાજરીને કારણે જૈન સમાજમાં વિવાદનો વંટોળ જાગ્યો હતો એ સાધ્વીજીની અણધારી વિદાયથી હાલ તરત તો મામલો શમી ગયો છે. જોકે ચન્દ્રસ્મિતાજીની અચાનક વિદાય અંગે જાતજાતની અટકળો થતી સંભળાય છે, પરંતુ એ પ્રગટ કરવાનું અમને ઉચિત જણાતું નથી.*

સવારે ઊઠતાંની સાથે જ આ સમાચાર વાંચ્યા પછી તો સાચું કારણ જાણી લેવાની તેમની ઉત્કંઠા વધુ પ્રબળ બની હતી. એકના એક સમાચાર વારંવાર વાંચવાથી જાણે ન છપાયેલી અટકળો જાણવા મળશે તેમ સવારથી અત્યાર સુધીમાં ઈશ્વરભાઈ અનેક વાર એ પૅરેગ્રાફ પર નજર ફેરવતા રહી વિચારમાં ડૂબી જતા હતા. સેક્રેટરી મંજૂષા નવી ભરતી થયેલી ડૉલીને લઈને કેબિનમાં આવ્યા પછી ઘણી વારે તેમણે છાપું દૂર હડસેલી દઈ ઊંચે જોયું.

મંજૂષાની બાજુમાં મિડી ડ્રેસમાં ઊભેલી મિઝ મર્ચન્ટ તેના કરતાં સહેજ નીચી લાગતી હતી પણ મંજૂષા કરતાં થોડી વધારે સ્વીટ દેખાતી હતી. હોઠ પર આછી લિપસ્ટક હતી, નાક પારસીની પહેચાન જેવું અણીદાર હતું અને બંને આંખો નીચે સહેજ કાળાશ વર્તાતી હતી.

'ટેક યોર સીટ, મિઝ મર્ચન્ટ !'

તેને સામેની ખુરશીમાં બેઠક લેવા કહ્યું ત્યારે 'થૅન્ક્સ' સાથે બેઠક લેતાં તેણે વિવેકથી કહ્યું : 'સર, આપ મને ડૉલી કહેશો તો ચાલશે.'

કહી એ નીચું જોઈ ગઈ, કેમ જાણે બૉસની સાથે આંખ મિલાવવા માગતી ન હોય.

ઈશ્વરભાઈએ તેને નીરખી લીધા પછી થોડી વાર પહેલાં મંજૂષાએ તેમના ટેબલ પર મૂકેલા ડૉલીના બાયોડેટા પર નજર ફેરવી લીધી :

ખાનદાન પારસી ફૅમિલીમાં જન્મેલી, બી.કૉમ. થઈને કમ્પ્યૂટરની ડિગ્રી લીધેલી. ચાર વરસ

પહેલાં ટાટા ગ્રુપમાં નોકરીએ જોડાઈ. ત્યાં સાથે કામ કરતા નોશીર મર્ચન્ટ સાથે પરણી ગઈ. એક જ વરસના લગ્નજીવન પછી કંકાસ શરૂ થયો. ચાર મહિના અગાઉ ત્રીસ વરસની વયે છૂટાછેડા લીધા અને નોશીરની સાથે એક જ કંપનીમાં કામ ન કરવા ખાતર ઊંચા પગારની નોકરી છોડી દીધી. છૂટાછેડા પછી પણ પતિની અટક છોડી નથી. વૉર્ડન રોડ પર પેઈંગ ગેસ્ટ તરીકે એકલી રહે છે. ટાટા ગ્રુપ તરફથી મળેલા સર્વિસ સર્ટિફિકેટમાં જણાવ્યા પ્રમાણે તેની રીતભાત તથા ચાલચલગત સારી, પર્સનલ સેક્રેટરી તરીકેનો રેકર્ડ ઉત્તમ !

આમ તો વૈભવ ગ્રુપમાં ડૉલીને કમ્પ્યુટર ખાતામાં નોકરી મળી હતી, પણ વીસ દિવસ માટે મંજૂષા દુર્ગાપૂજા પર કલકત્તા જવાની હોવાથી તેની ગેરહાજરીમાં કામચલાઉ કામગીરી સોંપવાની હોવાથી તેને વિરાણીશેઠ સમક્ષ રજૂ કરવામાં આવેલી અને પહેલી વાર બૉસને મળવા આવનાર દરેકને તેમની સામે બેસવા મળતું તેમ ડૉલી સહેજ ગરદન નમાવીને બેઠી હતી. વિરાણીશેઠની ચુપકીદીથી એ થોડી અકળાતી પણ હતી : બૉસ કદાચ પોતાનો ભેદ તો પામી નહીં ગયા હોય ને !

'એક જ કંપનીમાં કામ કરતાં પતિ-પત્ની વચ્ચે ડિવૉર્સ થાય ત્યારે ખરી રીતે પતિએ બીજી નોકરી પકડી લેવી જોઈએ.'

આખરે ઈશ્વરભાઈએ શરૂઆત કરી : 'તેને બદલે ડૉલી, તમે કેમ સર્વિસ છોડી દીધી ?'

'સર, નોશીર અમારા પડોશમાં રહેતા હતા. એમણે જ મને એ નોકરી અપાવેલી. મૉરલી (નૈતિક દૃષ્ટિએ) મને લાગ્યું કે મારા કરતાં ટાટા ગ્રુપની સર્વિસ પર તેમનો હક્ક વધારે છે.'

'ગૂડ !' તેના નૈતિક દૃષ્ટિકોણથી ખુશ થયા હોય તેમ ઈશ્વરભાઈએ શાબ્દિક ટેકો આપીને કહ્યું :

'આવી જ નીતિ ચાલુ રાખીશ તો વૈભવ ગ્રુપમાં તારું ફ્યુચર (ભાવિ) ઉજ્જ્વળ છે... યૂ કૅન ગો નાઉ.'

'થૅન્ક્સ અ લૉટ, સર !' કહી ડૉલી સહેજ મસ્તક નમાવી, દૃષ્ટિ દ્વારા આભાર માની લઈ બહાર નીકળી ગઈ. મંજૂષાને જવાનું કહેવામાં આવ્યું નહોતું એટલે એ બૉસની સામે ઊભી રહી.

'મંજૂ, છોકરી દેખાય છે તો બ્રાઈટ, પણ એને તારી જગ્યાએ ટેમ્પરરી મૂકી જતાં તને ભીતિ નથી લાગતી ?'

'શેની ભીતિ, સર ?'

'કદાચ ભવિષ્યમાં એ તારી પોસ્ટ (જગ્યા) પચાવી પાડે ?'

ત્યારે મંજૂષાએ આદત પ્રમાણે મીઠું હસી લીધું :

'સર, કાલીમાતાની કૃપા અને આપની અમીદૃષ્ટિ હશે ત્યાં સુધી મારું કોઈ કાંઈ જ નહીં પચાવી શકે.'

મંજૂષા મુખરજી કાલીમાતા પર અપાર શ્રદ્ધા ધરાવતી હતી એ ઈશ્વરભાઈ બરાબર જાણતા હતા. મંજૂષાને પોતે સર્વિસમાં રાખવા કલકત્તાથી મુંબઈ લઈ આવ્યા ત્યારે તેણે માત્ર એક જ વિનંતી કરી હતી : દર દુર્ગાપૂજાએ મને વીસ દિવસ કલકત્તા આવવાની છૂટી આપજો, વરસના બાકીના ત્રણસો પિસ્તાલીસ દિવસ હું તમારી સેવામાં રહીશ !

'હેં, મંજૂ, તું કાલીમાતા પાસે દર વખતે કાંઈ માગે છે ખરી ?'

સાંભળીને એ નીચું જોઈ ગઈ. એક પગ વગરની બની ગયેલી મારી જેવીએ હવે શું માગવાનું રહે છે - એમ કહેવા જતી હતી, પણ પોતાનું દુઃખ રડવાનું ઠીક ન લાગ્યું એટલે બોલી ગઈ : 'કાલીમૈયા પાસે હું એટલું જ માગું છું કે મારી જેમ બીજા કોઈને અપંગ ન બનાવતી, મા !'

સાંભળતાં જ ઈશ્વરભાઈના મગજ પર અપરાધભાવનો ભાર આવી પડ્યો હોય તેમ એ નીચું જોઈ ગયા. પોતાના અપરાધનું વળતર ચૂકવવાની ભાવનાથી મંજૂષાને કલકત્તાથી અહીં લઈ આવી તેને પોતાની સેક્રેટરી બનાવી ત્યારે કલ્પના નહોતી કે નજર સમક્ષ તેની સતત હાજરી પોતાને વારંવાર ગુનાની યાદ અપાવીને રિબાવ્યા કરશે. પરંતુ હવે તેનો કોઈ વિકલ્પ નહોતો.

'સર, આપને માટે કાલીમૈયા પાસે કંઈ માગતી આવું ?'

ઘણી વાર સુધી અબોલ રહેલા બૉસને તેણે પૂછી નાખ્યું ત્યારે વિરાણીશેઠે ધીમેધીમે ગરદન ઊંચી કરી તેના પર મીટ માંડી. માગવા જેવું તો ઘણું બધું હતું : દેશના નંબર વન ઉદ્યોગપતિ બનવાનું, વૈભવને પેલી ઍક્ટ્રેસના સકંજામાંથી છોડાવવાનું, પુત્રી નિરાલી માટે સારું ઠેકાણું મળી જાય, પોતાને તમાચો મારનાર ભવાનજી શેઠિયા પસ્તાવો વ્યક્ત કરે અને... અને સાધ્વી બનેલી ચન્દ્રપ્રભા એક વાર પોતાની સાથે દિલ ખોલીને વાત કરે !

'કાલીમૈયા પાસે સૌ કોઈનું માગ્યું મળતું હોત તો...' તેમણે શબ્દો શોધવા માટે થોડું રોકાઈ જઈને કહ્યું : 'મારા માટે એટલું માગી આવજે, મંજૂ ! કે આ ઈશ્વરલાલ વિરાણીના હાથે કોઈનું જીવન બરબાદ ન થાય !'

બોલતાં-બોલતાં એ ગદ્ગદ થઈ ગયા એટલે મંજૂષા 'ભલે' કહીને બહાર જતી રહી, પણ પોતે આવું કેમ બોલી ગયા એના આશ્ચર્યમાંથી ઘણી વાર સુધી એ બહાર નીકળી શક્યા નહીં.

'ડોન્ટ બી સિલી !' દરવાજો ઉઘાડીને દાખલ થનારનો સહેજ ઊંચો થતો અવાજ તેમના કાને પડ્યો : 'તું એની પર્સનલ સેક્રેટરી છે તો હું એનો પર્સનલ ફ્રેન્ડ છું, શું સમજી ?' કહેતાં સંસદસભ્ય મુરારિ પોદ્દાર અંદર ધસી આવ્યા.

'ઈશ્વરભાઈ, તમારી આ સેક્રેટરી આપણો સંબંધ જાણે છે છતાં દર વખતે મારા અંદર આવવા માટે તમારી રજા માગવાનો આગ્રહ શું કામ રાખે છે ?'

થોડી ફરિયાદ અને થોડી રમૂજના મિશ્રભાવે સંભળાવતા મુરારિ એમ.પી.એ સામેની લેધરચેર પર હક્કથી બેઠક જમાવી.

'એ તો તમે અચાનક આવી ચડ્યા એટલે...'

'મને ચાનક ચડે તો અચાનક આવી ચડું.' આખાબોલા મુરારિએ સફારી સૂટના કૉલર સરખા કરતાં કહ્યું : 'એપૉઈન્ટમેન્ટ વગર હું કોઈને મુલાકાત આપતો નથી અને ઉગાઉથી એપૉઈન્ટમેન્ટ લઈને હું કોઈને મળવા જતો નથી. લોકોનાં કામ કરવા માટે આવો નિયમ રાખવો પડે.'

એમના આવા નિયમ પર ઈશ્વરભાઈને હસી લેવાનું મન થયું, પણ જે કામસર એ આવી ચડ્યા હતા એ ગંભીર હતું એટલે મૌન સેવવાનું પસંદ કર્યું.

'મેં નક્કી કરી નાખ્યું છે...' આદત મુજબ મોટેથી બોલાઈ ગયા પછી તેમણે કેબિનના દરવાજા તરફ જોયું : 'શેઠની વાત છુપાઈને સાંભળી લેવાની તારી સેક્રેટરીને કુટેવ નથી ને ?'

'નહીં, મુરારિભાઈ, કેબિન સાઉન્ડ-પ્રૂફ છે અને કોઈ બગિંગ (જાસૂસી દ્વારા સાંભળી લેવાની ચેષ્ટા) ન કરે એટલા માટે મારી કેબિનનું ચેકિંગ નિયમિત થતું રહે છે.'

'છતાં ટેલીફોન પર વાત કરવાનું જોખમ ન લેતાં રૂબરૂ આવ્યો છું. આ શ્રાદ્ધના દિવસોમાં જ પેલીનું પતાવી દેવાનું ગોઠવી નાખ્યું છે.'

'આટલું જલદી !' આંચકો અનુભવતા ઈશ્વરભાઈ સહેજ ટટ્ટાર થઈ ગયા. વૈભવને સબીનાના લફરામાંથી છોડાવવા માટે બીજા ઉપાય અજમાવ્યા વગર આવું અંતિમ પગલું ન ભરવું જોઈએ એમ કહેવા માટે તેમની જીભ ઊપડી નહીં.

'પૉલિટિક્સમાં પડેલાએ ઝડપી નિર્ણય લેવાની કુનેહ કેળવવી જ પડે.' મુરારિએ અવાજ ધીમો કરતાં કહ્યું : 'તમે ફોન પર કહ્યું કે શનિવાર સવારની ફ્લાઈટમાં વૈભવ હૉંગકૉંગ માટે રવાના થાય છે એટલે મેં ઝડપથી ચક્રો ગતિમાન કરી દીધાં.'

'વૈભવ એકલો હૉંગકૉંગ નથી જતો.'

'તો ?'

'નિરાલીને પણ સાથે મોકલીએ છીએ.'

ઈશ્વરભાઈ પેલી ઘાતકી વાત સાંભળવાની માનસિક તૈયારી કરતા હોય તેમ બોલ્યા : 'તમારાં ભાભીએ નિરાલી માટે એક સારું ઠેકાણું શોધી કાઢ્યું છે. ઘરમાં કાલે જ વાત થઈ, મુરારિભાઈ ! તમે તો સૂરજચંદ્ર ડાયમન્ડવાળા ધીરજભાઈ ઝવેરીને ઓળખતા જ હશો ?'

'કેમ ન ઓળખીએ ?' મુરારિ એમ.પી.એ પોરસ કર્યો : 'ડાયમન્ડ બજારની બહુ મોટી પાર્ટી છે. ઈલેક્શન વખતે પ્રાઈમ મિનિસ્ટરનું નામ લઈને ધીરજલાલ પાસેથી પચીસ-ત્રીસ લાખ લઈ આવું જ છું. બદલામાં કામ પણ કરી આપું છું.'

'એનો મોટો દીકરો સૂરજ પરણેલો છે અને કુંવારો નાનો હૉંગકૉંગની ઑફિસ સંભાળે છે.'

'તમે કહેતા હો તો હું જ ધીરજલાલના કાને વાત નાખું.' મોટા લોકોનાં કામ કરી આપવાની ધગશ ધરાવતા મુરારિએ બીડું ઝડપી લેવાનો ઉત્સાહ દેખાડ્યો : 'આપણી દીકરીએ હૉંગકૉંગ સુધી જવાની જરૂર પણ ન રહે. ધીરજલાલ એમની દીકરાને મુંબઈ બોલાવી લે એવું ગોઠવી આપું.'

'નહીં, મુરારિભાઈ ! તમે પૉલિટિક્સમાં પાવરધા છો તેમ મારી પત્ની ચારુ વ્યવહારમાં કુશળ છે... એ કહે છે કે ઑફિશિયલ પ્રસ્તાવ મૂકતાં પહેલાં આડકતરી રીતે નિરાલી અને ચન્દ્રકુમાર એકબીજાને મળી લે અને બંનેનો મનમેળ થઈ જાય તો...'

'ભાભીનો આઈડિયા પણ પૉલિટિકલ (મુત્સદ્દીગીરીભર્યો) છે. ઈશ્વરભાઈ, આજકાલનાં જુવાનિયાં મા-બાપે ગોઠવેલાં લગ્ન કરતાં અમે જાતે પસંદ કરીને પરણ્યાં છીએ - એવું કહેવામાં ગર્વ અનુભવે છે ! પછી ભલે ને પરદા પાછળથી વડીલોનો દોરીસંચાર હોય !'

'એટલે જ નિરાલીને ફરવાને બહાને વૈભવ સાથે હૉંગકૉંગ મોકલીને પહેલું પગલું ભરવાનું નક્કી કર્યું.'

'એવી જ રીતે મેં પણ નક્કી કરી નાખ્યું કે આ તરફ વૈભવ હૉંગકૉંગના પ્રવાસે નીકળે અને બીજી તરફ પેલી પરલોકના પ્રવાસે ઊપડી જાય !'

'પરંતુ આટલી જાણીતી ઍક્ટ્રેસ અને પાછી સામાજિક કાર્યકર... !'

'શેની સામાજિક કાર્યકર !' જાણે સમાજનું કામ કરવાના પોતાના અધિકાર પર પેલીએ તરાપ મારી હોય તેમ અધવચ્ચે ઊંચા અવાજે મુરારિ બોલી ઊઠ્યા : 'શ્રીમંતના છોકરાને ફસાવવાના કામને તમે સામાજિક કાર્ય કહો છો, ઈશ્વરભાઈ ?'

'છતાં એકાએક એનું મોત થાય તો પહેલાં કોના તરફ આંગળી ચીંધાય ? જેને એ બાઈની હસ્તી મિટાવી દેવાથી લાભ થવાનો હોય તેના તરફ જ ને ?'

'ઈશ્વરભાઈ, તમે માત્ર ઉદ્યોગમાં જ એક્સપર્ટ છો. આવાં કામ પતાવવામાં મારું મગજ કેટલું ઝડપથી જડબેસલાક પ્લાન ઘડી શકે છે તેની તમને હવે ખાતરી થશે.'

કહી મુરારિએ પોતાનો પ્લાન સમજાવ્યો :

'સાંભળો, શનિવારે વૈભવ હૉંગકૉંગ જવાનો છે તેમ પેલી આઉટડૉર શૂટિંગમાં બાય રોડ મહાબળેશ્વર જવા નીકળવાની છે. વૈભવની ફ્લાઈટ ક્યારે ઊપડે છે ?'

'સાત વાગ્યાની ફ્લાઈટ છે એટલે પાંચ વાગ્યે સહાર એરપૉર્ટ પર રિપૉર્ટિંગ કરવું પડશે.'

'અને પેલી મહાબળેશ્વર જવા માટે છ-સાડાછએ જ પાલી હિલના ઘેરથી નીકળવાની... એની ટોયોટા કાર પનવેલ અને પેન વટાવી નિર્જન વિસ્તારમાં પહોંચશે એટલે ડિકીમાં મૂકેલો ટાઈમબૉમ્બ ફાટશે.'

'ટાઈમબૉમ્બ ?' ઈશ્વરભાઈ હચમચી ગયા : 'તેને બદલે અકસ્માત જેવું કાંઈક...'

'તમે પહેલાં પૂરું સાંભળી લો. બાન્દ્રાથી પેન પંચોતેર કિલોમીટર છે. આટલું અંતર કાપતાં સવારે દોઢ કલાકથી વધારે ન થાય. એ છ-સાડાછને બદલે કદાચ સાત-સાડાસાતે નીકળે એવી ગણતરી રાખીને નવ વાગ્યે ફાટે એ રીતે ટાઈમબૉમ્બ તેની ડિકીમાં મુકાશે. આપણે ખાસ તો એ જ જોવાનું કે બૉમ્બ નિર્જન વિસ્તારમાં ફાટે. એ ધડાકો સો ટકા જીવલેણ ન નીવડે તોપણ ગંભીરપણે ઘવાયેલી બાઈને હૉસ્પિટલ પહોંચાડવામાં બીજો એકાદ કલાક નીકળી જાય તો રસ્તામાં જ એ ઢબી જાય.'

'અને પોલીસ-તપાસ થાય તો ?'

'તમે વચ્ચે નહીં બોલો, ઈશ્વરભાઈ ! મારો આખો પ્લાન ફુલપ્રૂફ છે. જે માણસ તેની ડિકીમાં સામાન મૂકશે એ જ માણસ છેલ્લે ટાઈમબૉમ્બ ગોઠવી દેશે. રસ્તામાં ડિકી ખોલવાનો સવાલ જ નથી. એક વાર બૉમ્બ ફાટે અને બાઈ પણ ફાટી પડે એટલે પોલીસ-તપાસ ચાલુ કરશે. આ રીતે તેની હત્યા કરનારનો મોટિવ (હેતુ) શું હોઈ શકે - એ જાણવા માટે લાગતાવળગતાની પૂછપરછ થશે અને તેના ઘરમાં પણ તપાસ કરશે... ત્યાં એક કાગળ પોલીસના હાથમાં આવશે.'

'કાગળ ! કોનો કાગળ ?'

'ટેરરિસ્ટનો !' મુરારિએ ગંભીર સ્મિત ફરકાવતાં કહ્યું : 'બાઈ મૂળ તો પંજાબી છે. પંજાબના ત્રાસવાદી તેમની લડત માટે તેની પાસે પચાસ લાખની માગણી કરતો પત્ર લખશે. એ પત્ર અઠવાડિયા અગાઉની તારીખનો હશે. તેમાં ધમકી પણ હશે કે અઠવાડિયામાં રકમ નહીં મળે તો અમે આખરી ઉપાય અજમાવતાં અચકાશું નહીં.'

આટલું સાંભળ્યા પછી ઈશ્વરલાલને પહેલી વાર એટલી ધરપત થઈ કે મુરારિનો પ્લાન જડબેસલાક હતો.

'પત્રના પુરાવાને સધ્ધર બનાવવા માટે આ અઠવાડિયા દરમિયાન સબીનાબાઈને ઘેર એક નનામો પત્ર જશે. એ ઘેર ન હોય ત્યારે જ ફોન થશે. ઘરનો નોકર કે બાઈનો બાપ ફોન ઊંચકશે એટલે સામેવાળો કડક અવાજમાં એટલું જ કહેશે, મૅડમ કો બોલો, હમારા ખત મિલા ? હમેં જવાબ ચાહિયે.'

'એ શું કામ ?'

'હવે તમે સાચો સવાલ કર્યો, ઈશ્વરભાઈ !' ઘાતકી કાર્યને બદલે કોઈ પરાક્રમ કરવાના હોય તેમ પોરસાઈને મુરારિ બોલ્યા : 'બાઈ મરી ચૂકી હશે એટલે પૂછપરછ તો જીવતાની જ થાય ને ? એનો નોકર કે બાપ એમ કહે કે આવા નનામા ફોન આવતા હતા, એટલે પોલીસને પેલા ખતનો તાળો મળી જાય. બસ, વાત ખતમ !' કહીને તેમણે ધીમેથી ઉમેર્યું : 'ટેરરિસ્ટના નામે છેલ્લાં પાંચ વરસમાં આવી તો અનેક હત્યાઓ થઈ ચૂકી છે. પોલીસને કાંઈ મળે નહીં એટલે ત્રાસવાદનું કામ છે એટલું લખી ફાઈલ બંધ વાળી દે... બોલો, હવે તમારે કાંઈ પૂછવું છે ? કોઈ શંકાનું સમાધાન બાકી છે ?'

ઈશ્વરભાઈ માથું ખજવાળવા લાગ્યા એટલે તેને સંમતિસૂચક માની લઈ મુરારિ ખુરસીમાંથી ઊભા થઈ ગયા :

'આ કામ જેવાતેવાને નથી સોંપ્યું. ડૉનનો કોઈ ઘા આજ સુધી ખાલી નથી ગયો.'

ડૉન ! ઈશ્વરભાઈ મનમાં જ બબડ્યા : મસ્કતમાં બેઠાં-બેઠાં મુંબઈ પર ગુનાખોરીનું રાજ ચલાવતા ડૉન સુધી મુરારિભાઈ પહોંચી ગયા ?

'હવે હું જાઉં છું... બુધવારે સવાર પહેલાં પાંચ લાખ હું મંગાવી લઈશ. કુલ સોદો વીસ લાખમાં પતાવ્યો છે. બીજા પાંચ લાખ શુક્રવારે અને બાકીના દસ શનિવારે કામ પત્યાના એક અઠવાડિયા પછી.'

છતાં ઈશ્વરભાઈએ કોઈ આનાકાની દર્શાવી નહીં એટલે એમણે પગ ઉપાડ્યા :

'પછી તો દશેરા સુધીમાં વૈભવ આપણા પ્રાઈમ મિનિસ્ટરનો બનેવી બની જાય અને આપણી નિરાલી પેલા ડાયમન્ડવાળાની પુત્રવધૂ થઈ જાય એટલું જ ગોઠવવાનું રહે છે.'

કહેતાં ખંધું હસીને સંસદસભ્ય મુરારિલાલ પોદ્દારે વિદાય લીધી અને ઈશ્વરભાઈથી નિસાસો નખાઈ ગયો. થોડી વાર પહેલાં જ તેમણે મંજૂષાને કહેલા શબ્દો યાદ આવી ગયા : કાલીમાતા પાસે મારા વતી એટલું માગજે કે મારા હાથે કોઈનું જીવન બરબાદ ન થાય... તેને બદલે મુરારિલાલે તો મારા વતી કોઈના જીવનની બાદબાકી જ કરવાનું ગોઠવી નાખ્યું !

*

7

'કેમ છો, મામા ?'

ચન્દ્રમહાલના પહેલા માળે દીવાનખંડમાં દાખલ થઈને ઉર્વશીએ સ્ટીલની આરામખુરશીમાં બેઠેલા ભવાનજીભાને પૂછ્યું : 'થોડી વાર પહેલાં દેવકીને ફોન કર્યો ત્યારે ખબર પડી કે બે દિવસથી તમને ઠીક નથી... એટલે ખબર પૂછવા આવી. શું થઈ ગયું ?'

'પંચોતેરે પહોંચવા આવેલા માણસને બે દિવસ શરીરે અસુખ વર્તાય એમાં ખબર પૂછવા માટે ધક્કો ખાવાનો ન હોય, ભાણી !'

ભવાનજી શેઠિયાનું મોસાળ જામનગર હતું અને તેમની પાડોશમાં જ વાઈસ-એડમિરલ ચોપરાનાં પત્ની ઉર્વશીદેવીનું પિયર હતું. ભવાનજીભાએ ઉર્વશીની માતાને બહેન માની હતી એટલે અંગત વ્યવહારમાં મામા-ભાણીનું સંબોધન વપરાતું.

'માત્ર ખબર પૂછવા જ નથી આવી, મામા ! નિમંત્રણ આપવાના નિમિત્તે આવવાનું થયું.'

'એટલે કે તારા દીકરાએ અમેરિકામાં કોઈ કન્યા પસંદ કરી લીધી ?'

'નહીં રે, મામા ! એ હજુ ક્યાં માને છે ?' ઉર્વશીદેવીને થયું કે તેમણે વાત ઉચ્ચારી છે તો શરૂઆત એનાથી જ કરું :

'મારો દેવાંગ હજુ પચીસનો છે, પણ તેના પહેલાં તો વારો આપણી દેવકીનો ગણાય. વાઈસ- એડમિરલ રાહ જોઈને બેઠા છે કે ભવાનજીભાને ત્યાંથી કંકોતરી આવે તો મારું નેવી બૅન્ડ લઈને હાજર થઈ જઈશ.'

ત્યારે ભવાનજીભાનો ચહેરો ખિન્ન થઈ ગયો.

'દેવકીને પરણાવવાની હોંશ સિવાય હવે આ જિંદગીમાં બીજા કોઈ ઓરતા બાકી રહ્યા નથી, ઉર્વી !'

ઉર્વશીએ તેમને બોલવા દીધા :

'હજુ હમણાં એને ત્રીસમું બેસી ગયું. અમારા કચ્છી સમાજમાં બહુ ભણેલી છોકરીઓને લાયક મુરતિયા ગોતવા જતાંય જલદી મળે નહીં. કચ્છી ભાયડાઓ પચીસમે વરસે તો પરણી ગયા હોય. પરદેશના છોકરામાં મારું મન માનતું નથી. પાછી દેવકી તો કરોડોનો કારભાર સંભાળે

છે. મારું સર્વસ્વ એને જ વારસામાં મળવાનું છે... ચન્દ્રપ્રભાને મોટું ઘર જોઈને પરણાવી હતી, પણ જમાઈ નપાવટ નીકળ્યો તેમાં એ બિચારીનો સંસાર રોળાઈ ગયો !'

બોલતાં-બોલતાં એમનો અવાજ ભીંજાવા લાગ્યો :

'એટલે દૂધનો દાઝેલો હું છાશ પણ ફૂંકીને પીઉં છું.'

એમનું કથન પૂરું થયું એ જ વખતે લાલજી ટ્રેમાં છાશના બે ગ્લાસ લઈને હાજર થયો. ઉર્વશી અહીં આવતી ત્યારે છાશ પીતી અને મજાકમાં કહેતી પણ ખરી કે કચ્છી બિયર પીવા આવી છું.

'મામા, આ જમાનામાં હવે કચ્છી કે જૈન છોકરાઓનો આગ્રહ શું કામ રાખવો જોઈએ ?' લાલજીના ગયા પછી છાશનો ગ્લાસ હાથમાં લેતાં તેમણે વાત ઉપાડી લીધી : 'ચન્દ્રપ્રભા હયાત હોત તો એ પણ મારી જેમ જ તમને કહેત.'

- હયાત હોત તો ?... ભવાનજીભાના હૈયાનો જખમ ખોતરાયો. એ કહી શક્યા નહીં કે ચન્દ્રપ્રભા હયાત છે - હજુ ગઈકાલના પરોઢિયા સુધી તો મુંબઈમાં હતી !

'નાત-જાતના બાધ ન હોય તો એક મોટા ઘરનું ઠેકાણું મારા ધ્યાનમાં આવ્યું છે.'

'ઘર મોટું ન હોય તો ચાલશે, માણસો દિલનાં મોટાં હોવાં જોઈએ... બાકી તો દેવકીનું હિત તારે હૈયે હોય જ.'

હવે ઉર્વશીદેવીને મૂંઝવણ થઈ : વિરાણી કુટુંબના માણસો દિલનાં મોટાં ગણાય કે નહીં ? નામ સાંભળીને ભવાનજીભા ઊકળી ઊઠશે તો ? ઈશ્વરભાઈની વાત જુદી હતી, પણ ભવાનજી શેઠિયાને તો પોતે બાપ જેવા ગણતી હતી.

'તમે ગુસ્સે ન થાઓ તો કહેવાની હિંમત કરું.'

'ગુસ્સો આવશે તોપણ ગળે ઉતારી જઈશ, ઉર્વી ! જે કહેવા આવી છો તે કહી નાખ.' ભવાનજીભાએ પોતાનો છાશનો ગ્લાસ પૂરો કરીને નૅપ્કિનથી મૂછો લૂછતાં કહ્યું :

'સમજી લે કે તારા આ મામાએ ગઈ કાલથી ગુસ્સે થવાનું છોડી દીધું છે.'

ભવાનજીભાએ *ગઈ કાલ* પર ભાર મૂક્યો હતો અને કદાચ ઉર્વશીએ પૂછ્યું હોત કે મામા ગઈકાલે એવું શું બની ગયું ? તો ભવાનજીભા કહી શક્યા ન હોત કે ચન્દ્રપ્રભા ઘર છોડીને ચાલી ગઈ ત્યારે ગુસ્સે થવાને બદલે તેની શોધ ચાલુ રાખી હોત, છાપાંઓમાં જાહેરખબર આપી હોત, તો એનો પત્તો જરૂર લાગી જાત અને દેવકીનું માતાનું સુખ છીનવાઈ જતું રોકી શક્યો હોત. પરંતુ ત્યારે ક્રોધને વશ થઈ ગયો તેની કપરી સજા હવે મૂંગા મોઢે સહન કરવાનો વખત આવ્યો.

'શરદપૂનમની રાત્રે અમે સૈનિકોની વિધવાના લાભાર્થે શો ગોઠવ્યો છે.' ઉર્વશીએ ઊંધેથી વાત શરૂ કરી : 'દર વરસની જેમ તમે દેવકીને લઈને આવશો જ એની ખાતરી છે. આજે ત્રેવીસ સપ્ટેમ્બર થઈ. શોને બરાબર એક મહિનાની વાર છે. પછી હું તૈયારીમાં પડી જઈશ તો રૂબરૂ મળવા નહીં આવી શકું.'

'તું રૂબરૂ આવવાની વાત કરે છે, પણ આવા સારા કામ માટે નિમંત્રણપત્રિકાને બદલે માત્ર ફોનથી જાણ કરી દે તોપણ હું આવી જાઉં.'

'આ વખતનો શો વૈભવ ઈન્ડસ્ટ્રીઝ પાસે સ્પોન્સર કરાવ્યો છે, મામા !'

ત્યારે ભવાનજી શેઠિયા આરામખુરશીમાં ટટ્ટાર થયા. ઉર્વશીની સામે જોયું. એમના મુખ પર નિખાલસતા તરી આવી એટલે બોલ્યા :

'ઈશ્વરલાલ વિરાણી ક્યારેય તેમના કોઈ પ્રસંગમાં મને બોલાવતા નથી એનો કદાચ તને ખ્યાલ નહીં હોય, ભાણી !'

'આ પ્રસંગ માત્ર એમના એકલાનો જ નથી, મામા ! ઈન્વીટેશન તો ઈન્ડિયન નેવી તરફથી વાઈસ-એડમિરલ ચોપરાના નામે મોકલવાનાં છીએ.'

છતાં ભવાનજીભા ચૂપ રહ્યા.

'તમારી બંને વચ્ચેની વેપાર-ધંધાની સ્પર્ધા હું જાણું છું.'

'તું કાંઈ નથી જાણતી, ઉર્વી !' હવે તેમનો અવાજ સહેજ ઊંચો થયો : 'અમારી વચ્ચે એવી કોઈ સ્પર્ધા છે જ ક્યાં ? મારી સૂતરની મિલ ચાલુ થયા પછી તો મુંબઈની સૂતરબજારમાં ઈશ્વરલાલે *વૈભવ યાર્ન ટ્રેડિંગ કંપની* ચાલુ કરી હતી. પછી મારું જોઈને એમણે મિલ શરૂ કરી. મેં પોલીએસ્ટર માટે લાઈસન્સ માગ્યું તો સરકારમાં લાગવગ લગાવી તેમણે મારા પહેલાં લાઈસન્સ લઈને *વૈભવ પોલીએસ્ટર પ્લાન્ટ* ચાલુ કરી દીધો. મારે એવી કોઈ ઉતાવળ નહોતી. બે વરસ પછી મારો પ્લાન્ટ ચાલુ થયો. બસ, ત્યાર પછી મારે બીજી કોઈ લાઈનમાં જવું નહોતું એટલે હું અટકી ગયો અને એને દેશના મહાન ઉદ્યોગપતિ બનવું હતું એટલે એ આગળ વધતા રહ્યા. આમાં અમારી બે વચ્ચે સ્પર્ધા ક્યાં આવી ?'

'સ્પર્ધા નહીં હોય તો સુમેળ પણ ક્યાં છે ?'

'ક્યારેક નાની એવી વાત બે માણસ વચ્ચે ઊંડી ખાઈ ખોદી નાખે છે. મારી અને ઈશ્વરલાલ વચ્ચે ખાઈ ખોદાઈ ગઈ છે, ઉર્વી !'

'તો એ ખાઈ પર પુલ બાંધી શકાય ને, મામા !'

સાંભળીને ભવાનજીભા તેની ચતુરાઈ પર મરક્યા : હા પડાવ્યા વિના પાછા નહીં ફરવાનો સંકલ્પ કરીને એ આવી છે તો પછી ના શું કામ પાડવી ?

'ઈશ્વરલાલે જામનગર પાસે સિમેન્ટની ફેક્ટરી શરૂ કરી ત્યારે મારા સિવાય યાર્નબજારના તમામ વેપારીને નોતર્યા હતા, લઈ જવા માટે ચાર્ટર્ડ પ્લેન કર્યાં હતાં, પણ સૌએ જીદ પકડી કે ભા વગર અમે જામનગર નહીં આવીએ. મેં સૌને હાથ જોડીને મનાવ્યા ત્યારે એ ગયા... આજે તું મને હાથ જોડ્યા વિના કહે છે તોપણ હું તેમના ફૅશન શોમાં આવવા તૈયાર છું, બસ !'

સાંભળીને ઉર્વશીદેવી જરા મલક્યાં એટલે મામાએ ઉમેર્યું : 'પણ મારા આવવાથી ખાઈ પર પુલ બંધાઈ જશે એવી ભ્રમણામાં નહીં રહેતી, ભાણી !'

'પુલ બાંધવાની વાત તો હવે આવે છે, મામા !' કહેવાની ઘડી આવી એટલે ઉર્વશીદેવીએ મનોબળ દૃઢ કરવું પડ્યું : 'તમારે પરણાવવા લાયક દેવકી છે, તેમ ઈશ્વરભાઈને ઉંમરલાયક પુત્ર છે... હું તમને એ સમજાવવા આવી છું.'

અને ભવાનજી શેઠિયાની મુખરેખા તંગ બનતી દેખાઈ. ઉર્વશીદેવીને થયું : હમણાં એમનો ક્રોધ ભભૂકી ઊઠશે, પણ તેને બદલે એમના ચહેરા પર વ્યથા ઊપસવા લાગી. વચન આપ્યા પ્રમાણે એ ગુસ્સો ગળી જવાની કોશિશ કરતા હતા અને અંદર ઊતરતા જતા ગુસ્સાના ઝેરને પચાવી જવાની પીડા ભોગવતા હતા. માણસ બીજા પર ક્રોધ કરે છે ત્યારે સામી વ્યક્તિએ

તેના ક્રોધની પીડા ભોગવવી પડે છે. પરંતુ ક્રોધ કરનાર જો સમયસર તેને અંકુશમાં લઈ શકે તો પહેલાં તેણે પોતે તેની પીડા ભોગવવી પડે અને ક્રોધ પચાવી ગયા પછી એ કપરો સમય સાચવી લેવાનો સંતોષ પણ મળે.

'ઉર્વી, તેં સૂચવેલા પ્રસ્તાવનો જવાબ હું બીજી કોઈ પણ રીતે આપી શકત, પરંતુ તેને બદલે આજે તારી સમક્ષ દિલ ખોલી નાખવા માગું છું.'

આમ કહી દીધા પછી ભવાનજીભા દિલનાં ઊઘડતાં દ્વારને ફરી બંધ કરી દેવાનું વિચારતા હતા, પણ બે દિવસથી ભીતરમાં ફૂંકાતા ઝંઝાવાતે વર્ષોથી ભિડાયેલાં બારણાંને હચમચાવી નાખ્યાં હોવાથી કોઈકને કહી દેવાની ઇચ્છા રોકી રોકાય તેમ નહોતી. કોને ખબર, કાલે દેહ પડી જાય અને કહેવાનું રહી જાય ? બધું ભલે ન કહી શકાય, પણ ઇશારો તો કરી શકાય ને ?

'આ વાત મેં દેવકીને સુધ્ધાં કરી નથી, ભાણી !'

એમનો સ્વર સહેજ ધ્રૂજવા લાગ્યો એટલે ખોંખારો ખાવો પડ્યો :

'ઈશ્વરલાલ વિરાણી મારી દુકાને ગુમાસ્તાનું કામ કરતા હતા એ કદાચ તને ખબર નહીં હોય... અને મને એનું ગૌરવ છે કે પહેલી નોકરી મારે ત્યાં કરનાર માણસ આજે આટલો મોટો ઉદ્યોગપતિ બની ગયો. પણ...'

એ અટક્યા છતાં ઉર્વશીએ *પણ શું ?* એમ પૂછ્યું નહી.

'ત્યારે હું એને *ઈશ્વરિયો* કહેતો. મારી ચન્દ્રપ્રભા એ વખતે સોળ-સત્તર વરસની હતી અને ઈશ્વર કદાચ અઢારેકનો હશે. એ જમાનામાં દુકાનના વાણોતર શાક-પાંદડું લઈ આવવા જેવાં ઘરનાં નાનાં-મોટાં કામ પણ કરતા. તેમાં ઈશ્વરનો ઘરમાં આવરો-જાવરો થયો. ચન્દ્રપ્રભા કહેતી કે આ છોકરો બહુ તેજસ્વી છે. ભણ્યો હોત તો તમારે ત્યાં પંચાણું રૂપિયાના પગારની નોકરી કરવા ન આવત ! તેમાં એક દિવસ...'

ફરી એ અટક્યા અને ફરી ઉર્વશીદેવીએ ધીરજ ધરી રાખી.

'એ સાંજે ઈશ્વર કોઈ કામ વગર દુકાન પરની મેડીએ ચન્દ્રપ્રભાને મળવા ગયો. મારા બીજી ગુમાસ્તા કાણિયાએ એની ચાડી ખાધી. મા વિનાની જુવાન દીકરીની કોને ચિંતા ન થાય ? હું દબાતાં પગલે દાદરો ચડીને ઉપર પહોંચ્યો તો એ ચન્દ્રિકાનું કાંડું પકડી ફિલમમાં આવે છે એવું કાંઈક કરવા જતો હતો. એ જોઈને મને ઝાળ લાગી. મેં તેના જડબા પર જોરદાર તમાચો ચોડી દીધો...' બોલતાં-બોલતાં અત્યારે પણ ભવાનજીભા આવેશમાં આવી જતા દેખાયા, પરંતુ થોડી જ વારમાં ઢીલા પડી ગયા :

'તમાચો માર્યો તો હતો ઈશ્વરને, પણ તેના સોળ પડ્યા હશે ચન્દ્રપ્રભાના હૈયા પર... થોડા દિવસ એ એવી હેબતાયેલી રહી કે ગાવાનો શોખ હોવા છતાં એનું ગળું જ ઊઘડ્યું નહીં. હું જાણું છું, બંનેની એ ચેષ્ટામાં માત્ર છોકરમત જ હતી, પણ મમતાના માર્યા ક્રોધે સમય સાચવી લેવાની કુનેહને કચડી નાખી હતી. હવે સમજાય છે કે એક તમાચો બે માણસ વચ્ચે કેવી ખાઈ ખોદી શકે છે !'

ઈશ્વરભાઈ સંઘર્ષ કરીને આપબળે આટલા મોટા ઉદ્યોગપતિ બન્યા હતા એ તો ઉર્વશીદેવી જાણતાં હતાં, પણ આ માણસે એક વાર ભવાનજી શેઠિયાના હાથનો તમાચો ખાધો છે એ

જાણકારી તેમને માટે તાજુબીભરી હતી. આ વાત તમાચો મારનારને અને ખાનાર બંનેને શરમજનક લાગતી હશે એટલે જ આજ સુધી જાહેર નહીં થઈ હોય.

'મામા, તમારા એ તમાચાએ બંને વચ્ચે ખાઈ ખોદી છે એમ કહેવું અધૂરું ગણાય.' મગજમાં ઝબકારો થયો હોય તેમ મિસિસ ચોપરા ઉત્સાહભેર બોલી ઊઠ્યાં : 'તમે તમાચો માર્યો તેને પડકાર ગણીને તમારા સમોવડિયા બનવા માટે ઈશ્વરભાઈએ આટલો બધો પુરુષાર્થ કર્યો હોય એમ પણ બની શકે. અને એમ હોય તો એ તમાચાએ ખાઈ ખોદવા ઉપરાંત સિદ્ધિનો પહાડ પણ ઊભો કરી દીધો એવું પણ કહેવાય.'

ત્યારે ભવાનજી શેઠિયાએ ધીમેથી માથું ધુણાવ્યું :

'નહીં, ઉર્વી, મને એવો ખોટો જશ ન ખપે. તમાચો એ મારી નિર્બળતા હતી અને આગળ પડતા ઉદ્યોગપતિ બનવાની સિદ્ધિ તો ઈશ્વરલાલની પોતાની જ શક્તિ હતી.'

'ભલે એમ ગણીએ, તોપણ તમાચાએ સર્જેલી ખાઈ પર પુલ બાંધવાનો પ્રયાસ શું કામ ન કરીએ ?' ઉર્વશીદેવી ફરી એ જ વાત પર આવી ગયાં : 'દેવકીનું મન જાણી લેતાં પહેલાં મારે તમારે મોઢેથી સાંભળવું છે કે એ કુટુંબ સામે તમને અંગત રીતે બીજો કોઈ વાંધો નથી ને ?'

'એના જવાબમાં હું તને પૂછવા માગું છું કે ચન્દ્રપ્રભાને દલીચંદ સાથે પરણાવવામાં મેં કરેલી મૂર્ખાઈનું પુનરાવર્તન દેવકીની બાબતમાં તો થશે નહીં ને ?'

ત્યારે ઉર્વશીદેવી વિચારમાં પડી ગયાં એટલે ભવાનજીભાએ વધારે સ્પષ્ટતા કરી :

'ઈશ્વરભાઈનો નાનો પુત્ર પહેલાં પરણી ગયો અને મોટો કેમ કુંવારો રહ્યો તે આપણે જાણતાં નથી. ગામલોકો મોટા ઘરનાં સંતાનોની ભળતીસળતી વાતે ફેલાવતા હોય છે, પણ એ બધી હું સાચી માનતો નથી, છતાં...'

'છતાં આપણે પાકી તપાસ કરવાની જ !' કહીને યાદ આવ્યું હોય તેમ મિસિસ ચોપરાએ ઉમેર્યું : 'હું એટલું કહી દઉં કે ઈશ્વરભાઈએ તો દેવકીની રજેરજ માહિતી એકઠી કરી રાખી છે.'

'શું કામ ?' ભવાનજીભાએ ચોંકીને પૂછ્યું : 'કદાચ એ મારી દોહિત્રીની કોઈ એબ શોધી કાઢવા માગતા હશે અથવા કદાચ...'

'કેમ અટકી ગયા, મામા ?'

'કદાચ દેવકી ચન્દ્રપ્રભાની પુત્રી છે એટલે એના વિષે જાણકારી રાખવા માગતા હોય.'

'તમે કહો છો એવું હોય તો તો વિરાણીશેઠને ચન્દ્રપ્રભાની પુત્રી પ્રત્યે એક વડીલ જેવી લાગણી હોવી જોઈએ... કદાચ દેવકીને પોતાની પુત્રવધૂ બનાવવા સામે તેમને વાંધો પણ ન હોય.'

'એને વાંધો હોય કે નહીં, મુખ્ય વાત તો આપણને વાંધો છે કે નહીં એ નક્કી કરવાની છે.'

'એ તમારા સિવાય કોણ નક્કી કરી શકે, મામા ?'

તેનો જવાબ આપવાને બદલે ભવાનજી શેઠિયા આરામ-ચેરમાંથી ઊભા થયા : 'બે મિનિટમાં આવ્યો' કહીને એ અંદરના રૂમમાં ગયા. બે મિનિટને બદલે એક મિનિટમાં જ પાછા ફર્યા અને દીવાનખંડમાં દાખલ થતી વખતે અંદરના રૂમનું બારણું બંધ કરતા આવ્યા ત્યારે ઉર્વશીદેવીને સમજાયું કે વિશ્વાસુ નોકર પણ સાંભળી ન જાય એવું કાંઈક બહુ અંગત એ કહેવા માગે છે.

પાછા ફરીને આરામ-ચેરમાં બેઠા ત્યાં સુધીમાં એ હાંફવા લાગ્યા હતા. કપાળે પસીનો

વળી ગયો હતો. કદાચ શારીરિક નબળાઈને કારણે પરિશ્રમ પડ્યો હશે અથવા જે કહેવા માગતા હતા એનો માનસિક બોજ વર્તાયો હશે.

'લે, આ કાગળ વાંચ.' પહેરણના ખિસ્સામાંથી એક પરબીડિયું કાઢી ઉર્વશીના હાથમાં આપતાં એ હાંફતા શ્વાસે બોલ્યા : 'આડત્રીસ વરસ પહેલાં ઈશ્વરે લખેલો કાગળ છે. તમાચાની ઘટના પછી એ મુંબઈ છોડી ગયો હતો. કલકત્તા જઈને કામે લાગી ગયો હશે. દોઢ-બે વરસે થોડો સ્થિર થયા પછી તેણે ચન્દ્રપ્રભા પર કન્યાશાળાના સરનામે આ પત્ર લખેલો... એને કદાચ ખ્યાલ નહીં રહ્યો હોય કે ચન્દ્રપ્રભા મૅટ્રિક પાસ કરીને કૉલેજમાં ભણવા જતી હતી.' બોલતાં થાક લાગ્યો હોય તેમ થોડું અટકીને એમણે કહ્યું : 'કન્યાશાળાની પ્રિન્સિપાલે પટાવાળા સાથે દુકાને કાગળ મોકલ્યો એટલે મારા હાથમાં આવ્યો. તું જ વાંચી જો.'

એ કહેવાનું પૂરું કરે ત્યાં સુધીમાં ઉર્વશીદેવીએ વળી ગયેલા ખૂણાવાળા કવરમાંથી ગડી કરેલો કાગળ કાઢ્યો. લખાણ જલદી વાંચી લેવાની તાલાવેલી હોવા છતાં છાપેલા લેટરહેડ પર *મૉડર્ન વૉચ કંપની*નું મથાળું વાંચ્યા વિના એ રહી શક્યાં નહીં, પણ ઓગણીસસો બાવનની તારીખ વાંચવાનું જતું કર્યું ખરું.

વહાલી ચન્દ્રપ્રભા !

એટલું સંબોધન વાંચતાં જ ઉર્વશીદેવીએ હળવી ઝણઝણાટી અનુભવી : અબજો રૂપિયાની પ્રતિષ્ઠિત વૈભવ ઈન્ડસ્ટ્રીઝના સર્વેસર્વા ઈશ્વરભાઈ વિરાણીએ આડત્રીસ વરસ અગાઉ કરેલું આ સંબોધન બીજા કોઈના વાંચવામાં આવે તો ? એ ધ્રુજાવી દેતી કલ્પનાને દબાવી દઈ તેમણે પત્રનું લખાણ વાંચવા માંડ્યું :

- કલકત્તા આવીને એવો એકેય દિવસ નહીં વીત્યો હોય કે તારી યાદ આવી ન હોય. હું તને ભૂલ્યો નથી અને ભાએ મારેલો તમાચો પણ ભૂલ્યો નથી. અહીં ઘડિયાળની મોટી કંપનીમાં કામ કરું છું. એક વરસમાં પગાર બમણો થઈ ગયો. શેઠની દીકરી લગભગ તારા જેવડી જ છે. એને જોઉં છું ત્યારે તું વધારે યાદ આવી જાય છે.

- શેઠ વારંવાર મને પૂછે છે કે વીસ વરસનો થયો, હવે ક્યારે ઘર માંડવું છે ? લગન કરી નાખ તો પગારવધારો કરીને રહેવા માટે ઘર પણ અપાવી દઉં. આડકતરી રીતે એવુંય પૂછે છે કે કન્યા ગામની લાવવી છે કે કલકત્તાની ? ત્યારે તારું નામ હોઠે આવી જાય છે, પણ તારા મનમાં શું છે એ જાણ્યા વગર કેમ કહી શકું ?

- ભાએ તમાચો મારતી વખતે કહેલા શબ્દો તો હું કદી ભૂલીશ નહીં : *માસ્તરના દીકરા ! તારી આ ઓકાત !* એ કહેનાર ભાને મારી ઓકાત દેખાડી દેવા માટે દિવસ-રાત જોયા વિના હું કામ કરું છું. એમાં જો તારો સાથ મળી જાય તો માસ્તરનો આ દીકરો ક્યાંનો ક્યાં પહોંચી જાય ! બોલ, તું મારો સાથ આપવા તૈયાર છે ?

- આ કાગળનો જવાબ હામાં હોય તો હું મુંબઈ આવી જાઉં, તને અહીં ભગાડી લાવું, પછી ભાના હાથ અહીં સુધી નહીં પહોંચે... અને જવાબ નહીં મળે તો માની લઈશ કે *બચપન કે દિન ભૂલા ન દેના* એવું ગાનારી મને ભૂલી ગઈ છે !

લિખિતંગ તારો ઈશ્વર.'

પત્ર ફરી વાર વાંચવાની ઇચ્છા દબાવી દઈને ઉર્વશીદેવીએ કવરમાં સરકાવી દઈ ભવાનજી શેઠિયાને પાછો સોંપી દીધો. બંને પરસ્પરને જોતાં રહ્યાં. ઘણી વાર સુધી દીવાનખંડમાં સ્તબ્ધતા છવાઈ ગઈ.

'હું આ પત્રને દોષ નથી દેતો. વાંક તો મારો જ ગણાય કે કાગળ વાંચીને ચન્દ્રપ્રભાને પરણાવી દેવા માટે હું અધીરો બની ગયો. શૅરબજારના વીરજી વેલજીના દીકરા દલીચંદ સાથે દીકરીની સગાઈ કરી નાખી અને ચન્દ્રપ્રભા કૉલેજનું ભણતર પૂરું કરે તે પછી લગન લેવાનું નક્કી કર્યું. તેને બદલે આ કાગળ ચન્દ્રપ્રભાને વંચાવીને પૂછ્યું હોત : તારે આનો જવાબ આપવો છે ? અને એણે ના પાડી દીધી હોત તો કૉલેજનું ભણી લે તે પહેલાં એને ઠેકાણે પાડવાની અધીરાઈ મેં ન કરી હોત અને કદાચ દલીચંદ જેવા દારૂડિયાને ગળે મેં તેને વળગાડી ન હોત...'

એમના શબ્દેશબ્દમાં પિતાનો પારાવાર પસ્તાવો હતો. ઉર્વશીદેવીએ હાથ લંબાવી આરામ-ખુરશી પર ટેકવેલા તેમના હાથનો પોંચો પંપાળ્યો :

'મામા, ભાવિ અકળ છે. આપણે એ વાંચી શકતાં હોત તો દુનિયામાં અનેક અનર્થો સર્જાતા અટકી ગયા હોત. કોને ખબર, ચન્દ્રપ્રભાએ ઈશ્વરલાલના પત્રનો જવાબ હામાં આપવાની તૈયારી દેખાડી હોત તો શું તમે એવું કરવા તૈયાર થાત ખરા ?'

'ના, ત્યારે તો તૈયાર ન જ થાત.' એમણે સચ્ચાઈના રણકા સાથે એકરાર કરીને તરત જ ઉમેર્યું : 'પણ આજે દેવકી જો તેની પસંદગીનું પાત્ર મારી સમક્ષ હાજર કરે તો ના પાડતાં પહેલાં બે વાર નહીં, બાવીસ વાર વિચાર કરું અને હા પાડવા માટે મુહૂર્ત પણ ન જોઉં.'

સાંભળીને ઉર્વશીદેવી હસ્યાં, પછી ઊભાં થતાં બોલ્યાં : 'તો હવે મારે દેવકીનું મન જાણી લેવાનું રહે છે એમ જ તમારું કહેવું છે ને, મામા ?'

'તારે એનો જે અર્થ કરવો હોય તે કરજે, ઉર્વી, પણ કોઈ અનર્થ ન સર્જાઈ જાય એ જોજે.' બોલતાં-બોલતાં આરામ-ચેરમાંથી ઊઠી તેના ખભા પર હાથ મૂકીને ઉમેર્યું : 'હવે તું બધું જાણી ચૂકી છો. તું જે કરવાનું વિચારે છે તેમાં કેટલું યોગ્ય-અયોગ્ય છે એ પણ તારે જ નક્કી કરવાનું છે, ભાણી !'

'ભલે, મામા !' દરવાજા સુધી મૂકવા આવેલા ભવાનજીભાના વૃદ્ધ ચહેરાને સ્નેહાળ નજરે નીરખી લેતાં ઉર્વશીદેવીએ કહ્યું : 'ચન્દ્રપ્રભાબહેન હોત તો મા તરીકે દેવકીના હિતનો જ વિચાર કરત એ રીતે જ હું વિચારીશ એટલી ખાતરી રાખજો.' કહીને એ લિફ્ટમાં નીચે ઊતરી ગયા પછી ભવાનજીભાથી નિઃશ્વાસ નખાઈ ગયો : ચન્દ્રપ્રભા તો આજેય છે, પરંતુ સાધ્વી બન્યા પછી એ મા તરીકે વિચારવા તૈયાર થાય કે નહીં, કોણ જાણે ?

*

'નિરાલી, હું સિક્યુરિટી ચેકઅપમાંથી પસાર થઈને આગળ જાઉં છું. મારે એક અર્જન્ટ ફોન કરવાનો છે.'

સહાર એરપૉર્ટ પર કસ્ટમની વિધિ પતાવી વૈભવે બીજી કતારમાં ઊભેલી નાની બહેનને સમજાવ્યું : 'તું પાછળપાછળ આવી પહોંચજે.'

'હું સમજી ગઈ. તમે કોને ફોન કરવા જાઓ છો.' મોટા ભાઈના ખભા પર હળવી મુક્કી મારતી નિરાલીએ સંભળાવ્યું : 'પેલી સબીનાને *ગૂડ મૉર્નિંગ* કહ્યા વિના તમારાથી પ્લેન નહીં પકડાય... આઈ હોપ કે તમારો ફોન લેવા માટે સવારના છ વાગ્યે એ પથારીમાંથી બેઠી થાય.'

'મારો ફોન લેવા માટે નહીં પણ મહાબળેશ્વરના આઉટડૉર શૂટિંગમાં જવા માટે એ વહેલી ઊઠવાની જ છે.' કહેતો વૈભવ ઉતાવળાં પગલે સિક્યુરિટી ચેકઅપ માટે સરકી ગયો અને નિરાલી તેને જતો જોઈને વિચારતી રહી : ટેલીફોન શોધાયો ન હોત તો જગતનાં પ્રેમીઓનું શું થાત ? અત્યારે પોતાનેય કોઈ પ્રેમી હોત તો મોટા ભાઈને બેધડક કહી શકત કે મારે પણ પ્લેન પકડતાં પહેલાં *ગૂડ બાય*નો કૉલ કરવાનો છે...

ફાધરના ડાયમન્ડ બિઝનેસમાં પડેલા છોકરાને જોવા માટે હૉંગકૉંગ જવાનો પ્રસ્તાવ નિરાલીએ આમ તો કમને માન્ય રાખ્યો હતો. પ્રેમમાં પડ્યા વિના કોઈને પરણી જવાનું પગલું તેને પેલી કાશ્મીરાની જેમ મણિબહેનની જુનવાણી સ્ટાઈલનું લાગતું હતું. કાશ્મીરાને જોવા આવેલા કૌશલ માટે ઑફિસમાંથી સારો રિપૉર્ટ મળ્યો કે તરત જ બંનેની સગાઈ પાકી થઈ ગઈ હતી, એની જાણ કરતો કાશ્મીરાનો ફોન આવ્યો ત્યારે પોતે એને પૂછેલું : 'મીરા, આ તે કેવું ? પૂરી પિછાણ કે થોડો પ્રેમ કર્યા વિના સંબંધ બાંધી લેવાનું તને ઠીક લાગે છે ?' ત્યારે કાશ્મીરાએ કોઈ પુસ્તકમાં વાંચ્યું હોય એવું વાક્ય સંભળાવ્યું હતું કે પ્રેમ કરીને જ પરણવું એ જરૂરી નથી, પણ પરણ્યા પછી પતિ-પત્ની વચ્ચે પ્રેમ હોવો જરૂરી છે, નિરાલી ! તને એ નહીં સમજાય !... બહેનપણીના એ શબ્દો તેને ખરેખર સમજાયા નહોતા, છતાં છોકરો જોવાને બહાને ફરી એક વાર હૉંગકૉંગની ટ્રીપ મારી આવવા ખાતર જ તેણે મા-બાપનો પ્રસ્તાવ વિના વિરોધે સ્વીકારી લીધો હતો. એ ડાયમન્ડવાળાને જોઈ લીધા પછી કહીશ કે તારી પાસે કોઈ કીમતી હીરો હોય તો દેખાડ, એટલે ડૅડીને ખબર પડે, મારી હૉંગકૉંગની ટ્રીપ કેટલી બધી મોંઘી પડી !

'સિક્યુરિટીમાં જતાં પહેલાં જરા આ તરફ નજર નાખતાં જજો.' કસ્ટમની વિધિ પતાવી આગળ વધતી નિરાલીને યુનિફૉર્મધારી હવાલદારે કહ્યું : 'સરપ્રાઈઝ ચેકિંગ માટે કેટલોક સામાન અમે જુદો રાખ્યો છે, તેમાં તમારી સૂટકેસ નથી ને ?'

શેનું સરપ્રાઈઝ ચેકિંગ ? નિરાલી પૂછવા જતી હતી - પણ પછી ખ્યાલ આવ્યો કે પ્લેનમાં સામાન ચડાવતાં પહેલાં કસ્ટમવાળા અમુક સામાન જુદો તારવી લઈને તેનું ચેકિંગ કરતા હોય છે. તેણે એક તરફ પડેલી પાંચ-છ સૂટકેસ પર ઊડતી નજર ફેંકી તો તેમાં પોતાની બૅગ પણ હતી. તેને એ બહુ કઠ્યું : હું ઉદ્યોગપતિ વિરાણીની પુત્રી... છતાં મારો સામાન ચેક કરવાની કસ્ટમવાળાની હિંમત ?

પરંતુ પછી તરત જ ખ્યાલ આવ્યો : કસ્ટમવાળાને શું ખબર કે એ કોની બૅગ છે ? એટલે હસીને સૂટકેસ ખોલી આપી. પેલાએ બૅગનો સામાન ઉપર નીચેથી જોઈ લઈ 'યૂ કૅન ગો' કહ્યું ત્યારે થૅન્ક્સ કહેવાને બદલે તેને સંભળાવી દેવાનું મન થયું કે સૂટકેસ પર નામ વાંચી લીધું હોત તોપણ ખબર પડી જાત કે હું કેવા મોટા ઘરની દીકરી છું !

કોઈએ અપમાન કર્યું હોય તેમ એ ધૂંઆપૂંઆ થતી બૅગ બંધ કરવા લાગી, પણ ઉપરતળે થઈ ગયેલી ચીજવસ્તુઓ ફરી ગોઠવવાનું તેને ફાવ્યું નહીં. પોતાને આ રીતે સૂટકેસ બંધ કરવાનાં

ફાંફાં મારતી જોઈ બીજા પૅસેન્જર પર કેવી છાપ પડશે એ વિચારે તે ઉતાવળ કરતી હતી, પણ કોઈ હિસાબે ઢાંકણ બંધ થતું નહોતું.

'મે આઈ હેલ્પ યૂ ?'(હું તમને મદદ કરું ?) કહેતો એક યુવાન નજીક આવી પહોંચ્યો. પછી સૂટકેસ જોતાં બોલી ઊઠ્યો : 'ઓહ, આ તો અમેરિકન એક્સપ્રેસ બ્રેન્ડનું લેટેસ્ટ મૉડેલ છે ! હું પણ એ જ સૂટકેસ વાપરું છું.' કહી તેણે અંદરની ચાંપ દાબી કે તરત જ બૅગ પૅક થઈ ગઈ.

'થેન્ક્સ, મિસ્ટર...' નિરાલી તેનું નામ જાણતી નહીં હોવાથી અટકી ગઈ એટલે પેલાએ જ કહ્યું :

'આઈ ઍમ કિશનચંદ મિરચંદાની... પણ હૉંગકૉંગમાં મને બધા કે.સી. તરીકે ઓળખે છે, મિસ વિરાણી !'

ત્યારે નિરાલીને આશ્ચર્ય થયું. આ અજાણ્યા માણસે કદાચ સૂટકેસ પર પોતાની અટક વાંચી લીધી હશે, પણ હું મિસ છું એમ કઈ રીતે જાણી લીધું ? પાતળી મૂછોમાં હસતા એ હૅન્ડસમ યુવાનને ધારીધારીને જોવા લાગી ત્યારે થયું કે પોતે એને ક્યાંક જોયો છે. પછી સમજાયું : ના, એ તો હિન્દી ફિલ્મના પેલા ઍક્ટર સુરેશ ઑબેરૉય જેવો લાગે છે એટલે એવો ભાસ થયો.

'કમ ઑન, મિસ વિરાણી.' તેને વિચારમાંથી સજાગ કરતાં કે.સી.એ કહ્યું : 'હું પણ તમારી સાથે ફર્સ્ટ ક્લાસમાં જ છું.'

એક તો શરીરે પૂરા છ ફૂટ ઊંચો, દેખાવમાં સોહામણો, નજરનો ચકોર, બોલવામાં ચબરાક અને અજાણ્યાંને સહાયરૂપ થવાનો માયાળુ સ્વભાવ... ઉપરાંત પ્લેનનું ત્રણગણું વધારે ફેર (ભાડું) ચૂકવી ફર્સ્ટ ક્લાસમાં સફર કરનારો આ માણસ હૉંગકૉંગનો કિશનચંદ (કે.સી.) મિરચંદાનીને બદલે ડાયમંડવાળો ચન્દ્રકુમાર (સી.કે.) હોત તો ? કેવી રોમૅન્ટિક શરૂઆત થાત ?

'સાતેક વરસ પહેલાં ફર્સ્ટ ક્લાસમાં પહેલી વાર સફર કરવા પ્લેનમાં આ રીતે દાખલ થયો ત્યારે ભારે ફારસ થયું.'

એરપૉર્ટના બોગદામાંથી પસાર થઈ, *કેથે પૅસિફિક*ના બોઈંગમાં પ્રવેશ કરી, ઉપર જવા માટેની સીડીનાં પગથિયાં ચડતાં કિશનચંદે નિરાલીને કહ્યું :

'ઈન્ડિયન એરલાઈન્સના વિમાનોમાં ફર્સ્ટ ક્લાસ આગળના ભાગમાં હોય છે એ અનુભવને આધારે વિદેશી ફર્સ્ટ ક્લાસની પહેલી સફરમાં હું અંદર ઘૂસી ગયેલો. એરહૉસ્ટેસે મને સમજાવ્યું કે ફર્સ્ટ ક્લાસના પૅસેન્જરે ઉપર જવાનું હોય છે ત્યારે મને થયું કે એ મારી મશ્કરી કરે છે. વિમાનમાં તે વળી પહેલો માળ હોય ખરો ?'

'પછી શું થયું ?' અર્ધા-પોણા કલાકના સહવાસમાં નિરાલી તેની સાથે એવી હળીમળી ગઈ કે જાણે વર્ષો જૂની પહેચાન હોય : 'પ્લેનવાળા તમને ઊંચકીને ઉપર બેસાડી ગયેલા કે ?'

'ઊંચકીને તો નહીં, પણ નાના છોકરાને હાથ પકડીને લઈ જાય તેમ ઉપર લઈ આવી એરહૉસ્ટેસે મને સમજાવ્યું કે એક વાર આ ક્લાસમાં સફર કરશો પછી ઈકોનૉમી ક્લાસમાં જવાનું ભૂલી જશો.' કહીને કિશનચંદે ઉમેર્યું : 'મિસ વિરાણી, ત્યારે હું આવો બુધ્ધુ હતો !'

નિરાલીને તેની આ નિખાલસતા ગમી ગઈ. પોણા કલાક પહેલાં ઔપચારિક ઓળખાણ ખાતર પોતે એને પૂછેલું કે તમે (સફરમાં) એકલા જ છો ? તો તેનો જુદો જ અર્થ કરીને એ બોલી ઊઠ્યો

હતો : સાવ એકલો છું, પાંત્રીસ વરસ થઈ ગયા છતાં પરણવાની ફુરસદ મળી નહીં... અહીં ઉલ્હાસનગરમાં રહેતા બે મોટાભાઈઓ કપટ કરીને બાપના વારસાનો મારો ભાગ હજમ કરી ગયા, એટલે પહેરેલ કપડે ઘર છોડી દીધું. મનોમન નક્કી કરી નાખેલું કે જાતમહેનતથી આગળ વધીને હૉંગકૉંગવાળા અમારા સિંધી હરિલેલા જેવા મોટા માણસ બનવું... બસ, તેમાં પરણવાનું ભાન ન રહ્યું એટલે હૉંગકૉંગના સ્વિમિંગ પુલવાળા આલીશાન બંગલામાં સાવ એકલો વસું છું !

એ સાંભળ્યા પછી તો નિરાલીને તેનામાં એકાએક દિલચસ્પી વધી ગઈ હતી. પોતાની કલ્પનાનો પુરુષ કોઈ આવો પાણીદાર જ હતો, જેને મનગમતી ગર્લફ્રેન્ડ સાથે પરણવા માટે બાપનો વિરોધ વેઠવો ન પડે... જે રીતે વૈભવભાઈએ ડૅડીનો સામનો કરવો પડે છે.

જોગાનુજોગ ત્રીસ બેઠકની ફર્સ્ટક્લાસ વિંગમાં બંનેની સીટો એક જ રોમાં હતી. ભલે બાજુમાં નહીં તોપણ ડોક લંબાવીને વાતચીત કરી શકાય એટલી નજીકની સીટમાં નિરાલી અને કિશનચંદ ગોઠવાયાં ત્યાં જ વૈભવ દાખલ થયો.

'મને એકલી મૂકીને અર્ધો કલાક સુધી ફોનને વળગી પડ્યા, મોટા ભાઈ !'

પછી યાદ આવ્યું કે પોતે સાવ એકલી નહોતી પડી ગઈ, એટલે કે.સી. સાથે વૈભવની ઓળખાણ કરાવી : 'મિસ્ટર કિશનચંદ મિરચંદાની હૉંગકૉંગ એક્સપૉર્ટ-ઇમ્પૉર્ટના બીગ બિઝનેસમૅન છે... અને આ મારા મોટા ભાઈ વૈભવ વિરાણી !'

'પ્લીઝ્ડ ટુ મિટ યુ'(મળીને આનંદ થયો)ના વિવેક ખાતર જ વૈભવે હાથ મિલાવ્યો, પણ કે.સી.એ તો પોતાના પંજામાં તેનો હાથ જકડી લીધો :

'વૈભવ ઇન્ડસ્ટ્રીઝના વૈભવ વિરાણીને મળી બેહદ આનંદ થયો ! અમારા સિંધીમાં એક કહેવત છે કે કોઈ પણ સક્સેસફુલ (સફળ) માણસ સાથે હાથ મિલાવવાથી તેની સફળતાનો થોડો પ્રવાહ આપણા ભાગ્ય તરફ પણ ફંટાય છે.'

જવાબમાં માત્ર થૅન્ક્સ કહી હાથ છોડાવીને વૈભવ સૌથી પહેલી હરોળની એ-વન સીટમાં ગોઠવાઈ ગયો ત્યારે નિરાલીને એ ખટક્યું તો ખરું, પણ તેની પાસે પહોંચી જઈને ઝઘડવાને બદલે નાની બહેનના લાડથી સંભળાવ્યું :

'અર્ધા કલાક સુધી ફોન બૂથમાં ભરાઈ રહીને સબીનાદેવી સાથે શું-શું વાતો થઈ એ તો જરા કહો, માય બીગ બ્રધર !'

છતાં ન તો વૈભવે તેને કાંઈ જવાબ આપ્યો કે નાની બહેનને બાજુમાં બેસવાની ઑફર કરી. તેને બદલે સામે પડેલાં સવારનાં ન્યૂસપેપર પર નજર ફેરવવામાં પરોવાઈ ગયો ત્યારે છેડાઈ પડેલી નિરાલીએ જરા ઊંચા અવાજે સંભળાવ્યું :

'એનાથી જુદા પડવામાં આટલા બધા ઝૂરો છો તો સબીનાને પણ હૉંગકૉંગ સાથે લઈ લેવી હતી ને ?'

ત્યારે છળી પડ્યો હોય તેમ વૈભવે ઝટકા સાથે ગરદન ઊંચી કરી. એ કાંઈક કહેવા જતો હતો પણ વિચાર બદલી નાખી તેની સામે કતરાયો. જાણે કહેતો હોય, આટલા ઊંચા અવાજે તેનું નામ લેવાની શું જરૂર પડી તને ?

થોડી વારમાં પ્લેન ટેક ઑફ થવાની સૂચના મળી એટલે નિરાલી પોતાની સીટ પર ગોઠવાઈને બેલ્ટ બાંધવા લાગી.

'બિઝનેસમાં ઓતપ્રોત રહેનારાઓનું આવું જ થાય છે.'

ભાઈ-બહેન વચ્ચેની મૂંગી તકરાર જોઈ ગયેલા કિશનચંદે સહેજ ગરદન લંબાવી ધીમા અવાજે તેને કહ્યું : 'એટલે જ તો હું આજ સુધી પરણ્યો નહીં. ધંધામાં એવા મશગૂલ રહીએ કે કોઈની વાત સાંભળવાની ફુરસદ ન હોય, બીજાની લાગણી સમજવાની પરવા ન હોય... એટલે મેં પહેલેથી જ નક્કી કરી રાખ્યું હતું કે પરણીને હનીમૂન માટે આખી દુનિયાની સફરે નીકળવાની ત્રેવડ અને ફુરસદ હોય ત્યારે જ મૅરેજ કરીશ.'

નિરાલી પૂછવા જતી હતી કે હવે એ ત્રેવડ અને ફુરસદ છે ખરી, કે.સી. ?

પરંતુ એ જ વખતે એરહૉસ્ટેસ ગરમ પાણીમાં ઝબોળેલા હૂંફાળા નૅપ્કિન ચીપિયાથી ઊંચકીને આપવા માટે આવી પહોંચી એટલે નિરાલીએ પૂછવાનું મુલતવી રાખવું પડ્યું.

ચહેરાના મેકઅપને સાચવી લઈ નિરાલીએ હૂંફાળો નૅપ્કિન મુખ પર થપથપાવ્યો ત્યાં માઈક્રોફોનમાંથી એરહૉસ્ટેસનાં સ્વાગતવચન સંભળાયાં :

'આપને વેલ્કમ ડ્રિન્ક આપતાં પહેલાં અમારે એક ઇમ્પૉર્ટન્ટ એનાઉન્સમેન્ટ (મહત્ત્વની ઘોષણા) કરવાની છે.'

વૈભવ સિવાય ફર્સ્ટ ક્લાસમાં બેઠેલાં બીજાં ઓગણીસ પૅસેન્જરોના કાન સરવા થયા.

'આપનામાંથી કેટલાકને કદાચ ખ્યાલ નહીં હોય કે આજ સુધી તમે કેથે પૅસિફિકના ૭૪૭-૩૦૦ મૉડલના એરક્રાફ્ટમાં સફર કરતાં હતાં, પણ આજથી અમારી એરલાઈન્સના કાફલામાં ૭૪૭-૪૦૦નો પ્રવેશ થાય છે અને નવા એરક્રાફ્ટની બૉમ્બે-હૉંગકૉંગની આ સર્વપ્રથમ ફ્લાઈટ હોવાથી અમે શેમ્પેઈન ઉછાળીને શુકન કરવા માગીએ છીએ.'

તેની એ ઘોષણાને સૌએ હળવી તાળીઓથી વધાવી લીધી એટલે પેલીએ જાહેર કર્યું :

'અને એ શેમ્પેઈન-વિધિ અમારા માનવંતા ક્લાયન્ટ (ગ્રાહક) મિસ્ટર વૈભવ વિરાણીને હસ્તે થાય એવી અમારી વિનંતી છે.'

ત્યારે છાપું બાજુમાં મૂકી વૈભવ સ્મિત ફરકાવતો સીટમાંથી ઊભો થયો. ફરી સૌએ તેને તાળીઓથી વધાવ્યો, એટલે વૈભવે નાની બહેન તરફ હોઠ ભીડ્યા. જાણે કહેતો હોય કે આ નવા એરક્રાફ્ટની અને શેમ્પેઈન સેરિમની અંગે મને અગાઉથી જાણ કરી દેવામાં આવી હતી !

આઈસ બકેટમાં ઠંડી રાખેલી શેમ્પેઈનની બૉટલ એરહૉસ્ટેસે વૈભવને આપી એટલે તેણે બંને હાથે સૌની સમક્ષ બૉટલ ઊંચી કરી તેના બૂચને જમણા હાથના અંગૂઠાથી હડસેલો માર્યો એ સાથે જ બૂચ ઊડ્યું અને બૉટલમાંથી ઊડતી શેમ્પેઈનની છોળ પ્લેનની છત સુધી પહોંચી.

સૌએ હળવી ચિચિયારી અને જોરદાર તાળીઓથી એ વિધિને વધાવી એટલે વૈભવે શુભકામના વ્યક્ત કરતાં કહ્યું :

'ગુડલક ટુ કેથે પૅસિફિક ઍન્ડ હૅપી જર્ની ટુ ઑલ ઑફ અસ !'

'અને સ્પેશિયલ ગુડલક ટુ મી, મોટા ભાઈ.' ચિલ્લાતી નિરાલીએ ઊડીને પોતાના ખોળામાં પડેલું શેમ્પેઈનની બૉટલનું બૂચ તેને દેખાડતાં કહ્યું : 'મારી હૉંગકૉંગની સફર તો જરૂર સફળ થવાની.'

'તમારા એ ગૂડ લકમાં મારો પણ ભાગ ખરો કે નહીં ?' મોટાભાઈને બદલે નિરાલીને

કિશનચંદના મુખેથી એ સાંભળવા મળ્યું : 'હૉંગકૉંગની જોવાલાયક દરેક જગ્યાએ મારી રૉલ્સ રૉઇસ જાતે ડ્રાઈવ કરીને તમારી આ સફરને સફળ બનાવવાનું હું બીડું ઝડપું છું, મિસ વિરાણી !'

'મિસ વિરાણી નહીં, નિરાલી કહે, કે.સી. !'

ત્યાં એરહૉસ્ટેસ શેમ્પેઈનના ગ્લાસ પીરસવા આવી. બંનેએ ગ્લાસ ઊંચકી સામસામા ટકરાવ્યા :

'ચિયર્સ, નિરાલી !'

'ચિયર્સ, કે.સી. !'

અને શેમ્પેઈનના બે-ચાર ઘૂંટ પિવાયા પછી નજરથી પરસ્પરને પીતાં હોય તેમ બંનેની ચાર આંખો ક્યાંય સુધી ટકરાતી રહી ત્યારે કે.સી.એ ઊભા થઈ નિરાલીની બાજુની ખાલી બેઠકમાં જગ્યા લઈ લીધી.

બીજી પાંચ-સાત મિનિટ પછી બંનેના હાથના અંકોડા ભિડાયા અને એ જ વખતે વિમાન ધરતી પરથી ઊંચકાયું ત્યારે નિરાલીનું મન પણ કલ્પનાના વિહારે ચડીને થોડી જ વારમાં ફરી ફોર્સ લેન્ડિંગ (ફરજિયાત ઉતરાણ) કરતા વિમાનની જેમ વાસ્તવિકતાની ધરતી પર પટકાયું :

અગાઉના મારા ત્રણે પ્રેમીઓની જેમ આ સંબંધનો અંત પણ આઘાતજનક તો નહીં નીવડે ને ?

*

'સર, આપના માટે મુરારિલાલ પોદ્દારના ત્રણ ફોન આવી ગયા.'

શનિવારે બપોરે વૈભવ ટાવર્સના એકવીસમા માળે યોજાયેલી બૉર્ડ મીટિંગમાંથી વીસમા માળે પોતાની કૅબિનમાં પાછા ફરતાં વિરાણી શેઠને સેક્રેટરી તરીકેની કામચલાઉ ફરજ બજાવતી ડૉલીએ જાણ કરીને ઉમેર્યું :

'મેં એમને કહ્યું કે આપ મીટિંગમાં છો, અર્જન્ટ કામ હોય તો બૉર્ડરૂમમાં ફોનની લાઈન આપું.'

'તો એમણે શું કહ્યું ?'

'કહ્યું કે નહીં, મીટિંગ પતાવીને કૅબિનમાં આવે કે તત્કાલ ફોન કરવા કહેજો.' કહી ડૉલીએ નમ્ર સ્વરે પૂછ્યું : 'સર, એમનો ફોન જોડી આપું ?'

'નહીં, હમણાં નહીં.'

ઈશ્વરભાઈ જાણતા હતા કે કામ પતી ગયું અને ટાઈમબૉમ્બે પેલીનો જાન લઈ લીધો એ ખબર આપવાના ઉત્સાહમાં મુરારિલાલે વારંવાર ફોન જોડ્યા હશે. પણ પોતે એ ખબર સાંભળવામાં બને એટલો વિલંબ કરવા માગતા હતા. કોણ જાણે કેમ, સબીનાનો જાન લેવાનો મુરારિલાલનો આ જલદ ઉપાય તેમના હૈયે કાંટાની જેમ ભોંકાતો હતો.

ત્યાં જ ટેબલ પરનો તેમનો અંગત ફોન રણક્યો. તેની ઘંટડી ઈશ્વરભાઈને કાળજે વાગી, શનિવારે બપોર પછી ભાગ્યે જ કોઈના ફોન આવતા અને પર્સનલ નંબર પર કૉલ કરનાર મુરારિલાલ સિવાય બીજું કોણ હોઈ શકે ? કંપતા હાથે તેમણે રિસીવર ઊંચક્યું. હેલ્લો કહેવામાંય પરિશ્રમ પડ્યો. ત્યાં સામેથી સાંભળવા મળ્યું :

'કોણ, ઈશ્વરભાઈ ?'

'બોલો, મુરારિલાલ !'

'પેલી લંગડીને બદલે તમારી આ પારસણ સેક્રેટરી મારું વધારે માન રાખે છે.' મુરારિલાલે શરૂઆત જુદા વિષયથી કરી એ ઈશ્વરભાઈને ગમ્યું, પણ મંજૂષાને લંગડી કહેવાની તેમની અસભ્યતા ખટકી હોવા છતાં ચૂપ રહીને સાંભળતા રહ્યા.

'મેં જેટલી વાર ફોન જોડ્યો, દરેક વખતે એ પારસણે સામેથી પૂછ્યું કે શેઠ બૉર્ડ મીટિંગમાં છેએમને લાઈન આપું ? ત્યારે મારે જ સામેથી ના પાડવી પડી. બૉર્ડ મીટિંગમાં તમારા અર્ધો ડઝન ડિરેક્ટરોની હાજરીમાં તમે મારું બોલ્યું શાંતિથી સાંભળી ન શકો અને જવાબમાં છૂટથી કાંઈ બોલી પણ ન શકો.'

છતાં ઈશ્વરભાઈએ પ્રતિભાવ ન આપ્યો એટલે સામેથી પૃચ્છા થઈ :

'તમે સાંભળો છો ને, ઈશ્વરભાઈ ?' હવે મુરારિલાલના અવાજમાં અધીરાઈ ભળી : 'કૅબિનમાં એકલા જ બેઠા છો ને ?'

બંનેના જવાબમાં ઈશ્વરભાઈએ 'હા' એટલું જ કહ્યું.

'પેલીની કારની ડિકીમાં ટાઈમબૉમ્બ ફાટ્યો.' મુરારિલાલ એટલું બોલ્યા ત્યાં જ ઈશ્વરભાઈની છાતીમાં ભીંસ વધવા લાગી છતાં આગળ સાંભળ્યા વિના ચાલે તેમ નહોતું.

'ફાટ્યો તો ખરો, પણ બે કલાક મોડો ફાટ્યો... સાડાનવને બદલે છેક સાડાઅગિયારે !'

'એમ ?' ખુશ થવું કે આઘાત અનુભવવો તેની મૂંઝવણમાં ઈશ્વરભાઈએ પૂછ્યું : 'તો-તો ત્યાં સુધીમાં સબીના મહાબળેશ્વર પહોંચી ગઈ હશે.'

'તમે ક્યાં વસો છો, ઈશ્વરભાઈ ?' હવે મુરારિલાલ ગિન્નાતા બોલ્યા : 'એ બાઈ મહાબળેશ્વર નહીં, હૉંગકૉંગ પહોંચી ગઈ !'

'હૉંગકૉંગ !' ટાઈમબૉમ્બનું કાવતરું નિષ્ફળ ગયું એથી અનુભવેલી ધરપત સત્વર ઓસરી ગઈ હોય તેમ વિરાણીએ અધ્ધર શ્વાસે પૂછ્યું : 'એ વૈભવની સાથે હૉંગકૉંગ ગઈ ?'

'વૈભવની સાથે નહીં, વૈભવની પાછળપાછળ !' મુરારિલાલ ટેલિફોનના ભૂંગળામાંથી બરાડા પાડતા સંભળાયા : 'વૈભવ સાત વાગ્યાની કેથે પૅસિફિકમાં ગયો અને આ બાઈએ સાડાનવની એર ઇન્ડિયા ફ્લાઈટ પકડી. સાલી કમબખ્ત આપણને થાપ આપી ગઈ !'

'પણ એ બની જ કેમ શકે ? સબીના મહાબળેશ્વરને બદલે હૉંગકૉંગ જવાની છે એની કોઈને જ જાણ ન હોય એ કેમ બને ?'

'જેને બનાવતાં આવડે એ બધું જ કરી શકે છે. તમારો દીકરો અને એ બાઈ આપણને બનાવી ગયાં. સવારે સાડાછએ સમયસર એ પાલીહિલથી મહાબળેશ્વર જતી હોય તેમ નીકળી. સાથે તેની નોકરાણીને પણ લીધી. એની કાર બાન્દ્રા હાઈ-વે પરથી મહાબળેશ્વર જવા સાયનના રસ્તા તરફ વળતી હતી ત્યાં ડ્રાઈવરને પેલીએ કહ્યું કે સહાર ઍરપોર્ટ તરફ લઈ લે.'

'પછી ?'

'પછી શું ?' મુરારિલાલ ઉશ્કેરાયા :

'સાત પહેલાં સહાર એરપૉર્ટમાં દાખલ થઈને તેણે ડ્રાઈવર તથા નોકરાણીને કહ્યું, ઘેર પપ્પાને કહેજો કે મેં વિચાર બદલી નાખ્યો છે. હવે મહાબળેશ્વરને બદલે હું હૉંગકૉંગ જાઉં છું. પહોંચીને તરત ફોન કરીશ.'

'આ બધી જાણ તમને કેવી રીતે થઈ ?'

'થાય જ ને ? કાર એના બંગલે પાછી ફર્યા પછી ચાર કલાકે ટાઈમબૉમ્બ ફાટ્યો ત્યારે તેમાં કોઈ જ નહોતું. પોલીસને જાણ કરી એટલે તપાસ ચાલુ થઈ. ડ્રાઈવર, નોકરાણી અને બાઈના બાપનાં પોલીસે નિવેદન લીધાં. મેં કમિશનર પાસેથી ખાનગીમાં આ બધી વિગત જાણી લીધી. આઉટડૉર શૂટિંગમાં ગયેલું તેની ફિલ્મનું યુનિટ પણ મહાબળેશ્વરમાં બાઈની રાહ જોતું બેઠું છે. અને એ તમારા વૈભવ પાસે હૉંગકૉંગમાં વિરાણી કુટુંબની આબરૂનું શૂટિંગ કરવા પહોંચી ગઈ... સાલી કમજાત !'

બોલતાં-બોલતાં મુરારિલાલ ઉશ્કેરાટથી હાંફતા હતા અને ઈશ્વરભાઈને બોલવા માટે શબ્દો જડતા નહોતા.

'આપણે ટાઈમબૉમ્બનું કાવતરું ઘડ્યું તો એ બંનેએ અલગઅલગ ફ્લાઈટમાં હૉંગકૉંગ જઈને મજા લૂંટવાનું કાવતરું ઘડ્યું.'

'મુરારિભાઈ, હવે શું કરવું ?'

'બીજું શું કરવાના તમે ?' જાણે આવું બન્યું તેમાં ઈશ્વરભાઈ દોષપાત્ર હોય તેમ સંસદસભ્યે સંભળાવ્યું : 'આ સનસનાટીભર્યા સમાચાર બપોરના ન્યૂસપેપર્સ તો ચૂકી ગયાં, પણ કાલે સવારે દરેક છાપામાં મોટા મથાળે ટાઈમબૉમ્બના ખબર છપાશે ત્યારે તમારી આબરૂના ફુરચા ઊડી જશે !'

'તેમાં વૈભવનું નામ સંડોવાય એવું લાગે છે તમને ?'

'કેમ ન સંડોવાય ? પોલીસનાં કૂતરાં કરતાંય છાપાંવાળાની ગંધપારખુ શક્તિ વધુ તીવ્ર હોય છે, ઈશ્વરભાઈ ! હવે તો એક જ ઉપાય છે : તાબડતોબ હૉંગકૉંગ ફોન જોડીને વૈભવને કોઈ પણ ભોગે વળતી ફ્લાઈટમાં મુંબઈ પાછો બોલાવી લો... સવાર પહેલાં એ મુંબઈમાં આવી જાય તો આબરૂ બચાવી લેવાનો ચાન્સ છે... નહીંતર સમજી જજો કે તમારો દીકરો તમારા નામનું દેવાળું કઢાવશે !'

આગળ સાંભળી શકતા ન હોય તેમ ઈશ્વરભાઈએ ફોન મૂકી દીધો. થોડી વાર એવા સૂનમૂન બની ગયા કે કપાળેથી નીતરતો પસીનો લૂછવાનુંય ભાન ન રહ્યું, કિડનીમાં દુખાવો ઊપડ્યો તોપણ પેડુ પર હાથ દબાવવાનું સૂઝ્યું નહીં.

અનેક કટોકટીનો સામનો કરી ચૂકેલા ઈશ્વરભાઈને સ્વસ્થ થતાં વાર લાગી. દુશ્મન માથું ઊંચકે તો કચડી નાખવા માટે બળ વાપરી શકાય, પણ દીકરો બળવો કરે ત્યારે કળથી કામ લેવા સિવાય બીજો વિકલ્પ નથી હોતો. એટલે જ હૉંગકૉંગ ફોન જોડતાં પહેલાં મનમાં સર્જાયેલા ક્રોધના ધુમ્મસને વિખેરી નાખવામાં થોડો વધારે સમય લાગ્યો.

ટેબલનું ખાનું ઉઘાડી ઈલેક્ટ્રૉનિક ડાયરીમાંથી હૉંગકૉંગની ફાઈવ સ્ટાર હોટેલ ઈન્ટરનૅશનલનો નંબર નોંધી લીધો. ફોન જોડવાનું ડૉલીને કહેવાનો વિચાર માંડી વાળી જાતે જ હૉંગકૉંગનો નંબર લગાડ્યો. સામે ઘંટડી વાગતી સંભળાઈ ત્યાં સુધીમાં કાંડાઘડિયાળમાં જોઈ લીધું : સાડાત્રણ વાગ્યા હતા. ભારત કરતાં અઢી કલાક આગળ ચાલતી હૉંગકૉંગની ઘડિયાળમાં આઠ થયા હશે. કદાચ વૈભવ પેલીની સાથે હૉંગકૉંગની સલૂણી સાંજ માણવા બહાર નીકળી ગયો હશે તો ?

એવું વિચારતા હતા ત્યાં સામેથી ફોન ઊંચકાયો. 'ગુડ ઇવનિંગ... ધીસ ઇઝ હોટેલ ઇન્ટરનૅશનલ' એટલું સાંભળતાં જ ઈશ્વરભાઈએ કહ્યું : 'પ્લીઝ પુટ મી ટુ મિસ્ટર વિરાણી, જેમણે આજે બપોરે તમારી હોટેલમાં ચેક ઈન કર્યું છે. હું મુંબઈથી વાત કરું છું અને મને મિસ્ટર વિરાણીના સ્વીટ નંબરની જાણ નથી.'

'વેઈટ અ મિનિટ, સર !' કહેનારે પાંચ જ સેકન્ડમાં વૈભવનો સ્વીટ નંબર નાઈન ઓ નાઈન (નવસો નવ) કહીને લાઈન જોડી આપી. ઈશ્વરભાઈને નવસો નવ નંબરમાં વાગતી ઘંટડી, આગ બુઝાવવા માટે ધસી જતા બમ્બાના ઘંટારવ જેવી કાનમાં વાગી. બળવાની આ આગ પોતે બુઝાવી શકશે ખરા ?

'હેલ્લો !'

સામેથી પુત્રનો અવાજ સાંભળી ઈશ્વરભાઈનું હૃદય પળવાર માટે ધબકવાનું ચૂકી ગયું.

'વૈભવ, તમે બંને સુખરૂપ પહોંચી ગયાં ને એ જાણવા ફોન કર્યો.'

'ઓહ યસ, ડૅડી !' પુત્રના અવાજમાં તેમને વધુ પડતો ઉમળકો વર્તાયો તેનું કારણ પેલીની હાજરી જ હશે એવું પિતાએ ધારી લીધું. ત્યાં સામેથી સાંભળવા મળ્યું :

'ડૅડી, કેથે પૅસિફિકના નવા એરક્રાફ્ટ સેવન ફોર સેવન-ફોર હન્ડ્રેડ બૉમ્બે ટુ હૉંગકૉંગની આજે પહેલી જ ફ્લાઈટ હતી. બહુ મજા આવી. નિરાલી પણ બહુ ખુશ હતી.'

'એ ક્યાં છે ?'

'બાજુના રૂમમાં છે. એને લાઈન આપું ?'

'નહીં-નહીં.' ઈશ્વરભાઈના નકારમાં અધીરાઈ હતી : 'તારી સાથે થોડી ગંભીર વાતચીત કરવા જ ફોન કર્યો.'

'મને એમ કે અમે સુખરૂપ પહોંચ્યાં કે નહીં એની ચિંતામાં તમે ફોન કર્યો હશે !' વૈભવે પિતા તરફથી થયેલી શરૂઆત યાદ કરાવતાં સંભળાવ્યું : 'આજકાલ ટેરરિસ્ટો તરફથી વિમાનમાં ટાઈમબૉમ્બ મૂકવાનું વધી ગયું છે ને એટલે તમને ચિંતા થાય.'

સાંભળતાં જ ઈશ્વરભાઈ આખેઆખા ધ્રૂજી ઊઠ્યા : ટાઈમબૉમ્બની વાત એણે કેમ ઉચ્ચારી ? શું એ વાત હૉંગકૉંગ સુધી પહોંચી ગઈ હશે ?

'કેમ ચૂપ થઈ ગયા, ડૅડી ?'

'વૈભવ, તારા રૂમમાં અત્યારે બીજું કોઈ છે ?'

'મેં કહ્યું તેમ નિરાલી બાજુના રૂમમાં છે, એટલે તમે બીજું કોઈને બદલે ત્રીજું કોઈ છે એમ જ પૂછવા માગો છો ને, ડૅડી ?'

એના એ શબ્દો મશીનગનમાંથી ધડાધડ છૂટતી ગોળીની જેમ છાતીએ વાગ્યા. બધુ બોલવાની તાકાત ન હોય તેમ એટલું જ કહ્યું : 'હા !'

'તમારો ફોન છે એ જાણ્યું ત્યાં જ હું સમજી ગયો કે તમે શું જાણવા માટે ફોન કર્યો.' વૈભવ કોઈ જાતના થડકા વગર પિતાને કહી રહ્યો હતો : 'ડૅડી, તો સાંભળી લો, એ ત્રીજી વ્યક્તિ અત્યારે મારા સ્વીટમાં છે.'

'એટલે તેં હૉંગકૉંગ જવાને બહાને તેને પણ સાથે...'

'નહીં, ડેડી, મને હૉંગકૉંગ મોકલવાનું બહાનું તો તમે ઉપજાવી કાઢ્યું હતું.' વૈભવના અવાજની ધાર ઈશ્વરભાઈના હૈયે છરકા કરતી હતી : 'મેં તો માત્ર તમે ઉપજાવી કાઢેલા બહાનાનો લાભ ઉઠાવ્યો.'

'એમ કરતાં પહેલાં એનું પરિણામ વિચાર્યું નહીં, દીકરા ?'

'પરિણામ તો સુખદ જ આવ્યું કહેવાય ને, ડેડી ? સબીના હૉંગકૉંગ આવવાને બદલે મહાબળેશ્વર ગઈ હોત તો તેની કારમાં મૂકેલો ટાઈમબૉમ્બ ફાટતાં શું પરિણામ આવ્યું હોત ?'

'એટલે તને એની જાણ થઈ ગઈ ?'

'શેની જાણ, ડેડી ? કારમાં ટાઈમબૉમ્બ મુકાયાની કે ટાઈમબૉમ્બ મૂકનારની ?' વૈભવ પિતાની ઊલટતપાસ લેતાં બોલી ગયો : 'સબીનાએ હોટેલ પર આવીને દસ મિનિટ પહેલાં ફોન જોડ્યો ત્યારે એના ફાધરે ટાઈમબૉમ્બની જાણ કરી... એ જાણ્યા પછી બિચારી કેટલી બધી નર્વસ થઈ ગઈ હશે એની તમને કલ્પના આવે છે ખરી, ડેડી ?'

'તું તો જાણે એવી વાત કરે છે કે આમાં મારો વાંક હોય !'

'સબીનાના ઘરમાંથી મળેલી ત્રાસવાદીની જાસાચિઠ્ઠીના આધારે પોલીસ તો પોતાની રીતે તપાસ કરશે, પણ તમે જાણો છો તેમ મારું મગજ કમ્પ્યુટરની જેમ કામ કરે છે.'

'એટલે તું શું કહેવા માગે છે, વૈભવ ?' ઈશ્વરભાઈ લગભગ બરાડી ઊઠ્યા : 'તને બોલવાનું કાંઈ ભાન છે કે નહીં ?'

'સાનભાન ઠેકાણે રાખીને બોલી રહ્યો છું, ડેડી ! તમે મર્યાદા રાખી નથી પછી મારી પાસેથી મર્યાદાની અપેક્ષા કેમ રાખો છો ?'

'તારે શું કહેવું છે ?'

'એ જ કે કારમાં ટાઈમબૉમ્બ મૂકનારે સબીનાના ઘરમાં ત્રાસવાદીના નામે બનાવટી જાસાચિઠ્ઠી કેમ ન મૂકી હોય ?'

'એટલે ?'

'એટલે એમ કે અમને બંનેને જુદાં પાડવા માગતા કોઈએ સબીનાને મારા રસ્તામાંથી હઠાવવા માટે આ ઘાતકી પગલું ભર્યું હોય એ કેમ ન બને ?'

'વૈભવ !' ઈશ્વરભાઈ આવેશમાં ખુરશીમાંથી ઊભા થતા ગર્જી ઊઠ્યા : 'તું તારા બાપને આટલો ઘાતકી માને છે ?'

'તમારી એ શક્તિ અંગે શંકા તો હતી, પણ પુરાવો નહોતો એટલે ઘાતકી માનવાની હિંમત નહોતો કરતો.' વૈભવ અદાલતમાં દલીલ કરતા સરકારી વકીલની જેમ બોલતો હતો :

'હૈયું કઠણ કરી શકો તો સાંભળતાં પહેલાં કરી લો... નિરાલી જેના પ્રેમમાં પડી હતી એ જૉકી જીમી ઘોડાના પગ હેઠળ ચગદાઈને કમોતે મર્યો એ દુર્ઘટના તો તમે ભૂલી શકો તેમ નથી.'

'તું હદ ઓળંગી રહ્યો છે, વૈભવ !'

'નહીં, ડેડી ! માનવતાની હદ તો તમે એક વાર ઓળંગી ચૂક્યા હતા છતાં બીજી વાર એવું કરતાં તમારો જીવ કેમ ચાલ્યો ? પોતાના સંતાનના કહેવાતા સુખ ખાતર પારકાના અસ્તિત્વને

ભૂંસી નાખનારા પિતા માટે તેમનાં જ સંતાન શું વિચારતાં હશે એનો કદી તમે વિચાર કર્યો છે ખરો ?'

'વૈભવ, તારો બકવાસ બંધ કર !' ઈશ્વરભાઈને ધક્કો વાગ્યો હોય તેમ એ ખુરસીમાં ફસડાઈ પડ્યા છતાં આજ્ઞા કરવાનું ચૂક્યા નહીં : 'અત્યારે ને અત્યારે જે કોઈ ફ્લાઈટ મળે એમાં બેસીને મુંબઈ પાછો આવી જા !'

'નહીં, ડૅડી, હવે તો તમે સોંપેલું કામ પતાવીને જ મુંબઈ પાછા આવવું જોઈએ.'

'કાલ સવારનાં છાપાંમાં ટાઈમબૉમ્બના સમાચારની સાથોસાથ તમે બંને હૉંગકૉંગમાં છો એ પણ છપાશે એનો તને વિચાર આવે છે ?'

'ડૅડી, છાપાંથી આટલા બધા ડરનારા તમે નામથી ઈશ્વરલાલ હોવા છતાં ઈશ્વરનો થોડોક ડર કેમ નથી રાખતા ?'

સબીનાની હત્યાના પ્રયાસમાં પિતાનો જ હાથ હોય એવું દઢપણે માની ચૂકેલા વૈભવનું અંતર પોકારતું હોય તેમ એણે ચૂપ થઈ ગયેલા પિતાને આગળ સંભળાવ્યું :

'એટલું યાદ રાખજો, ડૅડી ! કે દરેક વખતે ઈશ્વરલાલનું જ ધાર્યું થતું નથી, ક્યારેક ઈશ્વરનું ધાર્યું પણ થતું હોય છે !'

કહીને વૈભવે ફોન મૂકી દીધો ત્યારે *આઈ ઍમ વિરાણી* (હું વિરાણી છું)નું ગુમાન ધરાવતા ઉદ્યોગપતિ ઈશ્વરલાલ મોતીલાલ વિરાણીને એકવીસ માળનો વૈભવ ટાવર્સ આખેઆખો હચમચી ગયો હોય એવો ભ્રમ જાગ્યો અને બીજી જ ઘડીએ કિડનીમાં ઊપડેલી અસહ્ય પીડાને દાબી દેવા માટે રીસીવર પડતું મૂકીને પેડુ પર હાથ દાબી દેવો પડ્યો.

પંદર-વીસ મિનિટ પછી પીડા ઘટવાને બદલે વધી ગઈ ત્યારે મન મક્કમ કરી એ ખુરસીમાંથી ઊભા થયા. હેન્ગરમાં લટકતો કોટ પહેરી લીધો. પછી ધીમાં પગલે કૅબિનમાંથી બહાર નીકળી સેક્રેટરી ડૉલીને માંડમાંડ એટલું જ કહી શક્યા :

'ઘેરથી ફોન આવે તો કહેજે, હું ડૉક્ટર પાંધી પાસે જાઉં છું અને ત્યાંથી સીધો ઘેર આવું છું.'

'સર, આપની તબિયત...'ડૉલીએ ચિંતાતુર સ્વરે પૂછ્યું ત્યારે હાથ હલાવીને તેને આગળ પૃચ્છા કરતી રોકી પોતે દબાતાં પગલે બહાર નીકળી ગયા.

બે મિનિટ પછી ડૉલીએ વીસમા માળની બારીમાંથી બૉસને રૉલ્સ કારમાં ગોઠવાઈને જતા જોયા પછી એ દબાતાં પગલે કૅબિનમાં પાછી આવી. બૉસના પર્સનલ ફોન સાથે જોડેલું, બંને બાજુની વાતચીત સાંભળી શકાય એવું અત્યંત આધુનિક ટેપરેકૉર્ડર ફૂલદાનીમાંથી ઊંચકી લીધું ત્યારે તેને કલ્પના નહીં હોય કે એમાં ટેપ થયેલી વાતો ટાઈમબૉમ્બ કરતાંય વધુ ખતરનાક હતી.

અને વિરાણીશેઠને પણ ક્યાંથી કલ્પના હોય કે નવી ભરતી થયેલી આ ડૉલી મર્ચન્ટ, બીજી કોઈ નહીં પણ ઘોડાના પગ નીચે કચડાઈને મૃત્યુ પામેલા નિરાલીના પ્રેમી જૉકી જીમીની સગી મોટી બહેન હતી !

*

૪

પ્રેમીઓ કાચી વયનાં હોય, પરિપક્વ બુદ્ધિનાં હોય કે પછી પ્રૌઢાવસ્થાએ પહોંચી ચૂકેલાં હોય, પણ તેમના પ્રણયની શરૂઆત મોટા ભાગે છૂપાં મિલનથી જ થતી હોય છે. વડીલો, સગાંવહાલાં કે સમાજથી છુપાઈને મળવામાં દરેક પ્રેમી યુગલ સાહસનો રોમાંચ માણતું હોય છે, તેમ પકડાઈ જવાનો છાનો ભય પણ અનુભવતું હોય છે. ચોરીછૂપીથી પ્રેમ કરનારાં આખરે તો પકડાઈ જતાં હોય છે, છતાં દરેક પ્રેમી યુગલ એવી ભ્રમણામાં રાચે છે કે અમે કદી પકડાવાનાં જ નથી. પરંતુ પ્રણયનું બંધન એ તો નર્તકીના પગમાં બંધાયેલાં નૂપુર જેવું છે. નર્તન કરવું હોય તો નૂપુરને રણકતાં કેમ રોકી શકાય ?

વૈભવ અને સબીનાએ જુદીજુદી ફ્લાઈટ પકડીને હૉંગકૉંગમાં ચોરીછૂપીથી મળવાનું નક્કી કર્યું, પણ સબીનાની કારમાં ફાટેલા ટાઈમબૉમ્બે એમના હૉંગકૉંગ પહોંચતાં પહેલાં જ એ ચોરી જાહેર કરી દીધી. મુંબઈની રૉય શેરેટન હોટેલના એકાંત મિલનમાં સબીનાએ પ્રસ્તાવ મૂક્યો કે આપણી મૈત્રી માત્ર એક જ સંબંધમાં પરિણમી શકે. લગ્નના બંધન વિના તારા સંતાનની હું માતા બનું અને પછી આપણે છૂટાં પડી જઈએ. બાળકનો પિતા તું છે એ મને તો હરપળે યાદ રહેવાનું, પણ તારે પોતે તો એ સદાને માટે ભૂલી જવું પડશે. વૈભવ માટે આ પ્રસ્તાવ આઘાતજનક હતો. સબીના એક અભિનેત્રી હતી એટલે નહીં, પણ એક અનેરી સ્ત્રી હતી એટલે પોતે તેના તરફ આકર્ષાયો હતો. તેનું અભિનેત્રી હોવું એ તો પ્રણયસંબંધમાં વિઘ્નરૂપ નીવડવાનું હતું, છતાં મા-બાપ કે સમાજ સામે વિદ્રોહ કરીને પણ તેને જીવનસાથી બનાવવાનો મનસૂબો તેણે ઘડ્યો હતો. તેને બદલે સબીનાએ સાવ અણધાર્યો જ પ્રસ્તાવ રજૂ કરી તેને મૂંઝવણમાં મૂકી દીધેલો. પ્રેમીની પસંદગીમાં કયું તત્વ ભાગ ભજવી જતું હોય છે એ સમજી કે સમજાવી શકાતું નથી અને સ્ત્રી-પુરુષ વચ્ચેનું આકર્ષણ તર્કથી પર હોય છે એ પોતે બરાબર જાણતો હતો. પરંતુ પરણ્યા વિના માતા બનવાના સબીનાના સંકલ્પમાં શું તર્ક છે એ તેની સમજમાં આવતું નહોતું. સબીનાના એ સંકલ્પ સામે વૈભવ પાસે એક જ વિકલ્પ હતો : સબીના સાથેનો સંબંધ સંકેલી લેવો. અને એ કપરો નિર્ણય લેવામાં તેણે મનને બીજે વાળવું પડે તેમ હતું, જેમાં થોડો સમય લાગે તેમ હતો.

પરંતુ પિતાનો વિરોધ તેને સબીના સાથેના સંબંધમાં આગળ ધકેલવામાં નિમિત્ત બની ગયો. અર્જન્ટ કામનું બહાનું કાઢી પિતાએ તેને હૉંગકૉંગ મોકલવાનું ગોઠવ્યું ત્યારે એ સમજી ગયો કે સબીનાથી દૂર કરવા માટે પિતાએ આવો પોકળ પેંતરો રચ્યો હતો. વૈભવે વિચાર્યું : શું ચાર-આઠ દિવસ હું સબીનાથી દૂર રહીશ એટલે તેના પ્રત્યેનું આકર્ષણ ઓસરી જશે એવું ડેડી માનતા હશે ? ના, એથી કાંઈક વિશેષ એમના મનમાં હોવું જોઈએ. પોતાનું ધાર્યું કરવામાં ઉદ્યોગપતિ વિરાણી ભાગ્યે જ નિષ્ફળ જતા હોય છે, તો પછી મને હૉંગકૉંગ મોકલીને એમણે શું કરવા ધાર્યું હશે ?

વૈભવે અનેક તર્ક લડાવ્યા તેમાં માત્ર બે જ વાત એને શક્ય લાગી. એક તો તેની ગેરહાજરીમાં ડેડી જાતે સબીનાને મળી 'મારા પુત્રના માર્ગમાંથી ખસી જવા' સમજાવશે, ફિલ્મમાં વારંવાર સાંભળવા મળે છે એવી ઑફર કરશે કે 'તને બદલામાં જોઈએ તે માગી લે. તારા મોહપાશમાંથી વૈભવને છોડાવવાની જે કિંમત હોય તે આ કોરા ચેકમાં લખી નાખીને વટાવી લેજે.' કદાચ છેલ્લે ધમકી પર આવી જશે કે 'તું અમારી શ્રીમંતાઈ જોઈને મારી પુત્રવધૂ બનવાનાં સપનાં જોતી હોય તો એ પણ જાણી લેજે, તને પરણ્યા પછી મારા ઘરમાં, વ્યાપારમાં કે વારસામાંથી વૈભવને હું રદબાતલ કરી નાખીશ.'

પરંતુ ઈશ્વરભાઈ વિરાણી જેવા અબજપતિ એક અભિનેત્રીને સામે ચાલીને મળવા-સમજાવવા જાય ખરા ? તેને બદલે વૈભવને બીજી શક્યતા વધારે વાસ્તવિક અને વસમી લાગી. ડેડી તો પોતાના માર્ગમાં અવરોધ ઊભા કરનારને કચડી નાખવામાં માને છે. તો શું મારી ગેરહાજરીમાં એમણે સબીનાનું કાસળ કાઢી નાખવાનું વિચાર્યું હશે ? કે પછી તેના ચહેરા પર ઍસિડ ફેંકાવીને સબીનાને હંમેશને માટે કદરૂપી બનાવી દેવાનું જલદ પગલું તેમણે વિચાર્યું હશે ?

આ શક્યતાએ વૈભવને હચમચાવી મૂક્યો હતો. એક ઊંઘે જેની સવાર પડતી એવા વૈભવે આખી રાત અજંપાનો ઉજાગરો વેઠીને મક્કમ નિર્ધાર કરી લીધો હતો કે કોઈપણ પેંતરામાં પિતાને એ ફાવવા નહીં દે. ઘણી વાર એ તેને કહેતા કે વૈભવ, લોકો મારી સિદ્ધિની પ્રશંસા કરે છે ત્યારે મારા મનમાં એક જ ઉમેદ જાગે છે કે મારો વૈભવ તેના બાપ કરતાં સવાયો પુરવાર થાય. મારી હયાતીમાં હું તો કદાચ પાંચ નંબરના ઉદ્યોગપતિમાંથી ચોથા કે ત્રીજા નંબર સુધી પહોંચી શકીશ, પણ વૈભવ, આપણી વૈભવ ઈન્ડસ્ટ્રીઝને પહેલા નંબરના સ્થાન પર તું પહોંચાડી શકવા માટે સમર્થ છે એની મને સંપૂર્ણ ખાતરી છે. *બાપ કરતાં બેટા સવાયા*ની ઉક્તિ સાચી ઠરાવી શકે એવું સામર્થ્ય તારામાં હું જોઉં છું... આવું કહેનાર પિતાને તે દેખાડી દેવા માગતો હતો કે પેંતરાબાજીમાં તો હું જરૂર તમારા કરતાં સવાયો પુરવાર થવાનો. સબીનાના મામલામાં હું તમારું ધાર્યું નહીં થવા દઉં ! અને એવા સંકલ્પ સાથે તેણે સબીનાને ફોન જોડ્યો હતો : એ રાતે રૉય શેરેટન હોટેલના નવસો-નવાણું નંબરના સ્વીટમાં તેં મૂકેલો પ્રસ્તાવ હું સહૃદય સ્વીકારું છું, સબીના ! પરંતુ આપણું એ પ્રથમ મિલન હૉંગકૉંગમાં ગોઠવાય તેની સામે તને વાંધો છે ?

ત્યારે સબીનાએ મહાબળેશ્વરના પાંચ દિવસના શૂટિંગની ડેટ્સ ઉમળકાભેર હૉંગકૉંગના એ ગુપ્ત મિલન માટે ફાળવી દીધી હતી. નિર્માતા-દિગ્દર્શક વિશ્વનાથને ખાનગીમાં એટલું જ કહ્યું હતું કે ઘેરથી હું શૂટિંગ માટે કારમાં નીકળીશ, પણ મહાબળેશ્વર ન પહોંચું તો ચિંતા

કરવી નહીં અને બીજા કલાકારો પર શૂટિંગ કરવાના સીન તૈયાર રાખજો. હું આવવાની જ છું એવી અપેક્ષા રાખવી, પણ ન આવું તો કોઈ જાતની પૂછપરછ કરવી નહીં અને આ અંગે ચર્ચા કરવી નહીં... શૂટિંગમાં ક્યારેય મોડી નહીં પડનારી કે બીજી હીરોઈન જેવાં કોઈ જાતનાં નખરાં નહીં કરનારી, કામ સિવાય બીજી કોઈ બાબતમાં માથું નહીં મારનારી સબીના નિર્માતા-દિગ્દર્શક, સહકલાકારો તેમ જ યુનિટના સભ્યોમાં 'એક સારી છોકરી' તરીકે માનીતી હતી. એટલે આઉટડૉર શૂટિંગની તેની ગેરહાજરી અંગે ભળતી-સળતી અટકળો કોઈ કરવાનું નહોતું.

'નિરાલી, થોડી વારમાં હું એરપૉર્ટ જવા નીકળું છું.' હજુ તો હૉંગકૉંગ ઈન્ટરનૅશનલ હોટેલના પોતપાતાના સ્વીટમાં ગોઠવાયાને પંદર-વીસ મિનિટ થઈ હતી ત્યાં વૈભવે નાની બહેનને કહ્યું હતું : 'મારે એક મહેમાનને લેવા જવું પડે એમ છે !'

'હજુ તો એરપૉર્ટથી આવ્યા ત્યાં અચાનક પાછા કોઈને લેવા જવાનું ?'

'અચાનક નહીં, પહેલેથી એરેન્જ (ગોઠવણ) કર્યા પ્રમાણે જવાનું છે.' હૉંગકૉંગ સાથે આવેલી નાની બહેનને વિશ્વાસમાં લીધા વિના ચાલે તેમ નહોતું એટલે વૈભવે કહી દેવું પડ્યું : 'પ્લેનમાં તેં કહેલુંને કે ગર્લફ્રેન્ડનો આટલો બધો વિરહ સાલે છે તો તેને સાથે કેમ ન લઈ લીધી ?'

સાંભળીને નિરાલીની આંખો ચમકી ઊઠી હતી :

'યૂ મીન, તમે સબીનાને લેવા જાઓ છો ?' પછી આદત મુજબ મોટા ભાઈ સામે મુક્કી ઉગામીને લાડથી સંભળાવ્યું હતું : 'તમે તો છૂપા રૂસ્તમ નીકળ્યા ! અત્યાર સુધી મને અંધારામાં રાખી.'

'તું સાથે ન આવી હોત તો બીજા બધાની જેમ છેવટ સુધી તને પણ અંધારામાં જ રાખત, સ્માર્ટ સિસ્ટર !'

'એની વે, સબીના હૉંગકૉંગમાં આપણી સાથે રહેવાની છે એ જાણીને હું તમારા જેટલી તો નહીં પણ બહુ ખુશ થઈ, બીગ બ્રધર... એ બહાને ફ્યુચર સિસ્ટર-ઈન-લૉ(ભાવિ ભાભી)નો થોડો સહવાસ તો મળશે.'

ભાવિ ભાભી સાંભળીને વૈભવે થોડી ખિન્નતા અનુભવી હતી, પણ એ કળાવા દીધા વિના નાની બહેનને ચીમકી આપી દીધેલી : 'એક વાત સાંભળી લે, નિરાલી ! લંચ કે ડિનરમાં તને એનો સહવાસ મળશે. એ સિવાય...'

'સમજી ગઈ, મારે કબાબમાં હડ્ડી નથી બનવાનું.' આંખ મિચકારીને કહી નિરાલીએ પૂછ્યું હતું : 'એ સિવાય બીજી કોઈ શિખામણ ?'

'એ જ કે *ફ્યુચર સિસ્ટર-ઈન-લૉ* જેવું કાંઈ બોલવાનું નહીં. વી આપ જસ્ટ ફ્રેન્ડ્સ.' (અમે માત્ર મિત્રો જ છીએ.)

ત્યારે નિરાલી મલકી જઈને કહેવા જતી હતી કે ફિલ્મલાઈનવાળાં પ્રેમમાં પડે ત્યારે આમ જ કહેતાં હોય છે... પણ તેને એવું બોલવાનો મોકો આપ્યા વગર વૈભવ ઉત્સાહભેર એરપૉર્ટ જવા ઊપડી ગયેલો.

'વેલકમ ટુ હૉંગકૉંગ, માય લવ !'

કસ્ટમમાંથી બહાર નીકળતી સબીનાને જાણે બાહુપાશમાં લઈ લેવા માગતો હોય તેમ

વૈભવે તેની તરફ બંને હાથ લંબાવ્યા, પણ પછી ખ્યાલ આવ્યો કે વિદેશના એરપૉર્ટ પર ફેમસ હીરોઈન સબીનાને ઓળખી જનારાં ઘણાંબધાં હતાં એટલે માત્ર હાથ મિલાવીને સંતોષ માની લેવો પડેલો.

'ફેમ(ખ્યાતિ)નું આ જ મોટું દુઃખ છે, વૈભવ !' આલીશાન કારમાં ગોઠવાતી સબીનાએ તેનો હાથ પોતાના હાથમાં લઈ લેતાં કહેલું : 'બહુ જાણીતાં થયા પછી સામાન્ય માણસોની જેમ જાહેરમાં મુક્તપણે વર્તી શકાતું નથી. આપણે ભલેને હૉંગકૉંગમાં ગુપ્તપણે મળવાનું ગોઠવ્યું, પણ સહાર એરપૉર્ટમાં દાખલ થઈ ત્યાં જ અનેક નજરોથી હું ઘેરાઈ ગઈ. ફ્લાઈટના ફર્સ્ટ ક્લાસના પૅસેન્જરે તો પૂછી પણ લીધું : મિસ સબીના, હૉંગકૉંગમાં કોઈ શૂટિંગ માટે જઈ રહ્યાં છો ? ત્યારે મારે ખોટું બોલવું પડ્યું : ના, એક ઈન્ટરનૅશનલ ફિલ્મના પ્રોજેક્ટની ઑફર આવી છે તેની ચર્ચા માટે જઈ રહી છું... સાંભળીને તો એણે મને *વીશ યૂ બેસ્ટ ઑફ લક* કહી પોરસ પણ કર્યો કે આપને આંતરરાષ્ટ્રીય ફિલ્મમાં જોવાનો લહાવો મળશે એ જાણીને બહુ જ ખુશી થઈ !

પરંતુ વૈભવ એ બધું સાંભળવાને બદલે તેનો ખૂબસૂરત ચહેરો નીરખવામાં મશગૂલ હતો. સબીના બોલવાનું પૂરું કરે ત્યાં સુધીમાં તેણે સ્વિચ દબાવીને આગળ-પાછળની સીટ વચ્ચેનો કાળો કાચ ચડાવી દીધો અને દિવસોથી જેને માટે તલપાપડ હતો એનો વિલંબ સહેવાતો ન હોય તેમ સબીનાને બાહુપાશમાં જકડી લીધી હતી.

સામેથી એટલો જ ઉમળકાભર્યો પ્રતિસાદ મળ્યા પછી તો ચુંબનની આપ-લેમાં દરિયા નીચેની ટનલમાંથી પસાર થતી કારમાં બેમાંથી કોઈને બોલવાનોય અવકાશ ન રહ્યો.

'દિલથી કહું છું, વૈભવ !' આખરે હોઠ પર ફેલાઈ ગયેલી લિપસ્ટિક પર પેપર નૅપ્કિન ફેરવતાં એ બોલી હતી : 'ફિલ્મમાં અનેક પ્રણયદશ્યો ભજવી ચૂક્યા પછી, મિલનનાં અનેક ગીતો ગાયા પછી ઘણી વાર થતું કે જીવનમાં સાચેસાચ આવી સ્થિતિ સર્જાશે ત્યારે ફિલ્મી કૃત્રિમતાથી પર થઈને હૃદયપૂર્વક સ્વાભાવિકપણે હું એનો આનંદ અનુભવી શકીશ ખરી ?'

સબીનાને આશ્લેષમાં જકડેલી રાખીને વૈભવે તેને બોલવા દીધી હતી :

'આજે મારો એ થડકો દૂર થઈ ગયો. અત્યારે ફિલ્મ અભિનેત્રી સબીના મટી જઈને એક સીધીસાદી પ્રણય તલસતી સ્ત્રી બની શકી એવી આ ઘડી આજીવન યાદગાર બની રહેશે, વૈભવ.'

'હૉંગકૉંગના આપણા સહવાસની પ્રત્યેક પળ એટલી જ યાદગાર બની રહેવાની, સબીના !'

પરંતુ હોટેલ પર પહોંચીને સબીનાએ પહેલું કામ તેના પિતાને કૉલ જોડવાનું કર્યું અને ત્યાર પછી તો દિલ્લગીની પળો તંગદિલીમાં પલટાઈ ગઈ હતી.

'પપ્પા, પહેલી વાર તમને અજાણ રાખીને મહાબળેશ્વર જવાને બદલે હું હૉંગકૉંગ આવી પહોંચી છું એ બદલ તમારી ક્ષમા માગી લઉં...'

સબીના હજુ તો એટલું કહે છે ત્યાં સામેથી બલદેવ સહાનીએ ટાઈમબૉમ્બના ખબર આપીને કહ્યું હતું : 'થૅન્ક ગૉડ, તું મહાબળેશ્વર ન ગઈ ! નહીંતર મારી જિંદગીનો એકમાત્ર આધાર પણ છીનવાઈ જાત, સબી !'

ત્યાર પછી પિતાએ ફોન પર જે કાંઈ કહ્યું તે સાંભળતાં-સાંભળતાં આંસુ વહાવી રહેલી સબીનાને જોઈ વૈભવ ઉદ્વેગથી ઊંચોનીચો થઈ ગયો હતો.

'શું વાત છે, સબીના ?' ફોન મૂક્યો કે તરત જ રૂમાલથી તેનાં આંસુ લૂછતાં વૈભવે ચિંતાતુર અવાજે પૃચ્છા કરેલી : 'એવું કાંઈ દુખદ બની ગયું...'

'સમજાતું નથી, એને દુખદ કહેવું કે સુખદ !' કહી પોતાની કારમાં ફાટેલા ટાઈમબૉમ્બની વાત ટૂંકમાં જણાવીને ઉમેર્યું હતું : 'તેં હૉંગકૉંગનો પ્લાન ન ગોઠવ્યો હોત તો કદાચ અત્યારે આ દુનિયામાં મારું અસ્તિત્વ પણ ન રહ્યું હોત... એ બદલ કોનો આભાર માનું - ઈશ્વરનો કે તારો ?'

'આભારની વાત જવા દે, સબીના !' અકળાયેલા અવાજે વૈભવ બોલી ઊઠેલો : 'પહેલાં તો તારી કારમાં ટાઈમબૉમ્બ મૂકનાર કોણ હોઈ શકે એ વિચારવું જોઈએ. પંજાબના ટેરરિસ્ટની વાત મારા મગજમાં ઊતરતી નથી. કદાચ...'

'કદાચ શું, વૈભવ ?'

અને મગજમાં ચાલતા અનુમાનને વૈભવ વાચા આપે તે પહેલાં મુંબઈથી તેના ડૅડીનો કૉલ આવી ગયો. ફોન પર પિતા-પુત્ર વચ્ચે થયેલી બોલાચાલી સાંભળવા માટે સબીના ત્યાં ઊભી નહોતી. ટાઈમબૉમ્બવાળા સમાચારનો આઘાત પચાવી જઈને સ્વસ્થ થવા માટે એ બાથરૂમમાં ચાલી ગઈ હતી.

એ બહાર આવી ત્યારે આક્રોશભર્યા ચહેરે વૈભવને સ્વીટના રૂમમાં આવેશભેર લટાર મારતો જોઈ સબીનાએ ફરી થડકો અનુભવ્યો :

'તારા ડૅડી પાસેથી પણ કોઈ અજુગતા ખબર મળ્યા કે શું ? આટલો બધો અપસેટ કેમ દેખાય છે, વૈભવ ?'

'ટાઈમબૉમ્બનું પરિણામ !' તેજ ગતિએ ચાલતી કારને અચાનક બ્રેક વાગે તેમ આંટા મારતા વૈભવે આંચકા સાથે થોભી જતાં કહ્યું :

'તારી કારમાં ટાઈમબૉમ્બ ફાટ્યો એના સમાચાર કદાચ આખા શહેરમાં ફેલાઈ ગયા લાગે છે. તેથી એ પણ જાહેર થઈ ગયું લાગે છે કે તું મહાબળેશ્વરને બદલે હૉંગકૉંગ આવી છો... એટલે ડૅડીએ પૂછપરછ માટે ફોન કરેલો.'

'તેં શું કહ્યું ?'

'એ જ કે સબીના અહીં મારી સાથે છે.'

'તો એમણે શું કહ્યું ?'

'કહ્યું નહીં, સબીના, એમણે આજ્ઞા આપી કે તું અને સબીના હૉંગકૉંગમાં સાથે છો એ જાહેર ન થવા દેવા માટે તું વળતી ફ્લાઈટમાં મુંબઈ પાછો આવી જા !'

'પછી ?'

'પછી શું ?' વૈભવનો રોષ હજુ ઓસર્યો નહોતો : 'આજ સુધી ડૅડીને ન કહ્યાં હોય એવાં વેણ મારે સંભળાવી દેવા પડ્યાં... મેં કહ્યું કે મારા અને સબીનાના મેળાપને કોઈ ટાઈમબૉમ્બ અટકાવી નહીં શકે.'

'વૉટ ડુ યૂ મીન, વૈભવ !' આંચકો લાગ્યો હોય તેમ ધડકતી છાતી પર હાથ દાબી દેતી સબીનેએ પૂછી લીધું : 'તું એમ કહેવા માગે છે કે મને તારા માર્ગમાંથી હઠાવવા માટે તારા ડૅડીએ...'

'અત્યારે તો ખાતરીપૂર્વક કાંઈ જ કહેવા નથી માગતો, સબીના ! કદાચ મારી ધારણા ખોટી પણ ઠરે. છતાં તને એટલું કહેવા માગું છું કે એક વાર જે ધાર્યું તેને પાર પાડવામાં ગમે એટલાં વિઘ્ન આવે તોપણ પીછેહઠ નહીં કરવાના સંકલ્પનો વારસો પણ મને મારા પિતા તરફથી જ મળ્યો છે... હવે તો આપણું મિલન પણ જગજાહેર થઈ ચૂક્યું છે, સબીના ! તો પછી પીછેહઠ કેમ થાય ?'

'નહીં, વૈભવ ! પરિણામની પરવા કર્યા વિના આંખો મીંચીને પ્રેમબંધનમાં બંધાઈ જવાની ઉતાવળ આપણા જેવાં પરિપક્વ બુદ્ધિનાં માણસોને શોભે નહીં. આપણે હજુ એટલાં આગળ પણ વધી ગયાં નથી. અહીં જ અટકી જઈએ તેમાં આપણી બંનેની ભલાઈ છે. તારા સંતાનની માતા બનવાની મારી માગણી હું પાછી ખેંચી લઉં છું અને તેં કરેલો એનો સ્વીકાર તું પાછો ખેંચી લે.'

ત્યારે વૈભવે ફરી એને આશ્લેષમાં જકડી લેવાની ચેષ્ટા કરી, પણ સામેથી સહકાર ન મળ્યો એટલે તેના બંને ખભા પર હાથ રાખી થોડી વાર સુધી તેની આંખોમાં એકીટશે જોતા રહી પોતાની બંને હથેળીમાં તેનું મુખ સમાવી દેતાં કહ્યું :

'તેને બદલે હું જુદો જ પ્રસ્તાવ મૂકવા માગું છું, સબીના ! લેટ્સ ગેટ મૅરિડ. (આપણે પરણી જઈએ.) એ પગલું ભરવા માટે મારે ગમે તેટલો ભોગ આપવો પડે તોય હું તૈયાર છું.'

તેના બોલમાં સચ્ચાઈનો રણકો હતો, તેની આંખોમાં લાગણીની ગહેરાઈ વર્તાતી હતી. પળ- બે-પળ માટે સબીના લાગણીના આવેશમાં તેની છાતીસરસી ચંપાઈ જવા તત્પર બની ગઈ, પણ સત્વર મન પર સંયમની લગામ ચડાવી દીધી :

'મને પરણવા ખાતર તું ગમે તે ભોગ આપવા તૈયાર છો, વૈભવ ! પરંતુ મને સંતાનસુખ આપીને તું એનો પિતા છો એ ભૂલી જવા તૈયાર થયો એની સરખામણીએ બીજા બધા જ ભોગ મારે માટે તુચ્છ છે. પુરુષો બધા જ પરણતા હોય છે, પણ સાચી લગનીથી કોઈ સ્ત્રી ચાહે તેને પોતાનું બાળસ્વરૂપ અર્પણ કરે અને પછી એ બાળકનું અસ્તિત્વ જ ભૂલી જાય એવા પુરુષ કેટલા ?'

બોલતાં-બોલતાં લાગણીનો ઊભરો આવ્યો હોય તેમ સબીના ક્ષણવાર માટે અટકી, પછી ગળું ખંખેરીને તેની સામે જોતાં ઉમેર્યું :

'અને એવી કઈ સ્ત્રી હશે જે ઘરસંસારનું સુખ ઝંખતી ન હોય ? બચપણમાં હું એક એવા પરિવારનાં સપનાં પંપાળતી હતી જેમાં સાસુ-સસરા, દિયર-નણંદ હોય, બાળકોના કિલકિલાટથી ઘર હર્યું-ભર્યું હોય, પરંતુ એ સુખથી વંચિત રહેવાનું મેં સ્વેચ્છાએ જ નક્કી કર્યું છે, વૈભવ ! આઈ ઍમ સૉરી, પણ હું તને કે બીજા કોઈનેય પરણી શકું એમ નથી.'

'એવું શું કામ, સબીના ?'

'કારણ કે...' એટલું બોલીને સબીનાએ સત્વર હોઠ ભીડી દીધા ત્યારે વૈભવે માની લીધું કે કદાચ એ કહેવા નહીં માગતી હોય અથવા કહેવા માટે સમય પાક્યો નહીં હોય.

'ઠીક છે, મને તારું અંગત કારણ જાણવાની અધીરાઈ નથી, પરંતુ જેને માટે આપણે અહીં મળ્યાં છીએ તેમાં હવે પીછેહઠ કરવી નથી, એ તો મંજૂર છે ને તને ?'

જવાબમાં સબીનાએ હકારમાં આંખોની પાંપણ પટપટાવી તેની છાતી પર માથું મૂકી દીધું અને વૈભવે તેની કમર ફરતે હાથ વીંટાળી દઈ ધીમેધીમે બેડરૂમ તરફ પગ ઉપાડ્યા. પ્રત્યેક પગલે સબીના એવું મહેસૂસ કરતી રહી કે લગ્નમંડપમાં બંધાયા વિના પણ પોતે જાણે મનગમતા પુરુષ સાથે સપ્તપદીનાં સાત પગલાં માંડી રહી હતી.

અન્ય વ્યક્તિ સાથેના સહશયનનું સુખ તો બંને એક કરતાં વધુ વખત માણી ચૂક્યાં હતાં, છતાં સબીના-વૈભવ પરસ્પરના આ પ્રથમ સમાગમમાં અગાઉના બધા જ અનુભવોને ભૂંસી નાખવા માગતાં હોય એટલી ઉત્કટતાથી એકબીજામાં ઓતપ્રોત બની ગયાં. જાણે સમય થંભી ગયો હોય, જગતનું અસ્તિત્વ જ રહ્યું ન હોય તેમ કામ-સમાધિમાં લીન બની ગયાં.

પરંતુ આપણે બીજાનું અસ્તિત્વ વીસરી જઈએ તેથી બીજાં આપણું અસ્તિત્વ ભૂલી જાય એવું થોડું બને છે ? પંદર-વીસ મિનિટમાં જ ડબલબેડની બાજુના ઈન્ટરકૉમે તેમની સમાધિમાં ભંગ કર્યો ત્યારે સબીનાએ હાથ લંબાવી રીસીવર ઊંચકી વૈભવના હાથમાં સોંપ્યું. એ તેને કંઈક કહેવા જતી હતી ત્યાં યાદ આવ્યું કે પોતે વૈભવના સ્વીટમાં છે એ જાહેર થવા દેવાનું નહોતું.

'હેલ્લો !' વૈભવે ઊંડો શ્વાસ છોડતાં એટલું જ કહ્યું ત્યાં સામેથી નાની બહેનનો અવાજ સંભળાયો :

'અર્ધા-પોણા કલાકથી રાહ જોઉં છું. તમે બહાર નીકળો તો સાથે ફરવા જઈએ.' નિરાલીના બોલવામાં ઠપકાને બદલે મીઠો છણકો હતો : 'મને હતું કે એરપોર્ટથી આવીને તરત સબીના સાથે મારો પરિચય કરાવશો, પણ તમે એય ભૂલી ગયા કે હું સાવ બાજુની જ રૂમમાં છું.'

ત્યારે વૈભવે 'ઓકે, હું સબીનાને લઈને આવું છું.' કહી રીસીવર મૂકી દીધું.

'ઓહ ગૉડ !' સબીના ઝડપથી બિછાનું છોડતાં બોલી ઊઠી : 'હું તો સાવ ભૂલી ગઈ કે તારી બહેન બાજુમાં જ છે ! એને કેવું ખરાબ લાગ્યું હશે !'

'નહીં, સબીના, નિરાલી એવી નથી. આપણે આ રીતે અહીં મળ્યાં એમાં એને ખરાબ લાગવાને બદલે બહુ સારું લાગ્યું હશે.' કહી હાથ પકડી તેને બાજુના સ્વીટ તરફ દોરી ગયો.

*

'યેસ, કમ ઈન !'

દરવાજા પર ટકોરા સાંભળીને પથારીમાં આળસ મરડતી નિરાલીએ અંદર આવવાની રજા આપી. આમ તો રવિવારની સવારે આટલા વહેલા ઊઠવાની જરૂર નહોતી, પણ કિશનચંદ મિરચંદાનીએ તેને હૉંગકૉંગ સહેલ કરાવવા માટે આખો દિવસ ફાજલ રાખ્યો હતો અને વહેલી સવારથી બિછાનામાં પડખાં ફેરવતી નિરાલી તેના જ વિચારોમાં આળોટતી રહી હતી.

'ગૂડ મૉર્નિંગ, મેડમ !'

બેડ-ટીની સાથે સ્વીટમાં દાખલ થતા હોટેલના વેઈટરે છેક બેડરૂમ સુધી નજર લંબાવીને કહ્યું : 'આપને માટે ચાની સાથે સવારની સુગંધી પ્રેઝન્ટ પણ લઈ આવ્યો છું.'

'જે હોય તે ત્યાં રાખી દે.' વેઈટરના ચીની અંગ્રેજી સામે નિરાલીએ ભારતીય અંગ્રેજીમાં કહ્યું ત્યારે ચાની ટ્રે ટિપાઈ પર મૂકી દરવાજા પર રાખેલો મોટા કદનો ગુલદસ્તો લઈને વેઈટર ફરી પાછો અંદર આવ્યો :

'વેરી બ્યૂટિફુલ, મૅડમ !'

છેક બેડરૂમના ઉઘાડા દરવાજા સુધી આવીને યુવાન વેઈટરે આમ કહ્યું ત્યારે પહેલાં તો નિરાલીએ માન્યું હતું કે એ પોતાના રૂપની પ્રશંસા કરી રહ્યો છે. સપ્ટેમ્બર-ઑક્ટોબરમાં હૉંગકૉંગનું હવામાન નહીં ગરમ - નહીં ઠંડું એવું માફકસરનું હોવાથી નિરાલીએ પાતળો નાઈટગાઉન પહેર્યો હતો. પોતે કિશનચંદના વિચાર વાગોળતી હોય ત્યારે હોટેલનો ચાઉ કે માઉ તેને આ રીતે ધારીધારીને નીરખે એ નિરાલીને અજુગતું લાગ્યું, પણ પછી ખ્યાલ આવ્યો કે તેણે બે હાથમાં ઊંચકેલો ગુલદસ્તો એટલો મોટો હતો કે તેનાથી બિચારાનું આખું મોં ઢંકાઈ ગયું હતું, તો પછી એ તેને ક્યાંથી નીરખવાનો હતો ?

'ફૂલો જેટલાં સુંદર છે એટલાં સુગંધિત પણ છે.'

વેઈટરે ગુલદસ્તાની પ્રશંસામાં ઉમેરો કરતા કહ્યું : 'પ્રેઝન્ટ મોકલનારે ખાસ તાકીદ કરી છે કે સવારના ઊઠતાંવેંત ગુલદસ્તો આપને હાથોહાથ આપવો.'

હોટેલને બદલે બીજા કોઈ તરફથી ગુલદસ્તાની પ્રેઝન્ટ આવી છે એ સાંભળતાં જ નિરાલી પલંગમાંથી સફાળી ઊભી થઈ ગઈ. પ્લાસ્ટિકની ટોપલીમાં કલાત્મક રીતે ગોઠવેલાં ફૂલોની ભેટ બંને હાથમાં લેતાં જ તેના રોમેરોમમાં સુવાસિત ઝણઝણાટી પ્રસરી ગઈ. ફૂલોની ટોચે ચોડેલી ગુલાબી કાપલીમાં લખ્યું હતું : *ટુ નિરાલી વીથ લવ, ફ્રૉમ કે.સી.*

અલગઅલગ પ્રકારના અને વિવિધ રંગના એકએક પુષ્પને ઊંડો શ્વાસ લઈને નિરાલી સૂંઘતી રહી અને તેની એ ચેષ્ટા નીરખતો વેઈટર કાંઈક બોલતો રહ્યો. કિશનચંદે તેને આગલી સાંજે જ સમજાવી દીધું હતું કે અહીંના લોકો બે-ચાર અંગ્રેજી વાક્યો બોલી જાણે છે, બાકી *કેન્ટોનીઝ* કે *મેન્ડેરિન*થી જ કામ ચલાવતા હોય છે. વેઈટર શું બોલી રહ્યો છે એ તેને સમજાયું નહોતું, છતાં ફૂલોની પ્રશંસા કરતાં એ થાકતો નહોતો ત્યારે નિરાલીનું કુતૂહલ વધી ગયું. બેડરૂમની બહાર નીકળી, ફૂલોની બાસ્કેટને ચાની ટ્રેની બાજુમાં મૂકી તેણે ફોન ઊંચકી હોટેલના રિસેપ્શનિસ્ટને પૂછ્યું : 'મિસ્ટર, તમારો આ વેઈટર કાંઈક બોલી રહ્યો છે, પણ મને સમજાતું નથી. જરા એને સાંભળી લઈ મને સમજાવો ને કે એ શું કહેવા માગે છે ?'

સામાન્ય રીતે હોટેલના વેઈટરને નીચી કક્ષાના ગણતી નિરાલી અત્યારે કિશનચંદની ભેટની શક્ય એટલી વધુ પ્રશંસા સાંભળવા માટે એટલી બધી આતુર બની ગઈ હતી કે ચા પીવાનું પડતું મૂકીને તેનું અંગ્રેજી ભાષાંતર કરાવવાની કડાકૂટમાં પડી ગઈ.

'મૅડમ, વેઈટર ચાઈ એવું કહેવા માગે છે કે આ સીઝનમાં આવાં પુષ્પો હૉંગકૉંગમાં મળવાં મુશ્કેલ છે. વિદેશથી ખાસ મગાવ્યાં છે એવું વેઈટર કહેવા માગે છે. એનું કહેવું એમ પણ છે, મૅડમ, કે આ ફૂલ મોકલનાર અને જેને માટે એ મોકલાયાં છે તે બહુ મોટાં માણસ હોવાં જોઈએ.'

સાંભળીને નિરાલી ઉત્તેજિત થઈ ગઈ. બીજાની નજરમાં કે.સી. પોતાનું કેટલું બધું મહત્ત્વ વધારી રહ્યો હતો ! પરંતુ રિસેપ્શનિસ્ટે હજુ કંઈક કહેવાનું બાકી હતું :

'મૅડમ, વેઈટરે જે નથી કહ્યું એ પણ હું તમને જણાવી દઉં. આપને આ ઉમદા ગુલદસ્તો મોકલનાર કે.સી. સર કોઈને ભેટ આપે છે ત્યારે એમાં બીજું કાંઈક પણ છુપાયેલું હોય છે.'

'બીજું કાંઈક છુપાયેલું !' આશ્ચર્યના ઉદ્ગાર સાથે નિરાલી પૂછી બેઠી : 'એ શું ?'

'કે.સી. સાહેબ માટે કહેવાય છે કે એ પોતાને ત્યાં ટી-પાર્ટી ગોઠવે છે ત્યારે મહેમાનોને ચા સાથે પીરસાતી પેસ્ટ્રીમાં કોઈ-કોઈ કેકમાં સોનાની લગડી પણ છુપાવેલી હોય છે. જેના નસીબમાં સોનું લખાયું હોય તેના ભાગે એવી પેસ્ટ્રી આવે તો એ ધન્ય થઈ જાય. એટલા માટે તો કે.સી. મિરચંદાનીની ટી-પાર્ટીના નિમંત્રણની આતુરતાથી રાહ જોવાતી હોય છે. મૅડમ, કદાચ તમારાં ફૂલોમાં પણ એવી કોઈક કીમતી ભેટ છુપાવેલી હશે, માટે તેને સાચવી રાખજો અને ધ્યાનથી તપાસી લેજો.'

જોકે નિરાલીને સોના-હીરાની ભેટ કરતાં કે.સી.એ મોકલેલાં પુષ્પોનું મૂલ્ય વધારે હતું. છતાં પોતે જેના તરફ પળેપળે વધુ ને વધુ આકર્ષાતી જતી હતી એ પુરુષ ટી-પાર્ટીમાં મહેમાનોને સોનાની લગડી કે સોનાનાં બિસ્કિટ પીરસતો હોય એ કલ્પનાથી કે.સી. પ્રત્યેનું તેનું માન અનહદ વધી ગયું.

સુવાસિત ભેટ લાવનાર વેઈટરને પર્સમાંથી હૉંગકૉંગ ડૉલરની એક મોટી નોટ આપી વિદાય કર્યા પછી નિરાલી ચાના ઘૂંટડે-ઘૂંટડે સામે પડેલાં અનેકરંગી ફૂલોની ખુશબો પીતી-પીતી કે.સી. સાથે ગુજારેલી આગલી સાંજ તાજી કરતી ગઈ.

'નિરાલી, ચાલ, તને હૉંગકૉંગની સેટરડે નાઈટની એક ઝલક દેખાડું.' કહી કે.સી. પોતાની રૉલ્સ રોઇસમાં તેને ઉપાડી ગયો હતો. પહેલાં બહારથી હૉંગકૉંગ ફરતે ચક્કર લગાવી તેને ફાઈવ સ્ટાર હોટેલોની રેસ્ટોરાંમાં ફેરવી. જ્યાં-જ્યાં કે.સી. જતો ત્યાં કોઈને કોઈ એવું મળતું જે હેલ્લો, હાય, હાઉ આર યૂ કહી કે.સી.ને માનથી બોલાવતું. કે.સી. પણ નિરાલીનો પરિચય ગૌરવભેર કરાવતો : 'મિટ મિસ વિરાણી, ફ્રૉમ બૉમ્બે, ઈન્ડિયાના લીડિંગ (અગ્રેસર) ઉદ્યોગપતિની પુત્રી. અમે ફ્લાઈટમાં સાથે હતાં અને ચાર કલાકની સફરમાં દોસ્તી થઈ ગઈ.'

જેટલાની સાથે તેણે પરિચય કરાવ્યો તેમાં કોઈ મોટી બૅન્કનો મૅનેજર હતો, કોઈ ઈન્ટરનૅશનલ કંપનીનો ડિરેક્ટર હતો, કોઈ સૌથી વધુ વંચાતા ચીની અખબારનો તંત્રી હતો. પુરુષો સાથે બેઠેલી કેટલીક સ્વરૂપવતી સ્ત્રીઓ તેને જોઈને દૂરથી જ બોલી ઊઠતી : હાય હૅન્ડસમ ! આજકાલ તમારાં બહુ દર્શન થતાં નથી...

તેમાંથી કોઈ સ્ત્રીએ તેના પ્રત્યે અજુગતી ચેષ્ટા કરી નહીં એ જોઈને નિરાલીને કે.સી. વધુ પડતો સદ્‌ગૃહસ્થ લાગવા માંડ્યો. ત્રણ-ચાર કલાક પોતાને બાજુમાં બેસાડ્યા છતાં માત્ર અછડતા સ્પર્શ સિવાય પોતાની સાથેય તેણે કોઈ છૂટછાટ ન લીધી ત્યારે થોડી વિમાસણમાં પડી ગઈ હતી : એ બહુ સંભાળીને આગળ વધવામાં માનતો લાગે છે. કદાચ હું પહેલ કરું તેની રાહ જોતો હશે અથવા હું પુરુષો સાથે કેટલી જલદી છૂટછાટ લઉં છું એની ચકાસણી કરવા માગતો હશે...

રાત્રે અગિયાર વાગ્યે હોટેલ પર મૂકવા આવ્યો ત્યારે તો પોતે મનોમન નક્કી કરી રાખેલું કે જતાં પહેલાં એને જરૂર *ગૂડ નાઈટ કિસ* આપીને હું જ શરૂઆત કરીશ... પરંતુ કે.સી.એ એવી કોઈ તક જ નહીં આપી : 'કાલે લંચ લઈને આપણે રેસમાં જઈશું. ચીના જેવી જુગારી પ્રજા જગતમાં બીજો કોઈ નહીં હોય...'

સાંભળતાં જ નિરાલીને જોકી જીમી યાદ આવી ગયો હતો. ઘડીભર તો રેસમાં નથી જવું એવું કહી દેવાનું મન થઈ આવ્યું, પણ કે.સી.ને પામવો હોય તો જીમીના વળગણમાંથી મુક્ત થયા વિના ચાલે તેમ નહોતું.

'અને રેસ પછી હૉંગકૉંગ-ક્વોલુનની નાઈટ લાઈફ જોવા માટે રખડીશું.'

એમ કહીને કે.સી.એ ઉમેર્યું કે તારા બ્રધરને આપણી કંપનીમાં ફાવે તેમ હોય તો સવારે એમને ફોન કરીને પૂછી લઈશ... ત્યારે એ કહી શકી નહીં કે બ્રધરને સબીના સિવાય બીજા કોઈની કંપનીમાં રસ નથી. કદાચ એટલે જ એ મને તારી સાથે છૂટથી ફરવા દે છે.

આ બધું યાદ કરતાં-કરતાં તેણે ચાનો દોઢ કપ પૂરો કર્યો ત્યાં ટેલીફોનની ઘંટડી રણકી એટલે કે.સી.નું *ગૂડ મૉર્નિંગ* સાંભળવાની તાલાવેલી સાથે તેણે અધીરાઈભેર રીસીવર ઊંચક્યું, પણ સામેથી મમ્મીનો અવાજ સાંભળવા મળ્યો :

'નિરાલી, તેં હૉંગકૉંગ પહોંચીને તરત ઘેર ફોન કરવાનું કહ્યું હતું ને !'

'હા, મમ્મી ! પણ મને એમ કે મોટાભાઈએ...'

'તારા મોટા ભાઈને પેલીની કંપનીમાં ફોન કરવાની ફુરસદ ક્યાંથી મળવાની હતી ?'

સાંભળીને નિરાલીએ ખુશાલીભર્યું અચરજ ઉછાળ્યું : 'એટલે મમ્મી તને પણ ખબર પડી ગઈ કે સબીના અહીંયાં છે ?' કહેતી એ ઉત્સાહભેર બોલવા લાગી : 'યૂ નો, મમ્મી, કાલે માત્ર પંદર-વીસ મિનિટ હું તેને મળી તેમાં જ એ મને બહુ ગમી ગઈ. શી ઈઝ સો સ્વીટ, સો સિમ્પલ... આટલી મોટી ઍક્ટ્રેસ છે પણ કોઈ અભિમાન નહીં, મેકઅપનો કોઈ ઠઠારો નહીં.'

'મેં એનાં ગુણગાન સાંભળવા માટે તને ફોન નથી જોડ્યો, નિરાલી !' ચારુબહેનના અવાજમાં રહેલો અણગમો નિરાલીના કાનમાં વાગ્યો : 'વૈભવની જેમ એણે પણ તારા પર ભૂરકી નાખી દીધી ! તમને જુવાનિયાંઓને મા-બાપનો કાંઈ વિચાર આવે છે ખરો ? એ બાઈને હૉંગકૉંગ લઈ જઈને વૈભવે અમારી ઊંઘ હરામ કરી નાખી ! અત્યારે અહીં રાતના અઢી વાગ્યા છે છતાં તને ફોન જોડ્યા વગર રહી શકી નહીં.'

નિરાલી વચ્ચે કાંઈક બોલવા જતી હતી, પણ માતાએ જ બોલવાનું ચાલુ રાખ્યું : 'કાલે બપોરે તારા ડેડીએ ફોન પર વૈભવને ઘણો સમજાવ્યો કે તું વળતી ફ્લાઈટમાં બૉમ્બે પાછો ફરી જા... પણ એણે તો તારા ડેડીનું મોઢું તોડી લીધું, ન બોલવાનું બોલી ગયો. કાલ રાતથી તારા ડેડીને કિડનીનો દુખાવો ઊપડ્યો છે.' ચારુબહેન એકધારું બોલતાં રહ્યાં : 'નિરાલી, ગમે તેમ કરીને તું મોટા ભાઈને સમજાવી લે, મનાવીને એને મુંબઈ પાછો લઈ આવ, નહીંતર તારા ડેડીની તબિયત વધારે બગડી જશે... તારા માટે પેલા ઝવેરીના છોકરાને જોવાનું આપણે મુંબઈમાં ગોઠવીશું, દીકરી !'

નિરાલીને કહેવાનું મન થયું કે મારે હવે એ ઝવેરીના છોકરાને જોવાની જ જરૂર નથી. મને ગમતો છોકરો હૉંગકૉંગ આવતાં પહેલાં જ ભટકાઈ ચૂક્યો છે... પણ કહેવાનો સમય પાક્યો નહોતો અને મમ્મી એવું સાંભળવાના મૂડમાં પણ નહોતી એટલે જરૂર પૂરતો જ જવાબ આપી દીધો :

'મમ્મી, તું મને મોટા ભાઈને સમજાવી લેવાનું કહે છે, પણ ડેડીની જેમ એ મારું મોઢું તોડી નહીં લે એની તને ખાતરી છે ? તેને બદલે તું કહેતી હો તો ફોનની લાઈન તેના સ્વીટમાં ટ્રાન્સફર કરું. મોટા ભાઈ જાગ્યા હશે તો ફોન ઊંચકશે અને ફોન ઊંચકશે તોપણ બેડમાં એકલા જ હશે એવી કોઈ ગૅરન્ટી હું આપી શકું તેમ નથી.'

'મા સામે આવું ઉઘાડું બોલતાં તને શરમ નથી આવતી ?' ચારુબહેને લગભગ ચીસ પાડીને સંભળાવ્યું : 'તું પણ વૈભવથી ઓછી ઊતરે એવી નથી, નફ્ફટ !'

એ સાંભળીને નિરાલીએ રોષમાં રીસીવર પછાડીને મૂકી દીધું : મને નફ્ફટ કહી છે તો હવે નફ્ફટ થઈને જ રહીશ !

માએ સંભળાવેલા નફ્ફટ શબ્દના પડઘા શમે એ પહેલાં ફરી ટેલીફોન રણક્યો. બેલ વાગતી રહી છતાં નિરાલીએ રીસીવર ઊંચકવાની ઇચ્છા દબાવી રાખી. કદાચ મમ્મીએ પાછો ફોન જોડ્યો હશે. પછી મન મક્કમ કરી લીધું. મમ્મી જ હોય તો હવે એને સાફસાફ સંભળાવી દઈશ કે મોટો ભાઈ સબીના સાથે મુંબઈ પાછો ફરશે તેમ હું પણ મારા બૉયફ્રેન્ડને લઈ તમારી સામે હાજર થઈને કહીશ કે તમને કે.સી. ગમતો હોય તો અમને આશીર્વાદ આપો, નહીંતર હું તેની સાથે હૉંગકૉંગ ભાગી જઈશ !

હોઠ ભીડીને તેણે ફોન ઊંચક્યો ત્યારે સામેથી કોઈ પુરુષનો અવાજ સાંભળવા મળ્યો. ના, એ કે.સી. નહોતો.

'ગૂડ મૉર્નિંગ, મિસ વિરાણી !' કહીને બોલનારે વળતા ગૂડ *મૉર્નિંગ*ની રાહ જોયા વિના જ કહેવાનું ચાલુ કરી દીધું :

'તમે મને ઓળખતાં નથી, પણ તમારે જેને ઓળખવાની જરૂર છે એને ઓળખી લો એવું કહેવા માટે ફોન કરવો પડ્યો.'

'હું સમજી નહીં. મારે કોને ઓળખી લેવાની જરૂર છે, મિસ્ટર ?'

'જેની સાથે કાલ સાંજે તમે હૉંગકૉંગમાં ફરવા નીકળ્યાં હતાં એ મિસ્ટર મિરચંદાનીને !'

'એટલે તમે કહેવા શું માગો છો ?'

'હું કહેવા નહીં, તમને સાવધ કરવા માગું છું, મિસ વિરાણી ! એ માણસથી દૂર રહેજો, નહીંતર...'

'નહીંતર શું ?'

'નહીંતર તમે આપત્તિમાં આવી પડશો.'

'મારી ચિંતા કરનાર તમે છો કોણ ?'

'એ હું કહી શકું તેમ નથી, મિસ વિરાણી.'

'ધેન ગો ટુ હેલ !' કહી નિરાલીએ રીસીવર પછાડીને મૂકી દીધું, એટલું જ નહીં, આવું

કહેનારનું માથું ફોડી નાખવાની દાઝ ચડી હોય તેમ પાસે પડેલો ચાનો કપ ફૂટવાનો ખન...ન...ન અવાજ તેના જખમી દિલને ધ્રુજાવી ગયો.

*

'ચીનુ, તને આમ તાત્કાલિક મળવા માટે ઘર કેમ બોલાવ્યો એનો તો ખ્યાલ આવી જ ગયો હશે તને ?'

બ્રેકફાસ્ટ પૂરો કરી રવિવારનાં છાપાં પર નજર ફેરવતાં ઈશ્વરભાઈ વિરાણીએ વૈભવના મિત્ર ચિનુ ચોક્સીને સીધો જ સવાલ કર્યો તોપણ થોડી વાર સુધી એ નીચું જોતો ચૂપ બેસી રહ્યો. સિડનહામ કૉલેજમાં વૈભવની સાથે ભણતા નબળી સ્થિતિવાળા ચીનુ ચોક્સીને અભ્યાસકાળમાં આર્થિક મદદ કરતા રહેલા ઈશ્વરભાઈ વિરાણીનો પોતે ઋણી હોય તેમ ક્યારેય તેમની સાથે નજર મિલાવીને એ વાત કરી શકતો નહીં. સવારના ઊઠીને છાપાના મથાળે વાંચ્યું કે *ફિલ્મ અભિનેત્રી સબીના સહાનીની કારમાં ટાઈમબૉમ્બ ફાટ્યો, પણ સબીના હૉંગકૉંગ ગઈ હોવાથી આબાદ બચી ગઈ...* એટલું વાંચતાં જ એને ફડકો પડેલો કે વૈભવનો સિક્રેટ પ્લાન જગજાહેર થઈ ગયો. તેમાં સવારના પહોરમાં ઈશ્વરભાઈનો તત્કાલ મળી જવાનો ફોન આવ્યો એટલે તો તેનો ગભરાટ બેવડાઈ ગયો. અદાલતમાં ખોટી જુબાની આપવા ગયેલા સાક્ષીની ઊલટતપાસ શરૂ થઈ હોય તેમ ઈશ્વરભાઈ સમક્ષ એની ગરદન ઝૂકી ગઈ.

'ચીનુ, તેં જવાબ કેમ ન આપ્યો ?' ઈશ્વરભાઈએ વકીલ મટી જઈને ન્યાયાધીશની શૈલી અપનાવી : 'તું વૈભવનો વિશ્વાસુ મિત્ર છો તેમ હું એનો હિતેચ્છુ પિતા છું. સવારનું છાપું તો તેં વાંચ્યું જ હશે.'

ત્યારે ચિનુએ સજ્જડ થઈ ગયેલી ગરદન હકારમાં હલાવવી પડી.

'તને એ પણ ખબર હશે જ કે વૈભવની પાછળપાછળ સબીના હૉંગકૉંગ જવાની છે.'

'જી હા !' પહેલી વાર તેણે જીભ ચલાવી.

'તો પછી મને એ કહે કે એ બંનેએ પરણી જવાનું નક્કી કરી લીધું છે ?'

ત્યારે ચિનુએ ધીમેધીમે ગરદન ઊંચી કરી, પણ નજર તો નીચી જ રાખી.

'નહીં જી.'

સાંભળીને ઈશ્વરભાઈ તેને ક્ષણભર તાકી રહ્યા, પછી ઊલટતપાસની અદાથી પૂછ્યું :

'તું સાચું બોલે છે, ચીનુ ? કે પછી વૈભવે તને અંધારામાં રાખ્યો ?'

'શેઠજી, હું જે કાંઈ જાણું છું તે આપને કહું છું અને જાણતો હોવા છતાં નહીં કહેવા જેવું હશે તો મૂંગો રહીશ.'

મક્કમ અવાજે અપાયેલા એ જવાબે ઈશ્વરભાઈને ટટ્ટાર કરી દીધા. નીચી નજર રાખીને સામે બેસનાર ચીનુ ચોક્સી તેમને ગરીબ ગાય જેવો નહીં પણ લુચ્ચા શિયાળ જેવો લાગ્યો. તેની સાથે કળથી કામ લેવું પડશે.

'તું વૈભવનો વિશ્વાસુ ફ્રેન્ડ છો એટલે તેનો વિશ્વાસઘાત કરવાનું તો હું તને કેમ કહું ? પરંતુ આપણે તેના હિતનો વિચાર કરવાનો કે નહીં ? આ અંગે મારે વૈભવ સાથે ગરમાગરમ

ચર્ચા થઈ ત્યારે એણે મને સાફસાફ કહ્યું હતું કે એ સબીનાને પરણવા માટે કંપની સુધ્ધાં છોડવા તૈયાર છે અને તું કહે છે કે વૈભવ તેને પરણવા માગતો નથી... એ હું કેમ માની લઉં ?'

'કદાચ વૈભવ એને પરણવા માગતો હશે !' ચિનુ ચોકસીએ સાવચેતી સાથે કહીને ઉમેર્યું : 'પરંતુ સબીના તેને પરણવા માગતી નથી.'

'હેં !' ઈશ્વરભાઈ માટે એ વાક્ય ટાઈમબૉમ્બના ધડાકા જેવું હચમચાવી નાખનારું બની ગયું :

'તું શું વાત કરે છે, ચીનુ ! એ છોકરી વૈભવને પરણવા નથી માગતી તો શું એને ફસાવવા માગે છે ?'

ત્યારે ચિનુ નિરુત્તર રહ્યો.

'આવી ઍક્ટ્રેસો માલદારના છોકરાને મોહપાશમાં લપેટીને બ્લૅકમેઈલ પણ કરી શકે છે. કાલ સવારે એ કહેશે કે વૈભવ સાથેના સંબંધને કારણે હું પ્રેગ્નન્ટ બની છું, તો ? એ વાત જાહેર નહીં થવા દેવાના બદલામાં એ વૈભવના અબજોપતિ બાપ પાસે લાખો-કરોડો નહીં માગે તેની વૈભવને કે તને ખાતરી છે ?'

'મારી ખાતરીની કોઈ કિંમત નથી, શેઠજી, પણ આપનો વૈભવ આ રીતે ફસાઈ જાય એવો અસાવધ હોય એમ હું કે આપ માનીએ ખરા ?'

'તું સામા સવાલ પૂછવાનું રહેવા દે, ચીનુ ! મને જવાબ જોઈએ. તું કયા આધારે એમ કહે છે કે પેલીએ તેને ફસાવ્યો નથી ? ભવિષ્યમાં એ બાઈ આપણા વૈભવને બ્લૅકમેઈલ નહીં કરે એવું તું વિશ્વાસપૂર્વક કેમ કહી શકે ?'

'શેઠજી, આપ વૈભવના પ્રેમાળ પિતા છો તો હું એનો વફાદાર મિત્ર છું.' ચિનુ ચોકસીએ પહેલી વાર તેમની સાથે નજર મિલાવીને સંભળાવ્યું : 'વડીલો ક્યારેય ભૂલ નથી કરતા એવું ખાતરીપૂર્વક કોઈ કહી શકે નહીં. આપને સલાહ આપવાને હું લાયક નથી, પરંતુ મને જવાની રજા આપો તો જતાં-જતાં એટલું જ કહેવા માગું છું કે સબૂરીથી કામ લેશો તો એનું પરિણામ આપણા સૌના હિતમાં જ આવશે.'

કહેતો એ ઊભો થયો. ક્ષણભર નીચી ગરદન રાખી ફરી તેણે ઈશ્વરભાઈ સાથે નજર મિલાવી :

'આપે મને ઘણી આર્થિક મદદ કરી છે એનું ઋણ તો હું કદાપિ ચૂકવી શકીશ નહીં, પણ આપ ધીરજ રાખશો તો સબીના સાથે વૈભવ કાયમી સંબંધમાં નહીં બંધાય એટલું હૃદય પર હાથ રાખીને આપને કહું છું. એ સાચું પડે તો માનજો કે મેં આપના ઋણનું વ્યાજ ચૂકવ્યું છે.'

સાંભળીને ઈશ્વરભાઈ વિરાણી સ્તબ્ધ થઈ ગયા અને ચિનુ ચોકસીએ દબાતાં પગલે તેમની વિદાય લઈ લીધી.

*

9

હૉંગકૉંગ ટર્ફ ક્લબમાં રવિવારની પહેલી રેસના નવ ઘોડાની જાહેરાત થતાં જ પાંત્રીસ હજાર જેટલા રેસરસિયાની ચિચિયારીઓથી મેમ્બર્સ ગૅલેરીમાં કે.સી.ની બાજુમાં બેઠેલી નિરાલીના કાનમાં જાણે ધાક પડી ગઈ. આમ તો ટર્ફ ક્લબના સ્ટેડિયમમાં દાખલ થઈ ત્યાં જ પાંચેક વર્ષ પહેલાંની મુંબઈના મહાલક્ષ્મી રેસકોર્સની ડર્બી રેસ જેવી જ ઉત્તેજના વર્તાતી હતી. નસીબ અજમાવીને અનેકગણું કમાઈ લેવાનું ઝનૂન... કયો ઘોડો ફેવરિટ છે, ફ્લુકમાં જીતવાના ચાન્સ કોના છે, કોના પર દાવ લગાડવાના છો - એવી ગુસપુસ... લેટેસ્ટ ફૅશનનાં વસ્ત્રો અને મૂલ્યવાન આભૂષણો પહેરીને આવેલી સ્ત્રીઓ... પોતોપોતાના મોભા અનુસાર પરસ્પરને *હાય-હેલ્લો* કરતા વેપારીઓ, ઉદ્યોગપતિઓ, મલ્ટીનૅશનલ કંપનીના ડિરેક્ટરો, મોટીમોટી બૅન્કોના ચેરમૅન-મૅનેજરથી માંડીને પોતાની આખા અઠવાડિયાની સમગ્ર આવકનો ખેલો કરવા આવેલા સામાન્ય માણસોથી સ્ટેડિયમ ખીચોખીચ ભર્યું હતું. મુંબઈ અને હૉંગકૉંગના રેસ રમનારાઓ વચ્ચે એક જ તફાવત નિરાલીની આંખે ચડ્યો. ત્યાં માત્ર આપણા જ માણસોના ચહેરા જોવા મળતા, જ્યારે અહીં ચીનાઓ, જાપાનીઝો, અંગ્રેજો, ભારતીયો, પાકિસ્તાનીઓ ઉપરાંત કોણ જાણે કેટલાય દેશોની પ્રજાનો મેળો ઊભરાયો હતો !

'નિરી, આજે તો તારી પસંદગીના ઘોડા પર દાવ લગાવવો છે.'

બાજુમાં બેઠેલા કે.સી.એ આંખો પરથી દૂરબીન હઠાવી તેના ખભા પર હાથ મૂકતાં લકી હોર્સ પસંદ કરવાનું કહ્યું ત્યારે નિરાલીએ માથું ધુણાવ્યું :

'નહીં, કે.સી., મુંબઈની એક રેસમાં હું ઘણુંબધું હારી ચૂકી છું. બસ, ત્યારપછી રેસકોર્સ જવાનું જ બંધ કરી દીધું.'

'આ મુંબઈ નથી, નિરી ! રેસમાં કે પ્રેમમાં એક વાર હાર જઈને હતાશ થવાનું પાલવે નહીં. જોખમ ખેડીને દાવ લગાડનારા જ કાંઈક હાંસલ કરી શકે છે.' કહી તેના હાથમાં દૂરબીન સોંપી દીધું : 'જો, પહેલી રેસના નવેનવ ઘોડા આપણી સામે ઊભા છે, સામેના બૉર્ડ પર દરેકનું નામ પણ દર્શાવ્યું છે. તું નામ બોલ, એ ઘોડા પર એક હજાર એચ.કે. (હૉંગકૉંગ) ડૉલર લગાડી દઉં.'

'નામથી કોઈ ઘોડાને હું ઓળખતી નથી. કયો જૉકી જોરદાર છે એય જાણતી નથી.' દૂરબીનમાંથી નવેનવ ઘોડાનું અનિચ્છાએ નિરીક્ષણ કરતી એ કહેવા લાગી : 'અહીં દાખલ થઈ ત્યારથી એક નામ અનેકની જબાનેથી સાંભળવા મળ્યું. કદાચ એ જૉકી કે હોર્સ ફેવરિટ હશે.'

'કયું નામ ?'

'જોસ !'

સાંભળીને કિશનચંદ મિરચંદાની ખડખડાટ હસી પડ્યો :

'અરે, જોસ એ કાંઈ ઘોડા કે જૉકીનું નામ નથી. માત્ર રેસકોર્સ જ નહીં, અહીં ડગલે ને પગલે તને એ શબ્દ સાંભળવા મળશે, નિરી ! જોસનો અર્થ થાય છે *નસીબ* !'

'ઓહ !' છોભીલું હસતી એ તેની સામે જોઈ રહી : 'મેં કેવો છબરડો વાળ્યો...'

'નેવર માઈન્ડ !' તેનો ખભો થપથપાવતો કિશનચંદ બોલી ઊઠ્યો : 'મેં પણ હૉંગકૉંગમાં આવીને સૌથી પહેલો છબરડો એ જ વાળ્યો હતો... અહીં અંગ્રેજીમાં કે બીજી ભાષામાં વાત કરનારા ચીની શબ્દ જોસનો ભરપૂર ઉપયોગ કરે છે. નોકરી માટે જે માણસને હું પહેલો મળ્યો એણે કહ્યું કે તરક્કીનો આધાર તારા જોસ પર રહે છે. ત્યારે સમજ્યા વગર હું બોલી ઊઠેલો કે *જોશ* દેખાડવામાં હું જરાય પાછો નહીં પડું. અને એ પણ ખડખડાટ હસી પડેલો. બસ, ત્યારથી હું સમજી ગયો કે હૉંગકૉંગ એટલે માણસના જોસ(તકદીર)ના દરવાજા ખોલી આપનારો દેશ.'

એ જ વખતે સામેના વિરાટ ઈલેક્ટ્રૉનિક ટોટલાઈઝર બૉર્ડ પર દાવ પર લાગતી જતી રકમના આંકડા ઝડપભેર વધતા જતા હતા. બે લાખ ડૉલર, સવાબે, અઢી...

'નિરી, જલદી કર... પહેલી રેસ થવાને હવે સાત-આઠ મિનિટ જ બાકી છે. કોઈ પણ ઘોડાનું નામ બોલી નાખ... નામ નહીં તો નંબર કહીશ તોપણ ચાલશે, પ્લીઝ !'

તેના એ *પ્લીઝ*ના પ્રતિસાદરૂપે નિરાલીના હોઠ પર એક આંક સરી પડ્યો : 'સેવન !'

'વેરી ગૂડ...' કહેતો કિશનચંદ ઝડપભેર હૉંગકૉંગ ડૉલરની સો-સોની દસ નોટો ગણતો સાત નંબરના ઘોડા પર દાવ લગાવવા દોડી ગયો.

'ઓહ ગૉડ !' તેના ગયા પછી એકલી પડેલી નિરાલીના મોંમાંથી ઉદ્ગાર સરી પડ્યા. તેને યાદ આવ્યું, સાત નંબર તો જીમીનો ફેવરિટ હતો. એ કહેતો : પહેલી રેસ મને સાત નંબરના ઘોડાએ જિતાડી હતી. નિરાલીથી હળવો નિઃશ્વાસ નખાઈ ગયો. કુતૂહલ ખાતર આંખે દૂરબીન લગાવી નવેનવ ઘોડા પર તેણે નજર ફેરવવા માંડી. સાતમો નંબર આવ્યો ત્યારે બારીક નિરીક્ષણ માટે દૃષ્ટિ સ્થિર કરી દીધી. સાત નંબર પર સવાર થયેલા જૉકી માટે વિનાકારણ તેને આત્મીયતા જાગી ગઈ. ના, એ જીમી જેવો તરવરિયો દેખાતો નહોતો, પણ રેસમાં ઊતરતાં પહેલાંનો તનાવ પણ તેના ચહેરા પર વરતાતો નહોતો. કદાચ સ્વભાવથી એ જીમી જેવો હશે, જીમીની જેમ એ પણ માનતો હશે કે ઘોડા પર સવાર થયા પછી મગજ પર ટેન્શનને સવાર થવા દેવું નહીં.

'નિરી, તને દાદ દેવી પડશે.' મેમ્બર્સ ગૅલેરીની ભીડ વચ્ચેથી રસ્તો કરીને આવી પહોંચેલા કિશનચંદે હાંફતા શ્વાસે કહ્યું : 'સાત નંબર ઘણાને લકી લાગે છે. સામે બૉર્ડ પર જો, ટોટલ પાંત્રીસ લાખ ડૉલરે પહોંચી ગયો. દરેક પન્ટરે ઓછામાં ઓછા દસ ડૉલર રમવા પડે. હૉંગકૉંગની

વસતિ પંચાવન લાખની ગણીએ તો નાનાં બાળકોને બાદ કરતાં અહીં વસતા પુખ્ત વયના દરેક સ્ત્રી-પુરુષના માથાદીઠ એકએક ડૉલર દાવમાં મુકાઈ ગયો... અને હજુ તો આ પહેલી રેસ છે !'

એ જ વખતે વી.આઈ.પી. બૉક્સમાંથી રેસ શરૂ કરવાનો કોઈનો ઇશારો મળતાં નવ ઘોડાની સામેના દરવાજા એકસાથે ખૂલી ગયા અને આખા સ્ટેડિયમમાં દેકારો મચી ગયો. દરેક માણસ પોતાના નસીબનાં દ્વાર ઉઘડાવવા માટે પોકાર પાડતો હોય તેમ જાતજાતના શોરબકોરથી વાતાવરણ ગુંજી ઊઠ્યું. નિરાલીની બાજુમાં બેઠેલો કે.સી. પણ દૂરબીનમાંથી દોડતા ઘોડા પર નજર દોડતી રાખીને ચિલ્લાતો હતો : *'બક અપ, બટરફ્લાય !'*

અને દેકારા-પડકારા વચ્ચે દોઢ મિનિટની ઘોડદોડ પૂરી થઈ ત્યારે નિરાલીએ આંખો પર પાંપણ બીડી દીધી. વીનિંગ પોસ્ટમાંથી પસાર થનારો પહેલો ઘોડો ગમે તે આવે, તેને માટે કોઈ ફરક પડવાનો નહોતો, છતાં એ નર્વસ થઈ ગઈ.

'સેવન !' એકસાથે અનેક લોકોની ચિચિયારી સંભળાઈ ત્યાં જ કિશનચંદે આવેશમાં બંને હાથે તેને પોતાના પડખામાં ખેંચી લઈને ખુશાલી ઉછાળી : 'નિરી, યૂ આર લકી... તારો સાત નંબરનો *બટરફ્લાય* જીતી ગયો !'

પોતે ચીંધેલા ઘોડાની જીત કરતાંય કે.સી.ના એ અણધાર્યા આશ્લેષથી નિરાલી રોમાંચિત બની ગઈ. છાતી પર વર્તાતી તેના હાથની હળવી ભીંસે તેને ઉત્તેજિત કરી દીધી. હમણાં કે.સી. એક કિસ આપી દેશે એવી તત્પરતાથી ધડકતા દિલે એણે આંખો મીંચેલી જ રાખી, પણ -

'આઈ ઍમ સૉરી, નિરી !'

કહેતાં કિશનચંદે ભૂલ સુધારી લઈ બંને હાથ પાછા ખેંચી લીધા ત્યારે હળવો આંચકો લાગ્યો હોય તેમ આંખો ઉઘાડીને નિરાલી પૂછવા જતી હતી : 'સૉરી ફૉર વૉટ ?' (દિલગીરી શેના માટે ?)

પરંતુ ત્યાં સુધી કિશનચંદે વિનિંગ હોર્સ કેટલું કમાવી આપવાનો છે એ જાણી લેવાની ઉત્કટતા સાથે સામેના બૉર્ડ પર નજર ખોડી દીધી હતી. બીજી જ મિનિટે સાત નંબરના ઘોડાએ એક ડૉલર સામે છ જિતાડી દીધાની જાહેરાત વાંચીને ફરી નસીબવંતાઓના પોકારથી સ્ટેડિયમમાં ઉત્તેજનાની લહેર પ્રસરી ગઈ.

'નિરી, તારા ઘોડાએ છ હજાર કમાવી આપ્યા ! પહેલી રેસ જીતવાનું બહુ લકી ગણાય છે.' બોલતો કે.સી. ઉત્સાહભેર બેઠક પરથી ઊભો થઈ ગયો : 'હું જઈને પૈસા લઈ આવું, ત્યાર પછી તારે મને બીજી રેસના ઘોડાનો નંબર પણ આપવો પડશે.'

ફરી એકલી પડી ગયેલી નિરાલીને ઉદાસી ઘેરી વળી. જીમીના લકી નંબર સાતે જીત અપાવી છતાં મનમાં ઉમંગ કેમ સળવળતો નથી ? કે.સી.એ બંને હાથે પડખામાં ખેંચી લઈને દિલગીરી શું કામ દર્શાવી ? ઉત્સાહથી થનગનતા પાંત્રીસ હજાર માણસો વચ્ચે પોતે આટલી બધી એકલતા કેમ અનુભવે છે ?

એ એકલતા ટાળવા માટે તેણે દૂરબીન આંખ પર માંડ્યું. સ્ટેડિયમની ભીડ પર નજર ફેરવતી ગઈ તેમ એને થયું કે સૌ કોઈ પોતપોતાની કંપનીમાં મશગૂલ છે. મારી જેમ કોઈ એકાકી

દેખાતું નથી. અચાનક તેનું દૂરબીન-દર્શન એક જગ્યાએ થંભી ગયું. તેને લાગ્યું કે કોઈક મારા પર દૂરબીન માંડીને એકીટશે મને નીરખી રહ્યું છે. પહેલાં તો થયું કે એ પોતાનો ભ્રમ હશે. પરંતુ થોડી વાર પછી ફરી એ તરફ નજર કરી તો હજુય એ માણસ તેને તાકી રહ્યો હતો. હવે એને ઓળખવા માટે નિરાલીએ દૂરબીનને ક્લોઝઅપમાં મૂક્યું. પોતાને તાકી રહેલા જુવાનનું મુખ દૂરબીન દ્વારા સાવ નિકટમાં આવી ગયું. પેલાની આંખો દૂરબીનથી ઢંકાયેલી હતી છતાં હોઠ, નાક, કપાળ અને હેરસ્ટાઈલ પરથી નિરાલીને થયું, અગાઉ તેને ક્યાંક જોયો હોય એવું કેમ લાગે છે ? પોતે એને ધારીધારીને જોવા લાગી એટલે શું પેલાએ મોં ફેરવી લીધું ?

હૉંગકૉંગવાળો મુરતિયો ચન્દ્રકુમાર ઝવેરી તો નહીં હોય ને ! તેને વિચાર આવ્યો એવો જ મનમાંથી ખંખેરી નાખ્યો : હજુ સુધી અમે બંને એકબીજાને મળ્યા જ ક્યાં છીએ ? હા, એક વાર ફોન પર તેનો માત્ર અવાજ સંભળાયો છે. સવારે દસેક વાગ્યે હોટેલ પર તેનો ફોન આવેલો : મિસ વિરાણી, મુંબઈથી મને જાણ કરવામાં આવી કે તમે ભાઈ-બહેન અહીં આવ્યાં છો. આપણી વચ્ચે પરિચય નથી પણ મારા અને તમારા પપ્પા એકબીજાને ઓળખે છે. મારા પપ્પાએ કહ્યું કે તમને એક વાર ઘેર બોલાવવાં, એટલે ફોન જોડ્યો. તમારા બ્રધરના સ્વીટમાંથી *નો-રિપ્લાય* આવ્યો એટલે તમારી સાથે વાત કરવાનું બન્યું. તમે અને વૈભવભાઈ સાંજે ઘેર આવો, ફાવે તો સાથે ડિનર લઈએ... નિમંત્રણ સાંભળીને નિરાલી મૂંઝવણમાં પડી ગઈ હતી. કે.સી. મળ્યા પછી આ મુરતિયાને મળવાની તેને જરૂર લાગતી નહોતી, પણ એમ ના પાડી દે તો મુંબઈ સુધી એની જાણ થઈ જાય. એટલે ચન્દ્રકુમારને સમજાવી દીધું : આજે તો બ્રધર આખો દિવસ બહાર રહેવાના છે, રાત્રે ડિનર પણ કોઈની સાથે ગોઠવાઈ ગયું છે. હજુ અમે અહીં બે દિવસ છીએ. મોટા ભાઈને કહી એક વાર તમારે ત્યાં આવી જવાનું જરૂર ગોઠવીશું... તેના જવાબમાં પેલાએ પોતાના ઘર-ઑફિસના ટેલીફોન નંબર લખાવી એટલું જ કહ્યું હતું : તમારી કન્વિનિયન્સ (અનુકૂળતા) પ્રમાણે નક્કી કરીને મને જણાવજો.

શું એ ચન્દ્રકુમાર ઝવેરી પણ અહીં રેસમાં આવ્યો હશે ? કદાચ મુંબઈવાળાંએ એને મારો ફોટો મોકલ્યો હોય અને અહીં હું તેની નજરે ચડી ગઈ હોઉં... એના સિવાય મારામાં આટલો બધો રસ લેનાર બીજું અહીં કોણ હોય ?

એ વિચાર આવતાં જ તેને ધ્રાસકો પડ્યો. તો કે.સી.એ મને બે હાથે પડખામાં ખેંચી લીધી એ પણ તેણે દૂરબીનમાંથી જોઈ લીધું હશે ! એવું હોય તો એક રીતે સારું જ થયું, મુલાકાત ગોઠવવા માટે એનો ફોન નહીં આવે... પરંતુ બીજી રીતે થોડું ખોટું પણ થયું કહેવાય. રાત્રે મુંબઈ ફોન કરીને કહી દેશે કે આ છોકરી તો અહીં કોઈની સાથે રખડે છે !

'ટેક ધિસ !' કિશનચંદ ક્યારે બાજુમાં આવીને બેસી ગયો તેનું પણ નિરાલીને ભાન ન રહ્યું. સો-સો ડૉલરની પચાસ નોટની થોકડી નિરાલીના હાથમાં સોંપતાં એણે કહ્યું : 'દાવ પર લગાડેલા એક હજાર હું રાખી લઉં છું, જીતના પાંચ હજાર તું રાખી લે.'

'નહીં, કે.સી., મારે એની જરૂર નથી.'

નોટની થોકડી પાછી આપતાં નિરાલીએ કહ્યું, પણ કિશનચંદે પૈસા પાછા લીધા નહીં : 'જરૂર તો મારે પણ નથી, નિરી, ગૂડ લકને પાછું ન ઠેલાય.'

'પ્લીઝ, કે.સી., ડોન્ટ ફોર્સ મી. (મારા પર દબાણ નહીં કર.) રેસની જીત મારા માટે શુકનિયાળ નીવડતી નથી... પ્લીઝ !'

તેણે ગદ્‌ગદ થતાં કહ્યું ત્યારે કિશનચંદે પૈસા લઈ લીધા : 'ઠીક છે, કાલે સાંજે શૉપિંગમાં જઈશું ત્યારે આ પાંચ હજાર ડૉલરની તને ગમતી ચીજ ખરીદી લઈશું, બસ !'

'અને ઈફ યૂ ડોન્ટ માઈન્ડ (તને વાંધો ન હોય તો). કે.સી., આપણે હવે જઈએ.'

સાંભળીને કિશનચંદ ભડક્યો : 'અરે, હજુ એક જ રેસ રમ્યાં ત્યાં જવાની વાત કરે છે ?' પછી તેનો પડી ગયેલો ચહેરો જોઈને પૂછ્યું : 'તબિયત તો બરાબર છે ને ?'

'તબિયતને કાંઈ જ વાંધો નથી.' કહીને તેણે ફરી પેલા તરફ નજર નાખી લીધી. એ માણસનું દૂરબીન હજુય પોતાના પર તકાયેલું હતું. અકળામણભર્યા અવાજે તેણે બહાનું બતાવ્યું : 'કે.સી., આટલી બધી ભીડ વચ્ચે મને ગભરામણ થાય છે.' પછી અસત્ય ઉચ્ચાર્યું : 'એટલે જ મેં મુંબઈની રેસમાં જવાનું બંધ કરી દીધું.'

'એમ વાત છે ?' કે.સી.એ બાજી સંકેલી લેવાની તૈયારી કરતાં કહ્યું : 'ગભરામણ થતી હોય તો એક મિનિટ પણ અહીં બેસવાની જરૂર શું છે ? કમ ઑન.' કહી સ્પ્રિંગની જેમ ઊછળતો ઊભો થઈ ગયો.

બીજી રેસ માટે પોતપોતાની બેઠકમાં ગોઠવાઈ જવા માટે આવતા-જતા લોકો વચ્ચેથી માર્ગ કરીને ગૅલેરી ઊતરતાં-ઊતરતાં નિરાલીએ છેવાડે એક નજર કરી તો પેલાનું દૂરબીન હજુય તેને તાકી રહ્યું હતું. એ જોઈને તેના શરીરે ભયની આછી કંપારી અનુભવી : કોણ હશે એ ?

'એક રીતે સારું થયું.' રોલ્સ (રોઇસ) ચાલુ કરતાં કે.સી.એ તેને ઉત્સાહમાં લાવવા કહ્યું : 'હૉંગકૉંગનો ઓશન પાર્ક પણ બહુ ફેમસ છે. કૅબલ કારમાં ધરતી અને આકાશ વચ્ચે સફર કરીએ, શ્વાસ અધ્ધર કરી દેતા ઑક્ટોપસના સાત પગવાળા ચકરડામાં બેસીને ગળાફાટ ચીસો પાડીએ, ડૉલ્ફીન શોમાં કદાવર છતાં લીસી ચામડીવાળી માછલીઓને સર્કસની સુંદરીઓની જેમ સ્વિમિંગ પુલમાં ઊછળતી-કૂદતી અંગકસરતના ખેલો કરતી કરતી જોઈએ... બહુ મજા આવશે, નિરી, હૉંગકૉંગ આવનારાં ઓશનપાર્ક જોયા વિના પાછાં જતાં નથી.'

'અગાઉ હૉંગકૉંગ આવી ત્યારે હું પણ ત્યાં જઈ આવી છું, કે.સી.' નિરાલીનો ઠંડો જવાબ સાંભળવા મળ્યો : 'બાકી તો *ડિઝનીલૅન્ડ* જોઈ આવેલાંને *ઓશન પાર્ક*ની થ્રિલ ઓછી પડે.'

'તારી એ વાત પણ સાચી.' કે.સી.એ પ્રસ્તાવ પાછો ખેંચી લેતાં કહેવું પડ્યું : 'પાછો આજે સન્ડે છે. ત્યાંની ભીડ તને અકળાવી મૂકશે. એટલે બહેતર છે, આપણે વર્કિંગ-ડેની ભીડ વગરના હૉંગકૉંગની સુંવાળી સડક પર ડ્રાઈવ લેવા નીકળીએ.'

ચૂપચાપ બધું સાંભળતી રહેલી નિરાલીના ચહેરા પર ઉત્સાહનો સંચાર થતો ન દેખાયો ત્યારે એક હાથે સ્ટિયરિંગ વ્હીલ પકડી રાખી બીજા હાથે તેની પીઠ પસવારતા કિશનચંદે લાડથી પૂછ્યું :

'ટેલ મી, નિરી, વૉટ ઈઝ રૉંગ ? એકાએક આમ ઉદાસ કેમ થઈ ગઈ ? મારા કોઈ અજુગતા વર્તનથી ખોટું લાગ્યું ? મારાથી કાંઈ કહેવાઈ ગયું ?'

ત્યારે નિરાલીએ ધીમેધીમે તેના તરફ મુખ ફેરવ્યું, પછી એક આછું સ્મિત ફેંકીને કહ્યું :

'હા, મને ખોટું લાગ્યું, કે.સી. ! તું મને આખું હૉંગકૉંગ દેખાડવાનો ઉત્સાહ ધરાવે છે, પણ હજુ સુધી તેં મને તારું ઘર દેખાડ્યું નથી.'

'ઓહ, એટલી વાતમાં...'

'ના, એ સિવાયની પણ બીજી વાત છે, જે તારે કહેવી જોઈતી હતી તેને બદલે મને બીજા પાસેથી જાણવા મળી.'

સાંભળીને ચમકી ગયેલા કિશનચંદે તેની પીઠ પાછળથી હાથ પાછો ખેંચી લેતા પૂછ્યું : 'બીજા પાસેથી મારા વિષે તેં શું વાત સાંભળી, નિરી ?'

'તું આટલો બધો ચોંકી કેમ ગયો, કે.સી. ?'

'આ હૉંગકૉંગ છે. એ અનેક નામે ઓળખાય છે, જેમાં તેની એક ઓળખાણ *ગૉસિપ સિટી* (અફવાની નગરી) તરીકેની પણ છે !' કિશનચંદ હળવાશથી કહેવા લાગ્યો : 'કદાચ કોઈએ મારા માટે તારી કાનભંભેરણી કરી હોય.'

હવે નિરાલીને સવારે આવેલો નનામો ફોન યાદ આવ્યો. એ કહી દેવાની ઇચ્છા થઈ પણ દબાવી દીધી. તેને બદલે મૂળ વાત પર આવી ગઈ :

'તેં મારાથી છાની રાખેલી વાત છે તારી ટી-પાર્ટીની !' કહેતી એ મલકી : 'સવારે હોટેલના રિસેપ્શનિસ્ટે તારા ગુલદસ્તાનાં વખાણની સાથે એ પણ જણાવ્યું કે તું કોઈને ભેટ આપે છે તેમાં સોના-હીરા પણ નીકળી પડે છે. તારા ઘરની ટી-પાર્ટીમાં કોઈ-કોઈ પેસ્ટ્રીમાં સોનાની લગડી પણ છુપાવેલી હોય છે... બોલ, તેં મારાથી એ વાત છુપાવી કે નહીં ?'

હવે કિશનચંદ મૂડમાં આવી ગયો, છતાં રાબેતા મુજબની નમ્રતા જાળવી રાખી :

'તેં સાંભળેલી વાત સાચી છે, પણ અહીંના લોકો અતિશયોક્તિ કરીને વાત ફેલાવવામાં ઉસ્તાદ છે. ક્યારેક-ક્યારેક આવી ટી-પાર્ટી આપું છું ખરો. મેં તને કહ્યું કે અહીંના લોકો જોસમાં (નસીબમાં) બહુ માને છે... મારી સાથે સંબંધ ધરાવતા લોકોમાં કોણ નસીબદાર છે એનું પારખું કરવા આવો નુસખો અજમાવી લઉં છું... મને થયું કે આવી વાત મારા મોઢેથી સાંભળીને તને બડાશ જેવું લાગશે.'

'આપણને ગમતા માણસની બડાશ સાંભળવી પણ ગમે છે, કે.સી. !'

'એવી જ રીતે ગમતા માણસને સરપ્રાઈઝ આપવાનુંય આપણને ગમતું હોય છે.'

કિશનચંદે વાંકા-ચૂકા પુલ પરથી રૉલ્સ રોઇસને નીચે સરકાવતાં કહ્યું : 'સાચું કહું તો મેં કાલે સાંજે બંગલે ટી-પાર્ટી ગોઠવી જ છે. હૉંગકૉંગનાં ડઝન જેટલાં નામાંકિત સ્ત્રી-પુરુષોને નોતર્યાં છે, જેમાં તું ચીફ ગેસ્ટ હોઈશ, નિરી !'

'સાચ્ચે ?'

'એટલે જ તો તને ઘર દેખાડવાની ઇચ્છાને આ બે દિવસ દબાવી રાખેલી.'

'થૅન્ક્સ, કે.સી., પણ ક્યારેક ઇચ્છા દબાવી રાખવાથી ગેરસમજ ઊભી થાય છે.'

'એટલે ?'

જવાબ આપતાં પહેલાં નિરાલીએ ડ્રાઈવ કરતા કિશનચંદને નજર ભરીને જોઈ લીધો. 'તારા મનમાં મારા માટે શું ભાવ જાગે છે એ તું કેમ કળાવા નથી દેતો ? શું હૉંગકૉંગની

આ ટ્રીપમાં તું માત્ર કમ્પેનિયન કે ગાઈડ જ બની રહેવા માગે છે ? એથી વધારે કાંઈ જ નહીં ?' નિરાલીના બોલવામાં લાગણીનો ઉછાળો આવતો ગયો : 'મંગળવારે અમે બૅંગકોક જવા ઊપડી જઈશું. આપણે જુદાં પડી જઈશું ત્યારે સાથે માત્ર તારી આટલી જ યાદ લઈ જવાની છે મારે ?'

તેના શબ્દેશબ્દમાં રહેલો તલસાટ કિશનચંદને સ્પર્શી ગયો. નિરાલીનો હાથ હાથમાં લઈને ચૂમી લીધો.

'તું એમ માને છે, નિરી, કે હું તને એકલી બૅંગકોક જવા દઈશ ?' કહેતાં કે.સી.ની આંખોમાં પહેલી વાર નિરાલીને માદકતા અંજાતી દેખાઈ. તેના અવાજમાં ઉન્માદનો રણકો ભળતો લાગ્યો :

'મંગળવારે જે ફ્લાઈટમાં તું તારા ભાઈ સાથે બૅંગકોક જઈ રહી છો એ જ ફ્લાઈટમાં હું સાથે હોઈશ... પણ બૅંગકોક ઊતરવાને બદલે સિંગાપોર જતો રહીશ.'

'સિંગાપોર ! એ શું કામ ?'

'તારા મોટાભાઈને એમ ન લાગવું જોઈએ કે આપણે દોસ્તીમાં આગળ વધી રહ્યાં છીએ. એટલે સિંગાપોરથી કલાક પછીની ફ્લાઈટ પકડી બૅંગકોક આવીને તારી સાથે થઈ જઈશ... પછી હું, તું અને બૅંગકોકની એ રળિયામણી રાત !'

બોલવાનું પૂરું થતાંની સાથે જ બ્રેક મારી કાર ઊભી રાખી દઈને કિશનચંદે કાળા કાચવાળી એરકન્ડિશન્ડ ગાડીમાં નિરાલીને નજીક ખેંચી આશ્લેષમાં લઈ લીધી.

નિરાલીને ત્યારે હૉંગકૉંગની એ બપોર શરદપૂનમની રાત જેવી, ઉપરઉપરથી શીતળ અને ભીતરથી દઝાડી દે એવી ઉન્માદક લાગી !

*

'આઈયે, વિરાણીબાબુ, પધારિયે, સબીનાબાનુ !'

રવિવારની નમતી બપોરે, *કાઉલૂન* ધક્કા પરથી પોતાની *ગંગા ડ્રેગન* મોટરબોટમાં બંને યુવાન મહેમાનોને આવકાર આપી, સાઠ વટાવી ચૂકેલા સરદાર તેજાસિંઘે પોરસ કરતાં કહ્યું :

'હિંદુસ્તાનનો કોઈ પંજાબી વી.આઈ.પી. એવો નહીં હોય જેણે હૉંગકૉંગ આવીને મારી આ બોટની સફર માણી ન હોય.'

'સરદારજી, એ યાદીમાં આજે એક વધુ પંજાબી વી.આઈ.પી.નું નામ ઉમેરાઈ ગયું.' વૈભવે સલવાર-કમીઝમાં આવેલી સબીના તરફ ઇશારત કરતાં ઉમેર્યું : 'સબીના ભલે ને જન્મી મુંબઈમાં, પણ મૂળ તો એ પંજાબની જ ને ?'

'ઉનકો કૌન નહીં પહચાનતા ?'

સબીના પર પ્રશંસાભરી દૃષ્ટિ ફેંકતાં શીખ પાઘડી-દાઢી સાથે સફારી સૂટમાં સજ્જ તેજાસિંઘે કહ્યું : 'પાંચ વરસ પહેલાં મેં એમની ફિલ્મ જોઈ ત્યારે એવું માનતો હતો કે એ બલરાજ સહાનીની બેટી હોવી જોઈએ. સબીના નામ પણ થોડું અજીબ લાગેલું... પછી ફિલ્મ મૅગેઝિનમાંથી જાણવા મળ્યું કે એ હિંદુ બાપ અને મુસ્લિમ માતાની બેટી છે એટલે આવું નામ પસંદ કર્યું.'

'અરે, સરદારજી, તમે તો ફિલ્મ મૅગેઝિન વાંચવામાં પણ દિલચસ્પી ધરાવો છો !' એમ કહેવાઈ ગયા પછી વૈભવને ભાન થયું કે સબીના સાથેના પોતાના વધતા જતા સંબંધની વાત

પણ કદાચ એણે વાંચી લીધી હશે. હૉંગકૉંગમાં વસતા એશિયનોમાં સૌથી શ્રીમંત ગણાતા દસમાં જેનું નામ બોલાતું હતું એ તેજાસિંઘની કોલૅબરેશનમાં મુંબઈમાં નરિમાન પૉઈન્ટના દરિયાકિનારે *વૈભવ ગ્રુપ ઑફ ઈન્ડસ્ટ્રીઝે* ફ્લોટિંગ હોટેલ બાંધવાનો પ્રોજેક્ટ તૈયાર કર્યા પછી હોટેલના નામ બાબત જાગેલા મતભેદનો નિકાલ લાવવાના બહાને ઈશ્વરભાઈ વિરાણીએ વૈભવને હૉંગકૉંગ મોકલ્યો હતો.

શનિવારે કાઈટાક એરપૉર્ટ પર ભાઈ-બહેનને લેવા માટે તેજાસિંઘની કાર આવી તેની સાથે સંદેશાની ચિઠ્ઠી પણ હતી : ધંધાની વાત પર આપણે સોમવારે મળીશું, ત્યાર પહેલાં શનિ-રવિની રજામાં તમારી બંનેની મહેમાનગતિ માટે કહેશો એવો પ્રબંધ થઈ જશે... તેના જવાબમાં વૈભવે ફોન પર ફરમાયશ કરેલી કે ગયા વખતે હૉંગકૉંગ આવેલો ત્યારે તમારી બોટની સહેલ કરવાનું ચૂકી ગયો હતો, એટલે રવિવારની સાંજ અમારા માટે ફાજલ રાખશો. એ સિવાય બીજી કોઈ મહેમાનગતિ કરવાની જરૂર નહીં પડે.

રવિવારની બપોરે સરદારજી બોટ-રાઈડ માટે તેને હોટેલ પર લેવા આવ્યા ત્યારે નિરાલી તો રેસ જોવા નીકળી ચૂકી હતી. કદાચ તેજાસિંઘ એમ જ માની બેઠા હશે કે ભાઈ-બહેન બોટમાં ફરવા જવાનાં છે એટલે થોડો ક્ષોભ ખંખેરીને વૈભવે સ્પષ્ટતા કરવી પડેલી :

'સરદારજી, મારી સાથે નાની બહેન નહીં પણ મારી દોસ્ત આવવાની છે.' કહી હળવેકથી તેનું નામ પણ સુણાવી દીધેલું : 'તમે નામથી એને ઓળખતાય હશો, સબીના સહાની !'

કેમ જાણે આ ફેરફારની પોતાને જાણ હોય તેમ કોઈ પણ જાતના આંચકા વિના તેજાસિંઘ ખુશાલી સાથે બોલી ઊઠ્યા હતા : 'યે તો ઔર ખુશીકી બાત હુઈ.'

કારમાં કાઉલૂન ધક્કે બંનેને લઈ ગયા ત્યાં સુધીની ડ્રાઈવમાં તેજાસિંઘે યુવાન ઉદ્યોગપતિ અને મશહૂર અભિનેત્રી વચ્ચેની દોસ્તી અંગે જાણવાની ન તો જરા સરખી ઉત્સુકતા દર્શાવી કે ન અજુગતું લાગે એવું કોઈ વર્તન દાખવ્યું. એટલે જ પહેલી વાર હૉંગકૉંગની ખુલ્લી હવામાં ફરવા નીકળેલાં વૈભવ-સબીના ત્રીજી વ્યક્તિની હાજરી છતાં મોકળાશ અનુભવતાં હતાં.

'પંદર મિનિટ પછી હું સામા કાંઠે ઊતરી જઈશ, પણ તમને બંનેને એકલાં છોડી દઉં એ પહેલાં થોડાં બોર કરતો જાઉં.'

ચીની કૅપ્ટનને બોટ ચાલુ કરવાનો આદેશ આપી કાચની કૅબિનમાં બેઠેલાં વૈભવ-સબીનાને તેમણે કહેવા માંડ્યું :

'આઠ માણસ આરામથી બેસીને સફર કરી શકે એવી અમારી આ *ગંગા ડ્રેગન*ના નીચેના ભંડકિયામાં ડબલ બેડના બે રૂમ, એક કિચન અને એક સ્ટોરરૂમ છે... તમે હવાઈ જહાજમાં જ્યાં ઊતર્યાં તે આ કાઉલૂન, જેનો અર્થ થાય છે સાત ડ્રેગન ! વિરાટકાય ડ્રેગન આપણે તો કદી જોયું નથી, પણ ચીનાઓ તેને દેવતાઈ પ્રાણી જેવું પવિત્ર માને છે. આ સામે કાંઠે ઊંચી આલીશાન ઇમારતો હૉંગકૉંગની ખૂબસૂરતી છે, તો અહીં સમંદરને કાંઠે હજારોની સંખ્યામાં તરતાં સમ્પાન (હોડકાં) એ હૉંગકૉંગની અસલિયત છે.'

આખો દરિયાકાંઠો ઢાંકી દેતાં કતારબંધ સ્થિર ઊભેલાં હોડકાં પર વૈભવ-સબીનાએ દૃષ્ટિ માંડી એટલે તેજાસિંઘે આગળ ચલાવ્યું :

'તમારા મુંબઈમાં ઝૂંપડપટ્ટી છે, દિલ્હીમાં ઝૂંગી છે એવી અમારી આ તરતી વસાહતમાં બે લાખ કરતાં વધુ લોકો પેઢીઓથી વસે છે. નજીક જઈને જુઓ તો સમજાય કે જીવનનિર્વાહનો તમામ સરંજામ એમણે એ સમ્પાનમાં વસાવ્યો છે. છોકરાઓ ત્યાં જ જન્મે, હોડકામાં જ તેમનાં લગ્ન લેવાય અને પાણીમાં તરતાં એ ઘરમાં જ તેમની જીવનલીલા પણ સંકેલાઈ જાય.'

'એમને જમીન પર વસાવવાનો વિચાર કેમ કોઈને આવતો નથી ?'

સબીના હમદર્દી સાથે પૂછી બેઠી ત્યારે દાઢી ખંજવાળતા તેજાસિંઘે હસીને કહ્યું : 'જમીન પર વસવાનું કહેવા જાઓ તો એ તમને કહેશે, પાણીનાં માછલાંને બહાર કાઢીને તમારે અમને મારી નાખવા છે ?'

વૈભવને થયું, ઝૂંપડાવાસીઓ માટે મુંબઈમાં ઉદ્યોગપતિ વિરાણી સામે લડત ચલાવનાર સબીના કદાચ આ બાબત સરદારજી સાથે દલીલમાં ઊતરી પડશે એટલે તેણે વિષયાન્તર કરવા પૂછ્યું :

'સરદારજી, તમારી બોટનું *ગંગા ડ્રેગન* નામ ભારત-ચીનની સંસ્કૃતિના સમન્વયરૂપે તમે પાડ્યું લાગે છે ?'

'ગંગાનદીના અર્થમાં કદાચ એમ કહી શકાય, પણ ખરેખર તો મારા પિતા ગંગાસિંઘના નામ સાથે મેં ડ્રેગનને જોડી દીધો. બાકી ભારત અને ચીની સંસ્કૃતિની પેદાશ જેવો તો હું પોતે છું.'

'એ કઈ રીતે ?' વૈભવથી પુછાઈ ગયું.

'નહીં સમજ્યા ?' તેજાસિંઘે મલકીને કહ્યું : 'મારા બાપ પંજાબના શીખ અને મા શાંઘાઈની ચીની... હવે કહો, હું બે દેશની વર્ણસંકર પેદાશ કહેવાઉં કે નહીં ?'

તેની સરળ શૈલી અને નિખાલસ બોલી સબીનાને સ્પર્શી ગઈ : 'પાપાજી, ક્યાં પંજાબ અને ક્યાં શાંઘાઈ ? તમારાં માતા-પિતા મળ્યાં કેવી રીતે ?'

'યે સમંદરને દોનો કો મિલાયા.' એબરડિન અખાતના શાંત જળ પર દૃષ્ટિ કરીને તેજાસિંઘે કહ્યું : 'પિતા ગંગાસિંઘને બચપણથી સમંદરનું ઘેલું લાગ્યું હતું. અમારો પંજાબ તો નદીઓનો પ્રદેશ. તમે સમંદરને દરિયો કહો છો, અમે નદીને દરિયો કહીએ. મારા ફાધરે બચપણમાં સિંદબાદ ધ સેલરની વાર્તા વાંચી ત્યારથી એમને સેલર (ખલાસી) થવાનું ઝનૂન ચડેલું. અઢાર વરસના થયા એટલે ઘેરથી ભાગી જઈને કલકત્તાની એક શિપિંગ કંપનીમાં નોકરી લઈ લીધી. બે-ત્રણ વરસમાં માલ ભરેલા જહાજમાં સાત સમંદર ખેડી નાખ્યા. કલકત્તાથી ઊપડેલું જહાજ માલ ઠાલવવા-ભરવા શાંઘાઈ પહોંચ્યું ત્યારે મારા બાપને બેસુમાર બુખાર આવી ગયો. જહાજ ઊપડવાનું થયું છતાં તાવ ઊતર્યો નહીં એટલે શાંઘાઈના એક ચીની ખલાસીને ત્યાં રોકાઈ જવું પડ્યું. ખલાસીની ચીની દીકરી ચીનચાઈએ ગંગાસિંઘની સારવાર કરી અને તેમાં બંને વચ્ચે મહોબ્બત થઈ ગઈ. બીજી ખેપમાં જહાજ શાંઘાઈ બંદરે લાંગર્યું ત્યારે બાપાએ કહી દીધું : 'હવે આ શાંઘાઈ જ મારું વતન અને ચીનચાઈ જ મારી ઔરત ! બસ, ત્યાર પછી હું દસ મહિને પેદા થયો.'

'અને તમે શાંઘાઈમાં ઊછર્યા ?' કુતૂહલવશ વૈભવ બોલી ઊઠ્યો : 'સરદારજી, હવે સમજાય છે કે તમારામાં શીખ પ્રજાની સાહસવૃત્તિ સાથે ચીની પ્રજાની ચાતુરી ક્યાંથી આવી !'

'ના, મારું બચપણ શાંઘાઈમાં નહીં, પંજાબમાં વીત્યું.' સરદારજી બચપણ તાજું કરતા હોય તેમ અધમીંચેલી આંખે કહી રહ્યા હતા : 'મારા બાપ મને ધરમ-કરમ અને ભણતર-ઘડતરથી શીખ બનાવવા માગતા હતા, એટલે ત્રણ વરસનો થયો ત્યારે દાદીમા પાસે સરગોધા મોકલી આપ્યો.'

'સરગોધા !' અચાનક સબીના પૂછી બેઠી : 'પાપાજી, આપનું મૂળ વતન સરગોધા છે ?'

'બિલકુલ સરગોધા છે !' માદરે વતન માટે ગૌરવ અનુભવતા તેજાસિંઘે કહ્યું : 'જિલ્લા ગુજરાનવાલા ઔર ગાંવ સરગોધા !'

'ત્યારે તો, પાપાજી, આપણે બંને હમવતન... મારું મૂળ વતન પણ સરગોધા !'

'તૂ સરગોધાકી બેટી હૈ ?' સરદારજીના અવાજમાં હમવતનની ભીનાશ આવી ગઈ : 'તું કોની બેટી ?'

'બેટી તો હું બલદેવ સહાનીની, પણ આપ એમને ક્યાંથી ઓળખો... કદાચ તમે મારા દાદા સુખદેવ સહાનીનું નામ સાંભળ્યું હશે.'

'પેલા આર્યસમાજી સુખદેવ સહાની ?'

જવાબમાં સબીનાએ હકાર ભણ્યો એટલે સરદાર તેજાસિંઘની આંખોમાં ચમક આવી ગઈ.

'ક્યા બાત કરતી હૈ, કુડી !' અચરજભાવ સાથે તેમના ઉદ્‌ગારમાં પંજાબી સંબોધન ઉછળી પડ્યું : 'ત્યારે તો તું મારા ગામની જ નહીં, મારા મહોલ્લાની બેટી થઈ. પંડિત સુખદેવ સહાનીના મંદિરવાલા કતરામાં જ અમારું ઘર હતું... બહોત બડા નામ થા સુખદેવજી કા !' બોલતાં-બોલતાં તેજાસિંઘ ભાવવિભોર થઈ ગયા : 'સવારે ઊઠીને સુખદેવ પંડિતનું મોં જોનારાનો આખો દિવસ સુખમાં જાય... હું રોજ ઊઠીને એમને ઘેર પહોંચી જતો, સુખદેવજીનાં દર્શન કરવા નહીં પણ લડ્ડુનો પ્રસાદ ખાવા !' કહી તેમણે સબીનાના માથા પર હાથ મૂકી દીધો : 'તૂ તો હમારી બેટી નીકલી, સબીના... ફિર ભી એક બાત સમજમેં નહીં આઈ... તારા દાદાજી ચુસ્ત આર્યસમાજી છતાં એમણે એના બેટાને એટલે કે તારા બાપને મુસ્લિમ ઔરત સાથે શાદી કરવા કેમ દીધી ?'

સરદારજીએ પૂછ્યું તો હતું જિજ્ઞાસાવશ, પણ એ સવાલે અચાનક સબીનાના મુખભાવ પલટાવી નાખ્યા. એની ગરદન સહેજ ઝૂકી ગઈ.

'જાને દો યે બાત...' સબીનાના મનોભાવ પામી ગયેલા તેજાસિંઘે વાત વાળી લેતાં વૈભવ તરફ જોઈને કહ્યું : 'વિરાણીબાબુ, તમારા પિતાનું નામ આજે દેશભરમાં મશહૂર છે એટલું જ આ છોકરીના દાદાનું નામ પૂરા પંજાબમાં મશહૂર હતું.'

એક ધર્મિષ્ઠ વિદ્વાન સાથે એક ધનિક ઉદ્યોગપતિની આ સરખામણી વૈભવને બંધબેસતી ન લાગી છતાં એક કારણસર એ જચી ગઈ : કદાચ સબીના સાથે સંબંધ બાંધવાના સંજોગો સર્જાય તો ડેડી પર આ સરદારજીની વાતનો જરૂર પ્રભાવ પાડી શકાશે.

'મને બરાબર યાદ છે, વિરાણીબાબુ !' સરદાર તેજાસિંઘને એ દિવસોની યાદ ચગળવામાં સ્વાદ આવતો હોય તેમ બોલી ગયા : 'દેશના ભાગલા પડ્યા ત્યારે ગુજરાનવાલાના હિન્દુ-શીખોને

એક કરી આ છોકરીના દાદાએ જ હિજરતની આગેવાની લીધી હતી. હું ત્યારે વીસેક વર્ષનો હોઈશ. અલગઅલગ જૂથમાં અમને સલામત સરહદ પાર કરાવીને છેલ્લે સુખદેવજી પોતે પરિવાર સાથે લાહોર ગયેલા. બેટી સબીના, હમ ઉસકા બદલા તો નહીં ચૂકા સકતે મગર કભી મૈં તુમ્હારે કામમેં આ સકું તો મુઝે જરૂર યાદ કરના. યે બંદા એક બાપ કી તરહ તુમ્હારે પાસ આ પહૂંચેગા.'

ત્યારે સબીનાની આંખોમાં ઝળઝળિયાં આવી ગયાં.

'ઔર યાદ રખના, હમે શાદીમેં બુલાના ભૂલના નહીં !'

સાંભળતાં સબીના-વૈભવની નજર મળી અને એ જ વખતે *ગંગા ડ્રેગન* મોટરબોટનું એન્જિન ઑફ થયું.

ઝઝબાતના એ માહોલમાંથી બહાર આવતા સરદારજીને અર્ધી મિનિટ લાગી. પોતાને સામે કાંઠે લઈ જવા માટે આવતી નાની બોટ જોઈને અચાનક યાદ આવ્યું હોય તેમ એ બોલી ઊઠ્યા :

'વિરાણીબાબુ, મને થાય છે કે તમારા બંનેથી છૂટા પડતાં પહેલાં અત્યારે જ આપણે એ વાતનો ફેંસલો શું કામ કરી ન નાખીએ ?'

સાંભળીને વૈભવ ચોંક્યો : સરદારજી અમારી બંનેની શાદીના ફેંસલા માટે કહી રહ્યા છે ?

'મુંબઈની ફ્લોટિંગ હોટેલના નામ બાબતનો ફેંસલો આપણે કાલ પર મુલતવી શું કામ રાખવો ?' કહેતાં એમણે સફારીના ખિસ્સામાંથી બૉલપેન અને એક કાગળ કાઢ્યો : 'બેટી સબીના, અમારા વચ્ચેનો મતભેદ તો બહુ મામૂલી છે છતાં એટલો જ મહત્ત્વનો પણ છે.'

સબીનાએ પ્રશ્નસૂચક નજરે તેમની સામે જોયું : શું મતભેદ છે ?

'વિરાણીશેઠ કહે છે કે હોટેલનું નામ *વૈભવ-તેજ* રાખવું અને હું કહું છું કે નામની શરૂઆત તેજથી થવી જોઈએ... એટલે કે *તેજ-વૈભવ* નામ રાખવું જોઈએ, હવે એનો ફેંસલો તારે કરવાનો છે.'

'મારે ?'

'હા, તને મેં બેટી કહી છે એટલે તારો ફેંસલો મને મંજૂર !'

'પરંતુ એમાં તો મારે તમારા બેમાંથી એકનું દિલ દૂભવવા જેવું થાય, પાપાજી !'

'નહીં, બેટી સબીના, હું અર્ધો ચીની છું અને ચીની પ્રજા જોસ(નસીબ)માં અપાર આસ્થા ધરાવે છે.' કહી તેમણે કાગળની બે કાપલી કરી તેના પર બંને નામ લખ્યાં : *વૈભવ-તેજ* અને *તેજ-વૈભવ*... પછી બંને કાપલીની ગડી વાળી, બે હાથના ખોબામાં ચિઠ્ઠીઓ હલાવી સબીના સામે જમણા હાથની હથેળી ધરી દીધી :

'હવે કોઈ પણ એક ચિઠ્ઠી ઉઠાવી લે, બેટી !'

ત્યારે સબીના મૂંઝવણમાં પડી ગઈ. તેણે વૈભવ સામને જોયું. નજરથી એ જાણે પૂછી રહી હતી : મારા હાથે ઉપાડેલી ચિઠ્ઠીનો ફેંસલો તારા ડેડી મંજૂર રાખશે ખરા ?

જવાબમાં વૈભવ મીઠું હસ્યો. જાણે કહેતો હોય, હું તો તારી સાથે મારું નસીબ જોડવા તૈયાર થયો છું... તો પછી બીજા કોઈની આનાકાનીનો વિચાર શું કામ કરે છે ?

ત્યારે સબીનાએ આંખો મીચી દઈ સરદાર તેજાસિંઘે ધરેલી હથેળીમાંથી એક ચિઠ્ઠી ઉપાડી

લીધી. પછી આંખો ઉઘાડી સ્મિત ફરકાવીને એ ચિઠ્ઠી સરદારજીને આપવા જતી હતી, પણ તેજાસિંઘે બાકી વધેલી ચિઠ્ઠીનો ઘા કરી પાણીમાં પધરાવી દેતાં કહ્યું :

'નહીં, એ તું તારા હાથે જ ખોલીને વાંચ. મારે તારી જબાનથી મુંબઈની અમારી ફ્લોટિંગ હોટેલનું નામ સાંભળવું છે.'

અને સબીનાએ ધ્રૂજતા હાથે ચિઠ્ઠી ઉખેળી તેમાં લખાયેલું નામ વાંચતાં પહેલાં વારાફરતી બંને સામે જોઈ લીધું, પછી નાજુક હોઠ પરથી એ નસીબવંતું નામ ઉચ્ચાર્યું :

'*વૈભવ-તેજ !*

સાંભળીને વૈભવ અને તેજાસિંઘ ક્ષણભર સ્તબ્ધ થઈ ગયા. ચિઠ્ઠીમાંથી નીકળેલા ચુકાદાનો પ્રતિભાવ આપવાની પહેલ સરદારજીએ જ કરી : 'શાબાશ, બેટી !' કહેતાં ઊભા થઈ જઈ તેજાસિંઘે બંને હાથમાં તેનું માથું પકડી, નીચા નમીને સબીનાનું કપાળ ચૂમી લીધું : 'ઉંમરલાયક બેટી આખરે તો પરાયી જ ગણાય !' પછી વૈભવ તરફ ફરીને ઉમેર્યું : 'બાબુજી, અગર વિરાણીશેઠ ઠીક સમજે તો હોટેલ કા નામ *વૈભવ-સબીના* રખીએ. ઐસા હોગા તો મુઝે જ્યાદા ખુશી હોગી.'

સાંભળીને વૈભવ લુખ્ખું હસ્યો, સબીના આડું જોઈ ગઈ અને એ જ વખતે સરદાર તેજાસિંઘને લેવા આવેલી બોટ હળવા થડકા સાથે *ગંગા ડ્રેગન* સાથે અફળાઈ.

'અચ્છા તો હમ ચલતે હૈં.' બહુ ખુશ થઈને જતા હોય એવી શૈલીમાં બોલતા સરદારજી સ્ફૂર્તિભેર નાની બોટમાં કૂદી ગયા. તેમના ભારથી હાલકડોલક થતી બોટમાં સંતુલન જાળવી લીધા પછી એમણે બંનેને કહ્યું :

'કોઈ પણ મામલામાં કૂદી પડનારા સમતોલપણું ગુમાવે નહીં તો આખરે બેડો પાર થયા વિના રહેતો નથી.'

એ અનુભવવાણી સાંભળી વૈભવ-સબીનાએ સૂચકપણે એકબીજા સામે જોઈ લીધું. ત્યાં સરદાર તેજાસિંઘ *આવજો*ની મુદ્રામાં હાથ ઊંચો કરી વિદાય લેતાં પહેલાં ફરી બોલી ઊઠ્યા : 'કૅપ્ટનને મેં કહી રાખ્યું છે, પાણીમાં સહેલ કરાવી એ તમને આખું હૉંગકૉંગ દેખાડશે. ભૂખ લાગે ત્યારે કિચનમાં ભાવતું ભોજન પણ તૈયાર હશે... કિનારે પાછા ફરો ત્યાં સુધી આ *ગંગા ડ્રેગન* તમારી જ છે એમ માનીને મોજ કરજો !'

આથમતા સૂર્યના અજવાળામાં વૈભવ-સબીના સરદારજીને દૂર ને દૂર સરકતા જોઈ રહ્યાં. એ દેખાતા બંધ થયા ત્યારે સબીનાથી હળવો નિઃશ્વાસ નખાઈ ગયો :

'દુનિયા પણ કેવી અજીબ છે ! જેણે મને બેટી તરીકે જન્મ આપ્યો એ સગી મા મને આઠ વરસની મૂકીને પરપુરુષ સાથે નાસી ગઈ અને જેને જિંદગીમાં પહેલી વાર મળી એ એક અજાણ્યા બુઝુર્ગે માત્ર સરગોધા ગામના નાતે અર્ધા કલાકની ઓળખાણમાં સાચા દિલથી મને બેટી બનાવી દીધી !'

બોલતાં-બોલતાં તેની આંખો હર્ષ-શોકનાં આંસુથી ઊભરાઈ આવી.

*

'ગૂડ મૉર્નિંગ, સર !'

સોમવારે સવાઅગિયાર વાગ્યે ઈશ્વરભાઈ વિરાણી ઑફિસમાં દાખલ થયા એટલે કામચલાઉ સેક્રેટરી ડૉલી મર્ચન્ટે હસીને આવકાર આપ્યો ત્યારે બૉસનું મોં સહેજ બગડી ગયું. ત્રણ વરસથી ગૂડ *મૉર્નિંગ ગ્રુપ*નાં અખબારો તેમની સામે પડી ગયાં ત્યારથી ઈશ્વરભાઈને ગૂડ *મૉર્નિંગ* શબ્દની ઍલર્જી થઈ ગઈ હતી. તેમનો આ અણગમો જાણનારાંઓ તો સવારે મળે અથવા ફોન કરે તો *ફાઈન મૉર્નિંગ*થી જ અભિવાદન કરતાં, પરંતુ ડૉલી બિચારી નવી હતી એટલે ભૂલથી તેમની દુખતી નસ દબાવી બેઠી અને તેમના બગડેલા મોઢાનો જુદો અર્થ કરી ખબર પણ પૂછ્યા :

'સર, હવે આપની તબિયત કેમ છે ?'

'ફાઈન, વેરી ફાઈન !' કહી ખુરશીમાં બેઠક લઈ કહેવા ખાતર ઉમેર્યું : 'રવિવારે આરામ કર્યો એટલે બધું બરાબર થઈ ગયું.'

'સર, કલકત્તાથી મંજૂષાદેવીનો ફોન હતો.'

ડૉલીએ જાણ કરી છતાં ઈશ્વરભાઈએ ટેબલ પર પડેલા અગત્યના પેપર્સમાંથી નજર ઊંચી કર્યા વિના સાંભળી લીધું.

'મેં કહ્યું કે બૉસને કાંઈ સંદેશો આપવો હોય તો કહો, પણ એ આપની સાથે જ વાત કરવા માગતાં હતાં.' કહીને ડૉલીએ હળવેકથી ઉમેર્યું : 'કાંઈક અંગત' બાબત હતી એટલું એ બોલી ગયેલાં.'

'અંગત બાબત !' હવે ઈશ્વરભાઈની ડોક ઊંચી થઈ ગઈ. પછી ચહેરાના ભાવ પલટાવીને બબડ્યા : 'કદાચ પૈસા-બૈસાની જરૂર પડી હશે. મિસ મર્ચન્ટ, કલકત્તાનો એનો નંબર મને આપજે ને.'

'નહીં, સર, એમણે કહ્યું હતું કે એ જ આપને બહારથી ફોન કરશે.'

બહારથી શબ્દે ઈશ્વરભાઈને વિમાસણમાં નાખી દીધા, છતાં કળાવા દીધું નહીં : 'ઠીક છે, તું જા !'

તેના ગયા પછી કેબિનમાં એકલા પડેલા ઈશ્વરભાઈનું મન કામમાં પરોવાયું નહીં. ગયા એક અઠવાડિયામાં કાંઈ ને કાંઈ એવું બનતું રહ્યું હતું જેણે મનની તાણ વધારી દીધી હતી અને કિડનીનો દુખાવો વકરાવી દીધો હતો. હંમેશાં પોતાનું ધાર્યું કરનારને ક્યારેક પોતાની ધારણા બહારનું બનવા માંડે ત્યારે બહુ આકરું લાગે છે.

ત્યાં ટેબલ પરનો ફોન રણક્યો. આડાઅવળા વિચારોને ખંખેરી નાખતા ઈશ્વરભાઈએ રીસીવર ઊંચકીને : 'હેલ્લો' કહ્યું ત્યાં જ સામેથી મંજૂષાનો પરિચિત અવાજ સંભળાયો :

'ગૂડ નૂન, સર !'

'શું ખબર છે, મંજૂષા ! થોડી વાર પહેલાં તેં ફોન કરેલો ?'

'હા, સર, ડૉલીએ કહ્યું કે શનિવારે આપની તબિયત...'

'ડોન્ટ વરી, મંજૂષા ! મારી તબિયત સરસ છે. તારી વાત કર.'

'સર, ગઈ કાલે કાલીમાના મંદિરે ગઈ હતી.'

'મારા વતી પ્રાર્થના કરી આવી ?'

'હા, સર, ત્યાં એક માણસ મળી ગયો.' મંજૂષાનો રણકો બદલાયો : 'એ બિચારો લકવાથી પીડાતો હતો.'

ઈશ્વરભાઈને થયું કે આવું કહેવા માટે મંજૂષાએ ફોન કર્યો હશે ?

'સર, હું મંદિરનાં પગથિયાં ચડતી હતી ત્યાં સહેજ સંતુલન ગુમાવી બેઠી તેમાં એ વૃદ્ધ માણસ પર ફસડાઈ પડી. ઊભા થતાં મેં માફી માગી તો એ બંગાળીમાં કહેવા લાગ્યો, તારા એક પગે ખોડ છે તો મારા બંને હાથે લકવા લાગ્યો છે. ખોડખાંપણવાળાં માણસોએ અરસપરસની માફી માગવાની ન હોય.'

'પછી ?'

'પછી તો એણે મારો પગ કેમ ભાંગી ગયો એ પૂછ્યું. મેં કહ્યું કે ત્રણેક વરસની હતી ત્યારે કોઈ મોટરવાળો મારો પગ કચડીને નાસી ગયેલો... સાંભળીને એ માણસની વૃદ્ધ આંખોમાં હમદર્દીનાં આંસુ ઊભરાઈ ગયાં. મને પૂછવા લાગ્યો, કેટલાં વરસ પહેલાં પગ કચડાઈ ગયો હતો ? તું ક્યાં રહેતી હતી ?

આટલું સાંભળતાં જ ઈશ્વરભાઈના હૃદયના ધબકારા વધી ગયા :

'અને, મંજૂષા તેં એને બધું કહ્યું ?'

'હા, સર, મારી વાત સાંભળતો ગયો તેમતેમ તે વધુ ને વધુ રડતો ગયો. પહેલાં તો મને થયું કે મારા પ્રત્યેની સહાનુભૂતિનું એ રુદન હશે, પણ પછી મને શંકા પડી.'

'શું શંકા પડી, મંજૂષા ?'

'મને થયું કે કદાચ એ જ માણસે મારો પગ કચડી નાખ્યો હશે, એના જ પસ્તાવામાં એ ચોધાર આંસુએ રડતો હશે.'

'તેં એવું કેમ માની લીધું ?'

'એટલા માટે કે એ કોઈ મોટા શેઠને ત્યાં કાર-ડ્રાઈવર હતો. એણે જ કહ્યું કે ચાર વરસ પહેલાં લકવામાં બંને હાથ ખોટા પડી ગયા એટલે શેઠે ડ્રાઇવિંગ છોડાવી દીધું, પણ પગાર ચાલુ રાખી એને બંગલાના ગૅરેજમાં રહેવાની સગવડ કરી આપી.'

'કયા શેઠને ત્યાં એ કામ કરતો હતો ?' આ સવાલ પૂછતી વખતે જવાબ સાંભળતાં પહેલાં ઈશ્વરભાઈની છાતી ભીંસાવા લાગી, પણ મંજૂષાના જવાબે એમને આંચકામાંથી ઉગારી લીધા :

'સર, હું એ પૂછું તે પહેલાં એણે મને કંઈક વિચિત્ર લાગે એવી પૃચ્છા કરી.'

'શું ?'

'એ કહે કે તારો પગ કચડી નાખનાર કોણ હતો એની તને જાણ થાય તો તું એને શું કરે ?' એટલું કહીને મંજૂષા શ્વાસ ખાવા રોકાઈ એટલી વારમાં ઈશ્વરભાઈનો શ્વાસ અધ્ધર થઈ ગયો, છતાં સ્વસ્થતા જાળવવાની કોશિશ સાથે સાંભળ્યા કર્યું :

'હવે, સર, આપ જ કહો, આટલાં વરસ પછી એ ઘાતકી માણસનો ભેટો થાય તો મારાથી એને શું થઈ શકે ?'

'મને પૂછવાને બદલે તું કહે કે તેં એ માણસને શું કહ્યું ?'

'મેં તો, સર, એટલું જ કહ્યું કે હમણાં કાલીમાના મંદિરમાં જઈને એમની પાસે એટલું માગી લઉં કે મારી આવી હાલત કરનારને તું એવો જ બદલો આપજે જેથી એને ખ્યાલ આવે કે અપંગ અવસ્થા કેવી કરુણાજનક હોય છે.' કહીને મંજૂષાએ ઈશ્વરભાઈને પૂછ્યું : 'સર, મેં બરાબર કહ્યું ને ?'

'તું વારેવારે મને પૂછવાનું રહેવા દે, મંજૂષા, પહેલાં એ કહે કે એ માણસનું નામ તેં પૂછ્યું કે નહીં ?'

'નામ તો પૂછ્યું પણ ઠેકાણું પૂછવાનું રહી ગયું. હું દર્શન કરીને બહાર આવી ત્યાં સુધીમાં એ રામેશ્વર અદૃશ્ય થઈ ગયો હતો.'

'તેં શું નામ કહ્યું એનું ? રામેશ્વર ?'

'જી હા !' મંજૂષાનો નિસાસો ઈશ્વરભાઈના હૃદયને વીંધી ગયો : 'સર, માત્ર રામેશ્વર નામથી હવે આવડા મોટા કલકત્તામાં હું એને ક્યાં શોધવા જાઉં ?'

ત્યારે જવાબ આપવાનું ઈશ્વરભાઈને ભારે પડી ગયું. પોતે મંજૂષાનો પગ કચડી નાખ્યો ત્યારે બાજુમાં આ રામેશ્વર ડ્રાઈવર જ બેઠો હતો.

'આપ કેમ કાંઈ બોલ્યા નહીં, સર ?'

'હું શું બોલું, મંજૂષા ?' ઈશ્વરભાઈનો અવાજ તરડાઈ ગયો : 'હવે આટલાં વરસે એ બાબતમાં ઊંડા ઊતરીને તને શું લાભ થવાનો ?'

'લાભ નહીં તો નુકસાન પણ શું થવાનું, સર !' ભોળાભાવે એ બોલી ગઈ. પછી તેના અવાજમાં અચાનક ધાર આવતી જતી ઈશ્વરભાઈને વર્તાઈ : 'મારો પગ કચડી નાખનારને એટલું તો ભાન થાય ને કે એની બેદરકારીએ મારા સંસારને કેટલી હદે ઉજાડી નાખ્યો... હું પતિ વગરની થઈ ગઈ, મારી ગોદ ખાલી રહી ગઈ. સ્ત્રીને માટે આ બે સુખથી વિશેષ બીજું જીવનમાં હોય છે શું ?'

પરંતુ ઈશ્વરભાઈ કાંઈ જ પ્રતિભાવ આપી શક્યા નહીં. એમની આંખોના ખૂણા ભીના થવા લાગ્યા અને હૃદય ભીંસાવા લાગ્યું. ઘણી વારે માંડ એટલું જ બોલી શક્યા :

'મંજૂષા, તું મુંબઈ આવી જા પછી આપણે રૂબરૂ ચર્ચા કરીશું. ત્યાં સુધી બીજું બધું બાજુએ રાખી કાલીમાની પૂજામાં મન પરોવી દે. આખરે તો ધાર્યું એમનું જ થવાનું.'

અને તેમણે વાતચીતનો દોર કાપી નાખ્યો, પરંતુ હૃદય પર ઝળૂંબતા ભયના ઓથારને હઠાવી શક્યા નહીં.

*

10

સોમવારની બપોરે હૉંગકૉંગ ટાઈમ સવાત્રણ વાગ્યે નિરાલી હોટેલની લિફ્ટમાંથી બહાર આવી. ઊંચી એડીનાં સૅન્ડલને કારણે આરસની ફરસ પર સાચવીને પગલાં ભરતી લૉબી પાર કરી પૉર્ચમાં પહોંચી ત્યાં સરદાર તેજાસિંઘની કાર તેની સામે આવીને ઊભી રહી. ચીની ડ્રાઈવરે અદબથી દરવાજો ખોલી આપ્યો એટલે નિરાલી વટથી દાખલ થઈ ઠાઠથી અંદર ગોઠવાઈ ગઈ. કિશનચંદ મિરચંદાનીની ટી-પાર્ટીમાં આજે તેણે વટ પાડવાનો હતો. બેએક ઈન્ડિનય સિવાયના બીજા સાત-આઠ નિમંત્રિતોમાં બ્રિટિશ, અમેરિકન, ફ્રેન્ચ અને ચીની મહેમાનો ટી-પાર્ટીમાં જોઈન થવાના હતા, એટલે નિરાલીએ અનારકલી સ્ટાઈલનો ઘરારા, જાકીટ અને દુપટ્ટાનો ડ્રેસ પસંદ કર્યો હતો. તેમાં ભરેલાં મોટાંમોટાં આભલાં શીશમહલની આભા ઊભી કરે છે એવું મુંબઈની ડ્રેસ ડિઝાઈનર ગોપિકાએ તેના મનમાં ઠસાવી દીધું હતું, જેના પોતે માત્ર બાર હજાર ચૂકવ્યા હતા ! જે પાર્ટીમાં ચાની સાથે પીરસવામાં આવતી પેસ્ટ્રીમાં સોનાની લગડી નીકળતી હોય તેમાં શોભે એ રીતે નિરાલીએ આંખે સોનેરી ફ્રેમના ગોગલ્સ ચડાવ્યાં હતાં અને કાંડે રૉલેક્સની સોનાની ઘડિયાળ બાંધી હતી. ધનિક બાપની આધુનિક પુત્રી માત્ર ફૅશનેબલ દેખાય એટલું પૂરતું ન ગણાય. એટલા ખાતર બિઝનેસમૅન પર વાક્ચાતુરીની છાપ પાડવા સવારે *મનીટૉક* પુસ્તકમાંથી દસ-પંદર ટુચકા પણ ગોખીને મોઢે કરી લીધા હતા. વાતવાતમાં બૅન્કના મૅનેજરને પોતે કહી શકે તેમ હતી કે વ્યાજ એક એવી વસ્તુ છે જેનું મિટર ચોવીસે કલાક ચાલતું રહે છે. તેને ન તો દિવસ કે રાત નડે છે, ન સન્ડે-હોલિડેની તે રજા પાળે છે ! એવી જ રીતે ચીની મહેમાનને ખુશ કરવા માટે બેએક ચીની કહેવતો પણ વચ્ચે બોલી નાખીશ... શુદ્ધ સોનાને ભઠ્ઠીનો ડર નથી એ કહેવત તો તેણે દસ વાર ગોખીને મોઢે કરી લીધી હતી.

કે.સી.ના બંગલે લઈ જવા માટે નિરાલીએ ચીની ડ્રાઈવરના હાથમાં કિશનચંદ મિરચંદાનીનું વિઝિટિંગ કાર્ડ પકડાવી દેતાં કહ્યું : 'આ જગ્યાએ વીસ મિનિટ પછી જ પહોંચવાનું છે - એક મિનિટ વહેલા નહીં અને બે મિનિટ મોડા પણ નહીં !'

અંગ્રેજી ઓછું જાણતા હોવાનો ડોળ કરનાર ચીની ડ્રાઈવરે સહેજ માથું ઝુકાવી, આછા સ્મિત સાથે તેની આજ્ઞા માથે ચડાવી ત્યારે નિરાલીને થયું કે વટ પાડવાની બરાબર શરૂઆત

થઈ છે. જોકે અર્ધા કલાક પહેલાં મોટા ભાઈ વૈભવ સાથેની જીભાજોડીમાં તેનો મૂડ થોડો વીખરાઈ ગયેલો ખરો. વૈભવ તેને પુરુષોની ટી-પાર્ટીમાં નહીં જવા માટે સમજાવતો રહ્યો હતો : આપણે હજુ પેલા ઝવેરીનો છોકરો જોવાનો બાકી છે. રાત્રે એને ત્યાં ડિનર લેવાનું નક્કી કર્યું છે. કલાક પછી અમે શૉપિંગમાં નીકળીએ છીએ. ત્રણે સાથે શૉપિંગ કરીએ, પછી બહાર ફરીએ અને રાત્રે પેલાને ત્યાં આપણે બંને ડિનર લેવા જઈએ... જવાબમાં પોતે મોટા ભાઈને સાફ સંભળાવી દીધું હતું : મારા માટે જ કે.સી.એ ટી-પાર્ટી ગોઠવી હોય અને હું ન જાઉં એ કેમ બને ?

'તું બે દિવસથી તેની સાથે હરેફરે છે છતાં હું કાંઈ બોલ્યો નહીં.'

'કારણ કે તમને મારી સાથે હરવાફરવાનો ટાઈમ નહોતો. તમને સબીનાની કંપની હતી, મારી કંપનીની તમારે જરૂર નહોતી.'

સબીનાએ પણ તેને શૉપિંગમાં સાથે આવવા સમજાવી તેમ છતાં નિરાલીએ વાત માની નહીં ત્યારે વૈભવ ગુસ્સે થઈ ગયેલો : 'તું એનું પણ માન નહીં રાખે, નિરાલી ?'

'મોટા ભાઈ, આપણી વાતમાં સબીનાને વચ્ચે લાવી મારો ઇરાદો બદલવામાં તમે ફાવશો નહીં. કે.સી. તમનેય પાર્ટીમાં બોલાવવા માગતો હતો, પણ મેં જ ના પાડી દીધી, કારણ કે તમે સબીનાને છોડીને ક્યાંય જવા તૈયાર થવાના નહોતા.'

'કેમ, સાંજે પેલા ચન્દ્રકુમારને ત્યાં ડિનર લેવા માટે સબીનાને છોડીને જ આપણે જવાનાં છીએ ને ?'

'એ તો છૂટકો નથી એટલે. મુંબઈ જઈને મમ્મી-ડૅડીને જવાબ તો આપવો જ પડશે ને તમારે ? અને એ ઝવેરીને ત્યાં ડિનરમાં જવાની પણ મારી જરાય ઇચ્છા નથી.'

'નિરાલી, તું તો એવી રીતે વાત કરે છે જાણે મારે ખાતર ડિનરમાં જવા તૈયાર થઈ હો.'

'તમારે ખાતર નહીં, મમ્મી-ડૅડીને ખાતર... સવારે મમ્મીએ ફોન પર કહ્યું હતું કે તમે ભાઈ-બહેન ઝવેરીને ત્યાંથી જમીને હૉંગકૉંગ ટાઈમ પ્રમાણે રાત્રે અગિયારેક વાગ્યે હૉટેલમાં પાછાં ફરી જશો ત્યારે હું ફોન કરીને પૂછી લઈશ, છોકરો ગમ્યો કે નહીં ? અને હું જવાબ આપીશ કે નહીં, મમ્મી, બિલકુલ ગમ્યો નહીં.'

'જોયા વગર જ જવાબ આપી દેવાની હતી તો હૉંગકૉંગ સુધી શું કામ આવી, નિરાલી !'

'હું નથી આવી, બીગ બ્રધર, મારું ગૂડ લક મને ખેંચી લાવ્યું.'

'પેલા સિંધીને તું તારું ગૂડ લક ગણે છે ?'

'કોઈ સિંધીને ગણે તો કોઈ પંજાબણને ગણે.'

'તારી વાતમાં સબીનાને શું કામ વચ્ચે લાવે છે ?'

'તો પછી તમે મારી અને કે.સી.ની વચ્ચે શું કામ આવો છો ?'

'કારણ કે તારા એ કે.સી.ને હજુ આપણે પૂરો પિછાણતાં નથી.'

'માણસને પિછાણવા માટે એને વારંવાર મળવું જરૂરી હોય છે, મોટાભાઈ ! તમારી જાતને જ પૂછો ને, તમે સબીનાને કેટલી વાર મળ્યા પછી...'

'નિરાલી, તું મને મોટા ભાઈ કહે છે ખરી, પણ નાની બહેને રાખવી જોઈએ એટલી અદબ રાખતી નથી.'

'તમે ઈશ્વરભાઈ વિરાણીને ડેડી કહો છો છતાં સબીનાની વાત આવી ત્યારે અહીં હૉંગકૉંગ બેઠાં ફોન પર એમનું મોઢું તોડી લેતાં જવાબો આપ્યા હતા એવું મમ્મીનું કહેવું છે.'

ત્યારે વૈભવ રોષમાં આવી જઈ હોઠ ભીંસી તેના તરફ ધસી ગયો હતો. નાની બહેનને તમાચો મારી દેવાની તૈયારીમાં જ હતો ત્યાં યાદ આવી ગયું : સબીના બાજુના સ્વીટમાં છે. તમાચાના જવાબમાં નિરાલી તમાશો કરી બેસશે તો સબીના પર કેવી છાપ પડશે ?

'ઠીક છે, નિરાલી, તને મન ફાવે તેમ કર... પેલા સાથે જ્યાં જવું હોય ત્યાં જા, પણ ડિનરમાં જવા માટે રાત્રે આઠ સુધીમાં હોટેલ પર પાછી આવી જજે...' એમ કહીને વૈભવે જીભાજોડી પર પૂર્ણવિરામ મૂક્યું અને પોતાનું ધાર્યું કરવાના જુસ્સામાં નિરાલી પગ પછાડીને કે.સી.ને બંગલે જવા નીકળી પડી.

પાંચેક મિનિટની ડ્રાઇવ પછી નિરાલીએ મોટા ભાઈ સાથેની રકઝક ભૂલી જવા કારની બહાર નિરીક્ષણ કરવામાં મન પરોવ્યું તો શનિ-રવિ જે રસ્તા પર કે.સી. સાથે મોકળાશથી ફરી હતી એ જ માર્ગ હવે વાહનોથી ઊભરાતો હતો. મુંબઈના માર્ગોય વાહનોથી ઊભરાતા હોય છે, પરંતુ હૉંગકૉંગની વાત તેને સાવ નિરાલી લાગી. ત્યાં તો માત્ર ઍમ્બૅસેડર-કોન્ટેસા, એન.ઈ. કે પદ્મિની અથવા બે-ત્રણ પ્રકારની મારુતિઓ જ દેખાય છે, જ્યારે અહીં હોન્ડા, ટોયોટા, મર્સિડિસ, રોલ્સ રોઇસ, ફોર્ડ, સાબ અને બીજી કોણ જાણે કેટલીય કંપનીની કારો ફરતી હતી !

'મુંબઈની જેમ હૉંગકૉંગમાં પણ લોકો ધન કમાવા આવે છે, પરંતુ બંને શહેરો વચ્ચે મોટો તફાવત છે.' નિરાલીને કે.સી.ના શબ્દો યાદ આવી ગયા : 'મુંબઈમાં ધનિકોએ વધારાની કમાણી ચોરીછૂપીથી ખરચવી પડે છે, જ્યારે અહીં હૉંગકૉંગમાં તમે કઈ રીતે પૈસા કમાઓ છો એ કોઈ પૂછતું નથી. દાણચોરી કરીને કમાઓ કે હેરાફેરી કરીને... તમારા પૈસા છે અને તમે વાપરો છો.'

ત્યારે નિરાલીને પૂછવાનું મન થઈ આવ્યું હતું : કે.સી. તું અહીં આવીને કેટલું કમાયો ? પણ ત્યાર પહેલાં તેણે જ આડકતરી રીતે કહી દીધેલું : મારો આઠ બેડરૂમનો સ્વિમિંગ પુલવાળો બંગલો અહીં ભાડે લેવા જાઓ તો મહિને બે લાખ રૂપિયા ભાડું ખરચવાથી પણ ન મળે અને વેચવા જાઓ તો બે કરોડ કરતાં વધારે ઊપજે !

તેના પરથી નિરાલીએ ગણતરી માંડી હતી કે કિશનચંદ મિરચંદાની વીસ-પચીસ કરોડનો આસામી તો હોવો જ જોઈએ.

નિરાલીની નજર કારની બહાર રસ્તા પર હતી, પણ મન વારંવાર કે.સી.ના વિચારમાં ભ્રમણ કરવા નીકળી પડતું હતું. આજ સુધી કોઈ પ્રેમીમાં પોતે ઠરીઠામ થઈ નહોતી, પણ કિશનચંદને પામવામાં હવે કોઈ અવરોધ તેને રોકી શકવાનો નથી. ટી-પાર્ટી પછી એ તેને તરતી રેસ્ટોરાંમાં લઈ જવાનો હતો. ત્યાર પછી વિક્ટોરિયા હિલના શિખર પરથી હાથમાં હાથ મિલાવી બંને સંધ્યાકાળે નીઑનસાઈનની રંગબેરંગી રોશનીથી ઝળહળતા હૉંગકૉંગનું નિરીક્ષણ કરતાં-કરતાં એકબીજામાં લપેટાઈને...

ત્યાં જ ચીની ડ્રાઈવરે કારની ગતિ ધીમી કરતાં તેનું ધ્યાન દોર્યું : 'મે'મ, યોર ડેસ્ટિનેશન (મૅડમ, તમારી મંજિલ.)'

ડ્રાઈવરનું એમ બોલવું તેને બહુ જચી ગયું. પ્રેમના માર્ગે પાંચપાંચ વરસ ભટકીને આખરે મંજિલ મળી હતી ને !

વળાંક લઈને કાર મેઈન ગેટમાં પ્રવેશ કરે ત્યાં સુધીમાં નિરાલીએ ઝડપથી નાની આરસીમાં નજર કરી મેકઅપ ચેક કરી લીધો, શેમ્પુ કરેલા કોરા વાળ પર હાથ પસવારી લીધો અને અનારકલી ડ્રેસ પર પડેલી કરચલી ઠીકઠાક કરી નાખી. પછી બંગલાના પ્રવેશદ્વાર પર ચોડેલી તકતી પર ધ્યાન ગયું : *મીર વિલા !* આગલી સાંજે કે.સી. બહારથી બંગલો દેખાડવા લઈ આવ્યો ત્યારે નિરાલીએ પૂછેલું *મીર વિલા* નામ રાખવા પાછળ આઈડિયા શું ? ત્યારેય તેણે કહેલું : 'મિરચંદાનીનું મીર કરી નાખ્યું. ગમે તેમ તોય હવે હું મીર બન્યો છું ને ?' એ વખતે નિરાલીના હોઠે આવી ગયેલું : મારવો તો મીર, બાકી ચન્દ્રકુમાર જેવા મગતરામાં શું વળે ?

નાના ગાર્ડન અને મોટા સ્વિમિંગ પુલ પાસેથી પસાર થતી કાર બંગલાના પૉર્ચમાં આવીને ઊભી રહી ત્યારે એને થયું કે મારા માટે વેઈટ કરતો કે.સી. હમણાં કારનો દરવાજો ઉઘાડીને આવકાર આપશે : વેલકમ, લેડી ચીફ ગેસ્ટ !

તેને બદલે ત્રાહિત માણસે દરવાજો ઉઘાડીને શુષ્ક ચહેરે અને સખત અવાજે પૂછ્યું : 'યસ, મૅડમ ?'

પૂછ્યું એનો વાંધો નહોતો, પણ અંદર દોરી જવાને બદલે જવાબની રાહ જોઈને રસ્તો રોકીને એ ઊભો હતો.

'મિસ્ટર, તમને ખબર હોવી જોઈએ કે હું આજની ટી-પાર્ટીમાં ચીફ ગેસ્ટ છું.' તોરમાં બોલતી નિરાલીએ સોનેરી પર્સમાંથી પોતાનું કાર્ડ કાઢી આધેડ વયના એ આસામીના હાથમાં પકડાવી દીધું : 'ટેક મી ઈન.'

તેના આદેશને તાબે થવાને બદલે કાર્ડ પર નજર નાખ્યા વિના જ એ માણસને બંગલાના પગથિયે ઊભેલા સ્માર્ટ યુવાનના હાથમાં એ સોંપી દઈ નિરાલીને ન સમજાતી કેન્ટોનિઝમાં કાંઈક કહ્યું.

યુવાને ધ્યાનથી કાર્ડ વાચ્યું ત્યારે એની આંખમાં આવેલી ચમક નિરાલીના ધ્યાન બહાર રહી નહીં. મનોમન એ પોરસાઈ : હં, હવે અસર થઈ !'

પરંતુ કાર્ડ વાંચ્યા પછીય પેલાએ માત્ર તેને પગથી માથા સુધી નિહાળી લેવા સિવાય આવકારનો પ્રતિભાવ દર્શાવવાને બદલે બીજા હાથમાં પકડેલા વૉકીટૉકીનું બટન દબાવી ફરી કેન્ટોનિઝમાં કોઈકની સાથે વાતચીત કરી. નિરાલીને તેમાં પોતાના નામ સિવાય બીજો એકે શબ્દ સમજાયો નહીં, છતાં અનુમાન કર્યું કે વૉકીટૉકી દ્વારા બંગલામાં કે.સી.ને પોતાના આગમનની જાણ કરવામાં આવી હશે.

વટથી બંગલામાં પ્રવેશ કરવાના ઉત્સાહથી આવેલી નિરાલીને આ વિલંબ બહુ ખટક્યો, છતાં કે.સી. લેવા આવે તેની રાહમાં હસતું મોઢું રાખ્યું.

પરંતુ કે.સી.ને બદલે બંગલામાંથી કોઈક સૂટધારી અજાણ્યો માણસ આવતો દેખાયો. જોકે તેના મુખ પર મહેમાનને આવકારવાનો ઉમળકો નહોતો, છતાં નજીક આવી વિવેકપૂર્વક કહ્યું : 'આપ અંદર આવી શકો છો !'

પધારો શબ્દને બદલે *આવી શકો છો* એવા ઉપકારભર્યાં વેણ તેને ખટક્યાં, છતાં આંખો પરથી ગૉગલ્સ ઉતારી નિરાલીએ મન મનાવી લીધું : કદાચ કે.સી.ની ટી-પાર્ટીમાં મહેમાનો સાથે આવી પ્રૅક્ટિકલ જોક પણ થતી હશે.

પ્રવેશ કરતાંની સાથે જ આંખ આંજી નાખતી બંગલાની સજાવટે નિરાલીને ગેલમાં લાવી દીધી. પગથિયાંની સીડી સુધી બિછાવેલી રેડ કાર્પેટ, બંને દીવાલે ટીંગાતાં મૉડર્ન પેન્ટિંગ્સ, દર પાંચમા ડગલે બંને બાજુ ગોઠવેલી આરસની પ્રતિમા અને સીસમના લાકડાના કઠેડાવાળી સીડીનાં પગથિયાં પર ગાલીચો બિછાવ્યો હોય એવી પગલેપગલે વર્તાતી સુંવાળપ ! બહારની સજાવટ આટલી ભપકાદાર છે તો અંદરનો ઠાઠ કેવો હશે ! મોટા ભાઈ સાથે આવ્યા હોત તો તેમને કહેત કે પૈસા હોવા એ નસીબની વાત છે, પણ પૈસા ખરચવા એ શોખની વાત છે.

ચૂપચાપ પોતાને દોરી જતા માણસની પાછળપાછળ સીડી ચડીને નિરાલી દીવાનખંડમાં દાખલ થઈ ત્યાં જ તેના પગ થંભી ગયા. તેણે કલ્પના કરી હતી એવા મહેમાનોને બદલે ભાવશૂન્ય ચહેરાવાળા જુદી જાતના લાગતા ચાર-પાંચ પુરુષો વચ્ચે પોતે આવી ચડી હતી. એ દરેક પરથી નજર ફેરવીને છેલ્લે વૉકીટૉકી સાથે ઊભેલા યુવાનને જોતાં જ તેની આંખો આશ્ચર્યથી પહોળી થઈ અને હોઠ અણગમાથી વંકાયા : આ એ જ માણસ... ગઈ કાલે રેસમાં પોતાને ધારીધારીને જોયા કરતો હતો એ જ !

'કમ ઈન, મિસ વિરાણી !'

એ સોહામણા યુવાને વિવેકથી કહ્યું છતાં નિરાલીને કઠ્યું.

'વ્હેર ઇઝ કે.સી. ?'

તેના સવાલમાં રુઆબ હતો, જવાબનો તકાદો હતો.

'એ અંદર છે.' નિરાલી આગળ ન વધી એટલે ધીમાં પગલે તેની નજીક આવતા એણે કહ્યું : 'આઈ ઍમ સૉરી, મિસ વિરાણી, પણ મિસ્ટર મિરચંદાની તમને વેલકમ કરવા અહીં નહીં આવી શકે.'

'કેમ... કેમ... વ્હાય નૉટ ?' અકળામણભરી અધીરાઈ સાથે એણે પૂછ્યું. પછી આજુબાજુ ઊભેલા સૌના તંગ ચહેરાએ તેને ચિંતામાં નાખી દીધી : 'વૉટ ઈઝ રૉંગ, મિસ્ટર...'

'આઈ ઍમ સાજન ગિડવાણી.'

પેલાએ પરિચય આપ્યો એ પણ ન ગમ્યું હોય તેમ નિરાલી ઊંચા અવાજે બોલી ઊઠી : 'તમે કોણ છો એની સાથે મારે કોઈ નિસ્બત નથી, પરવા પણ નથી... ટેલ મી, વ્હેર ઈઝ કે.સી. ? વૉટ ઈઝ રૉંગ વીથ હીમ ?'

'એ અંદર બેડરૂમમાં છે.'

'બેડરૂમમાં !' નિરાલીની ચીડમાં હવે ચિંતા ભળી : 'એને કાંઈ થયું છે ? ટી-પાર્ટીનાં બીજાં મહેમાનો ક્યાં છે ?'

'સૉરી, મિસ, ટી-પાર્ટીનાં મહેમાનોને બદલે અત્યારે અહીં તમે જેમને જોઈ રહ્યા છો એ સર્ચ પાર્ટીના અધિકારીઓ છે.'

'સર્ચ પાર્ટી !' નિરાલીના હાથમાંથી પર્સ નીચે પડી ગયું : 'શેની સર્ચ પાર્ટી ?'

'તમે થોડી વાર શાન્તિથી બેસો એટલે કહું.' પેલા યુવાને નીચે પડેલું પર્સ ઊંચકી નિરાલીના હાથમાં સોંપતા કહ્યું : 'સાંભળવા માટે તમારે જરા સ્વસ્થ થવું પડશે.'

'મારે બેસવું નથી, મિસ્ટર સાજન કે રાજન, તમે જે હો તે...'

'હું સાજન જ છું, રાજન તો અંદર છે.'

'તમે આ શું મજાક માંડી છે ?' ટર્કિશ ગાલીચા પર પગ પછાડી નિરાલી બરાડી : 'તમે કોણ છો ?'

'અમે છીએ ઍન્ટિકરપ્શન (રુશવત-વિરોધી) બ્યુરોના ઑફિસર્સ... અને તમે જેમની પાર્ટીનાં મહેમાન બનીને આવ્યાં છો એ મિસ્ટર કિશનચંદ મિરચંદાની છે એક નંબરના ફ્રૉડ (બદમાશ) !'

'કોણે કહ્યું ?'

તેના ઊંચા અવાજે સાજન ગિડવાણીના ચહેરા પર સખતાઈ પ્રસરાવી દીધી.

'મિસ વિરાણી, અમને ખબર છે કે તમે ભારતના બહુ મોટા ઉદ્યોગપતિનાં પુત્રી છો... પરંતુ તમને એ પણ ખબર હોવી જોઈએ કે હૉંગકૉંગમાં લાંચરુશવત, દગાબાજી કે છેતરપિંડી કરનારાઓને ઝબ્બે કરવા માટે અહીં સર્વસત્તાધીશ એવો ઍન્ટિકરપ્શન બ્યુરો ચાલે છે.'

'સર્વસત્તાધીશ એટલે ?' નિરાલીનો અવાજ સહેજ નીચો થયો પણ તોર ઓછો ન થયો : 'ઈન્ડિયામાં પણ ઍન્ટિકરપ્શન ખાતાં ચાલે છે. મને એના વિશે સમજણ આપવાની જરૂર નથી.'

'જરૂર છે, મિસ વિરાણી !' સાજન ગિડવાણી મૃદુ અવાજે કહી રહ્યો હતો : 'ઈન્ડિયાના લાંચરુશવત વિરોધી ખાતાને અમારા જેટલી સત્તા નથી. અમારો બ્યુરો બ્રિટિશ સરકારના સીધા અંકુશ હેઠળ છે. અહીંના કોઈ પણ મહાનુભાવ અમારા કામમાં દખલ કરી શકતા નથી. ગમે એવા માંધાતા પણ અમારા ગુનામાંથી છટકી શકતા નથી.'

'પરંતુ...' નિરાલીના અવાજમાં ધ્રુજારી આવવા લાગી : 'કે.સી.એ કયો ગુનો કર્યો છે ? હૉંગકૉંગના મોટામોટા માણસો તેમનું રિસ્પેક્ટ રાખે છે, તેમનો આદર કરે છે !'

'એ રિસ્પેક્ટ મિરચંદાનીનું નહીં પણ તેમણે છેતરપિંડી કરીને એકઠાં કરેલાં નાણાં અને એ નાણાંને બેફામપણે ઉડાવવા બદલ સૌ તેમનો આદર કરે છે, મિસ... અંદર બેડરૂમમાં અત્યારે એની જ પૂછપરછ ચાલી રહી છે અને તમારા યજમાન કિશનચંદ મિરચંદાની એમના ગુનાનો એકરાર કરી રહ્યા છે.'

'એકરાર !'

નિરાલીને ચક્કર આવવા લાગ્યાં. પાંચ વરસ પહેલાં જૉકી જીમીને રેસના ઘોડા પરથી ઊથલી પડતો જોયો હતો એ દૃશ્ય નજર સમક્ષ તરવરવા લાગ્યું. અત્યારે જાણે કોઈ વજનદાર પગ હેઠળ પોતાની ગરદન મરડાઈ રહી હોય... કચડાઈ રહી હોય એવી પીડાભરી ચીસ હૃદયથી ગળા સુધી આવીને અટકી ગઈ. સ્થિર ઊભા રહેવા માટે તેણે મનોબળ મક્કમ કરવું પડ્યું. સ્વસ્થ થવા માટે હિંમત એકઠી કરવી પડી. આંખમાં ધસી આવતાં આંસુને રોકતી માંડ એ બોલી શકી : 'ગઈ કાલે રેસમાં મારા પર દૂરબીન માંડ્યું હતું એ તમે જ ?'

'નહીં, એ મારા ભાઈ રાજન ગિડવાણી હતા.'

'પણ એ અદલોઅદલ તમારા જેવા જ...'

'મારા જેવા દેખાતા હતા એમ કહેવા માગો છો ને, મિસ વિરાણી ?' પહેલી વાર સાજનના હોઠ પર સ્મિત ફરક્યું : 'ઘણા લોકો આવી ભૂલ કરી બેસે છે... તમે અંદર જશો એટલે ખાતરી થઈ જશે.'

કહી હાથના સંકેતથી સાજન તેને બેડરૂમ તરફ દોરી ગયો : 'તમારા આગમનની કિશનચંદને જાણ કરી નથી.' કહેતાં તેણે હળવેકથી દરવાજો ખોલી આપ્યો અને નિરાલી ધ્રૂજતા પગે વિશાળ બેડરૂમમાં દાખલ થઈ.

દિવસના અજવાળામાંથી રાત્રીના અંધકારમાં ભૂલી પડી હોય તેમ બેડરૂમમાં પ્રવેશ કરતી નિરાલીએ થોડી વાર આંખોની પાંપણો પટપટાવી દૃષ્ટિ સ્થિર કરી તો સામે પલંગ પર અધૂકડો બેઠેલો કે.સી. દેખાયો. હજુ ગઈ કાલે તેનાથી છૂટા પડ્યાને સત્તર કલાક પણ પૂરા થયા નહોતા એટલી વારમાં આ માણસના ચહેરાનું નૂર ક્યાં ચાલ્યું ગયું ? ખંડમાં એરકન્ડિશન્ડ શીતળતા હોવા છતાં આંખોનું તેજ ઓલવાઈ ગયું હતું અને ક્યારેય જેને સિગારેટ પીતા જોયો નહોતો એ કે.સી. ધ્રૂજતા હોઠે સિગારેટ ફૂંકીફૂંકીને નર્વસનેસ ઓકતો હોય તેમ ધુમાડા કાઢતો હતો.

'અરે, નિરી !'

તેને જોતાં જ કિશનચંદનું મોં આંચકા સાથે પહોળું થયું અને બે આંગળી વચ્ચે પકડેલી સિગારેટ ફંગોળાઈને પલંગની બાજુમાં પડી. ઝડપથી તેના પર સ્લીપરવાળો પગ દાબી દઈ તેણે નિરાલી પાસે જવા માટે ઊઠવાનો પ્રયાસ કર્યો, પણ શરીરમાં શક્તિ રહી ન હોય તેમ પાછા બેસી જવું પડ્યું. તેની સ્થિતિ જોઈને નિરાલીએ નજીક આવવા પગ ઉપાડ્યા ત્યાં પેલો બોલી ઊઠ્યો :

'નહીં, નિરાલી, અત્યારે તું પાછી ચાલી જા, પ્લીઝ...' બોલતાં-બોલતાં કિશનચંદના મોંમાંથી થૂંક ઊડવા લાગ્યું : 'પ્લીઝ, તું હોટેલ પર જા. સાંજે હું તને ત્યાં મળવા આવું છું... નિરાંતે બધું સમજાવું છું.'

નિરાલીને તેની દયા આવી ગઈ. કદાચ કે.સી. કોઈની અદાવતનો ભોગ બન્યો હશે. સત્તાવાળાની ખફા-દૃષ્ટિ તેના પર ઊતરી હશે. ઝડપથી શ્રીમંત બની જનારાની ઈર્ષા કરનારા અનેક હોય છે...

'ઓકે, કે.સી.... બી બ્રેવ. ડોન્ટ બી નર્વસ ! હું જાઉં છું. હોટેલ પર તારી રાહ જોઉં છું.

તેને હિંમત આપી નિરાલી પાછી ફરવા માટે પીઠ ફેરવતી હતી ત્યાં –

'વેઇટ અ મિનિટ, મિસ વિરાણી ! તમને મળવા એ હોટેલ પર નહીં આવે. કદાચ તમારે એમને મળવા જેલ પર જવું પડશે.'

કોઈ અણધાર્યો ગેબી અવાજ તેની પીઠ પર અફળાયો ત્યારે નિરાલીને ખ્યાલ આવ્યો કે ખંડમાં ત્રીજી વ્યક્તિની હાજરી તો પોતે સાવ વીસરી ગઈ હતી. એ જ વખતે બારીનો પડદો ખોલવાનો અવાજ આવ્યો અને બેડરૂમમાં સૂર્યપ્રકાશનો ઉજાસ પથરાઈ ગયો.

નિરાલીએ તેના પર દૃષ્ટિ માંડી. બહાર જોયેલો સાજન ગિડવાણી જાણે અંધારામાં આવીને તેની સામે ઊભો રહી ગયો હોય એવો બે ઘડી ભ્રમ થયો. પછી ખ્યાલ આવ્યો કે પેલા સાજને

કહ્યા પ્રમાણે આ તેનો જોડિયો ભાઈ હોવો જોઈએ. છતાં બે વ્યક્તિ વચ્ચે આટલી હદે સામ્ય હોઈ શકે એ ઘડીભર તેના માનવામાં આવ્યું નહીં. તેજસ્વી આંખો, અણીદાર નાક, પાતળા હોઠ, લાંબો ચહેરો, પ્રમાણસર કપાળ અને બહાર ઊભેલા યુવાન જેવી હેરસ્ટાઈલ... પોશાક પણ એકસરખો અને બોલવાની શૈલીમાંય એવું જ સામ્ય !'

'મારે ખાસ કારણસર તમને જતાં રોકવા પડ્યાં, મિસ વિરાણી !'

'કારણ જે કાંઈ હોય, કહી નાખો, મિસ્ટર રાજન ગિડવાણી !'

નિરાલી બે ડગલાં આગળ વધી ત્યાં કિશનચંદ બંને હાથ આડા કરી બરાડી ઊઠ્યો :

'નહીં, નિરી ! તું એની કોઈ વાત સાંભળતી નહીં ! એ બધા આપણા દુશ્મન બની બેઠા છે...'

ત્યારે નિરાલી લુખ્ખું હસી :

'ડોન્ટ વરી, કે.સી., હું કોઈની વાત સાંભળીને ભરમાઈ જાઉં એવી નથી... આમ તો રવિવારે સવારે પણ આ મિસ્ટરે મને ફોન કરીને તારાથી દૂર રહેવાની સાવચેતી આપી હતી, છતાં હું ક્યાં માની ?'

'ઓહ, મિસ વિરાણી, અવાજ ઓળખવામાં કદાચ તમારી ભૂલ થતી હોય. ફોન કરનાર મારે બદલે મારો ટ્વિન બ્રધર (જોડિયો ભાઈ) સાજન પણ હોઈ શકે.'

'નહીં, મિસ્ટર રાજન, એ તમે પોતે જ હતા... તમે બંને ટ્વિન્સ બીજી બધી રીતે અદલોઅદલ મળતા આવતા હશો, પણ તમારા બંનેના અવાજમાં તફાવત છે... તમે ઘટ્ટ અવાજે બોલો છો, જ્યારે બહાર ઊભેલા તમારા બ્રધરનો અવાજ તીણો છે.'

'વેરી ગૂડ, મિસ વિરાણી, તમારી શાર્પનેસ(કુશાગ્રતા)ને દાદ આપવી પડે !'

હૉંગકૉંગના સર્વસત્તાધીશ ઍન્ટિકરપ્શન બ્યુરોના સત્તાવીસ વરસના ઑફિસર રાજન ગિડવાણીના બોલવામાં કટાક્ષનો અંશ સુધ્ધાં નહોતો છતાં નિરાલીએ તેને સંભળાવ્યું : 'મિસ્ટર, દાદ આપવાનું પૂરું થયું હોય તો મને અહીં રોકવાનું કારણ કહી દો... ક્વિક !'

ત્યારે રાજન બારીક નજરે નિરાલીનું નિરીક્ષણ કરવા લાગ્યો અને એ તકનો લાભ લઈ કિશનચંદની જીભ ફરી સળવળી :

'નિરી, તું એની વાહિયાત વાતો સાંભળવા શું કામ રોકાય છે ? એ મને તારી નજરમાંથી ઉતારી પાડવા માગે છે. હું હોટેલ પર ફોન કરીને તને અહીં આવતી અટકાવવા માગતો હતો, પણ આ... આ માણસે મનાઈ કરી દીધી.'

'યેસ, મિસ વિરાણી, કદાચ કિશનચંદ મિરચંદાની તમારી પાસે પહેલી વાર કાંઈક સાચું બોલ્યા.' હવે રાજન કટાક્ષમાં બોલતો હતો : 'અમે અહીં બે વાગ્યે છાપો માર્યો ત્યારે મિસ્ટર મિરચંદાનીની બહુ ગવાયેલી ટી-પાર્ટીની તમામ તૈયારી થઈ ચૂકી હતી. અમે મહેમાનોની યાદીમાંથી દરેકે-દરેકને ફોનથી જણાવી દીધું કે આજની ટી-પાર્ટી અનિવાર્ય સંજોગોવશાત્ રદ કરી દેવામાં આવી છે... એકમાત્ર તમારા સિવાય.'

'એ અપવાદનું કારણ ?'

'કારણ એ કે ફોન પર મેં તમને આ માણસથી ચેતવ્યાં ત્યારે તમે મને ગો ટુ હેલ (જહન્નમમાં

જાઓ) કહીને ફોન પછાડ્યો હતો. એટલે મને થયું કે તમે જાતે અહીં આવી નજરોનજર બધું જુઓ તો જ તમને સમજાશે કે તમે કેટલી ઝડપથી આ માણસના હેલ (નરક) તરફ ધસી રહ્યાં હતાં !'

હવે નિરાલીએ રાજન પરથી નજર હઠાવી કે.સી. પર દૃષ્ટિ માંડી. તેની વેધક નજર સહી ન શકતાં કે.સી.એ ફરી મોં ખોલ્યું :

'નિરી, મેં આ માણસને કેટલું સમજાવ્યો... આપણે ઇન્ડિયન છીએ. હું સિંધી મિરચંદાની છું અને તું સિંધી ગિડવાણી છો... પરદેશમાં મને બદનામ કરવાથી તને શું લાભ થવાનો ?'

ત્યારે પહેલી વાર રાજન મોકળાશથી હસ્યો :

'વાહ, કિશનચંદ મિરચંદાની ! તમારો જવાબ નથી ! તમે ઈન્ડિયન છો છતાં પરદેશમાં આવા ગોરખધંધા કરીને એવી અપેક્ષા રાખો છો કે બીજો ઈન્ડિયન તમને જતા કરી દે ? મને શરમ એ વાતની છે કે તમે સિંધી છો ! તમારાં કરતૂતોને કારણે સમસ્ત સિંધી કોમને નીચાજોણું થશે... પરંતુ કુદરતનો એટલો ઉપકાર માનો કે એ સિંધીની બદમાસી પકડવામાં બીજો સિંધી નિમિત્ત બન્યો...'

રાજનના બોલવામાં આક્રોશ વધતો જતો હતો :

'અને કિશનચંદ, તમે જે પાંચ બૅન્કો સાથે કરોડોની ઠગાઈ કરી એમાં બે ઈન્ડિયન બૅન્કો પણ છે ને ? તમને ત્યારે વિચાર કેમ ન આવ્યો કે હું મારા દેશની બૅન્કો સાથે ગોલમાલ કરું છું ?'

કિશનચંદ શું જવાબ આપે ? તે નિરાલી સાથે નજર મિલાવી શક્યો નહીં. હવે નિરાલીની અધીરાઈ વધી ગઈ : 'રાજન, એણે શું ગોલમાલ કરી એ જરા મને કહેશો ?'

'વિગતથી તો કહી નહીં શકું, મિસ વિરાણી, પણ એક્સપોર્ટના નામે આ માણસે બે બ્રિટિશ, એક અમેરિકન અને બે ઈન્ડિયન બૅન્કો સાથે છ કરોડ હૉંગકૉંગ ડૉલર્સની છેતરપિંડી કરી છે.

'છ કરોડ !'

'હા, અને તે પણ હૉંગકૉંગ ડૉલર્સ !' રાજને વીંધી નાખતી નજર કિશનચંદ પર ફેંકતાં કહ્યું : 'તેના રૂપિયા કેટલા થાય એ તો તમે જ ગણી કાઢજો... બાકી છેલ્લા ત્રણ મહિનાથી અમારો એના પર જાપ્તો હતો. પુરાવા મેળવવા થોડો સમય ગયો તેમાં એ માણસ અઠવાડિયા માટે મુંબઈ જઈ આવ્યો અને પ્લેનમાં તમને એનો ભેટો થઈ ગયો... નહીંતર આ મામલામાં તમે સંડોવાયાં ન હોત.'

'એટલે ?' નિરાલીને હવે કેસની ગંભીરતા સમજાઈ હોય તેમ બોલી ઊઠી : 'હું પણ આ મામલામાં સંડોવાઈ છું એમ તમે કહેવા માગો છો ?'

'સદ્ભાગ્યે તમે સંડોવાતાં સહેજમાં રહી ગયાં, મિસ વિરાણી !' કહી રાજન ગિડવાણીએ કે.સી.ના પલંગ નીચેથી એક સૂટકેસ ખેંચી લઈ, સામેના રાઇટિંગ ટેબલ પર મૂકી : 'આ સૂટકેસ તો તમારાથી અજાણી નહીં હોય.'

'હા, મારા જેવી જ સૂટકેસ છે.' નિરાલી સત્વરે બોલી ઊઠી : 'પરંતુ એ મારી નથી.'

'તમારી નથી પણ એ તમારી થઈ જવાની હતી.' કહી રાજન ગિડવાણીએ બૅગ ઉઘાડી : 'તમારી અને મિરચંદાનીની બૅગ એક જ કંપનીની છે, પણ નજીક આવીને જોશો તો આના તળિયામાં રહેલો તફાવત તમને તરત જ દેખાઈ આવશે.'

નિરાલી ચાર ડગલાં ચાલીને નજીક પહોંચી ત્યાં સુધીમાં રાજને બૅગ નીચેનું પોલાણવાળું તળિયું ખોલી નાખ્યું હતું.

'જુઓ, શું દેખાય છે અંદર ?'

'પાઉડરની થેલીઓ લાગે છે.'

'પાઉડર ખરો, પણ મોઢે લગાડવાનો પાઉડર નહીં, વ્હાઈટ પાઉડર ! જેને ઈન્ડિયામાં ગર્દ કહે છે અને અમેરિકામાં હેરોઈન તરીકે ઓળખાય છે એ...'

'હેં !' આંચકા સાથે નિરાલી બે ડગલાં પાછળ હઠી ગઈ. ગરદન ઝાટકીને કે.સી. તરફ જોયું તો એ મોં ફેરવી ગયો. હવે તેને રાજનના કહેવાનો અર્થ સમજાયો : સાચે જ હું નર્કની સાવ લગોલગ આવી પહોંચી હતી ! એ ભયાનક કલ્પનાની ધ્રુજારી પચાવી જતાં થોડી વાર લાગી. રૂંધાતા કંઠે એ માંડ બોલી શકી :

'પરંતુ, રાજન ! આ ડ્રગ વિષે હું કાંઈ જ જાણતી નથી... સાચું કહું છું ! એ સૂટકેસ વિષે મને કાંઈ જ ખબર નથી !'

'તમને ખબર નથી એની મને ખાતરી છે, મિસ વિરાણી !' ઘૂંટાતા શ્વાસે રાજને ધીમેથી કહ્યું : 'પરંતુ બૅંગકોક એરપૉર્ટ પર કસ્ટમવાળા *મને ખબર નથી*વાળો તમારો જવાબ સાચો માનવાના નહોતા.'

'એમાં બૅંગકોકની કસ્ટમ્સ વચ્ચે ક્યાં આવી ?'

તેનો જવાબ આપતાં પહેલાં રાજને કિશનચંદ પર નફરતભરી નજર ફેંકી :

'આ માણસની એ ઘાતકી ચાલ સમજાવવા માટે જ મેં તમને આટલી વાર રોક્યાં... કાલે તમે તમારા ભાઈ સાથે બૅંગકોક જવાનાં હતાં, બરાબર ને ?'

નિરાલીએ હકારમાં ડોક હલાવી એટલે રાજને આગળ ચલાવ્યું :

'આ મિરચંદાની પણ તમારી સાથે જ ફ્લાઈટમાં આવવાના હતા.'

'પણ એ બૅંગકોક ઊતરવાનો નહોતો, સિંગાપોર જવાનો હતો.'

'એમાં જ એની ખતરનાક ચાલબાજી હતી, મિસ વિરાણી ! હૉંગકૉંગ એરપૉર્ટ જતી વખતે એ પોતાની કારમાં તમને હોટેલ પરથી લઈ જવાનો હતો. એરપૉર્ટ ઊતરતી વખતે તમારી સૂટકેસ સાથે પોતાની આ બૅગની અદલાબદલી કરી નાખવાનો હતો, જેથી એ તમારા લગેજમાં જાય. તમે બૅંગકોકના એરપૉર્ટ પર આ સૂટકેસ સાથે ઊતરો અને કસ્ટમમાં જાઓ ત્યાં સુધીમાં તો પ્લેન સિંગાપોર જવા ઊપડી ગયું હોય અને....'

રાજને થોડી વાર રોકાઈને નિરાલી સામે જોયું. એના ચહેરા પર પસીનાનાં બુંદ બાઝવા લાગ્યા હતાં.

'અને હું બૅંગકોકની કસ્ટમમાં હેરોઈનની દાણચોરી કરવા બદલ પકડાઈ જાત.'

'નહીં, મિસ વિરાણી, મિરચંદાનીને ખાતરી હતી કે તમારા ડેડીની થાઈલેન્ડના સત્તાવાળા

સાથે એવી ઓળખાણ છે કે તમારો સામાન ચેક થાય નહીં અને તમે ડ્રગની સૂટકેસ સાથે નિર્વિઘ્ને કસ્ટમ પાર કરી ગયાં હોત.'

'પછી ?'

'પછી બધું આ મિરચંદાનીનું ધાર્યું થવાનું હતું... એરપોર્ટ પર એનો મળતિયો તમને કસ્ટમમાંથી પાર થયેલાં જોઈને આ માણસને સિંગાપોર ફોનથી જાણ કરી દેત. એટલે આ મિરચંદાની તમને બૅંગકોકની હોટેલમાં ફોન જોડીને કહેત કે ડાર્લિંગ નિરી, આપણી એકસરખી બૅગ બદલાઈ ગઈ છે... બટ યુ ડોન્ટ વરી, હું સાંજની ફ્લાઈટમાં પાછો આવી જાઉં છું. ત્યાં સુધી પહેરેલ કપડાંથી ચલાવી લેજે, પ્લીઝ !'

'ખરેખર !' ખળભળી ગયેલી નિરાલીએ પૂછ્યું તો રાજનને, પણ જોયું કિશનચંદ તરફ : 'કે.સી., આ કહે છે એ સાચું છે ? તેં આવો પ્લાન ઘડ્યો હતો ?'

'એ જવાબ નહીં આપી શકે, મિસ વિરાણી...' રાજને પોતાના તરફ ધ્યાન દોરતાં નિરાલીને કહ્યું : 'રાત્રે બૅંગકોક આવી, તમારે કારણે કસ્ટમમાંથી સલામત પાસ થયેલી બનાવટી તળિયાવાળી પોતાની બૅગનો કબજો લઈ લેત... પછી તેમાં ભરેલ હેરોઈનની ડિલિવરી આપીને એકાદ કરોડ જેટલા રૂપિયા રોકડા કરી લીધા હોત.'

ધિક્કારથી નિરાલી ધ્રૂજવા લાગી. ચહેરા પરથી પરસેવો દડી જતો હતો છતાં પર્સમાંથી રૂમાલ કાઢવા જેટલીય સ્વસ્થતા તેનામાં રહી નહોતી.

'મિસ વિરાણી, જરૂરી હતું એટલું તમને મેં કહી દીધું. હવે તમે જઈ શકો છો.'

'થૅન્ક્સ, મિસ્ટર રાજન.' આભારવશ અવાજે એ બોલી : 'જતાં પહેલાં એક વાત પૂછી લઉં, તમે હમણાં જે પ્લાન મને કહ્યો એ બધું એના એકરારમાં કહ્યું એણે ?'

'નહીં, દરેક ગુનેગાર એકાદ નબળાઈ તો ધરાવતો જ હોય છે. આ માણસની વીકનેસ એ હતી કે બૅંગકોકના તેના એજન્ટને ફોન પર સાંકેતિક ભાષામાં રજેરજ વાત કરતો હતો. એને ખબર નહીં કે અમે તેનો ટેલિફોન ટેપ કરતા હતા.' કહેતો રાજન થોડું અટક્યો. પછી ખોંખારો ખાઈને સંકોચ ખંખેરતાં ઉમેર્યું : 'અરે, આ બે દિવસમાં એણે તમારી સાથે કેવી બનાવટી પ્રણયચેષ્ટા કરી એ બધું પણ આ બેવકૂફ ફોન પર બકી જતો હતો.'

ત્યારે શરમની મારી નિરાલી નીચું જોઈ ગઈ. શું કરવું એની ગતાગમ ન પડતી હોય તેમ થોડીવાર જડવત્ ઊભા રહ્યા પછી ઘૂંટાતા શ્વાસે એણે ગરદન ટટ્ટાર કરી.

'રાજન, તમને વાંધો ન હોય તો હું નજીકથી આ માણસને એક વાર મળી લઉં ?'

સાંભળીને રાજન ચોંક્યો. આટઆટલું કહેવા છતાં એ હજુ તેને નજીકથી મળવા માગે છે !

'મળો એનો વાંધો નથી, પણ રૂમમાં તમને બંનેને એકલાં છોડી શકું તેમ નથી.' કહી કટાક્ષમાં ઉમેર્યું : 'કહેતાં હો તો હું પીઠ ફેરવીને ઊભો રહું, જેથી તમારી ચેષ્ટા જોઈ ન શકું.'

'નહીં, રાજન, તમારી સાક્ષીમાં જ... તમારી નજર સામે જ હું એને છેલ્લી વાર માટે મળી લેવા માગું છું.' કહી નિરાલી પલંગ પર મૂઢની જેમ બેઠેલા કિશનચંદ પાસે જુસ્સાભેર

પહોંચી ગઈ અને પેલો કાંઈ સમજે-વિચારે એ પહેલાં નિરાલીએ પગમાંથી સોનેરી સૅન્ડલ કાઢીને તેની એડીથી કે.સી.ના જડબા પર જોરદાર ફટકો વીંઝી દીધો.

'યુ બ્લડી સ્કાઉન્ડ્રલ ! તને આ લોકો તો જેલમાં મોકલશે, પણ મારું ચાલે તો હેલમાં (નર્કમાં) મોકલી દઉં, કે.સી.ના બચ્ચા !'

ક્રોધથી ધૂંઆપૂંઆ થતી, પસીનાથી રેબઝેબ થતી નિરાલી પગમાં સૅન્ડલ પહેરી બહાર નીકળવા જતી હતી ત્યાં રાજને તેને રોકી :

'મિસ વિરાણી, જતાં પહેલાં બે વાત સાંભળતાં જાઓ.'

'બોલો !' બારણા સુધી પહોંચીને અટકી જતાં તેણે કહ્યું :

'તમારું બધું જ સાંભળવા તૈયાર છું, રાજન !'

'એક તો, આ વિષે બહાર કોઈની સાથે ચર્ચા કરશો નહીં. તમે સાવ અજાણ્યાં જ રહેજો. અમે પણ કોઈ જગ્યાએ તમારું નામ ન આવે એની કાળજી રાખીશું.'

'થૅન્ક્સ, રાજન !' બે ડગલાં નજીક આવીને લાગણી-ઘૂંટ્યા અવાજે તેણે કહ્યું : 'આ બદમાશ સાથે મારું નામ સંડોવાશે તો હું ક્યાંયની નહીં રહું. સાથોસાથ મારા ડૅડીની પ્રતિષ્ઠા ખરડાઈ જશે.' બોલતાં-બોલતાં એ રડવા લાગી. છતાં રડમસ અવાજે પૂછ્યા વગર રહી શકી નહીં :

'અને બીજી વાત શું કહેવા માગો છો, રાજન !'

'એ જ કે આ પહેલાં તમે મને જોયો છે... નહીં, ગઈ કાલે રેસમાં તમે મને જોયો હતો એની વાત નથી કરતો. કદાચ તમને યાદ નહીં હોય. ચારેક વર્ષ પહેલાં હું મુંબઈના તમારા બંગલે આવ્યો હતો... પણ તમને એ ક્યાંથી યાદ હોય ?'

હવે રાજનના કંઠમાં ભીનાશ વળવા લાગી :

'એ વખતે સી.એ.(ચાર્ટર્ડ એકાઉન્ટન્ટ)નું ભણીને દોશી ઍન્ડ દોશીની ફર્મમાં ટ્રેનિંગ લેતો હતો. તમારા ડૅડીની વૈભવ ગ્રુપની એક કંપનીનો એકાઉન્ટ અમારી ફર્મ પાસે હતો. એટલે અર્જન્ટ પેપર્સ પર વિરાણીશેઠની સહી લેવા તમારે ઘેર આવવાનું થયેલું. બસ, એટલી અલપઝલપ ઓળખાણ થઈ હતી !'

'અને એટલી ઓળખાણે મને કેટલી મોટી આફતમાંશી ઉગારી લીધી !' કહી તેણે હાથ લંબાવ્યો : 'થૅન્ક્સ કહેવા માટે શબ્દો મળતા નથી, રાજન ! મુંબઈ આવવાનું થાય તો મને યાદ કરજો.' કહી ફરી રોષભરી આંખે કિશનચંદને જોઈ લેતાં ઉમેર્યું : 'બાકી હું તો હવે ક્યારેય હૉંગકૉંગ આવવાની નહીં... હૉંગકૉંગ પ્રત્યે આ માણસે મને એટલી હદે નફરત જગાડી દીધી છે !'

બોલતાં-બોલતાં ચોધાર આંસુએ રડી પડવાનું રોકી શકતી ન હોય તેમ મોં ફેરવી લઈ સડસડાટ બહાર નીકળી ગઈ.

*

'આપણે જુદાં પડ્યાને સવાચાર વર્ષ થઈ ગયાં, રતી !'

કોલાબા પાર્કમાં લીલાછમ ઘાસની લૉન પર બેઠેલાં અઠ્યોતેર વરસના મોતીલાલ

નંદલાલ વિરાણીએ પત્ની રતનબાને આમ કહ્યું ત્યારે તેમના સ્વરમાં સહેજ કંપ આવી ગયો. મોટા પુત્ર ઈશ્વરલાલે નાના દીકરા મનોહરલાલને વૈભવ ઈન્ડસ્ટ્રીઝના ભાગ-લાગમાં કરેલો અન્યાય સાંખી નહીં શકવાથી રતનબા નાના પુત્ર સાથે જુદાં રહેવા ચાલ્યા ગયાં હતાં ત્યારથી પિતા મોટા પુત્ર ઈશ્વરલાલ સાથે અને મા નાના મનોહરલાલ સાથે રહેતાં થઈ ગયાં. દીકરાઓ વચ્ચેના વિખવાદને કારણે જુદાં રહેતાં માતા-પિતા લગભગ રોજ સાંજે બંને પુત્રોના ઘર વચ્ચે આવેલા ગાર્ડનમાં મળીને સુખ-દુઃખની વાતો કરતાં. ક્યારેક સવારે મંદિરમાં દર્શન કરવા જઈ આવતાં. કોઈક વાર વ્યવહારની બાબતમાં પૂછપરછ કરવા માટે ફોન પર પણ મળી લેતાં.

'યાદ છે ને, રતી ! ચુંમાળીસ વરસ પહેલાં દેશના ભાગલા પડ્યા અને આપણે કરાંચી છોડી માંગરોળ આવવું પડ્યું ત્યારે તું વારંવાર વિલાપ કરતી કે એક માના સંતાનોએ આપસમાં લડીને દેશના ભાગલા પાડ્યા... હવે સવાચાર વરસથી આપણે પણ એ જ હાલતમાં જીવી રહ્યાં છીએ.'

'જુદાં પડ્યાનો વસવસો તો મનેય વારંવાર પજવી જાય છે, માસ્તર, પરંતુ મોટાએ નાના દીકરાને કરેલો અન્યાય કેમ સાંખી લઉં ?'

પંચોતેર વટાવી ગયા પછી પણ રતનબા શરીરે નીરોગી અને દેખાવમાં જાજરમાન લાગતાં હતાં. વર્ષો પહેલાં માંગરોળના સરસ્વતી વિદ્યામંદિરમાં શિક્ષક તરીકે નિવૃત્ત થયા હોવા છતાં પતિને માસ્તર કહેવાની વર્ષો જૂની આદત રતનબાએ જાળવી રાખી હતી. આમ પણ મોતીલાલ વિરાણી વારંવાર કહેતા કે શિક્ષક આજીવન શિક્ષક જ રહે છે. સાઠ વરસના લગ્નજીવનમાં ભાગ્યે જ જુદાં પડેલાં પતિ-પત્નીને વૃદ્ધાવસ્થાનો વિરહ બહુ વસમો લાગતો હતો, છતાં બંને પોતોપોતાનાં સ્થાને અડગ હતાં.

'બંને ભાઈઓ વચ્ચે બોલાચાલી થઈ ત્યારે તમે હાજર નહોતા, માસ્તર ! એ ટાંકણે જ તમારે નિશાળના વાર્ષિક ઉત્સવ માટે માંગરોળ જવાનું થયું... નહીંતર ઈશ્વરે તેના નાના ભાઈને જે રીતે હડધૂત કરી નાખ્યો એ જોઈને તમેય મારી જેમ નાના દીકરાને ઘેર રહેવા ચાલ્યા આવ્યા હોત.'

'એવું ન બન્યું એ જ સારું થયું.' મોતીલાલ માસ્તર સુંવાળા ઘાસ પર હાથ પસવારતા બોલી ગયા : 'ઈશ્વરલાલને ભલે મારી જરૂર ન હોય, પણ તેનાં સંતાનોને તો દાદાની છત્રછાયા મળે છે ને ? તેમાં સિદ્ધાર્થનો ગૌરવ મારો એવો હેવાયો થઈ ગયો છે કે સવારે મા સરસ્વતીની સ્તુતિ ગાતો હોઉં ત્યારે બાજુમાં આવીને બેસી જાય છે... અત્યારે પણ એ નિશાળનું હોમવર્ક કરતો હતો એટલે એની નજર ચુકાવીને અહીં આવવું પડ્યું.'

'મેં તમને ખાસ કારણસર વહેલા મળવા બોલાવ્યા.' રતનબાએ બગીચામાં આસપાસ નજર કરતાં કહ્યું. સાંજના પાંચ વાગ્યા નહોતા એટલે ગાર્ડનમાં અવરજવર ઓછી હતી. આસપાસ કોઈ નહોતું છતાં રતનબાને કારણ ઉચ્ચારતાં વાર લાગી :

'બે દીકરાઓ વચ્ચે અંટસ વધે એવું કાંઈક બની રહ્યું છે, માસ્તર !'

'શું બની રહ્યું છે, રતી ?'

પતિએ ઊચક જીવે પૂછ્યું તેનો જવાબ આપવા જતાં હતાં ત્યાં એમની નજર દૂરથી આવતી વ્યક્તિ પર પડી ગઈ :

'અરે, ચારુવહુ આવતાં લાગે છે.' તેમના અવાજમાં અચરજ ઊછળી પડ્યું : 'તમારી પાછળપાછળ એમને કેમ આવવાનું થયું ?' થોડા થડકા સાથે એમણે ઉમેર્યું : 'કદાચ કાંઈક અઘટિત તો...'

એટલી વારમાં ઈશ્વરભાઈ વિરાણીનાં પત્ની સાવ લગોલગ આવી પહોંચ્યાં હતાં. એણે હસતા મોઢે સાસુ સામે જોયું એટલે રતનબાનો જીવ હેઠો બેઠો.

'બા-બાપુજી, તમારી વાતચીતમાં ખલેલ પાડવા આવી છું.' ચારુવહુએ પ્રણામ કરી, સસરાની આમન્યામાં અર્ધે માથે ઓઢી લઈ ઊભાં-ઊભાં જ કહ્યું : 'બીજા ગુરુવારે નંદલાલબાપાનું શ્રાદ્ધ છે.' કહીને ક્ષણવાર અટકી ફરી બોલવા માટે ગળું ખંખેર્યું :

'મને થયું કે એ બહાને ગુરુવારે તમે ઘેર આવો તો સૌ સાથે જમીએ.'

પુત્રવધૂનો આ પ્રસ્તાવ સાંભળીને મોતીલાલ વિરાણીને થયું કે દુખતી નસ દબાઈ ગઈ હોય તેમ રતન ભડકી ઊઠશે. પરંતુ તેને બદલે પત્નીએ જરાય સ્વસ્થતા ગુમાવ્યા વિના આછું હસીને સાવ જુદું જ વલણ અપનાવ્યું :

'વહુ, દીકરાને ઘેર આવવા માટે બહાનાની જરૂર ન હોય; અને આવવું જ પડે તો સારા પ્રસંગે કેમ ન આવું ?' કહી રતનબાએ ઉમેર્યું : 'નિરાલીનાં લગ્નને હવે ક્યાં વાર છે, વહુ !'

સાંભળીને ચારુબહેન ખુશ થવાને બદલે છોભીલાં પડી ગયાં. એનું કારણ કળી ગયેલાં સાસુએ વાતનો દોર સાંધી લેતાં કહ્યું : 'ચારુ, હમણાં હું તમારા સસરા સાથે એ જ વાત કરતી હતી. તમે બેસો પછી કહું.'

ત્યારે ચારુબહેને સાડી સંકોરી સાસુ-સસરાની સામે ઘાસમાં બેસી જવું પડ્યું.

'તમે નિરાલીને હૉંગકૉંગવાળો છોકરો જોવા મોકલી આપી તે ઠીક ન કર્યું.'

સાસુને બીજા કારણસર બગીચામાં મળવા આવી ચડેલાં ચારુબહેનને કલ્પના નહોતી કે આ સ્થિતિનો સામનો કરવો પડશે એટલે તેમણે ચૂપ રહેવાનું પસંદ કર્યું.

'જુઓ, વહુ, હૉંગકૉંગવાળા છોકરા માટે તમારા દિયરની દીકરી સોનલની વાત નાખવાનું અમે વિચારતાં હતાં. એટલે તો તમારા સસરા મારફત મેં તમને પુછાવ્યું કે જરા તપાસ કરાવી જુઓ ને કે માણસો કેવા છે ? છોકરામાં કાંઈ પૂછવાપણું નથી ને ?' બોલતાં-બોલતાં રતનબહેનનો અવાજ ઊંચો થયો : 'તેને બદલે, વહુ, તમે એ છોકરા માટે નિરાલીને સીધી હૉંગકૉંગ મોકલી દીધી ?'

મોતીલાલ વિરાણીને લાગ્યું કે વાતાવરણ તંગ થઈ રહ્યું છે, છતાં સાસુ-વહુની વાતમાં વચ્ચે બોલવાની ઇચ્છાને વશમાં રાખી પુત્રવધૂનો જવાબ સાંભળવાનું મુનાસિબ માન્યું.

'બાજી, મને હતું જ કે આવી કોઈ ગેરસમજ થશે.'

'અને એ ગેરસમજ વધે નહીં એટલા માટે જ મેં અત્યારે વાત ઉચ્ચારી છે, વહુ !' ફરી ઠાવકાઈ ધારણ કરી લેતાં રતનબાએ કહ્યું : 'ચારુ, તું હંમેશાં મારી સાથે નિખાલસપણે જ વર્તી છે. આપણે સાસુ-વહુ વચ્ચે કોઈ મનદુઃખ નથી. જે હોય તે પેટછૂટી વાત કરજે.'

જવાબ આપતાં પહેલાં ચારુબહેને સાસુ-સસરા સામે વારાફરતી જોયું, પછી ઊંડો શ્વાસ લઈ ધીમા અવાજે કહ્યું :

'બાજી, તમે મારા સસરા સાથે કહેવડાવ્યું કે ધીરજલાલ ઝવેરીના છોકરા માટે મારે પૂછપરછ કરી જોવી, એટલે મેં કુટુંબને નિકટથી ઓળખતાં માયાબહેનને ફોન કર્યો. મેં પૂછ્યું કે હૉંગકૉંગવાળો છોકરો કેવો છે ? મારા દિયરની દીકરી માટે ત્યાં વાત નાખવી છે, ત્યારે એમણે કહ્યું કે...'

'શું કહ્યું માયાબહેને ?' રતનબા તેનો સંકોચ દૂર કરતાં બોલી ઊઠ્યાં : 'જે હોય તે સાચું કહી દેશો તો મને ખોટું નહીં લાગે.'

'માયાબહેને કહ્યું, ચારુબહેન, એ ઝવેરી કુટુંબના છોકરા સાથે તો તમારી નિરાલી વધુ બંધ બેસે... એમને મોટા ઘરની કન્યા જોઈએ છે. મનુભાઈનું ઘર જરા નાનું પડે.'

'અને એટલે તેં છોકરાને જોવા માટે નિરાલીને તાબડતોબ હૉંગકૉંગ પણ મોકલી દીધી !' ચારુબહેનને સાસુના અવાજમાં હવે ઊલટતપાસનો અણસાર વર્તાયો : 'તમે એમ વિચાર ન કર્યો કે આ વાત જાહેર થશે ત્યારે મનુ અને સરિતાને કેટલું ખરાબ લાગશે ? તારા આ પગલાથી બે ભાઈ વચ્ચે અણબનાવનો અગ્નિ વધુ ભભૂકી ઊઠશે એનો તમને કેમ ખ્યાલ ન આવ્યો, ચારુવહુ !'

'મને થયું કે...' ચારુબહેને થૂંક ગળે ઉતારતાં ખુલાસો કર્યો : 'કદાચ નિરાલીને છોકરો નહીં ગમે, એની પસંદગી વધારે પડતી ઊંચી છે એટલે એ ના પાડી દેશે, પછી આપણે મનુભાઈની સોનલની વાત આગળ ચલાવશું.'

'તારો આ જવાબ સાચો હોય તોપણ એ તર્ક ખોટો છે, વહુ !' માસ્તરનાં પત્ની હોવાને કારણે રતનબાએ દલીલ કરવા માટે શબ્દો શોધવા પડતા નહીં. એમણે સમજાવ્યું :

'ધાર કે નિરાલી છોકરાને નાપસંદ કરે અને ત્યાર પછી સોનલ માટે માગું નાખીએ તો જે છોકરીએ પોતાને ના પાડી હોય તેના કાકાની દીકરીને જોવા છોકરો તૈયાર થાય ખરો ? કદાચ આ છોકરાને વાંધો ન હોય, પણ તેનાં મા-બાપને એમાં માનભંગ જેવું ન લાગે ?'

ત્યારે ચારુબહેને ભૂલ સ્વીકારી લીધી વિના છૂટકો નહોતો : 'તમારી એ વાત સાચી, બાજી, મારે આમ નહોતું કરવું જોઈતું.' પછી સોનાની કાંડા-ઘડિયાળ પર નજર નાખીને અચાનક ઊભાં થઈ જતાં કહ્યું :

'ભૂલ સુધારી લેવા માટે હજુ ટાઈમ છે. હૉંગકૉંગમાં અત્યારે સાડાસાત વાગ્યા હશે. વૈભવ સાથે નિરાલી છોકરો જોવા માટે આઠ પછી હોટેલમાંથી નીકળવાની હતી. ઘેર જઈને તત્કાલ ફોન જોડીને નિરાલીને સમજાવું છું : વાત અહીંથી જ બંધ વાળી દે.' બોલતાં-બોલતાં એમણે પગ ઉપાડ્યા : 'બે ભાઈઓ વચ્ચેની ખાઈ વધુ ઊંડી ખોદાઈ જાય એ પહેલાં હું પહોંચી જાઉં.'

કહેતાં એમણે દોડતાં હોય તેમ ઝડપથી ચાલતી પકડી. મોતીલાલ વિરાણી બોલતા રહ્યા કે ચારુવહુ, એવું કંઈ કરવાની જરૂર નથી. નિરાલી પણ અમારી જ પૌત્રી છે ને... એનું ગોઠવાઈ જતું હોય તો હવે છેલ્લી ઘડીએ વચ્ચે નહીં આવવા સરિતાને હું સમજાવી લઈશ....

પરંતુ ચારુબહેને એ સાંભળ્યું છતાં ન સાંભળ્યું કરી પોતાની તેજ ગતિ ચાલુ રાખી. પુત્રવધૂ બગીચાની બહાર નીકળી દેખાતી બંધ થયા પછી મોતીલાલે પત્ની સામે જોતાં નિસાસો નાખ્યો.

એમના નિઃશ્વાસમાં ઠપકો નહોતો, પણ કુટુંબમાં ન બનવું જોઈએ એવું બધું બનતું રોકી નહીં શકવાની લાચારીનો ઘેરો અફસોસ હતો.

*

ટેલીફોનની બેલ વાગી છતાં પલંગમાં શૂન્યમનસ્ક પડેલી નિરાલીએ લક્ષ ન આપ્યું. કિશનચંદ મિરચંદાનીનું અસલી સ્વરૂપ જાણ્યા પછી દિગ્મૂઢ હાલતમાં સાડાચાર વાગ્યે હોટેલમાં ધસી આવીને પહેલાં તો એણે પલંગમાં પડતું મૂક્યું હતું. ઘણી વાર સુધી રડતી રહ્યા પછી જાતને કોસતી રહી : મારી જાતને હું બુદ્ધિશાળી માનતી હતી, પેલી કાશ્મીરાને મણિબહેન કહીને વગોવતી હતી, મમ્મીની શિખામણ હસી કાઢતી હતી, મોટાભાઈની સમજાવટને અવગણતી હતી, પણ એ બધાને અંતે પરિણામ શું આવ્યું ? દગાબાજ કે.સી.એ મને બેવકૂફ પુરવાર કરી દેખાડી ! કાલ સવારે હૉંગકૉંગનાં બધાં જ ન્યૂસપેપર્સમાં કિશનચંદ મિરચંદાનીનો ભાંડો ફૂટી જશે ત્યારે હું મોટા ભાઈને શું મોઢું દેખાડીશ ?

જાત પર દાઝ ઉતારવા માટે તેણે ઓસીકા પર માથાં પછાડ્યાં, બંને હાથની મુઠ્ઠી વાળીને છાતી પર પ્રહાર કર્યા, સામેના અરીસામાં દેખાતા પોતાના પ્રતિબિંબ પર કાચનો ગ્લાસ ફંગોળ્યો, છતાં કે.સી.એ પહોંચાડેલા આઘાતની કળ વળતી નહોતી... એક પળ હોટેલના સાતમા માળેથી પડતું મૂકી આઘાતનો અંત લાવવાનો કુવિચાર સ્ફૂર્યો, પણ તેના સ્વમાને એ ઘડી સાચવી લીધી : હું ક્યાં ગુનેગાર છું ? દગાબાજ તો કે.સી. નીકળ્યો. ફાંદાબાજ તો એ પુરવાર થયો. સમજ્યા-વિચાર્યા વગર મેં તેના તરફ આંધળી દોટ મૂકી, હવે આંખો મીંચીને આપઘાત કરવામાં ડહાપણ ક્યાં આવ્યું ?

ધીમેધીમે એણે જાતને સમજાવી : આજ સુધી હું માનતી હતી કે જેના તરફ આકર્ષાઉં છું તેનો અંજામ કરુણ આવે છે, પણ કે.સી. તો તેના પાપે જેલમાં જવાનો છે. એમાં મારે શું કામ દોષનો બોજ વહોરી લેવો જોઈએ... પરંતુ ત્યાર પછી તરત જ પ્રશ્ન જાગ્યો : પણ હવે શું ? હૉંગકૉંગનો આ કડવો સ્વાદ લઈને ઘેર પાછી જાઉં ? મમ્મી-ડૅડીને કહી દઉં કે તમે જ મારા માટે છોકરો શોધી કાઢો ? કાશ્મીરાની વાત સાચી છે. પ્રેમ કરીને પરણવું જરૂરી નથી, પણ પરણ્યા પછી બંને વચ્ચે પ્રેમ હોવો અનિવાર્ય છે... ભલે હું મણિબહેન કહેવાઉં, પણ આટલી ઠોકરો ખાધા પછી સાન ઠેકાણે આવી છે એમ કબૂલ કરી લેવામાં ખોટું શું છે ?

ફોનની ઘંટડી વાગતી જ રહી અને નિરાલી સાંભળતી રહી. કોઈની સાથે વાત કરવા જેટલી સ્વસ્થતા નહોતી, રુચિ પણ ક્યાં હતી ?

છતાં એ આંચકા સાથે બેઠી થઈ ગઈ : કદાચ પેલા રાજન કે સાજન ગિડવાણીનો ફોન હશે તો ? કે.સી.ને બંગલેથી હોટેલ પહોંચાડવા માટે એણે જ સરકારી ગાડી આપી હતી. કદાચ એ મને કાંઈક વિશેષ જાણ કરવા માગતો હશે તો ?

ત્યારે એવી ચાનક ચડી કે ફોન વાગતો બંધ થઈ જાય એ પહેલાં રીસીવર ઊંચકી લેવા માટે તેણે રીતસર છલાંગ મારી, પછી હાંફતા શ્વાસે પડઘો પાડ્યો :

'હેલ્લો !'

અને સામેથી મમ્મીનો અવાજ સાંભળવા મળ્યો :

'નિરાલી, કેમ છે ?' પૂછીને ઉતાવળમાં હોય તેમ એમણે કહેવા માંડ્યું : 'હોટેલની ઑપરેટરે કહ્યું કે તું સ્વીટમાં જ છો એટલે મેં બેલ વાગવા દીધી. કદાચ તું તૈયાર થતી હોઈશ, બાથરૂમમાં હોઈશ... સાડાઆઠે ઝવેરીને ત્યાં ડિનરમાં જવા માટે !'

અચાનક નિરાલીને ભાન થયું કે કે.સી.ના પાપે સાડાઆઠ વાગ્યે ડિનરમાં જવાનું તો સાવ ભુલાઈ ગયું ! હવે મમ્મીને શું જવાબ આપવો ?

'સાંભળ, નિરાલી, આ છોકરાની બાબતમાં મારા તરફથી તને કોઈ દબાણ નથી. ડિનરમાં જવાનું કેન્સલ કરવાથી તેમને ખરાબ લાગે એટલા પૂરતું જવું પડે તો તમે ભાઈ-બહેન જઈ આવજો.'

ત્યારે નિરાલીના માનવામાં આવ્યું નહીં : મમ્મી આમ કેમ કહે છે ? શું મોટા ભાઈએ તેને કે.સી.વાળી વાત કહી દીધી હશે ? કે પછી એવું કહ્યું હશે કે છોકરો જોયા પહેલાં જ મેં ના સુણાવી દીધી છે ?

'તું કેમ કંઈ બોલતી નથી, નિરાલી ?' ચારુબહેનના અવાજમાં લાગણી ઊભરાઈ આવી : 'જો, દીકરી, વાત એમ છે કે તારા મનુકાકાની સોનલ માટે ઝવેરીના છોકરાની વાતચીત ચલાવવાની હતી. મને થયું કે કદાચ એ લોકો આપણા ઘરની કન્યા માટે જલદી વિચાર કરશે એમ માનીને મેં પહેલાં તારું ગોઠવ્યું.'

'અને હવે તું પીછેહઠ કરવાનું કહે છે, મમ્મી !'

'કારણ કે તારાં દાદા-દાદીને એમ લાગે છે... એ લોકો એવું માને છે કે સોનલની જગ્યાએ મેં તને આગળ કરી દીધી.'

'એમાં ખોટું શું છે, મમ્મી ?' નિરાલીના અભિમાને માથું ઊંચક્યું : 'કોઈ પણ સ્ત્રી દિયરની ડૉટર કરતાં પોતાની દીકરીનો જ વિચાર પહેલાં કરે ને ?'

'પણ, નિરાલી...'

'મમ્મી, તમારા વડીલોના વિખવાદનો ભોગ અમને શું કામ બનાવો છો ? હવે તો હું એ છોકરાને જોવા માટે સજી-ધજીને જઈશ અને તમે બધાં કહેશો તો ત્યાં હા પણ પાડી દઈશ.'

બોલતાં-બોલતાં નિરાલીના હૃદયમાં સંકલ્પ ઘૂંટાવા લાગ્યો : 'મમ્મી, આજે મને સમજાયું કે લગ્નની બાબતમાં માણસનું પોતાનું જોર નથી ચાલતું. તેના ગ્રહો જોર કરતા હોય ત્યારે જ અણધાર્યું બધું જ ગોઠવાઈ જતું હોય છે... કદાચ આજે કાંઈક એવું જ બની જવાનું, મમ્મી ! ડોન્ટ વરી, બી હૅપી !'

કહી નિરાલીએ ફોન મૂકી દીધો. પછી ત્યાં ઊભાં-ઊભાં જ અરીસામાં જોઈને એ બોલી ઊઠી :

'નિરાલી, ડૉન્ટ વરી, બી હૅપી !

*

11

ઈશ્વરભાઈ વિરાણીએ મનોમન ગાંઠ વાળી લીધી હતી. સવારે હૉંગકૉંગથી પાછા ફરેલા વૈભવ પાસેથી 'ત્યાં શું કરી આવ્યો'નો રિપૉર્ટ લેતી વખતે સબીનાવાળી વાત બિલકુલ ઉચ્ચારવી જ નહીં. હૉંગકૉંગથી ફોન પર તેણે સંભળાવેલાં મહેણાં કે તુમાખીભર્યા વલણની કડવાશ ભૂલી જવી, જેથી સૌ સાથે મળીને નંદલાલદાદાના શ્રાદ્ધનું ભોજન લઈએ ત્યારે સ્વજનો વચ્ચે સદ્‌ભાવનું વાતાવરણ જળવાઈ રહે. વ્યાપાર-ઉદ્યોગના ઝડપી વિકાસને કારણે માણસે કુટુંબજીવનનો ભોગ આપવો પડે છે, શારીરિક વ્યાધિ વહોરી લેવી પડે છે અને સતત માનસિક તાણમાં જીવવું પડે છે એવું ભાન દરેકને વહેલામોડું થતું જ હોય છે. જીવનના સરવૈયાનાં આ ઉધારપાસાં ઢળતી ઉંમરે સ્પષ્ટ થતાં જાય છે. કેટલાક લોકો એ તરફ આંખમિચામણાં કરીને તૃષ્ણાના તોખારને તેજગતિએ દોડાવવાનું ચાલુ રાખે છે, તો કોઈકોઈ લગામ તાણીને અશ્વના વેગને અંકુશમાં લેવા મથે છે. *મોહનો ક્ષય એટલે મોક્ષ* એવું સાધ્વી ચન્દ્રસ્મિતાજીનું અર્થઘટન વારંવાર મનમાં ટહુકો કરી જતું, જેના જવાબમાં મન કહેતું : મોહનો ક્ષય ન કરી શકાય ત્યાં સુધી મોહની વૃદ્ધિ થતી તો રોકી શકાય ને ?

ઈશ્વરભાઈને ક્યારેક એ બહુ વિચિત્ર પણ લાગતું : જેના પ્રત્યે મુગ્ધાવસ્થામાં મોહ જાગ્યો હતો એ જ સ્ત્રીને વારંવાર યાદ કરવા જતાં સંસારનો મોહ ઓછો કરવાની સ્ફુરણા જાગે છે ! એને વિરોધ માનવો કે વિલક્ષણ અનુભવ ગણવો ?

'ગૂડ નૂન, ડૅડી !'

સવાઅગિયાર વાગ્યે હસતા મુખે બેડરૂમમાં દાખલ થતા વૈભવે ઈશ્વરભાઈને ફરી સંસારની માયામાં લપેટી લીધા. પાંચ દિવસ પછી મળતા પુત્રનો ચહેરો તેમને વધુ તેજસ્વી લાગ્યો. સામે આવીને એ વિવેકથી સહેજ મસ્તક નમાવી સોફા પર ગોઠવાયો ત્યારે ઈશ્વરભાઈને થયું : મારી જેમ તેણે પણ સદ્‌ભાવથી વર્તવાનું નક્કી કર્યું લાગે છે. તેની ચાલમાં જોવા મળેલી સ્ફૂર્તિ અને ચહેરા પર દેખાતું તાજગીનું કારણ હૉંગકૉંગમાં મળેલો આરામ હશે કે પછી સબીનાનો સહવાસ ? એવો વિચાર ઉદ્‌ભવ્યો તેની સાથે જ ઈશ્વરભાઈએ તેને પ્રયત્નપૂર્વક દબાવી દીધો.

'ડૅડી, તમારા માટે *લેટેસ્ટ ફિફ્થ જનરેશન કમ્પ્યુટર* લઈ આવ્યો છું.' કહી તેણે ટાઈપરાઈટરની સાઈઝનું બૉક્સ ટિપાઈ પર મૂકી તેનું પૅકિંગ ખોલતા ઉત્સાહથી સમજાવ્યું : 'હવે તમે ઘેર બેઠા

ઑફિસનાં ઘણાંખરાં કામ કરી શકો એવી તેની રચના છે. ઑફિસનાં તમામ કમ્પ્યુટર સાથે તેની લીન્ક જોડી દીધા પછી તમે ત્યાં હાજર ન હો તોપણ કમ્પ્યુટર દ્વારા નિર્ણય લેવાઈ જાય.'

'એટલે તું મને ઘેર બેસાડી દેવા માગે છે, વૈભવ !'

એવી રમૂજી ટકોર સાથે ઈશ્વરભાઈ હસી પડ્યા ત્યારે વૈભવે પણ હાસ્યનો પડઘો પાડ્યો, કેમ જાણે બે સંગીતકારો એકબીજાના વાજિંત્ર સાથે સૂર મિલાવતા હોય !

'બીજા શું ખબર છે હૉંગકૉંગના ?'

બહારગામથી આવેલા કોઈ મિત્રને પૂછતા હોય એવા સહજભાવે પિતાએ પુત્રને પૂછ્યું છતાં વૈભવ સજાગ બની ગયો : હમણાં જ સબીનાવાળી વાત નીકળશે.

'સાર ખબર છે, ડૅડી ! આપણી ફ્લોટિંગ હોટેલનું નામ આખરે આપણી મરજી મુજબ *વૈભવ-તાજ* પાકું થઈ ગયું.'

'બહુ સરસ ! જે કામ માટે ગયો હતો એ પાર પાડીને આવ્યો.' ઈશ્વરભાઈએ *મિલે સૂર મેરા-તુમ્હારા*ની ચેષ્ટા ચાલુ રાખતાં કહ્યું : 'છેવટે સરદારજી પાસે નમતું જોખાવ્યું તેં !'

'મેં નહીં, ડૅડી, નસીબે નમતું જોખાવ્યું.' ખોટો યશ ખાટી જવા માગતો ન હોય એવા સ્વરે વૈભવ બોલી ઊઠ્યો : 'સરદાર તેજાસિંઘે બંને નામની ચિઠ્ઠી બનાવીને નસીબ અજમાવ્યું તો જે ચિઠ્ઠી ઉપાડી તેમાં *વૈભવ-તેજ* નીકળ્યું.'

બોલતાં-બોલતાં વૈભવને ઉચાટ જાગ્યો : ડૅડી હમણાં પૂછશે કે ચિઠ્ઠી કોણે ઉપાડી હતી...

'એનો અર્થ શું થયો, સમજાય છે, માય સન ?' ઈશ્વરભાઈના અવાજમાં આત્મીયતા ભળવા લાગી : 'તારા ગ્રહો બળવાન છે. વૈભવ નામ અત્યંત શુકનવંતું છે.'

'એની ક્રેડિટ પણ તમને જ જાય છે, ડૅડી ! વૈભવ નામ તમે પાડ્યું અને એને શુકનવંતું પુરવાર કરવાનો પુરુષાર્થ પણ તમે જ કર્યો ને !'

સાંભળીને ઈશ્વરભાઈએ સુખદ આશ્ચર્ય અનુભવ્યું : હૉંગકૉંગ જઈને દીકરો આટલો બધો ડાહ્યો થઈ ગયો કે પછી પોતે સદ્‌ભાવનું વલણ અપનાવ્યું તેનો ધાર્યો પડઘો પડ્યો ?

વિચારમાં પડી ગયેલા પિતાને તાકી રહેલો વૈભવ દ્વિધામાં હતો : હવે પછી જે વાત ઉચ્ચારવી છે તેનો પડઘો પ્રતિકૂળ પડશે તો ? તેણે રાહ જોઈ : પિતા કદાચ પૂછે કે બીજા કોઈ ખાસ ખબર ?

પરંતુ ઈશ્વરભાઈ એવું કાંઈ પૂછવા માગતા નહોતા જેથી શાન્ત જળમાં પથરો ફેંકવા જેવું થાય.

'બીજા પણ એક સમાચાર છે, ડૅડી, કદાચ એ તમને ખુશખબર નહીં લાગે.'

વૈભવે સાવચેતીથી વાત ઉચ્ચારી : 'આપણા પી.એમ.(પ્રાઈમ મિનિસ્ટર)ની સિસ્ટર કોઈના પ્રેમમાં છે.'

સાંભળીને ઈશ્વરભાઈ ખરેખર ખળભળી ઊઠ્યા. પોતે સબીનાવાળી વાત ઉચ્ચારવાનું ટાળ્યું ત્યારે પુત્રે તેની લગોલગ આવી જવા જેવું કાંઈક કહી નાખ્યું. ઘડીભર એ વૈભવને ચકાસવા રોકાયા, પછી વ્યંગમાં પૂછ્યું :

'ઇન્ડિયન પ્રાઈમ મિનિસ્ટરની સિસ્ટરના આવા ખબર તેં હૉંગકૉંગના છાપામાં વાંચ્યા, વૈભવ ?'

'નહીં, ડૅડી, સરદાર તેજાસિંઘે બાતમી આપી.'

ઉત્સાહમાં આવી જઈને વૈભવ ઉતાવળે કહેવા લાગ્યો : 'પહેલાં તો હુંય માનવા તૈયાર નહોતો, પણ મૃગનયનીનો એ પ્રેમી શીખ છે અને તેજાસિંઘના સગામાં થાય છે.'

'સરદારજીએ તને આ વાત કેટલા વાગ્યે કરી હતી ?'

'તમે શું પૂછવા માગો છો એ સમજી ગયો, ડૅડી !' વૈભવે એટલી જ હળવાશથી સરદારજી સાથે સંકળાયેલી જોકનો પડઘો પાડ્યો : 'તેજાસિંઘે બપોરના બાર વાગ્યા પહેલાં આ સમાચાર આપ્યા હતા.'

ઈશ્વરભાઈએ પરાણે હસવું રોકી રાખવું પડ્યું. પુત્રે આપેલા સમાચાર હતાશાજનક હતા. એક તો પ્રાઈમ મિનિસ્ટરના વેવાઈ બનાવનો માર્ગ બંધ થઈ ગયો અને વૈભવને સબીનાથી છૂટા પાડવાનું કારણ પણ હાથમાંથી છટકી ગયું.

'છોકરાનું નામ છે પ્રીતમસિંઘ.' વગર પૂછ્યે વૈભવે કહેવા માંડ્યું : 'મૃગનયની અમેરિકામાં *સોશિયલ સાયન્સ*માં પીએચ.ડી. કરતી હતી ત્યારે બંનેની ઓળખાણ થઈ. તેજાસિંઘના કહેવા પ્રમાણે છોકરો બ્રિલિયન્ટ છે. ત્યાં તેના પિતાને હજારો એકરમાં બદામનાં ફાર્મ છે. તેજાસિંઘે તો બંને એકબીજાને કિસ કરે છે એવા ફોટા પણ મને બતાવ્યા. બિચારા પ્રાઈમ મિનિસ્ટર આ સંબંધ બાંધવાની હા પાડતાં અચકાય છે અને ના પાડતાં મૂંઝાય છે.'

ઈશ્વરભાઈએ પૂછ્યું નહીં, પી.એમ. શું કામ મૂંઝાય છે ? તોપણ વૈભવે કહેવાનું ચાલુ રાખ્યું :

'તેજાસિંઘના કહેવા પ્રમાણે શીખ છોકરાને બનેવી બનાવવાનું પ્રાઈમ મિનિસ્ટરને અજુગતું લાગતું હશે, પણ એટલા ખાતર ના પાડી દે અને વાત જાહેર થઈ જાય તો સમસ્ત શીખ કોમની લાગણી દુભાય : શું અમે ઊતરતી કક્ષાના છીએ ? ભારતના કોઈ પ્રાઈમ મિનિસ્ટર વિદેશી સ્ત્રીના પતિ હોઈ શકે, તો બીજા કોઈ પ્રાઈમ મિનિસ્ટરની બહેનનો પતિ શીખ શું કામ ન હોઈ શકે ? સરદાર તેજાસિંઘ પોતે જ મને આમ કહેતી વખતે થોડા ઉશ્કેરાઈને બોલી ઊઠેલા : વિદેશની ધોળી ગમે તે કુટુંબની હોય તો ચાલે, પણ દેશનો યુવાન ખાનદાન કુટુંબનો બાહોશ શીખ હોય છતાં એની સામે વાંધો ?'

ત્યારે ઈશ્વરભાઈને થયું : શતરંજની રમત શરૂ થાય અને સામો ખેલાડી પહેલી ચાલમાં જ મૂંઝવી નાખે એવી સ્થિતિમાં પોતે મુકાઈ ગયા હતા. સંસદસભ્ય મુરારિલાલ પોદ્દાર હાથીને અંકુશ ભોંકતા મહાવતની જેમ મને વારેવારે ટોક્યા કરે છે કે તમારા વૈભવને સબીનાના લફરામાંથી બહાર કાઢો, નહીંતર લાઈફટાઈમનો ચાન્સ ગુમાવી બેસશો... એ હરખઘેલાને હવે મારે સંભળાવવું પડશે, પહેલાં પી.એમ.ને કહે કે એમની બહેનને સંભાળે, પછી મને શિખામણ આપવા આવજે !

'તમે ચૂપ કેમ થઈ ગયા, ડૅડી ?'

પૂછીને વૈભવે તેમને સજાગ કરી દીધા. પોતાના પ્રતિભાવ જાણ્યા વગર પુત્ર છોડશે નહીં એમ લાગ્યું એટલે બોલવું પડ્યું :

'તું કહે છે એવું હોય તો આપણે હવે એ વિચારને પડતો મૂકીએ, બીજું શું ?'

કોઈ દલીલ કે આશંકા વિના પિતાએ પીછેહઠ સ્વીકારી લીધી એથી વૈભવ મનોમન હરખાયો, પણ કળાવા દીધું નહીં. ત્યાં ઈશ્વરભાઈ પોતાની ચાલ ચાલ્યા :

'એ ઠેકાણા પર ચોકડી મારીને હવે આપણે બીજા કોઈ યોગ્ય પાત્રની તપાસ ચાલુ કરી દઈએ.' કહીને સાવચેતીથી પ્રસ્તાવ મૂક્યો : 'વૈભવ, તારી ઉંમરે હું બે છોકરાનો બાપ થઈ ગયો હતો. તારા કરતાં નાનો સિદ્ધાર્થ પણ ચાર વરસના બાબાનો બાપ બની ગયો છે... તારા માટે બહુ મોડું કરવામાં હવે મજા નથી, દીકરા !'

'મોડું કરવાનું હું ક્યાં કહું છું ?' તેણે વિનાવિરોધે જવાબ આપ્યો તેથી ઈશ્વરભાઈને આશ્ચર્ય થયું. પેલો ચીમન ચોક્સી કહેતો હતો તેમ કદાચ સબીના વૈભવ સાથે પરણવા નહીં જ માગતી હોય... પરંતુ વૈભવે હજુ કહેવાનું બાકી હતું :

'ડૅડી, તમે હમણાં જ કહ્યું તેમ યોગ્ય પાત્ર મળવામાં વિલંબ થાય તેમાં આપણે શું કરી શકીએ ?'

'હવે યોગ્ય પાત્ર મળવામાં વિલંબ ક્યાં છે ?' અચાનક ખંડમાં આવી ચડેલાં ચારુબહેને અધ્ધરતાલ વાત ઉપાડી લીધી. પોતાના આગમનથી વિક્ષેપ પડ્યો હોય એવા ભાવથી પતિએ સામે જોયું ત્યારે એમણે ખુલાસો કર્યો : 'બાર વાગવા આવ્યા. દાદાજી પણ ડાઈનિંગ ટેબલ પર આવી ગયા... જમવા ચાલો - એવું કહેવા આવી હતી ત્યાં મનગમતી વાત સાંભળીને વચ્ચે કૂદી પડી.'

'કૂદી પડ્યાં જ છો તો હવે પૂરું કરો, શ્રીમતીજી !'

ઈશ્વરભાઈએ ગંભીરતા ખંખેરવા હળવાશથી કહીને પૂછ્યું : 'કયા યોગ્ય પાત્રની વાત કહેવા માગતી હતી તું ?'

'હૉંગકૉંગવાળા ચન્દ્રકુમારની !' ઉત્સાહભેર ચારુબહેન બોલવા લાગ્યાં : 'નિરાલીને તો એ પહેલી મુલાકાતમાં જ પંસદ પડી ગયો. અમારે મા-દીકરી વચ્ચે પેટછૂટી વાત પણ થઈ ગઈ. નિરાલી કહે છે કે મોટાભાઈનેય ચન્દ્રકુમાર ગમી ગયો. બરાબર છે ને, વૈભવ ?'

માના આગમનથી વાત ફંટાઈ ગઈ એ વૈભવને ગમ્યું. નિરાલીની પસંદગીમાં તેણે સૂર પુરાવ્યો :

'હા, ડૅડી, છોકરો સારો છે. હૉંગકૉંગમાં હીરાનો ધંધો એણે એકલાએ જ જમાવ્યો છે. વાતચીત, રીતભાત અને દેખાવમાં બધી રીતે નિરાલી સાથે મૅચ થાય એવો છે.' કહીને બાકીની જવાબદારી વડીલો પર નાખી દીધી : 'બાકીનું તો તમારે જોવા-વિચારવાનું રહે છે.'

'હવે જોવા-વિચારવામાં આપણે વિલંબ કરવો નથી.' ચારુબહેન ઉત્સાહમાં આવી ગયાં : 'નિરાલી કહેતી હતી કે છોકરો દિવાળી કરવા મુંબઈ આવવાનો છે. આપણા તરફથી તો શ્રાદ્ધ પૂરાં થાય એટલે ધીરુભાઈ ઝવેરીને ઘેર જઈ માગું નાખી જ દેવું છે. આનાથી વધારે યોગ્ય પાત્ર બીજું કેવું હોય ?'

'તું આવી ત્યારે અમારી વચ્ચે નિરાલીની નહીં, મૃગનયનીની વાત ચાલતી હતી.'

'તો-તો સોનામાં સુગંધ જેવું કામ થઈ જાય.' સમજ્યા વગર ચારુબહેને ઉમંગ ઉછાળ્યો : 'પછી તો ભાઈ-બહેન બંનેનાં લગ્ન ધામધૂમથી કરી નાખીએ.'

'મૃગનયનીની વાત આપણે પડતી મૂકીએ.' ઈશ્વરભાઈએ ફોડ પાડ્યો ત્યારે ચારુબહેનનો

ઉમંગ ફસકી ગયો. પતિએ એક જ વાક્યમાં કારણ પણ જણાવી દીધું : 'એ છોકરીએ પોતાનું ઠેકાણું શોધી લીધું છે.'

'હેં !'

'હા, મમ્મી ! આ વાત અત્યંત ગુપ્ત રાખવાની છે. આપણા ત્રણ સિવાય કોઈ જાણતું નથી એ રીતે... નહીંતર આપણે પ્રાઈમ મિનિસ્ટરની બહેનની વાત ફેલાવીએ છીએ એવું જાહેર થશે અને એમની સાથેના સંબંધમાં ભંગાણ પડશે.'

વડાપ્રધાનની બહેનને પુત્રવધૂ બનાવવાના મનસૂબાના ફુગ્ગાને કોઈએ ટાંકણી ભોંકીને ફોડી નાખ્યો હોય એમ હેબતાઈ જઈ ચારુબહેન પતિ અને પુત્રને તાકી રહ્યાં. કલ્પનાઓની ફૂંક મારીમારીને એ ફુગ્ગો કેવો ફુલાવ્યો હતો ! પુત્રનાં લગ્નમાં જગતભરના મહાનુભવો સામેલ થશે, દુનિયાની ડઝનબંધ ટેલિવિઝન કંપનીઓ તેમની ટીમને લગ્નના કવરેજ માટે મોકલશે, આઠ-દસ દિવસ સુધી વિવિધ કાર્યક્રમો યોજાશે અને પોતે મૂલ્યવાન આભૂષણોમાં સજ્જ થઈને વરની મા તરીકે હજારો મહેમાનો વચ્ચે લગ્નમાં મહાલશે... એવા તરંગો પર ચણેલો હવાઈ કિલ્લો ઘડીભરમાં જમીનદોસ્ત થઈ જાય ત્યારે કેટલું વસમું લાગે !

'ચાલો, હવે જમવા જઈએ.' કહેતા ઈશ્વરભાઈ ઊભા થયા છતાં પત્નીએ પગ ન ઉપાડ્યા ત્યારે સમજાવટથી કહ્યું : 'જે થાય તે સારા માટે. લગ્ન પછી ભવાડા થાય તેના કરતાં સમય વર્તે સાવધાન થઈ ગયા.'

કહેતાં ઈશ્વરભાઈ આગળ વધ્યા એટલે ચારુબહેને પરાણે પગ ઉપાડવા પડ્યા. વૈભવને થયું કે હાલપૂરતી તો આપત્તિ ટળી. બે-ત્રણ મહિના નીકળી જાય તો કદાચ લગ્ન માટે સબીના સંમત થઈ પણ જાય !

'ઘણા વખતે આખું કુટુંબ ડાઈનિંગ-ટેબલ પર જોવા મળ્યું.'

સૌ ખુરસી પર ગોઠવાયાં એટલે ઈશ્વરભાઈના નાના પુત્ર સિદ્ધાર્થે શરૂઆત કરી : 'દાદાજી, તમારી ચોથી પેઢીના પ્રતિનિધિરૂપે અમારો ગૌરવ પણ તેના દાદાના દાદાની શ્રાદ્ધમાં સામેલ છે.'

'પરંતુ દાદીમાની હાજરી વગર કુટુંબનું મિલન અધૂરું...' સિદ્ધાર્થની પત્ની રાજલક્ષ્મી એટલું બોલી ત્યાં સાસુએ આંખો પહોળી કરી તેને અધવચ્ચે રોકી પાડી. છતાં એ અધૂરી વાત સૌને પૂરેપૂરી ખટકી તો ગઈ જ... થાળીઓ પીરસીને બંને મા'રાજ દૂર થયા એટલે ચારુબહેને ખુલાસો કર્યો :

'દાદીમા ભલે આજે હાજર ન રહ્યાં, પણ મને વચન આપ્યું છે કે નિરાલીનાં લગ્નપ્રસંગે હું જરૂર હાજર રહીશ.'

'તો-તો હવે એ દિવસ બહુ દૂર નથી, બાપુજી !' ઈશ્વરભાઈએ પિતાને સારું લગાડવા માટે કહી દીધું : 'નિરાલીને હૉંગકૉંગવાળો છોકરો પસંદ પડ્યો છે.'

ફરી ચારુબહેન ચોંક્યાં : પતિ આ શું બોલી ગયા ! તેમણે સામે બેઠેલા શ્વશુર તરફ નજર કરી લીધી. હજુ ત્રણ દિવસ પહેલાં પાર્કમાં એમની હાજરીમાં સાસુએ સંભળાવ્યું હતું કે હૉંગકૉંગવાળા છોકરા સાથે દિયરની દીકરીને માટે વાત ચલાવવાનું વિચારતાં હતાં ત્યાં તમે નિરાલીને આગળ કરી એ બહુ ખોટું કર્યું કહેવાય... ત્યારે પોતે દઢતાપૂર્વક કહ્યું હતું કે ફોન કરીને હું નિરાલીને સમજાવી લઉં છું, તેને બદલે...

'નિરાલી, તું છોકરો પસંદ કરી આવી અને દાદાને વાત પણ નથી કરતી !' બાજુમાં બેઠેલી પૌત્રીના વાંસામાં હેતનો ધબ્બો મારી મોતીલાલ વિરાણીએ ચારુબહેનનો ક્ષોભ ખંખેરી નાખતાં કહ્યું : 'પંદર-વીસ મિનિટથી બોલબોલ કરે છે કે *હૉંગકૉંગ આવું છે અને હૉંગકૉંગ તેવું છે*, પણ છોકરો કેવો છે એ બોલી જ નહીં. તું વળી ક્યારથી શરમાતાં શીખી ગઈ ?'

ત્યારે નિરાલીએ મમ્મી સામે જોયું. તેણે જ સમજાવી હતી કે હમણાં દાદા પાસે ચન્દ્રકુમારની વાત ઉચ્ચારતી નહીં. દાદી સુધી વાત પહોંચી જશે તો ચડભડ ચાલુ થઈ જશે... હવે નિરાલી આંખોથી માની રજા માગતી હતી : વાત જાહેર થઈ ગઈ છે તો બોલવા દે ને !

પરંતુ દાદાએ જ મા-દીકરીની મૂંઝવણ ટાળી દીધી : 'ચારુવહુ, જમવા બેસતાં પહેલાં મને ઇશારો કરી દીધો હોત તો ગમે તેમ કરીને તમારી સાસુને અહીં બોલાવી લેત. નિરાલીનું નક્કી થવાનું છે એ જાણીને એ કેટલાં રાજી થાત... એ બહાને એમને આપણી સાથે જમવા પણ બેસાડી દેત !'

'મને થયું કે આપણા તરફથી નક્કી થાય એટલે પાકું થઈ ગયું કેમ કહેવાય ?' ચારુબહેને વાત વાળી લીધી : 'છોકરો દિવાળી પર મુંબઈ આવવાનો છે ત્યાં સુધી વાટ જોવી સારી.'

'વહુ, તમે ભલે વાટ જુઓ, બાકી મારું મન કહે છે કે આ માગશરે નિરાલીનાં લગન લેવાશે એ નક્કી છે.' કહી તેમણે મોટા પૌત્ર સામે જોતાં ઉમેર્યું : 'હું તો વૈભવ માટેય એક વાત લઈ આવ્યો છું.'

સાંભળીને સૌ ચમક્યાં, જ્યારે વૈભવ તો ચોંકી જ ગયો. હજુ થોડી વાર પહેલાં મૃગનયનીવાળી વાત માંડ ટાળી હતી ત્યાં દાદાજીએ નવો ફણગો ક્યાં ફોડ્યો ? અને બાકીનાં બધાંને એ વાતનું અચરજ હતું કે વ્યવહારની વાતમાં ભાગ્યે જ માથું મારતા મોતીલાલ વિરાણીએ અચાનક આ શું ધડાકો કર્યો ?

'વૈભવ માટે કોની વાત આવી છે, બાપુજી ?'

ચારુબહેને આશાભર્યા અવાજે સસરાને પૂછ્યું ત્યારે મોતીલાલભાઈએ પુત્ર તરફ નજર કરી, એટલે ઈશ્વરભાઈએ ઉત્સાહપૂર્વક પૂછી લીધું : 'બાપુજી, કહો ને, શું બાબત છે ?'

'બે દિવસ પહેલાં શ્યામજીભાઈને પંચોતેર પૂરાં થયાં તેમના અમૃત મહોત્સવમાં હું અને તારી બા ગયાં હતાં.' શિક્ષક વિદ્યાર્થીને સમજાવતા હોય એવી ઢબે કહેવાની મોતીલાલ વિરાણીને ટેવ ચાલુ રહી હતી.

'એ પ્રસંગે તારા સિવાય શહેરના લગભગ બધા જ જાણીતા નાગરિકો હાજર હતા.'

'હા, બાપુજી, પણ હું આવી શકું તેમ નહોતો. મેં શુભેચ્છારૂપે બૂકે (ગુલદસ્તો) મોકલ્યો તેની સાથે ગેરહાજર રહેવા બદલ દિલગીરી પણ દર્શાવી હતી.'

'દિલગીરી તો મેંય તારા વતી દર્શાવી હતી, ઈશ્વર ! પણ એ પ્રસંગે હાજર રહેવાની તારી ફરજ બનતી હતી.'

'ડૅડીએ હાજર રહેવું જ પડે એવું ખાસ શું હતું માવજીભાઈના અમૃત મહોત્સવમાં ?'

વૈભવે આમ પૂછ્યું તે ઈશ્વરભાઈને કઠ્યું, પણ દાદાને તેની પૃચ્છા અજુગતી ન લાગી.

'અમૃત મહોત્સવ માવજીભાઈનો નહીં, શ્યામજીભાઈનો હતો, વૈભવ... અને

શ્યામજીભાઈની ભલામણચિઠ્ઠીથી જ તારા આ ડેડીને પંચાણું રૂપિયાના પગારની મુંબઈની પહેલી નોકરી મળી હતી.'

'પંચાણું રૂપિયાના પગારની નોકરી !' વૈભવ તોછડું હસ્યો : 'અને એ નોકરી માટે ભલામણ કરનારનો પાછો એટલો બધો ઉપકાર !'

ઈશ્વરભાઈને થયું કે વચ્ચે બોલીને વૈભવ ચર્ચાને ખોટી દિશામાં દોરી રહ્યો છે, પણ પુત્રને વારંવાર ટોકવાનું ઠીક ન લાગ્યું એટલે સાંભળ્યા કર્યું.

'દીકરા વૈભવ, પંચાણું રૂપિયા અમારા જમાનામાં બહુ ગણાતા.' દાદાએ વડીલની શૈલીમાં સમજાવ્યું : 'અને જે પહેલી નોકરી અપાવી દે તેનો ગણ જિંદગીભર યાદ રાખવામાં અમે માનતા હતા.'

હવે ઈશ્વરભાઈએ બોલ્યા વિના ચાલે તેમ નહોતું :

'બાપુજી, શ્યામજીભાઈનો ગણ હું ભૂલ્યો નથી.'

'ન ભૂલવું અને યાદ રાખવું એ બે વચ્ચે થોડો ભેદ છે, ભાઈ ઈશ્વર ! *નથી ભૂલ્યો* એમ કહેવામાં બચાવનો ભાવ રહેલો છે, જ્યારે *મને યાદ છે* એવું કહીએ ત્યારે તેમાં ઋણનો રણકો સંભળાય છે.'

બોલતાં-બોલતાં પિતાને લાગણીવશ થઈ જતા જોઈને ઈશ્વરભાઈએ ભૂલ સ્વીકારી લીધી :

'સાચી વાત છે, બાપુજી ! શુભેચ્છાના પત્રમાં મારે શ્યામજીભાઈને લખવું જોઈતું હતું કે તમે મારા જેવા અનેકને નોકરી-ધંધામાં પ્રવેશ અપાવી દેવા માટે નિમિત્ત બન્યા છો... હવે ફોન કરીને ભૂલ સુધારી લઈશ.'

'તારી એ ભૂલ મેં જાહેરમાં સુધારી લીધી, ઈશ્વર !'

'જાહેરમાં ?' વૈભવ ફરી વચ્ચે બોલ્યો : 'એટલે તમે પાંચ-પચીસ માણસોની વચ્ચે આવું બોલ્યા હતા, દાદાજી ?'

'પાંચ-પચીસની વચ્ચે નહીં.' જાણી-કરીને થોડું અટકી, મોતીલાલ વિરાણીએ હળવેકથી ઉમેર્યું : 'પાંચસો-સાતસોની જાહેર સભામાં હું આમ બોલ્યો હતો.'

'તમે શું બોલ્યા હતા, બાપુજી ?'

ઈશ્વરભાઈએ આમન્યાથી પૂછ્યું પરંતુ તેમની અકળામણ પિતાના ધ્યાન બહાર રહી નહીં.

'મંચ પર એક પછી એક વક્તા શ્યામજીભાઈની પ્રશસ્તિ કરતા હતા. એમણે કેટલાં દાન-પુણ્ય કર્યાં, કાપડબજારના ગુમાસ્તાઓને તેમના હક્ક અપાવ્યા, વેપારીઓને સરકાર સામે સંગઠિત કર્યા, ગામડાંઓમાં નેત્રયજ્ઞો કરી હજારો ગરીબોને તેજ આંજ્યું...'

'પરંતુ, દાદાજી ! બીજા બધાની વાત જવા દો, તમે શું બોલ્યા એ અમારે સાંભળવું છે.'

આમ કહેનાર પૌત્ર વૈભવ સામે મોતીલાલબાપા મલક્યા : 'વૈભવ, તું ભારે અધીરો છે અને હું છું બહુ ધીરો... ઘણી વાર ભૂલી જાઉં છું કે હું સાવ નવરો છું અને તું બહુ કામઢો છે.'

'નહીં-નહીં, બાપુજી, એવું નથી.' ઈશ્વરભાઈએ સારું લગાડવા વચ્ચે બોલવું પડ્યું : 'ખરેખર તો તમે શું બોલ્યા એ જાણવાની અમને સૌને અધીરાઈ છે.'

'તો સાંભળો... આમ તો હું સભાગૃહમાં બેઠો હતો. અચાનક માઈક પરથી સંચાલકે

જાહેર કર્યું કે આપણી વચ્ચે એક એવા ગુણીજન બેઠા છે જેમને અહીં આવીને બે શબ્દ બોલવા અમે વિનંતી કરીએ છીએ. એમણે હજારો યુવાનોને વિદ્યાદાન આપ્યું છે, તેમનું ઘડતર કર્યું છે... એ વ્યક્તિ એટલે મોતીલાલભાઈ વિરાણી... આ સાંભળીને હું ચોંક્યો. મારી અનિચ્છા છતાં મને બે જણા હાથ પકડીને સ્ટેજ પર ખેંચી ગયા એટલે મારે બોલવું પડ્યું.'

ફરી સૌ અધીરાં થઈને તેમને તાકવા લાગ્યાં.

'મેં કહ્યું કે મારો પરિચય અહીં શિક્ષક તરીકે આપ્યો, પરંતુ હું એક અગ્રગણ્ય ઉદ્યોગપતિનો પિતા પણ છું અને એ નાતે હું કાંઈક કહેવા માગું છું.'

'વાહ ! તમે એવું કહ્યું, દાદાજી ?' પહેલી વાર નાનો પૌત્ર સિદ્ધાર્થ બોલી ઊઠ્યો : 'ડેડી માટે તમે શું બોલ્યા ?'

'મેં કહ્યું કે મારા પુત્ર ઈશ્વરલાલ વિરાણીના નસીબમાં ઉદ્યોગપતિ બનવાનું લખાયું હતું અને એ બન્યો, પરંતુ એમને એ દિશામાં આંગળી ચીંધનાર આ શ્યામજીભાઈ મહેતા હતા. હું માસ્તર હોવા છતાં મારો ઈશ્વર મૅટ્રિક પાસ કરી શક્યો નહીં ત્યારે એને નોકરીએ લગાડવા મુંબઈ મોકલ્યો. મુંબઈમાં શ્યામજીભાઈનો કાપડનો કારોબાર બહુ જોરમાં ચાલતો હતો. ઈશ્વર એમની પાસે ગયો ત્યારે એમણે કાપડની દુકાનમાં નોકરી આપવાને બદલે શિખામણ આપી કે છોકરા, આ દેશમાં કાપડ વેચનારા તો ઘણા છે, પણ કાપડ બનાવનારા સાહસિકની ભવિષ્યમાં ખેંચ પડવાની છે અને કાપડ બનાવતાં શીખવું હોય તો પહેલાં સૂતરનો ધંધો જાણવો જોઈએ. હું તને સૂતરબજારના આગેવાન વેપારી પર ભલામણ-ચિઠ્ઠી લખી આપું છું. ત્યાં રહીને ધ્યાનથી કામ કરીશ તો ભવિષ્યમાં ખૂબ આગળ વધીશ... અને શ્યામજીભાઈએ ચિઠ્ઠી લખી આપી આપણા ભવાનજી શેઠિયા પર... જે અત્યારે મંચ પર શ્યામજીભાઈની બાજુમાં બેઠા છે... એમણે ભલમનસાઈથી ઈશ્વરને નોકરી આપી જેના પ્રતાપે આજે એ દેશનો અગ્રગણ્ય ઉદ્યોગપતિ બની ગયો.'

પિતાના મોઢેથી ભવાનજી શેઠિયાનું નામ સાંભળતાં જ ઈશ્વરભાઈએ મોં તરફ ઊંચકેલો રબડી ભરેલો ચાંદીનો ચમચો પાછો ચાંદીની કટોરીમાં મૂકી દીધો. કડવો ઘૂંટડો ગળે ઊતર્યો હોય તેમ મોઢું બગડી ગયું. એ કહેવા માગતા હતા : મારી ઉન્નતિનો યશ તમે એને આપ્યો ? જેણે *માસ્તરનો દીકરા* કહીને મને તમાચો મારીને હડધૂત કરીને નોકરીમાંથી કાઢી મૂક્યો એ ભવાનજી શેઠિયાને ? પરંતુ તમાચાવાળી વાત ભૂલેચૂકેય બોલી ન જવાય એટલા ખાતર હોઠ ભીડી દીધા.

'બાપુજી, આ બધી વાતમાં વૈભવ માટે છોકરી પસંદ કરવાનું તો ક્યાંય આવ્યું જ નહીં !' ચારુબહેને સસરાને મૂળ વાત યાદ કરાવી : 'અમને એ જાણવાની અધીરાઈ છે.'

'ધીરજથી સાંભળજો ! બે શબ્દ બોલીને હું તો મંચ પરથી ઊતરી ગયો. સભા પૂરી થઈ એટલે તમારાં સાસુ સાથે મને હૉલમાંથી બહાર નીકળતો જોઈ ભવાનજી શેઠિયા દોડી આવ્યા, ગદ્‌ગદ થઈને કહેવા લાગ્યા : ઈશ્વરભાઈની સિદ્ધિ માટે તમે મને વધારે પડતો જશ આપી દીધો. એ જ વખતે એમની દોહિત્રી પણ સાથે હતી. નામ એનું દેવકી. સંસ્કારી ઘરની કન્યાને છાજે તેમ એણે અમને બંનેને ભાવપૂર્વક નમીને પ્રણામ કર્યા. મારાથી પુછાઈ ગયું કે ભવાનજીભા,

દોહિત્રીને ક્યાં વરાવી ? તો એમણે કહ્યું કે જમાઈ શોધીએ છીએ. સારું ઠેકાણું હોય તો ચીંધજો... એ સાંભળીને ઈશ્વરની બા બોલી ઊઠ્યાં : અમે પણ વૈભવ માટે કન્યા શોધીએ છીએ. હું ઈશ્વરના કાને તમારી દેવકી માટે જરૂર વાત નાખીશ.'

'ત્યારે ભવાનજી શેઠિયા શું બોલ્યા ?' હવે ઈશ્વરભાઈની અધીરાઈ વધી ગઈ : 'એ તો બહુ રાજી થયા હશે ?'

'રાજી તો થયા, પણ સાથેસાથે એમ પણ કહ્યું કે ઈશ્વરભાઈ હવે બહુ મોટા માણસ છે. બાકી વૈભવ જેવો દીકરો દીવો લઈને શોધવા જતાં પણ ન મળે.'

સાંભળીને ઈશ્વરલાલ વિરાણી મુખથી પોરસાયા પણ મનોમન ગિન્નાયા. એક વાર તમારી ચન્દ્રપ્રભાનો મેં અછડતો સ્પર્શ કર્યો ત્યારે તમને મોઢું દેખાડવાને લાયક નહોતો લાગ્યો, મારી ઓકાત બગાડી નાખવાની ધમકી આપી હતી અને આજે મને મોટો માણસ ગણીને એ જ દીકરીની દીકરી દેવકીનું મારા દીકરા માટે માગું નાખવામાં તમારી ઓકાત ઓછી પડે છે ને, ભવાનજીભા ?

'એ દેવકીને તો મેં પણ જોઈ છે.' કોઈ કાંઈ બોલ્યું નહીં એટલે સિદ્ધાર્થની પત્ની રાજલક્ષ્મીએ અધૂરી વાતને ઠેલો માર્યો : 'ઈન્ડિયન મર્ચન્ટ્સ ચેમ્બર્સની લેડીઝ વિંગમાં બે-ચાર વાર એને મળી છું. દેવકી દેખાવમાં સ્વરૂપવતી છે એટલી જ વાતચીતમાં બુદ્ધિશાળી પણ છે. કહે છે કે પોતાના નાનાનો બિઝનેસ બધો એણે જ સંભાળી લીધો છે.'

દેવકીનાં વખાણ સાંભળી ચારુબહેન થોડાં પીગળ્યાં હોય તેમ પતિ સામે જોયું. પરંતુ ઈશ્વરભાઈ વિચારમાં ખોવાયેલા હતા એટલે દાદાજી બોલી ઊઠ્યા :

'રાજી, તેં સારું યાદ કરાવ્યું. એ દેવકી હવે નવી લાઈન શરૂ કરવા માગે છે. સૌરાષ્ટ્ર-કચ્છના બધાં શહેરોને સાંકળી લેતી એર-ટૅક્સી સર્વિસની કંપની ચાલુ કરે છે, એટલા માટે વિમાન ઉડાડવાનું શીખી રહી છે.'

'પોતાની એર-ટૅક્સીની પાઈલટ એ પોતે જ બનવાની છે ?'

વૈભવે કટાક્ષમાં પૂછ્યું છતાં મોતીદાદાએ સહજપણે જ જવાબ આપ્યો :

'નહીં, ગમે તેમ તો એ વોપારીની દોહિત્રી છે ને ! કહેતી હતી કે કોઈ પણ લાઈનમાં પડતાં પહેલાં તેનો અભ્યાસ કરી લેવો જોઈએ.' કહી દાદાએ બીજી એક વાત પણ કહી નાખી : 'ભવાનજીભા તો એમ પણ બોલી ગયા કે એર-ટૅક્સીની પ્રાઈવેટ લિમિટેડ કંપની બનાવી રહ્યા છીએ તેમાં ઈશ્વરભાઈની પુત્રી કે પુત્રવધૂ ભાગીદાર થાય તો અમે રાજી થઈશું.'

'તો-તો હું જરૂર તેની સાથે જોડાઈશ.' નિરાલી ઉત્સાહભેર બોલી ગઈ : 'ચન્દ્રકુમાર કહેતા હતા કે સ્ત્રીઓએ ઘરમાં બેસી રહેવાને બદલે કોઈ ને કોઈ વ્યાપારમાં રસ લેવો જોઈએ. તેનાથી દુનિયાદારીનો અનુભવ વધે છે.'

'તો-તો, નિરાલીબહેન, તમારી સાથે હું પણ દેવકી શેઠિયાની કંપનીમાં જોડાઈશ.'

'રાજી ! એ છોકરી શેઠિયાની દોહિત્રી છે અને એની અટક શેઠિયા નહીં પણ શાહ છે.' ઈશ્વરભાઈથી બોલાઈ ગયું અને ચારુબહેને તક ઝડપી લીધી :

'એટલે તમે એને વિષે બધું જાણો છો ?'

'પંદરેક દિવસ પહેલાં વાઈસ-એડમિરલ ચોપરાનાં ગુજરાતી પત્ની ઉર્વશીદેવી ફેશન શોનું

નક્કી કરવા આવ્યાં ત્યારે આ છોકરીની વાત ઉચ્ચારી હતી. એમના કહેવા પ્રમાણે વૈભવ સાથે દેવકીની જોડી મૅચ થાય એવી છે.'

'પછી તમે શું કહ્યું ?' પત્નીએ પૂછ્યું.

'મેં કહ્યું કે ત્રેવીસમી ઑક્ટોબરે ફૅશન શોમાં નાના અને દોહિત્રી આવવાનાં છે ત્યારે ઘરનાં સૌ જોઈ લઈએ, પછી વિચારીશું.'

એ જ વખતે મહારાજ કઢી-ભાત-શાક પીરસીને દૂર થયા એટલે ચારુબહેને આગળ ચલાવ્યું -

'સારું થયું, તમે વાત ઊભી રાખી. છોકરી જોયા વગર ના પાડી દઈએ તો સમાજમાં ભળતી-સળતી વાતો થાય.'

ઘડીભર તો ઈશ્વરભાઈને થયું કે ચન્દ્રપ્રભાની પુત્રી પુત્રવધૂ થઈને આવે તો એ કુદરતે ન્યાય કર્યા બરાબર થાય. ભવાનજી શેઠિયાની મૂછો પણ નીચી કર્યા બરાબર ગણાય... પરંતુ એ તર્કને તરત જ એમણે દાઝપૂર્વક દાંત વચ્ચે કચડી નાખ્યો.

'આપણે બધી વાતનો વિચાર કરવાનો છે.' ઈશ્વરભાઈએ વાતમાં ફાચર મારતાં કહ્યું : 'છોકરીની મા તો એને નાની મૂકીને અકસ્માતમાં મરી પરવારી...' એમ બોલતી વખતે આત્મા ડંખ્યો તેની પીડા સહી લઈને ઉમેર્યું : 'કન્યાનો પતિ મોટા ઘરનો બગડેલો નબીરો નીકળ્યો અને છોકરીને કોઈ ભાઈ પણ નથી.'

'એમ તો મારેય મા-બાપ નથી અને ભાઈ પણ નથી.' રાજલક્ષ્મીએ સસરાની દલીલ પર પાણી ફેરવતાં કહ્યું : 'ડૅડી, તમે એ બધામાં ક્યાં માનો છો ?'

'અને એ લોકો જૈન છે.' વૈભવે બોલવા ખાતર બોલીને ગરમ પાણીના બાઉલમાં હાથ બોળી મોં સાફ કરતાં ઉમેર્યું : 'મમ્મી, તમને એનો વાંધો નહીં આવે ?'

'જૈન હોય એથી શું થઈ ગયું ?' ઘણા વખતે મોતીભાઈએ ચર્ચામાં ઝુકાવ્યું : 'આપણે નિરાલી માટે વિચારીએ છીએ એ પણ પાલનપુરનું જૈન કુટુંબ જ છે ને... અને, વૈભવ, તને કદાચ જાણ નહીં હોય કે જેમનું શ્રાદ્ધ આપણે જમી રહ્યાં છીએ એ પોતે જૈન જ હતા. હું અને તારા ડૅડી જૈન તરીકે જન્મ્યા હતા. પરંતુ પચાસેક વરસ પહેલાં એક એવી દુર્ઘટના બની ગઈ કે આપણું મૂળ વતન ભાવનગર છોડવું પડ્યું અને સાથે જૈન ધર્મ પણ ત્યજી દીધો.'

'એવી તે શું દુર્ઘટના બની હતી, દાદાજી ?' નિરાલી અને રાજી લગભગ સાથે બોલી ઊઠ્યાં.

પરંતુ દાદા એનો જવાબ આપે એ પહેલાં નોકરે આવીને કહ્યું : 'વૈભવ શેઠ, તમારો ફોન આવ્યો છે. અહીં લઈ આવું ?'

સાંભળીને વૈભવ સફાળો ઊભો થઈ ગયો. પોતાના રૂમનો નંબર જોડનાર સબીના સિવાય બીજું કોણ હોય ?

વિચારતો એ ઉતાવળી ચાલે બેડરૂમમાં સરકી ગયો.

'હાય, સબીના !' સામેથી અવાજ સાંભળીને ઉન્માદક અવાજે વૈભવે કહ્યું : 'ક્યારનો તારા ફોનની જ રાહ જોઉં છું.'

'મને સર્વન્ટે કહ્યું, તારો ફોન આવ્યો ત્યારે હું બાથરૂમમાં હતી. બોલ, વૈભવ, શું કામ હતું ?'

'કામ...' કહી વિચારમાં પડી ગયેલો વૈભવ બોલવા જતો હતો કે હૉંગકૉંગમાં પાંચ દિવસ સાથે ગાળ્યા પછી જુદાઈ જીરવાતી નથી... પરંતુ એમ કહેવા જાય તો સામેથી સાંભળવું પડે કે વહેલાં-મોડાં જુદાં પડવા માટે તો આપણે મળીએ છીએ. અત્યારથી તું તારા ઇરાદામાં ડગી ગયો ?

આવું સાંભળવું ન પડે એટલે હૃદયમાં ઘૂંટાતી લાગણીને જુદા શબ્દોમાં વ્યક્ત કરતો તે મૃદુ અવાજે બોલ્યો : 'સબના ડાર્લિંગ, હૉંગકૉંગમાં તારી સાથે ગાળેલી પ્રત્યેક પળ યાદગાર બની ગઈ. *એવરી મોમેન્ટ વૉઝ બ્યૂટિફુલ !*'

'આટલું કહેવા માટે જ ફોન કર્યો હતો, વૈભવ ?' સબીના મીઠું હસી પડી. પછી હળવેકથી કહ્યું : 'મેં તો ખાસ કામસર તને ફોન કર્યો.'

'બોલ.' વૈભવે પલંગમાં આડા પડતાં પૂછ્યું : 'શું કામ પડ્યું ?'

'પપ્પા તને મળવા માગે છે.'

સાંભળતાં જ વૈભવ ફરી બેઠો થઈ ગયો : 'મને મળવા માગે છે ? પણ શું કામ ?'

'એ તો મને ખબર નથી... તને રવિવારે સાંજે ફાવશે ?'

'તને ફાવશે એ મને ફાવશે !'

'મારી વાત નહીં કર. રવિવારે હું તો શૂટિંગમાં હોઈશ. તને પપ્પા એકલા જ મળવા માગે છે.'

ત્યારે વૈભવ વિચારમાં પડી ગયો. પોતાના પિતાનો તો બરાબર સામનો કરી શક્યો, હવે સબીનાના પિતાને એકલા મળવાનું...

'કેમ ચૂપ થઈ ગયો, વૈભવ ? ગભરાઈ ગયો ?'

'હા !' વૈભવે કબૂલ કરી લીધું : 'ફાઈનલની પરીક્ષા આપવા જવાની હોય એવી ગભરામણ થાય છે.'

'તો પછી રવિવારે સાંજે સાત વાગ્યે બરાબર હોમવર્ક કરીને મારે ઘેર આવી પહોંચજે... ડ્રિન્ક અને ડિનર લેતાં-લેતાં પરીક્ષા આપવાની છે, સમજ્યો ?'

હસતાં-હસતાં કહીને સબીનાએ ફોન રાખી દીધો. વિચારમાં અટવાયેલા વૈભવને ઘણી વાર સુધી ફોન મૂકી દેવાનો ખ્યાલ ન આવ્યો.

*

મહાલક્ષ્મી ટર્ફ ક્લબના રેસકોર્સ રેસ્ટોરાં એન્ડ બારમાં રૉયલ ચેલેન્જ વિસ્કીના ઘૂંટ સાથે કિંગ એડવર્ડની ચિરૂટના કશ લેતો બેઠેલો ગણપત ગજાનન ચવ્હાણ વચ્ચે-વચ્ચે ઘડિયાળમાં જોઈ લઈને દાઢી ખજવાળી લેતો હતો. ચાર વરસ અને ચાર મહિના અગાઉ રેસકોર્સનો આ બાર તેનો સાંજનો અડ્ડો ગણાતો. ત્યાં જૉકીઓ, ટ્રેનરો, બુકીઓ અને રેસ-રસિયા પન્ટરો નશો કરતાં-કરતાં ઘોડદોડની દુનિયામાં ખોવાઈ જતા. એ દિવસોની યાદે ચવ્હાણને નિસાસો નખાવી દીધો. ડર્બીની એ રેસમાં તરવરિયા જુવાન જૉકી જીમીના ઘોડાને ભડકાવી દેવાના કાવતરામા

પોતે પાંચ વરસ માટે રેસમાંથી રસ્ટિકેટ થયા પછી પહેલી વાર આ બારમાં પીવા આવ્યો હતો - ના, પીવા નહીં કોઈને મળવા આવ્યો હતો અને તેની પ્રતીક્ષામાં ચવ્હાણને પળે-પળ કલાકો જેટલી લાંબી લાગતી હતી, છતાં તેને મળ્યા વિના ચાલે તેમ નહોતું.

જૉકી જીમી સાથે પોતાને કોઈ દુશ્મની ક્યાં હતી ? પેલાએ સાડાસાત લાખ રૂપિયાની ઑફર કરીને કહ્યું કે તારે બીજું કાંઈ કરવાનું નથી, જીમીનો *બ્લેક નાઈટ* તારા *ગોલ્ડ રશ*ની લગોલગ આવી જાય એટલે તારે પગની કિક મારીને તેને ભડકાવી દેવાનો અને જીમીને ઘોડા પરથી ઉથલાવી દેવાનો. જીમી જીતે નહીં અને હાથ-પગ ભાંગી જાય એનાથી વધારે કોઈ જોખમ નથી... પરંતુ જીમી જીત્યો નહીં તેમ જીવ્યો પણ નહીં. શું એની હત્યાનું પાપ મને લાગ્યું કહેવાય ?

સવાચાર વરસથી આ સવાલ તેના આત્માને વીંછીના ડંખની જેમ રિબાવી જતો, પણ તેનો જવાબ જડતો નહીં. અત્યારે એ દુર્ઘટનાના સ્થળથી સાવ નજીક બેઠો હતો એટલે વિસ્કીના ઘૂંટડે-ઘૂંટડે વીંછીના ડંખનું ઝેર શરીરમાં પ્રસરી રહ્યું હોય એવી કાળી પીડા થતી હતી.

ખાલી થયેલા ગ્લાસમાં ફરી પતિયાલા પેગ ભરાવી તેણે નક્કી કરી લીધું : આ ગ્લાસ પૂરો કરું ત્યાં સુધીમાં પેલો ન આવે તો હવે વધુ વાર અહીં બેસવું નથી. અર્ધા કલાક પછી તો રેસકોર્સ સાથે સંકળાયેલા પીનારાઓ આવવા લાગશે. તેમાંથી કોઈ ને કોઈ પોતાની આ દાઢી છતાં ઓળખી ગયા વગર નહીં રહે. મળનારામાંથી કોઈક તો જરૂર પૂછી બેસશે : અરે, જીજી, ઈતને સાલ કહાં થા ? સુના હૈ, કુવૈત કે શેખને તુમ્હે સ્ટેબલ કા ચીફ બનાયા થા ? વહાં તો ખૂબ એશ કિયા હોગા તુમને ?

વાત પણ સાચી હતી ! મોંમાંથી ચિરૂટના ધુમાડા છોડતો ચવ્હાણ એ સુખી દિવસો વાગોળવા લાગ્યો. પેલા માણસના થકી જ તો પોતે કુવૈતના શેખ સુધી પહોંચ્યો હતો ને ? તેની ઘોડેસવારી જોઈને શેખ પણ બેહદ ખુશ થઈ ગયેલા. મોં-માગ્યા દિનારના પગારે પાંચ વરસના કોન્ટ્રાક્ટથી રાખી લીધો. કામમાં ખાસ કાંઈ કરવાનું નહીં અને મોજ માણવામાં કોઈ મણા નહીં. એક વરસમાં તો બૈરી અને દીકરી-દીકરાને બોલાવી લીધાં, ઘર લઈ લીધું. એરકન્ડિશન્ડ મોટરકાર મળી ગઈ અને જિંદગીમાં જોયાં ન હોય એવાં બધાં સુખમાં આળોટી લીધું. ખાનગીમાં શરાબ પીવાનો, ખૂબસૂરત ઓરતોની છેડછાડ કરી લેવાની અને અરબી ઘોડા પર માઈલો સુધી સવારી કરીને રાત્રે સુખની નીંદરમાં પોઢી જવાનું.

પરંતુ નખ્ખોદ જાય ઈરાકના સદ્દામ હુસેનનું... ગયા વરસે ૧૯૯૦ની બીજી ઑગસ્ટે અચાનક ચડાઈ કરીને કુવૈત પડાવી લીધું અને દુ:ખના દિવસોની શરૂઆત થઈ ગઈ. કુવૈતી શેખના રસાલા સાથે સાઉદી અરેબિયા ભાગી છૂટવું પડ્યું. ચાર-પાંચ મહિના તો શેખે ત્યાં સાથે રાખ્યો, પણ સદ્દામ હુસેન કુવૈતનો કબજો છોડે તો શેખ પાછા જાય ને ? પોતે જ આફતમાં આવી પડ્યા હોય પછી સેંકડો નોકર-ચાકરના રસાલાને ક્યાં સુધી નભાવે ? એક લાખ દિનાર આપીને તેને દેશમાં વિદાય કરી દીધો : ચવ્હાણ, બધું થાળે પડી ગયા પછી તને પાછો કુવૈત બોલાવી લેશું... પરંતુ દિવસો બદલાય છે ત્યારે માણસ તો ઠીક, મોંઘા ચલણની કિંમત પણ રાતોરાત ઘટી જાય છે.

પૂના આવ્યો ત્યારે ચવ્હાણના એક લાખ દિનારનું મૂલ્ય રૂપિયામાં અર્ધું પણ ન ઊપજ્યું.

સાડાત્રણ વરસના કુવૈતના વસવાટે રહેણીકરણી બદલી નાખી હતી, આદતો બગાડી નાખી હતી. પૂનામાં ત્રણ લાખનું ઘર લીધું, ચાલીસ હજારની જૂની કાર ખરીદી. થોડા મહિના તો છૂટો હાથ રાખીને જીવ્યો ત્યાં દીકરીનાં લગ્ન આવી પડ્યાં. છોકરાવાળા કહે કે : શેખના દરબારમાંથી ઘણું લઈ આવ્યા છો, દીકરીને ચાર-પાંચ લાખનો દાયજો તો આપવો જ જોઈએ ને ?

'બહુ ઊંડા વિચારમાં પડી ગયા છો, જીજી ?' અચાનક સામેની ખુરશી પર બેઠક લેનારે ચવ્હાણને ચમકાવ્યો : 'મને આવતાં થોડી વાર થઈ તેમાં (પીવાનું) ચાલુ પણ કરી દીધું.'

'બસ, હજુ તો શરૂ જ કર્યું છે.' ચવ્હાણે ખોટું બોલવું પડ્યું : 'અશ્વદૂત, તમે બહુ વાર કરી નાખી. મારે લવકર (જલદી) પાછા ફરવાનું છે.'

'બસ, હું એક-બે સીપ (ઘૂંટ) લઉં પછી આપણે શરૂ કરીએ.' કહી અશ્વદૂતે પાંચસો પંચાવનના પૅકેટમાંથી સિગારેટ કાઢી લાઈટરથી સળગાવીને પોતાના માટે વિસ્કીનો ઑર્ડર આપ્યો.

વિસ્કી પિવાતી ગઈ, ચિરૂટ-સિગારેટ ફૂંકાતી ગઈ અને બંને એકબીજાને નીરખતા થોડી વાર મૌન ધારણ કરીને બેસી રહ્યા - કેમ જાણે પરસ્પરનાં મન વાંચી લેવા મથતા હોય !

અશ્વદૂતનું ખરું નામ તો હતું વિરાટ જાગીરદાર. *ગૂડ મૉર્નિંગ ગ્રુપ*ના ત્રણે ભાષાનાં અખબારોના આ નામાંકિત રેસ-રિપૉર્ટરને સૌ *અશ્વદૂત*ના પેનનેમ(તખલ્લુસ)થી જ ઓળખતા. ગયા રવિવારે પૂનાની ટર્ફ ક્લબમાં માથે કૅપ, આંખે ગૉગલ્સ અને વધેલી દાઢીથી પોતાની ઓળખ છુપાવીને ઘોડદોડ નીરખવામાં ચવ્હાણ મશગૂલ હતો ત્યાં અશ્વદૂતની ચકોર નજરે ચડી ગયેલો. સાથે ખાધું-પીધું, સુખ-દુઃખની વાતો કરી અને છૂટા પડતી વખતે ચવ્હાણે શરાબ ઉપરાંત ઉપાધિના નશામાં મનનો ઊભરો ઠાલવી દીધો :

'યાર, ફરી જૉકી બનવા માટે પાંચ વરસની તડીપારની મુદત આઠ મહિના પછી પૂરી થાય ત્યાં સુધીમાં તો હું ખુવાર થઈ જઈશ ! તારે તો ઘણા સ્ટડવાળા (ઘોડા ઉછેરનારા) સાથે દોસ્તી છે. મારી ભલામણ કરીને પાંચ-સાત હજારના પગારે કામે લગાડી દે ને ?'

'ઠીક છે, જીજી, આવતા શુક્રવારે સાડાપાંચ વાગ્યે રેસકોર્સ બારમાં મળ. તારું અને મારું બંનેનું ભલું થાય એવો એક કીમિયો મને હાથ લાગ્યો છે.'

અને અત્યારે સામે બેઠેલા અશ્વદૂત ઉર્ફે વિરાટ જાગીરદારને નિહાળી રહેલો ચવ્હાણ બંનેનું ભલું થાય એવો કીમિયો સાંભળવા માટે બેચેનીથી ટળવળતો હતો.

'ધ્યાનથી સાંભળજે, જીજી !' આંખેથી ચશ્માં ઉતારી, રૂમાલથી તેના કાચ સાફ કરી, ફરી ચશ્માં ચડાવી, સિગારેટને એશ-ટ્રેમાં દબાવી, વિરાટે શરૂઆત કરતાં પહેલાં આજુબાજુ જોઈ લીધું.

'તારી જેમ હું પણ નાણાભીડમાં છું. છાપામાં આવતી મારી રેસ-ટીપ્સ સાચી પડે છે અને લોકો તેના આધારે લાખો કમાય છે એ જાણ્યા પછી મને લોભ લાગ્યો. એકાદ વરસથી હુંય ફેવરિટ ઘોડા પર રમતો થઈ ગયો. કમબખ્ત હું રમું ત્યારે જ મારી ટીપ ખોટી પડે અને દાવમાં લગાડેલા પૈસા ખોઈને પાછો આવું. દસ વરસની નોકરી સામે પ્રેસમાંથી લીધેલા સાઠ હજાર તો ગુમાવી બેઠો, પછી બહારથી ઉછીના લઈને રમતો થયો. તેમાં વળી એક છોકરી

સાથે દિલ્લગી થઈ ગઈ. પરણવાનું પાકું થઈ ગયું પણ છોકરીએ જીદ પકડી કે પરણીને પેઈંગ ગેસ્ટ તરીકે રહેવું નથી. ફ્લૅટ લઈ લે પછી વાત !'

'પછી ?' ચવ્હાણને કીમિયો જાણવાની અધીરાઈ હતી : 'કયો કીમિયો હાથ લાગ્યો ?'

તેના જવાબમાં વિરાટે ફરી આજુબાજુ નજર કરી લીધી. પછી પડખામાં રાખેલી બ્રીફકેસ ખોલી તેમાંથી વૉકમૅન કૅસેટ-પ્લેયર કાઢ્યું.

'જીજી, તારા વગર લાખોનો આ કીમિયો કોડીનો છે.' કહી તેણે વૉકમૅન સાથે જોડેલો વાયર તેના હાથમાં આપ્યો : 'લે, કાને લગાડીને મારો કીમિયો સાંભળ... સાંભળી લે પછી મારો પ્લાન સમજાવું.'

ચવ્હાણે અધીરાઈભેર વૉકમૅન રેકૉર્ડરના બંને હેડ ફોનને કાને લગાડ્યા એટલે અશ્વદૂતે બટન દબાવી ટેપ ચાલુ કરી... આગલા શનિવારે ડૉલીએ વૈભવ ટાવર્સની ઑફિસમાં ઈશ્વરલાલ વિરાણીએ હૉંગકૉંગ ગયેલા પુત્ર સાથે કરેલી વાતચીતનો સંવાદ ચવ્હાણના કાનમાં ઊતરવા લાગ્યો. એ સાંભળતો ગયો તેમતેમ તેના ચહેરા પરથી નશાનો ખુમાર ઊતરતો ગયો. તેના મુખભાવ નિહાળતા વિરાટે ત્રાંસી આંખે એ પણ જોઈ લીધું કે થોડે દૂર ટેબલ પર જીન પીતી બેઠેલી ડૉલી પણ ચવ્હાણના પ્રત્યાઘાત ધારીધારીને જોઈ રહી છે. ચવ્હાણના ધ્યાનમાં ન આવે તેમ વિરાટે ડૉલીને આંખ મારી.

ત્યાં આંચકા સાથે ચવ્હાણે કાનમાં ભરાવેલા વાયરના છેડા ખેંચી કાઢી અશ્વદૂત તરફ ફગાવ્યા. રોષમાં એ કાંઈક બોલવા જતો હતો પણ ધ્રૂજતા હોઠમાંથી અવાજ બહાર ન આવ્યો. વિસ્કીનો અર્ધો ગ્લાસ ગટગટાવી જઈ, ટેબલ પર ગ્લાસ પછાડી ધીમા છતાં ધારદાર અવાજે એ બોલી ઊઠ્યો :

'મને બ્લૅકમેઈલ કરવા માગે છે ?'

'જીજી ચવ્હાણ, બ્લૅકમેઈલ તો કરવા માગું જ છું...' કૅસેટ-પ્લેયરને સાચવીને બ્રીફકેસમાં મૂકી દઈ મલકતા હોઠે તેણે કહ્યું : 'પરંતુ તને નહીં, ફોન પર જેની વાતચીત તેં સાંભળી એને બ્લૅકમેઈલ કરવા માગું છું.'

'કોને ?' ચવ્હાણથી પૂછ્યા વિના રહેવાયું નહીં : 'કોણ છે એ ?'

'જેણે તને જીમીને ઘોડા પરથી પછાડી દેવાનું કામ સોંપ્યું હતું ને !'

'ન હોય ! એનો અવાજ તો હું બરાબર ઓળખું છું.' ચવ્હાણ આવેશમાં બોલી ગયો : 'આ અવાજ એનો નથી.'

બોલાઈ ગયા પછી તેને ભાન થયું કે પોતાને કોઈકે કામ સોંપ્યું હતું એ વાત બેખબરપણે પોતે કબૂલી ચૂક્યો હતો અને એ કબૂલાત સાંભળતાં જ ઘોડેસવારી કરનાર જોકી ચવ્હાણ પર પત્રકાર વિરાટ સવાર થઈ ગયો :

'તો પછી, જીજી, એ કહે કે તને એ કામ કોણે સોંપ્યું હતું ?'

'કોઈએ નહીં...' ચવ્હાણની પ્યાસ વધી ગઈ હોય તેમ તેણે ગ્લાસ ઊંચક્યો, પણ એ ખાલી હતો એટલે પાછો મૂકી દેવો પડ્યો : 'એ અકસ્માત હતો.'

'જીજી, સૌ કોઈ જાણે છે કે એ અકસ્માતનો દેખાવ હતો અને તું ખૂનના આરોપમાંથી આબાદ છટકી ગયો.' વિરાટે સિફતથી તેને સાણસામાં લેવા માંડ્યો :

'તેં શું કર્યું એની સામે મારો કોઈ વાંધો-વિરોધ નથી. મારે તો એનો ફાયદો ઉઠાવવો છે. અને તારા સાથ-સહકાર વિના હું આ માણસને બ્લૅકમેઈલ કરી શકું તેમ નથી.'

'તું કોને બ્લૅકમેઈલ કરવા માગે છે, અશ્વદૂત ?'

'છે એક અબજોપતિ... જેની પાસેથી હું પચીસ-પચાસ લાખ આસાનીથી પડાવી શકું તેમ છું... જો તું સાથ આપે તો.'

'અને સાથ ન આપું તો ?'

'તો આ કૅસેટના આધારે રેસના પાના પર છાપીશ કે જૉકી જીમીને ખતમ કરવાનું કાવતરું... બસ, પછી એ જૂનો કિસ્સો ફરી ચર્ચા-વિવાદ જગાવશે અને પાંચ વરસની મુદત પૂરી થયા પછી પણ તને જૉકી બનવાની પરવાનગી નહીં મળે. તારે મોં છુપાવવા ફરી દેશ છોડી જવો પડશે અને હવે તો તને બહાર પણ કોઈ સંઘરશે નહીં.'

સાંભળીને ધૂંઆપૂંઆ થતા ચવ્હાણે ટેબલ પર બંને હાથની મુઠ્ઠી પછાડી. ફરી ખાલી ગ્લાસ પર નજર પડતાં વેઈટરને ઑર્ડર આપરી એ રિફીલ કરાવ્યો. બુઝાઈ ગયેલી ચિરૂટ પરથી રાખ ખંખેરી ફરી તેને પેટાવી અને ભરાયેલા ગ્લાસમાંથી બે ઘૂંટ વિસ્કી પેટમાં ગયા પછી તેનું મોં ઊઘડ્યું :

'સાથ આપવામાં મારે શું કરવાનું છે ?'

'બસ, તને કામ સોંપનારનું નામ આપવાનું છે.'

'નામ આપી દઉં તો મને શું મળે ?'

'બ્લૅકમેઈલિંગમાં જે મળે તેના અર્ધા... ઓછામાં ઓછા પાંચ-દસ લાખ તો ખરા જ.'

ફરી ચવ્હાણ ચૂપ થઈ ગયો. ઘણી વારે એટલું જ બોલી શક્યો : 'હું વિચાર કરી જોઈશ.'

'ભલે, પણ વિચાર કરવા માટે વધારે સમય આપી શકું તેમ નથી... વધુમાં વધુ અડતાલીસ કલાક ! પરમ દિવસે રવિવારે સાંજે પૂનાની રેસ પતે પછી આપણે એ જ હોટેલમાં મળીશું... તું મળવા નહીં આવે અને પેલાનું નામ નહીં આપે તો મંગળવારે સવારે અમારા અખબારની ત્રણે આવૃત્તિમાં આ સમાચાર વાંચી લેજે : *જૉકી જીમીની હત્યાનું કાવતરું !*'

સાંભળતાં જ ચવ્હાણ ઊભો થઈ ગયો : 'મારે બાથરૂમ જવું છે.'

'જ્યાં જવું હોય ત્યાં જા, જીજી, પણ રવિવારે સાંજનો વાયદો યાદ રાખજે.'

હા કે નાની સમજ ન પડે તેમ ડોક હલાવી ચવ્હાણે બાથરૂમ તરફ પગ ઉપાડ્યા ત્યારે ડૉલીની ક્રોધથી ધગધગતી નજર તેની પીઠ વીંધી રહી હતી. એ બાથરૂમમાં દાખલ થઈ ગયા પછી ડૉલીએ વિરાટ તરફ ડોક ફેરવી ત્યારે જમણા હાથની ચાર આંગળીઓની મુઠ્ઠી વાળી, અંગૂઠો ઊંચો રાખી વિરાટે સંકેત આપ્યો : સફળતા હાથવેંતમાં જ છે, ડાર્લિંગ !

*

12

બાન્દ્રા પાલીહિલના ચઢાણ પર ચિનુ ચોકસીએ મર્સિડિસ કારને ચડાવી ત્યાં સુધી વૈભવ પોતાની નર્વસનેસ છુપાવવા ચિનુ સાથે કામની-નકામી વાતો કરતો રહ્યો. મહત્ત્વની વાત તો થોડી વાર પહેલાં જ છેડી હતી :

'ચિનુ, હૉંગકૉંગથી આવ્યા પછી ડેડીએ આ ચાર દિવસમાં ન તો સબીનાવાળી કોઈ વાત ઉચ્ચારી કે ન તેને હૉંગકૉંગ સાથે લઈ જવા માટે તકરાર કરી... એનો શું અર્થ કરવો ?'

ધ્યાનથી સાંભળ્યું હોવા છતાં ચિનુ કાર ચલાવવામાં ધ્યાન હોય તેમ નિરુત્તર રહીને ગડમથલમાં પડી ગયો. કહેવાની ઇચ્છા તો થઈ આવી કે ગયા રવિવારે સવારે તારા ડેડીનું મને તાકીદનું તેડું આવ્યું હતું. સબીના સાથેના તારા લફરા બાબત મારી ઊલટતપાસ લીધી હતી અને મેં એમને ધરપત આપી હતી કે સબીના કોઈ સંજોગોમાં વૈભવ સાથે પરણવાની નથી... કદાચ એટલે તારા ડેડી ધીરજ ધરીને બેઠા હશે. વૈભવને આવું કંઈ કહેવા જાય તો કદાચ બંને વચ્ચેની દોસ્તી તૂટી જાય, પોતે મિત્રદ્રોહ કર્યો એ બદલ રોષે ભરાઈને અડધે રસ્તે તેને કારમાંથી ઉતારી દે. કસમયે કરેલા ખુલાસા ખોટી જુબાની જેવા પુરવાર થતા હોય છે એ ખંધા ચિનુનો જાત-અનુભવ હતો.

'આ તરફ મારા ડેડી ચૂપ થઈ ગયા છે, તો બીજી બાજુ સબીનાના પપ્પા ખાસ મળી જવા કહેણ મોકલે છે.' વૈભવ હવે જાતને કહેતો હોય તેમ બોલી ગયા પછી મનોમન અનુમાન કરવા લાગ્યો : કદાચ એવું પણ બને કે પાંચ દિવસની મારી ગેરહાજરી દરમિયાન સબીનાના પપ્પાને મારા ડેડી ખાનગીમાં મળ્યા હોય. *સબીના સાથેના સંબંધમાંથી મારા દીકરાને પાછો વાળો* એવી વિનંતી કરી હોય, તેનાં વિપરીત પરિણામ સમજાવ્યાં હોય ત્યારે *હું પ્રયત્ન કરી જોઈશ* એવું આશ્વાસન પણ બલદેવ સહાનીએ આપ્યું હોય...

'ચિનુ, ધંધાની ગમે તેવી ગૂંચ આવે, હું કૉન્ફિડન્સથી (વિશ્વાસપૂર્વક) તેનો સામનો કરતો આવ્યો છું. મેં નિયમ રાખ્યો છે, અગાઉથી પ્રૉબ્લેમનો બહુ વિચાર નહીં કરવો. સામે આવે ત્યારે એકાગ્રતાથી તેનો સામનો કરવો... તેને બદલે ચાર દિવસથી હું વારંવાર એ જ વિચાર્યા કરું છું : એ સબીનાના પપ્પા મને શું કામ મળવા માગતા હશે - અને તે પણ સબીનાની ગેરહાજરીમાં !'

'કદાચ એવું પણ હોય કે પોતાની પુત્રીએ પસંદ કરેલા પાત્રને જોવા-મળવા માગતા હોય.'

કહ્યા પછી ચિનુને જ પોતાનો તર્ક પોલો લાગ્યો એટલે સબીનાનું મકાન શોધવામાં ધ્યાન પરોવ્યું અને વૈભવ સ્વસ્થ બની જવાના પ્રયત્નમાં પરોવાયો. પોતે સવારે ફોન કરીને સબીનાને સમજાવી હતી કે તારું શૂટિંગ કૅન્સલ કર અથવા કામ વહેલું પતાવીને સાત પહેલાં ઘેર આવી જા તો તારા પપ્પાજી સાથે વાત કરવાનું વધારે ફાવશે... પણ સબીના તો તેની નર્વસનેસ પર હસી પડેલી : હૉંગકૉંગના પાંચ દિવસ પડ્યા તેના વળતરરૂપે મારે નાઈટ શિફ્ટમાં કામ કરવું પડશે અને તું વહેલું કામ પતાવવાનું કહે છે, વૈભવ ? એમ ન હોય તોપણ પપ્પા તને એકલાને મળવા માગે છે એ કેમ ભૂલી જાય છે ? કદાચ તારી સાથ *મૅન ટુ મૅન* વાત કરવા માગતા હોય. 'કહીને ઉમેર્યું હતું : '*મૅન, બી બ્રેવ* !

ત્યાં બ્રેક મારીને ચિનુએ કારની સાથે વૈભવના વિચારપ્રવાહને પણ થંભાવી દેતાં કહ્યું : 'આવી ગયા... તારી બાજુ દેખાય છે એ જ બેઠા ઘાટનું મકાન *સુખશાન્તિ* !'

મકાન તો વૈભવનું જાણીતું હતું. પંદર દિવસ પહેલાં, ઓગણીસ સપ્ટેમ્બરે સબીનાને *સમર્પણ* ફિલ્મના ચૅરિટી પ્રીમિયરમાં લઈ જવા માટે એક વાર પોતે અહીં આવી ચૂક્યો હતો, પણ ત્યારે બહારથી જ હૉર્ન મારીને તેને બોલાવી લીધી હતી. એ વખતે સબીનાએ તેને *સુખશાન્તિ* નામ રાખવાનો હેતુ પણ સમજાવેલો : દાદા સુખદેવ અને દાદી શાન્તિદેવી, તેના પરથી પપ્પાએ નામ આપ્યું *સુખશાન્તિ* !

'વૈભવ, તું ટાઈમનો બહુ પાકો છે અને સાત વાગ્યાને પાંચ મિનિટ પણ થઈ ગઈ. *સુખશાન્તિ*માં તારી રાહ જોવાઈ રહી હશે !'

ત્યારે ચહેરા પર રૂમાલ ફેરવી, રેશમી કુર્તા-અલીગઢી પાયજામાના સન્ડે ડ્રેસ પર ક્યાંય કરચલી પડી નથી ને એ નીરખી લઈ કારમાંથી બહાર નીકળતાં વૈભવે કહ્યું : 'તું *સીરૉક*માં ડ્રિન્ક-ડિનર પતાવી કલાકમાં પાછો આવીને બહાર વેઈટ કરજે. સમજાતું નથી, સબીનાના શાયર ફાધર સાથે એક-દોઢ કલાક શું વાત કરવી ?'

'પ્યારની બે-ચાર શાયરી સંભળાવવાની ફરમાયશ કરજે, તારા ભાવિ સસરાને !'

'ચૂપ !' કહી ચિનુ સામે આંખો કાઢી કુર્તાનાં બટન બરાબર બંધ છે તેની ખાતરી કરી તેણે *સુખશાન્તિ*ના ખુલ્લા ગેટમાં પ્રવેશ કર્યો. ચિનુએ *ભાવિ સસરા* શબ્દપ્રયોગ કર્યો એ ગમ્યો છતાં નિઃશ્વાસ નખાઈ ગયો : કોને ખબર, શાયરના મનમાં શું રંધાઈ રહ્યું હશે !

વૉચમૅને આવીને સલામ કરીને આવકાર આપ્યો એટલે હસીને ઉત્સાહભેર તેણે પગ ઉપાડ્યા ત્યાં અંદરથી કૂતરાનું ભસવું સાંભળી તેની ચાલ ફરી ધીમી પડી ગઈ. વૈભવને કૂતરાની ઍલર્જી હતી, પણ પ્રેયસીના કૂતરાનું ભસવું પણ પ્યારું લાગે છે એવો ફિલ્મી સંવાદ યાદ કરી એ મરક્યો.

'આઈએ, પધારિયે, વૈભવબાબુ !'

છ ફૂટ ઊંચા, શાયરને છાજે એવા લાંબા વાળ અને ચશ્માંવાળા બલદેવ સહાની ઘરનાં પગથિયાં ઊતરી તેને સામે લેવા આવ્યા : 'હમારા રાહુ ભી આપકા ઇન્તઝાર કરતા થા.'

રાહુ આલ્સેશિયન કૂતરાનું નામ છે એ સબીના પાસેથી જાણ્યું ન હોત તો કદાચ વૈભવ પૂછી બેસત : કોણ રાહુ ? તેને બદલે સ્માર્ટનેસ દેખાડવા માટે પૂંછડી પટપટાવતા કૂતરા પર એક જોક કરી લીધી : 'સહાનીસા'બ, રાહુની જેમ તમારે એક કેતુ પણ રાખવો જોઈતો હતો. રાહુ-કેતુની જોડી બરાબર જામી જાત !'

'કેતુ પણ છે ને...' કહી સબીનાના પપ્પાએ મુક્ત હાસ્ય સાથે પોતાની જાત તરફ ઇશારો કર્યો : 'ફિલ્મવાળાને હીરોઈનનો બાપ કેતુ ગ્રહ જેવો નડતરરૂપ લાગતો હોય છે.'

જાત પર આમ હસી લેનાર બલદેવ સહાનીએ ઘરમાં લઈ જતાં પહેલાં જ મહેમાનનો ક્ષોભ ખંખેરી નાખ્યો. છતાં વૈભવને બીજી મૂંઝવણ જાગી : એ હિન્દી બોલતા રહેશે અને પોતે અંગ્રેજીમાં ચલાવશે તો વાતચીતમાં મેળ ખાશે ખરો ?

'મિસ્ટર વિરાણી, પ્લીઝ બી કમ્ફર્ટેબલ.' તેને લિવિંગરૂમમાં દોરી જઈ સબીનાના પિતાએ આપમેળે ઈંગ્લિશમાં ચાલુ કર્યું : 'જોકે અમારા ઓછી સુખસાહ્યબીવાળા ઘરમાં તમે એટલી બધી કમ્ફર્ટ ફીલ નહીં કરો.'

'એવું નથી, સહાનીસા'બ !' દીવાનખંડના સાદા ફર્નિચર પર નજર ફેરવતાં વૈભવને બોલવાનું સ્ફુરી ગયું : 'સુખસાહ્યબી કરતાં *સુખશાન્તિ*માં વધારે કમ્ફર્ટ હોય છે.'

'ભૈ વાહ !' ચશ્માં પાછળની ચમકતી આંખે સબીનાના પિતા બોલી ઊઠ્યા : 'વૈભવબાબુ, તમે બહુ ઊંચી વાત કહી દીધી !'

'સહાનીસા'બ, આપ મને માત્ર વૈભવ કહેશો તો ચાલશે.'

'ઠીક છે, તમે પણ મને સા'બના સંબોધનમાંથી મુક્ત કરી દેશો તો મને ગમશે.' કહી તેમણે હસીને ઉમેર્યું : 'હા, અમારી ફિલ્મલાઈનમાં ''જી'' છૂટથી વપરાય છે.'

સાંભળીને વૈભવ પહેલી વાર મોકળા મનથી હસી શક્યો. સાથોસાથ એ પણ મહેસૂસ કર્યું કે ઘરમાં સાહ્યબી હોય કે સાદગી, પણ સુખશાન્તિનો આધાર તો તેમાં રહેનારાં માણસોની પ્રકૃતિ પર રહેલો હોય છે. દીવાનખંડની એકમાત્ર સામેની દીવાલે જડેલી પિતા-પુત્રીની પૂર્ણ કદની તસવીર સિવાય ત્રણે દીવાલો કોરી હતી એટલે વૈભવે ઘણી વાર સુધી ફોટા પર નજર ચોડી રાખી. તસવીરમાં પિતાને સાચા અર્થમાં મિત્ર માનતી હોય તેમ તેના બીજા ખભા સુધી હાથ લંબાવી પહેલા ખભા પર માથું ટેકવી મીઠું મુસ્કુરાતી સબીના અને પુત્રી પર વાત્સલ્ય વરસાવતી હોય તેમ મુક્ત હાસ્ય વેરતા બલદેવ સહાનીએ જડ ફોટામાં પણ ચેતન ઊભરાવી દીધું હતું.

'તો આપણે ડ્રિન્ક શરૂ કરીએ !' સબીનાના પિતા હજુ એટલું બોલ્યા ત્યાં જાણે રાહ જોતો હોય તેમ આધેડ વયના નોકરે સુરાપાનની સામગ્રી સાથે પ્રવેશ કર્યો. દાખલ થઈને વૈભવ સમક્ષ મસ્તક નમાવી જમણા હાથે *આદાબ અર્ઝ* કર્યા ત્યારે ઉર્દૂમાં જવાબ વાળવાનું આવડતું નહીં હોવાથી વૈભવે માત્ર સ્મિતથી કામ ચલાવી લીધું.

'આ ઘરમાં રાહુ-કેતુ ઉપરાંત એક શનિ પણ છે અને તે અબ્દુલ !'

રમૂજી શૈલીથી નોકરનો પરિચય આપતા બલદેવ સહાનીએ ઉમેર્યું : 'અમારો અબ્દુલ *થ્રી ઈન વન* છે : બાબર્ચી, મારો મદદનીશ અને પાર્ટટાઈમ ઍક્ટર.'

'પાર્ટટાઈમ ઍક્ટર !' વૈભવે પિસ્તાળીસના લાગતા હસમુખા અબ્દુલ સામે જોતાં પૂછ્યું : 'એ પહેલી વાર સાંભળ્યું !'

'ફિલ્મમાં નાના-નાના રોલ કરનારને અગાઉ *એક્સ્ટ્રા આર્ટિસ્ટ* કહેતા, પછી તેમને *જુનિયર આર્ટિસ્ટ*નો માનભર્યો મોભો આપ્યો, પણ મને એના કરતાં *પાર્ટટાઈમ ઍક્ટર* વધુ બંધબેસતું લાગે છે. મોટા ભાગે તો એમણે પાર્ટટાઈમ જ કામ કરવાનું હોય છે ને ?'

બલદેવ સહાનીએ સ્કૉચની બૉટલ ખોલી એક ગ્લાસમાં વ્હિસ્કી રેડતાં કહ્યું : 'સબીનાએ

કહ્યા મુજબ તમે જ્હોની વૉકર બ્લ્યુ લેબલ જ પીઓ છો, પણ આજે બ્લૅક લેબલથી ચલાવી લેવું પડશે. બ્લ્યુ મને ક્યાંય મળી નહીં.'

'ઈટ્સ ઑલરાઈટ, સહાનીસા'બ.' કહી વૈભવે સત્વર સુધારી લીધું : 'સહાનીજી !'

તેના એ ત્વરિત સુધારા પર મલકીને બલદેવજી પોતાનો ગ્લાસ ભરવા લાગ્યા : 'હું તમને રમથી કંપની આપીશ. ફેફસાંની તકલીફમાં મને રમ ફાવી ગયો છે.' પછી અબ્દુલે રાખેલી કાજુ, પાપડ, સમોસા અને તળેલી સિંગની ડીશો તરફ ઇશારત કરતાં ઉમેર્યું : 'તમે વેજીટેરિયન હશો એમ ધારીને નિર્દોષ વાનગીઓ જ પીરસી છે.'

વૈભવ કહેવા જતો હતો કે હું ઘરમાં વેજીટેરિયન છું, બાકી બહાર બધું લઉં છું... પણ એવી સ્પષ્ટતા કરવાનું અજુગતું લાગ્યું એટલે સબીનાના પિતાએ ઊંચકેલા રમના ગ્લાસ સાથે પોતાનો વિસ્કીનો ગ્લાસ ટકરાવી ચિયર્સ કર્યું અને બે-ત્રણ ઘૂંટ પિવાયા ત્યાં સુધી બંને વચ્ચે મૌન છવાઈ રહ્યું. હવે મૂળ વાતની શરૂઆત કેવી થશે એવી ગડમથલમાં વૈભવ ઘરની દીવાલો, ફર્નિચર, બારીમાંથી દેખાતો આંગણાનો નાનકડો બગીચો... એમ નિરુદ્દેશ ચોતરફ નજર ફેરવતો રહ્યો. પછી મસાલાવાળા કાજુના એક-બે ટુકડા મોંમાં નાખી ચાવવાનું ચાલુ કર્યું. સામે પક્ષે બલદેવ સહાની પણ પાઈપમાં તમાકુ ભરી, તેને પેટાવી બે-ચાર કશ લઈ મૌનભંગ માટે પેરવી કરતા દેખાયા.

'વૈભવ, તમે ધારણા તો કરી જ હશે કે તમને ડિનર માટે કેમ બોલાવ્યા ?'

'ધારણા તો ઘણી કરી પણ એ વ્યાયામ નિરર્થક નીવડ્યો.' કોણ જાણે કેમ, વૈભવને આવા નિખાલસ માણસ સમક્ષ ખોટું બોલવાનું રુચ્યું નહીં એટલે ઉમેર્યું :

'હા, સબીના કહેતી હતી કે ખાસ કારણસર આપ મને એકલાને મળવા માગો છો.'

'કારણ ગણો તો કારણ, બહાનું માનો તો બહાનું !' સહેજ ગંભીર થતાં સહાનીએ કહ્યું : 'ટાઈમબૉમ્બની દુર્ઘટના બન્યા પછી મને થયું કે મારે તમને મળવું જોઈએ.'

ટાઈમબૉમ્બના ઉચ્ચારણ સાથે જ વૈભવને વિસ્કીનો ઘૂંટડો ગળે ઉતારતાં અંતરાસ આવે એવી રૂંધામણ થઈ. હૉંગકૉંગથી આવીને જૂનાં છાપાં પર પોતે નજર નાખી લીધી હતી. લગભગ સૌએ ત્રાસવાદીઓને દોષિત ઠેરાવ્યા હતા, પોલીસતંત્રની ટીકા કરી હતી અને ફિલ્મ ઉદ્યોગના કલાકારોની સલામતી અંગે ચિંતા દર્શાવી હતી. એથી વિશેષ તપાસ આગળ વધી નહોતી.

'ટાઈમબૉમ્બની ઘાતમાંથી સબીના ઊગરી ગઈ એ માટે મારે તમારા શુક્રિયા અદા કરવા જોઈએ.' લાગણીના લસરકા સાથે એ બોલી ગયા : 'તમે ગુપ્તપણે એને હૉંગકૉંગ લઈ જવાનો પ્લાન ન ઘડ્યો હોત તે કદાચ...'

તેમના શબ્દો વૈભવને સ્પર્શી ગયા. આમ તો ઠપકો સાંભળવા જેવું પોતે કર્યું કહેવાય, તેને બદલે આ ભલા માણસ યશ આપે છે !

'વૈભવ, તમને શું લાગે છે - આવું નિર્દય કાર્ય કોણે કર્યું હશે ?' સાંભળીને વૈભવના ખભા સહેજ ધ્રૂજ્યા છતાં ધ્યાનથી સાંભળ્યું : 'સબીનાને ખતમ કરવામાં કોને શું મળવાનું હતું ? કોના તરફ આંગળી ચીંધવી ? કોના માટે શંકા કરવી ?'

ત્યારે વૈભવ મૂંઝાયો. શું ધીમેધીમે વાત પોતાના ડેડી તરફ વળાંક લેશે ? સબીનાએ આવો કોઈ સંકેત તેના પપ્પાને આપ્યો હશે ? કે પછી એ માત્ર મારો અભિપ્રાય જ જાણવા પૂછતા હશે ?

'ન્યૂસપેપર્સમાં તો ત્રાસવાદીઓ...'

'રબીશ (બકવાસ) !' પહેલી વાર સહાનીને અણગમા સાથે બોલી ઊઠતા સાંભળી વૈભવને પોતાની ભૂલ સમજાઈ. ત્રાસવાદીઓ તરફ આંગળી ચીંધવાનું અજુગતું કહેવાય.

'વૈભવ, આજકાલ કોઈ પણ હિંસા માટે ત્રાસવાદીઓ પર દોષનો ટોપલો ઢોળી દેવામાં આવે છે.' ફરી સ્વસ્થ થઈને તેમણે કહેવા માંડ્યું : 'મેં પોલીસ કે બીજા કોઈને આ વાત કરી નથી. પોલીસવાળાએ ત્રાસવાદીઓને જવાબદાર ઠરાવ્યા ત્યાર પછી બીજા જ દિવસે મારા પર ફોન આવ્યો હતો.'

'કોનો ?' ધ્રૂજતા અવાજે વૈભવે પૂછ્યું. તેને દહેશત જાગી : ડેડીનું નામ તો કોઈએ નહીં આપી દીધું હોય ને ?

'ફોન કરનારનું નામ તો જાણતો નથી, પણ એ ખાલિસ્તાનવાદીઓની મુંબઈ શાખાનો માણસ હતો. બહુ સભ્યતાથી વાત કરતો હતો. મને માનથી પાપાજી (મોટાભાઈ) તરીકે સંબોધીને કહ્યું કે પોલીસવાળાની વાત માનતા નહીં. ટાઈમબૉમ્બમાં અમે સંડોવાયા નથી. અમે જે કામ કરીએ છીએ તેની ખુલ્લેઆમ જવાબદારી સ્વીકારી લેવામાં માનીએ છીએ. આપની અમે ઇજ્જત કરીએ છીએ અને આપની બેટી સાથે અમારે કોઈ દુશ્મની નથી.'

'એમણે એવું કહ્યું ?'

'હા, ફોન મૂકી દેતાં પહેલાં એ અનામીએ ઉમેર્યું પણ ખરું કે અબ આપકી બેટી કી હિફાજત હમ કરેંગેં ઔર શીખોને બદનામ કરનાર ટાઈમબૉમ્બના એ કાવતરાખોરની શોધમાં પણ અમે લાગી જઈશું. સુરાગ (સગડ) મળશે એટલે તરત જ તમને ફોન કરીશું.'

વૈભવ ધ્રૂજી ઊઠ્યો. પિતાના ઘાતકી અને અવિચારી કૃત્ય માટે મનોમન દાઝે ભરાયો. સબીના તો ઊગરી ગઈ, પણ ત્રાસવાદીઓ ડેડીનો પીછો પકડશે તો ?

'તમારો ગ્લાસ પૂરો કરો એટલે ફરી ભરી દઉં !' બલદેવ સહાનીએ પોતાના ગ્લાસમાંથી બાકી રહેલો રમ ગટગટાવી જતાં કહ્યું : 'સાચું કહું તો પોલીસ ક્યારેય અપરાધીને પકડી નહીં શકે. કાનૂનના હાથ ગમે એટલા લાંબા હોય તોપણ આ કાવતરાખોર સુધી પહોંચવામાં ટૂંકા પડશે.'

'એટલે તમને કોઈ ચોક્કસ વ્યક્તિ માટે શંકા...' વૈભવે અવાજની ગભરામણ છુપાવવા બીજા પેગના બે-ત્રણ ઘૂંટ ગળે ઉતારી જવા પડ્યા : 'સહાનીજી, કહી શકાય એમ હોય તો મને એ વ્યક્તિનું નામ...'

'તમને અહીં બોલાવવાનું એક કારણ પણ એ જ છે, વૈભવ !'

એ શબ્દો વૈભવ વિરાણીને હૈયા સોંસરવા ઊતરી ગયા. અત્યાર સુધી સલૂકાઈભર્યો વર્તાવ રાખતા સબીનાના પિતાએ ઠાવકાઈથી ધીમેધીમે મને ઘેરી લીધો. ડેડી તરફ અપરાધની આંગળી ચીંધીને એ મને કહી દેશે : જે માણસ મારી પુત્રીને પુત્રવધૂ બનતી રોકવા માટે આવો ઘાતકી થઈ શકે એના ઘરમાં સબીનાને શું સુખ મળવાનું હતું ? તમારી સાહ્યબી તમને મુબારક, અમને અમારી સાદગીમાં સુખેથી જીવવા દો તો બસ ! વૈભવને થયું : વાત હવે બ્રેકિંગ પૉઈન્ટ (ભંગાણ) સુધી આવી પહોંચી છે. કદાચ બીજા પેગનો બાકીનો ગ્લાસ પૂરો કરવા જેટલો વખત પણ નહીં લાગે !

'વૈભવ, તમને લાગે છે કે આપણી પોલીસના હાથ પાકિસ્તાનના લાહોર સુધી પહોંચી શકે ?'

'લાહોર !' હાશકારો અનુભવતા વૈભવે સુખદ આંચકો ઉછાળ્યો : 'આપ એમ કહેવા

માગો છો કે ટાઈમબૉમ્બનું કાવતરું છેક લાહોરમાં ઘડાયું હતું ? લાહોરમાં વળી એવું કોણ હોય કે સબીનાનો જાન લેવા માટે આટલી હદે જાય ?'

'તમે સબીનાની મા વિષે કદાચ કાંઈ જાણતા નહીં હો, વૈભવ !' હવે બલદેવ સહાનીના અવાજમાં દર્દ ઘૂંટાવા લાગ્યું :

'સલમા તેને સાત વરસની છોડીને પાકિસ્તાન નાસી ગઈ હતી... એ કથની દર્દનાક છે, લાંબી છે અને બહુ અંગત પણ છે.'

કહી સહાની અટકી ગયા. પાઈપ ખાલી કરી પાઉચમાંથી તમાકુ લઈને ફરી ભરી. વૈભવને થયું કે આ ભલા માણસને લાહોરમાં કાવતરું ઘડાયું હોવાના ભ્રમમાંથી મુક્ત કરી દઈને કહી દઉં કે નિર્દોષને અપરાધી ગણવાના પાપમાં પડવાનું રહેવા દો, ખરો અપરાધી તો આ મુંબઈનગરીના બીજા છેડે આવેલા એકવીસ મજલાના ઊંચા ટાવર્સમાં બેઠેલો છે... પરંતુ વૈભવની હિંમત ન ચાલી. કદાચ સહાનીજીની શંકામાં કાંઈક તથ્ય હોય, ડેડી ખરેખર આ કાવતરામાં સંડોવાયા ન પણ હોય.

જાતને છેતરીને પણ મન મનાવી લેવાનું માણસને ગમતું હોય છે.

'સલમાની વાત હું તમને ટૂંકમાં જ કહીશ.' પાઈપ સળગાવીને સબીનાના પિતાએ શરૂઆત કરી અને વૈભવે કાન સરવા કરી ધીમા અવાજમાં કહેવાતી એ કથની સાંભળવામાં મન પરોવ્યું.

'વીસેક વરસ પહેલાંની, ઓગણીસસો એકોતેરના બાંગ્લાદેશ યુદ્ધ પહેલાંની વાત છે. મારી પત્ની સલમા ત્યારે હીરોઈન તરીકે બહુ નામાંકિત બની ગઈ હતી. ભારત-પાકિસ્તાન વચ્ચેના સંબંધ સુધારવાના હેતુથી બંને દેશનાં કલાકારોને લઈ એક ફિલ્મ બનાવવાની પ્રપોઝલ તૈયાર થઈ. કથા પાકિસ્તાની લેખકની હતી. સંવાદ-ગીતો મારે લખવાનાં હતાં. ફિલ્મનું નામ રાખ્યું : *પુરાની દોસ્તી !* હીરો હતો પાકિસ્તાની ગુલામ અલી અને હીરોઈન હતી સલમા સહાની !'

વચ્ચે અટકીને સબીનાના પિતાએ રમના બે ઘૂંટ પી લીધા, પાઈપના ચાર પફ લઈ લીધા.

'સબીનાએ મને વાત કરી કે હૉંગકૉંગમાં સરદાર તેજાસિંઘ પાસેથી મારા આર્યસમાજી પિતા સુખદેવ સહાની વિષે થોડું તો તમને જાણવા મળ્યું છે. એ સરદારને અચરજ થયું તેમ ઘણાને થાય છે કે ચુસ્ત આર્યસમાજીનો પુત્ર એક મુસ્લિમ સ્ત્રીને કેમ પરણ્યો ? ફિલ્મમાં આવી ઘટના રજૂ થાય તો કદાચ જોનારા તેને કલ્પનાનો તુક્કા ગણી લે, પણ મારી સાથે તો આ બધું વાસ્તવિક જીવનમાં બન્યું છે... પિતા સુખદેવજી ચુસ્ત સનાતની હતા તો હું પાકો સમાજવાદી હતો. પરિવાર સરગોધામાં રહેતો અને હું લાહોરમાં ભણતો. એ વખતે હિંદુસ્તાન અખંડ હતું. પહેલાં હું સામ્યવાદની અસરમાં આવ્યો, પછી ધીમેધીમે આચાર્ય નરેન્દ્ર દેવ તથા રામ મનોહર લોહિયાની સમાજવાદી વિચારધારામાં તણાયો. દેશના ભાગલા પડ્યા ત્યારે હું વીસ-એકવીસનો હોઈશ. એમ. એ.ની પરીક્ષા પૂરી કરીને સરગોધા ગયો ત્યાં હિજરત શરૂ થઈ. પિતા સુખદેવજીએ આસપાસના તમામ ઇલાકાના હિન્દુઓનું સંગઠન કરી તેમની સલામત હિજરત કરાવી ત્યાર પછી છેલ્લે અમારાં બે-ચાર કુટુંબોએ સરહદ ઓળંગી. આ તરફથી મુસ્લિમોની વણજારો જતી હતી અને સામેથી હિંદુઓનાં ટોળાં આવતાં હતાં. ખૂનામરકી, લૂંટફાટ, બળાત્કારમાંથી બચી જનારાં પોતાની જાતને નસીબદાર માનતાં. અમારો જથ્થો સરહદ પર સલામત પહોંચ્યો ત્યાં એક ઘટના બની. કેટલાક હિન્દુઓ સોળ-સત્તર વરસની એક યુવતીને જબરદસ્તી ઉઠાવીને અમારી છાવણી તરફથી પસાર

થતા હતા. પિતા ધર્મિષ્ઠ હતા પણ ધર્માંધ નહીં. તેમણે પેલા લોકોને રોક્યા. છોકરી બિચારી ચીસો પાડતી હતી, મદદ માટે આક્રંદ કરતી હતી અને ઝનૂની ટોળું તેના વાળ ખેંચી, કપડાં ફાડી આબરૂ લૂંટવાની જીદે ચડ્યું હતું. પિતાએ તેમને વાર્યા ત્યારે સુખદેવ સહાનીની આમન્યા ખાતર એ અટક્યા ખરા, પણ એમની આંખોમાં બદલાનો અગ્નિ ભભૂકતો હતો, એમના દિમાગ પર શેતાન સવાર થઈ ચૂક્યો હતો... અમારી અનેક મા-બહેનોની આબરૂ લૂંટનાર કોમની આ ઓરતને અમે સલામત નહીં જવા દઈએ ! તેની આબરૂ લૂંટવા નહીં દો તો અમે એને જીવતી જલાવી દઈશું, પણ એ મુસ્લિમ છોકરીને સલામત તો નહીં જ જવા દઈએ !'

કહી સબીનાના પિતા ફરી રમ અને પાઈપ પીવા થોડું રોકાયા.

'પિતાની લાચારી જોઈને મેં પડકાર ફેંક્યો : એ છોકરી મુસ્લિમ છે એટલે તમે એને છોડવા નથી માગતા તો હું એને હિન્દુ બનાવવા તૈયાર છું. તમારી સૌની સાક્ષીએ હું તેની સાથે શાદી કરીશ, પછી તમને વાંધો છે ? મારા આ પડકારે સૌને શાન્ત તો પાડ્યા, પણ પિતાનો આત્મા કકળી ઊઠ્યો : પોતાના જેવા આર્યસમાજીનો દીકરો પરધર્મી છોકરીને પરણે ! છતાં ધર્મસંકટ આવે ત્યારે અસત્ય ઉચ્ચારવાની છૂટ લઈ શકાય એમ માની એમણે ઉપરછલ્લો લગ્નવિધિ કરવા દીધો. છોકરીનું નામ સલમા હતું તે સુલભા રાખી દીધું. શિયળ અને જીવ બચી જવા બદલ એ છોકરીની આંખોમાં છલકાતો ઉપકારભાવ જોઈને હું દ્રવી ગયો... પરંતુ પિતાની ગણતરી કાંઈક જુદી હતી. જેવાં અમે અમૃતસર પહોંચ્યા કે એમણે કહ્યું : હવે આ છોકરીને કોઈ મુસ્લિમ ઘરમાં પહોંચાડી દઈએ. આપણી ફરજ પૂરી થઈ. એ સાંભળીને હું ઉશ્કેરાઈ ગયો, સમાજવાદી લોહી ઊકળી ઊઠ્યું : જેની સાથે લગ્નગ્રંથિથી જોડાયો તેને ત્યજી દેવાની વાત તમે કરો છો ? એક વાર તેને આશરો આપીને ફરી તેને નિરાધાર બનાવી દેવા માગો છો ? કોને ખબર, જેને હવાલે કરશો એ તેને કોઠે નહીં બેસાડી દે ? મારી આ દલીલથી પિતા પીગળ્યા નહીં અને મેં નમતું જોખ્યું નહીં. હિન્દુ હિજરતીઓની છાવણીમાં ખળભળાટ મચી ગયો. સૌની હાજરીમાં મેં મારો ફેંસલો સંભળાવી દીધો : આ છોકરીનો હાથ હવે જિંદગીભર નહીં છોડું, કોઈ ધર્મ કે મજહબમાં ધિક્કારનો ઉપદેશ નથી આપ્યો. ભાગલા પછી પણ અનેક મુસ્લિમોએ આ દેશ છોડ્યો નથી. હિંસાનો આ જુવાળ ઓસરી ગયા પછી ભવિષ્યમાં અનેક હિન્દુ-મુસ્લિમ સ્ત્રી-પુરુષો લગ્નથી જોડાશે. તેમને માટે હું મિસાલ બનવા માગું છું... એ સંકલ્પ જાહેર કરીને માતા-પિતા, બહેન-બનેવી સહિત પચીસ સભ્યોના પરિવારને ત્યજી દઈ સલમાનો હાથ પકડીને હું ચાલી નીકળ્યો. મા વચ્ચે પડી પણ ન તો હું માન્યો કે ન પિતાએ મચક આપી. અમે જતાં હતાં ત્યારે આક્રોશભર્યા અવાજે પિતાએ મારી સાથેનો નાતો એક ઝાટકે કાપી નાખતાં વેણ સંભળાવ્યાં : જાય છે તો જા, કદી મને તારું મોં દેખાડતો નહીં... તારા નામ પાછળ સુખદેવનું નામ પણ રાખતો નહીં અને મારા મૃત્યુની જાણ થાય તો આંસુ વહાવતો નહીં. હવે તું મારો પુત્ર રહ્યો નથી !'

વૈભવ સમક્ષ અતીતની એ યાદ તાજી કરતા બલદેવ સહાનીનો અવાજ રૂંધાઈ ગયો. નબળાં ફેફસાંને શ્રમ પડ્યો હોય તેમ એ હાંફવા લાગ્યા. સ્તબ્ધપણે વૈભવ તેમને જોતો રહ્યો.

'હજુ પણ હું દઢપણે માનું છું કે મેં જે કર્યું તે સાચું જ કર્યું હતું.' શ્વાસ ખાઈ લઈને તેમણે આગળ કહેવાનું ચાલુ કર્યું : 'મેં સલમાનું અસલ નામ જ રહેવા દીધું. એ તેનો જ ધર્મ

પાળે એવો આગ્રહ રાખ્યો. હિન્દુ પતિ અને મુસ્લિમ પત્ની હોવાને કારણે એ વખતે અમને દિલ્હીમાં કોઈ ખોલી ભાડે આપતું નહીં. એમ. એ. થયો હોવા છતાં મેં મજૂરીનાં કામ કર્યાં. આ સંઘર્ષે મને શાયર બનાવી દીધો હતો એનુંય મને ભાન રહ્યું નહીં. ત્રણ-ચાર વરસના રઝળપાટ પછી અમે મુંબઈ આવ્યાં. એમ. એ.ની ડિગ્રી ઉપરાંત નિરાશ્રિત હોવાને કારણે રેલવેમાં ટિકિટ-ચેકરની નોકરી મળી. સલમા સંતાન માટે દુઆ માગતી, હું તરક્કી માટે પ્રાર્થના કરતો અને ઉજ્જ્વળ ભવિષ્યની આશામાં અમે સંસારનાં સુખ-દુઃખ સહ્યે જતાં હતાં, ત્યાં...'

ફરી એ અટક્યા. ખાલી થઈ ગયેલો એમનો રમનો ગ્લાસ ફરી ભર્યો, બુઝાવા આવેલી પાઈપને ફૂંક મારી ફરી ધગતી કરી. વૈભવે વધુ વિસ્કી લેવાની ના પાડી તો આગ્રહ ન કર્યો. અતીતનો સંઘર્ષ ગમે તેવા દૃઢ મનોબળને પણ આળું કરી દે છે.

'પછી શું થયું, સહાનીજી ?' વૈભવે પૂછ્યું એટલે વાતની કડી જોડતાં સબીનાના પિતાએ આગળ ચલાવ્યું :

'રોજિંદી જંજાળમાં એક સવારે એક છાપામાં કોઈનો ફોટો જોયો. ફોટા નીચે નામ લખ્યું હતું રાજેન્દ્રકુમાર... અને મને યાદ આવી ગયું : આ તો અમારા સરગોધાનો રાજુ ! અમે લગભગ સરખી વયના અને સાથે રમેલા... એ ફિલ્મનો હીરો બની ગયો ? સંકોચ ખંખેરીને હું સ્ટુડિયોમાં એને મળવા ગયો. જડમૂળથી ઊખડી જનારા બે માણસ મળે ત્યારે આપોઆપ હમદર્દી જાગી ઊઠે છે. રાજેન્દ્ર મને ભેટી પડ્યો. અમે સુખ-દુઃખની વાતો કરી. એણે પણ ઓછો સંઘર્ષ કરવો પડ્યો નહોતો. હું શાયરી લખું છું એ જાણીને મને ફિલ્મનાં ગીત લખવાનું પ્રોત્સાહન આપ્યું, એક ફિલ્મના સંવાદ લખવાનું કામ અપાવી દીધું. પછી તો ફિલ્મી માહોલ રચાઈ ગયો, સંબંધો વધતા ગયા અને અઠ્ઠાવીસ વરસની હોવા છતાં બાવીસ-ત્રેવીસ જેટલી દેખાતી સ્વરૂપવતી સલમા હીરોઈન પણ બની ગઈ. ત્યારે અમારા દામ્પત્યજીવનની જુદાઈનાં બીજ રોપાઈ ગયાં હતાં તેની મને જાણ ક્યાંથી હોય ?

ત્રણેક વરસ પછી સબીના જન્મી. અમે નક્કી કર્યું હતું કે દીકરી જન્મે તો મુસ્લિમ નામ રાખવું અને દીકરો જન્મે તો હિન્દુ નામ રાખવું. એ સમજૂતી મુજબ પુત્રીનું નામ સબીના રાખ્યું. મા બન્યા પછી સલમાએ કામ ઓછું કરી નાખ્યું. વરસે એકાદ ફિલ્મ લેતી છતાં તેની ડિમાન્ડ અને પૉપ્યુલારિટી ઘટી નહીં. તેમાં *ઈન્ડો-પાક જોઈન્ટ ફિલ્મ*ની પેલી દરખાસ્ત આવી. ભારત-પાક પ્રજાને પચીસ વરસ પહેલાંના આપસના ભાઈચારાની યાદ અપાવવાની ભાવનાથી અમે *પુરાની દોસ્તી*ના સર્જનમાં કોઈ કસર નહોતી રાખી. પણ ત્યારે શી ખબર કે હિન્દુ-મુસ્લિમ-એકતાની મારી ભાવના પર ઘાતક પ્રહાર કરવામાં એ જ ફિલ્મ નિમિત્ત બનશે ? હીરો ગુલામ અલી સાથે કામ કરતાં-કરતાં સલમા તેના મોહપાશમાં જકડાઈ ગઈ. પાછળથી મને જાણવા મળ્યું એ પ્રમાણે તો ગુલામ અલીએ સલમાને ભોળવી હતી. દિલ્હીથી હિજરત કરી ગયેલું તારું કુટુંબ લાહોરમાં છે, એ બધાં તને ઝંખે છે, તું પાછી ફરી જા એવું ઇચ્છે છે અને પાકિસ્તાનના પ્રેક્ષકો પણ તને સર-આંખો પર બેસાડવા તલસે છે... આવી બધી વાતો કરી સલમાને તેણે લલચાવી, ભરમાવી અને એ ફિલ્મ પૂરી થતાં જ સલમાને ભગાડી લાહોર ઉપાડી ગયો. સલમાએ ત્યારે એટલોય વિચાર ન કર્યો કે એ પોતાની સાત વર્ષની પુત્રીને ત્યજી રહી છે... એને એ પણ

યાદ ન રહ્યું કે સમગ્ર પરિવારનો વિરોધ વહોરી લઈને તેને ખાતર સર્વસ્વ ત્યજી દઈ ચાલી નીકળનાર મારા જેવા નેક માણસને એ દગો દઈ રહી છે.'

છેલ્લા વાક્યમાં બલદેવ સહાનીનો અવાજ લથડી પડ્યો. લાલઘૂમ થઈ ગયેલા એમના ચહેરા પરથી વૈભવને અણસાર આવ્યો કે ભગ્નહૃદયની પીડા કેટલી કઠોર હોય છે. ઘણી વાર ખામોશ બેસી રહેલા સબીનાના પિતાને આખરે તેણે જ પૂછવું પડ્યું :

'આપ એમ માનો છો કે સલમાએ સબીનાની હત્યાનો પ્રયાસ કર્યો હતો ?'

'સલમાએ મને ગમે એટલું દુઃખ પહોંચાડ્યું હોય છતાં પણ કોઈ મા એવું કરે એવું હું વિચારી જ કેમ શકું ?'

બલદેવ સહાની દર્દ-ઘૂંટ્યા અવાજે કહી રહ્યા હતા :

'પાકિસ્તાન ગયા પછી બે-ચાર વરસ તો એ બંનેનું ઠીક ચાલ્યું. પંજાબી ફિલ્મોમાં ખૂબ નામ કમાયાં, પણ ઉંમર કોઈને છોડે છે ખરી ? પાંચેક વરસ પહેલાં મારા નામ પર સલમાનો ખત આવ્યો. માફી માગી, પસ્તાવો દર્શાવ્યો, પોતાને લાગુ પડેલી હૃદયની બીમારી અને કામ મળતું બંધ થયા પછી ઊભી થયેલી બેકારીનું દર્દનાક બયાન લખ્યું હતું એ પત્રમાં... વધારામાં એ પણ જણાવ્યું કે ગુલામ અલીએ કોઈ ખૂબસૂરત છોકરીને ફિલ્મમાં કામ અપાવી તેને ઘરમાં બેસાડી દીધી હતી. એની કમાણી પર થોડાં વરસ એશ કર્યો ત્યાં એ પણ છોડીને ચાલી ગઈ. હવે ઘરમાં ખાવાના સાંસા પડ્યા છે. તમારી પાસે પાછી આવવાને લાયક તો રહી નથી પણ જીવવાને લાયક રહું એટલા ખાતર થોડી મદદ કરો તો બે-પાંચ વરસ ખેંચી કાઢું... તમારા સિવાય મદદ માટે કોની પાસે હાથ લંબાવું ?'

બલદેવ સહાનીએ વચ્ચે એક નિઃશ્વાસ નાખી લઈને આગળ ચલાવ્યું :

'એ પત્ર વાંચીને મને સલમાની મૂર્ખાઈ પર પારાવાર ક્રોધ ચડ્યો અને તેની હાલત પર અપાર દયા જાગી. સબીનાને તો પત્રની જાણ પણ થવા દીધી નહીં, કારણ કે એ તેની માને હાડોહાડ ધિક્કારવા લાગી હતી. મા તેને સાત વરસની ત્યજીને નાસી ગઈ હતી એના કરતાંય વધારે તો સલમા મને જીવનસફરમાં અધવચ્ચે છોડી ગઈ એનો રોષ સબીના હજુ પણ મનોમન ઘૂંટ્યા કરે છે. સલમાના ચાલ્યા ગયા પછી ચાર-પાંચ વરસ તો હું હેતુવિહીન હતાશ જીવન વિતાવતો હતો. કોઈની સાથે વાતચીત નહીં, કાંઈ વાંચવું-લખવું નહીં... નહીં મહેફિલ કે નહીં મિત્રો... બસ, જીવતા રહેવા માટે એક જ કારણ હતું : સબીના ! અને એ સબીનાએ જ મને સલમાના ગમમાંથી બહાર કાઢ્યો. મારે ઢસરડા ન કરવા પડે એટલા ખાતર તો એ ફિલ્મોમાં ઍક્ટિંગ કરવા લાગી અને હવે...'

કહેતાં સબીનાના પિતા અચાનક થંભી ગયા, પછી લુખ્ખું હસી લઈને બોલ્યા :

'વૈભવ, હું સાઈડ ટ્રૅક પર (આડે પાટે) ચડી ગયો... હાં, તો સલમાએ મદદ માટે પત્ર લખ્યો અને હું સબીનાથી છાની મદદ તેને મોકલવા લાગ્યો. ત્રણ-ચાર મહિને પત્ર આવે એટલે પાંચ-સાત હજાર તેને પહોંચી જાય એવી વ્યવસ્થા કરતો. પછી તો એના હસ્તાક્ષરને બદલે ગુલામ અલીએ લખેલા પત્રો આવવા લાગ્યા. જેમાં એ લખાવતી કે હવે લખવાની તાકાત પણ રહી નથી. હું તમારી અહેસાનમંદ છું, પરવરદિગાર તમને બાપ-બેટીને સદા સુખી રાખે... એવું વાંચીને વગર વિચાર્યે પૈસા મોકલવાનું ચાલુ રાખ્યું. ત્યાં અચાનક મને ભાન થયું કે કદાચ સલમાની

જાણ બહાર ગુલામ અલી પોતે જ પત્રો લખીને પૈસા તો નહીં મગાવતો હોય ? મેં તપાસ કરાવી તો મારી ધારણા સાચી ઠરી. સલમા અલી નામની જૂના જમાનાની અભિનેત્રી સવા વરસ અગાઉ અલ્લાહને પ્યારી થઈ ગઈ હતી એવા ખબર આવ્યા ત્યારે મને થયું કે હું પેલા સાપને દૂધ પાઈ રહ્યો હતો ! મેં પૈસા મોકલવા બંધ કરી દીધા, કાગળ વાંચ્યા વિના જ ફાડી નાખવા લાગ્યો, ત્યાં અચાનક એક દિવસ એનો ફોન આવ્યો. કદાચ એ ઈન્ડિયામાં આવીને ફોન કરતો હશે. પહેલાં ખુશામત કરી, મેં કાને ન ધરી. પછી સલમાની બીમારીની વાત ઉચ્ચારી એટલે મેં તેને નાપાક કહીને ધમકાવ્યો. તે સમજી ગયો કે સલમા મરી પરવારી છે, એની મને જાણ થઈ ચૂકી છે એટલે છેવટે ધમકી પર આવ્યો. પંદર દિવસમાં મને પાંચ લાખ રૂપિયા નહીં પહોંચાડો તો જેની કમાઈ પર તું તાગડધિન્ના કરે છે એ સબીનાને હું ખતમ કરાવી નાખીશ... મેં ગુસ્સામાં ફોન પછાડીને મૂકી દીધો. મને હતું કે ધમકી આપનારાઓ કાયર હોય છે અને ગુલામ અલી તો પાકિસ્તાનમાં હતો, મુંબઈમાં એ શું કરી શકવાનો હતો ? પરંતુ સબીનાની કારમાં ટાઈમબૉમ્બનો ધડાકો થયો ત્યારે સમજાયું કે કાયર માણસો ઘાતકી તો બની જ શકે છે !'

એકધારું બોલીને થાકી ગયા હોય તેમ એ અટક્યા ત્યારે ઘડીભર તો વૈભવે પણ માની લીધું કે સબીનાને ખતમ કરવામાં ખરેખર ગુલામ અલીનો જ હાથ હોવો જોઈએ, ડેડી આટલી હદે હીચકારું કૃત્ય કરે નહીં !

'પરંતુ ટાઈમબૉમ્બના વિસ્ફોટ પછી મને બીજો એક ફોન આવ્યો.' સબીનાના પિતા અચાનક બોલી ઊઠ્યા : 'ન ધારેલી વ્યક્તિનો એ ફોન હતો.'

કહેતાં ઘડિયાળમાં જોઈને એ સફાળા ઊભા થઈ ગયા : 'સવાઆઠ થવા આવ્યા. આપણે પહેલાં ડિનર પતાવીએ, ત્યાર પછી જે કહેવા માટે તમને બોલાવ્યા હતા એ કહું છું.'

વૈભવે કમને ઊભા થવું પડ્યું. ટાઈમબૉમ્બ ફાટ્યા પછી કોનો ફોન આવ્યો હતો એ જાણવાના ઉચાટમાં જમવાની રુચિ શોષાઈ ગઈ. જે પીરસાયું તે ખાધું, જે પુછાયું તેના ઉપરછલ્લા જવાબ આપ્યા, કરવા ખાતર ભોજનની તારીફ કરી, પણ તેનું મન તો પેલી અધૂરી મૂકેલી વાત પર ટીંગાતું હતું. જમતાં-જમતાં સહાનીજી વાત પૂરી શું કામ નથી કરી નાખતા ? પછી ખ્યાલ આવ્યો કે અબ્દુલની હાજરીમાં કહેવાય એવું નહીં હોય.

ડિનર પૂરું કરી, મુખવાસ લઈ સબીનાના પિતા પાઈપ સળગાવતા તેને બહાર ગાર્ડનમાં લઈ ગયા ત્યારે ધીરજ ખૂટી ગઈ હોય તેમ નેતરની ખુરસી પર બેસતો વૈભવ પૂછી બેઠો :

'બૉમ્બની ઘટના પછી તમને કોને ફોન આવ્યો હતો, સહાનીજી ?'

વૈભવે માન્યું કે હમણાં સાંભળવા મળશે : તમારા પરમ પૂજ્ય પિતાશ્રી ઈશ્વરલાલ વિરાણીનો...

પણ તેને બદલે બીજું જ નામ બોલાયું :

'ફોન હતો જગન્નાથ મહારાજનો !'

ત્યારે વૈભવનો શ્વાસ હેઠો બેઠો.

'વૈભવ, તમે તો કદાચ એમનું નામ પણ નહીં સાંભળ્યું હોય, પણ એ જાણીતા ભવિષ્યવેત્તા છે.'

'જ્યોતિષી ?'

'હા, હું તો જ્યોતિષ જોનારાઓની મજાક કરનારો માણસ, એટલે તો મારા કૂતરાનું નામ રાહુ પાડ્યું જે મારી ચોકી કરે છે અને અબ્દુલને શનિ બનાવ્યો જે મારી સેવા બજાવે છે ! પરંતુ આપણા ન માનવાથી માનનારાઓની સંખ્યા થોડી ઓછી થાય છે ?'

વચ્ચે તેમણે પાઈપની બે-ચાર ફૂંક લઈ લીધી.

'ફોન પર જગન્નાથે કહ્યું, એક વરસ પહેલાં મેં તમારી કન્યાને કહ્યું હતું કે છોકરી, તારા પર મોટી ઘાત છે. આજે છાપાના સમાચારે એ પુરવાર કર્યું. આ જગન્નાથ પંડિતનું બોલ્યું કદી ફોક થતું નથી. તમારી બેટીને મેં બીજી એક બાબતમાં પણ ચેતવી છે... મારાથી પુછાઈ ગયું કે મહારાજ, આપે કઈ બાબતમાં સબીનાને ચેતવી છે ? તો એ બોલી ઊઠ્યા : ઉસકી શાદી નહીં કરના... શાદી કરેગી તો પછતાયેગી, બહોત બૂરા અંજામ હોગા. જગન્નાથ પંડિત કભી જૂઠ નહીં કહેતા !'

'એટલે એક જ્યોતિષીની વાતમાં આવી જઈને સબીના પરણવા નથી માગતી ?' વૈભવ આવેશમાં બોલી ઊઠ્યો : 'તમારા જેવી સુધારક વ્યક્તિ અને તેના જેવી આધુનિક યુવતીએ જગન્નાથની આગાહીને વિધાતાની વાણી માની લીધી ?'

'મેં નહીં વૈભવબાબુ, સબીનાએ !'

પહેલી વાર બલદેવજીના અવાજમાં મજબૂરી પ્રકટી : 'ફિલ્મલાઈનનાં મોટા ભાગનાં માણસો એ પંડિત પર અપાર શ્રદ્ધા ધરાવે છે. ગુરુદત્તનું કરુણ મૃત્યુ એણે ભાખ્યું હતું, રાજેશ ખન્નાની પડતી અને અમિતાભની ચડતી એણે અગાઉથી કહી હતી. આવાં તો અનેક દૃષ્ટાંત ફિલ્મવાળાઓ આપણને કહી સંભળાવે છે... જોકે સબીનાએ ક્યારેય તેના પર તોળાતી ઘાતની કે શાદી નહીં કરવાની ચેતવણીની વાત મારી સમક્ષ ઉચ્ચારી નથી. એ તો એમ જ કહેતી રહે છે : મારે શાદી નથી કરવી, હું તમારાથી અલગ થવા નથી માગતી. તમારે નાના બનવું હશે તો હું કુંવારી માતા બનીશ, પણ પરણવાની તો નથી જ...'

'અને તમે સ્વીકારી લીધું ?' વૈભવે ઊલટતપાસની જેમ પૂછ્યું છતાં સબીનાના પિતાએ ખોટું લગાડવાને બદલે તેનો હાથ પકડી લીધો :

'એટલા માટે તો મેં તમને બોલાવ્યા, વૈભવ !'

હવે તેમના અવાજમાં આજીજી નીતરવા લાગી : 'બસ, ગમે તેમ કરીને તમે એના મગજમાંથી શાદી નહીં કરવાનું ભૂસું કાઢી નાખો. એને જેની સાથે પરણવું હોય, હું રાજી છું. બસ, તમે એને મનાવી લો. એક તો અમારી ફિલ્મલાઈન અને તેમાં એ સાવ એકલી સ્ત્રી... ક્યાં સુધી ઝઝૂમી શકશે ? અને લગ્ન વિના માતા બનવાનું પગલું ભરશે તો-તો આપણો સમાજ એને પીંખી નાખશે !'

તેમણે સોંપેલી જવાબદારીનો શું જવાબ આપવો ? વૈભવ થોડી વાર અબોલ બની ગયો. એક રીતે પોતે જે ઇચ્છતો હતો એવું જ સબીનાના પિતા ઝંખતા હતા, પરંતુ પરણી જવાનું દબાણ કરવા જતાં સબીના છંછેડાઈ જાય તો ? મારા સંતાનના પિતા બનવાના વચનથી બંધાઈને તું ફરી જવા માગે છે ? - કહી સંબંધ તોડી નાખવા સુધી જાય તો ?

'મેં તમને બહુ મુશ્કેલ કાર્ય સોંપ્યું હોય એવું લાગે છે ને, વૈભવ ?'

ત્યારે વૈભવને એ શબ્દો પડકારરૂપ લાગ્યા હોય તેમ બોલી ઊઠ્યો : 'કામ મુશ્કેલ હોય ત્યારે કસોટીએ ચડવાનું મને વધારે ગમે છે. અને આ કામમાં તો તમે મારી સાથે છો, સહાનીજી !'

કહી તેણે એમના તરફ હાથ લંબાવ્યો : 'સબીનાને મનાવી લેવામાં હું મારાથી બનતું બધું કરી છૂટીશ. મારે તમારા આશીર્વાદ જોઈએ.'

કહેતો એ ઊભો થયો ત્યારે તેના ખભા પર હાથ મૂકી બલદેવ સહાની ગદ્‌ગદ અવાજે એટલું જ બોલી શક્યા :

'મારા આશીર્વાદ તો તમારી બંનેની સાથે છે જ. ગૉડ બ્લેસ યૂ, બ્રેવ મૅન !'

અને બહારથી મર્સિડીસ કારનું હૉર્ન સંભળાયું.

*

પૂનાની *ડામન્ડ ક્લબ* હોટેલના અઢાર નંબરના રૂમમાં બેચેનીથી લટાર મારતી ડૉલી સાડા-આઠથી નવ વચ્ચેના અર્ધા કલાકમાં સાતમી વાર ઘડિયાળમાં જોઈને બબડી : હજુ બંને આવ્યા કેમ નહીં ? ચવ્હાણ જૉકી ફરી ગયો કે ફસકી ગયો ?

શુક્રવારે મુંબઈના રેસકોર્સ રેસ્ટોરાંમાં, ઈશ્વરભાઈ અને વૈભવ વચ્ચેની વાતચીતની કૅસેટ સાંભળીને ગણપત ગજાનન ચવ્હાણ છળી પડ્યો હતો. સવાચાર વરસ પહેલાંની ડર્બી રેસમાં જૉકી જીમીને ઘોડા પરથી ઉથલાવી પાડવાનું કામ સોંપનારનું નામ બોલી દેવા એ લગભગ સંમત થઈ ગયો હતો. સહકાર ન આપે તો છાપા દ્વારા આ કેસ ફરીથી ઉખેળવાની અશ્વદૂતે આપેલી ધમકી અને સાથ આપે તો કાવતરાખોરને બ્લૅકમેઈલ કરીને થનારી કમાણીમાં અર્ધી ભાગીદારી આપવાની ઑફર... એ બેમાંથી એકની પસંદગી કરવાની હોય તો નાણાભીડ ભોગવતો જીજી, રવિવારે પૂનાની રેસ પછી મળીને નામ કહી દેવાનું જ સ્વીકારી લેશે એવી અશ્વદૂતને ખાતરી હતી, અને એટલે જ ડૉલી જીદ કરીને અશ્વદૂત સાથે પૂના આવી હતી : વિરાટ, મને સાથે આવવા દે. એ ચવ્હાણને મારી હાજરીની બિલકુલ ગંધ આવવા નહીં દઉં. મારા નાના ભાઈની ગરદન કચડી નાખનારનું હું ડાચું જોવા માગતી નથી, પણ આવું નીચ કામ કરાવનારનું નામ એની જીભે બોલાતું મારે સાંભળવું છે.

માત્ર ત્રણ અઠવાડિયાંથી ડૉલીના પરિચયમાં આવનાર વિરાટ જાગીરદાર ઉર્ફે અશ્વદૂત એટલું તો જાણી ચૂક્યો હતો કે અત્યારે ડૉલીના જીવનનું એકમાત્ર લક્ષ્ય તેના નાના ભાઈના મોતનો બદલો લેવાનું હતું. એટલા ખાતર તો એ તેના પતિ નોશીર મર્ચન્ટ સાથે છૂટાછેડા લેવા સુધી પહોંચી ગઈ. નોશીર અને ડૉલીના લગ્ન-જીવનમાં બીજો કોઈ જ વિખવાદ નહોતો. પોતાનો નાનો ભાઈ જીમી કોઈની બૂરી નજરનો શિકાર બની ગયો એનો ગમ તેના મનમાંથી ઓસરતો નહોતો અને તેની એ ગમગીની નોશીરને સતત ખટક્યા કરતી હતી. નોશીર તેને સમજાવતો : ડાર્લિંગ, જે થઈ ગયું તેને યાદ કરવાનો હવે શું અર્થ છે ? ત્યારે ડૉલી ચિત્કાર કરી ઊઠતી : હું એ કેમ ભૂલી શકું, નોશીર ? એકના એક જુવાનજોધ પુત્રના અકાળ મોતે મારા પિતાને હૃદયરોગની બીમારી આપી, મારી માને અર્ધી પાગલ બનાવી દીધી. એ બેઉની હાલત જોઉં છું ત્યારે મને અદાલતના ન્યાયાધીશો, રેસકોર્સના સંચાલકો અને આ આખો સમાજ ગુનેગાર લાગે છે. જીમીના મોતને વીસરી જઈને હું પણ એ ગુનેગારોમાં સામેલ થવા માગતી નથી, નોશીર !

નોશીરને હતું કે સમય જતાં ડૉલીના મનનો જખમ રૂઝાઈ જશે, પણ છ મહિના પહેલાં કાંઈક જુદું જ બની ગયું. ડૉલીનાં મા-બાપ પેડર રોડનો બંગલો વેચી દઈ નવસારી રહેવા જતાં હતાં ત્યારે જીમીની તમામ યાદગીરી તેની બહેનને સોંપતાં ગયાં. રેસમાં તેણે જીતેલા કપ, ન્યૂસપેપર્સમાં પ્રગટ થયેલા તેની યશસ્વી કારકિર્દીના અહેવાલો, દરેક રેસ જીત્યા પછી ઝડપાયેલી તસવીરો...

બધું જ જીમીની મોટી બહેનને સોંપતી વખતે પિતા નવરોજજી વાડિયા આંસુભીની આંખે બોલ્યા હતા : આ યાદોને પણ અહીં જ મૂકીને જઈએ છીએ. સચવાય ત્યાં લગી રાખજે અને પછી...

પરંતુ ડૉલીએ તો એને જીવની જેમ જતનથી જાળવી રાખવાનો નિર્ધાર કર્યો હતો. કાચના શૉ-કેસમાં ભાઈની એ બધી યાદોને એક પછી એક ગોઠવતી હતી ત્યાં ટ્રોફીના એક કપમાંથી એક ચિઠ્ઠી હાથમાં આવી. ઈંગ્લિશમાં લખાયેલી એ ચિઠ્ઠીનો એકએક શબ્દ મશીનગનની ગોળીની જેમ ડૉલીના કાળજાને વીંધતો રહ્યો :

- વહાલા જીમી, મારા ફાધરને આપણા સંબંધની જાણ થઈ ગઈ છે. છેલ્લી વાર માટે મને રેસમાં જવાની રજા મળી છે. આજની ડર્બી જીતીને નંબર વન જૉકી બનવાની તારી ખાએશ પૂરી થતી જોવા માટે હું આવવાની છું. બસ, પછી ઘર છોડીને તારી સાથે ચાલી નીકળવાની છું. તારી સાથેનો સંબંધ સ્વીકારવામાં મારા ડેડીને એમનો મોભો વચ્ચે આવે છે અને એક વાર ના પાડ્યા પછી પોતાનું ધાર્યું કરવા માટે ડેડી નિષ્ઠુર પણ થઈ શકે છે. માટે જ લખું છું, જીમી, આજની કાલ કરતો નહીં.

- તારી નિરાલી.

ચિઠ્ઠી લખનાર નિરાલી કોણ એ સમજતાં ડૉલીને વાર લાગી નહીં. જીમીએ એક-બે વાર મજાકમાં એનો ઉલ્લેખ કર્યો હતો : હવે જે ઘોડી લઈશ તેના મારી ગર્લફ્રેન્ડ નિરાલીનું નામ આપવાનો છું !

પોતે ભાઈના ગમને ભ્રમ બનાવી નકામી દુ:ખી થાય છે એવું કહેનાર પતિ નોશીરને તેણે આ ચિઠ્ઠી દેખાડી ત્યારે પણ નોશીરે તો એમ જ કહ્યું : હવે આ જૂની વાત ઉખેળવાનો શું અર્થ છે ?

તેના જવાબમાં ડૉલીએ એટલું જ કહ્યું હતું : એક જ અર્થ થાય છે, નોશીર, મારી જીદને વળગી રહેવા માટે મારે તારાથી જુદા થઈ જવું. ડિવૉર્સના દસ્તાવેજ પર તારે તો માત્ર સહી કરી આપવાની છે... બીજા કોઈનો સાથ મળે તો ઠીક છે, નહીંતર એકલા હાથે નાના ભાઈના મોતનો તાગ લઈને જ હું જંપીશ !

અને ડૉલીને થયું કે પોતે આજે એ તાગની સાવ લગોલગ પહોંચી ગઈ છે. પૂનાની ટર્ફ ક્લબમાં રવિવારની છેલ્લી રેસ પૂરી થયા પછી ચવ્હાણ નક્કી કર્યા મુજબ અશ્વદૂતને એકાન્તમાં મળ્યો ખરો, પણ તરત સાથે આવવાને બદલે સાડાઆઠ-નવ સુધીમાં હોટેલ પર પહોંચી જવાનો વાયદો કરીને છૂટો પડી ગયો. ત્યારે ડૉલીને થયું કે શિકાર હાથમાંથી છટકી ગયો, પણ અશ્વદૂતની ખાતરી તો બેવડાઈ ગઈ હતી :

- ડૉલી, જેની સાથે એના દીકરાના સગપણની વાત ચાલે છે એ લોકો અત્યારે ચવ્હાણને ઘેર મળવા આવવાના છે. દીકરીના દાયજાનો બોજ ચવ્હાણને આપણા તરફ ધકેલવા માટે જોરદાર ધક્કાનું કામ કરશે. તું બેફિકર રહે. ધીરજનું પરિણામ આવવાનું હોય ત્યારે અધીર બની જવાથી જીત હાથમાંથી સરકી જાય છે, ડૉલી !

અને નવ ને સાત મિનિટે બાજુની સત્તર નંબરની રૂમનો દરવાજો ઊઘડતો સાંભળી ડૉલી કાન સરવા કરતી શ્વાસ રોકીને સ્થિર થઈ ગઈ. બે વ્યક્તિનાં પગલાંનો સંચાર સાંભળી તેની આંખોમાં ચમક આવી ગઈ. દરવાજો બંધ થયા પછી બાજુની રૂમની ટિપાઈ પર જરૂર કરતાં વધારે અવાજ સાથે બે ગ્લાસ મુકાવાનો સંકેત સાંભળીને ડૉલીએ પોતાના રૂમમાં રાખેલા

ટેપરેકૉર્ડરની સ્વિચ ઑન કરી દીધી અને પેલા બંને વચ્ચે થતી વાતચીત સાંભળવા માટે ટેપરેકૉર્ડર સાથે જોડેલા ઈયરફોન કાને લગાડી દીધા.

'જીજી, તમારા માટે જમીને પિવાય એવી ખાસ ચીજ લઈ આવ્યો છું.' કહી વિરાટ જાગીરદારે *નેપોલિયન કોઈનેક*ની બૉટલમાંથી બ્રાન્ડીના ગ્લાસ તૈયાર કર્યા પછી પાંચસો-પંચાવન પેટાવતાં પૂછ્યું : 'અરે, જીજી ! તમારી ચિરૂટ ક્યાં ?'

ત્યારે ચવ્હાણે મોં બગાડ્યું : 'ઉતાવળમાં ઘેર ભૂલી આવ્યો.'

'ઉતાવળમાં કે દીકરીના દાયજાની ચિંતામાં ?'

'હા, યાર, ભાવિ વેવાઈ જરાય નમતું જોખવા તૈયાર નથી.' કહી ચિયર્સ કર્યા વિના જ બ્રાન્ડીનો ગ્લાસ મોઢે માંડ્યો. પછી વિરાટના પાકીટમાંથી સિગારેટ લઈને સળગાવતાં ઉમેર્યું :

'માણસો કેવા હિસાબ માંડે છે ! કહે છે, દીકરાને એન્જિનિયરનું ભણાવવા પાછળ બે લાખનો ખર્ચ કર્યો એ તમારી પાસેથી જ વસૂલ કરીએ ને ?'

'બે લાખ કાંઈ બહુ ન કહેવાય, જીજી !'

'અરે બે લાખ તો રોકડા... ઘરેણાં, કપડાં અને ઘરવખરીનો ટોટલ તો પાંચ લાખ પર પહોંચે છે.'

'એટલે સાત લાખ થયા !' તેના મોં પર સિગારેટના ધુમાડા ફેંકતાં વિરાટે ઠાવકાઈથી સંભળાવ્યું : 'જીજી, કુવૈતના શેખ પાસેથી દલ્લો લઈ આવ્યા છો તો દીકરીને ખાતર સાત લાખ ખરચી નાખો, બીજું શું ?'

'યાર, કુવૈતનું તો નામ જ નહીં લેતા.'

'તો પછી તમે પેલાનું નામ બોલી નાખો, જીજી !'

સાંભળતાં જ ચવ્હાણનું મોં વંકાયું, થોડી વાર વિરાટને ફાટેલી આંખે તાકી રહ્યો, પછી જીભ ચલાવી.

'યાર, આ લાલચ બહુ બૂરી ચીજ છે.'

'કોની લાલચની વાત કરો છો, જીજી ? વેવાઈની, તમારી કે મારી લાલચની ?'

'વેવાઈની લાલચ અને મારી લાચારી બંનેની વાત કરું છું.' કહી એશ-ટ્રેમાં અર્ધી પિવાયેલી સિગારેટ દબાવી દેતો બબડ્યો : 'ચિરૂટ પીવાનું શરૂ કર્યા પછી સિગારેટમાં સાલો સ્વાદ જ નથી આવતો.'

'મારી પણ એ જ હાલત છે, જીજી ! પેલી છોકરીના પ્રેમમાં પડ્યા પછી એકલા રહેવામાં સ્વાદ નથી આવતો અને ફ્લૅટ ન લઉં ત્યાં સુધી એ જિદ્દી પરણવા તૈયાર થવાની નથી.'

થોડી વાર બંને ચૂપ થઈ ગયા. વિરાટ તેના હોઠને તત્પરતાથી તાકતો રહ્યો. હમણાં એ નામ બોલી નાખશે... પરંતુ બહુ બોલબોલ કરનારનેય ન બોલવાનું બોલવું પડે ત્યારે જીભે લકવા લાગી જતો હોય છે !

'જીજી, શું યાદ કરી રહ્યા છો ?' અધીર વિરાટે પૂછ્યું : 'કે પછી બોલવાનું ફાવે નહીં એટલું બધું અઘરું નામ છે એ ?'

'બોલવાનું ફાવે તોપણ બોલીને કોઈ ફાયદો નથી, યાર !'

'ફાયદો છે કે નહીં એ પછી નક્કી થશે, પણ ન બોલવામાં કેટલું બધું નુકસાન છે એ તો તમે નક્કી જાણો છો.'

'તો ભરો બીજો ગ્લાસ !' કહી ટિપાઈ પર ખાલી ગ્લાસ ટકરાવ્યો : 'અને પીવા દો સ્વાદ વગરની તમારી સિગારેટ !'

પછી એક હાથનાં પાંચ આંગળાં વચ્ચે ગ્લાસ અને બીજા હાથની બે આંગળી વચ્ચે સિગારેટ દબાવી ચવ્હાણ પેટમાં પ્રવાહી ઠાલવતો ગયો અને હવામાં ધુમાડા ફંગોળતો રહ્યો. આ બે ક્રિયાની વચ્ચે હોઠ પરથી ક્યારે નામ ખરી પડ્યું એનું ભાન રહ્યું નહીં :

'મનજી શ્રોફ !'

નામ સાંભળતાં જ વિરાટ જાગીરદારની આંખોમાં આગ ચંપાઈ ગઈ, જડબાં ભીંસાયાં, હોઠ ભિડાયા.. ઘૂંટાતો શ્વાસ છોડીને તેણે ચવ્હાણને પડકાર્યો :

'શું નામ કહ્યું ?'

'મનજી શ્રોફ - મનચેરજી નસરવાનજી શ્રોફ... રેસના મોટા બુકી...'

'ગણપત ગજાનન ચવ્હાણ !' તેના નામને દાંત વચ્ચે કચડતો વિરાટ ઊભો થઈ ગયો : 'તમે આ અશ્વદૂતને રેસના બુકીની ઓળખાણ આપો છો ?... દોઢ વરસ પહેલાં ચાલુ રેસમાં હાર્ટ-એટૅક આવ્યો અને ત્યાં જ ઢળી પડ્યો એ મનજી શ્રોફની ઓળખાણ ?'

કહેતો વિરાટ તેના તરફ ઝૂક્યો. ચવ્હાણના શર્ટના કૉલરને હાથની મુઠ્ઠીમાં લઈ દાંત કચકચાવતો બરાડ્યો : 'મરેલાનું નામ શોધી કાઢવા માટે તમે આ બે દિવસનો સારો ઉપયોગ કર્યો, બદનામ જૉકી !'

'હું સાચું કહું છું... મને છોડી દે, અશ્વદૂત !' કહી ચવ્હાણે માંડ પોતાનો કાંઠલો છોડાવ્યો.

'સાચું કહે છે એનો પુરાવો શું ?'

'પુરાવો ?' ચવ્હાણે ડોક ઊંચી કરી માથા પર તોળાતા વિરાટ સામે જોયું : 'આવી વાતમાં પુરાવા ક્યાંથી હોય ?'

'તો મરેલા માણસના નામથી હું પેલાને બ્લૅકમેઈલ પણ કેવી રીતે કરવાનો ?'

'એ જીવતો હોત તો મારી આજે આવી હાલત પણ ન હોત, અશ્વદૂત !' ચવ્હાણને અસરકારક દલીલ સૂઝી ગઈ :

'હું એની પાસે જઈને કહેત કે મનજી શ્રોફ, તમારા કહેવાથી મેં આ કામ કર્યું. તમે સાડાસાત લાખ આપવાના કહ્યા હતા અને આપ્યા પાંચ લાખ. બીજા અઢી લાખ રૂપિયા મારી વિરુદ્ધનો કેસ લૂલો કરવામાં વાપરી નાખ્યા એમ કહીને મારી સાથે પતાવટ કે બનાવટ જે કરી હોય તે... પણ હવે મારે પૈસાની જરૂર છે. જો નહીં આપો તો હું મારી બરબાદીના જોખમે પણ તમારું નામ જાહેર કરી દઈશ. અશ્વદૂત, એ મનજી શ્રોફ જીવતા હોત તો હું જ તેને બ્લૅકમેઈલ કરત ને ?'

તેની વાત ગળે ઊતરી ગઈ હોય તેમ વિરાટ સોફા પર બેસી પડ્યો. મનજી શ્રોફ એક નંબરના બુકી તરીકે ગવાયો હતો તેમ બે નંબરનાં કરતૂતો માટે એટલો જ વગોવાયો હતો. ઈશ્વરલાલ વિરાણીએ તેના જેવાને જ સાધીને કામ પાર પાડ્યું હોય એમાં ન માનવા જેવું નહોતું.

'અશ્વદૂત, હવે તારે મને નામ આપવાનું છે !'

સાંભળીને વિરાટ ચોંક્યો : 'કોનું નામ ?'

'જે માણસે મનજી શ્રોફને આ કામ સોંપ્યું હતું અને જે કામ કરવા જતાં આજે મારી આ હાલત થઈ એ અબજોપતિનું નામ !'

હારતો ઘોડો અચાનક વીનમાં ભાગતો દેખાય એવી ચવ્હાણની ચાલે વિરાટને હેબતાવી દીધો :

'એ નામનું તારે શું કામ ?'

'કેમ, હું એની પાસે જઈને કહીશ કે મનજી શ્રોફે વાયદો કર્યો હતો એના કરતાં મને પાંચ લાખ ઓછા મળ્યા છે. ચાર વરસમાં વ્યાજ સાથે એ પાંચ લાખ હવે દસ લાખ થઈ ગયા... કાઢી આપો દસ લાખ, નહીંતર તમારી અબજો રૂપિયાની આબરૂનું લિલામ કરી દઈશ !'

ચવ્હાણનો કીમિયો વિરાટને ચાબુકની જેમ વાગ્યો. બાજુના રૂમમાં બેસીને આ બધું સાંભળતી ડૉલી પર કેવી વીતતી હશે એ વિચાર આવ્યો.

'તને એ નામ તો ન અપાય, ચવ્હાણ !'

'તો ભલે, મારી દીકરી દાયજા વગર પરણી નહીં શકે અને ફ્લૅટ વગર તું કુંવારો રહી જઈશ.'

કહેતો ચવ્હાણ ઊભો થઈ ગયો ત્યારે વિરાટને લાગ્યું કે જેને પોતે શિકાર માન્યો હતો એ જ શિકારી બની બેઠો !

'એક મિનિટ, જીજી, મને વિચાર કરવા દે.' કહી તેને પરાણે સામે બેસાડ્યો.

અને ત્યાં બાજુમાં પડેલો ફોન રણક્યો. ચોંકીને સાવચેતીથી વિરાટે રીસીવર ઊંચક્યું. સામે છેડેથી અત્યંત ધીમે અવાજ સંભળાયો : 'વિરાટ, નામ દેવાની મૂર્ખાઈ કરતો નહીં. વાયદો કરીને તેને જવા દે.' ડૉલીએ વધુ ધીમા અવાજે ઉમેર્યું : 'મનચેરજી શ્રોફના દીકરા વેરે મારી માસીની દીકરી પરણેલી છે. એ રીટા પણ જીમીને ચાહતી હતી. તાગ આપણા ધાર્યા કરતાં વધુ ઊંડો નીકળ્યો !' ત્યારે જવાબમાં વિરાટે એટલું જ કહ્યું : 'અહીં કોઈ બેઠું છે, આપણે રૂબરૂ વાત કરીશું.'

'કોનો ફોન હતો ?' ચવ્હાણે ગભરાટ સાથે પૂછ્યું ત્યારે વિરાટે ઠાવકા બની જવું પડ્યું :

'બીજા કોનો હોય ? ગર્લફ્રેન્ડ મુંબઈથી વાત કરતી હતી. પૂછતી હતી કે પૂનામાં ફ્લૅટની રકમનો બંદોબસ્ત થવાનો હતો એનું શું થયું ? તેને શું જવાબ આપું, જીજી ?'

'એને જવાબ આપવો હોય તો મને નામ આપી દે.'

'ઠીક છે !' નમતું જોખવાનો દેખાવ કરતો હવે વિરાટ જ ઊભો થઈ ગયો : 'મેં તને અડતાલીસ કલાકનો ટાઈમ આપ્યો હતો, તું મને આઠ દિવસની મુદત આપ. આવતા અઠવાડિયે મુંબઈમાં રેસ શરૂ થાય છે ત્યાં મળીશું. બધા નીકળી ગયા પછી પ્રેસ ગૅલેરીમાં મને મળવા આવી જજે !'

ત્યારે ચવ્હાણે કમને ઊભા થવું પડ્યું. અશ્વદૂત તેને નીચે સુધી વળાવવા ગયો. પછી હાથ મિલાવીને છૂટા પડ્યા ત્યારે બંને ગૂંચવણમાં હતા : જૅકપૉટ એક અઠવાડિયા પૂરતો મુલતવી રહ્યા હતો કે કાયમને માટે ?

*

13

દશેરાની રજાના બીજે દિવસે, શનિવારે સવારે દસેક વાગ્યે ઈશ્વરભાઈ વિરાણી, વૈભવ *ટાવર્સ*ના વીસમા માળે ઑફિસમાં દાખલ થતાં જ ક્ષણભર સ્તબ્ધ બની ગયા. તેમને આવકારવા ડૉલીને બદલે મંજૂષા ઊભી હતી.

'ફાઈન મૉર્નિંગ, સર !'

'અરે, મંજૂ, તું આવી ગઈ ?'

ઈશ્વરભાઈના ઉદ્‌ગારમાં પ્રશ્નને બદલે આશ્ચર્ય ઊછળી પડ્યું.

'આવવાની તો હતી જ ને, સર !'

લંગડાતા પગે બૉસની પાછળ તેમની કૅબિનમાં દાખલ થતી એ બોલી ગઈ : 'ગુરુવારે *ગીતાંજલિ*માં બેસતાં પહેલાં કૉલ કર્યો ત્યારે આપ ઑફિસમાં નહોતા. ડૉલીને કહ્યું હતું, શનિવારથી તારી ટેમ્પરરી ડ્યૂટી પૂરી થાય છે. મારી પોસ્ટ તું પર્મેનન્ટલી પચાવી પાડે એ પહેલાં હું આવી પહોંચું છું.'

ઈશ્વરભાઈનું ધ્યાન તેને સાંભળવામાં નહોતું. એમને તો જાણી લેવું હતું કે પછી પેલા ડ્રાઈવર રામેશ્વરનો પત્તો લાગ્યો ખરો ? પરંતુ સામેથી વાત ઉચ્ચારી પોતાની ઉત્સુકતા જાહેર કરવી નહોતી એટલે વાતચીતને આગળ વધારી :

'મંજૂ, રજા પર જતી વખતે તો એવું બોલી હતી કે ડૉલી તારી જગ્યા પચાવી પાડે એવી તને કોઈ ભીતિ નથી.'

'સર, આમ તો ડૉલી સારી છોકરી દેખાય છે, પંરતુ આ સ્વાર્થી જગતમાં બહુ સજ્જન દેખાતા માણસો જ ક્યારેક અત્યંત દુષ્ટ નીકળી પડે છે.'

'આ વખતે કલકત્તા જઈ આવીને તું કાંઈક બદલાઈને આવી દેખાય છે.'

લેધર-ચેર પર બેઠક લઈ ગળાની ટાઈ સહેજ ઢીલી કરી, મંજૂને સામે બેઠક લેવાનો સંકેત કરતાં ઈશ્વરભાઈએ ઉમેર્યું : 'દુર્ગાપૂજા કેવી ગઈ ?'

'સર, કાલીમાતાનાં દર્શનમાં કે દુર્ગાપૂજાના ઉત્સવમાં આ વખતે મન જ ન લાગ્યું.' હતાશ અવાજે બોલતી એ બેસી ગઈ : 'પેલા માણસને શોધવામાં જ મન ભટકતું રહ્યું.'

'છતાં રામેશ્વરનો પત્તો ન લાગ્યો ને ?'

તેની હતાશા પારખી ગયા હોય તેમ એમણે પૂછ્યું ત્યારે મંજૂષા ઘડીભર તેમને તાકી રહી. હંમેશાં આદરપૂર્વક નીચી નજરે વાત કરનારી સેક્રેટરીની દૃષ્ટિમાં ઈશ્વરભાઈને અત્યારે કાંઈક અજુગતું વર્તાયું. પોતે રામેશ્વરનું નામ ઉચ્ચારીને તેના મનમાં આશંકા જગાવી દીધી કે શું ?

'એ રામેશ્વરની શોધમાં કાંઈ જ કરવાનું બાકી રાખ્યું નહીં.' હવે મંજૂષાના બોલવામાં અણગમો ઊપસવા લાગ્યો : 'ફરી એ કાલીમંદિરે જ ભટકાઈ જશે એવી આશામાં દર્શન કરી લીધા પછી પણ અર્ધો-એક કલાક મંદિરના પગથિયે જ બેસી રહેતી. કદાચ એ સાંજે આવતો હશે એવું ધારી લઈને બે-ત્રણ દિવસ સાંજે પણ દર્શને જઈ આવી.'

'કદાચ એ બીમાર પડી ગયો હશે.' ઈશ્વરભાઈએ મનગમતી ધારણા કરી : 'બનવાજોગ છે કે એ દુર્ગાપૂજા માટે તેને ગામ ચાલ્યો ગયો હોય.'

'સર, એ ગામ ચાલ્યો ગયો હોય એવો વિચાર તો મને નહીં આવેલો... આપણને કેમ ખબર પડે કે એ કલકત્તાનો જ મૂળ વતની નહીં હોય ?'

ત્યારે ઈશ્વરભાઈને થયું કે *ગામ જવાનું બોલીને* પોતે બીજી ભૂલ કરી નાખી. અપરાધનો અહેસાસ માણસને કેવો ગાફેલ બનાવી દે છે !

'હા, એવું બને કે એ બીમાર પડી ગયો હોય અથવા તો...'

'અથવા તો શું, મંજૂ ?'

'એ મારાથી સંતાતો ફરતો હોય.'

બૉસને વાત લંબાવવામાં રસ નહોતો તેમ તેને અધ્ધર છોડી દઈને અજંપો પણ વેઠવો નહોતો, એટલે તર્કથી મંજૂના મનને વાળી લેવાનું વિચાર્યું :

'મંજૂ, વરસો પહેલાં કોઈએ ઍક્સિડન્ટમાં તારો પગ કચડી નાખ્યો હોય એને હવે એવો તે શું ભય હોય કે તારાથી સંતાતો ફરે ?'

'સર, કદાચ ભય ન હોય તોપણ કોઈની જિંદગી બરબાદ કરી નાખી એવો ડંખ તો હોય ને ?' મંજૂષા આવેશમાં બોલી ગઈ : 'કદાચ મારી અપંગ હાલત જોઈને એને ભાન થયું હોય કે પગ કચડી નાખ્યા પછી નાસી છૂટવાને બદલે ગાડીમાં નાખી હૉસ્પિટલ પહોંચાડવાની માનવતા દાખવી હોત અને તત્કાળ સારવાર અપાવી હોત તો જિંદગીભરની આ ખોડ રહી ન જાત.'

'મંજૂ, જે બની ગયું તેને હવે સુધારી શકાય તેમ છે નહીં.' ઈશ્વરભાઈને પોતાના જ શબ્દો પોકળ લાગતા હતા : 'એ માણસ તને મળી જાય તોપણ તારો પગ સાજો થઈ જવાનો નથી, તો પછી શું કામ...'

'આ સવાલ અનેક વાર મેં મારી જાતને કરી જોયો, સર ! પણ મન માન્યું નહીં. એવુંય વિચાર્યું કે મારો પગ કચડી નાખવા માટે એ જવાબદાર ન પણ હોય... છતાં કોણ જાણે, એને ફરી વાર મળ્યા વગર મને ચેન પડતું નહોતું.'

મંજૂષાએ નીચું જોઈને બોલવાનું ચાલુ રાખ્યું :

'કાલીમંદિર પાસે બેસતા પૂજાની સામગ્રીના દુકાનદારોને, ફૂલ વેચનારાને અને ભિખારીઓને સુધ્ધાં પૂછતી રહી કે અહીં દર્શને આવતા રામેશ્વર નામના એ માણસને તમે કોઈ ઓળખો

છો ? મેં એને એક વાર જોયો હોવા છતાં તેનું આબેહૂબ વર્ણન પણ સૌને કરતી રહી. એ પાંસઠ-સિત્તેરનો દેખાય છે... શરીરે દૂબળો અને વાને ઊજળો... માથાના વાળ પાંખા અને ધોળા... હાથે લકવા લાગ્યો છે અને બોલતી વખતે હોઠના બંને ખૂણા થૂંકથી ભીંજાઈ જાય છે.'

વર્ણન સાંભળીને ઈશ્વરભાઈને ખાતરી થઈ ગઈ : લકવા સિવાયનું બીજું બધું જ પોતાના સસરાના ડ્રાઈવર રામેશ્વરને લાગુ પડે છે.

'સર, હું આપને શું કહું ?' મંજૂષા ફરી તેમની સામે તાકીને બોલવા લાગી : 'એક અઠવાડિયા સુધી એ મંદિરે ન દેખાયો ત્યારે મેં આર.ટી.ઑ.ની ઑફિસનાં ચક્કર લગાવવાનું ચાલુ કરી દીધું.

'આર.ટી.ઑ. !' ઈશ્વરભાઈ ચોંક્યા : 'શું કામ ?'

'એ ડ્રાઈવર હતો એટલે એના નામનું ડ્રાઈવિંગ લાયસન્સ તો હોય જ ને ? એક ઑફિસરની ઓળખાણ કાઢીને જૂના રેકર્ડ્સ જોવડાવ્યા... તો એમાં એકસો પાંત્રીસ રામેશ્વર નીકળ્યા !'

ત્યારે ઈશ્વરભાઈ ધરપતનો ભાવ છુપાવી શક્યા નહીં.

'એ તો એમ જ હોય ને ! રામેશ્વર નામ બહુ કૉમન છે.'

'સર, મને એની અટકની ખબર હોત ને તો-તો કદાચ કામ સરળ થઈ જાત.'

અને ઈશ્વરભાઈને સસરાના ડ્રાઈવર રામેશ્વરની 'ઝા' અટક યાદ આવી ગઈ.

'પછી તપાસ પડતી મૂકી દીધી ને ?'

'નહીં, સર, ડ્રાઈવિંગ લાયસન્સના રેકર્ડ્સમાં દરેકની ઉંમર લખી હોય છે ને... મેં સાઠ વટાવી ગયેલા સાત રામેશ્વરને જુદા તારવી લઈ દરેકનાં સરનામાં લખી લીધાં.'

હવે ઈશ્વરભાઈ વિરાણીને મંજૂષા વધુ પડતી પાવરધી લાગવા માંડી. સાતમાંથી ઝા અટકવાળા રામેશ્વરને શોધી કાઢવાનું મુશ્કેલ શું પડે ?

એ સાતમાંથી છ ઠેકાણે તો હું તપાસ કરી આવી... તેમાં બે મરી પરવાર્યા હતા, બે રામેશ્વરો વર્ષોથી ટૅક્સી ચલાવતા હતા અને બીજા બેને મળી તેમાંથી એકેય કાલીમંદિરવાળો રામેશ્વર ન નીકળ્યો.'

'અને બાકી રહેલો સાતમો ?' ધડકતા દિલે ઈશ્વરભાઈ પૂછી બેઠા : 'એ મળ્યો નહીં ?'

'ચાર દિવસ પહેલાં એ સાતમાને શોધવા નીકળી હતી. મેટ્રો (ભૂગર્ભ) રેલવેના પાર્ક સ્ટ્રીટ સ્ટેશન પર ઊતરતી હતી ત્યાં કોઈ બદમાશ મારું પર્સ છીનવી ગયો.' નિસાસા સાથે મંજૂષાએ કહ્યું : 'એ પર્સમાં સાતમા રામેશ્વરનું સરનામું સાચવીને રાખ્યું હતું અને આર.ટી.ઑ.માં દુર્ગાપૂજાની રજાઓ હતી એટલે સરનામું ફરી ક્યાંથી મળે ?'

'વૉટ એ બૅડ લક !' અણગમતી વાત પર પૂર્ણવિરામ મૂકતા હોય તેમ ઈશ્વરભાઈ વિરાણી બોલી ઊઠ્યા : 'જેવી કાલીમાતાની મરજી.'

'કાલીમાતાની મરજી હશે એટલે તો એ માણસ એમના આંગણે જ ભટકાઈ ગયો ને !' વાતનો અંત લાવવા માગતી ન હોય તેમ મંજૂષાએ આગળ ચલાવ્યું : 'મુંબઈ આવવા નીકળતાં પહેલાં હું મંદિરના પૂજારીને મળતી આવી. મારા વિઝિટિંગ કાર્ડ સાથે સો રૂપિયાની નોટ આપીને કહેતી આવી છું : એ રામેશ્વર સાથે મારે જૂનો હિસાબ ચૂકતે કરવાનો છે. મંદિરે આવે ત્યારે

એનું ઠેકાણું જાણી લેજો. પછી મને આ નંબર પર મારા ખર્ચે મુંબઈ કૉલ કરશો તો હું જિંદગીભર તમારો ઉપકાર નહીં ભૂલું...'

બોલતાં-બોલતાં ગદ્‌ગદ થઈ ગયેલી સેક્રેટરીને વિરાણીશેઠ હમદર્દીથી નિહાળવા લાગ્યા.

'મંજૂ, મારી એક વાત માનીશ ?'

'સર, તમારી વાત ન માનું તો-તો હું નગુણી કહેવાઉં. આ અપંગને તમે સેક્રેટરીનો મોભો આપી સાત હજારના પગારની નોકરીએ રાખી એ ઉપકારનો બીજો શું બદલો વાળી શકવાની ?'

'મારે કોઈ બદલો નથી જોઈતો, મંજૂ, પણ તું મનમાંથી બદલાની ભાવના ભૂંસી નાખ... તું કહે છે એમ એ માણસને લકવા થયો છે એ શું ઓછી સજા કહેવાય ? તારી જેમ એ પણ અપંગ થઈ ગયો ને ?'

'મારી જેમ !' બૉસના શબ્દો મંજૂષાને કઠ્યા હોય તેમ ગરદન ટટ્ટાર કરતી એ બોલી ગઈ : 'આપ મારી હાલત ક્યાં નથી જાણતા ? ઘર-બાર અને સંસાર વિનાની હું સાવ એકલવાયી... ન સંતાનસુખ મળ્યું, ન પુરુષનું પડખું પામી.' બોલતાં-બોલતાં એની આંખો સાથે કંઠ પણ ભીંજાવા લાગ્યો : 'સર, આટલાં વરસે હવે પુરુષના સહવાસની ઝંખના જાગી છે.' કોઈ જાતના ક્ષોભ વગર બૉસ સાથે નજર મિલાવીને એણે ઊભરો ઠાલવી દીધો : 'એ અતૃપ્ત ઝંખનાએ મારા મનમાં વેરની આગ પ્રગટાવી દીધી...'

એનાથી ડૂસકું નખાઈ ગયું ત્યારે ઈશ્વરભાઈ અચાનક ખુરસીમાંથી ઊભા થઈ ટેબલની સામી બાજુએ પહોંચી ગયા. કોટના ખિસ્સામાંથી પંચાવન રૂપિયાનો રૂમાલ કાઢી આપ્યો. મંજૂષાએ રૂમાલ તો લીધો, પણ પોતે વધુ પડતી લાગણીવશ થઈ ગઈ એનું ભાન થતાં જ ખુરશીમાંથી ઊભી થવા લાગી ત્યાં જ ઈશ્વરભાઈએ પાછળથી તેના ખભા પર હાથ મૂકી દીધા. મંજૂષાએ પોતાના બંને ખભા પર પુરુષના પંજાની ઉન્માદક ભીંસ અનુભવી. વાંસના વનમાં અચાનક અગ્નિનો તિખારો પડતાં દાવાનળ પ્રગટી ઊઠે તેમ મંજૂષાનાં રોમેરોમમાં અગનજ્વાળા ભભૂકવા લાગી. પુરુષનો એ સ્પર્શ સહાનુભૂતિનો હતો કે પછી વર્ષોથી દબાવી રાખેલો કામાગ્નિ પ્રગટાવનારો હતો ? ખાતરી કરવા માટે પાછળ ફરીને બૉસના મુખભાવ નીરખી લેવાની તીવ્ર ઇચ્છા જાગી પણ એ રોકી રાખી. એમ કરવા જતાં ઘડીભર સાંપડેલું સુખ ગુમાવી દેવું નહોતું... છતાં એ સુખનું સ્વરૂપ સમજવું જરૂરી હતું. પોતે સાત હજારની માત્ર એક પગારદાર સેક્રેટરી અને પાછી અપંગ... જ્યારે એ અબજોપતિ માલિક ! જેમની તહેનાતમાં *વૈભવ ફૅબ્રિક્સ*ની ટીવી જાહેરાતોમાં દેખાતી અતિસ્વરૂપવતી મૉડેલો માગે ત્યારે હાજર થઈ શકે તેમ હતી એ ઈશ્વરલાલ વિરાણી મારી આગ બુઝાવવા માટે આવી ચેષ્ટા શું કામ કરે ? લાગણીના દાનમાં પણ પુરુષો પોતાના મોભાને અનુરૂપ પાત્ર શોધતા હોય છે. મંજૂષા, તું ખોટા ભ્રમમાં રાચવાનું રહેવા દે !

ત્યાં જ બૉસનો અંગત ફોન રણક્યો અને ઈશ્વરભાઈના હાથ સેક્રેટરીના ખભા પરથી ઝાટકા સાથે હઠી ગયા. મંજૂષા ફોન તરફ હાથ લંબાવવા જાય એ પહેલાં તો વિરાણીશેઠે રીસીવર ઊંચકી લીધું. એ બે-ચાર ક્ષણની તક ઝડપી લઈને મંજૂષાએ બૉસની આંખોમાં ઝાંખીને જોયું તો એમની દૃષ્ટિ નહોતી ભાવવિભોર કે નહોતી ભાવશૂન્ય !

'હેલ્લો !' કહેતાંની સાથે જ ઈશ્વરભાઈએ પત્નીના અવાજમાં સાંભળવા મળ્યું : 'કલકત્તાથી આપણો રામેશ્વર આવ્યો છે.'

'હેં ?' આંચકો ખાઈને ઈશ્વરભાઈ બોલવા જતા હતા : 'કોણ રા...રા...' ત્યાં જ સામે બેઠેલી મંજૂષા પર નજર પડી એટલે ચહેરા પર સ્વસ્થતા ધારણ કરી લઈ રીસીવરના માઉથપીસ પર હાથ આડો ધરી તેને કહ્યું : 'મંજૂ, ઘેરથી ફોન છે. ફેમિલી મેટર...' એટલા ઇશારામાત્રથી જ સેક્રેટરી ઊભી થઈને બહાર સરકી ગઈ અને ખુરસી પર બેઠાં-બેઠાં જ ઈશ્વરભાઈએ ચાંપ દાબી કેબિનનો દરવાજો લૉક કરી દીધો.

'ચારુ, તેં એમ કહ્યું કે કલકત્તાથી રામેશ્વર ડ્રાઈવર આવ્યો છે ?'

'કેમ, મારા પિયરનો ડ્રાઈવર આવ્યો તેમાં તમારે બે વખત પૂછીને પાકું કેમ કરવું પડ્યું ?'

'એ શું કહે છે... એને આવવાનું કેમ થયું ?'

'બિચારો શું કહે ?' પત્નીના અવાજમાં ટપકતી હમદર્દી ઈશ્વરભાઈના કાનને ગરમ સીસાની જેમ દઝાડતી હતી : 'એ કાંઈ બોલી જ ક્યાં શકે છે ? લકવામાં બંને હાથ ખોટા પડી ગયા, જમણા પગનેય અસર થઈ છે અને બોલવા માટે મોં ખોલીને જીભ ચલાવે છે ત્યારે શબ્દો કરતાં તો બિચારાના મોંમાંથી થૂંક વધારે ઊડે છે.'

'મેં તને એમ પૂછ્યું કે એ આવ્યો છે શું કામ ?' કેબિનના દરવાજા પર નજર રાખી ઈશ્વરભાઈ અથરા અવાજે બોલી ઊઠ્યા : 'કાંઈ મદદ માગવા આવ્યો છે ?'

'મદદ પૂરતી વાત હોત તો-તો હું તમને પૂછ્યા વિના જ બે-પાંચ હજાર આપી દઉં.' ચારુબહેનને પતિનું વલણ વિચિત્ર લાગતું હોય તેમ કહ્યું : 'એને પક્ષાઘાત થયો અને કામ કરતો અટકી ગયો છતાં મારા ભાઈ એને સાચવે જ છે, પછી આપણી મદદની શું કામ જરૂર પડે ?'

થોડી વાર પહેલાં જેની વાતચીત ચાલતી હતી અને જેને શોધવા માટે મંજૂષા મરણિયા પ્રયાસ કરતી હતી એ રામેશ્વર છેક મુંબઈ સુધી આવી પહોંચ્યો તેના આંચકાથી ઈશ્વરભાઈ ફોન પર પત્ની સાથેની વાતચીતમાં ગોટા વાળતા હતા. રામેશ્વરનું આગમન માત્ર મંજૂષા સમક્ષ નહીં, પત્ની સમક્ષ પણ પોતાના ચહેરા પરથી સજ્જનતાનો મુખવટો ઉતારી લે એવી કટોકટી પેદા કરી ગયું. હવે ઠાવકાઈથી કામ લીધા વિના ચાલે તેમ નહોતું.

'સૉરી, ચારુ, હું થોડા અગત્યના પેપર્સ ચેક કરતો હતો તેમાં તારી વાત પર બરાબર લક્ષ ન આપી શક્યો. હવે કહે જોઈએ, આપણા રામેશ્વરને કેમ આવવું થયું ?'

'એ જ તો સમજાતું નથી. વારેવારે તમારા ફોટોગ્રાફ તરફ ઇશારત કરીને સાનમાં સમજાવે છે કે એ તમને મળવા માગે છે. બોલી શકતો નથી એટલે કામનું નામ પાડતો નથી. તમે બહુ કામમાં છો એટલે કહેતા હો તો ડ્રાઈવર સાથે એને ઑફિસે મોકલી આપું ?'

'ન...ન...ના ! અહીંયાં તો મોકલતી જ નહીં !' કોઈ ગનની ટ્રિગર દબાવીને ગોળી છોડવાનું હોય ત્યારે તેને રોકવા માટે માણસ બેબાકળો બની જાય એવી રીતે બોલી ગયા પછી ફરી મગજનું સંતુલન મેળવી લઈને એમણે કહ્યું : 'ચારુ, એ બિચારા અપંગને અહીં શું કામ ધકેલવો જોઈએ ? હું જ ત્યાં આવી જાઉં છું.' કહીને સજ્જનતા દર્શાવી : 'ગમે તેમ તોય એ આપણો જૂનો માણસ છે. તું એની પાસેથી ડ્રાઈવિંગ શીખી, મને એણે ડ્રાઈવિંગ શીખવ્યું...'

'તમને તો એણે વગર લાઇસન્સે જ શીખવેલું, યાદ છે ને ?'

પત્નીના સ્વરમાં પિયરનાં સંભારણાંનાં સ્પંદનનો રણકો ઈશ્વરભાઈથી અજાણ્યો ન રહ્યો.

'બધું જ યાદ છે, ચારુ ! તારા પિતાની કંપનીના કારકુનમાંથી મૅનેજર થયો અને મૅનેજરમાંથી...'

'જમાઈબાબુ બની બેઠા... એમ જ ને ?' ઘણા વખતે પતિ સાથે ફોન પર લાડથી વાત કરવાનો મોકો ઝડપી લીધા પછી ચારુબહેનને રામેશ્વરની હાજરી યાદ આવી એટલે મૂળ વાત પર આવી ગયા :

'જુઓ, અમારી કીટી પાર્ટીની આજે રૉય શેરેટનમાં લંચ મીટિંગ છે. ત્યાં જતાં પહેલાં બ્યૂટી પાર્લરમાં જવાનું છે એટલે તમે ઘેર આવીને રામેશ્વરને મળો કે તરત જ હું નીકળી જાઉં.'

'તું તારે નીકળી જા ને.'

'નહીં રે ! એને મેં જમવા બેસાડ્યો છે.' ચારુબહેને પિયરના નોકર પ્રત્યેનો ભાવ વ્યક્ત કરતાં કહ્યું : 'એક તો એ પહેલેથી શરમાળ સ્વભાવનો... તેમાં પાછો વાચા વગરનો થઈ ગયો એટલે એને ભરપેટ જમાડીને જઈશ.'

'તો ભલે, હું હમણાં જ આવ્યો.'

વાત પૂરી કરીને ફોન મૂક્યો ત્યાં સુધીમાં કપાળે પસીનો બાઝી ગયો હતો : કમબખ્ત રામેશ્વરને અત્યારે જ ટપકી પડવાનું મન થયું... બબડતાં પસીનો લૂછવા માટે કોટના ખિસ્સામાં હાથ નાખ્યો ત્યાં ટેબલ પર પડેલો રૂમાલ નજરે ચડ્યો. થોડી વાર પહેલાં મંજૂષાએ આંસુ પોછ્યાં હતાં તેનાથી જ તેમણે પસીનો લૂછ્યો. આંસુ-પસીનાનું એ મિશ્રણ તેમને વિચિત્ર લાગ્યું. પરંતુ ઘેરથી ફોન આવ્યા પહેલાં મંજૂષાના ખભા દબાવવાની પોતે કરેલી ચેષ્ટા તેના કરતાંય વધારે વિચિત્ર લાગી.

મનમાંથી એ બધું ખંખેરી નાખવાના પ્રયાસ સાથે એ ઊભા થયા. ચાંપ દબાવી દરવાજો અનલૉક કર્યો. પછી ઉતાવળે કૅબિનની બહાર નીકળી મંજૂષાને કહ્યું : 'હું જરા ઘેર જઈ આવું. કોઈ અર્જન્ટ મેસેજ હોય તો જ ઘેર સંપર્ક કરજે.'

'સર, ઘેર એવું કાંઈ ચિંતાજનક તો નથી ને ?'

'નહીં, મંજૂ, મારી વાઈફ પણ તારી જેમ બંગાળમાં જ ઊછરી છે ને ! થોડી સેન્ટીમેન્ટલ તો ખરી જ ને ?' કહી પ્રયત્નપૂર્વક હસી લઈને તેને કામ પણ ચીંધતા ગયા :

'ચાર દિવસ પછી ફૅશન શો છે. એનાં ઈન્વિટેશન તો બધે મોકલાઈ ગયાં છે છતાં કાંઈ કામ રહી જતું હોય તો જરા સિદ્ધાર્થને પૂછી લેજે.'

'ડેફિનેટલી, સર !'નો જવાબ સાંભળવા રોકાયા વિના એ અંગત લિફ્ટમાં નીચે ઊતરી, ગોલ્ડન રૉલ્સ રોઈસમાં બેઠક લઈ રવાના થયા : 'વાઘેલા, ઘેર લઈ લેજે.'

*વૈભવ ટાવર્સ*થી *વિરામ વિલા*ની ડ્રાઈવ માત્ર પાંચ-સાત મિનિટની જ હતી છતાં એટલા સમયમાંય એમનું મન રામેશ્વરના આગમન અંગે તર્ક-વિતર્ક કર્યા વિના રહી શક્યું નહીં : ચારુ ભલે ને ના કહે, પણ એ મદદ માગવા જ આવ્યો હશે. દીકરા-દીકરીનાં લગ્ન છે, તમે બંને જરૂર પધારજો– એવું કહી લગ્નના ખર્ચમાં મદદરૂપ થવાની આશા સેવતો હોય. કદાચ એ મુંબઈમાં પક્ષાઘાતની સારવાર કરાવવા માગતો હોય. એવું કાંઈક હોય તો-તો પોતે પડખે ઊભા રહેવા તૈયાર છે. ગમે તેમ તોય મને અને ચારુને નિકટ લાવવામાં આ રામેશ્વરે જ ભાગ ભજવ્યો

હતો ને... આડત્રીસ વરસ પહેલાંના એ દિવસોમાં સવારે રોજ કાલીમાતાના મંદિરે જવાનો ચારુનો નિયમ હતો. પંરતુ હું એની સાથે કારમાં જઈ શકું એટલા માટે એ રામેશ્વરને વિશ્વાસમાં લઈને કહી દે, આજે માથું દુખવાનું બહાનું કાઢી થોડો મોડો ડ્યૂટી પર આવજે. બસ, પછી હું અને ચારુ સાથે મંદિરે જઈએ. પછી તો રામેશ્વર સાથે હોય ત્યારે એને પાછલી સીટ પર બેસાડી અમે બંને આગળ બેસીએ. ચારુને પગની જરા સરખી ખોડ હતી એટલે એના બાપુજી જાદવજી શેઠે એના માટે કારના એક્સલરેટરમાં ખાસ પ્રકારની સગવડ બેસાડી હતી... ચારુના કહેવાથી તો હું રામેશ્વર પાસે ડ્રાઈવિંગ શીખવા લાગ્યો હતો અને એમાં આ મંજૂનો પગ કચડી બેઠો.

તર્કના ચરખા પર ભૂતકાળની પૂણીમાંથી નીકળતા તાર વીંટળાતા જતા હતા. પાંચેક વરસ પહેલાં ચારુથી સવા વરસ મોટા મહીપતરાયના દીકરાનાં લગ્નપ્રસંગે કલકત્તા જવાનું થયું ત્યાં આ મંજૂષા મળી ગઈ. સસરાનું મકાન મોટું હતું છતાં મહેમાનો માટે પાર્ક હોટેલ બૂક કરી હતી. સવારે હોટેલની લિફ્ટમાં નીતે ઊતરી લૉબીમાં આવ્યા ત્યારે રિસેપ્શનિસ્ટની નોકરી કરતી મંજૂ સામે મળી. તેની લંગડાતી ચાલ જોઈને ચારુએ સહાનુભૂતિથી પૂછ્યું અને પેલીએ નાનપણમાં કોઈએ કારના વ્હીલ હેઠળ પોતાનો પગ કચડી નાખ્યાનો કિસ્સો કહી સંભળાવ્યો. ચારુ આમ પણ સ્વભાવથી સંવેદનશીલ, તેમાં વળી પોતાને પગેય થોડી ખોડ એટલે ચાર દિવસના રોકાણ દરમિયાન મંજૂષાની બધી વાત જાણી લીધી અને કલકત્તાથી નીકળવાના દિવસે મારી પાસે માગણી મૂકી : તમે કહેતા હતા ને કે એક સેક્રેટરીની જરૂર છે. તો આ મંજૂષાને જ શું કામ ન રાખી લઈએ ? ભણેલીગણેલી છે, ચતુર અને સંસ્કારી છે, પાછી સાવ એકલી છે... તમને પૂછ્યા વિના જ મેં તો એને કહી જ રાખ્યું છે : મુંબઈમાં આ સરનામે આવી મળજે, વિરાણીશેઠ તને નોકરીએ રાખી લેશે.

- એટલે તું મને પગની ખોડવાળી સેક્રેટરી વળગાડવા માગે છે ? - એવું મજાકમાં મેં પૂછ્યું તો એણે તરત જ સંભળાવ્યું : પગે ખોડવાળી મને પત્ની બનાવી તો આ બિચારીને સેક્રેટરી બનાવવામાં તમને શું વાંધો ?

ત્યારે મનેય થયું કે જે સ્ત્રીની પંગુતા માટે હું જવાબદાર છું તેનો આધાર બનીને, બેદરકારીથી મેં કરેલા ગુનાનો મનનો થોડો ભાર ઓછો કેમ ન કરવો ? - એવા આશયથી તેને મુંબઈ બોલાવીને અંગત સેક્રેટરી તો બનાવી લીધી, પણ સતત નજર સામે હાજર રહેતી મંજૂષાને જોઈને અપરાધનો બોજ ઘટવાને બદલે ઘટ્ટ બનતો જતો હતો. તેને બદલે એ વખતે જ પત્ની અને મંજૂષા સમક્ષ ગુનાનો એકરાર કરી લીધો હોત તો ? કાર ચલાવતાં અકસ્માત કરી બેસાય એ કાંઈ ગુનાખોરી માનસ ન ગણાય... હા, કોઈને હડફેટમાં લઈ તેને ગંભીર હાલતમાં રસ્તા પર રઝળતા રાખીને કાર દોડાવી જવાનું અમાનુષી ગણાય એ ખરું.

*વિરામ વિલા*ના પહેલા માળના કાર પાર્કિંગમાં પહોંચી વાઘેલાએ બ્રેક મારી તેની સાથે ઈશ્વરભાઈની વિચારધારાને પણ બ્રેક લાગી ગઈ. સતર્ક બનીને એ બહાર નીકળ્યા. રામેશ્વરના આગમનનું કારણ જાણ્યા પહેલાં સ્વસ્થ થવાની જરૂર નથી એવી સભાનતા સાથે લિફ્ટમાં બીજે માળે આવી દીવાનખંડમાં નજર દોડાવી તો ત્યાં એ દેખાયો નહીં. એને મારા બેડરૂમમાં બેસાડ્યો હોય તો ચારુએ ડહાપણ કર્યું કહેવાય એમ વિચારી શયનખંડનો દરવાજો ઉઘાડ્યો ત્યાં જ

ગાલીચા પર બેઠેલો એ નજરે ચડ્યો. એ વખતે ફોન પર કોઈ સહેલી સાથે કીટી પાર્ટીના પ્રોગ્રામની વાતચીતમાં પરોવાયેલી પત્નીએ તેમને જોઈને ફોન જલદી આટોપવાની ઉતાવળ કરી ત્યાં સુધીમાં ઈશ્વરભાઈ અંદર દાખલ થઈ ગયા અને રામેશ્વર તેમના પગે પડી ગયો. હંમેશાં બે હાથ જોડીને *નમસ્કાર* કહેનારો રામેશ્વર લકવાને કરાણે ન તો હાથ જોડી શક્યો ન મોઢેથી *નમસ્કાર* ઉચ્ચારી શક્યો.

થોડી વાર પહેલા મંજૂષાએ કરેલું તેનું વર્ણન એટલું સચોટ હતું કે કોઈ અજાણ્યો માણસ પણ તેને જોઈ બોલી ઊઠે : તમે જેને શોધો છો એ રામેશ્વર આ રહ્યો ! તેના જમણા હાથનાં આંગળાં સાવ વળી ગયાં હતાં. ડાબા હાથમાં થોડું ચેતન વર્તાતું હતું. મોઢું અધખુલ્લું રહેતું હતું અને ફાટેલી આંખોમાંથી લાચારીના ભાવ ટપકતા હતા.

વાંકા વળીને ઈશ્વરભાઈએ તેને ખભેથી પકડી સરખો બેસાડ્યો ત્યારે એટલા સ્પર્શમાત્રથી લાગણીનો ઉછાળો આવ્યો હોય તેમ એની આંખોમાંથી આંસુ ઊભરાવા લાગ્યાં.

'મને મળીને થોડી વાર એ આમ જ ચોધાર આંસુએ રડતો હતો.' ચારુબહેને હમદર્દી વરસાવી : 'જેણે પોણી જિંદગી બે હાથે કાર ચલાવવામાં ગાળી હોય તેને આ હાલત કેવી વસમી લાગે !'

લકવાની હાલત કોઈને પણ વસમી લાગે - એવું કહેવાની ઇચ્છા ઈશ્વરભાઈએ દબાવી રાખી.

'જુઓ, મેં એને જમાડી લીધો છે. મારે ગયા વિના ચાલે તેમ નથી અને એ તમને ખાસ મળવા માગે છે.' કહી ચારુબહેને પતિને એક બાજુ લઈ જઈ ધીમા અવાજે કહ્યું : 'સાંભળો, મારી પાસેથી મદદ લેતાં અચકાશે. અને આજે જ કલકત્તા ચાલ્યો જવા માગે છે એટલે એને ખાલી હાથે જવા નહીં દેતા... વાઘેલાને કહેજો, સ્ટેશને મૂકી આવે અને ગમે તેમ કરી ફર્સ્ટ ક્લાસની ટિકિટ લઈ, સાચવીને બેસાડી, સાથેના મુસાફરને તેનું ધ્યાન રાખવાની ભલામણ પણ કરી દે.'

'ટ્રેનમાં શું કામ, ચારુ, આપણે એને સાડાચારની ફ્લાઈટમાં જ મોકલી દઈશું.' રામેશ્વર વધુ વખત ઘરમાં રહે નહીં એવી ગણતરીથી કહીને પતિએ સારપ સાથે ઉમેર્યું : 'તું કોઈ વાતની ચિંતા રાખ્યા વિના જા.'

ત્યારે ચારુબહેનના ચહેરા પર નિરાંત તરવરી ઊઠી :

'જોયું ને, રામેશ્વર, તારા શેઠ તને વિમાનમાં કલકત્તા મોકલવા માગે છે. મેં નહોતું કહ્યું, અમે તને હંમેશાં ઘરનો માણસ જ ગણ્યો છે !'

કહી ફરી એક વાર પિયરના જૂના ડ્રાઈવર પર દૃષ્ટિથી સહાનુભૂતિ વરસાવી ચારુબહેન બહાર નીકળી ગયાં અને ઈશ્વરભાઈ રામેશ્વરની સામે સોફા પર ગોઠવાયા.

બંને એકલા પડ્યા પછી પહેલાં તો એ શરૂઆત કરે એવી આશામાં ઈશ્વરભાઈ ચૂપ રહ્યા ત્યાં ખ્યાલ આવ્યો કે આ બોલી ક્યાં શકે છે ?

'કેમ આવવાનું થયું, રામેશ્વર ?'

એમ પૂછ્યું છતાં પેલો આંખો ફાડીને મૂંગોમંતર તેમને જોતો જ રહ્યો ત્યારે બીજો સવાલ કર્યો :

'તને કાને બરાબર સંભળાય તો છે ને ?'

હવે પેલાએ તરત ડોક હલાવી હકાર ભણ્યો.

'તો પછી ઇશારતથી સમજાવ ને, અચાનક મુંબઈ કેમ આવ્યો ? કારણ વગર તો લકવાની હાલતમાં ટ્રેનનો પ્રવાસ કોઈ કરે નહીં. તારા પર કોઈ ઉપાધિ આવી પડી છે, રામેશ્વર ?'

ત્યારે પેલાએ ડાબો હાથ સહેજ ઊંચો કરી પહેલી આંગળી તેમના તરફ તાકી. મંજૂષાની વાત તાજી ન હોત તો તેનો સંકેત સમજતાં એમને વાર લાગત, પણ એ આંગળી-ચિંધામણમાં જ બધું પામી ગયા :

'તું એમ કહેવા માગે છે કે મારા પર કોઈ ઉપાધિ આવી છે ?'

પેલાએ ફરી હકારમાં ડોકું હલાવ્યું ત્યારે પોતે અજાણ્યા રહીને પૂછ્યું : 'કેવી ઉપાધિ, રામેશ્વર ?'

એટલે પેલાએ ડાબો હાથ ઊંચો કરી હવામાં ગોળાકારમાં ફેરવતાં સંકેતથી કહેવાની કોશિશ કરી, પણ ઈશ્વરભાઈની સમજમાં કાંઈ આવ્યું નહીં. તેમની અકળામણ અને અધીરાઈ વધી ગઈ :

'તારો જમણો હાથ તો સાવ ખોટો છે, ડાબા હાથે લખી શકે તો કાગળ-પેન આપું.'

જવાબમાં તેણે જોરથી માથું ધુણાવ્યું. સાથોસાથ ચોળાઈ ગયેલા ઝભ્ભાના ડાબા ખિસ્સામાં પરિશ્રમપૂર્વક હાથ નાખી થોડી વારના પ્રયાસ પછી પહેલી-બીજી આંગળી વચ્ચે દબાવેલું એક પતાકડું બહાર કાઢી તેમની સામે ધરી દીધું અને ઈશ્વરભાઈએ ઝાપટ મારીને એ લઈ લીધું.

મંજૂષાનું વિઝિટિંગ કાર્ડ જોતાં જ તેમનું હૃદય ઘડીભર ધબકવાનું ચૂકી ગયું. પરંતુ અજાણ્યા રહીને જ તેના મનનો તાગ લેવાનો હતો એટલે સહજભાવથી બોલ્યા :

'આ તો મારી સેક્રેટરીનું કાર્ડ છે. તારા હાથમાં ક્યાંથી આવ્યું ?'

ફરી રામેશ્વર બે હાથ જોડવાનો પ્રયાસ કરી સંકેતમાં સમજાવવા મથ્યો ત્યારે ઈશ્વરભાઈને મંજૂએ કરેલી વાત યાદ આવી ગઈ :

'તને આ કાર્ડ કાલીમંદિરના પૂજારીએ આપ્યું ?'

જવાબમાં રામેશ્વરે બે-ત્રણ વાર ડોક હલાવી. પછી ડાબો હાથ ફરી ગોળગોળ ઘુમાવી, એ જ હાથે જમણા પગ પર બે-ત્રણ મુઠ્ઠી પછાડીને સંકેત કર્યો ત્યારે ઈશ્વરભાઈને સમજવાનું આસાન બની ગયું :

'તું એમ કહેવા માગે છે કે આ છોકરીનો પગ આપણી કાર નીચે કચડાઈ ગયો હતો ?'

તેના પ્રતિભાવમાં માથા ઉપરાંત રામેશ્વરે આખું શરીર હકારમાં હલાવ્યું.

'તને એ કલકત્તામાં મળી હતી ?'

હકાર.

'તેં એને કાંઈ કહ્યું ?'

નકાર.

'બીજા કોઈએ આ વિશે કાંઈ કહ્યું છે ?'

ફરી નકાર સાથે તેણે પલંગની બાજુમાં ચાંદીની ફ્રેમમાં મઢેલા ચારુબહેનના ફોટા પર નજર રાખી બે-ત્રણ વાર ડોક હલાવી.

'ચારુને પણ નથી કહ્યું એમ કહેવા માગે છે ? તેં બહુ ડહાપણનું કામ કર્યું, રામેશ્વર !' કહી મંજૂષાનું વિઝિટિંગ કાર્ડ કોટના ઉપલા ખિસ્સામાં સરકાવી દીધું : 'આટલું કહેવા માટે છેક

કલકત્તાથી તું આવ્યો એ તારી વફાદારીની હું કદર કરું છું... હવે મારી ચિંતા કર્યા વગર તું સુખેથી કલકત્તા રવાના થઈ જા.' કહી ખિસ્સામાંથી પાકીટ કાઢીને પૂછ્યું :

'કેટલા આપું ?'

અને એ પૃચ્છાની જ રાહ જોતો હોય તેમ રામેશ્વરે પહેલી વાર હાસ્ય ફરકાવી ડાબા હાથની પહેલી આંગળી ઊંચી કરી.

'એક હજાર... બસ !' કહી ઈશ્વરભાઈ પાકીટમાંથી સો-સોની નોટો કાઢવા જતા હતા ત્યાં રામેશ્વરે હોઠ ભીડી જોર અજમાવીને ડોક ધુણાવી.

'એક હજાર નહીં !' ઈશ્વરભાઈને તેની દાનતની ગંધ આવી ગઈ હોય તેમ કડક અવાજે પૂછ્યું : 'તો કેટલા જોઈએ છે તારે ?'

અને પૂછનારને વિચાર કરવાનો વખત ન આપવા માગતો હોય તેમ રામેશ્વરે એક આંગળી દેખાડી તેની સાથે જોડવા માટે આંગળી-અંગૂઠાથી મીંડાના આકાર પાંચ વખત કરી દેખાડ્યા ત્યારે ઈશ્વરભાઈ બરાડી ઊઠ્યા :

'એક લાખ !' ક્રોધથી તેમનાં જડબાં ભીંસાયાં : 'રામેશ્વર ! હું તારી વફાદારીનાં વખાણ કરું છું અને તું આમ છેલ્લે પાટલે બેસી ગયો ? મને બ્લૅકમેઈલ કરવા આવ્યો છે !'

ત્યારે દયામણું મોં કરી પક્ષાઘાતથી ખોટા પડી ગયેલા અંગની લાચારી દર્શાવી સંકેતમાં સમજાવ્યું : શું કરું ? આ હાલતે જ મને હલકટ બનાવી દીધો !

ક્ષણભર તો ઈશ્વરભાઈને થયું, તેને પોલીસની ધમકી આપું... બે-ચાર મુક્કા કે પાટુ મારી દઉં... ઊંચકીને બારીમાંથી બહાર ફગાવી દઉં... લાખ માગે છે તો દસ હજારથી પતાવટ કરું... પરંતુ મંજૂષાવાળી એક ભૂલને છાની રાખવા જતાં આજે એ કેટલું ગંભીર સ્વરૂપ ધારણ કરી બેઠી ! આડત્રીસ વરસ પહેલાં કરેલા અકસ્મતની હવે તેને કાંઈ જ સજા થઈ શકવાની નહોતી, છતાં બીજાની નજરે ભયાનક ગુનેગાર ન ઠરી જવાય એટલા ખાતર મગતરા જેવા આ રામેશ્વરને ધમકાવવાથી શું વળવાનું ? લાખ માગે છે તો આપી દઈને લપ ટાળી દેવામાં જ ડહાપણ છે... એમણે ઝડપથી મનને મનાવી લીધું : હું કલકત્તાની નોકરીમાં જોડાયો ત્યારે આ રામેશ્વરનો પગાર મારા કરતાં વધારે હતો અને આજે ! હું અબજોપતિ છું અને એ પક્ષાઘાતથી પીડાતો, લાચાર, અપંગ અને પરાવલંબી છે. એમ માની લે કે ગરીબને એક લાખ રૂપિયાનું દાન કરી દીધું. બ્લૅકમેઈલિંગ નહીં પણ મૂંગા રહેવા બદલ તેની કદર કરી !

'ઠીક છે, તું બહાર બેસ.' એમણે દાનવીરની ઉદારતા દાખવતાં કહી દીધું : 'હું ડ્રાઈવરને બોલાવી તને એરપૉર્ટ પહોંચાડવાની વ્યવસ્થા કરું છું.'

ત્યારે રામેશ્વરે હસીને માથું ઝુકાવ્યું. એ આભાર પ્રગટ કરતો હતો કે ખંધાઈ દેખાડતો હતો ? ઈશ્વરભાઈને એ સમજાયું નહીં અને સમજવાની પરવા પણ કરી નહીં. રામેશ્વર જેવો બહાર નીકળ્યો એટલે કબાટમાં પડેલા ચાર-પાંચ લાખની રોકડમાંથી સો-સોની નોટો વાળી દસ થોકડી કાઢી, પ્લાસ્ટિકની એક થેલીમાં પૅક કરી, ઈન્ટરકૉમ દ્વારા નીચેથી ડ્રાઈવર વાઘેલાને બોલાવી એ આવે તે પહેલાં રામેશ્વરના હાથમાં રકમ પકડાવી તેને વિદાય કરી દીધો : 'તું એરપૉર્ટ પહોંચીશ ત્યારે આપણા આ મહેમાનની ટિકિટ લઈને ટ્રાવેલ એજન્સીનો માણસ ઊભો હશે, જા.'

એના ગયા પછી તેમણે નિરાંતનો શ્વાસ તો લીધો તેની સાથોસાથ કોઈક પોતાને બેવકૂફ બનાવી ગયું એનો અફસોસ પણ ભાલાની જેમ ભીતરમાં ભોંકાયો.

અર્ધા કલાક પછી બીજી કારમાં ઑફિસે પહોંચી કામમાં મન પરોવવા મથ્યા, પણ પેલો ખટકો તેમને જંપવા દેતો નહોતો. રામેશ્વરને વળાવી વાઘેલા પાછો ફરે ત્યાં સુધી ઑફિસમાં ટાઈમ કીલ કરવા સિવાય બીજું કાંઈ સૂઝવાનુંય નહોતું. પરંતુ તેમણે વાઘેલાના આવવા સુધી રાહ જોવી ન પડી.

તેમનો ફોન રણક્યો. રીસીવર ઊંચક્યું અને સામેથી સાંભળવા મળ્યું.

'નમસ્કાર, વિરાણીશેઠ !'

આ તો રામેશ્વરનો અવાજ !

'શેઠ, હું એરપોર્ટ પહોંચી ગયો છું. સિક્યુરિટી ચેક પતાવીને અંદરથી જ બોલું છું.'

છતાં ઈશ્વરભાઈ કાંઈ જ બોલી ન શક્યા. પેલાને બોલતો સાંભળી તેમની જીભ જાણે ઝલાઈ ગઈ.

'મારી વાચા ખૂલી અને તમે મૂંગા થઈ ગયા, શેઠસાહેબ !' એ બંગાળી ઉચ્ચારવાળી બિહારી હિન્દીમાં કહેતો હતો : 'હું રામેશ્વર... તમે ઈશ્વર તરીકે કલકત્તા આવ્યા ત્યારથી આપણી ઓળખાણ. પછી મારા શેઠના જમાઈ બનીને ઈશ્વરલાલ થયા અને મુંબઈ આવી ઉદ્યોગપતિ ઈશ્વરલાલ વિરાણી બની ગયા... કૃષ્ણ અને સુદામા જેવી આપણી ઓળખાણ.'

ગુસ્સો ગળી જઈ ઈશ્વરભાઈ સાંભળતાં જ રહ્યા.

'સુદામાની તાંદુલની પોટલીના બદલામાં શ્રીકૃષ્ણે તેમને ન્યાલ કરી દીધા હતા તેમ તમે વિઝિટિંગ કાર્ડના એક ટુકડા સામે મને લાખ રૂપિયાની કડકડતી નોટો આપી દીધી. મેં મારો પાઠ ભજવ્યો અને તમે તમારો મોભો જાળવ્યો. મૂંગા થઈ જવાની લાખ રૂપિયા કિંમત વધારે ન કહેવાય, શેઠસાહેબ ! ધરપત રાખજો, ઍક્સિડન્ટ બાબતમાં તો હંમેશાં મૂંગો જ રહેવાનો, સિવાય કે...'

એ ખંધું હસતો હોય તેમ જરા અટક્યો અને ઈશ્વરભાઈ વીલા મોઢે તેને સાંભળતા રહ્યા :

'સિવાય કે ફરી શ્રીકૃષ્ણની મદદ માગવાના સંજોગો ઊભા થાય. આ લાખ રૂપિયા તો મારા દીકરાને પટણામાં ટૅક્સી અપાવી દેવામાં ખરચાઈ જશે... પછી બીજો દીકરો ઊંચી ડિગ્રીનું ભણી લે એટલે તેને પરદેશ મોકલવામાં તમે જ પડખે ઊભા રહેવાના ને ? યાદ છે, તમે અકસ્માત કરી બેઠા ત્યારે શેઠથી છાનું રાખવા માટે મને એ વખતનો તમારો આખા મહિનાનો પગાર આપી દેવા તૈયાર થયા હતા ? મને તમારી દયા આવી. મેં કોઈને નહીં કહેવાની બાંહેધરી આપી ન હોત તો મારી તો માત્ર નોકરી જ જાત, પણ તમારે તો નોકરી સાથે શેઠની છોકરીય ગુમાવી દેવી પડત... કેમ કાંઈ બોલ્યા નહીં, મોટા શેઠ ?'

અને સાંભળવાનું અસહ્ય બની ગયું હોત તેમ ઉદ્યોગપતિ ઈશ્વરલાલ મોતીલાલ વિરાણીએ રીસીવર પછાડ્યું... વર્ષો પહેલાં ભવાનજી શેઠિયા જેવા મોટા માણસે નાની ભૂલના બદલામાં એક તમાચો માર્યો હતો, આજે એક મોટી ભૂલના બદલામાં સાવ નાનો માણસ તમાચો મારી ગયો ! ડેમ ઈટ !

*

મલાડમાં દાખલ થવા માટે ચિનુ ચોકસીએ કારને હાઈવે પરથી ડાબી તરફ વાળી. ઢોળાવવાળા સાંકડા માર્ગ પરથી પસાર થતી મર્સિડિસ જોઈને કોઈએ કૌતુક અનુભવ્યું નહીં, પણ આજુબાજુનાં બેઠાં ઘાટનાં જર્જરિત મકાનો, જાજરમાન મોટરને જોવાની પરવા રાખ્યા વિના પસાર થતા લોકો તથા કારની ગતિમાં વારંવાર અવરોધરૂપ બનતી ઑટોરિક્ષા કે શાકની રેંકડીઓ અને રસ્તાની બંને બાજુ પથરાયેલી ગંદકીએ વૈભવને અકળાવી મૂક્યો : મારી પંદર લાખની મર્સિડિસે આવી ગંદકી પરથી પસાર થવું પડે ! એરકન્ડિશન્ડ કારના કાચ બંધ હોવા છતાં ચીતરી ચડી હોય તેમ તેણે મોં બગાડ્યું. ચિનુ સમક્ષ એ પોતાનો અણગમો દર્શાવવાનું વિચારતો હતો, પણ થોડી વાર પહેલાં હાઈ-વેની બંને બાજુની ગીચ ઝૂંપડપટ્ટી જોઈને તેનાથી બોલાઈ ગયું હતું કે મારું ચાલે તો આ બધાં ઝૂંપડાંને સળગાવી મૂકું. સંજય ગાંધીએ દિલ્હીની ઝૂંપડપટ્ટીઓ પર બુલડોઝર ફેરવ્યું તેમાં કાંઈ ખોટું કર્યું નહોતું... આ સાંભળીને ચિનુ બોલી ઊઠેલો : વૈભવ, એનું પરિણામ શું આવ્યું હતું ? એ જ ને કે સંજય ગાંધી ન રહ્યો પણ દેશભરમાં ઝૂંપડપટ્ટીઓ વધતી જ ગઈ ! ફરી આવું કાંઈક ન સાંભળવું પડે એટલે વૈભવે આજુબાજુની ગંદકીનો અણગમો જગન્નાથ જ્યોતિષીને યાદ કરીને ઉછાળ્યો :

'જેની ભવિષ્યવાણીને બુદ્ધિમાન અને ધનવાન વ્યક્તિઓ દૈવી આજ્ઞાની જેમ માથે ચડાવે છે એ જોષીને રહેણાક માટે સારા એરિયામાં કોઈ ઘર ન મળ્યું કે આપણા જેવાને આવા વિસ્તારમાં કૂચે મરાવે છે ?'

છતાં ચિનુ ચૂપ રહ્યો એટલે વૈભવે અનુમાન ઉચ્ચાર્યું : 'ફિલ્મવાળાનો આટલો માનીતો જ્યોતિષી છે એટલે દક્ષિણા તો સારી પડાવતો હશે... છતાં આવી જગ્યા છોડતો નથી એટલે મહાકંજૂસ હોવો જોઈએ !'

'કદાચ એવું પણ હોય કે એની કુંડળીમાં આવી જગ્યાએ જ રહેવાનું લખાયું હોય.'

ચિનુનો જવાબ સાંભળીને વૈભવ છંછેડાયો :

'આ બધું હંબગ છે, ચિનુ ! આપણે નબળા મનના લોકો કુંડળી અને કર્મને વાતવાતમાં વચ્ચે લાવી મંદબુદ્ધિનું પ્રદર્શન જ કરીએ છીએ.'

એ જ વખતે સાંકડી ગલીના સામે છેડેથી આવતી બસ માટે જગ્યા કરી આપવા કારને રસ્તાની સાવ કોરાણે લઈ જવામાં પરોવાયેલા ચિનુએ તેને જવાબ ન આપ્યો એટલે વૈભવનો હાથ આપોઆપ સફારીના સાઈડ પૉકેટમાં સરક્યો. પોતાની જન્મકુંડળી પર હાથ ફેરવતાં તેને થયું કે હું પણ અત્યારે તો કુંડળી દેખાડવા જ તેની પાસે જઈ રહ્યો છું ને ?

પંદર દિવસ અગાઉ રવિવારે સબીનાના પિતાએ ડિનર પર બોલાવી, અવિવાહિત રહેવાનો સબીનાનો નિર્ણય પડતો મૂકવાનું સમજાવી લેવાની જવાબદારી પોતાને સોંપી ત્યાર પછી આ બે અઠવાડિયાંમાં પોતે કાંઈ જ નક્કર કરવા પામ્યો નહોતો. તેને એક જ ઉપાય અક્સીર દેખાતો હતો : *પરણીશ તો બરબાદ થઈ જઈશ* એવી આગાહી કરનાર જ્યોતિષીને જ સાધી લઈ તેની પાસે જ બોલાવવું કે ગ્રહોની ગણતરી માંડવામાં મારી ભૂલ થઈ હતી... ખરેખર સબીનાની કુંડળીમાં અખંડ લગ્નસુખ લખાયું જ છે !

એ માટે તેણે ચિનુને જગન્નાથ મહારાજનો પત્તો લગાવી તત્કાલ મુલાકાત ગોઠવી આપવાનું

સોંપ્યું ત્યારે ચિનુ તેમનો પત્તો તો તરત જ મેળવી લાવ્યો, પણ મુલાકાત માટે ચૌદ દિવસ રાહ જોવી પડે તેમ છે એવા ખબર લઈ આવેલો : પંડિતજી કહે છે કે હું શ્રાદ્ધના દિવસોમાં કોઈની કુંડળી જોતો નથી અને નવરાત્રિના નવ દિવસ અંબામાની અખંડ પૂજાસાધના સિવાય બીજું કાંઈ કરતો નથી. તમારા જે હોય તેને કહેજો કે આસો સુદ બારસના રવિવારે નવ ને પાંચ મિનિટે શુભ ચોઘડિયું બેસે ત્યારે કુંડળી લઈને આવી જાય.

એ વાયદો યાદ કરીને વૈભવે ઘડિયાળ પર નજર નાખી તો આઠ પર પંચાવન મિનિટ થઈ ચૂકી હતી.

'ચિનુ, મને તો આ ચોઘડિયાં પણ એક તૂત લાગે છે. હજારો વર્ષોથી દર રવિવારે એક જ સમયે એકનાં એક જ શુભ-અશુભ ચોઘડિયાં આવે એ કાંઈ બુદ્ધિમાં ઊતરતું નથી.'

છતાં ચિનુએ દલીલમાં ઊતરવાનું ટાળ્યું એટલે વૈભવે સંભળાવ્યું : 'તને મારી વાત ખોટી લાગતી હોય તો ગળે ઊતરી જાય એવો એક દાખલો આપું. થોડા દિવસ અગાઉ મેં છાપાંમાં એક પંચાંગ નિષ્ણાતનું સ્ટેટમેન્ટ (નિવેદન) વાંચ્યું હતું. એમણે કહ્યું કે આઠ ચોઘડિયાંમાં *ઉદ્વેગ* નામનું જે ચોઘડિયું છે એ ખરેખર તો *ઉદ્યોગ* હતું. બોલવામાં ફાવતું નહીં હોય એટલે લોકોએ તેને *ઉદ્વેગ* નામ આપી દીધું. ખરેખર તો એ ચોઘડિયું *ઉદ્યોગ* કરવા માટે ઉત્તમ છે તેને બદલે એને ઉદ્વેગજનક ગણીને આપણે અશુભમાં ખપાવી દીધું... આ જગન્નાથ મહારાજ પાસે હું પહેલવહેલો એ જ ખુલાસો માગવાનો છું.'

સાંભળીને કારને વધારે ધીમી પાડતાં ચિનુએ પહેલી વાર પાછળ ગરદન મરડી તેની સામે જોયું :

'વૈભવ, મેં તને પહેલાંય કહ્યું હતું અને ફરી પણ કહું છું : પંડિતજી સાથે દલીલબાજીમાં ઊતરવાનું રહેવા દેજે. ડૉક્ટર પાસે ટ્રિટમેન્ટ લેવા જઈએ ત્યારે આપણે આડીઅવળી પૂછપરછ ક્યાં કરીએ છીએ ? ડૉક્ટરોને પોતાની વિદ્યાનું ગૌરવ હોય છે તેમ પંડિતજીને કેમ ન હોય ?'

'પંડિતજીને વિદ્યાનું ગૌરવ છે કે ગુમાન ?'

'વિદ્યાનું ગુમાન હોય તોપણ આપણી ગરજે આપણે એની પાસે જઈ રહ્યા છીએ, માટે શાણપણથી કામ લેજે. જોજે લક્ષ્મીની લાલચ આપીને એ બ્રાહ્મણને છંછેડવાની ચેષ્ટા કરતો નહીં... દુર્વાસાની જેમ કોપાયમાન થતાં એમને વાર નથી લાગતી.' કહીને હળવેકથી ઉમેર્યું : 'કેટલાક માણસોને પોતાની ગરીબીનું પણ સાચું-ખોટું ગુમાન હોય છે એટલું યાદ રાખજે !'

ગરીબીનું ગુમાન ! વૈભવ તોછડું હસ્યો અને ચિનુએ બ્રેક મારી મર્સિડિસને એક મકાનની ભીંત સરસી પાર્ક કરી દીધી : 'આ લાઈનમાં ત્રીજું મકાન.' નીચે ઊતરી કારને લૉક કરતાં એણે કહ્યું : 'બે માળનું પોતાનું જ મકાન છે. પંડિતજી ઓગણ્યાએંશી વરસના થયા એટલે નીચે જ રહે છે અને ઘરવાળાં ઉપર !'

'ઓગણ્યાએંશીના થયા છતાં કુંડળી ઉકેલી શકે છે ખરા ?'

'આંખ, કાન અને જીભ ત્રણે હજુ સાબૂત છે.'

ચિનુએ એટલું કહ્યું ત્યાં જગન્નાથ મહારાજનું ઘર આવી ગયું. તૂટેલાં ત્રણ પગથિયાં

સાચવીને પગ મૂકતાં ચિનુએ ડેલી ખટખટાવી. અંદરથી જવાબ તો ન મળ્યો, પણ બારણું આપમેળે સહેજ ઊઘડી ગયું એટલે અંદર ડોકાઈને ચિનુએ પ્રવેશ કર્યો. તેની પાછળપાછળ વૈભવ પણ દાખલ થયો.

'જય અંબે, પંડિતજી !' ચંપલ ઉતારી ચાર ડગલાં આગળ વધી ચિનુએ અંદરના ઓરડામાં ડોકિયું કરતા હાંક મારી :

'મહારાજ, આપના કહ્યા પ્રમાણે મારા શેઠને લઈને શુભ ચોઘડિયામાં હાજર થઈ ગયો છું.'

'આવી ગયા છો તો બેસો થોડી વાર.'

અંદરથી વળતો જવાબ મળ્યો તેમાં વૈભવને આવકાર વર્તાયો નહીં. ઓસરીની વચ્ચે બાંધેલા હીંચકા પર તેણે કમને બેઠક લીધી. પછી શૂઝ ઉતારતાં ઘરના દીદાર જોઈ લીધા. ભીંત પર ઠેરઠેર પોપડા ઉખડી ગયેલા દેખાતા હતા. સામેની દીવાલે કોઈ કૅલેન્ડરમાંથી કાપીને મઢાવેલી અંબામાતાની મોટી છબી અને હાથા વગરની લાકડાની બે ખુરસી સિવાય કોઈ સજાવટ કે સગવડ દેખાતી નહોતી.

'આવો !'

ઓરડાની બારસાખ વચ્ચે આવીને ઊભેલા જગન્નાથ પંડિતે અચાનક હાજર થઈ વૈભવને સજાગ કર્યો. પંડિતજી પર નજર પડતાં જ વૈભવને સમજાયું કે તેમના દેખાવ વિષે પોતે કરેલું અનુમામ ખોટું હતું. વૃદ્ધાવસ્થાની કૃશ કાયાને બદલે શરીરે એ હૃષ્ટપુષ્ટ હતા. જનોઈધારી ઉઘાડા ડિલની ચામડી પર કરચલીઓ દેખાતી નહોતી. ભરેલો ચહેરો તેજસ્વી લાગતો હતો. મોટા કપાળ પર લગાડેલા સુખડમાંથી તાજી સુવાસ આવતી હતી અને ઓગણ્યાએંશી વરસના પ્રમાણમાં અવાજ ટકોરાબંધ હતો.

'જન્મપત્રિકા લઈ આવ્યા છો ને ?'

પોતે જેમને ધારીધારીને જોયા એ મહારાજે તો પોતાના પર નજર સરખી પણ નાખ્યા વિના કહ્યું : 'તમે એકલા જ અંદર આવી જાઓ. બીજાની હાજરીમાં હું ફલાદેશ કહેતો નથી.'

લેધરનું પાઉચ બગલમાં દબાવી, ચિનુ પર એક નજર નાખી વૈભવ પંડિતજીની પાછળ ઓરડામાં દાખલ થયો.

'બેસો.' પોતે ગાદી પર બેઠક લઈ, ડાબા હાથની કોણી તકિયા પર ટેકવી, જમણા હાથે જનોઈ સરખી કરતા પંડિતજીએ સામે બિછાવેલી શેતરંજી પર બેઠક લેવા કહ્યું ત્યારે વૈભવ ઘડીભર મૂંઝાયો. પગ વાળીને નીચે બેસવાની આદત નહોતી છતાં ચિનુના કહેવા મુજબ ગરજના માર્યા બેસવું પડ્યું.

'લાવો પત્રિકા !'

તરત જ વૈભવે ખિસ્સામાં રાખેલા જન્માક્ષરના કાગળની ગડી ઉખેળી તેમની સામે ધરી દીધો.

માતાજીનું સ્તવન કરી લઈ, એક નજર કુંડળી પર ફેરવી લેતાં તેમણે પૂછ્યું : 'શું પ્રશ્ન મૂંઝવે છે ?'

'લગ્નનો !' વૈભવથી બોલાઈ ગયા પછી ખ્યાલ આવ્યો હોય તેમ સત્વર ઉમેર્યું : 'હું જેની સાથે લગ્ન કરવા માગું છું એને પરણવાની ઇચ્છા પૂરી થશે કે નહીં ?'

'એ જાણવા માટે તો કન્યાની કુંડળી જોવી પડે... લાવ્યા છો સાથે ?'

વૈભવ ડોક હલાવીને ના પાડવા જતો હતો ત્યાં સૂઝી આવ્યું : 'એની જન્મકુંડળી તો આપની પાસે જ છે, મહારાજ !'

'મારી પાસે તો હજારો લોકો જન્મપત્રિકા દેખાડી જતા હોય છે.'

'પણ એ તો હજારોમાં એક જેવી છે.'

'કોણ ?'

'ફિલ્મ ઍક્ટ્રેસ સબીના સહાની !'

નામ પડતાં જ જગન્નાથ પંડિત વૈભવને ધારીધારીને જોવા લાગ્યા. એમના મુખભાવ પલટાતા દેખાયા.

'હમણાં ટોઈમબૉમ્બની ઘાતમાંથી ઊગરી ગઈ એ ?'

'હા !'

'તમે એને પરણવા માગો છો ?' બોલતાં પંડિતજી થોડું અટક્યા. વૈભવ સામે ધારદાર નજરે જોઈ લીધું, પછી પૂછ્યું : 'પરંતુ એ કન્યા તમારી સાથે લગ્નગ્રંથિથી જોડાવા માગે છે ખરી ?'

'જોડાવા માગતી હોય તોપણ ક્યાંથી જોડાય ?' વૈભવના બોલવામાં સહેજ કટુતા આવી ગઈ : 'તમે એને લગ્ન નહીં કરવા માટે સાવધાન કરી છે ને...'

'મેં નહીં, છોકરા ! એની કુંડળીમાં પડેલા ગ્રહોએ !'

છોકરા સંબોધન વૈભવને ખટક્યું એટલે તેના બોલવામાં કડવાશ વધી : 'એ બધું એકનું એક જ થયું, મહારાજ ! હું તમને મારી કુંડળી દેખાડવા આવ્યો જ નથી ! સબીના વિષે કરેલી તમારી ભવિષ્યવાણી પાછી ખેંચી લ્યો એવું સમજાવવા...'

'તું મને શું ધારી બેઠો છે ?'

'તમારા જ્યોતિષમાં શ્રદ્ધા ધરાવતી કોઈ વ્યક્તિને પરણતી અટકાવવાનું તમારા શાસ્ત્રમાં ક્યાંય લખ્યું છે ખરું ?'

'તું મને શાસ્ત્ર શીખવવા આવ્યો છે ?' હવે જગન્નાથના અવાજમાં ક્રોધ પ્રગટવા લાગ્યો : 'પરણવું-ન-પરણવું એ દરેકની ઇચ્છાની વાત છે અને સાવધાન કરવાની વાત મારી વિદ્યાની છે.' બોલતાં-બોલતાં તેમનું મુખ લાલાશ પકડવા લાગ્યું : 'બે વરસ રાહ જોવાનું કહ્યું છતાં પેલી રેખાબાઈ મારું ક્યાં માની ? કોઈનું ન માનવાનું પણ એના ગ્રહોમાં લખાયું હોય પછી શું થાય... હવે એનાં માઠાં પરિણામ ભોગવે.'

'પરંતુ નડતા ગ્રહોને રીઝવવાનું પણ તમારા શાસ્ત્રમાં હશે જ ને ?' કહેતાં વૈભવે પાઉચમાંથી સો-સોની નોટોની થોકડી કાઢી : 'જાપ-બાપ કરાવીને સબીનાનું નડતર દૂર કરવા માટે કહેશો એટલો ખર્ચ કરવા તૈયાર છું.'

કહી વૈભવે પોતાની જ કુંડળી પર રૂપિયાની થોકડી મૂકી દીધી : 'દસ હજાર છે. ગ્રહો બહુ ભાવ ખાતા હોય તો વધારે આપવા તૈયાર છું.'

કહેતો વૈભવ ફરી નોટોની બીજી થોકડી પાકીટમાંથી કાઢવા જતો હતો ત્યાં જગન્નાથ પંડિતે ત્રાડ પાડી :

'તું મને ધનનું પ્રલોભન આપે છે ?' ક્રોધથી કાંપતા પંડિતે ઉઘાડી છાતીના વાળ પર હાથ ફેરવતાં સંભળાવ્યું : 'તારી કુંડળીમાં અઢળક ધન લખાયું છે તેનો ઉપયોગ આ બ્રાહ્મણની વિદ્યા ખરીદવા માટે કરે છે ?'

કહી કોપાયમાન પંડિતે સો-સોની નોટોની થોકડીનો ઘા કરી દીધો જે છેક બહાર બેઠેલા ચિનુના પગમાં જઈને પડી : 'જા, બહાર જઈને કોઈને દાનમાં આપી દે... એનાથી કદાચ તારું કાંઈક ભલું થશે.'

એના ક્રોધ કરતાંય અપમાનજનક વર્તાવ વૈભવને હાડોહાડ લાગી ગયો. આંચકા સાથે ઊભા થઈ જતાં એણે સામી ત્રાડ નાખી : 'મારું ભલું થાય કે નહીં એની ચિંતા નહીં કરો, પંડિત !' એટલું બોલ્યો ત્યાં અંદર ધસી આવેલા ચિનુએ તેનું બાવડું ઝાલી લીધું. એ તેને બોલતો રોકવા માગતો હતો પણ ક્રોધ માણસની મતિ ભ્રષ્ટ કરી નાખે છે.

'દરિદ્રી બ્રાહ્મણ ! તમે વિદ્યાનું અભિમાન ઉછાળો છો તેમ હું પણ ધનનું અભિમાન દેખાડી શકું તેમ છું... ધારું તો તમારી હસ્તી મિટાવી શકું છું !'

સાંભળીને જગન્નાથ પંડિત પગથી માથા સુધી ધ્રૂજી ગયા. ઓગણ્યાએંશીની ઉંમર છતાં તે શરીરને ઝાટકો આપી સફાળા ઊભા થઈ ગયા. પછી હાથમાં રહેલી વૈભવની કુંડળીનો કાગળ મુઠ્ઠીમાં મસળી તેનો ડૂચો કરીને બહાર ફંગોળી દીધો.

'મારી હસ્તી મિટાવી દેવાનું બોલનાર, મૂર્ખ ! તું તારી હસ્તીનો વિચાર કર ! તારી આ જન્મપત્રિકાની જેમ તું પણ ડૂચો થઈ જવાનો !'

'એવા શાપ આપનારા તો ઘણા જોઈ લીધા, પંડિત !'

વૈભવને ચિનુ દરવાજા સુધી ખેંચી ગયો છતાં એ બોલતો રહ્યો : 'શાપ સાચા પડે એવા દુર્વાસાનો દેખાવ કરવાની જરૂર નથી, બ્રાહ્મણ !'

'શું બોલ્યો તું ?' અચાનક જગન્નાથ પંડિતના અવાજમાં અનુકંપા પ્રગટી : 'શાપ આપનાર હું કોણ... પ્રારબ્ધ સામે મનુષ્ય તો પામર છે. એટલે જ બે હાથ જોડીને અંબામાને વીનવું છું કે હે માતાજી, ધન અને બુદ્ધિના અહંકારથી છકેલા આ બાળકની રક્ષા કરજે !'

પરંતુ પંડિતજીનાં એ વચનો બોલાઈ રહે તે પહેલાં તો ચિનુ ચોક્સી બળજબરીથી વૈભવને ઘરની બહાર ખેંચી લાવ્યો હતો.

બહાર આવ્યા પછી વૈભવ ક્રોધના આવેશમાં કાંપતો હતો, જ્યારે ચિનુ ભયથી થરથર ધ્રૂજતો હતો : *આ જન્મપત્રિકાની જેમ તું પણ ડૂચો થઈ જવાનો* એવું પંડિતજી ક્રોધના આવેશમાં બોલી ગયા કે વૈભવની કુંડળીમાં લખાયેલી અમંગળ ભવિષ્યવાણી એમણે ઉચ્ચારી હતી ?

*

14

ત્રેવીસ ઑક્ટોબર, ઓગણીસસો એકાણું, બુધવારનો દિવસ અને શરદપૂનમની રાત. આકાશમાં ચંદ્ર ખીલવાને હજુ વાર હતી, પરંતુ કૉલાબામાં નેવીનગરનો મેસ વિસ્તાર રોશનીથી ઝળહળી ઊઠ્યો હતો. સૈનિકોની વિધવાઓના લાભાર્થે વૈભવ ઈન્ડસ્ટ્રીઝે સ્પોન્સર કરેલા ફૅશન શોની ચર્ચા તો દસ-બાર દિવસ અગાઉથી મુંબઈની ઉચ્ચ ગણાતી સોસાયટીમાં ચાલુ થઈ ગઈ હતી. આ અવસરમાં હાજર રહેવા માટે મળેલું ઈન્વિટેશન કાર્ડ ઘણાંને માટે મોભાના પ્રતીક જેવું બની ગયું હતું. ‘આ વખતે શરદપૂર્ણિમાની રાતે ક્યાં જવાનું વિચાર્યું છે ?’ એવું ફોન પર પૂછનારને મોટા ઘરની ગૃહિણી પોરસથી કહી શકતી : ‘અમારે તો વૈભવના ફૅશન શોનું ઈન્વિટેશન છે. ત્યાં ગયા વગર ન ચાલે. ઈશ્વરભાઈને કેટલું ખરાબ લાગે ?’ કહીને હળવેકથી સંભળાવી પણ દે : ‘તમને ઈન્વિટેશન નથી ? અરે, મને તો પહેલેથી જરા કહેવું હતું ને. આપણે ઈશ્વરભાઈ સાથે ઘર જેવો સંબંધ... બાકી શું સરસ ઈન્વિટેશન કાર્ડ છાપ્યું છે ! મારા હસબન્ડે કાર્ડ જોઈને જ કહી દીધું, સો-સવાસો રૂપિયાનું એક કાર્ડ પડ્યું હશે. ઈશ્વરભાઈનું એટલું તો કહેવું પડે, ખર્ચ કરવામાં પાછું વળીને જુએ નહીં અને વ્યવહાર સાચવવાનું વીસરે નહીં.’

ઈશ્વરલાલ વિરાણીનો એક જીવનમંત્ર હતો : વારંવાર અવસર ઊજવવા નહીં અને પ્રસંગ આવે ત્યારે તેના આયોજનમાં કોઈ કચાશ કે કસર રહેવા દેવી નહીં. પાંચેક વર્ષ પહેલાં વૈભવથી નાના સિદ્ધાર્થનાં લગ્ન રેસકોર્સના ટર્ફ ક્લબ મેદાનમાં એટલી ધામધૂમથી ઊજવેલાં કે લોકો કહેવા લાગ્યા, ફરી વિરાણીનાં દીકરા-દીકરી ક્યારે પરણે ? તેમાં આ ફૅશન શોની વાત જાહેર થઈ એટલે લાગતાવળગતા ઉત્કંઠાથી રાહ જોવા લાગ્યા કે ક્યારે એનું નિમંત્રણ આવે !

પરંતુ ફૅશન શો અને લગ્નપ્રસંગમાં ફેર હતો. માત્ર નવસોની સીટિંગ કૅપેસિટી ધરાવતા *નેવી થિયેટર*માં લગ્નની જેમ ચાર-પાંચ હજારને નિમંત્રી શકાય નહીં એટલે નિમંત્રણની યાદીમાં કાપકૂપ કરવી પડી હતી. હાજર રહી ન શકનારનાં નામ પર ચોકડી મારી તેની બદલીમાં નવાં નામ ઉમેરાતાં હતાં. ઈન્ડિયન નેવી તરફથી ગયેલાં ચારસો આમંત્રણની યાદીમાં ભવાનજી શેઠિયા તથા એમની દોહિત્રી દેવકીનાં નામ ઈશ્વરભાઈએ ખાસ જોઈ લીધાં હતાં અને તેમના તરફથી સંમતિ મળી ગયાની નિશાની જોઈને એ મનોમન મલક્યા પણ હતા : ભવાનજીભા, શરદપૂનમે તમને માસ્તરના દીકરાની ઓકાત જોવા મળશે... જોકે પ્રાઈમ મિનિસ્ટરની બહેન સાથે વૈભવનું

ગોઠવવાની વાત પડતી મૂકવી પડી, નહીંતર ફેશન શોમાં વડાપ્રધાનની હાજરી અચૂક હોત અને ત્યારે પોતે ભવાનજીભાને એક તરફ લઈ જઈને એટલું જ કહેત : ભા, તમારી ચન્દ્રપ્રભા મને વરાવી હોત તો આજે ચારુલતાને બદલે ચન્દ્રપ્રભાનો દીકરો પ્રાઈમ મિનિસ્ટરનો બનેવી બનત અને તમે વડાપ્રધાનના વેવાઈના શ્વશુર તરીકે મારી બાજુમાં ઊભા રહેવાનું ગૌરવ પ્રાપ્ત કરી શક્યા હોત...

પરંતુ પ્રાઈમ મિનિસ્ટરના વેવાઈ તરીકે વટ પાડવાની તક જતી કરવી પડી એથી ભવાનજીભાને ભોંઠા પાડવાનો મોકો એ ગુમાવવા માગતા નહોતા. ઈશ્વરલાલ વિરાણીની લાક્ષણિકતા જ એ હતી. એક વાર કરવા ધારે પછી એક યા બીજી રીતે તેને પાર પાડ્યા વિના રહે નહીં. વ્યાપારી સર્કલમાં સૌ ઈશ્વરલાલ વિરાણીના આ લક્ષણથી પરિચિત હતા. એમની ઝડપી પ્રગતિના કારણમાં એક વાક્ય વારંવાર સાંભળવા મળતું : *હી ઈઝ ઍન એફિશીઅન્ટ સ્કીમર* (પેંતરાબાજીમાં એ ભારે પાવરધા છે).

ગયા વરસે મુંબઈના ક્રૉસ મેદાનમાં યોજાયેલી વૈભવ ઈન્ડસ્ટ્રીઝના શૅરહોલ્ડર્સની જનરલ મીટિંગમાં ચાર-પાંચ હજાર શૅરહોલ્ડરો સમક્ષ પોતાની કંપનીની આગલા વરસની સિદ્ધિઓ અને આવતા વરસનાં ટાર્ગેટ્સ (લક્ષ્યાંકો) વિષે ઈંગ્લીશમાં જોરદાર સ્પીચ રજૂ કર્યા પછી એક શૅરહોલ્ડરે સાવ અણધાર્યો પ્રશ્ન પૂછેલો : 'વિરાણીશેઠ, તમારી આ સિદ્ધિનું રહસ્ય શું ?' ત્યારે એ શું જવાબ આપે છે તેની તત્પરતાથી સૌ તેમને તાકી રહ્યા હતા. કેટલાક એમ માની બેઠેલા કે હમણાં આઈ. એમ. વિરાણી પોતાનાં ગુણગાન ગાવા માંડશે. પંરતુ તેમણે એક જ વાક્યમાં સૌને તાળી પાડતા કરી દીધા : 'મારી સિદ્ધિનું કારણ એ જ કે હું બહુ ભણ્યો નથી.' સાંભળીને સૌએ ખડખડાટ હાસ્ય સાથે તાળીઓ પાડી લીધી એટલે લાક્ષણિક અદાથી તેમણે ઉમેરી દીધું હતું : 'પરંતુ ઓછું ભણેલા વધુ સિદ્ધિ હાંસલ કરી શકે છે એ નિયમ નથી, મારા પૂરતો અપવાદ છે... એટલે જ મેં નિયમ મુજબ મારાં સંતાનોને ઉચ્ચ શિક્ષણ અપાવ્યું છે.'

તેમના જવાબના આ ઉત્તરાર્ધને તો બાજુમાં બેઠેલા કંપનીના ડિરેક્ટર સોલિસિટર ભુતા જેવા પણ દાદ આપ્યા વિના રહી શક્યા નહોતા : 'વેલ સેઈડ, ચેરમૅન !'

પરંતુ એ જનરલ મીટિંગની પરાકાષ્ઠા વધુ નાટ્યાત્મક હતી. એક શૅરહોલ્ડરે પૂછ્યું : 'વિરાણીશેઠ, આપ શૅરહોલ્ડર્સનાં નાણાં પર કંપનીઓ ચલાવો છો, અમને સારું ડિવિડન્ડ જરૂર આપો છો, પણ તમે મહારાજાના રુઆબમાં રહો છો એ કોના પૈસે ? પગમાં તમે પાંત્રીસ હજારના ગૂચીના શૂઝ પહેરો છો, હાથમાં પોણા લાખની રૉલેક્સ ઘડિયાળમાં તમે સાત-આઠ લાખના હીરા જડાવ્યા છે, ચશ્માંની ફ્રેમ પણ વીસ-પચીસ હજારથી ઓછી નહીં હોય... આવું શું કામ ?'

ઊલટતપાસ જેવો આ પ્રશ્ન પુછાયો ત્યારે તેમના બંને પુત્રો સહિત કંપનીના તમામ ડિરેક્ટર્સ ગિન્નાયા હતા : દસ રૂપિયાના શૅર ખરીદનાર શું એમ માની બેસે છે કે અમે બધા એમના પૈસે તાગડધિન્ના કરીએ છીએ ? પરંતુ ચેરમૅન વિરાણી સવાલ સાંભળ્યા પછી જરાય અસ્વસ્થ થયા નહોતા. તેમણે ડાબા કાંડે પહેરેલી ઘડિયાળ ઉતારી, જમણા હાથમાં લઈ સૌની સમક્ષ ઊંચી કરીને કહ્યું :

'અમારા માનવંતા શૅરહોલ્ડરે મારી આ ઘડિયાળમાં સાત-આઠ લાખના હીરા જડ્યા હોવાનું કહ્યું, પણ બહાર તો લોકો અઢાર-ઓગણીસ લાખના હીરા જડ્યા હોવાનું બોલે છે. હીરાની

કિંમત આઠ લાખની હોય કે અઢાર લાખની, મારી આ ઘડિયાળ જેને જોઈતી હોય તેને માત્ર ચાલીસ હજારમાં આપી દેવા તૈયાર છું.'

સાંભળીને ભરીસભામાં થોડી વાર માટે સન્નાટો છવાઈ ગયો. જમણા પડખે બેઠેલા વૈભવે પિતાના કોટનો છેડો ખેંચીને સંકેતમાં સમજાવ્યું કે કોઈ ઑફર સ્વીકારી લે એ પહેલાં હાથ નીચો કરી ઘડિયાળ કાંડે ચડાવી દો, નહીંતર આ જનરલ મીટિંગ બહુ મોંઘી પડી જશે...

પરંતુ ઈશ્વરભાઈ પૂરી પાંચ મિનિટ જમણો હાથ ઊંચો રાખીને ઊભા રહ્યા છતાં કોઈએ તક ઝડપી લેવાની હિંમત દાખવી નહીં ત્યારે હસતાં-હસતાં ડાબા હાથમાં ઘડિયાળ પહેરી લઈ સભાને સંબોધતાં સંભળાવ્યું : 'હવે રહી વાત પગમાં પહેરેલા ગુચ્ચીના શૂઝની... તેને માટે તો મારે એટલું જ કહેવાનું કે મારાં પગરખાંમાં પગ રાખી શકે એવી કોઈ વ્યક્તિ હાજર હોય તો અહીં આવીને પહેરી લે. બાકી તમે સૌએ વૈભવ ઈન્ડસ્ટ્રીઝને પીઠબળ આપી મને આટલો બધો જશ આપ્યો હોય તેના બદલામાં તમારામાંથી કોઈને જોડા આપું તો એ મને શોભે ખરું ?'

તેમના એ કટાક્ષને સૌએ તાળીઓથી વધાવી લીધો એટલે ઈશ્વરલાલ વિરાણીએ ટટ્ટાર થઈ પોતાના મોંઘા સૂટ પર હાથ પસવારતાં સંભળાવ્યું હતું : 'હા, હું લંડનની બર્લિંગ્ટન કંપનીના જ સૂટ પહેરું છું એ વાત કબૂલ... પરંતુ કોઈ પણ કિંમતે સૂટ ઉતારી આપવાની ઑફર તો હું નહીં જ કરું... તમારા જેવા લાખો શૅરહોલ્ડરો પર મદાર રાખીને હું વટથી કહી શકું એમ છું કે મારાં કપડાં ઉતારી શકે એવો કોઈ મરદ હજુ આ પૃથ્વી પર પાક્યો નથી.'

તેમના એ શબ્દોમાં ઈશ્વરલાલ વિરાણીના અંગત અહંકારને બદલે વૈભવ ઈન્ડસ્ટ્રીઝના લાખો શૅરહોલ્ડરોના ગૌરવનો પડઘો સંભળાયો. અરે, કેટલાકે તો ઊભા થઈ જઈ ઊંચા અવાજે 'ઈશ્વરલાલ વિરાણીની જય !'ના પોકારો પાડ્યા ત્યારે તો હરીફ કંપનીઓએ વૈભવની જનરલ મીટિંગનો ફિયાસ્કો કરવા માટે મોકલેલા ચારસો-પાંચસો ભાડૂતી માણસો પણ ભોંઠા પડી ગયેલા.

એ મીટિંગના નાટ્યાત્મક અંત પછી પિતાને એક બાજુ લઈ જઈ વૈભવે ગુસપુસ કરતાં પૂછ્યું હતું : 'ડૅડી, તમે ચાલીસ હજારમાં વૉચ આપી દેવાની ઑફર કરી ત્યારે મારા તો શ્વાસ અધ્ધર થઈ ગયા હતા. કોઈકે હા પાડી દીધી હોત તો ?' તેના જવાબમાં ખંધું હસીને ઈશ્વરભાઈએ કહેલું : 'કોઈએ ઑફર સ્વીકારી લીધી હોત તો આપણે વીસ હજારના ફાયદામાં રહેત, વૈભવ !' કહીને કાંડા-ઘડિયાળ ઉતારી તેના હાથમાં આપીને ઉમેર્યું હતું : 'રિસ્ટ-વૉચ ધ્યાનથી જો, એ રૉલેક્સની ડુપ્લિકેટ છે અને તેમાં જડેલા હીરા ખોટા છે. આજની મીટિંગ પૂરતી જ મેં આ પહેરી હતી અને સવાલ પૂછનાર શૅરહોલ્ડર પણ આપણો જ માણસ હતો... વિરોધીઓને માપસર વેતરી નાખવા હોય તો આવી યુક્તિ રચવી પડે, માય સન !'

પરંતુ આજના ફૅશન શોમાં પણ પિતાએ કોઈને ભોંઠા પાડવાનો પેંતરો રચ્યો છે એની વૈભવને તો કલ્પનાય ક્યાંથી હોય ?

'ઈશ્વરભાઈ, એ આવી રહ્યા છે !'

ઈન્ડિયન નેવીના એડમિરલ ચોપરાનાં પત્ની ઉર્વશીદેવીએ મેઈન ગેટ પર મહેમાનોને સત્કારવા માટે ચારુબહેન સાથે ઊભેલા ઈશ્વલરલાલ વિરાણીનું ધ્યાન ખેંચ્યું ત્યારે એ પત્ની સામે વિચિત્રપણે મલકી ઊઠ્યા.

ભવાનજી શેઠિયાને તેમની દોહિત્રી સાથે કારમાંથી ઊતરતા જોઈ તેમને રિસીવ કરવા જતાં પહેલાં ઉર્વશીદેવીએ વિવેકથી એમને યાદ અપાવ્યું : 'પ્લીઝ, એ બંનેને હસીને આવકાર આપજો.'

પંરતુ ઈશ્વરભાઈએ માત્ર હસીને જ નહીં, હાથ મિલાવીને માનપૂર્વક મસ્તક નમાવીને પોતાના સર્વપ્રથમ શેઠને આવકાર્યા : 'પધારો, ભવાનજીભાઈ, વૈભવ ઈન્ડસ્ટ્રીઝના ફૅશન શોમાં આપનું અમે સહર્ષ સ્વાગત કરીએ છીએ.'

'તમારી જેમ હું પણ અત્યંત હર્ષ અનુભવું છું, ઈશ્વરલાલ !' લાગણીના રણકા સાથે ભવાનજીભા બોલી ઊઠ્યા : 'હું માત્ર ફૅશન શો જોવા નથી આવ્યો; આપબળે તમે ઊભી કરેલી રિદ્ધિસિદ્ધિની ઝલક નજરોનજર નિહાળીને મારી છાતી ગજગજ ફૂલશે, ઈશ્વરલાલ !'

ત્યારે ભવાનજીભાને પત્નીની ઓળખાણ કરાવતા ઈશ્વરલાલ સહજભાવે બોલી ઊઠ્યા : 'શેઠિયા, મારી પત્ની ચારુ તો કદાચ આપને પહેલી વાર મળતી હશે... મુંબઈ છોડીને નોકરી માટે કલકત્તા ગયો એ મારા બીજા શેઠ જાદવજી કારિયાએ મારી સાથે એમની દીકરી પણ વરાવી.'

સાંભળીને બાજુમાં ઊભેલાં ઉર્વશીદેવીને થયું, આવું કહી ઈશ્વરભાઈ કટાક્ષ તો નથી કરી રહ્યા ને કે તમે ચન્દ્રપ્રભા સાથે હસ્તમેળાપ કરાવવાને બદલે મારા ગાલે તમાચો મારીને કેવી ભૂલ કરી હતી !

પરંતુ ઈશ્વરભાઈનો એવો કોઈ ઇરાદો હોત તોપણ ભવાનજી શેઠિયાએ એને એવા અર્થમાં લીધા વિના બે હાથ જોડી મસ્તક નમાવી પોતાને નમસ્તે કરનાર ચારુબહેનની પ્રશંસા જ ઉચ્ચારી :

'ઈશ્વરલાલ, પુરુષાર્થી પુરુષ સાથે શુકનવંતી સ્ત્રીનું પ્રારબ્ધ જોડાય ત્યારે કેવી રિદ્ધિસિદ્ધિ પ્રાપ્ત થાય છે એના દાખલારૂપે હું તમારો જ ઉલ્લેખ કરું છું. પૂછો મારી આ દોહિત્રીને !'

ત્યારે આછકલાઈ ન લાગે છતાં આકર્ષક લાગે એવા પોશાકમાં સજ્જ થઈને આવેલી દેવકીએ બંનેને નમસ્કાર કર્યા. ચારુબહેન તો ક્યારનાં તેને ધારીધારીને નિહાળી રહ્યાં હતાં : વૈભવ માટે વિચારવા જેવી છોકરી તો છે જ !

'વડીલ, બાપુજી કહેતા હતા કે તમારા વેપારનો બધો જ ભાર દેવકીએ સંભાળી લીધો છો.' ચારુબહેને દેવકીને જોતાં રહીને પૂછ્યું.

'હા, બહેન, હું તો ઘણી વાર કહું છું કે દીકરીએ પારકે ઘેર જવાનું હોય પછી મારા એકલા માટે વેપાર વધાર્યા કરવાનો શું અર્થ ?'

'આ જમાનામાં દીકરીઓ સાસરિયાને પારકું ઘર થોડું જ ગણે છે ?' ચારુબહેનને બોલવાનું સૂઝી આવ્યું : 'સાસરે જઈનેય વેપાર-ધંધામાં સાથ આપે જ છે ને ?'

એ વખતે બીજાં મહેમાનોનું આગમન થવા લાગ્યું એટલે ઉર્વશીદેવીએ ભવાનજીભાનો હાથ પકડી તેમને અંદર દોરી જતાં કહ્યું : 'ચાલો, હું તમને વિરાણીદાદા પાસે લઈ જાઉં છું. એ તમારી જ રાહ જોતા હશે.'

'હા, એમના જેવા મારી ઉંમરના બે-ચાર સદ્‌ગૃહસ્થો હોય તેમની સાથે બેસીને જૂના દિવસો યાદ કરીશું.' ભવાનજીભાએ પગ ઉપાડતાં કહ્યું : 'બાકી ફૅશન શો જેવા જુવાનિયાંના જોણામાં અમે વૃદ્ધો થોડા શોભીએ !'

ફૅશન શો સાડાસાતે શરૂ થવાનો હતો, પણ પોણાસાતથી મહેમાનો આવવા લાગ્યાં.

સંરક્ષણ- પ્રધાન વિજયકુમાર (વી.કે.) સિંહાના હસ્તે ઉદ્દ્ઘાટન થવાનું હોવાથી સાત ને વીસ મિનિટે મહેમાનોને પોતાની બેઠક લઈ લેવાની વિનંતી કરવામાં આવી હતી. આમેય ઉચ્ચ સોસાયટીના આવા સમારંભોમાં સૌ એકબીજાને હળવા-મળવા માટે વહેલાં આવી જતાં હોય છે. ફૅશન શો જોવા આવનારી સ્ત્રીઓ પોતે ફૅશનબલ બનીને આવતી હોય છે. સંરક્ષણખાતાએ યોજેલો કાર્યક્રમ હોય અને ખુદ સંરક્ષણ- મંત્રી હાજર રહેવાના હોય એટલે સલામતીનો પાકો બંદોબસ્ત હોવાથી શ્રીમંત ગૃહિણીઓ બેધડક લાખોનું ઝવેરાત પહેરીને આવી હતી. ચારુબહેન પોતે જ સાઠ-સિત્તર લાખનાં આભૂષણોનો શણગાર સજીને સૌને આવકારવા ગેટ પર ઊભાં હતાં.

નેવી થિયેટર સાથે જોડાયેલા વિશાળ ચોગાનમાં મહેમાનોની આગતા-સ્વાગતા માટે વૈભવ ઈન્ડસ્ટ્રીઝના સ્ટાફના સવાસો જેટલા સભ્યો સ્ફૂર્તિથી ફરજ બજાવતા હતા. પુરુષો ગ્રે સૂટમાં સજ્જ હતા જ્યારે સ્ત્રીઓ ગુલાબી સાડી કે ડ્રેસમાં હસીને ‘વેલકમ સર, વેલકમ મૅડમ’ કહીને ફ્રેશ જ્યુસ સાથે દરેકનું સ્વાગત કરતી હતી. વૈભવ બ્લુ-બ્લૅક સૂટ જૅકેટના એક ખિસ્સામાં વૉકીટૉકી સાથે સૌને હળતો-મળતો સરભરાનું સુપરવિઝન કરતો હતો. તેના પડછાયા જેવો ચિનુ ચોક્સી આજે દેખાતો નહોતો.

‘અરે, વૈભવ !’ બાજુમાંથી પસાર થતા પૌત્રને હાંક મારી મોતીલાલ-દાદાએ તેને નજીક બોલાવ્યો : ‘તું ભવાનજીભાને ક્યારેય મળ્યો નહીં હોય.’

એટલે વૈભવે તેમના તરફ નજર કરી. માથે ટોપી, લાંબો કોટ અને ધોતિયામાં બેઠેલા ભવાનજીભાને નમસ્કાર કરવાને બદલે તેણે હાથ મિલાવ્યા : ‘વેલકમ, સર ! દાદાજી કહેતા હતા કે ડૅડીએ આપને ત્યાં પહેલી નોકરી લીધી હતી.’

‘નહીં, વૈભવ !’ મોતીલાલ વિરાણીએ પૌત્રની ભૂલ સુધારતાં કહ્યું : ‘તારા ડૅડીએ એમને ત્યાં પહેલી નોકરી લીધી નહોતી, એમણે તારા ડૅડીને પહેલી નોકરી આપી હતી એવું મેં તને કહ્યું હતું.’

‘આઈ ઍમ સૉરી !’ વૈભવે ક્ષોભ સાથે કહેવું પડ્યું : ‘બોલવામાં મારી ભૂલ થઈ ગઈ.’

‘નહીં રે, યંગ મૅન !’ ભવાનજીભાએ સરસ અંગ્રેજીમાં બોલીને વૈભવને ચોંકાવ્યો : ‘અમે જૂના જમાનાના માણસો સમય પસાર કરવા માટે આવું બધું યાદ રાખતા હોઈએ છીએ.’

‘માસ્તર, તમે આ છોકરીની ઓળખાણ તો કરાવી જ નહીં.’ પતિની બાજુમાં બેઠેલાં રતનબાએ વાતને વાળી લેતા કહ્યું : ‘વૈભવ, આ છે એમની દોહિત્રી દેવકી. બૂઢાંઓ વચ્ચે બેસીને એ બિચારી બોર થઈ જશે. જરા એને તારા સર્કલમાં બે-ચાર ઓળખાણ કરાવતો જા.’

દેવકી તરત જ હસીને ઊભી થઈ ગઈ. વૈભવ પહેલી નજરે જ ગમી જાય એવો હતો છતાં એ પરાણે કોઈની નિકટ આવવામાં માનતી નહોતી. વૈભવ સાથે હાથ મિલાવી, હેલ્લો-હાય કરી વડીલોથી સહેજ દૂર થઈ સહજભાવે પૂછ્યું : ‘મારે વિશેષ કરીને તો તમારી ફ્રેન્ડ સબીનાની ઓળખાણ કરવી હતી.’

ત્યારે ચોંકીને વૈભવે તેના હાવભાવ નિહાળ્યા : ના, એના બોલવામાં વ્યંગનો કોઈ અણસાર નહોતો.

‘યૂ સી, અમે કોઈ ફિલ્મ સ્ટાર્સને ઈન્વાઈટ કર્યાં નથી, નહીંતર સબીના જરૂર હોત.’

‘ઓહ !’ દેવકી હતાશાના ઉદ્દ્ગાર સાથે બોલી ઊઠી : ‘તો પછી મારા વતી એમને કૉમ્પ્લીમેન્ટ્સ (દાદ) પહોંચાડશો ?’

'શેનાં કૉમ્પ્લીમેન્ટ્સ, મિસ ?'

'સમર્પણ ફિલ્મની એમની ઍક્ટિંગ પર હું આફરીન છું.' દેવકી સચ્ચાઈના રણકા સાથે બોલી ગઈ : 'સબીનાને કહેજો, આ વર્ષનો બેસ્ટ ઍક્ટિંગ ઍવૉર્ડ તેના સિવાય બીજા કોઈને અપાશે તો હું માનીશ કે આ વખતના નિર્ણાયકો નિષ્પક્ષ નહોતા. હર પરફૉર્મન્સ ઍઝ એ યંગ મધર વૉઝ મોસ્ટ મેમૉરેબલ. (યુવાન માતા તરીકેની તેની ભૂમિકા યાદગાર રહી.) એને મળીને મારે એટલું જ પૂછવું હતું કે અવિવાહિત હોવા છતાં માતૃત્વનું આવું સચોટ ભાવનિરૂપણ એ કઈ રીતે કરી શકી ?'

આમ કહીને એનો ખુલાસો પણ દેવકીએ પોતે જ આપી દીધો : 'જોકે એ જ તો કલાકારની ખૂબી છે ને !'

દેવકીની સરળતા ઉપરાંત તેની પારખુ નજર વૈભવને ઈમ્પ્રેસ કરી ગઈ. આજ સુધી જે કોઈ તેની સમક્ષ સબીનાની વાત ઉચ્ચારતું તેમાં બંને વચ્ચેના સંબંધનો ગર્ભિત ઇશારો અચૂક જોવા મળતો, જ્યારે દેવકીએ તેનો અણસાર સુધ્ધાં આવવા દીધો નહોતો... ઉપરાંત *સમર્પણ*ના રોલ માટે સબીનાની પ્રશંસા કરતી વખતે પોતાને જે કહેવાનું સૂઝ્યું નહોતું એ દેવકીના મુખેથી સાંભળવા મળ્યું... એનો પરફૉર્મન્સ બેસ્ટ ઍક્ટ્રેસને લાયક છે એમ કહેવામાં પોકળ પ્રશંસા નહોતી, દેવકીની પારખુ નજરની એ દાદ હતી.

'તમારી દાદ અને ઍવૉર્ડની શુભેચ્છા બંને હું સબીનાને પહોંચાડીશ.' હવે સહૃદયતાથી તેની સાથે હાથ મિલાવીને દેવકીને સહેજ દૂર લઈ જઈ હળવેકથી બીજું કાંઈક પૂછી લેવાની લાલચ વૈભવ રોકી શક્યો નહીં.

'મિસ દેવકી, તમે સબીનાની વાત ઉચ્ચારી છે એટલે પૂછવાનું મન થયું.' કહીને શબ્દો ગોઠવવા પૂરતું બે-ચાર ક્ષણ રોકાઈ તેણે પૂછી જ નાખ્યું :

'તમારા ગ્રાન્ડ ફાધરે મારા ગ્રાન્ડ ફાધર સમક્ષ આપણા બંને વચ્ચે સંબંધ બાંધવાનો પ્રસ્તાવ મૂક્યો ત્યારે કદાચ વડીલોએ તો એ બાબત ધ્યાનમાં નહીં લીધી હોય, પણ સબીના સાથેની મારી ફ્રેન્ડશીપનો તમે તો વિચાર કર્યો જ હશે ને ?'

જવાબ આપતાં પહેલાં દેવકી આકર્ષક આંખોથી તેને નિહાળવા લાગી ત્યારે વૈભવે માન્યું કે હમણાં એ કહી દેશે, તમારી એ ફ્રેન્ડશિપનો મને વાંધો નથી... અને જો દેવકી આવું બોલે તો પોતે એને નાદાન ગણવી કે ગરજવાન ?

'મિસ્ટર વૈભવ, તમે આ પૂછ્યું એ મને ગમ્યું.' ગંભીર અવાજે દેવકીએ કહ્યું : 'વડીલો પ્રસ્તાવ મૂકે એવા તબક્કે કસમયે મારે શું કામ માથું મારવું જોઈએ ? તમે સબીના સાથે જોડાવાનું નક્કી કર્યું હશે તો તમારા તરફથી આગળ વધવાની ના આવી જશે, પછી મારે શા માટે નાના સમક્ષ હા-ના ઉચ્ચારવી જોઈએ ?'

કહીને એ હસી પડી. સાથોસાથ હળવેકથી ઉમેરી પણ દીધું : 'અત્યારથી જ હું તમને બંનેને બેસ્ટ વિશિઝ આપી દઉં છું.' હવે દેવકીએ તેની સાથે હાથ મિલાવતાં કહ્યું : 'આપણો આટલો ઓછો પરિચય છતાં એક માગણી કરું છું : મૅરેજમાં મને ઈન્વાઈટ કરવાનું ભૂલતા નહીં.'

સાંભળીને છક થઈ ગયો વૈભવ. ગૌરવભેર પોતાનાથી છૂટી પડી છટાદાર ચાલે વડીલો

વચ્ચે જઈને બેસી જતી દેવકી તેને નાદાન કે ગરજવાનને બદલે ચતુર અને સ્વમાની લાગી. સબીના સાથે પરણવાનું ન જ બને તો મારી જીવનસાથી બનવા માટે આ જ યોગ્ય પાત્ર છે - જો સબીના સાથેના મારા સંબંધ પછી પણ મને એ યોગ્ય પાત્ર ગણતી હોય તો !

વિચાર્યા પછી તેને સમજાયું કે આમાં બબ્બે 'તો' વચ્ચે ઊભા હતા !

*

નેવી બૅન્ડનું સ્વાગત ઝીલી સંરક્ષણપ્રધાન વી. કે. સિંહાએ મહારાષ્ટ્રના ગવર્નર મેનન સાથે થિયેટરમાં પ્રવેશ કર્યો ત્યારે દસેક મિનિટથી પોતાની બેઠકોમાં ગોઠવાઈને આપસમાં ગુસપુસ કરતાં મહેમાનોએ અદબ ધારણ કરી લીધી. સંરક્ષણપ્રધાનની આસપાસ ચાલતા એડમિરલ દેવ દાસ, એડમિરલ ચોપરા તથા રિયર એડમિરલ ગાંધીના મિલિટરી પ્રભાવથી થિયેટરમાં શિસ્તની હવા પ્રસરી ગઈ. કોલાબા વિસ્તારના સંસદસભ્ય મુરારિ પોદ્દાર તો દરેક ફોટામાં સંરક્ષણપ્રધાન જોડે ઝડપાઈ જવાની ચીવટથી સાથે ને સાથે જ ચાલતા હતા. યજમાન આઈ. એમ. વિરાણીએ મહેમાનોનું સ્વાગત કરી પોતાના સભ્યો સાથે પરિચય કરાવ્યો : 'સિંહાજી, આ છે મારા પિતા... રિટાયર્ડ ટિચર.'

ત્યારે બંને હાથ જોડી મોતીલાલ માસ્તર બોલી ઊઠ્યા : 'સાચી વાત તો એ છે, સાહેબ, કે અફસર અને ટિચર ક્યારેય રિટાયર થતા જ નથી. લડાઈનું બ્યૂગલ સાંભળીને નિવૃત્ત ફૌજીના પગ ક્વીક માર્ચ કરવા થનગને છે તેમ અમારા જેવા નિવૃત્ત શિક્ષક પાંચ માણસને સાથે બેઠેલા જુએ કે તરત જ પાઠ ભણાવવા લાગે છે.'

સાંભળીને સંરક્ષણપ્રધાન સાથે મિલિટરી અફસરો પણ ખડખડાટ હસી પડ્યા અને વી.આઈ.પી.ઓને એ રીતે હસતા જોઈને સભાગૃહનાં દર્શકો પણ હળવાં થઈ ગયાં.

સર્વે મહાનુભાવો બેઠકમાં ગોઠવાઈ ગયા ત્યાં જ સાત ને એકત્રીસ મિનિટે સભાગૃહની રોશની ડીમ થઈ અને બંધ પરદાની વચ્ચે ગોઠવેલા માઈક પર સ્પૉટલાઈટ થતાં જ પ્રતિભાશાળી વ્યક્તિત્વ ધરાવતાં ઉર્વશીદેવી ચોપરા પર સૌની આંખો સ્થિર થઈ. એમના પોશાકમાં ભપકો નહોતો, મુખ પર વધુ મેકઅપ નહોતો, છતાં જાજરમાન ઊંચાઈ, લાવણ્ય-નીતરતો ચહેરો અને દર્શકો સાથે નજર મિલાવીને ઊભા રહેવાની આત્મવિશ્વાસભરી છટાથી એ સમગ્ર સભાગૃહ પર છવાઈ ગયાં. જાણે એમના હોઠ ખૂલે કે તરત જ શબ્દો ઝીલી લેવા દર્શકો તત્પર બની ગયાં.

'લેડીઝ વીથ જેન્ટલમેન !'

સાંભળીને ઘણાંને થયું કે વક્તાએ સંબોધનમાં જ ગફલત કરી, *લેડીઝ ઍન્ડ જેન્ટલમેન*ને બદલે *લેડીઝ વીથ જેન્ટલમેન* બોલી ગયાં. પંરતુ થોડી વાર અટકી ગયેલાં ઉર્વશીદેવીએ એ જ સંબોધન દોહરાવીને ઉમેર્યું : 'લેડીઝ વીથ જેન્ટલમેન ઍન્ડ જેન્ટલમેન વીધાઉટ લેડીઝ !'

અને હાસ્યથી હૉલ ગુંજી ઊઠ્યો. અધૂરામાં પૂરું આજીવન કુંવારા ગવર્નર મેનનસાહેબે *જેન્ટલમૅન વીધાઉટ લેડીઝ* તરીકે હાજરી પુરાવતા હોય તેમ પોતાની આંગળી ઊંચી કરી ત્યારે તો તેમની એ ખેલદિલી પર તાળીઓ પડી.

પરંતુ બીજી જ પળે ઉર્વશીદેવીએ ગંભીરતા ધારણ કરી લીધી. વૈભવ ઈન્ડસ્ટ્રીઝ તથા વૉર વિડોઝ એસોસિયેશન તરફથી મહાનુભાવોના સ્વાગત-રૂપે ઔપચારિકતાના બે બોલ બોલી તેમણે શરૂઆત કરી :

'બાર એપ્રિલ, ઓગણીસસો અડતાળીસ... ભારતની સ્વતંત્રતાના નવ મહિના પછી પાકિસ્તાની આક્રમણખોરો શ્રીનગરથી લગભગ પચીસ માઈલ દૂર હતા. દુશ્મનો શ્રીનગર કબજે કરી લે એવી ઘડીઓ ગણાતી હતી. એ વખતે દિલ્હીની ડિફેન્સ કૉલોનીમાં સ્ક્વૉડ્રન લીડર રૉય તેમની પત્નીનો બર્થ-ડે ઊજવી રહ્યા હતા, ત્યાં પાલમ એરપૉર્ટથી કૉલ આવ્યો કે તત્કાલ આવી પહોંચો. એરફોર્સના અફસરે પત્નીને કહ્યું : હું કલાકમાં આવી પહોંચું છું, સાંજે આપણે સાથે ફરવા જઈશું, રાત્રે બહાર ડિનર લઈશું અને પછી હું તને બ્રથ-ડેની એક યાદગાર પ્રેઝન્ટ આપીશ... આમ કહીને રૉય પાલમ અડ્ડા પર પહોંચ્યા ત્યાં કહેવામાં આવ્યું કે શ્રીનગરને દુશ્મનોના હાથમાં જતું બચાવી લેવું એ તમારા જેવા હવાઈદળના બહાદુરોના હાથમાં છે. બૉમ્બર વિમાનોની ટુકડીની સરદારી તમારે લેવાની છે. કલાકમાં ઊપડવાની તૈયારી કરો... ફરજનો કૉલ સાંભળીને રૉયે પત્નીને ફોન જોડ્યો : તું પાલમ આવી જા. રણમોરચે જતાં પહેલાં આપણે મળી લઈએ...'

ઉર્વશીદેવી શ્વાસ ખાવા રોકાયાં ત્યારે સભાગૃહમાં બાજુવાળાના શ્વાસોચ્છ્વાસ સંભળાય એવી ખામોશી છવાઈ ગઈ હતી. ઈશ્વરભાઈ માઈક સામે ઊભેલાં મિનિસ ચોપરા પરથી નજર હઠાવી શકતા નહોતા. ઉર્વશીદેવીએ ફરી બોલવાનું શરૂ કરે તે પહેલાં કાંઈક યાદ આવ્યું હોય તેમ ઈશ્વરભાઈએ કોટના ખિસ્સામાંથી પેન કાઢી, બીજા ખિસ્સામાં પડેલા પોતાના વિઝિટિંગ કાર્ડની પાછળ કાંઈક લખી નાખ્યું. પછી ખલેલ ન પડે તેમ સ્ટેજ પાસે ડાબી બાજી ઊભેલી સેક્રેટરી મંજૂષાને નજીક બોલાવી પેલું કાર્ડ આપી કાનમાં કાંઈક સૂચના સરકાવી દીધી.

'પાલમ એરપૉર્ટે આવેલી પત્નીને એક તરફ લઈ જઈ હવાઈદળના લીડરે મિસિસ રૉયને એક ચુંબન આપીને કહ્યું : અત્યારે તો આટલી જ બર્થ-ડે ગિફ્ટ આપી શકું એમ છું... અને પત્ની તરફ પાછળ ફરીને જોયા વિના જ તેમની રાહ જોતા વીસ સાથીઓને લઈ એકવીસ હવાઈ જહાજનો કાફલો બાજપક્ષીઓની તેજ રફતારથી કાશ્મીરની દિશામાં ઊડી ગયો... રૉયની સરદારી હેઠળ હવાઈદળની એ ટુકડીએ શ્રીનગરને તો બચાવી લીધું, પણ એ એકવીસ બહાદુરોમાંથી બાર જવાનોએ માભોમને ખાતર પ્રાણ ન્યોછાવર કરી દીધા અને એ બારમાં સૌથી છેલ્લે શહીદ થનાર હતા સ્ક્વૉડ્રન લીડર એસ. કે. રૉય !'

એ છેલ્લા વાક્ય સાથે વક્તા ઉર્વશીદેવી ઉપરાંત ત્યાં બેઠેલાં તમામ શ્રોતાના કંઠ પમ ભીંજાઈ ગયા.

'બસ, એ શહીદોની વિધવાઓ સ્વમાનભેર જીવી શકે એ માટે અમારા વૉર વિડોઝ એસોસિયેશનની સ્થાપના થઈ હતી. હાલમાં તેનું તેંતાલીસમું વરસ ચાલે છે અને એ માટે ભંડોળ એકઠું કરવાના આશયથી યોજાયેલા આ ફૅશન શોના સ્પોન્સર બનવાની ઉદારતા દાખવી છે વૈભવ ઈન્ડસ્ટ્રીઝના નામાંકિત ઉદ્યોગપતિ ઈશ્વરલાલ એમ. વિરાણીએ.'

લોકોએ એ ઘોષણાને તાળીઓથી વધાવી તેના પડઘા શમે અને ઉર્વશીદેવી વક્તવ્ય આગળ વધારે એ પહેલાં મંજૂષાએ આપેલું બૉસનું વિઝિટિંગ કાર્ડ લઈને ડૉલી મર્ચન્ટ ઝડપથી મંચ પર સરકી આવી ઉર્વશીદેવીને કાર્ડ સુપરત કરી પાછી ફરી ગઈ.

'હાં, તો હું કહેવા જતી હતી કે આ ફૅશન શોની સ્પોન્સરશિપ પાછળ શ્રી વિરાણી શેઠે રૂપિયા સાત લાખનું અમારું બજેટ મંજૂર રાખ્યું છે... પરંતુ હમણાં જ મારા હાથમાં આવેલા

આ વિઝિટિંગ કાર્ડમાં શ્રી વિરાણીએ તેમના પોતાના જ હસ્તાક્ષરમાં એ રકમ વધારીને અગિયાર લાખની કરી આપી છે.'

ત્યારે સંરક્ષણપ્રધાન અને ગવર્નર સહિત સૌએ ઈશ્વરલાલ વિરાણીના એ પગલાને તાળીઓની દાદ સાથે વધાવી લીધું. તાળી નહીં પાડવામાં અપવાદ-રૂપે એક જ વ્યક્તિ હતી : ડૉલી ! થોડી વાર પહેલાં શહીદોને યાદ કરવામાં આવ્યા ત્યારે તેને નાના ભાઈ જીમીના મૃત્યુની યાદ ઘેરી વળી હતી. જે માણસની અગિયાર લાખની રકમ પર લોકોએ પાડેલી પ્રશંસાની તાળીઓથી આખો હૉલ ગુંજી ઊઠ્યો હતો એ જ આ ઈશ્વરલાલ વિરાણીએ મારા ભાઈને મોતને ઘાટ ઉતારવા માટે એટલી જ રકમ ખર્ચી હતી એવું આ મંચ પરથી હું કહી શકવા માટે સમર્થ હોત તો ? વીંધી નાખતી નજરે તેણે બૉસ સામે જોયું. ત્યાર પછી ચાર સીટ છોડીને બેઠેલી એમની પુત્રી નિરાલી પર નજર ગઈ ત્યારે ખ્યાલ આવ્યો કે એ પોતાને ક્યારની તાકી રહી હતી. ડૉલીએ સિફ્તથી નજર તો ફેરવી, પણ તેથી તેનો ફફડાટ શમ્યો નહીં : એ નિરાલી મને જીમીની બહેન તરીકે ઓળખી ગઈ હશે ?

અતિથિવિશેષ ફૅશન શોનું વિધિવત્ ઉદ્‌ઘાટન કરવા ઊભા થયા એ ચહલપહલનો મોકો ઝડપી લઈ ડૉલી, કોઈના ધ્યાનમાં ન આવે તેમ, સાવધપણે થિયેટરમાંથી નીકળી ગઈ. બહાર નેવી બૅન્ડના સાજિંદાઓ તથા ભોજનની તૈયારીમાં પડેલા માણસોની નજરે ન પડાય તેમ એક ખુરશી પર પીઠ ફેરવીને છાનું આક્રંદ કરતી બેસી પડી.

ક્યાંય સુધી હૃદયની વ્યથાને આંસુ દ્વારા ઠાલવતી રહી છતાં જીવને જંપ વળતો નહોતો. ઊઠીને ફરી થિયેટરમાં જવા મન માનતું નહોતું. નાના ભાઈની હત્યામાં ઈશ્વરલાલ વિરાણીનો જ હાથ છે એ પોતે તો મનથી નક્કી કરી જ ચૂકી હતી, પણ પુરાવો હાથવેંતમાં હોવા છતાં હાથમાં આવતો નહોતો. અઢાર દિવસ અગાઉ પૂનામાં જૉકી ચવ્હાણે કબૂલી તો લીધું કે ડર્બીની રેસમાં વીન તરફ ધસી રહેલા જીમી વાડિયાને ઘોડા પરથી ઉથલાવી દેવાના હીચકારા કૃત્ય માટે તેની સાથે પારસી બુકી મનચેરજી શ્રોફે સોદો કર્યો હતો, પરંતુ દોઢેક વરસ પહેલાં હાર્ટ-એટૅકમાં ચાલુ રેસે મૃત્યુ પામેલા એ મનજી શ્રોફ કબૂલ કરવા માટે જીવતા નહોતા અને તેની સાથે સંકળાયેલી બીજી એક કડી હતી પોતાની માસીની દીકરી રીટા, જે ચાર વરસ મોટી હોવા છતાં જીમીને ચાહતી હતી, પણ જીમીના મૃત્યુ પછી મનજી શ્રોફના પુત્ર સાથે પરણી ગયેલી. આ રીટાને જીમીના સોગંદ આપીને વિશ્વાસમાં લઈ શકાય તો કદાચ મનચેરજીના ઘરમાંથી પુરાવા તરફ લઈ જતું કોઈક પગલું મળી આવે... આવી આશા વાગોળતી પોતે પૂનાથી મુંબઈ આવી અને રીટાના ઘરનો ફોન જોડ્યો તો જાણવા મળ્યું કે એર ઈન્ડિયામાં હૉસ્ટેસ તરીકે કામ કરતી રીટા તેના હસબન્ડ અને બે બાળકોને લઈ એર ઈન્ડિયાના હિસાબે એક મહિનાની વર્લ્ડ ટૂર પર ગઈ હતી. એક મહિનાની આ ટૂર પૂરી થવામાં હજુ ચાર દિવસ બાકી હતા અને ત્યાં સુધી...

હતાશાથી ઘેરાયેલી ડૉલી આગળ વિચારે એ પહેલાં તેના ખભા પર કોઈનો હાથ મુકાયો. જાણે પોતાની વિચાર-ચોરી પકડાઈ ગઈ હોય તેમ ચોંકીને ડોક ફેરવી તો બૉસની ડૉટર નિરાલી ઊભી હતી.

'આઈ ઍમ સૉરી.' કહેતી રૂમાલથી આંખો લૂછી લઈ ડૉલી ખુરસીમાંથી ઊભી થઈ

ગઈ : 'સ્ટેજ પાસે એરકન્ડિશનનો ફ્લૉ ડાયરેક્ટ મારા પર આવતો હતો... તેમાં છીંક આવવા જેવું થયું એટલે ડ્યૂટી છોડીને બહાર આવવું પડ્યું. આઈ થીંક, શો શરૂ થઈ ગયો હોવો જોઈએ.'

'શરદીને કારણે આટલી હદે કોઈ સમયનું ભાન ભૂલી ન જાય, મિસ... શું નામ તમારું ?'

'મિસ મર્ચન્ટ...' કહી ડૉલીએ ઉમેર્યું : 'ઑફિસમાં મને બધાં ડૉલી કહે છે.'

'હાં તો, ડૉલીબહેન, હું કહેતી હતી કે તમે શો શરૂ થવાની વાત કરો છો, પરંતુ ફૅશન શોની દસ મિનિટની પહેલી આઈટમ પૂરી થયાનેય પંદર મિનિટ થવા આવી. ચિફ ગેસ્ટને બીજું એન્ગેજમેન્ટ હોવાથી અમે સૌ તેમને બહાર ગેટ સુધી મૂકવા આવ્યાં તેનો પણ તમને ખ્યાલ ન રહ્યો... માત્ર શરદીને કારણે તો એવું ન જ બને, મિસ મર્ચન્ટ !'

હવે ભોંઠપ અનુભવતી ડૉલીએ થિયેટર તરફ પગલાં ઉપાડ્યાં : 'મારે અંદર જવું જોઈએ. બૉસને કદાચ મારી જરૂર...'

'નહીં, ડૉલીબહેન !' કહેતાં નિરાલીએ તેનું કાંડું પકડી લીધું : 'ચાલુ શોએ હવે બૉસને તમારી કંઈ જરૂર નહીં પડે અને પડશે તો મિસ મુખરજી નજર સામે જ ઊભાં છે. આપણે અહીંયાં જ બેસીએ.'

ત્યારે ડૉલીની મૂંઝવણ વધી ગઈ. કોણ જાણે કેમ, નિરાલીનું આમ આવી ચડવું તેને વિચિત્ર અને અકળાવનારું લાગવા માંડ્યું : એ મારી સાથે બેસીને શું પૂછવા માગતી હશે ?

'પરંતુ, મિસ વિરાણી, તમારે શા માટે શો છોડી દેવો...'

'હું તો ત્રણ દિવસથી રિહર્સલ જોતી રહી છું.' નિરાલીએ તેને અજાણ્યું ન લાગવા દેવાની ઢબે કહ્યું : 'એકએક આઈટમ મોઢે થઈ ગઈ છે... *નાઉ વી પ્રેઝન્ટ ટુ યૂ* કહીને પેલો મદનકુમાર ખુરાના ચીપીચીપીને બોલતો એક પછી એક આઈટમની એનાઉન્સમેન્ટ કરે છે ત્યારે મારાથી હસી પડાય છે.'

તેની એ સમૂજ પર ડૉલી હસી તો ન શકી, પણ થોડી હળવાશ અનુભવી. નિરાલી બોર ન થવા માટે બહાર આવીને પોતાની કંપની માગે છે તો ના પણ કેમ પડાય ?

'બાય ધ વે, મિસ મર્ચન્ટ !' સામસામી ખુરસીમાં બંને ગોઠવાયાં એટલે નિરાલીએ પૂછ્યું : 'મેં તમને અગાઉ ક્યાંક જોયાં હોય એવું કેમ થયા કરે છે ?'

સાંભળતાં જ ડૉલીની હળવાશ ગાયબ થઈ ગઈ.

'તમે કદાચ મને વૈભવ ટાવર્સમાં જોઈ...'

'નહીં, હું ત્યાં ભાગ્યે જ આવું છું. મેં તો તમને ઘણા સમય પહેલાં જોયાં હૌવાનો ભાસ થાય છે.' નિરાલી યાદ કરવા મથી પણ તાજું થયું નહીં એટલે બોલી : 'તમે સ્ટેજ પર મિસિસ ચોપરાને ડેડીનું વિઝિટિંગ કાર્ડ આપવા ગયાં ત્યારે સ્પૉટલાઈટની રોશનીમાં તમને જોઈને તરત જ સ્ટ્રાઈક થયું કે આ લેડીને તો મેં ક્યાંક જોઈ છે. એ જ *ગ્રેસફુલ વૉક* (નજાકતભરી ચાલ.) એ જ *સોબર ફેસ* (સૌમ્ય ચહેરો) અને એ જ...'

નિરાલી ભાવવાહી અવાજે આગળ બોલવા જતી હતી ત્યાં બંને પર પડતો કોઈનો ઓછાયો જોઈને અટકી ગઈ. ચમકી જઈને બંનેએ ઊંચે જોયું તો કોઈ અજાણ્યો પુરુષ આંખો ફાડીને સામે ઊભો હતો. સ્થૂળ શરીર પર ચુસ્ત પહેરેલો સફારી સૂટ જેના કૉલરનો એક છેડો દાંતમાં

ચાવ્યો હોય તેમ ચૂંથાયેલો હતો, ગોળ ચહેરાના લબડતા ગાલ પર દાઢી કરતાં પડેલા છરકાના બે-ત્રણ ડાઘ અને ઊપસી આવેલી કપાળની નસ તથા ચકળવકળ થતી આંખોની કીકીઓ...

'મને કોઈક ડ્રિન્ક તો આપો ?'

બોલતાં-બોલતાં એ થૂંક ઉડાડતો હતો.

'સામે *કેટરિંગ કાઉન્ટર* છે ત્યાં જાઓ.' નિરાલીએ આંગળી ચીંધી, 'ત્યાં તમને પાણી આપશે.'

સાંભળીને પેલાના હોઠ વંકાયા : 'પાણી કોણ માગે છે ? વિરાણીશેઠના ફેશન શોમાં તો શરાબની પરબ મંડાય, પાણીની નહીં !'

ત્યારે બંનેને થયું કે આટલી બધી સલામતી વચ્ચે ગેટ-ક્રેશર (ઘૂસણખોર) અહીં સુધી કેમ આવી પહોંચ્યો ?

'મને દોઢ કલાકથી મોટરમાં ગોંધી રાખ્યો છે. હમણાં પિવડાવીશું... હમણાં બાર ખૂલશે એવું કહીને કારમાં પૂરી રાખ્યો. આ તે કંઈ રીત છે ? પીવા બોલાવીને તરસ્યો રાખે ? પેલો ચોક્સી *હમણાં આવું છું* કહીને કોણ જાણે ક્યાં છટકી ગયો !'

તેની આંખોમાં નશાની તલપ તરફડતી હતી : 'કહી દેજો એ ચોક્સીને કે તારી સ્કૉચ પીવા માટે તપ કરવું પડે તેમ હોય તો હું પાછળના અડ્ડામાં જઈને બેવડો પી આવું છું. પછી મોં-ગંધાતો હું સૌની સાથે સ્કૉચ પીવા આવું છું.'

તેને હવામાં હાથ ઉછાળતો જોઈ પેલી બંને સહેજ ગભરાઈ ગઈ. દૂર બેઠેલા નેવી બૅન્ડના માણસો તરફ હાંક મારીને ડૉલી કોઈકને બોલાવવાનું વિચારતી હતી ત્યાં વૈભવ ઈન્ડસ્ટ્રીઝનો યુનિફૉર્મ પહેરેલો ડ્રાઈવર દોડતો ધસી આવ્યો.

'અરે, હું એકી કરવા ગયો એટલી વારમાં તમે અંદર ઘૂસી આવ્યા !' કહેતો પેલાનું બાવડું પકડી ખેંચવા લાગ્યો : 'ચાલો, ભાઈસા'બ, તમારે માટે કારમાં બંદોબસ્ત કરી નાખ્યો છે.'

એટલું સાંભળતાં જ તરસ્યા ગેંડાની જેમ ડ્રાઈવરથી આગળ થઈ જઈ પેલાએ ગેટ તરફ દોટ મૂકી અને આવા અણગમતા મહેમાનથી ઝંખવાઈ ગઈ હોય તેમ નિરાલી અને ડૉલી ઉતાવળાં પગલે થિયેટરમાં ચાલી ગઈ.

*

સવા કલાકના ફેશન શોના પ્રોગ્રામ પર નવ વાગ્યે પરદો પડ્યો ત્યારે તમામ દર્શકોએ ઊભાં થઈ બે મિનિટ સુધી તાળીઓ પાડતાં રહી શો સાથે સંકળાયેલાં સૌને હર્ષભેર બિરદાવ્યાં. એ *કર્ટન કૉલ* પૂરો થાય તે પહેલાં અચાનક ઉર્વશીદેવી સ્ટેજ પર પહોંચી જઈ માઈક સામે ઊભાં રહી ગયાં :

'આ સમગ્ર કાર્યક્રમની સફળતાને બિરદાવવા માટે હજુ તમારે બે વ્યક્તિઓને માટે સ્પેશિયલ ક્લૅપ્સ આપવાની તો બાકી છે.' કહીને ઊછળતા અવાજે નામ ઉચ્ચાર્યાં : 'આ બંને છે મિસ્ટર સિદ્ધાર્થ વિરાણી અને મિસિસ રાજલક્ષ્મી વિરાણી !'

આ સરપ્રાઈઝ એનાઉન્સમેન્ટથી હેબતાઈ ગયાં હોય તેમ સિદ્ધાર્થ અને રાજી શરમાતાં-સંકોચાતાં બૅક-સ્ટેજ પરથી સૌની સામે હાજર થયાં એટલે ઉર્વશીદેવીએ ઉમેર્યું :

'સતત ત્રણ અઠવાડિયાંથી આ કપલે ફેશન શોને મેમોરેબલ બનાવવા માટે અથાગ મહેનત ઉઠાવી છે... *ગીવ ધેમ બીગ હૅન્ડ્સ !*'

ફરી તાળીઓથી હૉલ ગુંજી ઊઠ્યો.

'અને હવે *વૉર વિડોઝ એસોસિએશન* તથા વૈભવ ગ્રુપ ઑફ ઈન્ડસ્ટ્રીઝ તરફથી આપ સૌ પ્રત્યે અત્યંત આભાર પ્રગટ કરવાની સાથે ખાસ યાદ પણ કરાવું છું કે થિયેટરની બહાર ડ્રિન્ક્સ અને ડિનર આપની પ્રતીક્ષા કરે છે !'

એરકન્ડિશન્ડ થિયેટરમાંથી બહાર નીકળતાં જ ખુલ્લા આકાશ નીચે, શરદપૂર્ણિમાની ખીલતી ચાંદની અને શરદઋતુની ખુશનુમા ઠંડી વચ્ચે મહેમાનો ફેશન શો કરતાં જુદો જ માહોલ મહેસૂસ કરવા લાગ્યાં. પીનારાંઓ માટે અલાયદો એન્ક્લોઝર (વિભાગ) રાખ્યો હતો. નહીં પીનારાંને ભોજન માટે રાહ જોવી ન પડે એવી અલગ વ્યવસ્થા કરી હતી. શહેરની સંખ્યાબંધ *સેલિબ્રીટીસ*(ખ્યાતનામ વ્યક્તિઓ)ની હાજરી જોઈને ઈશ્વરભાઈ વગર પીધે ખુશાલીમાં ઝૂમતા-ઝૂમતા સૌની વધાઈ ઝીલતા હતા. સંરક્ષણપ્રધાનને ગવર્નર હાઉસ પહોંચાડીને પાર્ટીમાં જોઈન થવા સમયસર પાછા ફરી ગયેલા એમ.પી. મુરારિલાલ પોદ્દાર, લશ્કરી અફસરો, છાપાંના તંત્રીઓ અને માલદાર વેપારીઓ સાથે પીવામાં જોડાતાં પહેલાં વૈભવને એક તરફ ખેંચી ગયા, પછી વડીલશાહી રીતે તેના ખભા પર હાથ મૂકી શિખામણ આપવા લાગ્યા :

'લિસન, યંગ મેન ! પૉલિટિક્સ અને મૅરેજ બંને એવાં ફીલ્ડ છે જ્યાં હાથમાં આવેલો મોકો જતો કરનારે પસ્તાવું પડે છે.'

વૈભવ ચૂપચાપ સાંભળતો રહ્યો એટલે એમ.પી.એ આગળ ચલાવ્યું :

'આજના શોમાં પ્રાઈમ મિનિસ્ટરની સિસ્ટર તારી પડખે મિસિસ વિરાણી તરીકે ઊભી હોત તો વિચાર કર, કેવો રંગ જામી જાત ? ઈશ્વરભાઈ તો તને કાંઈ કહી નથી શકતા, પણ મારું તારે સાંભળવું જ પડશે.'

ત્યારે વૈભવને સંભળાવી દેવાનું મન થયું કે પ્રાઈમ મિનિસ્ટરની સિસ્ટરનો લવ-અફૅર હું જાણું છું અને તમે ગોરમહારાજ થવાનો ચાન્સ ચૂકી ગયા છો... પરંતુ તેને બદલે આ રાજકારણી સામે મુત્સદ્દીગીરી અજમાવવાની ઠાવકાઈ ધારણ કરી લીધી : 'આપ કહો છો તો ભલે, મૃગનયની સાથે એક મુલાકાત થઈ જાય.' કહી હળવેકથી ઉમેર્યું : 'નેક્સ્ટ વીકમાં મારે ન્યુ દિલ્હી જવાનું જ છે. અમે બે એકલાં મળીએ એવું ગોઠવી આપો. બસ, ત્યાર પછીનું તમે વડીલો સંભાળી લેજો.'

'શાબાશ !' કહી તેની પીઠ થાબડતા સંસદસભ્ય, વૈભવને મનાવી લેવામાં પોતાને મળેલી ખુશખબર આપવા ગિરદી વચ્ચે ઈશ્વરભાઈને શોધવા ઊપડી ગયા અને વૈભવ એમની હાલત પર મુસ્કુરાતો રહ્યો.

નહીં પીનારાંના એન્કલોઝરમાં વધારે મહિલાઓ ઉપરાંત મોતીલાલ વિરાણી અને ભવાનજી શેઠિયા જેવા થોડાક વડીલો પણ હતા. નેવી બૅન્ડની ધૂન સાંભળતાં સૌ પોતપોતાની વાતોમાં મશગૂલ દેખાતાં હતાં. સ્ત્રીઓ નવી ફૅશનનાં કપડાંની, નવી ડિઝાઈનની જ્વેલરીની, ટીવી પર ચાલતી નવી સિરિયલની વાતોમાં રાચતી હતી. કેટલીક ખાતી હતી તો કોઈ-કોઈ જ્યુસના ગ્લાસ પકડીને વિસ્કીની જેમ ધીમેધીમે પીતી હતી.

ભવાનજી શેઠિયા તો ચાતુર્માસ ઉપરાંત સંધ્યાકાળ પછી ખોરાક નહીં લેવાના નિયમ અનુસાર જમીને જ આવ્યા હતા અને તેમની દોહિત્રી દેવકી નાનાજીનો સૂવાનો સમય થાય તે પહેલાં

નીકળી જવા માટે પોતાની પ્લેટ લઈને વડીલો વચ્ચે ગોઠવાઈ ગઈ હતી. રતનબા અને મોતીલાલ વિરાણી તો સૌથી છેલ્લે કુટુંબીજનો સાથે બેસીને જમવાનાં હતાં એટલે જૂના જમાનાની વાતો કહી-સાંભળીને સમય વિતાવતાં હતાં. મા-બાપને એક જ વાતનો વસવસો હતો કે બહારનાં આટલાં બધાં માણસો વચ્ચે નાના દીકરાનું કુટુંબ જ ગેરહાજર હતું. ચારુબહેન સાસુને તો મનાવી શક્યાં, પણ દિયર-દેરાણીને કે તેમનાં સંતાનો ચારુબહેનના દુરાગ્રહને વશ થયાં નહીં. સારું લગાડવા માટે દિયર મનોહરલાલે એટલું કહ્યું ખરું કે નિરાલીનાં લગ્નપ્રસંગે અમે સામે ચાલીને હાજર થઈ જઈશું.

'તે હિ નો દિવસા ગતાઃ (વીતી ગયા એ દિવસો !)'

ભવાનજી શેઠિયા સમક્ષ કરાંચીના દિવસોની યાદ વાગોળતા મોતીલાલ વિરાણીએ થોડા રંજ સાથે કહ્યું : 'ભા, જુવાનિયાંઓને જૂના દિવસોની વાતો કરીએ છીએ તો એ સંભળાવી દે છે કે તમને તમારા એ દિવસો સારા લાગતા, તેમ અમને અમારા આ દિવસો વહાલા લાગે છે.'

ભવાનજીભા જવાબમાં તેમને કાંઈક કહેવા જતા હતા ત્યાં જમીને નેપ્કિનથી હાથ-મોં સાફ કરતી દેવકી આવી પહોંચી :

'ચાલો નાનાજી, જઈશું ને ?'

'હા, ચાલો.' કહેતા એ આજુબાજુ જોવા લાગ્યા : 'જતાં પહેલાં ઈશ્વરભાઈને મળી લઈએ.'

એ શોધતા હતા ઈશ્વરલાલને અને નજરે ચઢી ગયું બીજું જ કોઈક ! જેને જોતાં જ પોતાની આંખ લાલ થઈ જતી અને જે દૂરથી જ પોતાને જોઈને બીજે રસ્તે ફંટાઈ જતો એ દલીચંદ અહીંયાં ? આટલા બધા પ્રતિષ્ઠિત માણસોની વચ્ચે અને તે પણ દેવકી મારી સાથે છે ત્યારે... આમ પીધેલી હાલતમાં ?

'મને રોકો નહીં...' દલીચંદ એક હાથમાં વિસ્કીનો અર્ધો ભરેલો ગ્લાસ પકડી લથડતા પગે અને ડોલતા માથે, થૂંક ઉડાડતો ભવાનજીભા તરફ ધસી જવા માગતો હતો અને ચિનુ બાવડું પકડીને તેને રોકવા મથતો હતો :

'મહેરબાન, દરવાજો આ બાજુ છે. એ તરફ ક્યાં જાઓ છો ?'

'આ સામે બેઠા છે... ને !' બળજબરીથી બે ડગલાં આગળ વધતો એ ઊંચા અવાજે બરાડ્યો : 'આ શેઠિયા પાસે જાઉં છું... મારા એ પરમ પૂજ્ય શ્વશુરને દંડવત્ પ્રણામ કરવા જવું છે મારે.'

ઓળખાણ સાંભળીને આજુબાજુમાં બેઠેલાં સૌ સ્તબ્ધ બની ગયાં. ભવાનજીભાની આંખોમાં તો એને જોતાં જ લોહીના રાતા ટશિયા ઊપસી આવ્યા હતા અને માતાએ ત્યજી દીધેલા પોતાના કહેવાતા પિતાને વરસો પછી આવી હાલતમાં જોઈને દેવકીના ચહેરા પરથી લોહી ઊડી ગયું.

'એ કોણ છે ? શું છે ?' કહેતા ઈશ્વરભાઈ વિરાણી પણ દૂરથી આવતા દેખાયા. તેમની પાછળ ઉર્વશીદેવી દોડતાં આવ્યાં અને પાર્ટીમાં મહાલતાં, ખાતાં-પીતાં બીજાં પણ કૌતુકના માર્યાં એકઠાં થવા લાગ્યાં.

'મિસ્ટર, કોણ છો તમે ?'

સવાલ પૂછનાર યજમાન ઈશ્વરલાલ વિરાણી સામે દલીચંદ તુચ્છકારભર્યું હસ્યો.

'હું કોણ છું ?' નશાથી બહેકી ગયેલો દલીચંદ ટોળે વળેલા લોકોને જોઈને ચગ્યો : 'હું છું આ ભવાનજી શેઠિયાનો જમાઈ, દલીચંદ વીરજી શાહ !'

'આ ફંક્શન ભવાનજી શેઠિયાનું નથી.' તેને રોકવા માટે આડા ઊભા રહીને ઈશ્વરલાલ વિરાણી સખતાઈથી બોલી ગયા : 'તમને અહીં કોણે બોલાવ્યા ?'

'મને કોણે બોલાવ્યો ?' કહી હાથમાં પકડેલો ગ્લાસ ઊંચકી નિરાંતે બે ઘૂંટ પી હોઠના ખૂણેથી દડતા વિસ્કીના રેલા સફારીની બાંયથી લૂછી નાખી તેણે સાઈડ પૉકેટમાંથી ઈન્વિટેશન કાર્ડ કાઢીને દેખાડ્યું : 'હું વણનોતર્યો મહેમાન નથી, મારા સાહેબ... સસરા-જમાઈ વચ્ચે આડા ઊભા રહેનાર તમે છો કોણ ?'

યજમાનને જ આવું પૂછનારને ઊંચકીને બહાર ફગાવી દેવાના ઝનૂનભેર એક વરદીધારી મિલિટરીમૅન દોડી આવતો દેખાયો. ભવાનજીભા ખુરસી પરથી સફાળા ઊભા થઈ ગયા.

'ઈશ્વરભાઈ, પ્લીઝ, તમે વચ્ચેથી હઠી જાઓ.' કહેતા ભવાનજી શેઠિયા આગળ વધ્યા :

'ભૂતકાળમાં તું મારો જમાઈ હતો એ વાત સાચી, પણ હવે તું મારો કાંઈ નથી રહ્યો, દલીચંદ !'

કહેતા પડછંદ દેહધારી ભવાનજી શેઠિયા દલીચંદ સામે ખડકની જેમ ઊભા રહી ગયા.

'વાહ, ભા ! ધન્ય છે તમારી શેઠિયાગીરીને !' દલીચંદ ડર્યો હતો પણ નશાની અસરને કારણે ડગ્યો નહીં : 'કદાચ તમારો જમાઈ મટી ગયો હોઈશ, પણ આ બેઠી છે એ છોકરીનો બાપ થોડો મટી જવાનો હતો ?'

એ છેલ્લા શબ્દો તેના મોંમાંથી બહાર પડે ત્યાં સુધીમાં તો ભવાનજીભાનો હાથ ઊંચકાઈ ગયો અને દલીચંદના ગાલ પર તેમનો જોરદાર પંજો પડતાં જ તેના એક હાથમાંથી પેલું કાર્ડ ઊડી પડ્યું... બીજા હાથમાંથી વિસ્કીનો ગ્લાસ ફંગોળાઈ ગયો... ત્યાર પછી એ પોતે પણ પડતો-પડતો માંડ જાતને સંભાળી જમીન પર પગ ટેકવીને ડગમગતો રહ્યો.

'લઈ જાઓ આ તડીપાર જુગારી દારૂડિયા લંપટને !'

ભવાનજીભાની ત્રાડથી જાણે પૂર્ણિમાની ચાંદની પણ ધ્રૂજી ઊઠી : 'જેને કોઈ ઘરબાર નથી, કોઈ સરનામું નથી એને અહીં આવવાનું નિમંત્રણ કોણે પહોંચાડ્યું એ તો ઈશ્વર જાણે...' કહી તેમણે સૌની સામે જોઈ લઈને ઉમેર્યું : 'પરંતુ હું એક વાત જાણું છું કે વરસો પહેલાં મેં એક માણસને તમાચો માર્યો તે આજે દેશના આગેવાન ઉદ્યોગપતિ તરીકે ઊંચો આવી ગયો... પણ હમણાં જેણે મારો તમાચો ખાધો એ જિંદગીભર પતનની ગટરમાં જ પડ્યો રહેવાનો !'

હાજર હતાં એટલાં બધાંમાંથી ભવાનજીભાના બોલવામાં રહેલો ગૂઢાર્થ માત્ર એક જ વ્યક્તિને અક્ષરશઃ સમજાયો હતો અને એ ઉર્વશીદેવી હવે વીંધી નાખતી નજરે ફૅશન શોના સ્પૉન્સર ઉદ્યોગપતિ આઈ. એમ. વિરાણીને તાકી રહ્યાં હતાં !

*

15

ગુરુવારે સવારથી ઈશ્વરભાઈ વિરાણીના ફોન રણકતા જ રહ્યા. અર્ધો ડઝન ન્યૂસપેપર્સ અને બંને પડખે બે ફોન રાખીને બ્રેકફાસ્ટ લેવા બેઠેલા ઈશ્વરભાઈને ફોન દ્વારા મળતા આગલી રાતના ફેશન શોના પ્રતિભાવમાં નાસ્તા કરતાંય વધારે સ્વાદ આવતો હતો.

'કાલે તો મજા આવી ગઈ, વિરાણીસાહેબ... વધારે મજા શેમાં આવી એ જ અમે નક્કી કરી શકતા નથી... ફેશન શો વૉઝ એક્સલન્ટ અને ત્યાર પછી ડ્રિન્ક્સ-ડિનર સાથે ગૉસિપ્સ(ગપસપ)થી તબિયત તર થઈ ગઈ, ઈશ્વરભાઈ !'

'વિરાણીશેઠ, તમે તો કમાલ કરી નાખી ! જાણે મિલિટરી કૅમ્પમાં મનોરંજનની મહેફિલ જમાવી દીધી ! દસ વાગ્યા પછી ફેશન શોની મૉડેલ્સ ડ્રિન્ક્સમાં જોઈન થયા પછી તો શરદપૂનમ ઓર ખીલી ઊઠી હતી.'

'તમે ખર્ચેલા અગિયાર લાખ વસૂલ થઈ ગયા, ઈશ્વરભાઈ ! પેલા દલીચંદે તો દારૂના નશામાં એના સસરા ભવાનજીભાની આબરૂના કાંકરા કરી નાખ્યા... પણ એમાં આપણે શું કરી શકીએ, હેં ?'

'વિરાણીશેઠ, તમે ખરા નીકળ્યા. ભવાનજીભાએ તમાચો એના દારૂડિયા જમાઈને માર્યો પણ ગાલ તો એમનો પોતાનો જ લાલ થઈ ગયો ને ? તમારા ફેશન શોમાં શેઠિયાની હાજરી જરા વિચિત્ર લાગતી હતી. પછી થયું કે જે થયું તે બરાબર થયું... કેમ, બરાબર ને ?'

તેમાં વળી એક ફોન જરા જુદા પ્રકારનો આવ્યો.

'બસ ને, વિરાણીશેઠ, મને જ ભૂલી ગયા કે ?' શૅરબજારના દલાલ ઉમેદચંદે ધોખો કર્યો : 'અમે દલાલ માણસ ભલે વી.આઈ.પી.માં ન ગણાઈએ, પણ કામના માણસ તરીકે યાદ કર્યા હોત તો આખી શૅરબજારમાં તમારા ફેશન શોની ધજા ફરકાવી દેત.' કહીને હળવેકથી ઉમેર્યું : 'યાદ છે ને, ચન્દ્રસ્મિતા સાધ્વીજી સાથે આપનો મેળાપ કરાવ્યો ત્યારે એમના તરફથી એક ભેટ મળેલી ? બસ, બરાબર આજથી એક મહિના પછી અમારા ચાતુર્માસ પૂરા થાય છે. સાધ્વીજીની સૂચના અનુસાર કાર્તિકી પૂર્ણિમા પછી તમે એ ગ્રંથ વાંચી જજો. એ માટે હું આપને ફરી યાદ પણ કરાવીશ.'

સાંભળીને ઈશ્વરભાઈને લાગ્યું કે ઉમેદચંદે ખોટા વખતે સાચી વાત યાદ કરાવી. પોતાની

પ્રશંસામાં અને પારકી નિંદામાં રાચતા હોય ત્યારે સાધ્વીનું સ્મરણ એમને આકાશમાં ચગેલા પતંગનો દોર કપાઈ જવા જેવું લાગ્યું... શું ઉમેદ એમ માનતો હશે કે ચાતુર્માસ ક્યારે પૂરા થાય છે એનો મને ખ્યાલ નથી ? એને ક્યાંથી ખબર હોય કે ચન્દ્રસ્મિતાજી મારા માટે માત્ર એક સાધ્વીજી નથી, એ તો મારા પૂર્વાશ્રમની મારી ચન્દ્રપ્રભા પણ છે ! સંસાર ત્યજી દેવાથી કાંઈ પૂર્વાશ્રમના સંબંધો કોઈ થોડા ભૂલી શકે છે ? ચન્દ્રપ્રભા સાધ્વીરૂપે ભલે મારા પ્રત્યે નિર્લેપ રહ્યાં હોય, પણ મને કાંઈક ભેટ આપીને એમણે એટલું તો પુરવાર કર્યું ને કે સંસારી વૃત્તિઓને ત્યજી દીધા પછીય સંસારની સ્મૃતિઓને સંપૂર્ણપણે ત્યજી શકાતી નથી !

સાધ્વીએ કોઈ ગ્રંથ ભેટમાં આપ્યો છે એમ એમની શિષ્યા બોલી ગયેલી, પણ જૈનધર્મનો કોઈ ગ્રંથ મને એ શું કામ ભેટ આપે ? ઈશ્વરભાઈના મનને વારંવાર આ સવાલ ખોતરી જતો. પિસ્તાળીસ દિવસ દરમિયાન કબાટના સેફમાં સાચવી રાખેલી એ ભેટ બહાર કાઢી તેને ખોલી જોવાની ઇચ્છા ઘણી વાર જોર કરી જતી. એક-બે વખત તેના પર વીંટાળેલી રેશમી દોરીની ગાંઠ પણ છોડી હતી. પરંતુ, એ જ ઘડીએ, *ચાતુર્માસ પછી જ આ ગ્રંથ વાંચવાનો* શિષ્યા દ્વારા સાધ્વીએ પાઠવેલો આદેશ ઈશ્વરભાઈના હાથને રોકી પાડતો હતો. એ વખતે તેમને એવોય વિચાર આવતો કે સાધ્વીના તપનું બળ મને આમ કરતાં રોકી રહ્યું હશે.

'કોના વિચારમાં આટલા બધા ઊંડા ઊતરી ગયા છો ?'

સામે ઊભેલાં ચારુબહેને એમને ચમકાવી દીધા. પત્ની ક્યારે આવી ગઈ એની પોતાને ખબર કેમ ન પડી ? થોડી ભોંઠપ અનુભવતા એ જવાબ વિચારતા હતા ત્યાં ચારુબહેને જ કહ્યું :

'આજે સવારથી ફોનની ઘંટડીઓ વાગી રહી છે.' પછી નાસ્તાની ટ્રે અને છાપાંની થપ્પી સામે જોઈને ઉમેર્યું : 'પૂરો નાસ્તોય કર્યો નથી અને અર્ધાં છાપાં પણ ગડી ખોલ્યાં વગરનાં પડ્યાં છે... આજે આમ કેમ ?'

'આજે ફોન રીસીવ કર્યા વિના ચાલે તેમ નહોતું, ચારુ ! ફેશન શો જોવા નિમંત્ર્યા હોય એ લોકો આભાર કે આનંદ વ્યક્ત કરવા માગતા હોય તો આપણે એમને રિસ્પોન્સ આપવો જોઈએ ને ?'

'આભાર અને આનંદ સિવાય કોઈએ ત્રીજી પણ વાત કરી કે નહીં ?'

'હું સમજ્યો નહીં, ચારુ ! ત્રીજી કઈ વાત ?'

'ફોન પર કોઈએ એમ ન કહ્યું કે, વિરાણીશેઠ ! તમે તો કમાલ કરી નાખી ! ભવાનજીભાને બરાબરના ભોંઠા પાડી દીધા !'

'મેં ભોંઠા પાડી દીધા ?' કોઈ પ્રહાર કરે ત્યાર પહેલાં જ ફટકો મારી દેવાની યુદ્ધનીતિમાં માનતા ઈશ્વરભાઈએ નારાજગી ઉછાળી : 'પત્ની થઈને આવો આક્ષેપ કરે છે ?'

તેમની ઉગ્રતાથી કોચવાયા વિના ચારુબહેને સ્વસ્થતાપૂર્વક તેમની સામે બેઠક લીધી.

'પત્નીએ આક્ષેપ કે ઊલટતપાસ ન કરવી જોઈએ, પણ સત્ય જાણવા માટે ચર્ચા કરવાની તેની ફરજ ખરી કે નહીં ?'

'સત્ય તો એ છે, ચારુ ! કે એ સસરા-જમાઈએ આપસના અણબનાવને આપણા ફંક્શનમાં ઉખેળીને મજા બગાડી નાખી... પેલી ઉર્વશીદેવીએ આગ્રહ કરીને ભવાનજી શેઠિયાને નિમંત્ર્યા ન હોત તો આવું કાંઈ થાત જ નહીં ને ?'

'ભવાનજીભાને ઉર્વશીદેવીએ નિમંત્ર્યા, પણ પેલા દલીચંદ દારૂડિયાને કોણે નિમંત્ર્યો હતો એ સત્ય મારે જાણવું હતું.'

ચારુબહેને દુખતી નસ દબાવી દીધી હોય તેમ ઈશ્વરભાઈથી હોઠ કરડાઈ ગયો :

'બોલાવ્યો હશે કોઈએ...' કહી ઈશ્વરભાઈ વિનાકારણ છાપાં પર નજર દોડાવવા લાગ્યા : 'મેં સ્ટાફના માણસોને કહી રાખ્યું હતું કે ફેશન શોમાં તો સીટની મર્યાદા છે, છતાં તમારા કોઈ ખાસ માણસને ડ્રિન્ક-ડિનર માટે બોલાવવા હોય તો કાર્ડ માગી લેજો.'

ચર્ચા ઉખેળીને પતિ પાસે જુઠ્ઠું બોલાવવાનું પોતાનું પગલું ચારુબહેનને રુચ્યું નહીં તેમ વાતને હવે પડતી મૂકી દેવાનુંય જચ્યું નહીં.

'સ્ટાફના કોઈ માણસ પોતાના ખાસ માણસને બોલાવવા માગતા હોય તો એમને શૉફર સાથે કંપનીની કારની સગવડ પણ તમે આપી હતી ?'

હવે ઈશ્વરભાઈ છંછેડાયા :

'ચારુ, સવારના પહોરમાં તું આ શું લપ લઈને બેઠી છો ? કેવી મોટર અને કેવો શૉફર ?'

'જુઓ, ઈશ્વર !' પતિને ભાગ્યે જ નામ લઈને સંબોધતાં ચારુબહેન લાગણીવશ અવાજે બોલી ગયાં : 'વેપાર-ધંધાની વાતમાં તમે મને કાંઈ ન કહો તો ચાલે, પણ સામાજિક વ્યવહારમાં ખોટું કરીને સાચું ઠસાવવા માગો અને હું મૂંગી રહીને સાચું માની લઉં એમાં તમારી કે મારી શોભા ગણાય ખરી ?'

'તો પછી પત્નીનો ધર્મ બજાવીને જે કાંઈ કહેવું હોય તે બોલી નાખ.' ઈશ્વરભાઈએ થોડી પીછેહઠ સ્વીકારી લઈને કહ્યું : 'તું શું ધારે છે, એ દલીચંદને કોણે ઈન્વાઈટ કર્યો હતો ?'

'તમે શાંતિથી સાંભળવા તૈયાર થયા એટલે માંડીને વાત કરું.' ચારુબહેને સમજાવટનું વલણ અપનાવી લીધું : 'કદાચ તમને ખબર નહીં હોય કે ફેશન શો ચાલતો હતો ત્યારે આપણી નિરાલી થોડી વાર માટે થિયેટરની બહાર આવેલી... પેલો દલીચંદ એ વખતે જ અંદર આવી રઘવાયાની જેમ નિરાલીને કહેવા લાગ્યો, મને અહીં પીવા બોલાવ્યો અને કલાકથી કારમાં ગોંધી રાખ્યો ! પેલો ચોકસી ક્યાં ચાલ્યો ગયો ? મને ડ્રિન્ક આપો, નહીંતર હું પાછળના ઝૂંપડામાં જઈ ઠર્રો પીને ગંધાતા મોઢે પાર્ટીમાં આવીશ !'

'એ આવું બોલ્યો હતો - નિરાલી સામે ?'

'હા, સારું થયું કે એ વખતે કંપનીનો એક ડ્રાઈવર તેને શોધતો અંદર ધસી આવ્યો અને તેને સમજાવીને ફરી કારમાં લઈ જઈને ગોંધી રાખ્યો.'

'આ વાત નિરાલીએ ત્યારે મને કેમ ન કહી ?'

'મને પણ સવારે જ વાત કરી...' ચારુબહેન પામી ગયાં કે પતિ વાતને આડે પાટે ચડાવી દેવા માગે છે એટલે દોર સાધી લીધો : 'આપણી કાર અને ડ્રાઈવર ઉપરાંત ચિનુ ચોક્સી પણ તેની સરભરામાં હતો.'

'પેલો ચિનુ ? આપણા વૈભવનો ચમચો !'

સાંભળીને ચારુબહેનથી હસી જવાયું.

'હા, ચમચો વૈભવનો ખરો, પણ આ વખતે એણે વૈભવની ચમચાગીરી કરી હોય એવું લાગ્યું નહીં.'

'એ તેં શેના પરથી ધારી લીધું, ચારુ ?'

'દલીચંદ પીધેલી હાલતમાં ભવાનજીભા સામે આવ્યો ત્યાર પહેલાં તો વૈભવ આપણી સૌની નજર ચુકાવીને સિફતથી પાર્ટીમાંથી સરકી ગયેલો.'

'સરકી ગયેલો ? ક્યાં ?'

'કહ્યા વિના જવા માટે એને બીજું કયું ઠેકાણું છે ?'

સબીનાનું નામ લીધા વિના કહ્યા પછી ચારુબહેને આગળ ચલાવ્યું : 'પાર્ટીમાં વૈભવ અને ભવાનજીભાની દોહિત્રી દેવકી વચ્ચે બે-પાંચ મિનિટની એકાંત મુલાકાત થઈ હતી એ પણ તમને ખબર નહીં હોય.'

સાંભળીને ઈશ્વરભાઈ ઊંઘતા ઝડપાયા હોય એમ ચોંક્યા : 'એ તને કોણે કહ્યું ?'

'સવારે વૈભવે કહ્યું... તે એમ પણ બોલી ગયો કે છોકરી સ્માર્ટ છે.'

'પરંતુ તેનો બાપ તડીપાર દારૂડિયો છે એનું શું ?' કહીને મહેણું મારતા હોય તેમ પત્નીને સંભળાવ્યું : 'તું પણ ભવાનજી શેઠિયાની દોહિત્રી પર મોહી પડી ?'

'વૈભવને દેવકી સ્માર્ટ લાગી હોય કે હું એ છોકરી પર મોહી પડી હોઉં એનો હવે શો અર્થ છે, ઈશ્વર ?' તેમણે નિસાસા સાથે ઉમેર્યું : 'ભવાનજીભાને આપણા ફંક્શનમાં નોતરીને આ રીતે તેમની બેઇજ્જતી કર્યા પછી એ વાત પૂરી થઈ ગઈ... મારે તો એ જાણવું છે કે આટલાં બધાં માણસોની વચ્ચે કોઈને ઉતારી પાડવામાં તમને શું મળ્યું ?'

'મને ?'

'હા, તમને !' ચારુબહેન મક્કમ અવાજે બોલી ગયાં : 'ભવાનજીભા સામે તમને આટલું બધું ખુન્નસ શેનું છે એ હું જાણતી નથી. એ તમારા પહેલા શેઠ હતા એનું વેર તમે આટલાં વરસથી ઘૂંટ્યા શું કામ કરો છો ?'

ઈશ્વરભાઈએ ખંધું હસીને મૌન ધારણ કરી લીધું.

'જમાઈને તમાચો મારી દઈને ભવાનજીભાએ શું કહ્યું હતું એ યાદ છે તમને ?' પૂછવાની ઢબે કહીને ચારુબહેન પોતે જ બોલી ગયાં : 'તેમણે કહ્યું કે તડીપાર થયેલા, ઘરબાર અને સરનામા વગરના આ માણસને અહીં કોણે બોલાવ્યો એ તો ઈશ્વર જાણે...' કહી પતિ સામે ધારદાર નજરે જોઈ લઈ તેમણે ઉમેર્યું : 'એ ઈશ્વર એટલે ઉપરવાળો નહીં, પણ તમે પોતે - એવું સૌ કોઈને સમજાય એમ હતું.'

'જેને જે સમજવું હોય તે સમજે, મને કોઈની પરવા નથી.'

'ઉપરવાળા ઈશ્વરની પણ નહીં ?'

'તું તો એવી વાત કરે છે જાણે હું ઉપરવાળાનો ગુનેગાર ઠરી ગયો હોઉં !'

'ઉપરવાળાની તો ખબર નથી, પણ મારી નજરે તો...'

ગુનેગાર શબ્દ ચારુબહેને હોઠ સુધી આવવા દીધો નહીં અને બીજો શબ્દ શોધે ત્યાર પહેલાં ટેલીફોનની ઘંટડી વાગી એટલે ફોન પણ ચારુબહેને જ લેવો પડ્યો : 'કદાચ ગઈ કાલના

ફંક્શન માટે વધાઈ આપવા માટે જ કોઈક હશે.' એમ બબડતાં તેમણે રીસીવર કાને મૂકી હેલ્લો કહ્યું ત્યાં સામેથી પોતાનું જ નામ સંભળાયું : 'કોણ, ચારુબહેન ?'

'હા, મહીપતભાઈ !' કલકત્તામાં રહેતા મોટા ભાઈનો અવાજ સાંભળી ચારુબહેનના બોલવામાં આત્મીયતા ઊભરાઈ આવી : 'હરદ્વારથી ક્યારે આવ્યા ?'

'કાલે રાત્રે... આવીને તરત જ તમને ઘેર ફોન કર્યો હતો, પણ તમે સૌ ફંક્શનમાં ગયેલાં.'

'હા, કંપનીએ સ્પોન્સર કરેલા ફેશન શોમાં ગયાં હતાં... હરદ્વારની સફર કેમ રહી ?'

'સરસ રહી.' એટલો જવાબ સાંભળ્યો ત્યાં ચારુબહેનને યાદ આવ્યું એટલે વચ્ચે બોલી ઊઠ્યાં : 'અરે, આપણો રામેશ્વર થોડા દિવસ પહેલાં અહીં આવ્યો હતો. એ બિચારાની હાલત જોઈને બહુ દુઃખ થયું... દયા આવી ગઈ !'

'બહેનાં, હવે એ રામેશ્વર બિચારો રહ્યો નથી.'

ચારુબહેન ફોન પર એકધ્યાનથી સાંભળી રહ્યાં ત્યારે સામે બેઠેલા ઈશ્વરભાઈનું કુતૂહલ વધતું ગયું, સાથોસાથ દહેશત પણ જાગી. કદાચ રામેશ્વરે કલકત્તા જઈને બાફી તો નહીં માર્યું હોય ? થોડી વાર પહેલાં જ પત્ની પોતાને ગુનેગાર કહેવા જતી હતી કે એની નજરે હું ગુનેગાર ઠરી ચૂક્યો છું... હવે મંજૂષાનો પગ કચડી નાખવાની વાત જાહેર થઈ જશે તો ચારુની નજરેથી હું સાવ ઊતરી દઈશ...

એ પાંચ મિનિટ બહુ બેચેનીમાં વિતાવી ઈશ્વરભાઈએ ! વચ્ચેવચ્ચે ફોન પર ચારુબહેન તરફથી બોલાતાં *હેં... શું વાત કરો છો ? બરાબર... ઠીક છે... હું એમને હમણાં જ પૂછી લઉં છું...* એવા ઉદ્ગારો સાંભળીને તેમની ઉત્કંઠા પરાકાષ્ઠાએ પહોંચી ગઈ ત્યારે માંડ ફોન પૂરો થયો.

'પેલા રામેશ્વરનું સાંભળ્યું ?' રીસીવર મૂકતાં જ ચારુબહેન એટલું બોલ્યાં ત્યાં ઈશ્વરભાઈથી પુછાઈ ગયું : 'શું થયું એને ? ગુજરી ગયો ?'

'અરેરે ! એવું અમંગળ શું કામ બોલો છો... એ તો તરી ગયો ! એના દીકરાને પટણામાં એક લાખની લૉટરી લાગી !'

'લૉટરી ? લાખ રૂપિયાની ?' ઈશ્વરભાઈનાં જડબાં ભીંસાયાં. બ્લૅકમેઈલ કરીને પડાવેલા લાખ રૂપિયાને રામેશ્વરે લૉટરીનું નામ આપ્યું... સાલો બદમાશ !

'કેમ, તમારા માનવામાં નથી આવતું ?' પતિના હાવભાવ જોઈને ચારુબહેને ચોખવટ કરી : 'રામેશ્વરનો દીકરો અત્યારે મહીપતભાઈની સામે જ બેઠો છે. કહે છે કે કલકત્તા ટૅક્સી લેવા આવ્યો છે. હવે દીકરો રામેશ્વરને પોતાની સાથે પટણા રાખીને બાપની સારવાર કરાવવાનો છે...' કહીને હમદર્દીભર્યા અવાજે ઉમેર્યું પણ ખરું : 'આખરે ઈશ્વરે તેની સામે જોયું ખરું.'

સાંભળીને ઈશ્વરભાઈ વધુ ધૂંધવાયા. એ કહી ન શક્યા કે અત્યારે તું ઉપરવાળા ઈશ્વરની વાત કરે છે, પણ રામેશ્વરને લૉટરી તો નીચેવાળા ઈશ્વરની લાગી છે, મૂરખ !

'સાંભળો, મહીપતભાઈ હરદ્વારથી હૃષીકેશ પણ જઈ આવ્યા. ગુરુજીનાં દર્શન થયાં.' ચારુબહેન ભક્તિભાવથી બોલવા લાગ્યાં : 'મને ખૂબ જ યાદ કરે છે, ગુરુજી !'

'યાદ તો કરે જ ને !' ઈશ્વરભાઈ બોલવા તો ગયા મજાકની ઢબે, પણ પત્નીનું મન દુભાશે એવા ખ્યાલથી ગંભીર બની જઈ ઉમેર્યું : 'તું રોજ સવારે અર્ધો-પોણો કલાક પૂજા કરે છે, એમનું ધ્યાન ધરે છે એનો પડઘો તો પડે જ ને ?'

'એટલે જ મને થાય છે કે હૃષીકેશ જઈ આવું. એમનાં દર્શનથી ચિત્તને થોડી શાંતિ થશે.'

'હજુ પોણાબે મહિના પહેલાં નાસિકના કુંભમેળામાં એમનાં દર્શન કરી આવી, છતાં...'

'છતાં ગુરુજી યાદ કરે એટલે જવું છે.' ચારુબહેન સાચું કારણ કહી શકે તેમ નહોતાં એટલે પતિને ગળે ઊતરી જાય એવું કારણ દર્શાવ્યું :

'દિવાળી પછી નિરાલીનું નક્કી થાય એ પહેલાં દર્શન કરી આવું ને ? આ વખતે તો બા-બાપુજીને પણ સાથે લઈ જવાં છે. બાપુજીને હરદ્વાર બહુ ગમે છે અને બા નિરાલીનાં લગ્ન નિમિત્તે આપણે ઘેર આવતાં-જતાં થાય એ માટે એમને રાજી રાખવાં સારાં.'

ત્યારે આનાકાની જતી કરી, સંમતિ દર્શાવીને ઈશ્વરભાઈ ઑફિસે જવાની તૈયારીમાં પરોવાઈ ગયા.

સવા દસે ઑફિસે પહોંચ્યા ત્યાં મંજૂષાએ આવકારની સાથે ખબર પણ આપ્યા : 'સર, આપના આવ્યા પહેલાં પંદર-વીસ ફોન આવી ગયા. સૌ કોઈ કાલના ફંક્શનની તારીફ કરતા હતા. એ સૌનાં નામ લખીને ટેબલ પર મૂક્યાં છે. આપના વતી સૌને મેં થૅન્ક્સ તો કહી દીધા, છતાં આપ કહેશો તેને ફોન જોડી આપીશ.'

'ઠીક છે.' કહી ઈશ્વરભાઈ કેબિનમાં દાખલ થઈ ગયા. એમની ખુરસીનો પ્રતાપ જ એવો હતો કે બેસતાંની સાથે હૃદય પર બુદ્ધિ સવાર થઈ જાય. ઘેર આકરાં મહેણાં સંભળાવીને પત્નીએ મન કલુષિત કરી નાખ્યું હતું, પણ કેબિનમાં બેઠા પછી ચિત્ત પ્રફુલ્લિત થઈ ગયું : ચારુ ભલે ગમે તે કહે, ભવાનજી શેઠિયા એ જ લાગના હતા... ત્યાં ઈન્ટરકૉમ વાગ્યો :

'સર, મિસિસ ચોપરા મળવા આવ્યાં છે.'

સેક્રેટરીએ જાણ કરી ત્યારે એ ક્ષણભર અસ્વસ્થ થઈ ગયા. એપૉઈન્ટમેન્ટ લીધા વિના ઉર્વશીદેવી અચાનક કેમ આવી ચડ્યાં ? કાલે જે બની ગયું એ બદલ એ પણ મને સંભળાવવા માગતાં હશે ? દલીચંદને તમાચો મારી ભવાનજી શેઠિયા તો દોહિત્રીને લઈ તરત જ ઘેર રવાના થઈ ગયા હતા. ત્યાર પછી પાર્ટી દોઢ કલાક ચાલી હતી. સૌ ખુશ હતાં, એકમાત્ર ઉર્વશીદેવી સિવાય ! કદાચ એ વખતે વાઈસ-એડમિરલ હસબન્ડની હાજરીમાં ગમ ખાઈને એ ચૂપ રહ્યાં હશે અને હવે ઊભરો ઠાલવવા આવ્યાં હશે.

'ભલે, આવવા દે એમને.' સેક્રેટરીને પરવાનગી આપી ઈશ્વરભાઈ જાણે કંઈ જ જાણતા નથી એવી ઠાવકાઈ ધારણ કરી કામમાં પરોવાઈ ગયા.

'સૉરી ટુ ડિસ્ટર્બ યૂ, ઈશ્વરભાઈ !' મિસિસ ચોપરાએ દાખલ થઈ ઉપરછલ્લા સ્મિત સાથે ઔપચારિક વિવેક દાખવ્યો : 'એપૉઈન્ટમેન્ટ લીધી વિના જ આવી ચડી.'

'યૂ આર મોસ્ટ વેલકમ, ઉર્વશીદેવી !' કામના કાગળ એક બાજુ કરી પોતે પણ વળતી ઔપચારિકતા દર્શાવી : 'યૂ લુક વેરી ટાયર્ડ. (બહુ થાકેલાં દેખાઓ છો). સ્વાભાવિક છે. ફૅશન શોને યાદગાર બનાવવા માટે એક મહિનાથી તમે લાગી પડ્યાં હતાં.' કહી પ્રશંસાભરી નજરે તેમના લાવણ્યમય મુખનું નિરીક્ષણ કરી લેતાં ઉમેર્યું : 'સારું થયું તમે આવ્યાં, ઉર્વશીદેવી ! ગઈ કાલે તમને સ્ટેજ પરથી છટાપૂર્વક બોલતાં સાંભળીને મને થયું કે...'

બોલતાં-બોલતાં એ જાણી-કરીને અટકી ગયા. દરેક વ્યક્તિને પોતાના વિશે સારા શબ્દો સાંભળવાની ઉત્સુકતા જાગે જ છે.

'તમને શું થયું હતું, ઈશ્વરભાઈ ?'

'મારી એકાદ કંપનીમાં તમને ડિરેક્ટર બનાવી દઉં.'

'થૅન્ક્સ, ઈશ્વરભાઈ !' પ્રશંસાનો ઠંડો પ્રત્યુત્તર આપીને ઉર્વશીદેવી જે કહેવા માગતાં હતાં તેને માટે મનને તૈયાર કરવા લાગ્યાં. આ માણસ પ્રશંસા ચાલુ રાખીને મારો ગુસ્સો ઓગાળી નાખે એ પહેલાં રોષ ઠાલવીને ચાલતી થાઉં.

'ઈશ્વરભાઈ, તમે સ્ટેજ પર મને સાંભળીને બહુ ખુશ થયા, તેમ પાર્ટીમાં જે કાંઈ બની ગયું એથી હું બહુ અપસેટ થઈ ગઈ છું.'

'એમાં તમારો શું વાંક, ઉર્વશીદેવી !' જાણે સામી વ્યક્તિને સાંત્વન આપતા હોય એવી ખંધાઈથી તેમણે સંભળાવ્યું : 'એવું યાદ રાખીને દુઃખી થવા કરતાં ઝડપથી ભૂલી જવામાં જ સાર છે.'

'તમે કદાચ ઝડપથી ભૂલી જશો, પણ માનભંગની એ ઘટના ભવાનજીભા જિંદગીભર ભૂલી નહીં શકે એનું શું ?'

ઈશ્વરભાઈ ચૂપ થઈને તેમને જોતા રહ્યા.

'દુઃખ તો એ વાતનું છે કે એમના આ માનભંગમાં હું નિમિત્ત બની.' ઉર્વશીદેવીના અવાજમાં વ્યથા ભળવા લાગી : 'એમને તથા એમની દેવકીને મેં જ આગ્રહપૂર્વક બોલાવ્યાં અને તમે તક ઝડપી લીધી.'

'એટલે તમે કહેવા શું માગો છો, મિસિસિ ચોપરા ?' ઈશ્વરભાઈ ખુરસીમાં ટટ્ટાર થતાં બોલી ઊઠ્યા : 'મેં શેની તક ઝડપી લીધી ? *પ્લીઝ માઈન્ડ યોર ટન્ગ !* (મોં સંભાળીને બોલો !)'

'આખી રાત હું ઊંઘી શકી નહીં, ઈશ્વરભાઈ !' બોલતાં-બોલતાં ઉર્વશીદેવીનો કંઠ રૂંધાયો : 'પાર્ટી પૂરી થયા પછી સિક્યુરિટીના માણસોએ મને જાણ કરી કે ફૅશન શો ચાલતો હતો ત્યારે એ માણસ તમારી કંપનીની જ કારમાં બેઠો હતો. વચ્ચે એક વાર અંદર ઘૂસી આવીને પીવા માટે બરાડા પાડી ગયો. શો પૂરો થયા પછી એ ઈન્વિટેશન કાર્ડ દેખાડીને પાર્ટીમાં આવ્યો. એને પિવડાવવા માટે તમારો એક માણસ સતત સરભરામાં હતો. બાજુમાં બેસીને એ તેના કાનમાં ગુસપુસ કરતો હતો અને એ જ ચોક્સી નામનો તમારો માણસ બાવડું ઝાલીને તેને ભવાનજીભા તરફ દોરી લાવ્યો હતો.'

'બીજું કાંઈ ?'

'બીજું...' આટલું સાંભળવા છતાં ઈશ્વરભાઈ પર જરા સરખી અસર ન થઈ એથી ઉર્વશીદેવી વધુ અકળાયાં. ધ્રૂજતા હાથે પર્સમાંથી એક કવર કાઢીને તેમની સામે ધરી દીધું : 'બીજું એ કે દલીચંદ વીરજી શાહના નામે તેને મોકલવામાં આવેલું આ ઈન્વિટેશન કાર્ડ તમારે ત્યાંથી જ તેને ગયું છે.'

'એવું તમે કેમ કહી શકો ?'

'કહી શકું, કારણ કે તમને આપેલા કાર્ડમાં અમે અલગ નિશાની રાખી છે. કહેતા હો તો હું દેખાડું.'

'દેખાડવાની જરૂર નથી, તમે કહો છો એટલે મેં માની લીધું.' લાપરવાહીથી ઈશ્વરભાઈએ કહ્યું : 'એ સિવાય બીજું કાંઈ કહેવું છે તમારે ?'

'કહેવું નથી, પૂછવું છે, ઈશ્વરભાઈ ! તમે આવું શું કામ કર્યું ?' ગદ્‌ગદ થઈને લાચાર અવાજે ઉર્વશીદેવીએ ઉમેર્યું : 'બસ એનો જવાબ આપો એટલે હું ચાલી જાઉં.'

'તો સાંભળો, મિસિસ ચોપરા, તમે સ્પોન્સરશિપ માટે આવ્યાં ત્યારે મેં ભવાનજી શેઠિયાને નહીં નિમંત્રવાની શરત મૂકી. તેની સામે તમે જોરદાર દલીલ કરીને જીદ પકડી કે એમને તો બોલાવવા જ પડશે... એટલું ઓછું હોય તેમ તમે પ્રસ્તાવ પણ મૂક્યો કે ભવાનજીભાની દોહિત્રી મારા વૈભવ માટે મેડ ફૉર ઈચ અધર છે.'

'એમાં મેં ખોટું શું કહ્યું હતું ?'

'મને લાગ્યું કે તમે એ છોકરીના બાપ વિશે કાંઈ જાણતાં નથી.' ઈશ્વરભાઈ ધીટ બનીને બોલ્યે જતા હતા : 'એટલે થયું કે એ દલીચંદને બોલાવીને દેખાડી દઉં કે તમારી આ દેવકી કેવા માણસની દીકરી છે અને તમે કેવા માણસના દીકરા માટે તેનો પ્રસ્તાવ મૂક્યો હતો.'

રોષમાં ઉર્વશીદેવીએ નીચલો હોઠ દાંત વચ્ચે એટલી હદે દબાવ્યો કે લોહીનો ટશિયો ફૂટી નીકળ્યો.

'વાહ, ઈશ્વરભાઈ ! મને એકલીને દેખાડી દેવાને બદલે હજાર માણસ વચ્ચે દેવકીના પિતાને દારૂ પિવડાવીને એ કેવો છે એમ દેખાડી દેવામાં તમને કાંઈ જ અજુગતું ન લાગ્યું ? જરાય પસ્તાવો ન જાગ્યો ?'

'એ સિવાય બીજું કાંઈ કહેવાનું છે તમારે ?'

'હા !' હવે ઉર્વશીદેવી ટટ્ટાર થઈને તેમને તાકવા લાગ્યાં. જે કહેવું નહોતું એ કહી દીધા વિના ચાલે નહીં એવું ઝનૂન ઊભરાઈ આવ્યું :

'તમે સાંભળવા તૈયાર થયા છો તો હવે કહીને જ રહીશ, ઈશ્વરભાઈ ! ચાલીસ વરસ અગાઉ ભવાનજીભાએ તેમના વાણોતર ઈશ્વરને મારેલા તમાચાનું વેર વાળવા માટે ઉદ્યોગપતિ ઈશ્વરલાલ વિરાણીએ આવું ષડ્યંત્ર રચવું પડ્યું એમ સાફસાફ કેમ કહી દેતા નથી ?'

સાંભળીને ચોંકી ગયા ઈશ્વરભાઈ : બે સિવાય ત્રીજાને જેની જાણ નહોતી તે વાત રાતોરાત આ બાઈ ક્યાંથી જાણી લાવી ? પંરતુ એ જાણી જ ગઈ છે તો હવે મારે હેબતાઈ જવાની પણ જરૂર નથી.

'એ સિવાય કાંઈ કહેવાનું છે ?'

'હજુ મેં પૂરું જ ક્યાં કર્યું છે, આઈ. એમ. વિરાણી ! તમને ભવાનજીભાના શબ્દો યાદ હશે, દલીચંદને તમાચો મારીને એ બોલ્યા હતા કે *વર્ષો પહેલાં એક માણસને મેં તમાચો માર્યો તે આજે આગેવાન ઉદ્યોગપતિ બની ગયો, પણ આ દારૂડિયો તમાચો ખાધા પછી પણ પતનની ગટરમાં જ પડ્યો રહેવાનો.*'

'ઓહ ! એના પરથી તમે એવું ધારી લીધું કે વર્ષો પહેલાં ભવાનજી શેઠિયાએ મને તમાચો માર્યો હતો !'

'અત્યારે હું ધારેલું કાંઈ જ બોલતી નથી. પરંતુ તમે કેમ ધારી લીધું કે ભવાનજીભા આ અપમાનનો બદલે લઈ શકે એવું કોઈ હથિયાર તેમની પાસે નહીં હોય ?'

'અહિંસાના એ પ્રખર હિમાયતી કોઈ હથિયાર રાખતા હોય એવું મારે શું કામ ધારવું જોઈએ, ઉર્વશીદેવી ?'

'હથિયાર બધાં જ હિંસક હોય એવું નથી, વિરાણીશેઠ !' હવે ઉર્વશીદેવી કહ્યા વગર રહી ન શક્યાં :

'ચન્દ્રપ્રભા નામની એક છોકરીને ઈશ્વરલાલ નામના એક છોકરાએ કલકત્તાથી લખેલો પ્રેમપત્ર અહિંસક હથિયાર ગણાય કે નહીં, ઈશ્વરભાઈ ?'

સાંભળતાં જ આઈ. એમ. વિરાણી હેબતાઈ ગયા. ઘડીભર તો માનવામાં આવ્યું નહીં. સામે બેઠેલી મિલિટરી અફસરની પત્ની અત્યારે તેમને બાહોશ જાસૂસ લાગવા માંડી; પરંતુ શતરંજની બાજી રમવા બેઠા પછી હાથ ઊંચા કરી લેવાનું પોતાના મોભાને શોભે એમ નહોતું.

'એટલે કે તમે મારી અને ચન્દ્રપ્રભાની વાત જાણો છો, ઉર્વશીદેવી ?'

'તમને પહેલી વાર મળવા આવી ત્યારે કાંઈ જ જાણતી નહોતી, ઈશ્વરભાઈ !' હસીને મિસિસ ચોપરાએ કહ્યું : 'ભવાનજીભા સાથે તમારે શું કામ અંટસ પડી ગઈ એ તો આકસ્મિક રીતે જાણવા મળ્યું... સાથોસાથ એ પણ જાણ્યું કે તમારે નોકરી કેમ છોડવી પડી અને ભવાનજીભાનો તમાચો ખાઈને મુંબઈ પણ કેમ છોડવું પડ્યું.'

'અને જાણી ગયાં છતાં આટલા દિવસથી અજાણ્યાં હોવાનો દેખાવ કરતા રહ્યાં તમે ?'

'દેખાવ નહીં, ઈશ્વરભાઈ, જૂની વાત ઉખેળવાનું ટાળતી રહી, કારણ કે મુગ્ધાવસ્થામાં તમને ચન્દ્રપ્રભા પ્રત્યે કે ચન્દ્રપ્રભાને તમારા પ્રત્યે કૂણી લાગણી જન્મી હોય તો એમાં મારે મન કાંઈ જ અજુગતું નહોતું.'

'પરંતુ ભવાનજીભાને તો એટલી હદે એ અજુગતું લાગ્યું કે મને તમાચો મારતાં પહેલાં પોતાની દીકરીને પૂછવા પણ રોકાયા નહીં.'

'ઈશ્વરભાઈ, જેમ તમારી ઉંમર હતી તેમ ભવાનજીભાની પણ એક અવસ્થા હતી.' ઉર્વશીદેવી હવે સમજાવટથી કહેવા લાગ્યાં : 'ધારો કે તમારી અપરિપક્વ પુત્રી કોઈના પ્રેમમાં પડી જાય અને અચાનક તમે બંનેને એકાંતનાં જુઓ તો તમે શું કરો ? પિતા તરીકે આવેશમાં આવી જઈને તમે એને તમાચો મારી બેસો કે નહીં ?'

ત્યારે ઈશ્વરભાઈને નિરાલી અને જીમીનો કિસ્સો યાદ આવી ગયો. એકાએક એ નર્વસ બની ગયા. હવે હાથ ઊંચા કરી લેવા પડે એવી સ્થિતિ સર્જાઈ ગઈ હતી, પણ જે ખુરશી પર એ બેઠા હતા એ આસાનીથી તેમને એમ કરવાની પરવાનગી આપતી નહોતી.'

'ઉર્વશીદેવી, એ જમાનો અને આજના જમાના વચ્ચે બહુ તફાવત છે.'

'હાસ્તો ! એ જમાનામાં છોકરીનો પિતા માત્ર તમાચો મારીને અટકી જતો, જ્યારે આજનો બાપ પેલા છોકરાનું કાસળ કાઢી નાખવા પણ તૈયાર થઈ જાય !'

'હેં !' ઈશ્વરલાલ ચોંક્યા : 'તમે મને શું સંભળાવવા માગો છો ?'

'મેં તો માત્ર ધારણા જ સંભળાવી, ઈશ્વરભાઈ !'

'જેમ પેલા પ્રેમપત્રની ધારણા કરી હતી, એમ જ ને ?'

'નહીં, એ ધારણા નહોતી, હકીકત છે અને એ પત્ર મેં વાંચ્યો પણ છે !'

'આડત્રીસ વરસ પહેલાં લખેલો એ પત્ર તમે હમણાં વાંચ્યો ? કોણે, ચન્દ્રપ્રભાએ વંચાવ્યો તમને ?'

'એ બિચારી હયાત હોય તો વંચાવે ને ?' ઉર્વશીદેવીએ નિસાસો નાખ્યો : 'એ જીવતી હોત તોપણ તમારો એ પત્ર એના હાથમાં ક્યાં આવ્યો હતો ? ચન્દ્રપ્રભા મૅટ્રિક પાસ થઈને કૉલેજમાં ભણવા લાગી હતી અને તમે પત્ર લખ્યો હતો કન્યાશાળાના સરનામે.'

'અને એ પત્ર ભવાનજીભાના હાથમાં આવ્યો ?'

'હા !'

'અને આટલાં વરસ પછી પણ એ પત્રને તમે એક હથિયાર ગણાવો છો ? એ પત્ર હવે મને શું ઈજા કરી શકવાનો હતો, ઉર્વશીદેવી ?'

'જે રીતે તમે ભરી મહેફિલમાં દલીચંદને પીધેલી હાલતમાં ભવાનજીભા સામે પેશ કરી દીધો એ જ રીતે...' બોલતાં-બોલતાં ઉર્વશીદેવી અટકી ગયાં, પછી હિંમત કરીને બોલ્યા :

'એ જ રીતે તમારા ઘરમાં આવીને હું એ પત્ર વાંચી સંભળાવું, જેમાં આપે લખ્યું હતું કે *ચન્દ્રપ્રભા, તું મને હરઘડી યાદ આવે છે. કલકત્તાના મારા શેઠ એમની દીકરીનું મારી સાથે ગોઠવવા માગે છે, પણ તું મારી સાથે ચાલી નીકળવા તૈયાર હો તો હું મુંબઈ આવીને તને લઈ જાઉં. તારો જવાબ નહીં આવે તો માની લઈશ કે તું મને ભૂલી ગઈ છે.*'

ઈશ્વરભાઈ આંખો ફાડીને તેમનો શબ્દેશબ્દ સાંભળતા હતા.

'હવે બોલો, વિરાણીશેઠ, તમારી પત્ની સમક્ષ હું આ પત્ર વાંચું તો આજે આટલાં વરસ પછી એમને કેટલું વસમું લાગે ? ચારુબહેનને તો ખાતરી થઈ જાય ને કે મુંબઈવાળા શેઠની દીકરી ન મળી એટલે કલકત્તાના શેઠની કન્યાને પરણવા તમે તૈયાર થયા હતા.'

ઈશ્વરભાઈ વિચારે ચડી ગયા એટલે ઉર્વશીદેવીએ હળવેકથી ઉમેર્યું :

'*મારી પત્નીને એવું કાંઈ ન થાય* - એમ કહેવાનું વિચારતા હો તો ખાતરી કરવા માટે કાલ આવું તમારે ઘેર, એ પત્ર લઈને ?'

સાંભળતાં જ ઈશ્વરભાઈ ઝાટકા સાથે ખુરસીમાંથી ઊભા થઈ ગયા. એમનો ચહેરો લાલઘૂમ થવા લાગ્યો :

'તમે મને ધમકી આપો છો, મિસિસ ચોપરા ?'

ત્યારે ઉર્વશીદેવીએ ખુરસીમાંથી ઊભાં થતાં કહ્યું : 'આપ કેમ ઊભા થઈ ગયા, વિરાણીશેઠ ! અહીંથી જવા માટે ઊભા તો મારે થવાનું હતું.' કહી ગરદનને ઝાટકો આપતાં સંભળાવ્યું : 'હું ધમકી આપનાર કોણ ? મારી હેસિયત શું ? મેં તો માત્ર દૃષ્ટાંત આપ્યું કે આપણા પર કોઈક આવું વિતાડે ત્યારે કેટલું બધું આકરું લાગે છે ! હવે તમને પણ ખ્યાલ આવશે કે કાલે રાતે ભવાનજીભાને કેટલું વસમું લાગ્યું હશે !' કહી જતાં-જતાં ઉમેર્યું : 'કાચના ઘરમાં રહેનારે બીજાના

ઘર પર પથ્થર નહીં મારવો જોઈએ એ તમારા જેવા શાણા માણસને મારે સમજાવવાનું ન હોય, ઈશ્વરભાઈ !'

આઈ. એમ. વિરાણી જેવા શાણા માણસને તરત તો જવાબ આપવાનું સૂઝ્યું નહીં. પરંતુ બીજી જ ક્ષણે તેમના અહંકારે માથું ઊંચક્યું. મુક્કાબાજીની સ્પર્ધામાં મુક્કો ખાઈને પછડાયેલો ખેલાડી દસ ગણતા સુધીમાં ઊભો ન થઈ જાય તો પરાજિત જાહેર થયો ગણાય અને ઉર્વશીદેવી પોતાની કૅબિનની બહાર નીકળી જાય એની આડે એક જ ડગલાનું અંતર બાકી હતું.

'એક મિનિટ, મિસિસ ચોપરા !'

સાંભળીને બારણું ખોલવા માટે નૉબ પર મૂકેલો ઉર્વશીદેવીનો હાથ રોકાઈ ગયો. તેમણે પીઠ ફેરવીને ઈશ્વરભાઈ સામે જોયું તો એ ખંધું હસતા હતા : 'તમારી પર્સ ટેબલ પર જ રહી ગઈ, ઉર્વશીદેવી.' કહી તેમના તરફ પર્સ ફંગોળી અને સમયસૂચકતા વાપરી ઉર્વશીદેવીએ તે ઝીલી પણ લીધી : 'થૅન્ક્સ ! ભૂલીને ચાલી જાત તો મારે ફરી આવવું પડત.'

'ફરી મન પડે ત્યારે જરૂર પધારજો, પણ જતાં પહેલાં જરા મને સાંભળતાં જાઓ.'

કહીને એ સસ્પેન્સ જગાડતા હોય તેમ થોડી વાર ઉર્વશીદેવીને તાકતા રહ્યા, પછી કહી દીધું :

'મારી અને ચન્દ્રપ્રભા વચ્ચેની વાત આજ સુધી હું અને ભવાનજી શેઠિયા બે જ જાણતા હતા. હવે તમે ત્રીજાં થયાં. તો પછી માત્ર હું અને ભવાનજીભા બે જ જાણીએ છીએ એવી બીજી પણ એક વાત જાણી લો.'

ફરી થોડી વાર ટટળાવીને તેમણે ટાઈમબૉમ્બ ફોડ્યો :

'ઉર્વશીદેવી, હમણાં તમે એવું બોલી ગયાં કે ચન્દ્રપ્રભા જીવતાં હોય તો... પરંતુ એ ચન્દ્રપ્રભા જીવતી છે. થોડા વખત પહેલાં એ મુંબઈ પણ આવી હતી. આ વાત હું અને ભવાનજીભા જ જાણીએ છીએ. આજે તમે ત્રીજાં જાણકાર થયાં... અને ચોથા દલીચંદને એની જાણ કરું તો શું થાય એની કલ્પના કરી લેજો... પીધેલી હાલતમાં બેવડાબાજ દલીચંદ એ બિચારીની સામે જઈને ભળતુંસળતું બોલી આવે તો કેવો ભવાડો થાય, મિસિસ ચોપરા !'

ઉર્વશીદેવી તો *ચન્દ્રપ્રભા જીવતી* છે એટલું સાંભળીને એવાં સ્તબ્ધ થઈ ગયાં હતાં કે આગળ વધવા માટે પગ ઊપડ્યો નહીં અને ઊભા રહેવા જેટલું પગમાં જોર રહ્યું નહીં. સમયસર કૅબિનના પાર્ટીશનનો ટેકો લઈ લીધો ન હોત તો કદાચ નીચે ફસડાઈ પડે એટલી હદે તેમનું માથું ભમવા લાગ્યું હતું.

*

'આવો-આવો, રતનબહેન !'

મરીન ડ્રાઈવ પર આવેલા *ચન્દ્રમહાલ*ના દીવાનખંડમાં દાખલ થતાં ઈશ્વરભાઈનાં માતુશ્રીને ઉમળકાભેર આવકાર આપી ભવાનજી શેઠિયા તેમને લેવા સામે ગયા. પછી રતનબાની પાછળપાછળ આવતા ઈશ્વરભાઈના નાના ભાઈ પર નજર પડી એટલે ઉમેર્યું :

'આવો, મનોહરભાઈ... તમે અમારે ત્યાં ક્યાંથી ?'

ભવાનજી શેઠિયાના આવકારમાં રતનબાને લાગણીનો રણકો વર્તાયો. આગલી રાતે ફૅશન શોમાં સૌની વચ્ચે થયેલા માનભંગની કોઈ કટુતા જોવા ન મળી એટલે રતનબાએ થોડી ધરપત અનુભવી. *ભા, તમને મળવા આવવું* છે એવું પોતે ફોન પર કહ્યું ત્યારે પણ એ હોંશભેર બોલી ઊઠ્યા હતા : જરૂર પધારો, કહો તો લેવા માટે ગાડી મોકલું...

ભવાનજીભાના એ શબ્દોમાં રતનબાને તેમની સજ્જનતાનો પડઘો સંભળાયો હતો. બીજો કોઈ હોત તો કહેત કે કાલે મને અને દેવકીને સમારંભમાં બોલાવી નીચાજોણું કર્યું, હવે શું બાકી રહ્યું છે કે સામે ચાલીને ઘેર મળવા આવવું છે ?

આવું કહેવાને બદલે તેમણે તો લેવા માટે ગાડી મોકલવાની વાત કરી !

'મને એમ કે માસ્તરસાહેબને પણ સાથે લઈ આવશો.' મા-દીકરાએ દીવાનખંડના સોફા પર બેઠક લીધી એટલે ભવાનજીભાએ તેમની સામે ગોઠવાતાં કહ્યું : 'એ આવ્યા હોત તો ગઈ કાલે શરૂ કરેલી વીતેલા દિવસોની વાતો આગળ ચલાવત ને.'

'આજે વીતેલા દિવસોની નહીં, આવનારા દિવસોની વાત લઈને અમે આવ્યાં છીએ.' રતનબાએ વાતની શરૂઆત કરવાની તક ઝડપી લેતાં કહ્યું : 'એટલે તો મનોહરને સાથે લઈ આવી.'

'તો પહેલાં એ કહો, શું લેશો ?' કહી ભવાનજી શેઠિયાએ લાલજીને હાંક મારી પછી ઉમેર્યું : 'અત્યારે સવાપાંચ થયા છે. કલાક પછી મારો વાળુનો સમય થશે. તમને ફાવે તો આપણે સાથે જ જમીએ.'

'ભા, જમવાનું ફરી કોઈક વાર... જૈનોના ખાખરા બહુ સારા હોય છે. ચાની સાથે ખાખરા ચાલશે.' કહી રતનબાએ હળવાશથી કહ્યું : 'અમારા માસ્તર ચા બિલકુલ નથી પીતા અને મારે દિવસમાં ચાર વખત ચા જોઈએ.'

'જેમણે વરસો સુધી વિદ્યાર્થીઓને વ્યસનથી દૂર રહેવાના પાઠ ભણાવ્યા હોય એવા માસ્તરસાહેબ પોતે તો ચા ન જ પીએ ને.'

'અમારા માસ્તરનું એ જ દુ:ખ છે.' રતનાબાના બોલવામાં હવે ગંભીરતા આવી ગઈ : 'એ બધાને પાઠ ભણાવે પણ એમના શીખવેલા પાઠ ન ભણે તેમને શિક્ષા કરવામાં માનતા નથી.'

'હું સમજ્યો નહીં, રતનબહેન !'

'તમે તો બહુ સમજુ છો એટલે સમજ્યા હો તોપણ નહીં બોલો.' રતનબાએ ગળા હેઠળ થૂંક ઉતારતાં કહ્યું : 'બાકી કાલે જે કાંઈ બની ગયું એ હું ભૂલી શકતી નથી તો તમે ક્યાંથી ભૂલી જાઓ ?'

'એમાં માસ્તરસાહેબનો દોષ ક્યાં આવ્યો, બહેન ?'

'એમનો દોષ એ કે આટલું થયા પછી પણ મોટા દીકરાને પૂછ્યુંય નહીં કે દલીચંદને કોણે બોલાવ્યો ? અરે ભા, હું ઈશ્વરને ઠપકો આપવા જતી હતી તો માસ્તરે કોણી મારીને મને પણ બોલવા ન દીધી... દીકરો મોટો ઉદ્યોગપતિ થાય એટલે કાંઈ દીકરો મટીને બાપ થોડો થઈ જાય ?'

રતનબાનો તમતમી ઊઠેલો ચહેરો જોઈ ભવાનજીભાએ તેમને ટાઢાં પાડ્યાં : 'બહેન, તમે હમણાં તો બોલ્યાં કે વીતેલા દિવસની વાત કરવા માટે નહીં પણ આવનારા દિવસની વાત કરવા આવ્યાં છો, તો પછી એ વાત કરો ને, બહેન !'

એ જ વખતે લાલજી ખાખરા સાથે ચટણી-અથાણાં લઈ આવ્યો એટલે રતનબાએ એ વાતને ત્યાં જ અટકાવી દેવી પડી.

'ભાની વાત સાચી છે.' નોકરના ગયા પછી પહેલી વાર મનોહરલાલે મોં ખોલ્યું : 'સારા કામ માટે આવ્યાં છીએ ત્યારે નરસી વાત શું કામ યાદ કરવી જોઈએ ?'

સારા કામ માટે !... ભવાનજીભા ચોંક્યા. તેમને યાદ આવ્યું, શ્યામજીભાઈના અમૃત મહોત્સવ પ્રસંગે માસ્તર અને રતનબાને દેવકીની ઓળખાણ કરાવતી વખતે પોતે કહેલું કે આને માટે કોઈ સારું ઠેકાણું હોય તો ધ્યાનમાં રાખજો. ત્યાર પછી ફૅશન શોની આગલી સાંજે ઉર્વીએ ખાસ તાકીદ કરેલી : દેવકીને કહેજો, ફૅશન શો પછીની પાર્ટીમાં વૈભવ સાથે છૂટથી વાતચીત કરી લે... ત્યારે પોતે માની લીધેલું કે વૈભવ સાથે દેવકીનું ગોઠવવાનાં ચક્રો ગતિમાન થયાં છે. પરંતુ દલીચંદવાળી ઘટના બન્યા પછી એ સંબંધ સુધરવાને બદલે વધુ બગડી ગયો... તો પછી રતનબહેન બીજા કયા સારા કામ માટે સામે ચાલીને મળવા આવ્યાં હશે ?

'યાદ છે, ભા, તે દિવસ આપણે મળ્યાં ત્યારે તમે કહેલું કે તમારી દેવકી કાંઈક એરલાઈન્સ શરૂ કરવાની છે...'

'હા, એર-ટૅક્સી ચાલુ કરવા માગે છે.'

'ત્યારે તમે એમ પણ કહેલું કે ઈશ્વરભાઈની દીકરી-વહુને એમાં ભાગીદાર થવું હોય તો વાત કરજો.'

'બરાબર છે, બહેન, પણ હવે ઈશ્વરભાઈ સાથે...'

'નહીં, હું ઈશ્વરભાઈ વતી નથી આવી, ભા !' રતનબાએ ઉતાળવે ગેરસમજ ટાળી : 'મારા આ મનોહરની દીકરી રૂપલને અમારે દેવકીની ભાગીદાર બનાવવી છે.'

સાંભળીને ભવાનજી શેઠિયા અચરજથી મા-દીકરા સામે જોતા રહ્યા. ઈશ્વરલાલ મારી સાથે દુશ્મન જેવો વહેવાર કરે છે ત્યારે તેમનો જ ભાઈ પોતાની દીકરીને દેવકીની ભાગીદાર બનાવવા માગે છે - અને તે પણ ગઈકાલે બનેલી દુખદ ઘટના છતાં !

'રતનબહેન, તમે આ અંગે ઈશ્વરલાલને કાને વાત નાખી છે ખરી ?'

'એમાં ઈશ્વરને શું કામ પૂછવાનું, ભા ?' રતનબા ઉતાવળે બોલી ગયાં : 'બે ભાઈઓ વચ્ચે બોલવા-વહેવાર જ ક્યાં છે ? ઈશ્વરે નાના ભાઈને ધંધામાં અન્યાય કર્યો એટલે તો હું ઘર છોડીને મનોહરને ત્યાં રહેવા ચાલી ગઈ.'

'પરંતુ કોઈને એમ તો નહીં લાગે ને કે મેં બંને ભાઈઓ વચ્ચે ક્લેશ વધારવાનું કામ કર્યું ?'

'ભા, અમે સામે ચાલીને આવ્યાં છીએ... હું પોતે જ ઈશ્વરને કહીશ કે મારા આગ્રહને વશ થઈને ભવાનજીભાએ આ ભાગીદારી માટે હા પાડી, પછી તમારે શું કામ સંકોચ રાખવાનો ?'

એ જ વખતે લાલજી ચાની ટ્રે લઈને આવ્યો.

'તો પછી મા-દીકરો મોં મીઠાં કરો.' લાલજીના ગયા પછી સત્વર સંમતિ દર્શાવી ભવાનજીભાએ બંનેને ચમકાવ્યાં : 'વિરાણી અને શેઠિયા પરિવાર વચ્ચે આવો સુમેળ થાય એના કરતાં રૂડું શું ?' કહી તેમણે નોકરને હાંક મારી : 'લાલજી, મારા માટે પણ અર્ધો કપ ચા લાવજે.'

રતનબાનો ચહેરો ખીલી ઊઠ્યો, પણ મનોહરલાલ હજુ મૂંઝવણમાં હતા.

'ભા, મીઠાં મોં તો કરશું, પણ કંપનીમાં રોકાણ કેટલું કરવું પડશે એ જાણી લીધું હોય તો સારું.'

'અત્યારે તો રોકાણ બે કરોડનું છે.' ચા આવી એટલે ત્રણેએ પીવા માંડી : 'બે કરોડમાંથી એક કરોડની મૂડી પરદેશની છે. તમે તો મારા ભાગીદાર પરસોતમને જાણતા હશો. એના દીકરા મિહિરની વહુ મયૂરીનાં પિયરિયાં અમેરિકામાં છે. એ લોકો પચાસ ટકા મૂડી રોકીને ચાલીસ ટકા ભાગીદારી માગે છે. આ પ્રાઈવેટ લિમિટેડ કંપનીનાં બધાં જ ભાગીદાર બૈરાં હોય એવો અમારી દેવકીનો આગ્રહ છે. એટલે મયૂરીનાં મા અને ભાભી એન.આર.આઈ. તરીકે ભાગીદાર બનશે અને બાકીના સાઠ ટકામાં દેવકી સાથે મયૂરી ઉપરાંત એકની જગ્યા ખાલી છે તેમાં તમારી રૂપલનું નામ નાખી દઈશું.'

'એટલે બાકીના એક કરોડના રોકાણમાં અમારે તેત્રીસ લાખ રૂપિયા જેટલું રોકાણ કરવાનું આવે, એમ જ ને ?'

એટલું પૂછીને મનોહરલાલે મા સામે જોયું ત્યારે રતનબા દીકરાનો સંકોચ પામી ગયાં હોય તેમ બોલી ઊઠ્યાં :

'ભા, અમારી આ મનોહરની મોટી દીકરીનું નામ સોનલ... એ તો એના માસ્તરદાદા જેવી છે, સ્કૂલમાં ટીચર છે, જ્યારે નાની મારા પર પડી છે.' કહી રતનબા સહેજ મલક્યાં : 'એને કાંઈક કરી દેખાડવું છે. અત્યારે તો રૂપલને એક બુટિકનો સ્ટોર કરી આપ્યો છે અને એમાં પંદરેક લાખનું રોકાણ થઈ ગયું છે... એટલે મનોહર પાસે રોકડ મૂડી તો નથી, પણ વૈભવ કંપનીના પાંત્રીસ લાખના શૅર સાથે લઈને એ આવ્યો છે.'

મા બોલવાનું પૂરું કરે ત્યાં દીકરાએ પોતાની બ્રીફકેસ ખોલીને ભવાનજીભા સામે ધરી દીધી : 'આ તમે રાખી લો.'

ત્યારે શેઠિયાની મૂંઝવણ વધી ગઈ. મોં મીઠાં કર્યાં પછી ના પાડવી પડે એવી સ્થિતિ ઊભી થઈ હતી.

'બહેન, મનોહરભાઈ પાસે હાલ સગવડ ન હોય તો શું થઈ ગયું ? હું એમને એટલી રકમ લોન તરીકે આપીશ. એટલા ખાતર આ શૅર મારે ત્યાં ગીરવી મૂકવાનું....

'નહીં-નહીં, ભા, ગીરવી મૂકવાની વાત જ નથી.' મનોહરે ચોખવટ કરી : 'શૅરની સાથે ટ્રાન્સફર ફૉર્મ પણ મેં સહી કરીને જ રાખ્યાં છે. એ હવે તમારા જ થઈ ગયા માની લો. વહેલામોડા મારે એ વેચી જ નાખવાના હતા.'

તોપણ ભવાનજી શેઠિયાની દ્વિધા ઓછી થઈ નહીં એટલે રતનબાએ કહી દીધું :

'ભા, હવે એવું નહીં કહેતા કે તમે આ શૅર રાખી લેશો તો લોકો શું કહેશે. લોકોને જે બોલવું હોય તે બોલે, અમે તો એટલું જ કહેવાનાં કે તમે અમારે પડખે ઊભા રહ્યા... પછી શું વાંધો છે તમને ?'

અને ભવાનજીભા જવાબ આપે એ પહેલાં ઑફિસેથી પાછી ફરેલી દેવકીએ દીવાનખંડમાં પ્રવેશ કર્યો. બંને વડીલોને પ્રણામ કરી એ હોંશભેર બોલી ઊઠી :

'દાદીમા, ભાએ કહ્યું કે તમે ઘેર આવવાનાં છો એટલે હું જલદીજલદી આવી.' પછી ખાખરાની પ્લેટ જોઈને બોલી : 'અરે ભા, આ શું ? ખાલી ખાખરા ખવડાવીને તમે એમની મહેમાનગતિ કરો છો ?'

કહી એ લાલજીને સાદ પાડવા જતી હતી, પણ નાનાએ તેને રોકી :

'દેવકી, પહેલાં તું બેસ, તારા કામની વાત છે. તારી કંપનીમાં એક ભાગીદારની જગ્યા ખાલી છે ને ? બસ, તો આજથી આ મનોહરભાઈની રૂપલ તારી ભાગીદાર થઈ ગઈ એમ સમજી લે.'

'હેં !' દેવકીએ સુખદ આશ્ચર્ય દર્શાવ્યું : 'એ માટે રતનદાદી આવ્યાં છે એવી ખબર હોત તો હું મીઠાઈ લેતી આવત ને... મોં મીઠું કરાવીને એમના આશીર્વાદ માગત ને !'

'મારા આશીર્વાદ તો તારી સાથે છે જ, દીકરી !'

અને ત્યાં દેવકીને યાદ કાંઈક યાદ આવી ગયું. એ થોડી વાર રતનબાને ભાવપૂર્વક નિહાળતી રહી, પછી મનની વાત ઉચ્ચારી દીધી :

'દાદીમા, માત્ર તમારા આશીર્વાદથી નહીં ચાલે. મારી એક વિનંતી પણ તમારે માન્ય રાખવી પડશે. બોલો, હા કે ના ?'

'વિનંતી નહીં, દેવકી, માગણી કર... આજે તું માગીશ એ આપવા તૈયાર છું !'

'તો અમારી આ કંપનીના ચેરમૅન તમારે બનવું પડશે, દાદીમા !'

'કંપનીની ચેરમૅન ! હું ?'

'હા, તમે પોતે... શ્રીમતી રતનબહેન મોતીલાલ વિરાણી !'

દેવકી તો ઉત્સાહભેર બોલી ગઈ, પણ રતનબહેનને બોલવાનું સૂઝ્યું નહીં. મનોહરની દીકરી ભવાનજીભાની દોહિત્રીની ભાગીદાર બને એ પણ ઈશ્વરને આકરું લાગવાનું હતું એમ જાણવા છતાં પોતે હિંમતભેર આ પગલું ભરવા તૈયાર થયાં અને હવે દેવકીની કંપનીમાં પોતે ચેરમૅન બને તો કોણ જાણે ઘરમાં કેવી ઊથલપાથલ મચી જાય ! ઈશ્વર તો ઠીક, માસ્તરને મારું આ પગલું કેવું લાગે ?

'દાદીમા, હું તમારી ના તો સાંભળવાની જ નથી.' બાળક હેતથી જીદ કરે તેમ દેવકી બોલી ઊઠી : 'હું માની મમતા-માયા પામી નથી. દાદીમાની છત્રછાયા મને મળી નથી. આજે હું તમને માત્ર મારી કંપનીના ચેરમૅનપદે જ નથી બેસાડતી, મારા હૃદયમાં ખાલી રહેલાં મા અને દાદીમાનાં બંને સ્થાન પર બેસાડી બબ્બે ખોટ પૂરી કરવા માગું છું.... પ્લીઝ, ના નહીં પાડતાં !'

ત્યારે રતનબા સોફા પરથી સફાળાં ઊભાં થઈ ગયાં. દેવકી કાંઈ વિચારે એ પહેલાં તેને બંને ખભેથી ઊંચી કરી, પોતાની છાતીએ વળગાડી દીધી.

'તારા જેવી પૌત્રી તો પુણ્ય કર્યાં હોય એને મળે, દેવકી !' કહી વાત્સલ્યભર્યો હાથ તેની પીઠ પર ફેરવવા લાગ્યાં ત્યારે ભવાનજીભાની આંખોમાં ઝળઝળિયાં આવી ગયાં.

*

16

દાદરની પારસી કૉલોનીના ગુલ મેન્શનની ઊંચી સીડીના પહેલા પગથિયે પગ મૂકતી ડૉલીએ ઘડિયાળમાં જોયું તો ત્રણ વાગવામાં દસ મિનિટ બાકી હતી. સમયની શિસ્ત બાબતમાં ઘણાં પારસી હજુય અંગ્રેજને અનુસરતાં રહ્યાં છે. કોઈને આપેલા સમય કરતાં મોડાં પડવામાં જ નહીં, વહેલાં પહોંચવાનુંય અસભ્ય ગણાય એવું માનતી ડૉલી ધીમી ગતિએ પગથિયાં ચડવા લાગી. આમ તો સવારે જ ફૉરેન ટૂરથી પાછી ફરેલી રીટાને એ દિવસે જ બપોરે મળવાનો પોતાનો આગ્રહ ડૉલીને અજુગતો લાગ્યો હતો. સવારે નવ વાગ્યે ફોન કર્યો ત્યારે રીટા હજુ સરસામાન ઠેકાણે પાડવામાં હતી : 'રિતુ, એક અર્જન્ટ કામ માટે તને મળવું છે. હું જાણું છું કે એક મહિનો બહાર ફરીને આવેલી ઘરવાળીને એવી ફુરસદ ન હોય, પણ આજનો રવિવાર જતો કરું તો વાત આવતા રવિવાર પર ઠેલાઈ જાય. મારી નોકરી નવી છે અને ટાઉનમાંથી દાદર આવતાં-જતાં બે-ત્રણ કલાક નીકળી જાય... એટલે પ્લીઝ, મારા માટે થોડો સમય ફાળવીશ ?'

'પણ શું બાબત છે એટલું તો ટેલીફોન પર કહી શકીશ ને ?'

માસીની દીકરી રીટા આમ તો ડૉલી કરતાં એકાદ વરસ નાની હતી, પણ સાથે રમીને બંને મોટી થયેલી એટલે તુંકારાની આત્મીયતા હતી.

'નહીં, રીતુ, ફોન પર એક બી બોલ બોલી શકાય તેમ નથી. ઘેર પણ તું એકલી મળે તેમ હોય તો જ હું વાત કરી શકીશ.' કહીને ડૉલીએ હા પડાવવા માટે એટલું કહેવું પડેલું : 'જીમી બાબત વાત કરવા માગું છું, બહેન !'

'ભલે, ડોલી, તું ત્રણ વાગ્યે આવી પહોંચ. અદી (અરદેશર) તો એક વાગ્યે રેસકોર્સ જવા નીકળી જશે. કિડ્સ (બાળકો) બપોરે ઊંઘતાં હશે એટલે નિરાંતે વાત કરવા મળશે.'

ધીમી ગતિએ ગુલ મેન્શનની સીડી ચડીને ડૉલી પહેલા માળે પહોંચી ત્યારે માંડ બે મિનિટ જ વીતી હતી. શ્વાસ ખાવાને બહાને બહાર જાણી-કરીને એ થોડું રોકાઈ. એને યાદ આવ્યું કે દોઢેક વરસ પહેલાં રીટાના ફાધર ઈન-લો (શ્વશુર) મનચેરજી શ્રોફ હાર્ટએટૅકથી મૃત્યુ પામ્યા ત્યારે પોતે ભારે હૈયે દિલાસોજી દર્શાવવા એ જ સીડી ચડીને બીજે માળે ગઈ હતી. એ વખતે પોતે આઘાતનો ભાર અનુભવતી હતી અને અત્યારે ? પોતાના નાના ભાઈ જીમીના મૃત્યુ માટે જવાબદાર એ જ મનચેરજી શ્રોફ અત્યારે તેને કાળ જેવો લાગવા માંડ્યો હતો. કદાચ તેના

ઘાતકી અપરાધ બદલ જ ઉપરવાળાએ મનજી શ્રોફને જીવલેણ હાર્ટએટેકની સજા ફટકારી હશે... પરંતુ ગુનેગાર નંબર એક તો દેશના લીડિંગ ઉદ્યોગપતિ જાહોજલાલી વચ્ચે સુખેથી જીવે છે... એમને કેમ ઉપરવાળાએ કોઈ સજા નહીં કરી ?

એવા આવેશમાં ડૉલી બીજા માળનાં પગથિયાં ચડવા લાગી. *ઉપરવાલે કે દરબાર મેં દેર હૈ અંધેર નહીં...* હિન્દી ફિલ્મોમાં વારંવાર સાંભળેલો એ સંવાદ યાદ કરી તેણે આશાભેર રીટાના ફ્લૅટની ડૉરબેલ દબાવી ત્યારે ત્રણ વાગવામાં હજુય થોડીક વાર હતી.

'ઓહ, આવી ગઈ તું !' થોડી વહેલી આવી હોય તેમ રીટાએ બારણું ઉઘાડી પોતાના અસ્તવ્યસ્ત વાળ સરખા કરતાં કહ્યું : 'મને એમ કે પાંચ-સાત મિનિટ છે, ત્યાં સુધીમાં હાથ-મોં ધોઈને ઠીકઠાક થઈ જઈશ.'

'સૉરી, રીતુ, હું ચારેક મિનિટ વહેલી આવી. પરંતુ...' ફ્લૅટમાં દાખલ થતી ડૉલીથી સહજ બોલાઈ જવાયું : 'જીમીની બાબતમાં તો આપણે ચાર વરસ મોડાં જાગ્યાં.'

રીટાએ તેના એ શબ્દો બરાબર સાંભળ્યા ન હોય અથવા ધ્યાનમાં લીધા ન હોય તેમ 'તું બેસ, હું બે મિનિટમાં આવી' કહી એ કિચન તરફ સરકી ગઈ. હવે ડૉલીને ભાન થયું કે મળતાંની સાથે 'હેલ્લો, હાઉ આર યૂ ?' જેવા વિવેકને બદલે સીધી જીમીની વાત પર આવી જવાની અધીરાઈ પણ મૅનરલેસ (અસભ્ય) કહેવાય... નોશીર સાથે છૂટાછેડા લેવાનું નક્કી કર્યું એ દિવસે તેણે પણ પોતાને *તદ્દન મૅનરલેસ*નું મહેણું સંભળાવતાં કહ્યું હતું : ડૉલી, તારું આ ઑબ્સેશન (વળગણ) છોડી દે, નહીંતર જતે દિવસે તું પણ મારી મધરની જેમ મૅડ થઈ જઈશ...

રીટાના મોટા દીવાનખંડમાં અસ્તવ્યસ્ત પડેલો સામાન જોઈને ડૉલીથી નિસાસો નખાઈ ગયો : એક મોટા માણસની નિર્દયતાએ મારા જીવનને પણ આમ જ અસ્તવ્યસ્ત કરી નાખ્યું છતાં હું એને કાંઈ જ કરી શકતી નથી...

'ડૉલી, તું નહીં માને, મેં તને પૅરિસમાં યાદ કરેલી.' હાઉસકોટ ઉતારી, મૅક્સી ડ્રેસમાં બે કપ ચા સાથે પાછી ફરતી રીટા ઉત્સાહભેર કહેવા લાગી : 'અમે એફિલ ટાવર પર ચડ્યાં ત્યારે અદીને મેં કહેલું, અમારી ડૉલીને વર્ટિગોની તકલીફ છે. આટલી ઊંચાઈએથી નીચે નજર કરવા જાય તો ચક્કર આવવા માંડે.'

ત્યારે ડૉલીના હોઠ સુધી શબ્દો આવી ગયા કે જીમી ઘોડા પરથી ફેંકાઈ પડ્યા પછી હવે પાંચ ફૂટ ઊંચા સ્ટૂલ પર ચડું છું તોપણ ચક્કર આવવા લાગે છે... પરંતુ એ શબ્દોને તેણે ચાના ઘૂંટ સાથે ગળા હેઠળ ઉતારી દીધા. વર્લ્ડ ટૂર પરથી પાછી ફરેલી રીટા ઉમંગભેર રોમ, સ્વિટ્ઝર્લૅન્ડ અને પૅરિસની વાતો કરતી હતી, પણ ડૉલી તો બેધ્યાનપણે તેને નિહાળતી રહી. રીટા દેખાવડી તો પહેલેથી જ હતી, પણ એર-હૉસ્ટેસ થયા પછી બોલવે-ચાલવે વધારે સ્માર્ટ બની ગઈ હતી. જીમી ઘોડી પરથી પડી ગયા પછીના છ મહિને એ મનજી શ્રોફના અરદેશર સાથે પરણી ગઈ અને લગ્નના દસમા મહિને જોડિયા પુત્રોની માતા બની છતાં એર-હૉસ્ટેસની નોકરી છોડી નહીં. અદીને એ કહેતી : તું ઘોડા પર દાવ લગાડનારાને સંભાળ અને હું વિમાનમાં ઊડનારાંને સંભાળું...

'અરે, ડૉલી, ક્યારની હું જ બોલબોલ કર્યા કરું છું, તને ખબર પણ પૂછતી નથી કે તારું

કેમ ચાલે છે ? મુંબઈ છોડીને નવસારી ગયા પછી વાડિયા અંકલ અને પેરિન આન્ટીને હવે કેમ રહે છે ?'

'મુંબઈ છોડવાથી કાંઈ એકનો એક દીકરો ગુમાવી દીધાનો ગમ થોડો છૂટી જાય ?' ડૉલીએ નિસાસો નાખ્યો : 'એમને ખબર પડે કે દીકરાનું કોઈએ કાસળ કાઢી નાખ્યું હતું તો-તો કદાચ એ બિચારાનો જીવ પણ છૂટી જાય !'

'ડૉલી, તું કાંઈક સમજાય એવું બોલ.' રીટાએ ચાનો કપ પૂરો કરી તેના ગોઠણ પર હાથ મૂકતાં કહ્યું : 'જીમીનું કાસળ કાઢી નાખવાની શું વાત છે ? આપણો જીમી તો પેલા જૉકી ચવ્હાણની ઈર્ષાનો ભોગ બન્યો હતો.'

'નહીં, રીટા, આપણા જીમીને ઘોડા પરથી ઉથલાવી દેવા માટે જૉકી ચવ્હાણને કોઈએ લાખો રૂપિયાની લાલચ આપી હતી.'

'કોણે પૈસા આપ્યા હતા, ડૉલી ?'

ત્યારે જવાબ આપવાને બદલે એ રીટાને તાકી રહી. જે કહી દેવા માટે પોતે અધીરી થઈને આવી હતી તે કહેતાં જીભ ઊપડતી નહોતી, છતાં કહ્યા વગર ચાલે એવુંય નહોતું.

'તું ખચકાય છે કેમ, ડૉલી ?' તેનો ગોઠણ હલાવીને રીટાએ ઊંચા અવાજે પૂછ્યું : 'જીમીને પછાડી દેવા ખાતર જૉકી ચવ્હાણને કોણે લાખો રૂપિયા આપ્યા હતા ? બોલની !'

'તારા ફાધર-ઈન-લૉ મનચેરજી શ્રોફે !'

સાંભળીને જ રીટા ડઘાઈ ગઈ. માનવામાં ન આવતું હોય તેમ એ ડૉલીને ધારીધારીને જોવા લાગી. એટલી વારમાં તો ડૉલીની આંખો આંસુથી છલકાવા લાગી. એને રડતી જોઈ ન હોત તો કદાચ રીટાએ તેને ઘણુંબધું સંભળાવી દીધું હોત : મારા સસરાનું નામ લેતાં પહેલાં તને કાંઈ વિચાર ન આવ્યો ? સારું છે કે હું ત્યારે પરણી નહોતી, નહીંતર કદાચ તું એમ જ કહેત કે મેં મારા ફાધર- ઈન-લૉને કહી જીમીને મેં જ મરાવી નાખ્યો. આટલાં વરસે આવો આક્ષેપ ઉપજાવી કાઢીને તું મારી સુખી જિંદગીમાં પથરો નાખવા આવી અને તે પણ જે માણસ હયાત નથી એના પર આવું આળ નાખીને ?

પરંતુ ડૉલીના ગાલ પર દડી જતાં આંસુ આવું કાંઈ સંભળાવી દેવાને બદલે તેની વાત શાંતિથી સાંભળવાની તાકીદ કરતાં હતાં.

'અદીના ડેડીએ આવું કર્યું હતું એ તને કોણે કહ્યું, ડૉલી ?'

'જૉકી ચવ્હાણે.'

'પણ એ તો દેશ છોડીને...'

'હા, કુવૈત ચાલ્યો ગયો હતો, પણ વરસેકથી પાછો આવી ગયો છે.' કહી આંસુ લૂછવાની પરવા કર્યા વિના ડૉલીએ પર્સમાંથી વૉકમૅન કાઢી તેને સાંભળવા આપ્યું : 'તને ખાતરી ન થતી હોય તો સાંભળી લે, જૉકી ચવ્હાણના જ બોલમાં !'

રીટાએ વૉકમૅનનું હેડફોન કાને લગાડ્યું એટલી વારમાં ડૉલીએ સ્વિચ દાબીને ગોઠવી રાખેલી ટેપ ચાલુ કરી દીધી. ટેપમાં બોલાતા જૉકી ચવ્હાણના શબ્દો રીટાને હચમચાવી ગયા :

મનજી શ્રોફે મને સાડાસાત લાખ આપવાના કહ્યા હતા... અત્યારે એ જીવતા હોત તો

એમની પાસે જઈને કહેત કે મની શ્રોફ, તમારા કહેવાથી મેં આ કામ કર્યું હતું... તમે સાડાસાત લાખ આપવાના કહ્યા હતા અને આપ્યા પાંચ લાખ... પણ હવે મારે પૈસાની જરૂર છે. જો નહીં આપો તો હું મારી બરબાદીના જોખમે પણ તમારું નામ જાહેર કરી દઈશ...

જરૂર પૂરતું જ સંભળાવીને ડૉલીએ વૉકમૅન ઑફ કરી દીધું તેની સાથે જ રીટાના મગજની સ્વિચ દબાઈ હોય તેમ ઝબકારો થયો :

'ડૉલી, આ બેમાંથી એકનો અવાજ તો સાંભળ્યો હોય એવું લાગે છે.' કહી એ થોડી વાર વિચારવા રોકાઈ. તેના ચહેરા પર તરવરાટ પ્રસરતો જોઈને ડૉલીની અધીરાઈ વધી ગઈ : 'તો-તો ચવ્હાણનો જ અવાજ સાંભળ્યો હશે, રીટા ! કદાચ મનચેરજી પર એનો ફોન આવ્યો હોય અને તેં ઉપાડ્યો હોય...'

'નહીં, ફોન પર નહીં... મેં અહીં, આ ઘરમાં જ તેનો અવાજ સાંભળ્યો હતો. જીમીના ડેથ પછી બે-ત્રણ વાર એ ડેડી(મનચેરજી)ને મળવા આવ્યો હતો.'

'શું કામ આવ્યો હતો, રીટા ?' હવે ડૉલી તેનો ખભો દબાવી આવેશમાં પૂછવા લાગી : 'યાદ કર, એ પૈસા લેવા આવતો હતો ?'

'પહેલી વાર એ આવ્યો હતો ત્યારે તો અદીના ડેડીએ તેને વેલકમ કર્યો હતો. અત્યારે તું બેઠી છો ત્યાં જ એ બઠો હતો.' બધું તાદશ થવા લાગ્યું હોય તેમ રીટા બોલતી હતી : 'હું ચા લઈ આવી ત્યારે બંનેએ વાતચીત અચાનક અટકાવી દીધેલી. રેસકોર્સમાં અંદરખાને ઘણુંબધું ચાલતું હોય છે એટલે કદાચ મારી હાજરીમાં બંને બોલતા બંધ થઈ ગયા હશે એવું મેં ત્યારે ધારેલું, પણ હવે યાદ આવે છે કે...'

'શું યાદ આવે છે, રીટા ?' પળવારનોય વિલંબ સહેવાતો ન હોય એમ ડૉલી તેનો ખભો હલાવતી બોલી ઊઠી : 'કહે ને, બહેન !'

'યાદ આવે છે કે એ બીજી વાર આવ્યો હતો ત્યારે મારા સસરાએ તેને બહુ જલદી રવાના કરી દીધો હતો અને ત્રીજી વાર આવ્યો ત્યારે તો દરવાજા પર જ એને રોકી રાખેલો. અદીના ડેડીને ઊંચા અવાજે બોલવાની આદત નહોતી, પણ પેલા પર એટલા ચિડાઈ ગયેલા કે છેક કિચનમાં મને સંભળાય એમ તેને ધમકાવી નાખ્યો ક તને કેટલી વાર કહ્યું, અહીં આવતો નહીં, છતાં સમજતો નથી... ત્યારે પેલો એવું બોલતો સંભળાયો કે તમે મને રેસકોર્સ પર મળવાની ના પાડો છો, ફોન કરવાની મનાઈ ફરમાવો છો, તો મારે શું કરવું ? જેટલા આપવા હોય એટલા આપી દો એટલે હું આ દેશ છોડીને ચાલ્યો જાઉં.'

'પછી ? મનચેરજીએ તેને શું કહેલું, રીટા ?'

'એમણે કાંઈક એવું કહેલું કે પહેલાં મારી ચીજ પાછી આપી જા, પછી તને પચાસ હજાર રૂપિયા આપીશ, જા... એવું કહીને તેને કાઢી મૂકેલો.'

'ત્યાર પછી ?'

'એ છેલ્લી વાર આવ્યો હતો ત્યારે હું બાથરૂમમાં હતી. નાહીને બહાર નીકળી એટલે સસરાએ કહ્યું, રીટા દીકરી, જરા ચા બનાવી લાવજો ને... હું બે કપ ચા લઈને આવી ત્યારે

એ અહીં જ બેઠો હતો. મને નવાઈ લાગી : જેને અગાઉ ધમકાવીને કાઢી મૂકેલો તેની સાથે અદીના ડૅડી હસીખુશીથી કેમ વાત કરતા હતા !'

'પણ તારા સસરાએ તેને કાંઈક ચીજ પાછી આપી જવા કહેલું એનું શું ? ચવ્હાણ તે આપી ગયેલો કે ?'

'હા, ડૉલી ! તેં પૂછ્યું એટલે યાદ આવ્યું. ટિપાઈ પર એક બૉક્સ પડેલું... એ તેનું જ હતું.'

'બૉક્સ ? શેનું બૉક્સ, રીટા ? તેમાં શું હતું, યાદ છે ?'

'એ તો યાદ નથી, પણ...' કહેતી રીટા સફાળી સોફા પરથી ઊભી થઈ ગઈ : 'ટૂર પર જતી વખતે લૉફ્ટ (માળિયા) પરથી એક સૂટકેસ ઉતારીને ખાલી કરી ત્યારે તેમાંથી એ જ બૉક્સ નીકળેલું...' કહી તેણે ઉત્તેજનાભેર અંદરના રૂમમાં જવા પગ ઉપાડ્યા : 'એક મિનિટમાં આવું છું.'

આ એક મિનિટ માટે સમય થંભી ગયો હોય તેમ ડૉલી અધીરાઈથી તરફડતી રહી : શું હશે એ બૉક્સમાં ? ઉત્કંઠા, ઉચાટ અને ઉદ્વેગની એ પ્રત્યેક પળ ડૉલીને ટટળાવતી રહી.

'મળી ગયું, ડૉલી !' પૂંઠાના લાંબા બૉક્સ પરથી ધૂળ ખંખેરતી રીટા ઉતાવળે પગલે પાછી ફરીને ડૉલી નજીક પહોંચી ત્યાં તો બૉક્સના એક છેડામાંથી કાંઈક પડ્યું.

'ઓહ નો...'ના નિરાશાજનક ઉદ્ગાર સાથે રીટા સોફામાં બેસી પડી. બૉક્સમાંથી રેસકોર્સના જોકીએ પહેરવાનો એક શૂ નીચે પડ્યો હતો અને બીજો હજુ બૉક્સમાં જ હતો.

નીચે પડેલો શૂ ઊંચકી લઈ ડૉલી તપાસવા લાગી.

'એને આમ બારીકાઈથી શું જુએ છે, બહેન ! મને શું ખબર કે એમાંથી સાલા જોડા નીકળશે !'

'જે ચીજ પાછી મળ્યા પછી જ તારા સસરાએ ચવ્હાણને પચાસ હજાર રૂપિયા આપ્યા હતા એ જોડા હોય તોપણ એમાં કાંઈક છુપાયેલું હોવું જ જોઈએ, રીટા !'

કહી ડૉલીએ બૉક્સમાંથી બીજો બૂટ ખેંચી તપાસવા માંડ્યો. પહેલી નજરે જોકીએ પહેરવાના એ શૂમાં કાંઈ જ રહસ્ય દેખાયું નહીં... એ જ સોલ, એવું જ બકલ, માત્ર મેડ ઈન પૅરિસ એટલું લેબલ ધ્યાન ખેંચનારું હતું. એ સિવાય...

ત્યાં બૂટની અંદર હાથ નાખી આંગળા ફેરવતી ડૉલીના અંગૂઠાને કાંઈક અડક્યું. શૂની આગળના ભાગમાં અંગૂઠો રાખવાનો ખૂણો તેને ઊપસેલો લાગ્યો. જોર અજમાવીને ડૉલીએ એના પર અંગૂઠો દબાવ્યો ત્યાં જ ખટાક સાથે શૂના આગળના ભાગમાંથી તીક્ષ્ણ સોય જેવી કોઈ ચીજ છટકીને સામેની સોફા પર પડેલા કુશન (તકિયા) સોંસરવી ઊતરી ગઈ.

'ઓહ માય ગૉડ !' છાતીમાં કોઈએ તીવ્ર હથિયાર ભોંકી દીધું હોય તેમ ડૉલી તીણી ચીસ પાડી ઊઠી. બહારથી જોકીના રાબેતા મુજબના દેખાતા શૂમાં ગોઠવેલી કરામત બંનેને પળવારમાં સમજાઈ ગઈ. આ શૂ પહેરનારો જોકી તેની બાજુવાળા ઘોડાની નજીક જઈ પગના અંગૂઠાના બૂટની અંદરની કળ દબાવે કે તરત જ બીજા ઘોડાના શરીરને વીંધી નાખતું તીક્ષ્ણ હથિયાર સોંસરવું ઊતરી જાય.

નાના ભાઈ જીમીની હત્યાના કાવતરાની એક ધારદાર કડી હાથ લાગી તેના આનંદને બદલે ડૉલી આઘાતથી સૂનમૂન બેસી રહી. થોડી વારે કળ વળ્યા પછી સામેના સોફા પરથી કુશન ઊંચકીને જોયું તો સફેદ ધાતુની દોઢ ઈંચ લાંબી સોય તકિયામાં આરપાર જઈ સોફાના રેક્ઝીનમાં ખૂંપી ગઈ હતી. રીટા ઘરમાં જઈને પકડ લઈ આવી, જેની મદદથી ડૉલીએ ઈન્જેક્શનમાં હોય એવી એ સોય બહાર ખેંચી કાઢી. ખુન્નસભેર દાંત ભીંસીને ડૉલીએ તેની તીક્ષ્ણ અણી પર જમણા હાથની આંગળીનું ટેરવું દબાવ્યું અને બીજી ક્ષણે તેની આંગળીમાંથી લોહીની ધાર વહેવા લાગી.

'ડૉલી, ટેક કેર...' કહેતી રીટાએ ઝડપથી તેની આંગળી પર પોતાનો રૂમાલ દાબી દીધો : 'આ શું કરે છે ?'

'જાલિમે વાપરેલું હથિયાર કેટલું કાતિલ છે એ જોતી હતી.' ડૉલીની આંખોમાં વેરના અંગારા તગતગવા લાગ્યા : 'ડર્બી રેસમાં ચવ્હાણે જીમીના બ્લૅક નાઈટ ઘોડાને લાત ફટકારી અને આપણો જીમી ઘોડા પરથી ઊછળી પડ્યો. ઘોડો તો તરત જ જમીન પરથી ઊભો થઈ ગયો, પણ જીમી ઢળી પડ્યો તે ઢળી પડ્યો... ઘોડાના ડાબા પડખામાં લોહીનાં બે-ચાર ટીપાં બાઝી ગયાં હતાં એના પરથી ડૉક્ટરે એવું તારણ કાઢ્યું કે કદાચ ગડથોલિયું ખાતી વખતે જીમીના બ્લૅક નાઈટ હોર્સને લોખંડની કોઈ ચીજ ભોંકાવાથી નજીવી ઈજા થઈ છે. ત્યારે તો સૌએ ડૉક્ટરનું નિદાન સ્વીકારી લીધું, પરંતુ જીમીનો એ બ્લૅક નાઈટ ફરી ક્યારેય રેસમાં ઊતરી શક્યો નહીં. શરીરમાં ઊતરી ગયેલા આ તીક્ષ્ણ હથિયારે છ મહિના પછી તેનો જીવ લઈ લીધો. એ વખતેય સૌ કહેવા લાગ્યા કે જીમીના એ પ્યારા ઘોડાએ તેના વિરહમાં પ્રાણ ત્યજી દીધા... પરંતુ હત્યારા તરફ કોઈએ આંગળી સુધ્ધાં ચીંધી નહીં.'

કંપતા સ્વરે બોલી રહી ત્યાં સુધીમાં રીટાએ તેની આંગળી પર ડેટોલવાળો ભીનો પાટો બાંધી દીધો.

'મને શું ખબર કે એ ચવ્હાણ આપણા જીમીનો કાતિલ છે ! નહીંતર ચાના કપમાં ઝેર નાખીને તેનો જ જીવ લઈ લેત ને ?'

સાંભળીને ડૉલીએ તેની સામે જોયું. રીટાના ચહેરા પર વ્યથાના ભાવ જોઈ તેનાથી બોલાઈ ગયું :

'બહેન, તો-તો તારે એકને બદલે બે ચાના કપમાં ઝેર ભેળવવું પડત.'

'ઓહ !' રીટાને હવે સમજાયું કે જોકી ચવ્હાણની જેમ પોતાના બૂકી સસરા પણ કતલ માટે એટલા જ જવાબદાર હતા. તેની ગરદન ઝૂકી ગઈ. થોડી વારે કાંઈક યાદ આવ્યું હોય તેમ પૂછી બેઠી :

'બટ, ડૉલી, મનચેરજી શ્રોફને જીમી સાથે શું દુશ્મની હતી કે તેનો જાન લેવા સુધી જાય ? કદાચ રેસમાં જીમીનો હોર્સ વીનમાં ન આવે એટલા ખાતર કાંઈક મિસ્ચીફ (અડપલું) કરાવે, પણ ફૉરેનથી આવા સ્પેશિયલ શૂઝ મગાવી, પેલા ચવ્હાણ જોકી સાથે સાડાસાત લાખ રૂપિયા ઠરાવીને આવું ઘાતકી કાવતરું શું કામ ઘડે ?'

'જેમ ચવ્હાણને મનચેરજીએ સાધ્યો હતો તેમ કોઈએ આ હીચકારા કૃત્ય માટે તારા સસરાને સાધ્યા હોય.'

'કોણે, ડૉલી ?'

એ સવાલે ડૉલીને સાવધ કરી દીધી. જોખમના અણસાર-માત્રથી જ કાચબો તેના કોમળ શરીરને ઢાલમાં સંકોરી લે એટલી ઝડપે ડૉલીએ તેના સવાલને ઉડાઉ જવાબથી સંકેલી લીધો.

'રીટા, કોણે આ કામ કરાવ્યું એ શોધવાનું હજુ બાકી છે અને એ હાથ નહીં લાગે ત્યાં સુધી હું જંપવાની નથી.' કહીને રીટાના ખભા પર લાગણીવશતાના ભાવથી હાથ મૂક્યો : 'બહેન, તેં મને પુરાવો આપ્યો એ બદલ જિંદગીભર તારો ઉપકાર...'

'અરે ગાંડી, જીમી તારો ભાઈ હતો તો મારા માશિયાઈ ભાઈ ઉપરાંત બીજું પણ કાંઈક હતો.'

'એ હું જાણું છું, રીટા... તું એના કરતાં ઉમરમાં મોટી ન હોત તો તારી સાથે જ એનું લગ્ન...' બોલતી ડૉલી અટકી ગઈ. પછી સુધારી લીધું : 'લગન તો જીમીના નસીબમાં લખાયું જ ક્યાં હતું, બહેન !'

'પણ, ડૉલી, ચાર વરસ પછી તું પુરાવા ગેધર (એકઠા) કરીને હવે શું કરી શકવાની હતી ? જોકી ચવ્હાણને કૉર્ટે પણ નિર્દોષ જ ઠરાવ્યો હતો ને !'

'હું શું કરી શકવાની એની તો મનેય ખબર નથી, રીટા, પણ ઉપરવાળાની અદાલતમાં ન્યાય છે કે નહીં એ જોવા માગું છું.' હાથમાં પકડેલા શૂને ટિપાઈ પર ઠપકારતી બોલી ગઈ : 'તારા સસરાને ઉપરવાળાએ સજા કરી, કુવૈતમાં ચાર વરસ મજા કરી આવેલા ચવ્હાણનું ભાવિ પણ અંધકારમય દેખાય છે અને જે માણસે જીમીને મરાવી નાખવાનું હીચકારું કામ કર્યું તેનું શું થાય છે એ તો એની પિછાણ થયા પછી જ ખબર પડે.'

'આજકાલ લોકોને ઉપરવાળાની સજાનો ડર ક્યાં રહ્યો છે, ડૉલી ? છતાં એટલું જાણું છું કે મારા સસરા મનચેરજી છેલ્લાં બે વરસથી બહુ દુઃખી હતા. એમની ઊંઘ ઓછી થઈ ગયેલી, સ્વભાવ ચીડિયો થઈ ગયો હતો અને એક-બે વાર અર્ધી રાતે ઊંઘમાંથી ચીસ પાડીને ઊઠી ગયેલા ત્યારે મને જરાક વહેમ તો પડેલો કે આ હસમુખા માણસને એકાએક શું થઈ ગયું ?'

બોલતી રીટાએ સામેની દીવાલ પર નજર કરી. મોટા કદના ફોટામાં સસરાને ખડખડાટ હસતા જોઈને તેના હોઠ તુચ્છકારથી મરડાયા : 'જેને અમે જૉલી ગૂડ મૅન (હસમુખા ઉમદા ગૃહસ્થ) કહીને પોરસાતાં હતાં એ માણસને હવે આ ફોટામાં હું દિવસમાં દસ વાર જોઈશ ત્યારે ધિક્કાર સિવાય બીજી કઈ લાગણી જાગશે, ડૉલી !'

'પ્લીઝ, રીટા, એટલું ધ્યાન રાખજે, અદીને આ વાતની ખબર ન પડવી જોઈએ. વેરની વસૂલાતનો આ મારો અંગત મામલો છે, એમાં હું કોઈને સંડોવવા માગતી નથી.'

એ જ વખતે ફ્લૅટની ડૉરબેલ વાગી એટલે ડૉલી ચમકીને પેલા શૂઝ ખોખામાં ભરવા લાગી : 'કોણ હશે ?'

'ટેક ઈટ ઈઝી. મેઈડ સર્વન્ટ (નોકરાણી) સિવાય બીજું કોઈ નહીં હોય. મેં એને કલાક

માટે બહાર મોકલી આપી હતી.' કહેતી રીટા લોહીના ડાઘવાળો રૂમાલ સંતાડતી બારણું ખોલવા ગઈ અને ત્યાં સુધીમાં ડૉલીએ પણ વૉકમૅનને મોટી પર્સમાં સરકાવી દીધું.

પોતાની હાજરી અંગે કોઈ જાતનું કુતૂહલ દર્શાવ્યા વિના નોકરાણી ઘરકામમાં લાગી ગઈ એટલે નિરાંત અનુભવતી ડૉલી ઊભી થઈ.

'બાય ધ વે, ડૉલી, તારા નોશેરના શું ખબર છે ?'

'અત્યારે તો અમે બંને જુદાંજુદાં રહીને એકલવાયી જિંદગી જીવીએ છીએ.' ઘરનો ઉંબરો ઓળંગી ડૉલીએ પરાણે હસતાં કહ્યું : 'બાકી તો કાલની કોને ખબર છે ?'

કાલની કોને ખબર છે એમ કહેનાર ડૉલીને બે કલાક પછીની પણ ક્યાં ખબર હતી ? પેઈંગ ગેસ્ટ તરીકેના પોતાના એક બેડરૂમના ઘરમાં, એકના એક વિચાર વાગોળતી એ વિરાટની રાહ જોતી રહી. રેસકોર્સમાંથી આવતાં મોડું થવાનું હશે તો એ ફોન કરવાનો હતો. ફોન આવે તો રીટાને ત્યાંથી હાથ લાગેલા જૉકી શૂઝની વાત ફોન પર કરવી કે નહીં એની ગડમથલમાં હતી ત્યાં જ ફ્લૅટની માલકિન તારાબાઈએ તેને લાઈન આપતાં કહ્યું : 'ડૉલી, બપોર પછી તારા માટે બે કૉલ આવી ગયા. આ ત્રીજો કૉલ છે... લઈ લે. લેડીનો અવાજ છે, પણ નામ આપવા માગતી નથી.

વિરાટને બદલે કોઈ લેડીનો ફોન ?

જિજ્ઞાસાવશ ડૉલીએ હેલ્લો કહ્યું, ત્યાં સામેથી ભાવવાહી સ્વરે સાંભળવા મળ્યું : 'ડૉલીબહેન, કેમ છો ?'

પોતે અવાજ તો તરત જ પારખી ગઈ છતાં તેના માનવામાં આવ્યું નહીં એટલે પૂછ્યું : 'આપ કોણ ?'

'ન ઓળખી મને ? હું મિસ વિરાણી... નિરાલી !'

'ઓહ તમે ?' પકડાઈ જવાની અણી પર હોય એવા ગભરાટ સાથે ડૉલી માંડ બોલી શકી : 'મિસ વિરાણી, આમ અચાનક !'

'ફૅશન શોની રાતે તમે મારાથી ઓળખાણ કેમ છુપાવી, ડૉલીબહેન ?' ખોટું લાગ્યું હોય એવા દુભાયેલા સ્વરે એ પૂછતી હતી : 'મેં તમને ક્યાંક જોયાં છે એમ કહ્યું છતાં તમે બોલ્યાં નહીં કે હું જીમીની બહેન છું... તમે ભલે ન કહ્યું પણ આખરે પકડાઈ ગયાં ને ? કબાટમાં સાચવી રાખેલા જીમીના ફોટા-લખાણવાળાં બધાં મૅગેઝિન ઉથલાવી ગઈ ત્યારે જીમીના ફૅમિલી ફોટામાંથી તમને પકડી પાડ્યાં !'

ડૉલી અધ્ધર શ્વાસે સાંભળતી રહી.

'જીમીનાં મોટાં બહેન મારા ડૅડીની કંપનીમાં નોકરી કરે અને મને એની જાણ ન હોય એ કેવું લાગે, ડૉલીબહેન ?'

છતાં ડૉલીને બોલવાનું સૂઝ્યું નહીં.

'તમારી સામે કોઈ બેઠું લાગે છે.'

હવે માંડ ડૉલી એક જ અક્ષર ઉચ્ચારી શકી : 'હા !'

'તો સાંભળી લો, ડૉલીબહેન, કાલે આપણે મળીએ છીએ.' નિરાલીના અવાજમાં દૃઢતા

હતી : 'સાંજે તમે વૈભવમાંથી છૂટીને મને મળવા આવશો ને ? સવાછ વાગ્યે ફાવશે ? રંગોલી રેસ્ટોરાં વૈભવ ટાવર્સની બાજુમાં જ છે. ત્યાં હું તમારી રાહ જોઈશ... પ્લીઝ, ડૉલીબહેન, મેક ઈટ ફૉર માય સેઈક. (મારે ખાતર આવી જજો.)'

અને ડૉલીથી બોલાઈ ગયું : 'ભલે !'

ફોન મુકાઈ ગયા પછી ડૉલી ક્યાંય સુધી વિચારતી રહી : એ મને ઓળખી ગઈ તેથી મારી વેરની વસૂલાતમાં વિઘ્નરૂપ તો નહીં થાય ને ?

*

વિરામ વિલાના માસ્ટર બેડરૂમમાં ફૅશન શોની વિડિયો કૅસેટ જોતા ઈશ્વરભાઈએ રિમોટ કન્ટ્રોલની ચાંપ દબાવી એક દશ્યને ક્યારનું ટીવીના પરદે સ્થિર કરી રાખ્યું હતું, જેમાં શ્રીમતી ઉર્વશીદેવી ચોપરા સ્ટેજ પરથી છટાભેર જાહેર કરી રહ્યાં છે કે વૈભવ કંપનીના માલિકે સૈનિકોની વિધવાની અમારી સંસ્થા માટે સાડાસાત લાખની રકમ વધારીને અગિયાર લાખ કરી આપી છે... ચાર-પાંચ વખત રિવાઈન્ડ કરીને એકનું એક દશ્ય વારંવાર નિહાળી લીધા પછી ચાર્મિંગ ઉર્વશીદેવીને એકાન્તમાં ધારીધારીને નીરખવાની લાલચ જાગી હોય તેમ પરદા પર તેમને સ્થિર કરી દીધાં હતાં. ચાર દિવસ અગાઉ ગરમાગરમ દલીલ કરીને પોતાની કૅબિનમાંથી જુસ્સાથી અને ગુસ્સાભેર બહાર નીકળી જનાર આ સન્નારી ઈશ્વરભાઈને વારંવાર યાદ આવ્યા કરતી હતી : આવી પ્રતિભાશાળી સ્વરૂપવતી સ્ત્રી કંપનીમાં સાથે કામ કરતી હોય તો રોમૅન્ટિક સહવાસમાં કામ કરવાની કેટલી થ્રિલ મળે !

ચાલીસ વરસ પહેલાં માંગરોળ છોડતી વખતે સ્ટેશને મૂકવા આવેલો તેમનો દરજી દોસ્ત પાવલો (પ્રવીણ) બોલી ગયો હતો : ઈશલા (ઈશ્વર), બધા કહે છે કે મુંબઈમાં ગોરી છોકરીઓ બહુ હોય છે ! યાર, એવી કોઈ જોવા મળે ત્યારે આ પાવલાને જરૂર યાદ કરજે... મુંબઈમાં નોકરી આપનાર પહેલા શેઠ ભવાનજીભાની ચન્દ્રપ્રભાને જોઈ તેમાં આ પાવલાએ કહેલી મુંબઈની ગોરી છોકરી દેખાઈ હતી. ત્યાર પછી કલકત્તાના બીજા શેઠની દીકરી ચારુલતા ગોરી તો જરૂર હતી, પણ ચાલતી વખતે લંગડાતા એક પગને કારણે તેના ગોરાપણામાં ઊણપ વર્તાતી. યુવાનીનો ખટકો પુરુષને અણધારી સિદ્ધિ પ્રાપ્ત કર્યા પછી આધેડ વયે વધુ ખટકવા લાગે છે. કદાચ એટલે જ વૈભવ કંપનીની જાહેરખબરો માટે પસંદ થતી સ્વરૂપવતી મૉડેલ્સમાં પોતે અંગત રસ લેતા. અત્યારે નાના પરદા પર સ્થિર થયેલાં જાજરમાન ઉર્વશીદેવીને જોવામાં ઈશ્વરભાઈ એટલા મુગ્ધ બની ગયા હતા કે ચારુબહેન બેડરૂમમાં પ્રવેશ કરીને પોતાની બાજુમાં ઊભાં રહી ગયાં હતાં તેનું પણ ભાન ન રહ્યું.

'હજુય તમે ફૅશન શોમાંથી બહાર નથી આવ્યા ?'

'તું અંદર આવી એટલે હવે બહાર આવી ગયો, લે !' કહી વિડિયોની સ્વિચ દબાવી ઉર્વશીદેવીને તેમણે ટીવીના પરદા પરથી ગાયબ કરી દીધાં : 'ગુરુદેવનાં દર્શને જવાની તૈયારી પૂરી થઈ ?'

'હા, સામાન પૅક થઈ ગયો. સવારે સાડાપાંચે નીકળવાનું છે.' ચારુબહેને સામે બેઠક

લેતાં કહ્યું : 'સિદ્ધાર્થ એરપૉર્ટ મૂકવા આવવાનો છે. જતાં-જતાં રસ્તામાં મનુભાઈને ઘેરથી બાને સાથે લઈ લેશું.'

'ભલે ! ત્યારે ઊપડો ! સાસુ-સસરાને જાત્રા કરાવવાનું પુણ્ય કમાઈ આવો !'

'કેમ જાણે તમને પુણ્ય કમાવાની કોઈ મનાઈ કરતું હોય !' ચારુબહેને મીઠો છણકો કર્યો : 'તમને પૈસા કમાવામાંથી ફુરસદ મળે તો ને !'

'જાત્રાએ જતાં પહેલાં પતિને મહેણાં મારવા સિવાય બીજું કાંઈ કહેવાનું છે, ચારુદેવી ?'

'હા, ધનતેરશે ચન્દ્રકુમાર હૉંગકૉંગથી આવે એ પહેલાં તો અમે આવી જશું, છતાં ભાવિ વેવાઈ ધીરજલાલ ઝવેરીના સંપર્કમાં રહેજો. નિરાલીના જન્માક્ષર તો એ લોકોએ મેળવી લીધા. બધું બરાબર છે. લાભપાંચમે સગાઈ ગોઠવાય તો આપણી પાસે તૈયારી કરવા માટે અઠવાડિયાનો ટાઈમ રહેશે.' કહી ચારુબહેને હળવો નિસાસો નાખ્યો : 'મોટી ચિંતા તો વૈભવની છે.'

'તું જાત્રા કરીને આવ ત્યાં સુધીમાં તારી એ ચિંતા પણ ટળી જશે.' કહેતાં ઈશ્વરભાઈએ પત્ની સામે સવારના ચાર-પાંચ છાપાં ધરી દીધાં : 'જો, આ દરેક પેપરના પહેલા પાને છપાયેલી લગ્નસંબંધી જાહેરખબર આપણા વૈભવ માટે જ છે.'

'હેં !' જાહેરખબર પર નજર નાખતાં ચારુબહેન ચોંકીને બોલી ઊઠ્યાં : 'તમે વૈભવ માટે જાહેરખબર છપાવી અને મને કહ્યું પણ નહીં ?'

'તું વાંચ તો ખરી ! એ જાહેરખબર આપણી છે એની જાણ કોઈને થવાની નથી.' ઈશ્વરભાઈ ઉત્સાહભેર કહેવા લાગ્યા : 'હેપી મૅરેજ બ્યૂરોવાળા જગુભાઈનો સાંજે ફોન હતો. જાહેરખબરનો ફેન્ટૅસ્ટિક રિસ્પોન્સ છે. બાર કલાકમાં સાઠ-સિત્તેર જેટલી ઈન્ક્વાયરી તો આવી પણ ગઈ !'

કહી ઈશ્વરભાઈએ જાતે જ પત્નીને જાહેરાત વાંચી સંભળાવી : 'જોઈએ છે : *અગ્રગણ્ય ઉદ્યોગપતિના એકત્રીસ વરસના સોહામણા, પ્રતિભાશાળી, પાંચ ફૂટ અગિયારની ઊંચાઈ ધરાવતા, આંતરરાષ્ટ્રીય સ્તરે વ્યાપાર-ઉદ્યોગનું સંચાલન કરતા, બ્રૉડ-માઈન્ડેડ પુત્ર વી. કુમાર માટે ખાનદાન વ્યાપારી કુટુંબની, અત્યંત સ્વરૂપવતી, શિક્ષિત, પચીસથી સત્તાવીસ વરસની, પાંચ ફૂટ ચાર ઈંચથી વધુ હાઈટ ધરાવતી કન્યા. વૈષ્ણવ કુટુંબને પ્રથમ પસંદગી. ફોન કરીને સંપર્ક સાધવા વિનંતી. જગુભાઈ, હૅપી મૅરેજ બ્યૂરો, ફોન નંબર...*'

'બસ-બસ, મારે ફોન નંબર નથી જાણવા.' ધીરજ ખૂટી ગઈ હોય તેમ ચારુબહેન વચ્ચે બોલી ઊઠ્યાં : 'તમે એમ માનો છો કે આ વી. કુમાર કોણ છે એવું છોકરીવાળા જગુભાઈને પૂછ્યા વગર રહેશે ?'

'મેં જગુને સખત તાકીદ કરી છે : દરેકને કહેવાનું, તમારા આખા કુટુંબની માહિતી આપો. કન્યાનાં મા-બાપ જ નહીં, તેનાં કાકા-મામા, ફઈ-માસી - કોઈના કુટુંબમાં શારિરિક-માનસિક ખોડખાંપણ છે કે નહીં ? વેપાર-ધંધામાં કે ચાલ-ચલગતમાં ક્યારેય કોઈના નામને બટ્ટો લાગ્યો નથી ને ? બધી ખાતરી કરી લીધા પછી જ છોકરીને મૅરેજ બ્યૂરોમાં બોલાવો. વિડિયો કૅમેરા ચાલુ રાખી કન્યાનો ઈન્ટરવ્યૂ લો. તેમાંથી જે બે-ચાર ફાઈનલમાં આવશે તેમને જ વારાફરતી મુરતિયા સાથે મુલાકાત કરાવીશું, ત્યાર પહેલાં છોકરાના કુટુંબ વિશે અમે કોઈ જ માહિતી નહીં આપીએ.'

'આટલી બધી આકરી શરત ?'

'હોય જ ને ! ઈશ્વરલાલ વિરાણીની પુત્રવધૂ થવા માગતી હોય તેણે આવી બધી કસોટીમાંથી પાર ઊતરવું જ પડે ને ?'

'ઈશ્વરલાલ વિરાણીએ પોતાના દીકરા માટે લગ્નસંબંધી જાહેરખબર આપવી પડે એ પણ આપણા માટે તો આકરી કસોટી જ ગણાય ને ?' કહીને ઊભા થતાં ચારુબહેન એક અગત્યની વાત ઉચ્ચારવા જતાં હતાં : 'થોડા વખતમાં આપણી બીજી પણ આકરી કસોટી થવાની છે...'

એટલું કહ્યું ત્યાં ઈશ્વરભાઈની બાજુમાં પડેલો ફોન રણક્યો : અત્યારે રાત્રે અગિયાર વાગ્યે કોણ હશે એમ વિચારી, સહેજ કટાણું મોં કરી તેમણે ફોન ઊંચક્યો.

'કોણ, વી. કુમારના પિતાશ્રી બોલો છો ?' સામેવાળાએ સીધી જ શરૂઆત કરી દીધી : 'તમારા ચિરંજીવી માટે લગ્ન સંબંધી જાહેરાત છાપાંમાં વાંચીને હેપી મૅરેજ બ્યૂરોવાળા જગુભાઈને ફોન જોડ્યો... વિરાણીશેઠ, આ તે તમારી કેવી રીત ?' સામેવાળા દાઢમાંથી બોલતા હતા : 'પહેલાં કન્યાની સાત પેઢીનો ઇતિહાસ જણાવો... કોઈએ વેપાર-ધંધામાં દેવાળું ફૂંક્યું નથી ને... વારસાગત બીમારી નથી ને... કુટુંબમાં કોઈ બદચલન પાક્યું નથી ને - આ બધું કહો પછી અમે મુરતિયાનું ઠેકાણું ચીંધીએ !'

બોલનારે શ્વાસ ખાવા રોકાઈને આગળ સંભળાવ્યું : 'મેં જગુને કહ્યું કે તમારો આ વી. કુમાર કોઈ ઈશ્વરનો અવતાર હોય એવી વાત કરો છો, પણ છોકરાવાળાને પહેલાં એ તો પૂછો કે એના પિતા કેટલા ખાનદાન છે ? અમને એ તો જણાવો કે મુરતિયો પોતે કેટલો ચારિત્ર્યવાન છે ? વિરાણીશેઠ, તમે તો કમાલ કરી ! તમને કન્યાનું કુળ પૂછવાની છૂટ અને અમને મુરતિયાનાં લખણ જાણવાની મનાઈ...'

સામેવાળા વધુ ચાબખા ફટકારે એ પહેલાં ઈશ્વરભાઈ ફોનને ફટકારતા હોય તેમ રીસીવર પછાડ્યું ત્યારે ક્યારના પતિના હાવભાવ નીરખતાં ચારુબહેને પૂછ્યું :

'કોણ હતું ?'

'હશે કોઈ પીધેલો.' ઈશ્વરભાઈ પત્નીને કહી શક્યા નહીં કે ફોન કરનાર કોઈ કન્યાનો રોષે ભરાયેલો બાપ હતો. ખોટું બોલ્યા પછી વાત બદલી નાખવાની તરકીબના ઉસ્તાદ ઈશ્વરભાઈએ સત્વર પત્નીને પૂછી લીધું :

'ફોન આવ્યા પહેલાં તું કાંઈ કહેતી હતી : બીજી આકરી કસોટી થવાની છે... એ શું, ચારુ ?'

'તમને યાદ છે, એક વાર બાપુજી બોલી ગયેલા કે ભવાનજી શેઠિયાની દેવકી એર-ટૅક્સીની કંપની ચાલુ કરવાની છે ?'

'અને તેમાં આપણી વહુ-દીકરીને જોડાવા માટે એ શેઠિયાએ ઉદાર ઑફર મોકલી હતી, એ જ ને ?'

'હા, એ જ... હવે એ કંપનીમાં આપણા મનુભાઈની રૂપલ જોડાઈ રહી છે.'

'હેં ?' કોઈએ વળ દઈને ચીંટિયો ભર્યો હોય એમ ઈશ્વરભાઈ આખેઆખા હલી ગયા : 'મારા ભાઈ મનુએ મારા જ વિરોધી સાથે હાથ મિલાવ્યા ?'

'તમારા ભાઈએ નહીં, તમારાં બાએ !'

'એટલે ?'

'રતનબા પોતે મનુભાઈને લઈને ભવાનજીભાને ઘેર જઈ આવ્યાં.' આગળ બોલતાં ખચકાટ થતો હોય તેમ ચારુબહેને સહેજ રોકાઈને ઉમેર્યું : 'પેલી દેવકીએ તો પોતાની કંપનીમાં ચેરમૅન તરીકે તમારાં માતુશ્રીને બેસાડી દીધાં !'

'મારી ભત્રીજી ભવાનજીભાની દોહિત્રીની કંપનીમાં જોડાય એ ઓછું હોય તેમ મારી બા એની કંપનીમાં ચેરમૅન બને !' ઝાળ લાગી હોય તેમ ઈશ્વરભાઈની આંખોમાં રોષ ભભૂકી ઊઠ્યો : 'બાએ મને પૂછ્યું પણ નહીં ? કોણે કહ્યું તને આ બધું ?'

'બાપુજીએ !' પતિના ક્રોધથી ટેવાયેલાં ચારુબહેને સ્વસ્થ રહેવાના પ્રયત્ન સાથે કહ્યું : 'બાપુજીને પણ ગઈ કાલે જાણ થઈ. નિયમ મુજબ પાર્કમાં મળ્યા ત્યારે બાએ એમને વાત કરી... આવીને બાપુજીએ મને કહ્યું કે ઈશ્વરને બહારથી જાણ થાય એ કરતાં તમે જ એને સમજાવી દેજો, એની બા સાથે બાખડવા ન દોડી જાય. નહીંતર ઘર છોડી ગયેલી રતન દીકરા સાથે બોલવા-વહેવાર પણ તોડી નાખશે.'

'વચ્ચે પડવાને બદલે બાપુજી આ બધું મૂંગામૂંગા જોયા કરે છે !'

'આપણે ત્યાં જે કાંઈ બને છે એ પણ બિચારા મૂંગામૂંગા જોયા જ કરે છે ને ?'

'પણ હું આ બાબતમાં મૂંગો નહીં રહું, ચારુ !'

'શું કરશો તમે ?'

'હું બાને સમજાવીશ.' ઈશ્વરભાઈ થોડા ગૂંચવાયા : 'હું બાને કહીશ કે તમારા આ પગલાથી સમાજમાં મારું કેટલું ખરાબ દેખાશે ? તમને પોતાના પક્ષમાં ભેળવીને ભવાનજીભાની એ દોહિત્રીએ આપણા કુટુંબમા કુસંપ વધારવાની ચાલ અજમાવી છે... જાત્રાએથી પાછાં ફરે એટલે હું બાને સામે ચાલીને મળવા જઈશ.'

'કદાચ ત્યાં સુધીમાં દેવકીની એ કંપની રજિસ્ટર પણ થઈ ગઈ હશે એમ બાપુજી કહેતા હતા.'

'તો પછી તેં મને છેક છેલ્લી ઘડીએ કેમ વાત કરી ?' ઈશ્વરભાઈએ પત્ની પર ગુસ્સો ઉછાળ્યો : 'કોઈને મારી પ્રતિષ્ઠાની કાંઈ જ પડી નથી... તને પણ નહીં !'

ચારુબહેન સમસમીને ચૂપ રહ્યાં. સાસુએ ભરેલું પગલું તેમનેય કઠતું હતું, પણ રતનબાને પોતે કાંઈ કહેવા જાય તો કદાચ જાત્રાએ આવવાનું પણ માંડી વાળે...

'ઠીક છે, સવારે સિદ્ધાર્થને બદલે હું જ તમને એરપોર્ટ મૂકવા આવું છું.' ઈશ્વરભાઈએ ઝડપી નિર્ણય કરી લીધો : 'રસ્તામાં બાપુજીની હાજરીમાં બાને સમજાવી લઈશ... તું જા, જઈને સૂઈ જા !'

ચારુબહેને કમને ઊઠવું પડ્યું. એ તો કહેવા માગતાં હતાં કે ફૅશન શોની પાર્ટીમાં ભવાનજી શેઠિયાની બેઇજ્જતી થઈ એથી ઉશ્કેરાઈ જઈને બાએ તમને પાઠ ભણાવવા આવું કર્યું લાગે છે... પરંતુ આમ કહીને બળતામાં ઘી હોમવાનું ઠીક લાગ્યું નહીં એટલે જય *શ્રીકૃષ્ણ* કહીને પોતાના બેડરૂમમાં ચાલ્યાં ગયાં.

*

'શું વાત છે, ઈશ્વર ! આટલા વહેલા ઊઠીને તારે અમને મૂકવા આવવું પડ્યું ?'

મનોહરલાલને ત્યાંથી રૉલ્સ રોઇસ કાર સ્ટાર્ટ થયા પછી રતનબાને ખ્યાલ આવ્યો કે પતિ, પુત્રવધૂ ઉપરાંત કારમાં પૌત્ર સિદ્ધાર્થને બદલે મોટો પુત્ર બેઠો છે એટલે પૂછ્યું : 'સિદ્ધાર્થની તબિયત તો સારી છે ને ?'

'તબિયત બધાની સારી જ છે, બા, પણ મારા ગ્રહો વાંકા લાગે છે.' ઈશ્વરભાઈએ ડ્રાઈવર વાઘેલા ન સાંભળે એ માટે એરકન્ડિશન્ડ કારની આગલી-પાછલી સીટ વચ્ચેનો કાળો કાચ ચડાવી દઈને, જે કારણસર ચાર-પાંચ કલાકનો અજંપો વેઠતા પથારીમાં જાગતા રહ્યા હતા એ વાત છેડી દીધી : 'મને રાત્રે જાણ થઈ કે તમે પેલી દેવકીની કંપનીમાં જોડાવાનાં છો.'

'હું તો ગઈ'તી રૂપલને કંપનીની ભાગીદાર બનાવવા.'

જાત્રાએ જતી વેળાએ પરોઢિયે પાંચ વાગ્યે દીકરાને વસમું ન લાગે એવી ઠાવકાઈથી રતનબહેને અર્ધો જવાબ વાળ્યો.

'રૂપલને તેની ભાગીદાર બનાવવાની શું જરૂર પડી, બા ?'

'ઈશ્વર, તારી કંપનીઓમાં તો ભાઈનાં દીકરા-દીકરીઓ માટે જગ્યા નથી, પછી શું થાય ?'

'બા, તમે હંમેશાં મને જ દોષ દ્યો છો... એટલા માટે કે હું મોટો દીકરો છું ?'

'તું મોટો છે એટલા માટે નહીં. માને દીકરા તો બધા જ સરખા વહાલા હોય, પણ નબળો વધારે વહાલો લાગવા માંડતો હશે.'

'એ નબળો છે એમાં મારો વાંક છે ?' ઘણા વખતથી મનમાં ઘૂંટાતી અકળામણ ઈશ્વરભાઈએ કવખતે ઠાલવી : 'બે ભાઈઓમાં એક શ્રીમંત હોય અને બીજો સાધારણ હોય એવા દાખલા તો ઠેરઠેર જોવા મળે છે. બા, આ બધી તો નસીબ-નસીબની વાત છે !'

'મનોહર ધંધામાં તારી સાથે ન હોત અને એવું બન્યું હોય તો અમે એના નસીબને દોષ દઈને બેસી રહેત. બાકી નસીબ-નસીબની વાત છે એ તારું કહેવું સાવ સાચું. કોઈના નસીબમાં લક્ષ્મી હોય તો કોઈના નસીબમાં માતા !' બોલવામાં જબરાં રતનબાનો સ્વર હજુ ઊંચો થયો નહોતો : 'ઈશ્વર, જે થઈ ગયું એને અત્યારે ઉખેળવાથી શું લાભ ?'

'જે થઈ ગયું એની વાત નથી કરતો, જે ન થવું જોઈએ એને થતું રોકવા માગું છું, બા !' ખિન્ન અવાજે બોલતા ઈશ્વરભાઈએ બાજુમાં ચૂપચાપ બેઠેલા પિતાને વાતમાં સંડોવવાનો પ્રયાસ કર્યો : 'બાપુજી, તમે કેમ કાંઈ બોલતા નથી ?'

'એ ભીષ્મપિતામહ બોલવા જેવું હતું ત્યારેય કાંઈ બોલ્યા નહોતા, તો અત્યારે શું બોલવાના ?'

સાંભળીને ઈશ્વરભાઈ સમસમી ગયા, પણ મોતીલાલ વિરાણી તો પત્નીએ ભીષ્મપિતામહ સાથે કરેલી પોતાની સરખામણી પર નિર્લેપ રહીને મલક્યા.

'બા, કોઈની સાથે વેપારધંધામાં જોડાતાં પહેલાં તમારે જરા મને પૂછવું જોઈએ કે નહીં ?'

'મને તો દેવકીએ કોઈ મૂડી વિના ચેરમૅન બનાવી... પૈસાનું જોખમ હોત તો તારી સલાહ જરૂર લીધી હોત.'

ઈશ્વરભાઈને થયું કે દરેક બાબતમાં માતા તેનો પરાભવ કરે છે.

'બા, તમારી મૂડી વિના પણ એ તમારો કરોડોનો મોભો વટાવશે એનો વિચાર કર્યો તમે ?'

'દીકરા, કરોડપતિનો મોભો તારો છે, હું તો છું એક નિવૃત્ત માસ્તરની બૈરી.'

'તમને મનફાવે તેમ બોલો, બા, પણ હું તમને એની કંપનીમાં જોડાવા નહીં જ દઉં.'

'તું શું કરીશ, ઈશ્વર ?'

રતનબાએ જિજ્ઞાસાવશ પુત્ર સામે જોયું.

દરમિયાન પરોઢિયાના મોકળા માર્ગ પર ઝડપથી ભાગતી રૉલ્સ-રોઇસ માહિમ વટાવીને બાન્દ્રાના હાઈવે પર ચડી ચૂકી હતી. પાંચ-સાત મિનિટમાં જ એરપૉર્ટ આવી જવાનું હતું. માને સમજાવી લેવા માટે ઈશ્વરભાઈને કોઈ યુક્તિ કે કોઈ દલીલ સૂઝતી નહોતી. ઘણી વારે વચલો માર્ગ મળી આવ્યો.

'બા, એમ કરો, તમે હરિદ્વાર-હૃષીકેશ જઈ આવો. ત્યાં સુધી તમારો આ વિચાર મુલતવી રાખજો.'

હવે કાર ખાર વટાવીને સાન્તાક્રુઝ નજીક આવી પહોંચી હતી. રતનબાને એરપૉર્ટની બત્તીઓ દેખાવા લાગી હતી. એમની પાસે જવાબ તૈયાર હતો, પણ છેલ્લી ઘડી સુધી ઉચ્ચારવા માગતાં નહોતાં.

'કેમ બોલ્યાં નહીં, બા !' તેમના મૌનને અર્ધસંમતિ સમજી લઈ ઈશ્વરભાઈએ દબાણ વધાર્યું : 'જાત્રાએ જતાં-જતાં આ રીતે દીકરાનું દિલ દૂભવવું સારું ન કહેવાય. પાછાં આવો પછી આપણે શાંતિથી વાત કરીશું... બરાબર ને, બા ?'

'બરાબર !'

કારે એરપૉર્ટનો છેલ્લો વળાંક લીધો ત્યારે એક શબ્દ ઉચ્ચારીને રતનબા અટકી ગયાં એટલે ઈશ્વરભાઈએ રાહત અનુભવી, પરંતુ રાહત વધુ વાર ટકી નહીં.

'બરાબર છે, ઈશ્વર, તું કહે છે તેમ જાત્રાએથી પાછાં ફર્યા પછી શાંતિથી વાત કરીશું... પણ હું આવું એ પહેલાં તારે એક કામ કરવું પડશે.'

'ખુશીથી !' ઈશ્વરભાઈ ઉત્સાહભેર સંમત થઈ ગયા : 'બોલો, શું કરવાનું છે મારે ?'

'મારા આવતાં પહેલાં ભવાનજીભાને ઘેર જઈ આવજે.' કારને બ્રેક વાગી એટલી વારમાં રતનબાએ વાક્ય પૂરું કર્યું : 'શરદપૂનમની રાતે એમને જે દુ:ખ પહોંચાડ્યું એ બદલ બે હાથ જોડીને માફી માગી આવજે...' કહી હળવેકથી દીકરાને તેનો જ શબ્દ પાછો આપતા પૂછ્યું :

'બરાબર ને ?'

પણ ઈશ્વરભાઈ શું બોલે ?

જેને કોઈ ન પહોંચે એને પેટના જણ્યા પહોંચે એ કહેવત રતનબાએ એક જ વાક્યમાં બદલી નાખી હતી : જેને જગત આખું ન પહોંચે તેને કદાચ જણનારી પહોંચી વળે !

*

17

નરિમાન પૉઈન્ટ પર ટાટાના એન.સી.પી.એ. થિયેટરના કમ્પાઉન્ડમાં આવેલું રંગોલી રેસ્ટોરાં યુવાન બિઝનેસમૅન અને આધુનિક ગણતા કલાકારોના મિલનસ્થાન જેવું મનાય છે. જીમીની બહેન ડૉલીને સવાછ વાગ્યે મળવા બોલાવીને નિરાલી પોતે છ વાગ્યામાં આવી જઈ છેવાડેના એક ટેબલ સામે ગોઠવાઈ ગઈ હતી. બીજે ક્યાંય નહીં અને રંગોલીમાં જ મળવાનું ગોઠવવા પાછળનું કારણ એ વખતે તો નિરાલીની સમજમાં આવ્યું નહોતું, પરંતુ અહીં બેઠા પછી તેનો તાળો મળી ગયો. પહેલી વાર જીમી સાથે પોતે જીનનો સ્વાદ અહીં જ ચાખ્યો હતો.

ચાલ જીમી, તને મારા ડૅડીનો વૈભવ ટાવર્સ દેખાડવા લઈ જાઉં કહી એ તેને પરાણે ખેંચી ગઈ હતી. ત્યારે એકવીસ માળ સુધી ચણાઈ ગયેલી એ વિરાટ ઇમારતને ફિનિશિંગ ટચ આપવાનું ચાલતું હતું. લિફ્ટમાં છેક ટેરેસ સુધી જઈને હાથમાં હાથ પરોવી બંનેએ એકવીસ માળની ઊંચાઈએથી, નમતા સૂરજના અજવાળે ઊછળતો સમુદ્ર નિહાળ્યો હતો. નિરાલીની આંખોમાં યૌવનનાં સપનાં ઉછાળા મારતાં હતાં, જ્યારે જીમીના દિલમાં મહત્ત્વાકાંક્ષાના અશ્વો થનગનતા હતા.

'શું વિચાર કરે છે, જીમી ?' લગભગ તેના કાને હોઠ અડાડીને તેણે પૂછ્યું : 'ખૂબ ઊંચાઈએ આવ્યા પછી માણસ હળવોફૂલ થઈ જાય તેને બદલે તું આમ ભારેખમ કેમ દેખાય છે, જીમી ?'

'હું વિચારતો હતો, નિરાલી ! કે એકવીસ માળની આ ઇમારતના માલિકની દીકરી મારા બે માળના મકાનમાં આવવા માટે આટલી અધીરી કેમ થઈ ગઈ હશે ?'

'કારણ કે તું એમ્બીશિયસ (મહત્ત્વાકાંક્ષી) છે - મારા ડૅડી જેવો !'

નિરાલીએ ફૂંકાતા પવનમાં ફરફરતા વાળને મુખ પરથી ખસેડી મોહક અદાથી કહ્યું હતું : 'મારા ડૅડી મુંબઈ આવ્યા ત્યારે તારી ઉંમરના હતા. તારે તો બે માળનું મકાન છે, પણ એમને રહેવા માટે મુંબઈમાં ત્યારે એક ખોલીયે નહોતી... હા, તારી જેમ મહત્ત્વાકાંક્ષાના ઘોડા પર સવાર થઈને માંગરોળથી આવ્યા હતા. મૅટ્રિકમાં ફેઈલ થયેલો એ માણસ ઘેરથી તેના ફાધરને એમ કહીને નીકળ્યો હતો કે હવે તો હું કાંઈક કરી દેખાડીને જ ગામ પાછો ફરીશ... અને જીમી, તું તો એ ઉંમરે ચેમ્પિયન જૉકી બનવાના વિનિંગ પોસ્ટની સાવ લગોલગ આવી ચૂક્યો છે.'

સાંભળીને જીમી મુગ્ધપણે હસ્યો હતો. ત્યાંથી પાછા ફરતી વખતે ટાવરની ટોચે દેખાતા વૈભવ કંપનીના ચિત્તાના પ્રતીકને જોઈ એ ઘડીભર થંભી ગયેલો.

'નહીં, નિરાલી, આ બાબતમાં તું મને તારા ડેડી સાથે નહીં સરખાવતી...' છલાંગ મારતા ચિત્તાની તગતગતી આંખોમાં દેખાતો હિંસકભાવ જોઈને તે બોલી ઊઠ્યો હતો : 'ઘોડા કરતાં ચિત્તો વધારે વેગવાન હશે એ કબૂલ, પણ ઘોડા પર સવારી કરનાર નીચે ઊતરીને પ્રેમથી તેની પીઠ થાબડી શકે છે, જ્યારે ચિત્તા પર સવાર થયેલો માણસ નીચે ઊતરવા જાય તો ચિત્તાનો જ શિકાર બની જાય.'

'તું ક્યારેક ન સમજાય એવું બોલવા લાગે છે, જીમી !'

'અને તું ક્યારેક ન સમજાય એટલું બધું ચાહવા લાગે છે, નિરાલી !'

સવાચાર વરસ અગાઉ બનેલી એ ઘટના જાણે સવાચાર મિનિટ પહેલાં બની હોય તેમ નિરાલીના ગોરા ગાલ પર લાલાશ પ્રસરવા લાગી.

'ગૂડ ઈવનિંગ, મિસ વિરાણી !' કહેતી ડૉલી તેની સામે આવીને ઊભી રહી ત્યારે ખ્યાલ આવ્યો કે સુંદર સપનું તો ઘોડાના પગ નીચે કચડાઈ ચૂક્યું હતું. એકવીસમા માળ પરથી એકાએક નીચે આવી જવું પડ્યું નિરાલીએ.

'ઓહ, ડૉલીબહેન, આવી ગયાં !'

'અંદર આવીને એન્ટ્રન્સમાંથી જ તમને અહીં બેઠેલાં જોયાં એટલે ત્યાંથી હાથ ઊંચો કર્યો, પણ તમે...'

'હું જીમીને યાદ કરતી હતી.'

ખુરસી પર બેસતાં જ જીમીનું નામ કાને પડ્યું એથી ડૉલી સહેજ ચોંકી, થોડી ખચકાઈ. પોતે મનોબળ દૃઢ કરીને આવી હતી : નિરાલી દયા કે માયા દર્શાવીને મને પિગળાવી નહીં શકે, મારા ઇરાદાને ઓગાળી નહીં શકે !

'અરે, ડૉલીબહેન, તમારી આંગળીએ શું થયું ?' ડ્રેસિંગ કરેલી જમણા હાથની આંગળી પર ધ્યાન પડતાં નિરાલીએ તેનું કાંડું પકડી લીધું : 'માય ગૉડ, તમને તો ટેમ્પરેચર (તાવ) છે !' લાગણીના આવેશમાં એ પૂછવા લાગી : 'શું વાગ્યું ? ક્યાં વાગ્યું ? આટલા તાવમાં પણ તમે ઑફિસે કેમ ગયાં ?'

'સવારે ઑફિસે જવા તૈયાર થઈ, પણ દરવાજેથી જ પાછા ફરી જવું પડ્યું.' નિરાલીએ પકડેલું કાંડું હળવેકથી છોડાવી લેતાં તેણે કહ્યું : 'કાલે ઘરમાં કાંઈક ખીલી જેવું લાગી ગયું. થોડું લોહી નીકળેલું, પણ ખબર નહીં કે તેમાં તાવ આવી જશે.'

'છતાં તમે ડૉક્ટરને દેખાડ્યું નહીં ?'

'ત્યાં જઈને જ આવી છું... ઍન્ટિસેપ્ટિકનું ઈન્જેક્શન લઈને ડ્રેસિંગ કરાવતી આવી.'

એ જ વખતે વેઈટર આવીને ઊભો રહ્યો.

'શું મંગાવીશું, ડૉલીબહેન ?' પૂછીને પોતે જ સૂચવ્યું : 'આપણે જીન પીશું ?' અને ડૉલી હા-ના કરે તે પહેલાં ઉમેર્યું : 'જીમી સાથે અહીં આવેલી ત્યારે પહેલી વાર મેં જીન ચાખેલો.'

ફરી જીમી ! વારંવાર ભાઈની યાદ અપાવતી નિરાલીની રીત ડૉલીને થોડી વિચિત્ર અને રહસ્યમય લાગી.

'એઝ યૂ લાઈક ઈટ.' કહી તેણે જીન માટે સંમતિ દર્શાવી એટલે વેઈટર ઑર્ડર લઈને હઠી ગયો અને બંને વચ્ચે ભારેખમ ખામોશી છવાઈ ગઈ.

'મને ખબર હોત કે તમને ફીવર છે તો હું જ તમને ઘેર મળવા આવી જાત ને ?'

'તમે ફોન પર જ વાત કરી નાખી હોત તો તમારે અહીં મળવા આવવું ન પડત ને !'

એટલા સંવાદ પછી ફરી બંને ચૂપ થઈ ગયાં.

જીનના બે ગ્લાસ આવ્યા, સાથે સ્નૅક્સની બે પ્લેટ આવી. બંનેએ ઊચક જીવે ચિયર્સ કર્યું અને તૂરા-ખાટા સ્વાદ સાથે નિરાલીએ જ શરૂઆત કરી :

'ડૉલીબહેન, ફૅશન શોમાં તમે કેમ મારાથી ઓળખાણ છુપાવી ?'

'કારણ કે તમારા ડૅડીની ઑફિસમાં હું મારી સાચી ઓળખાણ છુપાવીને જ જોડાઈ છું.'

ડૉલીને થયું કે એણે મને મળવા બોલાવી છે તો તડ ને ફડ શું કામ ન કરી દઉં ?

'મને ખબર હોત તો હું તમારા માટે ઊંચી પોસ્ટ અને સારા પગાર માટે ડૅડીને ભલામણ કરી શકત ને ?'

'તમારા ડૅડીની ઑફિસમાં હું પગાર માટે નથી જોડાઈ.'

નિરાલી ચોંકી : 'તો ?'

'પગેરું લેવા માટે જોડાઈ છું, મિસ વિરાણી !'

ફૅશન શોમાં મળેલી મિસ મર્ચન્ટનો તોર નિરાલીને અત્યારે સાવ જુદો જ લાગ્યો : 'શેનું પગેરું લેવા, ડૉલીબહેન ?'

'મારા ભાઈની હત્યામાં ઈશ્વરલાલ વિરાણીનો હાથ હતો એનું પગેરું !'

સાંભળીને નિરાલી એવી ધ્રૂજી ઊઠી કે હાથમાં ઊંચકેલો જીનનો અર્ધો ગ્લાસ સહેજ છલકાયો. તેણે ડૉલીની સામે નજર માંડી તો એના શબ્દો જેવી જ વેધકતા તેની આંખમાં પણ દેખાઈ.

'તમે આ શું બોલી ગયાં, ડૉલીબહેન ?'

'જે સાંભળીને તને આઘાત લાગવો જોઈએ, પણ આશ્ચર્ય તો ન જ થવું જોઈએ.'

'જીમીની મૃત્યુનો આઘાત તો હજુ આજેય...'

'હું એ આઘાતની વાત નથી કરતી.' ઘેરથી રેસ્ટોરાં સુધી આવી ત્યારે મનમાં ઘૂંટાતી રહેલી કટુતા ડૉલીના શબ્દોમાં પ્રગટ થવા લાગી : 'દેવ જેવા લાગતા પોતાના ડૅડીને ઘાતકી તરીકે ઓળખવાનો આઘાત તો પ્રેમીના મૃત્યુ કરતાંય વધારે પીડાકારક હોઈ શકે છે.' ડૉલીએ પહેલી વાર માટે તુંકારો વાપર્યો.

'પ્લીઝ, ડૉલીબહેન !' ગ્લાસ નીચે મૂકી લાચારીના ભાવ સાથે બંને હાથ પહોળા કરતી નિરાલી બોલી ઊઠી : 'મને શાંતિથી સમજાવો તો ખરાં, જીમીના મૃત્યુ માટે કોઈ જૉકીનો પગ જવાબદાર હતો, તેમાં મારા ડૅડીનો હાથ કઈ રીતે...'

'લાખો રૂપિયા ખરચવાથી માણસનો હાથ ગમે તેટલે લાંબે સુધી પહોંચી શકે છે, નિરાલી !' કહીને પર્સમાંથી એક ચબરખી કાઢી તેની સામે ધરી દીધી : 'લે, આ વાંચ !'

પિતાને ખૂની ઠરાવે એવો કોઈ પુરાવો વાંચવાની દહેશતથી ફફડતા હૈયે નિરાલીએ ચબરખી પર નજર નાખી તો પોતાના જ હસ્તાક્ષરમાં વાંચવા મળ્યું :

-વહાલા જીમી, મારા ફાધરને આપણા સંબંધની જાણ થઈ ગઈ છે. છેલ્લી વાર માટે

મને રેસમાં જવાની રજા મળી છે. આજની ડર્બી જીતીને નંબર વન જોકી બનવાની તારી ખ્વાહિશ પૂરી થતી જોવા માટે હું આવવાની છું. બસ, પછી ઘર છોડીને તારી સાથે ચાલી નીકળવાની છું. તારી સાથેનો સંબંધ સ્વીકારવામાં મારા ડૅડીને એમનો મોભો વચ્ચે આવે છે અને એક વાર ના પાડ્યા પછી પોતાનું ધાર્યું કરવા માટે ડૅડી નિષ્ઠુર પણ થઈ શકે છે. માટે જ લખું છું, જીમી, આજની કાલ કરતો નહીં.

-તારી નિરાલી.

ચિઠ્ઠીના શબ્દેશબ્દે નિરાલીનું હૃદય ભીંજાતું ગયું. મુગ્ધાવસ્થાના એ પ્રથમ પ્રણયના સંવેદનમાં ઘડીભર તો એ ડૉલીની હાજરી પણ વીસરી ગઈ. તેના ચહેરા પરની વ્યથા નીરખીને ડૉલી દ્રવી ગઈ : મારે તેની સાથે આટલા બધા હાર્શ (કઠોર) થવું નહોતું જોઈતું.

'તમને આ ચિઠ્ઠી ક્યાંથી મળી, ડૉલીબહેન ?'

'જીમીએ જીતેલા એક કપમાંથી.'

'જીમી ડર્બી રેસમાં રાઈડ કરવાનો હતો એ દિવસે મેં આ ચિઠ્ઠી તેને મોકલેલી.'

'કોની સાથે ?'

'મારા ડ્રાઈવર સાથે.'

'અને ડ્રાઈવર મારફત જીમીને પહોંચે એ પહેલાં તમારા ડૅડીના હાથમાં આવી હશે.'

'એ તો ખબર નથી, પણ જીમી સાથે હું પરણવા માગું છું એ જાણ્યા પછી ડૅડીએ છેલ્લી વાર માટે રેસમાં જવાની મને રજા આપી હતી.'

'એટલે કે છેલ્લી વાર જીમીને જોઈ લેવાની રજા આપી હતી, એમ જ ને !' કહી ડૉલીએ ઉમેર્યું : 'તારી નજર સામે એને ઘોડા પરથી પડતો દેખાડીને તારા ડૅડી...' કંઠ રૂંધાઈ જતાં ડૉલી આગળ ન બોલી શકી.

'જીમીને ઘોડા પરથી પડતો જોઈને ચીસ પાડતી હું ત્યાં જ ફેઈન્ટ થઈ ગઈ હતી. અને ઘેર ભાનમાં આવ્યા પછી પેપરમાં વાંચ્યું કે જીમી...'

'કોઈના કાવતરાનો શિકાર બનીને દુનિયા છોડી ગયો છે.'

'નહીં, ડૉલીબહેન, છાપામાં તો એમ હતું કે બીજા જોકીની ઈર્ષાનો ભોગ બનીને ઘોડા પરથી ઊથલી પડીને ત્રીજા જ કોઈ ઘોડાના પગ હેઠળ કચડાઈ ગયો.'

'અને તેં એ માની લીધું, નિરાલી ?' ડૉલી ફરી તુંકારા પર આવી ગઈ : 'તેં પોતે એ જ સવારે ચિઠ્ઠીમાં લખ્યું હતું કે એક વાર ના પાડ્યા પછી પોતાનું ધાર્યું કરવા માટે ડૅડી નિષ્ઠુર પણ થઈ શકે છે... આવું લખનાર તને કેમ વિચાર નહીં આવ્યો કે જીમીનું કાસળ કાઢી નાખવાની નિર્દયતા તારા ડૅડીની જ હશે ? તેં એ કેમ ન વિચાર્યું કે જીમીના બ્લૅક નાઈટ ઘોડાને લાત મારનાર જોકી ચવ્હાણ કોઈના કાવતરાનો હાથો બન્યો હોય ? પ્રેમીને લખેલી ચિઠ્ઠીમાં જે યુવતી પોતાના પિતાને નિષ્ઠુર તરીકે ઓળખાવતી હોય તેને એ વિચાર પણ આવવો જોઈતો હતો કે એ નિષ્ઠુરતાનો જ જીમી ભોગ બન્યો છે. તને એવો વિચાર કેમ ન આવ્યો, નિરાલી ?'

ઊલટતપાસનો એ પ્રત્યેક સવાલ નિરાલીને વલોવી નાખતો હતો.

'ડૉલીબહેન, પોતાના પિતાને નિષ્ઠુર કહેનાર સંતાન તેને ખૂની કેમ માની લે ?'

'એ સંતાન નાદાન ન હોય તો જરૂર માની લે, નિરાલી !' કહી ડૉલીએ ખભે લટકાવેલા થેલામાંથી વૉકમૅન પ્લેયર બહાર કાઢીને ટેબલ પર મૂક્યું. પછી તેના હાથમાં હેડફોન સોંપતાં ઉમેર્યું : 'સબીનાની કારમાં બૉમ્બ ફાટ્યો ત્યારે તારા મોટા ભાઈ વૈભવને તો આવી શંકા તરત જ આવી ગઈ હતી... લે, સાંભળીને ખાતરી કરી લે.'

કહી વૉકમૅનની સ્વિચ દાબી નિરાલીના હાવભાવ એકીટશે નીરખવા લાગી.

નિરાલીને પહેલાં તો ફોનની ઘંટડી સંભળાઈ. સામેથી ફોન ઊંચકારે મધુર અવાજે *ધીસ ઈઝ હોટેલ હૉંગકૉંગ ઈન્ટરનૅશનલ* કહ્યું. તેના જવાબમાં *પ્લીઝ પુટ મિ ટુ મિસ્ટર વિરાણી...* એવું સંભળાયું કે તરત જ નિરાલી પામી ગઈ કે એ ડેડીનો અવાજ હતો અને તેમણે વૈભવભાઈ સાથે વાત કરવા મુંબઈથી હૉંગકૉંગ કૉલ જોડ્યો હતો. પિતાએ પુત્રને હૉંગકૉંગ સુખરૂપ પહોંચી જવાના ખબર પૂછ્યા તેના જવાબમાં વૈભવે કટાક્ષમાં કહ્યું કે આજકાલ ટેરરિસ્ટો તરફથી વિમાનમાં ટાઈમબૉમ્બ મૂકવાનું વધી ગયું છે એટલે તમને ચિંતા થાય એ સ્વાભાવિક છે... ત્યાં સુધી તો નિરાલીના મુખ પર ડૉલીને સ્વસ્થતા જોવા મળી. પરંતુ સબીનાની કારમાં થયેલા ટાઈમબૉમ્બના વિસ્ફોટની વાત આવી એટલે વૈભવે પિતા પ્રત્યે શંકા દર્શાવી કે કોઈએ સબીનાને મારા રસ્તામાંથી હઠાવવા માટે આ ઘાતક પગલું ભર્યું હશે એવું કેમ ન બને ? ત્યારે નિરાલી પહેલી વાર ચોંકી... પછી તો પિતા-પુત્ર વચ્ચે ચાલેલી તડાફડી સાંભળીને નિરાલીના મુખ પરથી ગુલાબી ઓસરવા લાગી. વૈભવ, તું તારા બાપને આટલો ઘાતકી માને છે ? પિતાએ ત્રાડ નાખી તેના જવાબમાં ફોન પર બોલતો વૈભવ નિરાલીને ટેપ દ્વારા સંભળાયો : ડેડી, હૈયું કઠણ કરી શકો તો સાંભળતાં પહેલાં કરી લો ! નિરાલી જેના પ્રેમમાં પડી હતી એ જૉકી જીમી ઘોડાના પગ હેઠળ ચગદાઈને કમોતે મર્યો... જીમીનું નામ કાને પડતાં જ નિરાલીની આંખોમાં આઘાતનો પહેલો અણસાર ડૉલીને દેખાયો... કૅસેટમાં વૈભવ બોલતો હતો : પોતાના સંતાનના કહેવાતા સુખ ખાતર પારકાના અસ્તિત્વને ભૂંસી નાખનાર પિતા માટે તેમનાં જ સંતાન શું વિચારતાં હશે એનો કદી તમે વિચાર કર્યો છે ખરો... એ સાંભળીને નિરાલીના કપાળે કરચલીઓ ઊપસી આવી, જડબાં તંગ થવાં લાગ્યાં, બંને હાથની મુઠ્ઠીઓ ભિડાતી ગઈ અને ત્યાં જ કૅસેટમાંથી અવાજ ગાયબ થઈ ગયો.

નિરાલીના ચહેરા પર થીજી ગયેલા આઘાત અને આક્રોશના ભાવ નિહાળી ડૉલીએ વૉકમૅન ઑફ કરી દીધું. થોડી વાર સુધી નિરાલીના મનમાં મોટા ભાઈ અને ડેડી વચ્ચેના ઉગ્ર સંવાદના શબ્દો પડઘારૂપે અફળાતા રહ્યા. એ શોરબકોર શમી ગયા પછી અચાનક તેને ભાન થયું હોય તેમ નિરાલી બોલી ઊઠી :

'તમે ટેલીફોન પર ચાલતી વાતચીતની ટેપ અડધેથી અટકાવી કેમ દીધી ? મોટા ભાઈએ ડેડીને આગળ શું કહ્યું એ મારે સાંભળવું છે, ડૉલીબહેન ?' કહી આજીજીપૂર્વક ઉમેર્યું : 'પ્લીઝ !'

'સૉરી, નિરાલી ! આ કૅસેટમાં તો તારે સાંભળવું જરૂરી હતું એટલું જ ઉતારીને લઈ આવી છું.' કહી તેના માથા પરથી હેડફોન ઉતારી લઈ, ઝડપથી વૉકમૅનને થેલામાં પાછું સરકાવી દીધું.

થોડી વાર પૂરતી બંને વચ્ચે સ્તબ્ધતા પ્રસરી ગઈ.

'તેં પૂછ્યું એટલે કહું છું, નિરાલી !' વારંવાર સાંભળેલી ટેપના શબ્દેશબ્દ ડૉલીના મગજમાં

અંકાઈ ગયો હોય તેમ એ બોલી : 'તારા ભાઈએ તારા ડેડીને કહેલું એક સેન્ટેન્સ (વાક્ય) તારા કામનું છે.'

'કયું સેન્ટેન્સ ?'

'ઈશ્વરલાલનું ધાર્યું તો ઘણી વાર થાય છે, પણ ક્યારેક ઈશ્વરનુંય ધાર્યું થતું હોય છે, ડેડી !'

સાંભળ્યું છતાં પણ નિરાલી સૂનમૂન બેસી રહી ત્યારે ડૉલી સમજી ગઈ કે નિરાલી તેનો અર્થ સમજવા પામી નથી.

'નિરાલી, આપણે હંમેશાં એમ બોલતાં હોઈએ છીએ કે ધાર્યું તો ઈશ્વરનું થાય, તેને બદલે તારા મોટા ભાઈએ સાવ ઊલટું જ કહ્યું. ઈશ્વરલાલનું એટલે કે તારા ડેડીનું ધાર્યું તો અનેક વાર થાય છે, જેમ કે તારા માર્ગમાંથી જીમીને ક્રુઅલી (ક્રૂરપણે) હટાવી દેવામાં એમનું ધાર્યું થયું... પરંતુ ક્યારેક ઈશ્વરનું એટલે કે ઉપરવાળા ખોદાઈજીનુંય ધાર્યું થાય છે, જેમ કે સબીનાની કારમાં ટાઈમબૉમ્બ ફાટ્યો છતાં સબીનાને ઈશ્વરે ઉગારી લીધી... હવે તને બરાબર સમજાયું, નિરાલી ?'

જવાબમાં નિરાલીએ હકારમાં માથું હલાવીને કહ્યું : 'હા, બધું જ બરાબર સમજાઈ ગયું.' બોલતાં-બોલતાં તેનાથી નિઃશ્વાસ નખાઈ ગયો : 'થોડી વાર પહેલાં તમે કહ્યું હતું તેમ ખરેખર હું નાદાન પુરવાર થઈ. જીમી ઘોડા પરથી પડી ગયો તેને મેં અકસ્માત માની લીધો, જ્યારે સબીનાની કારમાં ટાઈમ-બૉમ્બ ફાટ્યો તેને ત્રાસવાદીઓનું કાવતરું માની લેવા માટે મોટા ભાઈનું મન ન માન્યું.'

'અઢાર વરસની ઉંમરે નાદાન હોવું એ ગુનો ન ગણાય, નિરાલી !'

'અને અઢાર વરસની ઉંમરે પ્રેમ કરવો એ પણ ગુનો તો ન જ ગણાય, છતાં...' તેનો કંઠ રૂંધાયો. ગળું ખંખેરવા માટે પાણીનો એક ઘૂંટ પી લઈને કહ્યું : 'છતાં... મારા ડેડીએ તેને દેહાન્ત દંડ જેવો અપરાધ ગણીને જીમીનો જાન લઈ લીધો... અપરાધ મારો અને સજા એ નિર્દોષને !'

ફરી બંને વચ્ચે તંગ ખામોશી છવાઈ ગઈ. ડૉલીએ ઘડિયાળમાં જોયું, સાત વાગવામાં સાતેક મિનિટ બાકી હતી.

'ડૉલીબહેન, તમને જવાની ઉતાવળ લાગે છે... તો જતાં પહેલાં એક રિક્વેસ્ટ કરું છું. મને એ કેસેટ આપશો ?'

હવે ડૉલી ચમકીને ટટ્ટાર થઈ ગઈ.

'તું શું કરીશ એ કેસેટનું ?'

'ખબર નથી શું કરીશ... કદાચ વારંવાર સાંભળ્યા કરીને ડેડી પ્રત્યે મનમાં ધિક્કાર ઘૂંટ્યા કરીશ.'

'એ તો હું બે મહિનાઓથી ઘૂંટતી રહી છું.' ડૉલીના અવાજમાં ભીનાશ આવી ગઈ : 'જીમી પર લખેલી તારી ચિઠ્ઠી વાંચ્યા પછી ધિક્કારની મારી હું તારા ડેડીની નોકરીમાં જોડાઈ. એટલા ખાતર તો મિસિસ વાડિયામાંથી મિસ મર્ચન્ટ બનેલી હું નોશીરથી છૂટી પડીને મિઝ મર્ચન્ટ બની ગઈ... ન મિસ રહી કે ન મિસિસ !'

'ઓહ !' નિરાલીના નિસાસામાં વેદનાનો લસરકો હતો. ઘડીભર તે ડૉલીને તાકતી રહી, પછી હિંમત કરીને પૂછી લીધું :

'ડૉલીબહેન, જેને ખાતર તમારે લગ્નજીવન ત્યજી દેવું પડ્યું એનો બોલતો પુરાવો તો તમને મળી ગયો... હવે તમે એનું શું કરવા માગો છો ?'

નિરાલીની પૃચ્છાનો મતલબ ડૉલી કળી શકી નહીં. મારો પ્લાન જાણી લઈને એ ડેડીને વાકેફ કરી દેશે એવી શંકા પણ તેને જાગી નહીં.

'સમજાતું નથી કે હું એનો શું, કેવો અને ક્યારે ઉપયોગ કરીશ.' તેણે નિખાલસપણે કહી દીધું : 'પાંચ દિવસ પહેલાંનો ફૅશન શો પાંચ દિવસ પછી થવાનો હોત અથવા જે પુરાવો ગઈ કાલે મારા હાથમાં આવ્યો તે પાંચ દિવસ પહેલાં આવ્યો હોત તો...'

'તો શું કરત, ડૉલીબહેન ?'

તેનો સવાલ સાંભળીને ડૉલીના હોઠ ભિડાયા, આંખોમાં ધિક્કાર ઘૂંટાયો.

'તો શહેરના સંખ્યાબંધ મહાનુભાવો વચ્ચે સ્ટેજ પર ચડી જઈને ડર્બી રેસમાં જોકી ચડ્ઢાણે પહેરેલો બૂટ તારા દાનવીર ડેડીના મોઢા પર ફટકારીને તેના મોભાનું મહોરું ઉતારી નાખત... ત્રાડ પાડીને હું કહેત કે જુઓ, આ છે એનો અસલી ચહેરો ! આ છે મારા ભાઈનો કાતિલ !'

તેના શબ્દેશબ્દમાં ભાઈ પ્રત્યેના અપાર સ્નેહની પારાવાર વેદના હતી તેની સાથોસાથ ઈશ્વરલાલ વિરાણી પ્રત્યેનો બેસુમાર ધિક્કાર પણ છલકાતો હતો.

'ફૅશન શોનો એ મોકો ચૂકી ગયાં એથી શું થયું, ડૉલીબહેન ! થોડા વખતમાં ફરી એના કરતાં વધુ સારો મોકો તમને મળવાનો છે.'

ત્યારે માનવામાં ન આવતું હોય તેમ ડૉલી તેને તાકવા લાગી : આ છોકરી શું બોલી ગઈ !

'થોડા દિવસ પછી મારું એન્ગેજમેન્ટ (વેવિશાળ) થવાનું લગભગ નક્કી જેવું છે.' નિરાલી જાણે તેની સાગરીત બનવા માગતી હોય તેમ સમજાવતી હતી : 'એ પાકું થઈ જાય તો ડિસેમ્બર-જાન્યુઆરીમાં લગ્ન લેવાશે... અને ઉદ્યોગપતિ ઈશ્વરલાલ વિરાણીની એકની એક લાડકી ડૉટરનાં મૅરેજ કેટલી ધામધૂમથી થાય એની તો તમે કલ્પના કરી શકો છો... બસ, એ લગ્નસમારંભમાં હજારો માણસોની વચ્ચે તમે મારા ડેડીના મોં પર જોકીનો જોડો ફટકારી શકશો, ડૉલીબહેન !'

સાંભળીને પગથી માથા સુધી થથરી ઊઠી જીમીની બહેન. કોઈ પુત્રી પોતાના પિતાને આટલી હદે બેઆબરૂ કરવાનું સામે ચાલીને કહે ખરી ?

'નહીં, નિરાલી, હું વેર-તરસી છું પણ ઘાતકી નથી. બદલો લેવો હોય તો તારા ડેડી સામે, પણ એ તારા ભોગે તો નહીં જ !' બોલતાં-બોલતાં એ ગદ્‌ગદ થઈ ગઈ : 'તેં જીમી પર લખેલી આ ચિઠ્ઠી તારા જ લગ્નપ્રસંગે સૌની વચ્ચે વાંચી સંભળાવીને, હજુ શરૂ થયા પહેલાં જ તારા લગ્નજીવનમાં આગ કેમ ચાંપી શકું ?'

કહીને રૂમાલથી આંખોના ખૂણા લૂછતાં ડૉલીએ લાચારી દર્શાવી : 'સમજાતું નથી, હું શું કરવા માગું છું... ખબર પડતી નથી કે હું શું કરી શકીશ ?'

'તો પછી શં કરવું એ મારા પર છોડી દો.'

તેના એ અણધાર્યા પ્રસ્તાવે પણ ડૉલીને દ્વિધામાં નાખી દીધી. તેના બોલવામાં સંકલ્પનો

રણકો સંભળાયો. છતાં દુનિયાદારી કહેતી હતી કે પિતા-પુત્રીની લોહીની સગાઈ ગમે તેવા સંકલ્પને પાણી જેવો પાતળો કરી શકે છે.

'તમને મારી વાત પર વિશ્વાસ નથી આવતો ને ?'

'એવું નથી, નિરાલી ! પણ તું શું કરવા માગે છે એ જાણ્યા વગર...'

'શું કરીશ એ તો હુંય નથી જાણતી...'

નિરાલી નિખાલસપણે કહેતી હતી : 'હા, તમને એટલું કહી શકું કે અત્યારની ઘડીથી જ મારું મન એના જ વિચારમાં લાગી ચૂક્યું છે... તમારે ખાતર નહીં તો જીમીની યાદને ખાતર કાંઈક તો કરી છૂટવા માગું જ છું.'

'તો એ કાંઈક તારા મનમાં નક્કર આકાર પામે ત્યારે મને કહેજે... તારી વાત મારા ગળે ઊતરી જશે તો તને હું બધા જ પુરાવા સુપરત કરી દઈશ - આઈ પ્રૉમિસ !'

કહી ડૉલી બિલ ચૂકવવા માટે પર્સ ખોલવા લાગી એ જોઈને નિરાલીએ તેનો હાથ પકડી લીધો :

'પ્લીઝ, ડૉલીબહેન, તમે ભલે મારાથી મોટાં હો, પણ મેં તમને બોલાવ્યાં હતાં એટલે બિલ ચૂકવવાનો હક મારો ગણાય.' કહી વળતું વચન પણ આપ્યું :

'બીજી વખત આપણે અહીં જ મળીશું અને ત્યારે બિલ તમારે જ ચૂકવવાનું છે, બસ ?'

પૈસા ચૂકવાઈ ગયા પછી પણ છૂટાં પડવાનું મન ન થતું હોય તેમ બંને બે-ત્રણ મિનિટ બેસી રહી.

'ચાલો, હું તમને ઘેર ઉતારી દઉં.' ઊભા થતાં નિરાલીએ કહ્યું : 'એ બહાને તમારા ઘરનું ઠેકાણું પણ જાણી લઉં.'

'પેઈંગ ગેસ્ટનાં ઠેકાણાં બદલાતાં રહે છે, નિરાલી !'

*રંગોલી*નાં પગથિયાં ઊતરતી ડૉલીએ કહ્યું : 'વૈભવ ઈન્ડસ્ટ્રીઝમાં તો કાલ પછી હું ક્યારેય મળીશ નહીં. અહીંથી જતાં-જતાં વૈભવ ટાવર્સના ગ્રાઉન્ડ ફ્લૉરમાં રાખેલા કંપનીના લેટર-બૉક્સમાં આ કવર નાખતી જવાની છું.'

ડૉલીએ પર્સમાંથી કાઢેલું લાંબું એન્વલેપ જોઈને નિરાલી ચમકી : 'એમાં શું લખ્યું છે, ડૉલીબહેન ?'

'રાજીનામું.'

પ્રશ્નસૂચક દૃષ્ટિએ નિરાલી તેને તાકવા લાગી એટલે ડૉલીએ સ્પષ્ટતા કરી દીધી :

'તમારા ડેડીની કંપનીમાં જે કારણસર જોડાઈ હતી એ કામ પૂરું થયું અને તમારી સમક્ષ મારી ઓળખાણ પણ છતી થઈ ગઈ.'

'એટલા ખાતર સર્વિસ છોડી દેવાની ?' નિરાલીએ તેના હાથમાંથી રાજીનામાનું પરબીડિયું લેવાની ચેષ્ટા કરી પણ તેમાં ફાવી નહીં એટલે ઉમેર્યું : 'તમે એવું માનો છો કે ડેડી સમક્ષ હું તમારી અસલિયત જાહેર કરી દઈશ ?'

'નહીં, નિરાલી, જે માણસે મારા ભાઈનો જાન લીધો હોય એનો પૈસો મારે માટે હરામ ગણાય.' ડૉલી આવેશમાં બોલી ઊઠી : 'સર્વિસમાં જોડાયાનો આ બીજો મહિનો છે, પહેલો પગાર ચેકથી લેવાને બદલે કેશ(રોકડ)માં માગી લીધેલો... અને એ લઈને સીધી...'

ડૉલી અટકી ત્યારે નિરાલી પૂછ્યા વિના રહી ન શકી : 'એ પગારનું શું કર્યું, ડૉલીબહેન ?'

'હાથમાં આવેલા સાત હજાર ત્રણસો રૂપિયા ઘરડાઘરમાં આપી આવી અને તે પણ દયાભાવથી નહીં, વેરભાવથી !'

'વેરભાવથી ?'

'હા !' કહીને ડૉલીએ દાંત વચ્ચે નીચલો હોઠ કરડી લીધો : 'એવા વેરભાવથી કે ફરી વાર હું ત્યાં જાઉં ત્યારે સગાંવહાલાંથી ત્યજાયેલા, પરવશ અને નિઃસહાય ઘરડાંઓ વચ્ચે ઈશ્વરલાલ વિરાણી નામનો માણસ મને જોવા મળે !'

પોતાના પિતા વિષેની એ કલ્પનાએ નિરાલીને થથરાવી દીધી. ધિક્કારની આ તે કેવી પરાકાષ્ઠા ! છતાં એ કાંઈ બોલી શકી નહીં.

એ જ વખતે રેસ્ટોરાંના વિશાળ ચોગાન વચ્ચેના બગીચાનો ચકરાવો લેતી એક મોટર-સાઈકલ ડૉલીની સામે આવીને ઊભી રહી ગઈ. નક્કી કર્યા પ્રમાણે વિરાટ જાગીરદાર તેને લેવા આવ્યો હતો. બુલેટ મોટરસાઈકલની બૅક સીટ પર ડૉલી ગોઠવાઈ કે તરત જ વિરાટે મોટર-બાઈકને કીક મારી અને સડસડાટ નિરાલીની નજર સામેથી બંને અદશ્ય થઈ ગયાં.

નિરાલીને વિચિત્ર લાગ્યું. ન તો ડૉલીએ ઔપચારિકતા ખાતર પેલાનો પરિચય કરાવ્યો કે ન છૂટાં પડતાં પહેલાં *બાય બાય* કહેવાનો વિવેક સુધ્ધાં દર્શાવ્યો... આમ કેમ ?

ત્યાં એના મગજમાં ઝબકારો થયો. બુલેટ ચલાવનારને મેં અગાઉ ક્યાંક જોયો છે... ક્યાં ?

મારુતિ વન થાઉઝન્ડ સ્ટાર્ટ કરીને એ બહાર રસ્તા પર આવી ત્યાં ટ્રાફિકનું લાલ સિગ્નલ જોઈને તેના મગજમાં લીલી બત્તી થઈ :

અરે ! આ તો વિરાટ ! રાજીભાભીનો એક વખતનો બૉયફ્રેન્ડ... તો શું હવે એ જીમીની બહેનનો બૉયફ્રેન્ડ બન્યો હશે ? કે પછી નિરાલીના ડૅડી અને રાજલક્ષ્મીના સસરા ઈશ્વરલાલ વિરાણી સામે વેર વાળવા બંનેએ હાથ મિલાવ્યા હશે ?

*

સોમવારે સવારે સાડા દસ વાગ્યે *વિરામ વીલા* પહોંચી ફ્રેશ થઈને ઈશ્વરભાઈ વિરાણીએ માસ્ટર બેડરૂમની આરામચેરમાં લંબાવ્યું ત્યારે એ થોડા હતાશ હતા. રૉય શેરેટન હોટેલની વીઆઈપી ક્લબની ચેમ્બરમાં ચાર-પાંચ બિઝનેસમૅન તથા ત્રણ-ચાર પ્રતિષ્ઠિત નાગરિકો સાથે ડ્રિન્ક અને ડિનર લઈને થોડા હળવા થવાને બદલે થોડા અજંપા સાથે ઘેર પાછા ફર્યા હતા. ભારતના પ્રતિષ્ઠિત બિઝનેસ મૅગેઝિન *ઈન્ડિયન બિઝનેસમૅન* તરફથી દર વરસે દેશના ટોચના વેપારી-ઉદ્યોગપતિઓમાંથી કોઈ પણ એકને *બિઝનેસમૅન ઑફ ધ યર* ચૂંટવામાં આવે છે. એ માન આ વખતે પણ પોતે મેળવી ન શક્યા એનો વસવસો એમને સતાવી રહ્યો હતો. *બિઝનેસમૅન ઑફ ધ યર* એ કોઈ મોટો ઇલકાબ નહોતો છતાં *ઈન્ડિયન બિઝનેસમૅન* મૅગેઝિનની નજરે વર્ષના સર્વશ્રેષ્ઠ વ્યાપારીનું બિરુદ પામવું એ કાંઈ જેવું-તેવું બહુમાન નહોતું. ખરી રીતે તો આ માન તેમને ઓગણીસસો-નેવુંના શ્રેષ્ઠ ઉદ્યોગપતિ તરીકે આગલા વરસે મળવું જોઈતું હતું. પરંતુ નિર્ણાયકોની પૅનલે આદિત્ય બિરલાની પસંદગી કરી ત્યારે ઈશ્વરભાઈએ આશ્વાસન લીધું કે બિરલાનો નંબર આમ પણ મારા કરતાં આગળ છે, એટલે આ બહુમાન મારા કરતાં એમને

પહેલું મળે તો અફસોસ નહીં કરવો જોઈએ... પરંતુ ઓગણીસસો- એકાણુંનું વરસ પૂરું થવાના બે મહિના અગાઉ, આગલી સાંજે એ જ રૉય શેરેટન હોટેલમાં મળેલી પૅનલ મીટિંગમા *બિઝનેસમૅન ઑફ ધ યર* બનવામાં ફરી પોતે નિષ્ફળ નીવડ્યા એ તેમનાથી કેમ સહન થાય ? સવારે ખાનગીમાં તેમને આ વાતની જાણ થતાં જ પોતાની વગના ચાર-પાંચ બિઝનેસમૅન તેમ જ મોભાદાર માણસોને ફોન કરી *આજે સાંજે ડ્રિન્ક-ડિનર પર મળીએ તો કેમ ?* - એવું કહી તાબડતોબ પાર્ટી ગોઠવી દીધી હતી. પરંતુ જખમ પર મીઠું ભભરાવે તેમ ડ્રિન્ક લેતાં-લેતાં એક ઉદ્યોગપતિએ વિરાણીશેઠની દાવતનો અવળો અર્થ તારવ્યો : ઈશ્વરભાઈ, તમે ભલે જાહેર ન કરો, પણ નાઈન્ટીવનના *બિઝનેસમૅન ઑફ ધ યર* તમે જ થવાના એની ખુશાલીમાં આ એડવાન્સ પાર્ટી તત્કાળ ગોઠવી લાગે છે !

ત્યારે પોતે વ્યંગમાં જવાબ આપવો પડ્યો : આપણો દેશ ટ્રેડિશન(પરંપરા)માંથી ક્યારેય બહાર નહીં આવે. દાદા-પરદાદાએ સ્થાપેલા ઉદ્યોગોને તેમના વંશવારસો આગળ ધપાવે તેમને આ લોકો મહાન ઉદ્યોગપતિ ગણે છે. આપબળે ભગીરથ પુરુષાર્થ વડે શૂન્યમાંથી વિરાટ ઔદ્યોગિક સામ્રાજ્યનું સર્જન કરનાર મારા જેવાની ગણના કરવાની ક્રાન્તિકારી દૃષ્ટિ તેમનામાં હોવી જોઈએ ને ?

ત્રણ-ચાર જણાએ તેમના વિધાનને સમર્થન આપ્યું, પણ એકાદ જણે વળી જુદો સૂર કાઢ્યો :

'વિરાણીશેઠ, એમાં એવું છે ને કે તમે નથી હૉસ્પિટલો કે કૉલેજો બંધાવી કે નથી લાખો-કરોડોનાં દાન કર્યાં, એટલે માનવતાની સેવાના એટલા માર્ક્સ તમને એ લોકો ઓછા આપતા હશે...'

એવું કહેનારને પોતે સંભળાવી દીધું હતું : કંપનીની કમાણીમાંથી દાન કરવું એ કેવી સેવા અને કેવી ઉદારતા ? અરે, આ નિર્ણાયકો તો એવીય દલીલ કરે છે કે સરકાર સાથે સારા સંબંધ કેળવીને આગળ વધેલા ઉદ્યોગપતિને બેસ્ટ બિઝનેસમૅન ઠરાવી જ ન શકાય... એમને હું પૂછવા માગું છું કે કયો વેપારી એવો છે જે સરકાર સાથે સારા સંબંધ રાખ્યા વિના આ દેશમાં ટોચ પર પહોંચી શકે ? આપણા મહાન ઉદ્યોગપતિ બિરલાજી તો ગાંધીજી અને નહેરુના જમાનાથી રાજકારણીઓ સાથે સારા સંબધ રાખતા, એટલે શું એમની સિદ્ધિનું મૂલ્ય ઓછું આંકવાનું ?

છેલ્લે છૂટા પડતાં પહેલાં તેમણે એમ કહ્યું કે આવતા વરસે તો હું આ મૅગેઝિનવાળાને લખી મોકલવાનો છું : *બિઝનેસમૅન ઑફ ધ યર* માટે મારા નામની વિચારણા કરશો નહીં, નહીંતર હું બહુમાન પાછું ઠેલી દઈશ !

એટલે જ ઘેર આવ્યા પછી એમનો અજંપો ઓછો થયો નહોતો. અઢાર વરસનો એક છોકરો પોતાને ગામથી વગર ભણતરે, વગર લાગવગે કે વગર મૂડીએ આપબળે આગળ વધીને ચાલીસ વરસ પછી દર વરસે સાડાત્રણ હજાર કરોડનો વેપાર કરતો થઈ જાય, સાડાચાર હજાર લોકોને ઊંચા પગારની રોજી આપતો હોય અને લાખો શૅરહોલ્ડરોનો વિશ્વાસ સંપાદિત કરી લે એવો બીજો કોઈ ઉદ્યોગપતિ આ દેશમાં દેખાડો તો ખરા ! છતાં ચાર-ચાર વરસથી મને *બિઝનેસમૅન ઑફ ધ યર* કેમ બનાવતા નથી આ લોકો ?

એનો જવાબ તો ઈશ્વરભાઈએ પોતાની જાત પાસેથી જ લેવાનો હતો, પણ એવી આત્મખોજ શરૂ કરે એ પહેલાં જ...

'ડેડી, અંદર આવું કે ?' પૂછતી નાના પુત્ર સિદ્ધાર્થની પત્નીએ બેડરૂમમાં પ્રવેશ કર્યો. પત્નીની ગેરહાજરીમાં પુત્રવધૂ કાંઈ જોઈએ છે એવું કદાચ પૂછવા આવી હશે એમ માન્યું, પણ નાઈટગાઉનમાં આવેલી રાજલક્ષ્મી તો કાંઈક કહેવા આવી હતી : 'આજે હરદ્વારથી મમ્મીનો ફોન હતો કે ત્રણે જણાં દિલ્હીથી એર-ટૅક્સીમાં સુખરૂપ પહોંચી ગયાં છે. હરદ્વારમાં ઠંડી બહુ છે. એ લોકો કાલ સવારે નવ વાગ્યે હૃષીકેશ જવા નીકળશે. તમારે કાંઈ કામ હોય તો ભોજપુરિયાના બંગલે ફોન જોડીને વાત કરજો એવું મમ્મી કહેતાં હતાં.'

'ઠીક છે. સવારે ફોન કરી દઈશ.' એમ કહીને તરત જ મનમાં તો નક્કી કરી લીધું કે ફોન કરવો નથી. ફોન પર કદાચ બા વતી ચારુ એમ પૂછે કે તમને બાએ કહ્યું હતું એનું શું કર્યું ? ભવાનજીભા પાસે જઈ આવ્યા ?... તો એનો જવાબ આપવાની પંચાતમાં મારે પડવું પડે.

સંદેશો આપીને ચાલ્યા જવાને બદલે રાજીવહુ હટી નહીં એટલે તેમણે પૂછવું પડ્યું : 'બીજું કાંઈ ?' છતાં એ બોલી નહીં એટલે પૂછવા ખાતર પૌત્રના ખબર પૂછી લીધા : 'ગૌરવ સૂઈ ગયો કે ?'

'ના રે ! એના પપ્પા સાથે વિડિયો ગેમ રમે છે. દરેક ગેમમાં એના પપ્પાને હરાવીને એ ખુશખુશાલ થઈ જાય છે.'

'બાપ કરતાં દીકરો સવાયો દેખાય એ સારું કહેવાય, રાજીવહુ ! તમારે તો એથી રાજી થવું જોઈએ.'

અને રાજલક્ષ્મીને બોલવાની તક મળી ગઈ :

'એમ તો, ડેડી, તમારે પણ તમારા દીકરાને સવાયા દેખાડવાનો રાજીપો લેવો જોઈએ.'

'મારો દીકરો મારા કરતાં સવાયો નીકળ્યો એમ કોઈ કહે છે ત્યારે હું કેટલો ખુશ થાઉં છું એ તમે નથી જોતાં ?'

'હું જોઉં છું, પણ એ માત્ર મોટા દીકરાની જ બાબતમાં !' રાજલક્ષ્મીએ મન મક્કમ કરીને કહી દીધું : 'માત્ર મોટો પુત્ર જ સવાયો થાય અને નાનો પાછળ રહી જાય એ વાત તમને ક્યારેય ખટકતી નથી, ડેડી ?'

આ કેવો સવાલ પૂછી બેઠી પુત્રવધૂ !

ઈશ્વરભાઈ રાજલક્ષ્મીને એકીટશે નીરખવા લાગ્યા. તેણે પૂછેલો સવાલ માત્ર અણધાર્યો જ નહીં, તેમને અણછાજતો પણ લાગ્યો. નાના પુત્રની પત્નીને સંભળાવી દેવાનું મન થયું કે મને મારા બાપે સવાયો કરી દેખાડ્યો નહોતો, સવાયા પુરવાર થવા માટે માણસમાં પોતાનું દૈવત જોઈએ, કૌવત જોઈએ... પરંતુ સિદ્ધાર્થમાં એવું દૈવત-કૌવત નથી એમ તેની પત્ની સમક્ષ બોલવામાં પોતાના જ પુત્રને નીચો પાડવા જેવું લાગ્યું, છતાં પુત્રવધૂને પ્રત્યુત્તર આપ્યા વિનાય ચાલે તેમ નહોતું.

'રાજી, આવી ચર્ચા તમે સિદ્ધાર્થ કે એની મમ્મીની હાજરીમાં ઉખેળી હોત તો...'

'એવું ક્યારેય બનાવવાનું નથી, ડેડી !' કહી દેવાનો વિલંબ જાણે સહેવાતો ન હોય તેમ રાજલક્ષ્મી ઉતાવળે બોલી ગઈ : 'સિદ્ધાર્થ એના દાદા જેવા છે. જે થાય તે ચૂપચાપ જોયા કરવું... અને મારાં સાસુને કાને વાત નાખી, પણ એ તમારા સુધી પહોંચી લાગતી નથી.'

'કઈ વાત, રાજી ?'

'ફેશન શોની રાત્રે ઘેર આવીને મમ્મીએ સિદ્ધાર્થને અને મને શાબાશી આપી, અમે ફેશન શો ઑર્ગેનાઈઝ કરવામાં લીધેલી જહેમત લેખે લાગી એવું સૌને મોઢેથી સાંભળીને મમ્મી પોરસાતાં હતાં... ત્યારે મેં એવું કહ્યું કે માણસને પ્રોત્સાહન મળે તો એ કાંઈક કરી દેખાડે !'

'સિદ્ધાર્થને હું પ્રોત્સાહન નથી આપતો એવું તમે કહેવા માગો છો, રાજી ?'

'પ્રોત્સાહન આપતા હો તો એ હજુ લોકનજરે ચડ્યું નથી.'

ઈશ્વરભાઈ સમજી ગયા : ભાગ્યે જ દલીલમાં ઊતરતી રાજલક્ષ્મી અત્યારે જીદ લઈને સામે આવી છે. એનો ઉશ્કેરાટ શમાવ્યા વિના ચાલે તેમ નહોતું.

'લોકનજરે ચડે તેવું પ્રોત્સાહન કોને કહેવાય, રાજલક્ષ્મી ?'

પૂછતી વખતે માનેલું કે પુત્રવધૂ જવાબ આપવામાં પાછી પડશે પણ એવું ન બન્યું.

'ડેડી, આપણી પાંચ કંપનીઓ ચાલે છે અને એ દરેક કંપની કયા નામે ઓળખાય છે ?'

સસરા સમજી ગયા. દરેક કંપનીને વૈભવનું નામ આપ્યું તેનું સિદ્ધાર્થની પત્નીને ઓછું આવ્યું છે. અસંતોષની આગ કાબૂ બહાર નીકળી જાય એ પહેલાં જ તેના પર પાણી છંટકારવું જોઈએ.

'ઓહ, એ અર્થમાં પ્રોત્સાહન આપવાની તું વાત કરે છે ?'

'હા, ડેડી !'

'રાજી, આપણી બધી જ કંપની એક નામે ઓળખાય તો પ્રતિષ્ઠા વધે એટલા ખાતર એવું કર્યું.'

'પરંતુ મમ્મી એવું બોલી ગયેલાં કે તારા ડેડીન વૈભવ નામ શુકનિયાળ નીવડ્યું છે એટલે બીજું નામ રાખતાં હવે ડર લાગે છે.'

'એ વાત થોડી સાચી તો ખરી, પણ...'

'પણ, ડેડી, તમે બીજું નામ રાખો નહીં ત્યાં સુધી ખબર કેમ પડે કે સિદ્ધાર્થનું નામ શુકનિયાળ નહીં નીવડે ?' કહીને રાજલક્ષ્મીએ ઉમેર્યું પણ ખરું : 'લોકો માત્ર કંપનીના નામ સામે જ નથી જોતા. ખરેખર તો શૅરહોલ્ડર્સ એવો વિચાર કરીને કંપનીમાં મૂડીરોકાણ કરે છે કે વૈભવ એટલે ઈશ્વરલાલ વિરાણીની કંપની !'

'તારી એ વાત પણ સાચી.' ઈશ્વરભાઈએ આ દલીલ સત્વર સ્વીકારી લીધી :

'ભવિષ્યમાં નવી કંપની સિદ્ધાર્થના નામ સાથે ચાલુ કરીશું, બસ ?'

'થેન્ક્સ, ડેડી ! બાને મેં એ જ વાત તમારા કાને નાખવા કહેલું... ફ્લોટિંગ હોટેલની નવી કંપની શરૂ થાય છે તેને સિદ્ધાર્થનું નામ આપવા માટે ડેડીને સમજાવો.'

'ફ્લોટિંગ હોટેલ સાથે ?' ઈશ્વરભાઈનો અવાજ ઊંચો થયો, પણ રાજલક્ષ્મી ડગી નહીં.

'કેમ, એમાં શું વાંધો છે, ડેડી ? હોટેલનો પ્રોજેક્ટ ભલે ફાઈનલ થયો, પણ નામ હજુ ક્યાં જાહેર થયું છે ?'

હવે ઈશ્વરભાઈને થયું કે પોતે જેમ નમતું જોખે છે તેમ પુત્રવધૂ જોર પકડે છે. તેમણે જરૂર કરતાં વધારે જોરથી માથું ધુણાવ્યું.

'ફ્લોટિંગ હોટેલનું નામ વૈભવ-તેજ નક્કી થઈ ચૂક્યું છે. એમાં હવે ફેરફારને કોઈ અવકાશ નથી.' કહી વિદાય આપતા હોય તેમ ઉમેર્યું : 'ગૂડ નાઈટ, રાજી ! જઈને સૂઈ જાઓ. મને પણ ઊંઘ આવે છે.'

ઈશ્વરભાઈનું એ *ગૂડ નાઈટ* રાજલક્ષ્મીને *ગેટ આઉટ* જેવું લાગ્યું, છતાં ચાલતી પકડવાને બદલે સસરાને તાકતી સ્થિર ઊભી રહી ત્યારે ઈશ્વરભાઈને તેની એ જીદ બહુ ખટકી હોય તેમ બોલી ઊઠ્યા :

'તમારા પિતા લક્ષ્મણભાઈ જીવતા હોત તો કદાચ તમને શિખામણ આપત કે વેપાર-ધંધાની વાતોમાં ઘરની વહુઓ માથું મારે તે સારું ન કહેવાય.

હવે રાજલક્ષ્મીએ ઊંડો શ્વાસ લઈને બહાર છોડ્યો ત્યારે તેના નસકોરાં ફૂલી ગયાં.

'સસરાજી, અત્યારે મારા પિતાને યાદ કરીને તમે મારું મોં ખોલાવ્યું. આપને યાદ હશે કે એ જ લક્ષ્મણદાસ ગોરધનદાસ મહેતાએ તમારી વૈભવ પોલિયેસ્ટર કંપનીને શૅરબજારના દરિયામાં તળિયે બેસી જતી બચાવવા માટે પોતાની તમામ મૂડી હોમી દીધી હતી. સાડાસાત વરસ પહેલાં વૈભવના પાંત્રીસ લાખના શૅર ખરીદી લીધા અને ભાવ ગગડી જઈને સત્તર લાખ સુધી નીચે ગયા ત્યારે એમને પહેલો હાર્ટ-એટૅક આવ્યો હતો. એ વખતે સત્તર લાખ રોકડા કરી લઈને મરતાં પહેલાં હાથ જોડીને મારી હાજરીમાં તમને વીનવ્યા હતા કે તમે શૅર વેચવા કાઢશો તો *વૈભવ* ફરી ક્યારેય બેઠી થશે નહીં, હું જિંદગીમાં ફરી ઊભો થઈ શકીશ નહીં.'

'તમે એ યાદ કરાવ્યું છે તો હું પણ તમને યાદ કરાવું, રાજલક્ષ્મી ! કે તમારા પિતાના મન પરથી એકની એક પુત્રીના ભવિષ્યનો બોજ હળવો કરવા માટે મેં એને મારા પુત્ર સાથે પરણાવવાની એટલી જ સજ્જનતા દાખવી હતી.'

'હા, ડૅડી, એ વખતે તમે એમ પણ કહેલું કે રાજી અને સિદ્ધાર્થ વચ્ચે મનમેળ તો છે જ, તેમાં મારે તો લક્ષ્મી જેવી રાજલક્ષ્મી પુત્રવધૂ થઈને આવશે તેની સાથોસાથ લક્ષ્મી પણ લઈને આવશે.'

રાજલક્ષ્મી જુસ્સાભેર બોલતી રહી :

'ડૅડી, મારાં લગ્નને છ વરસ થયાં છતાં મેં ક્યારેય પિતાની એ મૂડીને મારી અંગત મૂડી સમજીને તમારી પાસે હિસાબ સુધ્ધાં માગ્યો નથી... અને આજે આટલાં વરસે મારા પતિ કે જે તમારા પુત્ર પણ છે, તેમનું નામ એક કંપની સાથે જોડવાની વિનંતી કરી ત્યારે...'

'રાજી, તમે હવે બોલવાનું બંધ કરશો ?' ઈશ્વરભાઈ આરામખુરસીમાંથી ઊભા થઈ ગયા. એક તો બહારથી અજંપો લઈને આવ્યા હતા, તેમાં પુત્રવધૂએ પડતીના દિવસો યાદ કરીને સંતાપ ઉમેર્યો એટલે એમનો અહંકાર ઊછળી પડ્યો :

'સાંભળી લો, રાજલક્ષ્મી, તમે તમારા પિતાશ્રીની પાંત્રીસ લાખની મૂડી લઈને જેનાં પુત્રવધૂ બન્યાં એ ઈશ્વરલાલ વિરાણી આજે પાંત્રીસસો કરોડનું વાર્ષિક ટર્નઓવર કરતી કંપનીઓના માલિક છે...' બોલતાં-બોલતાં એ ક્રોધથી હાંફતા હતા : 'અને હવે મારા પુત્રને પરણનારી કન્યા પાંત્રીસ લાખ તો શું પાંત્રીસ કરોડ લઈને આવનારી હશે.'

સાંભળીને રાજલક્ષ્મી સમસમી ગઈ. પરણીને આવ્યા પછી આજ સુધીમાં ક્યારેય પુત્રવધૂ

તરીકે શ્વશુરની આમન્યાનો ભંગ નહીં કરનાર રાજલક્ષ્મીએ જે કહેવું નહોતું એ જીભ પર આવી ગયું :

'સસરાજી, પાંત્રીસ કરોડ લઈ આવનાર પુત્રવધૂ થઈને આવે તેમાં મને કોઈ વાંધો હોઈ શકે નહીં... પરંતુ તમને સખત વાંધો છે એટલે કહું છું : સબીના આ ઘરમાં પુત્રવધૂ થઈને આવશે ત્યારે કેટલા કરોડ લઈને આવવાની એની તો ખબર નથી, પણ એના પેટમાં અથવા તો કાખમાં તમારા વંશજને લઈને આવશે એ વાત નક્કી છે.'

'રા...જી !'

પુત્રવધૂનાં એકએક વેણ હૈયે ભોંકાયાં હોય એવા આક્રોશ સાથે ઈશ્વરભાઈ ચાર ડગલાં ધસીને રાજલક્ષ્મીની સાવ લગોલગ આવી ગયા છતાં રાજી તસુભાર પણ પાછળ હટી નહીં.

'આઈ એમ સૉરી, ડૅડી ! હું તમને દુઃખ પહોંચાડવા માટે આવું બોલી નથી. જે જાણું છું એ કહ્યું છતાં તમને ખાતરી ન થતી હોય તો રૉય શેરેટન હોટેલનો ફોન જોડી, સ્વીટનો નંબર નવસો-નવ્વાણું માગીને વૈભવભાઈને પૂછી જુઓ... ત્યાં એ એકલા જ છે કે પછી મેં હમણાં જે કહ્યું એ સાચું પાડવાના હેતુથી કોઈને સાથે લઈને ગયા છે ?'

માત્ર અનુમાન કરીને બોલનાર માણસના શબ્દોમાં આત્મવિશ્વાસનો આવો રણકો ન હોય એ ઈશ્વરભાઈએ સ્વીકારી લેવું પડ્યું. કદાચ રાજલક્ષ્મીની એ ચેતવણી પણ સાચી હોય કે વૈભવ-સબીના સંબંધમાં એટલી હદે આગળ વધી ગયા પછી સબીનાને વિરાણીકુળના વંશજ સાથે આ ઘરમાં આવતી રોકવા માટે પોતે સમર્થ જ રહે નહીં.

ઈશ્વરભાઈને એ જ્ઞાન થયું ત્યારે રાજલક્ષ્મી તેમની સામે નહોતી. તેમના મન પર સંતાપનો પહાડ મૂકીને એ ચાલતી થઈ ગઈ હતી, નહીંતર તેને પૂછી શકાત કે તને આટલી બધી જાણ ક્યાંથી થઈ ?

'હવે શું કરવું ? પેલો ચિનુ ચોક્સી વૈભવની બધી જ બાબતથી પોતાને વાકેફ રાખવાનું કહીને ગયા પછી મોં દેખાડતો નથી અને પોતે ઊંઘતા ઝડપાઈ ન જાય એ માટે રાજલક્ષ્મી સાવધ કરી ગઈ ! *તમને ખાતરી ન થતી હોય તો રૉય શેરેટન હોટેલના સ્વીટ નંબર નવસો-નવાણુંમાં ફોન કરી જુઓ...* રાજલક્ષ્મીના એ પડકારે તેમની સ્વસ્થતા હરી લીધી અને સાચે જ તેમણે રૉય શેરેટનનો નંબર જોડ્યો, સામેથી રીસીવર ઊંચકાયું એટલે રુઆબથી કહ્યું : 'પુટ મી ટુ નાઈન-નાઈન-નાઈન.' સામા છેડે ખટકાટભર્યું મૌન રહ્યું એટલે ભારપૂર્વક કહ્યું : 'હું જાણું છું, માય સન મિસ્ટર વિરાણી ત્યાં છે. હું સિનિયર વિરાણી બોલું છું અને ઈટ્સ વેરી અર્જન્ટ.'

આઈ. એમ. વિરાણીના તકાદાને તાબે થયા વિના ચાલે તેમ ન હોય એવી ચીવટથી હોટેલની ઑપરેટરે નવસો-નવાણુંમાં લાઈન આપી દેવી પડી. વૈભવ ફોન ઊંચકે એટલે તેને સીધું જ પૂછી લેવા માટે ઈશ્વરભાઈના હોઠ અધીરા થયા હતા : ત્યાં તારી સાથે કોણ છે ? અત્યારે રાત્રે સાડાઅગિયાર વાગ્યે એ બાઈના સહવાસમાં રહેવાનો અર્થ એક જ કે... પરંતુ સામેથી લાઈન મળી ત્યારે વૈભવને બદલે સ્ત્રીના કોમળ અવાજમાં સાંભળવા મળ્યું : 'હેલ્લો !'

ઈશ્વરભાઈના હોઠ ભિડાઈ ગયા : સબીનાએ પોતે જ ફોન ઊંચક્યો ? પહેલાં તો લાઈન

કાપી નાખવાનો વિચાર ધસી આવ્યો, પણ એ બાઈ પોતે જ સામે આવી છે તો એને કહી દેવાનો મોકો શું કામ જતો કરવો ?

'વૈભવ ત્યાં છે ?'

'જી હા, અંદર રૂમમાં છે. (કપડાં) ચેન્જ કરે છે. એમને લાઈન આપું ?'

'ના, મારે તારી સાથે જ વાત કરવી છે, સબીના !' કહીને સત્વર પરિચય આપ્યો : 'હું વૈભવનો ડેડી બોલું છું.'

'એ તો આપના અવાજ પરથી પારખી ગઈ.' સબીનાના બોલવામાં કોઈ જ થડકો નહોતો : 'આપે મને વાત કરવાને લાયક સમજી એ માટે શુક્રિયા, વિરાણીજી !'

તેની એ ફિલ્મી સ્ટાઈલ ઈશ્વરભાઈને કઠી છતાં વેપારીની ઠાવકાઈથી પૂછી લીધું : 'છોકરી, તારી પ્રાઈસ શું છે ?'

'કેમ, આપ કોઈ ફિલ્મ બનાવવા માગો છો ?' સબીના સમજી ગઈ હોવા છતાં અજાણ રહીને બોલતી હતી એ ઈશ્વરભાઈને સમજાઈ ગયું : '*સમર્પણ* ફિલ્મમાં કામ કર્યા પછી મારી પ્રાઈસ આઠ લાખમાંથી અગિયાર લાખ પર પહોંચી ગઈ હોવાનું ફિલ્મ મૅગેઝિનવાળા લખે છે.'

'હું ફિલ્મમાં કામ કરવાની પ્રાઈસનું નથી પૂછતો.' એમ કહ્યા પછી ઈશ્વરભાઈને થયું કે વિનાકારણ આવી સ્પષ્ટતા કરી. જે કહેવાનું છે તે સાફસાફ જ બોલી નાખવું જોઈએ.

'મેં તને પૂછ્યું કે વૈભવના માર્ગમાંથી ખસી જવાનું તું શું લઈશ ?'

'ઓહ !' હવે સબીનાના અવાજમાં આઘાતનો પડઘો સંભળાયો : 'વિરાણીશેઠ, આપ તો અબજોપતિ છો, શું આપી શકશો મને ?'

'તું માગી તો જો !'

'શેઠજી, તમારે એવી કોઈ બૅન્કમાં ખાતું છે જે સુખ, શાંતિ અને સંતોષ આપી શકે ?'

'ફિલ્મી ડાયલૉગ બોલવાનું બંધ કર.'

'ફિલ્મી ડાયલૉગની શરૂઆત તો આપે કરી હતી, વૈભવના ડેડી !' એ શબ્દો સાથે સબીનાનો નિઃશ્વાસ પણ તેમના કાને અફળાયો : 'તમે માગવાનું કહ્યું જ છે તો એક વચન આપો.'

'કેવું વચન ?'

'ફરી ક્યારેય આવી સોદાબાજીની વાત નહીં ઉચ્ચારવાનું વચન !'

ઈશ્વરભાઈના દાંત ભીંસાયા એટલી વારમાં સબીનાએ ઉમેરી દીધું :

'અને બીજી વાત. તમારો ફોન હતો એની જાણ વૈભવને હું કરીશ નહીં... તમને પણ વિનંતી કરું છું, આ રીતે ફોન કરીને આપ આપના પુત્રની નજરે નીચા દેખાવાની ચેષ્ટા ફરી કરશો નહીં, પ્લીઝ !'

એ શબ્દો સાથે જ ફોન કપાઈ ગયો અને ઈશ્વરભાઈ જડવત્ બની ગયા.

*

18

'ઓહ ગૉડ !' એવા ઉદ્‌ગાર સાથે ફોન મૂકી દઈ સ્પ્રિંગની જેમ પલંગમાંથી ઊછળતી નિરાલીએ ડ્રેસિંગ-ટેબલના દર્પણમાં જોઈ લઈને વાળ ઠીકઠાક કરી, પર્સને ખભે લટકાવીને સડસડાટ ચાલતી પકડી. *વિરામ વિલા*ના પહેલા માળે પાર્ક કરેલી મારુતિ વન થાઉઝન્ડ સ્ટાર્ટ કરીને પવનવેગી ઘોડી પર અસવાર થઈ હોય તેમ પુરઝડપે ગેટ બહાર નીકળી ગઈ ત્યારે દરવાજે ચોકી ભરતા સિક્યુરિટીના બંને સંત્રીઓ દંગ રહી ગયા. એમણે શેઠની દીકરીને આટલી ઝડપે ગેટમાંથી કાર ભગાવતી અગાઉ ક્યારેય જોઈ નહોતી.

'નિરાલી, મને પ્રૉમિસ આપ કે આજ પછી ટાઉનમાં ચાલીસથી વધારે સ્પિડમાં કાર ચલાવીશ નહીં.'

ત્રણેક વરસ પહેલાં મરીન ડ્રાઈવ પર, આગળની કારને ઓવરટેક કરવા જતાં નિરાલી એક જોખમી ઍક્સિડન્ટમાંથી ઊગરી ગયેલી ત્યારે ઈશ્વરભાઈ વિરાણીએ ઠપકો આપવા સાથે પુત્રી પાસેથી માગી લીધેલું વચન આજે નિરાલી તોડી રહી હતી. જોકે ચાર દિવસ અગાઉ *રંગોલી રેસ્ટોરા*માં જીમીની બહેન ડૉલીને મળ્યા પછી નિરાલીને મન પિતાના ઠપકા કે વચનનું કોઈ મૂલ્ય રહ્યું નહોતું. હવે તો જાણે ડેડીની પ્રત્યેક શિખામણ સામે વિદ્રોહ કરવાનું ઝનૂન જાગ્યું હતું. દરેક પુત્રી તેના પિતાને પ્રેમાળ માણસ માનતી હોય છે અને માતાને મમતાની મૂર્તિ ગણતી હોય છે. પરંતુ ચાર દિવસથી હૃદયમાં ઘૂંટાતી આક્રોશની લાગણીને લીધે નિરાલી તેના ડેડી સામે સ્થિર નજરે જોવાનું પણ ટાળતી રહી હતી.

જીમીની હત્યા માટે જવાબદાર મારા ડેડીને શું સજા કરવી એ મારા પર છોડી દો એવું ડૉલીને કહી તો દીધું, પણ ઘેર આવ્યા પછી તેની મતિ મૂંઝાઈ ગઈ હતી. ખરેખર પોતે પિતાને સજા કરવા માગતી હતી કે પછી વેરની વસૂલાત માટે ગમે તે કરી છૂટવા તૈયાર થયેલી જીમીની બહેનના ખુન્નસ સામે ડેડીનું રક્ષણ કરવા માગતી હતી ? *રંગોલી રેસ્ટોરા*માં છૂટાં પડતી વખતે ડૉલીને પેલા વિરાટની બાઈક પાછળ બેસીને જતી જોયા પછી પહેલો વિચાર તો તેને એ આવ્યો હતો કે એ બંને એક થઈને મારા ડેડી સામે બદલો લેવા તૈયાર થયાં હોય તો-તો એમને સાથ આપીને હાથો બનવાને બદલે હું ડેડીની પડખે ઊભી રહીશ... પરંતુ એમ કરવાથી જીમીના

મૃત્યુ માટેની નૈતિક જવાબદારીમાંથી ન તો પિતા છટકી શકે તેમ હતા કે ન પોતે એ દુર્ઘટનાનું નિમિત્ત મટી શકે તેમ હતી. તો પછી મારે કરવું શું ?

ત્યારે નિરાલીને દાદીમાના શબ્દો યાદ આવી ગયા હતા. નાના પુત્રને થતા અન્યાય સામે મોટા પુત્રનું ઘર છોડી જતી વખતે એ બોલી ગયાં હતાં : 'ઈશ્વર, કોઈ મા પોતાના જણ્યાને ગમે તેટલી આકરી સજા કરવા માગે તોપણ એનું અહિત કે એના વિનાશનો કદાપિ વિચાર કરે નહીં. પરંતુ માની મમતાના એક હિસ્સાને જડ બનાવી દઈ એ તેના પુત્રને ત્યજી તો દઈ શકે ને ? એટલે હું જાઉં છું અને કહેતી જાઉં છું કે જ્યારે-જ્યારે તને તારી આ માતા યાદ આવશે ત્યારે નાના ભાઈ પ્રત્યે આચરેલા અન્યાયનો કાંટો તારા હૈયાને ખોતરતો રહેશે અને એ જખમ પર વહાલભર્યો હાથ પસવારવા માટે એ વખતે તારી બાજુમાં તારી આ મા નહીં હોય...'

પરંતુ એક પુત્રી તેના પિતાને આ પ્રકારે સજા ક્યાંથી કરી શકે ? તેણે તો પિતાનું ઘર ત્યજીને સાસરે જવાનું જ હોય છે. તો પછી મારે શું કરવું ? ભાલાની જેમ ભોંકાતા આ સવાલે નિરાલીને એટલી હદે બેચેન બનાવી દીધેલ કે હૉંગકૉંગથી રોજ રાત્રે આવતા કૉલમાં ચન્દ્રકુમાર સાથે એ ઉમળકાભેર વાત સુધ્ધાં કરી શકતી નહીં. તેના આ ઠંડા વલણથી મૂંઝાઈ ગયેલા ચન્દ્રકુમારે એક વાર ટકોર પણ કરી હતી : નિરાલી, મારા ઈન્ડિયા આવવાના દિવસો નજીક આવતા જાય છે ત્યારે તારો ઉત્સાહ ઓસરતો જતો હોય એવું હું કેમ ફિલ કરું છું ? એનીથિંગ રૉંગ ? તેં કે તારા ઘરનાંએ આપણો સંબંધ બાંધવા અંગે વિચાર તો નથી બદલ્યો ને ? - આટલી હદે ચન્દ્રકુમારે કહી નાખ્યું ત્યારે પોતે ભૂલ સુધારી લેવી પડી હતી : નહીં, ચન્દ્ર ! રખે એવું વિચારતો. ઑન ધ કૉન્ટ્રરી, મારા સહિત સૌ કોઈ તારા આવવાની આતુરતાથી રાહ જોઈ રહ્યાં છે... હા, આજકાલ હું થોડી અપસેટ છું, પણ એનું કારણ જુદું જ છે. તું અહીં આવીશ એટલે કહીશ.

આમ કહેતાં તો કહેવાઈ ગયું, પણ પછી તરત જ નિરાલીને વિચાર આવી ગયેલો કે ચન્દ્રકુમારને જીમીવાળી વાત કરવી ખરી ? ડેડીએ તેની હત્યાનું કાવતરું ઘડ્યું હતું એ વાત કદાચ ન કહું, પણ જીમી પ્રત્યે હું આકર્ષાઈ હતી એવો એકરાર કરી દેવાનું તો તેને જરૂરી લાગ્યું હતું. પરંતુ એ તો અઠવાડિયા પછી ચન્દ્રકુમાર હૉંગકૉંગથી આવે ત્યારની વાત છે, એ પહેલાં અત્યારે ડૉલીને હું શું જવાબ આપીશ ? ચાર દિવસથી મેં એનો સંપર્ક નથી કર્યો એટલે તેણે માની લીધું હશે કે ડેડીની વિરુદ્ધ જઈને હું તેને સાથ આપવા માગતી નથી. કદાચ આ ચાર દિવસમાં વિરાટ સાથે મળીને તેણે ડેડી સામે વેરની વસૂલાત માટે કોઈ પ્લાન ઘડી કાઢ્યો હશે તો ? ના, એ બંનેને હું એક તો નહીં જ થવા દઉં.

એવા મક્કમ ઇરાદાથી નિરાલીએ સવારે દસ વાગ્યે ડૉલીને ઘેર ફોન જોડ્યો ત્યારે એને પેઈંગ ગેસ્ટ રાખનાર લૅન્ડ-લેડી તારાબાઈએ એટલું જ કહ્યું કે મિસ મર્ચન્ટ હાજર નથી, તમારો કોઈ મેસેજ હોય તો આપો... પરંતુ નિરાલીએ સંદેશો તો ઠીક, નામ આપવાનું પણ ટાળ્યું હતું. ડૉલીબહેન ક્યારે મળશે એવી પૃચ્છાના જવાબમાં પેલીએ કહેલું કે તમારું નામ જાણ્યા વગર હું કાંઈ કહી ન શકું.

ફોન મૂકી દીધા પછી તારાબાઈના આ છેલ્લા વાક્યે નિરાલીને ઉલઝનમાં નાખી દીધી.

એ બાઈ નામ જાણવાનો આટલો બધો આગ્રહ કેમ રાખે છે ? સર્વિસ છોડી દીધા પછી ડૉલી ઘેર હાજર ન હોય એ પણ તેને કંઈક વિચિત્ર લાગ્યું. કાંઈક અણધાર્યું કે અજુગતું બનવાની શંકાએ નિરાલીને અનહદ અકળાવી મૂકી ત્યારે એકાદ કલાક પછી ફરી તેણે ફોન જોડ્યો. આ વખતે 'હું મિસ વિરાણી બોલું છું' એ રીતે શરૂઆત કરીને પૂછ્યું તો તરત જ માહિતી મળી ગઈ : 'મિસ ડૉલી મર્ચન્ટને સોમવારની રાતથી કેન્ડી હૉસ્પિટલમાં દાખલ કરવા પડ્યાં હતાં. એમના જમણા હાથની આંગળીમાં સેપ્ટિક થઈ ગયું હોવાથી તત્કાલ ઑપરેશન કરીને આંગળી કાપવી પડી. નાઉ શી ઈઝ આઉટ ઑફ ડેન્જર. સવારે એમને હૉસ્પિટલમાંથી રજા મળી ગઈ અને થોડી વાર પહેલાં જ એ સાડાઅગિયારની વેસ્ટર્ન એક્સપ્રેસમાં નવસારી જવા માટે નીકળી પણ ગયાં...'

નવસારી જવા નીકળી ગઈ તેના આશ્ચર્ય કરતાં એક આંગળી કાપી નાખવી પડી એના આઘાતથી નિરાલીએ *ઓહ ગૉડ* કહીને ફોન મૂકી દીધો અને બૉમ્બે સેન્ટ્રલ પહોંચવા માટે મારુતિ મારી મૂકી. ટ્રાફિકને કારણે કોલાબાથી ઑપેરાહાઉસ પહોંચવામાં જ સવા અગિયાર વાગી ગયા ત્યાં વચ્ચે કોઈ મોરચાનું વિઘ્ન નડ્યું એટલે બીજે રસ્તે ફંટાવું પડ્યું. વર્ષોથી ટ્રેનમાં પ્રવાસ નહીં કરનારી નિરાલીએ બૉમ્બે સેન્ટ્રલની દિશા નક્કી કરવામાં જ બે મિનિટ વેડફી નાખી. સ્ટેશનના મેઈન ગેટમાં દાખલ થઈને કાર પાર્કિંગની જગ્યા શોધવાને બદલે પગથિયાં પાસે જ કાર પડતી મૂકીને એ પ્લૅટફૉર્મ તરફ ધસી ગઈ. દોડતાં-દોડતાં જ *વેસ્ટર્ન એક્સપ્રેસ કોનસા પ્લૅટફૉર્મ સે જાતી હ* પૂછી એ પાંચ નંબરના પ્લૅટફૉર્મ પર પહોંચી ત્યારે ટ્રેનને ગ્રીન સિગ્નલ મળી ચૂક્યું હતું. આટલી લાંબી ટ્રેનના કયા ડબામાં ડૉલી હશે ? - એવા વિચારથી હતાશ થઈને એ થોભી જવાનું વિચારતી હતી ત્યાં ફર્સ્ટ ક્લાસ કમ્પાર્ટમેન્ટની બારી પાસે ઊભેલો વિરાટ તેની નજરે ચડી ગયો. ગાર્ડની વિસલ સંભળાઈ ત્યારે એ ફર્સ્ટ ક્લાસના ડબાથી દૂર હતી. સવારે જૉગિંગ કરવાની પ્રૅક્ટિસ ન હોત તો ત્યાં સુધી પહોંચી પણ ન શકત. ટ્રેન સ્ટાર્ટ થઈ એ જ ક્ષણે તેણે ડૉલીના ડબાના ફૂટબૉર્ડ પર પગ મૂક્યો અને એક ઝાટકા સાથે અંદર દાખલ થઈ ગઈ. પ્લૅટફૉર્મ પરથી ડૉલીને *આવજો* કહેતા વિરાટની નજર તેના પર પડી ત્યારે એ ડઘાઈ જતો દેખાયો.

અને તેના એ હાવભાવ નિહાળીને કોણ જાણે કેમ, નિરાલીને પોતાની આ દોડધામ સાર્થક થતી લાગી હોય તેમ વિરાટ તરફ હાથ ઊંચો કરી દૂરથી તેને અંગૂઠો દેખાડવાની ચેષ્ટા કરી બેઠી. એ વખતે તેને ક્યાં ખબર હતી કે વિરાટ તેની એ ચેષ્ટાનો કેવો અર્થ કરી બેસશે ?

ફર્સ્ટ ક્લાસ કમ્પાર્ટમેન્ટની ચારચાર બર્થની ત્રણ કેબિન વટાવીને નિરાલી બે બર્થવાળા કૂપેના ઉઘાડા દરવાજે થંભી ગઈ ત્યારે અંદર એકલી બેઠેલી ડૉલી તેને જોતાં જ છળી પડી : 'અરે, નિરાલી, તું ?' તેના એ પ્રતિભાવમાં નિરાલીને વિસ્મય ઉપરાંત થોડી અસ્વસ્થતા પણ વર્તાઈ.

'ચાર દિવસ હૉસ્પિટલમાં હતાં છતાં તમે મને જાણ પણ ન કરી ?' બાજુમાં બેસી જઈ નિરાલીએ હળવેકથી તેના જમણા હાથનું કાંડું પકડી ડ્રેસિંગ કરેલી આંગળી પર નજર રાખીને ઉમેર્યું : 'તમારી આંગળી કાપી નાખવી પડી એ જાણીને મારો તો જીવ કપાઈ ગયો !'

નિરાલીના શબ્દોમાં નીતરતી લાગણી ડૉલીને સ્પર્શી ગઈ. આત્મીયભાવથી થોડી વાર તેને નીરખતી રહ્યા પછી ડૉલીને જવાબ આપવાનું સૂઝ્યું :

'મને થયું, તને શું કામ ચિંતા કરાવવી ?' પછી બીજું કારણ પણ દર્શાવી દીધું : 'તને જાણ કરવા માટે કહેવું પણ કોને ?'

'કેમ, પેલા વિરાટ જાગીરદારને કહી શક્યાં હોત.'

સાંભળીને ડૉલી ચોંકી : 'તું વિરાટને ઓળખે છે, નિરાલી ?'

'તમને એ *રંગોલી* રેસ્ટોરાંમાં લેવા આવ્યો ત્યારે મારી સાથે ઓળખાણ કરાવવાનું તમે ટાળ્યું, પણ મેં તો એને ત્યારે જ ઓળખી કાઢેલો.'

હવે ડૉલી સહેજ ભોંઠી પડી જતી દેખાઈ :

'આઈ ઍમ સૉરી, નિરાલી, પણ...'

'એ તમારા બૉયફ્રેન્ડ છે એવું કહેતાં સંકોચ થયો તમને ?'

ત્યારે ડૉલી વધારે ચોંકી : 'નહીં રે ! ખરું કારણ તો એ હતું કે વિરાટ *ગૂડ મૉર્નિંગ* ડેઈલીમાં કામ કરે છે અને...'

'અને એ દૈનિક મારા ડેડીની પાછળ પડી ગયું છે, એમ જ ને ?'

'હા !' ડૉલીએ ક્ષોભ સાથે એકરાર કરી લીધો : 'મને થયું, વિરાટનો તારી સાથે પરિચય કરાવીશ તો તું એવું ધારી લઈશ કે જીમીની હત્યાના કાવતરાની સ્ટૉરી હું *ગૂડ મૉર્નિંગ* પેપરમાં છપાવવાની પેરવીમાં છું... પણ, નિરાલી, તું એને ક્યાંથી ઓળખે ?'

ત્યારે નિરાલીએ સિફતથી વાત વાળી લીધી : 'તમે પહેલાં એ કહો, ડૉક્ટર શું કહે છે ? કપાયેલી આંગળીની જગ્યાએ આર્ટીફિશિયલ (કૃત્રિમ) આંગળી બેસાડી શકાશે ને ?'

'ડૉક્ટરને મેં એવું કાંઈ પૂછ્યું નથી, પણ તું એમ કેમ પૂછે છે, નિરાલી ?'

'કેમ ન પૂછું ?' હક્કથી બોલતી હોય તેમ નિરાલીએ સંભળાવ્યું : 'જમણા હાથની પહેલી આંગળી વિના કમ્પ્યુટર કે ટાઈપિંગનું કામ કરવાનું કેમ ફાવશે ?'

ત્યારે ડૉલીએ નિસાસો નાખ્યો : 'વરસો પહેલાં અમારું નવસારી ગામ પૂર્ણાનાં પૂરથી ઘેરાઈ ગયું હતું. પૂર વધતાં જતાં હતાં અને પાકાં મકાનો પણ ધસમસતાં પૂરની હડફેટમાં જમીનદોસ્ત થઈ જાય એવી દહેશત જાગી ત્યારે ગામના એક બ્રાહ્મણે પોતાના જમણા હાથની પહેલી આંગળી કાપી નાખીને પૂર્ણા નદીને આજીજી કરેલી કે હે મૈયા ! આ બ્રાહ્મણનું બલિદાન સ્વીકારીને હવે ખમૈયા કરો... બસ, એવું જ કાંઈક મારી બાબતમાં બન્યું લાગે છે.'

પૂર્ણાનાં પૂર સાથે ડૉલીની કપાયેલી આંગળીને શું સંબંધ એવી મૂંઝવણથી નિરાલી તેને તાકી રહી ત્યારે 'તને નહીં સમજાયું ને ?' કહેતાં ડૉલીએ ચોખવટ કરવી પડી :

'તમારા હિંદુઓમાં એવી માન્યતા છે કે માણસે સંકલ્પ પાર પાડવા માટે કાંઈક બલિદાન આપવું પડે... એટલે જ આંગળી કપાયાનું મને દુઃખ નથી થતું, નિરાલી ! વેરની વસૂલાતનું મારું મિશન (ધ્યેય) પાર પાડવા માટેનું એ બલિદાન હતું.'

સાંભળીને સ્તબ્ધ બની ગયેલી નિરાલી વિસ્મયભરી નજરે તેને તાકવા લાગી એટલે ડૉલીએ વધારે સ્પષ્ટતા કરી :

'તને યાદ છે, *રંગોલી* રેસ્ટરામાં હું બોલી ગયેલી કે મારા હાથમાં વહેલો પુરાવો આવ્યો હોત તો તારા ડેડીના મોં પર જોકીનો જોડો ફટકારીને સૌની વચ્ચે તેમના ચહેરા પરથી સજ્જનતાનું

મહોરું ઉતારી નાખત... નિરાલી, જોકીના એ શૂઝ પૅરિસથી ઈમ્પૉર્ટ કરવામાં આવ્યા હતા. તેમાં એવી કરામત હતી કે ચાલુ રેસે જૉકી જમણા પગનો અંગૂઠો દબાવે એટલે તેમાંથી અણીદાર સોય ગનની કાર્ટિજની જેમ બહાર ધસી આવી બાજુવાળા ઘોડાના પડખામાં પેસી જાય.'

નિરાલી હેબતાઈને સાંભળતી રહી.

'ચાર વરસ પછી એ શૂઝમાંથી બીજી એવી સોય મળી આવી તેના ટોપકા પર મેં સહેજ આંગળી દબાવી ત્યાં મારા ટેરવામાંથી લોહની ધાર ફૂટી નીકળી.' કહી ડૉલીએ દાંત ભીંસતાં ઉમેર્યું : '*રંગોલી*માં મેં તને ખોટું કહ્યું હતું, નિરાલી, મને ખીલી નહોતી વાગી. એ ઝેર પાયેલી સોયના સહેજ- માત્ર સ્પર્શથી ચાર વરસ પછી પણ મારે આંગળી કપાવવી પડી હોય તો એ વખતે જીમીના ઘોડાની કેવી હાલત થઈ હશે ? માણસો કેટલા ઘાતકી થઈ શકે છે તેની તને કલ્પના આવે છે, નિરાલી ?'

કહી ડૉલીએ ધારદાર નજરે તેની સામે જોતાં ઉમેર્યું : 'અને એ માણસ તારા ડૅડી છે એ જાણવા છતાં તું એમને શું કરી શકવાની, મિસ વિરાણી ?'

નિરાલી શું જવાબ આપે ? હૈયું વીંધી નાખતા એ સવાલે તેની ગરદનને ઝુકાવી દીધી. એક તરફ ડૉલીના બદલાની આગ તેને દઝાડી જતી હતી, તો બીજી બાજુ પિતાના ઘાતકીપણાનો આઘાત તેને કોરી ખાતો હતો.

'દાદર આવી ગયું, નિરાલી !' તેના ખભા પર જખમી હાથ મૂકતાં ડૉલીએ કહ્યું : 'જા, ઊતરી જા... તારા ઉદ્યોગપતિ ડૅડી સાથે હિસાબ પતાવવાનું કામ હું જ પૂરું કરીશ. પિતા ગમે તેટલો ઘાતકી હોય તોપણ પુત્રી તેની સામે ઘાતકી કેમ થઈ શકે ?'

છતાં નિરાલી અવાક્ બેસી રહી. હૃદયની વ્યથા આંસુ વાટે ઊભરાઈ આવે એવી સ્થિતિ હતી, પણ મનોબળ મક્કમ કરી આંખોને ભીની થતી રોકી રાખી.

'ઠીક છે, હવે બોરીવલી ઊતરી જજે.'

દાદર છોડીને ટ્રેન આગળ વધી એટલે ડૉલીએ કહ્યું ત્યાં જ ટી.સી. કૂપેમાં દાખલ થયો : 'ટિકિટ પ્લીઝ.'

ડૉલીની ટિકિટ તપાસી લઈ ટિકિટચેકરે નિરાલી સામે જોયું એટલે તેણે પર્સમાંથી ટિકિટને બદલે પાંચસોની નોટ કાઢીને તેની સામે ધરી દીધી : 'નવસારીના ટિકિટના ચાર્જમાં પેનલ્ટીની રકમ ઉમેરીને જે થાય તે લઈ લો.'

સાંભળીને ટિકિટચેકર માત્ર મલક્યો, પણ ડૉલી ચોંકી ગઈ : નિરાલી છેક નવસારી સુધી સાથે આવે છે !

'પેનલ્ટી સાથે એકસો-બાણું રૂપિયા થાય છે.' કાગળ પર ઝડપથી હિસાબ માંડી રસીદ ફાડીને નિરાલી સામે ધરતાં કહ્યું : 'બહેન, સો-સોની નોટ હોય તો આપો ને, મારી પાસે પાંચસોના છૂટા નથી.'

'એની જરૂર પણ નથી.' નિરાલીએ કોઈ જાતના સંકોચ વિના કહી દીધું : 'તમારી પાસે છૂટા નથી તેમ મને છૂટા પૈસા લેવાની આદત નથી.'

ટી.સી. ડઘાઈને તેને જોતો રહ્યો ત્યારે નિરાલીથી સહેજ હસી જવાયું : 'આપને મારી એક જ રિક્વેસ્ટ છે. નવસારી સુધી બીજા કોઈ પૅસેન્જર આ કૂપેમાં ન આવે એવું કરજો... પ્લીઝ !'

ત્યારે ટી.સી. સંમતિસૂચક સ્મિત આપી વિદાય થઈ ગયો, પણ ડૉલી તેને નવસારી સાથે લઈ જવા સંમત ન હોય તેમ તેનો ખભો હલાવતી બોલી ઊઠી :

'નહીં, નિરાલી, તું આ રીતે મારી સાથે આવીશ તો ઘેર સૌને ચિંતા થશે.'

'ઘેર ચિંતા કરનાર બે જ વ્યક્તિઓ છે. તેમાંથી એક મમ્મી તો બહારગામ ગયાં છે અને ડેડી મારી ચિંતા કરશે એની ચિંતા તમને ન થવી જોઈએ, ડૉલીબહેન !'

નવસારી આવવાના તેના એ મક્કમ ઇશારા પાછળનો ઇરાદો ડૉલી કળી શકી નહીં. તેને સમજાતું નહોતું કે પોતે ઉદ્યોગપતિ વિરાણી સામે વેર વાળવા બહાર પડી છે તેમાં એમની આ પુત્રી સાથ આપવા માગે છે કે પછી મને એ દિશામાં આગળ વધતી રોકવા માટે નવસારી સુધી સથવારો આપવા તૈયાર થઈ છે ?

*

મારુતિ નવ થાઉઝન્ડ *વિરામ વિલા*ના ગેટમાં દાખલ થાય એ પહેલાં દરવાજે ઊભેલા સંત્રીએ તેને રોકી. કાર તો કલાક પહેલાં ગયેલી નિરાલીની હતી, પણ ચલાવનાર કોઈ અજાણ્યો માણસ દેખાયો એટલે સંત્રીએ તેને પ્રવેશ ન આપ્યો.

'આપકો કિસસે મિલના હૈ ?'

વિરાટ જાણતો હતો કે વિરામ વિલામાં દાખલ થતાં પહેલાં આ પ્રશ્ન અચૂક પુછાય છે.

'મુઝે કિસીસે મિલના નહીં હૈ. શેઠકી લડકીને યે કાર કો પહૂંચાને કો કહા, સો આયા હૂં.'

વિરાટના જવાબથી સંત્રીને એટલી તો તસલ્લી થઈ કે આવનારો અજાણ્યો ભલે હોય, કોઈ લેભાગુ તો નથી જ... છતાં અજાણ્યાને બંગલામાં પ્રવેશ આપવાની સખત મનાઈ હતી એટલે વિવેકથી કહ્યું :

'આપ કાર યહીં રખ કે જા સકતે હૈં.'

'મગર મુઝે એક સંદેશા ભી દેના હૈ.'

'કિસકો ?'

'જો ભી ઘર મેં હો ઉનકો.'

'ઘરમેં તો સિર્ફ સિદ્ધાર્થ શેઠ કી બીબીજી હૈ.' કહી સંત્રીએ ઈન્ટરકૉમની કેબિન તરફ સંકેત કરતાં કહ્યું : 'ફોન પર આપ સંદેશા દે દીજીએ.'

ઘરમાં માત્ર સિદ્ધાર્થની પત્ની રાજલક્ષ્મી જ છે એ જાણીને વિરાટની આંખોમાં આવેલી ચમક સંત્રીના ધ્યાન બહાર રહી.

'ઠીક હૈ.' કહેતો એ કારમાંથી નીચે ઊતરી ઈન્ટરકૉમની કેબિનમાં ગયો. સંત્રીએ રાજલક્ષ્મીના બેડરૂમનું બટન દબાવી ઈન્ટરકૉમનું કનેક્શન જોડ્યું.

'બીબીજી, કોઈ આદમી નિરાલીદીદી કી કાર કે સાથ સંદેશા લેકર આયા હૈ. ઉન્હી સે બાત કીજિયે.'

કહી સંત્રીએ ઈન્ટરકૉમનું રીસીવર વિરાટના હાથમાં આપ્યું. સંત્રી બે ડગલાં દૂર જાય એટલી વાર લગાડીને વિરાટ *હેલ્લા* કહ્યું ત્યાં જ સામેથી તેનો અવાજ પારખી ગયેલી રાજલક્ષ્મીનો ઉચાટભર્યો સાદ સંભળાયો : 'અરે, વિરાટ તું ?'

'હા જી !'

વિરાટે વાત શરૂ કરતાં પહેલાં સંત્રી સાંભળી ન જાય એની ચોકસાઈ કરી લીધી : 'રાજી, તારી નણંદે બૉમ્બે સેન્ટ્રલથી કાર ઘેર મૂકી આવવાનું કામ સોંપ્યું એટલે આવવું પડ્યું.'

'નિરાલીએ ? બૉમ્બે સેન્ટ્રલથી ?' રાજલક્ષ્મી ઉલઝનમાં હોય તેમ આશ્ચર્યભર્યા અવાજે ઊલટતપાસ લેવાની ઢબે પૂછતી હતી : 'કાર ઘેર મૂકી જવાનું કામ તને સોંપ્યું ?... મને તો કાંઈ જ સમજાતું નથી, વિરાટ !'

'તું સંત્રીને કહી મને અંદર આવવા દે તો તને હું બધું જ સમજાવી શકીશ, રાજી !'

'નહીં વિરાટ, એ શક્ય નથી.'

સાંભળીને વિરાટના દિલને ચોટ લાગી, પણ એ ગણકાર્યા વિના કહી દીધું : 'હજુ સુધી મેં સંત્રીને મારું નામ આપ્યું નથી. કહેતી હો તો એને કારની ચાવી સાથે મારા નામનું વિઝિટિંગ કાર્ડ આપીને કહેતો જાઉં કે વિરાણી શેઠ આવે ત્યારે તેમને આપી દે.'

'વિરાટ !'

'આઈ એમ સૉરી, રાજી !' વિરાટે અવાજમાં કટાક્ષનો અણસાર ન આવે એવી સાવચેતી સાથે કહ્યું : 'એક વાર તેં કહ્યા પછી ક્યારેય મેં લક્ષ્મણરેખા જેવી *વિરામ વિલા*ની આ હદ ઓળંગી નથી. પણ આજે અનાયાસે આવવું પડ્યું અને યોગાનુયોગ અત્યારે તું ઘરમાં એકલી છો એટલે...'

'ઠીક છે, સંત્રીને ફોન આપ.' રાજલક્ષ્મીએ નમતું જોખી દીધું : 'હું એને કહું છું, એ તને ઉપર લઈ આવશે !'

નિરાલીની મારુતિ પહેલા માળે પાર્ક કરીને વિરાટ સંત્રી સાથે લિફ્ટમાં બીજા માળે પહોંચ્યો ત્યાં સુધી આ જ મકાનમાં ત્રણેક વરસ પહેલાં રાજલક્ષ્મીએ તેને સંભળાવેલાં વેણ કાનમાં પડઘાવા લાગ્યાં : 'વિરાટ, અહીં તું પહેલી વાર આવ્યો છે તેને છેલ્લી વાર પણ ગણજે. *ગૂડ મૉર્નિંગ*માં કામ કરનારા માણસ કાં તો મારા શ્વશુરનો દુશ્મન હોય છે અથવા તો ખાનગીમાં પાળેલા કૂતરા જેવો બની રહે છે, જેને વિરાણીશેઠના રૂપિયાની નોટોનાં બિસ્કિટ ખાવા મળે એટલે પૂંછડી પટપટાવીને ચાલ્યા જાય... અને વિરાટ, તું એ બીજી કક્ષામાં ફિટ થાય એવો નથી એટલે પહેલી કક્ષાનો દુશ્મન થઈને આ ઘરથી દૂર જ રહેજે.'

સંત્રી સાથે વિરાટ ઉપર પહોંચ્યો ત્યારે રાજલક્ષ્મી તેની રાહ જોતી દીવાનખંડમાં જ બેઠી હતી. સ્વાભાવિક છે કે કોઈ અજાણ્યા માણસને એ બેડરૂમમાં તો ન જ મળે ને ?

*

'આવો, ભાઈ !'

અજાણ્યા આગંતુકને અપાય એવી આત્મીયતા વિનાના અવાજે છતાં વિનયભર્યા બે શબ્દોથી રાજીએ તેને આવકાર્યો ત્યારે હાથમાં મારુતિની ચાવીને રમાડતો વિરાટ ધારદાર સ્મિત

સાથે તેને નીરખતો રહ્યો. આ એ જ પડોશણ યુવતી હતી જે સાત વરસ અગાઉ પોતાની મોટર-સાઈકલની પાછલી બેઠક પર ગોઠવાઈને તેના બંને ખભા પર હાથ દાબી રાખી ઘેરથી કૉલેજ જવા નીકળતી અને લોકોએ માની લીધું કે વિરાટ નક્કી લક્ષ્મણદાસ ગોરધનદાર મહેતાનો જમાઈ બની જવાનો !

'બેસો ને !' રાજલક્ષ્મીને તેનું ઊભા રહેવાનું ખટકતું હોય તેમ વિવેક દર્શાવ્યો : 'નિરાલીબહેને શું સંદેશો કહેવડાવ્યો છે ?'

બેસવાનું કહેનાર રાજીએ પૂછ્યું તો એવી રીતે જાણે કહેતી હોય કે સંદેશો આપીને જલદી રવાના થઈ જા, પરંતુ વિરાટને જવાની ઉતાવળ ક્યાં હતી ?

'સંદેશો અંગત છે.' તેણે સંત્રી સાંભળે એમ જરા મોટેથી કહેતી વખતે *અંગત* શબ્દ પર વિશેષ ભાર મૂક્યો એટલે રાજલક્ષ્મીએ કમને સંત્રીને કહેવું પડ્યું : 'સજ્જનસિંહ, પાંચ મિનિટ પછી ઉપર આવજે.'

પાંચ જ મિનિટ !

આટલી ટૂંકી સમયમર્યાદા વિરાટને ખટકી છતાં સંત્રી સીડી ઊતરીને નીચે પહોંચે એટલા ખાતર અર્ધી મિનિટ ચૂપ બેસી રહ્યો.

'બોલ, વિરાટ ! મારી નણંદની મોટર મૂકવા માટે તારે કેમ આવવું પડ્યું ? એ ક્યાં છે ?'

'રાજી, તને જાણી લેવાની ઉતાવળ છે કે મને વિદાય કરવાની ?' કહી વિરાટે વ્યંગ સાથે ઉમેર્યું : 'ઘેર આવનાર મહેમાનને પહેલાં પાણીનું તો પૂછવું જોઈએ.'

'નહીં, વિરાટ, તારા જેવા નીડર અને લડાયક પત્રકારે આ ઘરનું પાણી પીવાની લાલચથી દૂર રહેવું જોઈએ.' રાજીએ પણ એવા જ વ્યંગમાં સંભળાવ્યું : 'એક વાર પાણી પીવાનું શરૂ કરીશ તો વિરાણીશેઠની લાંચ ખાવા સુધી પહોંચી જઈશ.'

'ઓહ, તને મારી એટલી બધી ચિંતા છે ? તું પણ મને તારા જેવો પોચા મનનો માને છે ?'

'પ્લીઝ, વિરાટ, તું જે કામ માટે આવ્યો છે એ સિવાયની બીજી વાત છોડ... નિરાલી તને ક્યાં મળી ? તેં એની સાથે તો દોસ્તી...'

'નહીં-નહીં, એવી ચિંત ન કરતી.' વિરાટે મારુતિની ચાવી દીવાનખંડની છત સુધી ઉછાળી ફરી એક હાથમાં ઝીલી લેતાં કહ્યું : 'લિસન, હું મારી એક ફ્રેન્ડને મૂકવા બૉમ્બે સેન્ટ્રલ ગયો હતો. ટ્રેન ચાલુ થઈ ત્યારે પ્લૅટફૉર્મ પર દોડતી આવતી નિરાલી ગાડી પકડતી દેખાઈ. મારી ફ્રેન્ડના ડબામાં જ એ ચડી અને ટ્રેન દૂર સરકતી હતી ત્યારે એ મને અંગૂઠો દેખાડતી હોય એવું લાગ્યું... બસ, એટલું જ !'

'તેં તો એવું કહ્યું કે એણે તારી સાથે કાર પાછી મોકલી !'

'એણે દેખાડેલા અંગૂઠાનો અર્થ પહેલાં તો મને સમજાયો નહોતો.' વિરાટે ફરી એક વાર ચાવીને અધ્ધર ઉછાળી લીધી : 'સ્ટેશનની બહાર નીકળ્યો તો તારી નણંદબાની મારુતિ પગથિયાં પાસે ખોટી રીતે પાર્ક કરેલી પડી હતી અને ટ્રાફિક પોલીસવાળા ગિન્નાતા બબડી રહ્યા હતા : કોણ આ રીતે કાર પાર્ક કરીને ગયું ? ચલો ટો કરકે લે જાયે... હું નજીક પહોંચ્યો ત્યારે બીજો કહી રહ્યો હતો : *ટો કરને કી કોઈ જરૂરત નહીં. કારની ચાવી અંદર જ ભરાવેલી છે.*'

'પછી ?'

'પછી શું...' રાજીની જિજ્ઞાસા વધી એથી હરખાઈને વિરાટે આગળ ચલાવ્યું : 'ચાર દિવસ અગાઉ નિરાલીને એ કારમાં મેં *રંગોલી રેસ્ટોરાં* પર જોયેલી એટલે તરત સમજાઈ ગયું કે ટ્રેન પકડવા ખાતર એ છોકરી મારુતિને આમ રેઢી મૂકીને નીકળી ગઈ છે અને મેં તક ઝડપી લીધી. ટ્રાફિક હવાલદારને મારું પ્રેસ-કાર્ડ દેખાડીને કહ્યું કે આ મારા ફ્રેન્ડની કાર છે. એને અર્જન્ટ ટ્રેન પકડવાની હતી એટલે આ રીતે કાર મૂકીને જવું પડ્યું. તમારે એની કોઈ વિધિ કરવાની જરૂર નથી. કારને હું ઠેકાણા પર પહોંચાડી દઈશ.'

કહી ફરી ત્રીજી વાર મારુતિની ચાવી હવામાં ઉછાળી લેતા વિરાટે ઉમેર્યું : 'તું તો જાણે છે, પેપરવાળાથી મોટા ઉદ્યોગપતિ પણ ભડકતા હોય પછી બિચારા ટ્રાફિક પોલીસનું શું ગજું !'

'અને પેપરવાળા ઘણી વાર વાત ઉપજાવી કાઢે છે તેમ તું કાર મૂકવાનું બહાનું ઉપજાવી કાઢીને મને મળવા આવી પહોંચ્યો, એમ જ ને !'

'મેં તો માત્ર ચાન્સ લીધો.' રાજલક્ષ્મીનું મહેણું અડ્યું જ ન હોય તેમ વિરાટે કહ્યું : 'અહીં આવ્યા પછી ખબર પડી કે મોટાં શેઠાણી બહારગામ છે અને ઘરમાં તું એકલી જ છો.'

'ઠીક છે, વિરાટ, કાર પાછી આપી જવાના તારા પરોપકાર બદલ નિરાલી વતી હું થૅન્ક્સ માની લઉં છું. હવે તું જઈ શકે છે.'

'જવું તો પડશે જ ને, રાજી !' હવે વિરાટનો અવાજ તરડાયો. ઘડિયાળમાં જોતાં તેણે કહ્યું : 'તારી પાંચ મિનિટની મુદતમાં હજુ દોઢેક મિનિટ બાકી છે... તારે એ નથી જાણવું કે નિરાલી આમ એકાએક ટ્રેન પકડીને ક્યાં ગઈ ? શું કામ ગઈ ?'

'જાણવું તો છે, જો તું એક મિનિટમાં એ કહી શકે તેમ હો તો...'

'અર્ધી જ મિનિટમાં કહી દઉં' એમ બોલીને થોડી વાર એ રાજલક્ષ્મીને નીરખતો રહ્યો. તેની દૃષ્ટિમાં વિકાર નહીં પણ લાગણીનો ચિત્કાર હતો. રાજલક્ષ્મીએ ક્યારેય તેને કહ્યું નહોતું કે એ તેને ચાહે છે છતાં એ તેના સિવાય બીજા કોઈને ચાહી જ ન શકે એવા ભ્રમમાં પોતે રાચતો રહ્યો હતો. એ ભ્રમ ભાંગી ગયા પછી પણ...

'વિરાટ, એક કામ કર. તારે જે કહેવાનું છે તે ફોન પર કહી દેજે.' તેને લાગણીવશ બનતો જોઈને રાજી સાવધ બની ગઈ : 'સંત્રી તને લેવા આવે એ પહેલાં મને એટલું કહી દે કે નિરાલીની કાર પાછી મૂકવા કોણ આવ્યું હતું એ વિશે મારે શું કહેવાનું છે ?'

'કહી દેજે કે...' વિરાટને હવે ખ્યાલ આવ્યો કે આ અંગે તો પોતે કાંઈ વિચાર્યું જ નહોતું. તેણે સત્વર બહાનું ઉપજાવી કાઢવું પડ્યું : 'કહેજે કે નિરાલીએ તેની કોઈ બીમાર ફ્રેન્ડને મૂકવા માટે નવસારી જવાનું થયું એટલે સ્ટેશન પર ભટકાઈ ગયેલા કોઈ કૉલેજ-ફ્રેન્ડને કાર ઘેર પહોંચાડવાનું કહ્યું... એ કૉલેજ-ફ્રેન્ડનું નામ તને ઠીક પડે તે આપી દેજે ને !'

'અને સંદેશો ?'

'સંદેશો એ જ કે નવસારી પહોંચીને એ ક્યારે પાછી ફરવાની છે તેની જાણ ઘેર ફોન કરીને કરી દેશે.'

'વિરાટ, આટલું તો તું નીચે ઈન્ટરકૉમ પરથી પણ કહીને પાછો ફરી શક્યો હોત.' રાજીના અવાજમાં ગભરાટ હતો : 'ઉપર આવીને મને વિનાકારણ ઉપાધિમાં...'

'એવું નહીં બોલ, રાજી ! તને ઉપાધિમાં મૂકવાનું પગલું હું કદાપિ ભરું નહીં.' વિરાટે ધરપત આપીને પૂછી લીધું : 'બાય ધ વે, રાજી ! મેં તને સબીનાવાળી માહિતી આપી એનો તેં કાંઈ લાભ ઉઠાવ્યો ખરો ?'

'લાભ ?' રાજલક્ષ્મીએ દાંતથી હોઠ કરડી લેતાં તેની સામે જોયું : 'વિરાટ, તારે શું કામ વિરાણી ફેમિલીની પંચાતમાં પડવું જોઈએ ?'

'તારું હિત મારા હૈયે છે એટલે...'

'નહીં, વિરાટ, સબીના અને વૈભવભાઈના સંબંધ પર જાસૂસી કરીને તું મારું કંઈ હિત કરે છે એવું માનતો હોય તો, પ્લીઝ, એવી પંચાત છોડી દેજે. સબીના પરણતાં પહેલાં પ્રેગ્નન્ટ થવાની છે એવી જાણ કરીને તેં મને ઉપાધિમાં મૂકી દીધી.'

'એમાં વળી તને શેની ઉપાધિ, રાજી ?'

'આવેશમાં મારાથી સિદ્ધાર્થના ડૅડી સમક્ષ એ બધું બોલાઈ ગયું. એ એટલા બધા ડિસ્ટર્બ થઈ ગયેલા કે મને બે-ત્રણ વાર પૂછ્યું : રાજી, તમને આ વાતની જાણ કોણે કરી ? તમે એવી ખાતરી સાથે મારી સામે બોલી ગયાં જાણે સબીના સાચે જ પ્રેગ્નન્ટ કે માતા બનીને આ ઘરમાં આવવાનું કાવતરું ઘડતી હોય... આટલી પાકે પાયે તમને જાણ કરનાર કોણ છે ?'

'પછી તેં તારા સસરાને શું કહ્યું ?'

'બીજું શું કહું ?' રાજલક્ષ્મીએ નિસાસો નાખ્યો : 'મારે બોલવું પડ્યું. મેં કહ્યું કે કોઈનો નનામો ફોન આવ્યો હતો. માહિતી આપનાર આપણા ફેમિલીનો કોઈ હિતેચ્છુ હોય એવી રીતે બોલતો ન હોત તો હું તમને આવું કહેત પણ નહીં.'

'અને વિરાણીશેઠ માની ગયા ?'

'વિરાટ, તું એમને ઓળખતો નથી.' એમ કહ્યા પછી રાજીએ સત્વર સુધારી લેવું પડ્યું : 'હા, વિરાટ, તું એમને બરાબર ઓળખે છે. મેં સબીનાવાળી વાત સંભળાવ્યા પછી એમણે કદાચ ઘરના ફોન ટેપ કરવા માંડ્યા હોય તો નવાઈ નહીં. એટલે જ તને કહું છું, હવે તું ભૂલેચૂકે મને ફોન કરીશ નહીં... જરૂર પડશે ત્યારે હું જ બહારથી તારો કૉન્ટેક્ટ કરીશ.'

અને પાંચને બદલે છઠ્ઠી મિનિટે સજ્જનસિંહ ઉપર આવીને ઊભો રહી ગયો ત્યારે રાજલક્ષ્મી ફરી અજનબી બની જવાની ચેષ્ટા સાથે વિરાટને વિદાય આપવા ઊભી થઈ ગઈ.

'કાર પહોંચાડવા બદલ થૅન્ક્સ ! તમારો સંદેશો હું નિરાલીના ડૅડીને આપી દઈશ, આવજો !'

કહી એ પાછા ફરીને ન જોવાની દૃઢતા સાથે પોતાના બેડરૂમ તરફ આગળ વધવા લાગી ત્યારે તેના એ નિર્ણયને બદલવા માગતો હોય તેમ વિરાટ બોલી ઊઠ્યો :

'અરે, તમે મારુતિની ચાવી તો લીધી નહીં !'

સાંભળીને રાજલક્ષ્મીના પગ થંભી ગયા, પણ ડોક તો ફેરવી જ નહીં.

'ચાવી સંત્રીને જ આપી દો ને.' પછી ઉમેર્યું : 'સજ્જનસિંહ, સાહેબને દરવાજા સુધી વળાવી આવજે અને ટૅક્સીમાં જવું હોય તો મગાવી આપજે.'

વિરાટને તેનું એ વર્તન વસમું તો બહુ લાગ્યું, પરંતુ ચૂપચાપ સહી લેવા સિવાય બીજું કરી પણ શું શકે ?

*

'એ હજુ આવ્યો કેમ નહીં ?'

કાંડા-ઘડિયાળમાં જોતા ઈશ્વરભાઈ વિરાણી બબડ્યા : 'એ બેવકૂફને મેં સવા વાગ્યે આવી પહોંચવાનું કહેલું અને દોઢ વાગવા આવ્યો છતાં...'

તેમના એ શબ્દ પર ડૉરબેલ રણકી એટલે પોતે જ દરવાજો ઉઘાડવા ઊભા થવું પડ્યું. વરસો પહેલાં વૈભવ કંપની માટે વપરાતી, મેટ્રો થિયેટર પાછળના મકાનમાં આવેલી દોઢ રૂમની અવાવરુ ઑફિસનો ઉપયોગ ઈશ્વરભાઈ અત્યંત ખાનગી કામ માટે જ કરતા અને પોતે આ જગ્યાના પ્રતાપે આગળ આવ્યા હોય તેમ એને શુકનવંતી પણ માનતા.

'કેટલી વાર લગાડી ?'

બારણું ઉઘાડી સામે ઊભેલા ચિનુ ચોક્સીને અંદર લઈ લીધા પછી ઠપકો તો આપ્યો, પણ તેનો ડાબો હાથ કપડાની ઝોળીમાં ભેરવેલો જોઈને તરત જ હમદર્દી સાથે પૂછી લીધું : 'ચિનુ, હાથે શું થયું ? આટલા દિવસ ક્યાં ગાયબ થઈ ગયેલો ?

'પેલા દલીચંદ દારૂડિયાને ચર્ચગેટ સ્ટેશને મૂકવા ગયો તેમાં હાથ ખડી ગયો.' માણસ ઠપકો આપે એ પહેલાં જ તેની સહાનુભૂતિ જીતી લેવામાં ચિનુ પાવરધો હતો. ટેબલ પાસે પડેલી બેમાંથી એક ખુરશી પર ઈશ્વરભાઈની સામે ગોઠવાતાં તેણે ડાબો હાથ પંપાળી લીધો, પછી આગળ ચલાવ્યું : 'ફૅશન શોની પાર્ટીમાં હડધૂત થયા પછી દલીચંદ ભારે ભુરાયો થયેલો. ચર્ચગેટ સુધી પહોંચી વિરારની ફર્સ્ટ ક્લાસની ટિકિટ અપાવીને શિરપાવરૂપે સો-સોની નોટ આપી તો મોટેથી બરાડી ઊઠ્યો.'

'શું ?'

'મારો વાલીડો કહે છે, તું દારૂ પીવા લઈ ગયો ત્યારે એમ ક્યાં કહ્યું હતું કે મારે તમાચો ખાવાનો છે ? તમાચાના લાવ બીજા ત્રણસો ! સાલો સસરો બૂઢો થયો તોપણ પંજાનું જોર ઓસર્યું નથી. આખું અઠવાડિયું ઠર્રો પીશ ત્યારે ભવાનજીભાના તમાચાની કળ વળશે... કહીને મારો કાંઠલો પકડી લઈ બીજા ત્રણસો પડાવવા માટે હોહા કરી મૂકી. મેં એ બદમાશને હડસેલો માર્યો તો મારા બેટાએ મને લાત મારીને ભોંયભેગો કરી દીધો. એ તો સારું થયું કે માથાને બદલે જમીન પર કાંડું અફળાયું અને હાડકામાં તિરાડ પડી એટલાથી પત્યું.'

તેની એ કથની સાંભળી દયાને બદલે શંકા ઊપજી હોય એવી ખંધાઈથી ઈશ્વરભાઈ વિરાણી તેને તાકી રહ્યા, પછી સંભળાવ્યું :

'તું તે કેવો નમાલો કે દારૂડિયાની પાટુ ખાઈને નીચે પટકાઈ પડ્યો !'

'શેઠજી, આપને ક્યાંથી જાણ હોય કે પૈસાનું ગાંડપણ વળગે ત્યારે મગતરામાં પણ મગરની પૂંછડી જેવું જોર આવી જાય છે !' કહી ચિનુએ હળવેકથી ઉમેરી દીધું :

'એને ત્રણસો રૂપિયા બાળી દીધા હોત તો મારે પ્લાસ્ટરના આઠસોનો ખાડો અને આઠ દિવસનો ખાટલો વેઠવો ન પડત ને ?'

'સાંભળ, ચિનુ, તારી એ ખોટ ભરપાઈ કરી દેવા માટે હું તને ત્રણ લાખનો ફાયદો કરાવી દઉં તો કેમ ?'

સાંભળીને ચિનુ ટટ્ટાર થઈ ગયો : 'ત્રણ લાખ !' તેના માનવામાં આવતું ન હોય તેમ ટગર- ટગર જોયા કરીને પૂછ્યું : 'શેઠજી, કોઈ નાનકડા ધંધામાં મને ભાગીદાર બનાવી આપો છો કે શું ?'

'વીસ ટકાની ભાગીદારીનું કામ છે.'

'તો-તો હું આપનો ગુલામ થઈ જવા તૈયાર છું, શેઠજી !'

'પણ અત્યંત ખાનગી કામ છે. કોઈને જાણ થવી ન જોઈએ - વૈભવને તો કોઈ સંજોગોમાં નહીં.'

'વૈભવને કહેવાનો કોઈ સવાલ જ નથી ઊઠતો, શેઠજી !' ત્રણ લાખની લાલચ ચગળતા ચિનુએ કહી દીધું : 'ફેશન શોમાં પેલા દલીચંદને લઈ આવ્યો એથી વૈભવ મારા પર ખફા છે. મેં ફોન કર્યો તો મને શું સંભળાવ્યું, ખબર છે ?'

'શું ?'

'મને કહે, પાટલીબદલુ, હવે મને તારું મોં નહીં દેખાડતો !' એવું બોલી ગયા પછી ચિનુએ પોતાનો બચાવ પણ કરી દીધો : 'હવે આપ જ કહો, શેઠજી, પૉલિટિશિયનો વારંવાર પાટલી બદલે છે તો મારા જેવા જિંદગીમાં એકાદ વખત પાટલી બદલીને પોતાનું ભલું કરવા મથે તેમાં મોં નહીં દેખાડવા જેવું મેં શું કર્યું ?'

'ચિનુ, આજકાલ તું બોલબોલ બહુ કરવા લાગ્યો છે.'

'શું કરું, એક હાથ અટકી ગયા પછી જીભ વધુ ચાલે છે.' એવા ખુલાસા સાથે પૂછી લીધું : 'બોલો, શેઠજી, મારે શું કામ કરવાનું છે ?'

ઘડીભર તો ઈશ્વરભાઈ ડગી ગયા : માણસ કાબેલ તો છે, પણ તેને આ કામ સોંપવામાં જોખમ તો નથી ને ? પરંતુ હવે પીછેહઠ કરવાનુંય ઠીક ન લાગ્યું એટલે ચિનુને આંગળી ચીંધીને કહ્યું :

'સામે પડેલી સૂટકેસ અહીં ટેબલ પર મૂક.'

દાણચોરી કરતો કોઈ બૉસ હુકમ કરે અને તેનો કેરિયર તાબેદારની અદાથી હુકમ માથે ચડાવે એટલી ઝડપે ઊભા થઈ ચિનુ ચોક્સીએ સૂટકેસ ઊંચકીને ટેબલ પર મૂકી : 'બહુ ભારે છે.'

'એક હાથે ઊંચકી ન શકાય એટલી તો ભારે નથી જ, ચિનુ !' કહી હળવેકથી ઉમેર્યું : 'માત્ર પંદર લાખ રૂપિયાનું જ વજન છે.'

ચતુર ચિનુએ ઝડપથી મગજમાં તાળો મેળવી લીધો : પંદર લાખના વીસ ટકા એટલે ત્રણ લાખ !

'બોલો, શેઠજી, મારે શું કરવાનું છે ?'

'તારે ફિલ્મના નિર્માતા બનવાનું છે.'

'હેં !'

'હા, રૂપિયા ભરેલી બૅગ લઈને આવતી કાલે રવિવારે સવારે સબીનાને બંગલે પહોંચી જજે. એ માટે આજે ફોન કરીને એપૉઈન્ટમેન્ટ માગી લેજે. ફોન પર તારું નામ ચારુ દત્ત કે એવું કાંઈક આપી દેજે.'

'પરંતુ, શેઠજી, મને ફિલ્મલાઈનનો કોઈ જ અનુભવ નથી.'

'તારે ફિલ્મ ઉતારવાની જ નથી... માત્ર રૂપિયાની આ બૅગ લઈને સબીના સુધી પહોંચી જવાનું છે. પછી...'

ઈશ્વરભાઈએ વાક્ય અધૂરું છોડ્યું એટલે ચિનુની ચટપટી વધી ગઈ : 'પછી શું કરવાનું, શેઠજી ?'

'એકાન્તમાં મુલાકાત થાય એટલે ચારુ દત્ત મટી જઈને આઈ. એમ. વિરાણીના એજન્ટ બની જઈ એ બાઈને કહેવાનું કે વૈભવના પિતાશ્રીએ પંદર લાખ રૂપિયા મોકલ્યા છે, એના દીકરાના માર્ગમાંથી હટી જવાની કિંમતરૂપે.'

ત્યારે ચિનુ ઢીલો પડી ગયો. ઈશ્વરભાઈ વિરાણીને પોતે બહુ બાહોશ માનતો હતો, પણ અત્યારે તેણે ચીંધેલું કામ સાવ બાલિશ લાગ્યું.

'પરંતુ, શેઠજી, એ સબીના આપના પંદર લાખને લાત મારશે અને મને તેના ચોકીદાર પાસે ધક્કા મરાવીને દરવાજા બહાર ધકેલાવી દેશે.'

'એ પંદર લાખ ઠુકરાવી દે ત્યાં સુધીનું બધું બરાબર છે, પણ તને ધક્કા મારીને બહાર કાઢી મૂકે એવું ન થવું જોઈએ.'

હવે ચિનુને ફરી ઈશ્વરભાઈ બાહોશ ઉપરાંત થોડા રહસ્યમય લાગવા માંડ્યા.

'શેઠજી, એ પંદર લાખ ઠુકરાવી દે પછી મારે શું કરવાનું ?'

'તારે એકી કરવાને બહાને તેના બાથરૂમમાં આ બૅગ સાથે જવાનું.' કહેતા શેઠજીએ સૂટકેસ ઉઘાડી તો ચિનુને એક સૂટકેસમાં બીજી સૂટકેસ દેખાઈ : 'બાથરૂમમાં આ ડબલ સૂટકેસ સાથે જવાનું અને અંદર ગયા પછી પૈસા ભરેલી અંદરની બૅગ બાથરૂમના માળિયામાં ચડાવી દેવાની અને આ ખાલી સૂટકેસ સાથે પાછા ફરી જવાનું.'

'પંદર લાખ રૂપિયા સબીનાના બાથરૂમના માળિયામાં મૂકવા જવા માટે...'

'પહેલાં પૂરું સાંભળી લે !' પોતાની ચાલાકી પર પોતે જ મરકતા ઈશ્વરભાઈએ કહ્યું : 'મેં બધું જ બરાબર વિચારી લીધું છે. સબીનાની બેઠકખંડના બાથરૂમમાં એક માળિયું છે એની ચોકસાઈ કર્યા પછી જ તને આ કહું છું... એટલું કામ પતે એટલે તારે સોમવારે સવારે ઈન્કમટૅક્સની ઑફિસમાં ફિલ્મ સર્કલ વિભાગના કમિશનરને જઈને કહેવાનું કે હું ઈન્ફૉર્મર (બાતમીદાર) થવા માગું છું. એ તારી પાસેથી વિગત માગશે. તારે કહેવાનું કે સબીનાના ઘરમાં તત્કાળ રેડ પાડશો તો ઓછામાં ઓછા પંદર લાખ બ્લૅક મની તો હાથ લાગશે. વધારે મળે તો તમે અને હું નસીબદાર. બસ, એટલું કહીશ એટલે ઈન્કમટૅક્સવાળા રેડ પાડશે, સબીનાના ઘરમાંથી આટલી રકમ પકડાશે અને તને બાતમીદાર તરીકે વીસ ટકા લેખે ત્રણ લાખ મળી જશે.'

વૈભવના ડેડીનો પ્લાન સાંભળીને ચિનુ વિચારમાં પડી ગયો : આવું પગલું ભરીને એ શું પરિણામ હાંસલ કરવા માગતા હશે ?

'શેઠજી, આપે કહ્યું તેમ મને ત્રણ લાખ મળશે, ઈન્કમટૅક્સવાળાને *મની* મળશે પણ આમ કરવાથી આપને શું...'

'મને શું મળશે એની તારે ચિંતા કરવાની જરૂર નથી, ચિનુ !' કોઈ પોતાને આવો સવાલ પૂછે એ વિરાણીશેઠ કેમ સહન કરી શકે ? છતાં રોષ ગળી જઈને ઠાવકાઈથી તેમણે કહ્યું :

'તારું કામ પૂરું થાય એટલે મારું શરૂ થશે, એટલામાં બધું સમજી જા.'

'સમજી ગયો, શેઠજી !' મોટા માણસોની વાત જાણવાની ઉત્સુકતા તેણે દબાવી દેવી પડી.

'શેઠજી, એક વાત પૂછ્યા વગર ચાલે તેમ નથી. આ કામ કાલે જ કરવું પડે એવું છે ?'

'કેમ, તારે એ માટે મુહૂર્ત જોવડાવવું છે ?'

'નહીં, પણ મારો હાથ...' ઝોળીમાં પરોવાયેલા ડાબા હાથ તરફ ઇશારત કરતાં ચિનુએ કહ્યું : 'કાલે પ્લાસ્ટર છોડવાનો દિવસ છે. એમાંથી છુટકારો મળે પછી પેલીને ઘેર જાઉં તો બૅગ ઊંચકવાનું અને તેના બાથરૂમના લૉફ્ટમાં સૂટકેસ ચડાવવાની ફાવટ રહે, એટલા ખાતર એક દિવસનો વિલંબ ચાલી શકે તો...'

ઈશ્વરભાઈએ ગણતરી કરી જોઈ : કાલે રવિવાર. સોમવારે ધનતેરસની સવારે ચિનુ પેલી બાઈને ઘેર બૅગ મૂકી આવીને તાબડતોબ ઈન્કમટૅક્સમાં જાણ કરે તો બીજા દિવસે મંગળવારે કાળીચૌદશની સવારે તેને ત્યાં રેડ પડે... કાળીચૌદશ કાળી લક્ષ્મી પકડી પાડવા માટે ઉત્તમ દિવસ ગણાય... અને તેના બીજે દિવસે દિવાળીની સવારનાં છાપાંમાં *સબીનાને ઘેર ઈન્કમટૅક્સની ધાડ ! બાથરૂમમાંથી હાથ લાગેલી લાખોની રકમ !* એવું મોટા મથાળે છપાય તો એ હીરોઈનની દિવાળી બરાબરની બગડી જાય !

'ઠીક છે, ચિનુ !' ખુશ થતા ઈશ્વરભાઈ બોલી ઊઠ્યા : 'આમ પણ સોમવારે ધનતેરસ છે એટલે ધન લઈને જવાનો શુભ દિવસ ગણાય... પણ એટલું યાદ રાખજે, સોમવાર ચૂક્યો તો પછી તું મારા માટે નકામો માણસ થઈ ગયો એમ સમજી લેજે !'

'એ માટે આપ બેફિકર રહેજો, શેઠજી ! જિંદગીમાં પહેલી વાર એક જ દિવસમાં ત્રણ લાખ કમાવાના તક મળી છે એટલે આ ચિનુ કામ પાર પાડ્યા વિના પાછો તો નહીં જ ફરે.'

'તો જા, સાચવીને સૂટકેસ લઈ જા !' કહી ચિનુને વિદાય સાથે શિખામણ આપી : 'પેલીને ઘેર જા ત્યારે સૂટબૂટ પહેરજે અને જોઈએ તો ઈમ્પૉર્ટેડ કાર એક દિવસ માટે ભાડે પણ લઈ લેજે.'

'એમાં કાંઈ કહેવું નહીં પડે, વિરાણીશેઠજી ! ત્રણ લાખ હાથમાં આવ્યા પછી પહેલું કામ એક કાર ખરીદી લેવાનું કરીશ અને આ રીતે આપના આશીર્વાદ મળતા રહેશે તો ભવિષ્યમાં ઈમ્પૉર્ટેડ કારમાં પણ ફરતો થઈ જઈશ.'

કહી ચિનુએ *બહોત નમે નાદાન* એ ઉક્તિ પ્રમાણે બેવડ વળી વૈભવના ડેડીને પ્રણામ કર્યા ત્યારે એના પેટમાં પાપનું બીજ વવાઈ ચૂક્યું હતું.

*

19

'ચલ મેરી પવનપાવડી ચલ, હમકો ઘર લે ચલ !'

નવસારી સ્ટેશનથી ઘર તરફ જવા માટે ડૉલીના પિતા નવરોજજી વાડિયાએ જૂના જમાનાની ઑસ્ટિન કારનું એન્જિન સ્ટાર્ટ કરી, ઘોડાગાડીના ઘોડાને ઉદ્દેશીને કહેતા હોય એવી ઢબે બોલીને મોટર હંકારી ત્યારે પાછળ બેઠેલી નિરાલીએ તેમના રમૂજી સ્વભાવને લીધે રાહત અનુભવી. મુંબઈથી નવસારી સુધીની ત્રણેક કલાકની સફરમાં ડૉલી અને નિરાલી વચ્ચે જાણે વરસોની ગાઢ મૈત્રી હોય એવી આત્મીયતા બંધાઈ ગઈ હતી. બંનેએ પોતાનાં સુખ-દુઃખની વાતો કરી હૈયાં હળવાં કર્યાં. ડૉલીએ ગંજીપો ચીપી નિરાલીને બુખારાની રમત શિખવાડી દીધી. સફરના છેલ્લા કલાકમાં ડૉલીએ પારસીઓની ખાસિયતના ટુચકા કહ્યા, તો નિરાલીએ સ્કૂલ-કૉલેજનાં તોફાનના કેટલાક કિસ્સા કહી સંભળાવ્યા. આમ છતાં બંને જાણતી હતી કે ઉપરછલ્લી આ હળવાશ હેઠળ જીમીના મૃત્યુનું વેર વાળવાની તાણ તો વર્તાતી જ હતી. નવસારી સ્ટેશન આવ્યું ત્યારે નિરાલીનો ફફડાટ વધી ગયો હતો. પુત્રીને લેવા આવનાર જીમીના પિતાનો પોતે સ્વસ્થતાપૂર્વક સામનો કરી શકશે ખરી ? એમને ભલે જાણ ન હોય કે હું જીમીને ચાહતી હતી તે કારણે જ એકનો એક પુત્ર ગુમાવી દેવાની આઘાતજનક દુર્ઘટના બની ગઈ હતી, પણ હું તો જાણું જ છું ને કે મારા કારણે આ ભલાંભોળાં મા-બાપના સુખી સંસારમાં કદી ન પૂરી શકાય એવો શૂન્યાવકાશ સર્જાઈ ગયો હતો ! એટલે જ તેણે ડૉલીને કહ્યું : હું તમારા ઘર સુધી ન આવું તો ન ચાલે ? સ્ટેશન પર જ રોકાઈને વળતી ટ્રેન પકડીને મુંબઈ ચાલી જાઉં તો તમને વાંધો છે ?

'સાડીસત્તર વાર વાંધો છે.' ડૉલીને ખોટું લાગ્યું હોય એવી રીતે સંભળાવ્યું હતું : 'અમારા ઘરમાં તને ફાઈવ સ્ટાર જેવી સગવડ તો નહીં મળે, નિરાલી, પણ મોકળા મનથી અમે તને એક રાત માટે સાચવી લઈશું. મારા પપ્પાને મળ્યા પછી તને એક દિવસ વધારે રોકાઈ જવાનું મન થાય તો તેની છૂટ છે.'

'ડૉલી, તારી આ ફ્રેન્ડને તેં કહ્યું છે કે નહીં ?'

કાર સ્ટાર્ટ થયા પછી વાડિયાએ પુત્રીને કહ્યું ત્યારે નિરાલીને થયું કે કોઈક ગંભીર બાબત હશે.

'મારી ફ્રેન્ડને શું કહેવાનું હતું, પપ્પા ?'

'એ જ કે આપણી આ પવનપાવડીમાં મેં જાતજાતની *સાઉન્ડ ઈફેક્ટ* પણ ગોઠવી છે... આગળ-પાછળ અને ઉપર-નીચે બધેથી જુદાજુદા સાઉન્ડ સાંભળવાની ગમ્મત પડે એટલા માટે !

જાતજાતના અવાજ કરતી પોતાની જરીપુરાણી મોટરનો બચાવ કરવાને બદલે તેને વાડિયાએ *સાઉન્ડ ઇફેક્ટ*ના સદ્‌ગુણમાં ખપાવી દીધી એથી નિરાલીને હસવું આવી ગયું.

'પોટ્ટી, હું તારી ઉંમરનો હતો ત્યારે અમે નાદિયાની ફિલ્મ બહુ જોતા.' ડૉલીના પપ્પાએ નિરાલી તરફ નજર કરી લઈને રમૂજ આગળ ચલાવી : 'એ ફિલમ બનાવનારા પણ પાછા અમારા વાડિયાબંધુ જ હતા. એમાં પેલી નાદિયાને આવી જ કારમાં હવામાં ઊડતી જોઈને અમે સિસોટીઓથી થિયેટરને ગજાવી દેતા... મારો બી વિચાર છે, આ મોટરની ઉપર એક પંખો ફિટ કરીને એને હવામાં ઊડતી કરી દઉં.' કહી નિરાલી પાસે જવાબ માગ્યો : 'પોટ્ટી, મારો આઈડિયા કેવો લાગ્યો ?'

ત્યારે નિરાલીને વળતી રમૂજ સ્ફુરી ગઈ :

'અંકલ, પંખો ફિટ કર્યા વિના પણ અત્યારે હેલિકૉપ્ટરમાં બેઠાં હોઈએ એવું તો લાગે જ છે, પછી પંખાનો ખર્ચ શું કામ કરવો જોઈએ ?'

તેના એ જવાબ પર વાડિયા ખુશ થઈ ગયો :

'જોયું ને, ડૉલી, આનું નામ સેન્સ ઑફ હ્યુમર કહેવાય. એ કેવી હસમુખી છે અને તું તો હસવાનાય પૈસા માગે એવી સિરિયસ ! તું લેટરમાં છેલ્લે *સિન્સીઅરલી યોર્સ* લખે છે તેની જગ્યાએ હું શું વાંચું છું ખબર છે ? - *સિરિયસલી યોર્સ !'*

આ વખતે નિરાલીની સાથે ડૉલી પણ ખડખડાટ હસી પડી. જોકે એ જાણતી હતી કે પુત્રના મૃત્યુના આઘાતથી બબ્બે હાર્ટએટૅક ખમી જનાર તેના પિતા ભીતરથી તો ભાંગી ચૂક્યા છે, પણ બહારથી કોઈને કળાવા દેતા નથી. બીજાને હસાવતી એમની રમૂજ તેમને પોતાને તો રિબાવતી જ હોય છે !

નવસારીની બજાર વટાવીને ઑસ્ટિન કાર બહેરામજી વાડિયા સ્ટ્રીટમાં દાખલ થઈ એટલે ડૉલીના પિતાએ ફરી એક ટુચકો સંભળાવ્યો :

'પોટ્ટી, વીસ વરસ પહેલાં મારા ફાધર ગુજરી ગયા પછી આ શેરીને એમનું નામ આપેલું. એક વાર હું રસ્તાની વચ્ચોવચ ચાલતો હતો અને પાછળથી એક મોટરવાળો હૉર્ન વગાડ-વગાડ કર્યા કરતો હતો. મેં તેને રસ્તો નહીં આપ્યો એટલે વાનીઓ મોટરમાંથી નીચે ઊતરીને મારી સામે આવ્યો. મને કહે : મિસ્ટર, તમે બહેરા છો ? હું ગિન્નાયો : બહેરો તારો બાપ હશે... એવું કહ્યું એટલે તેણે સામું સંભળાવ્યું : તો પછી હૉર્ન વગાડું છું છતાં રસ્તો કેમ નથી આપતો ? રસ્તો તારા બાપનો છે ? સાંભળીને હું હસી પડ્યો. તેનું બાવડું પકડી ગલીના નાકા સુધી લઈ ગયો, પછી ત્યાં લગાડેલું સ્ટ્રીટ પર નેમનું પાટિયું વંચાવ્યું : મિસ્ટર, વાંચી લો, આ બેહરામજી વાડિયા મારા બાપ થાય, એટલે રસ્તો મારા બાપનો કહેવાય કે નહીં ?'

નિરાલી હસીહસીને બેવડ વળી દઈ એટલે ડૉલીના પિતાએ ઉમેર્યું : 'પોટ્ટી, અમે પારસીઓ આવી પ્રૅક્ટિકલ જોકમાં માનીએ, પણ તમારા વાનીઆ માટીડાઓ પૈસા કમાવા સિવાયની બીજી કોઈ જોક સમજતા જ ક્યાં છે ?'

અને કાર વાડિયા કમ્પાઉન્ડમાં દાખલ થઈ. વિશાળ ચોગાન અને મોટું મકાન જોતાં

પહેલી નજરે જ નિરાલીને ખ્યાલ આવી ગયો કે જીમીના બાપદાદા માત્ર નામના જ નહીં, જાહોજલાલી પણ ધરાવતા હતા. જોકે મકાનના ઊખડી ગયેલા રંગની જેમ એ જાહોજલાલી હવે ઝંખવાઈ ગયેલી દેખાઈ આવતી હતી, છતાં માણસોની ખાનદાની અને ખુમારી જળવાઈ રહી હતી. મોટી ઓસરીમાં નેતરની ઝૂલતી ખુરસીમાં રેશમી સ્કાર્ફ વીંટાળીને બેઠેલાં માજીને જોતાં નિરાલી સમજી ગઈ કે જીમીનાં મધર હોવાં જોઈએ.

'ડૉલી, તારાં માઈજીને મેં કહ્યું નથી કે તું આંગળી કપાવીને આવી રહી છે.' કારમાંથી ઊતરતાં ડૉલીના પપ્પાએ ધીમા અવાજે દીકરીને સમજાવ્યું : 'આંગળીને પાટો જોઈને એ ભડકી ન જાય તે જોજે.'

પુત્રવિયોગમાં ઝૂરતી માતા મગજની સ્થિરતા અને ચિત્તતંત્રનું સંતુલન ગુમાવી બેઠી હતી. એટલે જ ડૉલીને દહેશત હતી કે નિરાલીની હાજરીમાં એવો કોઈ સીન (તમાશો) સર્જાઈ ન જાય તો સારું, નહીંતર એ બિચારી રાત્રે ઊંઘી નહીં શકે.

જખમી આંગળીવાળો જમણો હાથ નૅપ્કિનથી ઢાંકી દઈ ડાબા હાથે બૅગ ઊંચકીને એ માતા પાસે પહોંચી ત્યારે પેરીનબહેનને આરામખુરસીમાં બપોરની નીંદરનું ઝોકું આવી ગયેલું. દબાતાં પગલે ધીમેથી આરામખુરસી પાછળ જઈ ડૉલીએ માતાની બંને આંખો પર ડાબા હાથનો પંજો દાબી દીધો ત્યારે પેરીનબહેન ઝબકીને જાગી ગયાં.

'કોણ આવ્યું ? મારો જીમી આવી ગયો ?'

ત્યારે ડૉલીના કાળજા પર કરવત ફરી ગઈ અને નિરાલી પગથી માથા સુધી ધ્રૂજી ઊઠી : સાડાચાર વરસ પછી પણ મૃત્યુ પામેલો પુત્ર ગમે તે ઘડીએ આવી ચડશે એવી દશામાં જીમીની માતા જીવી રહી છે !

'નહીં, માજી, એ તો હું છું.' પેરીનબેહનનો હાથ પકડી લઈને ડૉલીએ માતાને મનાવી લેવા લાડથી કહ્યું : 'તારે એક દીકરી પણ છે એ તું સાવ વીસરી ગઈ કે ?'

કહેતી એ આરામખુરસીની બાજુમાં બેસી ગઈ. પછી સામે ઊભેલી નિરાલીની ઓળખાણ આપતાં કહ્યું :

'મા, જો મારી સાથે આ કોણ આવ્યું છે ?'

ત્યારે ગોરા ચહેરાની કરચલીમાં થતા સળવળાટ સાથે પોતાને ટગરટગર નિહાળી રહેલી જીમીની માતાને નિરાલીએ બે હાથ જોડી નમસ્કાર કર્યા.

'ભાઈની સાથે ઝેવિયર્સમાં ભણતી એ જ આ નિરાલી !'

અને નિરાલીને પેરીનબહેનની આંખોમાં ચમક આવતી દેખાઈ. આ ઘરમાં હજુય પોતાનું નામ સાવ ભુલાયું કે ભૂંસાયું નથી તેનું નિરાલી અચરજ અનુભવે એ પહેલાં તો પેરીનબહેન બોલી ઊઠ્યાં :

'અરે, આ તો મારા જીમીની ઘોડીનું નામ છે...' કહેતાં સફાળાં ખુરસીમાંથી ઊભાં થઈ જઈ તેમણે નિરાલીનું કાંડું પકડી લીધું. એમના એ અણધાર્યા આવેગે નિરાલીને સહેજ ભયભીત કરી દીધી.

'જ્ઞેકરી, ચાલ તને મારા જીમી પાસે લઈ જાઉં.'

તેની એ ચેષ્ટાથી નિરાલી ડઘાઈ ગઈ, જીમીના પિતા અને ડૉલી છોભાઈ ગયાં, પણ બેમાંથી

કોઈએ તેમને રોક્યાં નહીં. નિરાલી સમજી ગઈ કે માતાને પુત્રની યાદનો એટૅક આવ્યો છે. તેમને ઠેસ ન પહોંચે એ રીતે મારે વર્તવાનું છે.

'બૅકયાર્ડ(વાડા)માં ચાલ. ત્યાં મારો જીમી તેના બ્લૅક નાઈટ પર પ્રૅક્ટિસ કરે છે... એણે આવતી કાલની ડર્બી જીતવાની છે ને ?'

કહેતાં પેરીનબહેન કાંડેથી પકડેલી નિરાલીને જોશ અને જુસ્સાભેર બે-ત્રણ ઓરડા વટાવી પાછળના વાડામાં લઈ ગયાં. ઉંબરે પહોંચીને 'જો' કહેતાં પેરીનબહેન આંગળી ચીંધી નિરાલીને કાંઈક દેખાડવા ગયાં ત્યાં જ તેમની આંખોમાંથી ઉત્સાહ ગાયબ થઈ ગયો અને ચહેરા પર વ્યગ્રતા છવાઈ ગઈ. વાડામાં પ્લાસ્ટિકનાં પૈડાંવાળો લાકડાનો ઘોડો આડો પડેલો જોઈ એમણે ચીસ પાડી : 'અરે, બ્લૅક નાઈટને કોણે પછાડી દીધો ?... મારો જીમી ક્યાં ગયો ?' બોલતાં-બોલતાં એ છલાંગ મારી ખૂણામાં પડેલા સવાબે ફૂટના એક ઢીંગલા પાસે ધસી ગયાં. સિલ્કની સાડી બગડવાની પરવા રાખ્યા વગર નીચે જમીન પર બેસી જઈ પેલા ઢીંગલાને ઊંચકી ગોદમાં લઈ લીધો : 'મારા જીમી... તને શું થઈ ગયું ?' જાણે થોડી વાર પહેલાં જ મૃત્યુ પામેલા પુત્રના મૃતદેહ પર પછડાટ ખાઈને આક્રંદ કરતી માતાની જેમ પેરીનબહેન પોક મૂકીને રડવા લાગ્યાં. એ કરુણ દૃશ્ય જોઈને હેબતાઈ ગયેલી નિરાલીના પગ ઉંબરે જ જડાઈ ગયા, પણ પેરીનબહેનની પોક સાંભળીને દોડી આવેલાં જીમીના પપ્પા અને ડૉલી વિલાપ કરતાં પેરીનબહેનને બાવડેથી પકડી ઘરમાં લઈ આવ્યાં ત્યારે પણ પેલા ઢીંગલાને તો તેમણે છાતીસરસો ચાંપી જ રાખ્યો હતો. આંસુ-નીતરતી આંખે એ બબડતાં જતાં હતા : 'મારા દીકરાને કોણે ઘોડા પરથી પછાડ્યો ?'

આક્રંદ કરતી એક મા જાણે પોતાને જ પૂછતી હોય તેમ એ સવાલ નિરાલીના હૈયા સોંસરવો ઊતરી ગયો. તેના હોઠ ભિડાવા લાગ્યા : એક વાર ડેડીને બાવડેથી પકડીને અહીં લઈ આવીને કહું કે જુઓ, મને જીમીથી છૂટી પાડવાની ચાલમાં તમે કેવો ભયાનક અપરાધ કરી બેઠા, ડેડી ! હું જીમીના પ્રેમમાં પડી એ તમને ગમ્યું નહીં તો સજા મને કરવી હતી, પરંતુ જીમીને દેહાન્ત દંડની સજા ફટકારીને તમે આ ત્રણ-ત્રણ જીવને કેવા રહેંસી નાખ્યા, એ નજરોનજર જુઓ !

જીમીના માતા પર થયેલા ચિત્તભ્રમના હુમલાને ઓસરતાં દસ-બાર મિનિટ લાગી ત્યાં સુધી ત્રણે જણાં આરામખુરસીમાં આંખો મીંચીને હાંફતાં પેરીનબહેનને સ્તબ્ધપણે જોતાં રહ્યાં.

'અંકલ, એમને આવું વારંવાર થઈ આવે છે ?'

જીમીના પપ્પા પાસે જઈ ધીમા અવાજે અને ધડકતા દિલે નિરાલીએ પૂછ્યું : 'કોઈ સ્પેશિયાલિસ્ટ ડૉક્ટરને દેખાડીએ તો કેમ ?'

'ઘણી વાર દિવસો સુધી નૉર્મલ રહે, પછી અચાનક જીમી સાથે સંકળાયેલી કોઈક યાદ તાજી થાય એટલે બૅલેન્સ ગુમાવી બેસે છે.' જીમીના પપ્પા રૂંધાતા કંઠે કહી રહ્યા હતા : 'ક્યારેક ઊંઘમાંથી ઝબકીને જાગી જઈ ચિત્કાર કરવા લાગે ત્યારે રાતની ખામોશી ખળભળી ઊઠે છે. જીમીના નામના પોકારોથી ઘરની દીવાલો સુધ્ધાં પડઘાવા લાગે છે.'

કહેતાં નવરોજજી વાડિયાએ નિસાસો નાખ્યો : 'મુંબઈના ટૉપ-મોસ્ટ ગણતા ન્યૂરૉલોજિસ્ટને દેખાડ્યું, પણ સૌ એક જ જવાબ આપે છે : પુત્રવિયોગનો જખમ રૂઝવી શકે એવો કોઈ અક્સીર ઇલાજ અમારી પાસે નથી. ઉપરવાળાની દુઆ સિવાય બીજી કોઈ દવા કામ નહીં લાગે.'

એ જ વખતે પેરીનબહેનની આંખો પરથી પાંપણ ઊંચકાતી દેખાઈ. એમના ચહેરા પર

થાક દેખાતો હતો પણ શોક અદશ્ય થઈ ગયો હતો. ત્રણે પર વારાફરતી નજર નાખી લઈને ગળું ખંખેરતાં એમણે પતિને પૂછ્યું :

'બાવા, તમે બધી ચીજવસ્તુઓ લઈ આવ્યા કે નહીં ?'

'બધું જ લઈ આવ્યો છું.'કહી વાડિયાએ બુશકોટના ખિસ્સામાંથી એક ચબરખી કાઢીને વાંચવા માંડી : 'બ્રેડ, ઈંડાં, પાપડી, પોટેટોઝ, ટમેટાં, કોથમીર, લીંબુ અને આપણી ડૉલીનાં ફેવરિટ સફરજન !'

'પણ મેં તમને ચિરોડીનો પાઉડર લાવવાનું લખાવ્યું હતું એનું શું ?' પેરીનબહેન ઠપકાના સ્વરે બોલી ગયાં : 'આપણી ડૉલીને આંગણામાં રંગોળી ચીતરવાનો શોખ છે છતાં તને કેમ વીસરી ગયા, બાવા ?'

'સાવ વીસરી ગયેલો, ડૉલીની મમ્મી !' વાડિયાએ કાન પકડીને કબૂલ કર્યું : 'મારી પનવપાવડીમાં બેસીને અબઘડી લઈ આવું છું.'

એટલું સાંભળતાં જ પેરીનબહેન મલકી ઊઠ્યાં. પતિના ભુલકણા સ્વભાવ પર ટકોર કરવાનું ચૂક્યાં નહીં :

'ડૉલી, તારા આ ઍબ્સન્ટ-માઈન્ડેડ પપ્પાનું ભેજું હવે ચસકવા લાગ્યું છે. બજારે જઈને આવે ત્યારે રોજ બે ચીજ ભૂલ્યા વગર રહે જ નહીં ને ! એવણને મુંબઈ લઈ જઈને મગજના ડૉક્ટર પાસે જરા દેખાડી આવ ને !'

'પેરીન, તું તો જાણે છે, મગજના ડૉક્ટર અર્ધા પાગલ હોય છે.'

પત્નીને હસાવવા ખાતર જોક કરીને પપ્પા નિરાલીને એક તરફ લઈ ગયા :

'પોટ્ટી, તું ખરેખર એની વાતમાં આવી ન જતી. મારી યાદદાસ્ત તો ટકોરાબંધ છે, પણ વીસરી જવાનો ડોળ કરી એને હું ખુશ રાખું છું અને એ બહાને બજારમાં બે-ત્રણ વાર જઈ આવીને નિવૃત્ત જીવનની નવરાશ ઓછી કરવા મથું છું.'

તેમનો એ એકરાર નિરાલીને સ્પર્શી ગયો : પોતાના માણસને ખુશ રાખવા માટે માનવીએ કેવા ખેલ કરવા પડે છે !

'ડૉલી, હું બજારે જઈને આવું ત્યાં સુધીમાં તમે ત્રણે બૈરાં ગપસપ લડાવો.'

કહીને એ મોટર સુધી પહોંચ્યા ત્યાં પેરીનબહેનને હાંક મારી : 'બાવા, બજારે જાઓ છો તો મુંબઈની આ છોકરી માટે નવસારીની નાનખટાઈ અને ખારી (બિસ્કિટ) લાવવાનું ભૂલતા નહીં.'

'અરે, પોટ્ટી માટે નવસારીમાં કોઈ સોજેજો ફૂટડો છોકરો મળશે તો એને પણ ઉપાડી લાવીશ, બસ !'

તેમની એ રમૂજ પર નિરાલી હસી શકી નહીં. મનોમન અફસોસ કરી લીધો : નવસારીનો સોજ્જો ફૂટડો જીમી મારા નસીબમાં હોત તો-તો સાડાચાર વરસ પહેલાં તેની સાથે મુંબઈથી નાસી જઈને અહીં જ આવી હોત ને… આ વાડિયા-વાડીની પુત્રવધૂ થઈને !

'નિરાલી, તું મમ્મી સાથે બુખારાની એક-બે બાજી રમી નાખ ત્યાં સુધીમાં હું ચા-નાસ્તો બનાવી લાવું છું.'

કહીને ડૉલી અંદર જતી રહી ત્યારે બુખારાની બાજી માંડતી નિરાલીથી કહેવાઈ ગયું : 'મમ્મી, તમે મુંબઈ રહેવા આવી જાઓ તો હું રોજ તમારી સાથે પત્તાં રમવા આવું.'

સાંભળીને પેરીનબહેન હાથમાં પાનાં પકડી તેને તાકી રહ્યાં :

'ડૉલી સાસરે ચાલી ગઈ અને જીમીના પપ્પાને તો હાથમાં પાનાં પકડતાં પણ આવડતું નથી.' એમના અવાજમાં કરુણતા ઘૂંટાવા લાગી : 'જીમીને હું કહેતી, ઘરમાં વહુ આવ્યા પછી તેને રોજ મારી સાથે બુખારા રમવા બેસાડી દઈશ... તું તારા ઘોડા દોડાવ્યા કરજે.'

'મમ્મી, જીમીએ તેની ઘોડીનું નામ નિરાલી પાડવાનું શું કામ નક્કી કરેલું એ તમે જાણો છો કે ?'

હવે પેરીનબહેનના હોઠ પર આછેરી મુસ્કાન ફરકી ગઈ.

'છોકરી, કોઈ દીકરો એની માથી આવી વાત છાની રાખે ખરો ?' કહી અંદરના ઓરડા તરફ ગરદન કરીને જોઈ લીધું : 'જીમીએ આ ડૉલીને કે એના પપ્પાને કહ્યું નહોતું, પણ દિલ ખોલીને મને જાણ કરી દીધેલી.'

'શેની જાણ, મમ્મી ?'

'અજાણ થઈને મને પૂછે છે, છોકરી ?' એમની એ ટકોરમાં માતાની મમતાની મીઠાશ હતી : 'ડર્બી જીતીને જીમી તેને નસાડી જવાનો હતો. અરે છોકરી, એટલા ખાતર તો હું ટ્રેન પકડીને અહીં નવસારીથી આવી ગયેલી, પણ...'

એટલું બોલતાં સુધીમાં એમની છાતીમાં ડૂમો ભરાઈ આવ્યો. નિરાલીને ભીતિ લાગી કે હમણાં એમની આંખો ઊભરાઈ જશે, વિલાપ ચાલુ થઈ જશે, પણ તેને એકીટશે જોઈ રહેલાં પેરીનબહેને જાત સંભાળી લીધી : 'છોકરી, તેં લગન કરી લીધાં કે નહીં ?'

'નહીં, મમ્મી, કદાચ દિવાળી પછી થશે.'

'તો પછી મને બોલાવવાનું ભૂલતી નહીં.' લાગણીવશ અવાજે જીમીની મા જાણે તેને વીનવી રહી હતી : 'હું ખરા દિલથી તારાં દુખણાં લેવા આવીશ.'

'જરૂર આવજો, મમ્મી !' નિરાલી ગદ્ગદ થતી બોલી ગઈ : 'તમે આવશો તો મને બહુ જ ગમશે, જીમીનાં મમ્મા !'

એ જ વખતે ડૉલીને દૂરથી આવતી જોઈ બંનેએ બુખારાની રમતમાં ધ્યાન પરોવી લેવું પડ્યું. તેમની એક બાજી પૂરી થઈ ત્યાં ચા-નાસ્તો આવી ગયાં. એ પતે એટલી વારમાં જીમીના પપ્પાની ઑસ્ટિન પણ પાછી ફરી ગઈ.

'બધું જ લઈ આવ્યો.' કહી મંગાવેલી ચીજવસ્તુઓ પત્ની સામે ધરી દેતાં નવરોજજીએ ઉમેર્યું : 'મારી પાછળપાછળ બીજું કોઈક પણ આવી રહ્યું છે.'

સાંભળીને ત્રણે ચોંક્યાં. નિરાલીએ માન્યું કે સ્વભાવ મુજબ એ કોઈક જોક સંભળાવશે, પરંતુ કાંઈક જુદું જ સાંભળવા મળ્યું.

'ગામમાં કોઈ મોટાં જૈન સાધ્વી પધાર્યાં છે. હું શેરીમાં દાખલ થતો હતો ત્યાં કાર ઊભી રખાવી સફેદ ડ્રેસવાળી બાઈએ મને પૂછ્યું, અહીં બહેરામજી વાડિયાનું ઘર ક્યાં આવ્યું ? મેં કહ્યું, ચાલો મારી સાથે. આ સામે ડેલો દેખાય છે એ વાડિયાવાડી એટલે કે બહેરામજી બાવાનું ઘર અને હું પોતે એમનું ફરજંદ !'

'પછી ?' ડૉલીની ઉત્કંઠા વધી ગઈ.

'તો એ મને કહે કે અમારાં સાધ્વીજી તમારે ઘેર આવવા માગે છે... સાંભળીને હું મૂંઝવણમાં મુકાઈ ગયો. મેં પૂછ્યું : અમારે ઘરે ? જૈન સાધ્વીજી ? તો એ કહે કે હા. આમ તો એ કોઈને ઘેર જતાં નથી, પણ આજે સાંજે ગામ છોડી જતાં પહેલાં એક વાર તમારે ઘેર આવવાનો આગ્રહ સેવે છે... કહીને મને સમજાવ્યું કે તમે ઘેર પહોંચો ત્યાં હું સાધ્વીજીને લઈને આવું છું.'

'કોઈને ઘેર જતાં નથી તો પછી આપણે ઘેર શું કામ આવે ?' બબડતાં પેરીનબહેને અનુમાન કર્યું : 'કદાચ ફંડફાળા માટે આવતાં હશે. બાવા, તમારા બાપાનું નામ બહુ મોટું રહ્યું ને !'

અને એમના આ તર્ક પર કોઈ પ્રતિભાવ દર્શાવે એ પહેલાં તો ઉઘાડા ડેલામાં દાખલ થતી સફેદ-વસ્ત્ર-ધારી બે સ્ત્રીઓ દેખાઈ.

'એ આવી પહોંચ્યાં.' કહી જીમીના પપ્પાએ હાંફળા-ફાંફળા દૂર પડેલી બે ખુરશી લઈ આવીને ગોઠવી દીધી. ડૉલીએ ઝટપટ ચા-નાસ્તાની સામગ્રી હઠાવી લીધી. નજીક આવતાં સાધ્વીને નિરાલી કૌતુકભેર નિહાળવા લાગી. પણ પેરીનબહેન તો નિર્લેપભાવે આરામખુરસીમાં હતાં તેમ જ બેસી રહ્યાં. એ માત્ર એટલું જ બબડ્યાં :

'હવે મોટી રકમના ફંડફાળા આપવા જેવી સ્થિતિ ક્યાં રહી છે ?'

એટલી વારમાં પોતાની શિષ્યાને થોડે દૂર જ ઊભાં રહેવાનું કહી સાધ્વીજી પોતે ઓસરીની લગોલગ આવી પહોંચ્યાં.

'આવો, પધારો.' બે ડગલાં આગળ જઈ નવરોજજીએ હાથ જોડી સ્વાગત કર્યું : 'અમારે આંગણે આપ ક્યાંથી ?'

'મારા આગમનથી આપને કોઈ વિક્ષેપ તો નથી થયો ને ?'

'નહીં રે !' નવરોજજીએ ખુરસી નજીક ધરી વિવેક કર્યો : 'બેસો ને ! અમે રહ્યા પારસી એટલે આપનાં જેવાં જૈન સાધ્વીનું સ્વાગત કેમ કરવું એની સમજણ નથી તો ક્ષમા...'

'એવું ન બોલો, વાડિયાજી ! આ ઘરમાં તો હું અગાઉ એક રાત આશ્રય લઈ ચૂકી છું.'

સાંભળીને નિરાલી સિવાયનાં ત્રણે ચોંક્યાં : 'આપ ? અમારા ઘરમાં પધારેલાં ?' નવરોજજીએ નવાઈ ઉછાળતાં પૂછ્યું : 'ક્યારે ?'

'જ્યારે હું સાધ્વી થઈ નહોતી અને ચંદ્રસ્મિતા નામ ધારણ કર્યું નહોતું ત્યારે.'

પેરીનબહેનને તેમની વાતમાં રસ પડ્યો હોય તેમ એ ટટ્ટાર થઈ ગયાં : 'તમે ક્યારની વાત કરો છો, બહેન ?'

'જીમીનાં મમ્મી, સાધ્વીને બહેન ન કહેવાય !'

નવરોજજીની એ ટકોર પર સાધ્વીજીએ સ્મિત ફરકાવ્યું :

'સાચી વાત કહી તમે, વાડિયાજી, મને બહેન નહીં, પણ દીકરી કહી શકો એવો આ ઘરનો મારા પર અધિકાર છે.'

ત્યારે તો ચારે જણ જિજ્ઞાસાવશ સાધ્વીને જોઈ રહ્યાં. તેમનાં સફેદ વસ્ત્રો, તેજસ્વી ગોરું મુખ અને સૌમ્ય વાણીએ નિરાલીને પણ એમની વાતમાં રસ લેતી કરી દીધી.

'આમ તો સંસાર ત્યજીને દીક્ષા લીધા પછી સાધુ-સાધ્વીએ તેમના પૂર્વાશ્રમની વાત યાદ ન કરાય કે કોઈને કહેવાય પણ નહીં.' ચન્દ્રસ્મિતા ઘરની દરેક ચીજવસ્તુ પર નજર ફેરવતાં બોલી રહ્યાં હતાં : 'પરંતુ ગઈ કાલે ગામમાં આવી ત્યારથી મને આવાંબાઈની યાદ ઘેરી વળી.'

'એ મારાં સાસુજી થાય.' પેરીનબહેન બોલી ઊઠ્યાં : 'એમને ગુજરી ગયાને પંદર વરસ થઈ ગયાં.'

'પરંતુ મારા હૃદયમાં તો હજુ આવાંબાઈ જીવંત છે.'

બોલતાં-બોલતાં સાધ્વી આડત્રીસ વરસ અગાઉના અતીતમાં ડૂબકી મારી ગયાં. ઘડીભર માટે ચન્દ્રસ્મિતામાંથી ચન્દ્રપ્રભા બની ગયાં. પતિના ત્રાસથી સંસાર ત્યજી દેવા માટે પોતે બૉમ્બે સેન્ટ્રલથી ટ્રેન પકડી ત્યારે ક્યાં ખબર હતી કે એ ટ્રેનને જ અકસ્માત નડશે ? આમ તો પોતાને આગ્રા જવા માટે સાડાદસની ટ્રેન પકડવાની હતી, પરંતુ જામનગર જવા માટે એરપૉર્ટ ગયેલા પિતાની ગેરહાજરીમાં મુંબઈ છોડી દેવા ખાતર પોતે સૌરાષ્ટ્ર એક્સપ્રેસ પકડી હતી. વડોદરા ઊતરી જઈને બપોરે દિલ્હીથી ટ્રેન પકડવાનું વિચારેલું, પણ એ પહેલાં તો નાની દમણના પુલ પરથી ગાડી ફસકી પડી. માથાની પાછળના ભાગમાં માર લાગ્યો તેમાં બેહોશી આવી ગઈ એટલે બીજાં જખમી ઉતારુઓની જેમ તેને પણ નવસારી લઈ આવ્યા. પોતાને ભાન આવ્યું ત્યારે ડૉક્ટરો-નર્સો સાથે આવાંબાઈ પણ ત્યાં ઊભાં હતાં.

'બહેન, તમારું નામ શું ?' એમ વારંવાર પૂછવામાં આવ્યું છતાં નામ દીધું નહીં ત્યારે ડૉક્ટરે જાહેર કર્યું કે માથામાં માર લાગવાને લીધે તે *એમ્નેશિયા*(વિસ્મૃતિ)નો ભોગ બની છે... પરંતુ આવાંબાઈની ચકોર નજરે તેની ચોરી પકડી પાડી.

'છોકરી, ડૉક્ટરો સામે તેં ભલે ભૂલી જવાનો ડોળ કર્યો, પણ તારી આંખોમાં ડોકાતી આ પીડા તારી યાદદાસ્તની ચાડી ખાય છે. સાચું કહી દે, મને મા સમજીને તારું દિલ ખોલી દે. હું તારી ઓળખાણ જાહેર થવા નહીં દઉં, બસ !'

ત્યારે પોતે તેમને વળગી પડીને મોકળા મને રડી લીધું હતું. પતિના ત્રાસનું વર્ણન સાંભળીને આવાંબાઈનું દિલ દ્રવી ઊઠ્યું હોય એમ બોલી ઊઠ્યાં હતાં : 'સાંભળ, તું ઘરબાર ત્યજીને નીકળી છો તો હવે તારા નિર્ણયને વળગી રહેજે. ચાલ, હું તને મારે ઘેર લઈ જાઉં. ત્યાં રહેવું હોય એટલા દિવસ રહેજે, પણ જતાં પહેલાં મને એક વચન આપતાં જવું પડશે... જિંદગીમાં ગમે એટલાં દુઃખ પડે તો હસતા મોઢે સહી લેજે... ફરી સંસાર માંડવાનું મન થાય તો ખુશીથી એમ કરજે, પરંતુ ક્યારેય આપઘાતનો વિચાર કરતી નહીં.'

અને આવાંબાઈના એ શબ્દોએ તેને માત્ર આશ્વાસન જ નહીં, આત્મભાન કરાવ્યું હતું, આત્મબળ આપ્યું હતું... અત્યારે આડત્રીસ વરસ પછી પોતે ચન્દ્રસ્મિતા સાધ્વી થઈને એ જ આવાંબાઈના આંગણે આવી હતી.

'સાધ્વીજી, આપ ચૂપ કેમ થઈ ગયાં ?'

એમનું મૌન અકળાવી મૂકતું હોય તેમ નવરોજજી પૂછી બેઠા ત્યારે સાધ્વીએ ચન્દ્રપ્રભા મટી જઈને ચન્દ્રસ્મિતાનો અવતાર ધારણ કરી લેવો પડ્યો. એટલી વારમાં ડૉલીએ ઘરમાં જઈ સ્ટીલના ગ્લાસમાં પાણી લઈ આવી તેમની સામે ધર્યું : 'આપ બીજું શું લેશો, સાધ્વીજી ?'

'એ જૈન છે, એમનાથી આપણા ઘરનું પાણી પણ ન લેવાય.'

પેરીનબહેન પુત્રીને હજુ એટલું કહે છે ત્યાં તો ચન્દ્રસ્મિતા સાધ્વીએ ડૉલીના હાથમાંથી પ્યાલો લઈ લીધો :

'હા જી, હું જૈન છું અને પાછી સાધ્વી થઈ છું, છતાં આવાંબાઈજીનાં ઘરનું જળ મારા માટે અમૃત સમાન શુદ્ધ છે.'

કહેતાં સાધ્વીજીએ ખરેખર અમૃતપાન કરતાં હોય એવી ભાવુકતાથી પાણી પીધું પછી મુખ પર પરમતૃપ્તિના ભાવ સાથે ડૉલીને પાણીનો પ્યાલો પાછો સોંપતાં ચન્દ્રસ્મિતાજી બોલી ઊઠ્યાં :

'મને બરાબર યાદ છે, આવાંબાઈજી ગૌરવભેર કહેતાં કે વાડિયાવાડીની કૂઈ જેવું મીઠું પાણી આખા નવસારીમાં ક્યાંય નહીં મળે.'

ત્યારે ડૉલીના પપ્પાના વિસ્મયનો પાર ન રહ્યો. પોતાના ઘરમાં હજુ પણ નળને બદલે વાવડીનું પાણી પિવાય છે એ સાધ્વીજીએ કઈ રીતે જાણી લીધું ? કેટલાંય વરસ પહેલાં પીધેલાં પાણીનો સ્વાદ આટલી હદે કોઈને યાદ રહે ખરો ? પહેલી વાર તેમના મનમાં સાધ્વીજી પ્રત્યે ભક્તિભાવ પ્રગટ્યો : કદાચ એમના આ અણધાર્યા આગમનમાંય કુદરતનો કોઈ સંકેત હશે.

'સવારથી હું શ્રાવક બહેનોને પૂછતી હતી કે અહીં આવાંબાઈ રહેતાં હતાં એમના ઘરમાં હવે કોણ-કોણ છે ?' ચન્દ્રસ્મિતાજી વગરપૂછ્યે કહેવા લાગ્યાં : 'ત્યારે ખબર પડી કે આ મહોલ્લાને બહેરામજી વાડિયાજીનું નામ અપાયું... ખરેખર તો નવસારી ગામે આવાંબાઈજીનું પણ સ્મારક રચવું જોઈતું હતું. કોને ખબર, મારા જેવાં કેટલાંયના એ તારણહાર બન્યા હશે !'

'છતાં એ જ દાદીમાના જુવાનજોધ પોતરાને ઉપરવાળાએ છીનવી લીધો એનું શું ?' આર્દ્ર અવાજે ડૉલીથી બોલી જવાયું : 'આ વાડિયા-વાડીનો હવે કોઈ વારસદાર જ ન રહ્યો !'

કહીને ડૉલીએ દર્દનાક સ્વરે જવાબ માગ્યો : 'તમે તો સાધ્વી છો, કહી શકો તો કહો કે ખોદાઈજીનો અમારા પર આવો કોપ શું કામ ?'

સાંભળીને ચન્દ્રસ્મિતાજીના મુખ પર વ્યથાની બે-ચાર રેખા ઊપસી આવી. પ્રશ્ન ડૉલીએ કર્યો પણ એમની દૃષ્ટિ તો પેરીનબહેન પર જ મંડાઈ હતી. અહીં આવતાં પહેલાં એમણે જાણી લીધું હતું કે આવાંબાઈના કુટુંબમાં કરુણ મોત નીપજ્યા પછી એમની પુત્રવધૂ પેરીનબહેન ચિત્તભ્રમ-દશામાં જીવે છે. પોતે અહીં ઉપદેશ આપવા નહીં પણ શોકના સંતાપથી વ્યથિત બનેલા ચિત્તને સાંત્વન આપવા આવ્યાં હતાં અને હવે એ ઘડી આવી પહોંચી હતી.

'ખોદાઈજી કોઈના પર કોપ કરતા નથી, બહેનજી !'

ડૉલીના પ્રશ્નનો ઉત્તર એ જીમીની માતાને આપી રહ્યાં હતાં :

'આપણે મનુષ્યો સર્જનહારની કૃપા કે કોપને સમજવા જેટલાં સમર્થ ક્યાં છીએ ?' અમૃત- ઝરતી વાણીમાં એ બોલતાં હતાં :

'હું તમારા આંગણે આવી ત્યારથી આવાંબાઈ સાક્ષાત્ હાજર હોય એવું જ મને લાગ્યા કરે છે ! શરીરથી એ મરણ પામ્યાં પણ સ્મરણથી તો એ જીવંત જ છે ને ? માતા તેના સંતાનને ઉદરમાં ઉછેરે છે, પરંતુ પછી તો એ સતત તેની છાતીએ જ વળગેલું રહે છે. દેહથી દૂર થયેલા દીકરાને હૃદયમાંથી કોણ છીનવી લઈ શકે છે, બહેન ?'

એમના શબ્દોની પેરીનબહેન પર ધારી અસર થતી હોય તેમ એ એકચિત્તે સાધ્વીને સાંભળતાં હતાં.

'સંતાનનો વિયોગ સંતાપરૂપ બને છે તેમ એની સ્મૃતિ સંજીવની-રૂપ પણ બની શકે છે.

જેને છાતીએ વળગાડીને પરમ સુખ અનુભવતાં હતાં તેને છાતી નીચેના હૃદયમાં રમતો રાખીને પરમ શાંતિ શું કામ પ્રાપ્ત ન કરી શકીએ ?'

પેરીનબહેન જાણે તંદ્રામાં હોય તેમ સાંભળી રહ્યાં હતાં.

'માની લઈએ તો એ સંતાપ છે અને સમજી લઈએ તો એ સંજીવની છે.'

અને તેમના એ ઉદ્‌ગારે ઘેરા સંતાપથી તપતા હૃદય પર અમીવર્ષા જેવી અસર કરી હોય તેમ જીમીનાં માતાને નીંદરની સમાધિ લાગી ગઈ. આજુબાજુ બેઠેલાં ત્રણેને સમજાયું નહીં કે સાધ્વીજીની વાણીનો આ પ્રભાવ હતો કે એમની દૃષ્ટિના તેજનો એ પ્રતાપ હતો ?

બીજી જ મિનિટે પેરીનબહેન ઘસઘસાટ ઊંઘતાં હોય તેમ એમનાં નસકોરાં સંભળાવા લાગ્યાં, એટલે નવરોજજી વાડિયા ભાવવિવશ બની ગયા.

'કેટલાં વરસે મેં એને આમ ઊંઘતી જોઈ.' સાધ્વીજીને ગદ્‌ગદ અવાજે એ કહેવા લાગ્યા : 'નાખોરાં બોલાવવાની તેની આદત પર હું પહેલાં બહુ ચિડાતો. કોઈક વાર સંભળાવતો કે તું ઊંઘમાં બૅન્ડ-વાજાં વગાડવાનું બંધ નહીં કરે તો તને ડિવૉર્સ આપી દઈશ... પણ જીમી ગયો તેની સાથે આ ઘસઘસાટ ઊંઘ પણ ચાલી ગઈ.' કહેતાં-કહેતાં અનાયાસ સાધ્વીજી તરફ બે હાથ જોડાઈ ગયા : 'આપ અહીં પધાર્યાં અને મારી પેરીનને ભરબપોરે આ રીતે મીઠી નીંદરમાં પોઢાડી દીધી ! આપનો ઉપકાર હું...'

એટલું સાંભળતાં જ ચન્દ્રસ્મિતાજી સફાળાં ઊભાં થઈ ગયાં.

'હું તો આવાંબાઈજીનાં દર્શને આવી હતી. મને તો અહીં સર્વત્ર એમનો વાસ વર્તાય છે. વાડિયાજી, દેહની આંખે દેખાય એટલું જ સાચું એવું શું કામ ? આત્માની આંખોથી જોઈ શકીએ તો અદૃશ્ય લાગતું ઘણુંબધું દૃશ્યમાન થાય છે.'

જાણે કોઈ દિવ્યવાણી સાંભળતાં હોય તેમ નિરાલી સહિત ત્રણે જણાં મંત્રમુગ્ધ બનીને તેમને ઝડપભેર જતાં જોઈ રહ્યાં. *આવજો-આભાર*ની ઔપચારિકતા સુધ્ધાં વીસરાઈ ગઈ. અરે, સાધ્વીજીને નિરાલીનો પરિચય કરાવવાનું પણ ડૉલી કે તેના પિતાને યાદ ન આવ્યું !

*

'મિસ વિરાણી, રાત્રે તને ઊંઘ તો બરાબર આવેલી ને ?'

સવારે નિરાલીને સ્ટેશને મૂકવા જવા માટે જીમીના પપ્પાએ ઑસ્ટિન કાર ચાલુ કરતાં પૂછ્યું ત્યારે નિરાલીએ અચરજ અનુભવ્યું. આગલી બપોરે પોતે નવસારી સ્ટેશનથી ડૉલી સાથે ઘેર આવતી હતી ત્યારે *પોટ્ટી*નું સંબોધન કરી રમૂજી ટુચકા સંભળાવીને હસાવનાર નવરોજજી વાડિયા પંદર કલાકમાં કેટલા બદલાઈ ગયા ! ગઈકાલની તેમની રમૂજી શૈલીમાં હસાવવાની સભાન ચેષ્ટા હતી તો અત્યારની વાતચીતમાં વ્યવહારુ સરળતા હતી.

'તેં જવાબ નહીં આપ્યો, નિરાલી ?'

કાર બહેરામજી વાડિયા સ્ટ્રીટની બહાર નીકળી એટલે નવરોજજીએ સવાલ દોહરાવ્યો : 'નવસારીની રાત કેવી ગઈ ?'

'અંકલ, તમારા નવસારીના કૂતરાઓનું ઓરકેસ્ટ્રા સાંભળવા મળે પછી ઘસઘસાટ ઊંઘ કેમ ન આવે ?'

સાંભળીને પિતાની બાજુમાં બેઠેલી ડૉલી અચરજ પામી : એક જ દિવસના સહવાસમાં રમૂજ કરવાનો મારા પપ્પાનો ચેપ નિરાલીને લાગી ગયો !

'મારી વાત કરું તો આખી રાત ડૉલીની મમ્મીનાં નસકોરાં સાંભળતો હું જાગતો રહ્યો.' જીમીના પપ્પા ગંભીર સ્વરે કહી રહ્યા હતા : 'એને મીઠી નીંદરમાં પોઢેલી જોતા રહેવાનો ઉજાગરો બહુ મીઠો લાગ્યો.'

સ્ટેશન તરફ વળાંક લેવા માટે જરા વાર રોકાઈને તેમણે આગળ ચલાવ્યું : 'પેરીન સવારે પાંચ વાગ્યે ઊઠીને ઝટપટ પરવારી જઈ નીચે ગયા પછી હું તેની હિલચાલ નિહાળતો રહ્યો. પહેલાં બગીચામાં જઈને તેણે ફૂલ ચૂંટ્યાં. ઘણા વખતે મેં તેને ડૉલી માટે ફૂલનો ગજરો ગૂંથતી જોઈ. પછી હું કાલે ચિરોડી લાવ્યો હતો તેની ઉંબરામાં ડિઝાઈન પાડી. ત્યારબાદ બૅકયાર્ડ(વાડા)માં જઈને પેલો લાકડાનો ઘોડો ઊંચકી લાવી અને ઢીંગલા સાથે આવાંમાઈજીના પટારામાં મૂકી દીધો. જાણે મનના શોક-સંતાપને હંમેશ માટે ધરબી દઈને મોકળાશ અનુભવતી હોય તેમ દાદર ચડીને એ ઉપર આવતી દેખાઈ એટલે હું બિછાનામાં જઈ ઊંઘવાનો ડોળ કરતો પડ્યો રહ્યો. એ મારી પાસે આવી. મારા માથા પર હાથ પસવારીને મને જગાડતી કહેવા લાગી : જીમીના પપ્પા, ઊઠો. આપણે સાથે બેસીને ચા પીએ. ખબર છે ને તમારે મહેમાનને સ્ટેશને મૂકવા જવાનું છું.'

ડૉલી અને નિરાલી એકચિત્તે તેમને સાંભળતાં હતાં.

'મને તો લાગે છે, સાધ્વીજીનાં પગલાંનો જ આ ચમત્કાર હોવો જોઈએ.'

એટલી વારમાં સ્ટેશન આવ્યું એટલે નિરાલીને વિદાય આપતાં તેમણે કહ્યું : 'અહીંના સ્ટેશન- માસ્તર ભમગરા અમારા પારસી છે. મેં એમને ફોન કરીને તારી ભલામણ પણ કરી દીધી છે.' કહી આગલી સાંજે મંગાવી રાખેલી ફ્લાઈંગની ટિકિટ તેને સોંપતાં ઉમેર્યું : 'ચાહે તો તું ડાઈનિંગ-કારમાં નિરાંતે મુંબઈ સુધી જઈ શકીશ. ગૂડ બાય ઍન્ડ ગૉડ બ્લેસ યૂ !'

છેલ્લા ઉદ્ગાર સાથે તેમણે નિરાલીના માથા પર વાત્સલ્યભાવથી હાથ મૂક્યો ત્યારે નિરાલીથી આપોઆપ ઝૂકી જવાયું : 'અંકલ, જીમીનાં મમ્મીએ સામે ચાલીને મારાં મૅરેજમાં આવવાનું ઈન્વિટેશન માગી લીધું છે. તમે એમને જરૂર લઈ આવજો.'

બોલતાં-બોલતાં એ ગદ્ગદ થઈ ગઈ ત્યાં જ સૂરતથી નીકળેલી ફ્લાઈંગ નવસારી સ્ટેશનમાં દાખલ થતી દેખાઈ એટલે આત્મીયતાભરી નજરે એમને જોઈ લઈ તેણે વિદાય લઈ લીધી.

સરસામાન વિના જ આવેલી નિરાલીને ફર્સ્ટ ક્લાસના કમ્પાર્ટમેન્ટ સુધી વળાવવા ગયેલી ડૉલીએ તેના હાથમાં એક પૅકેટ સોંપતાં કહ્યું : 'આમાં મમ્મીએ તારા માટે મંગાવેલી નાનખટાઈ અને ખારી છે... ભાવે તો ખાજે...'

'ડૉલીબહેન, આ તો હેતનું ભાથું છે. ભાવથી ખાઈશ અને સૌને ખવડાવીશ પણ ખરી.'

'અને આ મારા તરફથી સાથે લેતી જજે.' કહી કાગળમાં વીંટાળેલું બીજું બૉક્સ ડૉલીએ તેના હાથમાં મૂકી દીધું : 'ઘેર જઈને ખોલજે.'

એ બૉક્સને ધ્યાનથી જોતી નિરાલીએ જિજ્ઞાસાભેર પૂછી લીધું :

'એમાં શું છે, ડૉલીબહેન ?'

'ઘેર જઈને ખોલીશ એટલે તને બધું સમજાઈ જશે.'

એ જ વખતે ગાર્ડની વિસલ વાગી એટલે લાગણીવશ બની જતી નિરાલીએ ડૉલીનો હાથ પકડી લીધો : 'ચાલુ ટ્રેને ચડી જઈને તમારી સાથે નવસારી આવી એ મારી જિંદગીની સૌથી યાદગાર ઘટના રહેશે, ડૉલીબહેન !' બોલતાં-બોલતાં કંઠ રૂંધાયો છતાં ટ્રેન ઊપડવાની ઘડીઓ ગણાતી હતી એટલે પૂછી લીધું : 'તમે ક્યારે મુંબઈ આવો છો ?'

'હવે તો તારાં લગ્ન પર જ આવીશ.' ડૉલીના અવાજમાં કોઈક દૃઢ સંકલ્પનો અણસાર નિરાલીને વર્તાયો : 'બાકી તો મુંબઈ હવે હંમેશને માટે છોડી દીધું એમ માની લેજે... બાકીની જિંદગી મમ્મી-પપ્પા સાથે અહીં જ વિતાવી દેવાનું નક્કી કરી લીધું છે.'

કહેતાં તેની આંખોના ખૂણા ભીંજાયા અને ટ્રેન ચાલુ થઈ.

હાથ ઊંચો કરીને *આવજો* કહેતી નિરાલી દેખાતી બંધ થયા પછી પણ ઘણી વાર સુધી ડૉલી પ્લૅટફૉર્મ પર જડવત્ ઊભી જ રહી. નિરાલીને પેલા બૉક્સમાં પોતે જે સોંપ્યું તેની સાથે મૂકેલો પત્ર વાંચીને કોણ જાણે એ શું વિચારશે ?

*

રવિવારે સવા-અગિયાર વાગ્યે નિરાલી *વિરામ વિલા* પહોંચી ત્યાં સુધીમાં નવસારીથી મુંબઈની સફર દરમિયાન ઘૂંટાતી રહેલી ઉત્સુકતા પરાકાષ્ઠાએ પહોંચી ચૂકી હતી : સ્ટેશને વળાવવા આવેલી ડૉલીએ આપેલા બૉક્સમાં શું હશે ? ટ્રેનની સફરમાં બે-ત્રણ વાર કાગળમાં વીંટાળેલું એ પૅકેટ જોઈ લેવાની અધીરાઈ જોર કરી ગઈ હતી, પણ ડબામાં બેઠેલાં ઉતારુઓની હાજરીના ખ્યાલથી તેણે અધીરાઈને અંકુશમાં રાખવી પડેલી. ઘરમાં દાખલ થતી વખતે પહેલો વિચાર એ આવેલો કે ઘરનું કોઈ સામે ભટકાઈ ન જાય તો સારું, નહીંતર અચાનક નવસારી ચાલ્યા જવા માટે ખુલાસો કરવામાં સમય વેડફાઈ જશે. જોકે તેણે આગલી સાંજે નવસારીથી કૉલ કરીને રાજીભાભી પાસેથી જાણી લીધેલું જ કે બૉમ્બે સેન્ટ્રલ પર પોતે પડતી મૂકેલી મારુતિ વિરાટે *વિરામ વિલા*માં પહોંચાડી દીધી હતી. આ જાણીને તેને વિશેષ અચરજ થયેલું : વિરાટને આવું કરવાનું કેમ સૂઝી આવ્યું... કદાચ કાર પહોંચાડવાને બહાને રાજીભાભીને મળવા માટેનો મોકો ઝડપી લીધો હશે. શું એ બંને વચ્ચે હજુ પણ કાંઈક ચાલતું હશે ? કોને ખબર !

'નિરાલીબહેન, આવી ગયાં ?'

લિફ્ટમાં બીજે માળે પહોંચીને એ પોતાના બેડરૂમ તરફ સરકી જતી હતી ત્યાં જ રાજલક્ષ્મીનો ટહુકો સંભળાયો : 'નવસારીની ટ્રીપ કેવી રહી ?'

'બહુ સરસ રહી !' કહેતી એ બેડરૂમમાં પ્રવેશ કરવા જતી હતી ત્યાં ફરી રાજલક્ષ્મીએ જાણ કરી :

'મમ્મી અને દાદા-દાદી થોડી વારમાં જ આવી પહોંચશે. સિદ્ધાર્થ તેમને લેવા એરપૉર્ટ ગયો છે.' કહીને હળવેકથી ઉમેર્યું : 'સારું થયું તમે એ પહેલાં આવી ગયાં. હવે વડીલોને તમારી નવસારીની ટ્રીપની જાણ કરવાની નહીં રહે.'

'તમારી આ ઈન્ફર્મેશન(માહિતી) બદલ આભાર, ભાભીશ્રી !' નિરાલીએ વળતો વ્યંગ સંભળાવ્યો : 'સાથેસાથે વડીલોને એ પણ જાણ કરવી નહીં પડે કે તમારો એક્સ-બૉયફ્રેન્ડ (ભૂતપૂર્વ મિત્ર) મારી મારુતિ પહોંચાડવા ખાતર આપણે ઘેર પધાર્યો હતો.'

નણંદે ઉચ્ચારેલો એક્સ બૉયફ્રેન્ડ શબ્દ રાજલક્ષ્મીને કઠ્યો, પણ ત્યાં સુધીમાં નિરાલીએ પોતાના બેડરૂમનો દરવાજો ભીડી દીધો હતો એટલે ભાભીએ નણંદનું મહેણું મૂંગાં-મૂંગાં જ ગળી જવું પડ્યું.

સૅન્ડલ ઉતાર્યા વિના જ નિરાલી પલંગ પર ગોઠવાઈને ડૉલીનું પૅકેટ ખોલવા લાગી. અધીરાઈથી કોઈ કામ કરવા જતાં તેમાં વિલંબ વધુ થાય છે એવું જ ડૉલીનું પૅકેટ ખોલવામાં થયું. પહેલાં પૅકેટ પર વીંટાળેલો કાગળ ફાડ્યો ત્યાં નીચેના બૉક્સ પર લગાડેલી સેલો ટેપનો અવરોધ નડ્યો. ટેપ ખોલવાનું ફાવ્યું નહીં એટલે નાની કાતર શોધવાનાં ફાંફાં માર્યાં. છેવટે જેમતેમ કરીને બૉક્સ ઉઘાડ્યું તો જૉકીના બે શૂઝ અને બે ઑડિયો કૅસેટ સાથે બીડેલું પરબીડિયું નીકળ્યું. જૉકીના બૂટ જોતાં નિરાલીને એ તો સમજાઈ ગયું કે જીમીના મૃત્યુ માટે ઉપયોગમાં લેવાયેલા એ શૂઝ હતા. કૅસેટમાં તેના ડૅડીએ હૉંગકૉંગ કૉલ જોડીને વૈભવ સાથે કરેલી વાતચીત રેકર્ડ થયેલી હશે એ અનુમાન પણ તેણે કરી લીધું... પરંતુ પત્રમાં ડૉલીએ શું લખ્યું હશે ?

નિરાલી,

તારું નવસારી આવવું અને એ જ વખતે વાડિયા વાડીમાં જૈન સાધ્વીજીનું પધારવું એને કેવો કૉઈન્સિડન્સ (યોગાનુયોગ) ગણવો તે સમજાતું નથી.

શ્વાસભેર નિરાલી પત્ર વાંચતી હતી.

એ રાત્રે ઘરમાં તમે ત્રણે ઊંઘતાં હતાં ત્યારે મારા દિલમાં ભારે ગડમથલ ચાલતી હતી. સાંજે બહેનપણીને મળી આવવાનું બહાનું કાઢીને ખરેખર તો હું પેલાં સાધ્વીને મળવા ગઈ હતી. નાના ભાઈના મૃત્યુનો બદલો લેવાનો મારો અજંપો વ્યક્ત કરીને મેં પૂછ્યું, મારે શું કરવું જોઈએ તે સમજાતું નથી. આપ જ મને માર્ગ દેખાડો... ત્યારે એમણે મને સમજાવ્યું કે વેર એ બંધન છે અને ક્ષમા મુક્તિ. અપરાધીને સજા કરવાનું ઉપરવાળા પર છોડી દઈને તું બદલાની આ ભાવનાથી મુક્ત થઈ જા. વેર વાળ્યું વળતું નથી; એને મનમાંથી વળાવી દેવાથી જ સાચી શાંતિ સાંપડે છે. ભાઈના મૃત્યુનો બદલો લેવો હોય તો બીજાની ભલાઈ કરીને લે. તારાં દાદીમાએ લોકોની ભલાઈ પાછળ જિંદગી ખર્ચી નાખી એવું કાંઈક કરીશ તો સમજાશે કે દુઃખ અને ક્લેશથી ભરેલા આ જગતને સારપ અને સેવાની કેટલી બધી જરૂરત છે.

નિરાલી, તેમની આ શિખામણનો અમલ કરવાનો મેં સંકલ્પ કરી લીધો છે. કદાચ કાલે ફરી વિચાર બદલાઈ ન જાય એટલા ખાતર મારા મનમાં સતત વેરની ભાવની જગાડતા તારા ડૅડી વિરુદ્ધના પુરાવા હું તને સુપરત કરી દઉં છું. તેનું તને મનફાવે તે કરજે. હું તો હવે હંમેશને માટે તેમાંથી મુક્ત થઈ ચૂકી છું એની ખાતરી રાખજે.

ખોદાઈજી તારું ભલું કરે.

લિખિતંગ

જીમીની બહેન ડૉલી,

પત્ર વંચાઈ રહ્યો ત્યાં સુધીમાં નિરાલીની આંખોમાંથી ચોધાર આંસુ વહેવા લાગ્યાં. ડૉલીએ સોંપેલા પોતાના ડૅડી વિરુદ્ધના પુરાવા પર દૃષ્ટિ કરીને એ વિચારતી રહી : હવે મારે આનું શું કરવું ?

*

20

'હેલ્લો, માય ચાઈલ્ડ !'

પરોઢિયાની નીંદરમાં મલકતા વૈભવના સોહામણા મુખને ધારીધારીને નીરખી લીધા પછી સબીનાથી અનાયાસ બોલાઈ ગયું ત્યારે આ અણધાર્યા ઉદ્‌ગારે તેને પોતાને જ ચોંકાવી દીધી. હૉંગકૉંગથી આવ્યા પછી તેના સહવાસની આ તેની સાતમી રાત હતી. દરેક વખતે સબીના આદત મુજબ પાંચ વાગ્યે ઊઠી જઈને વૈભવને જગાડતી. સબીનાના માદક સહવાસના કેફમાં મળસકાની નીંદર માણતા વૈભવને વહેલા ઊઠવાનું ગમતું કે જચતું નહીં, પણ સવાર પહેલાં ઘેર પહોંચી જવાની વાસ્તવિકતાનો ધક્કો તેને સફાળો બેઠો કરી દેતો.

'સબી, કોઈક સવાર એવી નહીં પડે જ્યારે સૂરજ ઊગ્યા પછી પણ આપણે પરસ્પરની હૂંફમાં આળોટતાં રહીએ ?'

'આપણો સંબંધ રાતનો છે, એકાન્તનો છે... સવાર પડતાં જ સમાજની મર્યાદા આપણને સજાગ કરી દે છે. આપણે સ્વેચ્છાએ સ્વીકારેલી આ મર્યાદા છે, પછી તેનો અફસોસ શા માટે, વિભુ ?'

ત્રણેક મિલનથી અજાણપણે જ બંને વચ્ચે *સબી-વિભુ*ના સંબોધનની આત્મીયતા સ્થપાઈ ગઈ હતી. મિલન વચ્ચે સર્જાતો બે-ત્રણ રાતનો વિરહ હવે બંનેથી જીરવાતો નહોતો. મેળાપ માટેની સબીનાની ઉત્કટતા વૈભવના મનમાં આશા જગાડી જતી. આ રીતે મળતાં રહીશું તો સબીના છેવટે નહીં પરણવાની જીદ છોડવા તૈયાર થઈ જશે... પરંતુ સબીનાના મનની તો વ્યગ્રતા વધતી જતી હતી : બાળકના નિમિત્તે થતા આ મિલનનો એકાએક અંત આવી જશે પછી વૈભવનો વિરહ હું કઈ રીતે સહી શકીશ ? માતૃત્વ પામ્યાં પછી તો હું બાળકમાં મન પરોવીને વિરહની વ્યથાને વિસારે પાડી દઈશ, પણ તેના સંતાનનો પિંડ મારા પેટમાં પાંગરતો હશે એ અવસ્થાના દિવસોમાં તો વૈભવનો વિયોગ કેવો વસમો નીવડશે ?

અને આજે પહેલું પરોઢ હતું જ્યારે વૈભવના મુખમાં બાળકનું સ્વરૂપ જોઈને તેનાથી બોલાઈ ગયું : *હેલ્લો, માય ચાઈલ્ડ !* તો શું માતૃત્વનું બીજ રોપાયાનો આ સંકેત હતો કે પછી માતા બનવાની તીવ્ર ઝંખનામાંથી ઉદ્‌ભવેલો ભ્રમ ? આવો સંકેત કોઈ સ્ત્રીને મળતો હશે ખરો કે પછી હું અપવાદરૂપ હોઈશ ?

તેને આનો જવાબ તો મળે તેમ નહોતો, છતાં નાઈટ-લૅમ્પના પ્રકાશમાં *બાન્દ્રા બીચ રૉક* હૉટેલના સ્વીટના બેડરૂમમાં લટકતા કૅલેન્ડર પર તેની નજર દોડી ગઈ. સોમવાર, ૪ નવેમ્બર, ૧૯૯૧નું એ પરોઢિયું અને રવિવાર, ૩ નવેમ્બરની આગલી રાત ! તારીખ જોતાં જ રાત્રે વૈભવે કરેલી તાકીદ તાજી થઈ :

'સબી, સવારે હું ગમે તેટલી આનાકાની કરું છતાં મને અચૂક ઉઠાડી દેજે. કાલે ધનતેરશ છે અને ઘરનાં સૌ સવારે છ વાગ્યે ઊઠી જવાનાં છે. તને ખબર હશે, ધનતેરશ લક્ષ્મીજીના આગમનનો દિવસ ગણાય છે. સવારે ઘરનાં દ્વાર ઉઘાડી દેવાં જોઈએ, નહીંતર આંગણે પધારેલાં લક્ષ્મીજી પાછાં ફરી જાય.' કહીને એ હસ્યો હતો : 'લક્ષ્મીજીના આગમન પહેલાં પહોંચી જાઉં તો આખી રાત હું ક્યાં હતો એવો ખુલાસો માગનાર કોઈ સામે ભટકાય નહીં !'

- તો શું આ ધનતેરશનું પ્રભાત મારા હૃદયના આંગણામાં નાનકડી લક્ષ્મીના આગમનના શુભ સંકેત સાથે ઊગવાનું છે ? તો-તો હું એનું નામ ધનશ્રી જ પાડીશ. લાડમાં એને *ધન્ની* કહીને જ બોલાવીશ !

સાગરમાં અચાનક ભરતી ચડી હોય તેમ સબીનાના હૈયામાં હર્ષનાં મોજાં ઊછળવા લાગ્યાં અને તેને યાદ આવી ગઈ વહેલી સવારે સમુદ્ર સ્નાન કરવાની વૈભવને કરેલી વાત. નરિમાન પૉઈન્ટની રૉય શેરેટન હૉટેલમાં સ્વીટ નાઈન-નાઈન-નાઈનમાં છેલ્લી મુલાકાત વખતે વૈભવના પિતાની સાથે ફોન પર ભેટો થઈ ગયા પછી તેને થયું કે અહીંની છાની મુલાકાતો હવે જાહેર થવા લાગી છે એટલે સ્થળ બદલવું જોઈએ. માતા બને ત્યારે કોઈને વહેમ ન જવો જોઈએ કે એ સંતાન વૈભવનું જ છે. મિલનનું સ્થળ બદલવાનો પ્રસ્તાવ મૂક્યો ત્યારે વૈભવે ખચકાટ વ્યક્ત કર્યો હતો : 'સબી, આ સ્વીટ તો આપણા સંબંધની કડીરૂપ છે. તને મેં કહ્યું નથી, પણ આ સ્વીટ લાઈફ-ટાઈમ માટે રાખી લેવાનો પ્રસ્તાવ મેં હૉટેલ-માલિક પ્રણય રાય સમક્ષ મૂક્યો છે.'

'એવું શું કામ ?'

'સબી, હું શાહજહાં ભલે ન હોઉં પણ વૈભવ તો છું ને ?' કહી વૈભવે તેના બંધ હોઠ પર આંગળી પસવારતાં ઉમેર્યું હતું : 'તારા પ્રેમની યાદગીરીમાં તાજમહાલ ન બંધાવી શકું, પણ નવસો- નવાણુ નંબરના આ સ્વીટનો લાઈફ મેમ્બર તો બની શકું ને ?'

'તું પાગલ છે, વિભુ !'

'એને માટે તું જવાબદાર છે, સબી !'

'ગુનો કબૂલ છે !' તેની છાતી પર મુક્કી મારતાં સબીનાએ કહ્યું હતું : 'ભલે, તારે સ્વીટ લાઈફ-ટાઈમ માટે બૂક કરવો હોય તો ભવિષ્યમાં કરજે, પણ મને વહેલી સવારે ઊઠીને ઊછળતા સમુદ્રમાં તારી સાથે સ્વિમિંગ કરવાની ઘેલછા જાગી છે એનું શું ?' કહી વૈભવને મનાવી લીધો હતો : 'અહીં નરિમાન પૉઈન્ટ પર સ્વિમિંગ થઈ શકે તેમ નથી અને તને સવારે ઘેર પાછા ફરવામાં જુહુ બીચ દૂર પડે એમ છે. એટલે જ મેં *બાન્દ્રા બીચ* રૉકનો સ્વીટ બૂક કરાવી લીધો. એ બહાને તને મારો મહેમાન બનાવવાનો મોકો પણ મળશે.'

આવું બહાનું ઉપજાવીને તેને મનાવી લેવા માટે સબીનાનું મન ડંખ્યું હતું અને હવે મનમાં પડેલા પડઘાને કારણે સ્વિમિંગ કરવા જવાનો વિચાર માંડી વાળવા માટે બીજું કોઈ બહાનું ઉપજાવી કાઢવું પણ જરૂરી બન્યું હતું.

પરોઢિયાની મીઠી નીંદરમાં પોઢેલા પુરુષના મુખમાં બાળસ્વરૂપ જોઈને સ્ત્રીનું માતૃત્વ ઊભરાઈ આવે તેમ ઊંઘતા વૈભવના ચહેરાને તાકી રહેલી સબીનાએ ધીમેધીમે ગરદન ઝુકાવી તેના કપાળ પર હોઠ ચાંપી દઈ વહાલપની ચૂમી ભરી લીધી ત્યારે હવાની હળવી લહેરથી વૃક્ષનાં પાન સહેજ થથરે તેમ વૈભવની બિડાયેલી આંખો પરથી પાંપણના પડદા ઊંચકાયા. પોતાને સ્નેહ-નીતરતી નજરે નીરખી રહેલી સબીનાને જોઈ મલકતા મુખે વૈભવે તેની ડોક પાછળ બંને હાથ પરોવી દીધા.

'લુચ્ચા !' વૈભવના માથા પર હાથ પસવારી સબીનાએ વહેલી સવારે બોલતા પંખી જેવો ટહુકો કર્યો : 'આંખો મીંચીને જાગતો પડ્યો હતો છતાં ઘસઘસાટ ઊંઘવાની કેવી સરસ ઍક્ટિંગ કરતો હતો !'

'ઍક્ટ્રેસનું પડખું સેવવાથી એટલી તો અસર થાય જ ને ?' કહી વૈભવે બંને હાથે સબીનાની ગરદનને પોતાના મુખ તરફ ઝુકાવતાં કહ્યું : 'વર્ષો પહેલાં બાળપણમાં દાદાજી સાથે અમારા ગામના મંદિરે ગયો ત્યારે પૂજારીએ કપાળે ચંદનનું તિલક કરેલું. બંધ આંખે ભક્તિભાવથી તિલક કરાવતો હતો ત્યાં ચંદનનો શીતળ સ્પર્શ થતાં જ આંખની પાંપણ ઊઘડી ગઈ એવી જ કાંઈક અનુભૂતિ થોડી વાર પહેલાં થઈ.'

'ઊઠતાંવેંત કવિ જેવું બોલવા લાગ્યો એને કોની અસર ગણવી, વિભુ ?'

'પ્રેમ માણસને પાગલ બનાવી દે છે એવું ઘણી વાર કહે છે અને કવિઓ અર્ધા પાગલ હોય છે એવું ઘણી વાર સાંભળ્યું છે.'

કહી સબીનાની ઝૂકેલી ગરદન તરફ પોતાનું મુખ ઊંચકી તેના હોઠ પર *ગૂડ મૉર્નિંગ* ચોડી દીધું.

'મિસ્ટર, આંખો ઉઘાડી છે તો જરા ઘડિયાળ પર નજર નાખી જુઓ, સવાપાંચ થવા આવ્યા.'

'હોય નહીં !' આંચકો લાગ્યો હોય તેમ વૈભવ પૂછી બેઠો : 'સવાપાંચ વાગે જ કેવી રીતે ?' તેણે કાંડા પર નજર કરી : 'મેં તો પાંચનું એલાર્મ મૂક્યું હતું ! મારે સ્વિત્ઝર્લૅન્ડ લેટર લખી વૉચ કંપનીને ફરિયાદ કરવી પડશે. હન્ડ્રેડ પર્સન્ટ ગેરંટીવાળી તમારી વૉચનું એલાર્મ પોતે જ ક્યારેક ઊંઘતું રહે છે !'

'ક્યારેક એટલે ક્યારે, મિસ્ટર ?' તેના ગાલ પર ટાપલી મારતી સબીના બોલી ઊઠી : 'કમ્પેલનમાં તારે એમ પણ લખવું પડશે કે જ્યારે હું કોઈકની સાથે ઊંઘતો હોઉં છું ત્યારે જ આમ થાય છે.'

'એટલે ? હું સમજ્યો નહીં.'

'તારી ઘડિયાળનું એલાર્મ વાગે એ પહેલાં મારા દિમાગની ઘંટડીએ મને જગાડી દીધી હતી. તેની સામે શરારતથી જોતી સબીનાએ સ્મિત ફરકાવ્યું : 'પછી મેં જ તારા એલાર્મને વાગતું રોકી દીધેલું, વિભુ ! એટલે વાંક વૉચ કંપનીનો નહીં, મારી કંપનીનો કહેવાય... મારે તને ઊંઘતો જોવો હતો એટલે મેં જ તારી ઘડિયાળના એલાર્મને અડપલું કર્યું હતું.'

'અને મારે તને ખુલ્લા આકાશ નીચે ઊછળતા સાગરમાં સ્વિમિંગ કરતી જોવી હતી એટલે તો એલાર્મ મૂકેલું, સબીના !' કહી વૈભવ ઊભો થવા લાગ્યો : 'એની વે, હજુ પણ આપણી પાસે પંદર મિનિટ છે. *લેટ્સ ગો ફૉર સ્વિમિંગ.*'

'નહીં !' સબીનાએ તેનું કાંડું પકડી લીધું : 'સ્વિમિંગ ફરી કોઈક વાર... અત્યારની પંદર મિનિટમાં થોડીક વાત કરી લઈએ.'

'વાતચીત તો દરિયામાં નાહતાં-નાહતાં પણ થાય, સબીના ! તારા આગ્રહથી આપણે હોટેલ બદલી અને હવે તું જ...'

'માની લે કે સમુદ્રમાં અત્યારે ઓટ છે અને ભરતી વિના તરવામાં જોખમ છે.'

'જોખમથી તો તું ડરે એવી નથી, છતાં માની લીધું કે સમુદ્રમાં ઓટ છે અને તારા દિલમાં કાંઈક કહેવાની ભરતી ચડી છે, બસ !'

'આજે કાંઈ બહુ ડાહ્યો થઈ ગયો ?'

'કહ્યાગરો થયો એટલે તને ડાહ્યો લાગ્યો !'

મજાક કરીને વૈભવે ગંભીર સ્વરે પૂછી લીધું :

'તું શું કહેવા માગતી હતી, બોલ !'

'એ જ કે કાલ સવારે તું કોઈ પેપર-મૅગેઝિનમાં વાંચ કે સબીનાને સો ઍન્ડ સો ઍક્ટર સાથે અફેર (લફરું) છે... તો તને કેવું લાગે ?'

'પેપરવાળા સો ઍન્ડ સો ઍક્ટર એવું શું કામ લખે ? સો ઍન્ડ સો ઈન્ડસ્ટ્રીયાલિસ્ટ સાથે સબીનાને લફરું છે એમ જ છાપે ને ? આપણી વચ્ચે કોઈ ઍક્ટર આવે જ શું કામ ?'

'કાલે મારા નવા પિક્ચરનું મુહૂર્ત હતું !'

'ખબર છે. એ પિક્ચરનું નામ *રોમાન્સ* રાખ્યું છે એટલે તો મેં મુહૂર્તમાં આવવાની ઈચ્છા દર્શાવી હતી.'

'સારું થયું તું ન આવ્યો, વૈભવ.'

'તું તો એવી રીતે બોલી રહી છે, સબીના ! કે જાણે મુહૂર્તમાં કાંઈક ખરાબ બની ગયું હોય.'

'ખરાબ તો નહીં પણ ખરાબ લાગે એવું કાંઈક બન્યું ખરું.' કહી સબીના થોડી વાર તેને જોતી રહી. મનમાં ગોઠવી રાખેલું કહેવામાં જરા કષ્ટ વર્તાતું હતું.

'મુહૂર્તના શૉટમાં દેવદત્તે મારાં બંને બાવડાં પકડીને ડાયલૉગ બોલવાનો હતો કે *અબ મૈં તેરે બીના એક પલ ભી જી નહીં શકતા...* એમ કહીને તેણે મારા હોઠ સુધી આવીને ઉમેરવાનું હતું : *મહોબ્બત કી સોગંદ !*'

'પછી ?'

'દેવદત્તે *મહોબ્બત કી સોગંદ* કહીને અટકી જવાનું હતું તેને બદલે લાગણીના આવેશમાં એણે મને કિસ કરી લીધી.'

વૈભવની આંખોમાં ક્ષણવાર માટે ઈર્ષાનો તિખારો પ્રકટીને ઓલવાઈ ગયો : 'આજકાલ સેન્સર બૉર્ડ કિસિંગ માટે થોડી છૂટછાટ આપવા લાગ્યું છે એનો આ લોકો લાભ ઉઠાવતા હશે.'

'નહીં, વૈભવ ! સીનમાં કિસ કરવાની હતી જ નહીં. દેવદત્તે પાંચસો-છસો મહેમાનોની હાજરીમાં ગેરલાભ ઉઠાવ્યો... અથવા તો એ ભૂલી ગયો કે એણે માત્ર ઍક્ટિંગ જ કરવાની છે. એણે કિસ કરી એથી કાંઈ ધરતીકંપ થવાનો નહોતો છતાં મને ખરાબ લાગ્યું. દિગ્દર્શકે

શૉટ ઓકે કર્યો અને સૌ તાળીઓથી મુહૂર્ત-વિધિને વધાવી લઈ મુબારકબાદી આપવામાં પડ્યાં એટલી વારમાં હું મારી અકળામણ છુપાવતી મેકઅપ રૂમમાં ધસી ગઈ. થોડી વાર એકલી પડ્યા પછી મારી અકળામણ આક્રોશમાં પલટાઈ ગઈ. કોણ જાણે મને શું સૂઝ્યું કે મેં સ્પૉટ-બૉયને મોકલી હીરોને મેકઅપ- રૂમમાં બોલાવ્યો.'

આગલી સવારે બનેલી ઘટના કહી સંભળાવતી સબીના સહેજ રોકાઈ - એવી આશામાં કે વૈભવ પૂછશે પછી શું થયું ? પરંતુ તેને સાંભળવાની તત્પરતામાં એ અબોલ જ રહ્યો એટલે સબીનાએ આગળ ચલાવ્યું :

'દેવદત્ત મેકઅપરૂમમાં આવ્યો એટલે મેં તેના પર ગુસ્સો ઠાલવ્યો. એણે કબૂલ કર્યું કે પોતે સાચેસાચ રોમૅન્ટિક લાગણીના આવેશમાં આવી ગયો હતો... પરંતુ એણે કબૂલ ન કર્યું કે એમાં પોતે કાંઈ ખોટું કર્યું છે. દસ-પંદર મિનિટ પછી બહાર ઊભેલા લોકો સમક્ષ હસવાની ઍક્ટિંગ કરતાં અમે બહાર આવ્યાં ત્યારે કોઈકની ટકોર મારા કાને અફળાઈ : '*રોમાન્સ* ફિલ્મના મુહૂર્તથી જ *રોમાન્સ* શરૂ થઈ ગયો. હવે ફિલ્મ પૂરી થયા પહેલાં મૅરેજ થઈ જાય તો નવાઈ નહીં !'

'તું એમ માને છે, સબીના ! કે આવું છપાશે એ વાંચીને હું અપસેટ થઈ જઈશ ?' વૈભવે તેના ખભા પર હાથ મૂકતાં કહ્યું : 'હા, આપણા સંબંધની શરૂઆતમાં તને પરદા પર કોઈની સાથે રોમાન્સ કરતી જોઈને ઉશ્કેરાઈ જતો ખરો, પણ સવારે સવાપાંચ વાગ્યાના આપણા આ એકાન્તમાં વિક્ષેપ પાડીને કહેવા જેવી આ વાત મને નથી લાગતી.'

'હજુ મેં કહેવાનું પૂરું નથી કર્યું, વૈભવ !' સામેના દર્પણમાં પોતાનું પ્રતિબિંબ નિહાળતી સબીના કહી રહી હતી : 'મેકઅપરૂમના એકાન્તમાં અમે ઝઘડ્યાં તેને લોકોએ અને પ્રેસવાળાએ અફેર(લફરા)નું નામ આપી દીધું. મને જાણવા મળ્યું કે પ્રોડ્યુસર પણ એ અફવાને ચગાવવા માગે છે જેથી પિક્ચરને પબ્લિસિટી મળે.'

'એ તો તમારી લાઈનની જમાનાની જૂની ટેક્નિક છે.' વૈભવને હજુય આમાં ગંભીર ચર્ચા કરવા જેવું કાંઈ લાગતું નહોતું : 'મૅગેઝિનમાં *લવ અફેર*ની વાત છપાય અને હીરો-હીરોઈન ડિનાય (ઈનકાર) કરીને કહે કે આ બધા ગપગોળા છે.'

'પરંતુ આ વાતને હું ડિનાય નથી કરવાની, વૈભવ !'

હવે વૈભવ ચોંક્યો : પેલા હીરો સાથે રોમાન્સ થયો નથી છતાં ઇનકાર નથી કરવાની એનો અર્થ શું ?

'વૈભવ, હું તને બરાબર સમજાવી શકીશ કે નહીં, ખબર નથી, પણ આપણી વચ્ચે કોઈ જાતની ગેરસમજ ન થાય એટલા માટે શક્ય એટલી સ્પષ્ટતા કરી લેવા મથું છું.'

'હું સાંભળું છું, સબીના !'

'મને સંતાનનું દાન આપનાર તું જ હોઈશ એવા મારા સંકલ્પમાં હું દૃઢ છું... પરંતુ એ સંતાન તારું છે એની મારે સમાજને જાણ નથી થવા દેવી.'

'હું જાણું છું.'

'માત્ર તારી સાથે જ મારે સંબંધ છે એવું લોકોના મનમાં ઠસી જાય તો સંતાનના પિતા હોવા વિષે તારા એકલા તરફ જ આંગળી ચીંધાય... અને એટલા ખાતર હું દેવદત્ત સાથેના મારા પ્રણયસંબંધની અફવાને રોકવા નથી માગતી.'

વૈભવ સબીનાને એવી રીતે તાકી રહ્યો હતો, જાણે એના દિલનો તાગ લેવા માગતો હોય, એના મનોમંથનને માપી લેવા મથતો હોય.

'સબીના, એવું થશે તો લોકો મારે બદલે દેવદત્ત તરફ આંગળી ચીંધશે. તારા સંતાનનો પિતા દેવદત્ત છે એવું સૌ માનતાં થશે. એનાથી પરિસ્થિતિમાં શું ફરક પડવાનો ?'

'દેવદત્ત તરફ આંગળી ચીંધાય એમાં ફરક એટલો પડશે કે તારા ફૅમિલીને હું બેઇજ્જતીથી બચાવી શકીશ. દેવદત્ત પરણેલો છે, જ્યારે તારે લગ્ન કરવાનાં બાકી છે.'

'અને પરણેલા દેવદત્તના ઘરમાં આ અફવાથી ક્લેશ-કંકાસ નહીં થાય ? પોતાનો પતિ બીજી કોઈ સ્ત્રીના સંતાનનો પિતા છે એ જાણીને દેવદત્તની પત્નીને સમાજમાં નીચાજોણું નહીં થાય ? એની પત્ની દેવદત્તથી ડિવૉર્સ લઈ લે એવું નહીં બને ? મારા કુટુંબને બેઇજ્જતીથી બચાવવા જતાં દેવદત્તના દાંપત્યજીવનમાં ભંગાણ પડશે એનું દુઃખ નહીં થાય ?'

વૈભવની દલીલના દરેક સવાલ વીંધી નાખનારા અને વજૂદવાળા હતા છતાં સબીના સ્વસ્થ રહી શકી. તેણે બધું જ વિચારી રાખ્યું હતું.

'તને એમ લાગે છે કે મેં આનો વિચાર નહીં કર્યો હોય, વૈભવ ?' સબીનાએ ઊભા થઈ જઈ બેડરૂમમાં લટાર મારવાનું ચાલુ કરતાં કહ્યું : 'દેવદત્ત પરણેલો છે. એની પત્ની તેજશ્રી મારી ફ્રેન્ડ છે. એના સંસારમાં ભંગાણ પડે એવું હું કાંઈ જ નહીં થવા દઉં. એને હું સંભાળી લઈશ.'

'અને દેવદત્તને ?' વૈભવ અધીરાઈથી પૂછી બેઠો : 'એ કહેશે કે સબીનાના બાળક સાથે મારે કાંઈ જ લાગતું-વળગતું નથી... તો ?'

'એ એવું નહીં કહે.' આંટા મારતી સબીનાએ અચાનક અટકી જતાં કહ્યું : 'કેટલાક પુરુષો... અને ખાસ કરીને અમુક ઍક્ટર્સ એવા હોય છે જે લફરાને મર્દાનગીના મુગટનું છોગું માનતા હોય છે. દેવદત્ત થોડો વખત ભલે આવા રુઆબમાં રાચે. સબીના જેવી ઍક્ટ્રેસ પણ પોતાના મોહપાશમાં જકડાઈ ગઈ એવું લોકો માનતા થાય એમાં એને મજા આવતી હોય તો ભલે એવી મજા માણી લે.'

ત્યારે વૈભવને વધુ સવાલ પૂછવાનું સૂઝ્યું નહીં. એ માત્ર એટલું જ બબડ્યો : 'મને આવી બધી ગૂંચ ઊભી કરવાની જરૂર લાગતી નથી, પછી તો તારી મરજી.'

'મારી મરજી નહીં, મજબૂરી કહે... મારે માતા થવું છે, પણ કોઈને પિતા બનાવવો નથી એ મજબૂરી તું જાણે છે, વૈભવ !'

'પરંતુ હું એ નથી જાણતો કે તું પરણવાની ના શું કામ પાડે છે ?' ઘણા દિવસથી કહી દેવા માટે ઘૂંટાતી વાત વૈભવના હોઠે આવી ગઈ : 'આવી અફવા, આ વિવાદ અને બેઇજ્જતીની આવી ગૂંચ પેદા કરવાની જરૂર જ શું છે ?'

વૈભવે પૂછ્યું ત્યારે સબીના બારીનો પરદો ખોલી બહાર શાંત સમુદ્રના પાણી પર ફેલાતો સવારનો ઉજાસ નિહાળતી હતી. તેણે જવાબ આપવાનું ટાળ્યું એટલે વૈભવ તેની પાસે ગયો. ખભા પર હાથ મૂકી સબીનાનું ધ્યાન પોતાના તરફ દોરતાં ફરીથી પૂછ્યું :

'લગ્ન નહીં કરવાની તારી જીદ પાછળનું કારણ મને નહીં કહી શકે, સબી ?' એના અવાજમાં જાણી લેવાની તત્પરતા સાથે સહાનુભૂતિની તીવ્રતા પણ વર્તાતી હતી :

'શું તને એમ લાગે છે કે પરણીને તું સુખી નહીં થાય ? કે પછી ઘણી અભિનેત્રી પરણ્યા પછી પસ્તાઈને છૂટાછેડા લઈ લે છે એ ભાર તને સતાવે છે ?'

'વૈભવ, સપ્તપદીના ફેરા ફરવા સ્ત્રી પગ ઉપાડે છે ત્યારે એના મનમાં દઢ સંકલ્પ હોય છે કે અમારું લગ્નજીવન સુખી જ નીવડવાનું છે. લગ્ન એ જુગાર છે એવું કહેનાર કોઈ પુરુષ જ હોઈ શકે... બાકી સ્ત્રી તો લગ્નને જીવનયજ્ઞ જ માનતી હોય છે.'

'તો પછી ચાલ આપણે એ જીવનયજ્ઞનો આરંભ કરીએ, સબીના !' તેનો હાથ પોતાના બંને પંજામાં ઉષ્માભેર દબાવતાં વૈભવે પ્રસ્તાવ મૂકી દીધો : 'તને ક્યારેય પસ્તાવાનો વખત નહીં આવે.' કહી તેનો હાથ પોતાની છાતી પર મૂકતાં વચન આપ્યું : *'ઑન ધ ઓથ આઈ સે, આઈ વિલ ટ્રાય ટુ મેઈક યૂ ધ હૅપિએસ્ટ પર્સન ઈન ધ વર્લ્ડ.'*

સાંભળીને સબીનાની કીકીઓમાં લાગણીની ભીનાશ પ્રસરી ગઈ. ઘણી વાર સુધી તેને સ્નેહભરી નજરે તે જોતી રહી, પછી ગળું ખંખેરતી બોલી :

'મને જગતની સૌથી સુખી વ્યક્તિ બનાવવાના તારા વચન પર સંપૂર્ણ વિશ્વાસ છે, વૈભવ ! પણ મારે બીજી એક વ્યક્તિના સુખનોય વિચાર કરવાનો છે.'

'કઈ વ્યક્તિ ?'

'મારા પિતા !' ફરી સમુદ્ર તરફ નજર કરી લઈ સબીના ગળગળા અવાજે કહેવા લાગી : 'તને સોગંદ છે, વૈભવ, આ વાત મારા પપ્પાને ક્યારેય નહીં કહેતો.' સબીનાએ તેની છાતી પર હાથ રાખી હૃદયમાં ધરબી રાખેલી વાત વ્યક્ત કરી દીધી : 'પપ્પા મારી જિંદગીનું મધ્યબિન્દુ છે. મા એમને છોડીને ચાલી ગયા પછી એ મારે ખાતર ફરી પરણ્યા નહીં. એમને લગ્ન કરી લેવાનું કહેવા જેટલી હું સમજણી થઈ ત્યારે બહુ મોડું થઈ ચૂક્યું હતું. હું જાણું છું, દરેક પિતા પુત્રીને પરણાવીને સુખી થવા માગે છે. પપ્પાએ અનેક વાર મને સમજાવી, લગ્ન નહીં કરવાની જીદનું કારણ પૂછ્યું, ત્યારે મેં એક જ વાત કરી કે મારા નસીબમાં લગ્ન લખાયું જ નથી. જ્યોતિષીએ મને સાફ કહ્યું છે, તું પરણીશ તો પસ્તાઈશ.'

'પરંતુ તારા પિતા જ્યોતિષમાં ક્યાં માને છે ?'

'એ માનતા નથી, પણ કોઈએ મારી કારમાં ટાઈમબૉમ્બ મૂકીને મારું એ કામ સરળ કરી આપ્યું.' સબીનાએ નિખાલસપણે સમજાવ્યું : 'એક જ્યોતિષીએ આગાહી કરેલી કે મને આ વરસે બહુ મોટી ઘાત નડવાની છે. ટાઈમ-બૉમ્બની ઘટનાથી ઘાતની એ ભવિષ્યવાણી સાચી પડી એટલે પપ્પાના મનમાં ઠસી ગયું કે પરણીને પસ્તાવાની તેની આગાહી પણ કદાચ સાચી પડે.'

સબીનાએ બધું જ સાચેસાચું કહી દીધું એટલે તેના પ્રત્યેનો વૈભવનો વિશ્વાસ વધુ દઢ બની ગયો.

'સાચું કહેજે, સબીના, તું આ ભવિષ્યવાણીમાં વિશ્વાસ ધરાવે છે ખરી ?'

'હા કહી શકું તેમ નથી અને વિશ્વાસ નથી ધરાવતી એમ પણ કહી શકું નહીં.' સબીનાએ કાંડાઘડિયાળમાં જોઈ લેતાં કહ્યું : 'પરણીને પસ્તાવું પડશે એની તો કોને ખબર, પણ પપ્પાને સાવ એકલા છોડી દઈને હું સાચા અર્થમાં સુખી તો નહીં થઈ શકું એમ મારું મન કહે છે.'

'તો પરણીને તારા પપ્પાને પણ તું સાથે રાખી શકે ને ?'

ત્યારે સબીના લુખ્ખું હસી.

'વૈભવ, તને લાગે છે કે મારા પપ્પા પુત્રીને સાસરે રહેવા તૈયાર થાય ?' કહીને તરત જ ઉમેર્યું : 'અને હું જે પુરુષને પરણવા તૈયાર થાઉં એ એવો તો નહીં જ હોય જે પત્નીના પિયરમાં રહેવા તૈયાર થાય.'

કહી નિઃશ્વાસ નાખ્યો : 'બસ, આ છે મારી મજબૂરી !'

'તો પછી કુંવારી રહીને માતા બનવાનો ઇરાદો...'

'એટલા માટે કે હું માતૃત્વથી વંચિત રહેવા નથી માગતી અને મારા પિતા જીવનના અંતિમ દિવસોમાં પોતાના વંશજને ગોદમાં રમાડવાના સુખથી વંચિત રહી ન જાય એ માતા બનવાનું બીજું કારણ.'

વૈભવ તેને માનભરી નજરે જોવા લાગ્યો. જેમજેમ તે સબીનાને વધુ ને વધુ ઓળખતો જતો હતો તેમતેમ તેને પરણવાની ઝંખના પ્રબળ બનતી જતી હતી, એટલે જ આશા છૂટતી નહોતી : એ માતા બને ત્યાં સુધીમાં હું એને જરૂર મનાવી લઈશ. પરણવું તો હવે સબીનાને જ, એ સિવાય બીજું કોઈ નહીં !

'શું વિચારમાં પડી ગયો, વૈભવ ?'

સાંભળીને એ હસ્યો :

'તું તારી રીતે વિચારે છે અને હું મારી રીતે વિચારું છું, પણ આખરે તો માનવમાત્રનું ભાવિ નિર્મિત કરનાર ઉપરવાળો જે વિચારે એમ જ થવાનું ને ?'

કહી તેણે સબીનાને આશ્લેષમાં લઈ લીધી. એની એ ઉન્માદભરી હૂંફમાં ઊંડા શ્વાસ લેતી સબીનાના હૈયામાં ભરતી ચડવા લાગી.

*

ધનતેરશની સવારે સવાઆઠ વાગ્યે ઈશ્વરભાઈ વિરાણીની રૉલ્સ-રૉઇસ સહાર એરપૉર્ટ નજીક આવી પહોંચી એટલે પાછલી બેઠકમાં બેઠેલાં ચારુબહેન અને નિરાલીએ પરસ્પર સ્મિત ફરકાવી સંકેતમાં જ હર્ષની આપ-લે કરી લીધી : બસ, હવે થોડી જ વારમાં એમનું આગમન થશે ! વિખ્યાત વિરાણી પરિવારના ભાવિ જમાઈને જાણે એરપૉર્ટ પર જ પોંખવાના હોય એટલા ઉત્સાહથી ચારુબહેન સજીધજીને ઘેરથી નીકળ્યાં હતાં. પરંતુ એ ઉત્સાહ હેઠળ ન કહેવાય એવું કાંઈક ખટક્યા પણ કરતું હતું, જેને કારણે એક કલાકના કાર-ડ્રાઈવ દરમિયાન પુત્રી સાથે એ ભાગ્યે જ કાંઈ વાતચીત કરી શક્યાં.

આગલા દિવસે સાસુ-સસરા સાથે હરદ્વાર-હૃષીકેશની યાત્રાએથી પાછાં ફર્યાં ત્યારે એ ખટકો તો ભીતરને ખોતરતો જ હતો અને તેમાં પતિએ ઊલટતપાસ જેવો વ્યવહાર કરી દુખતા જખમ પર નિમક ભભરાવીને પીડામાં વધારો કરી દીધો હતો.

'તેં એવું કેમ કર્યું, ચારુ ?' રવિવાર હોવાને કારણે ઘેર આરામ કરતા ઈશ્વરભાઈએ યાત્રાએથી પાછા ફરેલા પિતાને ખુશખબર પૂછ્યા અને પત્ની સાથે પ્રાસ્તાવિક વાતચીત કરી,

પણ બપોરની ચા વખતે બંને એકલાં પડ્યાં ત્યાં જ અધીરાઈ ઉપરાંત ઠપકાના ભાવથી તેમણે પૂછી લીધું :

'તમે લોકો અહીંથી નીકળ્યાં ત્યારે એવું નક્કી કરેલું કે એક દિવસ માટે હૃષીકેશ જઈ આવી તારા ગુરુનાં દર્શન કરી હરદ્વાર પાછાં ફરી જશો...'

'તેને બદલે હૃષીકેશ બે દિવસ વધારે કેમ રોકાઈ એમ જ પૂછવા માગો છો ને તમે ?'

'ના, હું એમ પૂછવા માગું છું કે બા-બાપુજીને બીજે જ દિવસે હૃષીકેશથી હરદ્વાર પાછાં મોકલી દઈ તારે ગુરુજીના આશ્રમમાં બે દિવસ વધારે કેમ રોકાઈ જવું પડ્યું ?'

'બા-બાપુજીને મેં હૃષીકેશથી હરદ્વાર પાછાં નહોતાં મોકલી દીધાં.' અવાજમાં બને એટલી સ્વસ્થતા રાખી ચારુબહેને કહ્યું હતું : 'અમે અગિયાર વાગ્યે હૃષીકેશના આશ્રમે પહોંચ્યાં ત્યારે ગુરુજી ધ્યાનમાં હતા. બપોરે બે વાગ્યે દર્શન થયાં ત્યારે એમણે કહ્યું : મુંબઈની જંજાળ છોડીને ઘણા વખતે આવ્યાં છો તો બે દિવસ રોકાઈ જાઓ.'

આટલું કહી ચારુબહેને પતિ સામે જોયું પણ એટલો ખુલાસો પૂરતો ન હોય તેમ ઈશ્વરભાઈ વધારે સાંભળવા તેમને તાકી રહ્યા એટલે ચારુબહેને કહેવું પડ્યું :

'બા-બાપુજીને હૃષીકેશ કરતાં હરદ્વારમાં રહેવાની ઇચ્છા હતી. તેમને ત્યાં ઠંડી પણ બહુ લાગે એટલે એ બંને સાંજે જ હરદ્વાર પાછાં ચાલ્યાં ગયાં. મને થયું : એ બહાને ભલે બંનેને એકલાં સાથે રહેવા મળે.'

'પરંતુ તારે *એકલાં* ગુરુજીના આશ્રમમાં *બે રાત* રહેવાની જરૂર શું હતી ?'

પૃચ્છામાં પતિએ *એકલા* અને *બે રાત* એ બંને શબ્દો પર ભાર મૂક્યો હોય એવું ચારુબહેનને લાગ્યું. કદાચ ભાર ન મૂક્યો હોય તોપણ એ શબ્દો તેમને ખટક્યા તો ખરા જ...

'હું જાણું છું, ઈશ્વર ! મારું ગુરુજી પાસે વારંવાર જવું તમને રુચતું નથી.' ચારુબહેન અગાઉના એવા જ અનુભવ યાદ કરતાં બોલી ગયાં હતાં : 'મારા ખંડના પૂજા-ઘરમાં પધરાવેલી એમની છબી સમક્ષ રોજ સવારે પૂજામાં બેસું છું એમાં પણ તમે ક્યારેક ગુરુજી અંગે વ્યંગમાં બોલી નાખો છો.'

ચારુબહેન બોલતાં-બોલતાં વ્યથા અનુભવતાં હતાં : 'અગાઉ ગુરુજીની દિવ્યશક્તિનાં બે-ચાર દૃષ્ટાંત કહ્યાં ત્યારે પણ તમે ખભા ઉછાળીને મારા કથનને હસી કાઢ્યું હતું. તમને હું કેમ સમજાવું કે એથી મારી શ્રદ્ધાને ઠેસ પહોંચે છે !'

'ચારુ, તું જૂની વાતો ઉખેળીને મારા પ્રશ્નનો જવાબ આપવાનું ટાળે છે.' ઈશ્વરભાઈએ જીદ ચાલુ રાખી : 'મારો કહેવાનો હેતુ માત્ર એટલો જ હતો કે જ્યાં રાતવાસો કરવાની સ્ત્રીઓ માટે સગવડ નથી એવા આશ્રમમાં રાત રોકાવાને બદલે તું હરદ્વાર રહીને રોજ ગુરુજીનાં દર્શને હૃષીકેશ જઈ શકી હોત... તેં એમ કેમ ન કર્યું ? બા-બાપુજીને હરદ્વારમાં બે દિવસ એકલાં રાખવાં હતાં કે પછી તારે હૃષીકેશમાં બે દિવસ-રાત એકલાં રહેવું હતું ?'

ત્યારે ચારુબહેન સહી ન શકતાં હોય તેમ આવેશમાં બોલી ઊઠ્યાં હતાં :

'હા...હા ! મારે એકલાં જ રહેવું હતું... સાવ એકલાં... બસ !'

એ વખતે ભાવિ વેવાણ ચંદનબહેન મળવા આવી ચડ્યાં એટલે વાત ત્યાં જ આટોપાઈ

ગઈ હતી અને રાત્રે બહાર ગયેલા ઈશ્વરભાઈ મોડે સુધી ઘેર આવ્યા નહોતા, તેથી એ અણગમતી ચર્ચાનો દોર સંધાયો નહોતો. પરંતુ ચારુબહેનના આત્માનો અજંપો ઓછો થયો નહોતો : હે ઈશ્વર, મને આ ધર્મસંકટમાંથી હેમખેમ પાર ઉતારજે... એવું બોલાઈ ગયું ત્યારે ખ્યાલ આવ્યો કે પતિનું નામ પણ ઈશ્વર જ છે !

'મમ્મી, સહાર આવી ગયું. વાઘેલાએ કારને બ્રેક માર્યાને અર્ધી મિનિટ થઈ ગઈ છતાં કોના વિચારમાં આટલી ઊંડી ઊતરી ગઈ કે ઘેરથી નીકળી ત્યારે જમાઈને લેવા જવાનો તારો ઉત્સાહ અત્યારે ચહેરા પર દેખાતો નથી ?'

'દીકરી, તું મા થઈશ ત્યારે તને સમજાશે.' કારમાંથી ઊતર્યા પછી ચારુબહેને કહ્યું : 'માના ઉત્સાહની સાથે ઉચાટ પણ જોડાયેલો હોય છે.' કહી કારણ પણ દર્શાવી દીધું : 'વૈભવ છેક સવારે ઘેર આવ્યો ત્યારે તારા ડૅડીએ પૂછ્યું કે આખી રાત ક્યાં હતો, ત્યારે તારા મોટા ભાઈએ તેનો શું જવાબ આપ્યો ખબર છે ? એ કહે છે, રાત્રે હું ક્યાં હોઉં છું એ તમે જાણો છો, છતાં પૂછપરછ કરીને શું કામ મારું મોં ખોલાવો છો ?'

ચારુબહેનથી નિસાસો નખાઈ ગયો :

'નિરાલી, તારી સાથોસાથ વૈભવનું ગોઠવાઈ ગયું હોત તો હું સંસારમાંથી પરવારી જાત ને... તારા ડૅડીને કોણ સમજાવે કે વૈભવને જેની સાથે પરણવું હોય તેની સાથે ગોઠવી નાખો ને એટલે વાત પતે અને ભવાડા થતા અટકે.'

મા-દીકરી વચ્ચે વાતચીત ચાલતી હતી ત્યાં પાછળથી ભાવિ વેવાણનો સાદ સંભળાયો :

'આવી ગયાં, ચારુબહેન !' કહેતાં એ હર્ષભેર પાસે આવ્યાં. નિરાલીએ બે હાથ જોડી નમસ્કાર કર્યા એટલે વહાલથી તેની પીઠ પર હાથ ફેરવી લઈ ચંદનબહેને ખબર આપ્યા :

'થોડી વાર પહેલાં જ પ્લેન ઊતર્યું... હવે કસ્ટમમાંથી પાસ થાય એટલી જ વાર.'

'કસ્ટમમાં વાર નહીં લાગે.' ચારુબહેને પોરસથી કહ્યું : 'તમારા ભાઈએ રાત્રે જ લાગતાવળગતાને ફોન કરી દીધો છે. હૉંગકૉંગથી અમારા ભાવિ જમાઈ ચન્દ્રકુમાર ઝવેરી આવી રહ્યા છે. એમને માનભેર ગ્રીન ચૅનલમાંથી જવા દેજો.'

'હા, ભાઈ, હા, જ્યાં જુઓ ત્યાં ઈશ્વરભાઈનું જ રાજ ચાલે છે.' ચંદનબહેન હજુ તો બોલતાં હતાં ત્યાં નિરાલીનું ધ્યાન પડ્યું એટલે ઉત્સાહભેર વચ્ચે બોલી ઊઠી :

'જુઓ, એ આવી રહ્યા છે... સૌથી પહેલા બહાર નીકળ્યા !'

ઊંચા સોહામણા યુવાનને સામાનની ટ્રૉલી સાથે આવતો જોઈ ચારુબહેનની આંખોમાં સંતોષની ચમક ઊપસી આવી. પહેલી નજરે જ ગમી જાય એવો છોકરો છે. ફોટામાં જોયા હતો એના કરતાંય વધારે રૂડો દેખાય છે !

'જેન્તી !' હાંક મારીને ચંદનબહેને ડ્રાઈવરને આદેશ આપ્યો : 'જા, જઈને નાના શેઠના સામાનની ટ્રૉલી લઈ લે.'

નિરાલી હાથમાં ગુલદસ્તા સાથે ચન્દ્રકુમારનું સ્વાગત કરવા પગ ઉપાડતી હતી ત્યાં જ તેની પાછળપાછળ આવતા બે યુવાનોને જોઈ તેના પગને બ્રેક લાગી : 'અરે આ તો પેલા બંને... રાજન અને સાજન જોડિયા ભાઈઓ !'

બીજા કોઈ સંજોગોમાં નિરાલી તેના આગમનથી ખુશ થઈ ઊઠત, ખાસ કરીને મિરચંદાનીના ફ્રૉડ(છેતરપિંડી)માંથી પોતાને ઉગારી લેનાર રાજન ગિડવાણી સાથે તો હોંશભેર હાથ મિલાલવા દોડી જાત... પરંતુ ચન્દ્રકુમારની સાથે આવતા જોયા એટલે નિરાલી હેબતાઈ ગઈ : હૉંગકૉંગમાં આ ભાઈઓ સાથે કેવી રીતે ઓળખાણ થઈ એ ચન્દ્રકુમારને કેમ સમજાવવું - અને તે પણ મમ્મી અને ભાવિ સાસુની હાજરીમાં !

આ વિમાસણમાં તેને ઘણી વારે ખ્યાલ આવ્યો કે નજીક આવી રહેલા ચન્દ્રકુમાર તેના તરફ હાથ ઊંચો કરી *હેલ્લો* કરી રહ્યા છે. નિરાલીએ સત્વર ભૂલ સુધારી લઈ સામો હાથ ઊંચો કરી ઉત્સાહભેર હલાવવા લાગી, તો દૂરથી પોતાને ઓળખી લઈ *મિસ વિરાણી વેલકમ કરે છે* એવા ભ્રમમાં રાજન ગિડવાણીએ પણ તેની સામે હાથ હલાવતાં ધીમા સાદે *હલ્લો, મિસ વિરાણી* કહી આવકારનો પડઘો પાડ્યો ત્યારે નિરાલીનું નામ કોઈ અજાણ્યાના મુખેથી બોલાતું સાંભળી ચન્દ્રકુમારે સહેજ ચોંકીને બંને તરફ જોયું.

હવે નિરાલીને ફડકો પડ્યો. કદાચ રાજન હૉંગકૉંગના મિરચંદાની વિષે ચન્દ્રકુમાર પાસે બોલી નાખશે તો ભયાનક ગેરસમજ સર્જાઈ જશે એવી દહેશતથી એ ગુલદસ્તા સાથે ત્રણે તરફ દોડી ગઈ.

એ પહોંચી ત્યાં સુધી ત્રણે વચ્ચે શેક-હેન્ડ થઈ ગયા હતા અને રાજન પોતાનો પરિચય આપતો હતો : 'અમે બંને ગિડવાણીભાઈઓ હૉંગકૉંગના ઍન્ટિકરપ્શન બ્યૂરોના ઑફિસર છીએ. હું રાજન અને આ સાજન.'

ઍન્ટિકરપ્શન બ્યૂરોના ઑફિસર એટલું સાંભળતાં જ ચન્દ્રકુમારની આંખોમાં ચમક આવી ગઈ અને ચહેરા પર આદરભાવ પ્રગટ્યો.

'ઓહ, તમે પોતે જ પેલા ફેમસ ગિડવાણી ટ્વિન્સ !' નિરાલી બાજુમાં આવીને ઊભી રહી ગઈ હતી છતાં ચન્દ્રકુમાર ઝવેરી તેની તરફ જોવાનું ભૂલી જઈ બંનેને કહી રહ્યા હતા :

'પેલા મિરચંદાનીનો *મિલિયન ડૉલર્સ ફ્રૉડ* પકડી પાડનાર ડબલ હીરોઝ તમે પોતે જ ?' કહી દોઢેક મહિના અગાઉના પરાક્રમ બદલ અત્યારે અભિનંદન આપતા હોય તેમ ચન્દ્રકુમારે ફરી બંને ભાઈઓ સાથે હાથ મિલાવ્યા :

'ન્યૂસપેપર્સમાં તમારી કામગીરીનો અહેવાલ વાંચેલો, પણ ફોટા છપાયા નહોતા એટલે તમને ઓળખી ન શક્યો. નહીંતર હૉંગકૉંગથી મુંબઈ સુધીની ફ્લાઈટમાં તમારા ઍન્ટિકરપ્શન બ્યૂરોની બીજી ઘણીબધી વાતો સાંભળવા મળત.'

નિરાલીને થયું કે એ વિષય વધુ ન લંબાય તો સારું, એટલે ચન્દ્રકુમારના હાથમાં ગુલદસ્તો પકડાવીને *વેલકમ ટુ બૉમ્બે*ના ઉદ્‌ગાર સાથે ભાવિ ફિયાન્સને આવકાર્યો ત્યાં જ ચન્દ્રકુમારને યાદ આવ્યું હોય તેમ એણે પૂછી લીધું :

'અરે, નિરાલી ! તું આ બંને ભાઈઓને ક્યાંથી ઓળખે ? કોઈ વાર ફોન પર પણ એમની વાત કરી નહીં કે તમે હૉંગકૉંગમાં મળેલાં... નહીંતર હું સામે ચાલીને એમને ફોન કરી ઓળખાણ ના કાઢત !'

તેનો શું ખુલાસો કરવો ?... નિરાલી મૂંઝવણમાં પડી ગઈ ત્યાં રાજને મામલો સંભાળી લીધો :

'મિસ્ટર ઝવેરી, વાત એમ છે કે મિસ વિરાણી હૉંગકૉંગના ડિપાર્ટમેન્ટલ સ્ટોર્સમાં શૉપિંગ કરતાં હતાં એ વખતે પર્સમાંથી પૈસા કાઢતાં એમનો પાસપોર્ટ નીચે પડી ગયેલો. મેં ઊંચકીને એમને આપ્યો. તેમાં ઔપચારિક વાતચીત પરથી જાણવા મળ્યું કે એ ઈન્ડિયાના લીડિંગ ઈન્ડસ્ટ્રીયાલિસ્ટ આઈ. એમ. વિરાણીનાં પુત્રી છે... કે જેમના મુંબઈના *ચાર્ટર્ડ એકાઉન્ટન્ટ દોશી ઍન્ડ દોશી*ની કંપનીમાં એક વાર હું કામ કરી ચૂક્યો છું.'

'પરંતુ અમે મિસ વિરાણીને અમારી ઓળખાણ નહોતી આપી.' રાજનના જોડિયા ભાઈ સાજને નિરાલીને મૂંઝવણમાંથી સંપૂર્ણ છુટકારો અપાવી દેતાં ઉમેર્યું : 'ઍન્ટિકરપ્શનવાળા તરીકે ઓળખાણ આપીએ છીએ ત્યારે ઘણા લોકો ભડકી જતા હોય છે ને !'

એ જ વખતે ચારુબહેન અને ચંદનબહેન દૂર ઊભાં-ઊભાં ધીરજ ખૂટી ગઈ હોય તેમ ચારેયની પાસે આવ્યાં :

'ચન્દ્ર, અમે તમારી રાહ જોઈએ છીએ અને તમે લોકો અહીં ગપ્પાં મારવા ઊભાં રહી ગયાં !' ચંદનબહેને પુત્રના માથા પર હાથ મૂકી ઓળખાણ કરાવી : 'આ છે નિરાલીનાં મમ્મી... એ તારાં વુડ *બી મધર ઈન-લૉ* (ભાવિ સાસુ).'

તેના બે છેલ્લા શબ્દો પર રાજન ગિડવાણીએ મલકી જઈ નિરાલી સામે જોયું. તેના ચહેરા પરની પ્રસન્નતા નિરાલીને જાણે કહી રહી હતી :

- થૅન્ક ગૉડ કે પેલા બદમાશ મિરચંદાનીમાં ફસાતી રહી ગઈ અને આવો હૅન્ડસમ યંગ મૅન મળી ગયો !

'તો અમે જઈએ, ગિડવાણી બ્રધર્સ !' કહી ચન્દ્રકુમારે છૂટા પડતાં પહેલાં કોટના ખિસ્સામાંથી કાર્ડ કાઢી રાજનના હાથમાં આપ્યું : 'બંને એક વાર ઘેર જરૂર આવજો.' કહી હસતાં-હસતાં ઉમેર્યું : 'તમે બંને એટલા બધા સિમીલર (સરખા) દેખાઓ છો કે બેમાંથી એક આવશો તો રાજન કોણ અને સાજન કોણના ગોટાળામાં અટવાઈ જઈશ !'

તેની એ હળવી ટકોરના જવાબમાં રાજને પણ વળતી રમૂજ સાથે માહિતી આપી દીધી :

'કદાચ અમે બેને બદલે ચાર જણાં આવીએ.'

એવું સાંભળતાં જ નિરાલીના મુખ પર અચરજ છવાઈ જતું રાજનના ધ્યાન બહાર રહ્યું નહીં, એટલે સ્મિત સાથે તેણે ઉમેર્યું :

'મિસ્ટર ઝવેરી, તમે જેમ મિસ વિરાણીના ફિયાન્સ થવાના છો તેમ અમે પણ અમારી *ફ્યુચર ફિયાન્સી*ની શોધમાં જ મુંબઈ આવ્યા છીએ... કન્યા પસંદ પડી જશે તો એમને પણ સાથે લઈ તમારી મહેમાનગતિ માણવા આવી જઈશું.'

કહી બંને ભાઈઓ વચ્ચે રાખેલી સામાનની એક ટ્રોલીને હડસેલતા ગિડવાણી-બંધુ આગળ ચાલતા થયા. નિરાલીને કહેવાનું મન થયું : અમારી સાથે કારમાં ચાલો, ઘર સુધી મૂકી જાઉં, પરંતુ જીભ ઊપડી નહીં.

'નિરાલી, આ બંને ભાઈઓ અદલોઅદલ એકબીજાના ડુપ્લિકેટ દેખાય છે.' ચન્દ્રકુમાર તેમને જતા જોઈને બોલી ઊઠ્યો : 'મને થાય છે કે એમને પરણનારી છોકરીઓ ક્યારેક ઓળખવામાં ભૂલથાપ તો નહીં કરી બેસે ને ?'

તેના એ રિમાર્ક પર નિરાલી માત્ર લુખ્ખું હસી... એ કેમ કહી શકે કે બેમાંથી રાજન કોણ છે એ તો મેં દૂરથી જ પારખી લીધું હતું. જોવાની નજર-નજરમાં ફેર હોય છે !

*

'આઈયે, બાબુજી !'

નિર્માતા ચારુદત્તના બનાવટી નામે અભિનેત્રીની મુલાકાતે આવેલા ચિનુ ચોક્સીને સબીનાએ સભ્યતાપૂર્વક આવકાર આપ્યો ત્યારે દીવાનખંડમાં તે એકલી જ હતી :

'માફ કિજિયેગા, ફોન પે કુછ પર્સનલ બાત ચલ રહી થી ઈસલિયે આપ કો થોડી દેર બહાર બૈઠના પડા.'

'કોઈ બાત નહીં, મૅડમ !' ચિનુએ સોફા પર બેઠક લઈ, હાથમાં ઊંચકેલી સૂટકેસ બાજુમાં મૂકી વળતો વિવેક દર્શાવ્યો : 'હમ જાનતે હૈં આપ કિતની બીઝી આર્ટિસ્ટ હૈં. આપ સે મુલાકાત હો ગઈ ઉસે ભી હમ ખુશનસીબી સમજતે હૈં.'

કૉલેજના અનેક નાટકોમાં કામ કરી ચૂકેલા ચિનુ ચોક્સીને ફિલ્મી સ્ટાઈલમાં હિન્દી બોલવાની ફાવટ તો હતી જ, ઉપરાંત થોડી તૈયારી કરીને પણ આવ્યો હતો. સૂટ-બૂટ પહેરવાને બદલે, નવી કામગીરી સાથે બંધ બેસે એ માટે ચિનુએ બંગાળી સ્ટાઈલનાં ધોતી-કુર્તા ધારણ કર્યાં હતાં અને પીઢ દેખાવા માટે નંબર વગરના કાચવાળાં ચશ્માંય ચડાવ્યાં હતાં. એ અભિનેત્રીના સુસજ્જ દીવાનખંડનું નિરીક્ષણ કરતો હતો ત્યારે સબીના તેને નિહાળી રહી હતી.

ચિનુની સૂટકેસ જોઈને સબીનાએ અનુમાન કર્યું અને સામેથી એનો જવાબ મળે એ પહેલાં જ મૂળ વાત ઉચ્ચારી :

'હાં, બાબુજી ! ફોન પર આપ કોઈ ઈન્ટરનૅશનલ ફિલ્મ કી પ્રપોઝલ કે બારેમેં કુછ કહ રહે થે. કહીએ, ક્યા પ્રપોઝલ હૈ આપ કી ?'

ત્યારે નાટકનો પરદો ઊઘડ્યા પછી ઍક્ટર સંવાદ ભૂલી જાય એવી ચિનુની હાલત થઈ ગઈ : ધારી હતી એ કરતાં આ સ્ત્રી રૂબરૂ મળતાં ઘણી બધી પ્રતિભાશાળી કેમ દેખાય છે ? એની નમ્રતાથી હું આમ નર્વસ કેમ થવા લાગ્યો ?

બોલવાની હિંમત કેળવવા માટે ચિનુએ આજુબાજુ જોયું એટલે સબીનાએ ધરપત આપી :

'ફિકર ન કરતા, અહીં ત્રીજું કોઈ હાજર નથી અને પૂછ્યા વિના અંદર કોઈ આવશે નહીં... આપની *પ્રપોઝલ* બહુ *સિક્રેટ* લાગે છે ?'

'*સિક્રેટ* કરતાં *મિસ્ટીરીઅસ* (રહસ્યમય) શબ્દ વધારે બંધ બેસે છે, મૅડમ !'

કહી ચિનુએ બાજુમાં પડેલી પૈડાંવાળી સૂટકેસ તેના તરફ સરકાવી : 'હું આપને આ આપવા માટે જ આવ્યો છું.'

હવે સબીના ચોંકી. શંકાશીલ દૃષ્ટિએ સૂટકેસને જોતી રહી, પછી વીંધી નાખતી નજર ચિનુ પર ફેંકી :

'શું છે એમાં ?'

'રૂપિયા ફિફ્ટીન લેક ઓનલી !'

'પંદર લાખ ! પણ શું કામ ?' સબીના અકળાઈને બોલી ઊઠી : 'મેં હજી તમારી ફિલ્મની

પ્રપોઝલ સાંભળી નથી. કામ કરવાનું સ્વીકાર્યું નથી ત્યાર પહેલાં તમે પંદર લાખ લઈ આવ્યા ? અને તે પણ સૂટકેસમાં ભરીને કૅશમાં ?'

'મૅડમ, મેં કહ્યું ને કે આ *મિસ્ટીરીઅસ પ્રપોઝલ* છે. એમાં નથી કોઈ લેખિત કરાર કરવાના કે નથી શૂટિંગમાં હાજર રહેવાનું !'

'ઍક્ટિંગ કરવાની છે ખરી ?'

સબીનાએ ધારદાર સવાલ પૂછ્યો ત્યારે ચારુદત્ત બનીને આવેલો ચિનુ પામી ગયો કે હવે અમંગળ ચોઘડિયું બેસી ગયું છે.

'હા, મૅડમ, ઍક્ટિંગ કરવાની છે, પરંતુ પ્રાઈવેટમાં અને માત્ર એક જ વ્યક્તિ સમક્ષ.'

રિમોટ કન્ટ્રોલની ચાંપ દબાતાં જ ટીવીનો પરદો ઝબકવા લાગે તેમ સબીનાના દિમાગમાં ઝબકારો થયો. તેના કપાળની નસ ઊપસતી જોઈને ચિનુએ ધ્રુજારી અનુભવી : બસ ઘડી-બે-ઘડીમાં ધડાકો થવાનો.

'મિસ્ટર ચારુદત્ત - કે પછી તમે જે હો તે !'

વિવેકનો મલાજો રાખીને સબીનાએ તીખા સ્વરે કહ્યું : 'તમને ઉદ્યોગપતિ આઈ. એમ. વિરાણીએ મોકલ્યા છે ને ? આ પંદર લાખના બદલામાં મારે તેમના ચિરંજીવી વૈભવ વિરાણી સમક્ષ એવી ઍક્ટિંગ કરવાની છે જેથી તેને મારા માટે નફરત જાગે ?'

ત્યારે ચિનુ ચોક્સીએ માત્ર સંમતિસૂચક મૌન જ સેવ્યું.

'મિસ્ટર, તમે આ સૂટકેસમાં જે લઈ આવ્યા છો એ કાળી કે ધોળી લક્ષ્મી ન હોત તો હું તેને લાત ફટકારી દેત...' બોલતાં-બોલતાં સબીનાથી દાંત પિસાઈ ગયા : 'અને તમે વિરાણીશેઠના એજન્ટને બદલે એના પાળેલા કૂતરા હોત તોપણ તમને આ ઘરમાંથી લાત મારીને કાઢી મૂકવા જેટલી અમાનવતા હું ન દાખવત... કારણ કે પ્રાણીમાત્ર પ્રત્યે દયા રાખવામાં હું માનું છું.'

કહી ગુસ્સો ગળી જવા માટે સબીના થોડું રોકાઈ, પછી આગળ ચલાવ્યું :

'મારે જે કાંઈ કહેવાનું છે તે આ ઑફર મોકલનારને જ કહીશ.' કહેતાં એણે ઊભા થઈ કૉર્ડલેસ ફોન ચિનુના હાથમાં સોંપતાં કહ્યું : 'જરા એમનો નંબર જોડી આપો જોઈએ.'

ત્યારે ચિનુ ઘડીભર દ્વિધામાં પડી ગયો. ફોન જોડી આપીને ઈશ્વરભાઈનો રોષ વહોરી લેવા જેવું તો નહીં બને ને ? પરંતુ સામે ખડકની જેમ ઊભેલી સબીનાને આનાકાની કરવાની હિંમત ચાલી નહીં. તેણે *વિરામ વિલા*નો નંબર લગાડ્યો.

સામેથી બેલ વાગતી સંભળાઈ એટલે તરત જ સબીનાના હાથમાં રીસીવર વળગાડી દઈ અવાજમાં સહેજ ધ્રુજારી લાવતાં તેણે કહ્યું :

'મૅડમ, આપ વાત કરી લો એટલી વારમાં બાથરૂમ જઈ આવું.' કહી સૂટકેસ ઊંચકી લીધી : 'હું હમણાં જ આવ્યો.'

ત્યાં જ સામેથી ફોન ઊંચકાયો અને ઈશ્વરભાઈનો પરિચિત અવાજ સાંભળી સબીનાએ શરૂઆત કરી દેવી પડી :

'ગૂડ મૉર્નિંગ, આઈ. એમ. વિરાણીશેઠ !'

સામેવાળા પોતાનો અવાજ પારખી ગયા છે એની પ્રતીતિ થતાં જ તેણે આગળ સંભળાવ્યું :

'ધનતેરશના શુભ દિને સૂટકેસ ભરીને લક્ષ્મી મોકલવા બદલ ધન્યવાદ !'

'ફોન કરીને તેની પહોંચ આપવાની જરૂર નહોતી, મિસ સબીના સહાની !'

'પહોંચ તો, વિરાણીશેઠ ! રકમ સ્વીકારવાની અપાય.' સબીનાનો શ્વાસ ઘૂંટાતો હતો, અવાજ ધાર પકડતો હતો, છતાં ફિલ્મનો સંવાદ બોલતી હોય તેમ કહી નાખ્યું :

'આપ આટલા મોટા બિઝનેસમૅન હોવા છતાં સોદો કરવામાં કાચા નીકળ્યા, શેઠજી !'

'એટલે ?'

'તમારા ઘરની લક્ષ્મી નહીં બનવાના માત્ર પંદર જ લાખ મોકલ્યા ?'

હવે ઈશ્વરભાઈ ચૂપ રહ્યા.

'તમારી હેસિયત તો અબજોની ગણાય છે, શેઠ ! વૈભવ કહેતો હતો કે સાડાત્રણ-ચાર હજાર કરોડનું ટર્નઓવર કરતી કંપનીઓના આપ માલિક છો... એટલે કમ સે કમ ચાર-પાંચસો કરોડના આસામી તો ખરા જ ને ?'

સામેથી જવાબ ન મળ્યો એટલે સબીનાએ પૂછવું પડ્યું : 'શેઠજી, આપ ધ્યાનથી સાંભળો છો કે નહીં ?'

'સાંભળું છું પણ આ બધું તું મારા માણસની હાજરીમાં બોલે છે એ બરાબર ન કહેવાય.'

'ફિકર ન કરશો, એ બિચારાએ તો ગભરાટના માર્યા બાથરૂમમાં ધસી જવું પડ્યું.'

'વેરી ગૂડ !' પહેલી વાર સામેવાળાનો અવાજ ખૂલ્યો હોય તેમ સબીનાને સાંભળવા મળ્યું : 'હવે જે કહેવું હોય તે બોલી નાખો, મિસ સબીના સહાની !'

'મારે હવે કાંઈ બોલવાનું રહેતું નથી, શેઠશ્રી આઈ. એમ. વિરાણી !' સબીના અણગમા સાથે બોલી ગઈ : 'આ લડાઈ મારી અને તમારી વચ્ચે છે. આમાં તમારા દીકરાને ક્યાંય વચ્ચે લાવતા નહીં. હવે જોઈએ, જીત કોની થાય છે ! ગૂડ બાય ઍન્ડ ગૂડ લક !'

કહી સબીનાએ પોનનું કનેક્શન કાપી નાખ્યું એટલી વારમાં બાથરૂમમાંથી પાછો ફરેલો ચિનુ પણ લાગ જોઈને દીવાનખંડમાંથી સરકી ગયો.

'મિસ્ટર એજન્ટ !' એ હળવી થયેલી સૂટકેસ ઊંચકીને સીડી ઊતરતો હતો ત્યાં સબીનાનો સાદ તેની પીઠ પર અફળાયો :

'ફરી વાર આ ઘરમાં પગ મૂકતાં પહેલાં બે વાર વિચાર કરજો... નહીંતર નીચે ચોકી કરતો રાહુ નામનો મારો વિશ્વાસુ શ્વાન તમારાં કપડાંની સાથે ચામડાનાં પણ ચીંથરાં કરી નાખશે... ગો ઍન્ડ ગેટ લોસ્ટ !'

એ શબ્દોના ધક્કાથી ચિનુ દાદરના પગથિયે સંતુલન ગુમાવતો માંડ બચી ગયો.

આવા જરા સરખા અપમાનના બદલામાં લખપતિ બની જવાતું હોય તો કૂતરાની બીક છતાં પણ પાછો આવવા હું તૈયાર છું...

મનોમન એવો જવાબ વાળતો એ સુખશાંતિથી બંગલાની બહાર નીકળી ગયો.

*

21

'ડૉલી ડાર્લિંગ, સવારની ઊઠીને તું આ શું વાંચવાંચ કરી રહી છે ?'

દીકરીને હેતથી *ડાર્લિંગ* કહેવાની પારસીઓની લાક્ષણિકતા સાથે નવરોજજી વાડિયાએ ડૉલીના ખભા પરથી ડોકિયું કરી વર્ષો જૂના ચોપડાનું લખાણ વાંચવામાં તલ્લીન બની ગયેલી પુત્રીને ટપારી :

'ગઈ કાલે તારી બૉમ્બેવાલી ફ્રેન્ડ ગઈ ત્યાર પછી તું અમારી સાથે સુખ-દુઃખની વાતો કરવાને બદલે તારી દાદીના આ ચોપડામાં ડોકું ઘાલીને કયા ખજાનાની શોધમાં લાગી પડી છે ?'

પિતાની આ ટકોરનો જવાબ આપવાને બદલે ડૉલીએ પોતાના કામમાં જ ધ્યાન પરોવી રાખ્યું. આગલા દિવસે રવિવારની સવારે નિરાલીને સ્ટેશને વળાવીને ઘેર આવતાં જ તેણે માને પૂછ્યું હતું : 'માઈજી, મારાં દાદી લોકોની શું સેવા કરતાં હતાં એ બાબતમાં મને કાંઈક કહે ને !'

'અરે દીકરી, આવાંબાઈ કરતાં હતાં એવું તો કોઈ ન કરી શકે !' પેરીનબહેને જૂની વાત વાગોળવાના ઉત્સાહથી કહેલું : 'સવારે પરવારીને ઘેરથી નીકળી જતાં-જતાં મને કહી જાય : પાંચ-સાત માણસનું ભાણું વધારે રાંધજો... આવું કહેવાનો રોજ નિયમ. એ જમાનામાં આપણે વાડામાં શાકભાજી ઉગાડતાં, ખેતરમાં અનાજ પાકતું એટલે ખાધું ખૂટે એમ નહોતું... પણ એ ભાણું ખાનારાં કોણ હોય, ખબર છે ?' પેરીનબહેન ડૉલીને સમજ પાડી હતી : 'બે-ત્રણ કલાક ફરીને આવાંબાઈ ગામમાંથી પાછાં ફરે ત્યારે બે-ત્રણ મેલાંઘેલાં છોકરાં સાથે હોય. બેએક અર્ધા ઉઘાડાં ગરીબ ડોસા-ડોસી હોય... એમને લઈ આવી પહેલાં તો સામેના હવાડામાં નવડાવે, સાફસૂથરાં કરી દરેકનાં નામઠામ પૂછે, શું કામ ભીખ માગે છે એ જાણી લે, મજૂરી કેમ કરતા નથી એવી પૂછપરછ કરે. પછી બધાંને ભાણે બેસાડી મહેમાનગતિ કરીને જમાડે અને છેલ્લે કોઈને વૃદ્ધાશ્રમમાં મોકલી આપે. કોઈકને ઓળખીતાંને ત્યાં ઘરકામમાં લગાડી દે, તો કોઈ-કોઈને રોજી કમાવા માટે સો-બસો રૂપિયાની મદદ પણ કરે.'

એ સાંભળીને ડૉલીએ અનુમાન કરી લીધેલું કે દાદીમા એમના પિતાની એકની એક દીકરી તરીકે મળેલો વારસો નેક કામમાં ખરચી નાખતાં હશે. પરંતુ એને નવાઈ તો એ વાતની લાગી છે કે દાદી આવાંબાઈ જે કાંઈ કામ કરતાં તેનો વરસોવરસનો ચોપડો પણ રાખતાં.

'ડૉલી, તારાં દાદી સ્વભાવનાં કડક તેમ સિદ્ધાંતનાં પાક્કાં પણ ખરાં. એક વાર જે

માણસને મદદ કરે તેને ફરી પાછો ભીખ માગતો કે રસ્તા પર પડેલો જુએ તો એની ખબર લઈ નાખે. આવાંબાઈ કહેતાં, માછીમાર બેકાર થઈ જાય તો એને માછલી પકડવાની જાળ અપાવી દેવાય, પણ ઘેર બેસાડીને ખાવા આપો તો એ કામચોર અને હરામ હાડકાંનો થઈ જાય... એટલેસ્તો જેને મદદ કરે એનાં નામઠામ સાથે બધી વિગત ચોપડામાં ઉતારી લે, પછી વરસ આખરે વેપારીઓની જેમ સરવૈયું કાઢે કે કેટલાને રસ્તે ચડાવવામાં પોતે ફાવ્યાં અને કેટલા કેસ ખોટના ધંધા જેવા નીવડ્યા.' કહીને પેરીબહેને ઉમેર્યું હતું : 'આટલાં વરસના એમના ચોપડા હજુ પણ પટારામાં પડ્યા છે.'

માતાના એ એક જ વાક્યે ડૉલીને દિશા ચીંધાડી દીધી હોય તેમ તાબડતોબ પટારામાંથી દાદીમાના સેવાકર્મના ચોપડા કાઢી, તેના પરથી ધૂળ ખંખેરી એ વાંચવા લાગી પડી.

'ડૉલી દીકરી, આવાંબાઈજી ગુજરી ગયા પછી મેંય તારી જેમ આ ચોપડા ફંફોળવામાં બે દિવસ વેડફી નાખ્યા હતા, પણ એમાં ઉધાર-બાજુનું ખરચ-ખાતું જ હતું.' તેના પપ્પાએ દીકરીને બોલતી કરવા કહ્યું : 'મારાં માઈજીએ જમા-ખાતું સાવ જ કોરું રાખ્યું હતું.'

'પપ્પા, સેવા કરનારની જિંદગીના ચોપડામાં જમા-ખાતે પુણ્ય સિવાય બીજું શું હોય ? દાદીમાનાં પુણ્યની કમાઈનો એ વારસો માત્ર ચોપડામાં સંઘરી રાખવા માટે નથી. વારસો વપરાય નહીં તો એ પણ કાટ ખાઈ જાય.'

'પરંતુ, દીકરી, આ વારસો વાપરવા માટે આપણી પાસે પૈસા ક્યાં છે ?' પિતાએ નિખાલસપણે વાસ્તવિકતા વ્યક્ત કરી દીધી : 'પુણ્ય કમાવા માટેય માણસે પહેલાં તો પૈસા કમાવા પડે છે... તારી સવા-સાત હજારની સર્વિસમાંથી તું કેટલું બચાવી શકવાની ?'

ત્યારે ડૉલીના હોઠ પર આવી ગયું કે સર્વિસ છોડીને હવે કાયમ માટે નવસારી રહેવા આવી ગઈ છું; પરંતુ પિતાને એવો આઘાત આપવાની ઉતાવળ નહોતી કરવી એટલે તે ચૂપ રહી. અને નવરોજજી વાડિયાએ એ ખામોશીનો જુદો જ અર્થ તારવ્યો :

'તારા પેલા રેસકોર્સવાળા જર્નાલિસ્ટ જાગીરદારને પંદર-વીસ લાખને જૅકપૉટ લાગી ગયો છે કે શું ? એ પૈસામાંથી બેએક લાખનું દાન કરવાનું પ્લાનિંગ કરવા માટે તો અત્યારે નવસારી નથી આવતો ને ?'

એ સાંભળતાં જ ડૉલીને ભાન થયું કે મુંબઈથી આવી રહેલા વિરાટને સ્ટેશને લેવા જવામાં પોતે મોડી પડી હતી. તેણે તરત જ દાદીમાનો ચોપડો બંધ વાળી તેને પોટલામાં બાંધીને અભેરાઈ પર ચડાવી દીધો.

'વિરાટ આવવાનો છે એ તો સાવ જ વીસરી ગઈ !' કહી કપડાં પરની ધૂળ ખંખેરી મેડીની સીડી ચડતાં કહ્યું : 'હું કપડાં બદલીને આવું ત્યાં સુધીમાં એ આવી પહોંચે તો આવકાર આપી ઓસરીમાં બેસાડજો.' પછી ઉપર પહોંચીને ઊંચા સાદે ઉમેર્યું પણ ખરું :

'અને જોજો, પપ્પા, વિરાટને દાદીમાના આ સેવાકાર્યમાં સંડોવવાની જરૂર નથી. એ તો બીજા જ કામસર આવી રહ્યો છે.'

'અમને તો એમ કે છોકરો દેખાડવાના ઇરાદાથી તેં એને નવસારી બોલાવ્યો છે.'

ડૉલીએ આ સાંભળ્યું છતાં તેનો જવાબ વાળવાને બદલે હળવો નિસાસો નાખતી ડ્રેસિંગ

ટેબલ સામે જઈને ઊભી રહી ગઈ. બે રાતમાં જ ચહેરા પરથી અદશ્ય થઈ ગયેલી તંગ રેખાએ તેને અચરજમાં નાખી દીધી. ના, નવસારી વતનનાં હવા-પાણી કે માતા-પિતાના માયાળુ સહવાસનું એ કારણ નહોતું, પરંતુ વેરવૃત્તિમાંથી મનને મળેલી મુક્તિ અને જીવનમાં કાંઈક કરી છૂટવા માટે સાંપડેલી નવી દષ્ટિનું આ પરિણામ હતું. ઝડપથી કપડાં બદલી, માથાના વાળમાં કાંસકો ફેરવી લઈ એ હોઠ પર લિપસ્ટિક લગાડવા જતી હતી ત્યાં હાથ રોકાઈ ગયો : હવે આની શું જરૂર છે ? મુંબઈ છોડી દીધા પછી વિરાટ સાથેની મૈત્રી પણ ધીમેધીમે છૂટી જશે... તને આવકારવા માટે હોઠ પર હોંશની રતાશ ન હોય તો પછી લિપસ્ટીકની કૃત્રિમ લાલીની પણ જરૂરત ક્યાં રહીં ? પપ્પા બિચારા એમ માને છે કે નોશીરથી છૂટી પડેલી હું હવે વિરાટથી બંધાઈને ફરી ઠરીઠામ થવાની છું, પણ અમને બંનેને જોડનારી ઉદ્યોગપતિ વિરાણી સામે વેર વાળવાની કડી જ મેં સ્વેચ્છાએ તોડી નાખ્યા પછી હવે વિરાટ સાથે જીવન જોડવાની ઇચ્છા આપોઆપ ઓસરી જવા લાગી છે એની કલ્પના કદાચ વિરાટનેય હજુ ક્યાંથી હોય ? એટલે તો કાલે રાત્રે ફોનમાં વારંવાર પૂછતો રહ્યો : ડૉલી, એક-બે દિવસમાં મુંબઈ આવી જાય છે ને ? પેલી કૅસેટ અને જૉકી શૂઝનું હથિયાર ઉગામવાની સચોટ તરકીબ મેં વિચારી લીધી છે. વિરાણીના બચ્ચાને આપણે બરાબર દેખાડી દઈશું.

તેના જવાબમાં પોતે ઉત્સાહનો પડઘો નહીં પાડ્યો એટલે અથરા અવાજે એ બોલી ઊઠ્યો હતો :

'વિરાણીની પેલી છોકરી તારી સાથે નવસારી આવવા ચાલતી ગાડીએ ચડી બેઠી એમાં તો તું ઢીલી નથી પડી ગઈ ને, ડૉલી ? મેં તને પહેલેથી જ ચેતવી હતી, એની પાસે આપણો પ્લાન ખુલ્લો નહીં કરતી... આ માલદાર માણસોનાં સંતાનો પણ બાપ પાસેથી જાતજાતની ચાલાકી શીખી લેતાં હોય છે. એટલા ખાતર તો એણે ચાલતી ગાડીએ ચડી બેસવાનું નાટક કરીને તારી હમદર્દી જીતી લીધી અને નવસારીમાં બાર-પંદર કલાક સાથે રહીને તારું બ્રેઈન વૉશ કરી નાખ્યું હોય તેમ વિરાણીનું નામ સાંભળ્યા પછી તારા અવાજમાં આક્રોશનો પડઘો કેમ મને સાંભળવા ન મળ્યો, ડૉલી ?'

'તું વધુ પડતો તર્ક કરી રહ્યો છે, વિરાટ. હું અહીં પેરન્ટ્સ (મા-બાપ) સાથે શાન્તિથી રહેવા આવી છું, આરામ કરવા માગું છું, ત્યારે તું...'

'જોયું ને ડૉલી, માત્ર બે જ દિવસમાં તું *શાન્તિ* અને *આરામ* જેવા શબ્દો બોલતી થઈ ગઈ... *મારા ભાઈનું વેર વાળ્યા વિના હું જંપવાની નથી* એવું કહેનાર ડૉલીનો અજંપો ક્યાં ગાયબ થઈ ગયો ? વેરની વસૂલાતનો તારો દઢ સંકલ્પ પેલી નિરાલીએ માત્ર બાર કલાકમાં જ ઓગાળી નાખ્યો ? અરે, ડૉલી, તું વીસરી ગઈ કે હજુ પંદર દિવસ પહેલાં મેં પરણી જવાનો પ્રસ્તાવ મૂક્યો ત્યારે તેં શું જવાબ આપ્યો હતો ? બસ, વિરાટ, હવે થોડા જ સમયમાં મારું આ મિશન (લક્ષ્ય) પાર પડે એટલે એક જ ફ્લૅટમાં પેઈંગ ગેસ્ટ તરીકે અલગઅલગ રૂમમાં રહેવાની જુદાઈનો કાયમને માટે અન્ત આવી જશે... ડૉલી, તને એ બધું યાદ કરાવવા માટે તત્કાળ નવસારી આવવું પડશે. હા, ડૉલી હું કાલે જ આવી પહોંચું છું. મને જોતાં જ તને બધું યાદ આવી જશે, બધું જ તાજું થઈ જશે !'

અને અત્યારે વિરાટનો સામનો કરવાની તૈયારીમાં અરીસા સામે ઊભેલી ડૉલીને બધું તાજું થવા લાગ્યું હોય, બધું યાદ આવવા માંડ્યું હોય તેમ લિપસ્ટિક હાથમાં જ પકડી રાખીને એ પલંગમાં આડી પડી. વિરાટ સાથેનો એ પહેલો મેળાપ પણ કેવી નાટકીય ઢબે થયો હતો !

નોશીરથી છૂટા પડતાં પહેલાં તેણે છાપાંમાં પેઈંગ ગેસ્ટની ટચૂકડી જાહેરખબર આપેલી. જવાબમાં બે-ચાર ઑફર આવી તેમાં વૉર્ડન રોડ પર તારાબાઈ કેલકરનાં પેઈંગ ગેસ્ટ થવાનું વધારે અનુકૂળ લાગ્યું. હા, તેમાં એક પ્રતિકૂળતા જરૂર હતી. દીવાનખંડની બીજી બાજુની રૂમમાં રહેનારો પેઈંગ ગેસ્ટ બીજી બધી રીતે જેન્ટલમૅન હતો, પણ દારૂ પીને એ ક્યારેક ઉધામા મચાવતો. આ જાણીને પોતે લૅન્ડલેડી તારાબાઈને પૂછેલું : તો પછી તમે એ દારૂડિયાને રહેવા શું કામ દો છો ? તેના જવાબમાં ડૉલીને સાવ ન ધારેલું સાંભળવા મળેલું.

‘એ વિરાટને મહોલ્લામાં સૌ વીરુ કહેતા ત્યારથી હું એને ઓળખું. એનાં મા-બાપ આ જ મકાનમાં ગ્રાઉન્ડ ફ્લોર પર રહેતાં. મા ગુજરાતી અને બાપ મરાઠી શંકર જાગીરદાર દેખાવમાં બહુ રૂડો-રૂપાળો હતો એટલે વાસંતી તેના તરફ આકર્ષાઈ. બાપનો વિરોધ હોવા છતાં એકની એક દીકરીએ શંકર સાથે નાસી જઈને લગ્ન કરી લીધાં. પરણ્યા પછી વાસંતીના પિતાએ નમતું જોખી દઈ દીકરી-જમાઈને પોતાના જ ફ્લૅટમાં સાથે રાખ્યાં. પાંચ-સાત વરસ બધું બરાબર ચાલ્યું, પણ વાસંતીના પિતા મૃત્યુ પામ્યા એટલે શંકરે પોત પ્રકાશવા માંડ્યું. કોઈ બાઈના ચક્કરમાં આવી જઈ તેણે ઓનરશિપનો ફ્લૅટ ગીરવી મૂક્યો. લેણદારને પૈસા પાછા આપી શક્યો નહીં એટલે ફ્લૅટની જપ્તી થઈ અને શંકરે પત્ની-પુત્રને સુરત મોકલી દીધાં. પછી તો એ ભૂલી ગયો કે તેને એક પત્ની અને પુત્ર છે. એ બીજી બાઈ સાથે ક્યાં નાસી ગયો એનો હજુય પત્તો નથી. વિરાટ મોટો થઈને મુંબઈ નોકરી માટે આવ્યો ત્યારે તેની મા વાસંતીએ મને કાગળ લખ્યો. મારો દીકરો કમાતો થાય ત્યાં સુધી તું એને સાચવી લેજે. હું સુરતમાં દિવસો કાઢી નાખીશ, પણ દીકરાનું ભવિષ્ય સુધરી જાય તો મારો બગડેલો જન્મારો સુધરી ગયો એમ માની લઈશ... બસ ત્યાર પછી વિરાટ આપબળે ભણ્યો-ગણ્યો, પગભર થયો અને મહોલ્લામાં સૌનો માનીતો પણ બન્યો. કમાતો થયા પછી મને કહ્યું કે આઈ, હવે મને ભાડેથી રહેવા દો તો જ તમારી સાથે રહું. મને વિધવાને થોડી આવકની જરૂર હતી અને મા વગરના એને કોઈ વડીલની છત્રછાયાની જરૂર હતી, એટલે મેં એને પેઈંગ ગેસ્ટ બનાવી દીધો... તેમાં કોણ જાણે ક્યાંથી એને દારૂની લત એવી લાગી ગઈ કે છૂટતી નથી, પણ એટલા ખાતર હું એને પેઈંગ ગેસ્ટ તરીકે કેમ છોડી દઉં ? વધુ પડતું પીને આવે ત્યારે રૂમમાં પુરાઈ જાય અને થોડા ઉધામા કરી આપમેળે પાછો શાંત થઈ જાય. માણસને દુ:ખનો ઇલાજ ન મળે ત્યારે એ દારૂને દવા માનીને દુ:ખમાં વધારો કરવા લાગે છે અને આપણા જેવાંએ નાઇલાજ થઈને એ જોયા કરવું પડે.’

તારાબાઈ પાસેથી વિરાટની આ કથની સાંભળ્યા પછી ડૉલીને પણ તેના પ્રત્યે સહાનુભૂતિનો સહજભાવ જાગેલો, પરંતુ પેઈંગ ગેસ્ટ તરીકે રહેવા ગયા પછીય પાંચ દિવસ સુધી ન તો એ વિરાટને જોવા પામી હતી કે ન વિરાટના અઘટિત વર્તનની કોઈ ઘટના બની હતી. નવા પેઈંગ ગેસ્ટ તરીકે કોઈ લેડી આવી છે એ જાણ્યા પછી કદાચ એ સાવધપણે વર્તવા લાગ્યો હશે એવું ડૉલીએ માની લીધેલું.

પરંતુ પહેલા જ રવિવારે રાત્રે એનો આ ભ્રમ ભાંગી ગયો. આગલા દિવસે ઈશ્વરભાઈ વિરાણીની કેબિનમાં પોતે ગોઠવેલા ટેપરેકોર્ડરમાં પિતા-પુત્ર વચ્ચે મુંબઈ-હોંગકોંગના કૉલમાં થયેલી ઉગ્ર વાતચીત ઝડપાઈ ગયાની અણધારી સફળતા પર ડૉલી ખુશ હતી. તારાબાઈ સાથે દીવાનખંડમાં ટીવી પર ઇંગ્લિશ ન્યૂસ જોતી એ બેઠી હતી ત્યાં વિરાટના રૂમમાંથી કાચ ફૂટવાનો અવાજ આવ્યો. પહેલાં તો તેણે માન્યું કે હાથમાંથી વચકીને કાચનું વાસણ ફૂટ્યું હશે. પરંતુ બે મિનિટ પછી વિરાટના રૂમના દરવાજા પર કોઈ જોરદાર ચીજ અફળાવાના તીણા અવાજે તેને ગભરાવી દીધી. ભયભીત નજરે તેણે તારાબાઈ સામે જોયું તો લૅન્ડલેડીએ ઘૂંટાતા શ્વાસે એટલું જ કહ્યું 'ધાંદલ સુરુ ઝાલી ! (ધાંધલ શરૂ થઈ ગઈ !)'

થોડી વાર તો ડૉલીએ ટેલિવિઝનમાં પરાણે ધ્યાન પરોવી રાખ્યું, પણ પાંચ-સાત મિનિટ પછી વિરાટનો ઉપદ્રવ વધી ગયો. રૂમમાં ફર્નિચરની તોડફોડ થતી હોય એવું લાગ્યું ત્યારે તેનાથી રહેવાયું નહીં. તારાબાઈની નિષ્ક્રિયતા ખૂંચતી હોય તેમ જુસ્સાભેર ઊભી થઈને ડૉલી પેલાના રૂમ તરફ ધસી ગઈ. દરવાજે જઈને ધીમેથી ટકોરા માર્યા છતાં એની કાંઈ અસર થઈ નહીં, એટલે બારણા પર જોરથી હાથ પછાડીને તેણે ત્રાડ પાડી : *'મિસ્ટર, સ્ટૉપ ધીસ ન્યુસન્સ !'*

હવે તેના એ વિરોધની નોંધ તો લેવાઈ પણ ધાર્યા કરતાં જુદી રીતે... અંદરથી એટલા જ મોટા અવાજે ત્રાડ પાછી ફરી : *'શટ અપ એન્ડ માઈન્ડ યોર ઓન બિઝનેસ.'*

તારાબાઈ વચ્ચે પડીને તેને રોકવા માટે કહેવા જતાં હતાં કે રહેવા દે, થોડીવારમાં એ શાંત પડી જશે, પણ ત્યાર પહેલાં ડૉલીએ ગુસ્સામાં વિરાટની રૂમના બંધ બારણા પર લાત ફટકારી અને ફટાક કરતો દરવાજો ઊઘડી ગયો. 'તમે તે કેવા માણસ છો ?' ઊઘડતા દરવાજા સાથે ડૉલીનો અવાજ પણ અંદર ધસી ગયો : 'નશો કરીને આ રીતે બીહેવ (વર્તાવ) કરતાં શરમ નથી આવતી ?'

'હુ ધ હેલ આર યુ ટુ ટેલ મી ? (મને કહેનાર કમબખ્ત તું છે કોણ ?)'

સામી ત્રાડ નાખતો વિરાટ દરવાજા તરફ લથડતા પગે ધસી તો આવ્યો, પણ લાલચોળ ચહેરે ઊભેલી ડૉલીને જોતાં જ એનો અર્ધો નશો ઊતરી ગયો હોય તેમ ઢીલો પડી જઈને તેને તાકી રહ્યો. એવી જ રીતે ડૉલીનેય વિરાટ ધાર્યો હતો એવો દુષ્ટ ન દેખાયો એટલે એ થોડી ઓઝપાઈ ગઈ. અર્ધી મિનિટ માટે બંને ખામોશ રહ્યાં પછી ડૉલીએ નરમ અવાજે શરૂઆત કરી હતી :

'મિસ્ટર, એક લેડીના પેઈંગ ગેસ્ટ તરીકે રહો છો તો એ રીતનું વર્તન પણ રાખવું જોઈએ.'

નશો કરેલા માણસને શિખામણ ખાટી લાગતી હોય છે.

'તમારે લૅન્ડલેડી વતી વકીલાત કરવાની જરૂર નથી, મિસ... કે પછી મિસિસ તમે જે હો તે.' વિરાટે સામું સંભળાવ્યું : 'પીધેલા પુરુષને કોઈ યુવતીએ છંછેડવો ન જોઈએ એવો પાઠ હજુ તમને કોઈએ શીખવ્યો નથી લાગતો.'

'અને ડ્રિન્ક કરનારાએ મર્યાદામાં રહીને પીવું જોઈએ એ પાઠ તમે પણ શીખ્યા નથી લાગતા.'

ડૉલી ઠસ્સાભેર એમ બોલી ગઈ ત્યારે વિરાટ બે ઘડી વિચારમાં પડી ગયો. પછી વ્યંગમાં

સંભળાવ્યું : 'લિમિટમાં રહીને પીવાનો પાઠ શીખવા માટે તમારું ટ્યુશન લેવા આવું ? બોલો, માય ફેર લેડી, સવારે ફાવશે કે રાત્રે ?'

કહીને વિરાટે તેના મોં પર દરવાજો બંધ કરી દેવા માટે હાથ ઊંચા કર્યા ત્યાં તેના ડાબા હાથના અંગૂઠામાંથી વહેતા લોહી પર ડૉલીની નજર ગઈ.

'અરે, મિસ્ટર, યુ હેવ ઈન્જર્ડ યોરસેલ્ફ !' કહી બંધ થતા દરવાજા આડે એક હાથ ધરી દઈ ડૉલીએ બીજા હાથે વિરાટનું કાંડું પકડી લીધું. પછી તારાબાઈને હાંક મારી : 'આન્ટી, તમારી પાસે બૅન્ડેજ હોય તો આપો ને ! જુઓ તો ! આ માણસ જાત પર કેવો જુલમ કરે છે !'

થોડી જ વાર પહેલાં શિખામણ સંભળાવતી, મહેણાં મારતી અને ઝઘડતી યુવતીની એ લાગણીભરી ચેષ્ટા વિરાટના મર્મસ્થાનને સ્પર્શી ગઈ હોય તેમ ચૂપચાપ તેણે ડૉલી પાસે પાટો બંધાવી લીધો હતો અને એક નર્સ અજાણ્યા દર્દીની સારવાર કરે એવી નિર્લેપતાથી ડૉલી 'થૅન્ક ગૉડ કે કાચની કણી અંદર નથી ગઈ' કહી એક પણ વાર નજર મિલાવ્યા વિના પીઠ ફેરવીને ચાલી ગઈ હતી.

બીજી સવારે ડૉલી ઑફિસે જવા માટે તૈયાર થઈને રૂમની બહાર નીકળી ત્યાં જ એને સામે ઊભેલો જોયો : 'ગૂડ મૉર્નિંગ, મિઝ મર્ચન્ટ.'

આગલી રાત્રે જેને પોતે દુષ્ટ માન્યો હતો એ જ અત્યારે સદ્‌ગૃહસ્થની જેમ સામે ઊભો હતો, એટલું જ નહીં, તારાબાઈ પાસેથી એણે પોતાની મર્ચન્ટ અટક જાણી લેવા ઉપરાંત પોતે મિસ કે મિસિસને બદલે મિઝ છે એ માહિતી પણ મેળવી લીધી હતી !

'કાલ રાતની બીહેવીઅર (વર્તણૂક) બદલ હું...

'દિલગીરી દર્શાવવાની જરૂર નથી, મિસ્ટર જાગીરદાર.' ડૉલીએ ઉતાવળમાં હોય તેમ કહ્યું હતું : 'દરેક વાતનો અતિરેક બૂરો છે એટલું સમજી જવાય એટલે બસ.'

'એ પાઠ તો તમે કાલે બરાબર ભણાવી દીધો મને.'

'એક વાર ભણાવેલો પાઠ હોશિયાર વિદ્યાર્થીને જ હંમેશાં યાદ રહે છે !'

'હું હોશિયાર વિદ્યાર્થી પુરવાર થવાનો પ્રયત્ન જરૂર કરીશ.' કહીને હાથમાં કારની ચાવી રમાડતાં તેણે ઉમેર્યું હતું : 'ચાલો તમને ઑફિસ સુધી લિફ્ટ આપું.'

ત્યારે ડૉલી ઘડીભર તેને નીરખી રહી હતી. કોઈ પુરુષ એકલી સ્ત્રી પ્રત્યે વધુ પડતું સૌજન્ય દાખવે ત્યારે ડૉલીના દિમાગમાં આપોઆપ એલાર્મની ઘંટડી વાગવા લાગતી.

'કઈ ખુશીમાં ઉદારતા દાખવી રહ્યા છો, મિસ્ટર જાગીરદાર ? રોજ હું બસમાં જાઉં છું. એક દિવસ માટે કારની લિફ્ટ લઈને આદત બગાડવા માગતી નથી. થૅન્ક્સ.'

'ડેઈલી તો હું બાર વાગ્યા પછી જ ઑફિસે જાઉં છું એટલે રોજ લિફ્ટ આપવાનું શક્ય પણ નથી. આ તો ઘેરથી સાથે નીકળીએ છીએ એટલે લિફ્ટની ઑફર કરી. એકને બદલે કારમાં બે માણસ બેસવાથી પેટ્રોલ વધારે બળતું હોત તો કદાચ ઉદારતા ન દાખવી હોત.'

છતાંય ડૉલી દ્વિધામાં રહી એટલે વિરાટે સમજાવ્યું : 'આપણા બંનેના રસ્તાય એક છે. મારી ઑફિસ પણ નરિમાન પૉઇન્ટ પર છે.'

'ઓકે !' ડૉલીએ ઑફર સ્વીકારી લીધી : 'જોઉં તો ખરી, તમે ડ્રાઈવિંગના પાઠ બરાબર શીખ્યા છો કે નહીં ?'

'તમે વાતવાતમાં પાઠ શીખવવાનું બોલો છો એના પરથી લાગે છે કે ગયા જનમમાં તમે માસ્તરાણી હોવાં જોઈએ, મિઝ મર્ચન્ટ !'

'ગયા જનમની તો ખબર નથી, પણ આ જનમમાં હું ઠોઠ વિદ્યાર્થિની હતી એનો રેકર્ડ હજુય મેં સાચવી રાખ્યો છે.' કહીને ડૉલીએ તેને ઇશારો પણ કરી દીધેલો : 'મિસ્ટર જાગીરદાર, તમે મને *મિઝ મર્ચન્ટ*ને બદલે *ડૉલી* કહીને બોલાવશો તો ચાલશે.'

'અને મને વિરાટ કહેશો તો વધારે ગમશે.'

એ સંવાદે બંને વચ્ચેના આગલી રાતના વિસંવાદને ભૂંસી નાખ્યો.

મરીન ડ્રાઈવ વટાવીને વિરાટની સેકન્ડ-હૅન્ડ મારુતિ નરિમાન પૉઈન્ટ પહોંચવા આવી ત્યારે તેને ખબર પડી કે ડૉલી તો વૈભવ ગ્રુપમાં સર્વિસ કરે છે.

'ત્યારે તો આપણા બંનેના રસ્તા એક હોવા છતાં વિરુદ્ધ દિશાના ગણાય, ડૉલી !' તેણે પોતાની કામગીરીનો ખ્યાલ આપતાં કહ્યું : 'તમે ઉદ્યોગપતિ વિરાણીનાં પગારદાર છો, જ્યારે હું *ગૂડ મૉર્નિંગ* ગ્રુપનો પત્રકાર છું અને આપણા બંનેના બૉસ એકબીજાના કટ્ટર દુશ્મન છે.'

*ગૂડ મોર્નિંગ*નું નામ પડતાં જ ડૉલી ચોંકી હતી, પરંતુ તેણે કળાવા દીધેલું નહીં.

'ત્યારે તો તમે મારા બૉસ વિરુદ્ધ તમારા બૉસના અખબારમાં બેફામ લખતા હશો.'

'બિલકુલ નહીં. કમનસીબે મને એ ચાન્સ મળે તેમ નથી. ઉદ્યોગપતિ આઈ. એમ. વિરાણી રેસના ઘોડાના માલિક હોત તો એમને ચાબુક મારવાનો એક પણ ચાન્સ જતો ન કરત.'

'એટલે ?' ડૉલી ફરી ચોંકી અને આ વખતે તેણે એ પ્રતિભાવ છુપાવ્યો નહીં : 'વિરાટ, તમે રેસકોર્સના જર્નાલિસ્ટ છો ? સાચે જ ?'

'રેસકોર્સનો પત્રકાર છું એ જાણીને તમે આટલાં એક્સાઈટ (ઉત્તેજિત) થઈ જશો એની જાણ હોય તો વહેલી તકે એ રીતે ઓળખાણ કરાવત ને... તમે રેસકોર્સના પાઠ ભણ્યાં હતાં તો એમાં *અશ્વદૂત* નામ જરૂર સાંભળ્યું હોવું જોઈએ.'

'*અશ્વદૂત* ! ઑફ કોર્સ સાંભળ્યું છે.' કહીને ડૉલી તેને ધ્યાનથી નીરખવા લાગી : 'યુ મીન, તમે પોતે જ એ *અશ્વદૂત* છો ? ઓહ માય ગૉડ ! તો-તો તમે મારે ઘેર આવી ચૂક્યા છો !'

'તમારે ઘેર ?'

'મારે ઘેર એટલે નવરોજજી વાડિયાને ઘેર.' ડૉલી ઉત્સાહભેર બોલી ગયેલી : 'જીમીની હું મોટી બહેન થાઉં.'

સાંભળીને કાર ઊભી રાખવા માટે વિરાટથી જરૂર કરતાં વધુ જોરથી બ્રેક દબાઈ ગઈ : 'તમે જીમીના મોટાં બહેન ! *વૉટ અ પ્રૉમીસિંગ બૉય... વૉટ અ ગ્રેટ જોકી !*' બોલતાં-બોલતાં તેના ગળામાં ખરેરી પડી : '*એન્ડ વૉટ અ ટ્રેજિક એન્ડ.*'

ડૉલીએ ઊતરવાનું હતું એટલે એ વખતે તો વાતનો અન્ત જીમીના કરુણ અન્ત પર જ આવી ગયો હતો, પણ પછીનો દરેક દિવસ વિરાટ અને ડૉલીને વધુ ને વધુ નજીક લાવતો ગયો હતો. વિરાટે પોતાની દારૂની લતનું કારણ નિખાલસપણે કબૂલી લીધું હતું : અગાઉ થોડું તો પીતો જ હતો, પણ એક છોકરીના પ્રેમમાં નાસીપાસ થયા પછી અવારનવાર તેની યાદનો હુમલો આવે ત્યારે વધુ પડતું ઢીંચાઈ જાય છે... એવી જ રીતે ડૉલીએ પણ જીમીના અકાળ અવસાન

અંગેની પોતાની આશંકા વ્યક્ત કરી દીધી હતી : હું માનતી નથી કે એ અકસ્માત હતો. એની હત્યાનું કાવતરું ઘડનાર મારા હાથમાં આવી જાય તો હું નાના ભાઈનું વેર વાળવા માટે ગમે તે કરી છૂટવા તૈયાર છું...

બસ, ત્યાર પછી વિરાટ અને ડૉલીને એક થવા માટે સબળ કારણ મળી ગયું.

'અરે, ડૉલી દીકરી, તારો રેસકોર્સ જર્નાલિસ્ટ ફ્રેન્ડ આવી પૂગ્યો.' નીચેથી પિતાએ આગમનના સમાચાર આપ્યા. વિચારમાં ને વિચારમાં પોતે પરિચયના પહેલા દિવસના ફ્લૅશબૅક સુધી પહોંચી ગઈ.

'એ જાગીરદાર તો ઑટોને બદલે ઘોડે ચડીને આવ્યો !' નવરોજજી વાડિયા ઘોડાગાડીમાં સફર કરનારાને હંમેશા જુનવાણી ગણી કાઢતા : 'તું નીચે આવે છે કે હું એને ઉપર મોકલી દઉં ?'

'આવી... હમણાં જ આવી.' કહીને ડૉલીએ સુધારી પણ લીધું : 'નીચે આવીને અમારી બંનેની ચા સાથે એને ઉપર જ લઈ આવું છું.'

બોલતી-બોલતી ડૉલી સીડી ઊતરતી હતી એટલી વારમાં તો ધીરજ ખૂટી ગઈ હોય તેમ ઓસરીમાં બેઠેલો વિરાટ પોતે જ ઓરડામાં દાખલ થતો દેખાયો :

'ડૉલી, તારાં મમ્મા-પપ્પાને મળી લીધું અને ટ્રેનની ત્રણ કલાકની સફરમાં ત્રણ કપ ચા પીને આવ્યો છું.' અધીરાઈ છુપાવી ન શકતો હોય તેમ એણે કહી દીધું : 'તારી સાથે અર્ધો કલાક બેસીને મારે સુરત પહોંચવું છે. મધર મારી રાહ જોતાં હશે.'

ડૉલીને જરા વિચિત્ર તો લાગ્યું. વિરાટ અર્ધા કલાકમાં ચાલ્યા જવાનું કહે એ માનવામાં આવ્યું નહીં. એ આવ્યો છે તો મને મનાવી લેવા, પણ ન માનું તો કદાચ ઝઘડો કરીને ચાલ્યા જવાનો ફેંસલો કરીને આવ્યો હશે !

ઉપર બંને એકલાં પડ્યા પછી થોડી વાર તો એકબીજાને ધરાઈ-ધરાઈને જોતાં જ રહ્યાં. ડૉલી તેને એવા ભાવથી નિહાળતી હતી કે કદાચ આજે છૂટાં પડ્યા પછી કોણ જાણે, ફરી મેળાપ ન પણ થાય... જ્યારે વિરાટ વિરહી પ્રેમીની પ્યાસભરી આંખે તેને એકીટશે જોઈ રહ્યો હતો.

'તું અર્ધા કલાકમાં જવા માગે છે તો પછી મૂંગો રહીને સમય શું કામ વેડફી રહ્યો છે, વિરાટ ?'

'તું કેટલી બધી બદલાઈ ગઈ એ જોઈ રહ્યો હતો, ડૉલી ! પોતાની પ્રિય વ્યક્તિને જોયા કરવી એમાં તને સમયનો વેડફાટ લાગે છે એ જ તારા બદલાઈ જવાની પહેલી નિશાની.'

'તું તો એવી રીતે કહી રહ્યો છે, જાણે બદલાઈ જવું એટલે બગડી જવું.'

'તારું બદલાઈ જવું મારા માટે બધું બગડી જવા બરાબર જ છે, ડૉલી ! એક સ્ત્રીથી માર ખાઈ ગયેલા પુરુષ માટે બીજો હાર્ટ-એટૅક બહુ વસમો બની જાય છે.'

પુરુષ બીજી કોઈ સ્ત્રી સાથે પોતાને સરખાવે એ કોઈ પણ સ્ત્રીને ગમતું નથી, છતાં ડૉલી ચૂપ રહી.

'બાય ધ વે, તારી આંગળીએ હવે કેમ છે ? કમ્પલીટ રૂઝ આવી ગઈ કે ?'

વિરાટને ખબર નહીં કે આ ખબર પૂછવા જતાં વાત ક્યાંની ક્યાં પહોંચી જશે.

'તું રૂઝાઈ જવાનું પૂછે છે, પણ મને તો આંગળી કપાઈ ગઈ એ પણ યાદ નથી.'

એ વાક્યે વિરાટને જાણે વીંધી નાખ્યો.

'કદાચ તને હવે એ પણ યાદ નહીં હોય કે તારો ભાઈ જીમી કોઈકના કાવતરાનો ભોગ બની અકાળે મૃત્યુ પામ્યો હતો !'

વિરાટનાં એ વેણ બહુ આકરાં લાગ્યાં, છતાં ડૉલીએ સહી લીધાં. પોતે જે દિશાએ જવા માગે છે ત્યાં આવું તો ઘણું સહેવાનું આવશે. દાદીમા આવાંબાઈને ઘણાં *પાગલ પારસણ* કહીને વગોવતાં ત્યારે એ હસીને કહેતાં કે પાગલ થયા વિના ઘરના મોજશોખ છોડીને ગામમાં ગરીબો વચ્ચે ભટકવાનું ક્યાંથી સૂઝે ?

'સાચું કહેજે, ડૉલી ! એકાએક તારામાં આ પરિવર્તન કેમ આવી ગયું ?' હવે વિરાટની પૃચ્છામાં લાગણીનો લસરકો વર્તાયો : 'ઘાતકી વિરાણી સામે વેર વાળવાનું મોકૂફ રાખ્યું કે પછી સાવ માંડી વાળ્યું ?'

તેનો જવાબ તો ડૉલીના હોઠ પર હાજર હતો, પણ એ જવાબમાંથી બીજા અનેક સવાલ પુછાવાની દહેશત તેને સતાવતી હતી.

'હું તને એમ પૂછું, વિરાટ ! કે વિરાણી સામેના મારા એ અંગત વેરને તું પોતે આટલું બધું શું કામ ઘૂંટ્યા કરે છે ?'

'કારણ કે એ વેર થકી તો આપણે નિકટ આવ્યાં, ડૉલી !'

'એને બદલે એમ કેમ નથી કહેતો કે તારે પણ આઈ. એમ. વિરાણી સામે અંગત વેર વાળવાનું હતું તેમાં હું તને ભટકાઈ ગઈ. મારી પાસે વેરની વસૂલાતનું કાતિલ હથિયાર હતું જે તને કામ લાગે તેમ હતું.'

'ડૉલી !' કોઈકે આળ મૂક્યું હોય તેમ છંછેડાઈ જતો વિરાટ તાડૂક્યો : 'મને સ્વાર્થી માનવા જેટલી હદે તારા મનમાં શંકા જાગી ગઈ ! નક્કી પેલી નિરાલીએ તારી કાનભંભેરણી કરી છે. તેની ભાભી રાજલક્ષ્મી મારી ભૂતકાળની ફ્રેન્ડ હતી એ વાત કરીને આપણી વચ્ચે ફૂટ પડાવવા ખાતર જ એ તારી સાથે નવસારી સુધી આવી... પણ તારા જેવી ઇરાદાની આટલી બધી પાકી કાનની આવી કાચી નીકળી ?'

'તું નિરાલીને દોષ નહીં દે, વિરાટ ! મુંબઈથી નવસારી સુધીની સફરમાં એણે તારું નામ સુધ્ધાં ઉચ્ચાર્યું નહોતું.'

'લુચ્ચાં માણસો લાગ જોઈને વાત ઉચ્ચારતાં હોય છે.'

'પોતે નવસારી રાત રોકાઈ જવાની છે એની જાણ કરવા નિરાલીએ ઘેર કૉલ જોડ્યો ત્યારે એને ખબર પડી કે તું એની મારુતિ કાર વિરાણીના બંગલે પહોંચાડી આવ્યો છે.'

'તેમાં મેં ખોટું શું કર્યું, ડૉલી ?'

'તેં કાંઈ જ ખોટું નથી કર્યું, પણ તેમાંથી મને એટલું તો સાચું જાણવા મળ્યું કે જે ઘરમાં તને પગ મૂકવાની મનાઈ છે ત્યાં જવાની તેં તક ઝડપી લીધી.'

'મનાઈ એટલા માટે છે કે હું વિરાણીશેઠના વિરોધી અખબાર *ગૂડ મૉર્નિંગ*માં કામ કરું છું.'

'મનાઈ એટલા માટે પણ છે, વિરાટ ! કે તું રાજલક્ષ્મીનો એક્સ-બૉયફ્રેન્ડ છો.' ડૉલી

બોલ્યા વગર રહી શકી નહીં : ‘વિરાણી ફૅમિલીની આટલી બધી વાતો થઈ તેમાં ક્યારેય તેં મને કેમ કહ્યું નહીં કે હું જે યુવતીના પ્રેમમાં નાસીપાસ થયો એ હવે તેમની પુત્રવધૂ બની ચૂકી છે ? તેં એમ પણ કેમ ન કહ્યું કે મારી જેમ તું પણ વિરાણી સામેનું વેર પંપાળ્યા કરે છે ?’

‘તને એમ કહ્યું હોત તો શું ફેર પડી જાત, ડૉલી ?’

‘તો હું તને સમજાવત કે કોઈ યુવતી આપણને છોડી જાય એનો બદલો તેના ફાધર-ઈન-લૉ (શ્વશુર) સામે લેવાનો ન હોય.’

‘ડૉલી, તું જાણતી નથી કે વિરાણીશેઠની લુચ્ચાઈને લીધે જ રાજીના પિતાને પોતાની પુત્રીને વિરાણી પરિવારની પુત્રવધૂ બનાવવાની ફરજ પડી હતી... ક્યારેક હું એને લાગમાં લીધા વિના નહીં રહું, પછી ભલે તેમાં મને તારો સાથ મળે યા ન મળે !’

‘મારા સાથની આશા નહીં રાખતો, વિરાટ !’

તેના એ સજ્જડ ઇનકારે વિરાટને હેબતાવી દીધો. મૂઢ માર વાગે અને કળ ચઢી જાય તેમ થોડી વાર એ અવાક્ બની ગયો. છેવટે એટલું જ પૂછ્યું :

‘વેર વાળવામાં મને સાથ નહીં આપવાનું કોઈ કારણ ?’

‘કારણ એટલું જ કે મેં વેરભાવમાંથી મુક્ત થઈ જવાનો સંકલ્પ કરી લીધો છે.’ કહીને ડૉલીએ સત્વર ઉમેરી દીધું : ‘અને એનો દોષ કે યશ નિરાલીને આપવાની ઉતાવળ નહીં કરી બેસતો, વિરાટ ! પરમ દિવસે એ નવસારી આવી એ જ સાંજે એક સાધ્વીજી અમારે ઘેર પધાર્યાં હતાં. બસ, એમના બેચાર ઘડીના સંગમાં મને મુક્તિનો માર્ગ મળી ગયો.’

‘વાર હે વાહ ! એક તરફથી નિરાલીનું આવવું અને બીજી બાજુથી કોઈ સાધ્વીજીનું આગમન થવું... એને તું જોગાનુજોગ કહે છે, ડૉલી ? અરે, આ પણ એમની ચાલ હોવી જોઈએ. નિરાલી તો મારા ધાર્યા કરતાં પણ વધારે કપટી નીકળી !’

‘બસ કર, વિરાટ !’ વાતનો છેડો લાવવા માગતી ડૉલીએ કહેવું પડ્યું : ‘તારી હાલત પરથી મને સમજાય છે કે વેરથી માણસની બુદ્ધિ કેવી બહેર મારી જાય છે. તને દરેક વાતમાં કપટ દેખાય છે. મારા પરિવર્તનમાં તને કોઈની કાનભંભેરણી વરતાય છે... તો હવે આ પણ સાંભળી લે કે હંમેશને માટે મુંબઈ છોડી દેવાનો ફેંસલો મેં કરી લીધો છે.’

‘એનો અર્થ એ કે મુંબઈ છોડવા સાથે તું મને પણ...’

‘એનો તારે જે અર્થ કરવો હોય તે કરજે, વિરાટ ! પણ મને મારા સંકલ્પમાંથી પીછેહઠ કરવા માટે ફૂટાઈલ (નિરર્થક) પ્રયાસ કરતો નહીં, પ્લીઝ !’

સાંભળીને વિરાટ ભીતરથી ધૂંધવાતો ગુમસૂમ બની ગયો. ડૉલી તને એકીટશે તાકતી તેના મનમાં ચાલતી ગડમથલ કળવા મથી રહી. કદાચ એ પૂછશે કે *ડૉલી, તું અહીં રહીને શું કરીશ ?*

પરંતુ વિરાટે સફાળા ઊભા થઈ જતાં જુદી જ વાત ઉચ્ચારી :

‘ઠીક છે, જિંદગી તારી છે અને તને ઠીક લાગે એમ તું કરી શકે છે... પણ હું મારા ઇરાદામાં પીઠેહઠ નહીં કરું. વિરાણી સામે હું હવે બેવડા ઝનૂનથી ઝઝૂમીશ....’ કહીને તેણે હાથ લંબાવ્યો : ‘ડૉલી, લાવ પેલા જોકી શૂઝ અને બે કૅસેટ.’

ડૉલી તેના લંબાયેલા હાથને જોતી રહી. તેનું મન ચિત્કાર કરી ઊઠ્યું : અરેરે, આખરે

તેં એ જ માગ્યું ? મેં તને સાથ આપવાની ના પાડી હતી, પણ મેં તારો હાથ કેમ ન માગ્યો ? એમ કેમ ન કહ્યું કે બધું ભૂલી જઈને આપણે તારા નવસારીમાં કે મારા સુરતમાં એક નવી જ દુનિયા વસાવીને નવેસર જિંદગી શરૂ કરી શકીએ.... તને આવું કાંઈ કેમ ન સૂઝ્યું, વિરાટ ?

'મારો હાથ શું જોઈ રહી છે, ડૉલી ? તારે હવે જેનું કામ નથી એ પુરાવા આપી દે એટલે હું ચાલતો થાઉં.'

'એ... એ...'

'એના પર મારો અધિકાર નથી એમ કહેવા માગે છે ને તું ?'

'નહીં વિરાટ, એ તો મેં નિરાલીને સોંપી દીધા.'

'નિરાલીને !' રોષમાં વિરાટે ભોંય પર પગ પછાડ્યો : 'દુશ્મનની દીકરીને હથિયાર સોંપી દીધાં તેં ?' વિરાટે દાંત પીસીને કહ્યું : 'એ છોકરી તને બનાવી ગઈ, મહામૂર્ખ બનાવી ગઈ... અને તું મુક્તિની માળા જપતી બેસી રહી !'

'આ તું નહીં, તારો વેરભાવ બોલે છે, વિરાટ !'

'તારે જે માનવું હોય તે માની લે, પણ એક વાત જાણી લે, તારા સામાનમાં પૅક કરેલા જોકીના શૂઝ ભલે અસલી હતા, પણ પેલી બંને કૅસેટ ડુપ્લિકેટ હતી... કદાચ તારાથી ખોવાઈ જાય એવી બીકે અસલ કૅસેટ તો મેં મુંબઈના તારા રૂમમાં જ સાચવી રાખી છે. એ કૅસેટમાં ઈશ્વરલાલ વિરાણીએ તેના પુત્ર વૈભવની ગર્લફ્રેન્ડ સબીનાની કારમાં ટાઈમબૉમ્બ મૂકવાના ઘડેલા કાવતરાનો બોલતો પુરાવો છે અને મારા માટે એટલું કાફી છે... એક એ પુરાવો અને બીજું મારું *ગૂડ મૉર્નિંગ* અખબાર ! પછી ત્રીજું શું જોઈએ, ડૉલી ?'

કહેતો વિરાટ જુસ્સાભેર મેડીની સીડી ઊતરી ગયો ત્યારે જડવત્ બની ગયેલી ડૉલી પલંગમાં બેઠીબેઠી બારીમાંથી તેને જતો જોઈ રહી. તેનાથી નિઃશ્વાસ નખાઈ ગયો :

પહેલો પુરુષ મળ્યો એ મારા વેર વાળવાના વિરોધમાં જીવનમાંથી જતો રહ્યો અને જીવનમાં પ્રવેશવા તૈયાર થયેલો આ બીજો પુરુષ, હું વેર વાળવા તૈયાર નથી એટલા ખાતર જીવનમાંથી જઈ રહ્યો છે, જેને હું રોકી શકું તેમ નથી - ચૂપચાપ રહીને તેને જતો જોઈ રહેવા સિવાય બીજું કાંઈ કરી શકું તેમ નથી !

*

દિવાળીની સવારે ઈશ્વરભાઈ ઉત્સાહભેર જાગી જઈ મૉર્નિંગ પેપર્સની અધીરાઈથી રાહ જોતા હતા. આગલા દિવસે સબીનાને ત્યાં ઈન્કમટૅક્સની રેડ પડી એની તો એમને જાણ હતી, પણ અચાનક દસ-બાર કલાક માટે બૅંગ્લોર જવાનું થયું એટલે રેડમાં ઈન્કમટૅક્સવાળાને સબીનાના ઘરમાંથી શું હાથ લાગ્યું એ જાણવા મળ્યું નહીં. ઈન્કમટૅક્સના ફિલ્મ સર્કલના આસિસ્ટન્ટ કમિશનર કુમાર ગોસ્વામી સાથે ઈશ્વરભાઈને સારો નાતો હતો. ચિનુ ચોકસીએ આપેલી બાતમીના આધારે કુમારસાહેબ બે મહિલા સહિત સત્તર અધિકારીઓના કાફલા સાથે જાતે જ દરોડો પાડવા પહોંચી ગયેલા ત્યાં સુધીની માહિતી તો તેમને મળી હતી. કોઈની શેહમાં નહીં આવનાર પ્રામાણિક અધિકારીની છાપ ધરાવતા કુમાર ગોસ્વામીએ સબીનાના ઘરનો ખૂણેખૂણો

તેમ જ દીવાલ અને છત સુધ્ધાં ફેંદી નાખીને ભરપૂર દલ્લો હાથ કર્યો હશે. ઉપરાંત ચિનુ ચોક્સી તેના બાથરૂમમાં પંદર લાખની સૂટકેસ મૂકી આવ્યો હતો એ તો વધારામાં ! સબીનાને ઘેર રેડ પડવાની છે એની બાતમી વહેલી સવારે બેચાર છાપાંના રિપોર્ટરને પહોંચાડવાની જોગવાઈ પણ ઈશ્વરભાઈએ કરી હતી. હવે આજે દરેક અખબારમાં પહેલા પાને સમાચાર ચમકી જાય એટલે એ અભિમાની ઍક્ટ્રેસને ભાન થશે કે ઈશ્વરભાઈ સામે લડાઈ જાહેર કરવામાં કેટલું જોખમી થવું પડ્યું !

'સલામ, સા'બ !' હાથમાં અખબારોની થોકડી સાથે સિનિયર સિક્યુરિટી-મૅન સજ્જનસિંહ ઉઘાડા બેડરૂમના ઉંબરે આવીને ઊભો રહ્યો ત્યારે રોજના નિયમ પ્રમાણે ચોકીદારને અંદર આવવા દઈ હાથ લંબાવીને છાપું લેવાને બદલે અધીરા ઈશ્વરભાઈએ સામે દોડી જઈ, પેલાને થોડું વિચિત્ર લાગે એ રીતે હાથમાંથી છાપાંની થોકડી ઝૂંટવી લીધી. પહેલવહેલું *ન્યૂસ ટાઈમ્સ* હાથમાં લીધું. પહેલા પાને સમાચાર તો હતા જ, પણ મથાળું બહુ મોટું નહોતું : *'ઍક્ટ્રેસ હાઉસ રેઈડેડ !'* પછી ગુજરાતી સમાચાર પર નજર નાખી ત્યારે આંખો ચમકી ઊઠી. કોઈ સનસનાટી સર્જાઈ ગઈ હોય તેમ મોટા ટાઈપમાં મથાળું બાંધ્યું હતું : *ટોચની અભિનેત્રી સબીના સહાનીના ઘરમાં આવકવેરા ખાતાની ધાડ !* વાંચીને ઈશ્વરભાઈ મોં મલકાવે એ પહેલાં પેટાશીર્ષક પર નજર પડી તો ચહેરો સહેજ ઝંખવાઈ ગયો : *ખોદ્યો ડુંગર અને નીકળ્યો ઉંદર. માત્ર દસ લાખની રોકડ જ હાથ લાગી !* ઈશ્વરભાઈ મોં બગાડીને અહેવાલ વાંચવા લાગ્યા તો એટલો જ સાર નીકળ્યો કે ફિલ્મ ઉદ્યોગમાં જેની ગણના આદર્શ અભિનેત્રી તરીકે થાય છે તેને ત્યાં આવકવેરાના દરોડા પડે એ આશ્ચર્યજનક ગણાય. પરંતુ વધારે નવાઈની વાત તો એ છે કે કુમાર ગોસ્વામીની આગેવાની હેઠળ પડેલી આ ધાડમાં અભિનેત્રીનું આખું ઘર ફેંદી વળ્યા પછી બાથરૂમના માળિયા પરથી મળી આવેલી એક સૂટકેસમાંથી માત્ર દસ લાખની નોટો જ હાથ લાગી. એ સિવાય જે કાંઈ જરઝવેરાત ઘરમાંથી નીકળ્યું તે કાયદેસર રજિસ્ટર થયેલું હોવાનું માલૂમ પડ્યું. સિંહના શિકારે નીકળેલા આવકવેરાના ઉપરીઓએ માત્ર સસલું મારીને પાછા ફર્યા હોય એવી હતાશા અનુભવી હોય તો નવાઈ નહીં !

છટ્ ! જાણે છાપાંવાળાએ અપરાધ કર્યો હોય તેમ અખબારને દૂર ફગાવી દેતા ઈશ્વરભાઈ વિચારમાં પડી ગયા : આમ કેમ બન્યું ? કદાચ સબીનાના ઘરમાં બિનહિસાબી નાણું કે ઘરેણાં-દાગીના રાખતી ન હોય... પરંતુ ચિનુ ચોક્સી સૂટકેસમાં પંદર લાખ મૂકી આવ્યો હતો તેમાંથી દસ લાખ નીકળે જ કેમ ? બાકીના પાંચ લાખ ગયા ક્યાં ?

બબડતાં તેમણે ચિનુને ફોન જોડ્યો. સામેથી તેમનો અવાજ ઓળખી જઈ ચિનુએ દોઢડહાપણ ઉછાળ્યું : 'શેઠજી, સમાચાર વાંચ્યા ને ? એ બાઈ કેવી બદનામ થઈ ગઈ !'

'ધૂળ બદનામ થઈ, ચિનુડા !' દિવાળીના સપરમે દિવસે જ ઈશ્વરભાઈએ ચિનુ ચોક્સીને ઊધડો લીધો : 'બૅગમાં પંદર લાખ મૂક્યા હતા અને નીકળ્યા દસ... પાંચ કોણ લઈ ગયું ?'

'હું પણ એ જ વિચારતો હતો.' ચિનુએ રાંકડા અવાજે કહ્યું : 'પેલી બાઈએ તો નહીં કાઢી લીધા હોય...'

'મૂરખ, એ બાઈને ખબર હોય કે બાથરૂમમાં બે-નંબરી નાણાંની બૅગ પડી છે તો પાંચ

લાખ લેવાને બદલે આખી બૅગ કેમ ન લઈ લે ?' કહીને આગળ સંભળાવ્યું : 'તેં બરાબર વાંચ્યું નથી લાગતું. બાથરૂમમાંથી હાથ લાગેલી સૂટકેસ સહેલાઈથી ઊઘડી નહીં એટલે તેને તોડવી પડી હોવાનું સાફસાફ લખ્યું છે છાપામાં.'

'મારા છાપાવાળાને એ માહિતી મળી નથી લાગતી.' ચિનુએ પાંગળો બચાવ ચાલુ રાખ્યો : 'કદાચ ઈન્કમટૅક્સવાળા વચ્ચેથી પાંચ લાખ કાતરી ગયા હોય એવું...'

'દોઢડાહ્યો નહીં થા, ચિનુ !' ફોન પર ઈશ્વરભાઈ તાડૂક્યા : 'કુમાર ગોસ્વામી હાજર હોય ત્યાં આવી ગરબડ થાય જ નહીં... એટલે હવે એક જ શક્યતા બાકી રહી... બૅગ મૂકવા જતાં પહેલાં તેં જ પાંચ લાખ સરકાવી લીધા હોય...'

'શેઠજી, દિવાળીના દિવસે જ મને આવો હલકટ ધાર્યો ?' ચિનુ રોતલ સ્વરે બોલતો હતો : 'પંદરને બદલે દસ નીકળ્યા તેમાં બાતમીદાર તરીકે મને હવે ત્રણ લાખને બદલે માત્ર બે જ લાખ મળશે એમ કેમ કહેતા નથી આપ ?' એ રડી પડ્યો હોય તેમ બોલતો સંભળાયો : 'શેઠજી, આપ કહેતા હો તો મારા એકના એક બીમાર દીકરાના સોગન ખાઈને...'

'જવા દે, એની જરૂર નથી.'

કહી ઈશ્વરભાઈએ ફોન મૂકી દીધો. પછી આશ્વાસન લીધું : ભલે ને દસ લાખ નીકળ્યા, પણ એ છાપે તો ચડી ને ? હવે એના જૂના હિસાબ ઊખળશે, દંડ ભરવો પડશે, નીચાજોણું થશે... એ જખમ કાંઈ ઓછા ન કહેવાય.

આવા તર્ક કર્યા પછીય મનમાં કાંઈક ખટકતું રહ્યું એટલે સબીનાનો નંબર લગાડ્યો : કોને ખબર, એ બાઈ ક્યારે ઊઠતી હશે ? - એમ વિચારતા હતા ત્યાં સામા છેડે એનો જ અવાજ સંભળાયો : 'હેલ્લો.'

'હેલ્લો, સબીનાદેવી !'

'બોલો, શેઠજી !' અવાજ-પારખુ સબીનાએ કોઈ જાતના થડકા વિના શરૂઆત કરી દીધી : 'દિવાળીના દિવસે *દેવી* કહીને સન્માન કરવા બદલ થૅન્ક્સ !'

ઈશ્વરભાઈને એવી ઠાવકાઈ ખટકી. એ ઉશ્કેરાઈ જાય, બરાડા પાડે, આક્રોશ ઠાલવે - એવું કાંઈક થવું જોઈએ.

'મૅડમ, અમારા ગુજરાતીમાં એક કહેવત છે કે પહેલો ઘા પરમેશ્વરનો ! કેવો રહ્યો એ ઘા !'

'પરમ-ઈશ્વરનો નહીં, શેઠજી, માત્ર *પામર ઈશ્વર*નો એમ કહો ! તમે તો બિઝનેસમૅન છો. તમારા પંદર લાખ ગયા, પરંતુ મારે ત્યાંથી દસ લાખ નીકળ્યા તેની સામે બહુબહુ તો મારે એટલો દંડ ભરવો પડશે. એટલે નબળા વેપારીની જેમ તમે ખોટનો ધંધો જ કરી બેઠા, શેઠજી !'

ઠંડે કલેજે સબીનાએ ઈશ્વરભાઈના અભિમાનને વીંધી નાખ્યું, પછી બીજો પ્રહાર પણ કર્યો :

'અમારાં પંજાબીઓમાં પણ એક કહેવત છે... પહેલો ઘા શેતાનનો અને બીજો પરવરદિગારનો !'

'હું તારી જીભ કાપી નાંખીશ !' ઈશ્વરભાઈ પોતે જ ઉશ્કેરાઈને બરાડી ઊઠ્યા : 'તારા રૂપાળા ચહેરા પર ઍસિડ છંટાવીશ !'

એ ધમકીની ધ્રુજારી અનુભવતી હોય તેમ સબીના ક્ષણવાર માટે ચૂપ થઈ ગઈ. ઈશ્વરભાઈ મનોમન હરખાયા ત્યાં -

'શેઠજી, જીભ કપાવી નાખો કે ઍસિડ છંટાવો એ પહેલાં મારા વળતા ઘાનો જરા વિચાર કરી લેજો.'

'તું શું કરી લેવાની હતી ? મારું શું બગાડી શકવાની હતી ?'

'મેં કહ્યું ને, બીજો ઘા પરવરદિગારનો... ઉપરવાળાએ ઘા કરવા માટે મને એક કાતિલ હથિયાર આપી દીધું.'

'શું બકવાસ કરે છે ?'

'રૂપિયાની બૅગ તોડીને ઈન્કમટૅક્સવાળા એ ભંગાર મારે ત્યાં જ મૂકતા ગયા અને તેમાંથી મને હથિયાર હાથ લાગ્યું.'

'કેવું હથિયાર ?'

'સૂટકેસના તળિયે અસ્તર હોય છે તેની નીચેથી એક કાગળ હાથ લાગ્યો.'

'શેનો કાગળ ?'

'તમારા સ્વિસ બૅન્કના એકાઉન્ટનો.'

'જૂઠ ! સરાસર જુઠ્ઠાણું !'

'શેઠજી, મને ખોટું બોલવાની આદત નથી અને આપને સાચું સાંભળવાનું પસંદ નથી.' કહી સબીનાએ સંભળાવ્યું : 'આપે મારી દિવાળી બગાડવાનું ધાર્યું હતું, હવે હું તમારું નવું વરસ બગાડી શકું તેમ છું...'

ફૂંક મારીમારીને કરડે તેમ સબીના કહી રહી હતી :

'એ નવું વરસ એટલે વિક્રમ સંવતનું નૂતન વર્ષ નહીં, પણ ઈસવી સન ઓગણીસસો-બાણુંનું ન્યૂ યર... જેના આડે હજી સત્તાવન દિવસ બાકી છે. ત્યાં સુધીમાં સ્વિસ બૅન્કના ખોવાયેલા કાગળની યાદ તાજી થાય તો એ લેવા માટે મારે ઘેર પધારજો... હું આપનું હોંશભેર સ્વાગત કરીશ.'

'શટ અપ !'

'ભલે, આપની આજ્ઞા માની લઈને ચૂપ થઈ જાઉં છું અને સત્તાવન દિવસ સુધી ચૂપ રહીશ. ગૂડબાય, બ્રેવ બિઝનેસમૅન !'

કહી સબીનાએ ફોન કાપી નાખ્યો. ઈશ્વરભાઈ ઘવાયેલા માણસની જેમ કણસતા-બબડતા બેસી રહ્યા.

*

22

યા કુન્દેદુતુષારહારધવલા યા શુભ્રવસ્ત્રાવૃતા...

મોતીલાલદાદાના ખંડમાં પ્રવેશતાંની સાથે જ, કોઈ મંદિરના ઘંટારવ જેવા ઘૂંટાયેલા સ્વરે, સંસ્કૃતના શુદ્ધ ઉચ્ચાર સાથે ગવાતી પંક્તિ નિરાલીના કાનમાં ગુંજી ઊઠી :

યા વીણાવરદંડમંડિતકરા યા શ્વેતપદ્માસના ।

સફેદ આરસપહાણમાંથી કંડારેલી સવાત્રણ ફૂટ ઊંચી, દેવી સરસ્વતીની મૂર્તિ સમક્ષ પલાંઠી વાળીને ઉઘાડા ડિલે બેઠેલા દાદાજીની પીઠ પાછળ આસ્તેથી જઈને એ ગોઠવાઈ ગઈ.

યા બ્રહ્માચ્યુતશંકરપ્રભૃતિભિઃ દેવૈ વદા વંદિતા

સા મામ્ પાતુ સરસ્વતી ભગવતી, નિઃશેષ જાડ્યાપહા ॥

ઇંગ્લિશ મિડિયમમાં ભણેલી અને ઓછું ગુજરાતી જાણતી નિરાલી સંસ્કૃતના આ સરસ્વતી- સ્તવનનો અર્થ બરાબર સમજતી હતી. બાર-તેર વર્ષની હતી ત્યારે એ રોજ દાદાજી સાથે આ જ મૂર્તિ સમક્ષ બેસીને તેમની સાથે પ્રાર્થનામાં જોડાતી. પ્રાર્થના પૂરી થયા પછી મોતીલાલ માસ્તર પૌત્રીના સંસ્કૃત ઉચ્ચારની ભૂલ સુધારતા, નાભિમાંથી અવાજ આવતો હોય એ રીતે ગાવાનું શીખવતા અને શબ્દશઃ તેનો અર્થ પણ સમજાવતા : 'હે શુભ્ર વસ્ત્ર ધારણ કરનારી, કર(હાથ)માં વીણા અને દંડ સાથે પદ્માસનમાં બિરાજતી, બ્રહ્મા, વિષ્ણુ અને મહેશ પણ જેને વંદન કરે છે એવી હે સરસ્વતી દેવી, અમે તને વંદન કરીએ છીએ... આ મૂર્તિમાં જેનું વર્ણન સાક્ષાત્ પ્રત્યક્ષ થાય છે એની શબ્દો દ્વારા સ્તુતિ કરીને પ્રાર્થનામાં આપણે છેલ્લે એક જ માગણી કરીએ છીએ કે હે સરસ્વતી ભગવતી, મારી આળસ ખંખેરીને મને જાગ્રત કરજે !'

પલાંઠીના આસનમાં ટટ્ટાર બેઠેલા દાદાજીના વાંસામાં આ ઉંમરેય નિરાલીને એક પણ સળ પડતો દેખાતો નહોતો. વર્ષો પહેલાં દાદાએ સમજાવેલો પ્રાર્થનાનો અર્થ અત્યારે એ વાગોળતી હતી :

આ આળસ એટલે શરીરની નહીં, માત્ર મનની નહીં, પણ આત્માની આળસ ખંખેરીને જાગ્રત થવા માટે માતાને સદૈવ સતત વીનવતાં રહેવાનું છે. દાદાજીએ કહેલી આત્માની આળસ ખંખેરવાની આ વાત નિરાલીને ત્યારેય સમજાઈ નહોતી અને અત્યારે પણ સમજાતી નહોતી, છતાં ત્યારે એ સાંભળવું બહુ ગમતું હતું અને અત્યારે એ વાગોળવું પણ એટલું જ ગમતું હતું.

'અરે, નિરાલી, તું ક્યારે આવી ?'

પાછળ બેઠેલી પૌત્રી પર દૃષ્ટિ પડતાં જ મોતીલાલ માસ્તરના મુખ પર સ્નેહાળ સ્મિત પ્રસરી ગયું :

'આજે કાંઈ આ તરફ ભૂલી પડી ગઈ !'

ભૂલા પડી જવાનું દાદાનું બોલવું નિરાલીને અર્થસભર લાગ્યું. *વિરામ વિલા*ના એક જ છત્ર હેઠળ, એક જ પરિવારમાં વસતા વિરાણી કુટુંબનાં સભ્યો પોતપોતાનામાં જ ખોવાયેલાં રહેતાં. જાણે પોતાના ખંડમાં દરેકે એક અલગ ઘર બનાવી દીધું હોય તેમ સાથે વસવા છતાં સાવ જુદાં રહેતાં હતાં.

'ભૂલી નથી પડી ગઈ, દાદાજી !' કહેતી નિરાલી બે હાથ જોડી, થોડી ઝૂકીને પ્રણામ કરવા ગઈ, એટલે મોતીલાલ માસ્તરે તેના વાંસામાં હેતાળ ધબ્બો મારી પૌત્રીને બાજુમાં બેસાડી દીધી :

'નવું વર્ષ આવતી કાલે છે એ કદાચ ભૂલી ગઈ હોઈશ.'

ભૂલી જવા પર ફરી ભાર મૂકતા દાદાજીની વાત કેટલી બધી સાચી છે ! ઘરમાં એમના જેવા વડીલ છે છતાં પ્રેમપૂર્વક તેમની ભાળ લેવાનું કોણ યાદ રાખે છે ?

'મને બરાબર યાદ છે, દાદાજી, આજે દિવાળી છે.'

કહેતી નિરાલી લાડકું હસી : 'એ પણ યાદ છે કે આજે સૌ લક્ષ્મીની પૂજા કરતાં હશે, પણ મારા દાદાજી તો માતા સરસ્વતીની આરાધનામાં જ બેઠા હશે.'

'બોલ, દીકરી, શું કામ પડ્યું દાદાનું ?'

સાંભળીને નિરાલીએ તેમની આંખોમાં જોયું તો ત્યાં ન ઠપકો હતો કે ન ટોણો... માત્ર હેતાળ પૃચ્છા અને નિખાલસ ઉત્કંઠાના ભાવ જોવા મળ્યા. ઘરઆખાના વડીલ હોવા છતાં કેટલા અનએઝ્યુમિંગ (વિનમ્ર) રહી શકે છે એ !

'તમે મને બરાબર પકડી પાડી, દાદાજી !' નિરાલીને થયું : 'આ ખંડનું વાતાવરણ જ એવું છે કે આપોઆપ નિખાલસ થઈ જવાય : ખાસ કામસર જ આવી છું.'

'એમ જ હોવું જોઈએ, દીકરી ! કોઈક મારી પાસે કામસર આવે છે ત્યારે બહુ સારું લાગે છે.' મોતીલાલ માસ્તરે પૌત્રીની સંકોચ ખંખેરતાં કહ્યું : 'બોલ, શું કામ પડ્યું દાદાનું ?'

'તમને તો ખબર છે, આજે સાંજે આપણે ઘેર મહેમાન આવવાનાં છે.' એમ કહ્યા પછી નિરાલીને થયું કે દાદાજી સમક્ષ પ્રસ્તાવના માંડવાની ક્યાં જરૂર હતી ? એટલે સત્વર સ્પષ્ટતા કરી દીધી : 'હોંગકોંગવાળા ચન્દ્રકુમાર તેમનાં મધર-ફાધર સાથે ડિનર પર આવવાનાં છે.'

'હા, ઈશ્વરે કહ્યું હતું ખરું કે આજે રાત્રે આપણે સૌએ સાથે જમવાનું છે.'

'બસ તો, દાદાજી, તમારી નજરે ચન્દ્રકુમાર કેવા લાગ્યા એ મને તમારે કહેવાનું છે.'

સાંભળીને મોતીલાલ વિરાણી મલક્યા. બચપણમાં નિરાલીને મારતા એવી હળવી ટાપલી પરણવાલાયક પૌત્રીના ગાલે મારીને બોલ્યા :

'તારી નજરે ચન્દ્રકુમાર પસંદ પડી ચૂક્યો છે તો પછી...'

'હા, દાદાજી, આમ તો બધું જ નક્કી છે છતાં કોણ જાણે કેમ, તમારો ઓપિનિયન (અભિપ્રાય) જાણવાનું બહુ જ મન થયા કરે છે.'

'તો ખુશીથી મારો અભિપ્રાય આપીશ, નિરાલી !' કહીને તેમણે નિખાલસપણે ઉમેર્યું : 'કોઈક આપણો અભિપ્રાય માગે એ દરેક માણસને ગમતું હોય છે, દીકરી, પરંતુ આવી બાબતમાં બીજાના અભિપ્રાય ઉપરાંત આપણા અંતરાત્મા પર વધારે નિર્ભર રહેવું જોઈએ.'

હવે નિરાલી ઘડીભર અબોલ થઈ ગઈ. થોડી મૂંઝવણ પછી બોલી ઊઠી :

'એક બાબતમાં મારો આત્મા સહેજ ડંખે છે, દાદાજી !'

છતાં મોતીલાલ માસ્તરે પૂછ્યું નહીં કે કઈ બાબતમાં ? એ જ એમના સ્વભાવની લાક્ષણિકતા હતી. સામાને વાતવાતમાં સવાલ પૂછવા એ પરીક્ષા લેવા જેવું ગણાય; મન મોકળું કરવા માગતું હોય તેને આપમેળે જ બોલવા દેવું જોઈએ.

'દાદાજી, તમે પૂછ્યું નહીં કે મને શું ડંખે છે ?'

'તું કહેવા આવી છો તો કહીને જ જવાની, પછી પૂછવાની શું જરૂર... બોલ, વિનાસંકોચે કહી દે.'

'તમારી એ જ તો ખૂબી છે, દાદાજી, તમને કાંઈ પણ કહી દેતાં સંકોચ થતો નથી.'

'હવે દાદાને બહુ માખણ મારવાનું રહેવા દે, ડાહી દીકરી !'

સાંભળીને નિરાલીનો રહ્યોસહ્યો સંકોચ પણ સરી ગયો.

'આ ચન્દ્રકુમાર માટે તમે જ મારાં મમ્મીને તપાસ કરવા કહેલું... મનુકાકાની સોનલ માટે.'

'બરાબર છે.'

'તેને બદલે મને મમ્મી-ડેડીએ છોકરો જોવા હૉંગકૉંગ મોકલી દીધી.'

'જાણું છું.'

'આવી રીતે કોઈને ઓવરટેક કરવાનું પગલું બરાબર ગણાય ખરું ?'

'તારાં મમ્મી કહેતાં હતાં કે છોકરાવાળાને મનોહરલાલ વિરાણી કરતાં ઈશ્વરલાલ વિરાણીનું ઘર મોટું લાગ્યું એટલે તારા માટે ચાન્સ વધારે હતો... દીકરા-દીકરી પરણાવવામાં માણસ મોટા ઘરનો વિચાર તો કરે જ ને !'

'દાદાજી, બીજા શું વિચાર કરે એ હું નથી પૂછતી... મેં જે કર્યું તે તમારી દૃષ્ટિએ અજુગતું હતું કે નહીં ?'

'તારાં દાદીને અજુગતું લાગેલું ખરું, પણ ત્યારે તેને મેં જે કહ્યું હતું એ જ તને કહું છું.'

'શું કહ્યું હતું દાદીને તમે ?'

'રતનને મેં કહેલું કે એક રીતે જે થાય છે તે બરાબર છે. મનોહરની સોનલને જોઈને છોકરો કે તેનાં માતા-પિતા નાપસંદ કરે અને પછી ઈશ્વરની નિરાલીને પસંદ કરશે તો બે ભાઈઓ વચ્ચેની તિરાડ મોટી થશે. તેને બદલે નિરાલીને એ છોકરો પસંદ કરે છે કે નહીં એ જોઈ લઈએ, કદાચ નિરાલી પણ એ છોકરાને પસંદ ન કરે... અને તો પછી આપણે સોનલ માટે માગું નાખીએ તેમાં બંને પક્ષનું સચવાઈ રહે.'

નિરાલીને દાદાનો તર્ક ગળે ઊતરી ગયો છતાં જિજ્ઞાસા જાગી : 'દાદાજી, મને એ લોકો પસંદ નહીં કરે એવું તમે માત્ર દાદીમાને આશ્વાસન આપવા જ બોલ્યા હશો ને ?'

'જરાય નહીં, નિરાલી, કેટલાંક મા-બાપ બહુ મોટા ઘરમાં દીકરી આપવામાં કે એમની દીકરી લેવામાં બહુ વિચાર કરતાં હોય છે.' મોતીલાલ માસ્તર પાઠ ભણાવતા હોય તેમ બોલી ગયા : 'મોટા ઘરની દીકરી લાડકોડ અને મોજશોખમાં ઊછરી હોય તે આપણા ઘરમાં સુખી થશે કે નહીં અથવા આપણને એ સુખી કરશે કે નહીં એવો વિચાર સ્વાભાવિક રીતે જ સૌને આવે.'

મોતીદાદાનું એ વ્યવહારુ ડહાપણ પૌત્રીને જચી તો ગયું, છતાં હજી કાંઈક પૂછવાનું બાકી હતું :

'અને હું ચન્દ્રકુમારને પસંદ નહીં કરું એવો વિકલ્પ તમે કેમ વિચાર્યો હતો, દાદાજી ?'

હવે મોતીલાલ માસ્તર જરા ગંભીર થઈ ગયા. પૌત્રી ડાહી થઈને જાણે આજે પોતાની પરીક્ષા લેતી હતી. કોઈને સારું લગાડવા માટે ગોળગોળ કહેવાનું તેમને ફાવતું નહીં અને સ્પષ્ટ સંભળાવવાની કડવાશ સામા માણસને રુચે નહીં એ જાણતા અનુભવી મોતીલાલ માસ્તર અર્ધી મિનિટ મૂંગા રહ્યા. છેવટે જવાબ સાંભળવાની આતુરતાથી સામે જોઈ રહેલી પૌત્રીને કહેવું પડ્યું :

'પહેલેથી જ તું ચંચળ સ્વભાવની રહી છે, નિરાલી ! ઘડીક આ શોખ લાગે તો ઘડીક બીજામાં રુચિ જાગે. પોશાકની ઝડપે તું તારા ગમા-અણગમા બદલતી રહેતી. કદાચ આજના જીવનમાં સોળથી વીસ વરસની યુવાનીમાં ઘણાં આવી અસ્થિરતામાં ભટકતાં હશે. કદાચ ઉંમરનો એ વાંક હશે.'

આટલું કહ્યા પછી મોતીલાલ વિરાણી પૌત્રીને ચકાસવા રોકાયા. પોતાની વાત રસપૂર્વક ધ્યાનથી એ સાંભળતી લાગી એટલે આગળ કહ્યું :

'ભટકવાની આ અવસ્થામાં કોઈક એને સમજાવીને રોકે અથવા એ આપમેળે સમજી જાય અને નહીંતર...'

'નહીંતર શું, દાદાજી ?'

'ઠોકર ખાઈને ઠેકાણે આવે.'

ઠેકાણે આવે શબ્દપ્રયોગ વીંધી નાખનારો હોવા છતાં નિરાલીને પોતાના સંદર્ભમાં સાવ સાચો લાગ્યો. હૉંગકૉંગમાં મિરચંદાની નામની ઠોકર ખાધા પછી જ પોતાની સાન ઠેકાણે આવી હતી ને ? કોઈની બાબતમાં કાંઈ જ જાણવાની પંચાતમાં નહીં પડનારા દાદા જાણે બધું જ જાણતા હોય એવું તેણે અત્યારે મહેસૂસ કર્યું. ઘરમાં ભલે એમની અવગણના નહોતી થતી, છતાં મારા સહિત એમની *ફોરસાઈટ*(દીર્ઘદૃષ્ટિ)ની ગણના કરવાનું પણ કેમ કોઈને સૂઝતું નહીં હોય ?

'મારો ચંચળ સ્વભાવ જાણતા હતા છતાં તમે ક્યારેય મને ટોકી કે રોકી કેમ નહીં, દાદાજી ?'

સાંભળીને એ લુખ્ખું હસ્યા.

'અત્યારે તું આમ કહે છે, પણ ત્યારે રોકવા કે ટોકવાનો પ્રયાસ મેં કર્યો હોત તો આ દાદાને તેં એવું જ સંભળાવી દીધું હોત કે તમે કાંઈ જ જાણતા-સમજતા નથી, દાદાજી ! હવે જમાનો બદલાઈ ગયો છે... તમે એવું માનો છો કે ગુરુ દેવ સમાન ગણાય, માતાપિતા કરતાં

પણ એમનું સ્થાન ઊંચું છે. પરંતુ આજે તો સ્કૂલ-કૉલેજના શિક્ષક-પ્રોફેસરનેય અમે ગણકારતાં નથી, પછી વડીલોને ક્યાંથી ગાંઠીએ !'

આટલું કહીને તેમણે નિરાલીને પૂછી પણ લીધું :

'સાચું કહેજે, તેં મને ત્યારે આવું જ કાંઈક કહ્યું હોત ને ?'

'કહ્યું હોત...' નિરાલીએ કબૂલી લીધું : 'કદાચ તમે બોલ્યા એના કરતાંય આકરા શબ્દોમાં મેં તમને કહ્યું હોત, છતાં વડીલ તરીકે રોકવાની તમારી ફરજ ખરી કે નહીં ?'

'બરાબર છે, ફરજ ખરી...' મોતીલાલ માસ્તર સરખી વયના સાથે વાત કરતા હોય એવી નિખાલસતાથી બોલી ગયા : 'મેં સીધી રીતે તને ભલે રોકી નહોતી, પણ ઈશ્વરને બે-ચાર વાર કહ્યું હતું કે નિરાલીને વાર, તેને સમજાવ કે યૌવન થનગનતા અશ્વ જેવું છે. લગામ પકડીને સવારી કરતાં ન આવડે તો એ ગમે ત્યારે પછાડી દઈને ઈજા પહોંચાડે છે - એવી ઈજા કે જેના ઘા ક્યારેક જિંદગીભર રૂઝાતા નથી.'

કહીને મોતીદાદાએ ઉમેર્યું : 'હું માનું છું ત્યાં સુધી તારા ડેડીએ તને જરૂર સમજાવી હશે. દરેક પિતાના હૈયે સંતાનનું હિત વસેલું જ હોય છે.'

સાંભળીને નિરાલી નીચું જોઈ ગઈ એટલે દાદાએ તેના ખભા પર હાથ મૂક્યો :

'સાચું કહેજે, તને ઈશ્વરે સમજાવી નહોતી ? રોકી નહોતી ?

'સાચું જ કહીશ, દાદા ! મને રોકવા માટે ડેડીએ પ્રયત્ન તો કર્યા હતા, પણ સમજાવટથી નહીં, બળજબરીથી ! મને સમજાવવાને બદલે પોતે જે સમજતા હતા એ જ સાચું એમ માનીને પોતાનું ધાર્યું કરવા ખાતર એ ઘાતકી સુધ્ધાં બની ગયા હતા.'

ઘાતકી શબ્દ પર મોતીલાલ માસ્તર ચોંક્યા. પૌત્રીનો વાંસો પસવારતાં પૂછી લીધું :

'ઈશ્વરે તને મારપીટ કરી હતી ? તારા પર જોરજુલમ...'

'જોરજુલમ કર્યો હતો, પણ મારા પર નહીં... જે છોકરા સાથે પરણવાનું હું વિચારતી હતી એના પર.' બોલતાં નિરાલીનું ગળું ભીંજાયું : 'કોઈ વાંક-ગુના વગર એ બિચારો જુવાનીમાં જીવ ગુમાવી બેઠો !'

'શું વાત કરે છે, નિરાલી ?' આત્મા કકળી ઊઠ્યો હોય તેમ એમનું ઉઘાડું ડિલ કંપી ઊઠ્યું : 'મારો ઈશ્વર એવું ન કરે. એ ધાર્યું કરનારો છે, પણ કોઈનો જીવ તો ન જ લે, દીકરી ! હું એનો બાપ છું, મારા પુત્ર પર આવો આરોપ...'

'અને હું એમની પુત્રી છું, દાદાજી !' નિરાલીએ આંખ ઊંચી કરી દાદા સાથે નજર મિલાવી દૃઢતાથી કહ્યું : 'ધાર્યું કરવા જતાં એમણે કેવું અણધાર્યું કરી નાખ્યું એ બધું હું તમને કહેવા નથી માગતી... માત્ર પૂછવા જ માગું છું.'

'શું ?'

'કોઈ પુત્રીએ પિતાને સજા કરવી હોય તો કેવી સજા કરવી જોઈએ ?'

ડઘાઈ જતાં મોતીલાલ વિરાણીની આંખો પહોળી થઈ ગઈ. નિરાલીની મુખમુદ્રામાં દેખાતી રૌદ્રતા તેમને હચમચાવી ગઈ. લગ્નજીવનના ઉંબરે આવીને ઊભેલી પૌત્રી કાંઈક અજુગતું કરી બેસે એવી દહેશત જાગી. નહીંતર પિતાને સજા કરવાનો પ્રસ્તાવ તેના જ પિતાના પિતા

સમક્ષ શું કામ રજૂ કરે ? ના, નિરાલી હવે પહેલાં જેવી ચંચળ નથી લાગતી. અનુભવે એને પરિપક્વ બનાવી દીધી છે. પરંતુ એની આ પરિપક્વતા કોઈ આઘાતજનક પરિણામ ન લાવે તે જોવું જોઈએ. આજ સુધી પોતે નિર્લેપ રહીને જે કાંઈ થાય તે જોયા કર્યું, પણ હવે વડીલની ફરજમાંથી છટકી જવું એ અપરાધ કર્યા બરાબર પુરવાર થશે.

'નિરાલી, કાયદાશાસ્ત્રનું મને બહુ જ્ઞાન નથી, પણ એટલી સમજણ છે કે સજા કરતાં પહેલાં દરેકને શંકાનો લાભ, જેને તમે *બેનિફીટ ઑફ ડાઉટ* કહો છો એ મળવો જોઈએ.'

'*એક્સક્યુઝ મી* (માફ કરજો), દાદાજી, તમે તમારા પુત્રની વકીલાત તો નથી કરતા ને ?'

'મારો પુત્ર તારો પિતા પણ છે, નિરાલી ! આપણી આ ચર્ચામાં *એક્સક્યુઝ મી* કે *આઈ બૅગ યોર પાર્ડન* જેવા શિષ્ટાચારની જરૂર નથી. તારે જે કાંઈ કહેવું છે એ નિઃસંકોચ કહે.'

'ડૅડી માટે *બેનિફીટ ઑફ ડાઉટ*ને હવે કોઈ અવકાશ નથી.' કહી નિરાલીએ તરત જ ઉમેર્યું : 'હા, શંકાનો લાભ એટલા પૂરતો ખરો કે ડૅડી કદાચ એ છોકરાનો જાન લેવા માગતા નહીં હોય, પણ તેનું પરિણામ તો એવું જ આવ્યું એનું શું ?'

'કેટલા સમય પહેલાંની આ વાત છે ?'

'થયાં હશે સવાચાર વરસ.'

'અને હવે તું એ જૂનો કેસ ચલાવવા માગે છે ?'

'કૉર્ટના નિયમની મનેય જાણ નથી, પણ કેસ જૂનો થઈ ગયો એટલે કાઢી નાખવાનો ચુકાદો નહીં આપી દેતા, દાદાજી !'

મોતીલાલ વિરાણી પામી ગયા કે પૌત્રી જીદે ચડી છે. ચંચળ સ્વભાવની ઘેલછાની જેમ પરિપક્વ અવસ્થાની જીદમાં પણ માણસ ક્યારેક ખોટું પગલું ભરી બેસે છે. હવે પોતાની માસ્તરગીરીની કસોટી થવાની છે.

'નિરાલી, બે વરસ પહેલાં વડોદરા નજીકના એક ગામડામાં મારે જવાનું થયેલું. આદિવાસીનું એ ગામ હતું. બે જુવાનો વચ્ચે મારામારી થઈ તેમાં એકનું મોત થયું. ગામનો નિયમ એવો કે અપરાધની ઘટના બને ત્યારે કોઈએ પોલીસમાં નહીં જવું, પંચાયતમાં જ તેનો ન્યાય તોળવો.'

'એ તો અભણ માણસોની વાત થઈ.'

'અભણ કે પછાત ગણાતા માણસો વધારે માનવતાવાદી હોય છે એવું મને ત્યારે લાગ્યું હતું. તું પહેલાં સાંભળી તો લે.' કહી મોતીલાલ વિરાણીએ આગળ ચલાવ્યું :

'મરનાર જુવાન તેની વિધવા માતાનો એકનો એક દીકરો હતો એટલે વ્યવહારુ દૃષ્ટિએ મારનારનો ગુનો વધારે ઘાતકી ગણાય... હવે એને સજા શું કરવી ?'

'દાદાજી, ગંભીર ગુનાની બે જ સજા હોય છે, લાઈફ ઈમ્પ્રીઝનમેન્ટ (જન્મટીપ) અથવા *હૅંગિંગ* (ફાંસી).'

'એ તો કાયદાશાસ્ત્રનાં થોથાંની સજા થઈ, જેમાં ગુનો કરીને જેલમાં જનાર માણસ સુધરવાનો છે એની કોઈ ખાતરી નથી... અને ગ્રામપંચાયતને જેલ કે ફાંસી જેવી સજાનો કોઈ અધિકાર પણ ન હોય.'

'તો પછી ?'

'પંચાયતે વિચાર્યું કે મરનારની માતા નિરાધાર બની ગઈ એટલે તેના દીકરાના ખૂનીને એવી સજા કરો જેમાં સંતાપની સાથે પશ્ચાત્તાપ હોય અને માતાને આધાર પણ મળે.'

'એ કઈ રીતે ?'

'ખૂની જુવાનને પંચાયતે આદેશ આપ્યો કે દસ વરસ સુધી તારે નિરાધાર માતાનું ભરણપોષણ કરવું, તેની જમીનમાં ખેતી કરવી અને એનાં બધાં જ કામ પણ તારે જ કરી આપવાં.'

'એવું તો એક ફિલ્મમાં પણ મેં જોયેલું.'

'હું વાસ્તવમાં બન્યું તેની વાત કરું છું, નિરાલી ! પંચાયતનો આદેશ માથે ચડાવી ખૂની જુવાન પેલી નિરાધાર માતાને ત્યાં રહેવા ચાલ્યો ગયો ત્યારે ખૂનીનાં મા-બાપને છોકરો ગુમાવવાની પીડાનું ભાન થયું અને ખૂન કરનારને મરનારની માતાના સંતાપનો સાક્ષાત્કાર થયો. તેના હૃદયમાં આપોઆપ પશ્ચાત્તાપ પ્રકટ થવા લાગ્યો... હજુ ગયા મહિને જ મને ત્યાંથી પત્ર આવ્યો તેમાં લખ્યું છે કે વિદેશથી આદિવાસી જીવનનો અભ્યાસ કરવા આવેલા વિદ્વાનોની એક મંડળીએ આ કેસનો વિસ્તારથી અભ્યાસ કરીને અભિપ્રાય આપ્યો કે અદાલતની સજા કરતાં પંચાયતના ચુકાદામાં અમને ન્યાયનું તત્ત્વ અને સત્ત્વ વિશેષ જોવા મળ્યું.'

સાંભળીને નિરાલી વિચારમાં પડી ગઈ. સાધ્વીનો બોધ સાંભળી ડૉલીએ તેના ભાઈનું વેર વાળવાનું માંડી વાળ્યું, તેમ દાદાજીની વાતમાં આવી જઈને પોતે પણ જીમીના મૃત્યુની જવાબદારીમાંથી છટકી જવાનું વલણ નહીં અપનાવી લે ને ?

'નિરાલી, મારી વાત પર શાન્તિથી વિચાર કરી જોજે.' તેની મૂંઝવણ કળી ગયેલા દાદાએ કહ્યું : 'જતાં પહેલાં એટલું સાંભળતી જા... પ્રાયશ્ચિત્ત જેવી કોઈ સજા નથી અને પશ્ચાત્તાપ ન જાગે તો કોઈ પણ સજા સાર્થક થતી નથી.'

દાદાનો એ તર્ક નિરાલીને જચી તો ગયો, પણ ડૅડી પાસે શું પ્રાયશ્ચિત્ત કરાવવું ? અને એ મારી વાત સાંભળવા તૈયાર જ ન થાય તો મારે શું કરવું ? દાદાજીએ દિશા દેખાડી, પણ માર્ગ તો મારે પોતે શોધવાનો છે... અને હું જરૂર શોધી કાઢીશ !

*

'દાદીમા ! સવાછ થવા આવ્યા. મિસ્ટર મુરતિયો હમણાં આવી પહોંચશે અને દીદી જાણે મિસ ઇન્ડિયાની બ્યુટિ કૉન્ટેસ્ટમાં જોડાવાની હોય તેમ હજુ શણગાર સજવામાંથી પરવારી નથી.'

મનોહરલાલ વિરાણીની બીજી પુત્રી રૂપલ દીવાનખંડની સજાવટ ચકાસી લઈને દિવાળીનાં કોડિયાં પ્રગટાવતાં રતનબાને કહી રહી હતી. સોનલ કરતાં સવાબે વરસ નાની પૌત્રીની અધીરાઈનો જવાબ વાળ્યા વિના દાદીમા મનોમન હરખાતાં મૂંગા રહ્યાં ત્યારે રૂપલે તેના રમતિયાળ સ્વભાવ પ્રમાણે સંભળાવ્યું :

'મિસ્ટર મુરતિયો આવતાં સુધીમાં દીદી તૈયાર થઈને નહીં આવે તો તેની જગ્યાએ હું જ ગોઠવાઈ જઈશ... પછી કહેતાં નહીં કે મોટી બહેનના કૅન્ડીડેટ(ઉમેદવાર)ને નાનીએ પચાવી પાડ્યો !'

'બહુ દોઢડાહી નહીં થા !' દાદીમાએ રૂપલના હાથમાંથી દીવા ગોઠવેલી થાળી પકડાવતાં કહ્યું : 'તારો વારો આવશે ત્યારે આ બધી ફિશિયારી નીકળી જશે. બિચારી સોનલ હજુ તો

પંદર મિનિટ પહેલાં છોકરાંવને ભણાવીને આવી અને તું મોટી બહેનને પરણાવવા અધીરી થઈ ગઈ હોય તેમ બે કલાકથી ઘર માથે લઈને ફરે છે.'

કહી રતનબાએ પૌત્રીના ગાલ પર ટાપલી મારી એટલે હાથમાં દીવાની થાળી પકડીને ઊભેલી રૂપલે ફરી ટીખળ અજમાવી :

'હેં દાદીમા, મુરતિયો ઘરમાં દાખલ થાય ત્યારે શું મારે આ દીવાથી તેની આરતી ઉતારવાની છે ?'

કહીને દાદી બીજા ગાલે ટાપલી મારે એ પહેલાં પ્રવેશદ્વારના પૅસેજમાં દીવા ગોઠવવા માટે સરકી ગઈ. એ જ વખતે ડૉરબેલ રણકી ઊઠી એટલે દાદી અને પૌત્રી એકબીજા સામે જોતાં મલકી ઊઠ્યાં. મનોહરભાઈનાં પત્ની સરિતાબહેન પણ રસોડામાંથી આવી પહોંચ્યાં :

'પેલી ચિબાવલીને બારણું ઉઘાડવા નહીં દેતાં.' રૂપલના શરારતી સ્વભાવના ફડકા સાથે માએ કહ્યું : 'નહીંતર એ પાછી કાંઈક બાફી મારશે.'

'કેમ, મમ્મી, દર રવિવારે મારા હાથે રસોઈ કરીને જમાડું છું તેમાં મેં ક્યારેય બાફી માર્યું છે ખરું ?'

બારણું ઉઘાડવા આગળ વધેલાં સરિતાબહેનની આડે ઊભી રહી જઈને રૂપલે સંભળાવ્યું : 'તું સવારથી મને કહ્યા કરે છે કે છોકરો આવે ત્યારે થોડી વાર તું રસોડામાં રહેજે... શું એટલા માટે કે હું સોનલ કરતાં વધારે સ્માર્ટ લાગું છું ? છોકરો મને પહેલાં જોઈ લે તો મોટી બહેન પર ચોકડી મારી દઈને બોલી ઊઠે કે પરણીશ તો આ રૂપલને જ ?'

'દીકરી મારી, હવે તો મૂંગી રહે ! પેલો દરવાજે ઊભેલો બધું સાંભળી જશે.'

સરિતાબહેન રૂપલને વારતાં હતાં એટલી વારમાં રતનબાએ જ જઈને બારણું ઉઘાડ્યું, તો મુરતિયાને બદલે મનોહરલાલ દેખાયા. લિફ્ટ વગરના બે માળના મકાનના દાદર ચઢીને સહેજ હાંફી રહેલા મનોહરલાલ વિરાણીએ ઉચાટ સાથે પૂછ્યું : 'છોકરો હજુ આવ્યો તો નથી ને ?'

'એ તો નથી આવ્યો પણ તમે કેમ મોડા આવ્યા ?' ઘરમાં દાખલ થતાં પતિને ઠપકાથી પોંખતાં સરિતાબહેને કહ્યું : 'મોટા ભાઈની ઑફિસમાં આપણો ભાવ પુછાતો ન હોય છતાં દિવાળીના દિવસે પણ વહેલા ઘેર ન આવી શકો ? દીકરીને જોવા છોકરો આવે ત્યારે ઘરમાં કોઈ પુરુષ તો જોઈએ ને !'

'એ જ તો હું બાપુજીને ફોન પર કહીકહીને થાક્યો.' મનોહરલાલે આત્મવિશ્વાસ ઓછો પડતો હોય તેમ ફરિયાદ કરી : 'બાપુજીને સમજાવ્યા કે સોનલનું ગોઠવાઈ ગયું છે ત્યારે તમે હાજર હો તો સારું પડે.'

'મનુ, એમાં તારા બાપુજી પણ શું કરે ?' રતનબાએ ન્યાય તોળવાની ઢબે કહ્યું : 'આજે આપણે ત્યાં મુરતિયો આવવાનો છે તેમ ઈશ્વરને ઘેર પણ હૉંગકૉંગવાળો છોકરો અને તેનાં મા-બાપ આવવાનાં છે. એ વખતે ત્યાં એમની હાજરીય જોઈએ ને !' પછી પુત્રને ધરપત આવતાં ઉમેર્યું : 'અહીં હું છું ને ઘરની વડીલ, પછી ફરિયાદ શું કામ કરે છે !'

'વૉટ અ કૉઈન્સીડન્સ (કેવો જોગાનુજોગ !)' રૂપલે વાતાવરણ હળવું કરવા વચ્ચે ઝુકાવ્યું : 'ત્યાં નિરાલીને માટે હૉંગકૉંગવાળો આવે છે અને એ જ વખતે આપણે ત્યાં પણ હૉંગકૉંગવાળો જ મુરતિયો આવવાનો... બરાબરની રેસ લાગવાની !'

હજુ રૂપલ એ શબ્દો બોલી રહે એ પહેલાં જ ઉઘાડા બારણાની બેલ વાગી અને ઉંબરે ઊભેલા યુવાનને જોઈ અચાનક ઝડપાઈ ગયાં હોય તેમ ચારે જણાં ડઘાઈ ગયાં.

'વેલ્કમ, મિસ્ટર, રાજન ગિડવાણી !'

રૂપલે જ મામલો સંભાળી લઈને તેને આવકાર્યો. 'હું છું મિસ રૂપલ વિરાણી. આ છે મારાં ગ્રાન્ડ મધર અને આ મારાં પેરન્ટ્સ.' કહી તેને દીવાનખંડમાં દોરી જતાં ઉમેર્યું : 'અને તમે જેને જોવા પધાર્યા છો એ મારી મોટી બહેન સોનલ બે મિનિટમાં આવે ત્યાં સુધી આપ આરામથી બિરાજો.'

હૉંગકૉંગના ઍન્ટિકરપ્શન બ્યૂરોના એક અધિકારી સાથે રૂપલે આ રીતે શરૂઆત કરી એથી તેના પિતા થોડા નર્વસ થઈ ગયા, પણ રાજન ગિડવાણીને તો એ હળવાશ ગમી ગઈ. બંને જોડિયા ભાઈઓ ભારત આવ્યા એના અઠવાડિયા અગાઉ તેના પિતાએ *ટાઈમ્સ*માં *મેટ્રીમોનીઅલ* જાહેરખબર છપાવેલી જેના જવાબમાં આવેલા ચાલીસ જેટલા પત્રોમાંથી રાજને બે દિવસમાં પંદરેક કન્યા તો જોઈ નાખેલી. દેખાવમાં બંને ભાઈઓ અદલોઅદલ મળતા આવતા હતા, પણ કન્યા પસંદ કરવામાં બંનેની *ચોઈસ* જુદી પડતી હતી. એટલે જ બીજા ભાઈ સાજને તેને કહી રાખેલું : 'રાજન, તું પહેલાં છોકરી જોઈ આવ. તને તારા માટે લાયક ન લાગે પણ મને ફિટ થાય એવી હોય તો કહેજે... એવી જ છોકરી જોવા હું જઈશ.'

'તમે શું લેશો ?' મનોહરભાઈએ પૂછ્યું ત્યારે રાજનનું ધ્યાન આસપાસનું નિરીક્ષણ કરવામાં હતું.

દીવાનખંડનું સંખેડાનું ફર્નિચર, એક દીવાલે લટકતા કાઠિયાવાડી ભરતગૂંથણના આભલાંવાળા ચાકળા, બીજી દીવાલે પીછવાઈ શૈલીનું કપડા પર દોરેલું રાસલીલાનું પૂર્ણ કદનું ચિત્ર અને ત્રીજી ભીંત પર તરણેતરના મેળામાં ચગડોળમાં ઘૂમતાં કાઠિયાવાડી સ્ત્રી-પુરુષોની લાક્ષણિક તસવીર... એ સિવાય શણગાર-સજાવટનો કોઈ ઠઠારો ન જોઈને મુરતિયો ઘરની સ્થિતિનો ક્યાસ કાઢતો હશે કે શું ? - એવી ફિકરમાં કન્યાના પિતાએ ફરી પૂછ્યું : 'તમે ચા-કૉફી લેશો કે ઠંડું ફાવશે ?'

'ઉતાવળ શું છે ?' કહી રાજને અંદરના ખંડ તરફ નજર લંબાવી એટલે રૂપલે તક ઝડપી લીધી :

'પપ્પા, એમને કન્યા જોવાની ઉતાવળ લાગે છે.' કહેતી મુરતિયાને શરારતી નજરે જોઈ લઈ રૂપલ ઊભી થઈ ગઈ : 'હું સોનલને લઈ આવું ત્યાં સુધીમાં મમ્મી, તમે એમને *સ્નૅક્સ સવ* કરો.'

'અમારી આ નાનકી બહુ બોલકી છે.' રતનબાએ મુરતિયા સાથે વાતચીત ચાલુ કરતાં કહ્યું : 'એ બુટિકનો સ્ટોર ચલાવે છે અને મોટી સોનલ સ્કૂલમાં ટીચર છે. એને એનાં દાદાની જેમ ભણાવવાનું વધારે પસંદ છે.'

'હું જાણું છું.' રાજને મા-દીકરીને અચરજ પમાડતાં કહ્યું : 'તમારું કુટુંબ બહુ જાણીતું છે.'

ત્યારે મનોહરલાલે ચોખવટ કરવી પડી.

'હા, અમારા મોટા ભાઈ ઈશ્વરલાલ વિરાણીનું કુટુંબ બહુ જાણીતું ખરું.'

'હું તમારા પિતાશ્રી મોતીલાલ વિરાણીના કુટુંબની વાત કરું છું, અંકલ !'

હવે રતનબાના કાન ચમક્યા. અત્યાર સુધી છોકરીના સગપણની વાત ચાલતી ત્યારે ઓળખાણમાં એવું જ સાંભળવા મળતું કે ઈશ્વરલાલ વિરાણીના નાના ભાઈ મનોહરલાલની પુત્રી... પરંતુ મોતીલાલ વિરાણીના નામથી કુટુંબની ઓળખાણ આપનાર આ પહેલો માણસ નીકળ્યો અને તે પણ હૉંગકૉંગ રહેનારો યુવાન ઑફિસર !

'ભાઈ, તમે અમારા માસ્તર.... એટલે કે મોતીલાલ વિરાણીને ક્યાંથી ઓળખો ?'

'હું નહીં, પણ મારા પિતા અને ખાસ કરીને તો મારા દાદા એમને સારી રીતે ઓળખતા.'

'તમારા દાદા એટલે...'

'ભગવાનદાસ ગિડવાણી.' રાજને વિગત આપી : 'કરાંચીમાં પંજાબ-સિંધ બૅન્કના ચેરમૅન હતા. ફોર્ટી સેવનના પાર્ટીશન પછી અમારું ફૅમિલી પણ તમારી જેમ કરાંચીથી નીકળી ગયેલું. મારા પિતા રામદાસ ગિડવાણી ત્યારે માંડ અઢારેક વરસના હશે. લગ્નસંબંધી જાહેરાતના જવાબમાં તમારો ફોન આવ્યો તેમાં બધી વિગત લખાવી એટલે મારા ફાધરને યાદ આવી ગયું કે કરાંચીમાં પંજાબ-સિંધ બૅન્કની બાજુમાં જ સરસ્વતી મંદિર સ્કૂલ હતી અને સ્કૂલના આદર્શ શિક્ષક તરીકે મોતીલાલ માસ્તર ત્યાંના વિદ્યાર્થીઓ તેમ જ વાલીઓના બહુ પ્રિય ગણાતા.'

સાંભળીને રતનબાના મુખ પર ગૌરવની લાલી પ્રસરી ગઈ. એમને થયું : માસ્તર અત્યારે અહીં હાજર હોત તો જરૂર આ છોકરાના દાદાની વાત ઉખેળીને જૂની ઓળખાણ કાઢત. ગમે તેમ, પણ કન્યાના ઉદ્યોગપતિ કાકાને બદલે માસ્તર-દાદાનો હવાલો આપનાર છોકરા અને તેના કુટુંબ માટે રતનબાને આપોઆપ આત્મીય ભાવ જાગ્યો. હવે છોકરા-છોકરી એકબીજાને પસંદ પડી જાય તો વાત પાકી કરવામાં વિલંબ નહીં થાય. બીજાં ગુજરાતી કુટુંબ ભલે સિંધીઓ બાબત પૂર્વગ્રહ ધરાવતાં હોય, પણ અમે કરાંચીમાં રહેલાંઓ સિંધી પરિવારની ખાનદાનીથી બહુ વાકેફ છીએ.

'દીકરા રાજન !' રતનબાએ લાગણીભર્યા સંબોધનથી પૂછ્યું : 'તારાં દાદીનું નામ શું હતું ?'

'સીતાકુંવર !'

'સાંભળતાં જ રતનબાની આંખમાં ચમકારો થયો : 'રામમંદિરવાળાં સીતાકુંવર ને ?'

'હા, વડીલ, કરાંચીમાં એ મંદિર અમારા દાદાએ જ બંધાવ્યુ હતું એવું મારા ફાધર કહેતા હતા.'

'તો-તો અમારા વિરાણી માસ્તર તમારાં દાદા-દાદીને સારી રીતે ઓળખે.' રતનબાને ભૂતકાળ તાજો થવા લાગ્યો હોય એવા ભાવથી કહેવા લાગ્યાં : 'એ રામમંદિરમાં સંસ્કૃત પાઠશાળા ચાલતી અને સોનલના દાદા ત્યાં સાંજે સંસ્કૃત શીખવવા જતા.' કહી હર્ષભેર ઉમેર્યું : 'આ તો આપણી બહુ જૂની ઓળખાણ નીકળી !'

'અને હવે હું નવી ઓળખાણ કરાવું.' મોટી બહેન સોનલ સાથે દાખલ થતી રૂપલે વચ્ચે ટહુકો કર્યો : 'આ છે અમારી માસ્તરાણી દીદી ! સ્કૂલમાં વિન્ટર વૅકેશન છે તો રજાની લહેર માણવાને બદલે અમારાં બહેનબા બાજુની ઝૂંપડપટ્ટીનાં છોકરાંઓને ભણાવવા જાય છે. મને એમ

કે તમે આવવાના છો એટલે તૈયાર થવામાં પડી હશે, પણ રૂમમાં જઈને જોયું તો બહેનબા એમનાં સ્લમ-સ્ટુડન્ટ્સનું હોમવર્ક તપાસતાં હતાં.'

નાની દીકરીની આ ટકોર સાંભળી પિતા મનોહરભાઈએ આંખો કાઢી : હવે ચૂપ રહે, તારું દોઢડહાપણ મોટી બહેનના સગપણમાં અવરોધ ઊભો કરશે; પરંતુ એમની ધારણા કરતાં કાંઈક જુદું જ સાંભળવા મળ્યું. સોનલને ધારીધારીને જોઈ લીધા પછી રાજને મલકતા મુખે રૂપલને કહ્યું :

'મિસ જુનિયર વિરાણી, તમે સિસ્ટરની બરાબર ઓળખાણ કરાવી. હવે મારી ઓળખાણ આપું.'

'તમને તો અમે ઓળખી લીધા.' રતનબાએ ઠાવકાઈથી કહ્યું : 'મનોહર કહેતો હતો કે હૉંગકૉંગમાં તમે બંને ભાઈઓ બહુ હિંમતભેર કામ કરો છો, કોઈની શેહશરમ રાખતા નથી અને ઉમદા કામગીરી બદલ તમને કાંઈક ચંદ્રક પણ મળ્યા છે.'

'માજી, એટલી ઓળખાણ અધૂરી ગણાય.' રાજને હવે સોનલ તરફ દૃષ્ટિ રાખીને કહ્યું : 'કદાચ એકાદ વરસમાં અમે હૉંગકૉંગની કામગીરી છોડીને મુંબઈ પાછા આવી જઈએ.'

'તો એના જેવું રૂડું બીજું શું હોય... અમારાં જમાઈ-દીકરી નજર સામે રહેશે.'

'એ તો બરાબર, પણ હૉંગકૉંગમાં જે લાંચરુશવત-વિરોધી કામ હું કરું છું એવું અહીં ભારતમાં કરવા નહીં મળે તો શિક્ષક બની જવાનું મેં વિચાર્યું છે.'

એ સાંભળતાં જ સોનલની ગરદન ટટ્ટાર થઈ, આંખોમાં પ્રસન્નતાની ચમક ઊપસી આવી. તેણે એ એક જ નજરમાં જાતે પોતાની પસંદગી વ્યક્ત કરી દીધી : આ તો મને જોઈએ છે એવો જ આદર્શ માણસ નીકળ્યો !

એટલી વારમાં સરિતાબહેન કટલેસની ડીશ સાથે આવી પહોંચ્યાં. પુત્રીની દૃષ્ટિમાં રહેલી પ્રસન્નતા માતાએ પારખી લીધી. સાસુએ હૉંગકૉંગવાળા ચન્દ્રકુમારની વાત ઉચ્ચારેલી ત્યારે સોનલે માતાને વિશ્વાસમાં લઈને કહ્યું હતું : 'મમ્મી, મારે બહુ પૈસાવાળા ઘરમાં પરણવું નથી. ઈશ્વરકાકાના ઘરમાં રહેતાં ત્યારે ત્યાં જે જોયું એવું વાતાવરણ કદાચ બધાં શ્રીમંત કુટુંબમાં નહીં હોય, છતાં પૈસાવાળાને બદલે કોઈ પાણીવાળા આદર્શવાદી યુવાનને જીવનસાથી બનાવવાનું હું વધુ પસંદ કરું... પુત્રીની આંખોમાં અત્યારે દેખાતી પ્રસન્નતામાં માતાને એ ભાવ વાંચવા મળ્યા.

'આ જમાનામાં માસ્તરની કોઈ કિંમત કે કદર રહી નથી.' રતનબાએ વાત આગળ વધારી : 'પરંતુ વિરાણી માસ્તર હંમેશાં કહે છે કે દેશને સાચા શિક્ષકોની આજે વધારે જરૂર છે... તમારા વિચાર જાણીને સોનલના દાદા બહુ રાજી થશે.'

ત્યારે ફરી સોનલ-રાજનની દૃષ્ટિ મળી. પહેલી વાર સોનલના મુખ પર લજ્જાના ભાવ પ્રગટ્યા. તેણે સાડીનો છેડો સરખો કરવાની ચેષ્ટા સાથે મુરતિયાને કહ્યું :

'અમારાં દાદીમા વાત-ડાહ્યાં છે. એમની વાતો સાંભળ્યા કરશો તો પેટ ભરાઈ જશે અને આ સ્નૅક્સ ઠરી જશે.'

હવે રૂપલને છૂટ મળી હોય તેમ બોલી ઊઠી :

'જોયું ને, દાદીમા ! હજુ મળ્યાને પાંચ મિનિટ પણ થઈ નથી ત્યાં મોટી બહેને તમને વાત-ડાહ્યાં કહી દીધાં અને રાજનકુમારની કટલેસ ઠરી જવાની ચિંતા પણ કરવા લાગી.'

'તમારી આ નાની સિસ્ટર ભારે નૉટી (નટખટ) છે.' છરીથી કટલેસ કાપતાં રાજને કહ્યું એટલે રૂપલે હાજરજવાબી દેખાડી :

'હા, સાડી-સત્તર વાર નૉટી (નટખટ) છું, મિસ્ટર ગિડવાણી ! મોટી બહેનની જેમ માસ્તરાણી થવાની મારી કોઈ એમ્બીશન (મહત્ત્વાકાંક્ષા) નથી. આપણે તો એવો છોકરો જોઈએ જે જમાના પ્રમાણે જીવવામાં માનતો હોય.'

'અરે, રૂપલ, તું અત્યારે તારી ક્યાં માંડે છે !' રતનબાએ તેને ટપારી : 'પહેલાં મહેમાન માટે ચા-કૉફીનું કર.'

દાદીના ઠપકામાં પોતે વધુ પડતું બોલી ગયાનો સંકેત મળી જતાં રૂપલ કિચનમાં જવા ઊભી થઈ ત્યાં રાજને કહ્યું :

'માજી, તમને વાંધો ન હોય તો ચા-કૉફી અમે બહાર જઈને પીએ.'

'ખુશીથી જાઓ ને !' રતનબાએ સંમતિ દર્શાવી : 'એમાં અમને શું વાંધો હોય ? એકબીજાના વિચારો જાણવા માટે છોકરા-છોકરીએ એકલાં મળવું જરૂરી છે.'

તેમની સંમતિમાં મનોહરભાઈ અને સરિતાબહેને સ્મિત દ્વારા સૂર પુરાવ્યો એટલે નૅપ્કિનથી હાથ-મોં લૂછતો રાજન ઊભો થયો : 'સોનલ, શેલ વી ગો ?'

સાથે જવા સોનલ તરત જ ઊભી થવા માગતી હતી, પણ વિવેક ખાતર વડીલો તરફ નજર કરી લેવા જેટલો વિલંબ કર્યો, તેમાં રૂપલને પોતાની અવગણના થતી હોય એવું લાગ્યું એટલે બોલ્યા વગર રહી શકી નહીં :

'જા-જા, સોનલ ! હું તને જવાની રજા આપું છું.' કહી રાજનને પણ કહ્યું : 'મિસ્ટર, બાજુમાં જ બીચ પર *ચેરમૅન હોટેલ*ની કૉફી શોપમાં અત્યારે બહુ લોકો નહીં હોય. ફ્યુચર જનરેશન(ભાવિ પેઢી)ના ઘડતર માટે કેવા પ્રકારનું એજ્યુકેશન હોવું જોઈએ તેની નિરાંતે ચર્ચા કરી શકશો.'

તેની એ ટકોર પર લાડથી નાની બહેનને ઠોંસો મારતી સોનલ મરકમરક હોઠ સાથે રાજન ગિડવાણી જોડે બહાર નીકળી ગઈ ત્યારે બાકી રહેલાં ચારેય જણાંના મુખ પ્રસન્નતાથી ઝળહળી ઊઠ્યાં.

સરિતાબહેન : 'મને તો છોકરો બહુ સારો લાગ્યો.'

રતનબા : 'ભગવાન જે કરે તે સારા માટે.'

મનોહરલાલ : 'પૈસા કરતાં સંસ્કારની લાયકાત જોનારા છોકરા દીવો લઈને શોધવા જતાંય ક્યાં મળે છે ?'

'પપ્પા, તમે દીવાની વાત કરો છો, તમારી લાડકી સોનલ માટે તો ટૉર્ચ-લાઈટ કે સર્ચલાઈટ લઈને શોધવા જતાંય લાયક મુરતિયો મળે નહીં એવી આદર્શવાદી છે મારી મોટી બહેન !' કહી રૂપલે મનની વાતને વાચા આપી દીધી : 'હું તો કહું છું કે આપણી દિવાળી સુધરી ગઈ ! દાદાજી આ જાણીને કેટલા ખુશ થશે !'

કહેતી એ *વિરામ વિલા*નો નંબર જોડવા લાગી ત્યાં રતનબા તેની પાસે પહોંચી ગયાં : 'રૂપલ, લાવ, મને ફોન આપી દે.'

સામેથી ઘંટડી વાગતી સાંભળી રૂપલ આનાકાની કરવા જતી હતી, પણ દાદીમાએ તેના હાથમાંથી રીસીવર ખેંચી લીધું : 'તારા દાદા સિવાય બીજા કોઈને હજુ આની જાણ થવા દેવી નથી.'

ત્યારે રૂપલને તેની ભૂલ સમજાઈ. દાદાજીને કહેવા જતાં *વિરામ વિલા*માં અત્યારથી વાત જાહેર થઈ ન જાય એવી સાવચેતી રાખવી જરૂરી હતી. ચન્દ્રકુમારવાળી વાત જાહેર કરી એમાં તો એ લોકોએ આડા પડીને નિરાલીનું ગોઠવી દીધું.

'શું વાત છે, માસ્તર ! આજે તમે જ ફોન ઉપાડ્યો !'

પતિનો જ અવાજ સાંભળી સુખદ આશ્ચર્યના રણકાથી રતનબાએ પૂછ્યું : 'મહેમાન આવવાનાં હતાં તે આવી ગયાં ?'

'હમણાં જ આવ્યાં... હજુ આવી રહ્યાં છે.' મોતીલાલ વિરાણીએ માન્યું કે નિરાલીના ખુશખબર સાંભળવાની અધીરાઈમાં પત્નીએ ફોન જોડ્યો છે એટલે કહ્યું : 'ઈશ્વર, ચારુ અને નિરાલી તેમની નીચે સુધી લેવા ગયાં છે એટલે મેં ફોન ઉપાડ્યો. આમ તો બધું નક્કી જેવું જ છે, તું આવી હોત તો સારું થાત.'

'સાંભળો, એ લોકો ઉપર આવે તે પહેલાં સાંભળી લો.' ફોન પર પણ ખાનગીમાં કહેતાં હોય તેમ રતનબાએ અવાજ ધીરો કરી નાખ્યો : 'હું ન આવી એ બહુ સારું થયું. અહીં પણ હૉંગકૉંગના એક મહેમાન આવ્યા હતા.'

'હૉંગકૉંગના મહેમાન ! એ વળી કોણ ?'

'પરમ દિવસે બગીચામાં મેં તમને નહોતું કહ્યું ?' રતનબા ઉતાવળે બોલવા લાગ્યાં : 'છાપામાં મુરતિયાની જાહેરખબર વાંચીને આપણે સોનલ માટે વાત ચલાવી છે... તમને ત્યારે એ રુચ્યું નહોતું. નોકરીની જેમ લગનની જાહેરખબર વાંચીને અરજી કરવાનું બરાબર ન કહેવાય એવું તમે બોલ્યા હતા ને ? પણ તમે ખોટા પડ્યા.'

'આપણી તકરારમાં હું ઘણી વાર ખોટો પડું છું, રતન !'

'એ તમે સાચું બોલ્યા, માસ્તર ! હવે સાંભળો, એ હૉંગકૉંગવાળો છોકરો આપણી સોનલને જોવા આવ્યો હતો. વાતચીતમાં કરાંચીની ઓળખાણ નીકળી. તમને યાદ છે, કરાંચીના રામમંદિરવાળાં પેલાં સીતાકુંવરબા !'

'હા, પંજાબ ઍન્ડ સિંઘ બૅન્કના હેડ ભગવાનદાસ ગિડવાણીનાં પત્ની સીતાબાઈ.'

'બસ, તો એ ભગવાનદાસ અને સીતાબાઈનો આ પૌત્ર થાય. એ છોકરાના મોઢે તમારાં વખાણ સાંભળીને હું કેટલી ખુશ થઈ એ તો તમે અહીં હાજર હોત તો ખબર પડત.'

'મારાં વખાણ છોડ, છોકરાની વાત કર... પેલા લોકો ઉપર આવતા લાગે છે. એમને આવકારવા ઊભો થઈશ તો વાત અધૂરી રહી જશે.'

'બસ તો, અત્યારે એટલી જ જાણ કરું છું કે મુરતિયો અમને બધાંને બહુ લાયક લાગ્યો, હમણાં જ એ અને સોનલ બંને બહાર ગયાં. છોકરાના પિતા રામદાસભાઈ કોલાબામાં આપણી નજીક જ રહે છે. વાત આગળ વધે એવું લાગશે તો હું તમને એ લોકોના ફોન નંબર આપીશ. આમાં તમારે આગળ રહેવાનું છે, માસ્તર !'

'આગળ તો તું જ રહેજે, હું તારી પાછળપાછળ તું કહીશ એમ કરીશ. તારી પસંદગીમાં મને વિશ્વાસ છે.'

'મેં તમને પંસદ કરેલા એટલે તો તમે આમ બોલો છો.'

'હવે બોલવાનું અહીં જ અટકાવીએ. લિફ્ટ ઉપર આવી રહી છે. રાતે નિરાંતે વાત કરીશું.'

'ઠીક છે !' કહી રતનબાએ ફોન મૂકી દીધો, પછી સામે બેઠેલાં ત્રણેને કહ્યું : 'ત્યાં નિરાલીવાળાં મહેમાન આવી ગયાં.'

'તેની પહેલાં આપણા મહેમાન આવી ગયા.' નાના બાળકની જેમ આગળ નીકળી ગયાના ખુશમિજાજથી રૂપલ બોલી ઊઠી : 'હવે રાજન અને સોનલ પાછાં ફરીને હા પાડી દે તો રેસમાં આપણે પહેલાં !'

'ના હોં, પહેલાં આવવા માટે મારે એવી ઉતાવળ નથી કરવી.' દરેક માતા સેવે એવા સાવચેતીના ભાવથી સરિતાબહેને કહ્યું : 'નિરાલીની વાત તો એક મહિનાથી ચાલતી હતી. એ ઝવેરી કુટુંબ પાછું આપણું જાણીતું પણ છે... ભલે આ લોકોની કરાંચીની ઓળખાણ નીકળી, પણ પૂરી તપાસ કર્યા વિના...'

'વહુ, સોનલ તમારી દીકરી છે તો મારી પોતરી છે હો !' સાસુએ ધરપત આપી : 'પૂરી તપાસ કર્યા વિના આપણે દીકરી થોડાં દઈ દેવાનાં !'

'તો, બા, હૉંગકૉંગમાં આપણા ઉમેદભાઈ છે, એ જરૂર આ લોકોને જાણતા હશે.'

'તો પછી શેની રાહ જુએ છે, મનોહર ?' રતનબાએ તેના તરફ ફોન સરકાવતાં અધીરાઈ દર્શાવી : 'લગાડ કૉલ અને કરી લે તપાસ,'

હૉંગકૉંગવાળા ઉમેદભાઈનો નંબર શોધવામાં પાંચ-સાત મિનિટ લાગી, પણ સીધું ઊતરવાનું હોય ત્યારે ગ્રીન સિગ્નલ મળી જાય તેમ ફોન લાગ્યો ત્યાં સામેથી એમના જ અવાજમાં સાંભળવા મળ્યું : 'દોશી સ્પિકિંગ.'

'ઉમેદભાઈ !' પરદેશનો કૉલ લાગી હોય ત્યારે ઊંચા અવાજે બોલવાની જૂની આદત મનોહરભાઈએ જાળવી રાખી હતી : 'હું એમ. એમ. વિરાણી, મુંબઈથી બોલું છું.'

'મનોહરલાલ, શું વાત છે ? આજે અચાનક મને યાદ કર્યો ?'

'યાદ કરવા પડે એવું જ છે.' એમની બીજી આદત પ્રમાણે મનોહર વિરાણી મૂળ વાત પર આવી ગયા : 'આપણી સોનલ માટે થોડી વાર પહેલાં જ એક છોકરો જોયો. નામ એનું રાજન ગિડવાણી. ત્યાં હૉંગકૉંગમાં...'

'ઍન્ટિકરપ્શન બ્યૂરોમાં કામ કરે છે એ જ ને ?' અધવચ્ચેથી જ ઉમેદભાઈએ વાત ઉપાડી લીધી : 'રાજન અને સાજન બેઉ *ટ્વિન બ્રધર્સ* (જોડિયા ભાઈ) છે એમને હું સારી રીતે ઓળખું.'

'રાજન છોકરો કેવો ?'

'નંબર વન... થોડા વખત પહેલાં જ આપણા ઈન્ડિયન એસોસિયેશન તરફથી અમે એ બંનેનું સન્માન કર્યું હતું. અહીં તો એમણે ઈન્ડિયાનું નામ રોશન કર્યું.'

'ચાલચલગતમાં છોકરો કેમ છે ?'

'ચાલમાં રુઆબ ધરાવે છે અને જેમની ચલગત સારી ન હોય એટલે કે ખોટા ધંધા કરતા હોય એવા લોકો એનાથી દૂર ચાલે છે.'

સાંભળીને મનોહરભાઈને હસવું આવી ગયું. એ આગળ કાંઈક પૂછવા જતા હતા ત્યાં દરવાજાની ઘંટડી વાગી એટલે અટકી જવું પડ્યું. રૂપલે ઊભા થઈને બારણું ઉઘાડ્યું તો સામે એ જ ઊભો હતો.

'અરે, મિસ્ટર ગિડવાણી, તમે આટલી જલદી પાછા ફરી ગયા ?'

પુત્રીના એ ઉદ્‌ગાર સાંભળીને ફડકો પડ્યો હોય તેમ મનોહરભાઈએ 'હું ફરી ફોન જોડું છું.' કહી ઉતાવળે કનેક્શન કાપી નાખ્યું.

સોનલને સાથે લઈને બહાર ગયેલા ગિડવાણીને એકલો જ જોઈને ચારેય વિમાસણમાં પડી ગયાં.

'શું થયું ?' એ અંદર આવ્યો ત્યારે માંડ રૂપલને પૂછવાનું સૂઝ્યું : 'મારી સિસ્ટર ક્યાં ?'

'એ જ્યાં ગયાં હતાં ત્યાં જ છે. ચેરમૅનના કૉફી શૉપમાં...' કહી ગિડવાણીએ હસીને ઉમેર્યું : 'હું તો તમને લેવા આવ્યો છું, મિસ રૂપલ વિરાણી !'

'મને ?' રૂપલ તેને વિચિત્ર રીતે જોતી રહી : 'તમારા બંનેમાં મારું શું કામ પડ્યું, મિસ્ટર રાજન ?'

'હું રાજન નહીં, સાજન છું.' તેણે ચારેને ચોંકાવ્યાં : 'રાજનનો ટ્વિન બ્રધર સાજન ગિડવાણી.'

તેણે કહ્યું છતાં કોઈના માનવામાં આવ્યું નહીં. ચહેરો-મહોરો, નાક-નકશો અને પગથી માથા સુધીનો દેખાવ તો ઠીક, પૅન્ટ-શર્ટનાં કલર અને સ્ટાઈલમાં પણ તસુભારનો ફેર નહીં. રૂપલને થયું કે રાજને મોટી બહેન સાથે સંપીને મને બનાવવાનો ત્રાગડો રચ્યો હશે.

'ભાઈ, તમે ઊભા છો કેમ ?' આખરે રતનબહેન બોલ્યાં : 'રૂપલને લેવા માટે તમારે કેમ આવવું પડ્યું ?'

'રૂપલની સિસ્ટરને લઈ કૉફી શૉપમાં ગયા પછી મારા બ્રધર રાજનનો ઘેર ફોન આવ્યો. મને કહે છે કે હું જે છોકરીને જોવા ગયો હતો એ જ ઘરમાં તારે લાયક છોકરી છે.' કહેતાં તેણે રૂપલ પર નજર માંડી : 'બહુ બોલકી, વેરી સ્માર્ટ અને ઑફકોર્સ વેરી-વેરી એમ્બીશીઅસ... હું શોધતો હતો એવી જ !'

રતનબા ડઘાઈ જતાં માંડ બોલી શક્યાં :

'એટલે તમે રૂપલને...'

'હા, એને જોવા, મળવા અને સાથે લઈ જવા આવ્યો છું.' સાજને બેધડક કહી દીધું : 'જો છોકરીને હું પસંદ પડી જાઉં તો અમે ચારે તમને ખુશખબર આપવા પાછાં આવીએ છીએ.'

આટલું કહ્યા પછી પણ ચારે જણાંને માનવામાં ન આવતું હોય તેમ ગૂંચવણમાં રહ્યાં. આવું કેમ બને ? એક તો અદલોઅદલ દેખાતા બે ભાઈઓ અને પાછા બેઉ એક જ ઘરની બે કન્યાને પસંદ કરવાનું નક્કી કરે ?

બહુ બોલનારી રૂપલની પણ બોલતી બંધ થઈ ગઈ. એકાએક લજ્જાનો ભાર આવી પડ્યો હોય તેમ એ નીચું જોઈને ઊભી હતી ત્યાં -

ફોનની ઘંટડી રણકી. ચમકી જતાં મનોહરભાઈએ રીસીવર ઊંચક્યું તો સામેથી સોનલ બોલતી સંભળાઈ :

'પપ્પા, હમણાં જ ત્યાં રાજનના ભાઈ સાજન આવી રહ્યા છે !'

'એ આવી ગયા, સોનલ !'

'તો રૂપલને એની સાથે અહીં મોકલી દો.' સોનલના અવાજમાં ખુશાલીનો રણકો હતો : 'પપ્પા, તમારી બેવડી ચિંતા આજની એક જ સાંજમાં ઊતરી જાય એવું લાગે છે. રૂપલને તમે બેધડક સાજન સાથે મોકલી દો. બીજી બધી વાત ત્યાં આવીને કરું છું.'

ત્યારે મનોહરભાઈએ 'એક મિનિટ' કહી ફોન રૂપલને સોંપી દીધો : 'સોનલ સાથે તું જ વાત કરી લે.'

'હેલ્લો !'થી શરૂ થયેલી બંને બહેનો વચ્ચેની વાત અર્ધી મિનિટમાં આટોપાઈ ગયા પછી રૂપલે ત્રણે વડીલો સામે જોયું : 'હું એમની સાથે જાઉં ?'

રતનબાએ બે-ચાર પળ વિચાર કરીને રજા આપી : 'જા, જઈ આવ... બંને બહેનો બને એટલી વહેલી આવી જજો. દિવાળી છે એટલે સૌ સાથે જમવાનાં છીએ.'

રૂપલે જવા માટે પગ ઉપાડ્યા ત્યાં સાજને ધરપત આપી : 'તમે ચિંતા ન કરશો, માજી, અમે બંને ભાઈઓ બેઉ બહેનોને સમયસર મૂકી જઈશું.' કહી રૂપલ તરફ જોયું : 'કમ ઑન, મિસ વિરાણી !'

બંને ગયાં અને ત્રણે તેમને જતાં જોઈ રહ્યાં. ગમતો બનાવ પણ વધુ પડતી ઝડપે બની જાય ત્યારે માણસ દ્વિધામાં પડી જાય એવું ત્રણેને થયું.

'મને તો કાંઈ સમજાતું નથી.' સરિતાબહેને મૂંઝવણ વ્યક્ત કરી : 'બંને ભાઈઓ હા પાડી દેશે તો ?'

'સારું કુટુંબ હોય, સારા છોકરા હોય તો આપણને શું વાંધો, વહુ ? અને મને આપણી સોનલની પરખમાં એકસો એક ટકાનો વિશ્વાસ છે.'

'પરંતુ બે બહેનો દેરાણી-જેઠાણી થઈને એક જ ઘરમાં...'

'દેરાણી-જેઠાણી થવાથી બહેનો થોડી મટી જવાની ?' રતનબાએ અનુભવવાણી ઉચ્ચારી : 'દેરણી-જેઠાણી તરીકે ક્યારેક લડશે-ઝઘડશે તોપણ એમની વચ્ચે દ્વેષ કે દુશ્મની નહીં જાગે એટલી ખાતરી રાખજે.'

'પરંતુ હૉંગકૉંગ ફોન કરીને આ બીજા છોકરા વિશે આપણે ખાતરી કરી લઈએ તો કેમ ?'

કહી મનોહરભાઈએ ફરી નંબર જોડ્યો. આ વખતે શરૂઆત વ્યવહારુપણે કરી : 'દિવાળી મુબારક, ઉમેદભાઈ !'

'એટલું કહેવા માટે જ ફરી ફોન જોડ્યો, મનોહરભાઈ ?'

'હોય કાંઈ !' મનોહરભાઈ ભોળાભાવે બોલી ગયા : 'આ જોડિયા ભાઈઓમાં સાજન ગિડવાણી કેવો કહેવાય ?'

'કેમ, રાજનને તમારી ડૉટર પસંદ નહીં પડી ?'

'એમ નથી, રાજન મોટી સોનલ માટે તૈયાર થાય એમ છે અને હવે સાજન નાની રૂપલને માટે વિચાર કરે છે.'

'એમ વાત છે ત્યારે, મનોહરભાઈ ! તમારા નસીબનાં બંને બારણાં એકસાથે ખૂલી ગયાં એમ સમજો.' સામેથી વધાઈ સાંભળવા મળી : 'બેઉ જોડિયા છે એટલે બધું જોડેજોડે કરે એમાં નવાઈ પામવા જેવું નથી, મનુભાઈ ! આ બેવડા સંબંધ બંધાવાની હિલચાલ જાણીને હું એડવાન્સમાં જ તમને મુબારકબાદી આપી દઉં. તમારે તો દિવાળી અને બેસતું વરસ બંને ફળ્યાં સમજો.'

ફોન મુકાઈ ગયો ત્યારે પત્ની અને માતા બંને 'શું કહ્યું એમણે ?' એવી તત્પરતાથી એકીટશે મનોહરલાલને તાકી રહ્યાં હતાં.

'ઉમેદભાઈ તો કહે છે, એમાં વિચાર કરવા જેવું કાંઈ જ નથી, કરો કંકુના !'

એટલું સાંભળતાં જ સરિતાબહેનની આંખોમાં આંસુ ઊભરાઈ આવ્યાં.

'અરે, તું રડવા લાગી ?'

'દીકરા, એ હર્ષનાં આંસુ છે. બબ્બે દીકરીને વળાવવાનો વિચાર આવતાં જ માની આંખ અને હૈયું ઊભરાયા વગર ન રહે.'

'આ બધું તમારા પ્રતાપે છે, સાસુજી !' આંસુને વહેવા દઈને વહુએ આભારવશ સ્વરે કહ્યું : 'તમે અમારી પડખે રહ્યાં તો અમારી હિંમત અને આબરૂ બંને ટકી રહી.'

'સારા પ્રતાપ તમારા સસરાના કહો. તારી દીકરીઓ એના દાદાની સુવાસ લઈને આ ઘરમાંથી જાય એથી વિશેષ કયો કરિયાવર હોય, સરિતાવહુ !'

હવે તો મનોહરલાલ વિરાણીની આંખોમાંય ઝળઝળિયાં આવી ગયાં.

*

23

નિરાલી એરકન્ડિશન્ડ બેડરૂમની ગ્લાસ-વિન્ડોમાંથી અમાસના અંધારામાં લપેટાયેલા સમુદ્રનો ઘુઘવાટ સાંભળતી વિચારમગ્ન ઊભી હતી. ભાવિ મંગેતર ચન્દ્રકુમાર અને તેનાં માતા-પિતાએ થોડી વાર પહેલાં જ ડિનર પતાવી *વિરાણી વિલા*માંથી વિદાય લીધી હતી. ઘરનાં સૌએ ઉત્સાહભેર તેમને આવકાર્યાં હતાં અને મહેમાનો ખુશમિજાજમાં છૂટાં પડ્યાં હતાં. વેવિશાળ થવાનું બાકી હતું છતાં ભોજન દરમિયાન લગ્નની તૈયારીઓની જ વાતો વધુ થઈ.

'અમે કોઈને કહ્યું નથી, છતાં અમારા સર્કલમાં કોણ જાણે કઈ રીતે વાત ફેલાઈ ગઈ ! બધાં પૂછપરછ કરે છે કે હવે ક્યારે વિરાણીના વેવાઈ થાઓ છો ?'

ચન્દ્રકુમારની માતા ચંદનબહેને પોરસ કરતાં એ રીતે શરૂઆત કરેલી : અમારા મોટા દીકરા સૂરજના વેવાઈ કાંઈ ઓછા મોટા નહોતા છતાં સૌ કહે છે સૂર્ય વખતે છપ્પનભોગની મીઠાઈ મોકલી હતી, પણ ચન્દ્રની સગાઈમાં તો અમારે તાજની જ સ્વીટ્સ ચાખવી છે.

'અમારા ઝવેરીબજારમાં પણ ગણગણાટ શરૂ થઈ ગયો છે...' ચન્દ્રકુમારના ડાયમન્ડ મર્ચન્ટ પિતા ધીરુભાઈએ પત્નીના પોરસમાં સૂર પુરાવ્યો હતો :

'બે વરસ અગાઉ ડાયમન્ડવાળા ભરતભાઈએ દીકરી પરણાવી ત્યારે ધામધૂમ થઈ હતી એના કરતાં વિરાણીશેઠ સવાઈ ધામધૂમથી દીકરીને પરણાવશે એ વાત નક્કી છે... તમે નહીં માનો, ઈશ્વરભાઈ, કેટલાક તો લગ્ન માટે એવા અધીર થયા છે કે અત્યારથી કહેવા લાગ્યા, આવાં ભપકાદાર મૅરેજ માણવાનો અમને મોકો આપજો. કંકોતરીની યાદીમાં અમારું નામ નોંધી લેજો.'

'પહેલાં વેવિશાળનું મુહૂર્ત જોવડાવીએ, પછી લગ્નની તૈયારી આપોઆપ થવા માંડશે.'

ઈશ્વરભાઈના પિતા મોતીલાલ વિરાણીએ વ્યવહારુ સૂચન કર્યું ત્યારે ભાવિ વેવાણ ચંદનબહેનનો ઉત્સાહ ઊછળી પડેલો : 'વેવિશાળનું મુહૂર્ત તો પાંચ દિવસ પછી લાભપાંચમની સવારનું નક્કી જ છે ને, વડીલ ! અરે, અમે લગ્નનાં મુહૂર્તોય જોવડાવી લાવ્યાં છીએ.'

'એ તમે સારું કર્યું, ચંદનબહેન...' ઈશ્વરભાઈએ તેમના ઉત્સાહને સમર્થન આપવા કહેવું પડ્યું : 'સૌથી મોટું કામ લગ્ન માટે જગ્યાના બૂકિંગનું છે. સિદ્ધાર્થ વખતે અમે ટર્ફ ક્લબનું મેદાન રાખેલું છતાં નાનું પડ્યું હતું.'

'આ વખતે તો તમને વાનખેડે સ્ટેડિયમ પણ નાનું પડશે, વિરાણીશેઠ...' ચન્દ્રકુમારના પિતા ધીરુભાઈએ સિફતથી ઇશારો કરી દીધેલો : 'સિદ્ધાર્થનાં લગ્નને પાંચ-છ વર્ષ થઈ ગયાં, ત્યાર પછી તમારા કારોબાર અને કીર્તિમાં ચારગણો વધારો થઈ ગયો. કૂપરેજ ગ્રાઉન્ડ સિવાય બીજી કોઈ જગ્યા ચાલે જ નહીં.'

જગ્યાની વાત પાકી થઈ ગયા પછી લગ્નના દિવસની વિચારણા ચાલી.

'તૈયારી માટે ઓછામાં ઓછા બે મહિના જોઈએ...' ઈશ્વરભાઈએ ગણતરી માંડી : 'આજે ૬ નવેમ્બર થઈ. જાન્યુઆરીના પહેલા વીકનું મુહૂર્ત હોય તો ચાલે.'

'અમે પણ એ જ વિચારતાં હતાં...' ચન્દ્રકુમારની મમ્મીએ સૂર પુરાવ્યો : 'ચૌદ જાન્યુઆરીએ સંક્રાંતિ આવે તેના એક અઠવાડિયા અગાઉ લગ્ન થઈ શકે, નહીંતર પંદર જાન્યુઆરી પછી મેળ ખાય...' કહીને તેમણે નિરાલીની માતાને વાતમાં સંડોવતાં કહેલું :

'તમારું શું કહેવું છે, ચારુલતાબહેન, કન્યાનાં કપડાં-દાગીના માટે બે મહિનાનો ટાઈમ પૂરતો રહેશે ને ? આમ પણ અમારે છોકરાવાળાને બહુ તૈયારી કરવાની ન હોય. અને અમે તો નિરાલી સાથેની વાત ચાલુ થઈ ત્યારથી હીરાના સેટ માટે લેટેસ્ટ ડિઝાઈનો તૈયાર કરવા આપી જ દીધી છે. હવે આપણી નિરાલી પસંદ કરે એટલી જ વાર ! કેમ, નિરાલી ! બરાબર ને ?

ત્યારે નિરાલીએ ચર્ચામાં ઝુકાવવું પડ્યું. તેણે દાદા સામે જોયું. એ ચૂપચાપ ખાખરા, મગ અને છાશનો સાત્ત્વિક આહાર લેતાં બધું સાંભળતા હતા. સવારે નિરાલીએ મહેસૂસ કર્યું હતું એવું જ અત્યારે ચાલી રહ્યું હતું. ભોજનમાં વડીલને ખાસ હાજર રાખ્યા છતાં એમને ભાગે બોલવાનું ઓછું અને સાંભળવાનું વધારે હોય એ રીતે ચર્ચા-વિચારણા ચાલી એ તેને ખટક્યું, એટલે તેણે વાત ફંટાવી :

'પહેલાં તો દાદાજી શું કહે છે એ આપણે સાંભળીએ.'

પરંતુ મોતીલાલ વિરાણી કાંઈ બોલવા જાય એ પહેલાં નિરાલીનાં ભાવિ સાસુ હરખઘેલાં થઈને બોલી ઊઠ્યાં હતાં : 'દાદાજીને આપણા બધાં કરતાં વધારે જ હોંશ હોય ને ? પાછી નિરાલી તો એમની એકની એક પૌત્રી...'

'નહીં, બહેન, નિરાલી ઉપરાંત મારે બીજી બે પૌત્રીઓય છે...' મોતીલાલ માસ્તરે ભાવિ વેવાણની ભૂલ સુધારી : 'મનોહરની સોનલ અને રૂપલ પણ પરણવા લાયક છે. એ ત્રણેનાં લગ્નમાં મારે તો એક જ ઇચ્છા પૂરી કરવી છે.'

'કઈ, દાદાજી ?'

નિરાલીએ હોંશભેર પૂછ્યું ત્યારે મોતીલાલ માસ્તર થોડા મલક્યા હતા : 'એ જ ઇચ્છા કે લગ્નની વિધિ શાસ્ત્રોક્ત પદ્ધતિથી થાય. તમારે કરવી હોય એટલી ધામધૂમ કરો, લાખોનાં કપડાં-દાગીના કરાવો કે કરોડોનો ખર્ચ કરો, પરંતુ એ બધા વચ્ચે લગ્નના પવિત્ર બંધનમાં જોડાનારને સૌથી વધુ જરૂર હોય તો વિધિ વખતે થતા મંત્રોચ્ચારના અર્થ સમજવાની ! પાણિગ્રહણ શું છે, ચોરીના ફેરાનો મહિમા શું છે એ સમજાવે એવા કોઈ શાસ્ત્રી લગ્નની વિધિ કરાવે એવી મારી ઇચ્છા છે.'

'તો વડીલ, એને પણ અત્યારથી બૂક કરી લો ને...' ચંદનબહેન ફરી ટહુક્યાં એટલે

મોતીલાલ માસ્તર લુખ્ખું હસ્યા : 'બહેન, એમને બૂક કરાવવાના ન હોય, એમને તો માનભેર નિમંત્રણ લખી મોકલવાનું હોય. અમારા ચોરવાડથી તેડાવી વિષ્ણુશંકર શાસ્ત્રીને એક પખવાડિયું અહીં માનભેર રાખીશું. એ નિરાલીને સામે બેસાડી લગ્નનો મહિમા સમજાવશે. સંસારનું બંધન અંતે તો મુક્તિનો માર્ગ છે એ બોધ નિરાલી ગ્રહણ કરે તો મારી દૃષ્ટિએ એના કરતાં ઉત્તમ બીજું કાંઈ નહીં થાય !'

'દાદાજીનો આ પ્રસ્તાવ મને તો બહુ ગમ્યો...' બીજા કોઈએ મોતીલાલ વિરાણીની વાત પર તત્કાળ પ્રતિભાવ દર્શાવ્યો નહીં ત્યારે નિરાલી બોલી ઊઠી હતી : 'પરણતાં પહેલાં હું અને ચન્દ્ર બંને શાસ્ત્રીજી પાસે મંત્રોચ્ચારના અર્થ સમજવા બેસીશું... બરાબર છે ને, સી.કે. ?'

ત્યારે ચન્દ્રકુમારે પણ તેની સંમતિમાં સત્વર સમર્થનનો સૂર પુરાવ્યો : 'પરણનારાં માટે એ જ મહત્ત્વનું છે. હું હૉંગકૉંગથી નીકળ્યો ત્યારે અમેરિકન બૅન્કના મૅનેજરે મને ભારપૂર્વક કહેલું, મિસ્ટર ઝવેરી. તમારાં લગ્ન પર હું ખાસ ઈન્ડિયા આવવાનો. સાંભળ્યું છે કે હિન્દુ મૅરેજની વિધિ બહુ ઈન્ટરેસ્ટિંગ હોય છે. પરણતી વખતે તમે લોકો જે પોશાક પહેરો છો, ઘોડા પર રાઈડ કરો છો, પ્રિસ્ટ (પંડિત) જે વિધિ કરાવે છે એ જોવા-જાણવાની અમને બહુ ઉત્સુકતા છે... એટલા ખાતર તો મિસ્ટર ઍન્ડ મિસિસ જેક્સન સજોડે લગ્ન પર આવવાનાં છે.'

આમ મોતીલાલ દાદાના મંતવ્ય સાથે ભોજન-મંત્રણા સમાપ્ત થઈ એ નિરાલીને બહુ સારું લાગ્યું હતું. છતાં આ આનંદ-ઉલ્લાસ વચ્ચે કાંઈક ખટકતું હોય તેમ મહેમાનોની વિદાય પછી એ તરત જ પોતાના બેડરૂમમાં સરકી આવેલી. ભાવતી મીઠાઈ ખાધા પછી પણ ગળપણનો સ્વાદ ચગળવાની મજા પડતી હોય તેની સાથોસાથ દાંતમાં ભરાઈ ગયેલા કણ બાધારૂપ બને અને જીભ વારંવાર ત્યાં ફર્યા કરે તેમ પેલો ખટકો નિરાલીના મનમાં ખૂંચ્યા કરતો હતો. બહાર સર્વત્ર દિવાળીની રોશની ઝળકતી હતી, ફટાકડા ફૂટતા હતા, પણ નિરાલી તો અમાસના અંધકારને તાકતી ઊભી હતી.

ત્યાં તેના ખભા પર કોઈનો હાથ પડ્યો.

'અહીં એકલી ઊભી-ઊભી શું કરે છે, નિરાલી ?'

અને અંધકારમાં વીજળી ઝબૂકે તેમ નિરાલીને થયું કે પોતાને જે ખટકતું હતું એ જ સ્પર્શરૂપે સામેથી આવી ચડ્યું.

જવાબ આપવાને બદલે તેણે ગરદન ફેરવી પિતા સામે જોયું. એ અત્યંત ખુશ દેખાતા હતા, એમની આંખોમાંથી વાત્સલ્યનું તેજ રેલાતું હતું.

'મને તો હતું કે એ લોકોના ગયા પછી આપણે સૌ સાથે બેસીને ચર્ચા કરીશું.'

પુત્રીના મનનો તાગ લેવા આવ્યા હોય તેમ ઈશ્વરભાઈએ કહ્યું છતાં નિરાલી અબોલ રહી.

'તું આ સંબંધમાં રાજી તો છો ને, દીકરી ?'

'કેમ આમ પૂછો છો, ડેડી ?'

'પૂછવું તો જોઈએ જ ને ! આખરે તારી પસંદગી એ જ અમારી પસંદગી.'

'ખરેખર તમે એવું માનો છો, ડેડી ?'

'હું તો શું, મારા...' ઈશ્વરભાઈ બાપ બોલવા જતા હતા પણ વધુ સારો શબ્દ સૂઝી ગયો : 'આ જમાનામાં તો મારા પિતાશ્રીએ પણ માનવું પડે છે કે પરણનારની પસંદગી પહેલી.'

'ચાર-પાંચ વરસ પહેલાં તો તમે એવું નહોતા માનતા.'

અને ઈશ્વરભાઈ હેબતાઈ ગયા. દીકરીએ અત્યારે આવા વખતે એ વાત શું કામ ઉચ્ચારી ? પેલા જીમીનું નામ લીધા વિના પણ એણે કરેલો ઇશારો સમજ્યા વિના ચાલે તેમ નહોતું અને જવાબ પણ આપવો જ પડે તેમ હતું.

'નિરાલી, એ વખતે તારી ઉંમર નાની હતી. સાચા-ખોટાનું પારખું કરવામાં ભૂલથાપ ખાઈ જવાય એવી તારી અવસ્થા હતી.'

'વૈભવભાઈની ઉંમર નાની કહેવાય કે મોટી, ડેડી ?'

ઈશ્વરભાઈ ચોંક્યા : 'તારી વાતમાં તું વૈભવને શું કામ લાવે છે ?'

'મેં પૂછ્યું એનો જવાબ આપો, ડેડી ?'

'વૈભવ ત્રીસ વટાવી ગયો. ધંધામાં પાવરધો છે, મારા જમણા હાથ જેવો.'

'તો પછી જીવનસાથીની એમની પસંદગીમાં એ તમને કેમ ખોટા લાગે છે, ડેડી ?'

બહુ વસમું લાગ્યું ઈશ્વરભાઈને : પુત્રી તેના ભાઈની વકીલાત કરે છે કે મારી ઊલટતપાસ લઈ રહી છે ?

'વૈભવની વાત વચ્ચે લાવીને તું મારો મૂડ ખરાબ કરવા માગે છે, નિરાલી !' તેમનાથી સહેજ ઊંચા અવાજે બોલાઈ ગયા પછી સમય સાચવી લેવાની કુનેહથી ધીમા અવાજે ઉમેર્યું : 'પિતાને સંતાનનું હિત વિચારવાનો હક્ક ખરો કે નહીં ? અમારી લાગણીનો પણ તમારે વિચાર કરવો જોઈએ કે નહીં ? જુવાનીના આવેશમાં તમે કાંઈ ખોટું કરી બેસતાં હો તો રોકવાની અમારી ફરજ ખરી કે નહીં ?'

'અને એ ફરજના આવેશમાં તમે વડીલો કાંઈ ખોટું કરી બેસો તેનું શું ?' નિરાલી અવાજને અંકુશમાં રાખી શકી નહીં : 'પોતાના સંતાનના હિત ખાતર કોઈકનું અહિત કરી બેસો એનો હિસાબ તમારે આપવાનો કે નહીં ?'

'તું શેનો હિસાબ માગે છે મારી પાસે, નિરાલી ?'

પિતા સ્વસ્થતા જાળવી ન શક્યા ત્યારે નિરાલી પણ ઉશ્કેરાટને દબાવી ન શકી.

'જીમીના મૃત્યુનો હિસાબ, ડેડી !'

'એની સાથે મારે શું...'

'મારે શું લાગેવળગે - એવું બોલવા માગતા હો તો મારા માથા પર હાથ રાખ્યા પછી જ બોલજો, પૂજ્ય પિતાશ્રી !'

લગોલગ ઊભેલા ઈશ્વરભાઈને પુત્રીના શબ્દોની ઝાળ લાગી છતાં એ પાછળ હઠ્યા નહીં. દીકરીએ માથા પર હાથ મૂકવાનું કહ્યું તેને બદલે એના ખભા પર હાથ મૂક્યો :

'તેં માથા પર હાથ મૂકીને બોલવાનું કહ્યું એનો શું અર્થ થયો, નિરાલી ?'

- તમે જ કહો ને... એવા ભાવથી ધારદાર નજરે પુત્રી તેમને તાકતી રહી ત્યારે ઈશ્વરભાઈએ કહેવું પડ્યું :

'એનો અર્થ એ કે તારા માથા પર હાથ રાખીને હું ખોટું નહીં બોલું... અને એનો સાર એ કે એક પિતાને પુત્રી પર હોય એટલો અપાર પ્રેમ મને તારા પર હતો અને છે !'

'પરંતુ એનો અર્થ એવો તો નહીં ને, ડેડી, કે અપાર પ્રેમ ધરાવતા કોઈ પિતાના પુત્રનો જાન લઈ લેવો ?'

'નિરાલી !' ત્રાડ નાખતી વખતે ઈશ્વરભાઈનાં જડબાં ભીંસાયાં : 'તું શું બોલે છે એનો વિચાર આવે છે તને ?'

છતાં નિરાલી જરાય ડગી નહીં :

'સવાચાર વરસ પહેલાં તમે શું કરી બેઠા હતા એનો તમને વિચાર આવે છે ખરો, ડેડી ?'

'એવું તેં શું કરી બેઠો હતો હું ? અને શેનો હિસાબ લેવા માગે છે તું ?'

આરોપી પોતે જ ફરિયાદીને ધમકાવે એવું પિતાનું વલણ નિરાલીને હચમચાવી ગયું. કોઈપણ ભોગે ગુનો કબૂલ નહીં કરતા રીઢા અપરાધી જેવું પિતાનું સ્વરૂપ તેણે કદી કલ્પ્યું નહોતું. સાવ નિકટ ઊભેલા પિતા જાણે બહુ દૂરના કોઈ પરાયા હોય એવો ભાવ પુત્રીના મનમાં જાગ્યો : એમણે હિસાબ માગવાનું કહ્યું જ છે તો હવે માગી જ લઉં !

'આપણે સામસામાં બેસીને હિસાબ કરી લઈએ તો કેમ, ડેડી ?'

પિતાને લાગણીશૂન્ય અવાજે રાઈટિંગ ટેબલ સામેની ખુરશી ચીંધતાં એણે કહ્યું ત્યારે ઈશ્વરભાઈએ યંત્રવત્ બેઠક લેવી પડી.

'બિઝનેસમૅન દિવાળીના દિવસે વેપારના હિસાબ સમજી લેતા હોય છે તેમ આજે દિવાળીની રાત્રે આપણે વહેવારનો હિસાબ સમજી લઈએ.'

કહેતી નિરાલી ઝડપથી વૉર્ડરોબ પાસે પહોંચી ગઈ. કપડાંનો કબાટ ખોલી અંદરથી એક બૉક્સ કાઢીને પાછી ફરી ત્યાં સુધી પુત્રીની એ ચેષ્ટાને ઈશ્વરભાઈ થોડા કૌતુક અને વધારે ઉચાટથી નીરખતા રહ્યા. આવેશમાં નિરાલીએ બૉક્સને ટેબલ પર પછાડીને મૂક્યું ત્યારે એ સહેજ ધ્રૂજ્યા ખરા પણ દીકરીને દેખાવા દીધું નહીં. લાઈ ડિટેક્ટર (જૂઠાણું પકડી પાડનાર) મશીન સામે પણ અડગ રહીને જુબાની આપવા બેઠેલા આરોપીને જેમ એ દૃઢ રહ્યા. તેમણે પૂછ્યું પણ નહીં કે આ બૉક્સમાં શું છે ?

નિરાલી પામી ગઈ કે પોતે લોખંડનો સળિયો માત્ર હાથના બળથી વાળવા જેવું કપરું કામ લઈ બેઠી છે. તેણે જુસ્સાભેર બૉક્સનું ઢાંકણું ખોલી અંદરથી જૉકી શૂ કાઢી ટેબલ પર પછાડ્યો :

'ઓળખો છો આ જોડાને, ડેડી ?'

હવે ઈશ્વરભાઈએ બૂટ પર નજર તો નાખી પણ એક હરફ ઉચ્ચાર્યો નહીં, નિરાલીને જ બોલવા દીધી.

'તમે તો નહીં પૂછો કે આ જૉકી શૂઝ મારી પાસે ક્યાંથી આવ્યા... હિસાબ માગનારે તાળો મેળવી આપવો પડે એવા નિયમ મુજબ મારે જ તમને કહેવું પડશે કે ડર્બીની રેસમાં જીમીના *બ્લૅક નાઈટ* ઘોડાના પડખામાં જૉકી ચવ્હાણે આ શૂઝ પહેરીને પાટુ મારી હતી અને એ શૂઝ આટલા વખતથી રેસકોર્સના બુકી મનચેરજી શ્રોફ પાસે પડ્યા હતા.'

એ બંને નામ સાંભળ્યા પછી અનિચ્છાએ ઈશ્વરભાઈની આંખની પાંપણો ફરકી ખરી, છતાં જીભને સળવળવા દીધી નહીં.

'ડેડી, મૂંગા રહેવાથી હિસાબની ઉઘરાણી ટાળી શકાતી નથી.' નિરાલીએ રોષ-ઘૂંટ્યા અવાજે સંભળાવ્યું : 'બૂટ પહેરનાર અને પહેરાવનારાનાં નામ તો સાંભળી લીધાં, પણ પૅરિસથી આ સ્પેશિયલ શૂઝ મંગાવી આપનાર દેશના લીડિંગ ઈન્ડસ્ટ્રીયાલિસ્ટ આઈ.એમ. વિરાણી હતા એ નામ...'

'નિરાલી !'

તેમની ત્રાડ સાંભળીને નિરાલી તુચ્છકારભર્યું હસી : 'મને હતું જ કે તમે ઠંડે કલેજે સાંભળી તો નહીં જ શકો.'

'તું તારા બાપને કેવો ધારે છે ?'

'આમાં ધારવાની વાત જ નથી, ડેડી ! હું તો તમારી સમક્ષ પુરાવા પેશ કરી રહી છું... કદાચ તમારો અંતરાત્મા સળવળી ઊઠે... કદાચ અપરાધનો ડંખ તાજો થાય એવી આશામાં.'

'મેં કોઈ અપરાધ કર્યો નથી અને મને આવા હિસાબ-કિતાબમાં કોઈ રસ પણ નથી.'

'તો ઠીક છે.' ટાઢકથી નિરાલીએ ડાબા પગનો એક શૂ બૉક્સમાં મૂકી દીધો : 'હિસાબ અધ્ધર રાખીને તમે જઈ શકો છો... અને થોડી વાર પહેલાં ડિનર લઈને ગયેલાં ઝવેરી દંપતીને ફોન કરીને કહી શકો છો કે મારી દીકરીએ પરણવાનો વિચાર માંડી વાળ્યો છે.'

ત્યારે ઈશ્વરભાઈના હોઠ કરડાકીથી વંકાયા :

'એટલે તું મને બ્લૅકમેઈલ કરવા માગે છે ? દીકરી થઈને બાપની સાથે લાગણીની ક્રૂર રમત રમવા માગે છે ?'

'નહીં, ડેડી, ફોર્ચુનેટલી એવી ક્રૂર રમત હજુ તમારી પાસેથી મને શીખવા મળી નથી.'

'*શટ અપ ઍન્ડ ગેટ આઉટ !*'

ક્રોધથી લાલચોળ થયેલા ચહેરે ઈશ્વરભાઈ *ગેટ આઉટ* તો બોલી ગયા પણ પછી ભાન થયું કે પોતે જ નિરાલીની રૂમમાં બેઠા હતા. જાતે *ગેટ આઉટ* થવા માટે એ ઊઠવા જતા હતા ત્યાં નિરાલીની જીદે તેમને સજ્જડ કરી દીધા :

'ડેડી, જવા જ માગો છો તો જરા થોભી જાઓ.' કહી તેણે ફોન પર હાથ મૂક્યો : 'હું ચન્દ્રકુમારને કહી દઉં છું કે ડિનર ટેબલ પર થયેલી વાતને ફોક સમજજો !'

'યૂ...યૂ !' ક્રોધથી કંપતા ઈશ્વરભાઈની જીભ ઘડીભર શબ્દશૂન્ય બની ગઈ. જીભ ઊપડી નહીં ત્યારે પુત્રી પર હાથ ઉપાડવાનો આવેશ જાગ્યો. પણ સામે ઊભેલી નિરાલી બળથી માનવાની નહોતી, કળથી જ કામ લેવું પડે તેમ હતું. ઘૂંટાતા ક્રોધનો ઘૂંટડો ગળે ઉતારી જઈ તેમણે નિઃશ્વાસ નાખ્યો :

'રહેવા દે, નિરાલી, ચન્દ્રકુમારને ફોન કરવાની જરૂર નથી. ઘરની વાત આ ચાર દીવાલ વચ્ચે જ રહેવા દે. બોલ, કોની ચડામણીથી તું આ બધું કરી રહી છે ? જીમીના અકસ્માત વિષે વૈભવે તને કાંઈ કહ્યું ?'

'ખોટી અટકળ નહીં કરો, ડેડી ! જે કાંઈ કરું છું એ માત્ર મારા કોન્શ્યન્સ(અંતરાત્મા)ના કહેવાથી જ !'

સાંભળીને ઈશ્વરભાઈના હોઠ તુચ્છકારથી વંકાયા :

'તમારાં જુવાનિયાંનો આત્મા માત્ર વડીલો પાસે ભૂલ કબૂલ કરાવવાનું જ તમને કહે છે !' તેમની પૃચ્છામાં વ્યંગ હતો : 'તમે પોતે ડગલે ને પગલે ભૂલો કરો છો એનો હિસાબ વડીલોએ માંગવાનો કે નહીં ? માનવી કુટુંબ વસાવતો થયો ત્યારથી આજ સુધીમાં સંતાનોએ માફ ન કરી શકાય એવી ભયંકર ભૂલો કરી હશે... એમાંથી કેટલાં માતા-પિતાએ તેમને સજા કરી ? કેટલાં સંતાનોએ પોતાની ભૂલનો હિસાબ આપ્યો ?'

કહીને તેમણે સમજાવટના સ્વરે કહ્યું : 'કરેલી ભૂલો ભૂલી જવાની હોય છે, દીકરી !'

'બરાબર છે... ભૂલો ભૂલી જવાની હોય, અપરાધ નહીં, ડૅડી !'

નિરાલી સમજાવટને વશ થવા તૈયાર નહોતી છતાં ઈશ્વરભાઈએ ધીરજ ટકાવી રાખીને દલીલ કરી :

'માત્ર મા-બાપના અપરાધો સામે જોવાનું ન હોય, કેવાં લાડકોડથી, કેવા જતનથી અમે તમને ઉછેર્યાં એ પણ યાદ રાખવું જોઈએ.' એમનો અવાજ સાચેસાચ ગળગળો થવા લાગ્યો : 'સાતેક વરસની હોઈશ ત્યારે તને ટાઈફૉઈડ થયેલો. તાવ વધી ગયો એટલે ચોવીસ કલાક તું બેહોશ રહેલી ત્યારે હું આઈ. એમ. વિરાણી... ડૉક્ટર સમક્ષ હાથ જોડીને કરગરતો હતો : મારી દીકરીને બચાવી લો ! ગમે તે ભોગે એને ભાનમાં લાવો... જોઈએ તો બદલામાં મારો જીવ લઈ લો !'

પિતાના એ શબ્દોએ પળવાર માટે નિરાલીને મૂંગી કરી દીધી, પણ સવારે સરસ્વતીની સ્તુતિ ગાયા પછી દાદાજી સમક્ષ કરેલા સંકલ્પનું સ્મરણ થતાં જ ફરી તેણે મનોબળ દૃઢ કરી લીધું.

'સંતાન માટે જાન આપી દેવાનું કહેનાર પિતા બીજા કોઈના સંતાનનો જાન લેવાનો વિચાર સુધ્ધાં કેમ કરી શકે, ડૅડી ?'

'તું સમજતી કેમ નથી, નિરાલી ! મારે એ છોકરાનો જાન નહોતો લેવો.' ઈશ્વરભાઈની જીભ કચરાઈ ગઈ : 'હું તો માત્ર તેને તારા માર્ગમાંથી ખસેડવા માગતો હતો.'

'થૅન્ક ગૉડ, તમે એટલું તો કબૂલ કર્યું.' નિરાલીએ નિરાંતનો શ્વાસ છોડતાં કહ્યું : 'હું પણ માનું છું કે તમે એને માત્ર મારા માર્ગમાંથી ખસેડવા માગતા હતા, પરંતુ તેનું પરિણામ શું આવ્યું ? તમે મારી સાથે નવસારી આવીને નજરોનજર જોયું હોત તો સમજાત કે એકના એક પુત્રના કમોતના ગમમાં એનાં પેરન્ટ્સ કેવાં ઝૂરે છે ! સવાચાર વરસ પછી પણ ભાઈની હત્યાનું વેર વાળવા માટે એની મોટી બહેન ડૉલી કેવી તલસે છે !'

'ડૉલી !' નામ સાંભળીને ઈશ્વરભાઈ ટટ્ટાર થઈ ગયા : 'ડૉલી મર્ચન્ટ ?'

'કેટલા જલદી ઓળખી ગયા !' નિરાલીએ પિતા સામે તાકીને જોતાં કહ્યું : 'હા, એ જ ડૉલી... જે મિસ્ટર મર્ચન્ટને પરણી હતી, પણ બદલો લેવાની જીદ પકડીને હસબન્ડને છોડી દીધો, તમારે ત્યાં સર્વિસમાં જોડાઈ...'

'અને પછી મારી સામે વેર વાળવા માટે તને હથિયાર બનાવી.'

'હથિયાર તો એણે મને સોંપી દીધું.' કહી નિરાલીએ જમણા પગનો જોકી શૂઝ ટેબલ પર પછાડ્યો : 'ડૅડી, આ જોડાની કાતિલ કરામતથી તમે અજાણ તો નહીં જ હો. છતાં યાદ

કરાવી દઉં.' કહી તેણે જોડાની અંદર હાથ નાખ્યો : 'જમણા પગના આ શૂના ડાબે ખૂણે એક ચાંપ છે. જોકીના પગના અંગૂઠાથી એ ચાંપ દબાતાં જ તેમાંથી ઝેર પાયેલી એક નિડલ (સોય) તીરની જેમ બહાર નીકળી બાજુવાળાને વીંધી નાખે છે.'

કહી એણે પિતા સામે ધારદાર નજરે જોઈ લીધું :

'ચાલુ રેસે કદાચ એકાદ ઘા ખાલી જાય એ ગણતરીએ તેમાં ત્રણ-ત્રણ નિડલની સગવડ રાખી છે... કમબખ્ત જોકી ચવ્હાણે એક જ નિડલથી કામ પતાવી દીધું. જીમીના *બ્લૅક નાઈટ* ઘોડાના પડખામાં એ નિડલ ઊતરી ગયા પછી જે કાંઈ બન્યું એ તો તમે અને મેં રેસકોર્સમાં બાજુબાજુમાં ઊભીને જોયું હતું. પછડાટને કારણે જીમી તત્કાલ મૃત્યુ પામ્યો અને *બ્લૅક નાઈટ* બિચારો ઝેરથી રિબાઈ-રિબાઈને મર્યો.'

ઈશ્વરભાઈ નીચું જોઈ સાંભળતા હતા.

'ત્યાર પછી તેની બીજી નિડલ જીમીની બહેન ડૉલીએ માત્ર ટેસ્ટ ખાતર આંગળીના ટેરવે દબાવી તેમાં તેને આંગળી કપાવવી પડી... વિચાર તો કરો, ચાર વરસ પછી પણ સોયમાં ઝેરની કાતિલ અસર રહી ગઈ હશે !'

છતાં ઈશ્વરભાઈએ ઊંચું ન જોયું ત્યારે નિરાલીએ ઊંચા અવાજે પૂછી લીધું : 'તમને સમજાય છે, ડેડી ?'

'હા, સમજાય છે.'

'તો પછી હવે આગળ સમજાવું.' કહી નિરાલીએ શૂનો અણીવાળો ભાગ પોતાની છાતી તરફ ફેરવીને કહ્યું : 'આમાં હજુ ઝેર પાયેલી ત્રીજી સોય બાકી છે. કહેતા હો તો હાથના અંગૂઠાથી ચાંપ દબાવીને મારા પર એની અજમાયશ કરું.'

અને તેના છેલ્લા બે શબ્દો પૂરા થાય ત્યાર પહેલાં તો ઝાપટ મારીને પિતાએ પુત્રીનું કાંડું પકડી લઈ બૂટમાંથી તેનો હાથ પાછો ખેંચી લીધો : 'શું કરવા બેઠી છો તું ?'

'સવાચાર વરસ પહેલાં તમે કર્યું હતું એ !' પિતાએ ભીંસ દઈને પકડી રાખેલા કાંડા સામે જોતી એ બોલી ઊઠી : 'કાશ, એ વખતે તમારા ક્રૂર ઇરાદાને આટલા બળપૂર્વક તમે રોકી શક્યા હોત, ડેડી !'

બોલતાં-બોલતાં એનો કંઠ રૂંધાઈ ગયો. થોડી વાર પુત્રીને નીરખી રહ્યા પછી તેનું કાંડું છોડી દઈ ઈશ્વરભાઈએ ચર્ચાને નવો વળાંક આપ્યો :

'તું સાચી છે, તેમ ભોળી પણ છો, નિરાલી !'

'એ કઈ રીતે ?'

'જીમીની બહેન આ હથિયારથી મારું કાંઈ જ બગાડી શકે તેમ નહોતી એટલે જ તને એણે હાથો બનાવી.'

'ઓહ, ડેડી, હજુ પણ તમે...' કહેતાં એ સફાળી ઊભી થઈ ગઈ. ફરી કબાટ પાસે જઈ વૉકમૅન કૅસેટ પ્લેયર સાથે પાછી ફરી : 'તમારા પર ઉગામવા માટે ડૉલી પાસે આના જેવું જ બીજું કાતિલ હથિયાર પણ હતું.'

કહી નિરાલીએ વૉકમૅનના હેડફોન ડૅડીને લગાડવા આપ્યા પછી ચાંપ દબાવીને કહ્યું : 'સાંભળજો, બરાબર ધ્યાનથી સાંભળજો !'

ઈશ્વરભાઈએ નચિંતભાવે સાંભળવાની શરૂઆત તો કરી, પણ સંસદસભ્ય મુરારિલાલ પોદ્દારનો અવાજ કાને અફળાતાં જ આંખનાં ભવાં તણાયાં.

'પેલીની કારની ડીકીમાં *ટાઈમબૉમ્બ* ફાટ્યો તો ખરો, પણ બે કલાક મોડો ફાટ્યો...' સબીનાની કારમાં ટાઈમબૉમ્બ મૂકવાના કાવતરા અંગે ટેલીફોન પર મુરારિલાલ સાથે થયેલી પોતાની વાતચીતનાં વાક્યોનું સંકલન કરીને ટેપ તૈયાર કરી હતી એ સમજાતાંની સાથે જ ઈશ્વરભાઈ અસ્વસ્થ થઈ ગયા : *બૉમ્બ ફાટ્યો ત્યારે સાલી કમબખત આપણને થાપ આપીને મહાબળેશ્વરને બદલે તમારા વૈભવ સાથે હૉંગકૉંગ પહોંચી ગઈ હતી...*

એ વાક્યે તેમના કાનમાં સીસું રેડ્યું હોય એવો દાહ લાગ્યો.

'આપણે ટાઈમબૉમ્બનું કાવતરું ઘડ્યું તો એ બંનેએ અલગઅલગ ફ્લાઈટમાં હૉંગકૉંગ જઈને મજા લૂંટવાનું કાવતરું ઘડ્યું !'

ઓહ ગૉડ ! મુરારિને રૂબરૂ આવીને ચર્ચા કરતાં શું થતું હતું ? ફોન પર આવું ખુલ્લેખુલ્લું બોલી ગયા ! આમાં તો આખું કાવતરું ઉઘાડું પડી ગયું ! અને પેલી ડૉલી માત્ર થોડા જ દિવસ માટે મંજૂષાની જગ્યાએ સેક્રેટરી તરીકે રહી તેમાં આવી સ્ફોટક વાતચીત ટેપ પણ કરી લીધી ?

અક્કડ શરીરે અને અધ્ધર શ્વાસે એ ધ્યાનથી સાંભવતા હતા ત્યાં નિરાલીએ ચાંપ દાબી વૉકમૅન ઑફ કરી દીધું, પછી પિતા સામે જોયું તો એમની આંખો ફાટેલી હતી, નિસ્તેજ ચહેરા પર ગુનાહિત ભાવ થીજી ગયો હતો. નિરાલીએ તેમના કાનમાંથી હેડફોન કાઢી લીધા છતાંય એ જડવત્ બેસી રહ્યા એટલે પુત્રીએ જ બોલવું પડ્યું :

'હવે તમે એવી શંકા નહીં કરતા કે ડૉલીએ આ હથિયાર પણ મને ભોળવીને તમારી સામે ઉગામવા માટે આપી દીધું.'

છતાં ઈશ્વરભાઈ ચૂપ રહ્યા.

'એ ધારત તો સબીનાની હત્યાના કાવતરાનો આ પુરાવો પોલીસને સોંપી શકી હોત - અરે, ખુદ સબીના અથવા વૈભવભાઈ સુધી પહોંચાડી શકી હોત, પણ...'

કહીને એ અટકી ગઈ ત્યારે ઈશ્વરભાઈની જિજ્ઞાસા જોર કરી ઊઠી. સબીનાની હત્યાના પ્રયાસનો પુરાવો ટાઈમબૉમ્બ જેવો જોખમી હતો. જીમીની બહેનનો ઇરાદો ખરેખર શું છે એ જાણી લેવું જરૂરી હતું. કપટનો તાગ લેવા માટે માણસે ભોળપણનો ડોળ કરવો પડે છે.

'નિરાલી, પણ કહીને તું અટકી કેમ ગઈ ?'

'એટલા માટે કે ડૉલીએ આ બધું મને શું કામ સોંપી દીધું એનું કારણ કહીશ તોપણ તમે નહીં માનો.'

'એવું તેં કેમ માની લીધું ?' ઈશ્વરભાઈએ ઠાવકાઈથી કહ્યું : 'અત્યાર સુધીમાં તેં મારી પાસે ઘણું માનાવ્યું તો પછી હવે શંકા કેમ કરે છે ?'

'એ વાત જ એવી છે કે આપણી હાજરીમાં બને તો જ માનવામાં આવે, છતાં...' કહી જોકી શૂઝની બૉક્સમાંથી ગડી કરેલો કાગળ ઊંચકી તેમના હાથમાં સોંપી દીધો : 'લો, વાંચો !'

જાણે દુશ્મનનું કપટ હાથમાં આવ્યું હોય એવા ઉત્સાહભેર તેમણે પત્ર વાંચવા માંડ્યો :

'નિરાલી, તારું નવસારી આવવું અને એ જ વખતે વાડિયા-વાડીમાં સાધ્વી ચન્દ્રસ્મિતાજીનું પધારવું એને કેવો કૉઈન્સિડન્સ ગણવો તે સમજાતું નથી...'

સાધ્વી ચન્દ્રસ્મિતાનું નામ વાંચતાં જ એ ચોંકી જઈને અટક્યા. ડોક ઊંચી કરી નિરાલી સામે જોઈ લીધું, પછી ફરી આગળ વાંચવા લાગ્યા :

'... મારા દિલમાં ભારે ગડમથલ ચાલતી હતી... સાંજે ખરેખર હું સાધ્વીને મળવા ગઈ હતી... ત્યારે એમણે મને સમજાવ્યું કે વેર એ બંધન છે અને ક્ષમા મુક્તિ... અપરાધીને સજા કરવાનું ઉપરવાળા પર છોડી દઈને તું બદલાની આ ભાવનામાંથી મુક્ત થઈ જા.

...નિરાલી, તેમની એ શિખામણનો અમલ કરવાનો મેં સંકલ્પ કરી લીધો છે. કદાચ કાલે ફરી વિચાર બદલાઈ ન જાય એટલા ખાતર મારા મનમાં સતત વેરની ભાવની જગાડતા તારા ડૅડી વિરુદ્ધના પુરાવા હું તને સુપરત કરી દઉં છું. તેનું તને મન ફાવે તે કરજે. હું તો હવે હંમેશને માટે મુક્ત થઈ ચૂકી છું એની ખાતરી રાખજે. ખોદાઈજી તારું ભલું કરે.

લિખિતંગ

જીમીની બહેન ડૉલી.'

પત્ર પૂરો થયા પછી પણ તેમની નજર કાગળ પરથી હટતી નહોતી. જાણે દૃષ્ટિ *ચન્દ્રસ્મિતા* નામ પર જડાઈ ગઈ હતી. વર્ષો પહેલાંની ચન્દ્રપ્રભા યાદ આવી ગઈ. થોડાં અઠવાડિયાં પહેલાં થઈ ગયેલી સાધ્વી ચન્દ્રસ્મિતાની મુલાકાત તાજી થવા લાગી. એ વખતે તેણે આપેલા ગ્રંથની ભેટ અને કાર્તિકી પૂર્ણિમા પછી જ એ વાંચવાની કરેલી તાકીદ પણ તાજી થઈ આવી... તેમના માનવામાં આવતું નહોતું : ચન્દ્રપ્રભામાંથી સાધ્વી ચન્દ્રસ્મિતા બન્યા પછી પણ એ જાણ્યે-અજાણ્યે મારા હિતમાં આવો ચમત્કાર કરી ગઈ !

'નિરાલી !' બહુ વારે સામે બેઠેલી પુત્રીનો ખ્યાલ આવતા તેમણે ઝાટકા સાથે ડોક ઊંચી કરી, ચન્દ્રસ્મિતા વિષે જાણી લેવા માટે એમની જીભ સળવળી ઊઠી : 'આ સાધ્વી...

બોલતાં-બોલતાં પુત્રી સમક્ષ ભેદ ઉઘાડો ન પડી જાય એવી સાવચેતીથી અધવચ્ચે જ અટકી ગયા ત્યારે નિરાલીએ તેનો ભળતો જ અર્થ કર્યો :

'તમારા માનવામાં નથી આવતું ને, ડૅડી ? હું પણ સાધુ-સાધ્વીના આવા કોઈ ચમત્કારમાં માનું નહીં. પરંતુ મારી હાજરીમાં એ સાધ્વીજી નવસારીની વાડિયાવાડીમાં આવેલાં.' બોલતાં-બોલતાં નિરાલી ગંભીર બની ગઈ : 'હું જાણું છું, સંત-મહાત્માઓનો ગમે તેટલો ઉપદેશ સાંભળવા છતાં માણસના સંસારી જીવનું રૂંવાડુંય ફરકતું નથી. પરંતુ ક્યારેક... ક્યારેક એવું કાંઈક બની જાય છે કે ઘડી-બે-ઘડીના સંગમાં વેરનું ઝનૂન ક્ષમાભાવનું સ્વરૂપ ધારણ કરી લે.'

'છતાં તું તો મારી પાસે તારો હિસાબ ચોખ્ખો કરવાની જીદ લઈને બેઠી છો.'

'માત્ર મારો જ નહીં, વૈભવભાઈના માર્ગમાંથી સબીનાને ખસેડવાનો હિસાબ પણ ચોખ્ખો કરવા માગું છું, ડૅડી !'

સાંભળીને અવાક્ બની ગયા ઈશ્વરભાઈ.

'ડૅડી, તમે ક્યારેય એવો વિચાર કર્યો છે ખરો કે તમારા પુત્રના માર્ગમાંથી સબીનાને

ખસેડવા તમે જે કાંઈ કર્યું એવું જ સબીનાના પિતા એની પુત્રીના માર્ગમાંથી વૈભવને હઠાવી દેવા માટે કરે તો ?'

'તો-તો હું એનો જાન લઈ લઉં !'

બોલાઈ ગયા પછી ઈશ્વરભાઈને ભૂલનું ભાન થયું, પણ ત્યાં સુધીમાં તો નિરાલીએ વળતો ફટકો મારી લીધો હતો.

'આવી ગયા ને ઠેકાણે ! જેમ તમને સબીનાના પિતાનો જાન લેવાનું ખુન્નસ જાગ્યું એમ જીમીની બહેનને તમારી સામે વેર વાળવાની વૃત્તિ શું કામ ન જાગે ? એનો જવાબ છે તમારી પાસે ?'

'નથી, નિરાલી, મારી પાસે એનો કોઈ જવાબ નથી.' ભાંગી પડેલા માણસની જેમ ઈશ્વરભાઈએ પુત્રી સમક્ષ હાર કબૂલી લેવી પડી : 'બોલ, હવે તું મને આની શું સજા કરવા માગે છે ?'

એ સાંભળ્યું ત્યારે નિરાલીને થયું કે બસ, હવે કાંઈ જ કરવું નથી. એક પિતા પુત્રી સમક્ષ ખેલદિલીપૂર્વક એકરાર કરી લે પછી બીજું શું કહેવાનું રહે ?

'સજા નહીં, ડેડી ! તમે રાજીખુશીથી સ્વીકારો તો તમારી પાસે પ્રાયશ્ચિત્ત કરાવવું છે અને દંડ પણ કરવો છે.'

'શેનો દંડ ? કયો દંડ ?'

'તમે મારાં લગ્ન પાછળ કેટલો ખર્ચ કરવાના છો ?'

તેનો એ સવાલ ઈશ્વરભાઈને વિચિત્ર લાગ્યો છતાં જવાબ આપ્યો :

'બે-ત્રણ કરોડનો ખર્ચ તો ખરો જ.'

'એમાંથી પચીસ-ત્રીસ લાખ ઓછા ખર્ચો તો ન ચાલે ?'

'એ શું કામ ?'

'એટલી રકમમાંથી હું નવસારીમાં જીમીના નામનું એક સ્મારક રચવા માગું છું. જીમીની બહેન ડૉલીએ ઉપાડેલા સેવાકાર્ય માટે એ રકમનું એક ટ્રસ્ટ બનાવવું છે મારે.'

'કોઈ પૂછશે કે એક અજાણ્યા માણસની યાદમાં આપણે આટલી મોટી રકમની ચૅરિટી શું કામ કરી, તો ?' ઈશ્વરભાઈએ સત્વર ઉમેર્યું : 'બીજા કોઈની વાત જવા દે, ચન્દ્રકુમાર પૂછે તો એનો શું જવાબ છે તારી પાસે ?'

'ડેડી, તમે એમ માનો છો કે જીમી સાથેના મારા અફેરની વાત મેં ચન્દ્રકુમારથી છાની રાખી છે ?'

'એટલે ?'

'એટલે એમ કે અમે યંગસ્ટર્સ (જુવાનિયાં) ભૂલો કરીએ છીએ, ઠોકર ખાઈએ છીએ, પણ તેનું ભાન થતાં પરસ્પર એકરાર પણ કરી લઈએ છીએ, ડેડી !'

'તો શું ચન્દ્રકુમાર આ બધું...' ઈશ્વરભાઈ ગભરાટના માર્યા વાક્ય પૂરું કરી શક્યા નહીં અને નિરાલીને એની જરૂર પણ લાગી નહીં :

'આ બધું એટલે તમારા કાવતરાનું નહીં, માત્ર એટલું જ કે જીમી મારા જીવનનો પ્રથમ યુવાન હતો જે અકસ્માતમાં માર્યો ન ગયો હોત તો હું ઘર છોડીને પણ તેની સાથે નાસી ગઈ હોત.'

ઈશ્વરભાઈ આશ્ચર્યથી પુત્રીને તાકી રહ્યા : નિરાલી આટલી હદે બદલાઈ ગઈ ? આટલી બધી પરિપક્વ બની ગઈ ? પછી તરત જ વિચાર આવ્યો : જીવનસાથી તરીકે જીમીની પસંદગી કરી હશે ત્યારે પણ એ આવી પરિપક્વ નહોતી એ કેમ મેં માની લીધું ? મારી અને ચન્દ્રપ્રભાની બાબતમાં ભવાનજીભાએ કરી હતી એવી જ ભૂલ મેં પોતે જીમી અને નિરાલીની કિસ્સામાં નથી કરી એમ કોણ કહી શકે ? ભવાનજી શેઠિયાનો તમાચો ચાલીસ વરસ પછીય હું ભૂલી શક્યો નથી, ત્યારે ઘોડા પરથી જીમીના પડી જવાની ઘટનાને તો હજુ સવાચાર જ વરસ થયાં છે !

પોતે પણ ભૂલ કરી શકે છે એવો અહેસાસ પહેલી વાર ઈશ્વરભાઈને થયો.

'નિરાલી, હવે મારે શું પ્રાયશ્ચિત્ત કરવાનું છે ?'

હવે ચોંકી જવાનો વારો નિરાલીનો હતો. માનવામાં ન આવતું હોય તેમ એ એકીટશે ડૅડીને નિહાળવા લાગી, પછી તરત જ સજાગ બની ગઈ. માનવીના મનમાં આવા ભાવ ઘડીભર માટે જ જાગે છે. એ પળ ચૂકી જવાય તો...

'ડૅડી, મારી બાબતમાં જે ભૂલ કરી એવું હવે મોટા ભાઈના કિસ્સામાં ન બનવા દેવું એ તમારું પ્રાયશ્ચિત્ત.'

હચમચી ઊઠ્યા ઈશ્વરભાઈ... નિરાલી મારી પાસે આ તે કેવું પ્રાયશ્ચિત્ત કરાવવા માગે છે ? સબીનાને પુત્રવધૂ બનવા માટે હું તૈયાર થાઉ ? કદાપિ નહીં ! કોઈ પણ ભોગે નહીં ! એ પ્રાયશ્ચિત્ત નહીં, પણ મારો પરાજય થયો...

હા કહેવી નહોતી અને ના પાડીને સુધરેલી બાજી બગાડવી નહોતી; તો પછી શું કરવું ?

અને જાણે ભીતરની એ કશમકશનો પડઘો હોય તેમ અચાનક બારણે ટકોરા પડ્યા :

'નિરાલી !' વૈભવના સાદે બંનને ચોંકાવ્યા :

'યસ, મોટા ભાઈ !'

'ડૅડી અંદર છે ?'

એ સવાલે બંનેને વધુ ચોંકાવ્યાં. વૈભવના અવાજમાં જવાબનો તકાદો વર્તાઈ આવતો હતો :

'હા, મોટા ભાઈ ! એક મિનિટ.' કહી તેણે ઝડપથી ટેબલ પર પડેલી સામગ્રી સંકેલી લઈ ખાનામાં સેરવી દીધી. પછી પિતા સામે નજર રાખી લઈ બારણું ઉઘાડવા ઊઠી. આમ તો દરવાજો અંદરથી લૉક નહોતો છતાં તેણે ખોલવાનો દેખાવ કરવો પડ્યો :

'શું વાત છે, મોટા ભાઈ ? દિવાળીની રાત્રે તમે આટલા વહેલા ઘેર આવી ગયા ?'

પરંતુ વૈભવ મજાકના મૂડમાં નહોતો. નિરાલી પર નજર સુધ્ધાં નાખ્યા વિના એ સીધો રૂમમાં ધસી આવ્યો :

'ડૅડી, સવારનાં છાપાંમાં આવ્યું એની વાત કરવા માગું છું.'

ઈશ્વરભાઈ પામી ગયા. સબીનાને ઘેર ઈન્કમટૅક્સની રેડ પડી તેના સમાચાર, તલેગાંવ પ્લાન્ટના કામદારોને દિવાળીનું બોનસ આપવા ગયેલા વૈભવે કદાચ મોડા વાંચ્યા હશે અથવા

તો વાંચીને સીધો સબીનાને ઘેર જઈને પછી અહીં ઝઘડો કરવા ધસી આવ્યો હશે. તો શું *આ લડાઈ આપણી બંનેની છે, એમાં તમારા પુત્રને વચ્ચે લાવવાની જરૂર નથી* એવું કહેનાર સબીનાએ વૈભવ સમક્ષ ભેદ ખોલી નાખ્યો હશે ? વીજળીની ગતિએ ઈશ્વરભાઈના મગજમાં વિચારો વહી ગયા અને એટલી જ ઝડપે તેમણે પુત્રને ટાઢો પાડવાનો તોડ પણ કાઢી લીધો.

'સવારનાં છાપાંની વાત પછી, વૈભવ, પહેલાં તું આ નિરાલીના ઈવનિંગ બુલેટિનની વાત સાંભળી લે.' કહી વૈભવ કાંઈ બોલવા જાય એ પહેલાં તેના ખભા પર હાથ મૂકી દીધો : 'સાંજે એન્ગેજમેન્ટનું પાકું કર્યું તેમ અત્યારે તારી બાબતમાં પણ મેં નિર્ણય લઈ લીધો.'

'શેનો નિર્ણય ?' વૈભવનો ઉશ્કેરાટ હજુ શમ્યો નહોતો : 'કેવો નિર્ણય ?'

'એ કે જીવનસાથી પસંદ કરવાની મારા તરફથી તને સંપૂર્ણ છૂટ છે.'

ડઘાઈ ગયો વૈભવ અને ચોંકી ગઈ નિરાલી.

ડેડીના એ નિર્ણયનું નિમિત્ત તો જાણતી હતી, પણ વૈભવ જાણતો નહોતો તેમ માનવા પણ તૈયાર નહોતો. નિરાલી કરતાં એ પિતાને વધુ પારખી ચૂક્યો હતો. તલેગાંવથી એ સાચે જ સીધો સબીનાને ઘેર પહોંચ્યો હતો. સબીનાને ઘણી પૂછપરછ કરી, પણ પેલીનો એક જ જવાબ હતો : મારા ઘરમાંથી દસ લાખ રૂપિયા નીકળ્યા તેમાં તારે આટલા બધા અપસેટ થવાની જરૂર નથી, વૈભવ... તું આડુંઅવળું કરીને આવકવેરા ખાતામાં મારો કેસ ઢીલો કરી નાખવાની પેરવી પણ કરીશ નહીં. જેણે એકલાં રહીને જીવવાનું નક્કી કર્યું છે તેણે એકલ-પંડે ઝઝૂમતાં પણ શીખી લેવું પડે... આટલું સાંભળ્યા પછીય વૈભવના મનમાં પાકે પાયે ખાતરી થઈ ગઈ હતી કે સબીનાને ઉપાધિમાં મૂકવા માટે પોતાના ડેડીએ જ કાંઈક તરકીબ અજમાવી હશે... અને એટલે જ તે ધૂંઆપૂંઆ થતો ઘેર ધસી આવ્યો હતો.

પણ અહીં ડેડી એવું કહી રહ્યા છે કે જીવનસાથી પસંદ કરવાની મારા તરફથી તને સંપૂર્ણ છૂટ છે ! આવું બને જ કેમ ?

'માય સન, તારા માનવામાં નથી આવતું ને ?' ઈશ્વરભાઈએ પુત્રનો ખભો થપથપાવતાં હસીને બોલી ગયા : 'તો પૂછી જો આ નિરાલીને.'

પરંતુ વૈભવે નિરાલી તરફ નજર કરી નહીં એટલે ઈશ્વરભાઈએ જ કહેવું પડ્યું :

'તું અને સબીના રાજી હો તો હવે હું વચ્ચે નહીં આવું.' કહીને તરત ઉમેર્યું : 'અને તારાં મમ્મીને સમજાવી લેવાની જવાબદારી આ નિરાલી ઉપાડી લેશે.'

કેમ જાણે નિરાલીના બેડરૂમમાં ગુસપુસ કરીને બંનેએ આખો પ્લાન ઘડી કાઢ્યો હોય એવી ઢબે એ કહી રહ્યા હતા :

'પરંતુ, વૈભવ, તારે મારી બે વાત માનવી પડશે.'

'કઈ બે વાત, ડેડી ?'

'એક તો નિરાલીનાં લગ્ન પહેલાં આપણો આ નિર્ણય ઘરની ચાર દીવાલની બહાર ન જવો જોઈએ.'

'એ શું કામ ?'

'એટલા માટે કે નિરાલીનાં લગ્ન થયા પહેલાં આપણે સમાજમાં એની ચકચાર થવા દેવી

નથી... અને લગ્નને હવે વાર પણ ક્યાં છે ? જાન્યુઆરીના પહેલા વીક સુધી જ તારે સંભાળી લેવાનું છે.'

'અને બીજી વાત ?'

'બીજી વાત એ કે સબીનાને પણ અમારી સંમતિની જાણ ન થવી જોઈએ.'

એવું શું કામ ? - એમ વૈભવ ઉશ્કેરાઈને પૂછવા જતો હતો પણ એ બિનજરૂરી લાગ્યું. સબીના પોતે જ ન પરણવાનો નિર્ણય લઈ બેઠી છે. ધીમેધીમે એની એ હઠ છોડાવવામાંય મને બે મહિના લાગી જશે.

'હા, સબીનાને છેવટ સુધી અંધારામાં રાખવાની જરૂર નથી.' ઈશ્વરભાઈને સબીનાએ આપેલી ચેતવણી યાદ આવી ગઈ : ઈસવી સન ૧૯૯૨ના બેસતા વરસે સ્વિસ બૅન્કના તમારા એકાઉન્ટના એ પેપર્સ બહાર પાડીને હું વળતો ઘા કરવાની છું... સબીનાને એવું કરતી રોકવા માટે થોડી ઢીલ મૂકવી જરૂરી હતી એટલે થોડી છૂટછાટ આપીને વૈભવને ખુશ કરવા માગતા હોય તેમ પિતાએ કહ્યું :

'ડિસેમ્બરના એન્ડ પહેલાં તું સબીનાને જરૂર વિશ્વાસમાં લઈ લેજે. બસ, નિરાલી સાસરે જાય એટલે એકાદ મહિનામાં આપણે ઘરમાં તારી પસંદગીની વહુ લઈ આવશું. બોલ, છે ને મંજૂર ?'

કહી તેમણે પુત્રને હેતથી પડખામાં લઈ લીધો અને પિતા-પુત્રનું એ મિલન જોઈ પોતાના પ્રયત્નના સુખદ પરિણામથી હરખઘેલી બનેલી નિરાલી આપોઆપ જઈને ડેડીના બીજા પડખામાં ભરાઈ ગઈ.

વૈભવ અને નિરાલી કોણ જાણે કેટલા વખતે પિતાના વાત્સલ્યની આવી હૂંફ પામ્યાં હશે ! પરંતુ ઈશ્વરભાઈ મનોમન તો પોતાના અહંકારમાં જ રાચતા હતા :

નિરાલીનાં લગ્ન આડેનું વિઘ્ન ટાળવા માટે વીસ-પચીસ લાખના ડૉનેશનનો દંડ તો હું ભરી દઈશ, પણ પ્રાયશ્ચિત્તરૂપે એક ફિલ્મ ઍક્ટ્રેસને પુત્રવધૂ બનાવું ? છટ્, એ કદાપિ શક્ય નથી. ઈટ્સ ઍબ્સોલ્યુટલી ઈમ્પૉસિબલ !

*

'જહન્નમમાં જાય આખી દુનિયા !'

બેસતા વર્ષના પરોઢિયે વિરાટ જાગીરદાર ઓસીકા પર માથું પછાડી નવા વરસના આગમનને કોસતો હતો. અગાઉ નશાની અસરમાં તોડફોડ કરનાર વિરાટ હવે હતાશાનો માર્યો જગત અને જાત સાથે મનોમન ઝઘડતો-બબડતો રહેતો. રાજલક્ષ્મી સાથેના એકપક્ષી પ્રેમમાં નિષ્ફળતા મળ્યા પછી ભાંગી પડેલા વિરાટના દિશાશૂન્ય જીવનમાં ડૉલીએ અચાનક પ્રવેશ કર્યો ત્યારે તેને લાગ્યું કે જિંદગીની રેસમાં પોતે હવે પાછળ નહીં રહી જાય. સાથોસાથ ડૉલીના સહકારથી રાજલક્ષ્મીના માલદાર સસરા ઈશ્વરલાલ વિરાણીની પ્રતિષ્ઠાને ખરડી નાખવાની તક પણ હાથ લાગી હતી. પરંતુ બાજી બરાબર ગોઠવાઈ ગઈ અને પત્તાં રમવાની ઘડી આવી ત્યારે જ 'નથી રમવું' એમ કહીને ડૉલી ખસી ગઈ... માત્ર વેર વાળવાની રમતમાંથી જ નહીં, પોતાની જિંદગીમાંથી પણ !

બીજી વારના પ્રણયભંગના આઘાત ઉપરાંત ડૉલીએ વિરાણીશેઠ વિરુદ્ધના પુરાવા સુધ્ધાં નિરાલીને સોંપી દીધા એનું પણ વિરાટને બહુ વસમું લાગ્યું હતું. છતાં એક મદાર પર એ મુસ્તાક હતો. સબીનાની કારમાં ટાઈમબૉમ્બ મૂકીને તેની હત્યા કરવાના કાવતરાની મુરારિલાલ અને વિરાણીશેઠ વચ્ચેની ટેલીફોન ટૉકની માસ્ટર ટેપ હજુ પોતે કબજે કરી શકે તેમ હતો. એ હાથમાં આવ્યા પછી આઈ. એમ. વિરાણીને પોતે ધારે તેમ નચાવી શકે તેમ હતો... એટલા માટે તો એ નવસારીથી માને મળવા સુરત જવાને બદલે ટ્રેન પકડી તાબડતોબ મુંબઈ પાછો ફરી ગયેલો. પરંતુ પેઈંગ ગેસ્ટ ફ્લૅટમાં ડૉલીના રૂમમાંથી પેલી કૅસેટ તેના આવતાં પહેલાં જ ગુમ થઈ ચૂકી હતી. કરોડોનો ખજાનો કોઈ ઝૂંટવી ગયું હોય તેમ પગ પછાડીને ગુસ્સો ઉછાળીને તારાબાઈ સાથે એ જીભાજોડી કરી બેઠેલો.

- આન્ટી, ડૉલીના વૉલ યુનિટમાંથી એક ચીજ ગુમ થઈ ગઈ.

- કઈ ચીજ, વિરાટ ?

- પ્લાસ્ટિકની એક ડબી હતી, જેમાં બે કૅસેટ મેં સાચવીને રાખેલી.

- એ તો મેં કલાક પહેલાં જ ખાનામાંથી કાઢીને મિસ વિરાણીને સોંપી દીધી.

- મિસ વિરાણીને ?

વિરાટે ડાઈનિંગ ટેબલ પર ઉપરાછપરી બે મુક્કા મારી ઘર ગજાવી મૂક્યું અને તારાબાઈને ધ્રુજાવી દીધાં.

- કોના કહેવાથી તમે એ ચીજને હાથ લગાડ્યો ? કોને પૂછીને તમે એ મિસ વિરાણીને સોંપી દીધી, આન્ટી ?

- જેની એ ચીજ હતી એના કહેવાથી મેં હાથ લગાડ્યો અને તેના જ કહેવા મુજબ મિસ વિરાણીને એ સોંપી દીધી... બોલ, આ આન્ટીને ઊલટતપાસમાં બીજું કાંઈ પૂછવું છે તારે ?

- પણ હજુ ત્રણ-ચાર કલાક પહેલાં હું નવસારીમાં ડૉલીથી છૂટો પડ્યો ત્યારે...

- ત્યાર પછી તરત જ ડૉલીએ મને ફોન કરીને તાકીદથી કહ્યું કે આ ચીજ બીજા કોઈના હાથમાં ન જવી જોઈએ. તાબડતોબ આ નંબર પર ફોન કરીને તમે નિરાલીને એ સોંપી દેજો. મારે ખાતર આટલું કરજો... હું જિંદગીભર તમારો ઉપકાર નહીં ભૂલું !

- એ બેવકૂફ ડૉલીને કોઈએ બ્રેઈનવૉશ કરી દીધી છે. માની જેમ એનુંય ચસકી ગયું છે ! *શી ઈઝ એ બ્લડી બીચ !*

એ સાંભળતાં જ પહેલી વાર તારાબાઈએ વિરાટના ગાલે તમાચો ઝીંકી દીધો હતો.

- ખબરદાર ! એના વિશે ફરી આવું એલફેલ બોલ્યો છે તો !

એ તમાચાની ચોટ ત્રણ દિવસથી વિરાટના હૈયાને ચચળાવતી હતી. મા જેવી આન્ટીએ તમાચો મારી દીધો પછી તેને જગત-આખું દુશ્મન લાગવા માંડ્યું હતું. અનેક ઘા ખાઈને ઘવાયેલું વિરાટનું મન ગમે તે ભોગે વિરાણીશેઠનું જીવવું હરામ કરી દેવા માટે વળ ખાતું હતું... અને તેમાં હવે તેને મદદ કરી શકે એવી એક જ વ્યક્તિ હતી : રાજલક્ષ્મી !

પથારીમાં પડખાં ફેરવતા રહીને માંડ સવારના છ વગાડ્યા પછી એ લથડતા પગે ફોન સુધી પહોંચ્યો. રાજલક્ષ્મીના બેડરૂમનો નંબર લગાવ્યો. સામે ઘંટડી વાગી, કોઈએ રીસીવર ઊંચક્યું, પણ પુરુષના અવાજમાં હેલ્લો સાંભળીને વિરાટે કનેક્શન કાપી નાખવું પડ્યું.

બીજી વીસ-પચીસ મિનિટ વીત્યા પછી ફરી નંબર જોડ્યો અને આ વખતે રાજલક્ષ્મીનો અવાજ પરખાઈ જતાં જ એણે કહ્યું :

'ફોર ગૉડ્સ સેક, ફોન મૂકી નહીં દેતી !' તેના અવાજમાં તાકીદ હતી : 'રાજી, મારે તારે ઘેર આવવું પડે તેમ છે.'

'પ્લીઝ, વિરાટ, તું સમજતો કેમ નથી ?'

'જે કહેવું હોય તે જલદી કહી નાખ ! સિદ્ધાર્થ હમણાં જ બાથરૂમમાંથી બહાર આવશે.' રાજલક્ષ્મીના અવાજમાં આજીજી હતી : 'આજે નવા વરસે તું મને...'

'હું તારો હિતેચ્છુ છું, રાજી ! બસ, મને એક વાર *વિરામ વિલા*માં આવવા દે ! કોઈ નહીં હોય ત્યારે હું આવીશ. ચૂપચાપ તારી નણંદ નિરાલીના બેડરૂમમાં જઈને મારે જોઈતી એક ચીજ શોધીને ચાલ્યો જઈશ.'

'વિ...રા...ટ, મારા ઘરમાં આવીને તારે ચોરી કરવી છે ?'

'એ ચોરી નહીં, મારા તેમ જ તારા પણ ઉજ્જ્વળ ભવિષ્યની એ જડીબુટ્ટી છે, રાજી, પ્લીઝ...'

'નહીં, હમણાં તો આ ઘરમાં તું પગ નહીં મૂકી શકે, વિરાટ !'

સાંભળીને વિરાટ તેના પર શાપ વરસાવવા જતો હતો, પણ છેલ્લી ઘડીએ જાતને સંભાળી લીધી.

'તો એક કામ કર, રાજી ! તું જ નિરાલીના રૂમમાંથી એ ચીજ સરકાવી લે.'

'કઈ ચીજ ?'

'જોકીના શૂઝનું એક બૉક્સ હશે. તેની સાથે સોનીની બે ઑડિયો કેસેટ છે જેના પર માસ્ટર એટલું જ લખ્યું છે.' કહી વિરાટે પ્રેશર વધાર્યું : 'તારે એટલું તો કરવું જ પડશે અને તે પણ તત્કાળ, રાજી ! કહી દે હા...'

'હા...' રાજલક્ષ્મી પીછો છોડાવવા માગતી હોય તેમ ઉતાવળે કબૂલ તો થઈ ગઈ, પણ તરત જ મુદત નાખી : 'વિરાટ, લાભપાંચમે નિરાલીનું એન્ગેજમેન્ટ છે. એ વખતે તેને તૈયાર કરવા માટે એના રૂમમાં વારંવાર જવાનું થશે ત્યારે હું કોશિશ કરી જોઈશ.'

'કોશિશ નહીં, રાજી, કોઈ પણ ભોગે એ ચીજ હાથ કરી લેવાની છે.' વિરાટે ફરમાન સંભળાવ્યું : 'હું લાભપાંચમે તને ફોન કરું છું.'

'નહીં, વિરાટ, એ દિવસે તો નહીં જ... હું જ તને બીજે દિવસે બહારથી ફોન કરીશ. પ્લીઝ, હવે તું મને પજવ નહીં !' એટલું બોલી ત્યાં વિરાટને ફોનમાં પણ સામેથી બાથરૂમનો દરવાજો ઊઘડવાનો અવાજ સંભળાયો અને રાજલક્ષ્મીએ તત્કાળ ફોન પણ મૂકી દીધો. કનેક્શન તો કપાઈ ગયું, પણ પોતાની મુરાદનો દોર સંધાઈ ગયો એ બદલ વિરાટ ખડખડાટ હસી પડ્યો.

પોતાનું જ હાસ્ય વિરાટને વીફરેલા વાઘ જેવું વિકરાળ લાગ્યું !

*

24

'દાદા-દાદી આવી ગયાં !'

બેસતા વર્ષના પ્રભાતે સાડાછ વાગ્યે મનોહરલાલના ફ્લૅટની ઘંટડી વાગી ત્યાં સોનલ ઉત્સાહભેર દરવાજો ઉઘાડવા દોડી. મોટા પુત્ર ઈશ્વરલાલ પર રોષે ભરાઈને રતનબા નાના દીકરાને ઘેર રહેવા આવી ગયા પછી દાદા-દાદીને એકસાથે ઘરમાં દાખલ થતાં જોવાં એ પણ એક લહાવા જેવું બની ગયું હતું. મોતીલાલ માસ્તર અવારનવાર રતનબાને મળવા નાના દીકરાને ઘેર આવતા ખરા, પણ સવારના પહોરમાં બંને જણાં સજોડે બહારથી આવે એવું તો બેસતા વરસના દહાડે એક જ વાર બનતું.

નવા વરસે બીજી એક નવાઈની વાત પણ જોવા મળતી. *વિરામ વિલા*માં બ્રાહ્મમુહૂર્તે ઊઠી જઈ, પ્રાતઃકર્મ પતાવી, સરસ્વતીસ્તવન કરી લઈ, નાના દીકરાને ઘેર આવતા મોતીલાલ વિરાણી ભાવપૂર્વક હાથ જોડી પત્નીને નમન કરે એ દૃશ્ય બીજા કોઈ જ ઘરમાં જોવા ન મળે એવું વિચિત્ર છતાં દુર્લભ હતું. પાંચેક વરસ પહેલાં આ રીતે દાદીને પગે લાગતા દાદાને જોઈ સોનલ જિજ્ઞાસાભાવે પૂછી બેઠી હતી :

'દાદાજી, તમે હંમેશાં કહો છો કે બધો વ્યવહાર જગતના ક્રમ અને નિયમ મુજબ થવો જોઈએ. પરંતુ નિયમ એવો છે કે નાનાં હોય તેમણે મોટેરાંને પ્રણામ કરવા જોઈએ, તેને બદલે પતિ થઈને પગે લાગવાનો આ ઊલટો ક્રમ શું કામ, દાદાજી ? - અને તે પણ નવા વર્ષના પહેલા જ દહાડે ! એની પાછળ શું રહસ્ય છે, દાદાજી ?

'રહસ્ય તો કાંઈ જ નથી, દીકરી ! પણ આ મારો તર્ક છે...' દાદાજીએ ભોળાભાવે પૌત્રીને સમજાવ્યું હતું : 'વરસના ત્રણસો ને પાંસઠ દિવસ હું સરસ્વતીપૂજન કરું છું. નૂતન વર્ષના આ એક દિવસે લક્ષ્મીને પ્રસન્ન કરવાનો નિયમ રાખ્યો છે, જેથી આખું વરસ એ પ્રસન્ન રહે !'

જોકે મોતીલાલ દાદાએ અર્ધસત્ય જ ઉચ્ચાર્યું હતું. બાકીનું અર્ધસત્ય એકલાં રતનબા જ જાણતાં હતાં છતાં એમણે પૌત્રીને કહી દેવાનું ટાળ્યું કે વર્ષો પહેલાં દિવાળીના દિવસોમાં જ કોઈ વાત પર રિસાઈને મેં તારા દાદાથી અબોલા લીધા હતા. પાંચ દિવસ પૂરા થયા અને દિવાળીની રાત આવી છતાં મેં રીસ છોડી નહીં ત્યારે બેસતા વરસે સવારે એ અચાનક મારા પગે પડી ગયા. પારાવાર ભોંઠપ અનુભવતી હું બોલી પડી : અરે-અરે, તમે આ શું કરો છો ?

મને પાપમાં પાડો છો !... ત્યારે એમણે હસીને એટલું જ કહ્યું : તારું મૌન તોડવા માટે તું કહે એ કરવા હું તૈયાર છું ! એ સાંભળીને એમની છાતીએ વળગી જઈને મોકળા મને મેં રડી લીધું હતું... બસ, એ ઘડીથી મારા અબોલા તો હંમેશ માટે છૂટ્યા, પણ નવા વરસે મને પગે લાગવાનું એમણે છોડ્યું નહીં.

દાદા-દાદીના લગ્નજીવનને આદર્શ દાંપત્યજીવન માનતી સોનલે ફ્લૅટનો દરવાજો ઉઘાડ્યો ત્યારે રાધા-કૃષ્ણના મંદિરે દર્શન કરીને આવેલાં બંને પ્રસન્ન મુખે સામે ઊભાં હતાં.

'શું વાત છે ! હૅપી ગ્રાન્ડ પેરન્ટ્સ ! રોજ કરતાં આજ કાંઈ બહુ ખુશ દેખાઓ છો બંને... ભગવાન પાસેથી વરદાન લઈ આવ્યાં કે શું ?'

'વરદાન તો ખરું, પણ કેવું વરદાન ?' દાદાએ તેના ખભા પર હાથ મૂકી ઘરમાં પ્રવેશ કરતાં કહ્યું : 'એકસાથે બબ્બે કન્યાદાનના સુયોગનું વરદાન.'

એ જ વખતે નાની બહેન રૂપલ પણ નવા વરસના આશીર્વાદ લેવા સાડી પહેરીને આવી પહોંચી એટલે રતનબાએ ફોડ પાડ્યો :

'મંદિરેથી અમે ગિડવાણીભાઈને ત્યાં જતાં આવ્યાં. અમને આવી ચડેલાં જોઈને રામદાસભાઈ તો અર્ધાઅર્ધા થઈ ગયા. કહેવા લાગ્યા કે નવા વર્ષે અમારે વડીલો પાસે આવવાનું હોય, તમે કેમ ધક્કો ખાધો, સાંઈ !'

એટલી વાત કરી ત્યાં મનોહરલાલ અને સરિતાબહેને આવીને સજોડે વડીલોને પ્રણામ કર્યાં એટલે રતનબાએ આશિષ આપતાં કહ્યું : 'આ નવા વરસે બેઉ દીકરીઓને એકીસાથે સાસરે વળાવો, પછી મને વિદાય આપજો.'

સાંભળીને પતિ-પત્ની ઉપરાંત બંને પૌત્રીઓ ચોંકી : 'તમે ક્યાં જવા માગો છો, બા ?' મનોહરલાલ ગળગળા થઈ ગયા : 'મોટા ભાઈને ત્યાં ?'

'દીકરા, તારા મોટા ભાઈ ઈશ્વર સાથેનાં મારાં અંજળ તો કે'દીનાં પૂરાં થયાં.' વેદનાના અણસાર સાથે રતનબાએ કહ્યું : 'હવે તારી બંને દીકરીઓ અને ઈશ્વરની નિરાલી પરણી જાય એટલે અમે બેઉ માણસ માંગરોળ જવાનાં છીએ... પાંચપાંચ વરસથી જુદાં રહીએ છીએ, હવે પાછલી ઉંમરે જુદાઈ કેટલીક જીરવી શકીએ ?'

'તમારી જુદાઈના દિવસો હવે પૂરા થયા, બા !'

માતાના છેલ્લા શબ્દો સાંભળી ગયેલા ઈશ્વરલાલ ઉંબરેથી જ ઉત્સાહભેર બોલી ગયા : 'આજે તો એક પંથ અને બે કાજ માટે આવ્યાં છીએ.'

ઈશ્વરભાઈની પાછળ ચારુબહેન અને નિરાલી પણ દરવાજે દેખાયાં. મોટા પુત્ર સાથે ભાગ્યે જ નજર મિલાવી વાત કરનારાં અને આંખો મળી જાય ત્યારે પણ ધારદાર દૃષ્ટિએ જોનારાં રતનબાના હૈયામાં આજે આપોઆપ પુત્રપ્રેમ ઊભરાવા લાગ્યો. નૂતન વર્ષના સપરમા પર્વે વાણી કે વ્યવહારમાં કોઈ પ્રકારની કટુતા ન આવી જાય એવી સજાગતા સાથે તેમણે હોંશભેર ત્રણેને આવકાર્યાં :

'આવ, દીકરા ! આવો, વહુ ! અને આવી જા દાદાની લાડકી દીકરી !' કહી નિરાલીને હેતથી છાતીએ ચાંપી દીધી ત્યારે નિરાલીએ લાડથી પૂછ્યું :

'હું માત્ર દાદાની જ લાડકી અને દાદીની કાંઈ જ નહીં ?'

ત્યારે રતનબાએ તેના ગાલે ટાપલી મારીને સંભળાવ્યું : 'દાદીની ઊલટતપાસ લઈ રહી છે, નિરાલી ?' કહી સામે ઊભેલી સોનલ-રૂપલ તરફ જોઈને ઉમેર્યું :

'મારા માટે તો તમે ત્રણ દીકરીઓ ડાહી છો... આ સોનલ માત્ર ડાહી, રૂપલ દોઢડાહી અને નિરાલી, તું સળંગ ડાહી !'

એમની એ ટકોર પર થોડી વાર માટે સુમેળભર્યું વાતાવરણ સર્જાઈ ગયું. સૌ પોતપોતાના દરજ્જા પ્રમાણે પરસ્પરને ભેટ્યાં-નમ્યાં, આશિષ-શુભેચ્છા આપ્યાં-લીધાં અને મોં મીઠાં થઈ ગયાં એટલે ચારુબહેને સાસુજી સામે જોયું :

'બાજી, ઘરમાં દાખલ થતી વખતે તમારા દીકરાએ કહ્યું એ તમે કાને નહીં ધર્યું.' *જુદાઈના દિવસો પૂરા થયા* એવું ઈશ્વરલાલ બોલ્યા હતા તેનો દોર પત્નીએ સાંધી લીધો : 'અમે તમારા આશીર્વાદ લેવા જ નહીં, તમને પોતાને લેવા આવ્યાં છીએ.'

'હા, બા !' ઈશ્વરભાઈએ તરત જ સૂર પુરાવ્યો : 'તમને બાપુજીએ તો વાત કરી જ હશે. લાભપાંચમે નિરાલીનું સગપણ કરીએ છીએ.'

'હા, પેલા ડાયમન્ડવાળા ધીરુભાઈ ઝવેરીના દીકરા સાથે.' રતનબા બોલ્યાં તો સહજભાવે પણ ચારુબહેનને તેમાં સાસુનો ડંખ વર્તાયો. સોનલની આડે ઊતરીને પોતે નિરાલીનું ગોઠવી દીધું એનું મહેણું જિંદગીભર રહી જવાનું. ચૂપ થઈને એ નીચું જોઈ ગયાં એટલે ઈશ્વરભાઈએ જ વાત આગળ વધારવી પડી :

'તમે તો જાણો જ છો, બા, આપણે ત્યાં દીકરીનો આ પહેલો જ લગ્નપ્રસંગ છે. ચારુને દીકરી પરણાવવાનો કોઈ અનુભવ નથી એટલે વ્યવહારની પૂરી જાણકારી ન હોય. ડગલે ને પગલે એને તમારો ખપ પડશે.'

વાહ દીકરા !... નવા વરસનો દિવસ ન હોત તો કદાચ રતનબાએ સંભળાવી દીધું હોત : વહુને મારો ખપ પડશે એમ કહે છે એટલે તને તો મારો કોઈ ખપ નથી, એમ જ ને ? માતાને તેડું કરવા આવ્યો ત્યારે પણ તારું અભિમાન ઘેર મૂકીને ન આવી શક્યો, દીકરા ?

સાસુ ચૂપ રહ્યાં એટલે ચારુબહેનને આનાકાનીનો વહેમ આવ્યો હોય તેમ તરત યાદ કરાવ્યું :

'બા, યાદ છે ને - તમે કહ્યું'તું કે નિરાલીનું નક્કી થાય એટલે જરૂર *વિરામ વિલા* રહેવા આવી જઈશ... એટલે તો નિરાલી પણ અમારી સાથે તમને લેવા આવી.'

'મેં કહ્યું'તું એ બરાબર છે, વહુ, પણ....'

એટલું બોલીને રતનબા સૌની સામે જોતાં અટક્યાં એટલે મોટાં દીકરા-વહુને ફાળ પડી. ચારુબહેનને યાદ આવ્યું કે હરદ્વાર જતી વખતે માએ દીકરાને કહ્યું હતું, ફૅશન શોમાં ભવાનજીભાને દુઃખ પહોંચાડ્યું એ બદલ માફી માગી લેજે... કદાચ અત્યારે એ જ વાત ઉચ્ચારશે તો ? મા અને દીકરાની હઠ સામસામી ટકરાશે તો ?

એવી જ રીતે ઈશ્વરભાઈનેય ફડકો પડ્યો : નિરાલીના શુભપ્રસંગે મા ઘરમાં નહીં હોય તો સમાજમાં તેની ચર્ચા થશે, લોક મારું વાંકું બોલશે અને...

'મે વી કમ ઈન !'

ફ્લૅટનો દરવાજો ખુલ્લો હોવા છતાં બેલ વગાડીને ઘરમાં આવવાની રજા માગનાર પડછંદ પ્રતિભાશાળી પુરુષ તરફ સૌનું ધ્યાન એકસાથે દોરાયું. ખાદીના કુર્તા-પાયજામા પર રૉ સિલ્કની

જાકીટ ચડાવીને ઊભેલા એ ચશ્માંધારી વડીલની બંને બાજુ એક જ સરખા મરકમરક હસતા બે સૂટધારી યંગ મૅનને જોઈ દાદા-દાદી સહિત મનોહરલાલનાં ઘરવાળાં સૌ હરખાયાં, પણ ચોંકી ગયેલી નિરાલીની આંખો પહોળી થઈ. ચન્દ્રકુમારને સહાર એરપૉર્ટ લેવા ગયાં ત્યારે અલપઝલપ જોયેલા બંને ભાઈઓને ચારુબહેન તો ઓળખી ગયાં, પણ અપરિચિત ઈશ્વરલાલ મોં વકાસીને અત્યારે આ કોણ ત્રિપુટી આવી ચડી - એવા ભાવથી ત્રણેને તાકી રહ્યા.

'આવો-આવો, રામદાસભાઈ !' હર્ષભેર બોલતાં મોતીલાલ વિરાણી તેમને દરવાજા સુધી લેવા ગયા. વેલકમ, યંગમેન ! કહી બેઉ જુવાનને આવકારી ત્રણેને એ અંદર લઈ આવ્યા ત્યાં સુધીમાં જોડિયા ભાઈ રાજન-સાજનની નજર સોનલ-રૂપલ ઉપરાંત નિરાલી પર પણ પડી ચૂકી હતી.

'ફરી પાછાં આપણે ભટકાઈ ગયાં, મિસ વિરાણી !' કહી રાજન ગિડવાણીએ સૌપ્રથમ નિરાલી સાથે હાથ મિલાવી *હૅપી ન્યૂ યર વીશ* કર્યું ત્યારે ચારુબહેન સિવાયનાં સૌએ બંને વચ્ચેની ઓળખાણ બદલ અચરજ અનુભવ્યું.

કદાચ એ લોકો મનોહરલાલના પાડોશી હશે એમ માની ઈશ્વરભાઈએ તેમના તરફ વિશેષ લક્ષ આપવાનું ટાળ્યું ત્યાં પિતાએ ઉત્સાહભેર પરિચયવિધિ કરાવ્યો :

'રામદાસભાઈ, તમે બહુ મોકાસર આવી ગયા... આ છે મારો જ્યેષ્ઠ પુત્ર ઈશ્વર, આ એમનાં પત્ની ચારુલતા અને આ અમારી લાડકી પૌત્રી નિરાલી.'

ઈશ્વરભાઈએ વિવેક ખાતર ત્રણે સામે *હેલ્લા*ના સંકેતથી હાથ ઊંચો કર્યો અને ચારુબહેને હસીને હાથ જોડ્યા ત્યાં મોતીલાલ માસ્તરે બીજી બાજુનો પરિચય આપ્યો -

'અને, ઈશ્વર, આ છે આપણા ભાવિ વેવાઈ રામદાસ ગિડવાણી.'

ભાવિ વેવાઈ સાંભળીને મોટા પુત્રનો આંચકો શમે એ પહેલાં પિતાએ ઉમેર્યું : 'અને, ઈશ્વર, આ છે હૉંગકૉંગના ઍન્ટિકરપ્શન બ્યૂરોના હોનહાર ઑફિસર રાજન-સાજન ગિડવાણી... આપણા ભાવિ જમાઈઓ !'

બબ્બે ભત્રીજીઓના ફિયાન્સને મળીને ઈશ્વરભાઈનું હૈયું ઊછળી પડવું જોઈએ તેને બદલે આંચકાથી એ છળી પડ્યા.

'ગ્લૅડ ટુ મીટ યૂ, વિરાણીશેઠ !' એક જ સૂરે બોલતા હોય તેમ રાજન-સાજને વિવેકભેર ઝૂકીને 'વીશ યૂ હૅપી ન્યૂ યર !' કહ્યું ત્યારે 'સેઈમ ટુ યૂ, યંગ બૉયૂઝ !' કહીને વારાફરતી તેમની સાથે હાથ મિલાવતી વખતે ઈશ્વરભાઈએ સરકારી સકંજામાં સપડાયા હોય એવી ભીંસ એ બંનેના પંજાની પકડમાં અનુભવી. પછી યાદ આવ્યું હોય તેમ કોટના ખિસ્સામાંથી પાંચસો-પાંચસોની એકએક નોટ બંનેના હાથમાં પકડાવતાં કહ્યું : 'મોં જોવાની ખુશાલીના.'

બંનેએ આભારવશ-ભાવે નોટ હાથમાં લઈ તેના પર છપાયેલી મહાત્મા ગાંધીના ચિત્ર પર નજર નાખીને ભાવિ કાકાજી સામે સ્મિત ફરકાવ્યું ત્યારે ઈશ્વરભાઈને વિનાકારણ તેમના સ્મિતમાં કટાક્ષનો ભાવ વર્તાયો, જાણે એ કહેતા હોય : સરકારે પાંચસો રૂપિયાની કરન્સી છાપીને કાળાં નાણાં સાચવવાની ભારે સગવડ કરી આપી !

બંને ભાઈઓએ વડીલો પ્રત્યે આદર વ્યક્ત કરવાની વ્યાવહારિક વિધિ પતાવી દીધા પછી રાજન *હેલ્લો* કહી સોનલનો હાથ પકડીને તેને સોફા પર પોતાની બાજુમાં બેસાડી અને રૂપલે તો સામે ચાલીને વડીલોની હાજરીમાં *હાય* કહી સાજનની પડખે બેઠક લઈ લીધી.

આંખ ઠરે એવી એ બંને જોડીની બાજુમાં એકલી બેઠેલી નિરાલીને જોઈ ચારુબહેનને થયું : અત્યારે ચન્દ્રકુમાર પણ હાજર હોત તો ? નિરાલીને પડખે હીરો ઝળહળતો હોય એમ શોભી ઊઠત ને !

'અમારા ચન્દ્રકુમાર પણ હમણાં જ આવવા જોઈએ.' ભીતરની ઝંખનાને વાચા આપતાં ચારુબહેન બોલી ઊઠ્યાં : 'હવે તો આપણી ત્રણે દીકરીઓ હોંગકોંગવાસી થઈ જવાની !'

- એ તો જેનાં જ્યાં અંજળ હોય ત્યાં જવાનું થાય... એવું રતનબા બોલે એ પહેલાં ચારુબહેને પોરસ કરવા રામદાસ ગિડવાણીને કહી દીધું :

'અમારી નિરાલીના સગપણનું મુહૂર્ત લાભપાંચમે રાખ્યું છે. તમારે જરૂર આવવાનું છે, ભાવિ વેવાઈ !'

'જરૂર આવીશું, બહેન, પણ ભાવિ વેવાઈ તરીકે નહીં... વર્તમાન વેવાઈના સગપણે !' કહી રામદાસે સુખદ આંચકો આપ્યો : 'તમે લાભપાંચમનું મુહૂર્ત કઢાવ્યું, પણ અમે તો આજના નવા વરસને ઉત્તમ મુહૂર્ત માનીને વેવિશાળની વિધિનું સમાપન કરવા જ આવ્યા છીએ.'

ઈશ્વરભાઈ, ચારુબહેન અને નિરાલી ડઘાઈ જવાના ભાવથી તેમને જોતાં રહ્યાં. એટલી વારમાં તો રામદાસ ગિડવાણીએ કપડાની થેલીમાંથી પાન-સોપારીની ચાંદીની પેટી કાઢીને બધાંની વચ્ચે મૂકી :

'આમાં ચાંદીનાં બે શ્રીફળ, કંકાવટી અને ચાંદીના અસલ રાણીછાપ બે રોકડા રૂપિયા લઈ આવ્યા છીએ. કરો કંકુના એટલે તમારી બંને પુત્રીઓ મારા પુત્રોની વાગ્દત્તા થઈ ગઈ સમજો !'

'પરંતુ એવી ઉતાવળ શું છે ?' ઈશ્વરભાઈને ખટક્યું હોય તેમ શંકાશીલ સ્વરે બોલી ગયા : 'પંડિતની હાજરીમાં વિધિસર વેવિશાળ થાય, અમારાં સગાં-સંબંધી હાજર હોય તો પ્રસંગ દીપી ઊઠે.'

'વિરાણીશેઠ, અમે સાદાઈથી વિધિ કરવાનું નક્કી કર્યું છે અને સગાં-સંબંધીમાં તમે હાજર છો પછી બીજા કોઈની...'

'અમારી હાજરી તો અણધારી છે, સાંઈ !'

ઈશ્વરભાઈના બોલવામાં રહેલો ખટકો પારખી ગયેલા પિતાએ તરત વચ્ચે બોલવું પડ્યું :

'નહીં, ઈશ્વર, તમે આવવાનાં છો એ ગણતરીથી જ રામદાસભાઈ સાથે આ ગોઠવણ કરી છે.'

'પરંતુ આ બધું નક્કી થવાનું છે એની અમને કોઈએ જાણ જ કરી નહીં ?' ઈશ્વરભાઈએ વડીલની રૂએ વાંધો ઉઠાવ્યો : 'આપણને હજુ એમની પૂરી ઓળખાણ-પિછાણ પણ નથી ત્યાં...'

'ભાઈ, એમની ઓળખાણ-પિછાણ તો છેક કરાંચીના વખતની છે.' રતનબાએ વાંધો ઉડાવી દેવાની ઢબે કહ્યું : 'એ બધું તને તારા બાપુજી નિરાંતે કહેશે.'

છતાં ઈશ્વરભાઈએ સંતોષનો પ્રતિભાવ દર્શાવ્યો નહીં એટલે નિરાલીએ બોલવું પડ્યું :

'ડેડી, રાજન-સાજનની થોડીક ઓળખાણ તો હું પણ આપી શકું એમ છું.' મિરચંદાનીના સકંજામાંથી અણીને વખતે પોતાને ઉગારી લેનાર ભાઈઓ વિરાણી કુટુંબના જમાઈ બનવાની લાયકાત ધરાવે છે કે નહીં એવી શંકા પિતાએ ઉઠાવી ત્યારે પોતાનું ચૂપ રહેવું અજુગતું લાગ્યું હોય તેમ નિરાલીના અવાજમાં આપોઆપ મક્કમતા આવી ગઈ :

'દાદીજીએ તમને ઓળખાણમાં કહ્યું કે બંને હોંગકોંગ ઍન્ટિકરપ્શન બ્યૂરોના હોનહાર

ઑફિસર છે એ જરા અધૂરું ગણાય. ખરેખર તો હન્ડ્રેડ પર્સેન્ટ ઑનેસ્ટ (સો ટકા પ્રામાણિક) અધિકારી તરીકે હવે તો આખું હૉંગકૉંગ તેમને ઓળખતું થયું હશે. માફિયાની ધમકી કે માલેતુજારની રુશવત તેમને ચલિત કરી ન શકે એવી એ બંનેની છાપ છે... બાકી ચન્દ્રકુમારના શબ્દોમાં કહું તો...'

'ચન્દ્રકુમારના શબ્દોમાં ?' ઈશ્વરભાઈ ભૂલી ગયા કે તેમના જમાઈ હૉંગકૉંગના છે : 'શું આપણા ચન્દ્રકુમાર પણ તેમને ઓળખે છે, નિરાલી ?'

'હા, ડેડી, એમનાં નામથી અને કામથી ઓળખતા જ હતા, પ્રત્યક્ષ પરિચય સહાર એરપૉર્ટ પર કરાવ્યો ત્યારે જ સી.કે. બોલી ઊઠ્યા હતા કે આ ટ્વિન બ્રધર્સની ઓળખાણ હોવી એ જેન્ટલમેન (સદ્‌ગૃહસ્થો) માટે ગૌરવની વાત છે, પણ વિકેડ પર્સન્સ (દુષ્ટ માણસો) તેમનાં નામથી જ દૂર ભાગે એવી એમની ધાક છે.'

ધાક શબ્દ પર નિરાલીએ ભાર નહોતો મૂક્યો છતાં તેના ડેડીને એ શબ્દ ભારેખમ લાગ્યો. હવે તેમને કાંઈ બોલવાનું રહેતું નહોતું, પણ નિરાલીએ કહેવાનું બાકી હતું :

'દાદાજી, મને એક જ વાતની ચિંતા છે.' સાંભળીને ઈશ્વરભાઈના કાન ચમક્યા : કાંઈક ચિંતા કરવા જેવું નીકળ્યું ખરું !... કાન સરવા કરીને એ સાંભળવા લાગ્યા.

'સગાઈ કરતાં પહેલાં મારી એ ચિંતાનું તમારે નિરાકરણ કરવું પડશે, ગ્રાન્ડ ડેડ !'

'શેનું નિરાકરણ, નિરાલી દીકરી ?' મોતીલાલભાઈએ પૂછ્યું ત્યારે નિરાલીએ ગંભીરતા ધારણ કરી લીધી :

'આ જોડિયા જીજાજી રાજન-સાજનમાંથી કોણ રાજન છે અને કોણ સાજન, એ બિચારી સોનલ-રૂપલ ખાતરીપૂર્વક કેમ કહી શકશે ?'

સાંભળીને સૌ ખડખડાટ હસી પડ્યાં, જ્યારે બોલકી રૂપલે એટલી જ ખેલિદલીથી નિરાલીની ચિંતાને ચીત કરી દીધી :

'નિરાલી, પહેલી વાર તો હુંય ગોટાળો કરી બેઠી હતી. પરંતુ હવે આંખો મીંચી દઈ માત્ર એમના અવાજ પરથી કહી શકું છું કે આ મિસ્ટર સાજન ગિડવાણી છે. અરે, એમનાં પગલાં સાંભળીનેય કહી આપું કે આ મારો સાજન છે !'

'હવે ચૂપ બેસ, દોઢડાહી !' રતનબાએ તેને ટપારી : 'અમારી તો ઠીક, પણ આ રામદાસભાઈનાં માન-મર્યાદા તો રાખતાં શીખ ! કાલ સવારે સાસરે જવાનું થશે.'

'કાલ સવારે સાસરે મોકલવી હોય તો, માજી, આજનું મુહૂર્ત સાચવી લો.' રામદાસભાઈએ ચાંદીની પેટી ખોલી આપતાં કહ્યું : 'બંનેને સાસરે લઈ જવા માટે તો આજથી બરાબર ૫૬મે દિવસે પહેલી જાન્યુઆરી ૧૯૯૨ના નવા વરસે અમે આવી પહોંચશું.'

'પહેલી જાન્યુઆરી !' ચારુબહેનને એ સહેજ કઠ્યું. મનોહરભાઈની દીકરીઓ સગપણ અને લગ્ન બંનેમાં નિરાલી કરતાં આગળ નીકળી જશે તો ? તારીખ લંબાવવા માટે એ કાંઈક કારણ શોધતાં હતાં ત્યાં દેરાણીની ભીની થતી આંખો જોઈને બોલવાનું સૂઝી આવ્યું :

'બબ્બે દીકરીઓ એકસાથે આટલી જલદી નજરથી દૂર હૉંગકૉંગ સુધી મોકલવાનું મારી દેરાણીને કેટલું વસમું લાગશે... મુંબઈમાં ને મુંબઈમાં જ હોત તો-તો વાત જુદી હતી.'

'આન્ટી, તમારી ભત્રીજીઓએ કદાચ હૉંગકૉંગ સુધી જવું જ નહીં પડે.' રાજને ધરપત આપી : 'હૉંગકૉંગ જેવું જ કામ અમને અહીં મળી રહે એવું લાગે છે.'

'ઍન્ટિકરપ્શનનું કામ ?' ઈશ્વરભાઈએ વ્યંગમાં પૂછ્યું : 'આ દેશમાં તો ઍન્ટિકરપ્શનવાળા પણ લાંચરુશવત લેતાં પકડાય છે.'

તેમની ટીખળ જેવી ટકોરને ગણકાર્યા વિના રાજને ગંભીરપણે કહ્યું : 'અંકલ, પહેલાં હૉંગકૉંગમાં પણ એવું જ હતું. છ મહિના પહેલાં ભારતથી એક ડેલિગેશન અમારા બ્યૂરોનો અભ્યાસ કરવા આવેલું. તેમણે આપેલા રિપૉર્ટ પરથી અહીં પણ ચાર મહાનગરોમાં આ પ્રકારનો બ્યૂરો ખોલવાનું નક્કી થયું અને અમને બંનેને બૉમ્બે બ્યૂરોના ચીફ નીમવાનો નિર્ણય પણ લેવાઈ ગયો છે.'

છતાં ઈશ્વરભાઈનું રૂંવાડું ફરક્યું નહીં :

'ચીફ તરીકે શું કરશો, ગિડવાણી બ્રધર્સ ?'

'ઑફ ધ રેકર્ડ તમને કહું છું, અંકલ ! પહેલી વાર આ દેશમાં આગળ પડતા રાજકારણીઓ અને અગ્રગણ્ય ઉદ્યોગપતિઓના ભ્રષ્ટાચાર પકડી પાડવા માટે સ્પેશિયલ સેલ રચવાની વિશેષ સત્તા રાષ્ટ્રપતિને આપવાનું નક્કી થયું છે. લાખો-કરોડો ખર્ચીને ચૂંટણી લડતા નેતાઓ, સત્તા પર આવ્યા પછી બેસુમાર પૈસા ખાતા પ્રધાનો, પોતાના સ્વાર્થ ખાતર પ્રધાનો પાસે ધાર્યું કરાવતા ઉદ્યોગપતિઓ અને સ્વિસ બૅન્કમાં અઢળક નાણાં છુપાવી રાખતા બિઝનેસમેન... એ બધાને પ્રજાની સમક્ષ ખુલ્લા પાડવાનો પડકાર અમારે ઝીલવાનો છે.'

હવે ઈશ્વરભાઈના શરીર પરનાં બધાં જ રૂંવાડાં ઊભાં થઈ ગયાં. પુત્રના મનોભાવ પારખી ગયેલા મોતીલાલ વિરાણીને થયું કે ખોટા વખતે સાચી વાત કહેવાઈ ગઈ.

'એ બધી કડવી વાતો પછી કરજો, જમાઈરાજ, પહેલાં આપણે ગોળધાણા ખાઈ લઈએ.'

'નહીં, બાપુજી, આપણે જમાઈરાજની એ વાત પર ગોળધાણા ખાઈ લઈએ એમ કહો.' જાણે સામો પડકાર ફેંકતા હોય તેમ સાચે વખતે તેમનાથી ખોટું બોલાઈ ગયું : 'હવે આ દેશમાં ખુદ મહાત્મા ગાંધી ફરી પેદા થાય તોપણ કોઈનું કાંઈ બગાડી શકે નહીં.'

સાંભળીને રતનબાએ પુત્ર સામે આંખો કાઢી :

'આમાં કોઈનું કાંઈ બગાડવાની વાત ક્યાં આવી, ઈશ્વર ? મહાત્મા ગાંધીના ગયા પછી આ દેશમાં જે બગડેલું છે તેને સુધારવાનું એ કહી રહ્યા છે.'

ત્યારે ઈશ્વરભાઈ કહેવા જતા હતા કે *બા, તમે દરેક વાતમાં મારી વિરુદ્ધ જ કૂદી પડો છો*... પણ એવું બોલવું ન પડ્યું, કારણ કે મનોહરલાલની બાજુનો ફોન ખરે વખતે રણકી ઊઠ્યો અને જોગાનુજોગ એ કૉલ પણ ઈશ્વરભાઈ માટેનો જ નીકળ્યો.

'મોટા ભાઈ, દિલ્હીથી કોઈ તમારી સાથે અર્જન્ટ વાત કરવા માગે છે.'

'મારા માટે દિલ્હીથી અહીંયાં ફોન આવ્યો ?' બબડતા આઈ. એમ. વિરાણી ઊઠ્યા એટલે નાના ભાઈએ સૂચન કર્યું :

'તમને અંદર બેડરૂમમાં લાઈન આપું છું. નિરાંતે વાત કરી શકશો.'

'એ જ બરાબર છે.' નાના ભાઈના સૂચનને વધાવી લેતાં તેમણે બેડરૂમ તરફ પગ ઉપાડ્યા પછી સૌને સંબોધીને કહ્યું :

'અર્જન્ટ કૉલ છે એટલે પૂરો કરતાં મને કદાચ વાર લાગે તો તમે વેવિશાળની વિધિ પતાવી નાખજો.'

રતનબાને એ બહુ ખટક્યું. તું નાના ભાઈની દીકરીઓના સગપણનો સાક્ષી પણ બનવા નથી માગતો ? - એવા ભાવથી ઈશ્વરલાલ તરફ જોયું, પણ ત્યાં સુધીમાં એ અંદર સરકી ગયા હતા.

'હેલ્લો !' બોલ્યા ત્યાં સામેથી 'સાલ મુબારક' કહેતા સંસદસભ્ય મુરારિલાલ પોદ્દારનો અવાજ સાંભળવા મળ્યો ત્યારે ઈશ્વરભાઈનું મોં સહેજ કટાણું થયું.

'ઈશ્વરભાઈ, અહીં બહુ ઝડપથી બનાવો બની રહ્યા છે.'

દરેક બાબતને તાકીદનું સ્વરૂપ આપવાની કુટેવ ધરાવતા મુરારિલાલના એ શબ્દોને મહત્ત્વ આપ્યા વગર તેમણે સાંભળ્યા કર્યું :

'ધ્યાનથી સાંભળજો. પી.એમ. (પ્રાઈમ મિનિસ્ટર) સામે બળવો ફૂંકાઈ રહ્યો છે... અને ફૂંક મારવામાં અગ્રેસર છે આપણા ડિફેન્સ મિનિસ્ટર વી. કે. સિંહા.'

પાટનગરનું રાજકારણ સાચી-ખોટી અફવાથી ઊકળતું રહેતું હોવાથી ઈશ્વરભાઈએ ગણકાર્યું નહીં.

'આપણા ફેશન શોમાં પધારેલા ડિફેન્સ મિનિસ્ટર વિજયકુમાર સિંહાએ બરાબર માથું ઊંચક્યું છે. કહે છે કે મારા માટે ડેપ્યુટી પ્રાઈમ મિનિસ્ટરનો હોદ્દો ઊભો કરો અને મને ફાઈનાન્સ પૉર્ટફોલિયો આપો.'

ઈશ્વરભાઈને ફાઇનાન્સ પૉર્ટફોલિયોની વાતમાં થોડો રસ પડ્યો છતાં કાંઈ બોલ્યા નહીં.

'આઈ. એમ., તમે બરાબર સાંભળો છો ને ?'

'હા...હા !'

'હવે જાણે આપણા સિંહાસાહેબને પાર્ટીના મારા જેવા પચાસ ટકા સાંસદોનું પીઠબળ છે એટલે પ્રાઈમ મિનિસ્ટરે નમતું જોખ્યા વિના ચાલવાનું નથી. એક-બે દિવસમાં તમે સાંભળશો કે વિજયકુમાર સિંહા ડેપ્યુટી પ્રાઈમ મિનિસ્ટર બની ગયા અને તેમને નાણાંખાતાનો અખત્યાર પણ અપાયો.'

'એ તો સારા ખબર આપ્યા.'

'હવે તમારા મોંમાં પાણી આવ્યાં ને, ઈશ્વરલાલ !' મુરારિલાલ જાણે દિલ્હીમાં બેઠાં-બેઠાં ટેલીફોન પર જોઈ ગયા હોય એવા લહેકાથી બોલ્યા : 'બે-ચાર દિવસ પછી નાણાંખાતું આપણા બાપનું છે એમ સમજી લેજો.'

'બાપનું નહીં, આપણું પોતાનું કહો.'

'એ બધું એકનું એક, ઈશ્વરલાલ ! પહેલાં તમે પૂરું સાંભળી લો.' મુરારિલાલે અવાજનું વૉલ્યુમ એકાએક ઘટાડી નાખીને કહ્યું : 'સિંહા આટલેથી અટકે એમ નથી. બે-ચાર મહિનામાં પ્રાઈમ મિનિસ્ટરનું પદ ખૂંચવી લેવાનો વ્યૂહ તેમણે ઘડી કાઢ્યો છે.'

'એ કેવી રીતે ?'

'બીજી કઈ રીતે ચાલે છે આ દેશમાં ? પી.એમ.ના ટેકેદાર સંસદસભ્યોમાંથી બીજા પચીસ-ત્રીસને ખેરવી નાખતાં કેટલી વાર લાગે ?' કહીને હળવેકથી ઉમેર્યું : 'જો તમારા જેવા ઉદ્યોગપતિનો સાથ હોય તો !'

હવે ફોન પર વાત આગળ વધારવાનું ઈશ્વરભાઈને જોખમી લાગ્યું, પરંતુ નાના ભાઈના એરકન્ડિશન્ડ રૂમમાં કોઈ સાંભળી જનારું હતું નહીં અને દીવાનખંડમાં બેઠેલાં બધાં વચ્ચે બહારની લાઈનનું રીસીવર ઊંચકીને સાંભળવાની ચેષ્ટા કોઈ કરે જ નહીં એવો તર્ક કરી તેમણે જાણી લેવાની લાલચને વાચા આપી :

'મારે શું કરવાનું છે, મુરારિભાઈ ?'

'બસ, હાલ તરત પચીસ-ત્રીસ પટારા (કરોડ) તૈયાર રાખજો. આવડા મોટા દેશના વડાપ્રધાન આપણો પડ્યો બોલ ઝીલતા થઈ જાય એવું કરવા માટે આ કિંમત કાંઈ વધારે ન કહેવાય. મારે તમને એ સમજાવવાનું ન હોય, વિરાણીશેઠ !'

'અને આવી બધી વાત ફોન પર કરવાની ન હોય એ પણ મારે તમને સમજાવવાનું ન હોય, એમ.પી. !'

'તો પછી બાકીની વાત કરવા સાંજની ફ્લાઈટ પકડીને આવી પહોંચું છું.' કહીને ફોન મૂકી દેતાં પહેલાં નાટકીય ઢબે બોલી ગયા : 'શુભ કાર્યમાં વિલંબ શું કામ કરવો ?'

તેમના એ શબ્દો વાગોળતા ઈશ્વરભાઈ ફોન મૂકીને દીવાનખંડમાં પાછા ફર્યા ત્યારે સાચા અર્થમાં વેવિશાળનું કાર્ય વિનાવિલંબે સમાપ્ત થઈ ચૂક્યું હતું.

*

'માસ્તર, મને તો ચિંતા થાય છે.' બેસતા વરસની બીજી સાંજે પાર્કમાં પત્નીને મળવા આવેલાં રતનબાએ પાંચ મિનિટમાં બીજી વાર મનનો ઉચાટ દોહરાવ્યો : 'ફોન પર જમાઈ રાજનકુમારે કહ્યું એ તમે બરાબર સમજ્યાં તો છો ને ?'

'રતન, એની વાત સાંભળ્યા પહેલાં જ તું આમ ફફડી જવાની છો એવી ખબર હોત તો હું એકલો જ એને મળી લેત ને.'

એ શબ્દોમાં મોતીલાલ વિરાણીએ પત્નીને ધરપત તો આપી પણ ખરેખર પોતેય ઓછા ઉચાટમાં નહોતા. બપોરે રાજન ગિડવાણીનો *વિરામ વિલા*માં ફોન આવ્યો ત્યારે એમણે ધાર્યું નહોતું કે હજુ ગઈ કાલે જ સોનલ સાથે સગપણથી જોડાયેલા જમાઈ કોઈ અગત્યની ગંભીર ચર્ચા માટે એકાન્તમાં મળવાની માગણી કરશે.

'વડીલ, મારે આપને મળવું છે. એક ધર્મસંકટ જેવી સ્થિતિ થઈ છે.'

'ફોન પર કહી શકાય તેમ નથી ?'

'ફોન પર તો શું, કોઈની હાજરીમાં કહી શકાય તેમ નથી.'

એટલું સાંભળ્યું ત્યાં જ એ પામી ગયેલા કે વાત બહુ ગંભીર હોવી જોઈએ.

'વડીલ, એટલા માટે આપને બહાર મળવા માગું છું. આપ કહો એ જગ્યાએ આવી જાઉં.'

ત્યારે મોતીલાલ માસ્તર ઘડીભર વિચારમાં પડી ગયેલા. એમને બહાર મળવા ક્યાં બોલાવવા ? પછી મગજમાં ઝબકારો થયો એટલે ઠેકાણું ચીંધી દીધું હતું :

'હું અને સોનલનાં દાદી રોજ સાંજે કોલાબા પાર્કમાં મળીએ છીએ... ત્યાં એની હાજરીમાં મળીએ તો વાંધો છે ?'

'મને વાંધો નથી, પણ દાદીમા કઠણ કાળજું રાખી શકશે ?'

'ખરેખર તો કાળજું મારા કરતાં એમનું વધારે કઠણ છે, રાજનકુમાર ! એ હાજર હશે તો હુંય મક્કમ રહી શકીશ.'

પરંતુ પાર્કમાં મળવા આવેલાં કઠણ કાળજાનાં રતનબાએ પતિ પાસેથી રાજનકુમારના ફોનની વાત જાણી ત્યાં જ ઢીલાં પડી ગયાં. વેવિશાળના બીજા દિવસે ભાવિ જમાઈ આવી ખાનગી મુલાકાતની માગણી કરે તેમાં એમને કાંઈક અમંગળ બનવાના ભણકારા સંભળાવા લાગ્યા. સવારે બંને પૌત્રીઓનું સગપણ નક્કી કરી, સાંજ સુધીમાં નજીકનાં સગાં-વહાલાંને ખુશખબર પણ આપી દીધેલા. એમાંથી કોઈકે ગિડવાણીને ત્યાં ફોન કરીને છોકરીઓ વિરુદ્ધ કાનભંભેરણી તો નહીં કરી હોય ને ? કઠણ કાળજું રાખવાની વાત કરી એટલે શું સગાઈ ફોક કરવાનું કહેવા આવતો હશે એ ?

'રતન, આમ તો તું મને પોચા મનનો કહીને ઘણી વાર મહેણાં મારતી હોય છે અને અત્યારે તું પોતે જ પોચટ બની જઈ ખોટા તર્ક કરવા લાગી ?'

'બબ્બે દીકરીઓના ભવિષ્યની વાત છે એટલે કાળજું ફફડે છે, માસ્તર ! બંને માટે અણધાર્યું આવું ઠેકાણું મળી ગયું એથી હું હરખાતી હતી. મેં જ આગળ રહીને આ બધું કરાવ્યું અને હવે એમાં પાછાં પડવા જેવું થશે તો આખી જિંદગી ટકાવી રાખેલો જુસ્સો ફસકી પડશે.'

'હવે બસ કર, એ આવતા દેખાય છે.' રાજન ગિડવાણીને આવતા જોઈ પોતે ટટ્ટાર થઈ ગયા : 'જોજે આપણને કોઈ અણસાર આવ્યો છે એવું કળાવા નહીં દેતી. જે કાંઈ બનવાનું છે તેનો સાથે રહીને આપણે મક્કમપણે સામનો કરવાનો છે, સમજી ?'

અને તત્કાળ સમજી ગયાં હોય તેમ રતનબાએ ચહેરા પર પ્રસન્નતા પ્રસરાવી દઈ રાજન ગિડવાણીને આવકાર આપ્યો :

'આવો, જમાઈરાજ ! બગીચામાં મળવાનું ગોઠવ્યું તેથી અમે બેસવા માટે આસન પણ આપી શકીએ તેમ નથી.'

ત્યારે મોતીલાલ માસ્તરને ખ્યાલ આવ્યો કે નીચે ઘાસને બદલે બેન્ચ પર બેઠક રાખી હોત તો આવનારને વધુ અનુકૂળ પડત.

'એમ કરીએ, આપણે સામે બાંકડા પર બેસીએ.' કહેતા એ ઊભા થવાનો પ્રયાસ કરવા લાગ્યા ત્યાં રાજને તેમને રોક્યા : 'વડીલ, બેન્ચ કરતાં અહીં જ ઠીક રહેશે. સામસામે બેસીને વાત કરવાનું વધારે ફાવશે.'

સામસામા બેસવાની વાત પર ફરી બંને વડીલોના ઉચાટે માથું ઊંચક્યું. તેમાં પાછો રાજન બેઠક લીધા પછી પણ થોડી વાર ગંભીર-ભાવે બંનેને જોતો રહ્યો એટલે વીજળી પડવાની હોય એવી કંપારી પણ બંનેએ અનુભવી.

'બોલો, ભાઈ, શું વાત છે ?'

ખામોશી ખમાતી ન હોય તેમ મોતીલાલ વિરાણીએ બોલવું પડ્યું : 'તમારાં દાદીમાની હાજરીનો સંકોચ ન રાખશો.'

'સંકોચ કરતાંય એમને આઘાત લાગવાનો મને ભય છે.' રાજન શરૂ કરવાની ગડમથલ સાથે બોલી ગયો : 'ગમે તેમ તોય સ્ત્રીઓનાં દિલ કોમળ હોય છે.'

'છતાં કહેવા આવ્યા જ છો તો બેધડક કહી દો, રાજનકુમાર !' મોતીલાલ માસ્તરના અવાજમાં થડકો હતો : 'કદાચ કહ્યા પછી તમે માનો છો એવું આકરું અમને ન પણ લાગે.'

'નહીં, વડીલ, સાંભળ્યા પછી તમે ન માની શકો એટલું બધું આપને આકરું લાગશે.'

કેટલીક વાત એવી વસમી હોય છે કે કહેનાર-સાંભળનાર બંનેને ઉતાવળ હોવા છતાં કહેતાં-સાંભળતાં ટેન્શન થઈ જાય.

'કાલ સવારે એન્ગેજમેન્ટની વિધિ વખતે તમારા મોટા સનને દિલ્હીથી ફોન આવેલો.'

રાજનકુમારે શરૂઆત કરી એટલે મોતીલાલ વિરાણીએ સત્વર કડી જોડી આપી : 'હા, અર્જન્ટ કૉલ હતો એટલા માટે ઈશ્વરે ફોન લેવા બેડરૂમમાં જવું પડ્યું.'

'અને વેવિશાળની વિધિ પૂરી થઈ ત્યાં સુધી અમારો ઈશ્વર બેડરૂમમાંથી બહાર ન આવ્યો એ તો અમનેય ખટક્યું હતું, ભાઈ !'

જમાઈને એનું ખોટું લાગ્યું હશે એવા અનુમાનથી રતનબાએ ઉતાવળે ખુલાસો પણ કરી નાખ્યો : 'અમારા ઈશ્વરનો સ્વભાવ જરા અતડો છે. તમારે એનું ખરાબ લગાડવાનું ન હોય.'

'નહીં, દાદીમા, હું કાંઈક જુદું જ કહેવા માગું છું.' રાજનને થયું કે મૂળ મુદ્દા પર આવવામાં વાર લગાડવાથી ગેરસમજ થઈ રહી છે એટલે બુશકોટના ખિસ્સામાંથી કાગળ કાઢ્યો :

'આ લખાણ વાંચશો એટલે તમને સમજાશે કે હું શું કહેવા માગું છું.' કહ્યા પછી ખ્યાલ આવ્યો કે બંને જણાં સાથે તો કાગળ વાંચી નહીં શકે એટલે સ્પષ્ટતા કરવી જરૂરી લાગી :

'ઈશ્વર અંકલે દિલ્હીના કૉલ પર જે કાંઈ વાતચીત કરી તેનો સાર આ કાગળમાં છે.'

'હેં !' મોતીલાલ વિરાણીના માનવામાં ન આવ્યું હોય તેમ પૂછ્યું : 'રાજનકુમાર, એ વખતે તો આપણે સૌ સાથે જ બેઠાં હતાં... તો પછી એ વાતચીત તમારા સુધી કેવી રીતે આવી ?'

એવં પુછાય તેની રાહ જોતો હોય તેમ રાજને પોતાનો ડાબો હાથ લંબાવીને તેમની સામે હથેળી ધરી :

'મારી બીજી આંગળીમાં કાળા ચકતાવાળી આ વીંટીમાં તમને શું દેખાય છે, વડીલ ?'

'કાળા રંગનું કોઈ નંગ જડાવ્યું લાગે છે.' માસ્તરે અનુમાન કર્યું : 'ઘણી વાર કોઈ ગ્રહનું નડતર દૂર કરવા માટે નંગ પહેરવું પડે છે.'

'નહીં, વડીલ ! આ નંગ અંગત નડતર દૂર કરવા માટે નહીં, પણ નડતરને વધુ નજીકથી ઓળખવા માટે છે.'

રાજન ગિડવાણીએ કહ્યું, પણ બેમાંથી કોઈને સમજાયું હોય એમ લાગ્યું નહીં એટલે તેણે તરત ઉમેર્યું :

'ખરેખર તો આ વીંટીમાં અત્યંત સેન્સિટીવ (સંવેદનશીલ) માઈક્રોફોન ફિટ કરેલું છે, જે છ મહિના પહેલાં અમારા બ્યૂરોએ રશિયાથી મંગાવ્યું હતું.'

કહી રાજને અચાનક પોતાના ડાબા હાથમાં મોતીલાલ વિરાણીના જમણા હાથનું કાંડું પકડી લીધું :

'આપનો હાથ મેં આ રીતે પકડી લીધો એટલે તમારી નાડીના દરેકે-દરેક ધબકાર આ વીંટી દ્વારા મારે ખિસ્સામાં રાખેલા માઈક્રો-રેકર્ડરમાં ટેપ થવા લાગ્યા.'

રતનબા અને માસ્તર તાજુબીભેર તેને સાંભળતાં હતાં.

'ઈશ્વર અંકલ અંદર ફોન લેવા ગયા ત્યારે કોણ જાણે કેમ દીવાનખંડમાં મારી બાજુમાં પડેલા ટેલીફોનના રીસીવર પર મારાથી આમ હાથ મુકાઈ ગયો. આ વીંટી તો હું ચોવીસે કલાક

પહેરી રાખું છું, પણ માઈક્રો-રેકોર્ડર બહાર જાઉં ત્યારે સાથે રાખું છું... અમારું ઍન્ટિકરપ્શનનું કામ થોડે અંશે જાસૂસી જેવું તો ખરું જ, એટલે અમારી છઠ્ઠી ઇન્દ્રિય સતેજ હોય છે. તમારા મોટા સન ફોન લેવા અંદર ગયા ત્યાં જ મારા મગજમાં છઠ્ઠી ઇન્દ્રિયની ઘંટડી વાગવા લાગી અને સહજપણે મારો આ હાથ બાજુમાં પડેલા ફોન પર મુકાઈ ગયો. સોનલનાં મધર મારા કપાળે કંકુ-ચોખા ચોડતાં હતાં ત્યારે મને કલ્પના નહોતી કે આ મંગળ કાર્યની સાથોસાથ એક અમંગળ કાર્યની નોંધ પણ રેકોર્ડર પર થઈ રહી છે !'

'અમંગળ કાર્ય !' હેબતાઈ ગયા હોય એમ બોલતા મોતીલાલ વિરાણીએ રાજનના જમણા હાથમાં રહેલો કાગળ સરકાવી લેતાં પૂછ્યું : 'ઈશ્વર એવું તે શું અમંગળ કાર્ય કરવા ધારે છે ?'

'આપ વાંચી લો પછી દાદીમાને પણ વંચાવો એટલે મારું ધર્મસંકટ આપને સમજાઈ જશે.'

માસ્તરે લખાણ પર નજર ફેરવવા માંડી. મુરારિલાલ દિલ્હીથી ઈશ્વરલાલને ફોન પર જે કાંઈ કહી રહ્યા હતા એનો સાર તેમાં આવી જતો હતો.

- આપણા ફેશન શોમાં આવેલા ડિફેન્સ મિનિસ્ટર વી. કે. સિંહાએ પ્રાઈમ મિનિસ્ટર સામે માથું ઊંચક્યું છે. એ ડેપ્યુટી પ્રાઈમ મિનિસ્ટર બનવા માગે છે અને નાણાંખાતું પણ પોતાના હાથમાં લેવા માગે છે. પક્ષના પચાસ ટકા સંસદ સભ્યોનો એમને ટેકો છે એટલે વડાપ્રધાનને નમતું જોખવું જ પડશે. પછી નાણાંપ્રધાન પાસે આપણે ધાર્યું કામ કરાવી શકીશું. અને આ તો હજુ બળવાનું પહેલું પગલું છે. બે મહિનામાં સિંહા પોતે જ પ્રાઈમ મિનિસ્ટર બની જવાની તૈયારી કરી રહ્યા છે. બીજા પચીસ-ત્રીસ સાંસદોનું પીઠબળ મળી જાય એટલી જ વાર છે અને તે માટે તમારે પચીસ-ત્રીસ કરોડ રૂપિયાની જોગવાઈ કરવાની છે. આવડા મોટા દેશના પ્રાઈમ મિનિસ્ટર આપણો પડ્યો બોલ ઝીલતા થઈ જાય એવું કરવા માટે આ કિંમત કાંઈ બહુ વધારે ન કહેવાય, વિરાણીશેઠ !

લખાણ વાંચતાં-વાંચતાં પતિના મુખ પર પલટાતા ભાવ જોઈને રતનબાની અધીરાઈ વધતી જતી હતી. મોતીલાલ માસ્તરે તેમના હાથમાં કાગળ સરકાવ્યો ત્યારે વાંચતાં પહેલાં જ તેમના મોંમાંથી ઉદ્ગાર સરી પડ્યા : 'અમારા ઈશ્વરને અમંગળ સાથે વધારે લેણું છે. એના હાથે કોઈ મંગળ કાર્ય થાય તો જ નવાઈ !'

રતનબા લખાણ વાંચતાં રહ્યાં ત્યાં સુધી મોતીલાલ વિચારતા રહ્યા કે રાજનકુમારની આ મુલાકાત અંગે ધારતાં હતાં શું અને નીકળ્યું શું ! પૌત્રીના ભવિષ્યની ચિંતામાંથી તો મુક્તિ મળી, પણ પુત્રના વર્તમાન કરતૂતથી કાળજું કોરાઈ ગયું.

'જમાઈરાજ, અમે તો કાંઈક જુદું જ ધારી બેઠાં હતાં.' કાગળ રાજન ગિડવાણીના હાથમાં પાછો સોંપતાં રતનબા કહેવા લાગ્યાં એટલે માસ્તરે તેમને અધવચ્ચે જ રોકી પાડ્યાં :

'આપણે શું ધારી બેઠાં હતાં એ વાત જવા દો, ઈશ્વરની મા !' એમના અવાજમાં વ્યથાનો ભાર વર્તાતો હતો : 'હવે આપણા જમાઈ આ જાણકારીનો શું ઉપયોગ કરવા ધારે છે એ તેમને કહેવા દો.'

'એ જ તો મારું ધર્મસંકટ છે, વડીલ !' રાજને કાગળ ખિસ્સામાં સરકાવી દઈ વારાફરતી બંનેની સામે જોઈ લીધું. કેટલીક બાબત એટલી નાજુક હોય છે કે જે કહેનાર અને સાંભળનાર બંને માટે અગ્નિપરીક્ષા બની રહે.

'દાદાજી, પહેલી વાર વિચાર મને એ આવ્યો કે તમારા ઘરમાં આવીને અજાણતાં પણ મારાથી આવું જાસૂસી કામ થઈ ગયું તે અજુગતું કર્યું કહેવાય.'

એટલું સાંભળ્યા પછીય બંને વડીલો ચૂપ રહ્યાં.

'બીજો વિચાર એ આવ્યો કે હજુ મુંબઈના ઍન્ટિકરપ્શન બ્યૂરોનો ચાર્જ મેં સંભાળ્યો નથી, તો પછી આ માહિતીનો મારે ઉપયોગ કરવો જોઈએ ખરો ?'

આટલું કહીને રાજન ગિડવાણી હોંકારાની ઉત્કંઠાથી મોતીલાલ વિરાણી સામે તાકી રહ્યો ત્યારે એમણે બોલવું પડ્યું :

'એનો નિર્ણય તો તમારે જ લેવાનો હોય, રાજનકુમાર !'

'કદાચ બેસતા વરસના એક દિવસ પહેલાં નિર્ણય લેવાનો હોત તો મેં આટલી મથામણ ન અનુભવી હોત, વડીલ !'

'તમારી વાત સમજાય છે, ભાઈ ! પણ અમે જાણતાં હોવા છતાં નથી જાણતાં એ રીતે વર્તવા સિવાય બીજું શું કરી શકીએ ?'

'અને હું જાણતો હોવા છતાં નથી જાણતો એ રીતે વર્તું તો ?'

બહુ ધારદાર સવાલ પૂછી નાખ્યો રાજન ગિડવાણીએ ! રોજ ગીતાના પંદરમા અધ્યાયનું વાચન કરતા મોતીલાલ માસ્તરને એનો સવાલ અર્જુનના વિષાદયોગ જેવો લાગ્યો. પરંતુ ન તો રાજન અર્જુન હતો કે ન પોતે શ્રીકૃષ્ણ... છતાં સંબંધોનું ધર્મસંકટ તો લગભગ એવું જ સર્જાયું હતું.

'જુઓ, જમાઈરાજ !' બંનેને અબોલ જોઈને રતનબાનો મૂળભૂત મિજાજ ઊછળી આવ્યો : 'તમારા દાદા રહ્યા માસ્તર... પાછા એવા માસ્તર કે મારેય નહીં અને ભણાવે પણ નહીં.'

બીજા કોઈ વખતે આવી ટકોર સાંભળીને રાજન હસી પડ્યો હોત, પણ જે વખતે અને જે રીતે રતનબા બોલ્યાં તેમાં પીડાનો અણસાર હતો.

'તમે એમ માનતા હો કે એમના ચિરંજીવીને આવું કરતાં એ રોકશે તો એ વાતમાં કાંઈ માલ નથી.'

'દાદીમા, એ એમના પુત્રને રોકવા માગે છે કે નહીં એ મારે નથી જાણવું.' રાજન જાણે અર્જુન મટી કૃષ્ણની ભૂમિકામાં આવી ગયો હોય તેમ બોલી ગયો :

'મારે તો એ જાણવું છે કે એ મને એમના પુત્ર સામે મારી ફરજ બજાવતાં રોકવા માગે છે ખરા ?'

કેટલો અઘરો દાખલો પૂછ્યો આ છોકરાએ ?

વર્ષો સુધી વિદ્યાર્થીઓને દાખલા ગણતાં શીખવનાર મોતીલાલ માસ્તર પોતે જ નર્વસ વિદ્યાર્થીની જેમ સાચો જવાબ શોધવાની મૂંઝવણમાં પડી ગયા. હજુ ગઈ કાલે જ પુત્ર ઈશ્વર સમક્ષ જેની હોનહાર અધિકારી તરીકે ઓળખાણ કરાવી એ તેજસ્વી કર્તવ્યનિષ્ઠ યુવાનને તેની ફરજ બજાવતો રોકવાનો વિચાર કરીને હું ખોટો દાખલો કેમ બેસાડી શકું ?

'ભાઈ રાજન, આ દેશમાં સર્વત્ર અંધકાર પ્રસરેલો છે. વિદ્યાર્થીઓને શાળામાં અમે રોજ ગવડાવતા કે *એક જ દે ચિનગારી, દયામય એક જ દે ચિનગારી*... ઘોર અંધકારમાં પ્રભુએ આ દેશમાં તમારા જેવી થોડી ચિનગારીઓ પ્રગટાવી છે. એ ચિનગારીઓ જ ક્યારેક મશાલ

બનીને અંધકારને મિટાવી શકશે એવી આશામાં દેશનાં કરોડો માણસો જીવી રહ્યાં છે. એ કરોડો માનવીઓમાં હું પણ એક છું.'

માસ્તરના શબ્દો અગ્નિને પ્રજ્વલિત કરતી ગરમ ફૂંક જેવા હોય તેમ રાજનના મુખ પર પ્રેરણાનું તેજ પ્રસરતું ગયું.

'રાજનકુમાર, રોજ ગીતાના પાઠ કરનાર હું તમને એમ કહું કે મેદાનમાં સામે ઊભેલા મારા પુત્ર પર બાણ નહીં છોડતા, તો-તો આજીવન શિક્ષક તરીકે જ નહીં, ગીતાના વિદ્યાર્થી તરીકે પણ ઉપરવાળા ઈશ્વરનો ગુનેગાર ઠરી જાઉં !'

કહેતાં-કહેતાં એમણે પત્ની તરફ જોઈ લીધું :

'સોનલનાં આ દાદીમા સાચું જ કહે છે : હું એવો માસ્તર છું જે મારેય નહીં અને ભણાવે પણ નહીં. માર મારીને કોઈને હોશિયાર વિદ્યાર્થી બનાવી શકાય નહીં અને જે જ્ઞાનપિપાસુ છે એને ગમે તેટલું ભણાવો તોપણ ભણાવ્યું કહેવાય નહીં. મારા ખુદના દીકરા ઈશ્વરને હું મારીનેય ભણાવી ન શક્યો. હવે એ મારો રોક્યો શું રોકાવાનો ?'

કહી શ્વાસ ખાવા રોકાયા, પછી રાજનકુમાર સામે જોયું :

'અને ફરજના પાઠ પાકા કરી ચૂકેલા તમને ભણાવનાર હું કોણ ? બસ, એટલું જ કહીશ : કુરુક્ષેત્રમાં અર્જુને જોયું નહોતું કે સામેસામે ઊભેલા મારા સ્વજનો જ છે, તેમ તમે પણ ફરજના આ ક્ષેત્રે એવું જોતા નહીં કે સામે ઊભેલો માણસ તમારી વાગ્દત્તાનો કાકો છે...' પછી ગળું ખંખેરીને પૂરું કર્યું : 'અને એવો વિચાર પણ કરતા નહીં કે એ અમારો બંનેનો જ્યેષ્ઠ પુત્ર છે, જે દુનિયાની નજરે બહુ મોટો ઉદ્યોગપતિ પણ છે !'

સ્તબ્ધ બની ગયો રાજન ગિડવાણી.

ચાર-પાંચ દિવસથી તે એવું જ સાંભળતો રહ્યો કે આઈ. એમ. વિરાણીનાં માતા રતનબા અન્યાય સામે ઝઝૂમનાર વીરાંગના જેવાં છે. પરંતુ અત્યારે પ્રત્યક્ષ જોવા મળ્યું તેમાં મોતીલાલ વિરાણી પણ આદર્શની ઊંચાઈ સર કરનાર મુઠ્ઠી-ઊંચેરા માનવી દેખાયા.

'એક વાતનું ધ્યાન રાખજો, જમાઈરાજ !' રતનબાએ ચિંતાતુર અવાજે કહેવું પડ્યું :

'ઈશ્વર કોઈનો રોક્યો રોકાય એવો નથી, તેમ એને રોકવા જનાર તમારા જેવાને માર્ગમાંથી હટાવી દેવા માટે એ ગમે તે કરતાં ખચકાય એવો પણ નથી.' કહી નિઃશ્વાસ નાખીને ઉમેર્યું : 'અમને એની ચિંતા છે... અમારી સોનલની અને તમારી ચિંતા થાય છે.'

ત્યારે બંનેને એકસાથે પ્રણામ કરતો હોય તેમ હાથ જોડી મસ્તક નમાવી ભાવવાહી સ્વરે રાજન એટલું જ બોલી શક્યો :

'જેની સાથે તમારા જેવાં દાદા-દાદીના આશીર્વાદ હોય એને માટે ચિંતા કરવાની ન હોય !'

અને આથમતા સૂર્યદેવ જાણે આશીર્વાદ આપતા હોય તેમ રાજન ગિડવાણીના મસ્તક પર સંધ્યાનાં કિરણો સૌમ્ય તેજ રેલાવી રહ્યાં.

*

25

ઈન્ડિયન એરફોર્સના વિમાને મુંબઈના એરપોર્ટ પરથી ઉડાન ભરી ત્યારે તેમાં બે વી.આઈ.પી. પૅસેન્જર હતા : મહત્ત્વાકાંક્ષી ઉદ્યોગપતિ ઈશ્વરલાલ વિરાણી અને સત્તાકાંક્ષી રાજકારણી મુરારિલાલ પોદ્દાર.

આમ તો માણસ-માત્ર આકાંક્ષાને પાત્ર હોય છે, પરંતુ રાજકારણમાં પડેલો માણસ બેમર્યાદ આકાંક્ષી બની જતો હોય છે. મુરારિલાલ પોદ્દાર સંસદસભ્ય (એમ. પી.) થયા નહોતા ત્યારે પણ તેમના નામના પ્રથમ બે અંગ્રેજી અક્ષરનો ઉપયોગ કરીને એમ. પી. તરીકે જ પોતાની ઓળખાણ આપવા લાગ્યા હતા. આઠેક વરસ અગાઉ લોકસભાની ચૂંટણીમાં મુંબઈના કોલાબા મતવિસ્તારના ઉમેદવાર તરીકે ઊભા રહ્યા ત્યારે દરેક ચૂંટણીસભામાં એકનું એક વાક્ય દોહરાવતા : 'હું તો લાઈફટાઈમ એમ.પી. છું જ... મને મત આપીને વિજયી કરશો તો ડબલ એમ.પી. થઈ જઈશ !'

કોઈ પણ લાલસાનો અન્ત હોતો નથી, પણ સત્તા-લાલસા એવી ચીજ છે કે એક વાર સંસદસભ્ય બન્યા પછી રાજદ્વારી નેતા પોતાના એ પદના બે અક્ષરો ઉલટાઈ જાય એવા દિવાસ્વપ્નમાં રાચતા થઈ જાય. એમ.પી. (મેમ્બર ઑફ પાર્લામેન્ટ) તો થયો, હવે પી.એમ. (પ્રાઈમ મિનિસ્ટર) ક્યારે થઈશ ? જોકે ડબલ એમ.પી. મુરારિલાલ તો હજુ પ્રધાનપદેય પામ્યા નહોતા, પણ તેથી શું થયું ? ભારતના રાજકારણમાં લંગડો માણસ પણ હાઈ જમ્પ મારવાની કમાલ કરી દેખાડે છે ને !

'બોલો, આઈ. એમ., હવે તો કબૂલ કરો છો ને કે આ મુરારિલાલ માત્ર બડાઈ નથી હાંકતા ?'

'હા, એમ.પી., બડાઈની વાત જવા દો. વખત આવ્યે તમે અંદરઅંદર લડાઈ પણ કરાવી શકો છો.'

ઈશ્વરલાલે તેમની પ્રશંસા નહોતી કરી છતાં મુરારિલાલ મલક્યા. રાજકારણમાં લડાઈ કરનારા કરતાં લડાઈ કરાવનારો ક્યારેક વધુ લાભ ખાટી જતો હોય છે એવું પોતાની બાબતમાં બહુ જલદી પુરવાર થવાનું હતું.

ડિફેન્સ મિનિસ્ટરે મોકલેલા હવાઈદળના પ્લેનમાં વી.આઈ.પી. કક્ષમાં બંને એકલા જ

હોવાથી દિલ ખોલીને વાત કરી શકે તેમ હતા. બેસતા વરસની સવારે નાના ભાઈ મનોહરલાલને ઘેર દિલ્હીથી આવેલા મુરારિલાલના કૉલમાં ઈશ્વરભાઈએ જે કાંઈ સાંભળ્યું તેને એ વખતે તો વિશેષ મહત્ત્વ આપ્યું નહોતું. પ્રાઈમ મિનિસ્ટર અમરનાથ ત્રિપાઠી સામે માથું ઊંચકવાનું ડિફેન્સ મિનિસ્ટર સિંહાનું ગજું નહોતું. મુરારિલાલ વધારીને વાત કરતા હોય એવું લાગ્યું. બાર વરસ સુધી ભારતના વડાપ્રધાન રહી ચૂકેલા જદુનાથ ત્રિપાઠીના અવસાન પછી તેમના વારસદાર તરીકે વડાપ્રધાનપદે આવેલા અમરનાથ ત્રિપાઠી સામે બળવો કરવા જતાં વી. કે. સિંહા પોતાનું જ પ્રધાનપદ ગુમાવી બેસશે એવું તારણ તેમણે કાઢ્યું હતું.

પરંતુ બીજા દિવસના અખબારમાં *વી. કે. સિંહા માથું ઊંચકે છે ! નાયબ વડાપ્રધાનપદ આપો, નહીંતર રાજીનામું લઈ લો...* એવું મથાળું વાંચીને ઈશ્વભાઈ ચોંકી ગયેલા. દિલ્હીથી રાતોરાત ઊડીને મુંબઈ આવેલા મુરારિલાલે રૂબરૂ મળીને તો તેમને હેબતાવી જ દીધેલા : 'વિરાણીશેઠ, વાત હવે વધી ગઈ છે. વડાપ્રધાને સિંહાને નાયબપદ આપવાનો ઇનકાર કરી દીધો એટલે ડિફેન્સ મિનિસ્ટર *ફાઈટ ટુ ફીનીશ*ના મિજાજમાં આવી ગયા. હવે વડાપ્રધાનપદથી ઓછું કાંઈ જ ન ખપે એવો ફેંસલો કરી લીધો છે...' કહીને સિંહાના ટેકેદાર સંસદસભ્યોની નામાવલી દેખાડી : 'અમારા પક્ષના કુલ ત્રણસોવીસ સાંસદોમાંથી પોણાબસો સિંહાની પડખે આવી ચૂક્યા છે. બાકીના ત્રીસ-ચાલીસને મોં-માગી કિંમત ચૂકવીને ખેંચી લેવામાં કોઈ જાતની મુશ્કેલી નહીં નડે. ગુજરાત, મહારાષ્ટ્ર અને રાજસ્થાનમાંથી વીસેકને તો હું જ પલટાવી લાવીશ. બસ, તમે રૂપિયાના પટારા ખોલી નાખો એટલી વાર છે. હવે છઠની સાતમ નથી થવા દેવી.'

કોઠાસૂઝથી આપબળે ઉદ્યોગપતિ બનેલા આઈ. એમ. વિરાણી એમ કાંઈ મુરારિલાલના કહેવાથી પટારા ખોલી નાખે નહીં. પાટનગરમાં વૈભવ કંપની વતી કામ કરતા ચાર-પાંચ માણસો પાસેથી રિપૉર્ટ મંગાવ્યો, વૈભવ કંપનીનાં નાણાંથી ચૂંટાઈ આવેલા સંસદસભ્યોની નાડ પારખી જોઈ અને અણધાર્યા સત્તાપલટાની ખાતરી થઈ ગઈ ત્યારે જ પચીસ-ત્રીસ કરોડનો ખેલો કરવા તૈયાર થઈ ગયા.

'મુરારિભાઈ, મારે છઠની સાતમ નથી થવા દેવી, તેમ મારે નિરાલીના વેવિશાળમાં લાભપાંચમની છઠ નથી થવા દેવી. એ પત્યા પછી રાત્રે જ હું દિલ્હી આવી શકું.'

'તમે ભલે એક દિવસ મોડા પહોંચો, પણ પટારા તો મારી સાથે રવાના કરી દો ! એ માટે સિંહાજી એરફોર્સમું પ્લેન ખાસ મુંબઈ મોકલવાના છે.'

'જુઓ, મુરારિભાઈ, પટારા તો મારી સાથે જ પાટનગર પહોંચશે અને મારી હાજરીમાં જ તમારે રકમ ચૂકવવાની રહેશે.'

એ સાંભળીને મુરારિલાલ હોઠ ભીડીને તેમની સામે તાકી રહ્યા ત્યારે ઈશ્વરભાઈને ભાન થયું કે પોતાને એમના પર ભરોસો નથી એવી ગેરસમજ થઈ રહી છે એટલે તરત ખુલાસો કરી દીધો હતો :

'વાત એમ છે, એમ. પી., કે જે રાજકારણીઓ વારંવાર ઉદ્યોગપતિઓ-વેપારીઓને કાળાબજારિયા, નફાખાઉ, શોષણખોરો કહીને વગોવે છે એમને હું મારી નજર સામે કિંમત વસૂલ કરીને પોતાનું ઈમાન વેચતા જોવા માગું છું.'

ત્યારે રીઢા ગુનેગાર જેવા જાડી ચામડીના રાજકારણી મુરારિલાલે વિકૃતપણે હસીને તેમના વાંસામાં ધબ્બો મારી દીધેલો :

'ઠીક છે, આઈ.એમ., તમારી એ ઇચ્છા પણ પૂરી કરો. પરંતુ બેસતા વરસે ફોન પર મેં કહ્યું હતું તેમ પચાસ-સાઠ લાખમાં સોદો પતે એમ નથી. માથા દીઠ સવા કરોડ લેખે ચૂકવવા પડશે, એટલે પચાસ પટારા સાથે લઈ લેજો.'

સામાન્ય માનવીની સાત પેઢી તો શું સત્તર કે સિત્તેર પેઢી સુધ્ધાં કાળી મજૂરી કરીને ન કમાઈ શકે એટલી અર્ધો અબજ રૂપિયાની રકમ આ ખેલા પાછળ નાખવામાં ઈશ્વરલાલ વિરાણીનું રૂંવાડુંય ફરક્યું નહોતું. સાડાત્રણ હજાર કરોડનું ટર્નઓવર કરતી વૈભવ ગ્રુપની કંપનીના ઉજ્જ્વળ ભવિષ્ય માટે પચાસ કરોડનો ખેલો કરી નાખવામાં તેમને અજુગતું લાગ્યું નહોતું.

'લ્યો, ઈશ્વરલાલ, આ વાંચો.'

હજારો ફૂટની ઊંચાઈએ ઊડતા વિમાનમાં વ્હિસ્કીના બે ઘૂંટ પેટમાં ગયા પછી મુરારિલાલે જવાહર જાકીટના અંદરના ખિસ્સામાંથી એક પરબીડિયું કાઢી ઈશ્વરભાઈના હાથમાં સોંપતાં કહ્યું : 'ટૉપ સિક્રેટ છે. ભાવિ વડાપ્રધાન સિંહા અને મારા સિવાય ભાવિ પ્રધાનમંડળની આ યાદી પર હજુ ત્રીજા કોઈની નજર પડી નથી.'

ગ્લાસ સામે મૂકી દઈ ઈશ્વરભાઈ જિજ્ઞાસાભેર યાદી જોવા લાગ્યા. વડાપ્રધાનપદ ઉપરાંત વી. કે. સિંહાએ પોતાની પાસે અડધો ડઝન ખાતાં રાખ્યાં હતાં જેમાં નાણાંખાતું પણ સામેલ હતું. બાકીના સંભવિત પ્રધાનોની નામાવલીમાં કેટલાક પીઢ નેતા હતા તો થોડા ઓછા જાણીતા હતા. રાજ્યકક્ષાના પ્રધાનોની યાદીમાં સૌથી પહેલું નામ હતું મુરારિલાલ પોદ્દારનું અને તેની સામે હોદ્દો લખ્યો હતો નાણાંખાતાના રાજ્યપ્રધાનનો.

'કૉંગ્રેટ્સ, મુરારિભાઈ ! વડાપ્રધાને તમને નાણાંખાતામાં પોતાની સાથે લેવાનું નક્કી કર્યું એ કામની વાત થઈ ગણાય.'

'ગમે તેમ તો વેપારીનો દીકરો છું.' જેમના પિતાએ વેપારમાં દેવાળું ફૂંક્યું હતું એવા મુરારિલાલે પોરસ કર્યો : 'વેપારી અને પાછો મારવાડી. નાણાંની રખેવાળી અમારા કરતાં વધારે સારી રીતે કોણ કરી શકવાનું ?'

પોતે કેબિનેટ કક્ષાના પ્રધાન બનવા ઝંખતા હતા તેને બદલે રાજ્યકક્ષા જ મળી એનો વસવસો દબાવી રાખી મુરારિલાલે બીજા બે ઘૂંટ પી જઈને ઉમેર્યું :

'નાણાંખાતું વડાપ્રધાને પોતાના હસ્તક ભલે રાખ્યું, પરંતુ એમને એટલાં બધાં ખાતાં સંભાળવાની ફુરસદ ક્યાં રહેવાની ? એટલે ખરેખર તો તમારા આ સેવક મુરારિલાલ જ નાણાંપ્રધાન રહેવાના ! બાકી કક્ષા કેબિનેટની હોય કે સ્ટેટ મિનિસ્ટરની... એને મારો ગોળી !'

વ્હિસ્કીના નશામાં મુરારિલાલ આવતી કાલનાં સોનેરી સપનાં વાગોળતા હતા ત્યાં પ્લેનના પાછલા ભાગમાંથી મિલિટરી ચાલે આવતા એક યુનિફૉર્મધારી સૈનિકે ટટ્ટાર ઊભા રહી જોરદાર સલામ ઝાટકી :

'સર, ચાલીસે ચાલીસ પૅકેટ્સ રેડી છે. દરેકની ઉપર *મિનિસ્ટ્રી ઑફ ડિફેન્સ* અને *હૅન્ડલ વીથ કેર*નાં લેબલ લગાવી દીધાં. ઔર કુછ સેવા, હજૂર ?'

'હવે પાલમ એરપૉર્ટ પર લેન્ડિંગ કર્યા પછી હિફાજતથી ઉતારવાનાં છે. રનવે પર મિલિટરી વાન વેઈટ કરતી હશે એમાં માલ લોડ કરી દઈ અમારી ડબલ વી.આઈ.પી. કારને તમે લોકો એન્ડેરિન હોટેલ સુધી ફૉલો કરતા રહેજો. ટેઈક કેર, પૅકેટ્સમાં દેશના સંરક્ષણની કીમતી સામગ્રી છે.'

'યસ, સર !' કહી સલામ મારીને હવાઈદળનો જવાન *એબાઉટ ટર્ન* થઈ ગયો એટલે મુરારિલાલ બાજુમાં બેઠેલા ઈશ્વરલાલ તરફ ખંધું હસ્યા.

'એરફોર્સવાળા એમ જ માને છે કે તેમના લેટેસ્ટ મિસાઈલ લૉન્ચરના નાજુક સ્પેરપાર્ટ્સ એ પૅકેટ્સમાં જઈ રહ્યા છે. પડોશી દેશના જાસૂસોની નજરે ચડી ન જવાય એટલા ખાતર આ ગુપ્તતા જાળવવી જરૂરી છે એવું એમને કહેવામાં આવ્યું છે. બિચારાને શું ખબર કે ખરેખર તો એ પૅકેટ્સમાં હાલના વડાપ્રધાન ત્રિપાઠી પર ફેંકવાના મિસાઈલ્સનો મસાલો છે !'

શરાબ ઉપરાંત હાથવેંતમાં દેખાતી સત્તાના ખ્યાલનો નશો ચડી રહ્યો હોય તેમ એમ.પી. ચાલુ વાતચીતે ઝોકે ચડી ગયા ત્યારે એકલા પડેલા ઈશ્વરભાઈને ઘર યાદ આવ્યું. એકની એક પુત્રી નિરાલીના વેવિશાળનો પ્રસંગ રંગેચંગે ઉકેલ્યો તેનો નિરાંતે આનંદ વાગોળવાને બદલે મુરારીલાલ સાથે દિલ્હી જવા નીકળી જવું પડ્યું, એટલે ઘરનાં ખબરઅંતર પૂછવા *વિરામ વિલા*નો નંબર જોડ્યો. બાર-પંદર હજાર ફૂટ ઊંચે ઊડતાં ફોન પર વાત કરવાની ઉત્તેજના સાથે તેમણે સામે વાગતી ઘંટડી સાંભળી. પછી ફોન ઊંચકાયો અને પત્નીનું *હેલ્લો* સાંભળવા મળ્યું.

'કેમ છો, ચારુદેવી ?'

દેવી સંબોધનમાં નશાના તોર ઉપરાંત પ્રેમનો ઊભરો પણ હતો.

'બોલો, દેવતા !' સામેથી પત્નીએ સંભળાવેલા સંબોધનમાં પ્રેમ કરતાં વ્યંગ વધારે હતો : 'દિલ્હી પહોંચી ગયા ?'

'ના, હજુ તો અધરસ્તે ઊડી રહ્યા છીએ.' ખરેખર તો વિમાની સફરમાં એમને ભીતિ રહ્યા કરતી. મંજૂષાના પેલા જ્યોતિષીએ એવી ભવિષ્યવાણી ઉચ્ચારેલી કે ઉપરથી નીચે આવતા વાહનમાં અકસ્માત થવાનો યોગ છે, ત્યારપછી એમણે કંપનીના ટૂ-સીટર વિમાનમાં બેસવાનું બંધ કરી દીધેલું. સો-બસો ઉતારુઓની સાથે હવાઈ સફર કરવામાં આશ્વાસન રહેતું કે આટલાં બધાં માણસોના નસીબમાં એકસાથે અકસ્માત લખાયો હોય એવું કોઈક જ વાર બને છે. જોકે અત્યારે એરફોર્સના વિમાનમાં બેસતી વખતે સહેજ ધ્રુજારી તો છૂટી જ ગઈ હતી, પણ ગુપ્ત કામગીરી માટે ચાર્ટર્ડ પ્લેનનો પ્રવાસ ખેડવો અનિવાર્ય હતો અને કંપનીના ઉજ્જવળ ભવિષ્ય માટે એટલું જોખમ ઉઠાવી લેવું જરૂરી પણ હતું.

'અધ્ધર ઊડતાં ફોન જોડીને અચાનક મૂંગા કેમ થઈ ગયા, ઈશ્વર ?'

વિમાનપ્રવાસનો પતિનો ફોબીઆ યાદ કરતાં ચારુબહેને કહ્યું : 'તમે તો કહેતા હતા કે વિમાનમાં અકસ્માતનો રતીભાર પણ ભય લાગશે નહીં... છતાં બીક લાગે છે ?'

'કોણે કહ્યું કે હું ભયભીત છું ?' સજાગ બની ગયેલા ઈશ્વરલાલે અવાજમાં જુસ્સો ઉભરાવતાં કહ્યું : 'મને થયું કે અત્યારે તું મારી સાથે હોત... પડખોપડખ બેસીને આખા વિમાનમાં આપણે બેઉ સાવ એકલાં જઈ રહ્યાં હોત...'

'બહુ રોમૅન્ટિક મૂડમાં આવી ગયા કે શું ?' ચારુબહેન શુષ્ક અવાજે બોલી ગયાં : 'આજ અચાનક પત્નીનું પડખું કેમ સાંભરી આવ્યું, ઈશ્વર ?'

'દીકરા-દીકરી પરણતાં હોય ત્યારે મા-બાપને પોતાનાં લગ્નના દિવસો યાદ આવી જાય છે.'

'તો પછી રાતોરાત દિલ્હી ઊપડી જવાની શું જરૂર હતી ?' ચારુબહેનને ઘણા વખતે બોલવા મળ્યું હોય તેમ સંભળાવ્યું : 'દીકરા-દીકરીના શુભ પ્રસંગે મા-બાપ સાથે બેસીને એ બધી વાતો વાગોળે તે પણ ઘણું રોમૅન્ટિક લાગતું હોય છે.'

પત્નીની ટકોર સો ટકા સાચી હતી છતાં કડવી લાગી. ખુલાસો કરવાને બદલે તેમણે વાત ફંટાવી :

'નિરાલી તો જમાઈ સાથે બહાર ફરવા ગઈ હશે ?'

'હા, ચન્દ્રકુમાર જોડે બહાર ગઈ છે, પણ ફરવા નહીં.' ચારુબહેને સહેજ અટકી જઈને કહ્યું : 'તમારાં માતુશ્રીના અધ્યક્ષપદે શરૂ થયેલી એર-ટૅક્સી કંપની મહિલા પુરુષાર્થ પ્રાઈવેટ લિમિટેડ તરફથી યોજાયેલી ડિનર પાર્ટીમાં બંને ગયાં છે.'

'ભવાનજી શેઠિયાની દોહિત્રીની કંપનીએ આપેલી પાર્ટીમાં નિરાલીએ જવાની શું જરૂર હતી ?' ઉગ્ર અવાજે તેમણે પૂછ્યું : 'પાછી એ જમાઈને પણ સાથે લઈ ગઈ - અને તે પણ વેવિશાળની પહેલી જ સાંજે !'

'એ કંપની માત્ર દેવકીની નથી, ઈશ્વર, તમારાં માતુશ્રી અને તમારી ભત્રીજી પણ તેમાં ભાગીદાર છે.'

'એ બધું સમજ્યા !' દલીલ સૂઝી નહીં એટલે ઈશ્વરભાઈએ પાછી વાત ફેરવી : 'તો-તો બાપુજી પણ ત્યાં જ ગયા હશે ?'

'ના, બાપુજી હોટેલોની પાર્ટીમાં જવાનું પસંદ કરતા નથી...'

'એટલા માટે નહીં, ચારુ !' પિતા પોતાના માટે પક્ષપાત ધરાવે છે એવા પોરસ સાથે ઈશ્વરભાઈએ સંભળાવ્યું : 'ખરેખર તો મને દુઃખ ન પહોંચે એટલા ખાતર બાપુજીએ જવાનું ટાળ્યું હશે.'

'તમારો એ ભ્રમ આજે ભાંગી ગયો, ઈશ્વર !'

સાંભળીને એ ચોંક્યો : 'એટલે તું શું કહેવા માગે છે ?'

'બાપુજી સાંજે તમારા નાના ભાઈ મનોહરલાલને ત્યાં રહેવા ચાલ્યા ગયા.'

'પરંતુ હું ઘેરથી નીકળ્યો ત્યાં સુધી તો...' એટલું બોલ્યા ત્યાં એમને યાદ આવી ગયું કે પોતે દિલ્હી જઈ રહ્યા છે એ પિતાને રુચ્યું નહોતું. આજે ન જાય તો સારું એવું બે-ત્રણ વાર બોલી ગયેલા. પછી છેલ્લે એટલું જ કહ્યું હતું : તું હંમેશા તારું ધાર્યું જ કરે છે છતાં આજે તને કહ્યા વિના રહી શક્યો નહીં. ક્યારેક બાપની પણ વાત માનવી જોઈએ. બાકી તો તારી મરજી !... પોતે ઉતાવળમાં હતા એટલે પૂછ્યું પણ નહીં કે કોઈ દિવસ નહીં ને આજે કેમ મને રોકો છો, બાપુજી ? ઈશ્વરભાઈને હવે પોતાની ભૂલ સમજાઈ એટલે પત્નીની વાતનો દોર સાંધી લેતાં ઢીલા અવાજે પૂછ્યું :

'કેટલા દિવસ માટે એ ગયા ?'

'દિવસનું તો બોલ્યા નથી, પણ કહી ગયા કે સોનલ-રૂપલનાં લગ્ન પતાવીને નિરાલીનાં લગ્નપ્રસંગે પાછો હાજર થઈ જઈશ.'

ઈશ્વરભાઈ ચૂપ થઈ ગયા.

'મેં તમને કેટલી વાર કહ્યું કે બીજા બધા સાથે ભલે મનફાવે તેમ વર્તો, પણ મા-બાપ સાથે તો દીકરા જેવું વર્તન રાખો !'

હવે ઈશ્વરભાઈ ગિન્નાયા :

'તું મને શિખામણ આપે છે ?'

'શિખામણ નહીં, ચેતવણી !'

'શેની ચેતવણી ?'

'તમારાં બા ચાલ્યા ગયાં છતાં હું બોલી નહીં, પણ બાપુજી જેવા ભગવાનના માણસનું દિલ નહીં દુભાવો !' બોલતાં-બોલતાં ચારુબહેનનો અવાજ રૂંધાવા લાગ્યો : 'તમે માનો કે નહીં, ઈશ્વર, પણ હું માનું છું.'

'શું માને છે તું ?'

'તમારી આ રિદ્ધિ-સિદ્ધિ અને ઝડપી પ્રગતિ પાછળ માત્ર તમારો પુરુષાર્થ જ રહેલો છે એવું હું નથી માનતી.' ચારુબહેને પતિને બેધડક કહી દીધું :

'તમારી સફળતામાં મોતીલાલ વિરાણી જેવા પુણ્યાત્માની છત્રછાયાનોય પ્રતાપ છે. પિતાની છત્રછાયા હઠી જશે તો અણધારી આપત્તિઓનો તાપ સહન કરવાનું બહુ આકરું લાગશે.' વચ્ચે વિમાનની ઊંચાઈમાં વધઘટ થવાથી ફોનમાં ઘરઘરાટી સંભળાઈ એટલે ચારુબહેને થોડું રોકાવું પડ્યું. ત્યાં સુધીમાં ઊંડો નિ:શ્વાસ નાખી લઈ છેલ્લે કહ્યું :

'ભલા થઈને બાપુજીને મનાવી લો... એ ડારે ત્યારે થોડું નમતાં શીખો. એ બિચારા તો કોઈને ક્યારેય ડારતા નથી, પણ તમે એમની પુણ્યાઈનો ડર રાખતાં શીખો, નહીંતર...'

છેલ્લા શબ્દ સાથે ડૂસકું પણ બહાર આવ્યું અને ઈશ્વરભાઈ વાત ચાલુ રાખવા ઇચ્છતા હોવા છતાં સામેથી ફોન મુકાઈ ગયો.

'છટ્ !' ફોનને હૂકમાં ભરાવી દેતા ઈશ્વરભાઈએ પ્રત્યાઘાત ઉછાળ્યો : 'એક પછી એક બધાં જ મારાં દુશ્મન બનવા બેઠાં છે.'

છેલ્લું વાક્ય વધારે પડતા ઊંચા અવાજે બોલાઈ ગયું એટલે બાજુવાળા મુરારિલાલ તંદ્રામાંથી સફાળા બહાર આવ્યા :

'શું છે, આઈ. એમ. !' સાચેસાચ દુશ્મનો આવી ચડ્યા હોય તેમ ભયભીત નજરે આજુબાજુ જોઈ લઈ તેમણે પૂછ્યું : 'કોણ છે તમારું દુશ્મન ?' ભયમુક્ત બન્યા પછી બહાદુરી દેખાડતા એ બબડ્યા : 'આપણી સરકારને આવવા દો, એકએકને વીણીને ઠાર કરી દઈશું !'

એમના એ બકવાસ પર ઈશ્વરલાલને અણગમો ઊપજ્યો. મુરારિલાલ જાગ્યા ન હોત તો કદાચ નાના ભાઈને ત્યાં ફોન જોડીને બાપુજીને મનાવી લેત. પિતાજી ભલે ને યુધિષ્ઠિર જેવા

હોય પણ પુત્રપ્રેમ ભલભલાને પિગળાવી શકે છે. યુધિષ્ઠિરને દુર્યોધન જેવો જુવાન પુત્ર હોત તો એ પણ ધૃતરાષ્ટ્ર જેવા ન બની ગયા હોત એની કેમ ખબર પડે ?

*

પાટનગરની પંદર મજલાની હોટેલ એન્ડેરિન ઈન્ટરકૉન્ટિનેન્ટલ એકાદ વરસથી રાજદ્વારી નેતાઓના માનીતા મથક જેવી બની ગઈ હતી. તેના ટૉપ ફ્લૉર પર માત્ર બે જ સ્વીટ હતા અને વડાપ્રધાન ત્રિપાઠીએ પોતાના અંગત ઉપયોગ માટે બંને પરમેનન્ટ બૂક કરી રાખેલા. પક્ષના વિશ્વાસુ સાથીઓ જોડે ગુપ્ત મસલત કરવા માટે, અવારનવાર ટેરેસમાં ડિનર પાર્ટી યોજવા માટે, તેમ જ ક્યારેક મનગમતી કંપની સાથે એકાન્ત માણવું હોય ત્યારે વડાપ્રધાન એન્ડેરિનના ટૉપ ફ્લૉર પર પહોંચી જતા. મુંબઈની સેક્સી અભિનેત્રી વનશ્રીદેવી દિલ્હી આવતાં ત્યારે અચૂક એ જ હોટેલના ચૌદમા માળે તેમનો સ્વીટ રિઝર્વ થઈ જતો. ચૌદ અને પંદરમા ફ્લૉર વચ્ચે કાંઈક સુંવાળું કનેક્શન હોવાની કાનાફૂસી રાજકીય વર્તુળમાં સતત થયા કરતી, પરંતુ વડાપ્રધાન અને અભિનેત્રી વચ્ચે કોઈ ચક્કર હોવાનો સજ્જડ પુરાવો હજુ સુધી કોઈએ પકડી પાડ્યો નહોતો. વડાપ્રધાનની સલામતી ખાતર હોટેલ મૅનેજમેન્ટે ચૌદમા ફ્લૉર પર અત્યંત માનવંતા ગ્રાહકોને જ રિઝર્વેશન આપવાનો નિયમ ચુસ્તપણે જાળવી રાખ્યો હતો. પંદરમા માળની ટેરેસ પર તો અર્ધો ડઝન કમાન્ડોની હાજરી સતત રહેતી. ઉપરાંત વડાપ્રધાન હાજર હોય ત્યારે એમના બે-ચાર સશસ્ત્ર અંગરક્ષકો પણ ખરા. હોટેલની લૉબીમાં કે ફૂટપાથ પર સાદા વેશમાં ચોવીસ કલાક ફરજ બજાવતા ગુપ્તચરો તો જુદા !

એટલે જ મુંબઈથી એરફોર્સના પ્લેનમાં આવેલા મુરારિલાલ અને ઈશ્વરલાલે હોટેલમાં જુદા- જુદા સમયે એન્ટ્રી કરી હતી. વડાપ્રધાનને ઉથલાવવાની બાજી પણ એ જ હોટેલમાં ગોઠવાઈ હતી. જે ચાલીસ મુરતિયાને સવા કરોડની રકમથી પોંખવાના હતા એમની ડિનર પાર્ટી એ જ રાત્રે ત્યાં રાખી હતી. દેખાવ એવો કરવામાં આવેલો કે એ ડિનરમાં વડાપ્રધાન પ્રત્યે વિશ્વાસ વ્યક્ત કરતું એક આવેદનપત્ર તૈયાર થવાનું છે. પરંતુ ખરેખર તો સંરક્ષણપ્રધાન સિંહાના ટેકામાં વડાપ્રધાન પ્રત્યે અવિશ્વાસ વ્યક્ત કરતા નિવેદનમાં એ તમામ મત્તું મારી દેવાના હતા - અલબત્ત, સવા કરોડની પાઘડી પહેર્યા પછી જ !

ઈશ્વરલાલ વિરાણી જેવા ઉદ્યોગપતિ પાટનગર આવે અને એન્ડેરિન હોટેલમાં ઊતરે એ કાંઈ છાનું રહેવાનું નહોતું. એટલે જ ચાલાકી વાપરીને એમણે આગલી સવારે પી.એમ.ને કૉલ જોડ્યો હતો.

'પ્રાઈમ મિનિસ્ટર સર, આપની એક અર્જન્ટ એપૉઈન્ટમેન્ટ જોઈએ છે... આપશો ?'

'તમારે મને સર કહેવાની જરૂર નથી. આપણી વચ્ચે એવી ઔપચારિકતા ન હોય, આઈ.એમ. !'

'એ આપની નમ્રતા ગણાય, પણ મારાથી તો વિવેક કેમ છોડાય ?'

'બોલો, ક્યારે મળવું છે ?'

'આપને પરમ દિવસે સવારે ફાવશે ?'

'તમારા માટે બધું ફાવશે.' વડાપ્રધાનના આ શબ્દોમાં ઈશ્વરભાઈને નમ્રતાને બદલે બદલેલા સંજોગોની ગરજનો સૂર વર્તાયો. દરેક રાજદ્વારી નેતા સમય પ્રમાણે સૂર બદલતાં શીખી જતો હોય છે.

'તો કાલ રાત્રે આવી પહોંચું છું. એન્ડેરિનમાં સ્વીટ બૂક કરાવી લઉં જેથી આપણી મુલાકાત જગજાહેર ન થાય.'

'બરાબર છે, આઈ.એમ. !' દરેક વાતમાં સંમતિ દર્શાવતા પ્રાઈમ મિનિસ્ટરે છેવટે પૂછી લીધું : 'અર્જન્ટ એપૉઈન્ટમેન્ટનું પ્રયોજન કહી શકાય એવું નથી, વિરાણીશેઠ ?'

શેઠના સંબોધનમાં પણ ઈશ્વરભાઈને ગરજની ગંધ આવી. મુલાકાતનું પ્રયોજન તો તરત જ કહી શકે તેમ હતા, પણ દ્વિધામાં હોય એવો દેખાવ કરવા એ ઘડીભર ચૂપ રહ્યા એટલે -

'ફોન પર કહેવામાં સંકોચ ન રાખશો, આઈ.એમ. !' અધીરાઈ દબાવી નહીં શકતા પી.એમ. તરફથી ધરપત મળી : 'આ ફોન પર હું અમેરિકાના પ્રેસિડન્ટ સાથે પણ ગુપ્ત મસલત કરતો હોઉં છું.'

'પ્રયોજન તો આપ ધારી લઈ શકો એમ છો.' ઈશ્વરભાઈએ ઠાવકાઈ અજમાવી : 'બે દિવસથી છાપાંમાં વાંચીને ઉચાટ થાય છે. કેટલાક સાથીઓ આડા ફાટે એવા સમયે તમારી પડખે ઊભા રહેવાની મારી ફરજ કહેવાય. મારાં પચીસ-ત્રીસ માથાં તો તમારા ટેકામાં છે જ, ઉપરાંત બીજાં ત્રીસ-પાંત્રીસનો ટેકો સજ્જડ કરવા માટે પ્લાન ઘડી રાખ્યો છે.'

'કઈ રીતે ?'

'સર, અમારા ઉદ્યોગપતિ પાસે તો એક જ રીત હોય છે. પચાસ પટારા તૈયાર રાખ્યા છે. રાતોરાત બધાને રીઝવી દઈને સવારે આપના ટેકામાં દરેકનું નિવેદન જાહેર થાય એવું ગોઠવ્યું છે.'

'મને હતું કે તમે હંમેશાં મારી પડખે જ હો.' કહી વડાપ્રધાને ખોંખારો ખાઈ લીધો : 'જોકે પેલો સિંહા માથું ઊંચકે એથી કાંઈ વળવાનું નથી. મારું સ્થાન સલામત છે છતાં ગાફેલ રહેવાનું પાલવે નહીં.'

'આપની વાત બરાબર છે. મને પણ એમ જ લાગે છે, સર !'

'પરંતુ તમારા જિગરી એમ.પી. તો મારા વિરોધીની પડખે બેસી ગયા એનું શું ?'

એ સાંભળીને ઈશ્વરલાલ વિરાણીએ આછી કંપારી અનુભવી હતી. હવે જ બરાબર પાઠ ભજવવાનો હતો. આ વાત જો એમને ગળે ઉતારી શકું તો બેડો પાર થઈ જાય.

'મને હતું કે એ વિષે રૂબરૂ જ આપને સમજાવીશ... પરંતુ પૂછ્યું છે તો કહી દઉં : આપના સિવાય કોઈના કાને વાત ન જાય એટલી વિનંતી છે, સર !'

'નહીં જાય. બેધડક કહી દો.'

'મુરારિલાલ ખરેખર તો સિંહાની પડખે છે જ નહીં. આ બધો એમનો દેખાવ છે. અંદરખાનેથી તો એ આપની ફેવરમાં જ પેંતરા રચે છે. અમે બંને સાથે જ દિલ્હી આવીએ છીએ અને તે પણ એરફોર્સના સ્પેશિયલ પ્લેનમાં.'

'એવું શું કામ ?'

'આપના સંરક્ષણ-પ્રધાનને છેક સુધી ભ્રમમાં રાખવા છે કે અમારું આ મિશન એમને ટેકેદારો અપાવી દેવાનું છે. પરમ દિવસે સવારે બધું જાહેર થશે ત્યારે એમનું હાર્ટ બેસી જાય તો નવાઈ નહીં.'

'તો એ દગાબાજ સાથીના અવસાન પર જાહેરમાં હું ગદ્‌ગદ હૃદયે અંજલિ આપીશ કે એમના જેવા નેતાની ખોટ કદી પુરાશે નહીં.'

'યસ, સર, આપ શોકાંજલિની તૈયારી કરો. અમે તેમની અંતિમ ક્રિયાનો સામાન લઈને આવી પહોંચીએ છીએ.'

'તમારી આ વફાદારીની હું યોગ્ય કદર કરીશ, આઈ. એમ. વિરાણી !'

'એ તો આપ હંમેશાં કરતા જ રહ્યા છો, સર !'

એ સુંવાળા શબ્દો સાથે વડાપ્રધાનનો વાર્તાલાપ પૂરો થયા પછી *વિરામ વિલા*ના બેડરૂમમાં પોતાની સામે બેઠેલા મુરારિલાલ પોદ્દાર તરફ તેણે જોયું ત્યારે એ મલકમલક પોરસાતા હતા :

'ઈશ્વરલાલ, અમે રાજદ્વારીઓ જ કાવાદાવા ખેલી શકીએ છીએ એવું નથી. તમે ઉદ્યોગપતિ પણ એમાં એટલા જ પાવરધા છો. કહેવું પડે - ત્રિપાઠીને તમે બરાબરના બાટલીમાં ઉતારી દીધા.'

અને એ બાટલીને બૂચ મારવાનું કામ બંનેએ ભેગા મળીને લાભપાંચમની રાતે દિલ્હીની એન્ડેરિન હોટેલમાં શરૂ કરી દીધું. એ માટે તેરમા માળે ત્રણ સ્વીટ રાખી લીધા હતા. વડાપ્રધાનને ઉથલાવી નાખવાની *ઑપરેશન મિડનાઈટ*ની કામગીરી એક નંબરના સ્વીટમાં બેસીને ઉદ્યોગપતિ વિરાણી ક્લોઝ સરકીટ ટીવી દ્વારા નિહાળી શકે એ માટે બે નંબરના સ્વીટની છતમાં ત્રણ કૅમેરા છૂપી રીતે ગોઠવી રાખવામાં આવેલા. જે ચાલીસ મુરતિયાને પોંખવાના હતા એમને ત્રણ નંબરના સ્વીટમાં ઘેટાંની જેમ ગોંધી રાખ્યા હતા. જોકે ચાલીસમાંથી બે સંસદસભ્યો ભોજન લીધા પછી પેટમાં દુખવાનું બહાનું કાઢી છેલ્લી ઘડીએ છટકી ગયેલા, પરંતુ બે માથાં ઓછાં થવાથી મુરારિલાલ પોદ્દારના પેટનું પાણી હલ્યું નહીં. ડિનર ડિપ્લોમસી (ભોજન-મંત્રણા) તરીકે ઓળખાતી ખાઈને ખોદવાની આ પ્રવૃત્તિમાં અપચો થવાથી કોને ક્યારે પેટમાં દુખવા આવે તેની છેવટ સુધી ખબર પડે નહીં. બે ઓછા થયા એ જાણીને મુરારિલાલે મનોમન ગણતરી માંડી : એ બંનેને આપવાના સવા-સવા કરોડનાં બેઉ પૅકેટ હું જ રાખી લઈશ.

ઑપરેશનની શરૂઆત મધ્ય-મુંબઈના કામદાર વિસ્તારમાંથી ચૂંટાયેલા ભોલેરાવથી થઈ. અદાલતમાં પટાવાળો નામ પોકારે અને ન્યાયમૂર્તિ સમક્ષ આરોપી હાજર થાય તેમ ત્રણ નંબરના ખંડમાંથી ભારેખમ શરીર ધરાવતા સંસદસભ્ય ડાઈ કરેલ મૂછના વાળને વળ ચડાવતા પધાર્યા. ક્લોઝ સરકીટ ટીવી પર તેમનું આગમન જોતાં જ વિરાણીશેઠનાં જડબાં ભીંસાયાં : બે વરસ પહેલાં આ કામદાર નેતાએ મુંબઈની મિલોમાં પિસ્તાળીસ દિવસ હડતાલ પડાવીને બિચારા મજૂરોને ભૂખે માર્યા હતા. ઉદ્યોગપતિઓના દુશ્મન જેવા આ વિલનને આજે મારા તરફથી સવા કરોડનું નજરાણું ચુકવાશે !

'કાય ભોલેરાવજી, જેવણ કસં વાટલં ?'

મહેમાનને જમાડીને યજમાન પૂછે કે ભોજન કેમ રહ્યું - એવી મુરારિલાલની પૃચ્છાના

જવાબમાં ભોલેરાવે મોટા અવાજે ઓડકાર ખાધો : 'ફાર ચાંગલં (બહુ સરસ) ! સ્વીટ ડીશ મધ્યે ગાજરચા હલવા મસ્ત હોતા.'

મુરારિલાલને તેનો જવાબ સાંભળવામાં રસ નહોતો. ગોળ મેજ પર તૈયાર રાખેલા નિવેદનપત્રનો કાગળ તેની સામે ધરી સભ્યશ્રીના હાથમાં પેન પકડાવી.

'ધ્યા (લ્યો) તુમચા ઓટોગ્રાફ દ્યા.' (આના પર તમરા હસ્તાક્ષર કરી આપો.)

કાંડાં કાપી આપવા તૈયાર થયેલા સંસદસભ્યે લખાણ પર ઊડતી નજર નાખી લીધી. સંપૂર્ણ સૂધબૂધ સાથે નીચે સહી કરનાર હું ફલાણા ફલાણા, અંતરાત્માની સાક્ષીએ વર્તમાન વડાપ્રધાન અમરનાથ ત્રિપાઠીની નેતાગીરીમાં અવિશ્વાસ વ્યક્ત કરું છું. ત્રણ વરસની એમની કામગીરી જોતાં લાગે છે કે એ વધુ સમય હોદ્દા પર ચાલુ રહે તે પક્ષના તેમ જ રાષ્ટ્રના હિતમાં નથી.

ત્યાર પછી બીજા પૅરેગ્રાફમાં હાલના સંરક્ષણપ્રધાન વિજયકુમાર સિંહાની નેતાગીરીમાં દૃઢ વિશ્વાસ વ્યક્ત કરતું લખાણ હતું અને છેલ્લે ચેતવણી પણ આપવામાં આવેલી કે આ ફેરફાર તત્કાલ હાથ ધરવામાં નહીં આવે તો પક્ષમાં તિરાડ પડશે : જેને માટે હાલના વડાપ્રધાન જવાબદાર ઠરશે...

'બરાબર છે ને ?'

લખાણ વંચાઈ રહ્યા પછી મુરારિલાલે પૂછ્યું ત્યારે ભોલેરાવે જરાય ભોળા દેખાયા વિના ખંધું હસીને સામો સવાલ કર્યો : 'માલ ક્યાં છે ?'

એમ પૂછતી વખતે સંસદસભ્યના ચહેરા પર જોવા મળેલા વિકૃત હાવભાવ જોઈને બાજુના ખંડમાં બેઠેલા ઈશ્વરલાલ વિરાણી બબડ્યા વિના રહી શક્યા નહીં : સાલો દાણચોરની ભાષામાં વાત કરે છે !

મુરારિલાલે સવા કરોડનું પાર્સલ બંને હાથે ઊંચકી ભોલેરાવ સામે ધર્યું ત્યારે દસ લાખ મતદારોના એ પ્રતિનિધિના મુખ પર પ્રગટ થતી પ્રસન્નતા પણ ઈશ્વરભાઈને વિકૃત લાગી.

'પૂરા સવા કરોડ છે, રાવ !' કહી મુરારિલાલે કટાક્ષમાં ઉમેર્યું : 'ગાંધી-છાપની પાંચસો-પાંચસોની નોટો છે... હવે સહી કરતાં પહેલાં ગણવા નહીં બેસતા, નહીંતર આ *મિડનાઈટ ઑપરેશન* સવારે પણ પૂરું નહીં થાય.'

'અરે, અસા કસા ? (અરે હોય કાંઈ ?) વજનદાર પાર્સલ ખોળામાં ગોઠવી દઈ અચાનક બાવડામાં જોર આવ્યું હોય તેમ ભોલેરાવે નિવેદનપત્ર પર સહી કરી આપી. પછી કોઈ પરાક્રમ કર્યું હોય તેમ ઘાસના પૂળા જેવી મૂછના વાળ પર હાથ પસવારતા રહ્યા.

'લ્યો, આ પણ સાથે રાખો.' મુરારિલાલે ટાઈપ કરેલો એક કાગળ તેના હાથમાં પકડાવતાં કહ્યું : 'મૂડી દેશમાં ન રાખવી હોય તો સ્વિત્ઝર્લૅન્ડ અને હૉંગકૉંગની બૅન્કના છૂપા ખાતામાં જમા કરાવી દેવા માટે દિલ્હીમાં કામ કરતા ચાર એજન્ટ્સનાં નામ-ઠેકાણાં આમાં આપ્યાં છે. તેમાંથી કોઈ પણ એકને ત્યાં અહીંથી સીધા પહોંચી જાઓ અને પછી બંગલે જઈને નિરાંતે સવા કરોડની ઊંઘ ખેંચી કાઢો.'

'ત્યાચા કાય કરાયસ તી કાળજી તુમ કરુ નકા.' (એનું મારે શું કરવું એની ચિંતા તમે નહીં કરો.)

રાજકારણીએ ક્યારેય કોઈનો વિશ્વાસ નહીં કરવો અને જરૂર પડે તો ગમે ત્યારે ગમે તેનો વિશ્વાસઘાત કરવો એવું દઢપણે માનતા ભોલેરાવ કોઈ નાજુક સુંદરીને ઊંચકી જતા હોય એવા ઉન્માદક આવેશમાં સવા કરોડનું પૅકેટ બંને હાથે ઉપાડી ચાલતા થયા.

ત્યાર પછી વારો હતો સૌરાષ્ટ્રમાંથી ચૂંટાઈ આવેલા ભૂતપૂર્વ પ્રિન્સ જગજિતસિંહનો ! જેના નામનો અર્થ જગતને જીતી જનાર થતો હતો એવા સૂકલકડી કાયા ધરાવતા, ભૂતપૂર્વ મહારાજાના પાટવી પુત્રે નશાની અસરમાં લથડિયાં ખાતાં પ્રવેશ કર્યો એટલે મુરારિલાલ માનભેર ઊભા થઈ ગયા : 'પધારો પ્રિન્સ !' કહી હાથ મિલાવ્યા : 'હું જાણું છું કે આપનો નીંદરનો સમય થઈ ગયો છે. હવે બે મિનિટથી વધારે નહીં લાગે.'

'ઊંઘવાની તો ઉતાવળ નથી, પોદ્દારજી !' નિવેદનપત્રનું લખાણ વાંચતા પ્રિન્સ જગજિતસિંહે વચ્ચે આંખ મિચકારીને કહ્યું : 'બંગલે સુંદરી રાહ જોતી હશે એની ચિંતા છે.'

ત્યારે બીજા ખંડમાં બેઠેલા ઈશ્વરલાલથી તુચ્છકારભર્યું હસી જવાયું. ગઈ કાલના રાજાઓનો શું વખત આવ્યો છે ! એની રાહ જોતી સુંદરી એટલે બનાસકાંઠાના પછાત વર્ગની રૂપલી દાતણવાળી ! જેમના બાપદાદાઓના મહેલમાં મહારાણીઓ મહાલતી તેમના આ વારસદાર પોતાને બંગલે વાટ જોતી વાઘરણની વાત કરતી વખતે કેવા પોરસાય છે !

પ્રિન્સે માત્ર ત્રણ મિનિટમાં કાંડાં કાપીને ચાલતી પકડી, ત્યાર પછી પ્રવેશ કરનાર વ્યક્તિ હતી રાજસ્થાની મહિલા સંસદસભ્ય ઉમાદેવી... આગ-ઝરતાં ભાષણો દ્વારા ચૂંટણીમાં હરીફ ઉમેદવારોના છક્કા છોડાવી દઈને સૌથી વધુ મતે લોકસામાં ચૂંટાઈ આવનાર આ વીરાંગનાએ સવા કરોડના પૅકેટને હાથ લગાડવાની ના સંભળાવી દીધી ત્યારે ઈશ્વરલાલ સહેજ ચોંક્યા, પણ ઉમાદેવીની સામે બેઠેલા મુરારિલાલને તેમાં કાંઈ જ અણધાર્યું ન લાગ્યું હોય તેમ મલક્યા :

'દેવીજી, મને ખબર છે કે આપને લક્ષ્મીનો મોહ નથી. નવી સરકારમાં ટુરિઝમ ખાતાનું પ્રધાનપદ આપના માટે નક્કી જ છે. એ સિવાય બીજું કાંઈ જોઈએ ?'

'નહીં, એમ.પી., બીજું કાંઈ જ નહીં જોઈએ.' કહેતાં ઉમાદેવીએ પર્સમાંથી કાગળ કાઢીને તેમની સામે ધર્યો : 'હમણાં તમે કહ્યું તેમ ટુરિઝમ ખાતું મને જ મળશે એવી ખાતરી સાથે આ લખાણ હું સાથે લાવી છું. બસ, તેના પર સહી જોઈએ.'

મુરારીલાલ દાંત વચ્ચે નીચલો હોઠ દબાવીને તેની સામે જોવા લાગ્યા. ટુરિઝમ એટલે નવાં પર્યટન-ધામ વિકસાવવાનાં, વિદેશી ટુરિસ્ટોને આકર્ષવા માટે મોંઘી હોટેલો તથા ફૅશનેબલ રિસોર્ટના પ્લાન પાસ કરાવવાના અને દેશ-દુનિયામાં મન પડે ત્યારે વિમાનમાં ઊડાઊડ કરવાની તક ઉપરાંત એકાદ વરસમાં જ બે-પાંચ કરોડ કાતરી ખાવાનું ખાતું... અત્યારે સવા કરોડ જતા કરીને આ બાઈ બહુ મોટો હાથ મારવા માગે છે અને તેનું ધાર્યું ન થાય તો વીફરી બેસે એવા મિજાજની છે. કદાચ બાજુના સ્વીટમાં બેઠેલા બીજા સાંસદોને ભડકાવી, ઑપરેશન મિડનાઈટ પર પાણી ફેરવી દઈ શકે એવી માથાભારે આ મહિલા છે. એની સહી લેવી હોય તો સામી સહી કરી આપ્યા વિના છૂટકો નથી.

'દેવીજી, આપને મેં ખાતરી આપી છતાં લેખિત બાંયધરી જોઈતી હોય તો લો, આ સહી કરી આપી.' મુરારિલાલે લખાણ વાંચ્યા વિના જ મંજૂરીની મહોર આપવી પડી.

બાજુના સ્વીટમાં બેઠેલા ઈશ્વરભાઈ ધ્યાનથી ઉમાદેવીનું નિરીક્ષણ કરતા હતા. તેનો ઠસ્સો જોઈને અને ધાર્યું કરાવવાનો જુસ્સો જોઈને પ્રભાવિત થયા ત્યાં પેલીએ વિદાય લેવા માટે મુરારિલાલ સાથે હાથ મિલાવતાં સાવ અણધાર્યો જ પ્રસ્તાવ મૂક્યો :

'પોદ્દારજી, સાંભળ્યું છે કે ઈન્ડસ્ટ્રીયાલિસ્ટ વિરાણીશેઠ સાથે તમારે બહુ સારો ઘરોબો છે.'

સાંભળીને સામે ઊભેલા મુરારિલાલના કાન ચમક્યા, પણ બાજુના ખંડમાં ટી.વી. સામે બેઠેલા ઈશ્વરભાઈ તો પગથી માથા સુધી અક્કડ થઈ ગયા : 'આ બાઈને મારામાં શું રસ જાગ્યો ?'

'હા, દેવીજી ! હું એ વિસ્તારનો એમ.પી. રહ્યો એટલે મારે વિરાણીશેઠને અવારનવાર મળવાનું થાય છે ખરું.'

'તો આ સેવિકાનો પણ એક વાર મેળાપ કરાવી આપો.'

'જરૂર-જરૂર ! આપ મુંબઈ પધારો ત્યારે આપણે ત્રણે એકાદ સાંજ સાથે ગાળીશું.'

'આપણે ત્રણે નહીં, પોદ્દારજી, અમે બંને !' કહેતી વખતે તેના ચહેરાના હાવભાવમાં ઈશ્વરભાઈને કોઈ જુગુપ્સા તો જોવા ન મળી પણ પોતાને મળવાની તત્પરતા તો વર્તાઈ આવી.

'દેશમાં ટુરિઝમને ઝડપથી વિકસાવવું હોય તો એમના જેવા સાહસિક અને શોખીન ઉદ્યોગપતિ સાથે હાથ મિલાવવા જરૂરી છે.'

સાંભળીને ઈશ્વરભાઈના હાથમાં ઝણઝણાટી જાગી. ઘડીભર તો થયું કે બાજુના સ્વીટમાં જઈ અચાનક પ્રગટ થઈ તેની સાથે હાથ મિલાવીને કહું, દેવીજી, એકાન્તમાં મળવા માટે મુંબઈ સુધી આવવાની જરૂર નથી. અત્યારે જ મળી લઈએ તો કેમ ?

પરંતુ પોતાની હાજરી પ્રગટ કરવાનાં સ્થિતિ-સંજોગ નહોતાં એટલે ઉમાદેવીને મલપતી ચાલે સ્વીટની બહાર જતાં જોઈ સંતોષ માની લીધો.

તેના ગયા પછી મુરારિલાલે કાંડા-ઘડિયાળમાં જોયું તો આ મહિલા સાંસદને પતાવવામાં જ પંદરક મિનિટ વેડફાઈ ગઈ હતી. હવે ઉતાળવ કરવી જોઈએ એવા આવેશમાં તેમણે નેક્સ્ટનો સંકેત આપતી બાજુની સ્વીટ સાથે જોડેલી બેલ દબાવી પછી સામે પડેલી યાદીમાં જોયું તો ચોથો વારો મધ્યપ્રદેશના આદિવાસી વિસ્તારના પછાત સંસદસભ્ય કાળુસિંહનો હતો.

પરંતુ તેને બદલે પોતાનો પી.એ. કમલનયન દાખલ થતો દેખાયો.

'સા'બ, કાળુસિંહનો ક્રમ પછી રાખવો પડશે.'

'કેમ, આદિવાસી ઊંઘી ગયો ?'

'નહીં, સર, નીચે કાર્પેટ પર આળોટતા સભ્યશ્રી સહી કરવાની સ્થિતિમાં નથી. વધુ પડતું પીએ પછી આળોટવાનો જ વખત આવે ને ?'

'સર, એનો અજંપો વધુ પડતો પીવાનો નથી.' પેલાએ માહિતી આપી : 'એ ક્યારના બબડ્યા કરે છે કે મહુડાને બદલે મને ઘોડાનું મૂતર પિવડાવ્યું...'

'એ માનનીય સભ્યશ્રીને તમારે કહેવું જોઈએ કે મહુડાનો બાટલો પંદર રૂપિયામાં મળે, જ્યારે અમે તને સાતસો રૂપિયાવાળો સ્કૉચ પિવડાવ્યો !'

'સર, એને હિસાબ-કિતાબની બહુ ગતાગમ લાગતી નથી... એ વારંવાર મને પૂછતા હતા કે સવા કરોડ એટલે કેટલા સો થાય ? એ તો એમ જ માને છે કે કરોડ કરતાં લાખની રકમ વધારે કહેવાય.'

'તો આપણે એને સવા લાખ આપીને રાજી કરી દઈશું !' કહેતા મુરારિલાલે મનોમન ગણતરી માંડી દીધી : સવા કરોડમાંથી સવા લાખમાં આદિવાસી સાથે પતાવટ કરી લઉં તો બાકીના એક કરોડ, ચોવીસ લાખ ને પંચોતેર હજાર ગપચાવી શકું... પરંતુ પછી તરત જ ખ્યાલ આવ્યો કે અહીંની તમામ હિલચાલ બાજુના સ્વીટમાં બેઠેલા વિરાણી જુએ-સાંભળે છે !

ખરેખર તો બાજુના સ્વીટમાં ઈશ્વરલાલ વિરાણી સંસદસભ્યોની આ સોદાબાજીથી થાક્યા-કંટાળ્યા હોય તેમ પલંગમાં આડા પડીને બગાસાં ખાવા લાગ્યા હતા. આ દેશની લોકશાહીના નસીબમાં કેવા નમૂના અને કેવા નંગ લખાયા છે - એવા કૌતુક અને કણસાટ સાથે *ઑપરેશન મિડનાઈટ*નું ક્લોઝ-સરકીટ દર્શન પડતું મૂકીને નીંદરમાં સરકવા લાગ્યા હતા...

'અરે, વિરાણીશેઠ, ઊઠો.... ઊઠો, જલદી !'

ભરનીંદરમાંથી મુરારિલાલે તેમને જગાડ્યા ત્યારે સફાળા બેઠા થઈ જતાં ઈશ્વરભાઈએ જોયું તો આજુબાજુ અંધકાર હતો અને સામે મુરારિલાલ સળગતી મીણબત્તી સાથે ઊભા હતા.

'શું થયું... પાવર ગયો ?'

'પાવરને મારો ગોળી ! ઈશ્વરભાઈ, ગજબ થઈ ગયો !'

હવે મીણબત્તીના આછા પ્રકાશમાં મુરારિલાલના પરસેવાથી નીતરતા ચહેરા પર તેનું ધ્યાન ગયું. મીણબત્તીની જ્યોતની જેમ એમ. પી. પોતે પણ આખે આખા ધ્રૂજતા હતા.

'પ્રાઈમ મિનિસ્ટર અમરનાથ ત્રિપાઠી ઈઝ નો મોર !'

'હેં !'

ઈશ્વરભાઈ અધ્ધર શ્વાસે અવાચક બની ગયા. શું વડાપ્રધાન ત્રિપાઠી હવે નથી રહ્યા ? મુરારીલાલ સપનામાં બકે છે કે પોતે કાંઈક જુદું સાંભળી રહ્યા છે ? અમરનાથ ત્રિપાઠી હવે પ્રાઈમ મિનિસ્ટર નથી રહ્યા - એમ કહેવાને બદલે પોદ્દાર એવું કેમ બોલે છે કે પ્રાઈમ મિનિસ્ટર ત્રિપાઠી હવે નથી રહ્યા ?

'ઈશ્વરભાઈ, એમણે પંદરમા માળેથી પડતું મૂક્યું !'

સાંભળતાં જ ઈશ્વરભાઈ પલંગમાં ઊછળી પડ્યા :

'શું વાત કરો છો તમે !' મગજ બહેર મારી ગયું હોય અને જીભ ઝલાઈ ગઈ હોય તેમ ઈશ્વરભાઈ થોડી વાર જડવત્ રહ્યા પછી માંડ પૂછી શક્યા :

'પ્રાઈમ મિનિસ્ટરે... આત્મહત્યા કરી ? ક્યારે ?'

'અત્યારે સવા પાંચ થયા.' મુરારીલાલની જીભે પણ લોચા વળતા હતા : 'અર્ધા-પોણા કલાક પહેલાં બનાવ બની ગયો. કહે છે કે એમણે ઉપરથી પડતું મૂક્યું. નીચે પડતાં પહેલાં

વચ્ચે એક કેબલ સાથે અથડાયા. કેબલ તૂટી ગયો તેમાં હોટેલનો પાવર ગયો... કોણ જાણે કેમ, જનરેટર હજુ ચાલુ થતું નથી.'

'પણ તમે તો એમ કહો છો કે પ્રાઈમ મિનિસ્ટરે ઉપરથી પડતું મૂક્યું... કદાચ કોઈએ તેમને ઉપરથી...'

'ઈશ્વરલાલ, એક તો દેશ-આખાને હચમચાવી દે તેવી દુર્ઘટના બની... અહીં સર્વત્ર અંધકાર છે. સિક્યુરિટીવાળા કોઈને રૂમની બહાર નીકળવા નથી દેતા, હોટેલવાળા ટેલિફોન બંધ કરીને બેસી ગયા છે... એમાં કેમ ખબર પડે કે ખરેખર શું થયું ?'

'હું તો એમ પૂછતો હતો કે તમારું *મિડનાઈટ ઑપરેશન* પૂરું થયા પછી તમે સંસદસભ્યોની સહીવાળું નિવેદનપત્ર ત્યારે ને ત્યારે જ પ્રાઈમ મિનિસ્ટરને પંદરમા માળે પહોંચાડ્યું હતું ?'

'હા !' મુરારિલાલ માંડમાંડ હકાર ભણી શક્યા : 'બે વાગ્યે મારો પી.એ. કમલનયન એમને હાથોહાથ નિવેદનપત્ર સુપરત કરી આવ્યો હતો.'

'ઓહ ગૉડ !' ઈશ્વરભાઈના મગજમાં કડીઓ ગોઠવાતી જતી હતી : 'તો-તો પ્રાઈમ મિનિસ્ટરના ખંડમાંથી તમારા એ નિવેદનપત્રના કાગળિયા પણ હાથ લાગશે... તમે લોકો એમને ઉથલાવી પાડવાનું કાવતરું ઘડતા હતા એ જાહેર થશે... તમારી સાથે હું પણ એમાં સંડોવાયો હતો એવું બોલાશે...'

'અરે, એ બધાને મારો ગોળી !' મુરારિલાલે રીઢા રાજકારણીની ઢબે ઝડપથી મનોબળ મક્કમ કરી લીધું : 'આપણે જેને ઉથલાવવા માગતા હતા એ પોતે જ આપમેળે ઊથલી પડ્યા... શું થયું અને કેમ બન્યું એ બધી તપાસ તો ચાલ્યા કરશે, પણ ત્યાં સુધી દેશને નવા વડાપ્રધાન વગર થોડું ચાલશે ?' એકીશ્વાસે બોલતા મુરારિલાલે થોડું રોકાઈને પૂરું કર્યું : 'હવે તો વી. કે. સિંહા માટે વડાપ્રધાનપદ અર્ધા દિવસ જેટલુંય દૂર નથી, ઈશ્વરભાઈ !'

છતાં ઈશ્વરભાઈ અવાચક રહ્યા એટલે મુરારિલાલે તેમનો ખભો દાબ્યો :

'કોઈના મોતના મલાજો જરૂર રાખીએ, પણ તેમાં આપણી બઢતીનો ઉત્સવ શું કામ ન ઊજવીએ ?'

કહીને માનનીય સંસદસભ્ય મુરારિલાલ સામે પડેલી બૉટલમાંથી વિસ્કીના બે ગ્લાસ ભરવા લાગ્યા.

આ દુર્ઘટનાને ટાંકણે દિલ્હીમાં પોતાની હાજરી ઈશ્વરભાઈને બહુ જોખમી લાગી. મુંબઈથી નીકળતી વખતે પિતાએ પોતાને રોકવાનો પ્રયાસ કર્યો હતો એ યાદ આવી ગયું. શું એ પુણ્યાત્માને આવી કોઈ દુર્ઘટનાની દૈવી સ્ફુરણા થઈ હશે ? સવાર સુધીમાં તો દેશમાં અને દુનિયાભરમાં હાહાકાર મચી જશે. કોને ખબર, એ સનસનાટીમાં મારું નામ કેટલું ખરડાશે ?

*

ચારુબહેને સવાર પડવાની રાહ જોતાં અજંપામાં પડખાં ફેરવતાં હતાં. નિરાલીની સગાઈની રાત ખરેખર તો નિરાંતની નીંદર આપનારી નીવડવી જોઈતી હતી તેને બદલે અસુખમાં આળોટતાં રહેવું પડે એવી વેરણ કેમ બની ગઈ ?

એનો જવાબ ભીતરમાંથી એક જ મળતો હતો : પિતાતુલ્ય શ્વશુર દુભાઈને ઘર છોડી

ગયા ! આશ્વાસન ખાતર ચારુબહેન મનને સતત મનાવતાં રહ્યાં કે એને ઘર છોડી ગયા ન કહેવાય. રિસાઈને થોડા વખત માટે ચાલ્યા ગયા એટલે કાયમ માટે ગયા એવું શું કામ માની લેવું ? પરંતુ એ આશ્વાસન પાંગળું લાગ્યા કરતું હતું. જેમનું નામ જ મોતીલાલ છે એવા બાપુજીનું મન મોતી જેવું નિર્મળ છે, જે વીંધાયા પછી સંધાય નહીં.

ખરો વસવસો તો એ થયા કરતો હતો કે મોટું મન રાખીને જતું કરવામાં માનનારા વડીલ આટલી હદે દુભાયા શું કામ એ જ સમજાતું નહોતું.

– ચારુવહુ, હું થોડા દિવસ મનુને ત્યાં રહેવા જાઉં છું - એવું કહેતી વખતે એમના ચહેરા પર વ્યથા હતી.

– બાપુજી, તમારા દીકરા દિલ્હીથી આવી જાય ત્યાં સુધી પણ જવાનું મુલતવી નહીં રાખો ?

– ત્યારે એટલું જ બોલ્યા હતા એ :

– વહુ, ઈશ્વરના આવ્યા પછી જઈશ તો નકામી બોલચાલ થશે. તેને બદલે કાંઈ થયું જ નથી એવો દેખાવ કરીને જાઉં તેમાં આપણી સૌની શોભા જળવાશે.

ત્યારે ચારુબહેન લાચાર બની ગયાં.

– બાપુજી, તમારી દીકરી હોત તો આડી ઊભી રહી જઈને તમારો રસ્તો રોકી દેત...

ત્યારે દુખતી નસ દબાઈ ગઈ હોય તેમ એ બોલી ઊઠ્યા :

– ચારુવહુ, ખોટું ન લગાડતાં, પણ ઈશ્વર દીકરો હોવા છતાં મારી સાથે જમાઈની જેમ વર્તે છે. એટલે તમે મારાં દીકરી જેવાં જ ગણાઓ.

ત્યારે ચારુબહેનની આંખના ખૂણા ભીંજાયા હતા.

– મને દીકરી જેવી ગણો છો તો એટલું તો કહેતા જાઓ કે તમારા દીકરાએ એવું તે શું કર્યું ? મને જણાવો તો મારાથી એમને કહેવાય એટલું કહી શકું.

– કહેવા જેવું કાંઈ નથી છતાં સમજવા જેવું છે એટલું કહેતો જાઉં.

કહીને એ અટક્યા હતા. પછી બહુ વારે એટલું જ કહેતા ગયા :

– તમે સ્ત્રીઓ કબાટમાં વસ્ત્રોને સરસ રીતે ગોઠવીને રાખો છો... પણ મારો ઈશ્વર તો એના મનના કબાટમાં કાવાદાવા અને છળકપટની થપ્પીઓ જ ગોઠવતો જાય છે. ક્યારેક કબાટ ખોલી જુએ તો ખબર પડે ને કે બહુ થયું, હવે અંદર જગ્યા જ રહી નથી.

શ્વશુર મોઘમમાં ઘણુંબધું કહી ગયા, પણ એથી ચારુબહેનના ઉચાટનું નિરાકરણ થયું નહીં. મનના કબાટને બદલે વારેવારે એમની નજર સમક્ષ પતિના બેડરૂમનો કબાટ ઊપસવા લાગ્યો. સાથોસાથ ઈશ્વરભાઈની તાકીદ પણ યાદ આવ્યા કરી : કોઈએ મારા કબાટને હાથ નહીં લગાડવો. એમાં સાચવીને રાખેલી કામની ચીજવસ્તુઓ કોઈ આડીઅવળી કરી નાખે એ મને પસંદ નથી...

અને ચારુબહેન સફાળાં બિછાનામાં બેઠાં થઈ ગયાં. રાત વીતી ચૂકી હતી અને રિસાઈ ગયેલી નીંદર હવે પાછી આવે તોપણ એને આવકારી શકાય તેમ નહોતું, એટલે ઊઠીને સીધા પતિના બેડરૂમમાં ગયાં. ઈશ્વરભાઈ એમના અંગત કબાટની ચાવી છુપાવી રાખતા ત્યાંથી ચાવીને ઝૂડો કાઢ્યો. લાઈનબંધ બનાવેલા લાકડાના ત્રણ કબાટમાંથી વચલા કબાટ પર નજર સ્થિર

કરી. એ કબાટ ખોલતી વખતે પતિ બેડરૂમનો દરવાજો બંધ રાખવાની ખાસ ચીવટ લેતા એટલે ચારુબહેને પહેલો એ જ કબાટ ઉઘાડ્યો.

પાંચ-સાત મિનિટમાં ઘણું ફંફોસી નાખ્યું પણ ધંધાને લગતા કરાર અને દસ્તાવેજોના થોકડા સિવાય બીજું કાંઈ હાથ ન લાગ્યું એટલે ચારુબહેન ઉઘાડા કબાટ સામે નીચે બેસી ગયાં. સવારના પહોરમાં પોતે પતિથી છાનો આવો ઉદ્યમ કરવા બેઠાં એ માટે દિલ ડંખ્યું હોય તેમ નિઃશ્વાસ નાખતાં એમણે કબાટના સાવ નીચેના ખાનામાં હાથ લંબાવ્યો. બેચાર ફાઈલો હાથમાં આવી તેને બહાર કાઢી. અંદર જોયું તો ટાઈપ કરેલા ધંધાદારી કાગળો હતા જેના પર *કૉન્ફીડેન્શિયલ*ના સ્ટૅમ્પ માર્યા હતા. ચારુબહેનને થયું કે પોતે વ્યર્થ ફાંફાં મારી રહ્યાં છે. પૂજાનો સમય થવા આવ્યો છે, મનને તેમાં પરોવીશ તો આપોઆપ ઉદ્વેગ ઓછો થઈ જશે... એવું વિચારતાં છેલ્લા પ્રયાસરૂપે કબાટના સાવ છેવાડે હાથ લંબાવ્યો તો કપડાના પોટલામાં બાંધેલી કોઈ ચીજનો સ્પર્શ થયો. કુતૂહલ ખાતર તેમણે પોટલું બહાર કાઢ્યું, પતિએ કબાટમાં એવું તે શું સાચવી રાખ્યું હશે એવા કુતૂહલથી ગાંઠ ખોલીને પોટલું ઉઘાડ્યું તો દળદાર ગ્રંથ હાથમાં આવ્યો. પતિને ધાર્મિક કે આધ્યાત્મિક પુસ્તકો વાંચવામાં જરાય રસ નહોતો એથી અચરજ સાથે એમણે પૂઠું ઉઘાડ્યું તો ઉપર મોટા અક્ષરે લખ્યું હતું : *મારો પૂર્વાશ્રમ.*

કોનો પૂર્વાશ્રમ ? જિજ્ઞાસાનો જોરદાર ધક્કો લાગ્યો હોય તેમ એમણે પહેલું પાનું ફેરવ્યું તો ઊઘડતા પૃષ્ઠ પર લખાણ વાંચવા મળ્યું :

"હું ચન્દ્રપ્રભા,

ભવાનજી શેઠિયાની પુત્રી

ઈશ્વર નામના એક છોકરાના સ્પર્શથી અભડાઈ ગઈ હોઉં તેમ પિતાએ દલીચંદ નામના કાપુરુષ સાથે પરણાવી દીધી.

સંસારનાં સુખ ભોગવવાને બદલે દુઃખ અને ત્રાસ ભોગવ્યા પછી વૈરાગવૃત્તિ પ્રગટ થઈ.

સદ્ભાગ્યે સાચા અર્થમાં સાધુ કહી શકાય એવા જ્ઞાનસૂરીશ્વરજીનો સત્સંગ થયો અને સંસાર ત્યજીને કર્મના બંધનમાંથી મુક્ત થવાનો માર્ગ સૂઝી ગયો.

ચંદ્રપ્રભામાંથી ચંદ્રસ્મિતા બની ત્યાં સુધીની મારી કથા-વ્યથાને અહીં શબ્દોમાં ઉતારીને હવે પૂર્વજીવનમાંથી હું સંપૂર્ણપણે મુક્ત થઈ રહી છું.

જેમના હાથમાં આ જીવનકથની આવે તેમને વિનંતી છે કે અફાટ સમુદ્રમાં એ પધરાવી દઈ મારા પૂર્વાશ્રમને સદાને માટે જળસમાધિ આપી દે."

એટલું લખાણ વાંચતાં જ હૃદયમાં વીજળીનો લિસોટો થયો હોય એવી ઝણઝણાટી ચારુબહેને અનુભવી. ભવાનજી શેઠિયાની પુત્રી ચન્દ્રપ્રભા અને ઈશ્વર નામનો છોકરો... પતિએ ક્યારેય પોતાને આ વાત તો કરી નથી ! હવે સમજાયું કે ભવાનજી શેઠિયા સામે એ શેનું વેર વાળે છે !

ચારુબહેન થોડી વાર એવાં સૂનમૂન થઈ ગયાં કે બેડરૂમના દરવાજામાંથી રાજલક્ષ્મીએ પ્રવેશ કર્યો તેનો પગરવ પણ ન સંભળાયો.

સાસુજીને સવારના પહોરમાં આ રીતે સસરાનો કબાટ ઉઘાડીને બેઠેલાં જોઈ રાજલક્ષ્મીને થયું કે હું જે શોધવા આવી હતી એ જ સાસુજી પણ શોધી રહ્યાં છે કે શું ?

થોડી વાર પહેલાં એના પર વિરાટ જાગીરદારનો ફોન આવ્યો હતો.

– રાજી, તને નિરાલીના રૂમમાંથી પેલી ચીજ હાથ લાગી ?

– વિરાટ, મેં તને કહ્યું હતું કે હું સામેથી ફોન કરીશ, છતાં...

– છતાં ફોન કર્યો, કારણ કે બેડરૂમમાં તું એકલી છે. તારો સિદ્ધાર્થ કાલે રાત્રે બહારગામ ગયો છે એ હું જાણું છું.

– તું અમારા ઘરની રજેરજ વાતની જાણકારી શું કામ રાખે છે, વિરાટ ?

– મેં માગેલી ચીજ મને મળી જાય પછી એવી પંચાત નહીં કરું અને તને પણ તંગ કરવાનું બંધ કરી દઈશ. હવે જલદી કહે, નિરાલીના રૂમમાંથી એ ચીજો તને મળી ગઈ કે ?

– સૉરી, વિરાટ, સાંજે મેં આખો રૂમ ફેંદી નાખ્યો. એમનો વૉર્ડરૉબ, ટેબલનાં ખાનાં, પલંગ નીચે પડેલી બંને સૂટકેસ - બધું જ જોઈ ગઈ, પણ...

– મને હતું જ કે તું આવો જવાબ આપવાની ! પણ એનું પરિણામ સારું નહીં આવે, કહી દઉં છું !

– તું ધમકી નહીં આપ, વિરાટ ! એ તારા જેવાને શોભતું નથી. તને મારી વાત માન્યામાં ન આવતી હોય તો મારા ગૌરવના સોગંદ ખાઈને કહું છું, મને નિરાલીના રૂમમાંથી કોઈ ચીજ હાથ લાગી નથી.

ત્યારે વિરાટ નરમ પડી ગયો હતો. છેવટે બીજી ફરમાયશ કરી :

– સાંભળ, તારા પહેલાં કદાચ નિરાલી પાસેથી તારા કાબેલ સસરાએ એ ચીજ હાથ કરી લીધી હોય. પ્લીઝ, રાજી, એક વાર મારે ખાતર તું ઈશ્વરલાલ વિરાણીના રૂમમાં તપાસ કરી જોઈશ ?

– વિરાટ, તું મને ચોરી...

– નહીં, રાજલક્ષ્મી ! પુરાવા હાથ કરવાના કાર્યને ચોરી ન કહેવાય... અને આજે જ એ કામ થઈ શકે એમ છે. તારા વિરાણી શ્વશુર દિલ્હી ગયા છે એની પણ મને જાણ છે. પ્લીઝ, રાજી, મારું આટલું કામ કરી આપ ! પછી હું તારો પીછો છોડી દઈશ, તારા ગૌરવના સોગંદ !

જેને ગૌરવ સાથે કાંઈ જ લાગતું-વળગતું નથી એ માણસ મારા દીકરાના સોગંદ ખાય છે ! વિરાટની એ ચેષ્ટા બહુ વસમી લાગી હોય તેમ રાજલક્ષ્મી ગુસ્સામાં રિસીવર બાજુમાં મૂકી દઈ બેડરૂમની બહાર નીકળી ગઈ હતી... અને બહાર આવીને જોયું તો સસરાના બેડરૂમમાં લાઈટ બળતી દેખાઈ. અત્યારે ત્યાં કોણ હશે ?

કુતૂહલથી ખેંચાઈ આવીને બેડરૂમમાં દાખલ થઈ, તો ઉઘાડા કબાટ સામે બેસીને સાસુજી કાંઈક વાંચવામાં એવાં તલ્લીન થઈ ગયેલાં કે પોતાના આગમનની જાણ સુધ્ધાં ન થઈ.

'અરે, રાજી, તું ?' પાછળ કોઈક ઊભું છે એવું ભાન થતાં જ ચોરી પકડાઈ ગઈ હોય એમ છળી ગયેલાં ચારુબહેને પેલું પુસ્તક બંધ કરી દઈ પૂછ્યું : 'શું વાત છે, રાજી ? તું ચિંતાતુર કેમ દેખાય છે ?'

હવે રાજલક્ષ્મીને થયું કે પોતાનો ચહેરો ચાડી ખાઈ ગયો. શું જવાબ આપવો ? ત્યાં એકાએક સૂઝી આવ્યું :

'બા, તમે સાંભળ્યું ?'

'શું ?'

'વડાપ્રધાન અમરનાથ ત્રિપાઠીએ હોટેલના પંદરમા માળેથી પડતું મૂકીને આપઘાત કર્યો !'

'હેં !' ચારુબહેનનો શ્વાસ અદ્ધર થઈ ગયો : 'તને કોણે કહ્યું ?'

'મને હમણાં જ બહેનપણીનો ફોન આવ્યો હતો. એ રોજ સવારે બી.બી.સી. સાંભળે છે.' કહી રાજલક્ષ્મીએ હળવેકથી ઉમેર્યું :

'બા, પ્રાઇમ મિનિસ્ટરે જે હોટલના ટૉપ ફ્લૉર પરથી પડતું મૂક્યું એ જ એન્ડેરિન હોટેલમાં મારા સસરા ઊતર્યા હશે ને ?'

'એટલે ?' વડાપ્રધાનના આપઘાત સાથે પતિના એ હોટેલના ઉતારાને રાજીવહુ શું કામ જોડી રહી છે ?

'બા, હું તો એમ કહેતી હતી કે બાપુજીને દિલ્હી ફોન જોડીને પૂછી જોઈએ તો ?' રાજલક્ષ્મીએ ખુલાસો કર્યો : 'કદાચ આપણને વધુ વિગત જાણવા મળે.'

પરંતુ ચારુબહેનનું મગજ ત્યાં સુધીમાં ઘુમરાવા લાગ્યું હતું : આ દુર્ઘટનાથી પતિ પર કોઈ આપત્તિ તો નહીં આવે ને ? ઘર પરથી પિતાની છત્રછાયા હઠી ગઈ એનો પરચો માત્ર એક જ રાતમાં મળી ગયો કે શું ?

'રાજી, તું જા !' વહુની હાજરીની જાણ થતાં ચારુબહેને કહ્યું : 'પૂજા કરીને દિલ્હી ફોન જોડવા માટે તને બોલાવું છું.'

સાસુના કહ્યા પછી પણ થોડી વાર સુધી રાજલક્ષ્મી ઈશ્વરભાઈના ઉઘાડા કબાટને તાકતી ઊભી રહી. વિરાટનો પીછો છોડાવવા માટે પોતે સસરાનો કબાટ ફંફોસવો તો પડશે જ. સાસુ પૂજા કરવા બેસે ત્યારે કદાચ એ તક ઝડપી લઈશ એવી ગણતરી કરી રાજી બહાર નીકળી ગઈ.

તેના ગયા પછી ઊભાં થઈને ચારુબહેને ફોન તો જોડ્યો પણ દિલ્હીનો નહીં, દિયરના ઘરનો.

'કોણ, બાપુજી ?' સામેથી શ્વશુરનો હલ્લો અવાજ સાંભળતાં જ એકીશ્વાસે એ બોલી ગયાં : 'બાપુજી, મારો જીવ બહુ મૂંઝાય છે. તમારા દીકરા દિલ્હીથી પાછા આવે ત્યાં સુધી તો અમારી સાથે રહો ! એક દીકરીને બાપની હાજરીની જરૂર પડી છે એમ માનીને આવતા રહો.' કહેતા ચારુબહેનની આંખો ઊભરાવા લાગી : 'હું તમને હાથ જોડીને વીનવું છું, બાપુજી !'

અને તેમનાં ડૂસકાંએ મોતીલાલ વિરાણીને પિગળાવી દીધા.

'ભલે, ચારુવહુ, હું મંદિરે દર્શન કરીને આવી જાઉં છું. તમે એમ માનજો કે હું એક રાત માટે જ મનુને ઘેર રહેવા ગયો હતો... બસ !'

અને ચારુબહેનની આંખોની અશ્રુધારા એકાએક થંભી ગઈ.

*

26

સમગ્ર દેશ પર એકાએક શોકનાં વાદળ છવાઈ ગયાં. પ્રજાજનોનાં હૃદય આઘાત અને આશંકાની મિશ્ર લાગણીથી ઘેરાઈ ગયાં. પ્રજાપ્રિય ભૂતપૂર્વ વડાપ્રધાન જદુનાથ ત્રિપાઠીની ખાલી પડેલી ગાદી પર ત્રણ વરસ પહેલાં પ્રજાએ જેમને બેસાડ્યા હતા એ જુવાન વડાપ્રધાન અમરનાથ ત્રિપાઠી હજુ ન તો એટલા લોકપ્રિય બન્યા હતા કે ન અપ્રિય થયા હતા. ઊગતા આર્કિટેક્ટમાંથી શિખાઉ રાજકારણી તરીકે રાષ્ટ્રના શાસનની લગામ હાથમાં લીધી ત્યારે દેશને નવી દિશા તરફ દોરી જવાની આશા જગાડનાર જુવાન વડાપ્રધાન પોતે જ દિશાશૂન્ય બની જઈ આત્મહત્યા કરી બેસે એ પ્રજાને જેટલું આઘાતજનક લાગ્યું એટલું જ અપમાનજનક પણ લાગ્યું. એન્ડેરિન હોટેલના પંદરમા માળેથી એમણે પડતું મૂક્યું ત્યારે અમરનાથ ત્રિપાઠીનો બેડરૂમ અંદરથી લૉક કરેલો હતો. સ્વીટના દીવાનખંડમાં બે વફાદાર અંગરક્ષકો સિવાય ત્રીજું કોઈ હાજર નહોતું. દુર્ઘટના પછી બેડરૂમનું લૉક તોડીને દાખલ થયેલા ક્રાઈમ બ્રાન્ચના વરિષ્ઠ અધિકારીઓને ખંડમાં ઝપાઝપી થયાનાં અથવા બીજી કોઈ વ્યક્તિની હાજરીનાં નિશાન પણ મળ્યાં નહોતાં. અરે, રાત્રે સાડાઆઠ વાગ્યે પક્ષના ત્રણ નેતાઓ સાથે સ્વીટમાં ડિનર લીધું ત્યારે વડાપ્રધાન ખુશમિજાજમાં હતા. એમને છેલ્લે જોનાર વ્યક્તિ હતા સંસદસભ્ય મુરારિલાલ પોદ્દારના સેક્રેટરી કમલનયન દીક્ષિત, જે બે વાગ્યે એક અગત્યનો સંદેશો આપવા માટે વડાપ્રધાનના સ્વીટમાં ગયા ત્યારે બંને અંગરક્ષકોએ તેમને પ્રવેશ આપ્યો હતો. કમલનયને લખાવેલા બયાન પ્રમાણે :

– પોદ્દારજીએ મોકલાવેલ પરબીડિયું આપવા હું પી.એમ.ના સ્વીટમાં દાખલ થયો ત્યારે બૉડીગાર્ડ સક્સેના અને ડોગરા હાજર હતા. એમની હાજરીમાં એમ. પી.ના હાથમાં પરબીડિયું સુપરત કર્યું ત્યારે એ સ્વસ્થ હતા. કવર લઈને એમણે એટલું જ કહ્યું હતું : પોદ્દારજીને થૅન્ક્સ કહેજો... જતાં જતાં મેં 'ગૂડનાઈટ, સર' કર્યું ત્યારે એ હસીને બોલ્યા હતા : હવે તો 'ગૂડ મૉર્નિંગ' કહેવાનો સમય થવા આવ્યો... બસ, ત્યાંથી પાછા ફરીને મેં પોદ્દારજીને પી.એમ.ના થૅન્ક્સ પહોંચાડવા હતા.

– એ બંધ પરબીડિયામાં આપે પી.એમ.ને શું મોકલ્યું હતું ?

– એ દેશની અત્યંત ગુપ્ત રાજકીય બાબત છે.

– તમારું પરબીડિયું મળ્યું ત્યાં સુધી પ્રાઇમ મિનિસ્ટર ખુશમિજાજમાં હતા. ત્યાર પછી

આ દુર્ઘટના બની એટલે તમારા એ ગુપ્ત સંદેશાની વિગત જાણવી અત્યંત જરૂરી છે. રાત્રીના સવા- બે અને પરોઢિયાના સવાચાર વચ્ચે અચાનક એમની માનસિક સ્થિતિમાં પલટો કેમ આવ્યો તેની કડી તમારા પરબીડિયાની માહિતી પર આધાર રાખે છે.

ક્રાઈમ બ્રાન્ચની આ તપાસમાં પોદ્દારજી સાચું બોલી શકે તેમ નહોતા અને ખોટું બોલવા જાય તો સદ્‌ગત વડાપ્રધાનના કબજામાંથી પેલો નિવેદનપત્ર મળી આવતાં જૂઠ પકડાઈ જાય અને પી.એમ.ની આત્મહત્યા માટે પોતે મોકલેલું પરબીડિયું આડકતરી રીતે જવાબદાર ઠરી જાય તો તેનું પરિણામ પોતાની રાજકીય આત્મહત્યામાં જ આવે તેમ હતું. પરંતુ રીઢા રાજકારણી પોદ્દાર ગમે તેની ઊલટતપાસ પણ પચાવી શકે એવા હતા. જવાબ આપવા માટે તેમને સચોટ તર્ક સૂઝી ગયો.

– એ પરબીડિયામાં શું હતું એ તો તમે સહેલાઈથી જાણી શકો તેમ છો.

– જાણે પોલીસખાતાને માર્ગદર્શન આપતા હોય એવી ઢબે મુરારિલાલ પોદ્દારે કહ્યું હતું :

પ્રધાનમંત્રીશ્રીના બેડરૂમમાંથી તમે હાથ કરેલી ચીજવસ્તુઓમાં એ પરબીડિયું પણ તમારા હાથમાં આવ્યા વગર રહેશે નહીં. એ ખોલીને વાંચી લેશો પછી મને પૂછવાની પણ જરૂર નહીં રહે.

આવું કહીને મુરારિલાલ પોદ્દાર ખરેખર તો જાણી લેવા માગતા હતા કે વડાપ્રધાનને ખુરસી ખાલી કરવા માટે મોકલવામાં આવેલો એ નિવેદનપત્ર હજુ સુધી પોલીસખાતાના હાથમાં આવ્યો છે ખરો ?

પરંતુ ક્રાઈમ બ્રાન્ચના સર્વોચ્ચ અધિકારી સુધ્ધાં આ બાબતમાં એક હરફ ઉચ્ચારી શકે તેમ નહોતાં, કારણ કે ચોવીસ કલાક વડાપ્રધાનની તહેનાતમાં રહેતી ઍમ્બ્યુલન્સમાં તેમને હૉસ્પિટલમાં લઈ જવામાં આવ્યા ત્યાર પહેલાં જ વડાપ્રધાનના અંગ પરની તમામ ચીજવસ્તુનો કબજો તેમનાં માતુશ્રી રામેશ્વરીદેવીએ લઈ લીધો હતો, જેમાં એક લાંબું પરબીડિયું સામેલ હોવાની વાત પણ અંતરંગ વર્તુળમાં ચર્ચાવા લાગી હતી.

અને પોલીસ-તપાસ હોટેલના તેરમા માળે ઊતરેલા ઉદ્યોગપતિ આઈ. એમ. વિરાણી સુધી પહોંચે એ પહેલાં તો ઉપરથી આદેશ પણ મળી ગયો કે આ દુર્ઘટનાની સઘન તપાસ પોલીસને બદલે જાસૂસી તંત્ર(સી.બી.આઈ.)ને સુપરત કરી દો. પહેલી નજરે દેખાતી આત્મહત્યા પાછળ વડાપ્રધાનની હત્યાનું કાવતરું છુપાયેલું હોય તો એ શક્યતાની તપાસ માટે સમગ્ર જાસૂસી તંત્રને કામે લગાડી દો. કદાચ તેમાં કોઈ વિદેશી સત્તાનો પણ હાથ હોઈ શકે !

'મેં તમને કહ્યું હતું ને, વિરાણીશેઠ !'

હોટેલ એન્ડેરિનથી જનપથ રોડ તરફ જઈ રહેલી કારમાં બાજુમાં બેઠેલા ઈશ્વરભાઈ વિરાણીને મૂડમાં લાવવા માટે તેમના સાથળ પર હળવો ધબ્બો મારતાં મુરારિલાલે કહ્યું :

'વડાપ્રધાનની આત્મહત્યાને અમે માત્ર ચાર કલાકમાં જ હત્યાના કાવતરામાં પલટાવી નાખી ને !'

છતાં ઈશ્વરભાઈના ચિંતિત ચહેરા પર હળવાશ ઊપસતી દેખાઈ નહીં એટલે બંનેની વચ્ચે પડેલાં અખબારની થોકડી તેમના ખોળામાં મૂકતાં મુરારિલાલે ઉમેર્યું :

'દિલ્હીમાં. દૈનિકોએ પ્રગટ કરેલી આ વધારાની આવૃત્તિઓનાં મથાળાં પણ એ જ વાત કરે છે. અમે પક્ષનું ચિહ્‌ન હાથ રાખ્યું છે અને જ્યારે પણ દોષનો ટોપલો બીજા પર

ઠાલવવાની કટોકટી ઊભી થાય ત્યારે અમે વિદેશી હાથને આગળ ધરી દઈ લોકોનું ધ્યાન બીજે ફંટાવી દઈએ છીએ.'

'પોદ્દારજી, આ વખતે તમારો એ કીમિયો કારગત ન પણ નીવડે.' ઈશ્વરભાઈએ મનમાં ઘૂંટાતી આશંકા વ્યક્ત કરી : 'તમે બીજા બધાનું ધ્યાન ખોટી દિશામાં દોરી શકશો પરંતુ વિદેશી હાથવાળી વાત વડાપ્રધાનનાં માતુશ્રીના મનમાં કેમ ઠસાવી શકશો ?'

'ત્યાં જ તમે થાપ ખાઓ છો, આઈ.એમ. વિરાણી !'

મુરારિલાલ પોદ્દારે આત્મવિશ્વાસના રણકા સાથે દલીલ કરી : 'એક વાત બરાબર સમજી લો, અમરનાથજીએ આત્મહત્યા કરી છે એવું પુરવાર થાય તો દેશને લાંછન લાગે અને એમના પરિવારની પણ બેઇજ્જતી થાય... વડાપ્રધાનનાં માતા એવું ઇચ્છે ખરાં ? એટલે તો આપણા વી. કે. સિંહાએ એમના મનમાં ઠસાવી દીધું કે માતાજી, આત્મહત્યાને હત્યાના કાવતરામાં ફેરવી નાખીએ તેમાં જ આપણું સૌનું હિત સમાયેલું છે... અને રામેશ્વરીદેવી તરત જ માની ગયાં, એટલે સિંહાસાહેબે વિદેશી હાથનું ચક્કર ચાલું કરી દીધું.'

'પરંતુ આત્મહત્યાને હત્યાના કાવતરામાં ઠસાવવા જતાં ખુદ તમારા સિંહા જ તેમાં સંડોવાઈ જશે એ કેમ ભૂલી જાઓ છો, પોદ્દાર ?'

'આઈ. એમ., એ કઈ રીતે ?'

'વડાપ્રધાને હોટેલના પંદરમા માળેથી પડતું નહોતું મૂક્યું એવું માની લઈએ તો એમ માનવું પડે કે તેમને ઉપરથી ફગાવી દેવામાં આવ્યા છે.'

'બરાબર.'

'તો એ કામ તેમના અંગરક્ષકો સિવાય બીજું કોણ કરી શકે ? વડાપ્રધાનના લૉક કરેલા સ્વીટમાં ત્રીજા કોઈની તો હાજરી હતી જ નહીં... તો પછી વિદેશી હાથ ક્યાંથી આવે ?'

'કેમ ન આવે ?' પોદ્દાર પાસે જવાબ હાજર જ હતો : 'એ બંને અંગરક્ષકોને કોઈ વિદેશી સત્તાએ હાથા બનાવી તેમની પાસે આ હિચકારું કૃત્ય કરાવ્યું હોય એ શક્યતા સૌ કોઈ સ્વીકારી લે એવી સધ્ધર છે.'

'કદાચ વડાપ્રધાનનાં માતા એવું પણ વિચારતાં હોય કે આ હત્યામાં વિદેશી હાથને બદલે વડાપ્રધાનના વિરોધી વી. કે. સિંહાનો દેશી હોથ હોય અને અંગરક્ષકોને તેમણે જ ફોડી નાખ્યા હોય એવું કેમ ન બને ?'

ઈશ્વરભાઈએ માનેલું કે પોતાનો આ તર્ક સાંભળીને મુરારિલાલ ખળભળી ઊઠશે, પણ તેને બદલે એ તો મરકમરક હસતા દેખાયા.

'આઈ.એમ., તમે હજુ વી. કે.ને પૂરા ઓળખ્યા નથી.' કહીને તેમણે ગલોફામાં ભરાવી રાખેલું પાન બહાર કાઢી રાતા હોઠ રૂમાલથી લૂછી નાખ્યા. સદ્ગત વડાપ્રધાનનું નિવાસસ્થાન નજીક આવી રહ્યું હતું અને આવા આઘાતજનક શોકપ્રસંગે લાલ મોઢું લઈને ત્યાં કેમ જવાય ? અર્ધા ચવાયેલા પાનનો કચરો દરવાજાના સાઈડ પૉકેટમાં ખોસી દઈ મુરારિલાલે પોતાની દલીલને વાચા આપી :

'તમને એક વાતની જાણ નહીં હોય, વિરાણીશેઠ ! અમરનાથ ત્રિપાઠીની આ દુર્ઘટના પછી તેમનાં માતા રામેશ્વરીદેવી અને પત્ની વચ્ચે સત્તાસ્થાન પ્રાપ્ત કરવાની ખેંચતાણ શરૂ થઈ ચૂકી છે.'

'વડાપ્રધાનના મૃત્યુને પૂરા પાંચ કલાક થયા નથી અને અગ્નિસંસ્કારને હજુ આઠ કલાકની વાર છે ત્યાર પહેલાં જ માતા અને વિધવા પત્ની વચ્ચે સત્તાની ખેંચતાણ ?'

'ઈશ્વરલાલ, એમાં નવું શું છે ?' રાજકારણમાં સમયસર સોગઠી મારે એ જ ફાવે... એ બંને મહિલા માટે વડાપ્રધાનના શોકની હમદર્દી જીતી લેવાનો મોકો અત્યારે જ છે.'

પોદ્દાર ખંધું હસીને કહી રહ્યા હતા :

'આવતી કાલે અમારા પક્ષના સંસદસભ્યો નવા વડાપ્રધાન માટે નેતાની વરણી કરે એ પહેલાં એ બંને બાઈઓ પૂરેપૂરું જોર અજમાવી ન શકે તો પરમ દિવસે એમનો ભાવ કોણ પૂછવાનું ?'

'તો-તો નવા વડાપ્રધાન બનવાના ચાન્સમાં તમારા વી. કે.નો નંબર ત્રીજો થઈ જાય, મુરારિલાલ !'

'તમે ગમે તેટલા મોટા ઉદ્યોગપતિ હો, પણ અમારી રાજરમત સમજવામાં તો કાચા જ ગણાઓ, વિરાણીશેઠ !'

નંબર વન, જનપથ નજીક આવતો હતો એટલે મુરારિલાલે ઉતાવળે કહેવા માંડ્યું : 'સદ્ગતની માતા અને પત્ની બંનેને સિંહાજી રમાડી રહ્યા છે. ઑલ ઈન્ડિયા મેડિકલ ઈન્સ્ટિટ્યૂટમાં અમરનાથ ત્રિપાઠીના મૃતદેહનું પોસ્ટમૉર્ટમ ચાલતું હતું ત્યારે જ વી. કે.એ પોતાની બાજી ઊતરવાનું ચાલુ કરી દીધું હતું. પહેલાં એ માતા રામેશ્વરીદેવીને મળ્યા. એમને સમજાવ્યું કે સદ્ગત સાથે છેલ્લે- છેલ્લે મારે ઉગ્ર મતભેદ થયા હતા, પણ એ ભૂલી જઈને રાષ્ટ્ર તથા પક્ષને ખાતર આપણે એક થઈ જવું જોઈએ.'

'અને રામેશ્વરીદેવી માની ગયાં ?'

'રાજકારણની દોસ્તી અને દુશ્મની એ તો સિક્કાની બે બાજુ જેવી છે. લાગ જોઈને સિક્કો ઉલટાવી નાખી દુશ્મનને દોસ્ત બનાવી શકાય છે.' કહેતા મુરારિલાલે આંખ મિચકારી લઈને આગળ ચલાવ્યું :

'વી. કે.એ રામેશ્વરીદેવી સમક્ષ પ્રસ્તાવ મૂક્યો કે આપ રાજકારણ માટે નવાં છો એટલે વડાપ્રધાનનું સ્થાન આપને માટે વધુ પડતા બોજારૂપ બની જશે... પરંતુ આપ નાયબ વડાપ્રધાનપદ સ્વીકારી લો તો બે વર્ષ પછી હું આપના માટે પી.એમ.નું પદ સ્વેચ્છાએ ત્યજી દઈશ.'

'સત્તા પર બેઠા પછી કોઈ નેતા સ્વેચ્છાએ પદત્યાગ કરતું નથી, મુરારિલાલ !'

'એ તો તમે અને હું સમજીએ છીએ તેમ વી. કે. અને રામેશ્વરીદેવી પણ બરાબર સમજે છે, છતાં બંનેને એકબીજાની ગરજ છે એટલે અત્યારે હાથ મિલાવશે અને પછી પોતાનું સ્થાન મજબૂત થઈ જતાં એકબીજાના હાથ મરડી નાખવા તૈયાર થઈ જશે.' કહીને ફરી ઈશ્વરભાઈના સાથળ પર હળવો ધબ્બો મારીને ઉમેર્યું : 'આ ખાનગી હિલચાલ માત્ર તમને એકલાને જ કહું છું, ઈશ્વરલાલ ! સત્તાની રેસમાં આપણો ઘોડો વી. કે. સિંહા જ વીનમાં પહોંચવાનો અને આપણે છેવટ સુધી એમની પડખે જ રહેવાનું છે.'

ત્યારે આઈ. એમ. વિરાણીએ પહેલી વાર આછું હસી લીધું. પોતે બધું જ જાણતા હોવા છતાં મુરારિલાલ સમક્ષ અજાણ્યા રહીને મનોમન નવી બાજી રમવાની તૈયારી કરી રહ્યા હતા. મૃત વડાપ્રધાનની માતા અને વિધવા વચ્ચે શું ચાલી રહ્યું છે એની માહિતી તો પોતાનાં દિલ્હીનાં સૂત્રો દ્વારા પોતે ક્યારના મેળવી ચૂક્યા હતા અને સત્તાની રેસમાં કયો ઘોડા પર દાવ

રમવો એ નક્કી કરી લઈને તાબડતોબ સ્વિસ બૅન્કમાં સવાસો કરોડની રકમનું ખાતું ખોલાવી નાખવાની હિલચાલ પણ શરૂ કરી દીધી હતી. ચોવીસ કલાક કામ કરતી એ સ્વિસ બૅન્કના નવા ગુપ્ત ખાતાનો નંબર સુધ્ધાં તેમને કલાકમાં મળી જવાનો હતો. પરંતુ સતત સાથે રહેતા મુરારિલાલ સુધી તેની જરા સરખી ગંધ પહોંચવા દીધી નહોતી.

'શું વિચારમાં પડી ગયા, આઈ. એમ. ?'

મુરારિલાલને તેમની ચુપકીદીમાં મુત્સદ્દીગીરી વર્તાઈ હોય તેમ પૂછી લીધું : 'હજુય તમારા મનમાં કોઈ શંકા રહી ગઈ છે ?'

'હું વિચારતો હતો કે તમારા વી. કે. સિંહાએ વડાપ્રધાનનાં પત્નીને કઈ રીતે મનાવી લીધાં હશે ?'

'એક જ રીત છે એની !' મુરારિલાલ પોરસાઈને કહેવા લાગ્યા : 'સાસુ-વહુ વચ્ચે પહેલેથી જ અણબનાવ જેવું રહ્યું છે. હૉસ્પિટલના એક ખંડમાં માતા જુવાન પુત્રના મૃત્યુ પર વિલાપ કરતાં હતાં, તેમ બીજા ખંડમાં પત્ની સોનાદેવી પોતાના વૈધવ્ય પર આક્રંદ કરતાં હતાં. તેમની પાસે પહોંચી જઈ સિંહાજીએ કહ્યું કે દેવીજી, મારી ઇચ્છા તો આપને જ સત્તાસ્થાને બેસાડવાની છે, પરંતુ માતાજી આપને એ માટે લાયક ગણતાં નથી. હવે મારે શું કરવું ?'

'તેના જવાબમાં સોનાદેવીએ શું કહ્યું ?'

'બીજું શું કહે ? એકાએક તેમનું આક્રન્દ અટકી ગયું. ભીની આંખોમાં ઈર્ષાના અંગારા તગતગવા લાગ્યા. આજુબાજુમાં દિલાસો આપવા બેઠેલાંને ખંડની બહાર મોકલી દઈ એકાન્તમાં સિંહાજીને વિશ્વાસમાં થઈ લેતાં સોનાદેવીએ કહ્યું કે અમરનાથજીએ મારી સાથે પ્રેમલગ્ન કર્યાં એ બદલ સાસુએ મને ક્યારેય માફ કરી નથી અને...'

મુરારિલાલ 'અને' કહીને જાણી-કરીને અટકી ગયા ત્યારે ઈશ્વરભાઈની જિજ્ઞાસા સળવળી ઊઠી :

'બીજું શું કહ્યું સોનાદેવીએ ?'

'એમ પણ કહી દીધું કે વડાપ્રધાન થયા પછી પતિ તરફથી પણ પોતાને ક્યારેય સુખ મળ્યું નથી. પેલી ઍક્ટ્રેસ વનશ્રીદેવીની લપેટમાં આવ્યા પછી એમણે ક્યારેય મારા તરફ પ્રેમભરી નજર સુધ્ધાં નાખી નથી... તો પછી હવે તેમની વિધવા તરીકે સત્તાસુખની ઝંખના મને કેમ ન જાગે ?'

'સિંહાજીને એણે એવું કહ્યું ?'

'એ દસ મિનિટના એકાન્તમાં સિંહાજી અને સોનાદેવી વચ્ચે બીજું શું-શું બન્યું એ આપણે જાણતા નથી... પણ બંનેએ ખભેખભા મિલાવીને કામ કરવાના કોલ પરસ્પરને આપી દીધા છે એટલું હું જાણું છું.'

આમ કહેતી વખતે મુરારિલાલના મુખ પર જુગુપ્સાના ભાવ જોઈને ઈશ્વરલાલ વિરાણીને થયું કે સત્તાલાલસા પુરુષને તો ઠીક, સ્ત્રીને પણ આ રીતે ચારિત્ર્યહીન બનાવી શકે ખરી ? કે પછી મુરારિલાલ પોતાના મનને મનાવવા અથવા તો મારા મનને બહેલાવવા ખાતર તર્કના આવા તુક્કા લડાવી રહ્યા છે ?

એ ગમે તેમ હોય, ઈશ્વરલાલ વિરાણીએ મનોમન નક્કી કરી જ નાખ્યું હતું કે હવે આ મુરારિલાલ પોદ્દારનો સંગ વહેલી તકે છોડી દેવામાં જ પોતાનું હિત રહેલું છે. વી. કે.

સિંહાને વડાપ્રધાન બનાવવાની કૂટનીતિમાં સંસદસભ્યોને ખરીદવા પાછળ પોતે એક જ રાતમાં પિસ્તાલીસ-પચાસ કરોડનું જુગટું રમીને બાજી ગુમાવી દીધી હતી. હવે રાતોરાત પાટલી બદલતા રાજકારણીઓની જેમ પોતે પણ વી. કે. સિંહાના આ પડખિયાને પડતા મૂક્યા વિના ચાલે તેમ નહોતું.

'ઈશ્વરલાલ, હવે નાટકનો કરુણ અંક શરૂ થાય છે.' વી.આઈ.પી. કારના કાળા કાચની આરપાર બહાર નજર નાખી લઈ મુરારિલાલે બાહોશ અભિનેતાની જેમ એક જ પળમાં ચહેરા પર કરુણતાનો મેકઅપ ચડાવી દીધો. પછી ખાદીના ઝભ્ભાના ખિસ્સામાંથી રૂમાલ કાઢી કોરી-ધાકોર આંખો લૂછવાની ચેષ્ટા કરતાં ઉમેર્યું : સદ્‌ગત પ્રધાનમંત્રીશ્રીના ઘેરા શોકમાં મારી આંખો થોડી વાર પછી રડીરડીને લાલચોળ થયેલી દેખાય તો અચરજ પામતા નહીં. રાજકીય વ્યવહારમાં આવો દેખાડો કરવાનું અનિવાર્ય ગણાય છે.'

ઈશ્વરભાઈએ તેનો પ્રતિભાવ આપવાની જરૂર પડી નહીં. વડાપ્રધાનના નિવાસસ્થાન આસપાસનો એક કિલોમીટરનો વિસ્તાર *ટાઈટ સિક્યુરિટી એરિયા* જાહેર થયો હતો. તેમાં દાખલ થતાં પહેલાં મુરારિલાલની કારને રોકવામાં આવી. મોટરના ફ્રન્ટ ગ્લાસ પર સંસદસભ્યનું ઓળખચિહ્‌ન ચિટકાવ્યું હોવા છતાં મુરારિલાલ પોદ્દારે ઓળખાણની ખાતરી કરાવવા કારની બારીનો કાચ ખોલીને સિક્યુરિટી ઑફિસરને મોઢું દેખાડવું પડ્યું.

'સર, એમ, પી.ઝ કે લિયે હમને વિશેષ સુવિધા રખી હૈ.' ચેકિંગ કરવાને બદલે માર્ગદર્શન આપવા માટે કાર રોકી હોય એવી ઢબે સિક્યુરિટી ઑફિસરે કહ્યું : 'અંતિમ દર્શન કે લિયે લોગ લાખોં કી તાદાદમેં આ રહે હૈં.'

એટલું કહી તેમની બાજુમાં બેઠેલા વિરાણી તરફ જોઈ ઑફિસરે ઉમેર્યું : 'સંસદસભ્યો સિવાય બીજા કોઈને એ ગેટમાંથી પ્રવેશ આપવામાં નથી આવતો. આપના આ સાથીદાર...'

તેણે એટલું કહ્યું ત્યાં જ ઈશ્વરભાઈએ મુરારિલાલથી છૂટા પડવાની તક ઝડપી લીધી.

'પોદ્દારજી, એની વાત બરાબર છે. આવા સંજોગોમાં સલામતીના નિયમનું સૌએ પાલન કરવું જોઈએ.' કહી પોતાની તરફનો દરવાજો ઉઘાડ્યો : 'મારી કાર પાછળ જ આવે છે. હું તેમાં આવી પહોંચું છું.'

અને મુરારિલાલ આનાકાની કરે એ પહેલાં તો ઈશ્વરભાઈ વિરાણી પાછળ આવતી ઇમ્પૉર્ટેડ કાર તરફ સરકી ગયા. ડ્રાઈવરે તેમની કારને વી.આઈ.પી. ગેટ તરફ ફંટાવી એટલે ઈશ્વરભાઈએ હૂકમાંથી કારફોન ખેંચી નંબર જોડી હલ્લો કહ્યું ત્યાં સામેથી સંભળાયું : 'સુબ્રહ્મણ્યમ્ સ્પિકિંગ, સર !'

દિલ્હીમાં વૈભવ કંપનીનું કામકાજ સંભાળતા વિશ્વાસુ ઑફિસરના અવાજમાં હંમેશનો આત્મવિશ્વાસ વર્તાયો એથી ઈશ્વરભાઈએ રાહત અનુભવી. એ સવારથી વડાપ્રધાનના અવસાન પછીની રાજકીય ગતિવિધિ પર ચાંપતી નજર રાખવાના કામે લાગી ગયો હતો. પહેલાં ઑલ ઇન્ડિયા મેડિકલ ઈન્સ્ટિટ્યૂટમાં પહોંચી જઈ ત્યાંની હિલચાલની રજેરજ માહિતી સુબ્રહ્મણ્યમે એન્ડેરિન હોટેલ પર બૉસને પહોંચતી કરી હતી. હૉસ્પિટલથી વડાપ્રધાનના મૃતદેહને જનતા-દર્શન માટે નિવાસસ્થાને લઈ જવામાં આવ્યો ત્યારે પહેલાં એ એક નંબર, જનપથ પર પહોંચી ગયેલો અને અત્યારે એ ત્યાંથી તેના બૉસ સાથે ફોન પર વાતચીત કરી રહ્યો હતો.

'લેટેસ્ટ ઈન્ફર્મેશન શું છે, સુબા ?'

'નવા વડાપ્રધાનની વરણી માટે બહુ જોરદાર દાવપેચ ખેલાઈ રહ્યા છે, સર !'

'રેસમાં કયા-કયા ઘોડા જોરમાં દેખાય છે ?'

'માત્ર બે જ... મધર (માતા) અને વીડો (વિધવા) !'

'વી. કે.નું શું લાગે છે ?'

'સર, સિમ્પથી વેવ્ઝ(હમદર્દીનાં મોજાં)માં વી. કે. ડૂબી જાય એવું દેખાય છે.'

'આર યૂ સ્યોર, સુબા ?'

'હન્ડ્રેડ પર્સેન્ટ સ્યોર, સર !'

જરા સરખીય આનાકાની વગર સુબ્રહ્મણ્યમે વિશ્વાસભેર વી. કે. પર ચોકડી મારી દીધી ત્યારે આગલી રાત્રે સંસંદસભ્યોને ખરીદવા માટે ખર્ચેલા પચાસ કરોડ ડૂબી ગયાનો અફસોસ ઈશ્વરભાઈએ અનુભવ્યો ખરો, પણ બીજી જ પળે સ્વસ્થ થઈ જતાં તેમણે પૂછ્યું :

'સુબા, માતા અને વિધવા એ બેમાંથી કોના ચાન્સીસ વધારે દેખાય છે ?'

'ઑફ કોર્સ મધરના જ !'

સુબાના એ વર્તારામાં ઈશ્વરભાઈને આત્મવિશ્વાસનો અતિરેક વર્તાયો છતાં હકીકતની અવગણના થઈ શકે તેમ નહોતી. રામેશ્વરીદેવી માટે વડાપ્રધાન બનવાના સંજોગો ઊજળા હોય તો પોતે કપરી કસોટીનો સામનો કરવો પડે તેમ હતું. મુરારિલાલ પોદ્દારની વાતમાં આવી જઈ પોતે વી. કે. સિંહાને ખાતર અર્ધો અબજ રૂપિયા ખર્ચી નાખ્યા હોવાની વાત રામેશ્વરીદેવીથી છાની રહેવાની નહીં... તો પછી હવે હું કયા મોઢે એમની સમક્ષ દિલસોજી દર્શાવવા જઈ શકીશ ?

બૉસના મનમાં ઘોળાતા એ વિચાર, વગર બોલ્યે ટેલિફોન પર સાંભળી લીધા હોય તેમ સુબ્રહ્મણ્યમે ઉત્સાહભર્યા અવાજે કહ્યું :

'સર, આપના માટે મધર માટેની મુલાકાત મેં ગોઠવી રાખી છે. જોકે સમય માત્ર ત્રણ મિનિટનો જ આપ્યો છે. પણ એ મુલાકાત સંપૂર્ણ એકાન્તમાં ગોઠવાશે. આપ અને રામેશ્વરીદેવી સિવાય ત્યારે ત્રીજું કોઈ જ હાજર નહીં હોય !

ત્રણ જ મિનિટ અને સંપૂર્ણ એકાન્ત !

ફોન મૂકી દઈ ઈશ્વરભાઈ બબડ્યા.

ત્રણ જ મિનિટમાં સામા પૂરે નદી પાર કરવાનું મુશ્કેલ જ નહીં, અશક્ય હતું. છતાં એ જોખમમાં ઝંપલાવ્યા વગર ચાલે તેમ નહોતું. વૈભવ કંપનીઓ પર રાષ્ટ્રના રાજકર્તાની ખફાનજર થાય તો રાતોરાત બધી જ કંપનીના શૅર ગગડી જાય, સરકારની કૃપાદૃષ્ટિથી મળતાં લાઈસન્સો છીનવાઈ જાય અને એક્સાઈઝ ડ્યૂટીની મુક્તિ દ્વારા મળતી કરોડોની રાહત ગુમાવી દેવી પડે, તો પાંચમા નંબરના ઉદ્યોગપતિનું સ્થાન છેક દસમા નંબર સુધી નીચે ઊતરી જાય તેમ હતું.

એ કલ્પના-માત્રથી આઈ. એમ. વિરાણીને ધ્રુજારી આવી ગઈ.

હવે રામેશ્વરીદેવીનો વિશ્વાસ જીતી લેવા માટે કઈ કળ કામે લગાડવી અને ત્રણ મિનિટની સમયમર્યાદામાં કેવું કપટ ખેલવું એના વિચાર ચાલતા હતા ત્યાં એમની કારે વી.આઈ.પી. ગેટમાં પ્રવેશ કર્યો.

*

સદ્‌ગત વડાપ્રધાનનાં અંતિમ દર્શનાર્થે ઊમટેલી મેદનીમાં ચાંદનીચોકની ફૂટપાથ પર બેસતા લલ્લુ મોચી જેવા સામાન્ય માનવીથી લઈને ભારત ખાતેના અમેરિકી એલચી લૉરેન્સ બૅકર સુધીના મહાનુભાવનો સમાવેશ થતો હતો. તફાવત એટલો જ હતો કે લલ્લુ મોચી હજારો માણસોની કતારમાં ત્રણ કલાક સુધી તપશ્ચર્યા કરી મૃત અમરનાથ ત્રિપાઠીના ચહેરાની એક ઝલક-માત્ર ઝીલી શક્યો હતો, જ્યારે લૉરેન્સ જેવા મહાનુભાવો ખરખરો કરવા આવ્યા હોવા છતાં અદબભેર તેમનું સ્વાગત કરી તેમને એરકન્ડિશન્ડ ખંડમાં બેસાડી વી.આઈ.પી. માટેના અલગ પ્રવેશદ્વારમાંથી મૃતદેહ સમક્ષ લઈ જવામાં આવતા હતા. હોટેલના પંદરમા માળેથી પડતું મૂકીને મૃત્યુને ભેટેલા બેતાલીસ વરસના યુવાન વડાપ્રધાન જાણે સુખદ નિદ્રામાં પોઢેલા હોય એવું તેજ અને એવી તાજગી તેમના મુખ પર રેલાતાં હતાં. હડપચીથી કપાળ સુધી ક્યાંય એક ઉઝરડો સુધ્ધાં દેખાતો નહોતો. અખબારોએ પ્રગટ કરેલા વધારામાં આપેલી માહિતી મુજબ આટલી ઊંચાઈએથી અમરનાથજીનું મસ્તક ચમત્કારકપણે સલામત રહેવા પામ્યું હતું. એમનું મૃત્યુ તો કરોડરજ્જુના કટકા થવાને કારણે નીપજ્યું હતું.

વિશાળખંડની મધ્યમાં ચાર ફૂટની ઊંચાઈએ સુવાડેલા મૃતદેહ ઉપર તેમ જ આસપાસ પુષ્પના ખડકલા થતા હતા. દર્શન આવનારાની નજર મરનારના મુખ પર પડે તે પહેલાં બંને બાજુ ઊભેલી બે મહિલાઓના મુખભાવ જોઈ લેવાનું કોઈ ચૂકતા નહોતા. જુવાનજોધ પુત્ર ગુમાવી દેનાર માતા રામેશ્વરીદેવી અને સંસારનાં સુખ માણવાની અવસ્થામાં વિધવા બની બેઠેલાં સોનાદેવી ભલભલાને ભાંગી નાખે એવો વજ્રઘાત સહી લેવાના મનોબળ સાથે ઊભાં હતાં. પ્રત્યક્ષ દર્શને આવનારા હજાર લોકો ઉપરાંત દૂરદર્શન પર આ દૃશ્યો નિહાળી રહેલા દેશના કરોડો પ્રજાજનોનાં મનમાં કરુણાની મૂર્તિ સમી એ બંને મહિલાઓને જોઈ તેમની સહનશક્તિ પ્રત્યે અહોભાવ જાગતો હતો. યુવાન આપ્તજનના મૃત્યુ પર ભલે વિલાપ કે આક્રન્દ ન કરે, પણ આંખમાં આંસુનું એક ટીપું કે ગળામાં દુઃખનું એક ડૂસકું સુધ્ધાં પ્રગટ થવા ન દે એ તો મનોબળની પરાકાષ્ઠા ગણાય !

પરંતુ લોકોને ક્યાં ખબર હતી કે મક્કમ મનોબળ પ્રદર્શિત કરવા માટે બંને સ્ત્રીઓ સ્પર્ધામાં ઊતરતી હતી ! જાહેરજીવનમાં ઝંપલાવનાર વ્યક્તિએ અંગત દુઃખો ઘોળીને પી જવાની શક્તિ કેળવવી પડે છે અને રાષ્ટ્ર પર આફત આવે ત્યારે અડીખમ ઊભા રહેવાની તાકાત દર્શાવવાની હોય છે. આ પાઠ પરોઢિયાથી બંનેને તેમના સલાહકારોએ પઢાવી રાખ્યો હતો. પ્રજાની સહાનુભૂતિ ઉપરાંત તમારે એમનો વિશ્વાસ સંપાદિત કરવો હોય તો સ્વસ્થપણે ટકી રહેવાનું આ તપ તમારે કરી દેખાડવું પડશે. મુખ પર ઘેરા વિષાદના ભાવ ભલે દેખાય, પણ આંસુરહિત આંખો તેમ જ ભિડાયેલા હોઠ દ્વારા તમારે સંકલ્પશક્તિનો પરચો પ્રજાને આપવાનો છે.

જોકે અમરનાથ ત્રિપાઠીનાં માતુશ્રી રામેશ્વરીદેવી દર અર્ધા કલાકે મૃતદેહ પાસેથી હટી જઈને પાંચ-દસ મિનિટ માટે પોતાના ખંડમાં સરકી જતાં હતાં, જેથી દેશ-વિદેશના મહાનુભાવો, વિવિધ રાજકીય પક્ષોના આગેવાનો તેમ જ શાસક પક્ષના સંસદસભ્યો પોતાની સમક્ષ વ્યક્તિગતપણે દિલસોજી દર્શાવી શકે. પરિવારના વર્ષો જૂના મિત્ર કર્નલ જયરાજસિંહે રામેશ્વરીદેવીને સમજાવી રાખ્યું હતું કે સાંજે અગ્નિદાહ અપાયા પછી આવતી કાલે વડાપ્રધાનપદ માટે પક્ષના નેતાની વરણી થાય ત્યાં સુધીમાં આપણે આપણી બાજી પાથરી દેવાની છે, પ્રજાની સહાનુભૂતિ

જીતી લેવાની છે... આવી સલાહ પાછળનો તર્ક સમજાવતાં કર્નલ જયરાજસિંહે રામેશ્વરીદેવીને કહ્યું હતું : થોડીથોડી વારે તમે મૃતદેહ પાસેથી ખસીને અંદર જતાં રહેશો તો દર્શકો એમ જ માનશે કે આખરે તો એ માતા છે. જાહેરમાં આંસુને રોકી રાખનાર માતા એકાન્તમાં જઈને હૃદયનો ઊભરો ઠાલવી આવે એમાં લોકોને તો માતૃત્વનાં જ દર્શન થવાનાં !

આવી ગણતરી સાથે રામેશ્વરીદેવી વચ્ચેવચ્ચે તેમના ખંડમાં સરકી જઈ ફ્રેશ જ્યુસનો એકાદ ગ્લાસ પી લઈ, ચહેરા પર રેલાઈ ગયેલો મેકઅપ ઠીકઠાક કરી લઈને વ્યક્તિગત દિલસોજી દર્શાવવા આવનારને અંગત રીતે મળી લેતાં હતાં. પાંચદસની ટુકડીમાં આવતા પક્ષના સંસદસભ્યો જાણે અનાથ બની ગયા હોય એવા ભાવ સાથે તેમની સમક્ષ પેશ થતા ત્યારે બે આંસુ સારી લઈ રામેશ્વરીદેવી સત્વર સ્વસ્થ થઈ જતાં.

અમરનાથજીનું ખાલી પડેલું સ્થાન પૂરી શકે એવી વ્યક્તિ આપના સિવાય બીજી કોઈ અમને દેખાતી નથી - એવું નિવેદન કરનારાઓને એ કહેતાં :

– રાજકારણનો મને અનુભવ તો નથી, પણ પંદર વર્ષ સુધી વડાપ્રધાનપદે રહેલા મારા પુત્ર પાસેથી વહીવટના થોડા પાઠ જરૂર શીખી છું. તમે મને એ સ્થાનને લાયક ગણતા હો તો આ પડકાર ઝીલી લેવા હું તૈયાર છું. આ ઉંમરે મને સત્તાનો મોહ નથી, પણ મારા જુવાન પુત્રને સત્તાસ્થાને હટાવવા માટે નિમિત્ત બનેલાને હું દેખાડી આપવા માગું છું કે ભારતદેશની મહિલા સમય આવ્યે પુરુષ-સમોવડી બની શકે છે. ઝાંસીની રાણી લક્ષ્મીબાઈની જેમ એ યુદ્ધે ચડી શકે છે તેમ પાંચાલી દ્રૌપદીની જેમ અપમાનનો બદલો લીધા પર્યંત માથાના કેશ છુટ્ટા રાખવાની પ્રતિજ્ઞા પણ લઈ શકે છે.

તેમની એ જુસ્સાભરી વાણીથી પ્રભાવિત થનારા સંસદસભ્યો હાથ જોડીને વિદાય લેતી વેળા એટલું જ કહી શકતા કે આપના આ સંકલ્પને અમારા તરફથી સંપૂર્ણ સમર્થન છે એની ખાતરી રાખજો, માતાજી !

વચ્ચેવચ્ચે અંગત સલાહકાર કર્નલ જયરાજ તેમના હાથમાં કૉર્ડલેસ ફોન આપીને સૌ સાંભળે તેમ કહેતા : વૉશિંગ્ટનથી પ્રેસિડન્ટ બુશ પર્સનલી આપની સમક્ષ શોક પ્રદર્શિત કરવા માગે છે.

પ્રેસિડન્ટ બુશના નામમાત્રથી જ ખંડમાં અહોભાવભર્યો સન્નાટો છવાઈ જતો. કેમ્બ્રિજમાં અભ્યાસ કરી ચૂકેલાં રામેશ્વરીદેવી શુદ્ધ અંગ્રેજીમાં અમેરિકી પ્રમુખ સાથે સૌમ્ય વાણીમાં વાર્તાલાપ કરીને છેલ્લે એમ કહેતાં સંભળાતાં કે મિસ્ટર પ્રેસિડેન્ટ, ભારત અને યુનાઇટેડ સ્ટેટ્સ વચ્ચેની મૈત્રી અખંડ રહેશે એની અમારા શાસક પક્ષ તથા દેશની પ્રજા તરફથી આપને હું બાંયધરી આપું છું.

આ ટૂંકી વાતચીત પૂરી થયા પછી સામે બેઠેલા સંસદસભ્યોને એ કહેવાનું ચૂકતાં નહીં કે પ્રમુખ બુશસાહેબનો પણ આગ્રહ છે કે દેશના શાસનની ધુરા મારે જ સંભાળી લેવી !

બીજી બાજુ રામેશ્વરીદેવી ત્રણ મિનિટની મુલાકાત માટે ત્રણ કલાકથી તપ કરતા બેઠેલા ઉદ્યોપગતિ ઈશ્વરલાલ વિરાણી મનોમન અકળાતા હતા : આ રીતે મને બહાર બેસાડી રાખીને રામેશ્વરીદેવી પાઠ ભણાવવા માગે છે કે અમારી વિરુદ્ધમાં પડશો તો ભલે અબજોના માલિક હો, અમારા દરબારમાં તમારી કિંમત કોડીની કરી નાખશું ?

અધૂરામાં પૂરું રામેશ્વરીદેવીના ખંડમાંથી બહાર નીકળતા સાંસદોમાં કેટલાક તો એવા

હતા જેમના કપાળે આગલી રાતે મુરારિલાલે પોતાના જ સવા કરોડનો ચાંદલો કર્યો હતો અને અત્યારે જાણે પોતાને ઓળખતા ન હોય તેમ મોં ફેરવી લઈ બાજુમાંથી પસાર થઈ જતા હતા. આ માનભંગ ઉદ્યોગપતિ વિરાણી માટે અસહ્ય હતું છતાં સમય વર્તીને સહી લેવા સિવાય છૂટકો ન હતો. કલાક પછી સદ્ગત વડાપ્રધાનના અંતિમ સંસ્કારની યાત્રા નીકળવાની હતી, એ પહેલાં રામેશ્વરીદેવી એક અલપઝલપ મુલાકાત આપી દે તો હજુય પોતે બાજી સંભાળી શકે તેમ હતા. આ મોકો ચૂકી ગયા તો પછી મુરારિલાલ પોદ્દારની જેમ પોતે પણ ભાવિ વડાપ્રધાનની નજરમાંથી ઊતરી જવાના અને તેનો દંડ વૈભવ ગ્રુપની કંપનીઓએ કેટલો ભારે ચૂકવવો પડશે, કોને ખબર !

'સર, હવે આપ એક જ બાકી રહ્યા.' કર્નલ જયરાજસિંહે પાછળથી આવી ઈશ્વરભાઈના ખભા પર ઝૂકીને ધીમા સ્વરે કહ્યું : 'દેવીજી આપને એકાન્તમાં મળવા માગે છે એટલે આપે વેઈટ કરવું પડ્યું.'

'નેવર માઇન્ડ, આજનો અવસર જ એવો છે કે પ્રતીક્ષા કરવી પડે.' મનનો ઉદ્વેગ ખંખેરી નાખતાં ઈશ્વરભાઈએ કહ્યું : 'આવા સંજોગોમાં મૅડમ મુલાકાત આપે છે એ જ એમનો ઉપકાર ગણાય.'

'પરંતુ સમય એટલો ઓછો છે કે મુલાકાત ત્રણ મિનિટને બદલે માત્ર એક-દોઢ મિનિટ પૂરતી જ મર્યાદિત રહેશે.'

સાંભળીને ઈશ્વરભાઈના ચહેરા પર ફરી ગ્લાનિ છવાઈ ગઈ : એક-દોઢ મિનિટ તો દિલસોજી દર્શાવવા માટે પણ ઓછી પડે... તેમાં એમનો વિશ્વાસ જીતી લેવાનું ક્યાંથી બને ? પરંતુ કર્નલને આવું કહેવાની જરૂર નહોતી એટલે તેમણે જાતને જ કહ્યું, 'કુશાગ્રબુદ્ધિ માટે પંકાયેલા ઉદ્યોગપતિ વિરાણી, અહીં જ તમારી ઠાવકાઈની ખરી કસોટી થવાની... દોઢ મિનિટની આ ડૂબકી કાં તમને તારી દેશે અથવા તો તળિયે બેસાડી દેશે !

'કમ ઑન, સર !' અંદરથી સંકેત મળતાં કર્નલ જયરાજસિંહે ઈશ્વરભાઈનો ખભો દાબીને કહ્યું : 'હું આપને અંદર લઈ જઈને સત્વર બહાર નીકળી જઈશ, જેથી આપની એટલી સેકન્ડ ઓછી વેડફાય !'

'થૅન્ક્સ !' કહીને ઈશ્વરભાઈએ રામેશ્વરીદેવીના ખંડ તરફ પગ ઉપાડ્યા ત્યારે ઘડીભર તો લાગ્યું કે પગમાંથી જોર ઓસરી રહ્યું છે. પરંતુ મૅડમના ખંડનો દરવાજો ઊઘડ્યો અને વિશાળ હૉલની વચ્ચે સોફા પર બેઠેલાં રામેશ્વરીદેવી પર નજર પડતાં જ તેમનો આત્મવિશ્વાસ પાછો ફરવા લાગ્યો. જે થવાનું હોય તે થાય, પણ એક ઉદ્યોગપતિને છાજે એ રીતે હું તેમનો સામનો કરીશ !

પોતે પાંચ ડગલાં અંદર ગયા ત્યાં સુધી તો તેમના આગમનની નોંધ લીધા વિના રામેશ્વરીદેવી વિચારમગ્ન બેસી રહ્યાં, ત્યારે થયું કે આવનારનું અપમાન કરવાની આ પણ એક રીત છે. સાવ નજીક પહોંચ્યા પછી ખભે શાલ વીંટાળીને બેઠેલાં સદ્ગત વડાપ્રધાનનાં માતુશ્રીએ ડોક ઊંચી કરવાની કૃપા કરી ખરી, પરંતુ એમની દૃષ્ટિમાં તો કૃપાને બદલે ઈશ્વરભાઈને કરડાકી જ જોવા મળી. એ વિશાળ ખંડમાં તેમણે પોતાની બેઠક માટે એક જ સોફો રાખ્યો હતો. બાકી બંને બાજુ બિછાવેલા ગાલીચા સૂચવતા હતા કે આવનારે તેમનાં ચરણોમાં જ બેસવાનું છે.

'નમસ્તે, મૅડમ !' શોકમગ્ન ચહેરે બંને હાથ જોડીને ગદ્‌ગદ અવાજે ઈશ્વરભાઈએ કહ્યું ત્યારે *નમસ્ત*નો જવાબ આપવાને બદલે રામેશ્વરીદેવીએ કર્નલ જયરાજને સંકેત કરીને દૂર ખૂણામાં પડેલી ખુરસી પોતાની બેઠક સામે મૂકવા કહ્યું એથી ઈશ્વરભાઈ વિરાણીએ ધરપત અનુભવી : નીચે બેસાડવાને બદલે સામે ખુરશી પર બેઠક આપવાની તેમની ચેષ્ટામાં માફ કરી દેવાની વૃત્તિ વર્તાય છે !

ખૂણામાં પડેલી ખુરસી ઝડપભેર જાતે ઊંચકીને મૅડમથી ત્રણેક ફૂટના અંતરે મૂકી, કર્નલ પોતાની ફરજ પૂરી થઈ હોય તેમ 'દેવીજી, અંતિમયાત્રાની તૈયારી પર નજર રાખવા હું બહાર જાઉં છું. આપને જરૂર પડે તો બોલાવી લેજો !' કહીને બહાર સરકી ગયા.

આમ તો વર્ષોથી રામેશ્વરીદેવીને એ *ભાભી* કે *ભાભીજી* કહીને બોલાવતા, પણ આવતી કાલે જેમના પર ભારતના વડાપ્રધાનનો કળશ ઢોળાવાનો હતો તેમને જાહેરમા મૅડમ ક *દેવીજી*ના સંબોધનથી બોલાવવાની ટેવ તેમણે સવારથી જ પાડી દીધી હતી.

'દેવીજી, અત્યંત આઘાતજનક ઘટના બની ગઈ એ બદલ સમગ્ર દેશ શોકમાં ડૂબી ગયો છે !'

શરૂઆત કરવાની મૂંઝવણમાં પાંચ-દસ સેકન્ડ વેડફાઈ ગયા પછી ઈશ્વરભાઈ માંડ એટલું બોલી શક્યા, છતાં પણ સામેથી શબ્દો કે હાવભાવ દ્વારા કોઈ પડઘો ન પડ્યો ત્યારે હતાશાથી એમનું હૈયું ભીંસાવા લાગ્યું.

'મૅડમ, આપ મારા પર નારાજ હો એવું લાગે છે !' કહી સત્વર ઉમેર્યું : 'અત્યારની આપની માનસિક સ્થિતિ જોતાં આપને પરેશાન કરવાનું યોગ્ય ન ગણાય, છતાં મળ્યા વિના ચાલે તેમ નહોતું એટલે આવ્યો છું.'

'ગઈ રાત્રે કરેલો અપરાધ કબૂલ કરવા આવ્યો છે, વિરાણીશેઠ !'

આવા ઘેરા શોક વચ્ચે પણ રામેશ્વરીદેવીએ ધારદાર વાણીથી ઈશ્વરભાઈને જખમી કરી નાખ્યા :

'દિલસોજી દર્શાવવાનો વ્યવહાર પૂરો થયો હોય તો આપ જઈ શકો છો !'

સાંભળીને ઈશ્વરભાઈને થયું કે તળિયે બેસી જવાની ઘડી આવી પહોંચી છે.

'દેવીજી, આપની સમક્ષ માત્ર દિલસોજી દર્શાવવા જ નથી આવ્યો.' બોલતાં-બોલતાં ઈશ્વરભાઈ જેવા કાબેલ માણસની જીભ પણ થોથવાઈ રહી હતી : 'આપને એક અમાનત સુપરત કરવા આવ્યો છું.'

'અમાનત !'

રામેશ્વરીદેવીની આંખોમાં આશ્ચર્ય સાથે જિજ્ઞાસા પ્રગટતી દેખાઈ એટલે ઈશ્વરભાઈએ પડખામાં દબાવી રાખેલું રેક્ઝીનનું ચોરસ બંધ કવર તેમની સામે ધરી દીધું : 'દેવીજી, આપ આ રાખી લો !'

'શું છે એમાં ?' ઘડીભર એ ચોરસ કવર પર ત્રાટક-નજરે જોતાં રહીને રામેશ્વરીદેવીએ ધારદાર અવાજે પૂછ્યું ત્યારે વિરાણીશેઠનો હાથ ધ્રૂજી ઊઠ્યો. હવે પોતે જે કાંઈ કહેવાના છે તેના પર બાજીની હારજીતનો બધો આધાર છે.

'આપને કદાચ લાગશે કે આવા શોક વચ્ચે આ અમાનત સોંપવાની શું ઉતાવળ હતી ?'

એકએક શબ્દ ગોઠવીને એ કહેતા હતા : 'પરંતુ મરનારના અગ્નિસંસ્કાર થાય તે પહેલાં મારે આની સોંપણી કરી દેવી જોઈએ એમ મારો આત્મા મને કહ્યા કરતો હતો.'

'વિરાણીશેઠ, તમારી પ્રસ્તાવના પૂરી થઈ હોય તો હવે એ કહો કે વારંવાર *અમાનત અમાનત* કહ્યા કરો છો તે શું છે ?'

જાણે એવી પૃચ્છાની જ પ્રતીક્ષા કરતા હોય તેમ ઈશ્વરભાઈએ પાંચ-દસ પળ રામેશ્વરીદેવીની સાથે નજર મિલાવીને આખરે કહી દીધું :

'સ્વિસ બૅન્કમાં જમા કરાવેલા સવાસો કરોડ રૂપિયાના પેપર્સ આમાં છે.'

સાંભળીને રામેશ્વરીદેવી ડઘાઈ ગયાં. એ ચતુર નારી એટલું તો સમજતાં જ હતાં કે સવાસો કરોડ રૂપિયા જેવી માતબર રકમ તેમના પુત્રની અમાનત નહોતી પણ વિરાણીશેઠે કરેલા અપરાધનો દંડ ચૂકવી દેવાની એ ચેષ્ટા હતી. છતાં એવો ફોડ પાડ્યા વગર એ પેપર્સ હાથમાં લેવા કે નહીં તેની દ્વિધામાં રહ્યાં ત્યારે ઈશ્વરભાઈએ તક ઝડપી લીધી :

'સવારથી હું એ જ મૂંઝવણમાં હતો કે આ અમાનત મારે કોને સોંપવી.' કહીને એ સહેજ અટક્યા. પછી મૅડમને જીતી લેવાનો બીજો પાસો ફેંક્યો : 'મરનારનાં પત્ની કે માતાને ?'

'પછી ?' એ એકાક્ષરી પ્રશ્ન પૂછતી વખતે રામેશ્વરીદેવીના અવાજમાં આવી ગયેલી આછેરી ધ્રુજારી ઈશ્વરભાઈના ધ્યાન બહાર રહી નહોતી.

'પછી વિચાર્યું કે અમરનાથજીનાં અધૂરાં કાર્યો પૂરાં કરવાની જવાબદારી તો આખરે આપના પર જ આવવાની છે, એટલે સોનાદેવીને મળવાને બદલે આપની પાસે આવ્યો... હવે આપ એનો સ્વીકાર કરીને મને ફરજમુક્ત કરો એવી વિનંતી છે.'

અને વિનાવિલંબે એ વિનંતી સ્વીકારી લેતાં હોય તેમ રામેશ્વરીદેવીજીએ સ્વિસ બૅન્કના ગુપ્ત ખાતાના પેપર્સવાળા રેક્ઝીનના કવરનો કબજો લઈ લીધો. પછી દંડ ભરનારને ન્યાયાધીશ માફી બક્ષી દે એવો ક્ષમાભાવ આંખોમાં ઉપસાવી પહેલી વાર રામેશ્વરીદેવીએ સમાધાનનું સ્મિત આપ્યું ત્યારે બાજી જીતી ગયા હોય તેમ ઈશ્વરભાઈ બંને હાથ જોડતા ઊભા થઈ ગયા :

'આપની રજા હોય તો હું જાઉં ?'

'જરૂર જાઓ.' કહી રામેશ્વરીદેવી થોડી વાર તેમને તાકતાં રહ્યાં : 'પરંતુ જતાં પહેલાં સાંભળતા પણ જાઓ...'

હવે શું સાંભળવાનું બાકી છે ? - એવા ઉચાટથી ઈશ્વરભાઈ તેમને જોતા રહ્યા ત્યારે જે સાંભળવા મળ્યું તેની તો આવા અવસરે તેમણે કલ્પના સુધ્ધાં કરી નહોતી.

'પુત્રનાં અધૂરાં કામ પૂરાં કરવા માટે આ રકમ પૂરતી નથી, વિરાણીશેઠ !' અચાનક દંડની રકમ વધારી દેતા ન્યાયાધીશની અદાથી ભાવિ વડાપ્રધાને સંભળાવ્યું :

'બીજા સવાસો કરોડની જરૂર પડશે ત્યારે પહોંચાડી દેવાની તૈયારી રાખજો.' કહીને તરત પૂછ્યું : 'બોલો, હા કે ના ?'

'આપનો હુકમ થાય પછી ના પાડવાની હોય જ નહીં, દેવીજી !'

કહીને ઈશ્વરભાઈ વિરાણી ખંધું હસતા બહાર નીકળી ગયા ત્યારે બહાર મૃત વડાપ્રધાનની અંતિમયાત્રાનો પ્રારંભ થવાની ઘડીઓ ગણાઈ રહી હતી.

*

27

પાટનગરથી પાછા ફરેલા ઈશ્વરભાઈ વિરાણીને સાંતાક્રુઝ એરપોર્ટ પર લેવા આવેલા રૉલ્સ-રૉઇસ કાર મરીન ડ્રાઈવ પરથી પસાર થતી હતી ત્યારે નમતા સૂર્યના પ્રકાશમાં ભરતીના હિલોળે ચડેલા અરબી સમુદ્ર તરફ તેમનું ધ્યાન ગયું. હાઈ-જમ્પના ચેમ્પિયન ખેલાડીની જેમ સમુદ્રનાં મોજાંને પંદર-વીસ ફૂટ ઊંચો કૂદકો મારી મરીન ડ્રાઈવની પાળ ઓળંગી સડક પર પછડાતાં જોઈ ઈશ્વરભાઈને થયું કે અત્યારે દરિયો પણ મારા આનંદમાં સહભાગી બની રહ્યો છે. ભરતી અને ઓટ તો એમના ક્રમ અનુસાર કામ કરતાં રહે છે, પરંતુ ખુશમિજાજમાં આવેલો માણસ ઘડીભર એવું માની લે છે કે જાણે સમુદ્ર પોતાની ખુશાલીનો પડઘો પાડવા ઉમંગથી ઊછળી રહ્યો છે. એવી જ રીતે હતાશ માનવી દરિયાની ઓટ જોઈને માની બેસે છે કે બિચારો દરિયો મારા દુઃખે દુઃખી થઈ રહ્યો છે !

ખરેખર તો સમુદ્રની ભરતીમાં માનવીએ પોતાનાં દુન્યવી દુઃખોને ડુબાડી દેવાનાં હોય છે અને તેની ઓટ જોઈને સંસારના સુખની ક્ષણભંગુરતાનું ભાન જગાડવાનું હોય છે. સંસારને ભવસાગર કહેનારા આપણને એવું સમજાવવા માગતો હશે કે સુખની ભરતીમાં છકી ન જશો અને દુઃખની ઓટમાં ખૂંપી ન જતા. સંસારને માણવો હોય તો મઝધારની જેમ ગહનતા સાથે સ્વસ્થતા કેળવતાં શીખી જજો.

પરંતુ ઈશ્વરભાઈ અત્યારે સુખની હેલીમાં છકી જવાના મિજાજમાં હતા. વડાપ્રધાનના સિંહાસન પર ભલે રામેશ્વરીદેવી બિરાજ્યાં, પરંતુ સવાસો કરોડના દંડના બદલામાં તેમણે રાતોરાત કિંગમેકર ઇન્ડસ્ટ્રીઆલિસ્ટની પદવી પ્રાપ્ત કરી લીધી હતી. યુવાન વડાપ્રધાન અમરનાથ ત્રિપાઠીના ઘેરા શોકને કારણે રાષ્ટ્રપતિ ભવનમાં અત્યંત સાદગીભર્યા વાતાવરણમાં શપથવિધિ થઈ હતી, પરંતુ ખીચોખીચ ભરાયેલા દરબાર હૉલમાં ઈશ્વરલાલ વિરાણીને વી. વી. આઈ. પી. (વેરી વેરી ઇમ્પોર્ટન્ટ પર્સન) તરીકે પ્રથમ હરોળમાં અને તે પણ બરાબર મધ્યમાં મોભાવાળું સ્થાન અપાયું ત્યાં જ ગંધ પારખવાની તીવ્ર ઇન્દ્રિય ધરાવતા શ્વાન જેવા રાજકારણીઓ પારખી ગયા કે હવે નવા શાસનમાં ઉદ્યોગપતિ આઈ. એમ. વિરાણીનો પડ્યો બોલ ઝિલાવાનો. એટલે જ તો સોગંદવિધિ પછી મહિલા વડાપ્રધાનને હાથ જોડીને અભિવાદન કરનારામાંથી ઘણાખરા ઈશ્વરભાઈ સાથે પણ હાથ મિલાવી લેવાનું ચૂક્યા નહોતા.

અરે, મૃત પ્રધાનમંત્રીના અંતિમ સંસ્કારમાં સામેલ થવા આવેલું મહારાષ્ટ્રનું સમસ્ત પ્રધાનમંડળ નવા પ્રધાનમંત્રીના શપથગ્રહણ સુધી રોકાઈને ચાર્ટર્ડ ફ્લાઈટમાં મુંબઈ પાછું ફરતું હતું તેમાં 'વિરાણીશેઠ, આપે તો અમારી સાથે સફરમાં જોડાવું જ પડશે.' એવા દુરાગ્રહ સાથે મહારાષ્ટ્રના મુખ્યપ્રધાન વિનોદ રાવે તેમને સાથે લીધા હતા. પછી તો પોણાબે કલાકની એ હવાઈ સફરમાં મોટા ભાગના માનનીય મંત્રીશ્રીઓ સોળ દિવસનો શોક વીસરી જઈ, ઉદ્યોગપતિનું મનોરંજન કરવાની ચેષ્ટાએ ચડી ગયા હતા. અરે, સાન્તાક્રૂઝ એરપૉર્ટ પર લૅન્ડિંગ કર્યા પછી રાજ્યના નાણામંત્રી સુશીલ દાંડેકર માટે વી.આઈ.પી. કાર લેવા આવી હોવા છતાં વિરાણીને ખભા ફરતે હાથ વીંટાળી તેમણે ફરમાયશ કરેલી : *'શેઠજી, આજે તો તમારી રૉલ્સ(રોઈસ)ની લિફ્ટ લેવી છે. એ બહાને મલબાર હિલ સુધી તમારી સોબત મળશે.'*

અને છ મહિના પહેલાં ઈશ્વરભાઈ વિરાણીની ફ્લોટિંગ હોટેલને જેણે ભારત જેવા ગરીબ દેશ માટે નિરર્થક લક્ઝરી ગણાવી હતી એ જ દાંડેકર પોતાના બંગલે ઊતર્યા ત્યારે હાથ મિલાવીને ખુશામતના સ્વરે બોલી ગયેલા કે વિદેશી ટુરિસ્ટોને આકર્ષવા માટે તમારી ફ્લોટિંગ હોટેલમાં કૅસિનો (જુગારખાનું) ખોલવા માગતા હો તો અત્યારે જ મૌખિક મંજૂરી આપી દઉં છું !

જીવનના આકાશમાં અચાનક શરદપૂનમનો ચંદ્ર ખીલી ઊઠે અને મનના સાગરમાં સિદ્ધિની ભરતી ચડે ત્યારે કયો માણસ ખુશીથી પાગલ ન બની જાય ? નાણાંમંત્રીને બંગલે ઉતારી કારમાં એકલા પડેલા ઈશ્વરલાલ વિરાણી આ ખુશાલીને મન ભરીને માણવામાં મશગુલ હતા ત્યાં દૂરથી વૈભવ ટાવર્સ દેખાયો. ટાવરની ટોચે તરાપ મારતા ચિત્તાને સૂર્યના તેજમાં ચમકતો જોઈ ઈશ્વરભાઈએ હૂકમાંથી કાર-ફોન ખેંચી લીધો.

'ગૂડ ઈવનિંગ, સર !' બૉસનો અવાજ સાંભળી ઉત્તેજનાભર્યા સ્વરે સેક્રેટરી મંજૂષા બોલી ઊઠી : 'આપ કેમ છો ? ક્યાંથી બોલો છો - ન્યૂ દિલ્હીથી ?'

'નહીં, મંજૂ, મુંબઈથી અને આપણા વૈભવ ટાવર્સની સાવ નજીકથી !'

કોઈ ઉપગ્રહમાં પ્રવાસ કરતો અવકાશયાત્રી ધરતી પર પોતાના માણસની સાથે વાત કરતાં અનુભવે એવા રોમાંચથી બૉસે પૃચ્છા કરી : 'કંપનીમાં બધું કેમ ચાલે છે ?'

'એવરીથિંગ ઈઝ ફાઈન, સર !' કહીને મંજૂષાએ પૂછ્યું : 'આપ કેમ છો, સર ?'

'સુપર-ફાઈન, મંજૂ !'

એ ઉદ્ગારમાં મંજૂષા મુખરજીએ એવી ઉત્તેજના અનુભવી કે ચાર દિવસે મળતા બૉસ પોતાને કિસ કરતા હોય... પરંતુ ત્યાં સાંભળવા મળ્યું : 'મંજૂ, હું સીધો ઘેર જઈ રહ્યો છું. ઑફિસે કાલે આવીશ.'

કહીને ફોન મૂક્યા પછી થોડી વારે *વિરામ વિલા* નજીક આવતું લાગ્યું એટલે ઘેર ફોન કરવાનો વિચાર આવ્યો પણ તરત જ દબાવી દીધો : આવતી કાલ સવારને બદલે આજ સાંજે અચાનક જઈ ચડીને સૌને અચરજ પમાડવા દે !

પરંતુ *વિરામ વિલા*ના બીજે માળે દીવાનખંડમાં પગ મૂકતાં જ પોતાને અચરજ પામવા જેવું થયું. વિશાળ દીવાનખંડમાં એકલા બેઠેલા પિતાને કોઈ પુસ્તક વાંચતા જોઈ સુખદ આશ્ચર્ય સાથે એ બોલી ઊઠ્યા :

'અરે, બાપુજી, તમે અહીં છો ?'

મોતીલાલ વિરાણીએ પુસ્તકમાંથી માથું ઊંચી કરીને જોયું તો ઉદ્યોગપતિ પુત્ર મરકમરક હસતો સામે ઊભો હતો.

'ઈશ્વર, મને અહીં જોઈને તને આશ્ચર્ય થાય છે એના કરતાં તને આમ મલકતો નિહાળીને મને વધારે કૌતુક થાય છે.'

'એમાં કૌતુક શેનું, બાપુજી ?'

'ચારુવહુ તો કહેતાં હતાં કે સ્વર્ગસ્થ વડાપ્રધાનની અંતિમયાત્રામાં જોડાવા માટે દિલ્હી રોકાઈ ગયો હતો... પણ ત્યાંથી હસતા મોઢે પાછો ફરેલો જોઈને તો એવું જ લાગે કે જાણે તું કોઈની વરયાત્રામાં જઈ આવ્યો હો !'

ક્યારેય વ્યંગમાં નહીં બોલતા પિતાનો આવો ધારદાર કટાક્ષ સાંભળી ઈશ્વરભાઈને ભોંઠા પડવા જેવું તો થયું પણ તુરત જ ખુલાસોય કરી દીધો :

'મારા મલકતા મુખનું કારણ તમે છો, બાપુજી ! ચારુએ મને ફોનમાં એવું કહેલું કે તમે મનોહરને ત્યાં રહેવા ચાલ્યા ગયા છો... તેને બદલે તમને આમ અચાનક ઘરમાં જોઈને હરખાયો તેનો તમે કેવો અર્થ કરી બેઠા, બાપુજી ! તમને આવું બોલતા તો ક્યારેય સાંભળ્યા નથી.'

'મનોહરને ત્યાં એક રાત રહીને સવારે *વિરામ વિલા*માં પાછો ફર્યો ત્યારે નક્કી કરીને જ આવ્યો હતો કે જે થાય તે હવે મૂંગામૂંગા જોયા કરવાને બદલે સાચું લાગે તે બોલી નાખવું.'

એ જ વખતે ચારુબહેન તેમના બેડરૂમમાંથી બહાર આવતાં દેખાયાં.

'અરે, તમે આવી ગયા !'

પત્નીના અવાજમાં અચરજને બદલે પોરસનો રણકો હતો : 'સવારે તમને ટીવી પર જોયા ત્યારથી ઓળખીતા-પાળખીતાના ફોન પર ફોન આવ્યા કરે છે... સૌ કોઈ કહે છે, સોગંદવિધિમાં વિરાણીસાહેબને ફ્રન્ટ રોમાં બરાબર વડાંપ્રધાનની સામે બેઠેલા જોયા એટલે નક્કી એમણે દિલ્હી સર કરી લીધું લાગે છે.'

– *દિલ્હી સર કરીને જ આવ્યો છું* એવું કહી દેવાની ઇચ્છા જોર કરી ગઈ, પણ પિતાની હાજરીએ તેમને બોલતા રોકી દીધા.

'હવે તો સૌ એવું પણ બોલવા લાગ્યા છે કે નિરાલીનાં લગ્નમાં દેશનાં નવાં મહિલા વડાંપ્રધાન અચૂક હાજરી આપશે !'

ત્યારે મોતીલાલ માસ્તર પુત્રવધૂને પણ ટોકવાનું ચૂક્યા નહીં :

'જેના જુવાનજોધ દીકરાના કમોતને પૂરા પાંચ દિવસ પણ થયા ન હોય એવી માતા આપણી દીકરીનાં લગ્નમાં આવશે એવો હરખ અત્યારથી કરવાનો ન હોય, ચારુવહુ !'

પછી ઈશ્વરલાલ તરફ નજર કરી લઈને ઉમેર્યું : 'તેને બદલે, ચારુવહુ, તમારા આ ઉદ્યોગપતિ પતિને પૂછો કે નાટકની આગલી હરોળમાં બેસવા માટે ઊંચી ટિકિટ લેવી પડે છે, તેમ દરબાર હૉલની સોગંદવિધિમાં મોખરાની બેઠક મેળવવા પાછળ કેટલા કરોડ ચૂકવીને આવ્યા ?'

'બાપુજી !' ઊંચા અવાજે બોલીને ઈશ્વરભાઈએ હોઠ ભીડી દીધા. એ કહેવા જતા હતા કે મારી આખાબોલી મા સાથે એક જ રાત રહી આવ્યા તેમાં તમારી વાણીમાંય આવી કટુતા

આવી ગઈ ! પરંતુ માતાનું વાંકું સાંભળીને પિતા વધુ છંછેડાય એવી દહેશતથી તેમણે પાંગળી દલીલ કરી :

'બાપુજી, રાષ્ટ્રપતિ ભવનમાં બેસવા માટે ટિકિટો વેચાતી હોય તોપણ કોઈ કરોડ તો શું લાખ રૂપિયાં સુધ્ધાં ન ખરચે... તમારા મનમાં આવું કોણે ઠસાવી દીધું ?'

'સાચું બોલવું ન હોય ત્યારે મૂંગા રહેવામાં ડહાપણ ગણાય છે, દીકરા !' મોતીલાલ વિરાણીએ માસ્તરની અદાથી કહ્યું : 'અત્યારે તારી મા અહીં હોત તો શું કહેત, ખબર છે ?'

– *શું કહેત ?* એવું ઈશ્વરભાઈએ પૂછ્યું તો નહીં, પણ પિતા જે કાંઈ કહે તે સાંભળી લેવાની તૈયારી દર્શાવી ત્યારે મોતીલાલ વિરાણી બોલી ગયા :

– 'એ ધગધગતો નિસાસો નાંખીને બોલી ગઈ હોત કે દિલ્હીમાં કરોડો રૂપિયા વેરી આવનારો ઈશ્વર તેના નાના ભાઈને પચીસ-પચાસ લાખ વધારે આપવાના આવ્યા ત્યારે મુઠ્ઠી વાળી ગયો... આવો છે મોટા માણસમાં ખપતો મારો મોટો દીકરો !'

સાંભળીને બેવડો આઘાત લાગ્યો ઈશ્વરભાઈને.

માતાના નામે પિતાએ આવું સંભળાવી દીધું એ પહેલો આઘાત... અને પોતે દિલ્હી જઈને કરોડો રૂપિયા વેરી આવ્યા એની જાણ પિતાને થઈ ગઈ એ બીજો વધારે વસમો આઘાત ! અહીં બેઠાં બાપુજીને એની જાણ કેવી રીતે થઈ ગઈ ! હજુ સુધી કોઈ છાપાંવાળાએ પણ એ તરફ આંગળી ચીંધી નથી.

'ગૂડ ઈવનિંગ એન્ડ વેલકમ હૉમ, ડેડી !'

બહાર જવા માટે તૈયાર થઈને નીકળેલી નિરાલી પિતાને જોતાં જ દૂરથી ટહુકો કરતી આવી પહોંચી.

'સવારે તમને ટીવી પર જોયા ત્યારે બધા વચ્ચે તમે કેવા જુદા તરી આવતા હતા !' કહી પુત્રીએ પિતાના ખભા પર હેતથી માથું ટેકવી દીધું : 'તમારી આજુબાજુમાં બેઠેલા બધા પ્રધાનો ઍબ્સોલ્યુટલી પિગ્મીઝ (તદ્દન વામણા) દેખાતા હતા.'

'પ્રધાનો માટે એવું ન બોલાય, દીકરી !' ઈશ્વરભાઈએ પિતાની હાજરીના પ્રભાવથી પુત્રીને શિખામણ આપીને પૂછ્યું : 'તારું કેમ ચાલે છે એ કહે, ચન્દ્રકુમાર સાથે હરવા-ફરવા જાય છે કે નહીં ?'

ત્યારે ચારુબહેન બોલવા જતાં હતાં કે રોજ જાય છે. સૂરજ આથમવાના સમયે જાય છે અને મધરાતે પાછી ફરે છે તમારી લાડલી... પણ એ વાત નિરાલીના દાદાથી છાની રાખી હોવાથી ચારુબહેને ચૂપ રહેવું પડ્યું.

'ડેડી, મારે તમારી સામે એક ફરિયાદ કરવાની છે !' ગંભીર બની જતી નિરાલીએ ઘવાયેલા ઈશ્વરભાઈને એક વધુ આઘાત આપ્યો : 'આજકાલ આપણા ઘરમાં ચોરી થવા લાગી છે !'

'ચોરી !' ઈશ્વરભાઈની સાથોસાથ ચારુબહેન પણ ચોંક્યાં : 'તારું શું ચોરાયું, નિરાલી ?'

પૂછ્યું તો માતાએ પણ નિરાલીએ પિતા તરફથી નજર હટાવ્યા વિના જ કહ્યું :

'ડેડી, યાદ છે તમને... નવસારીથી મારી બહેનપણીએ મોકલાવેલી પેલી ગિફ્ટ... દિવાળીની રાત્રે મેં તમને દેખાડેલી, તે અચાનક મારા વૉર્ડરોબમાંથી ગુમ થઈ ગઈ.'

આમ કહેતી વખતે નિરાલી પિતાને એવી રીતે તાકી રહી કે ફરિયાદ કરવાને બદલે જાણે આરોપ મૂકતી હોય. ઊલટતપાસની જેમ પૂછતી હોય કે જૉકી શૂઝ અને પેલી ઑડિયો કૅસેટ ચોરી જવામાં બીજા કોને રસ હોય ?

દિલ્હીમાં કરોડો રૂપિયા વેરી નાખવાની ચોરી થોડી વાર પહેલાં પિતાએ પકડી પાડી અને હવે પુત્રી સમક્ષ બીજી ચોરી માટે ગુનેગાર ઠરવાનો વારો આવ્યો !

જવાબ આપવામાં ઈશ્વરભાઈની મતિ મૂંઝાઈ ગઈ. પણ હવે મૂંગા રહે તો ગુનાની કબૂલાતમાં ખપી જાય એટલા ખાતર તેમણે પત્નીને પૂછવું પડ્યું :

'ચારુ, ઘરમાં કોઈ નવો નોકર રાખ્યો છે ?'

'નોકર નહીં, નોકરાણી રાખી છે.'

તો-તો એનું જ કામ ! એવો ચુકાદો ઈશ્વરભાઈ આપવા જતા હતા, પણ ત્યાર પહેલાં ચારુબહેને સર્ટિફિકેટ આપી દીધું :

'એ કલકત્તાથી આવી છે. પાંચ-સાત વરસથી મોટા ભાઈને ત્યાં કામ કરે છે. એમનો ફોન આવ્યો કે બહેન, તારે ત્યાં લગ્ન આવે છે એટલે આવી કોઈ વિશ્વાસુ વ્યક્તિ હોય તો ઘર સંભાળે અને તને કામમાં પણ આવે... દ્રૌપદી હાથની ચોખ્ખી છે.'

'દ્રૌપદી !'

'હા, નામ દ્રૌપદી છે, પણ બિચારીનું પતિનું સૌભાગ્ય પણ છીનવાઈ ગયું. પચીસ વરસની ભરજુવાનીમાં વિધવા થઈ.'

ત્યારે મોતીલાલ માસ્તરને કહેવાનું મન થયું કે એ બિચારી દ્રૌપદી આવ્યા પછી ઘરના પાંચ-છ નોકરો વારંવાર બીજા માળે આંટાફેરા કરવા લાગ્યા છે. એટલે લગ્ન પતી ગયા પછી ભલા થઈને બિચારી બંગાલણને કલકત્તા મોકલી આપજો... પરંતુ નિરાલીની હાજરીમાં એવું બોલવાનું દાદાને અજુગતું લાગ્યું. યુવાનો વડીલની હાજરીનો મલાજો રાખે એ પૂરતું નથી, વડીલોએ પણ યુવાનોની હાજરીનું ઔચિત્ય જાળવવા જેટલી સભાનતા રાખવી ઘટે.

'તમે વડીલો ચોરને પકડી ન શકો તો કાંઈ નહીં.' નિરાલીએ પિતા સામે જોઈ લઈને લિફ્ટ તરફ જતાં કહી દીધું : 'ચોરાયેલી માલમતા મને પાછી મળી જાય તો પત્યું. આપણે ચોરને માફ કરી દઈશું, બસ !'

પુત્રીની એ ટકોર ઈશ્વરભાઈને હૈયાસોંસરવી ઊતરી ગઈ. જતાં-જતાં મોઘમ વાણીમાં એ કહેતી ગઈ હતી : ડેડી, મારી ચીજવસ્તુઓ હતી ત્યાં પાછી મૂકી દેશો તો આપણા બે સિવાય કોઈને જાણ નહીં થાય ! દિલ્હીમાં માંધાતા મુત્સદ્દીઓને વશ કરીને આવ્યા પછી ઘરનાં માણસોએ પોતાને આ રીતે વેતરી નાખીને વિવશ કરી દીધા એની ઝાળ લાગી હોય તેમ ઈશ્વરભાઈનો ચહેરો તંગ થઈ ગયો.

'હું શાવર લેવા જાઉં છું.' બેડરૂમ તરફ પગ ઉપાડતાં તેમણે આદેશ આપ્યો : 'મહેરબાની કરીને ઘરની નાનીનાની બાબતમાં મને પજવતાં નહીં.'

તેમની પીઠ ફરતાં જ પુત્રવધૂ અને શ્વશુરની નજર મળી. બેડરૂમનું બારણું બંધ થયું ત્યાં સુધી ખામોશ રહી મોતીલાલ વિરાણીએ કહ્યું :

'જોયું ને, ચારુવહુ ! એ કોઈને સાંભળવા ટેવાયેલો નથી. તમે *વિરામ વિલા*માં મને પાછો રહેવા બોલાવીને કહ્યું કે જરૂર લાગે ત્યાં દીકરાને ટોકતા રહેજો... મારા સ્વભાવ વિરુદ્ધ જઈને મેં કહેવાય એ રીતે કહ્યું, પણ મને નથી લાગતું કે ઈશ્વર એના સ્વભાવ વિરુદ્ધ જઈને મારી વાત સાંભળે.'

'બાપુજી, ધીરજ રાખીને પણ આપણે ધાર્યું કરવું પડશે.' ચારુબહેન ધીમા છતાં મક્કમ અવાજે બોલી ગયાં : 'માત્ર એમને જ નહીં, મને અને ઘરનાં બીજાં બધાંને શિખામણના ચાબુક ફટકારતા રહેજો, નહીંતર એક દિવસ આ મોટું ઘર વીંખાઈ-પીંખાઈ જવાની મને તો બીક લાગે છે.'

'એટલા બધા હતાશ થવાની જરૂર નથી, ચારુવહુ !' કહી મોતીલાલ માસ્તર વીસ વરસ પહેલાં માંગરોળ વિદ્યામંદિરના વિદ્યાર્થીઓએ ભેટ આપેલી કાંડા-ઘડિયાળમાં જોતાં ઊભા થયા : 'હું પાર્કમાં જવા નીકળું... તમારાં સાસુ રાહ જોતાં હશે.'

ચારુબહેને સસરાને દાદર ઊતરતા જોઈ રહ્યા : બંનેના સ્વભાવ સાવ જુદા છે છતાં સાસુ-સસરા વચ્ચે કેવો મનમેળ છે ! બંને જુદાં રહે છે છતાં સાંજે બગીચામાં મળવાનો સમય કેવી ચીવટથી સાચવી લે છે !

દીવાનખંડનું રાચરચીલું અને સજાવટ-શણગાર જોતાં એકલાં પડેલાં ચારુબહેનના હોઠ પરથી ઉદ્ગાર સરી પડ્યા : મનમેળ હોય તો જાહેર બગીચામાં બેસીને પણ બે માણસ સુખ અને સંતોષના શ્વાસ લઈ શકે છે, નહીંતર આટઆટલી સમૃદ્ધિ વચ્ચે પણ નિઃશ્વાસ નાખતાં જીવવું પડે.

ગળા સુધી આવેલા નિસાસાને પાછો ઠેલી દઈ ચારુબહેને પતિના બેડરૂમનો દરવાજો ઉઘાડ્યો તો શાવર લેવાનું કહીને ગયેલા ઈશ્વરભાઈ કબાટ ઉઘાડીને કાંઈક શોધવામાં એટલા બધા એકાગ્ર થઈ ગયા હતા કે પત્નીનાં પગલાં પણ ન સંભળાયાં.

'મને તો એમ કે તમે બાથરૂમમાં હશો.' પતિની શોધખોળથી ઉચાટ અનુભવતાં ચારુબહેનના અવાજમાં ધ્રુજારી હતી : 'બહારગામથી આવતાંવેંત શું શોધવામાં પડી ગયા ?'

'આ કબાટ કોણે ઉઘાડ્યો'તો ?'

વાંકા વળી કબાટના છેક નીચેના ખાનામાં હાથ ફંફોસતા ઈશ્વરભાઈએ સત્તાવાહક સ્વરે પૂછ્યું ત્યારે પત્નીએ જવાબ આપવાને બદલે ફરીથી પૂછ્યું :

'શું શોધો છો તમે ?'

'કબાટમાં કંપનીના કામકાજની હજાર વસ્તુ રાખી હોય.' ટટ્ટાર થઈને હાથ ખંખેરતા ઈશ્વરભાઈએ પત્ની સામે જોયું : 'શું શોધું છું એમ પૂછવાને બદલે જવાબ આપ ને કે મારો કબાટ કોઈએ ઉઘાડ્યો હતો ખરો ?' પછી સીધી રીતે જ કહી દીધું : 'તારા સિવાય બીજું ઉઘાડે પણ કોણ ?'

'હા, મેં ઉઘાડ્યો હતો !' ચારુબહેને કબૂલ તો કર્યું, પણ તરત જ કારણ ઉપજાવી કાઢ્યું :

'હવે નિરાલીનાં લગ્નની તૈયારી કરવી પડશે ને... સિદ્ધાર્થનાં લગ્ન વખતે કોને શું વ્યવહાર કર્યો હતો એની નોંધવાળી નોટબૂક શોધી પણ મળી નહીં.'

'કંપનીના વહીવટની ફાઈલો અને દસ્તાવેજો વચ્ચે લગ્નના વ્યવહારની નોટબૂક શોધવા બેસે તો ક્યાંથી મળે ?'

બબડતા ઈશ્વરભાઈ કબાટમાંથી ફાઈલો બહાર કાઢી ગુસ્સામાં નીચે ખડકલો કરવા લાગ્યા. તેમને બરાબર યાદ હતું કે સાધ્વી ચન્દ્રસ્મિતાએ આપેલું પોટલું કબાટના નીચેના ખાનામાં મૂક્યું હતું અને નિરાલીના કબાટમાંથી પોતે તફડાવેલી ચીજવસ્તુઓ ઉપરના ખાનામાં ફાઈલોની નીચે છુપાવી દીધી હતી... તેમ છતાં તેમણે કબાટનાં વચ્ચેનાં ખાનાં પણ ફેંદી નાખ્યાં. પતિનો આ નિરર્થક ઉધમાત જોઈને ચારુબહેનને બોલી નાખવાનું મન થયું : તમે જે શોધો છો એ મારી પાસે છે... પરંતુ તેને બદલે ફરી પૂછ્યું :

'કહો તો ખરા, તમે શું શોધો છો ? કોઈ ફાઈલ, બૉક્સ, બંડલ કે પોટલું... નામ પાડો તો હું શોધવામાં મદદ કરું.'

'એમાં તને ખબર ન પડે.' નામ પાડીને કહેવાય એવું નહોતું એટલે એ ગિન્નાયા : 'ના પાડી હતી છતાં તારે કબાટ ખોલવો જ શું કામ જોઈએ ? બૈરાંઓની જાત જ એવી - ના પાડીએ તે કામ પહેલું કરે.'

ચારુબહેનને થયું કે ચાલીસ વરસ પહેલાં ભવાનજી શેઠિયાની છોકરીને અછડતો સ્પર્શ કર્યો એ વાત હવે પતિએ છુપાવવી શું કામ જોઈએ ? સાધ્વી બનેલી ચન્દ્રપ્રભાના પૂર્વજીવનની કથની પોતે આખી રાત જાગીને વાંચી ગયાં હતાં. સંસારમાં રહીને એ સ્ત્રીએ વેઠેલાં દુઃખોની ઘટમાળ અને તેમાંથી જાગેલા સાધ્વી બનવાના સંજોગોનું વર્ણન વાંચીને પોતે દ્રવી ગયાં હતાં. એ સ્ત્રી પ્રત્યે આદરભાવ જાગ્યો હતો... છતાં પતિ શા માટે એ પુરાણા સંબંધની વાત મારાથી છુપાવી રાખવાની પેરવી કરે છે ? દિલ ખોલીને કહી દે તો હું એમને પૂછું તો ખરી : તમારા જીવનમાં આવેલી એ પહેલી સ્ત્રીના પિતા ભવાનજીભા અને તેમની એકની એક પુત્રી દેવકી સામે અદાવત રાખવામાં તમારું ગૌરવ ક્યાં રહ્યું ?

'તું અહીં ઊભીઊભી શું જોયા કરે છે ?'

નિષ્ફળ પ્રયત્ન પડતો મૂકતાં પહેલાં ઈશ્વરભાઈએ પત્નીને વડચકું ભર્યું : 'પહેલાં નિરાલીના કબાટમાંથી તેની ચીજવસ્તુ ગુમ થઈ અને હવે મારા કબાટમાંથી કામનું લખાણ કોઈ ઉપાડી ગયું... ખબર પડતી નથી, આ ઘરમાં શું થવા બેઠું છે !'

'તમે બાપ-દીકરી બંને ચોરી-ચોરીની બૂમો પાડો છો, પણ બેમાંથી કોઈ બોલતું નથી કે કબાટમાંથી શું ગયું ?'

એ જાણીને તારે શું કરવું છે - એવો બરાડો પાડવા માગતા ઈશ્વરભાઈની નજર બેડરૂમનો દરવાજો ઉઘાડી અંદર ડોકાતી પુત્રવધૂ રાજલક્ષ્મી પર પડી.

'ડેડી, ક્યારે આવી ગયા ?'

વહુના આગમનને ચારુબહેનને અસ્વસ્થ કરી મૂક્યાં. પોતે પતિનો કબાટ ખોલીને બેઠાં હતાં ત્યારે પણ રાજી આ રીતે જ આવી ચડી હતી. એ હમણાં કાંઈક બોલી નાખશે.

'રાજી, કેમ છો તમે બધાં ?'

થોડી વાર ઈશ્વરભાઈને પૂછવાનું સૂઝ્યું : 'ગૌરવ કેમ દેખાતો નથી ?'

'એ વિડિયો ગેમ રમવા બેઠો છે... કહેતા હો તો એને મોકલું.'

'નહીં, હમણાં રહેવા દો.' પોતાની અસ્વસ્થતા છુપાવતાં તેમણે પૃચ્છા કરી : 'સિદ્ધાર્થ હજુ આવ્યો નથી ?'

'ના, ડેડી, આજકાલ એ ઑફિસેથી મોડા આવે છે.' કહીને હળવેકથી ઉમેર્યું : 'તમે દિલ્હી હતા અને વૈભવભાઈ મુંબઈમાં હાજર નથી.'

'વૈભવ મુંબઈમાં નથી !' અચરજના ભાવથી પત્ની સામે જોઈને અથરા અવાજે ઈશ્વરભાઈએ પૂછ્યું : 'ક્યાં ગયો છે વૈભવ ?'

પુત્રવધૂએ આવીને આવું ઉંબાડિયું કર્યું એ ચારુબહેનને ખટક્યું. વૈભવ સવાર સુધીમાં આવી જાય તો એની ગેરહાજરીની પતિને જાણ નહીં થાય એવી તેમણે ધારણા રાખેલી તેને બદલે –

'ડેડી, એ તો કુલુ-મનાલી ગયા છે !'

સાંભળીને ઈશ્વરભાઈની આંખનાં ભવાં તણાયાં.

'કુલુ-મનાલી ! ત્યાં જવાની શું જરૂર પડી ?'

ઈશ્વરભાઈએ પત્ની પાસે જવાબ માગ્યો, પણ એમની જીભ ઊપડતી નહોતી એટલે પુત્રવધૂએ ધારદાર સ્વરે કહેવાની તક ઝડપી લીધી :

'કુલુ-મનાલીમાં સબીનાની ફિલ્મનું આઉટડૉર શૂટિંગ ચાલે છે ને... એટલે જવું પડ્યું હશે.'

રાજીએ આપેલી એ માહિતી ઈશ્વરભાઈને પગથી માથા સુધી હચમચાવી દેવા માટે પૂરતી હતી.

'કેટલા દિવસ થયા એને ગયાને ?'

પત્ની તરફથી જવાબની આશા ન હોય તેમ એમણે પુત્રવધૂને જ પૂછ્યું એટલે રાજીએ રાજીપો અનુભવ્યો.

'તમે દિલ્હી ગયા એની વળતી સવારે.'

'એટલે પાંચ દિવસથી વૈભવ એ બાઈની સાથે છે ?' બંને હાથની મુઠ્ઠીમાં ગુસ્સાને ભીંસી નાખવા મથતા ઈશ્વરભાઈએ પત્ની સામે જોયું : 'મેં દિલ્હીથી તને ફોન કર્યો ત્યારે પણ તેં મને જાણ ન કરી ?'

ચારુબહેન શું બોલે ? અને રાજલક્ષ્મી શું કામ ચૂપ રહે ? વૈભવ ગ્રૂપની કંપનીઓમાં ક્યાંય સિદ્ધાર્થનું નામ નથી એ વાતથી સતત લઘુતાગ્રંથિથી પીડાતી પુત્રવધૂએ ફ્લોટિંગ હોટેલ સાથે સિદ્ધાર્થનું નામ જોડવાનો પ્રસ્તાવ મૂક્યો એ સસરાએ કાને ન ધર્યો અને સાસુએ પણ તેમાં સાથ ન આપ્યો તેના પ્રત્યાઘાતરૂપે રાજલક્ષ્મીના મગજમાં વિદ્રોહનો ઝંઝાવાત ફૂંકાતો હતો. સાસુ મારી પડખે ન રહ્યાં તો હવે મારે શું કામ સાસુની ઢાલ બનવું જોઈએ - એવા ઉશ્કેરાટમાં રાજલક્ષ્મીએ બળતામાં પેટ્રોલ હોમવાની ઢબે વગર પૂછ્યું કહી દીધું :

'ડેડી, સબીનાની એ ફિલ્મનું નામ સાંભળવા જેવું છે.'

ઈશ્વરભાઈને સબીનાના નામની જ સૂગ હતી, પછી એની ફિલ્મનું નામ સાંભળવામાં શું રસ હોય ? છતાં પુત્રવધૂ કહ્યા વગર રહી નહીં :

'કુલુ-મનાલીમાં *રોમાન્સ*નું શૂટિંગ ચાલી રહ્યું છે, ડેડી !'

બસ, પેટનો બળાપો ઠલવાઈ ગયા પછી ઊભા શું કામ રહેવું - એવા ભાવથી રાજલક્ષ્મી બહાર નીકળી ગઈ અને જતાં-જતાં બેડરૂમનો દરવાજો પણ બંધ કરતી ગઈ. હવે સાસુજી ઠીક પડે તેમ સસરાના રોષનો ભલે સામનો કરે !

અને ઈશ્વરભાઈ તેની જ રાહ જોતા હતા. ત્રીજી વ્યક્તિની હાજરી રહી નહીં એટલે પત્ની પર કઈ રીતે ક્રોધ વરસાવવો એની ગડમથલમાં બંને હાથની મુઠ્ઠી ઉઘાડ-બંધ કરી જડબાં ભીંસતા હતા. પતિનો આક્રોશ જોઈને ચારુબહેન અંદરથી કાંપતાં હતાં, પરંતુ ગભરાટને ચહેરા પર આવવા દીધો નહીં. પતિના સળવળતા હાથનો તમાચો ખાવો પડે તોપણ સહી લેવાની તેમણે તૈયારી રાખી હતી.

'તું...તું...' ક્રોધના આવેશમાં દાંત વચ્ચે શબ્દો કચડાઈ જતા હોય તેમ ઈશ્વરભાઈ પત્ની તરફ મુક્કો ઉગામતાં બોલી ગયા : 'વૈભવને તું રોકી શકે તેમ નહોતી તો મને દિલ્હી ફોનથી જાણ કેમ ન કરી ?'

છતાં ચારુબહેને હોઠ ભીડી રાખ્યા. 'હું તેને દિલ્હીથી આગળ વધતો રોકી પાડત ને !'

આ ઘરમાં કોઈ કોઈનું રોક્યું રોકાતું નથી - એવું વેણ ચારુબહેને હોઠ પાસેથી જ પાછું વાળી દીધું.

'ઘરમાં દીકરીનાં લગ્ન લેવાનાં છે એવે વખતે આવા ફજેતા થાય છતાં તું પોતે તો મૂંગી રહે છે અને પાછી મારાથી છાનું રાખે છે !'

'ઈશ્વર, હું તમને કહેવાની જ હતી, પણ દિલ્હીથી આવતાંની સાથે...'

'આવતાંની સાથે બાપ અને દીકરીએ મને કહેવામાં શું બાકી રાખ્યું હતું કે તને મારી દયા આવી ?'

'મારી ભૂલ થઈ, બસ !'

'તને એ માત્ર ભૂલ જ લાગે છે, ચારુ ?' હવે તેમણે તર્ક સાથે દલીલ કરી : 'તું મારાથી છાનું રાખે અને વહુ આવીને એ ઉઘાડું પાડે એમાં તારી આબરૂ શું રહી ?'

'રાજી તો નાદાન ગણાય.'

'વહુને નાદાન કહેવાથી તારો વૈભવ શાણો પુરવાર નહીં થાય, ચારુ !' હવે ઈશ્વરભાઈ ખુલ્લેઆમ કહી દેવા માગતા હતા : 'આવી જ રીતે એક વાર રાજલક્ષ્મી બોલી ગઈ હતી કે એ સબીના પેટમાં કે કાખમાં છોકરું લઈને આ ઘરમાં આવશે એ વાત લખી રાખજો !'

સસરા સમક્ષ આવું બોલનાર વહુનું વાંકું બોલવાથી પતિનો ક્રોધ શમવાનો નહોતો એટલે ચારુબહેને વાતને વળાંક આપ્યો :

'તમે મને વૈભવને રોકવા કહ્યું, પણ નિરાલી તો એવું બોલી ગઈ હતી કે ડેડી તરફથી મોટા ભાઈને મંજૂરી મળી ગઈ છે !'

'શેની મંજૂરી ?' ઈશ્વરભાઈ છંછેડાયા : 'પેલી સાથે કુલુ-મનાલી જવાની ?'

'ના, એની સાથે પરણી જવાની.'

કપટના દાવમાં પોતે જ ફેંકેલો પાસો ફરી પોતાના જ લમણામાં વાગતો હોય તેમ ઈશ્વરભાઈના

કપાળની નસ ઊપસી આવી. નિરાલીની હાજરીમાં વૈભવને વચન આપતી વખતે જ પોતે ફરી જવાનું મનોમન નક્કી કર્યું હતું, પણ મારો બેટો વૈભવ તેનો ભળતો જ લાભ ઉઠાવવા લાગ્યો !

'જો, ચારુ, મંજુરી આપતી વખતે મેં શરત કરી હતી કે નિરાલીનાં લગ્ન થાય ત્યાં સુધી વૈભવે પેલીને મળવાનું નહીં, જાહેરમાં તેની સાથે દેખાવાનું નહીં અને છાપાં-મૅગેઝિનોમાં લફરાની અફવા છપાય એવું કાંઈ જ કરવાનું નહીં...'

'એ બંનેના સંબંધને હવે લફરું શું કામ કહો છો, ઈશ્વર !' પતિનું કપટ નહીં જાણતાં ચારુબહેનથી કહેવાઈ ગયું : 'બે-ચાર મહિને પરણવાનાં જ છે તો પછી ભલે ને સાથે હરે, ફરે અને મજા કરી લે !'

'શું બોલી !' કહેતાં ઈશ્વરભાઈએ હાથ ઉગામ્યો અને અત્યાર સુધી રોકી રાખેલા આવેશને છુટ્ટો દોર આપી દેતા હોય તેમ પત્નીના ગાલે તમાચો ચોડી દીધો : ભલે ને હરે, ફરે અને મજા કરે, એમ ? એક તો મારાથી છાનું રાખે છે અને ઉપરથી દીકરાને પ્રોત્સાહન આપે છે !'

એ શબ્દો કરતાંય પતિના હાથનો તમાચો ચારુબહેનને ભાંગી નાખવા માટે પૂરતો હતો, છતાં એ ન તો ડગ્યાં કે ન રડ્યાં.

'છાનું રાખવા બદલ તમાચાની સજા થતી હોય તો આ ઘરમાં કોણે એ ગુનો કર્યો નથી ?'

કહેતાં એમણે પતિ સામેથી મોં ફેરવી લઈ સ્વમાનના ઝનૂનથી પગ ઉપાડ્યા : 'અહીં સૌ એકબીજાથી છાનું રાખતાં ફરે છે અને છતાં પોતે ધર્માત્માના અવતાર હોય એવો ફાંકો રાખે છે !'

કહીને એ પોતાના બેડરૂમમાં ધસી ગયાં અને ઈશ્વરભાઈ હાથ ઘસતા ત્યાં જ ખોડાઈ રહ્યા.

*

'શું વિચારમાં પડી ગઈ, સબી ?'

રોહતાક ઘાટનાં વાંકાંચૂકાં ચઢાણ સાથે વાટાઘાટ કરીને કુનેહપૂર્વક જીપ ભગાવતાં વૈભવે બાજુમાં બેઠેલી પ્રિયતમાને પૂછ્યું તોપણ આંખોથી પ્રકૃતિનું અલૌકિક સૌન્દર્ય પીતી સબીના સહાનીએ હોઠ ખોલ્યા નહીં.

'પાંચ દિવસથી હું ફીલ કરું છું, સબી, મનાલીના આ મદમસ્ત વાતાવરણમાં આપણે બેઉ સાવ એકલાં હોઈએ ત્યારેય તું વારંવાર વિચારે ચડી જાય છે.'

વૈભવે સ્ટિયરિંગ વ્હીલ પરથી ડાબો હાથ ઊંચકી, તેના મુખ તરફ લંબાવી, સબીનાની હડપચી સાથે ગલીપચી કરી લેતાં ઉમેર્યું :

'મારી સાવ લગોલગ હોવા છતાં મારી હાજરી ભૂલી જઈને જાણે કાંઈક યાદ કરતી હોય એટલી બધી ખોવાઈ જાય છે તું.'

'હા, વિભુ, હું ખોવાઈ જાઉં છું.' સબીનાએ મીઠી મુસ્કાન સાથે તેની તરફ જોતાં કહ્યું : 'મારું મન નાના બાળકની જેમ છટકીને કુદરતનો ખોળો ખૂંદવા નીકળી પડે છે.'

'અને મારું મન પુખ્ત વયના પુરુષની જેમ વારંવાર તારું સૌંદર્ય પામવા તરફડે છે.'

કહી વૈભવે જાણી-કરીને ઝડપ જાળવી રાખીને જમણી તરફ શાર્પ ટર્ન લીધો તેના આંચકાથી સંતુલન ગુમાવી દઈ સબીના ઊછળીને તેના ખભા પર ઢળી પડી.

'ટેક કેર...'

સબીના આગળ કંઈ કહેવા જાય એ પહેલાં વૈભવે તેને આલિંગનમાં જકડી લઈ તેના હોઠ પર હોઠ ચાંપી દીધા.

'છોડ, વિભુડા, છોડ !'

ગૂંગળાઈ જવા આવી ત્યારે વૈભવના વાળને મુઠ્ઠીમાં લઈ જોરથી ખેંચી જાતને છોડાવી હાંફતી સબીનાએ નાના બાળકની જેમ તેને ધમકાવી નાખ્યો : 'ફરી આવી હરકત કરી છે તો તારા બંને ગાલ રાતાચોળ કરી નાખીશ !'

ત્યારે સ્પીડને ફરી કન્ટ્રોલમાં લઈ વૈભવ એકીટશે તેને તાકવા લાગ્યો. તેની આંખોમાં શરારતને બદલે ગંભીરતા જોઈ સબીનાને લાગ્યું કે વૈભવને કદાચ ખોટું લાગ્યું હશે.

'સૉરી, વિભુ, આવેશમાં હું તને *વિભુડા* કહી બેઠી.'

ત્યારે વૈભવ મલક્યો.

'વર્ષો પહેલાં... સાવ નાનપણમાં મને મા *વિભુડા* કહીને બોલાવતી એ તેં યાદ કરાવી દીધું.'

'એટલે તો તને કહું છું, પુખ્ત વયના પુરુષ !' સબીનાએ બાસ્કેટમાંથી સફરજન ઊંચકી તેનું એક બટકું ભરી લેતાં કહ્યું : 'પ્રકૃતિની ગોદમાં બાળક બની જવાની આવી તક તારા *વૈભવ ટાવસ*માં કે *વિરામ વિલા*માં નહીં મળે.'

'કબૂલ છે, સબી, પણ બાળકો વારંવાર ઊંડા વિચારમાં લીન થઈ જાય એ સારું ન કહેવાય.'

વૈભવે ફરી એક કપરો વળાંક સંભાળી લઈ જીપને ઊંચે ચઢાવતાં ઉમેર્યું :

'બાળક તો મનમાં આવે તે બોલી નાખે, તેને બદલે તું પાંચ-દસ કિલોમીટરની ડ્રાઈવ સુધી સાવ અબોલ બની બેસી રહે છે... મને કાંઈક તો કહે, સબી, એવા તે કયા વિચારો તારા હોઠને સજ્જડ કરી દે છે ?'

'સાંભળવું છે તારે ?'

'ઑફ કોર્સ.'

'કાલિદાસનું નામ સાંભળ્યું છે ક્યારેય ?'

વૈભવ તેની પૃચ્છાનો મતલબ સમજી ગયો હોવા છતાં ભોટની જેમ બોલી ગયો : 'હા, કૉલેજમાં અમારી સાથે એક કાળોમેશ છોકરો ભણતો હતો ખરો તેને અમે કાલિદાસ કહેતા.'

'બુધ્ધુ, કૉલેજમાં સાથે ભણતા છોકરાની આ વાત નથી.' સબીનાએ આંખોથી ઠપકો આપતાં કહ્યું :

'કૉલેજના વિદ્યાર્થીઓ જેને ભણે છે એ કવિ કાલિદાસનું હું પૂછું છું.'

'ઓહ, એ કવિ કાલિદાસ !' વૈભવ રમતિયાળ ભાવ સાથે બોલી ગયો : 'મારા માસ્તરદાદા પાસેથી એ કવિરાજનું નામ અનેક વાર સાંભળ્યું છે ખરું, પણ ક્યારેય એનો પરિચય થયો નથી.'

'ક્યાંથી થાય ? કમ્પ્યુટરનાં યંત્રોમાં રચ્યાપચ્યા રહેનાર તારા જેવાને કાલિદાસમાં ખોવાઈ જવાનું સદ્‌ભાગ્ય ન સાંપડે, વૈભવ !'

કહી સબીનાએ ફરી બહારનાં દૃશ્યો પર નજર માંડી :

'સામે બરફમઢ્યા પર્વતો દેખાય છે ને, વિભુ !' તેની વાણીમાં આપોઆપ કાવ્યમય રણકો આવી ગયો : 'એ બર્ફીલાં શિખરોનો આછેરો સ્પર્શ કરીને નીચે ઊતરતાં વાદળો દેખાય છે તને ?' ભાવુક અવાજે સબીના કહી રહી હતી : 'કદાચ કવિ કાલિદાસને આ જ વાદળો જોઈને મેઘદૂત લખવાની પ્રેરણા મળી હશે.'

'મને પણ એ વાદળો જોઈને જ તને અડપલું કરી લેવાની પ્રેરણા મળી, સબીના !'

કહી વૈભવે ફરી તેના તરફ હાથ લંબાવ્યો ત્યારે એ હાથને પાછો હડસેલી સબીનાએ આગળ ચલાવ્યું :

'ઊંચે આ પહાડ, નીચે વહી જતી બીઆસ નદી...' બોલતાં-બોલતાં અટકી જઈને સબીનાએ તેની સામે જોઈ લીધું : 'તને ખબર છે, આ *બીઆસ* નામ કોના પરથી પડ્યું ?' પૂછીને તેણે જ કહી દીધું : 'મહાકાવ્ય *મહાભારત*નું સર્જન વેદવ્યાસે કદાચ અહીંના અલૌકિક વાતાવરણમાં કર્યું હશે, એટલે જ આ ધસમસતી નદીને લોકો બીઆસ કહેવા લાગ્યા હશે.'

ત્યારે વૈભવને પ્રતીતિ થઈ કે પોતાને ઉદ્યોગપતિ પિતા તરફથી વારસામાં શ્રીમંતાઈ અને વૈભવી જીવનની સમૃદ્ધિ મળી છે, જ્યારે સબીનાને તેના વિદ્વાન પિતા તરફથી સાહિત્ય અને સંસ્કૃતિ માણવાની રસવૃત્તિ સાંપડી છે : એને મારી જીવનસંગિની બનાવી શકું તો મારા જીવનની અધૂરપ પુરાઈ જાય.

'હવે સાંભળી લે, વૈભવ.'

અચાનક તેના ખભા પર હાથ દાબતી સબીના બોલી ઊઠી : 'સામે ચાલીને મેં તને કુલુ-મનાલીના લોકેશન શૂટિંગમાં સાથે આવવા શું કામ કહ્યું તેનો તને ખ્યાલ આવે છે ?'

વૈભવે ચમકીને સામે જોયું. પોતાને આ સવાલ તો અનેક વાર સ્ફુર્યો હતો. સબીના *રોમાન્સ* ફિલ્મના આઉટડૉર શૂટિંગ માટે જવાની છે એ જાણ્યું ત્યારે જ તેનાથી બોલાઈ ગયું હતું : તો-તો મારે પૂરા એક અઠવાડિયા સુધી તારા વિરહમાં ઝૂરવું પડશે, સબી ! અને એના પ્રતિભાવમાં તેને ન ધારેલું સાંભળવા મળ્યું હતું : તો તને સાથે આવવાની કોણ ના પાડે છે, વિભુ...? જાણે પ્રિયતમાએ પોતાને વિશ્વનું ઐશ્વર્ય બક્ષી દીધું હોય એવા ઉન્માદક અને આહ્લાદક આનંદમાં આવી જઈ વૈભવે કંપનીની અગત્યની જવાબદારી કે પિતાના પ્રત્યાઘાતની પરવા કર્યા વિના સબીના સાથે હાથ મિલાવીને એ જ ઘડીએ કહી દીધું હતું : ડન, માય ડાર્લિંગ !

જોકે બંનેએ સાથે પ્રવાસ નહીં કરવાની કે એક સ્થળે સહવાસ નહીં કરવાની તકેદારી લીધી હતી, છતાં રોજ સાંજે શૂટિંગ પતાવી સબીના પરદાનશીન બની જઈ, કુલુના આધુનિક *સ્પાન રિસૉર્ટ*ના પોતાના ઉતારેથી મનાલીના આલીશાન *ગવર્નર હાઉસ*માં રહેતા વૈભવ પાસે પહોંચી જવાનું ચૂકતી નહીં. સબીનાના આ અણધાર્યા પરિવર્તને વૈભવની આશાને બળવત્તર બનાવી હતી કે બંને બાજુ વધતો જતો આ લગાવ પરસ્પરને લગ્નના બંધનમાં જકડી લેવાનું નિમિત્ત બની જશે.

'કુલુ-મનાલીમાં તારી કંપની માટેની ઝંખના મને કેમ જાગી એ જાણવાની તને ઉત્સુકતા તો હશે જ, પણ એ જાણી લીધા પછી...'

'પછીની વાત છોડ, સબીના ! મને જલદી કારણ જણાવી દે, પછીનું પછી જોયું જશે.' કહેતાં વૈભવે બ્રેક મારીને જીપ ઊભી રાખી દીધી : 'હું તારા શબ્દેશબ્દને હૃદયમાં ઉતારી લેવા આતુર છું... તેમાં જીપની ઘરેરાટીની ખલેલ પણ મને ન ખપે.'

'તો સાંભળી લે.' સબીના એકએક શબ્દને ઘૂંટતી બોલવા લાગી : 'ઊંચે આ ઉત્તુંગ પર્વતો, વચ્ચે લીલાંછમ આ વૃક્ષો, નીચે ખળખળ વહેતી આ બીઆસ નદી... પહાડો ફરતાં આ ધવલ વાદળો, વૃક્ષોમાંથી ચળાઈને આવતો આ નિર્મળ પવન અને ખળખળ વહેતી નદીના પ્રવાહનો આ કલરવ... બાર વર્ષ પહેલાં અહીં આવી ત્યારે હતું એવું જ અકબંધ રહ્યું છે આ બધું !'

કહીને સબીના થોડું અટકી. તેણે જોયું, વૈભવ એકચિત્તે તેને સાંભળતો હતો.

'શૂટિંગ માટે અહીં આવવાનું ગોઠવાયું ત્યારે અચાનક મારા હૃદયમાં સ્ફુરણા ઝબકી ગઈ... મને થયું કે વેદોના રચનાર મનુની આ ભૂમિ... *મહાભારત*ના સર્જક વ્યાસની આ ધરતી... નિર્મળ દિલની આ પ્રજા, નીતર્યું સૌંદર્ય ધરાવતી અહીંની નારીઓ અને જ્યાં દેવ-દેવતાનો વાસ હતો એવા આ રમણીય પ્રદેશમાં મારા સંતાનનું બીજ રોપાય તો જીવન ધન્ય બની જાય !'

વૈભવ તેને સાંભળતો રહ્યો અને સાંભળી લીધા પછી જોતો જ રહી ગયો. માતૃત્વની તીવ્ર ઝંખના જ તેના જીવનનું, તેના અસ્તિત્વનું અને પોતાની સાથેના સંબંધનું એકમાત્ર લક્ષ્ય હોય એવું સબીનાના શબ્દેશબ્દે પ્રતીત થતું રહ્યું. આવી જ ઉત્કટતા, આવી જ તીવ્રતા અને આવી જ લગની પોતાની સાથે પરણવા માટે લાગી જાય તો મારું જીવન ધન્ય બની જાય - એવો પડઘો વૈભવના મનમાં પડ્યો ત્યાં જ પેલી બોલી ઊઠી :

'કારણ જાણી લીધું ને, વૈભવ ! હવે ત્યાર પછીનું તારણ પણ જણાવી દઉં.'

'કારણનું તારણ બીજું શું હોય, સબીના !' તેનો હાથ પોતાની બંને હથેળીમાં લઈ લેતા વૈભવે લાગણીસભર અવાજે કહ્યું : 'તને અને મને જોડતી કડી જન્મતાંની સાથે જ આપણો આ સંબંધ અખંડ અને અતૂટ બની રહેશે એ જ એનું તારણ.'

સબીનાને તેની લાગણી સ્પર્શી ગઈ છતાં દેખાવા ન દીધી. નાના બાળકને ઠપકો આપવાની ઢબે તેનો કાન પકડવાનું મન થયું તે ચેષ્ટા પણ ન કરી. તેનાથી નિઃશ્વાસ નખાઈ ગયો :

'આપણી વચ્ચે થયેલા કરાર ભૂલી ગયો કે ?' તેના હાથમાંથી પોતાનો હાથ પાછો ખેંચી લઈ એ કહેવા લાગી : 'આપણો સંબંધ એકબીજા સાથે બાંધવાનો નહીં, પણ પરસ્પરથી મુક્ત થઈ જવાનો છે. તું જેને આપણને જોડતી કડી કહે છે એ સંતાનના આગમનનો પહેલો અણસાર આવતાં જ હું તને વિદાય આપી દઈશ, વૈભવ... એ ઘડી મારા માટે જેટલી આનંદદાયક હશે એટલી જ પીડાકારક પણ બનશે. છતાં એમાં મીનમેખ નહીં થાય એ તું બરાબર સમજી લેજે.'

'અને ન સમજું તો ?'

નાનું બાળક જીદ કરે એવો હઠીલો સવાલ તેણે કર્યો ત્યારે સબીનાએ ઊંડો શ્વાસ લઈ મૌન ધારણ કરી લીધું. વૈભવ એના મૌનભંગની રાહ જોતો હતો ત્યાં ધડ...ડ...ડ ધડાંગ કરતા અવાજે બંનેને ચોંકાવી દીધાં. જીપમાંથી બહાર કૂદી જઈને વૈભવે જોયું તો થોડી વાર પછી જ્યાંથી પોતાની જીપ પસાર થવાની હતી એ માર્ગ પર ઊંચેથી એક હિમશિલા તૂટી પડી હતી.

'ઓહ માય ગૉડ !' અધ્ધર શ્વાસ છોડતાં વૈભવે જાણ કરી : 'સબીના, લૅન્ડસ્લાઈડ થઈ ! ઉપર જવાનો રસ્તો બ્લૉક થઈ ગયો !'

'ઓહ ગૉડ નહીં, થૅન્ક ગૉડ કહે, વૈભવ !' સબીનાએ તૂટી પડેલી હિમશિલા પરથી નજર હટાવ્યા વિના કહ્યું : 'આપણે પસાર થતાં હોત ત્યારે અકસ્માત બન્યો હોત તો કદાચ...'

'આપણે બંને રહ્યાં ન હોત, એમ જ ને ?'

'હું આપણા બંનેનો વિચાર જ નથી કરતી, જેના આગમનને હું ઝંખું છું એનું શું થાત ? માતા બન્યા વિના મરી જાઉં તો એ અતૃપ્ત વાસનામાં મારો આત્મા પ્રેત બનીને અહીં ભટક્યા કરત.'

'થૅન્ક ગૉડ કે આપણે ઊગરી ગયાં, સબીના !' કહીને એ અટક્યો. જ્યાં જવા ધાર્યું'તું એ બરફીલા પહાડ પર નજર ફેંકી લઈ અફસોસ ઉછાળ્યો :

'પરંતુ આ હિમશિલા ખસેડાય નહીં ત્યાં સુધી ટોચ પર કેમ પહોંચીશું ?'

'મંજિલના માર્ગમાં આપણા ગજા બહારનો અવરોધ આવી પડે ત્યારે આગળ જવાની જીદ પડતી મૂકીને ખૂબસૂરત વળાંકેથી પાછાં ફરી જવામાં જ મજા છે, વિભુ !'

તેના એ શબ્દોમાં આજની વાત કરતાં આવતી કાલના ખૂબસૂરત વળાંક પર સમાપ્ત થનારા બંનેના અંગત સંબંધનો મોઘમ ઇશારો હતો એ વાત વૈભવ પામી ગયો.

છતાં એ મનોમન પોતાના ઇરાદામાં મક્કમ જ રહ્યો : નહીં, સબી, દરેક વળાંક ઓળંગી જઈને હું તને મંજિલ સુધી લઈ ગયા વિના જંપીશ નહીં.

*

28

મંજૂષા મુખરજીએ બારીનો પરદો હટાવી વીસમા માળેથી જોયું તો બૉસની રોલ્સ-રૉઇસ વૈભવ ટાવર્સના કમ્પાઉન્ડમાં દાખલ થતી દેખાઈ. આઈ. એમ. વિરાણીને કારમાંથી ઊતરતા જોઈ છેક વીસમા માળે ઊભેલી મંજૂષાની કાયામાં રોમાંચની વીજળી પસાર થઈ ગઈ. મહિના પહેલાં બૉસે સાવ અચાનક જ તેના બંને ખભા પર હાથ મૂકી હમદર્દીભર્યા બે-ચાર શબ્દો ઉચ્ચારીને મંજૂષાના હૈયામાં સુષુપ્ત પડેલી, પુરુષના સહવાસ માટેની ઝંખનાને સળવળતી કરી દીધી હતી. પગની ખોડ ધરાવતી મંજૂષા જાણતી હતી કે ઉદ્યોગપતિ બૉસ એટલે ઊંચા પહાડની ટોચે આવેલા મંદિરમાં બિરાજતા દેવતા અને પોતે સો-સવાસો પગથિયાં નીચે તળેટીમાં બેઠેલી ભિખારણ જેવી નિરાધાર નારી... બંને વચ્ચેનું અંતર ક્યારેય ઓછું થવાનું નહોતું. હું અપંગ ક્યારેય ટોચ પર પહોંચવાની નથી, છતાં તર્કની આવી કોઈ તકરારમાં પડ્યા વિના એ ઈશ્વરલાલ વિરાણીને મનમંદિરમાં બિરાજતા દેવની જેમ છાનીછાની પૂજવા લાગી હતી. નવ હજારના પગારમાંથી દર મહિને અર્ધી રકમની બચત કરીને ભવિષ્યના આધાર માટે બૅન્કમાં જમા કરાવતી મંજૂષાએ ગયા મહિનાનો આખો પગાર બૅંગલોરી સિલ્કની ત્રણ સાડી ખરીદવામાં ખર્ચી નાખ્યો હતો. મનથી જેને ચાહતાં હોઈએ તેની સમક્ષ તનને પણ શણગારીને જવું જોઈએ.

કોઈ પણ પળે બૉસ દરવાજો ખોલીને પ્રવેશ કરશે એવી ઉત્તેજના સાથે બૅંગલોરી સાડીનો છેડો ખભા પર સરખો કરી લઈ મંજૂષાએ પૉકેટ અરીસામાં ચહેરાનો મેકઅપ ચકાસી જોયો. હજુ ગઈ કાલે રવિવારે બ્યૂટિ પાર્લરમાં ફેસિયલ કરાવી મુખ મંજાવ્યું હતું, છતાં ચહેરા પર કોઈ કસર નથી રહી ગઈ ને તેની ખાતરી કરી લીધી. દેહના વળાંક તરફ આવનારની નજર આકર્ષાય એ રીતે શરીર પર સાડી સંકોરી લઈ એ દરવાજા સામે ઊભી હતી.

'વેલકમ, સર !' દ્વાર ખૂલતાં જ રોમાંચના રણકા સાથે તેણે બૉસને આવકાર્યા : 'ફાઈન મૉર્નિંગ, સર !'

'બ્યૂટિફુલ !' તેને પગથી માથા સુધી નિહાળતા વિરાણીશેઠની આંખો ચમકી ગઈ. પછી તરત જ અભિવાદનનો જવાબ વાળતા હોય તેમ બોલી ઊઠ્યા : 'બ્યૂટિફુલ મૉર્નિંગ, મંજૂ !'

ઓહ ! બૉસ પોતાના માટે *બ્યૂટિફુલ* ઉદ્ગાર કર્યો હતો એ ભ્રમ ક્ષણવારમાં ભાંગી

પડ્યો, છતાં હસતું મોં રાખી બૉસની કૅબિનનો દરવાજો ખોલી આપી તેમની પાછળપાછળ અંદર દાખલ થઈ.

'સર, શનિવારે સ્વેરિંગ-ઈન સેરેમનીમાં આપને ટીવી પર જોયા ત્યારે ફોન કરીને કહેવાનું મન થઈ આવ્યું હતું કે યૂ વેર લૂકિંગ અ કિંગ ! (આપ રાજવી જેવા દેખાતા હતા !)'

ખુરસી પર બેઠક લેતાં ઈશ્વરભાઈએ તેની સામે જોયું. પોતાના બૉસની ચડતીથી સેક્રેટરીના મુખ પર ઊપસી આવેલી ગૌરવની ચમક જોઈને એ બોલવા જતા હતા : કિંગના જમાના ગયા, હવે તો દિલ્હીમાં કિંગમેકરનો મરતબો મોટો ગણાય છે - આવું કાંઈક કહીને પોતાની મોટાઈનું પ્રદર્શન કરવાને બદલે ચડી ગયેલાં કામ હાથ પર લેવાની તત્પરતા દર્શાવી ઈશ્વરભાઈએ પૂછ્યું :

'મંજૂ, ટેબલ પર મૂકેલા બધા અર્જન્ટ પેપર્સ તપાસવાનું શરૂ કરું એ પહેલાં એ કહે જોઈએ, મારી ગેરહાજરીમાં ધ્યાન ખેંચવા જેવી કોઈ ઘટના અહીં બની હતી ખરી ?'

'સર, આપના ગયા પછી બીજી દિવસે તો પી.એમ.ના ડેથની દુર્ઘટના બની હતી, પરંતુ ત્યાર પહેલાં અહીંના અખબારમાં પ્રગટ થઈ ગયેલા એક સમાચાર ધ્યાન ખેંચનારા હતા.'

'ધ્યાન ખેંચનારા સમાચાર ?'

'એટલે કે મારે આપનું ધ્યાન ખેંચવું જોઈએ એવી ન્યૂસ આઈટમ.' કહી ટેબલ પર રાખેલા કાગળો નીચેથી મંજૂષાએ ન્યૂઝપેપર્સની કાપલીઓની થોકડી કાઢીને એમની નજર સામે ધરી : 'આપને તો જાણ હશે જ કે આપનાં માતુશ્રી એક નવી પ્રાઈવેટ કંપનીનાં અધ્યક્ષ બન્યાં છે.'

મંજૂષાના એ શબ્દો સાંભળીને ઈશ્વરભાઈના કાનમાં સણકો થઈ આવ્યો અને નજર સામે પડેલી કાપલીમાં રતનબાના ફોટા સાથે છપાયેલા સમાચારનું મથાળું વાંચી આંખોમાં ખટકો પેદા થયો : *દેશની પ્રથમ સર્વ મહિલા એરફ્લાઈટ કંપની પ્રાઈવેટ લિમિટેડના અધ્યક્ષપદે ઉદ્યોગપતિ વિરાણીનાં માતુશ્રી !*

વેપાર-વાણિજ્યના પાના પર મોટા અક્ષરોમાં છપાયેલા એ મથાળા હેઠળના અહેવાલમાં જાણી-કરીને પોતાનો બબ્બે વખત ઉલ્લેખ થયો તે પણ તેમને બહુ કઠ્યું : *આઈ. એમ. વિરાણીનાં માતુશ્રી ઉપરાંત ઉદ્યોગપતિની ભત્રીજી (નાના બંધુ મનોહરલાલ વિરાણીના પુત્રી) પણ આ કંપનીની એક ડિરેક્ટર છે ! એટલું ઓછું હોય તેમ ગૂડ મૉર્નિંગના રિપૉર્ટરે એવી નુક્તેચીની કરી હતી કે આ એરફ્લાઈટ કંપનીનાં પ્રણેતા દેવકી શાહ જાણીતા શાહસોદાગર ભવાનજી શેઠિયાનાં દોહિત્રી છે અને એમની કંપનીના અધ્યક્ષપદે શેઠિયા સાથે શત્રુવટ ધરાવતા આઈ. એમ. વિરાણીનાં માતા હોય એ ઘટનાએ બંને પરિવારનાં પરિચિતોમાં ચકચાર જગાવી છે !*

'બાસ્ટર્ડ !' ગુસ્સામાં દાંત ભીંસતાં બોલાઈ ગયા પછી મંજૂષાની હાજરીનો ખ્યાલ આવ્યો એટલે બાજુમાં પડેવા ગ્લાસમાંથી બે ઘૂંટડા પાણી પીને ગુસ્સો ગળે ઉતારી ગયા. ત્યાર પછી બીજા વર્તમાનપત્રની કાપલીમાં ફોટા નીચેના લખાણમાં વાંચના મળ્યું : *ચેર-પર્સન કે ચેર-વુમન ?* ઈશ્વરભાઈએ અહેવાલના અંતે એનું અનુસંધાન શોધી કાઢ્યું. તેમાં છપાયું હતું : *કંપનીની સ્થાપનાની ખુશાલીમાં તાજમાં યોજાયેલ ડિનર પાર્ટીમાં અમારા સંવાદદાતાએ શ્રીમતી રતનબા વિરાણીને પૂછ્યું કે સર્વ મહિલાઓની આ કંપનીનાં ચેરપર્સન થવા બદલ તમે કેવી લાગણી અનુભવો છો ? તેના જવાબમાં રતનબાએ ગરવા સ્મિત સાથે કહ્યું હતું કે મારી જાતને ચેરપર્સનને બદલે ચેરવુમન*

તરીકે ઓળખાવવાન વધારે પસંદ કરીશ... કંપનીના પુરુષ અધ્યક્ષ માટે ચેરમૅન શબ્દ વપરાય તો મહિલા અધ્યક્ષ માટે ચેરવુમનને બદલે ચેરપર્સન શું કામ ? માત્ર મહિલાઓથી જ ચાલતી કંપની સ્થાપવાનો એક ઉદ્દેશ એ પણ છે કે વેપાર-ઉદ્યોગમાં સ્ત્રીઓને યોગ્ય તક મળે તો પુરુષો કરતાં જરાય ઊણી ઊતરે તેમ નથી !

માતાએ આપેલા એ પ્રત્યુત્તરથી ઈશ્વરભાઈના હોઠ મલકી ગયા : બિચારા પત્રકારને શું ખબર કે રતનબા બોલવામાં તો કોઈ પુરુષથી ઊણાં ઊતરે એવાં નથી જ !

પરંતુ એ મલકાટ હોઠ પર વધુ વાર ટક્યો નહીં. બોલવામાં પાવરધી માને ભવાનજીભાની દોહિત્રી સાથે હાથ મિલાવી કંપની ચલાવવામાં તો હું ફાવવા નહીં જ દઉં. આ સ્ત્રીઓને ખબર પાડી દઈશ કે વેપાર કરવો એ બૈરાંના કામ નથી. એની આંટીઘૂંટીઓ ઉકેલવી એ ચોટલો છોડવા જેટલું સહેલું નથી !

'સર, હું જાઉં ?'

મંજૂષા મુખરજીએ પોતાની હાજરીની જાણ કરી એટલે બૉસે સત્વર તેને પરવાનગી આપી દીધી : 'યસ, યૂ મે ગો... અને કોઈના ફોન આવે તો પંદરેક મિનિટ માટે મને આપીશ નહીં. કહેજે, હું કૉન્ફરન્સમાં બીઝી છું.'

'ઓકે, સર !' કહી સેક્રેટરી બહાર નીકળી કે તરત જ કૅબિનનો દરવાજો અંદરથી લૉક કરવાની સ્વિચ દબાવી દીધી. પછી ફોન હાથમાં લીધો ત્યાં યાદ આવ્યું એટલે બીજી ચાંપ દાબી ચેક કરી લીધું, ફોન ટેપ તો નથી થતો ને ?

પછી દિલ્હીનો નંબર જોડ્યો. થોડી વારમાં જ ઘંટડી વાગતી રહ્યા પછી ઓળખીતા અવાજમાં *હેલ્લા* સંભળાયું એટલે સ્વરમાં મીઠાશ ઘોળીને બોલ્યા : 'ફાઈન મૉર્નિંગ, કર્નલસા'બ ! બૉમ્બેથી આઈ.એમ. વિરાણી બોલું છું...'

'ગૂડ મૉર્નિંગ, વિરાણીશેઠ !' *ફાઈન મૉર્નિંગ*ના જવાબમાં *ગૂડ મૉર્નિંગ* સાંભળવું પડ્યું એ ઈશ્વરભાઈને કઠ્યું, પણ પ્રાઈમ મિનિસ્ટર રામેશ્વરીદેવીના અંગત સલાહકારને શું કહી શકે ? અને એ કાંઈ કહેવા જાય એ પહેલાં કર્નલે જ કહ્યું :

'હવે તો હું રિટાયર્ડ કર્નલ છું, વિરાણીશેઠ ! આપ મને જયરાજસિંહ કહેશો તો ચાલશે... બોલો, કેમ યાદ કર્યો મને ?'

'કર્નલ, મારી પુત્રીનાં લગ્ન છઠ્ઠી જાન્યુઆરીએ ગોઠવાઈ રહ્યાં છે. તમે તો જાણો છો, મારે એકની એક પુત્રી છે. મૅડમ પ્રાઈમ મિનિસ્ટર આ પ્રસંગ શોભાવે તો હું ધન્ય બની જાઉં.'

કહીને ઈશ્વરભાઈએ ઠાવકાઈથી ઉમેરી દીધું :

'હું જાણું છું, મૅડમ હજુ પુત્રવિયોગના ઘેરા શોકમાં છે. આવા વખતે લગ્નનું નિમંત્રણ આપવાનું અવ્યવહારુ ગણાય, પરંતુ લગ્ન આડે હવે તો દોઢ મહિનો રહ્યો છે અને મૅડમના કાર્યક્રમ એડવાન્સમાં ગોઠવાઈ જતા હોય છે... એટલે માત્ર આપનું ધ્યાન ખેંચવા ફોન કર્યો. દેવીજીની મુંબઈની પ્રથમ મુલાકાતને આ પ્રસંગ સાથે બંધબેસતી કરી દો તો હું જીવનભર એમનો તથા આપનો ઋણી રહીશ.'

'અરે, અરે... એમાં ઋણની વાત ક્યાં આવી, વિરાણીશેઠ ! આ તો પરસ્પરના સંબંધનો

મામલો કહેવાય. આવતા અઠવાડિયે ત્રિવેણીસંગમમાં અમરનાથજીનાં અસ્થિ પધરાવવાની વિધિ પૂર્ણ થાય એટલે પહેલું કામ તમારું આ નિમંત્રણ તેમના કાને નાખવાનું કરીશ, બસ !'

'આઈ ઍમ વેરી મચ ઑબ્લાઈજ્ડ, કર્નલસા'બ !' આભારવશ અવાજે કહીને ઈશ્વરભાઈએ ઉમેરી દીધું : 'આપ તો પી.એમ.ની સાથે આવશો જ, એમાં તો કહેવાપણું હોય જ નહીં !'

'વિરાણીશેઠ, હું તો એવું ગોઠવવા માગું છું કે પી.એમ.ની સાથે એમની પુત્રી મૃગનયની પણ આ પ્રસંગે મુંબઈ આવે.'

મૃગનયનીનું નામ પડતાં જ ઈશ્વરભાઈના મિજાજમાં ગેબી ફટકો પડ્યો : વૈભવ સાથે એનું ગોઠવવાની વાત ભુલાઈ જ ગઈ હતી ત્યાં આ માણસે ફરી એ ચક્કર ક્યાં ચાલુ કર્યું ? એમને કહી દેવાનું મન થયું કે મૃગનયની અમેરિકાના કોઈ શીખ છોકરાને પરણવા માગે છે તો પછી શું કામ આવો ગૂંચવાડો ઊભો કરવો ? પરંતુ એવું કહી શકાય નહીં. અને એમ તો કહી શકે તેમ નહોતા કે મારા વૈભવને પેલીના ચકરાવામાંથી બહાર કાઢવા જતાં હજુ મારા નાકે દમ આવી જવાનો છે... એટલે સંભાળીને કહ્યું : 'આપણામાં જુવાન મરણ થયા પછી છ-મહિના-વરસ સુધી ઘરમાં કોઈ શુભ પ્રસંગ ગોઠવવાનું અશોભનીય ગણાય એટલા પૂરતું, કર્નલસાહેબ, આ વાત આપણે બે-ત્રણ મહિના આઘી ઠેલીએ તો કેમ ?'

'સંબંધ જાહેર કરવા માટે બે-ત્રણ નહીં, છ મહિના વિતાવવા પડશે, પરંતુ એની પ્રોસેસ તો અત્યારથી ચાલુ કરી દઈએ ને ?'

'તમારી એ વાત બરાબર છે.' કમને સંમત થઈ જતાં ઈશ્વરભાઈએ મૂળ બાબત ઉચ્ચારી દીધી : 'કર્નલસાહેબ, બીજી પણ એક વાત કહેવાની હતી.'

'બોલો, શેઠજી.'

'મુંબઈમાં અગિયાર નવેમ્બરે એરટૅક્સીની એક પ્રાઈવેટ લિમિટેડ કંપની ફ્લોટ થઈ છે.' કહી સામે પડેલી છાપાંની કાપલીમાંથી નામ વાંચી લેતાં તેમણે ઉમેર્યું : 'એનું નામ છે *ઑલ વિમેન ઍર ફ્લાઈટ પ્રાઈવેટ લિમિટેડ*... અને તેનાં ચેરપર્સન છે મિસિસ આર. એમ. વિરાણી, એટલે કે મારાં મધર.'

'શું વાત કરો છો !' જાણે ખુશખબર સાંભળ્યા હોય એમ કર્નલ અધવચ્ચે બોલી ઊઠ્યા : 'એ તો બહુ ખુશીની વાત કહેવાય, વિરાણીશેઠ !'

પૂરું સાંભળ્યાં પહેલાં જ કર્નલે ઉમળકો ઠાલવી દીધો ત્યારે ઈશ્વરભાઈએ આગળ બોલવાનું માંડી વાળવા વિચાર્યું, પણ હવે પીછેહઠ થાય તેમ નહોતી.

'આપ કેમ અટકી ગયા, આઈ. એમ. ?' માનીતા માણસોને ફેવર કરવાની સરકારી તત્પરતાથી કર્નલે પૂછ્યું : 'શેઠજી, એ કંપની માટે જે કંઈ કરવાનું હોય તે બેધડક કહી દો. મહિલાઓનું સાહસ છે એટલે તમે કહેતા હો તો તેની પ્રથમ ફ્લાઈટમાં મહિલા પ્રધાનમંત્રી પ્રવાસ કરે એવું ગોઠવી આપું.'

માર્યા !... આંચકાથી ઈશ્વરભાઈ ઘડીભર મૂંઝાઈ ગયા. પળવાર માટે થયું કે મારાં મધરની કંપનીનું ઉદ્‌ઘાટન પી. એમ.ના શુભહસ્તે થાય એનો જશ હું કેમ ન લઉં ? એ રીતે મા સાથેની અંટસ પણ હળવી થશે... પરંતુ એ ભાવના બીજી જ ક્ષણે અહંકારની આગમાં પીગળી ગઈ.

'વાત એમ છે, કર્નલસાહેબ, એ કંપની સ્થાપનારી છોકરી મારી માતાના નામનો ગેરલાભ ઉઠાવવા માગે છે. હું ઇચ્છતો નથી કે એ કંપની ફ્લરિશ (સધ્ધર) થાય. અરે, એ શરૂ જ ન થાય એવું મારે કરવું છું... એટલે કે તમારે એવું કરી આપવાનું છે.'

ત્યારે સાંભળનારના માનવામાં ન આવતું હોય એવું મૌન સામા છેડે છવાઈ ગયું. પરંતુ સામો માણસ શું વિચારશે એવી પરવા નહીં કરવામાં માનતા ઈશ્વરભાઈએ ભારપૂર્વક આગળ ચલાવ્યું :

'એ કંપનીનું લાઈસન્સ રદ થાય એવી હિલચાલ લાગતા-વળગતા ખાતામાં અત્યારથી ચાલુ કરી દો, કર્નલસાહેબ !'

છતાં સામેથી પ્રતિભાવ ન મળ્યો.

'અગાઉની સરકારે લાઈસન્સ આપ્યું હોય તો આ નવી સરકાર તેને રદ કરી શકે ને ?'

'એમાં તો કોઈ હરકત નથી, શેઠજી, પરંતુ મહિલાઓની કંપનીને એક મહિલા વડાંપ્રધાન પ્રોત્સાહન આપવાને બદલે આવું કરે તેથી ખરાબ દેખાવ નહીં થાય ? પાછાં એ કંપનીનાં અધ્યક્ષ તમારાં મધર છે.'

'એટલે તો એને રોકવામાં પી.એમ.નો સારો દેખાવ થશે.' ઈશ્વરભાઈએ બોલવા માટે શબ્દો ક્યાં શોધવા જવા પડે તેમ હતા ? જચી જાય એવો તર્ક રજૂ કરી દીધો :

'કર્નલસાહેબ, પ્રધાનમંત્રીએ વિરાણીનાં મધરની કંપનીને સુધ્ધાં ફેવર નથી કરી એ જાહેર થાય તેમાં પી.એમ.ની તટસ્થતા દેખાશે.'

'તમારી એ વાત સાચી છે.' પરાણે સંમત થતા હોય તેમ વડાંપ્રધાનના અંગત સલાહકાર કર્નલ જયરાજસિંહે સંમતિ દર્શાવી દીધી : 'આપ મને કંપનીનાં નામ-ઠામ વગેરે વિગતો ફેક્સ કરી દો, એટલે હું તત્કાલ કાર્યવાહી હાથ ધરું છું... બોલો, બીજું કાંઈ ?'

'થૅન્ક્સ અ લૉટ, કર્નલજી !' ઈશ્વરભાઈએ આત્મીય અવાજે વાત આટોપી લેતાં કહ્યું : 'આપણે આ રીતે સંપર્કમાં રહીશું. ગૂડ બાય ઍન્ડ થૅન્ક્સ અગેઈન.'

ફોન મૂકીને ટેબલના કાચ પર જુસ્સાભેર મુક્કી મારતા ઈશ્વરભાઈ બબડ્યા : સગી માને પણ એમના આ દીકરાની પહોંચની ખબર નથી... કહેતાં હતાં કે ભવાનજી શેઠિયાની માફી માગી લે તો હું દેવકીની કંપનીમાં નહીં જોડાઉં... માફી-બાફી માર્યા ફરે, માતુશ્રી ! તમારું એ મહિલામંડળ ચાલુ થતાં પહેલાં જ બંધ પડી જવાનું ! તમને ચેરપર્સન થવાનો એટલો બધો અભરખો હોય તો, રતનબા, હું જ પોતે એરફ્લાઈટ કંપની શરૂ કરવા તૈયાર છું !

કોઈના માર્ગમાં વિઘ્ન ઊભું કરવામાં માણસને આવતો વિકૃત આનંદ ઈશ્વરભાઈ ચગળી રહ્યા હતા ત્યાં મનોગત બોલાયેલા છેલ્લા વાક્યે તેમના મગજમાં ઝબકારો કર્યો અને પોતાના એ તર્ક પર ખુશ થતા હોય તેમ હૉટલાઈનના લાલ ટેલિફોનનું રીસીવર ઊંચક્યું :

'કોણ, સિદ્ધુ !' નાના પુત્રને લાડથી સંબોધી તત્કાલ મળવા આવી જવા કહ્યું : 'તારી સાથે એક ઈમ્પૉર્ટન્ટ પ્રોજેક્ટની ચર્ચા કરવી છે. કમ સૂન.'

'ડેડી, હમણાં મેં ઘરે ફોન કર્યો ત્યારે રાજીએ જાણ કરી કે મોટા ભાઈ બહારગામથી

આવી ગયા છે.' સિદ્ધાર્થે પોતાના સરળ સ્વભાવ મુજબ કહ્યું : 'અર્ધા કલાકમાં વૈભવ ઑફિસે આવી પહોંચશે... તમે કહેતા હો તો એમના આવ્યા પછી નવો પ્રોજેક્ટ ડિસ્કસ કરીએ.'

વૈભવ કુલુ-મનાલીથી આવી ગયો એ જાણકારીથી ઈશ્વરભાઈની દુખતી નસ દબાઈ. ઘડીભર વિચાર કરતા હોય તેમ કડવો ઘૂંટડો ગળે ઉતારી જઈ તેમણે નાના પુત્રને કહ્યું : 'સિદ્ધુ, આ પ્રોજેક્ટમાં વૈભવનું કાંઈ કામ નથી. એના આવ્યા પહેલાં જ આપણે પતાવી દઈએ.'

અને સિદ્ધાર્થ આવે તે પહેલાં ઈશ્વરભાઈએ ટેબલ પરથી છાપાંની કાપલીઓની થોકડી ખાનામાં સરકાવી દીધી, ફરી બે ઘૂંટ પાણી પી લીધું અને કૅબિનના કાચના દરવાજા પાછળ પુત્રની આકૃતિ ઊપસતી દેખાઈ એટલે સ્વિચ દબાવીને લૉક ખોલી આપ્યું.

'કમ ઈન, માય સન !'

પિતાના આવકારમાં સિદ્ધાર્થને રોજ કરતાં થોડું વધુ વાત્સલ્ય વર્તાયું.

'યસ, ડૅડી !' પિતા સામે બેઠક લેતાં પુત્રે ટેબલ પર નજર દોડાવી : 'નવા પ્રોજેક્ટના પેપર્સ ક્યાં ?'

ત્યારે કામ સિવાય ભાગ્યે જ બીજી વાત કરનારા નાના પુત્ર સામે ઈશ્વરભાઈ મલક્યા :

'આ પ્રોજેક્ટ હજુ પેપર્સ સુધી પહોંચ્યો નથી, મારા દિમાગમાં જ છપાયો છે... તને ઉતાવળ તો નથી ને, સિદ્ધુ ?'

એ પૃચ્છાએ સિદ્ધાર્થને સુખદ વિસ્મયમાં નાખી દીધો : હું તો ક્યારેય ઉતાવળમાં નથી હોતો અને જે સદા ઉતાવળમાં હોય છે એ પિતા મને આમ પૂછે છે !

'નૉટ ઍટ ઑલ, ડૅડી ! કામ કરવા માટે હજુ આખો દિવસ પડ્યો છે.'

'અને આજકાલ તો તું દિવસ આથમ્યા પછી પણ ઑફિસમાં કામ કરતો રહે છે.' કહી ઈશ્વરભાઈએ હળવેકથી ઉમેર્યું : 'મને પરમ દિવસે રાજી પાસેથી જાણવા મળ્યું કે આજકાલ કંપનીમાં તારે ઓવરટાઈમ કરવો પડે છે.'

હવે સિદ્ધાર્થ સજાગ બન્યો :

'ડૅડી, રાજીએ તમારી સમક્ષ કાંઈ ફરિયાદ કરી ?'

'નહીં રે ! બિચારીએ તો મને એક વાતની યાદ અપાવી !'

'શેની યાદ, ડૅડી ?'

'એ કે આપણી કંપનીને મેં વૈભવનું નામ આપ્યું છે, કોઈ જગ્યાએ તારું નામ જોડ્યું નથી.'

સાંભળીને સિદ્ધાર્થ ઝંખવાણો પડી ગયો. પતિ-પત્ની વચ્ચે આ અંગે એક-બે વખત ચડભડ થઈ ચૂકી હતી. રાજીને એ સમજાવતો કે આપણને વૈભવ નામે તાર્યાં છે તો એનાથી સંતોષ માનવાને બદલે ખોટો સંતાપ શું કામ કરે છે ? છતાં પત્નીએ ડૅડી સમક્ષ આવી વાત ઉચ્ચારી એથી સિદ્ધાર્થનો જીવ કચવાયો. કુટુંબમાં ક્લેશ ન થાય એટલા ખાતર એ ખમી લેવામાં માનતો હતો, ત્યારે રાજલક્ષ્મી...

'સિદ્ધાર્થ, મને રાજીની વાત વાજબી લાગી. એટલે જ નવો પ્રોજેક્ટ તારા નામથી શરૂ કરવા વિચાર્યું છે.'

'નહીં, ડેડી, રાજીને રાજી રાખવા ખાતર તમે આવું કરતા હો તો મારી ના છે.' સિદ્ધાર્થ નિખાલસપણે બોલી ગયો : 'સ્ત્રીઓની વાજબી વાત માન્ય રાખવી બરાબર છે, પણ વાંધાવચકા અને ત્રાગાં કરીને પોતાનું ધાર્યું કરવા માગે ત્યારે ઘરના વડીલે પોતાને વાજબી લાગે એ જ કરવું ઘટે.'

'મને વાજબી લાગ્યું એટલે તો કરું છું. તને *સિદ્ધાર્થ એવિએશન લિમિટેડ* નામ કેવું લાગે છે ?'

'એવિએશન ?' પુત્રના કાન ચમક્યા : 'એટલે કે વિમાનસેવાની કંપની ?'

'એમાં આટલો બધો અચંબો કેમ પામે છે, સિદ્ધુ ! ઉદ્યોગમાંથી આપણે ફ્લોટિંગ હોટેલમાં ફંટાયા તો હવે દરિયામાંથી આકાશ તરફ કેમ ન ઊડીએ ?'

'એ તો બરાબર છે, ડેડી, પણ હજુ ગયા અઠવાડિયે નવી સ્થપાયેલી એરફ્લાઈટ કંપનીનાં ચેરપર્સન તરીકે દાદીમાનું નામ છે ત્યારે આપણે એ જ લાઈનમાં જઈએ તો...'

'અરે, સિદ્ધુ, તારાં દાદીમાની એરફ્લાઈટ કંપની તો એક-બે જૂનાં વિમાન ખરીદીને બે-ચાર સેન્ટરમાં ઊડાઊડ કરશે. એ તો સમય પસાર કરવાનો બૈરાંઓનો ઉદ્યમ કહેવાય, જ્યારે આપણે તો આખી *વાયુદૂત કંપની* ખરીદી લેવાના છીએ.'

'*વાયુદૂત* !' સિદ્ધાર્થની આંખો ચમકી : 'સરકાર *વાયુદૂત* બંધ કરવાની છે એવું તો હજુ ક્યાંય બહાર પડ્યું નથી, ડેડી !'

'બહાર પડે એ પહેલાં તારા ડેડીને જાણ થઈ જાય તો જ સરકારમાં આપણી વગ ગણાય ને ?' કહી તેમણે પુત્રને માહિતી આપી :

'દિલ્હીથી નીકળતાં પહેલાં મુલકી ઉડ્ડયન ખાતાના નવા પ્રધાન પી. અરવિંદે મને સામેથી કહ્યું : વિરાણીસાહેબ, સરકાર માટે તો *વાયુદૂત* ધોળો હાથી બની ગયો છે. વરસેવરસે ખોટ વધતી જાય છે અને અકસ્માતોની સંખ્યા ઓછી થતી નથી. અમને આ લપમાંથી છોડાવો ને, ભાઈસા'બ !'

પોતાના ડેડીને પ્રધાનો *ભાઈસા'બ* કહે એમાં સિદ્ધાર્થને નવાઈ લાગી નહીં, ઊલટાનું ગૌરવ અનુભવ્યું કે દિલ્હી જઈને પિતા નવી કંપનીનો પ્રોજેક્ટ ઊંચકી લાવ્યા. સિદ્ધાર્થ મનોમન આમ વિચારતો હતો ત્યાં જ તેના મનમાં નામ બાબત એક વિકલ્પ ઝબકી ગયો.

'ડેડી, તમે નવા પ્રોજેક્ટમાં મારું નામ રાખવાને બદલે ગૌરવનું નામ જોડો તો કેમ ? રાજીનું મન રાજી રહેશે અને *ગૌરવ એવિએશન* નામથી આપણી કંપનીનું ગૌરવ પણ વધી જશે.'

'વાહ ! સિદ્ધુ ! તેં આબાદ વચલો રસ્તો કાઢ્યો !' પિતાએ પુત્રને પોરસાવ્યો : 'ડન, માય સન !' કહી કાગળ પર કંપનીનું નામ લખી બે-ત્રણ વાર તેનું રટણ કરી લીધું : '*ગૌરવ એવિએશન... ગૌરવ એવિએશન...*'

'બોલવામાં સરસ લાગે છે, ડેડી !'

'તો લે !' નામ લખેલો કાગળ પુત્રના હાથમાં સરકાવી દેતાં એમણે કહ્યું : 'ઘેર જઈને રાજીને તારા હસ્તાક્ષરમાં લખેલું નામ આપી દેજે... સાથેસાથે એને કહેજે, આ વાત આપણા ત્રણ સિવાય બહાર ન જવી જોઈએ. બધું પાકું થતાં ત્રણ-ચાર મહિના નીકળી જશે.'

'ભલે, ડેડી !' કહી ઊભા થતાં સિદ્ધાર્થે હર્ષભેર પિતા સાથે હાથ મિલાવ્યા : 'આઈ પ્રે ટુ ગૉડ, મારા સન અને તમારા ગ્રાન્ડ સનનું નામ આપણને સૌને ફળે !'

'ફળી ગયું સમજી લે, દીકરા, તારા બાપનું બોલ્યું આજ સુધી અફળ રહ્યું છે ખરું ?'

કહી પુત્રનો ખભો થપથપાવ્યો અને સિદ્ધાર્થ બહાર નીકળ્યા પછી એકલા પડ્યા ત્યારે પોતાને અચાનક સૂઝી આવેલા આઈડિયા માટે ઈશ્વરભાઈને પોતાની જ પીઠ થાબડવાનું મન થયું. પરંતુ ત્યાં ભાન થયું કે ઈશ્વરે માણસને એટલા લાંબા હાથ આપ્યા નથી કે જાતે જ પોતાની પીઠ થાબડી શકે !

એટલે ઈશ્વરભાઈએ છાતી થપથપાવીને જાતને શાબાશી આપી દીધી : રતનબાની એરફ્લાઈટ કંપની ઊડતી થાય એ પહેલાં રનવે પર જ તેનું પૈડું ખેરવી દેવાના વિચારમાંથી આખી એવિએશન કંપની સ્થાપવાનો વિચાર સ્ફુરી આવ્યો એ માટે આઈ. એમ. વિરાણી તમે દાદના હક્કદાર છો !

એ જ વખતે કેબિન ઉઘાડીને મંજૂષા ડોકાતી દેખાઈ એટલે ઈશ્વરભાઈએ જાતના મલાવા કરવાનું પડતું મૂકી દેવું પડ્યું.

'સર, નારલોનવાળા યુ. આર. શેઠનો ફોન છે.'

'આઈ. એમ.ને યુ. આર. શું કહેવા માગે છે ?'

'૨૧મી ગુરુવારે સુપર ક્લબમાં બિઝનેસમૅન ડિનર ગોઠવવાનું વિચારે છે. આપ દિલ્હી હતા ત્યારે પણ એક-બે ફોન આવી ગયેલ... પુછાવે છે કે આ ગુરુવારે વિરાણીશેઠને ફાવે તો ગોઠવી નાખીએ.'

'ગુરુવારે !' ઈશ્વરભાઈ ટેબલ પર પડેલા *એન્ગેજમેન્ટ ઑફ ધ વીક*ના પેપર પર નજર દોડાવવા લાગ્યા. ગુરુવારની સાંજ ખાલી હતી એ જોઈને હા કહી દેવા જાય એ પહેલાં મરકમરક થતી મંજૂષા બોલી ઊઠી :

'બૉસ, મારી એક રિક્વેસ્ટ છે. આ ગુરુવારની સાંજ ફાજલ રાખો તો મહેરબાની.'

'કેમ ? ગુરુવારે શું છે ?'

'કાર્તિકી પૂર્ણિમા !'

સાંભળતાં જ ઈશ્વરભાઈના મનમાં સાધ્વી ચન્દ્રસ્મિતા બનેલી ચન્દ્રપ્રભાએ આપેલી ભેટની યાદ વીજળીની જેમ ઝબકી ગઈ. ગ્રંથ આપતી સાધ્વીની શિષ્યાએ કહ્યું હતું, કાર્તિકી પૂર્ણિમા પછી જ એ ખોલજો એવી સાધ્વીજીની વિનંતી છે... બબ્બે મહિનાથી પોતે એ ભેટ સાચવીને રાખી હતી. વારંવાર ખોલીને જોઈ લેવાની ઇચ્છા જોર કરી જતી છતાં જિજ્ઞાસાને દબાવી રાખતી હતી અને હવે કાર્તિકી પૂર્ણિમા સાવ સામે આવી ગઈ છે ત્યારે કોણ જાણે, એ પોટકું ક્યાં ગુમ થઈ ગયું !

પરંતુ આ મંજૂષાને કાર્તિકી પૂર્ણિમા સાથે શું લાગેવળગે ?

'મંજૂ, તમે મને પૂછ્યા વગર ગુરુવારે કોઈ એન્ગેજમેન્ટ ગોઠવી દીધી છે કે શું ?'

'નહીં, બૉસ ! કહેવા-ન-કહેવાની મૂંઝવણમાં એણે નજર ઢાળી દીધી. પછી હિંમત કરીને બોલી ગઈ :

'ગુરુવારે મારો બર્થ-ડે છે. હું તો કાર્તિકી પૂર્ણિમાને દિવસે જન્મેલી !'

'ઓહ, એમ વાત છે. આટલાં વરસમાં તારા બર્થ-ડેની તો તેં મને જાણ જ થવા દીધી નથી !'

'હું એકલી...' કહેતાં એ વિહ્વળ બની ગઈ : 'સર, આમ તો હું એકલી-એકલી બર્થ-ડે ઊજવી લઉં છું, પણ આ વખતે ઇચ્છા થઈ કે...'

'ધામધૂમથી બર્થ ડે ઊજવવો... એમ જ ને ?'

'નહીં, સર, આપની સાથે બર્થ ડે ડિનર લેવાની ઇચ્છા થઈ.' કહીને મંજૂષાએ તરત જ પોતાની મર્યાદા દર્શાવી દીધી : 'આમ તો આપ મારા બૉસ છો, આપને બર્થ-ડે ડિનર આપવાનું મારું ગજું નથી, તેમ જ આપના મોભાને અનુરૂપ નથી. પરંતુ...'

'બૉસ અને મોભાની વાત બાજુએ રાખ, મંજૂ ! આ વખતના જન્મદિને મને જમાડવાનું મન થયું તેનું કારણ તો હશે જ ને ?'

'કારણ !' મંજૂષાના હોઠ ધ્રૂજ્યા. કારણ કેમ કહી શકે ?... આપના સહવાસમાં એક સાંજ ગાળવાની ઇચ્છા તીવ્ર બની છે. એ બહાને આપની નિકટ આવવાની ઝંખના જોર કરી ઊઠી છે એવું કારણ આપી શકે તેમ નહોતી એટલે સીધુંસાદું કારણ બોલી ગઈ :

'ઘણા વખતે એકવીસ નવેમ્બર અને કાર્તિકી પૂર્ણિમા એક જ દિવસે આવે છે. મારા જન્મની તારીખ અને તિથિ બંને એકસાથે આવી એટલે થયું કે આ જન્મદિન સાવ એકલાં ન ઊજવવો.'

ઈશ્વરભાઈ તેની સામે તાકી રહ્યા. મંજૂષા ઉંમર વધવા સાથે વધુ આકર્ષક કેમ લાગવા માંડી હશે - એવો વિચાર આવી ગયો. ચાલીસીમાં સ્ત્રીની આથમતી યુવાની સંધ્યાની જેમ ખીલે છે એવું ક્યાંક સાંભળ્યાનું યાદ આવી ગયું.

'સર, આપને અગવડરૂપ હોય તો...'

'નહીં-નહીં, મંજૂ, મને કોઈ અગવડ નથી.' ઈશ્વરભાઈએ પ્રસન્ન મુખે કહી દીધું : 'ગો અહેડ. તું જ્યાં કહીશ ત્યાં બર્થ-ડે ડિનર માટે તારો આ બૉસ હાજર થઈ જશે.'

સાંભળીને સમગ્ર કાયામાં રોમાંચની ઝણઝણાટી પ્રસરી ગઈ અને મંજૂષાના ખભા પરથી સિલ્કની સાડીનો છેડો ખસી ગયો. ગદ્‌ગદ કંઠે એ માંડ એટલું જ બોલી શકી :

'મેની મેની થૅન્ક્સ, સર !' કહી છેડો સરખો કરી લઈ એણે પગ ઉપાડ્યા : 'હું તો સાવ ભૂલી ગઈ કે યુ. આર. શેઠની સેક્રેટરી મારા જવાબ માટે ફોન પકડીને બેઠી હશે.'

કહેતી ચકળવકળ નજર ફેંકી તેને સરકી જતી જોઈ ઈશ્વરભાઈની આંખોમાં ચમકારો થયો : માત્ર એક પગની ખોડ છે, નહીંતર...

અને તેમણે સ્મિત સાથે આગળ વિચારવાનું માંડી વાળ્યું.

*

હું જે પગલું ભરી રહી છું એનું પરિણામ માઠું તો નહીં આવે ને ?

મારુતિકારમાં દાખલ થતાં ચારુબહેનનું મન ભારે અકળામણ અનુભવતું હતું.

'શંકર, હિન્દુ જિમખાના લઈ લે.'

ડ્રાઈવરને આદેશ આપ્યા પછી ફરી એમના મનમાં સવાલ ભોંકાયો : ઈશ્વરને આ વાતની જાણ થઈ જશે તો ? છાનું રાખવાની સજા-રૂપે તો માત્ર એક જ તમાચો ખાવો પડ્યો, પણ એમની જાણ બહાર હું પેલીને મળી આવી એની ખબર પડશે ત્યારે કોણ જાણે એ કેવા વીફરશે... અરે, માત્ર મળી આવી, એટલું જ નહીં, છ દિવસથી જે શોધવા માટે એ રઘવાયા થયા છે એવી એમની બહુ કામની ચીજ જેને આપવી ન જોઈએ એને જ આપી આવવા બદલ એ મને ક્યારેય માફ નહીં કરે !

એ વિચારે ખોળામાં રાખેલી પ્લાસ્ટિકની થેલીનું વજન ચારુબહેનને એકાએક અસહ્ય લાગવા માંડ્યું. મારુતિકારની સંકડામણ ભીતરની આ અકળામણમાં ઉમેરો કરતી હોય તેમ એ બબડ્યાં : તેને બદલે મારી ઍમ્બૅસેડરમાં જ આવી હોત તો ?

કલકત્તામાં હતાં ત્યારથી કલકત્તામાં જ બનતી ઍમ્બૅસેડર સાથે ચારુબહેનને એવો લગાવ થઈ ગયો હતો કે ઈશ્વરભાઈ વિરાણીના ઘરમાં *રૉલ્સ-રોઇસ, મર્સિડિસ, કોન્ટેસા, ટોયોટા* અને છેલ્લે *મારુતિ વન થાઉઝન્ડ* આવી છતાં પોતાના માટે નવી કાર લેવાની વાત આવે ત્યારે *મને તો મારી કલકત્તા-કાર જોઈએ* એવી એમની ફરમાઈશ સાંભળીને ઈશ્વરભાઈ બોલી ઊઠતા : હા, ભાઈ, હા, સ્ત્રીઓને પિયરનો કૂતરોય વહાલો લાગે, જ્યારે આ તો કાર છે... પિયર છૂટી ગયું પણ ઍમ્બૅસેડરની તારી માયા ન છૂટી !

મારુતિએ કફ પરેડ પરથી મરીન ડ્રાઈવનો વળાંક લીધો ત્યાં ફરી ચારુબહેનને ચચરાટ થયો : હજુય સમય છે, પાછી વળી જાઉં. પરંતુ કોઈ અકળ બળ તેમને આગળ ધકેલતું હતું. નિર્ણય લીધો છે તો પાર પાડ્યે જ છૂટકો... જે થશે તે જોયું જશે !

પરસ્પરથી છાનું રાખવાની પતિ-પત્નીની જીદ ટકરાઈ જાય ત્યારે ઉગ્ર નિર્ણય લેવાઈ જતા હોય છે. દિલ્હીથી આવીને ઈશ્વરભાઈ કબાટ ફંફોસવા મંડ્યા ત્યારે ચારુબહેને વિચારી રાખેલું કે સવાર સુધીમાં હું એમને કહી દઈશ : લો, આ રહ્યું તમારું એ પોટકું અને તેમાંથી કાંઈક સાર ગ્રહણ કરો... પરંતુ પોતે શું શોધે છે એવું વારંવાર પૂછવા છતાં ઈશ્વરભાઈએ પત્ની સમક્ષ દિલ ખોલ્યું નહીં ત્યારે ચારુબહેને સામી જીદ પકડી : હવે તો એ બોલે તો જ હું ભેદ ખોલું.

પાંચ રાત સુધી બંને પોતપોતાની જીદમાં અક્કડ રહ્યાં ત્યાં સવારે સવાસાત વાગ્યે ફોનની ઘંટડી વાગી. ઈશ્વરભાઈ બાથરૂમમાં હતા એટલે ચારુબહેને ફોન લીધો.

'વિરાણીશેઠ છે ?'

'એ બાથરૂમમાં છે.' જાણી-કરીને ચારુબહેને પૂછ્યું : 'આપ કોણ ? કાંઈ સંદેશો આપવો છે ?'

'હું ઉમેદચંદ દલાલ છું. શેઠને કહેજો કે આજે કાર્તિકી પૂર્ણિમા આવી ગઈ.'

'એ તો એમને ખબર છે, ભાઈ !'

'તો એમને અને તમને પણ ખબર હશે કે સાધ્વીજીએ આપેલો ગ્રંથ હવે એ આવતી કાલે વાંચી શકશે.'

ચારુબહેન મૂંગાં રહીને સાંભળતાં ગયાં :

'બહેન, ચન્દ્રસ્મિતાજી બહુ પ્રતાપી સાધ્વી છે. વિરાણીશેઠ ખારમાં એમને એક જ વાર

સાંભળવા આવ્યા છતાં કોણ જાણે કેમ, સાધ્વીજીની એમના ઉપર કૃપા થઈ... હવે એ કૃપાનો લાભ જરૂર લેજો, બહેન ! જેમના ઘરમાં સાધ્વીજીની ભેટ હોય ત્યાંથી ક્લેશ-કંકાસનો નાશ થાય અને સુખ-શાંતિનો વાસ થાય.'

'ભલે, હું એમને જરૂર કહીશ, ભાઈ.'

'શેઠને એમ પણ કહેજો કે ઉમેદચંદ આજે જ આગ્રા જવા નીકળી ગયા છે. ત્યાં સાધ્વીજીની નિશ્રામાં એકબે અઠવાડિયાં રહીને પાછો આવીશ ત્યારે ફોન કરીશ.'

'તમે સુખેથી જાઓ, ભાઈ, હું એમને જરૂર કહી દઈશ.'

ખરેખર તો ચારુબહેને પતિને સંદેશો આપ્યો નહોતો. પેલો દલાલ કહેતો હતો કે સાધ્વીજીની ભેટ જે ઘરમાં હોય ત્યાંથી ક્લેશ-કંકાસનો નાશ થાય તેને બદલે અહીં તો એ જ ભેટ ક્લેશનું નિમિત્ત બની હતી.

કદાચ... ચારુબહેને તર્ક કર્યો : પેલા ભાઈએ હમણાં કહ્યું તેમ એ ગ્રંથ કાર્તિકી પૂર્ણિમા પછી જ વાંચવાનો હોય અને મેં કાર્તિકી પૂર્ણિમાના નવ દિવસ પહેલાં સાધ્વીનું પૂર્વજીવન વાંચી લીધું એથી આજ્ઞા-ઉલ્લંઘનનું પાપ તો મને નહીં લાગ્યું હોય ને ?

તો હવે શું કરવું ?

ત્યાં બીજો તર્ક કર્યો : સાધ્વીએ પોતાની કથનીના પહેલા પાને લખ્યું હતું કે *જે કોઈ આ લખાણ વાંચી લે એમને વિનંતી છે કે સત્વર એને સમુદ્રમાં પધરાવી દે જેથી મારા પૂર્વજીવનની સ્મૃતિ પણ તેની સાથે ડૂબી જાય !*

'હિન્દુ જિમખાના આ ગયા.'

કાર ઊભી રહ્યા પછી પણ શેઠાણીએ નીચે ઊતરવાની કોઈ હિલચાલ કરી નહીં ત્યારે ડ્રાઈવરે આગળના અરીસામાં નજર નાખીને જોયું તો ચારુબહેન આંખો મીંચીને વિચારસમાધિમાં ઊંડાં ઊતરી ગયાં હતાં. અર્ધી મિનિટ જવા દઈને શંકર ડ્રાઈવરે ખોંખારો ખાધો ત્યાં જ શેઠાણી ઝબકીને જાગી જતાં હોય તેમ આજુબાજુ નિહાળવા લાગ્યાં હતાં.

- *આવું તો ક્યારેય બન્યું નથી.* જાતને ઠપકો આપતાં હોય તેમ એ મનોમન બોલી ગયાં : હું સવારના વિચારે ચડી ગઈ અને અત્યારે તો સાંજ પડી ગઈ છે !

ડ્રાઈવરે ઉઘાડેલા દરવાજામાંથી બહાર નીકળતાં જ સહસા તેમની નજર સામા છેડે શાંત સમુદ્ર તરફ ખેંચાઈ. ઘડીભર તો થયું કે સાધ્વીજીની જીવનકથની કોઈને સોંપી દેવાને બદલે સમુદ્રને હવાલે શું કામ ન કરી દેવી ?

પરંતુ ફરી કોઈ અકળ બળે તેમને જિમખાના તરફ આગળ ધક્કો માર્યો હોય તેમ આપોઆપ ચારુબહેને પગ ઉપાડ્યા : સાધ્વીજીના આ લખાણ પર સૌથી વધુ જેનો હક્ક લાગે છે એને સોંપી દીધા વગર મારા જીવને જંપ નહીં વળે !

જિમખાનામાં વિશેષ ચહલપહલ નહોતી. ચારુબહેને સમય જ એવો પસંદ કર્યો હતો કે કોઈની નજરે ચડ્યા વિના આ મુલાકાત આટોપાઈ જાય. પહેલા માળની ટેરેસમાં જઈ તેમણે સાવ છેવાડે ટેબલ ફરતે ગોઠવાયેલી ચારમાંથી એક ખુરસી પર બેઠક લીધી. પછી ઘડિયાળમાં

જોયું તો પાંચમાં પાંચ મિનિટ બાકી હતી. પોતે પંદર મિનિટ વહેલાં આવી ગયાં હતાં. કોઈ કામ પતાવવાની અધીરાઈ હોય ત્યારે માણસને સમયની ગતિ ધીરી લાગવી માંડે છે.

સમુદ્ર તરફ ઢળવા લાગેલા સૂર્યને જોતાં એ ફરી વિચારમાં ચડી ગયાં. આગલી રાત્રે નિરાલીનાં ભાવિ સાસુ સાથે ગોઠવણ કર્યા મુજબ સવારે ચંદનબહેનને ઘેર જઈ આવીને નવેક વાગ્યે પાછાં ફરી કાંઈ કામસર પોતાનો કબાટ ખોલ્યો તો એ ફેંદાયેલો લાગ્યો. અંદરથી કોઈ ચીજવસ્તુ ગુમ થઈ નહોતી છતાં કોઈએ કાંઈક શોધવા માટે વ્યવસ્થિત ગોઠવેલાં કપડાં અસ્તવ્યસ્ત કરી નાખ્યાં હોવાનું પહેલી નજરે જ દેખાઈ આવતું હતું. અને કબાટ ખોલનાર કોણ હશે એ પણ પૂછવું પડે તેમ નહોતું. પોતે ચાવી ક્યાં સંતાડી રાખે છે એની જાણ પતિ સિવાય બીજા કોઈને હતી નહીં અને બંગાલણ દ્રૌપદીને તો પોતે સાથે બહાર લઈ ગયાં હતાં. ચારુબહેન પામી ગયાં : ઈશ્વરની ગેરહાજરીમાં મેં એમનો કબાટ ખોલ્યો તેમ એમણે કલાકેકની મારી ગેરહાજરીનો લાભ લઈ પેલું પોટકું શોધવા માટે પેરવી કરી હશે ! સારું થયું કે પોટકું મેં પૂજામંદિરમાં સંતાડી રાખ્યું હતું, નહીંતર ચોરી પકડી પાડીને કદાચ બીજો તમાચો પણ મારી લીધો હોત એમણે !

નહીં પડેલા બીજા તમાચાના વિચારે ચારુબહેનને અકળાવી મૂક્યાં : હવે શું કરવું ? જાણે કાંઈ બન્યું નથી એમ પોટકું ત્યાં એમના કબાટમાં રાખી દઉં ? એ વિચાર મનમાં સ્ફુર્યો એવો જ ઓગળી ગયો : ના, છાનું રાખવા બદલ એમણે મને તમાચાની સજા કરી છે તો હવે ચન્દ્રપ્રભા ઉર્ફે ચન્દ્રસ્મિતાની આ કથનીથી વંચિત રાખીને હું એમને વળતી સજા કરીશ. આ લખાણ હાથ કરવા માટે ભલે એ ટળવળ્યા કરે !

ચારુબહેન પોતાના સ્વભાવ વિરુદ્ધ વર્તી રહ્યાં હતાં છતાં પોતે કાંઈ ખોટું કરી રહ્યાં હોય એવું એમને લાગતું નહોતું. તો પછી કરવું શું... આને દરિયામાં પધરાવી દઉં ?

અને દરિયાનો વિચાર આવતાં જ દરિયાકિનારે આવેલું મકાન એમના મગજમાં ચમકી ગયું. તત્કાલ એ મકાન સુધી પહોંચી જવાય એવો ફોન પણ સામે પડ્યો હતો. તેમણે રીસીવર ઊંચક્યું ત્યાં ખ્યાલ આવ્યો કે એનો નંબર તો ક્યાંય લખેલો નથી, કારણ કે એ ઘેર ફોન જોડવાનો પ્રસંગ જ ક્યારેય આવ્યો નહોતો.

પરંતુ મન જ્યારે કાંઈક કરવાની જીદ પકડે છે ત્યારે એ કરીને જ જંપે તેમ અર્ધા કલાકની મથામણ પછી ચારુબહેને નંબર શોધી લગાડી પણ દીધો. ઘંટડી વાગતી સંભળાઈ ત્યારે હૈયામાં ફફડાટ જાગ્યો : શું કહીશ ? કેવી રીતે કહેવું ?'

ત્યાં સુધીમાં તો સામેથી રીસીવર ઊંચકાયું. હેલ્લા સંભળાયું અને તેમનાથી અનાયાસે જ બોલાઈ ગયું :

'કોણ, દેવકી ?'

'હા, આપ કોણ ?'

'તું ઘેર એકલી જ છે ને ?'

'જી હા, ભા બપોરની નીંદર લે છે... પણ આપ કોણ છો એ કહ્યું નહીં.'

'રૂબરૂ મળીશું એટલે આપોઆપ ઓળખાણ પડી જશે.' કહી ઝડપથી પૂછી લીધું : 'સાંજે પાંચ-સવાપાંચ વાગ્યે હિન્દુ જિમખાનામાં મળવા આવી શકીશ ? આજે જ...'

'પરંતુ આપ...'

'અગત્યની બાબત છે અને તાકીદની પણ છે... સમીસાંજે જાહેર સ્થળે કોઈ સ્ત્રી મળવા માગે ત્યારે એમાં જોખમ જેવું ન લાગવું જોઈએ, દેવકી !'

'જોખમથી આ દેવકી ડરતી નથી અને અવાજ પરથી આપ સાવ અજાણ્યાં પણ લાગતાં નથી.'

'બસ તો પછી સવાપાંચ સુધીમાં આવી જા.' કહીને તેમણે દેવકીને સાવધ પણ કરી હતી : 'જિમખાનામાં અજાણતાં જ મળી ગયાં છીએ એવો દેખાવ રાખજે. એ સમયે બહુ માણસો હશે તો નહીં, છતાં બીજાની નજરે નહીં ચડી જવા માટે હું સાંજના છાપામાં મોં છુપાવીને બેઠી હોઈશ. આપણે મળ્યાં-ન-મળ્યાંની જેમ મળીને છૂટાં પડી જઈશું. બોલ, આવે છે ને, દીકરી ?'

'તમે મને દીકરી કહ્યા પછી હું ના પાડી શકું ખરી ? સવાપાંચ સુધીમાં આવી પહોંચું છું.'

ફોન પરનો એ સંવાદ વાગોળતાં ચારુબહેનને યાદ આવ્યું હોય તેમ સાંજન જન્મભૂમિ પહોળું કરી, તેમાં મોં સંતાડી વાંચવાનો ડોળ કરતાં એ રાહ જોતાં હતાં. વચ્ચેવચ્ચે અગાશીની બહાર મેદાનમાં, રસ્તા પર અને દૂરથી આવતી કાર તરફ નજર નાખી લેવાનું ચૂકતાં નહોતાં.

'સૉરી, હું બે મિનિટ મોડી પડી.'

છાપાનાં પહોળાં થયેલાં પાનાં પાછળ જે કોઈ બેઠું હોય તેને અચાનક દેવકીએ કહ્યું ત્યારે ચારુબહેને ભડકી જઈને છાપું હટાવી લીધું... અને પોતાને આ રીતે મળવા બોલાવનાર વ્યક્તિને જોતાં જ દેવકી ડઘાઈ ગઈ :

'આપ !'

માનવામાં ન આવતું હોય એવા સુખદ આશ્ચર્યથી દેવકીનું મોં ખુલ્લું રહી ગયું. જેમના ઉદ્યોગપતિ પતિ વિરાણી પોતાના નાનાને કટ્ટર શત્રુ માને છે, જેમની સાસુ મારી કંપનીનાં અધ્યક્ષ બન્યાં એ માટે વિરાણી કુટુંબમાં ખળભળાટ મચી ગયો એ ચારુબહેન ઈશ્વરલાલ વિરાણીએ મને ખાનગીમાં મળવા બોલાવી ? અને તે પણ દીકરી કહીને ?

'બેસ, દેવકી !' કહેતાં ચારુબહેને આજુબાજુ જોઈ લીધું : 'આપણી પાસે સમય નથી.'

'આપની પાસે બેસવા માટે આપ કહો એટલો સમય મારી પાસે તો છે, માસીબા !'

માસીબા ! એ સંબોધને ચારુબહેનના ચિત્તને લાગણીથી ભીંજાવી દીધું. માસીબામાં મા અને બા બંને આવી જાય છે... અને અત્યારે પોતે આ નમાયી મનાતી છોકરીને તેની બા પાછી આપવા તો આવ્યાં હતાં !

'લે, દેવકી ! તારું તને સુપરત કરવા આવી છું.'

કહી ચારુબહેને ખોળામાં સાચવી રાખેલી પ્લાસ્ટિકની થેલી દેવકી સામે ધરી.

'એમાં શું છે, માસીબા ?'

'લઈ લે જલદી !' ભાવપૂર્વક થાપણ સોંપતાં હોય તેમ તેના હાથમાં પકડાવી ચારુબહેને કહ્યું : 'તું માતાને મા કે બા જે કહેતી હોય તે એમાં છે.'

'હું સમજી નહીં, આન્ટી !'

થોડી દ્વિધા, થોડી શંકા અને થોડી વેદના સાથે દેવકી બોલી ગઈ : 'મા કે બામાંથી કાંઈ કહેવાનું મારા ભાગ્યમાં જ ક્યાં લખાયું હતું ? બોલતાં શીખું એ પહેલાં તો એ બિચારી મરી...'

અને ચારુબહેને ઝાટકા સાથે હાથ આડો ધરી દઈ તેને બોલતી રોકી પાડી : 'નહીં, દેવકી, એવું અમંગળ ન બોલતી.'

કહેતાં ચારુબહેન ઊભાં થઈ ગયાં. વધુ વાર બેસીશ તો હું પણ ગદ્‌ગદ બની જઈશ અને છૂટાં પડતાં પહેલાં અમે બંને લોકોની નજરે ચોધાર આંસુએ રડતાં ચડી જઈશું એવી દહેશતથી એમણે અણછાજતી ઉતાવળ કરવી પડી :

'તારી મા જીવે છે, દેવકી !'

સાંભળીને દેવકીના ચહેરા પરના તમામ ભાવ થીજી ગયા.

'ભવાનજી શેઠિયાની પુત્રી ચન્દ્રપ્રભા જીવે છે, દેવકી... હા, એમનાં નામ અને સ્વરૂપ બદલાઈ ગયું છે એટલું જ... એ સંસારી મટીને સાધ્વી બની છે અને ચન્દ્રપ્રભામાંથી ચન્દ્રસ્મિતા થઈ ગઈ છે !'

કહી એમણે વાત્સલ્ય-નીતરતો હાથ દેવકીના ખભા પર મૂકી દીધો : 'એણે પોતે લખેલી એની જીવનકથા તને મેં સોંપી દીધી... એ મારી પાસે ક્યાંથી આવી એવું મને પૂછતી નહીં... તને આ કોણે આપી એ પણ કોઈને કહેતી નહીં.'

કહીને એ સડસડાટ ચાલી નીકળ્યાં. પાછળ ફરીને એક વાર દેવકી પર નજર નાખી લેવાની ઇચ્છા જોર કરી ગઈ, પણ ત્યાં સુધીમાં એમની પોતાની જ આંખો ઊભરાવા લાગી હતી.

ચારુબહેન તો ફરજ બજાવીને ચાલ્યાં ગયાં, પણ દેવકી ?

પથ્થરની મૂર્તિ બનીને સજ્જડ બેઠી હતી એ તો !

*

29

ધડકતા હૃદયે એ પાલવાની પાળી પર બેઠી હતી. કાર્તિકી પૂર્ણિમાનો ચન્દ્ર હજુ બાળ-અવસ્થામાં હોય તેમ ખીલુંખીલું થતો હતો. ચાંદની પૂર્ણકળાએ ખીલે તેની પ્રતીક્ષામાં સમુદ્રનાં શાંત જળ હળવેહળવે સળવળવા લાગ્યાં હતાં. સામે કાંઠે ઊભેલા જહાજના દીવા જોઈને મંજૂષાને કલકત્તાનો બંદરકાંઠો યાદ આવી જતો. બાર-તેર વરસની થઈ ત્યાં સુધી કપાયેલા ડાબા પગને ઠેકાણે લાકડાનો કૃત્રિમ પગ બેસાડ્યો નહોતો એટલે સંધ્યાસમયે કાખઘોડીના ટેકે-ટેકે સાગરકાંઠે જઈને બેસતી. સૂર્યાસ્ત થયા પછી બારામાં લાંગરેલાં જહાજો જોઈને એનું કિશોર મન કલ્પનામાં તરવા લાગતું : અપંગ માણસોને ધરતીને બદલે સમુદ્ર પર તરતા આ જહાજમાં જીવન વિતાવવાનું આવે તો કેવું સારું લાગે ! કાખઘોડીના ટેકે ખોડંગાતાં ચાલવાને બદલે તરતી સ્ટીમરના ડેક પર બેઠાં-બેઠાં જ ફરતાં રહેવા જેવું સુખ તો માણી શકાય ને ? એ રીતે આખી દુનિયા ફરી વળે છતાં ચાલવાનો થાક પણ ન લાગે ને !

કસ્ટમમાં કારકુની કરતા પિતા ક્યારેક ખુશ થઈને અપંગ પુત્રીને પૂછી બેસે કે મંજૂ, આજે તો તને ફરવા લઈ જવી છે. બોલ, ક્યાં જવું છે તારે ? ત્યારે હરવખતે તેનો એક જ જવાબ હતો : બોટમાં લઈ જાઓ. મારે દરિયા પર ફરવું છે !

અપંગ-અવસ્થાએ લગાડેલી દરિયાની એ લગની જ મુંબઈની નોકરી સ્વીકારી લેવાનું એક કારણ બની ગઈ હતી. વૈભવ ગ્રુપ ઑફ ઈન્ડસ્ટ્રીઝમાં વિરાણીશેઠની સેક્રેટરી તરીકે જોડાઈને નરિમાન પૉઈન્ટના વૈભવ ટાવર્સમાં પહેલી વાર પગ મૂક્યો ત્યારે એના મનમાં આનંદનાં મોજાં ઊછળવા લાગ્યાં હતાં. સર્વિસમાંથી છૂટીને ઘેર જતાં પહેલાં એ દરિયા સામે ઊભી રહી ખીલતી સંધ્યાના રંગો નિહાળી દિવસભરનો શરીરનો થાક અને મનની એકલતાનો અહેસાસ સમુદ્રમાં વામી દેતી. જોકે નરિમાન પૉઈન્ટની પાળ પરથી મોટાં જહાજો જોવા ન મળતાં એટલે ક્યારેક-ક્યારેક ગેટવે ઑફ ઈન્ડિયા જઈને પાલવાની પાળે બેસી આવતી. સાંજે મોટરબોટમાં સમુદ્રની સહેલ કરતા લોકોને જોઈ મંજૂષાનું દિલ દરિયા પર ફરવા જવા માટે તલસી ઊઠતું, પરંતુ ખોટા પગે કોઈના ટેકા વિના પાલવાનાં પગથિયાં ઊતરવાનું સાહસ કરી શકતી નહીં. થોડા વખત માટે વૈભવ ગ્રુપમાં નોકરી કરી ગયેલી ડૉલી મર્ચન્ટને તેણે એક વાર કહેલું : દીદી, ચાલ ને આપણે મોટરબોટમાં સમંદરની લટાર મારી આવીએ... પરંતુ બોટનું નામ સાંભળતાં જ ડૉલી

ભડકી ગયેલી : નહીં રે, બોટની સફર કરવા જતાં મારે બહુ સફર (સહન) કરવું પડે છે. ઊલટી કરીકરીને આંતરડાં અને ફેફસાં બેવડ વળી જાય છે.

ત્યાર પછી મંજૂષાએ ગેટવે ઑફ ઈન્ડિયા જવાની કે સમુદ્રની સહેલગાહ માણવાની ઇચ્છાને મનમાં દબાવી રાખી હતી, જે આજે બેતાળીસમા જન્મ દિવસે અનાયાસે જોર કરવા લાગી હતી. *બર્થ-ડે ડિનર માટે તું જ્યાં લઈ જઈશ ત્યાં આવવા હું તૈયાર છ* એવું બૉસ બોલી ગયા પછી ચાર દિવસ દરમિયાન તેણે બધું બરાબર ગોઠવી લીધું હતું. અરબી સમુદ્રની સપાટી પર હળવેહળવે હાલક-ડોલક થતી નાના કદની કાશ્મીરી હાઉસબોટને જોઈ મંજૂષાના હૈયામાં વારેવારે રોમાંચની લહેર પ્રસરી જતી હતી. તંગ સ્થિતિને કારણે કાશ્મીરમાં સહેલાણીઓ આવતા અટકી ગયા એટલે *જલપરી* હાઉસબોટના માલિક કરીમે છેક શ્રીનગરથી બોટ લઈ આવીને છ મહિના અગાઉ ગેટવે ઑફ ઈન્ડિયાના કાંઠા પર લાંગરી દીધી હતી. થ્રી સ્ટાર હોટેલના રૂમ જેવી બધી જ સુવિધા ધરાવતી *જલપરી*નું એડવાન્સ બૂકિંગ થવા લાગ્યું હતું. પાંચ-સાત મિત્રો કોઈ હોટેલના બારમાં જઈને બેસવાને બદલે બારસો રૂપિયામાં બે કલાકની દરિયાઈ સફર સાથે ખાણીપીણીની ઉજાણી માણી આવતા. પ્રેમી યુગલો કલાક-દોઢ-કલાકના એકાંત માટે *જલપરી* બૂક કરાવતાં અને મંજૂષા જેવાં કોઈ-કોઈ ગ્રાહક દુનિયાની નજરે ન ચડી જવાય એવા મિલન માટે *જલપરી* પર પસંદગી ઉતારતાં...

'હાય, લોનલી લેડી !'

પીઠ પર અફળાયેલા અવાજે મંજૂષા મુખરજીની છાતીને થથરાવી દીધી : બૉસ આવી ગયા કે શું !

પરંતુ ગરદન ફેરવીને જોયું તો પચાસેક વરસનો અજાણ્યો પુરુષ ડાબા હાથના કાંડે બાંધેલો ગજરો સૂંઘતો કામુક નજરે તેને તાકતો ઊભો હતો. મંજૂષા ભોંઠી પડી ગઈ : અરે, આ માણસે મને કેવી ધારી લીધી ? મુંબઈ જેવા નગરમાં એકલી જીવનારી સ્ત્રીએ આવી સ્થિતિનો સામનો કરવાનું વારંવાર બનતું હોય છે. મંજૂષા પણ સામા માણસને સિફતથી હાથતાળી આપીને છટકી જવાનું શીખી ગઈ હતી, પરંતુ અત્યારના સંજોગો આકરી કસોટી કરે એવા હતા. પોતે બૉસની રાહ જોતી હોય ત્યારે કોઈ પુરુષ કંપની માગવા આવી ચડે અને એને ટાળવા જતાં કાંઈ ગરબડ થઈ જાય તો ? બૉસ અચાનક આવી ચડે ત્યારે જ આ માણસ સાથેની બોલાચાલીથી લોકોનું ધ્યાન ખેંચાય તો ? આઈ. એમ. વિરાણી જેવા ઉદ્યોગપતિ પોતાની સેક્રેટરીના ચારિત્ર્ય માટે કેવું ધારી બેસે ? અરે, તેમને ઓળખી જનારા લોકો વિરાણીશેઠની હાજરી જોઈને કેવી શંકા-કુશંકા કરવા લાગે ?

'શેલ વી ગો ફૉર એ બોટ-રાઈડ ? (આપણે સહેલ કરવા જઈશું ?)' પેલાએ કંપની માટે પ્રસ્તાવ મૂક્યો ત્યારે મંજૂષાને દરિયામાં કૂદકો મારવા જેવી લાગણી થઈ આવી. ત્યાં દૂરથી બૉસ આવતા દેખાયા. પેલાને ટાળવા મંજૂષાએ બૉસ તરફ હાથ ઊંચો કરી પોતાનો માણસ આવી ગયો હોય એવા ભાવ સાથે ખુશાલી વ્યક્ત કરી એટલે પેલો માણસ *તૂ નહીં તો ઓર સહી*ના હાવભાવ સાથે બબડતો સરકી તો ગયો, પણ જતાં-જતાં ઑફર આપતો ગયો : 'કાલે આ જ સમયે આ જ સ્થાને મળીશું... ઓકે ?'

પરંતુ મંજૂષા સાંભળ્યું-ન-સાંભળ્યું કરી બૉસને આવકારવા બે ડગલાં આગળ વધી. ઈશ્વરભાઈનો સિલ્કનો ઝભ્ભો હવામાં ફરફરતો હતો. પોતાને કોઈ જોતું નથી ને એવી ચોકસાઈ કરતાં આજુબાજુ જોઈ લઈને બૉસે સેક્રેટરી તરફ મોહક સ્મિત ફેંક્યું. મંજૂષાને એ સ્મિત માદક લાગ્યું : આજે મારો જન્મદિન સુધરી જવાનો...

'ગૂડ ઈવનિંગ, સર !' ચાલમાં પગની ખોડ ન વર્તાય એવી રીતે તે બૉસ તરફ સરકી.

'ગૂડ ઈવનિંગ, બર્થ ડે લેડી !' ઈશ્વરભાઈએ સાવ લગોલગ આવી જઈને પ્રતિસાદ આપ્યો ત્યારે બંનેનાં મોંઘાં પર્ફ્યુમની સુવાસ પરસ્પર ટકરાઈને હવાની લહેરખીમાં ભળી ગઈ.

'તારે બહુ રાહ નથી જોવી પડી ને, મંજૂ ?'

'આપ તો સમયસર જ આવ્યા.' મંજૂએ સમુદ્ર તરફ મુખ ફેરવીને કહ્યું : 'હું અધીરી થઈને થોડી વહેલી આવી હતી.' કહીને ઉમેરવા માગતી હતી : પહેલી વાર કોઈની પ્રતીક્ષા કરવાનો લહાવો મળ્યો ત્યારે એનો લાભ કેમ જતો કરું ? પરંતુ એમ કહેવાની હિંમત ન ચાલી એટલે આકાશ તરફ જોતી બોલી : 'જુઓ, તમારા આવતાં જ પૂર્ણિમાનો ચંદ્ર ખીલવા લાગ્યો, બૉસ !'

સાંભળી ઈશ્વરભાઈનો ગોળ ચહેરો ખરેખર ખીલી ઊઠ્યો. ઉદ્યોગપતિની પ્રશંસા કરનાર તો અનેક હોય અને મોટા ભાગે એ પ્રશસ્તિમાં અતિશયોક્તિ જ હોય... પરંતુ મંજૂષાની ખુશામતમાં અતિશયોક્તિ સાથે કાવ્યમય ખુશબૂ પણ હતી.

'આપણે કઈ તરફ જવાનું છે, મંજૂ ?' કહીને બૉસે સ્મિત સાથે ઉમેર્યું : 'સાંજથી એ જ વિચારું છું કે ડિનર માટે કઈ હોટેલ પસંદ કરી હશે તેં ?'

'એવી હોટેલ જ્યાં જમવામાં આપણા સિવાય ત્રીજું કોઈ જ ન હોય !' કહી મંજૂષાએ માદક સ્મિત આપ્યું : 'અને જે મારા ગજાબહારની મોંઘી ન હોય !'

'મોંઘી હોટેલનાં લંચ-ડિનર લઈને તો હવે થાક્યો છું... ક્યારેક તો એવી ઇચ્છા થઈ આવે છે કે કોઈક ધાબામાં જઈને યંગસ્ટર્સની જેમ જમી આવું, પણ મારો મોભો આડે આવે છે.' કહેતાં એ મલક્યા :

'કોને ખબર, ધાબાવાળો વાત વહેતી કરી દે કે ઉદ્યોગપતિ વિરાણી અમારા ધાબામાં જમી ગયા અને છાપાંમાં એ સમાચાર છપાય તો આપણી કંપનીના શૅરને ધક્કો લાગે !'

તેમની એ જોક પર હસતી મંજૂષા બોલી ઊઠી :

'યૂ આર ઈન એ જોલી મૂડ, સર !'

એ જ વખતે દરિયા પરથી જોશભેર પવન ધસી આવ્યો એટલે મંજૂષાએ હવામાં ફરફરતો સાડીનો છેડો સાચવી લેવા ખોટા પગ પર શરીરનું વજન આપી દીધું. એમ કરવા જતાં ઘડીભર એ સંતુલન ગુમાવી બેઠી, પણ ઈશ્વરભાઈએ સમયસૂચકતા વાપરી તેનું બાવડું ઝાલી લીધું : 'ટેઈક કૅર, મંજૂ !'

'સૉરી, બૉસ !' બોલતી એ કહેવા જતી હતી : અત્યારે તો કૅર લેવાવાળા તમે સાથે છો ને... પરંતુ ઈશ્વરભાઈએ બાવડું છોડી દઈ આસપાસ જોઈ લેતાં સજાગપણે કહ્યું :

'તું મને દરિયાની હવા ખવડાવવાની કે પછી ક્યાંક જમવા પણ લઈ જવાની ?'

'દરિયાની હવા અને ભોજન બંને સાથેસાથે જમાડીશ, બૉસ.' કહી તેણે સાચવીને પગ

ઉપાડ્યો : 'જ્યાં *જલપરી* આપની પ્રતીક્ષા કરે છે !' કહી તેણે બોટ તરફ આંગળી ચીંધી : 'આઈ હોપ, યૂ વીલ એન્જૉય ધ રાઈડ !'

'ફૅન્ટેસ્ટીક !' *જલપરી* પર નજર નાખીને ઈશ્વરભાઈએ મંજૂષાની પસંદગીને દાદ આપી : 'એ પણ એ પ્રકારનો ધાબો જ કહેવાય... ઉપરાંત દરિયામાં કોઈની નજરે પણ ન ચડી જવાય !'

કહી તેમણે ઉત્સાહભેર પગ ઉપાડ્યા. બંને જણાં પાળી પાસે આવ્યાં એટલી વારમાં એમને લેવા માટે *જલપરી*ના ધક્કાનાં પગથિયાં સુધી સરકી આવી. પગથિયાં ઊતરવાની ઘડી આવી ત્યારે મંજૂષાએ ઘડીભર મૂંઝવણ અનુભવી, પછી હિંમત કરીને બૉસના ખભા તરફ હાથ લંબાવ્યો.

'સર, આ સ્ટેપ્સ ઊતરવા માટે જરા આપનો ટેકો...'

'ઑફ કોર્સ !' ઈશ્વરભાઈએ ખેલદિલીથી સેક્રેટરીને ખભો ધરી દીધો : 'સાચવીને ઊતરજે, ભીનાં પગથિયાં પર લપસી ન જવાય.'

પગને તો સંભાળી લઈશ, પણ લપસી જવી માટે થનગની રહેલા દિલનું ભલું પૂછવું !

બૉસના મજબૂત ખભાનો ટેકો લઈ મંજૂષા સાત પગથિયાં ઊતરી ત્યાં સુધીના સ્પર્શમાં જ તેનું પ્યાસું હૈયું બેકાબૂ બનવા લાગ્યું હતું. છેલ્લે પગથિયે તેણે મનને ટપારવું પડ્યું : નહીં, એમનો મોભો અને તારી હેસિયત બંને જાળવી રાખજે, બાઈ ! ભલી થઈને અબળખાઓને અંકુશમાં લઈ લે !

એક પગેથી બોટને સજ્જડ રીતે કિનારા સાથે જોડી દઈને ધક્કા પર ઊભેલા બોટમૅને ટેકો આપીને અંદર બેસાડવા મંજૂષા તરફ હાથ લંબાવ્યો ત્યારે એ સહેજ ખચકાઈ. ક્યાં વિરાણીશેઠનો ખભો અને ક્યાં આ બોટમૅનનો હાથ... જાણે સ્વર્ગમાંથી સીધાં પાતાળમાં ઊતરી જવા જેવું થયું !

'વાહ !' અંદર ગયા પછી હાઉસબોટની સજાવટ જોઈને ઈશ્વરભાઈની આંખોમાં ચમકારો થયો : 'આ તો કાશ્મીરમાં આવ્યાં હોઈએ એવું લાગે છે !'

'શેઠજી, અમારી *જલપરી* કાશ્મીરની જ છે !'

વચ્ચેથી તારીફ ઝીલી લઈને બોટમૅને માહિતી આપી એ મંજૂષાને ખટક્યું. જાણે કહેવા માગતી હોય : આ પ્રશંસા તારી બોટની નહીં, મારી પસંદગીની થઈ રહી છે...

એન્જિન ચાલુ થયું અને બોટ ગતિમાં આવી એટલે મંજૂષા કાચની બારી આડેના પરદા હટાવવા લાગી. આરામદાયક બેઠકમાં શરીર લંબાવી, સામેની ટિપાઈ પર પગ ટેકવતાં ઈશ્વરભાઈ સેક્રેટરીના મુખભાવ નીરખી રહ્યા હતા. સમુદ્રનાં પાણી પર પડતા પ્રકાશનું પ્રતિબિંબ જાણે મંજૂષાના ચહેરા પર ઝિલાતું હોય એમ એનું રૂપ ખીલતું જતું લાગ્યું.

'સર, આપને જરૂર એવું થતું હશે કે બર્થ-ડે ડિનર બોટમાં કેમ ગોઠવ્યું ?'

બૉસ પોતાને નીરખી રહ્યા હતા એ જાણીને મનોમન હરખાતી મંજૂષાએ વગર પૂછ્યે ખુલાસો કરી દીધો : 'મારો બર્થ આ રીતે તરતી બોટમાં થયો હતો.'

'આઈ ડોન્ટ બિલીવ ઈટ, મંજૂ !'

'કોઈના માન્યામાં આવે એવું નથી, સર !' મંજૂષાને માહિતી આપવામાં મજા પડી : 'હું માતાના પેટમાં હતી ત્યારે અમે હુગલીના સામા કિનારે રહેતાં હતાં.' કહેતાં શરમાઈને નીચું

જોઈ ગઈ : 'આમ તો મારો જન્મ ગામની દાયણને હાથે જ થવાનો હતો, પણ છેલ્લી ઘડીએ ગરબડ થઈ ગઈ.'

મંજૂષા એમ કહી ન શકી કે જે પગ ગુમાવીને હું લાચાર બની ગઈ એ જ પગ મારી માને પણ નડ્યો, કારણ કે માથાને બદલે હું પગેથી અવતરી હતી...

'બન્યું એવું, સર ! કે દાયણનો ગભરાટ અને માની અસહ્ય પીડા જોઈને મારા બાપુએ તાબડતોબ ડૉક્ટર પાસે લઈ જવા સઢવાળી હોડી કરી, પરંતુ સામા કાંઠે પહોંચતાં પહેલાં જ માતાને હોડીમાં પ્રસૂતિ થઈ ગઈ.'

'વન્ડરફુલ !' રિલેક્સ મૂડમાં ઈશ્વરભાઈએ હસી પડતાં કહ્યું : 'તો-તો તારું નામ જલપરી પાડવું જોઈતું હતું.'

મંજૂષાને એ સાંભળવું તો ગમ્યું, પણ બીજી જ પળે ખટક્યું : પરીને તો બે પાંખો હોય અને હું તો છું એક પગવાળી... છતાં અત્યારે અબળખાના આભમાં ઊડવાના નિરર્થક પ્રયત્ન કરું છું !

એકાદ મિનિટ માટે બંને વચ્ચે મૌન છવાઈ ગયું. ઈશ્વરભાઈ બહાર દરિયાનાં મોજાંનો વધતો જતો ઉછાળ નિહાળવા લાગ્યા અને મંજુ બૉસની મહેમાનગતિમાં ગૂંથાઈ ગઈ. ઈશ્વરભાઈએ 'હૅપી બર્થ-ડે' તો મંજૂષાને સવારે જ વિશ કર્યું હતું, સાથે મઘમઘતો ગુલદસ્તો પણ આપ્યો હતો, પરંતુ બર્થ-ડે પ્રેઝન્ટ આપવાની બાકી રાખી હતી. કુર્તાના ખિસ્સામાં રાખેલી ભેટ કાઢવાનું એ વિચારતા હતા ત્યાં મંજૂષાને ટિપાઈ પર ગ્લાસ અને *શિવાઝ રિગલ*ની બૉટલ મૂકતી જોઈ.

'અરે વાહ ! તેં ડિનર પહેલાં ડ્રિન્કની પણ વ્યવસ્થા કરી છે ને શું ?' પછી નિખાલસપણે કહી પણ દીધું :

'હું બૉટલ સાથે લઈને જ આવવાનો હતો, પરંતુ પછી થયું કે અજુગતું લાગશે.'

'શું અજુગતું લાગશે, બૉસ ! મારી સામે પીવાનું ?'

'નહીં રે ! કોઈને ત્યાં ડિનર લેવા જઈએ ત્યારે બૉટલ સાથે લઈ જવી એ મૅનરલેસ કહેવાય. સામા માણસને અજુગતું લાગે... બાકી તારી સામે પીવામાં કે તારી સાથે પીવામાં આજે કાંઈ જ અજુગતું નહીં લાગે, મંજૂ !'

આજે કાંઈ જ અજુગતું નહીં લાગે ! એ શબ્દોએ મંજૂષાની સુષુપ્ત લાગણીને ખળભળાવી મૂકી.

'બીજો ગ્લાસ છે તો ખરો ને ?' બૉટલ ખોલવાની કડાકૂટમાં પડેલી મંજૂષાના હાથમાંથી *શિવાઝ રિગલ* લઈ લેતાં એમણે કહ્યું : 'નહીંતર આપણે બંનેએ એક જ ગ્લાસમાં પીવું પડશે, વારાફરતી !'

મંજૂષાની કાયામાં રોમાંચની લહેરખી પ્રસરી ગઈ : જે મારા મનમાં છે એ જ એમના મનમાં પણ ચાલી રહ્યું હશે ?

'સર, આપની આજ્ઞા છે તો...' કહેતાં-કહેતાં તેણે બીજો ગ્લાસ ટિપાઈ પર મૂક્યો : 'બટ, બૉસ, મેં ક્યારેય એનો સ્વાદ...'

'અરે, સ્વાદ ચાખવાનો તો આજે અવસર છે.' કહી તેના ગ્લાસમાં સ્મૉલ પેગ ભરવા

લાગ્યા : 'આ *જલપરી* પાણી પર ગેલમાં આવીને ડોલે છે તેમ બર્થ-ડે લેડીએ પણ જરા ડોલવું જોઈએ... તને કાંઈ નહીં થાય એની ગૅરન્ટી મારી !'

મંજૂષાને તો કાંઈનું કાંઈ થઈ રહ્યું હતું અને બૉસ કહી રહ્યા હતા કે તને કાંઈ નહીં થાય !

ઈશ્વરભાઈએ પોતાના ગ્લાસમાં માત્ર આઈસના ટુકડા નાખી ઑન ધ રૉક પેગ બનાવ્યો, જ્યારે મંજૂષાના હાથના ગ્લાસમાં પાણી રેડી માઈલ્ડ ડ્રિન્ક તૈયાર કર્યું, પછી તેના હાથમાં ગ્લાસ પકડાવી, જામ સાથે જામ ટકરાવી ચિયર્સ કહીને ઉમેર્યું : '*ટુ યોર હેલ્થ ઍન્ડ બ્યુટી !*'

એ વાક્ય સાંભળીને જ બહેકી જવાનું મન થયું હોય તેમ મંજૂષાએ ગ્લાસ હોઠે માંડ્યો. વિસ્કીનો પહેલવહેલો ઘૂંટ બહુ જ કડવો લાગ્યો છતાં ભીના હોઠ પર સ્મિતનાં છબછબિયાં કર્યાં.

આપનો સહવાસ મળતો હોય તો કડવું ઝેર પણ હસતે મોઢે ગટગટાવી જવા તૈયાર છું ! એવું બોલવાની હોઠે તો હિંમત ન કરી પણ આંખોએ કહેવાય એ રીતે કહી દીધું. પછી ખારાં કાજુ-પિસ્તાંની ડીશ તૈયાર કરીને તેમની સમક્ષ ધરી દીધી. અઠ્ઠાવન વરસે બૉસને હવે દાંતની તકલીફ શરૂ થઈ હતી છતાં ચા અને વિસ્કી સાથે નમકીન ચીજ કડકડાવવાની વર્ષો જૂની આદત છૂટતી નહોતી.

- જે ક્યારેય પીતી નથી, કોઈ પુરુષનો સંગ કરતી નથી એવી આ મંજૂ પીનારાની જરૂરિયાતથી વાકેફ છે ખરી !

કાજુ-પિસ્તાં મમળાવતા એ વિચારવા લાગ્યા ત્યાં મંજૂષાએ *ડનહીલ*નું પાકીટ ખોલી, એક સિગારેટ સહેજ બહાર કાઢી તેમની સામે ધરી ત્યારે એ દાદભર્યું મલક્યા વિના રહી શક્યા નહીં. પોતે બહુ મૂડમાં હોય ત્યારે ક્યારેક સિગારેટ પી લેતા હતા એ જાણતી સેક્રેટરી ખાતર-બરદાસ્તમાં કોઈ કમી ન રહી જાય એ માટે કેટલી ચીવટ રાખે છે !

હજુ બૉસ બે હોઠ વચ્ચે સિગારેટ મૂકે ત્યાં તો મંજૂષા ત્વરાથી લાઈટર પેટાવી તેમની સામે ઝૂકી. કાંકરી ઘસાવાથી પેટેલા લાઈટરની પેટ્રોલ-જ્યોતના આછા પ્રકાશમાં ઈશ્વરભાઈને તેની આંખમાં બીજી બે જ્યોત ટમટમતી દેખાઈ : એ જ્યોત ઘીના દીવા જેવી શીતળ હતી કે પેટ્રોલના ભડકા દેવી દાહક ?

'બૉસ, ડિનરમાં આપને ભાવતી મેથીની રોટી અને પાલર-પનીર શાક સાથે ચીંગડી મચ્છી અને ચાવલ પકાવ્યાં છે...' કહી મિષ્ટ બંગાળીમાં પૂછ્યું : 'ચોલબે ? (ચાલશે ને ?)'

અને એ એક જ બંગાળી શબ્દે ઈશ્વરભાઈના મનમાં પાંત્રીસ-ચાલીસ વરસ પહેલાંના કલકત્તામાં વિતાવેલા યૌવનનો થનગનાટ ઉભરાવી દીધો.

'જિગ્ગાસા કોરછે, ચોલબે ? (ચાલશે, એમ પૂછે છે ?)'

*શિવાઝ રિગલ*નો બીજો પેગ બનાવતા ઈશ્વરભાઈએ સિગારેટને બહાર દરિયામાં ફંગોળીને કહ્યું : 'એઈ પૂનમે ચોન્દ્ર (આ પૂનમનો ચાંદ) *જલપરી* સંગ (જલપરીનો સંગ) ઔર સંગ ચીંગડીમાછેર રસજુક્ત સ્વાદ (અને તેમાં ચીંગડી મચ્છીનો રસીલો સ્વાદ)... મંજૂ, ઈટ્સ સિમ્પલી ફૅન્ટૅસ્ટિક !' કહી વિસ્કીનો એક ઘૂંટ પી લીધો : 'ડાર્લિંગ, યૂ આર ગ્રેટ !'

ડાર્લિંગ ! એ એક જ સંબોધને મંજૂષાની કાયામાં કામદેવનાં હજારો બાણ વાગ્યા જેવી સંવેદના જગાડી દીધી.

'આ બધું કોની પાસેથી શીખી લાવી, મંજૂ ?'

બૉસના સવાલનો જવાબ તો સેક્રેટરીના હોઠ પર હાજર હતો : પૂજારણે દેવતાની પૂજા કરવાનું કોઈ પાસે શીખવા જવું પડે ખરું ?

પરંતુ એવો જવાબ આપવાને બદલે મંજૂષાએ સીટ નીચેથી ટેપરેકૉર્ડર ખેંચી સ્વિચ દાબીને ઑન કરી દીધું :

યખન પડબે ના મોર પાયેર ચિહ્ન એઈ બાટે,
બાઈબ ના મોર ખેયાતરી એઈ ઘાટે.

(જ્યારે મારાં પગલાં નહીં પડે આ વાટે, ત્યારે હું નહીં હોઉં અને નહીં હોય મારી આ નૌકા ઘાટે.)

રવીન્દ્ર સંગીતની ધૂન પર વાગતા બંગાળી ગીતના શબ્દોનો ગહન અર્થ તો એમને સમજાતો નહોતો, છતાં સંગીતનો મધુર લય સાંભળવામાં એ મશગૂલ બની ગયા. કલકત્તા હતા ત્યારે બંગાળી જમીનદારોના જલસાઘરની બહુ વાતો સાંભળેલી. ચાંદની રાત્રે હુગલીનદીમાં સઢવાળા વહાણમાં સફર કરતાં-કરતાં સંગીતના જલસા સાથે સુરા અને સુંદરીનો સંગ માણતા જમીનદારોને પોતે જોયા તો નહોતા, પણ માનસપટ પર એ દૃશ્યો ઉપસાવીને મનોમન વિચારતા રહેતા : જમીનદારોના જમાના તો ગયા, પણ માલદાર બની જાઉં ત્યારે આવા જલસા માણવાની મહેચ્છા જરૂર પૂરી કરીશ... કદાચ વર્ષોથી મનમાં ધરબાયેલી એ મનીષાએ જ ફ્લોટિંગ હોટેલ ઊભી કરવાની તેમને પ્રેરણા આપી હશે !

'મંજૂ, આપણી ફ્લોટિંગ હોટલ તૈયાર થઈ જાય પછી તેનો એક સ્વીટ પર્મેનન્ટ મારા માટે રિઝર્વ રાખવાનો છું. ત્યાં આપણે આવા જ જલસા ગોઠવીશું. શરાબ, સંગીત અને...' કહી વચ્ચે ઘૂંટ ભરી લેવા અટક્યા એટલી વારમાં બૉસે ન ઉચ્ચારેલો શબ્દ મંજૂષાના હોઠ સુધી આવી ગયો... અને *સુંદરી !*

પરંતુ ઈશ્વરભાઈની જીભ પરથી જુદો જ શબ્દ સાંભળવા મળ્યો : '... અને ચિંગડી-મચ્છી ! બરાબર ને, મંજૂ !'

'બરાબર !' તે એટલું બોલી ત્યાં *જલપરી* સ્થિર થઈ ગઈ અને મંજૂષાને ડિનર યાદ કરાવવાનો મોકો મળી ગયો : 'સર, આપે ચિંગડીને યાદ કરી ત્યાં જ બોટ ચલાવનારે બ્રેક મારીને લંગર નાખી દીધું. મેં એને કહી રાખેલું, એક રાઉન્ડ લઈને કાંઠાથી દૂર લાંગરજે. ચાલતી બોટમાં જમવાનું ફાવે નહીં ને એટલે...'

ઈશ્વરભાઈ સમજી ગયા : સેક્રેટરી જમાડવા માટે તત્પર બની છે :

'તું ડિનર સર્વ કર ત્યાં સુધીમાં હું ત્રીજો પેગ ભરી લઉં, *શિવાઝ રિગલ* પછી પેટમાં ચીંગડીનો રસ ભળશે એટલે કોકટેલનો સ્વાદ બરાબર જામશે !' કહેતાં એમનું ધ્યાન મંજૂષાના ગ્લાસ તરફ ગયું : 'અરે, તેં તો હજુ પૂરા ચાર ઘૂંટ પણ નથી ભર્યા ! એવી અંચી નહીં ચાલે, મિઝ મુખરજી !'

ત્યારે મંજૂષા લુખ્ખું હસી : મિઝને બદલે મિસ કહ્યું હોત તો ? મિઝ કહીને હું ત્યજાયેલી છું એવું એમણે યાદ કરાવી દીધું ! અને ત્યજાયેલી એટલા માટે કે એક પગે લગંડી છું... હે કાલીમાતા, મને અપંગ બનાવનાર જ્યાં હોય ત્યાં... એને મારી આ પીડા પહોંચાડજે !

એ પીડાને દબાવી દેવા માટે મંજૂષાએ અધૂરો ગ્લાસ હોઠે માંડ્યો અને કડવાશનું મારણ કડવાશ હોય તેમ એકીશ્વાસે બાકીની વિસ્કી ગટગટાવી ગઈ.

'શાબાશ !' તેના ચહેરા પર પ્રસરવા લાગેલી રતાશ નીરખતાં ઈશ્વરભાઈ બોલી ગયા : 'હવે જલપરીને બદલે તું ડોલવા લાગીશ તો હું સંભાળી લઈશ.'

સંભાળી લેવામાં મોડું ન કરશો, બૉસ ! નહીંતર મારી તરસમાં જ હું ડૂબી મરીશ !

- આવું પોતે કહી શકી હોત તો કેવું સારું ! - એમ વિચારતી મંજૂષા ડિનર પીરસવામાં ગૂંથાઈ ગઈ અને ઈશ્વરભાઈ બે કિલોમીટર દૂર દેખાતી મુંબઈનગરીની રોશની નિહાળવામાં મશગૂલ બની ગયા.

જમતાં-જમતાં એ વિચારતા રહ્યા :

આ મોકો છે, મંજૂષા સમક્ષ કબૂલાત કરી લેવાનો... એને કહી દઉં કે તને અપંગ બનાવનાર અપરાધી તારી સામે જ બેઠો છે. એ ગુનાના બદલામાં જે જોઈએ તે માગી લે, મંજૂ ! નહીંતર આઈ. એમ. વિરાણી ફરી પાછો આવો ખેલદિલ નહીં બની શકે !

'કેમ કંઈ બોલતા નથી, બૉસ ?'

ભોજનનાં વખાણ સાંભળવા ન મળ્યાં એટલે ઉચાટ સાથે મંજૂષાએ પૂછ્યું : 'સ્વાદમાં કોઈ ખામી લાગી ?'

'ખામી !' મચ્છીના રસાવાળી આંગળીનાં ટેરવાં ચાટતાં એ મલક્યા : 'ભાવતું ભોજન લેતી વખતે જીભને કષ્ટ આપવામાં હું માનતો નથી.'

ત્યારે મંજૂષાએ જરાક મલકી લીધું. તેનું મન બોલી ઊઠ્યું : જે રીતે આંગળાં ચાટીને તમે જીભને કષ્ટ આપો છો એ જ બતાવી આપે છે કે મચ્છી પકાવવા માટે મેં ઉઠાવેલું કષ્ટ લેખે લાગ્યું.

'આપે ખાણું લઈ લીધું હોય તો હું બોટ હંકારું ?'

બોટમૅને આવીને પરવાનગી માગી ત્યારે જમીને તૃપ્ત થયેલા ઈશ્વરભાઈએ સિગારેટના ધુમાડા ફંગોળતાં હકાર ભણીને પરવાનગી આપી દીધી, પછી તરત બર્થ-ડે પ્રેઝન્ટ આપવાનું યાદ આવ્યું એટલે સિગારેટ ફગાવી કુર્તાના ખિસ્સામાં હાથ નાખ્યો.

'કમ નીઅર, મંજૂ !'

ઓહ ! એ મને નજીક બોલાવી રહ્યા છે... પરંતુ બોલાવતાંની સાથે જ પાસે જાઉં તો એ કેવું ધારી લેશે ? જાણે હું આ ઘડીની જ રાહ જોઈ રહી હતી...

મંજૂષાની એ આનાકાની દરમિયાન ઈશ્વરભાઈએ ખિસ્સામાંથી પૅકેટ કાઢીને ફરી કહ્યું : 'જો, હું તારા માટે શું લઈ આવ્યો છું !'

તેમના હાથમાં પેન-બૉલપેનના સેટ જેવું લાંબું પૅકેટ જોઈને મંજૂષાનો ભ્રમ ભાંગી ગયો. બૉસ પોતાના માટે પ્રેઝન્ટ લઈ આવ્યા એનો આનંદ જરૂર થયો, પરંતુ નજીક બોલાવવાનું કારણ જુદું નીકળ્યું એનો રંજ વિશેષ અનુભવ્યો.

'સર, આપનાર દેવાર હક્ક... આમીઉ નીતે પારી (આપ આપવાને લાયક છો અને હું લેવાને લાયક...) પરંતુ મને એકલવાયીને મારા આ બર્થ-ડેમાં આપે કંપની આપી એના જેવી ઉમદા ભેટ બીજી શું હોઈ શકે, બૉસ ?'

'તેં મને પ્રેમથી બોલાવ્યો અને હું દિલથી આવ્યો.' કહેતાં લંબચોરસ બૉક્સ ખોલીને તેમાંથી મોતીની માળા કાઢી જમણા હાથનાં પાંચે આંગળાંમાં તેને લટકતી રાખી, મંજૂષા સામે સ્મિત ફેંક્યું : 'આ પ્રેઝન્ટ ઉમદા છે કે નહીં એની ખબર નથી, પણ *જલપરી*ની ડોકમાં જરૂર શોભી ઊઠશે.' કહી ડાબો હાથ તેના તરફ લંબાવ્યો.

'આવી જા, મંજૂ !'

ત્યારે મંજૂષા ઘડીક મોતીની માળાને અને ઘડીક બૉસના લંબાયેલા હાથને જોતી રહી.

'ઝવેરીને ત્યાંથી ખરીદી ત્યારે એના અસલ બૉક્સમાં ઘેર લઈ આવ્યો હતો, પણ અહીં એ લઈને આવું તો અગાઉથી જ તને જાણ થઈ જાય અને મારે તો તને સરપ્રાઈઝ આપવી હતી.'

સાંભળીને મંજૂષા મીઠું મલકી : મને સરપ્રાઈઝ આપવા માટે કુર્તાના ખિસ્સામાં રહે એવા બૉક્સમાં લઈ આવ્યા કે પછી ઘેરથી નીકળતી વખતે મિસિસ વિરાણીથી છુપાવવા માટે આમ કરવું પડ્યું, માય ડિયર બૉસ ? તમે કોની સાથે ડિનર લેવા જાઓ છો એ પણ કદાચ ઘરનાંથી છાનું રાખ્યું હશે. એનો અર્થ શું થાય, સર ?

'મૂંગી-મૂંગી શું જોયા કરે છે, મંજૂ ?'

ઈશ્વરભાઈની અધીરાઈ વધતી ગઈ : 'આ પ્રેઝન્ટ તને તારો બૉસ નહીં, પણ આજની સાંજનો મહેમાન આપી રહ્યો છે એમ માનીને લઈ લે.' કહીને માળા પકડેલો હાથ તેના તરફ લંબાવ્યો : 'લે, પહેરી લે... હું જોઉં તો ખરો, મારી પસંદગી તને પસંદ પડી ખરી ? હવે પછી તું રોજ ઑફિસમાં આ પહેરીને આવજે એટલે મને આજની આ સાંજ સદા યાદ આવતી રહે.'

'સર...' મંજૂષાના કંઠમાં લાગણીનો ડૂમો આવી ગયો : 'સાચાં મોતીની માળા રોજ પહેરવાનું ન તો મને શોભે કે ન તેને સાચવવાનું મને પાલવે... ઑફિસ આવતાં-જતાં બસમાં કોઈ ખેંચી જાય તો હું...'

'તો તને બીજી સરપ્રાઈઝ પણ આપી દઉં.' બોટ ચાલુ થઈ તેના ધક્કા સાથે સેક્રેટરીને સુખદ ધક્કો આપતાં એ બોલી ગયા : 'કાલથી તારે બસમાં ઑફિસે આવવા-જવાનું બંધ !'

મંજૂષા વિહ્વળ બની ગઈ : તો શું આપ રોજ મને ઘેર લેવા-મૂકવા માટે ગાડી મોકલશો ? એ સવાલ તેના અધખુલ્લા હોઠ વચ્ચે પુછાયા વિના લટકી રહ્યો.

'તેં બજાવેલી સેવા બદલ કંપની તરફથી કાલે સવારે તને મારુતિકાર પ્રેઝન્ટ મળી જશે.' કહીને ઉમેર્યું : 'હવે એવું કહેતી નહીં કે તું કાર કેમ ચલાવી શકીશ...'

બૉસ એટલું બોલ્યા એટલે મંજૂષાએ બીજું અનુમાન કરી લીધું : કાર સાથે આપ ડ્રાઈવર પણ આપવા માગો છો, સર ?

'તને તો ખબર છે ને, મંજૂ, મારુતિવાળા હૅન્ડીકૅપ્ડ (અપંગ) માટે સ્પેશિયલ કાર બનાવે છે. તારા માટે એવી કારનો ઑર્ડર અપાઈ ગયો છે.'

અપંગ માટેની સ્પેશિયલ કાર ! અપંગ હોવાની એ યાદથી મંજૂષાએ દાંત વચ્ચે હોઠ દબાવી દીધો. એ પીડાથી તેની આંખના ખૂણા ભીના થયા. તેનો અર્થ ઈશ્વરભાઈએ એવો કર્યો કે ખુશાલીનાં આંસુ ધસી આવવા જોર કરી રહ્યાં છે.

'તું જાતે પહેરે છે કે હું...'

એટલું કહીને બૉસ અટકી ગયા ત્યારે દાંત વચ્ચે દબાયેલો હોઠ આપોઆપ બહાર સરકી આવ્યો. બસ, હવે એ ઘડી આવી પહોંચી છે, મંજૂ, તારી અપંગ દશાને કોસતા રહેવાને બદલે, રણ જેવા વેરાન જીવનમાં આવી ચડેલી મીઠી વીરડીથી આખા આયખાની તૃષાને છિપાવી દે, ગાંડી... એમણે લંબાવેલા હાથની આડે તારા ખોડા પગને શું કામ આવવા દે છે !

'સર, આપ જ આપના હાથે પહેરાવી દો... પ્લીઝ !'

એના એ *પ્લીઝ*માં પ્યાસી વ્યક્તિ પાણી માટે હાથનો ખોબો ધરીને આજીજી કરતી હોય એવા ભાવ ઈશ્વરભાઈને વર્તાયા અને નજીક આવવા માટે ઊભી થયેલી મંજૂષાને બૉસે પોતાના હાથનો ટેકો આપી દીધો.

'થૅન્ક્સ, સર !' આટલા ટેકા-માત્રથી કૃતાર્થ થઈ ગઈ તેમ તેમના તરફ પીઠ ફેરવી ગરદન ઊંચી કરીને એ ગોઠવાઈ ગઈ... જોકે પીઠ બૉસ તરફ હતી છતાં ત્રાંસી આંખે સામેના અરીસામાં પડતા પ્રતિબિંબ દ્વારા બૉસના મુખભાવ જોવાનું એ ચૂકી નહોતી : એમના ચહેરા પરનો તોર શિવાઝનો છે, ચીંગડીનો છે કે પછી આ લંગડીનો ?

અને ઈશ્વરભાઈ વિરાણીએ બંને હાથે માળા પકડી રાખી તેના માથા પરથી ડોકમાં પરોવી ત્યારે મંજૂષાએ સામેના દર્પણમાં જોયું તો બૉસના ચહેરા પર કોઈ ભાવપરિવર્તન દેખાયું નહીં, પરંતુ ગરદનની સુંવાળી ત્વચા પર પાણીદાર મોતીના સ્પર્શથી પોતાના બદનમાં ઉન્માદક ઝણઝણાટી જરૂર વ્યાપી ગઈ.

'બરાબર છે કે હજુ નીચી કરું ?'

ડોક પાછળથી માળાની સરકણી ગાંઠ ઢીલી કરતાં બૉસે પૂછ્યું ત્યારે દર્પણમાં જોઈ લેવા માટે તેણે સહેજ ગરદન ફેરવી તેમાં બૉસના બંને હાથનો અછડતો સ્પર્શ થઈ ગયો. તેને પોકાર પાડીને કહેવાનું મન થઈ ગયું : મોતીની માળા કરતાંય તમારા બંને હાથ મારી ડોકમાં પરોવાઈ જાય એવા તલસાટથી હું તરફડી રહી છું... અને તમે શેની વાટ જુઓ છો, બૉસ ?

'એમ કર, મંજૂ, અરીસાની સામે જઈને જોઈ લે, મેં બરાબર પહેરાવી છે ને ? તારી ડોકમાં આ શોભે છે ને ?'

ઓહ ! મંજૂષાને એ પ્રસ્તાવ નિકટ બોલાવીને દૂર હડસેલો મારી દેવા જેવો વસમો લાગ્યો : રણમાં ભૂલી પડેલી હું જેને મીઠી વીરડી સમજતી હતી એ તો મૃગજળ નીકળ્યું !

છાનો નિઃશ્વાસ નાખતી એ ઊભી થઈ ત્યારે પવનની લહેરખીથી ફરફરતો રેશમી સાડીનો પાલવ ઈશ્વરભાઈના મુખ પર વીંટળાયો. ત્યાં ઊભાં-ઊભાં જ મંજૂષાએ અરીસામાં એ

દશ્ય નિહાળ્યું ત્યારે ફરી એનું ચિત્ત ચિત્કાર કરી ઊઠ્યું : બૉસ, હજુ પણ મારી આશા છૂટી નથી. પકડી લો મારો પાલવ અને ઝાટકો મારીને બેસાડી દો તમારા પડખામાં...

પરંતુ એમણે તો સેક્રેટરીના પાલવને ચહેરા પરથી હઠાવી લીધો ત્યારે મંજૂષાએ દર્પણમાં નજીક જવા માટે પગ ઉપાડવા જ પડ્યા... અને ત્યાં -

પૂનમના ખીલતા ચંદ્રના પ્રથમ ઇશારાએ સાગરમાં ભરતીનો ઉન્માદ ઉપજાવ્યો હોય તેમ ઊછળતાં મોજાંની હડફેટમાં આવેલી જલપરીને હળવી થપાટનો હડસેલો લાગ્યો અને એ ધક્કાથી સંતુલન ગુમાવી દેતી મંજૂષા ઓ... ઓ... ઓના ઉદ્‌ગાર સાથે બૉસ પર ઢળી પડી. પાણીને દડવું હતું અને ઢાળ મળી ગયો એવી સ્થિતિ આપોઆપ સર્જાઈ ગઈ.

'ટેક કેર, મંજૂ !' કહેતાં પોતાની જાંઘ પર ફસકાઈ પડેલી સેક્રેટરીને ઈશ્વરભાઈએ બંને ખભાથી ઝાલી તો લીધી, પણ તેના ધગતા બદનના સ્પર્શે બંને વચ્ચેના મોભાની પાળને પિગળાવી દીધી હોય તેમ બૉસના બંને હાથ ધીમેધીમે મંજૂષાની કાયા તરફ સરકવા લાગ્યા.

ઓહ ! વર્ષોના દુષ્કાળ પછી તપતી ધરતી પર વરસાદના પહેલા છાંટા પડે અને જમીનમાંથી ગરમ બાફ સાથે સોડમ પ્રસરવા લાગે એવી ગરમ ખુશબૂ મંજૂષાના ઉષ્માભર્યા શ્વાસોચ્છ્‌વાસમાં ઈશ્વરભાઈએ મહેસૂસ કરી.

'સૉરી, બૉસ, મારા ખોટા પગે ફરી દગો દીધો !'

'નેવર માઈન્ડ, મંજૂ !' કહેતાં બૉસનો હાથ તેની પીઠ પર ફરવા લાગ્યો ત્યારે મંજૂએ ધીમે રહીને પોતાનું મસ્તક બૉસના ખભા પર ટેકવી દીધું.

'આજે હું તને એક વાત કહી દેવા માગું છું.'

ઈશ્વરભાઈને સમજાતું નહોતું કે તેનો પગ કચડી નાખવાનો ગુનો કબૂલ કરતાં-કરતાં પોતે બીજો ગુનો કરી રહ્યા છે કે પોતે જે કહેવાના હતા એનો આઘાત તેને ન લાગે એટલા માટે તેને પંપાળી-પસવારી રહ્યા છે ? ન સમજાય એવી ચેષ્ટામાં તેમનો બીજો હાથ મંજૂષાના ખભા પરથી આપોઆપ નીચે સરકવા લાગ્યો અને ત્યાં જ સુખનો એ અણધાર્યો સ્વાદ સહી ન શકતી હોય તેમ મંજૂષાની ડોક તેમની છાતી પર સરકી પડી.

ઘડીભર તો ઈશ્વરભાઈને એ સ્વાભાવિક પ્રતિક્રિયા લાગી, પરંતુ થોડી વાર પહેલાં જે કાયામાં ઉન્માદ અને ઉષ્માનો ધોધ વહેતો હતો એ એકાએક શીત અને શિથિલ કેમ બની ગઈ ?

'મંજૂ !' તેના માથા પર હાથ પસવારતાં બૉસે ધીમા સાદે પૂછ્યું : 'વિસ્કીના નશાથી નીંદર આવી ગઈ ?' પૂછતાં-પૂછતાં અચાનક ભાન થયું : 'અરે, આને તો મૂર્છા આવી ગઈ !'

અને ઈશ્વરભાઈનો ઘડી પહેલાંનો મસ્તીભર્યો કેફ ઊતરી ગયો... સુંવાળા સહવાસની માદક ઉત્તેજના ઓસરી ગઈ. તેને બદલે ફફડાટ જાગ્યો, ધ્રાસકો પડ્યો : એની મૂર્છા જલદી નહીં વળે તો ?

મંજૂષાનું માથું હળવેકથી ઊંચકી પોતાનો પગ સરકાવી લેતાં બૉસે બહાર નજર નાખી તો કિનારો નજીક આવી રહ્યો હતો. ગમે તેવી સ્થિતિનો સામનો કરવા ઘડાયેલા ઈશ્વરભાઈ થોડી વાર માટે મૂંઝવણમાં મુકાઈ ગયા : બોટને રોકાવી દઉં ? એ શુદ્ધિમાં આવ્યા પહેલાં કિનારે પહોંચવામાં જોખમ હતું ! કોને ખબર, મૂર્છાના આવા એટેક એને અવારનવાર આવી જતા હશે ?

કે પછી પાણીનો સ્વાદ પણ ભૂલી જવાય એટલી હદે પ્યાસી થયેલી મંજૂ અછડતા સ્પર્શના બેચાર ઘૂંટ પણ પચાવી ન શકી ! બાકી વિસ્કી તો માણસને બે ઘડી બહેકાવી દે, આમ બેશુદ્ધ ન બનાવી દે !

બીજી જ ક્ષણે ઈશ્વરભાઈએ મનને ટપાર્યું : અત્યારે હું એની બેહોશીનું નિરાકરણ કરવાને બદલે કારણ શોધવામાં ક્યાં પડ્યો ? બોટ કાંઠે પહોંચે એ પહેલાં મારે આને શુદ્ધિના કિનારે લાવી દેવી જોઈએ, નહીંતર...

પહેલા ઉપાય તરીકે મંજૂષાની સાડીનો પાલવ હાથમાં લઈ તેના મુખ પર એ હવે નાખવા લાગ્યા. સાડીના એ પાલવે ભૂતકાળમાં સુંદરીઓ સાથે પોતે માણેલા છાના સહવાસની સ્મૃતિમાં તેમને ધકેલી દીધા.

ઈશ્વરભાઈને રૂકસાના યાદ આવી ગઈ. કેટલાં વરસ થયાં હશે ? ચોક્કસ વરસ યાદ નથી, પણ ટેલિવિઝન પર કૉમર્શિયલ જાહેરખબર લેવાની શરૂઆત થઈ ત્યારે વૈભવની લાજવાબ સાડીની મૉડેલ તરીકે એ ચમકી હતી. સાડાપાંચ ફૂટ ઊંચી સુડોળ કાયા, પઠાણી લોહીની રતાશ ધરાવતા રતૂમડા ગાલ, અફઘાનિસ્તાની બદામ જેવી ફાંકડી આંખો અને...

વિરાણીશેઠનું મન યાદોની હરિયાળીમાં ભટકવા લાગ્યું. વેપારી મિત્રો ફોન કરીને કહેતા : ઈશ્વરભાઈ, કમાલની ચીજ પકડી લાવ્યા છો ! ટીવી પર જાહેરખબરમાં એને જોઈએ છીએ ત્યારે એણે પહેરેલી *વૈભવ* સાડીનો પાલવ પકડીને ટેલિવિઝનના ખોખાની બહાર તેને ખેંચી લેવાની ચટપટી જાગે છે... તમે નસીબદાર છો, યાર, હાથ લંબાવો એટલી જ વાર. પાલવ ખેંચો એટલે એ સાક્ષાત્ હાજર થઈ જાય !

સાડીના પાલવથી બેહોશ મંજૂષાને પંખો નાખતા ઈશ્વરભાઈને ફરી ભાન થયું કે હું આ શું કરી રહ્યો છું ? બોટમાં દરિયાની શીતળ હવા તો પુરબહારમાં આવી રહી છે છતાં પંખો નાખવાની મૂર્ખાઈમાં વખત વેડફી રહ્યો છું !

મંજૂષાનો પાલવ પડતો મૂકીને એ પાણી શોધવા લાગ્યા. બારી બહાર દરિયાનું પાણી તો હાથવેંતમાં જ હતું, પરંતુ એ ખારા પાણીની છાલક એની આંખોમાં બળતરા પેદા કરશે એવો ખ્યાલ આવતાં તેમણે પાણીનું થરમૉસ શોધી કાઢ્યું. પછી એક હાથના ખોબામાં પાણી લઈ શ્વાસોચ્છ્વાસથી ધબકતી તેની છાતી પરથી નજર હઠાવી લઈ મંજૂષાના મુખ પર પાણીની છાલક મારવા લાગ્યા.

બે, ત્રણ અને ચોથી છાલકે મંજૂષાની પાતળી પાંપણ ફરકતી દેખાઈ, પછી તેના હોઠ ફફડ્યા. પહેલાં ઊંહકારો બહાર આવ્યો, પછી વેદનાની હળવી ચીસ નાખતી બંધ આંખે એ બબડી : 'મારો પગ... મારો પગ ક્યાં ગયો ?'

તેણે અભાન-અવસ્થામાં ઉચ્ચારેલા એ શબ્દોએ ઈશ્વરભાઈની છાતી વીંધી નાખી. વર્ષો પહેલાં હૉસ્પિટલમાં સર્જને પગ કાપ્યા પછી શુદ્ધિમાં આવતી મંજૂષાએ પહેલવહેલા આ શબ્દો જ ઉચ્ચાર્યા હશે, કદાચ...

અને એક-બે વખત ગરદન હલાવી મંજૂએ આંખો ઉઘાડી. દષ્ટિ સામેથી વર્ષો પહેલાંનાં આવરણ ઘડી-બે-ઘડીમાં હઠી ગયાં હોય તેમ બૉસને ગોઠણભેર સામે બેઠેલા જોયા અને બીજી જ ક્ષણે ઝાટકા સાથે એ બેઠી થઈ ગઈ : 'ઓહ, મને શું થઈ ગયું'તું, બૉસ ?'

બેહદ ભોંઠપ અનુભવતી મંજૂષાએ સાડીનો પાલવ ખભા પર નાખી દીધો, પછી હાંફતી છાતી પર હાથ મૂક્યો.

'આઈ ઍમ સૉરી, સર !'

'ઈટ્સ ઑલરાઈટ !' તેની બાજુમાં બેસી જતાં વિરાણીશેઠે રાહત અનુભવી : 'આવું પહેલી જ વાર થયું, મંજૂ ?' કહી પાણીનો ગ્લાસ ભરી તેની સામે ધર્યો : 'મારી જ ભૂલ કહેવાય...'

'શેની ભૂલ, સર ?'

ગ્લાસને હોઠે માંડતાં પહેલાં એણે પૂછ્યું : કદાચ એ હમણાં કહેશે, તને પડતી બચાવી લેવા જતાં મારાથી થોડી છૂટછાટ લેવાઈ ગઈ...

પરંતુ ઈશ્વરભાઈ જુદી જ ભૂલ કબૂલ કરવા માગતા હતા : 'મંજૂ, મારે તને વિસ્કી પિવડાવવાની જીદ નહોતી કરવી જોઈતી... વચન આપ્યા પ્રમાણે હું તને સંભાળી ન શક્યો !'

અરેરે, હું જ કમનસીબ ખરે વખતે મારા હોશ સંભાળી ન શકી. સુખની ટોચે પહોંચવા થનગનતી હું પહેલા પગથિયે જ મૂર્છા ખાઈ ગઈ ! પગની અપંગ હું, મનની પણ અપંગ નીકળી...

'એમાં આપનો શું દોષ, બૉસ !' એટલું કહ્યું ત્યાં કિનારો આવી ગયો તેનું ભાન થતાં જ તેનાથી નિઃશ્વાસ નખાઈ ગયો : મઝધારમાં તરી ન શકે એણે બેહોશ હાલતમાં જ કિનારે ઢસડાઈ જવું પડે છે, લંગડી મંજૂડી !

ધક્કા પર બોટ લાંગરી તેનો હળવો ધક્કો લાગ્યો, પણ એ એટલો જોરદાર ક્યાં હતો કે ફરી તેમના પડખામાં હડસેલાઈ જવાય ?

'ચાલો, ઊતરીશું ને ?'

બૉસની એ પૃચ્છામાં મંજૂને ન તો કોઈ ઉમળકો દેખાયો કે ન કોઈ ઉત્સાહ... ખરે વખતે સુખથી વંચિત રાખનાર સ્ત્રી પ્રત્યે કદાચ દરેક પુરુષ આમ શુષ્ક અને નીરસ બની જતો હશે ?

'ચાલો.' કહેતી એ સાચવીને ઊભી થઈ. બૉસના ખભાનો ટેકો લેવાની ઇચ્છા દબાવી રાખી, એ બોટના તૂતક સુધી પહોંચી, પણ કિનારે પગ મૂકવા માટે તેણે પેલા બોટમૅનના હાથમાં હાથ આપવો પડ્યો. અંદર બેસતી વખતે એ હાથ પકડવાનું ખૂંચ્યું હતું એવું કાંઈ જ હવે થયું નહીં. સ્વર્ગના દરવાજેથી પાછા ફરનારે પાતાળની છોછ શું રાખવી ?

ઉપર પહોંચવા માટે દીવાલના ટેકે-ટેકે એ પગથિયાં ચડતી હતી ત્યારે બોટમૅનના હાથમાં પાંચસોની નોટ પકડાવી બૉસ બોલતા સંભળાયા :

'આ તું રાખી લેજે અને જા જલદી, ટૅક્સી લઈ આવ... ટૅક્સીને બને તેટલી નજદીક લાવીને ઊભી રખાવજે.'

પહાડ ચડવા જેટલો પરિશ્રમ પડ્યો હોય તેમ હાંફતી મંજૂષા ઉપર પહોંચીને પાળ પર બેસી ગઈ. પૂર્ણિમાના ચન્દ્રને જોતાં-જોતાં તેણે હાંફતી છાતી પર હાથ મૂક્યો ત્યારે મોતીની માળાના સ્પર્શે તેના હૈયામાં દાહ પ્રગટાવી દીધો. અરેરે, બૉસની સાવ નિકટ પહોંચીને બસ આમ જ છૂટાં પડી જવાનું થશે ? એ જ વખતે બોટમૅન ટૅક્સી લઈને આવતો દેખાયો એટલે તેણે ઊભા થવું પડ્યું.

ટૅક્સી સુધી પહોંચવા માટે ચાંદનીના પ્રકાશથી ચમકતી ફરસ પર વીસેક ડગલાં ચાલવું

પડે તેમ હતું... સાચવીસાચવીને પગ મૂકતી એ આગળ વધી ત્યાં બૉસે ફરી પોતાનો ટેકો આપવાની ઉદારતા દર્શાવી. આ વખતે ખભાના બદલે તેના ડાબા હાથનું બાવડું ઝાલીને એ સાથેસાથે ચાલવા લાગ્યા.

'સર, હું બેહોશ થઈ એ પહેલાં આપ મને કંઈક કહેવા જતા હતા... આજે હું તને એક વાત કહી દેવા માગું છું - એવું કંઈક આપ બોલી ગયેલા.'

એટલી વારમાં બંને ટૅક્સી નજીક પહોંચી ચૂક્યાં હતાં એટલે મંજૂષાએ અધીરાઈભેર ઉમેર્યું : 'છૂટાં પડતાં પહેલાં કહી શકો તો કહો ને, સર, શું વાત હતી એ ?'

'આપણે અહીં છૂટાં નથી પડતાં, મંજૂ !' ઈશ્વરભાઈએ બંને હાથનો ટેકો આપી તેને ટૅક્સીમાં બેસાડતાં કહ્યું : 'મારી કાર તો મેં ઘેર પાછી મોકલી આપી હતી. તને ઘેર મૂકીને પછી હું *વિરામ વિલા* જઈશ.'

લિફ્ટ આપવાની બૉસની એ ઑફરે મંજૂષાની એષણાને ફરી સળવળાવી મૂકી. મધદરિયે ભલે તરી ન શકી, પણ હવે ખાબોચિયામાં છબછબિયાં કરવા મળે તો ધન્ય થઈ જઈશ !

તેને બરાબર બેસાડી બીજા દરવાજેથી ટૅક્સીમાં ગોઠવાઈ જઈ ઈશ્વરભાઈએ પૅડર રોડ *લઈ લો* કહ્યું અને ટૅક્સી સ્ટાર્ટ થઈ ત્યારે -

ગેટવે સામે આવેલી તાજમહાલની *શામિયાણા* રેસ્ટોરામાં ચન્દ્રકુમાર સાથે ડિનર લઈને કારમાં બેસવા જતી નિરાલી સજ્જડ થઈને ઊભી રહી ગઈ.

'કેમ, શું થયું, નિરા ? ગરદન ઝુકાવીને કેમ ઊભી રહી ગઈ ?'

'ચન્દ્ર, મેં જે જોયું એ તેં પણ જોયું છતાં આમ કેમ પૂછે છે ?' કહી તેણે નિઃશ્વાસ નાખ્યો : 'ડૅડીને સેક્રેટરી સાથે આવા સમયે આ રીતે જોયા પછી મારી ગરદન ઝૂકી ન જાય તો બીજું શું થાય ?'

કહીને એણે હોઠ ભીડી લીધા. છતાં મનોમન તો એ ધૂંધવાતી રહી : મારાં લગ્ન થાય ત્યાં સુધી વૈભવભાઈને સબીના સાથે જાહેરમાં નહીં દેખાવાનું કહેનાર ડૅડી પોતે જ કેવી શેમફુલ (બેશરમ) વર્તણૂક કરી રહ્યા છે ! - એટલા માટે કે એમને કોઈ કહેનાર નથી ?

*

30

'ચાચા, બોરીવલી સ્મશાન લે લો.'

રવિવારે સવારે સાત વાગ્યે ઘર પાસેથી ટૅક્સી પકડી દેવકીએ ટૅક્સી-ડ્રાઈવરને સ્થળનું નામ આપ્યું ત્યારે એ સહેજ ચમક્યો હતો. સવારે-સવારે સ્મશાન જવાનું ભાડું મળ્યું એવો રંજ થયો હશે અથવા તો પાછળ બેઠેલી સુંદર છોકરીને સ્મશાન જવું પડે એ બદલે અફસોસ જાગ્યો હશે ગમે તે હોય, પણ ટૅક્સી-ડ્રાઈવરના આવા પ્રતિભાવ તરફ લક્ષ આપવા જેટલી દેવકી સ્વસ્થ ક્યાં હતી !

'દીકરી, તારી મા જીવે છે !'

ત્રણ દિવસ પહેલાં, ગુરુવારની સાંજે ચારુબહેન વિરાણીએ આ એક જ વાક્ય કહીને દેવકીના દિલમાં ભૂકંપ જેવી ઊથલપાથલ મચાવી દીધી હતી. પોતે સમજણી થયા પહેલાં જેને માટે ભગવાનને ઘેર ચાલી ગઈ કે ઉપર આકાશમાં રહે છે એવું સાંભળતી આવી હતી એ મા સદેહે આ ધરતી પર જીવે છે એવું કહેનાર ચારુબહેન જાણે ગયા ભવનું વેર વાળવા ખાતર પોતાની છાતીમાં બૉમ્બ-વિસ્ફોટ કરી ગયાં હોય એવું તેણે મહેસૂસ કર્યું હતું. સમજણી થઈ ત્યારે ભવાનજી-અદાએ પડખે બેસાડીને પીઠ પસવારતાં કહેલું કે દીકરી, તારી મા તો મરી ગઈ છે... એ વખતે દિવસો સુધી પોતે સૂનમૂન બની ગઈ હતી. આકાશ તરફ તાકવાનું બંધ કરી દીધું હતું. હે ભગવાન, મારી માને જલદી પાછી મોકલી દે - એવી પ્રભુની છબી સામે ઊભા રહીને આજીજી કરવાનું છોડી દીધું હતું. મારી મા મરી ગઈ છે - એ જાણકારી તેની જિંદગીનો સૌથી વસમો વજ્રઘાત બની રહી હતી, પરંતુ સાચું કહીને ભ્રમ ભાંગી નાખનાર માણસ દુશ્મન હોય તોપણ એ હિતેચ્છુ ગણાય જ્યારે ચારુમાસી *દીકરી*નું સંબોધન કરીને જાણે આકાશની વીજળી પોતાના કાનની આરપાર ભોંકી ગયાં હોય એવાં ક્રૂર લાગ્યાં હતાં. અરે, આકાશવાણી દ્વારા ઉપરવાળાએ તારી મા જીવતી છે - એવું કહ્યું હોત તોપણ પોતે માનત નહીં, જ્યારે આ તો પરાયી વ્યક્તિ અને તે પણ ભવાનજીભાની બેઇજ્જતી કરનાર ઈશ્વરભાઈ વિરાણીનાં પત્ની... *તારી મા તને પાછી આપું છું* એવું કહીને પ્લાસ્ટિકની એક કોથળી હાથમાં પકડાવી ચાલ્યા જવું એ ક્રૂરતા નહીં તો બીજું શું ?

ગુરુવારની સાંજે સાડાપાંચે વીજળી પડવા જેવી વાણી ઉચ્ચારીને ચારુબહેન હિન્દુ જિમખાનામાંથી સડસડાટ ચાલ્યા ગયાં તે પછી દેહની પાંચે ઇન્દ્રિયો ચેતનહીન બની ગઈ હોય તેમ દેવકી ક્યાંય સુધી ટેરેસમાં જડવત્ બેસી રહી હતી. વેઈટર આવીને પાણીનો ગ્લાસ મૂકી ગયો એનીય જાણ થઈ નહોતી. થોડી વાર પછી *બહેન, શું લાવું આપના માટે ?* કહી ઑર્ડર લેવા આવ્યો ત્યારે પણ દેવકીની જડતામાં જરા સરખી ચેતનાનો સંચાર થયો નહોતો... જન્મદાત્રી માતા હયાત છે એ જાણીને દેવકી જાણે પોતાની હયાતી જ સાવ વીસરી ગઈ.

'બહેન, તમને અઠીક હોય તો ભવાનજીભાને ફોન કરું ?'

જિમખાનાના પીઢ મૅનેજરે ખુદ આવીને તેનો ખભો હલબલાવીને કહ્યું ત્યારે તેને વાસ્તવિકતાનું ભાન થયું.

'ભાને ફોન કરું ને ?'

મૅનેજરે બીજી વાર પૂછ્યું ત્યારે ભાન થયું કે જવાબ આપવામાં ઢીલ કરીશ તો બહુ મોડું થઈ જશે. જિમખાનામાં સૌના માનીતા લાઈફ મેમ્બર ભવાનજી શેઠિયાને બે જ મિનિટમાં ફોનથી ખબર પહોંચી જશે અને પોતે સત્યનો તાગ લેવા જેટલી સ્વસ્થ થાય ત્યાર પહેલાં જ ચારુમાસી સાથેની આ મુલાકાત ખાનગી રાખવા માટે ભા પાસે અસત્ય ઉચ્ચારવું પડશે.

'આઈ ઍમ ઑલરાઈટ, અંકલ !' પાણીના ગ્લાસમાંથી બે-ચાર ઘૂંટ પી લઈને તેણે અર્ધસત્ય ઉચ્ચાર્યું હતું.

'કોઈ મને મળવા આવવાનું હતું તેની રાહ જોવામાં સમયનું ભાન ન રહ્યું.'

'પરંતુ આપને મળવા આવેલાં બહેન તો ક્યારનાં ચાલ્યાં ગયાં.'

કોણ બહેન ? - એવું પૂછીને મૅનેજરને મોઢે શ્રીમતી વિરાણીનું નામ બોલાવી બાજુના વેઈટરને સંભળાવવાનું અજુગતું લાગ્યું, એટલે કતરાતી આંખે પેલાની સામે જોતાં તેણે કહ્યું હતું : 'મને કોઈ બહેન-ફહેન મળવા આવ્યાં નહોતાં.' પછી ઘડિયાળમાં જોઈને ઊભા થઈ જતાં કહ્યું હતું : 'હવે એ મળવા આવે એવું લાગતું નથી. થૅન્ક્સ અંકલ, હું જાઉં છું.'

જવા માટે એ મહામહેનતે પગ ઉપાડી શકી હતી. હાથમાં પ્લાસ્ટિકની થેલીમાં મરેલી માનાં અસ્થિ લઈ જતી હોય એવી ભારેખમ એ લાગી હતી. માની સ્મૃતિરૂપે જેનું નામ પડ્યું હતું એ ચન્દ્રમહાલના ગેટમાં દાખલ થઈ ત્યારે થયું હતું કે મનમાં ઘૂંટાતો લાગણીનો લાવારસ એકસામટો ઠાલવી દઈને નાનાને પૂછી લઉં : બોલો, મારી મા મરી ગઈ છે એવું કહેનાર તમે સાચા હતા કે એ જીવતી હોવાની જાણ કરનાર ચારુબહેન વિરાણી સાચાં ? જો તમે ખોટા હો તો હવે કહી દો, શા માટે તમે મારી જીવતી માને મરેલી મનાવીને મારા હૈયામાંથી તેના અસ્તિત્વને આમ બેરહેમપણે ભૂંસી નાખ્યું ? એટલા માટે કે ચારિત્ર્યને ડાઘ લાગે એવું કોઈ કામ તેણે કર્યું હતું ? એટલા માટે કે તમારી આબરૂને કલંક લગાડતું કોઈ પગલું એણે ભર્યું હતું ? મારી મા ગમે તેટલી ચારિત્ર્યહીન હોય, ગમે તેવી કંલકિની હોય, પણ એ મારી મા હતી... એ જીવતીને મારા મનથી મિટાવી નાખવાનો તમને શું અધિકાર હતો... બોલો, નાનાજી ? જવાબ દો, જૈન સમાજ અને વેપારી આલમના આબરૂદાર આગેવાન... ચૂપ કેમ છો ?

પરંતુ આવું કાંઈ જ પૂછી શકી નહોતી દેવકી !

ઉપર પહોંચી ત્યારે ભા હાજર નહોતા. નિયમ મુજબ નરિમાન પૉઈન્ટ સુધી ઈવનિંગ વૉક લેવા નીકળી ગયા હતા. પહેલાં તો એ હતાશ થઈ ગઈ હતી. નાનાજીને પૂછવાના સવાલોનો અજંપો થોડી વાર તેને પજવતો રહ્યો, પછી ભાન થયું કે સારું થયું, નાના હાજર નથી, નહીંતર તેમના એક જ સવાલનો જવાબ આપવાનું મને ભારે પડી જાત : દેવકી, તારી મા હયાત છે એવું તને કહ્યું કોણે ?

ચારુમાસીએ પ્લાસ્ટિકની થેલી સોંપતી વખતે ભારપૂર્વક તાકીદ કરી હતી : આ મારી પાસે ક્યાંથી આવી એ મને પૂછતી નહીં અને તને કોણે આપી એ કોઈને કહેતી પણ નહીં !

શું છે એમાં જે મારી મા જીવતી હોવાનો પુરાવો આપે ?

જિજ્ઞાસાના ઝંઝાવાતે દેવકીને અધીર બનાવી દીધી હતી. ઝડપભેર ત્રીજા મજલે પહોંચી જઈ થેલી ઉઘાડી હસ્તલિખિત ગ્રંથના પ્રથમ પાનાના લખાણ પર નજર પડતાં જ તેની આંખો આશ્ચર્યથી ક્યાંય સુધી ફાટી રહી હતી : મારી મા ચન્દ્રપ્રભા એટલે સાધ્વી ચન્દ્રસ્મિતા !

"હું ચંદ્રપ્રભા.

ભવાનજી શેઠિયાની પુત્રી.

ઈશ્વર નામના એક છોકરાના સ્પર્શથી અભડાઈ ગઈ હોઉં તેમ પિતાએ દલીચંદ નામના કાપુરુષ સાથે મને પરણાવી દીધી.

સંસારનાં સુખ ભોગવવાને બદલે દુ:ખ અને ત્રાસ ભોગવ્યા પછી વૈરાગવૃત્તિ પ્રગટ થઈ. સદ્દ્ભાગ્યે સાચા અર્થમાં સાધુ કહી શકાય એવા જ્ઞાનસૂરીશ્વરજીનો સત્સંગ થયો અને સંસાર ત્યજીને કર્મનાં બંધનમાંથી મુક્ત થવાનો માર્ગ સૂઝી ગયો.

ચન્દ્રપ્રભામાંથી ચન્દ્રસ્મિતા બની ત્યાં સુધીની મારી કથા-વ્યથાને અહીં શબ્દોમાં ઉતારી હવે એ પૂર્વજીવનમાંથી હં સંપૂર્ણપણે મુક્ત થઈ રહી છું.

જેમના હાથમાં આ જીવનકથની આવે તેમને વિનંતી છે કે અફાટ સમુદ્રમાં પધરાવી દઈ મારા પૂર્વાશ્રમને સદાને માટે જળસમાધિ આપી દે."

એ એક જ પાનામાં લખનારે જાણે પોતાની સમગ્ર જીવનકથની લખી નાખી હતી.

ઈશ્વર નામના એક છોકરાના સ્પર્શથી અભડાઈ ગઈ હોઉં... એ વાક્યમાં ઈશ્વર એટલે આજના ઉદ્યોગપતિ ઈશ્વરલાલ વિરાણી ? તો શું નાનાજી સાથેની વિરાણીની કટ્ટર દુશ્મનીનાં બીજ છેક મારી માતાની કુંવારી અવસ્થામાં રોપાયાં હતાં ?...

પિતાએ દલીચંદ નામના કાપુરુષ સાથે મને પરણાવી દીધી...

- એ એક જ વાક્યમાં માએ તેના દુ:ખી લગ્નજીવનમાં ધરબાયેલું દર્દ દેખાડી દીધું અને...

પહેલા પાનાના બાકીના લખાણે દેવકીને આશ્ચર્યની પરાકાષ્ઠાએ પહોંચાડી દીધી હતી. મારી મા એટલે સાધ્વી ચન્દ્રસ્મિતા, જેમનું થોડા વખત પહેલાં મુંબઈમાં આગમન થયું હતું ત્યારે જૈન સમાજમાં વિવાદનો વંટોળ જાગ્યો હતો અને એમનો વિરોધ કરનારાની આગેવાની ખુદ નાનાજીએ એટલે કે સાધ્વીના પૂર્વાશ્રમના પિતાએ પોતે જ લીધી હતી... તો શું નાનાજી અજાણ હતા કે એ ચન્દ્રસ્મિતા સાધ્વી જ તેમની મૃત્યુ પામેલી પુત્રી ચન્દ્રપ્રભા છે ? કે પછી જાણતા હશે એટલે જ સંસાર છોડી જનાર પુત્રી સામે વેર વાળવા માટે વિરોધીઓની આગેવાની

લીધી હતી ? એ વખતે એવી વાતો પણ વહેતી થઈ હતી કે ઈશ્વરલાલ વિરાણી બિન-જૈન હોવા છતાં સાધ્વીનું પ્રવચન સાંભળવા ગયા હતા. એવું પણ બોલાતું હતું કે જૈન સમાજમાં ફાટફૂટ પડાવવા માટે ઉદ્યોગપતિ વિરાણી આ સાધ્વીને મદદ કરી રહ્યા છે... તો શું ચન્દ્રપ્રભા અને ઈશ્વર વચ્ચેના મુગ્ધાવસ્થાના અધૂરા સંબંધોની કડી ફરી જોડાઈ ગઈ હશે ? પરંતુ એ કેમ બને ? સંસાર ત્યજી દેનાર મા સાધ્વી બન્યા પછી છાના-છાના સંસારી સંબંધો ચાલુ રાખવાના અધ:પતન સુધી પહોંચી જાય ખરી ?

પરંતુ પ્રથમ પાનાનું છેલ્લું લખાણ કાંઈક જુદું જ કહી જાય છે : *જેમના હાથમાં આ જીવનકથની આવે તેમને વિનંતી છે, અફાટ સમુદ્રમાં પધરાવી દઈ મારા પૂર્વાશ્રમને સદાને માટે પધરાવી દે.*

સાધ્વીના આવા સંયમ અને નિયમ વિશે જાગ્રત માતા વર્ષો પહેલાંના એક અછડતા સ્પર્શના સંબંધની કડી ફરી જોડીને પાપમાં તો ન જ પડે, એ વિશ્વાસ પર દેવકીને માતા પ્રત્યે ગૌરવની લાગણી જન્મી હતી. પરંતુ પૂર્વાશ્રમની સ્મૃતિને સમુદ્રમાં પધરાવી દેવાનો અર્થ એ પણ થયો કે સંસાર ત્યજી દેનાર માતા હવે એ યાદ નથી રાખવા માગતી કે તેના પિતા અને એક પુત્રી સંસારમાં જીવી રહ્યાં છે ! આ આઘાતે દેવકીના ચિત્તને હચમચાવી મૂક્યું હતું. સત્તાવીસ-અઠ્ઠાવીસ વરસે કોઈને ખબર પડે કે જેને હું મરેલી માનતી હતી એ મા ખરેખર જીવે છે ત્યારે પોતાને સ્વર્ગનાં સુખ પ્રાપ્ત થયાં હોય એવો પરમ આનંદ અનુભવે... પરંતુ પછી તરત જ જાણ થાય કે એ માતાને મન પુત્રી હોવા-ન-હોવા વચ્ચે કોઈ જ ફરક પડતો નથી, ત્યારે ? ત્યારે એ માતા જીવતી પાછી મળ્યાનો આનંદ શોકમાં જ પલટાઈ જાય ને ?

દેવકી વિચારતી રહી હતી : ધારો કે હું હમણાં જ સાધ્વી ચન્દ્રસ્મિતા પાસે જઈને કહું કે મને ઓળખી ? હું તમારી કૂખે અવતરેલી દેવકી... અને એવી ઓળખાણનો રજભાર પણ અણસાર દર્શાવ્યા વિના એ કહી દે : અમારે સાધુ-સાધ્વીને નથી હોતાં કોઈ પુત્ર-પુત્રી કે નથી હોતાં કોઈ માતા-પિતા ! દીક્ષા અંગીકાર કરનારે સંસારના આવા સંબંધોથી પર થઈ જવાનું હોય છે, જીવનનાં સર્વે બંધનોમાંથી પાર ઊતરી જવાનું હોય છે...

તો હું શું કરું ?

એ મૂંઝવણે દેવકીની આંખો ઉભરાવી દીધી હતી : આ તે કેવી કરુણ સ્થિતિ ! મા જીવતી હોવા છતાં હું તો માતાવિહોણી જ રહી !

શૂન્યમનસ્ક અવસ્થામાં કેટલો સમય એ રડતી રહી તેનો ખ્યાલ ન રહ્યો દેવકીને ! પછી એકાએક વિચાર આવ્યો કે માત્ર પહેલું જ પાનું વાંચીને હું આ બધા તર્ક-વિતર્કમાં ક્યાં પડી ગઈ ? માએ એની જીવનકથનીમાં મારા માટે શું લખ્યું છે એ તો પહેલાં વાંચી લઉં.

અને તેણે સવાબસો પાનાંની હસ્તલિખિત કથાને પહેલેથી વાંચવી શરૂ કરવાને બદલે જે પાનું ઊઘડ્યું એનાથી શરૂઆત કરી હતી. યોગાનુયોગ એ પાના પર ચન્દ્રપ્રભાએ લગ્નની પહેલી રાતનું બયાન લખ્યું હતું :

"ફૂલોથી સજાવેલા ઢોલિયાની કિનાર પર ઘૂંઘટ કાઢીને હું બેઠી હતી. લગ્ન અમારાં ભુજમાં લેવાયાં અને સાસરું મારું માંડવીમાં હતું. લગ્ન પછી જાન એક દિવસ ભુજમાં વધુ રોકાવાની

હતી એટલે અમારી પહેલી રાત ભુજના ઉતારામાં વીતવાની હતી. પિતાની ઓળખાણને કારણે કચ્છના મહારાવની જૂની હવેલીમાં જાનના ઉતારાનો પ્રબંધ થયો હતો. એ જમાનામાં રાત્રે નવ વાગ્યે તો ગામમાં સોપો પડી જતો. ધામધૂમથી ચારચાર દિવસ ઊજવાયેલાં લગ્ન પછી જાનૈયા તો સૌ થાક્યાપાક્યા ઊંઘી ગયા હતા. થોડી વાર પહેલાં, સાડાઆઠ વાગ્યે નણંદબા તેમની સખીઓ જોડે મને શયનખંડમાં દોરી લાવ્યાં હતાં. પંદર-વીસ મિનિટ મીઠી મશ્કરી કરીને એ સૌએ મને બહુ પજવી... જોજો, ભાભી, મારા ભાઈ ઘૂંઘટ ખોલવાનું કહે તો સાવ ખાલી હાથે મોઢું ન દેખાડી દેતાં ! તમને તો ગીતો ગાતાં બહુ સારું આવડે છે. પેલું ગીત ગાજો : ઝટ જાઓ, ચંદનહાર લાવો, ઘૂંઘટ નહીં ખોલું રે !... મારો ભાઈ દુલોરાજા છે. ગાણાંનો ભારે શોખીન પણ છે. મોં જોવાના બદલામાં માગશો એ આપવાનો વાયદો કરશે... ચન્દ્ર જેવું આ મુખડું દેખાડવાનાં મૂલ ચંદનહારથી ઓછાં ન આંકતાં, ભાભી મારાં !

ત્યારે હું બોલી નહીં કે ભવાનજી શેઠિયાએ એમની એકની એક લાડકી દીકરીને કરિયાવરમાં કન્યાની આખી કાયા ઢંકાઈ જાય એટલાં હીરા-માણેક અને સોના-ચાંદીનાં ઘરેણાં આપ્યાં હતાં. મને ચંદનહારની અબળખા નથી, લગ્નજીવન ચંદન જેવું શીતળ અને સુવાસિત નીવડે એ જ ઝંખના છે મારી !

નણંદબા ગયા પછી હું એકલી પડી. ભીંતઘડિયાળમાં સાડાનવનો એક ડંકો પડ્યો. એ હમણાં આવશે, હમણાં આવશે - એવી પ્રતીક્ષામાં કાન સરવા કરી એમનાં પગલાં સાંભળવાની તત્પરતાથી બેસી જ રહી, બેસી જ રહી. લગ્ન પહેલાં જ દલીચંદનાં લક્ષણની જાણ તો મને થઈ જ ગઈ હતી. શ્રીમંત બાપનો નબીરો સંગદોષને લીધે બગડેલો હતો. પૈસા કમાવાની ફિકર નહોતી અને ખરચવા માટેના અનેક રસ્તા ખુલ્લા હતા. નાટક-સિનેમા, નાચ-ગાન ઉપરાતં દારૂ-જુગારનું વ્યસન પણ એમને વળગ્યું હતું. એમની સાથે સંબંધ બાંધવાની વાત ચાલતી હતી ત્યારે દિવસો સુધી રડતી રહેલી. ભાને ઘણી આજીજી કરેલી : મને એની હારે નહીં પરણાવો ! ગરીબ વર શોધશો તો ચાલશે; મને પૈસાવાળા ઘરનો મોહ નથી... પરંતુ ભવાનજીભા એમના બરોબરિયા વેવાઈ શોધવા માગતા હતા. એમણે છોકરાના બાપની આબરૂનો તોલ કર્યો, પણ જમાઈનાં અપલક્ષણનું ઉધાર- પાસુ જોયું નહીં. બસ, એટલું કહ્યું : પરણીને ખીલે બંધાશે એટલે દલીચંદ ઠેકાણે આવી જશે. અને મેં તને ભણાવી-ગણાવીને સંસ્કાર આપ્યા છે એનું પારખું પણ એમાં જ થશે. તારો સંગ એને સુધારી દેશે.

અને એ પારખાના પહેલી રાતના બે કલાક એમની વાટ જોવામાં વીતી ગયા છતાં મેં ધીરજ રાખી. દોસ્તારોએ એમને જકડી રાખ્યા હશે, મને તલસાવવા માટે એમને રોકી રાખ્યા હશે એવું વિચારી મન મનાવતી રહી. બાર વાગ્યે ગામનો ચોકીદાર હાથમાં ફાનસ લઈ લાકડી ઠપકારતો *જાગતા* રહેજાની આલબેલ પોકારીને પસાર થઈ ગયો ત્યારે મારી આંખોમાં નીંદર ઘેરાવા લાગી હતી. વારેવારે ઝોકું ખાઈ લઈને હું ફરી સ્ફૂર્તિમાં આવી જવા નાટકનું પેલી ગીત ગણગણી લેતી : *મીઠા લાગ્યા છે મને આજના ઉજાગરા !*

અને શયનખંડનું દ્વાર ખખડવાનો અવાજ સાંભળી મેં મોઢા પર ઘૂંઘટ તાણી લીધો. હૃદય રોમાંચથી ધડકવા લાગ્યું. મેડી ચડીને આવ્યા છતાં એમની મોજડીનો ચમચમ અવાજ ન સંભળાયો

એનું આશ્ચર્ય થયું. કદાચ મને ચોંકાવી દેવા માટે એ દબાતાં પગલે આવ્યા હશે, કદાચ મોજડી હાથમાં લઈને મેડી ચડ્યા હશે એવું વિચારી હું મૂરખી મનને ફોસલાવતી રહી.

પરંતુ ઘણી વાર સુધી બહારથી બારણું ઉઘાડવાની કોઈ ચેષ્ટા થતી સંભળાઈ નહીં. મેં તર્ક કર્યો : કદાચ નણંદબાએ એમના વીરાને પજવવા માટે બહાર તાળું મારી દીધું હશે અને એ બિચારા ચાવી વિના બારણે તપ કરતા હશે. ધીરજ ખૂટી ગઈ ત્યારે હું દબાતાં પગલે દરવાજે પહોંચી. અંદરથી બારણું ખેંચી જોયું તો ફટાક કરતું ઉઘડી ગયું અને એમને લોટાની જેમ ઉંબરે લેટી પડેલા જોયા. માથા પરથી જરીભરતની ટોપી ઊથલી પડી હતી. એક પગમાં મોજડી પહેરેલી નહોતી. શેરવાનીનાં અર્ધાં બટન ઉઘાડાં હતાં અને ચોરણીનું નાડું લટકતું હતું. આવી હાલતમાં મેડી ચડીને એ કેમ આવ્યા હશે ? પાછળથી ખબર પડી કે એમના દોસ્તારો તેમને ઊંચકીને ચૂપચાપ દરવાજે મૂકી, આગળો ખટખટાવીને નીચે સરકી ગયા હતા.

'ઉંબરા સુધી આવીને ફસકી કેમ પડ્યા, નાથ ?'

ધગધગતો નિઃશ્વાસ નાખી, તેમને પહેલી રાતના રંગમાં લાવવા એટલું કહ્યું ત્યાં જ એ બેઠા થતાં બરાડ્યા :

'ધણીને ફસકી જવાનું મહેણું મારે છે, ગધ્ધીની ?'

પહેલી રાતે પતિ તરફથી મળેલો એ પહેલો સિરપાવ હતો. એમના મોંમાંથી વછૂટતી દારૂની વાસ તો સહી શકી, પણ માને આપેલી ગાળ કેમ ખમી શકાય ? છતાં મેં ખમી લીધી. દોસ્તારોએ બહુ પિવડાવીને ચડાવ્યા હશે : પહેલી રાતે જ બૈરીને વશમાં લઈ લેજે, નહીંતર મોટા ઘરની છોકરી તને તાબે કરી લેશે... એવી કાનભંભેરણી કરીને મોકલ્યા હશે એવું આશ્વાસન લઈ એમને ઊભા કરી હું ઓરડામાં લઈ આવી. એમના પગ લથડતા હોવા છતાં મરદાનગી છોડવી ન હોય તેમ થૂંક ઉડાડતા બોલ્યા : આ તો તારી પરીક્ષા લઉં છું : મારું વજન ઊંચકવાની તારામાં તાકાત છે ખરી ?

આમ બોલતી વખતે એમના ચહેરા પર મને બીભત્સ ભાવ દેખાયા છતાં મેં જોયું-ન-જોયું કરી એમને પલંગ પર બેસાડ્યા. પિતાએ જેને તુલસીનો છોડ ઊંચકવા જેટલુંય કષ્ટ નહોતું આપ્યું એણે પહેલી રાતે તાડનું આખું ઝાડ ઊંચકવાની વેઠ કરવી પડી ! એ પરિશ્રમથી હું હાંફી ગઈ હતી. એવી હાલતમાં ઘૂંઘટ ખોલવાના બદલામાં ચંદનહાર માગવાનો તો સવાલ જ ક્યાં રહ્યો ?

'નણંદબા આપણા માટે આ બધું મૂકી ગયાં છે.'

સામે પડેલા કેસરિયા દૂધના ચાંદીના બે કટોરા અને મેવાના થાળ તરફ સંકેત કરીને મેં કહ્યું ત્યારે ફરી એવી જ ગાળ સંભળાવતાં એ તાડૂક્યા :

'તું મને દૂધ-પીતો બચ્ચો સમજે છે ? દારૂ ઉપર દૂધ ન પિવાય એટલી પણ અક્કલ નથી તારામાં ? અને ગામ-આખું તો કહે છે, હું બહુ ભણેશરી વહુને પરણી લાવ્યો !' કહી એમણે મોજડીવાળો એક પગ મારી સામે ધર્યો :

'લે, પહેલાં પતિની ચરણસેવા કર, પછી આ શેરવાની ઉતાર અને ત્યાર પછી મારું દિલ

બહેલાવ... સાંભળ્યું છે કે તને ગાણાં ગાતાં બહુ સારાં આવડે છે. ફિલમવાળી કોઈ માસ્તરાણી આગળ વાજું વગાડતાં પણ શીખી છે ને !'

સંગીત શીખવનારને માસ્તરાણી, ગીતોને ગાણાં અને હાર્મોનિયમને વાજું કહેનાર વર ગામડિયો હોત તો-તો એમના ભોળપણ પર હું વારી જાત, પરંતુ શૅરબજારના રાજા કહેવાતા શાહસોદાગરના નબીરાના મોઢામાંથી દારૂની દુર્ગંધ સાથે એમની ભાષામાંય કુસંસ્કારની બદબૂ આવી છતાંય મેં નિસાસો નાખ્યો નહીં. પિતાએ કહેલા શબ્દો જ યાદ રાખ્યા : મેં તને આપેલાં શિક્ષણ અને સંસ્કારનું આ પારખું છે.

એમના ફરમાન મુજબ મેં પગમાંથી મોજડી ઉતારી આપી, દારૂથી ગંધાતી શેરવાની પંડ પરથી કાઢી આપી, પછી સહાનુભૂતિના સ્વરે કહ્યું : 'તમે થાકી ગયા છો. હવે સૂઈ જાઓ. હું પગ દબાવી આપું...'

અને એમાં પણ એમને મહેણું વર્તાયું. પરાણે ટટ્ટાર બેઠા થઈને મૂછ પર તાવ દઈને મરદાનગી દેખાડી : 'મને થાકી ગયેલો માને છે, એમ ? અરે, ચિબાવલી, હજુ તને મારો પરચો થયો નથી ! પહેલી રાતે ઊંઘનારા બાયલા કહેવાય. હું તો તને આખી રાત જગાડીને થકવી નાખવાનો ! આ દલીચંદને તું હજુ ઓળખતી નથી !'

મને થયું : હવે આમાં ઓળખવાનું બાકી શું રહ્યું છે ! બોલવાના હોશ નથી, ડોક વારંવાર ઢળી જાય છે, શરીર પર કાબૂ નથી, છતાં મને આખી રાત જગાડવાના ઓરતા છે ! મેં માન્યું કે હમણાં એ ઘોંટી જશે અને લગ્નની પહેલી રાત હેમખેમ પૂરી થશે. પરંતુ -

'બેઠી છો કેમ ? મારે તારી આરતી ઉતારવાની છે ? ગાતાં આવડતું હોય તો પહેલાં એકાદ ગાણું ગાઈ સંભળાવ, બે ઘડી ધણીનું દિલ બહેલાવ, ગધ્ધીની !'

ગાળ સાથે ગીત સંભળાવવાની ફરમાઈશ કરનાર એ મરદ પ્રત્યે રહીસહી સહાનુભૂતિ પણ ઓસરી ગઈ, છતાં મનમાં અણગમો કે તિરસ્કારના ભાવ જાગવા ન દીધા. એમની માગણીને તાબે થવા મેં કમને ગીત છેડ્યું :

બચપન કે દિન ભૂલા ન દેના,
આજ હંસે કલ રૂલા ન દેના.

અને હજુ તો પહેલી પંક્તિને આલાપ આપવા જાઉં છું ત્યાં દલીચંદે શેરીના ગુંડાની જેમ મારા ગાલ પર તમાચો ઝીંકી દીધો.

'ગાલાવેલી ! લગ્નની રાતે આવાં રોદણાં ગાવા ક્યાં બેસી ગઈ ? મારે બચપનનાં જોડકણાં નથી સાંભળવાં ! જવાનીનાં ગાણાં આવડે છે કે નહીં ?'

મેં ડોક ધુણાવીને ના ભણી દીધી ત્યારે એમણે પોરસ કર્યો :

'મને હતું જ કે ભવાનજી શેઠિયાની દીકરીમાં એવી આવડત ક્યાંથી હોય ? એટલે જ લગ્નની રાતે દિલ બહેલાવવા બહાર જલસો ગોઠવ્યો હતો. બે હજાર ખરચીને ધોરાજીની બે ગાનારીને બોલાવી'તી. એની એકએક અદા પર ફિદા થઈને આવ્યો છું. હવે મારે તારો મુજરો જોવો છે. બેઠી છો શું ? જા, ઊભી થઈને નાચ... આજે તો સવાર સુધી નચવી-નચવીને તને થકવી નાખવાનો.'

'મને નાચતાં આવડતું નથી.'

અને જાણે મેં એમનું હડહડતું અપમાન કર્યું હોય એમ એમણે મારી છાતીમાં લાત ફટકારીને પલંગ પરથી હડસેલી દીધી :

'દોઢડાહી થા મા ! મરદો બૈરાની ના સાંભળવા ટેવાયેલા નથી. પહેલી રાતે ધણીનું કહ્યું નહીં માનનારી પત્નીને મારે શું ધોઈ પીવી છે ?'

છતાં હું ભોંય પર પડી હતી ત્યાં જ જડની જેમ બેસી રહી. કોણ જાણે, એમનામાં એકાએક ક્યાંથી તાકાત આવી ગઈ કે પલંગમાંથી ઊભા થઈ મારો ચોટલો ખેંચીને મને બળજબરીથી ઊભી કરી.

'નાચે છે કે પછી ચોટલો તાણીને ઉંબરા બહાર મૂકી આવું ?'

બે ઘડી તો મને થયું હું જ ઓરડાની બહાર ચાલી જઈ, બહારથી દરવાજો વાસી દઈને ભેંકાર મધરાતે, વેરાન રસ્તો પાર કરી પિયર ચાલી જાઉં. જઈને ભાને કહી દઉં કે તમે આને સંસ્કારનાં પારખાં કહેતા હો તો મારે એવી સંસ્કારી પુરવાર નથી થવું... પરંતુ પિતાની આબરૂ અને સમાજની નિંદાના ખ્યાલે વિદ્રોહની એ ચિનગારીને મેં ઓલવી નાખી.

ગુલામડીની જેમ હું ઊભી થઈ. બે-ચાર અદા દેખાડીને એમને શાંત કરી દઈશ એવી આશામાં કઠપૂતળીની જેમ હાથ-પગ હલાવવા લાગી.

આ ચેષ્ટામાં મારા ખભા પરથી સાડીનો છેડો સરકી ગયો. એ જોઈને એમના મોંમાંથી લાળ પડતી દેખાઈ. હાથ લંબાવી એમણે છેડો ખેંચ્યો. મેં એમને રોક્યા પરંતુ મુજરામાં એ જે અધૂરું છોડીને આવ્યા હતા એ અહીં પૂરું કરવા માગતા હોય તેમ ઝાટકો મારીને શરીર પરથી મારી સાડી ખેંચી કાઢી :

'કપડાં પહેરીને તો બહારવાળી નાચ દેખાડે, ઘરવાળીના નાચ તો સાવ ઉઘાડા સારા લાગે.'

અને એ રીતે જે કાંઈ બન્યું એનું બાકીનું બયાન લખતાં આટલાં વરસ પછીય શરમથી મારી કલમ ધ્રૂજી ઊઠે છે. બસ, એટલું જ કહીશ કે ગડદાપાટુ મારી-મારીને એમણે એકએક કરીને મારાં તમામ વસ્ત્રો ચીરી-ફાડીને માએ જણી હતી એવી નિર્વસ્ત્ર મને કરી નાખી. પછી હાંફી જઈને એ પલંગમાં ઢગલો થઈ ગયા અને હું ટાઢમાં થરથરતી ઉઘાડી કાયા સાથે ક્યાંય સુધી ભીંતને ટેકે ઊભી રહીને છેવટે નીચે ફસડાઈ પડી.''

માતાની પહેલી રાતની આપવીતી વાંચતી દેવકી પોતે પણ એટલું વાંચ્યું ત્યાં સુધીમાં જ અસહ્ય વ્યથાથી વલોવાઈ ચૂકી હતી. છેલ્લે એક-બે ફકરા તો રુદનનાં ડૂસકાં સાથે માંડ પૂરા કરી શકી હતી. લગ્નની રાત્રે જ મારી માએ નર્ક સમી આવી યાતના વેઠવી પડી ? એમના પર આવા અત્યાચાર કરનાર મારો બાપ હતો એ હકીકતે તેના હૈયાને હચમચાવી નાખ્યું. શું આવા નરરાક્ષસનું લોહી મારી નસોમાં વહે છે ? ઘૃણા અને ધિક્કારની આગે દેવકીની આંખોનાં આંસુને સૂકવી નાખ્યાં હતાં. તેને ઈશ્વરભાઈ વિરાણીની ફૅશન શોની પાર્ટી યાદ આવી ગઈ. પોતાના એ પશુ જેવા પિતાને છેલ્લે ત્યાં જોયેલા એ દૃશ્ય માનસપટ પર ઊપસી આવ્યું હતું. પીધેલી હાલતમાં બકવાસ કરતો એ નજીક આવ્યો અને ભવાનજીભાએ આટલા બધાની હાજરી વચ્ચે

તેના જડબા પર તમાચો ઝીંકી દીધો એ વખતે પોતાને નાનાજીના પારાવાર ક્રોધનો સાચો અંદાજ આવ્યો નહોતો. એ વખતે મારી મા પર તેણે ગુજારેલા ત્રાસનો મને પોતાને ખ્યાલ હોત તો એ કાળમુખા માણસના આખા ચહેરાને મારાં દસે આંગળાંના નખથી પીંખી નાખતાં પણ પળવાર માટે ખચકાઈ ન હોત. એવા ક્રોધથી સળગતી દેવકી થોડી વારે સ્વસ્થ થઈને માતાની જીવનકથની આગળ વાંચવા જતી હતી ત્યાં દરવાજે ટકોરા પડ્યા : 'દેવકી !'

ભવાનજીભાના સાદે તેને ડરાવી દીધી હતી. ઝટપટ હસ્તલિખિત પુસ્તકને પ્લાસ્ટિકની થેલીમાં સરકાવી ટેબલના ખાનામાં છુપાવી દઈ એણે હોંકારો આપ્યો હતો : 'હં, નાનાજી !'

'આજે કેમ સાંજથી રૂમમાં ભરાઈ બેઠી છે ?'

નાનાજીની પૃચ્છામાં રહેલા ઉચાટનો અણસાર માત્ર અવાજ પરથી વર્તી જઈ એ સત્વર ઊભી થઈ ગઈ. બાથરૂમમાં જઈ મોં ધોઈ નાખી ચહેરા પરથી મનની વેદનાને લૂછી નાખી તેણે બેડરૂમનું બારણું ઉઘાડ્યું હતું.

'તબિયત તો સારી છે ને, દીકરી ?' કહી નાનાએ તેનો ચહેરો ચકાસી જોયો : 'લાલજીએ કહ્યું કે ઑફિસેથી આવીને તું સીધી ઉપર ચાલી ગઈ. આમ ઢીલી કેમ દેખાય છે, દેવકી ? આધાશીશી તો નથી ચડી આવી ને ?'

'નહીં રે, ભા ! એ તો સહેજ થાકી ગયેલી એટલે પલંગમાં પડી હતી.'

'થાકી ગયેલી હતી કે હતાશ થઈ ગયેલી હતી, દીકરી ?' લાગણીસભર અવાજે પૂછીને એ બોલી ગયેલા : 'તને જે સમાચાર મળ્યા એ મને પણ મળ્યા.'

સાંભળીને દેવકી ચોંકી ઊઠેલી : શું નાનાજીને પણ મા જીવતી છે એ જાણ થઈ ગઈ હશે ?

'સાંભળ દેવકી, એમાં આટલાં બધાં દુ:ખી થવાનું ન હોય.'

નાનાજી આ શું બોલી રહ્યા છે ? એ વિચારમાં પડી ગયેલી : મા જીવતી છે એ જાણીને કોઈ દીકરી દુ:ખી થાય ખરી ?

'તમે શેની વાત કરો છો, ભા ?'

'તું ભલે ને મારાથી છાનું રાખે, પણ થોડી વાર પહેલાં રતનબહેનનો મારા પર ફોન આવ્યો હતો. એમણે મને બધી વાત કરી દીધી.'

બધી વાત ? દેવકી પહોળી આંખે નાનાને જોતી રહી : તો શું ચારુબહેન મને જિમખાનામાં મળવા આવ્યાં હતાં એની જાણ એટલી વારમાં રતનબાનેય થઈ ગઈ ?

'રતનબહેને મને કહ્યું કે તમારી એરફ્લાઈટ કંપનીનું લાઈસન્સ નવી સરકારે રદ કરી નાખ્યું એની ખબર જાણીને તું બપોર પછી ઑફિસે ગઈ નહોતી !' કહેતાં ભવાનજીભા દોહિત્રીના માથા પર હાથ પસવારવા લાગ્યા ત્યારે દેવકીને ભાન થયું કે એ કાંઈક જુદી જ વાત કરતા હતા અને પોતે કાંઈક ભળતું જ સમજી રહી હતી. રામેશ્વરીદેવીની સરકારે પોતાની એરફ્લાઈટ કંપનીનું લાઈસન્સ કોઈ પણ કારણ આપ્યા વિના કેન્સલ કરી નાખ્યું એની તેને દાઝ ચડી હતી, પરંતુ ત્યાર પછીના બે-ચાર કલાકમાં જે કાંઈ બની ગયું તેમાં એ વાત તો સાવ ભુલાઈ ચૂકી હતી.

'સાંભળ, દીકરી, સાહસ ખેડવા નીકળીએ તેમાં આવાં વિઘ્નો તો આવે જ. એટલા ખાતર હતાશ થઈને આમ બેડરૂમમાં ભરાઈ જવાનું ન હોય. સરકાર પાસે સમજાવટથી કામ લેવાનું હોય છે. જરૂર પડે તો લડત પણ આપવી પડે.' કહી નાનાજીએ તેની પીઠ થાબડી હતી : 'દેવકી, યૂ આર એ બ્રેવ ગર્લ... ચાલ નીચે, પહેલાં વાળુ કરી લે.'

લાગણી-નીતરતી એમની આંખો સાથે નજર મિલાવ્યા વિના દેવકી વિચારતી રહી હતી : પોતાની દીકરી અને દોહિત્રી પર આટલું વહાલ વરસાવનાર ભાને દલીચંદ જેવા જમાઈના હાથમાં દીકરીને સોંપતાં જીવ કેમ ચાલ્યો ? અને દીકરી પર આવાં દુઃખ પડે છે એ જાણ્યા પછી એમાં પિતૃહૃદય પર કેવી વીતી હશે ?

ત્યાર પછીની બે રાત અને બે દિવસ દેવકી પર પણ ક્યાં ઓછી વીતી હતી ? માતાની વીતકકથા વાંચતી ગઈ તેમતેમ માએ એ વખતે જે પીડા ભોગવી હશે એવી જ પીડામાંથી અત્યારે પોતે પસાર થઈ રહી હોય એવી પ્રતીતિ કરતી દેવકીને શુક્ર-શનિનાં દિવસ-રાત વિતાવ્યા પછી થયું કે જાણવાનું હતું એ તમામ જાણી લીધું... હવે મારે કરવું શું ? જે માતા જીવતી હોવાની જાણ થઈ તેને મળવા દોડી જાઉં ? એ કેવી દેખાતી હશે ? - આ તર્ક થતાં જ સાધ્વી-સ્વરૂપે માતાની કલ્પના-છબી તેની નજર સમક્ષ તરવરવા લાગી અને એનો જુસ્સો ઓસરતો ગયો : ના, એમના સાધ્વીજીવનમાં વિક્ષેપ પાડવાનું પાપ મારાથી કેમ કરાય ?... તો કરવું શું ? નાનાજીને જાણ કરી દઉં કે તમારી ચન્દ્રપ્રભા જીવંત છે... તો એ બિચારા પણ મારી જેમ જાણીને સુખી થશે એના કરતાં દુઃખી વધારે થશે. જેને પોતાનું ગણતાં હોઈએ તેને પોતાનું કહીને બોલાવી કે મળી ન શકીએ એ કેવી કરુણતા !

અજંપામાં અટવાતી દેવકીનું ચિત્ત કામમાં ચોટતું નહોતું, શું કરવું એની સૂઝ પડતી નહોતી. ત્યાં તેને બાપનો વિચાર આવ્યો : મારી માતાને રિબાવનાર એ માણસને મારે શું કામ જતો કરવો જોઈએ ? જ્યાં હોય ત્યાંથી એને પકડી લાવીને સજા નહીં કરું ત્યાં સુધી મારા જીવને ચેન નહીં પડે. માએ ભલે લખ્યું કે હવે *સાચા દિલથી સૌને ક્ષમા કરી દઈ હું કર્મનાં સર્વે બંધનમાંથી મુક્ત થઈ ચૂકી છું*... મા તો સાધ્વી છે. એ ભલે ક્ષમા કરી દે, પણ હું એમની સંસારી દીકરી બાપને સજા કર્યા વગર નહીં છોડું... પરંતુ મારે એ દલીચંદને શોધવો ક્યાં ?

પળેપળે પિતા પ્રત્યે ધિક્કારભાવ ઘૂંટતી દેવકીને અચાનક યાદ આવી ગયું : ફૅશન શોની પાર્ટીમાં જમાઈને તમાચો મારીને ભા એવું કાંઈક બોલી ગયેલા કે એ તડીપારને પોલીસના હાથમાં સોંપી દો !

એનો અર્થ એ કે દલીચંદ શાહનો પત્તો પોલીસ પાસેથી મળી શકે... પણ એ પત્તો કોણ મેળવી આપે ? પોતે દલીચંદ શાહને શોધે છે એની જાણ કોઈકને તો કરવી જ પડે અને તે પણ નાનાજીને અજાણ રાખીને !

ત્યાં એને પશાકાકાનો મિહિર યાદ આવી ગયો. એને વિશ્વાસમાં લઈ શકાય એમ છે. પોલીસમાં એની પહોંચ ઘણી છે અને કોઈને જાણ નહીં કરવાનું વચન આપ્યા પછી એ પાળવાનું મનોબળ પણ ધરાવે છે.

અને શનિવારની સાંજ સુધીમાં મિહિરે દલીચંદ શાહનો પત્તો ખરેખર મેળવી આપ્યો :

'દેવકી, દલીચંદ અંકલનું ઠેકાણું સાંભળીને તને આઘાત લાગશે.'

એવું ફોન પર કહેનાર ભવાનજીભાના ભાગીદાર પરસોતમ-કાકાના પુત્રને એ કહી ન શકી કે મિહિર, મારા બાપ અંગેની કોઈ પણ વાતનો હવે મને આઘાત નહીં લાગે... મનોમન દેવકીએ ઠેકાણું ધારી પણ લીધેલું : એ લંપટ જુગારી બાપ કોઈ બજારુ બાઈના કોઠામાં કે જુગારખાના સિવાય બીજે ક્યાં હોય ? પરંતુ ઠેકાણું સાંભળીને એ ખરેખર હચમચી ગઈ હતી.

- દેવકી, પોલીસના રેકર્ડ પ્રમાણે છેલ્લેછેલ્લે દલીચંદ શાહ બોરીવલીના મસાણમાં હતા !

મસાણમાં ! જેને મૃત્યુ પામેલી માની હતી એ મા જીવે છે અને જે જીવતો છે એ બાપ મસાણમાં ?

- દેવકી, તું કહેતી હો તો હું જાતે બોરીવલી જઈ તપાસ કરી આવું ?

પરંતુ દેવકીએ સત્વર ના સંભળાવી દીધી હતી : મિહિર, હવે એ વાત અહીંથી જ વાળી દઈએ. ન તો મેં તને કાંઈ પૂછ્યું છે કે ન તું કાંઈ જાણે છે.

એવી તાકીદ સાથે ફોન મૂકી તેણે નિર્ધાર કરી લીધો હતો : કાલ સવારે જ બોરીવલીના સ્મશાને પહોંચી જઈશ... અને ત્યારે જો કોઈની ચિતા જલતી હશે તો એ જુલ્મગાર બાપને ચિતા પર ચડાવીને જીવતો જલાવી દઈશ !

'બેટી, બોરીવલી ઈસ્ટ જાના હૈ યા વેસ્ટ ?'

બાપની સામે ખુન્નસ ઘૂંટતી દેવકીને *બેટી* સંબોધને ચોંકાવી દીધી. તેના તપતા હૃદયને એ સંબોધનમાંથી થોડી શાતા વળી : જગતની ગતિ પણ કેવી ન્યારી છે ! સગા બાપ પ્રત્યે મને ધિક્કાર જાગે છે ત્યારે આ ટૅક્સી-ડ્રાઈવર એક અજાણી છોકરીને *બેટી* કહીને સંબોધે છે...

'મૈંને પૂછા, બોરીવલી ઈસ્ટ જાના હૈ યા વેસ્ટ ?'

ત્યારે દેવકીને ખ્યાલ આવ્યો કે ટૅક્સી બાન્દ્રા આવી પહોંચી હતી અને ટ્રાફિક સિગ્નલની ગ્રીન લાઈટ મળે એ પહેલાં તેણે બે બાજુ ફંટાતા રસ્તામાંથી કઈ તરફ જવાનું છે તે જણાવી દેવાનું હતું.

'સૉરી, ચાચા, વો તો માલૂમ નહીં...' છેવટે દેવકીએ કહ્યું : 'બોરીવલીમાં જેટલાં મસાણ હોય ત્યાં લઈ જાઓ.' પછી મનોમન ઉમેર્યું : આજે ગમે ત્યાંથી એને શોધી કાઢ્યા વગર ઘેર પાછી ફરવાની નથી.

અને ટૅક્સીને હાઈવે તરફ ફંટાવતાં ડ્રાઈવરચાચા હમદર્દીભર્યા સ્વરે બોલી ઊઠ્યા :

'બેટી, ઓરતોં કે લિયે સ્મશાન જાના ઠીક નહીં સમજા જાતા... લાશને જલતી જોઈને ક્યારેક પોચા દિલના મરદોને પણ ચક્કર આવી જાય છે.'

દેવકીએ ચૂપચાપ સાંભળી લીધું. પોતે જીવતા બાપને જલાવી દેવાનું ઝનૂન લઈને નીકળી છે એવું આ અજાણ્યો માણસ જાણે તો કદાચ પાગલ સમજીને મને અધવચ્ચે જ ટૅક્સીમાંથી ઉતારી મૂકે ને ?

અને તર્કના એ તાંતણાએ જીવનકથનીમાં માતાએ લખેલા એક કિસ્સા સાથે અનુસંધાન જોડી આપ્યું. લગ્ન પછી અને પોતાના જન્મ પહેલાં, મા કાલબાદેવીના ઘરમાં રહેતી ત્યારે દલીચંદે કરેલા ક્રૂર વર્તાવના એ પ્રસંગમાં પામર પિતાની પાશવી વૃત્તિનું પ્રતિબિંબ ઝિલાયું હતું. માતાએ તેનું આવું કાંઈક બયાન લખ્યું હતું :

''એક વાર શૅરબજારની ઊથલપાથલમાં પાંચ-દસ હજારનો દલ્લો હાથ લાગી ગયો એટલે આવીને મને ખુશ કરવા કહે, ચાલ, આજે તો તને સિનેમા જોવા લઈ જાઉં. ઑપેરાહાઉસની બે ટિકિટ લઈ આવ્યો છું. આમ કહી એમણે મને ટિકિટ દેખાડી ત્યારે મને થયું : આજે સવારે સૂરજ પશ્ચિમમાં ઊગ્યો લાગે છે. શૅરબજારવાળા વાયદાના વેપારમાં પાકા ગણાય છે, પણ દલીચંદ તો સવારે કરેલો વાયદો સાંજે ફોક કરવામાં પાવરધા હતા. બાપ બનવાના સંજોગોને કારણે કદાચ એમનામાં પરિવર્તન આવી રહ્યું છે એવી આશાએ હું મોંઘી સાડીનો શણગાર સજી તેમની સાથે ટૅક્સીમાં જવા નીકળી. પ્રિન્સેસ સ્ટ્રીટ પર ફૂલવાળાને જોઈ ટૅક્સી ઊભી રખાવી તેમણે મને વેણી અપાવી ત્યારે તો મારા સૂના હૈયામાં સુવાસની લહેરખી પ્રસરી ગઈ. અંબોડામાં વેણી બાંધી એમના તરફ પીઠ કરીને પૂછ્યું : જુઓ, વેણી બરાબર બંધાઈ છે ને ? પરંતુ એ તો ટૅક્સીની બારી બહાર ડોકું કાઢીને બેઠા હતા. હું એમના ખભા પર હાથ મૂકી મારા તરફ જોવા કહું એ પહેલાં તો દલીચંદે રસ્તા પર ઊભેલ કોઈ તરફ હાથ લાંબો કરી ટૅક્સીને ઊભી રખાવી દીધી.

'કોણ છે, દુલ્લારાજા ?' એમને ખુશ કરવા ખાતર પ્રેમભર્યા સંબોધનથી મે પૂછ્યું ત્યારે એમણે મારી સામે જોયા વિના નફ્ફટ થઈને કહ્યું :

'મારી માશૂકા છે.'

પળવાર માટે મેં એને મજાક માની લીધી, પણ બીજી જ ઘડીએ રસ્તા પર ઊભેલી એક બાઈ ઝડપથી ટૅક્સી પાસે આવી પહોંચી. વાને શ્યામ અને શરીરે સ્થૂળ એવી એ બાઈએ મુખ પર રંગના લપેડા કર્યા હતા અને મોંના એક ગલોફામાં તમાકુવાળું પાન ઠાંસ્યું હતું.

'મેરે રાજા, પંદરા મિનટસે તેરે ઇન્તેજારમેં ખડી હૂં.' કહી એણે ટૅક્સીમાં ડોકિયું કરી છાશિયું કર્યું : 'યે કિસકો ઊઠા લાયા, દલીચંદ ?'

તેના જવાબમાં દલીચંદ ટૅક્સીનું બારણું ઉઘાડી નીચે ઊતરી ગયા : 'બિચારી મેરી ઘરવાલી હૈ.' કહી મારી સામે તાડૂક્યા : 'બેઠી છો કેમ ? ઊતર નીચે !'

મતિ બહેર મારી ગઈ હોય તેમ હું બેસી રહી ત્યારે એમણે બાવડું ઝાલીને મને ટૅક્સીની બહાર ખેંચી કાઢી : 'તું એમ માને છે કે તને હું ફિલ્મ જોવા લઈ જાઉં છું ?' કહી બીભત્સપણે એ હસ્યા : 'હું તો તને અહીં સુધી દેખાડવા લઈ આવ્યો હતો કે જો, ગાલાવેલી, તારા આ દલીચંદ માટે તો આવી બાઈઓ રસ્તા પર વાટ જોતી હોય છે !'

કહી મને આઘી હડસેલી પેલીને અંદર જવા માટે માર્ગ કરી આપ્યો : 'મેરી જાન, આ જા ! ઘરવાલી કે સાથ સિનેમા દેખને મેં ક્યા મજા...'

ત્યારે મને થયું કે ધરતી ફાટે તો અંદર સમાઈ જાઉં. બે ટકાની એક બાઈ ખાતર આ માણસે મને સરિયામ રસ્તા પર ટૅક્સીમાંથી ઉતારી મૂકી ? એક બજારુ બાઈની નજરે મને ઉતારી પાડવા માટે ફિલ્મ જોવાનું કહીને ઘરથી અહીં સુધી લાવ્યા ?

'જા, હવે ઘરભેગી થઈ જા.' એણે ટૅક્સી ચાલુ કરાવી વાગ્બાણ જેવા બોલ મારી છાતી પર છોડ્યા : 'ઘેર ન જવું હોય તો મંદિરે જઈને ભજન કરજે, જા, વેદિયણ !'

અને નજર સામેથી પસાર થતી ટૅક્સીને હું જોતી રહી. પછવાડેના કાચમાં દેખાતું દશ્ય મારી આંખોમાં ભાલાની જેમ ભોંકાયું. પેલીના ગળા ફરતે હાથ નાખી એ ભૂખ્યા વરુની જેમ

એના રંગેલા ગાલ ચાટતા દેખાયા ત્યારે મને થયું કે ના, હવે ઘેર તો નથી જ જવું, પિયર પણ નથી જવું... મરીન લાઈન સ્ટેશનનો પુલ વટાવી પેલે પાર ઊછળતા દરિયામાં ઝંપલાવી દઉં એટલે આ રાક્ષસથી છૂટું ! પરંતુ એમ ન કરી શકી. મારા પેટમાં ત્યારે ત્રણ મહિનાના ગર્ભનો ભાર હતો... અને હું ભારે પગલે ચાલતી-ચાલતી ઘેર પાછી ફરી ગઈ !''

અને એ વરવું દશ્ય જાણે પોતે માતાના પેટમાંથી નજરોનજર નિહાળ્યું હોય એવી વેદના અનુભવતી દેવકી વિચારતી હતી કે આવા વ્યભિચારી-અત્યાચારી બાપને એવી તે શું સજા કરવી જેથી માના એકએક અપમાનનો ગણીગણીને બદલો લઈ શકું ?

'બેટી, બોરીવલી કા સ્મશાન આ ગયા !'

ફરી દેવકી ચોંકી જઈને સજાગ બની ગઈ. બહાર જોયું તો સ્મશાનને બદલે રહેણાકની કોઈ સોસાયટી હોય તેમ એનો લોખંડનો દરવાજો રંગેલો હતો અને કમ્પાઉન્ડ સ્વચ્છ-સુઘડ દેખાતું હતું.

'અંદર તો કોઈ મૈયત કે ડાઘુ દેખાતાં નથી.' ટૅક્સીવાળાએ ગેટમાં લેતાં પહેલાં આશંકા વ્યક્ત કરી : 'કદાચ તમારા મરનાર સગાને બીજા સ્મશાને લઈ ગયા હશે.' કહી એ ટૅક્સી સ્ટાર્ટ કરવા જતો હતો ત્યાં દેવકીએ અધીરાઈભેર કહ્યું :

'ચાચા, અંદર તો લઈ લો. પૂછવાથી ખબર પડી જશે.'

ડ્રાઈવરે ટૅક્સી અંદર સુધી લઈ લીધી. સાવ છેવાડે બુઝાતી એક ચિતામાંથી ધુમાડાની સેર હવામાં ભળીને ઊંચે ચડતી હતી. સ્મશાન આખું સૂમસામ હતું. રવિવારની સવારે નિર્જન સ્મશાન જોઈને દેવકીએ રાહત અનુભવી : ડાઘુઓનાં ટોળાં વચ્ચે બાપની પૂછપરછ કરવાની કદાચ હિંમત ન ચાલત... બુઝાતી ચિતા જોતા ખૂણામાં બેઠાંબેઠાં બીડી પીતા માણસને જોઈ દેવકી ટૅક્સીમાંથી ઊતરી : 'ચાચા, હું બે મિનિટમાં આવી.' કહી એ સ્મશાનના રખેવાળ કે ચોકીદાર જેવા દેખાતા પેલા પાસે પહોંચી ગઈ.

ઘણા વખતે એક સ્ત્રીને સ્મશાનમાં આવતી જોઈને ડઘાઈ ગયેલા એ માણસે હોઠ વચ્ચે દબાવેલી બીડી ફગાવી દીધી. આવનાર છોકરી કોઈ સારા ઘરની લાગી.

ટૅક્સીમાં બેઠાંબેઠાં એને પેલા માણસ સાથે વાતચીત કરતી જોઈને ડ્રાઈવર-ચાચાને જરા વિચિત્ર લાગ્યું તેમ સહાનુભૂતિ પણ જાગી : સ્મશાનવાળાને પૂછવાથી બિચારીને શું જાણવા મળવાનું ?

પરંતુ સડસડાટ પાછી ફરીને દેવકીએ ટૅક્સીમાં બેસતાં જ ઠેકાણું ચીંધ્યું કે ભાયંદર પોલીસચોકી લે લો ! ત્યારે એ અંદરથી કોચવાયો : પોલીસના મામલાવાળી મૈયતમાં મને છેક ભાયંદર ક્યાં લઈ જાય છે બેટી... પણ *બેટી* કહ્યા પછી એને આમ અધવચ્ચે છોડી દેવાનું અજુગતું લાગ્યું એટલે પૂછ્યું :

'મરનારનું કોઈ પોલીસ લફરું થયું છે, બેટી ?'

'નહીં, ચાચા, આપણે ખરેખર પોલીસચોકી નથી જવાનું. તેની પાછળ આવેલી ઝૂંપડપટ્ટી સુધી ટૅક્સી લેવાની છે !'

કહી દેવકીએ સંવાદ પર પૂર્ણવિરામ મૂકી દીધું. સ્મશાનના રખેવાળને તેણે પૂછ્યું કે દલીચંદ

નામનો માણસ ક્યાં મળે ? ત્યારે એ દેવકીને વિચિત્ર નજરે જોવા લાગ્યો હતો - કેમ જાણે સ્મશાનમાં જીવતા માણસ અંગે પૃચ્છા કરવા તેની પાસે કોઈ આવતું જ ન હોય. પેલો જવાબ આપવાનું ટાળે છે એ સમજી જઈને દેવકીએ ઠાવકાઈથી કહ્યું હતું : 'મારે એને તાકીદનો સંદેશો આપવાનો છે એટલા માટે તો ખાસ ટૅક્સી કરીને આવી !' કહેતાં-કહેતાં તેણે પર્સમાંથી સો રૂપિયાની નોટ કાઢી એટલે પેલાની આંખોમાં ચમક આવતી દેખાઈ. એ તરત જ બોલી ઊઠ્યો : 'લાવો, બહેન, હું એને પૈસા પહોંચાડી દઈશ. આજકાલ એ બહુ કડકીમાં છે.'

'નહીં, ભાઈ, આ પૈસા એને આપવાના નથી.' દેવકીએ ઠાવકાઈથી કામ લીધું : 'એ તું જ રાખી લે. મને તું દલીચંદ પાસે લઈ જા, એટલે હું જ એની સાથે હિસાબ ચૂકતે કરી લઈશ.'

'અહીંનું કામ છોડી હું તમારી સાથે છેક ભાયંદર સુધી આવી ન શકું, બહેન.' કહેતાં પેલાએ સોની નોટ ગજવામાં સરકાવી દીધી હતી.

'તારે સાથે આવવાની જરૂર નથી. ભાયંદરનું ઠેકાણું આપી દે એટલે હું જ પહોંચી જઈશ.'

'પોલીસનો કોઈ મામલો તો નથી ને, બહેન ?'

'એમ કેમ પૂછે છે, ભાઈ !'

'તડીપાર થયેલો માણસ વાતવાતમાં પોલીસના વાંકમાં આવી જાય એટલે પૂછ્યું.'

જેના ધંધા વાંકા હોય એ પોલીસના વાંકમાં તો આવે જ ને... પોલીસો તો પૈસા ખાઈને છોડી દેતા હશે પણ હવે તો એ મારા વાંકમાં આવ્યો છે. ફરી ક્યારેય પોલીસના વાંકમાં ન આવે એવી સજા કરવી છે મારે !

આવું બધું પેલાને કહેવાની જરૂર નહોતી એટલે ફરી સરનામું માગ્યું : 'તું દલીચંદનું ઠેકાણું નહીં આપે તો મારે પોલીસમાં જઈને પૂછવું પડશે.'

એટલું સાંભળતાં જ સ્મશાનનો રખેવાળ જલદી લપ ટાળવાના ભાવ સાથે બોલી ગયેલો : 'ભાયંદર પોલીસચોકીની પાછળની ઝૂંપડપટ્ટીમાં, સંજય ગાંધી નગરમાં જઈને તુકારામની ચક્કી પર પૂછશો એટલે પત્તો લાગી જશે એનો.'

'તુકારામની ચક્કી ?'

'આજકાલ એ લોટ દળવાની ચક્કીમાં કામ કરે છે.'

ત્યારે દેવકીને સંભળાવી દેવાનું મન થયું કે ખરેખર તો એ જિંદગીભર જેલની ચક્કી પીસવાને જ લાયક છે. મનની એ દાઝ ચહેરા પર દેખાય નહીં એ રીતે દેવકી પાછી ફરવા લાગી ત્યાં પેલાએ પૂછ્યું હતું : 'બહેન, તમારું નામ શું ? દલીચંદ મળવા આવી ચડે અને પૂછે તો કહેવા થાય.'

'મને મળ્યા પછી હવે એણે ક્યારેય તને મળવા આવવાની જરૂર નહીં પડે.' એવું મોઘમ સંભળાવીને એ ટૅક્સીમાં બેસી ગઈ હતી.

દહીંસર વટાવીને ટૅક્સી ભાયંદર તરફ ફંટાઈ ત્યાર પછી એને ભાન થયું કે હું ખુન્નસભેર તેને શોધવા તો નીકળી છું, પણ મળ્યા પછી એને હું શું કરી શકવાની ? ક્રોધના આવેશમાં બાપને સજા ફટકારવાનું તો વિચાર્યું, પણ કેવી સજા ? કઈ રીતની સજા ?

ભાયંદર નજીક આવતું ગયું તેમ એ નર્વસ થવા લાગી. ઝૂંપડપટ્ટી જેવા વિસ્તારમાં જઈને

હું એને ફટકારવા માંડું તો માણસો એકઠા થઈ જાય. *શું છે ? કોણ છે ?* એવી પૂછપરછ થાય તો શું હું એવી ઓળખાણ આપી શકવાની કે એ મારો બાપ છે ? અને બાપને મારપીટ કરવાનું કારણ પૂછે તો કહી શકવાની ખરી કે એણે મારી મા પર પારાવાર ત્રાસ ગુજાર્યો હતો એનો બદલો લઈ રહી છું ?

વગર વિચાર્યે પોતે બાપને સજા કરવા આમ નીકળી પડી એ પગલું દેવકીને હવે મૂર્ખામી જેવું લાગવા માંડ્યું. એને બદલે મિહિરને મોકલી એને મારી સામે હાજર કરાવ્યો હોત તો કોઈને જાણ ન થાય એમ એનો ફેંસલો કરી નાખત.

ફેંસલો ! દેવકીને એ શબ્દ વિચિત્ર લાગ્યો : કોઈનું કાસળ કાઢી નાખવા માટે *ફેંસલો* શબ્દ વપરાય છે, પણ મારે તો એ નરાધમને જિવાડવો છે, રિબાવવો છે અને એવો ત્રાસ ગુજારવો છે કે તેનું મગજ ચસકી જાય... એ પાગલ થઈ જાય... મા સાધ્વી અને બાપ પાગલ !

'ઝૉંપડપટ્ટી આ ગઈ, બેટી !'

ડ્રાઈવરે કહ્યું ત્યારે સજાગ થતી દેવકી આજુબાજુ જોવા લાગી. ગીચ વસતિ અને સાંકડી કેડી વચ્ચેથી રસ્તો કરતી ટેક્સી ધીમી ગતિએ આગળ વધતી હતી.

'ચાચા, કોઈને પૂછો ને, તુકારામની ચક્કી ક્યાં આવી ?'

આગળ જઈને પૂછીએ - એવું કાંઈક ડ્રાઈવર કહેવા જતો હતો ત્યાં વળાંક લેતી ટેક્સીને તેણે અચાનક થોભાવી દેવી પડી. પચીસ-ત્રીસ માણસો ટોળે વળી રસ્તો રોકીને ઊભા હતા અને બેચાર જણાના અવાજ સંભળાતા હતા : મારો સાલે કો !

'કુછ લફડા લગતા હૈ... મૈં દેખ કે આતા હૂં.' બબડતો ડ્રાઈવર બહાર નીકળ્યો અને તેના પાછા ફરવાની રાહ જોતી દેવકી ટેક્સીમાં બેઠીબેઠી સાંભળતી રહી : 'સાલા હરામી ! અંધેકા પૈસા હજમ કર ગયા ?' તેને માત્ર શબ્દો જ સંભળાતા હતા. ટોળે વળેલા લોકો કોઈને ઘેરી, દબડાવતા હતા એટલું જ તેને સમજાતું હતું. એટલામાં કોઈની લાતનો ફટકો વાગ્યો હોય તેમ ઊંહકારા સાથે માર ખાનારનો રોતલ અવાજ સંભળાયો : 'માફ કર દો... એક બાર માફ...'

'અરે સાલા, તેરી તો હડ્ડીપસલી તોડ દેંગે !'

કહી બીજા કોઈએ લાત ફટકારી હોય તેમ પેલાનો દર્દનાક ઊંહકારો સંભળાયો. ડ્રાઈવરના પાછા ફરવાની રાહ જોતી દેવકીને થયું કે એ પણ મારપીટનો તમાશો જોવા ઊભો રહી ગયો લાગે છે ! ધીરજ ખૂટી ગઈ હોય તેમ એ નીચે ઊતરી ટોળા વચ્ચે જે કાંઈ બની રહ્યું છે એ જોવા માટે ઊંચાનીચા થતા ડ્રાઈવરની પાછળ જઈ તેણે પૂછ્યું : 'ક્યા હુઆ, ચાચા ?'

'ક્યા માલૂમ...' એવું કાંઈક એ કહેતો હતો ત્યાં બાજુમાં ઊભેલા એકે આ અજાણી દેખાવડી છોકરીને આવી ચડેલી જોઈ ઉત્સાહભેર માહિતી આપવા માંડી : 'બનીઆ કી પીટાઈ હો રહી હૈ. એક અંધ આદમીની બૈરીએ દાગીના ગીરવે મૂકીને તેને બસ્સો રૂપિયા લઈ આવવાનું કામ સોંપ્યું તો આ બદમાશ વાણિયો દાગીના જ વેચી આવ્યો ! બાઈના આંધળા ધણીના હાથમાં બસો રૂપિયા પકડાવી દીધા અને સાતસો પોતે ખાઈ ગયો... સાલા તડીપારને સામેની ચક્કીમાં કામ મળ્યું તો અહીંના જ માણસની સાથે મવાલીગીરી કરી !'

તડીપાર... ચક્કી !

એ બે શબ્દોએ દેવકીમાં એવું ઝનૂન પ્રગટાવી દીધું કે પુરુષોની ભીડમાંથી રસ્તો કરતી એ વચ્ચે પહોંચી ગઈ. માર ખાનાર માણસ બે હાથમાં માથું રાખી, ભોંયસરસું મોં ચાંપી, ટૂંટિયું વાળીને પડ્યો હતો. તેના એક પગમાંથી સ્લીપર ઊડી ગયું હતું. લેંઘાનો એક પાયચો ગોઠણ સુધી ઊંચો ચડી ગયો હતો. ખભા પાસેથી ખમીસ ઊતરડાઈ ગયું હતું અને...

'અરે માલતીબાઈ, તૂ ક્યા ખડી-ખડી દેખતી હૈ ?' એક માણસે બાઈની બાજુમાં ઊભેલા અંધ ધણીની લાકડી પેલીના હાથમાં સોંપતાં હાંક મારી :

'લે, તારા હાથે જ એની પિટાઈ કર.... લાકડી ફટકારી એનું માથું લોહીલુહાણ કરી નાખ... માર ખાઈને અધમૂઓ થઈ જાય પછી સાલાને ઊંચકીને પોલીસચોકીમાં ફેંકી આવીશું.'

આ ધમાલ વચ્ચે દેવકી તરફ ભાગ્યે જ કોઈનું ધ્યાન ગયું હતું. ચોધાર આંસુએ રડતી માલતીબાઈએ ધણીની લાકડી ઊંચકી એટલે બેચાર જણાએ તેને જુસ્સો ચડાવ્યો : 'માર સાલે કો !'

અને પોતાની બેચાર દાગીનાની એકમાત્ર જીવનમૂડી વેચી નાખનાર પર ખુન્નસ ઘૂંટતી માલતીબાઈએ પેલાના માથા પર લાકડી વીંઝી.

'ઓ બાપ રે !'

રાડ પાડતો પેલો પીડાના આંચકાથી બેઠો થઈ ગયો. માથા પરથી બંને હાથ હટાવી પેલીની સામે હાથ જોડીને બીજો ઘા નહીં કરવા માટે આજીજી કરવા લાગ્યો ત્યારે દેવકીને તેનો ચહેરો જોવા મળ્યો... અને માતા પર અત્યાચાર ગુજારનાર એ માણસને જોતાં જ તેનાં રૂંવાડે-રૂંવાડે વેરની આગ પ્રગટી ઊઠી : આ જ મોકો છે, સજાની શરૂઆત કરવાનો ! માર ખાઈને અધમૂઓ કરી દઈ, હું જ એને ટેક્સીમાં નાખીને ઉપાડી જઈશ...

એ જ વખતે માલતીબાઈએ બીજો ફટકો મારવા લાકડી ઉગામી ત્યાં દેવકીએ આગળ ધસી જઈ તેનું કાંડું પકડી લીધું. અચાનક આવી ચડીને વચ્ચે પડનારી એ છોકરીને સૌ તાકવા લાગ્યાં. સારા ઘરની દેખાતી રૂપાળી છોકરીનું ઝૂંપડપટ્ટી વિસ્તારમાં આમ અણધાર્યું આવી ચડવું અને કોઈની પિટાઈમાં વચ્ચે પડવું એ ઘટનાએ તમાશામાં કૌતુકનું તત્ત્વ ઉમેરી દીધું હોય તેમ ઘડીભર ટોળામાં સન્નાટો છવાઈ ગયો.

'તુમ ક્યું બીચમેં આતી હો ?' દાદા જેવા પડછંદ દેખાતા એક માણસે તેને ટપારી : 'ક્યા લગતા હૈ યે તેરા ?'

'મેરા બાપ !'

આવેશમાં દેવકી બોલી ગઈ ત્યારે સાંભળનારાં સૌ તાજુબ થઈને તેને જોતાં રહ્યાં, પરંતુ માર ખાનાર દલીચંદના માનવામાં ન આવતું હોય તેમ દીકરીને ફાટી આંખે તાકવા લાગ્યો. આવી હાલતમાં દીકરીનો સામનો કરવા બદલ એ બે હાથ વચ્ચે મોં છુપાવી દેવા જતો હતો ત્યાં દેવકી પેલી બાઈના હાથમાંથી લાકડી ઝૂંટવી લેતી તાડૂકી :

'મૈં પિટાઈ કરૂંગી ઉસકી !' આક્રોશથી બોલાયેલા એના એ શબ્દો અને રણચંડી જેવા રૌદ્ર સ્વરૂપે સૌને હેબતાવી દીધાં. દલીચંદના માથા પર તો જાણે વીજળી પડવાની હોય એમ એ ભય અને હીણપતથી થરથર કાંપતો દીકરીને જોતો જ રહી ગયો.

અને બાપનું માથું ફોડી નાખવા માટે ઉગામેલી લાકડી ફટકારતાં પહેલાં એક વાર તેની સાથે નજર મેળવી લેવાની સ્ત્રીસહજ વૃત્તિ દેવકીમાં પ્રગટ થઈ. બાપના ધોળા થઈ ગયેલા વાળ વચ્ચેથી વહેતું લોહી કપાળ પર દડવા લાગ્યું હતું. બે દિવસની વધી ગયેલી દાઢીવાળાં જડબાં બેસી ગયાં હતાં, આંખો ઊંડી ઊતરી ગઈ હતી અને કપાળની કરચલીમાં આતંક આળોટતો હતો.

દીકરીની સામે દલીચંદ એવી ઓશિયાળી રીતે જોઈ રહ્યો હતો, જાણે હાથ જોડીને દયાની ભીખ માગતો હોય, કરેલાં પાપોની ક્ષમા યાચતો હોય. થરથર કાંપતા તેના હોઠમાંથી માત્ર એક જ શબ્દ પ્રગટ થયો :

'દેવકી !'

અને દેવકીએ લાકડી ફગાવી દીધી. સૌ તેને જોતાં રહ્યાં.

'લડકી, જા, લે જા તેરે બાપકો !' પેલા દાદાએ દાદાગીરી સાથે દયા દાખવતાં કહ્યું : 'થોડી લેટ આતી તો ઉસકી લાશ હી તેરે હાથ આતી.'

છતાં દેવકીએ બાપ સામેથી નજર ન હટાવી. હોઠ ભીડીને એ મનોમન બોલી ગઈ : લાશ હાથમાં આવી હોત તો-તો હું એને અહીં જ રઝળતી મૂકીને ચાલી જાત... મારે તો એ જીવતો જોઈતો હતો.

એ જ વખતે સ્થિર ઊભેલી પુત્રી તરફ બેઠાંબેઠાં હાથ લંબાવી દલીચંદે સહારો માગ્યો, પણ દેવકીને એનો સ્પર્શ સુધ્ધાં માન્ય ન હોય તેમ અડીખમ ઊભી રહી.

'ચલો-ચલો, દોચાર આદમી ઉસકો ઉઠાકે ટૅક્સીમેં ડાલો.'

આ બધું જોઈને સ્તબ્ધ થઈ ગયેલા ટૅક્સી-ડ્રાઈવરને બહુ વારે બોલવાનું સૂઝ્યું. બધાએ ભેગા મળી દલીચંદને ઊંચકી ટૅક્સીમાં બેસાડ્યો. એટલી વારમાં દેવકીએ પર્સમાંથી સો-સોની દસ નોટ ગણીને પેલી બાઈના હાથમાં આપી :

'બહેન, નવા દાગીના ઘડાવી લેજે.'

કહી એ નિઃશ્વાસ નાખતી ટૅક્સી તરફ ધસી ગઈ. ડ્રાઈવર-ચાચાએ તેના માટે પાછલી સીટનો દરવાજો ઉઘાડો રાખ્યો હતો તેને દાઝ સાથે જોરપૂર્વક બંધ કરી દઈ પોતે આગલી સીટમાં ડ્રાઈવરની બાજુમાં બેસી ગઈ. પછી પાછળ બેઠેલા બાપ તરફ તિરસ્કારભરી નજર નાખી ડ્રાઈવરને કહ્યું :

'ચલો, ચાચા !'

એટલું કહ્યા પછી તેને ભાન થયું કે હું આને ક્યાં લઈ જઈશ ? ક્યાં રાખીશ ? અને છેવટે એનું શું કરીશ ?

*

31

રવિવારે બપોરે સવાબે વાગ્યે ઈશ્વરભાઈ વિરાણીનું લગભગ આખું કુટુંબ લંચ લેવામાં સાથે હતું - લગભગ એટલા માટે કે નાના ભાઈ મનોહરને ત્યાં રહેતાં ઈશ્વરભાઈનાં માતુશ્રી રતનબા ગેરહાજર હતાં અને સિદ્ધાર્થનો પુત્ર ગૌરવ વહેલો જમી લઈને વિડિયો ગેઈમ રમવા બેસી ગયો હતો. વૈભવને ચારુબહેને સવારથી ઘરમાં રહેવા માટે સમજાવી લીધો હતો : બહેનનાં લગ્નને હવે સવા મહિનો જ રહ્યો છે, બધાં સાથે મળીને કામ ઉપાડીશું તો જ રંગેચંગે લગન ઉકેલી શકીશું... ત્યારે વૈભવે સંમત થઈ જતાં એટલું જ કહ્યું હતું : 'મમ્મી, મને કુલુ-મનાલીથી આવ્યાને અઠવાડિયું થઈ ગયું છતાં આટલા દિવસમાં ડેડીએ એક પણ વાર મારી સાથે સરખાઈથી વાતચીત કરી નથી. એક-બે વખત કંપનીના કામ માટે સામે ચાલીને હું એમને કાંઈક પૂછવા ગયો તો એમની કૅબિનમાં ત્રીજું કોઈ હાજર નહોતું છતાં પણ મારી સાથે એવી રીતે બોલતા હતા, જાણે ત્રીજા કોઈકને એ કહી રહ્યા હોય !'

ત્યારે ચારુબહેન કહી નહોતાં શક્યાં કે તું સબીના સાથે શૂટિંગમાં ચાલ્યો ગયો એના રોષથી એ મનોમન ધૂંધવાતા ફરે છે. કદાચ નિરાલીનાં લગ્ન સુધી એ તારી સાથેના અબોલા ચાલુ રાખશે અને પછી... પછી જ્વાળામુખીની જેમ ફાટશે ત્યારે કોણ જાણે, બાપ-દીકરા વચ્ચે કેવો ઉલ્કાપાત મચી જશે !

આમ તો બે દિવસથી *વિરામ વિલા*માં લગ્નની પૂર્વતૈયારીના શ્રીગણેશ મંડાઈ ગયા હતા. એકત્રીસ ડિસેમ્બરથી જાન્યુઆરી સુધી આઠ દિવસ માટે કૂપરેજ ગ્રાઉન્ડ બૂક કરી લીધું હતું. મેદાનને શણગારનારા ડેકોરેટર્સ, મહેમાનોને જમાડનારા કેટરર્સ, દાગીના ઘડનારા જ્વેલર્સ અને નિમંત્રણપત્રિકા છાપનારા પ્રિન્ટર્સને કામે લગાડી દીધા હતા. ચારચાર સાંજના કાર્યક્રમોની આછી રૂપરેખા ઘડાઈ ગઈ હતી. પહેલી જાન્યુઆરીએ ન્યૂ યરના દિવસે નાના ભાઈની સોમલ-રૂપલનાં લગ્ન જોડિયા ગિડવાણી-બંધુઓ સાથે ગોઠવાયાં હોવાથી એ દિવસ ખાલી રાખીને બીજી, ચોથી અને છઠ્ઠી-સાતમીના ચાર દિવસ ધામધૂમથી એકની એક પુત્રીનાં લગ્નને મહોત્સવની જેમ ઊજવવાના મનોરથ ઈશ્વરભાઈ અને ચારુબહેને સાથે મળીને સેવ્યા હતા. ગામ-આખાને ગજવી દે એવાં આ લગ્નમાં કોઈ વિઘ્ન ન આવી પડે એ માટે ચારુબહેને શ્રીનાથજીની માનતા રાખી

હતી, જ્યારે ઈશ્વરભાઈએ તેમના સ્વભાવ અનુસાર, મનફાવે એટલો ખર્ચ કરો, પણ લગ્નમાં કોઈ જાતની કચાશ ન રહેવી જોઈએ, આવાં લગ્ન તો અમે ક્યારેય માણ્યાં નથી એવી વાહવાહ થવી જોઈએ - એવા ઉદ્ગાર સાથે લાગતા-વળગતાને દિવસમાં દસ વખત તાકીદ કરતા રહેતા.

'ડૅડી, તમે ચાર દિવસનું પ્લાનિંગ તો બરાબર કર્યું.' લંચ અર્ધું પતવા આવ્યું ત્યારે નિરાલીએ પોતાનો મનસૂબો જણાવ્યો : 'બીજીએ મ્યુઝિકલ નાઈટ, ચોથીએ દાંડિયારાસ, છઠ્ઠીએ લગ્ન અને સાતમીએ રિસેપ્શન... આમાં એક આઈટમ ખૂટે છે.'

'કઈ, દીકરી ?' ઈશ્વરભાઈએ લાડથી પુત્રીને પૂછ્યું. જેમ એ અઠવાડિયાથી વૈભવ સાથે અબોલા જેવો વર્તાવ રાખીને ફરતા હતા તેમ બે દિવસથી નિરાલીએ તેમની સાથે નજર મિલાવ્યા વિના ખપ પૂરતી વાતચીતનું વલણ અપનાવ્યું હતું. કદાચ એને કાંઈક ઓછું આવ્યું હશે એવા અનુમાનથી ઈશ્વરભાઈએ પુત્રીને પોરસથી પૂછ્યું : 'કહી દે, કઈ આઈટમની તને ખામી વર્તાય છે, નિરાલી ? તારા ડૅડી તારી કોઈ પણ ઇચ્છા પૂરી કર્યા વિના નહીં રહે... બોલ, શું કરવા માગે છે તું ?'

'પોપ મ્યુઝિકનો એક કાર્યક્રમ !' કહીને નિરાલીએ વારાફરતી દરેકની સામે જોઈ લીધું. એ જાણતી હતી કે તેના આ પ્રસ્તાવને સર્વાનુમતીથી સમર્થન મળવાનું નથી છતાં કહી દીધું : 'એકત્રીસ ડિસેમ્બર ન્યૂ યર ઈવ નાઈટ ઊજવવા પોપ મ્યુઝિક શોખીનોએ કોઈ હોટેલ-ક્લબમાં જવું ન પડે એવું આપણે ત્યાં ગોઠવીએ તો કેમ ?'

'આઈ એગ્રી વીથ યૂ, નિરાલી !' નાની બહેનના સૂચનને વૈભવે હોંશભેર સમર્થન આપી દીધું : 'દાંડિયારાસ અને ગીત-ગઝલ તો રૂટિન (ચીલાચાલુ) થઈ ગયાં. કાંઈક નવું કરવું હોય તો નિરાલી કહે છે તેમ એકાણુમા વર્ષની અંતિમ રાતને મ્યુઝિકનાં ગાન-તાનથી ગજાવી શું કામ ન દેવી ?'

ત્યારે ઈશ્વરભાઈએ કતરાઈને જ્યેષ્ઠ પુત્ર તરફ જોઈ લીધું. નિરાલી અને વૈભવ જાણે દરેક બાબતમાં સંપી જઈને એકબીજાનું ધાર્યું કરાવતાં હોય એવું એમને આજકાલ લાગ્યા કરતું હતું.

'સિદ્ધાર્થ, તારું શું કહેવું છે ?' પિતાએ વૈભવના મંતવ્યને પ્રતિસાદ આપવાને બદલે નાના પુત્રને પૂછ્યું : 'આ પ્રસંગે પોપ મ્યુઝિકનો કાર્યક્રમ ફિટ બેસે ખરો ?'

તેમને હતું કે વિરોધનો એકાદ સૂર છેડાય તો પોતે ચર્ચાનો દોર હાથમાં લઈ લે. પરંતુ સમાધાનમાર્ગી સિદ્ધાર્થે વિવાદ નહીં જગાડવાનું વલણ અપનાવ્યું :

'નિરાલીની મરજી હોય અને આપણને કોઈ વાંધો ન હોય તો એક કાર્યક્રમ વધારી દઈએ.'

'પણ મને એની સામે વાંધો છે.' ચારુબહેને ઉતાવળે ચર્ચામાં ઝુકાવી દીધું : 'ગમે તેમ તોય લગ્ન એ શુભ પ્રસંગ કહેવાય. એમાં પરદેશી નાચ-ગાન અને છીછરાં નખરાં શોભે નહીં. લોકો કેવી નિંદા કરે !'

કહીને જેમના તરફથી પોતાને સધ્ધર ટેકો મળે તેમ હતો એવા શ્વશુર સામે જોઈને ચારુબહેને ઉમેર્યું :

'તમે શું કહો છો, બાપુજી ?'

'લોકનિંદાથી ડરીને ન કરવું જોઈએ એવી તમારી ચિંતામાં હું સંમત નહીં થાઉં, ચારુવહુ !' મોતીલાલ વિરાણીએ સૌને હળવો આંચકો આપતાં કહ્યું : 'તમે લગ્ન પાછળ લખલૂટ ખર્ચ કરો છો એની ટીકા કરનારા પણ ઘણા નીકળશે... કોઈ એવુંય કહેશે કે આટલી રકમ સત્કાર્યમાં વાપરી હોત તો ?'

'એવું કહેનારાની મને પરવા નથી. મારે ધામધૂમથી લગ્ન કરવાં છે અને એની પાછળ લખલૂટ પૈસા ખરચું છું તે મારી પોતાની કમાઈના છે.' ઈશ્વરભાઈ જુસ્સાભેર બોલતા હતા : 'સત્કાર્ય કરવાની ઇચ્છા થશે ત્યારે એમાં પણ લાખો ખરચી નાખીશું.'

'તો પછી ભલે થઈ જાય પોપ-પ્રોગ્રામ !' ફરી સિદ્ધાર્થની પત્ની રાજલક્ષ્મીએ ઉત્સાહભેર કહ્યું : 'આપણા ફેશન શો પર સૌ આફરીન થયાં જ હતાં ને ?'

'એટલે આ કાર્યક્રમની જવાબદારી તું ઉપાડવા માગે છે, રાજી ?' પત્નીનો ઇરાદો પારખી ગયેલા સિદ્ધાર્થે વાતને ધક્કો મારતાં કહ્યું : 'બોલ, આજકાલ પોપ સિંગરનું એવું કયું ગ્રુપ પૉપ્યુલર છે જેનું નામ પડતાં જ લોકો નિમંત્રણ માટે પડાપડી કરે ?'

'સામન્થા ફૉક્સ !'

રાજલક્ષ્મીને બદલે નિરાલીએ જ નામ ઉચ્ચારીને બૉમ્બ જેવો ધડાકો કર્યો ત્યારે ચારુબહેન ખુરસીમાં હલબલી ગયાં. હાથમાંનો કઢીનો ચમચો છલકાઈ ગયો. પ્રતિભાવ ઉચ્ચારતાં પહેલાં તેમણે સસરા સામે જોયું, પણ એ તો નિર્લેપભાવે સ્વસ્થ બેઠા હતા.

'નિરાલી, તને કાંઈ વિચાર આવે છે ? એ ઓછાં કપડાં પહેરીને નાચનારીઓનો કાર્યક્રમ લગ્નપ્રસંગે ગોઠવાતો હશે ?'

'મમ્મી, આ કાંઈ વૈભવ કંપનીનાં કપડાંનો ફેશન શો થોડો છે કે એમાં કપડાંનું મહત્ત્વ જોવાનું હોય ?' નિરાલીએ મક્કમપણે દલીલ કરી : 'તારી જાણ ખાતર કહી દઉં, ગયા વરસે મુંબઈમાં એનો શો ગોઠવાયો ત્યારે લોકો પાંચસો-હજારવાળી ટિકિટ ખરીદીને જોવા ગયાં હતાં.'

'એની મને જાણ છે... અને થોડા મહિના અગાઉ ટીવી પર એ કાર્યક્રમ ટેલિકાસ્ટ થયો ત્યારે અર્ધો પ્રોગ્રામ જોઈને મેં ટેલિવિઝન ઑફ કરી નાખ્યું હતું એ પણ તારી જાણ ખાતર કહી દઉં.'

'અને એ પ્રોગ્રામ મેં સ્ટેડિયમમાં લાઈવ જોયો હોવા છતાં ટેલિવિઝન પર ફરી જોયો હતો, એટલું જ નહીં, એને ટેપ કરી લઈને વિડિયો પર હજુ વારંવાર જોયા કરું છું.'

મા-દીકરી વચ્ચે તડાફડી થતી જોઈને વૈભવે વચલો માર્ગ ચીંધ્યો :

'આપણે એમ કરીએ, પોપ સિંગિંગ તો રાખીએ જ, પણ એ માત્ર અમારા જેવાં યંગસ્ટર્સ માટે.' કહેતો એ મલક્યો : 'જેમ કેટલીક ફિલ્મ *ફૉર ઍડલ્ટ્સ ઓનલી* હોય છે તેમ આ પ્રોગ્રામનાં ઈન્વિટેશન કાર્ડમાં *ઓનલી ફૉર યંગસ્ટર્સ* છાપીએ અને ઈન્વાઈટ કરનારા તરીકે વડીલોને બદલે અમારાં યંગસ્ટર્સનાં નામ મૂકીએ તો પછી તમને હરકત છે, મમ્મી ?'

એણે ડેડીને બદલે મમ્મીને પૂછ્યું એ ઈશ્વરભાઈને ખટક્યું તો ખરું, પણ લગ્નપ્રસંગે દીકરાને વધુ છંછેડવાનું ટાળ્યું.

'એ બધું તો ઠીક, નિરાલી, પણ સામન્થા ફૉક્સ એમ કાંઈ નવરી થોડી છે કે સવા મહિના પહેલાં બૂક કરીએ અને આવી જાય ?'

'આપણે ટ્રાય કરવામાં શું વાંધો છે... !' વૈભવે પણ પિતાની ચાલ અપનાવીને નિરાલીને સંબોધી : 'શું કહે છે, નિરાલી ?'

'કરવું હોય તો બધું જ થાય.' નિરાલી ધાર્યું કરવાની જીદના તોરમાં બોલી ગઈ : 'પાંચ લાખ લેતી હશે તો આપણે દસ લાખ આપવાની ઑફર કરશું.'

ત્યારે ઈશ્વરભાઈ કહેવા જતા હતા કે સવાલ પાંચ-દસ લાખનો નથી, પણ એની ફી ફૉરેન એક્સચેન્જમાં ચૂકવવી પડશે એનો વિચાર કર્યો કોઈએ ?

પરંતુ એવું કહેવાનો મોકો મળે એ પહેલાં જ સામે પડેલી કૉર્ડલેસની ઘંટડી વાગી અને ચારુબહેને ફોન ઊંચકી લીધો.

એમણે 'હેલ્લો' કહ્યું ત્યાં સામેથી પૃચ્છા થઈ : 'આ મિસ્ટર આઈ. એમ. વિરાણીનું રેસિડન્સ છે ?'

'યેસ-યેસ, મિસિસિ વિરાણી સ્પિકિંગ.'

'આપ મિસ મુખરજીને ઓળખો છો ?'

'હા, એ મિસ્ટર વિરાણીની સેક્રેટરી છે.'

ચારુબહેનના એ જવાબે ઈશ્વરભાઈને ટટ્ટાર કરી દીધા અને નિરાલીને ચમકાવી દીધી. સામેથી કોણ શું બોલી રહ્યું છે એ જાણવાની ઉત્કંઠા સાથે તેણે માતાના મુખભાવ પર દૃષ્ટિ જડી દીધી.

'હું જે. જે. હૉસ્પિટલના કેઝ્યુલ્ટી વૉર્ડમાંથી મહંત બોલું છું.'

'કેઝ્યુલ્ટી વૉર્ડ ?' ચારુબહેન અધવચ્ચે પૂછી બેઠા : 'ડૉક્ટર, શું મંજૂષા મુખરજીને કોઈ ઍક્સિડન્ટ...'

'નહીં, એણે સ્યૂસાઈડ(આત્મહત્યા)નો પ્રયાસ કર્યો હતો. આજે વહેલી સવારે સ્લીપિંગ પિલ્સની અર્ધી બૉટલ ખાલી કરી નાખેલી.'

'હવે એને કેમ છે, ડૉક્ટર ?'

'શી ઈઝ આઉટ ઑફ ડેન્જર.'

'થેન્ક ગૉડ !'

'થોડી વારમાં પોલીસ સ્ટેટમેન્ટ લેવા આવવાની છે, પણ પેશન્ટે જીદ પકડી છે કે મારી કંપનીમાંથી કોઈને બોલાવી આપો, ત્યાં સુધી હું પોલીસ સમક્ષ બોલવાની જ નથી.' ડૉક્ટર કહી રહ્યા હતા : 'એણે જ આ નંબર આપ્યો એટલે તમને જાણ કરી શક્યા, મિસિસ વિરાણી !'

'થેન્ક્સ, ડૉક્ટર.' ચારુબહેન આગળ કાંઈ કહી શકે તેમ નહોતાં એટલે : 'હું મિસ્ટર વિરાણીને આપું છું.' કહી બાજુમાં બેઠેલા પતિને હાથમાં કૉર્ડલેસ ફોન પકડાવી દેતાં બબડ્યાં :

'મંજૂષાએ સ્લીપિંગ પિલ્સ ગળી જઈને આપઘાતનો પ્રયાસ કર્યો.'

'એમાં આટલી હોહા કરી મૂકી !' પત્નીએ પોતાને તરત જ ફોન આપી દેવાને બદલે આટલી બધી પૂછપરછ કરી લીધી એ ખટક્યું હોય તેમ તાડૂકીને ડૉક્ટર સાથે વાતચીત કરવા

ફોન સાથે એ બેડરૂમ તરફ સરક્યા. નિરાલીની નજર છેક સુધી પિતાનો પીછો કરતી રહી, પછી તેણે મા સામે જોયું :

'આપઘાત કરવાનું કાંઈ કારણ એણે આપ્યું નહીં ?'

'એણે હજુ પોલીસને સ્ટેટમેન્ટ આપ્યું નથી.' ટેબલ પરથી નોકર થાળીઓ ઊંચકી ગયા પછી ચારુબહેને નિસાસો નાખતાં કહ્યું : 'મંજૂષાને આ શું સૂઝ્યું ? એ બિચારી સાવ એકલવાયી અને પાછી અપંગ...'

ગુરુવારે રાત્રે ગેટવે ઑફ ઈન્ડિયા પર સેક્રેટરીને બે હાથે પકડી ટેક્સીમાં બેસાડતા પિતાને જોયેલા એ દૃશ્ય હજુય નિરાલીના મનમાંથી ખસતું નહોતું એટલે સહજપણે તેનાથી બોલાઈ ગયું :

'કદાચ એ કોઈની સાથે લફરું કરી બેઠી હશે !'

'નિરાલી !' ચારુબહેન ઊંચા અવાજે તાડૂક્યાં : 'એના જેવી સંસ્કારી સ્ત્રી માટે લફરું...'

'ઓકે, મમ્મી, તને લફરું શબ્દ પસંદ ન હોય તો એવું કહીશ કે કોઈની સાથે એને સંબંધ બંધાઈ ગયો હશે. એક તો એકલવાયી અને પાછી અપંગ...' માતાના શબ્દો દોહરાવતાં એમે ઉમેર્યું : 'એકલી સ્ત્રીને પુરુષનો સંગાથ જોઈએ અને અપંગ હોય એટલે કોઈનો ટેકો પણ જોઈએ... જેનો ટેકો લીધો હશે એ પુરુષ સંબંધ બાંધીને છટકી ગયો હોય...'

'સ્ટૉપ ઈટ !' નિરાલીના છેલ્લાં બે વાક્યો રૂમમાંથી બહાર આવતા ઈશ્વરભાઈએ સાંભળ્યા ત્યારે એમનો પિત્તો ઊછળ્યો : 'કોઈ પણ વ્યક્તિના કૅરેક્ટર માટે ફાવે તેવું ધારી લઈને શું બકબક કરવા માંડી છે, નિરાલી ?'

એમના ગુસ્સામાં બીજાં બધાંને સેક્રેટરી પ્રત્યેના સદ્‌ભાવનો પડઘો સંભળાયો, પરંતુ નિરાલીને તો તેમાં પિતાનો અપરાધભાવ જ દેખાયો.

'મેં ડૉક્ટર પાસેથી જાણી લીધું.' ઈશ્વરભાઈ ભીનું સંકેલી લેવાની તત્પરતાથી કહેવા લાગ્યા : 'શુક્રવારથી એને ડિપ્રેશન જેવું લાગતું હતું એટલે બે દિવસથી એ ઑફિસે પણ નહોતી આવતી.'

'શુક્રવારથી ?' નિરાલીએ પિતાની પ્રત્યાઘાતની પરવા કર્યા વિના ફરી તર્ક ઉચ્ચાર્યો : 'તો-તો ગુરુવારે કાંઈક એવું થયું હશે જેને કારણે ડિપ્રેશન...'

'નિરાલી, વિલ યૂ સ્ટૉપ ઈટ ?' ઈશ્વરભાઈ અવાજ પર કાબૂ રાખી પુત્રી સામે આંખો કાઢી તેને બોલતી બંધ કરવા મથ્યા : 'ઘરમાં લગ્નપ્રસંગ આવી રહ્યો છે ત્યારે આવા વાદ-વિવાદ શોભે નહીં.'

ત્યારે નિરાલી કહી દેવા માગતી હતી કે તો પછી પુત્રીનાં લગ્ન ભૂલી જઈને સેક્રેટરી સાથે એકાન્તમાં બોટ-રાઈડ માટે જવાનું તમને શોભે ખરું ?

પરંતુ ખરા વખતે મોતીલાલ વિરાણીએ મૌન તોડ્યું :

'આવી બધી ચર્ચા કરવાને બદલે, પહેલું કામ તો એ બિચારી પાસે પહોંચી જઈ એને હિંમત આપવાનું કરવું જોઈએ.'

'તો હું જાઉં ?' કહી સિદ્ધાર્થ ખુરસીમાંથી ઊભો થવા જતો હતો તેને હાથ આડો ધરી ઈશ્વરભાઈએ રોક્યો.

'પાંચ જ મિનિટમાં કોઈ તેની પાસે પહોંચી જશે... એ માણસ બધો મામલો સંભાળી લેશે.' કહીને ખુલાસો પણ કરી દીધો : 'તારા જવાથી તો બીજાનું ધ્યાન વધારે ખેંચાય. પોલીસ મોટું મોઢું ફાડે અને છાપાંવાળાને સનસનાટીનો મસાલો મળી જાય.'

બધાં મૂંગાંમૂંગાં તેમની સામે તાકી રહ્યાં એટલે તેમણે વધારે ખુલાસો કરવો પડ્યો :

'ભલે એ આપણી કંપનીમાં કામ કરતી હોય, પણ પોતાના અંગત કારણસર આવું પગલું ભરે તેમાં આપણે ઈન્વૉલ્વ થવાની (સંડોવાવાની) જરૂર નથી.'

નિરાલી હોઠ ભીડી તેના ડેડીને તાકવા લાગી. જાણે કહેતી હોય કે તમે પોતે જ ઈન્વૉલ્વ થઈ ચૂક્યા છો, ડેડી ! હવે તેમાંથી બહાર નીકળવાનાં ફાંફાં મારવા રહેવા દો. એ સ્ત્રી છે એટલે એણે આપઘાતનો પ્રયાસ કર્યો અને તમે પુરુષ છો એટલે છટકી જવાની યુક્તિ-પ્રયુક્તિ અજમાવો છો !

'મને ફડકો હતો જ !' ચારુબહેને નીચું જોઈને બળાપો ઠાલવ્યો : 'ધામધૂમથી લગ્ન કરવાં છે તેમાં કોઈ વિઘ્ન ન આવે તો સારું.'

'તું નકામી ચિંતા કરે છે, ચારુ !' ઈશ્વરભાઈએ મામલો સંભાળી લેતાં કહ્યું : 'ડૉક્ટર કહેતા હતા કે મંજૂષાએ થોડા દિવસ આરામ કરવો પડશે. આપણે એને કલકત્તા મોકલી આપીશું... નિરાલીનાં લગ્ન પતી ગયા પછી તેને પાછાં આવવું હશે તો બોલાવી લેશું.'

એટલું બોલે ત્યાં ફરી ફોનની ઘંટડી વાગી કે તરત જ ઈશ્વરભાઈએ ઝાપટ મારીને રીસીવર ઊંચકી લીધું. સૌ એમને સાંભળવા માટે તત્પર બની ગયાં હતાં એ જોઈને તેમણે ઓછામાં ઓછું બોલીને બધું જાણી લેવાની યુક્તિ અજમાવી.

'બોલો, કેમ છે બધું ?'

સામેથી જવાબ મળ્યો : 'બધું માપસર વેતરાઈ ગયું છે, ઈશ્વર !'

'તો રજા આપે એટલે તું જ એને ઘેર પહોંચાડી દેજે.'

'એમાં કહેવું પડે ?' કહીને સામેવાળાએ ઉમેર્યું : 'યાર, તારી સેક્રેટરી છે સક્કરટેટી જેવી !'

'બીજું કાંઈ ?' ઈશ્વરભાઈને તેની ટકોર ખટકી છતાં સ્વસ્થ રહ્યા : 'કામ હોય તો ફોન કરજે.'

'હવે બધું મારા પર છોડી દે, ભાઈબંધ ! આ પાવલાને એમાં કાંઈ કહેવું નહીં પડે.'

'તો ઠીક છે.' કહી ઈશ્વરભાઈએ ફોન મૂકી દીધો.

'હૉસ્પિટલમાંથી ફોન હતો ને ?' ચારુબહેનની ધીરજ ન રહી : 'તમે ત્યાં કોને મોકલ્યો છે ?'

'એ પછી કહીશ.' ઈશ્વરભાઈ બધાંની વચ્ચે પોતાના બાળપણના ગોઠિયા પ્રવીણ દરજીનું નામ ઉચ્ચારવા માગતા નહોતા : 'અત્યારે વાત પતી ગઈ સમજી લે... હવે આપણે લગ્નનું પ્લાનિંગ આગળ વધારીએ.' કહી એમણે નોકરને હાંક મારી : 'ડેઝર્ટ(ફ્રૂટ)ની ડીશ લાવજે !'

અને પિતાના એ મીંઢાપણાને નિરાલી અફસોસ સાથે નિહાળતી રહી.

*

કફ પરેડ કલ્ચરલ હાઈસ્કૂલના ત્રણ-માળી મકાનમાં પહેલા માળે પ્રિન્સિપાલને મળવા

આવનારા માટેના વિઝિટર્સ રૂમમાં દાખલ થતાં જ વિરાટને બેઠેલો જોઈ રાજલક્ષ્મી સહેજ ખચકાઈ : એ અહીં ક્યાંથી ?

'હાય, રાજી !' પેલાએ હસીને કહ્યું.

'હેલ્લો, વિરાટ !' રાજીએ પરાણે સ્મિત કરીને કહ્યું. નવેમ્બરની ઠંડી અને સવારનો સમય હોવા છતાં રાજલક્ષ્મી અકળાતી હતી. તેને થયું, સારું છે કે ત્રીજું કોઈ હાજર નથી. કદાચ કોઈ પરિચિત અમને બંનેને જોઈ જાય તો એવું જ માની લે કે અગાઉથી ગોઠવણ કરીને અમે અહીં ખાનગીમાં મળતાં રહીએ છીએ.

'તારે સ્કૂલમાં કેમ આવવું પડ્યું, વિરાટ ?'

'પ્રિન્સિપાલને મળવા આવ્યો છું.'

'કેમ, કોઈને એડમિશન અપાવી દેવા માટે ?'

'મારે કોને એડમિશન અપાવવાનું હોય, રાજી !' થોડા કટાક્ષ અને થોડા કણસાટના મિશ્ર સ્વરે વિરાટ બોલી ગયો : 'ઘર વસાવ્યું નથી તો બાળકો ક્યાંથી હોય ?'

'કદાચ કોઈ બીજાના બાળક માટે...'

'એવી સેવાપ્રવૃત્તિ હજુ મેં શરૂ કરી નથી.' કહીને વિરાટે કરડા સ્વરે ઉમેર્યું : 'અને લાગવગ લગાડવામાં હું માનતો નથી.'

સમય વિતાવવા માટે જ વાતચીત ચાલુ રાખતી રાજલક્ષ્મીએ ઘડિયાળમાં જોઈ લીધું : હજુ પોણાદસ થયા હતા. પ્રિન્સિપાલે દસ વાગ્યે આવીને મળી જવા કહ્યું હતું, હજુ પંદર મિનિટ આની સાથે વિતાવવાની હતી. એક સમય એવો હતો જ્યારે દિવસમાં બે-ચાર વખત જેને મળ્યા વિના ચેન પડતું નહીં એની સાથે દસ-પંદર મિનિટ ગુજારવાનું પણ અત્યારે એને આકરું લાગ્યું !

'રાજી, આજકાલ સ્કૂલના વિદ્યાર્થીઓ ડ્રગના રવાડે ચડી રહ્યા છે. *ગૂડ મૉર્નિંગ* માટે હું એનો સર્વે કરી રહ્યો છું.'

'તું ?' રાજલક્ષ્મીને સાચે જ નવાઈ લાગી : 'વિરાટ, તું તો *અશ્વદૂત*ના નામે રેસકોર્સનું રિપોર્ટિંગ કરે છે.'

'ઘણાં વરસ કર્યું... હવે એ મોનોટોની(એકવિધતા)નો કંટાળો આવે છે. એકસરખા ઘોડા, એક જ ટ્રેક પર થતી દોડ, ઘડીભરની ઉત્તેજના અને હારજીતના હિસાબ પત્યા પછી મેદાન ખાલીખમ !'

'સારું થયું તેં ટ્રેક બદલ્યો, વિરાટ !' રાજલક્ષ્મીએ સહૃદયતાથી કહ્યું, પછી સત્વર ઉમેર્યું પણ ખરું : 'પરંતુ, વિરાટ, ડ્રગનું દૂષણ આ સ્કૂલના વિદ્યાર્થીઓ સુધી પહોંચે એ શક્ય નથી. અહીંનું વાતાવરણ આઈડીઅલ (આદર્શ) છે, છોકરાઓને અનેક હોબી શીખવે છે અને પ્રિન્સિપાલ બહુ સ્ટ્રીક્ટ છે.'

'ત્યાં જ તારી ભૂલ થાય છે, રાજી ! દરેક સ્કૂલના સંચાલકો માને છે કે અમારી શાળાના વિદ્યાર્થીઓ ગર્દનો શિકાર બને જ નહીં. દરેક પેરન્ટ્સ ગૌરવભેર કહે છે કે અમારાં સંતાન આવી કુટેવમાં પડે નહીં...'

કહેતો એ ઘડીભર અટક્યો : પછી જુસ્સાભેર આગળ ચલાવ્યું : 'આદર્શ ગણાતી મુંબઈની

કોઈ પણ સ્કૂલનું નામ આપે એટલે હું તને દાખલા સહિત કહી શકું એમ છું કે કઈ સ્કૂલમાં કયા ફિલ્મ સ્ટાર્સનાં સંતાનો, કયા માલદાર માણસોના છોકરાઓ, કયા ઉદ્યોગપતિના લાડકાઓ... કઈ રીતે બ્રાઉન પાઉડર મેળવે છે અને પછી કેવી રીતે બીજાને પણ વ્યસન વળગાડે છે.'

રાજીને થયું કે વિરાટને તો રજનું ગજ કરવાની આદત છે, છતાં એ થથરી ગઈ...

'તું તો એવો દાવો કરે છે, જાણે બધી સ્કૂલમાં ફરીને ઈન્વેસ્ટિગેશન (જાતતપાસ) કરી આવ્યો હોય.'

'માનવું-ન-માનવું તારી મરજી, રાજી ! પણ અંધેરીથી શરૂ કરીને કોલાબા સુધીની ચોંત્રીસ સ્કૂલોમાં ફરી આવ્યો છું. કોઈ ઊંચી ફી લેતી, કોઈ મધ્યમ કક્ષાની અને ચાર-પાંચ મ્યુનિસિપલ સ્કૂલ સુધ્ધાં મારા સર્વેમાં આવરી લીધી છે.'

'રિયલી ?'

'હા, રાજી, *ડ્રગ્સ મિનેસ સ્પ્રેડિંગ અમંગ સ્કૂલ સ્ટુડન્ટ્સ* (શાળાના વિદ્યાર્થીઓમાં ઝડપથી પ્રસરી રહેવું કેફી દ્રવ્યોનું દૂષણ) એ શીર્ષક હેઠળ આવતી કાલથી *ગૂડ મૉર્નિંગ*માં લેખમાળા શરૂ થાય છે. એ વાંચીને તું જ નક્કી કરજે કે...' કહેતાં-કહેતાં એ અધવચ્ચે જ અટક્યો. એકાએક યાદ આવ્યું હોય તેમ બોલી ઊઠ્યો : 'ઉદ્યોગપતિ વિરાણીના ઘરમાં *ગૂડ મૉર્નિંગ* આવતું હશે તો તું વાંચીશ ને ?'

'અમારા ઘરમાં *ગૂડ મૉર્નિંગ* આવતું નથી એવું તેં કેમ ધારી લીધું, વિરાટ ?'

'આવતું હશે તો વંચાતું નહીં હોય !'

એવો કટાક્ષ કર્યા પછી રાજલક્ષ્મી સાથેના જૂના દિવસોની યાદ તાજી થઈ હોય એવી કુમાશથી એ બોલી ગયો : 'બીજાં બધાંની વાત જવા દે, તું તો આ સિરિઝ જરૂર વાંચી જજે અને ફોન કરીને તારા પ્રતિભાવ પણ જણાવજે.'

ફોનની વાત આવતાં જ રાજલક્ષ્મીનું મન ખાટું થઈ ગયું. પોતે વિરાટ સાથે ફોન-વ્યવહાર સાવ કટ કરી નાખ્યો હતો એટલે આ વિષય ટાળવા માગતી હતી, પણ -

'જોકે મારા ફોન ઊંચકવાનું જ તેં બંધ કર્યું છે તો પછી તું સામેથી ફોન કરે એવી અપેક્ષા શું રાખવી ?'

રાજીએ જાણે એ સાંભળ્યું ન હોય તેમ ઘડિયાળમાં જોઈને મુખ પર અધીરાઈના ભાવ પ્રગટ કર્યા, પરંતુ લીધેલી વાત અધૂરી છોડવાનું વિરાટના સ્વભાવમાં નહોતું.

'*બાય ધ વે*, મારું પેલું કામ તું ક્યારે કરી આપવાની ?' હવે તેના અવાજમાં ધાર આવવા લાગી : 'નિરાલીના કબજામાંથી એ ચીજ તારે ગમે તે ભોગે મારા સુધી પહોંચાડવાની છે, રાજી ! ત્યાં સુધી હું તારો કેડો છોડીશ નહીં.'

થોડી વાર પહેલાં વિદ્યાર્થીઓના હિતચિંતક જેવી ઊંચી વાત કરનારો વિરાટ ફરી પાછો જીદે ક્યાં ચડી ગયો ? એ *મારાથી નહીં થઈ શકે* એવું સંભળાવી દઈને હંમેશને માટે વાત બંધ વાળી દેવાની ઇચ્છા તેને થઈ આવી. પરંતુ વિરાટને છંછેડવાનું જોખમ લેવું નહોતું. વાયદા આપી દઈ તેની માગણીને વિલંબમાં નાખવામાં જ રાજલક્ષ્મીને ડહાપણ લાગ્યું :

'થોડા વખતમાં જ નિરાલીનાં લગ્ન આવે છે. એ સાસરે જવાની છે એટલે તેનો સરસામાન પેક કરવાની જવાબદારી હું ઉઠાવી લઈશ... બસ, વિરાટ, એટલો વખત થોભી જા.'

'પ્રૉમિસ ?'

'પ્રૉ...મિ...સ !' વચન આપતાં રાજીની જીભ થોથવાઈ છતાં વિરાટે 'એક વાયદો ઓર સહી' કહી સહસા પૂછ્યું : '*બાય ધ વે*, તારે પ્રિન્સિપાલને મળવા આવવાનું કેમ થયું ? તારો ગૌરવ તો આ ડ્રગ્ઝ-બગ્ઝમાં...'

'ડોન્ટ ટૉક નૉનસેન્સ, વિરાટ !' પોતાનો દીકરો આટલી નાની ઉંમેરે આવા વ્યસને ચડી જાય એવી વિરાટની કલ્પના તેને ક્રૂરતાભરી લાગી એટલે આવેશમાં કરડારીથી બોલી તો ગઈ, પણ સમય સાચવી લેવા માટે તેણે સ્કૂલમાં આવવાનું ખરું કારણ કહી દેવું પડ્યું :

'આજકાલ ગૌરવ વિડિયો ગેમ્સ પાછળ મૅડ થઈ ગયો છે. ઑક્ટોબરની ટેસ્ટમાં એ ત્રણ સબ્જેક્ટમાં ફેઈલ થયો એટલે પ્રિન્સિપાલે લેટર મોકલ્યો કે આવીને મળી જાઓ, તમારો ગૌરવ સ્કૂલમાં પણ બીજા છોકરાઓ સાથે વિડિયો ગેમ્સની જ વાત કરતો હોય છે.'

'ઓહ !' વિરાટે સહાનુભૂતિનો ઉદ્‌ગાર ઉચ્ચાર્યો એ રાજીને ગમ્યું. તેણે આગળ ચલાવ્યું :

'આજથી ઘરમાં વિડિયો ગેમ્સ પર પ્રતિબંધ.'

'રાજી, વિડિયો ગેમ્સ પણ એક જાતનું વ્યસન છે. એકાએક બંધ કરી દઈશ તો ગૌરવના મન પર એની વિપરીત અસર થશે.'

ગૌરવ માટે આવી ખેવના રાખવાનું વિરાટનું વલણ તેને ગમ્યું તો ખરું, પણ સાથોસાથ દહેશત લાગી : એનું ભલું પૂછવું ! તેની લેખમાળામાં વિડિયો ગેમ્સના દૂષણનો ઉલ્લેખ કરીને એવું લખી નાખે કે ઉદ્યોગપતિ વિરાણીના પાંચ વર્ષના પૌત્રને પણ આવો ચસકો લાગ્યો છે તો ? એટલે તરત વાળી લીધું :

'વિરાટ, મારો ગૌરવ બહુ સમજુ છે. એક વાર ના કહ્યા પછી...'

એટલું બોલે ત્યાં પ્રિન્સિપાલ ચિટનીસની કેબિનમાંથી બહાર આવતા પ્યુને કહ્યું :

'આપને મૅડમ અંદર બોલાવે છે, મિસિસ વિરાણી !'

તરત જ ઊભા થઈ રાજલક્ષ્મીએ જતાં પહેલાં વિવેક ખાતર વિરાટ તરફ સ્મિત ફેંક્યું અને તેના જવાબમાં વિરાટની આંખોમાં પ્રગટ થયેલો તિખારો જોઈને એણે આછી કંપારી અનુભવી : આ આકસ્મિક મુલાકાત મારા જીવનમાં કોઈ ઉત્પાત તો નહીં પેદા કરે ને ?

પ્રિન્સિપાલની કેબિનમાં દાખલ થતાં પણ તેણે એવું જ મહેસૂસ કર્યું કે વિરાટની દૃષ્ટિ તેની પીઠને વીંધી રહીને જાણે ધમકી સંભળાવે છે : મારી ચીજ નહીં આપે ત્યાં સુધી હું તારો કેડો નહીં છોડું !

*

'દેવકી, મને એ વારંવાર પૂછતા હતા કે મારી દીકરી મને અહીં લાવીને શું કરવા માગે છે ?'

કહેતા મિહિરે તેની *પદ્મિની* કારને ગિરગામ તરફ ટર્ન આપ્યો. બાજુમાં બેઠેલી દેવકી તરફથી જવાબ ન મળ્યો એટલે તેણે ફરી એ જ સવાલ જરા જુદી રીતે પૂછી લીધો :

'હું પણ એ જ જાણવા માગું છું, દેવકી, તડીપાર દલીચંદને ભેંકાર ગોડાઉનમાં પૂરી રાખીને આખરે તું કરવા શું માગે છે ?'

'એમને ભાયંદરથી ટૅક્સીમાં નાખીને લઈ આવી ત્યારે હું પણ જાણતી નહોતી કે જેને બાપ કહેતાં શરમ ઊપજે એ માણસને લઈ જઈને હું શું કરવાની...' દેવકી ભીતરના ધૂંધવાટને શક્ય એટલો કાબૂમાં રાખીને કહી રહી હતી : 'મિહિર, તેં એને ઠેકાણે પાડવા માટે મને ગોડાઉનની સગવડ કરી આપ્યા પછી ધીમેધીમે હવે મારા મનમાં બધું ગોઠવાતું જાય છે.'

'શું ગોઠવાતું જાય છે, દેવકી ?'

'બાપ સામે બદલો લેવાનું.'

સાંભળીને કાર ડ્રાઈવ કરતાં-કરતાં મિહિરે તેની સામે જોઈ લીધું. દેવકીની આંખોમાં અંગારાની લાલાશ જોઈને એ સહેજ ચોંક્યો :

'શેનો બદલો લેવા માગે છે તું ? ફેશન શોની પાર્ટીમાં દારૂના નશામાં એણે ભા સાથે બેહૂદું વર્તન કર્યું હતું એનો બદલો ?'

'એ હિસાબ તો ભાએ તેને તમાચો મારીને તત્કાલ વસૂલ કરી લીધો હતો, મિહિર.'

'તો પછી ?'

'મારી મા પર દલીચંદે ગુજારેલા અમાનુષી અત્યાચારનો ગણીગણીને બદલો લેવા માગું છું હું !'

બહુ વિચિત્ર લાગ્યું મિહિરને... દેવકીને તેણે ક્યારેય આવી ઉગ્ર જોઈ નહોતી. સામી વ્યક્તિ તોછડું વર્તન કરે તોપણ એ ઉદાર મન રાખી સહી લેતી. એ કહેતી : ઉશ્કેરાટ માણસની નબળાઈ ગણાય. કોઈના પર ગુસ્સે થવું એ પણ એક પ્રકારનો અપરાધ કહેવાય... તેને બદલે એકાએક એને બાપ સામે બદલો લેવાની ઇચ્છા કેમ જાગી ?

'તારી અંગત બાબત અંગે વધુ પૂછપરછ કરવાનું અયોગ્ય ગણાય, દેવકી, છતાં જવાબ આપવાનું યોગ્ય લાગે તો કહેવાય એટલું કહેજે.'

'પૂછ, મિહિર !'

'ચન્દ્રપ્રભા-આન્ટીના મૃત્યુને વરસો વીતી ગયાં... અને આજે આટલા વખતે તને આવું કેમ સૂઝ્યું ?'

તેનો સાચો જવાબ દેવકી આપી શકે તેમ નહોતી અને આ કામમાં જેનો સાથ જરૂરી હતો એ મિહિરને જવાબ નહીં આપવાની અવગણના કરવાનું પણ યોગ્ય ન ગણાય.

'મને મારી માએ સપનામાં આવીને કહ્યું.'

'શું કહ્યું ? દીકરી, તું તારા બાપ સામે વેર વાળજે - એવું ?'

'નહીં, એણે મા પર કેવા જુલ્મ ગુજાર્યા હતા એની રજેરજ વાત માના જ શબ્દોમાં મને જાણવા મળી... હવે બાપને સજા ન કરું તો માતાનું ઋણ અદા કર્યું કેમ કહેવાય ?'

એ જ વખતે મિહિરની કાર ઠાકુરદ્વાર પાસેથી એક સાંકડી ગલીમાં દાખલ થઈ એટલે બંને વચ્ચેનો વાર્તાલાપ અટકી ગયો. શેરીના છેવાડે ડેડ એન્ડ પાસે કાર ઊભી રહી. સોમવારની સાંજ આથમવા આવી હતી. ગલીનો એ વિસ્તાર નિર્જન ભાસતો હતો.

'દેવકી, પહેલાં હું એકલો અંદર જઈ આવું છું.' મિહિરે કારમાંથી ઊતરતાં કહ્યું : 'આમ તો આવા સમયે અહીં લેડીઝ માટે આવવાનું અજુગતું ગણાય, પણ તેં જીદ કરી...' કહી એણે કારની બાજુની બારીના કાચ ચડાવી દીધા : 'બાજુમાં જ પીઠું છે. કોઈ પીધેલો માણસ પસાર થાય અને તને એકલી બેઠેલી જોઈને એલફેલ ન બોલે એટલા ખાતર...'

'એની ચિંતા ન કર, મિહિર... દારૂડિયા સગા બાપને સીધો કરવા નીકળી છું... મને અત્યારે કોઈની બીક નહીં લાગે... તું જા, જઈને આવ.' કહ્યું ત્યાં યાદ આવ્યું એટલે ઉમેર્યું : 'એને કહેજે, દેવકી તમારા માટે ટિફીન લઈને આવે છે.'

મિહિર પગદંડી જેવી સાવ સાંકડી ગલીમાં દાખલ થઈને વળી ગયા પછી દેવકીએ હોઠ ભીડી મનોબળ મક્કમ કર્યું : હે પ્રભુ, આજ સુધી મેં કોઈનો જીવ દૂભવ્યો નથી, પણ આજે હું જે કરવા માગું છું એમાં ડગી ન જાઉં એટલી શક્તિ આપજે !

રવિવારે દલીચંદને ભાયંદરથી ટેક્સીમાં નાખીને લઈ આવી ત્યારે પણ તેણે આવી જ રીતે મનને મક્કમ રાખ્યું હતું. જાણે પાછળની સીટમાં કોઈ નિર્જીવ સામાન ખડક્યો હોય તેમ એક પણ વાર તેણે કણસતા બાપ તરફ જોવા માટે ગરદન ફેરવી નહોતી. બોરીવલી આવ્યું ત્યાં સુધી એણે ટેક્સી ડ્રાઈવર સાથે પણ વાતચીતનો હરફ સુધ્ધાં ઉચ્ચાર્યો નહોતો.

ચાચા, બે મિનિટ ટેક્સી રોકજો. હું એક ફોન કરી આવું... કહી રસ્તા પરની એક રેસ્ટોરાંમાંથી મિહિરને ફોન જોડ્યો : મિહિર, હું એને લઈને ટાઉન તરફ આવી રહી છું. મારે એને ક્યાં રાખવા ? તારા ધ્યાનમાં કોઈ ઠેકાણું છે ? - એવું પૂછ્યું ત્યારે મિહિર તેને એકાદ હોટેલ કે કોઈ ગેસ્ટહાઉસ જેવાં ઠેકાણાં ચીંધવા લાગ્યો, પણ દેવકીએ પૂરું સાંભળ્યા વગર જ કહી દીધું હતું : નહીં, મિહિર, મારે એને એવી જગ્યાએ રાખવા છે જ્યાં કોઈની અવરજવર ન હોય, જ્યાં એની હાજરી કોઈની નજરે ચડે નહીં અને જ્યાં કોઈ જાતની સગવડ સુવિધા પણ ન હોય.

ત્યારે થોડો વિચાર કરીને મિહિરે ઠાકુરદ્વારની સાંકડી શેરીમાં આવેલા ગોડાઉનની વાત કરી હતી : દેવકી, અમારું એ ગોડાઉન સાવ ખાલી છે. મોટી સાઈઝના ઉંદરડા સિવાય ત્યાં કોઈની અવરજવર રહેતી નથી.

- બસ, તો મારે એવા જ કોઈ ઠેકાણાની જરૂરત છે - કહી મિહિરને પોણા કલાક પછી ચર્નીરોડ સ્ટેશન પાસે આવી જવા કહ્યું હતું : તું એને તારી ગાડીમાં નાખીને ગોડાઉનમાં ઠાલવી આવજે. ત્યાર પછી હું તને કહું એટલું કામ કરી આપજે.

બપોર પછી બાકીનાં કામ ચીંધ્યાં તેમાં બાપને ભરપેટ જમાડવાનું પણ કહ્યું ત્યારે મિહિર ભારે અચરજ પામ્યો હતો : જેને સજા કરવી છે એને પાછી ભરપેટ જમાડવાનું પણ કહી રહી છે !

જોકે સોમવારે તેને કાંઈ જ ખાવા આપવા કે ખબર પૂછવા નહીં જવાની તાકીદ દેવકીએ કરી ત્યારે પણ મિહિરને એટલું જ વિચિત્ર લાગ્યું હતું : એ કઈ રીતે બાપ પર વેર વાળવા માગે છે એ જ સમજાતું નથી !

સાતેક મિનિટ પછી મિહિર સાંકડી ગલીમાંથી પાછો ફર્યો ત્યારે અધીર દેવકીએ હાથમાં પ્લાસ્ટિકની બે થેલી ઊંચકી કારનું બારણું ઉઘાડ્યું : 'એ જીવતો છે ને ?'

'જીવે છે, પણ ભૂખના માર્યા અધમૂઆ થઈ ગયા છે.' મિહિરે તરડાયેલા અવાજે કહ્યું : 'ગોડાઉનનાં બારણાં ઉઘાડી હું તેમની સામે પ્રગટ થયો ત્યારે કોઈ તારણહાર આવ્યો હોય તેમ એ મારા પગે પડીને કરગરવા લાગ્યા : મને અહીંથી છોડાવો ! આખી રાત મને ઉંદરડાએ ઊંઘવા નથી દીધો ! આખો દિવસ મેં પાણી પી-પીને પેટ ભર્યું. સમજાતું નથી, મારી દીકરી મને અહીંયાં શું કામ લઈ આવી ?'

'હમણાં સમજાઈ જશે એ નરાધમને !' કહી દેવકીએ દાંત પીસ્યા : 'તું બારણું અટકાવીને તો આવ્યો છે ને, મિહિર ?'

'હા, હું બંધ કરતો હતો ત્યારે એણે બારણા પર માથું પછાડીને છાતીફાટ આક્રંદ કર્યું : 'તમે ચાલ્યા ન જાઓ ! ભગવાનને ખાતર મને એકલો છોડીને ચાલ્યા ન જાઓ !'

'હવે એને ભગવાન યાદ આવ્યા !' ગરદનને ઝાટકો મારી દેવકીએ પગ ઉપાડ્યા : 'મારી માને કપડાં કઢાવીને નચાવી, એક બજારુ ઓરત સામે એને કોડીની કરી દેખાડી ત્યારે ભગવાનના અસ્તિત્વનું ભાન કેમ નહોતું રહ્યું એને ?'

મક્કમ પગલે ઝડપભેર એ સાંકડી ગલીમાં આગળ વધી ત્યાં પીઠામાંથી બહાર નીકળેલો એક દારૂડિયો લથડતી ચાલે સામો મળ્યો. દેવકીને જોઈ બેહૂદો બકવાસ કરતો એ નજીક આવી તેના તરફ હાથ લંબાવવા ગયો ત્યાં ખુન્નસભેર તેના પેટમાં લાત ફટકારીને એને ભોંય પર ગડથોલિયું ખાતો કરી દીધો. દૂરથી આ જોતો મિહિર હેબતાઈ જઈને બબડ્યો : સ્ત્રીમાં છુપાઈ રહેલી દૈવી શક્તિ જાગ્રત થાય ત્યારે એના તેજમાં આસુરી તાકાત આમ જ ભસ્મીભૂત થઈ જતી હશે ! કોને ખબર, દલીચંદ-અંકલનું શું થશે ?

મિહિરે આપેલી નિશાની પ્રમાણે ગોડાઉનના બંધ બારણે જઈને ઊભેલી દેવકીએ ઘડીભર આંખો મીંચી માતાનું સ્મરણ કરી લીધું : મને માફ કરજે, મા, હું તારી જેમ એને ક્ષમા કરી શકું તેમ નથી. રાક્ષસોને તો ભગવાન રામચન્દ્રજીએ પણ માફ નહોતા કર્યા.

અને દેવકીએ જડબાં ભીંસી ગોડાઉનના બંધ બારણાનો આગળો ખોલ્યો. દ્વાર ઊઘડતાં જ અંદરથી બંધિયાર હવા લોખંડની જાળીવાળા અંદરના દરવાજામાંથી બહાર ધસી આવી, સાથોસાથ અંદરથી 'આવી ગઈ, દીકરી'ના ઉદ્‌ગાર સંભળાયા ત્યાં જ દેવકીએ ખુન્નસભેર જાળીવાળા દરવાજાને પાટુ ફટકારીને ઉઘાડી નાખ્યો.

'શું બોલ્યા તમે - દીકરી ?'

છત પર લટકતા એક બલ્બના ઝાંખા પ્રકાશમાં ઝંખવાણા મોઢે બેઠેલા દલીચંદ શાહ સામે આંખોનાં ભવાં તાણી દેવકીએ ધિક્કાર ઉછાળ્યો :

'તમારી દારૂથી ગંધાતી અને ગંદી ગાળોથી ખરડાયેલી જીભે ફરી મને *દીકરી* કહીને બોલાવી છે તો એ જીભ કાપી લેતાં આ દેવકી અચકાશે નહીં !'

'ભૂલ થઈ ગઈ, મારી મા !'

એ સાંભળીને તો દેવકી વધુ છંછેડાઈ :

'મા ! જેની કૂખેથી અવતાર મળ્યો એ માતા પણ જ્યાં હશે ત્યાં એનો આત્મા તમને જનમ આપવા બદલ જાતને કોસતો હશે !'

કહી દેવકીએ આસપાસ નજર ફેરવી લીધી. પોપડા ઊખડી ગયેલી ભીંત પર પોતે કહ્યા પ્રમાણે મિહિરે અર્ધનગ્ન સ્ત્રીઓનાં પોસ્ટર લગાડી દીધાં હતાં. ભોંય પર વિદેશી શરાબની બાટલીઓમાં પાણી ભરીને મૂકી હતી જેમાંથી અર્ધી ખાલી થઈને ઢળી પડી હતી. દલીચંદને ડિલ લંબાવવા માટે કંતાનની પથારી આપી હતી અને પહેરવા માટે એક જોડી કપડાં...

'પેલો છોકરો તો કહી ગયો કે દેવકી તમારા માટે ટિફીન લઈને આવે છે.' દેવકીએ ઊંચકેલી પ્લાસ્ટિકની થેલી પર નજર નાખતાં દલીચંદે ગભરાતા સ્વરે કહ્યું, ત્યારે દેવકી ધારદાર નજરે તેને તાકવા લાગી. ગઈ કાલે માથા પર પડેલા મારને કારણે વહેલા લોહીથી હજુ તેના વાળ ખરડાયેલા હતા. ઉજાગરાવાળી આંખોમાં અજંપો આળોટતો હતો અને દારૂની તલપથી ચહેરો ચીમળાઈ ગયો હતો.

'તને હાથ જોડું છું, મને ખાવા આપ, દેવકી !'

'યાદ કરી જો, દલીચંદ !' ક્રોધના આવેશમાં દેવકીએ પહેલી વાર બાપ માટે તુંકારો ઉચ્ચાર્યો : 'મારી માએ તને કેટકેટલી વાર હાથ જોડ્યા હતા અને બદલામાં તેં એને કેટલી વાર ક્યાં-ક્યાં લાત ફટકારી હતી... યાદ આવે છે એ બધું ?'

'હવે એ યાદ કરવાનો શું અર્થ ?' મુંડી નીચી કરીને રાંક અવાજે એ બોલી ગયો : 'એ તો મરીને છૂટી ગઈ અને હું...'

'નહીં, દલીચંદ, એ મરીને છૂટી નથી ગઈ... આ દેવકીના પંડમાં હાજરાહજૂર છે મારી મા !' કહી એણે દૂર પડેલો તેલનો ડબ્બો ઊંચકી તેના પરથી ધૂળ ખંખેરી બેઠક લેતાં સંભળાવ્યું : 'હું તને સુખેથી જીવવા નહીં દઉં અને દુઃખેથી મરવા પણ નહીં દઉં !'

'તારે જે કરવું હોય તે કરજે, દેવકી...' એણે હાથ જોડ્યા : 'પહેલાં મને ખાવા આપ... આ શરાબના બાટલા જોઈને હું દારૂ માટે તરફડું છું.'

'અને આ ભીંત પર ચોટાડેલાં પોસ્ટર જોઈને ?'

કહી દેવકીએ સ્ત્રીસહજ લજ્જા ત્યજી દઈને આંગળી ચીંધી બાપને અર્ધનગ્ન સ્ત્રીઓનાં પોસ્ટર દેખાડ્યાં :

'આ અર્ધનગ્ન સ્ત્રીઓને જોઈને તારા હવસખોર માનસને કાંઈ જ નથી થતું ? પહેલી રાતે પ્રતીક્ષા કરતી પત્નીને બદલે મુજરાવાળી પાસે જનાર અને પછી ઘેર આવીને એક નવોઢાનાં વસ્ત્રો ખેંચીખેંચીને એને નચાવનાર મરદ અત્યારે ભૂખ્યા ભૂંડની જેમ વલખાં કેમ મારે છે, દલીચંદ ?'

છેલ્લા બે વાક્યે દલીચંદને ચોંકાવી દીધો.

'પહેલી રાતની વાત તને કોણે કરી, દેવકી ? તારી મા ટ્રેન અકસ્માતમાં ચાલી ગઈ ત્યારે તો તું હજુ ઘોડિયામાં હતી !'

'એક વાર તો કહ્યું કે મારા પંડમાં ચન્દ્રપ્રભા જીવતી-જાગતી બેઠી છે... અને એ જ તને અત્યારે જમાડવા આવી છે !'

'તો જલદી ખાવા આપી દે ને...'

ભૂખના આવેશમાં દલીચંદ ઊંચા અવાજે બોલી ઊઠ્યો એટલે દેવકીએ જડબાં ભીંસ્યાં.

'કેમ, પત્નીને *ગધ્ધીની* કહીને હુકમ સંભળાવતો એ ગાળ બોલવાનું કેમ ભૂલી ગયો ?'

'મારા ગુના માફ કરી દે...' એ ફરી કરગરવા લાગ્યો : 'મને ખાવાનું આપી દે ! ભૂખ્યા પેટ પર મહેણાંના પાટુ ન માર, દેવકી !'

'ઠીક છે !' બાપની આજીજી સામે પીગળી જતી હોય એવા દેખાવ સાથે પ્લાસ્ટિકની એક કોથળીમાંથી ટિફિન બહાર કાઢ્યું કે તરત જ દૂર બેઠેલો દલીચંદ તરાપ મારવા ગોઠણભેર થયો, ત્યાં -

'ખબરદાર !' સજાગ દેવકીએ થેલીમાંથી ટિફિનની સાથોસાથ બહાર કાઢેલો છરો તેની સામે તાક્યો : 'નજદીક આવ્યો તો ભૂખ્યા પેટમાં આ છૂરો ભોંકાઈ જશે !'

દેવકીના એ રુદ્ર-સ્વરૂપે દલીચંદને કંપાવી દીધો. તેને લાગ્યું, સાક્ષાત્ ચન્દ્રપ્રભા જ કાળ બનીને તેની સામે હાજર થઈ છે.

એક હાથમાં છરો તાકેલો રાખી દેવકીએ ટિફિનનાં એક પછી એક ખાનાં ખોલવા માંડ્યાં ત્યારે ગમાર પશુની જેમ ભૂખ્યા દલીચંદના હોઠ ભીના થવા મંડ્યા. પરંતુ ટિફિનના ડબ્બામાં ખોરાકની વાનગીને બદલે જે જોવા મળ્યું એણે હોઠને બીજી જ પળે સૂકવી નાખ્યા. ટિફિનના એક ખાનામાં ડુંગળી-લસણ હતાં, બીજામાં છાલવાળાં કાચાં બટેટાં અને ત્રીજામાં સડી ગયેલી ગંધાતી માછલી ! જીવહત્યાનું પાપ ન લાગે એટલા માટે દેવકી ચાર દિવસની સડી ગયેલી માછલી લઈ આવી હતી અને તેની દુર્ગંધ બંધિયાર ગોડાઉનમાં પ્રસરવા લાગી હતી.

'લો, આરોગો, દુલ્લારાજા !'

એ સંબોધન તો ચન્દ્રપ્રભાનું જ હતું, પણ તેમાં પેલા અણીદાર છરા જેવી તીક્ષ્ણતા હતી. દેવકીએ તેના તરફ હડસેલેલાં વાસણ પર દૃષ્ટિ ફેંકી દલીચંદ દયામણી નજરે તેની સામે જોવા લાગ્યો ત્યારે દેવકીએ સંભળાવ્યું :

'યાદ આવે છે, પર્યુષણના દિવસોમાં મારી મા એકાસણાં કરતી ત્યારે તમે આવું બધું બહારથી લઈ આવીને એને કહેતા : ચાલ, ગધ્ધીની ! મને કાંદા-બટેટાં અને માછલી રાંધીને જમાડ... યાદ ન હોય તો હું એ બધું તાજું કરાવી દઉં !'

કહીને પ્લાસ્ટિકની બીજી થેલીમાંથી દેવકીએ તેને માતાજીની જીવનકથાની હસ્તપ્રત બહાર કાઢી, પછી અગાઉથી વાળી રાખેલું પાનું ઉઘાડી દલીચંદ સામે કતરાતી નજરે જોયું :

'સાંભળો, દુલ્લારાજા !'

જાણે મૃત્યુ પછી ચિત્રગુપ્ત મરનારના પાપનો હિસાબ વાંચવા બેઠા હોય એવા ભયવિહ્વળ હાવભાવ સાથે દલીચંદ તેને જોતો રહ્યો અને દેવકીએ વાંચવા માંડ્યું :

વ્યભિચારી, જુગારી અને દારૂડિયા દલીચંદની મારપીટ, ગાળો તથા વિકૃત માગણીઓથી ત્રાસી ગયેલી હું ત્રસ્ત જીવને શાતા વળે એ માટે ઉપાશ્રયે જવા લાગી. ભક્તિમાં જીવ પરોવીને ભવ પૂરો કરી નાખવાનો સંકલ્પ કર્યો ત્યારે તો દલીચંદનો અત્યાચાર પરાકાષ્ઠાએ પહોંચી ગયો.

સાંજે હું ઉપાશ્રયેથી પાછી ફરું ત્યારે એ ઘરમાં હાજર હોય તો ઉંબરેથી જ મને ગાળ દઈને આવકારે, પછી પૂછે કે કોની સાથે છાનગપતિયાં કરવા ગઈ'તી ? ઘરમાં આવો મરદ બેઠો છે છતાં બહાર જઈને કાળાં કામાં કરે છે અને મને પડખામાં પેસવા નથી દેતી ! એમનાં

એ વેણ પચાવી જવા માટે હું આંખો મીંચીને નવકારમંત્ર ભણવા લાગું તો મારી સામે ખડખડાટ હસીને ગલીચ ગાળો બોલવા લાગે... છતાં હું ધ્યાન ન આપું તો બાવડેથી ઝાલીને, ચોટલેથી ખેંચીને મને પલંગમાં ફંગોળે અને પછી પોતાની પત્ની પર બળાત્કાર કરવાનું શૂરાતન દેખાડે.

માની એ મનોવ્યથા વાંચતાં-વાંચતાં દેવકીનો કંઠ રૂંધાવા લાગ્યો. તરત એણે મક્કમતા ધારણ કરી લઈ ગળું ખંખેરીને આગળ વાંચવા માંડ્યું :

પર્યુષણના અંતિમ દિવસોમાં તો મને તાબે કરવા માટે એ માણસે યજ્ઞકુંડમાં હાડકાં હોમતા રાક્ષસો જેવો નીચ વર્તાવ મારી સાથે કર્યો. હું પૂજામાં બેઠી હોઉં ત્યારે મારી સામે આવીને મરેલી માછલી અને પરમાટીનો થાળ મને પીરસે : લે, આ પ્રસાદ ખાઈ લે... અને હું હાથ જોડીને વીનવું : શું કામ મને પાપમાં પાડો છો ? તો એ બીભત્સ ચેષ્ટા સાથે મને મને કહે, જો પાપમાં ન પડવું હોય તો મારે તાબે થઈ જા... આ પવિત્ર દિવસોમાં મને તારું પડખું સેવવા દે... હું તને મા બનાવીને જિંદગીભર મારી તાબેદાર બનાવવા માગું છું. બોલ, મારું કહ્યું માને છે કે પછી જિંદગીભર ખા ભૂલી જા એવો પાઠ ભણાવું...

ફરી દેવકીનો અવાજ તરડાવા લાગ્યો અને ફરી તે ગળું ખંખેરીને વાંચવા જતી હતી ત્યાં -

અને મેં ચન્દ્રપ્રભાને એવો પાઠ ભણાવ્યો જે જગતના કોઈ પુરુષે કદાચ તેની પત્નીને ભણાવ્યો નહીં હોય. ચન્દ્રપ્રભા હાથ જોડીને વીનવતી રહી, ચોધાર આંસુએ રડતી રહી અને મેં એક હાથના પંજામાં તેનાં જડબાંને ભીંસમાં લઈ બળજબરીથી તેનું મોં ખોલાવ્યું, પછી બીજા એક હાથે માછલી પકડી તેના ઉઘાડા મોં સામે લઈ ગયો : બોલ, માછલી ખાઈને ધર્મભ્રષ્ટ થવું છે કે હસતા મોંએ મારી વાસના તૃપ્ત કરવી છે ?

ખુદ દલીચંદને એ રીતે બોલતો સાંભળી દેવકી ફાટી આંખે તેને જોઈ રહી.

મેં ધરેલી માછલીને મોંએથી દૂર રાખવા ચન્દ્રપ્રભાએ ઘણું જોર અજમાવ્યું, દાંત ભીડી દેવા માટે બહુ મથામણ કરી, પણ મારા શેતાની બળ સામે એ ફાવી નહીં ત્યારે પગેથી લાત ફટકારીને મને દૂર હડસેલી દીધો... બસ, એના એ વિરોધે મારામાં શેતાની શૂરાતન જગાડી દીધું. એ બિચારીનો ટાંટિયો પકડી મેં પલંગ તરફ ઢસરડી, પછી ચોટલો પકડીને મેં પાપીએ તેને પલંગમાં પટકી અને પછી...

'બસ ! બસ કરો, દલીચંદ !' આટલે સુધી સાંભળીને ત્રાસી ગયેલી દેવકીએ ટટ્ટાર થઈને પિતાને બોલતા બંધ કરવા માટે ત્રાડ પાડીને જોયું તો દલીચંદની આંખોમાંથી આંસુની ધાર વહેતી હતી. જાણે દેવકીની ત્રાડની કોઈ અસર થઈ ન હોય તેમ એણે એકરાર ચાલુ રાખ્યો :

નિર્બળ ગાય પર વાઘ તરાપ મારીને ત્રાટકે એમ તેને મારા શરીર નીચે કચડી નાખીને મેં કહ્યું : ગધ્ધીની ! હવે ભણ તારા નવકારમંત્ર... ભવિષ્યમાં પેદા થનાર આપણા બાળકને હું કહીશ કે તારી મા એટલી બધી ધર્મિષ્ઠ હતી કે તારું બીજ રોપાયું ત્યારે પણ એના હોઠ પર ભગવાનનું રટણ હતું !

'બસ કરો, બાપુ, હવે બસ કરો !'

દલીચંદની આંખોમાંથી વહેતાં આંસુના ધોધ, પુત્રી સમક્ષ મોકળા મને કરી રહેલા એકરારમાંથી ઝિલાતો પશ્ચાત્તાપ અને શબ્દેશબ્દમાંથી પોતે કરેલા ગુનાનો પારાવાર સંતાપ જાણે

દેવકીને સ્પર્શી ગયો હોય તેમ તેની જીભેથી બાપુનું સંબોધન સરી પડ્યું અને દલીચંદની આંખમાંથી વહેતાં આંસુ એકાએક થંભી ગયાં.

'આ બધું તારી માએ લખ્યું છે એ તું વાંચી શકે છે તો પછી તારા બાપને બોલતો શું કામ રોકે છે, દેવકી ?' એના અવાજમાં ગજબનું પરિવર્તન વર્તાયું દેવકીને.

'અઠ્ઠાવીસ વરસથી હું એ પાપનો ભાર લઈને હડધૂત થતો રહ્યો છું. તડીપાર થઈને ઠેકઠેકાણે ઠોકર ખાતો રઝળું છું. છેતરપિંડી કરીને લોકોના માર ખાઉં છું. દારૂ ઢીંચીને ગટરમાં સબડું છું... હવે એના કરતાં વસમી એવી તે કઈ સજા છે જે તું મને ફટકારવા માગે છે, દેવકી ?' એ હાંફતા શ્વાસે બોલતો હતો : 'અરે, જગતની બધી જ સજાઓ ફટકારીશ તોપણ હું આ ગુનામાંથી મુક્તિ નહીં પામું !'

અને દેવકી જવાબ આપે એ પહેલાં બહુ વારથી બહાર તેની વાટ જોતો મિહિર આવી ચડ્યો. બાપ-દીકરી વચ્ચે પ્રસરી ગયેલી સ્તબ્ધતા જોઈને એ ડઘાઈ ગયો.

દેવકી ઝાટકા સાથે ઊભી થઈ ગઈ. પહેલાં બાપ સામે અને પછી મિહિર સામે જોઈને નિઃશ્વાસ નાખતાં તેણે કહ્યું :

'મિહિર, હું જાઉં છું. તું એને બહારથી ટિફિન લઈ આવીને ભરપેટ જમાડી દેજે.'

કહી પ્લાસ્ટિકની એક થેલી ઊંચકીને એ જવા લાગી. દરવાજે પહોંચીને અચાનક તેણે પીઠ ફેરવી :

'તમે કહ્યું ને કે હવે શું સજા ફટકારવાની બાકી છે ?' આ વખતે તેણે બાપુ સંબોધન ટાળ્યું, પછી ઊંડો શ્વાસ લઈને જતાં-જતાં સંભળાવતી ગઈ :

'તો કાલથી તમારી સજાનો અમલ શરૂ થવાનો છે. તમે જો મારા બાપ કહેવડાવવાને લાયક હો તો મન મક્કમ કરી રાખજો. હું કાલે પાછી આવું છું !'

અને દલીચંદ ફાટી આંખે સડસડાટ ચાલી જતી દીકરીને જોઈ રહ્યો.

*

32

વરલીના દરિયાકિનારા સામે, બગીચાવાળા કમ્પાઉન્ડના ગેટમાં દાખલ થઈને દેવકીએ મારુતિની ગતિ ધીમી કરી. બાજુમાં બેઠેલા દલીચંદ પર દૃષ્ટિ ફેંકી તો એ ઝોકાં ખાતો હતો. ઠાકુરદ્વારની સાંકડી ગલીના ગોડાઉનમાંથી બહાર કાઢી દલીચંદને તેણે મારુતિની આગલી સીટમાં બેસાડ્યો ત્યારે અવાવરુ જગ્યામાંથી છુટકારો મળ્યાની રાહતના ભાવની સાથોસાથ તેના ચહેરા પર ઉદ્વેગ પણ દેખાતો હતો : કોણ જાણે દીકરી મને મોટરમાં બેસાડી ક્યાં લઈ જવાની હશે ? આગલી સાંજે એ કહીને ગઈ હતી કે તમે બાપ કહેવડાવવાને લાયક હો તો સજા ભોગવવા માટે મન મક્કમ કરીને તૈયાર રહેજો. હું કાલે પાછી આવું છું... અને કહ્યા પ્રમાણે આવીને દેવકી એટલું જ બોલી હતી : ચાલો, બહાર નીકળો અને હું કહું તેમ ચૂપચાપ કરતા જજો ! પછી ગલીની બહાર ઊભેલી કારનો આગલો દરવાજો ઉઘાડી કરડા અવાજે આજ્ઞા ફરમાવી હતી : બેસી જાઓ અંદર !

કાર ગિરગામના ગીચ લત્તામાંથી બહાર નીકળી એટલે ચૂપ રહેવાની તાકીદ છતાં તેનાથી પુછાઈ ગયું હતું : આપણે ક્યાં જઈ રહ્યાં છીએ ?

તેના જવાબમાં દેવકી ફરી તાડૂકી હતી : કહ્યું ને, ચૂપ રહીને હું કરું તે જોયા કરો અને કહું તેમ કર્યા કરો.

બસ, ત્યાર પછી વરલી સુધીની સફરમાં દલીચંદ માત્ર હોઠ જ નહીં, આંખો પણ બંધ કરી દઈને બેસી રહ્યો હતો. પછી તો સાંજનો સમય અને દરિયાની ઠંડી હવાની અસરમાં ઝોકે ચડી ગયેલા દલીચંદને કારની બ્રેકનો આછો આંચકો પણ જગાડી શક્યો નહીં.

બેઠાં-બેઠાં ઊંઘતા બાપને જોઈ દેવકીને દયા આવી ગઈ : ગોડાઉનના ઉંદરડાઓએ બિચારાને બે રાતથી ઊંઘવા દીધા નહીં હોય, ભલે થોડી ઊંઘ કાઢી લે - એવું વિચાર્યું ત્યાં જ એ પોતે સજાગ થઈ ગઈ : નહીં, એવી દયા દાખવવાનું ન પાલવે. ઊંઘતા માણસને જોયા કરવાથી એના પ્રત્યેનો આક્રોશ ઓસરવા લાગે છે.

'તમારું ઠેકાણું આવી ગયું !' પહેલાં ધીમા અવાજે કહ્યા પછી દયાભાવને દબાવી દઈ દેવકીએ જોરથી તેનો ખભો હલબલાવ્યો : 'ઊઠો ! બાપની ગાડીમાં બેઠા હો એમ ઊંઘો છો શું ?'

'હં !' ઝબકીને જાગી જતા દલીચંદે આંખો પટપટાવીને દેવકી સામે જોયું, ઉંઘરેટી અવસ્થામાં ચૂપ રહેવાની મનાઈ વીસરાઈ ગઈ હોય તેમ એ બોલી ગયો :

'બાપની ગાડીમાં બેઠાને તો વરસો વીતી ગયાં... આજે દીકરીની કારમાં બેસવા મળ્યું એની ખુશાલીમાં સુખની નીંદર આવી ગઈ.'

'મોઢું બંધ રાખીને ઊતરો નીચે.' દેવકીએ કરડાકી ચાલુ રાખીને સંભળાવ્યું : 'અને યાદ રાખજો, અહીં કે બીજે ક્યાંય મને *દીકરી* કહીને બોલાવી છે તો...'

બાકીનું અધ્યાહાર રાખીને દેવકીએ બે-માળી મકાનનાં લાંબાં પગથિયાં તરફ પગ ઉપાડ્યા ત્યારે પાછળપાછળ ખેંચાઈ આવતા દલીચંદને પૂછવાનું મન થયું કે *દીકરી* કહીને ન બોલાવું તો તને શું કહું ? પણ તેને બદલે હવેલી જેવા મકાનને એક નજરે જોઈ લેતાં તેણે પૂછ્યું : 'તું મને ક્યાં લઈ જાય છે એ તો કહે !'

'રાજમહેલમાં !'

'શું કામ મારી મશ્કરી કરે છે ?' દીકરીનો કટાક્ષ વસમો લાગ્યો હોય તેમ એ બોલી ગયો : 'આ લાચાર, નિરાધાર બૂઢા માટે હવે રાજમહેલ કેવો ?'

'તમે કહ્યું એવા લાચાર-નિરાધાર માટે તો આ રાજમહેલ જ છે !' સંભળાવીને પગથિયાં ચડી લીધા પછી દેવકીએ સામેના બૉર્ડ તરફ આંગળી ચીંધી : 'વાંચો, શું લખ્યું છે ?'

ત્યારે દૂરથી વંચાતું ન હોય તેમ દલીચંદે થોડા આગળ વધી પાટિયું વાંચ્યું : *શેલ્ટર ફૉર ઓલ્ડ પર્સન્સ* અને તેની નીચે હિન્દીમાં લખ્યું હતું : *વૃદ્ધાશ્રમ !*

'તું મને અહીં ભરતી કરવા લઈ આવી ?' દેવકી સામે ચકળવકળ આંખે જોતાં દલીચંદે કહ્યું : 'અહીં તો એવા બૂઢાઓને દાખલ કરે છે જેમનું કોઈ સગું ન હોય.'

સાંભળીને દેવકી તેની સામે ઘૂરકી :

'તમે થોડી વાર પહેલાં તો બોલી ગયેલા કે હું નિરાધાર અને લાચાર છું...' પછી નિઃશ્વાસ નાખતાં ઉમેર્યું : 'તમે કોઈના થયા નહીં તો પછી તમારું કોણ થાય ? અહીં ઘણા એવા વૃદ્ધો આવે છે જેમને હર્યુંભર્યું કુટુંબ હોવા છતાં આશ્રમમાં રહેવું પડે.'

'એ તો એવા લોકો જેમનાં સંતાનોને મા-બાપ ભારરૂપ લાગતાં હોય.' દલીચંદની એ દલીલમાં તથ્ય હતું, પણ દીકરી બાપને દાદ આપવા માગતી ન હોય તેમ દેવકીએ સામું સંભળાવ્યું :

'અને કેટલાક એવા પણ હોય જે સંતાનો માટે માત્ર ભારરૂપ જ નહીં, શાપરૂપ પણ બની ગયા હોય.'

- એટલે કે મારા જેવા... દલીચંદ એવું કાંઈક બોલવા જતો હતો ત્યાં 'વૉટ કેન આઈ ડુ ફૉર યૂ ?' કહેતો એક યુવાન અંદરના ખંડમાંથી પરસાળમાં આવ્યો. સ્વચ્છ અને સફેદ શર્ટ-પૅન્ટ અને એવા જ સ્વચ્છ સ્મિતથી આવકાર આપનાર એ યુવાનના હાથમાં દેવકીએ પોતાનું વિઝિટિંગ કાર્ડ આપતા કહ્યું :

'મધર મિરાન્ડાએ મને છ વાગ્યાની એપૉઈન્ટમેન્ટ આપી છે.'

'પ્લીઝ, ટેક યોર સીટ્સ.' કહી ફરી એવું જ સ્મિત ફરકાવતો એ અંદર સરકી ગયો. દેવકી અને દલીચંદ બેસવાને બદલે ઊભાં-ઊભાં જ આસપાસ જોતાં રહ્યાં. ખ્રિસ્તીઓના ચર્ચમાં હોય

એવી સ્વચ્છતા અને શાંતિ ચિત્તને પ્રસન્ન કરી ગઈ. બાપને રાખવા માટે આવા વૃદ્ધાશ્રમની પસંદગી કરવા બદલ દેવકીએ સાંત્વન પણ અનુભવ્યું. આગલી સાંજે દલીચંદે એકાએક આંસુભરી આંખે એકરાર કરી લેવાની મનોવૃત્તિ દર્શાવી ત્યારે એ દ્વિધામાં પડી ગયેલી : આ સાચો પશ્ચાત્તાપ છે કે દુષ્ટ દલીચંદની ચાલબાજી ? સજા કરવાનું મુલતવી રાખીને સાંકડી ગલીના ગોડાઉનમાંથી ઘેર ચાલી ગયા પછી એ સતત વિચારતી રહી હતી : હવે મારે શું કરવું જોઈએ ? શું કામ મારે એનો ભાર વેંઢારવો ? ફરી એને ભાયંદરની ઝૂંપડપટ્ટી કે બોરીવલીના મસાણમાં મૂકી આવીને રઝળતો શું કામ ન મૂકી દઉં ? સજા કરવાને બદલે મને એના પ્રત્યે દયા કેમ જાગી ? શું સાધ્વી બની ગયેલી માતા દૂર બેઠાં-બેઠાં મને વેર વાળતી રોકે છે ? એને ક્ષમા કરી દેવાનું સૂચવે છે ?

પરોઢિયા સુધી આ સંતાપમાં તરફડ્યા કરીને દેવકીએ પથારી છોડી બેડરૂમની બારી ઉઘાડી તો તેના કાને બાબુલનાથના મંદિરનો ઘંટારવ અફળાયો. બીજી બારી ખોલી તો તાજી શીતળ હવાની લહેરખી સાથે સમુદ્રનાં મોજાંનો મધુર ઘુઘવાટ સંભળાયો. કોઈ કારણ વિના એ સીડી ચડીને સડસડાટ ટેરેસમાં જઈને ઊભી તો સૂર્યના આગમનની છડી પોકારતી પ્રભાતની લાલિમાથી પૂર્વદિશા તેજસ્વી બનતી દેખાઈ. તેને થયું : રોજ સવારે સૂર્ય નવી આશા લઈને ઊગે છે. અંધકારથી હતાશ નહીં થઈ જવાનો માનવજાતને સંદેશો પાઠવે છે. દલીચંદ જો જીવનનો અંધકાર હોય તો હું દેવકી નવા જીવનનો ઉજાસ કેમ ન બની શકું ?

તેણે જાત સાથે દલીલ કરવા માંડી હતી : તેમને પાછા મૂકી આવીને બાકીની જિંદગી સબડવા દેવા એ પણ એક સજા જ છે ને ? તેને બદલે એમના અંધકારમય જીવનમાં પ્રકાશનું એક ચાંદરડું પ્રગટાવી શકાય એવો પ્રયત્ન શું કામ ન કરી જોવો ? બસ, એક જ વાર...

'મૅડમ, પ્લીઝ કમ ઈન.' પેલા યુવાને એ જ સ્મિત સાથે પાછા ફરતાં કહ્યું : 'મધર આપને મળવા આતુર છે.'

સાંભળીને વિચારતંદ્રામાંથી સજાગ બની જતી દેવકીએ આસપાસ જોયું તો દલીચંદ ન દેખાયો ! તેને ફાળ પડી : મારી નજર ચૂકવીને એ છટકી ગયા ? હાંફળી-ફાંફળી દોડીને એણે જોયું તો દલીચંદ પગથિયાં ઊતરી બગીચા પર મીટ માંડીને ઊભેલો દેખાયો.

'ત્યાં શું કરો છો ?'

તેની હાંક સાંભળી દલીચંદે પીઠ ફેરવી. દેવકીની આંખોમાં ઠપકો જોઈ એ ઉતાવળી ચાલે પગથિયાં ચડીને પરસાળમાં આવ્યો :

'બગીચો કેટલો સુંદર છે !'

સાંભળીને દેવકી તેની સામે કતરાઈ : દુર્ગંધના ઉકરડામાં સબડનારાને બાગની સુંદરતા ક્યાં સમજાવાની હતી ? તેને બદલે સાચું બોલી જાઓ ને કે નાસી જવાનો રસ્તો ખોળતા હતા !

પેલાની હાજરીમાં આવું કહેવાનું અજુગતું લાગ્યું એટલે દેવકીએ સંકેતથી જ આદેશ આપ્યો : ચાલો, મારી પાછળપાછળ...

મધર મિરાન્ડાના ખંડમાં દાખલ થતાં જ ગોળ ટેબલ સામેની ખુરસીમાંથી ઊભા થઈ જઈ સાઠ-પાંસઠનાં એ શ્વેત વસ્ત્રધારી સેવિકાએ બંનેને આવકાર આપ્યો :

'આવો, પધારો, ઈશ્વરના ઘરમાં અમે આપનું સ્વાગત કરીએ છીએ.'

દેવકી સાથે હાથ મિલાવી મધરે દલીચંદ તરફ હાથ લંબાવ્યો ત્યારે ઘડીભર એ વિમાસણમાં પડી ગયો. જાણે પરવાનગી માગતો હોય તેમ પુત્રી તરફ જોયું, પછી દેવકી તરફથી નકારનો કોઈ સંકેત ન મળ્યો એટલે મધરના હાથમાં હાથ આપ્યો ત્યારે તેના તપતા જીવને ઘડીભર શાતા વળી હોય એવું મહેસૂસ કર્યું :

'આ આપની સંસ્થા માટે છે.' ખુરસીમાં બેઠક લઈને દેવકીએ પર્સમાંથી ખુલ્લું પરબીડિયું કાઢી મધરના હાથમાં સુપરત કર્યું. મિરાન્ડાએ કવર ઉઘાડીને જોયું તો ચેક નીકળ્યો. એકાવન હજારની રકમ વાંચીને સુખદ સ્મિત પ્રગટાવ્યું ખરું, પણ તરત જ કહ્યું : 'અમે કોઈને એડમીટ કરવાના બદલામાં ડોનેશન લેતાં નથી, મિસ શાહ !'

'આ એડમિટ કરવા માટેનું ડોનેશન નથી.' દેવકીએ નમ્રતાથી કહ્યું : 'કોઈ કારણસર આપ એમને એડમિટ નહીં કરો તોપણ આ એકાવન હજારનો ચેક આપી જવાનો જ સંકલ્પ કરીને હું આવી છું, મધર !'

'વેરી કાઈન્ડ ઑફ યૂ !' મધરે ચેક બાજુએ રાખી કરુણાસભર દૃષ્ટિથી તેની સામે જોયું : 'સવારે ટેલીફોન પર તમારી વાતચીત સાંભળીને જ લાગ્યું હતું : યૂ આર એ ગ્રેસીઅસ સૉલ.'

બંને વચ્ચેના આ વાર્તાલાપ દરમિયાન દલીચંદ ખુરસીમાં ઊંચોનીચો થતો હતો. વારંવાર તેની નજર પેલા ચેક પર ચોંટી જતી. કદાચ એ વિચારતો હશે : અહીં એકાવન હજારનું દાન કરી દેવાને બદલે દેવકીએ મને આપી દીધા હોત તો ? થોડા મહિના મનગમતું ખાઈ-પીને આટલાં વરસની ભૂખ-તરસનું સાટું વાળી દેત ને ?

'મધર, લો આ છે એમની વિગત.' દેવકીએ ટાઈપ કરેલો એક કાગળ તેમની સામે ધરી દીધો : 'સવારે આપે ફોનમાં કહ્યા પ્રમાણે બધી જ માહિતી આમાં લખી છે.'

'એ બધી વિગત તો તમારે અમારા ફૉર્મમાં ભરવી પડશે, મિસ શાહ !' ટાઈપ કરેલી વિગતો પર નજર દોડાવતાં મધર મિરાન્ડાએ દેવકી તરફ અંગ્રેજી ફૉર્મ સરકાવ્યું :

'મિસ !' અચાનક કાગળમાંથી નજર ઊંચી કરતાં મધર બોલી ઊઠ્યાં : 'આમાં એક માહિતી ખૂટે છે. તમે મિસ્ટર ડી. શાહ સાથેની તમારી સગાઈ દર્શાવી નથી.'

ત્યારે જવાબ આપવાનું ભારે પડી ગયું હોય તેમ દેવકીના હોઠ અધખુલ્લા રહી ગયા. ત્રાંસી આંખે પુત્રીને જોઈ લઈને દલીચંદે જ કહી દીધું :

'મધર, એને મારી સાથે કોઈ સગાઈ નથી. એ તો બિચારાં દયાભાવથી મને અહીં લઈ આવ્યાં - મારો ઉદ્ધાર કરવા માટે !'

બાપના એ છેલ્લા શબ્દોમાં તીખાશ હતી કે સચ્ચાઈ ? દેવકી સમજી શકી નહીં.

'વાત એમ છે, મિસ, કે ઘણા અહીં એવા આવે છે જે સગા બાપને લઈ આવે - આવીને કહે કે આ તો અમારા નિરાધાર પડોશી છે, બિચારાનું કોઈ નથી... તેને બદલે સાચેસાચી સગાઈ કહી દેવામાં એમને શું વાંધો આવે છે ?'

'મધર, સગાઈ માત્ર લોહીની જ નથી હોતી.' દેવકીને બોલવાનું સ્ફુરી ગયું : 'લાગણીની પણ હોય છે... અને લાગણીનો તાર તૂટી ગયા પછી લોહીની સગાઈ પાણી જેવી થઈ જાય !'

'યૂ સેઈડ ઈટ !' મધરને તેના વાક્ચાતુર્યમાં ફિલસૂફીનો ભાસ થયો હોય તેમ પ્રશંસાભર્યું

સ્મિત આપ્યું : 'અમે પણ એમ જ કહેવા માગીએ છીએ. આ આશ્રયસ્થાન તો ઈશુનું છે. અહીં આવનારાને લાગણી સિવાય અમે બીજું આપી પણ શું શકવાના ?' કહી તેને ફૉર્મ ભરવાનું યાદ કરાવ્યું : 'આપ એ ભરી દો એટલી વારમાં હું એમને માટે વ્યવસ્થા કરાવું.'

ત્યારે દેવકીએ ઘડિયાળમાં જોયું : સાડાછ થવા આવ્યા હતા.

'મધર, આપને વાંધો ન હોય તો હું એક કલાક પછી એમને લઈને પાછી આવું.'

સાંભળીને મધરના મુખભાવમાં પલટો આવી જતો જોયો એટલે તરત ખુલાસો કરી દીધો :

'ડોન્ટ મિસઅન્ડરસ્ટેન્ડ મી, મધર !' કહી પર્સમાંથી બીજું પરબીડિયું કાઢી મધરના હાથમાં આપ્યું : 'કાર્ડીનલ બાપ્ટીસ્ટાએ આપના પર આ પત્ર લખી આપ્યો છે. એ વાંચશો એટલે એમને બહાર લઈ જવાનું કારણ સમજાઈ જશે.'

કાર્ડીનલ બાપ્ટીસ્ટાના કાગળનો સ્પર્શ થતાં જ મધરના મુખ પર અહોભાવ પ્રગટતો દેખાયો. પત્ર વાંચતા પહેલાં ગળામાં લટકતા ક્રૉસને વંદન કરી લીધાં. વાંચતાં-વાંચતાં વચ્ચે એક-બે વખત દલીચંદ સામે જોઈ લીધું, પછી કાગળની ગડી કરીને કરુણાભાવથી કહ્યું :

'માય ચાઈલ્ડ, તમે એમને જરૂર લઈ જાઓ. કલાકને બદલે દોઢ કલાક પછી આવશો તોપણ હું તમારી રાહ જોઈશ.' અને ઊભા થઈ ફરી બંને સાથે હાથ મિલાવતાં ઉમેર્યું : 'યૂ આર ડુઈંગ ધ રાઈટ થીંગ, મિસ શાહ !'

'થૅન્ક્સ, મધર !' પોતે જે કરવા માગે છે તેને મધરના આશીર્વાદ મળ્યા હોય તેમ સહેજ મસ્તક નમાવી દેવકીએ વિદાય લીધી.

'અહીંથી મને ક્યાં લઈ જવા માગે છે, દેવકી ?'

તેનો તરત જ જવાબ આપવાને બદલે દેવકી ઝડપભેર પગથિયાં ઊતરી ગઈ. કાર પાસે પહોંચી જઈ, બાપ માટે દરવાજો ઉઘાડી આપી, પોતે સ્ટીયરિંગ વ્હીલ સામે ગોઠવાઈ જઈને કાર સ્ટાર્ટ કર્યા પછી કતરાતી આંખે તેણે કહ્યું : 'મેં તમને કહ્યું હતું ને કે સજાના સામના માટે મન મક્કમ કરી રાખજો... હવે હું તમને ત્યાં લઈ જાઉં છું.'

'મારે તો તું દોરી જા ત્યાં જવાનું છે.'

દલીચંદના એ વેણમાં લાચારી હતી કે મશ્કરી એ દેવકીને સમજાયું નહીં. તેને જૂની કહેવત યાદ આવી ગઈ : દીકરી ને ગાય દોરે ત્યાં જાય... તેને બદલે હરાયા ઢોર જેવા બાપને પોતે દોરી જવાની સ્થિતિમાં આવી પડી હતી. બાપના સંજોગો જોઈને તેને દયા જાગી જતી, પણ બીજી જ ઘડીએ મા પર ગુજારેલા અત્યાચારની યાદ તાજી થતાં જ તિરસ્કાર જાગી ઊઠતો. ભાયંદરથી તેને ઊંચકી લાવ્યા પછી ચોવીસ કલાકમાં એ તેને તુંમાંથી તમે કહેતી થઈ હતી. બાકી તો દયા અને ઘૃણાના બે વિરોધી વલણથી દેવકી ભીતરમાં ભીંસાતી જ રહી હતી.

પાંચ મિનિટ પછી મેઈન રોડ પર એક મકાન પાસે દેવકીએ કાર થોભાવી. બારીનો કાચ ચડાવી પોતે નીચે ઊતરી એટલી વારમાં દલીચંદ પણ દીકરી બારણું ઉઘાડે તેની રાહ જોયા વિના આપમેળે બહાર આવી ગયો. ઊતરતાં પહેલાં કાચ ચડાવવાનુંય ચૂક્યો નહીં. તેની એ સભ્યતાએ દેવકીના મનમાં આશા જગાડી : માણસ સુધરવા તો માગે છે, પણ...

'અરે, આ તો બાપનું ઘર છે !' દેવકીની પાછળપાછળ કમ્પાઉન્ડમાં પ્રવેશ કરતા દલીચંદની

નજર સંસ્થાના નામ પર પડી એટલે તેની ચાલ ધીમી થઈ ગઈ : 'તું મને અહીંયાં કેમ લઈ આવી ? *બાપના* ઘરમાં તો સ્ત્રીઓ રહેતી હોય છે !'

'હા !' દેવકીએ આંખોથી તેને પગ ઉપાડવાનો આદેશ આપવાની ઢબે કહ્યું : 'અહીં એવી સ્ત્રીઓ રહે છે જે દુરાચારી પતિથી દુભાયેલી અને તરછોડાયેલી હોય.' પછી મનોમન વિચાર્યું : મારી માને તો સગા બાપનું ઘર આના કરતાંય વધુ સુરક્ષિત હતું, છતાં તમારી સામે બળવો કરીને હંમેશ માટે પિયર રહેવા ચાલી જવાને બદલે નાની બાળકી જેવી મને ત્યજી દઈને શું કામ એણે મરવા માટેનો માર્ગ અપનાવ્યો ?

મકાનની પાછળના ભાગમાં પહોંચીને દેવકી પૂઠાના એક કામચલાઉ બૉર્ડ પાસે ઊભી રહી. તેમાં લખ્યું હતું : *આલ્કોહોલિક એનૉનિમસ.* દલીચંદ તો એ લખાણ વાંચીને ડઘાઈ જ ગયો : 'અનામી દારૂડિયાઓ !' એમ બબડતાં તેણે દેવકી સામે જોયું : 'એનો અર્થ તો...'

'એવો થાય કે અહીં બધા દારૂની લતવાળા એ વ્યસનમાંથી મુક્ત થવા ભેગા મળે છે, જાતને સુધારવા મથે છે.' કહી અવાજમાં કરડાકી લાવીને સંભળાવ્યું : 'પરંતુ જેને સુધરવું નથી તેને માટે એ સજા છે.'

સાંભળીને દલીચંદ આડું જોઈ ગયો અને દેવકીએ બંધ દરવાજા પર ટકોરો માર્યો. પછી ઘડિયાળમાં જોયું, પાંચ-દસ મિનિટ મોડાં પડવા બદલ ક્ષોભ અનુભવ્યો. અર્ધી મિનિટ વાટ જોવા છતાં દરવાજો ઊઘડ્યો નહીં એટલે ફરી નૉક કરવાનું વિચારતી હતી ત્યાં યાદ આવ્યું કે અહીં બધું આપમેળે જ કરવાનું હોય છે, તો પછી કોઈ દરવાજો ઉઘાડે તેની રાહ શું જોવાની ?

તેણે હૅન્ડલ ઘુમાવી દરવાજો ઉઘાડ્યો. અંદર ડોકિયું કર્યું તો મોડા પડવાની તેની ભીતિ સાચી ઠરી. આવનારાં બધાં આવી ચૂક્યાં હતાં. દબાતાં પગલે એ અંદર દાખલ થઈ. દલીચંદ થોડો ગભરાટ અને થોડી લાપરવાહીથી તેને અનુસર્યો. કોઈ સ્કૂલના ક્લાસરૂમની જેમ ત્રીસેક વ્યક્તિઓ બેન્ચ પર ગોઠવાઈ ગઈ હતી. દેવકી હળવેકથી પાછલી પાટલી પર ગોઠવાઈ ગઈ. દલીચંદ પણ કુતૂહલવશ તેની બાજુમાં બેસી ગયો. સામે શિક્ષક માટેનાં ટેબલ-ખુરસી ખાલી જોઈને દેવકીએ આગળ બેઠેલાં પર ઊડતી નજર નાખી લીધી. તેમાં કોઈ કોઈ પાટલી પર સ્ત્રીઓને જોઈ પહેલાં આંચકો અનુભવ્યો : કદાચ મારી જેમ પોતાના બાપ, ધણી કે દીકરાને લઈ આવી હશે. દલીચંદ ખંડની વચ્ચે છત પર ફરતા પંખાને તાકી રહ્યો હતો. કદાચ એનું મન પણ એ પંખાની જેમ ઘુમરાતું હશે.

એકાદ મિનિટ અદાલતના ખંડ જેવો સન્નાટો છવાઈ રહ્યો. દેવકીએ વિચાર્યું : અહીં આવનારાં સૌ કદાચ અપરાધભાવથી અબોલ બનીને બેઠાં હશે અથવા મારા જેવાં કોઈ બીજાંને લઈ આવનારાંઓનો ત્રાસ ભોગવીને અહીં ખરેખર છુટકારો મળશે ખરો એવા ભારનું મૌન સેવતાં હશે.

ત્યાં કોઈના પગરવે ખામોશીનો ભંગ કર્યો અને બેઠેલાં લગભગ સૌમાં એકાએક સળવળાટ થયો હોય તેમ ટટ્ટાર થતાં દેખાયાં. આગલી બેન્ચ પર બેઠેલી એક વ્યક્તિ ધીમાં પગલે શિક્ષકના ટેબલ પાસે આવીને ઊભી રહી. તેને સૌ તાકવાં લાગ્યાં. બીજાં બધાં માટે પિસ્તાલીસેક વરસનો એ પ્રૌઢ માણસ અજાણ્યો હશે, પણ દેવકી તો બપોરે જ એને મળી ચૂકી હતી. સવારે ઊઠીને *આલ્કોહૉલિક એનૉનિમસ* સંસ્થા વિષે બધું વાંચી લીધું હતું. પાછી ફોન કરી તેના સંચાલક વેદની

એપૉઈન્ટમેન્ટ લીધેલી અને બપોરે જઈને રૂબરૂ મળી આવ્યા પછી તેની આશા બળવત્તર બની હતી : 'બહેન, અહીં કેટલાક કેસ અમે એવા પણ જોયા છે જેમને માટે સૌએ આશા છોડી દીધી હોય. અરે, મારો પોતાનો જ કેસ એવો અસાધ્ય હતો. સાંજે તમે આવશો ત્યારે સાંભળવા મળશે...'

પૅન્ટ, બુશકોટ, સુઘડપણે હોળેલા વાળ, કાળાં ચશ્માં અને સૌમ્ય ચહેરો જોઈને કોઈ ન કહે કે આ વેદ ભૂતકાળનો અસાધ્ય આલ્કોહૉલિક કેસ હતો. બીજાની જેમ દેવકીએ પણ તેને સાંભળવા માટે ગરદન ટટ્ટાર કરી. પછી બાજુમાં બેઠેલા દલીચંદ તરફ જોયું એટલે તેને બોલવાનો મોકો મળી ગયો :

'દારૂ નહીં પીવા માટેનો ઉપદેશ સાંભળીને કોઈ સુધરે એ વાતમાં માલ નથી.'

તેની એ અનુભવવાણી દેવકીને ખટકી. એ કહેવા જતી હતી કે અહીં કોઈ ભાષણ કે ઉપદેશ આપતું નથી. દરેક જણ પોતાના વ્યસનની વીતકકથા કહે છે, ત્યારે સાંભળનારાંની વ્યથાનો પણ એ ભાગીદાર બને છે... પરંતુ હવે દલીચંદને એ કહેવાનો અર્થ નહોતો. કદાચ તેને એ પણ ઉપદેશ જેવું લાગશે.

'યહાં હમ અપની પહેચાન નામ સે નહીં દેતે હૈં.' સૌ પર એક દૃષ્ટિ કરીને વેદે બોલવાનું શરૂ કર્યું : 'વૈસે તો મૈં ગુજરાતી હૂં. ઈંગ્લિશ અચ્છી તરહ સે બોલ લેતા હૂં. ફિર ભી મૈં અપને દિલકી બાત હિન્દુસ્તાની મેં કહેતા હૂં.'

કહી તેણે કાંડા-ઘડિયાળમાં જોઈ લીધું :

'બરાબર આ જ સમય મારો દારૂ પીવાનો હતો.'

સાંભળીને દલીચંદ ચોંક્યો. પીનારો માણસ કોઈ જાતના સંકોચ વિના આટલાં બધાં વચ્ચે આવું બોલી શકે ખરો ?

'પરંતુ સાચું પૂછો તો મારા જેવા દારૂ પીનારાને સમયનું ભાન હોતું નથી. અરે, સ્થિતિ-સંજોગોનું પણ ક્યાં ભાન હતું મને ? પણ એ કહેવા માટે મારે પહેલેથી જ શરૂઆત કરવી છે.'

તેને સાંભળવા માટે સૌના કાન સરવા થઈ ગયા.

'હું જૂનાગઢનો ઉચ્ચ બ્રાહ્મણ કુટુંબનો શિક્ષિત સભ્ય. અમારા ઘરમાં સંસ્કૃત અને સંસ્કૃતિનું વાતાવરણ. બી. કૉમ. ભણીને હું મુંબઈ નોકરી કરવા આવ્યો. છએક મહિના બેકાર રહ્યા પછી પરેલની એક મોટી મેન્યુફેક્ચરિંગ કંપનીમાં સારી સર્વિસ મળી ગઈ. નિષ્ઠા અને ધગશથી કામ કરતો. એની કદરરૂપે માલિકોએ મને લેબર મૅનેજમેન્ટ ઑફિસર બનાવ્યો. અમારી કંપનીમાં મજૂર-મૅનેજમેન્ટ વચ્ચે બહુ સુમેળ હતો છતાં ક્યારેક મજૂરોની માગણી વધુ પડતી લાગતી ત્યારે ચકમક ઝરી જતી. એક વાર આવી ચકમકમાંથી વાત હડતાલ સુધી પહોંચી ગઈ. મજૂરોને સમજાવી લેવાનું કામ માલિકોએ મને સોંપ્યું. એમને મનાવી લેવા માટે મજૂરો સાથેની મારી ઊઠબેસ વધી ગઈ. ડ્યૂટી પરથી છૂટીને એ લોકો સાંજે પીઠામાં પીવા જતા. મારે એમનો વિશ્વાસ જીતી લેવો હોય તો એમના જેવા થવું પડશે એવું મન મનાવીને મેં પીવાનું શરૂ કર્યું. પત્નીને એ વાતની જાણ ન થાય એટલા માટે પીઠામાંથી ઘેર જતી વખતે કપડાં પર પર્ફ્યુમ છાંટી દેતો. માણસો કામ પર જતી વખતે સેન્ટ છાંટે તેને બદલે હું ઘેર જતી વખતે સુગંધિત થઈને પહોંચતો એટલે પત્નીને

નવાઈ તો લાગતી, પણ હું તેને સમજાવી દેતો : આ તો કામ પરથી છૂટ્યા પછી એક-બે સુગંધી સિગારેટ પી લઉં છું એની ખુશબૂ છે...'

'ભાઈ, તું પત્નીથી દબાઈને જીવતો હોવો જોઈએ.' દલીચંદે ધીમા અવાજે ટકોર કરી ત્યારે દેવકીએ કતરાઈને તેની સામે જોયું, જાણે કહેતી હોય : બધા તમારી જેમ પત્નીને ગુલામડી બનાવીને રાખતા નથી હોતા... વચ્ચે બોલ્યા વગર ચૂપચાપ સાંભળ્યા કરો !

'દરેક પીનારાની શરૂઆત આવી રીતે જ થતી હોય છે.' વેદે પોતાની કથની આગળ વધારી : 'હું મજૂરો સાથે પીતો થયો તેમ કેટલાક લોકો દોસ્તોની સોબતમાં પીતા થાય છે. અમુક માણસો પોતાની લિમિટ નક્કી કરીને તેને વળગી રહે છે. કેટલાક પીધા પછી અત્યંત સ્વસ્થ રહી શકે છે. એમની વાતચીતમાં દારૂની અસર વર્તાતી નથી. કોઈ-કોઈ તો નશો કર્યા પછી એવી ઊંચી વાતો કરે છે કે આપણે સાંભળ્યા જ કરીએ...

પરંતુ મોટા ભાગના પીવાનું શરૂ કર્યા પછી પોતાનું સ્થાન-માન - બધું જ વીસરવા લાગે છે. એ એમ જ માને છે કે મને કાંઈ જ નહીં થાય, હું ગમે ત્યારે દારૂ વગર ચલાવી શકીશ અને એ ભ્રમ ધીમેધીમે તેમને આલ્કોહૉલિક બનાવી દે છે. બે વરસમાં હું એવો જ આલ્કોહૉલિક બની ગયો. રાત્રે પીને ઊંધમૂંધ સૂઈ ગયા પછી સવારે માથું ચડે એનો હૅન્ગઓવર ઉતારવા માટે સવારે થોડું પી લેવાનું ચાલુ કર્યું અને પછી તો સવાર, બપોર અને સાંજની ઘંટડી વાગવા લાગી. હું લેબર યુનિયનનો લીડર હોવાથી કંપનીવાળા મારી બેજવાબદારી ચલાવી લેતા, એટલે મને ફાંકો આવી ગયો કે આપણને કોઈ પૂછનાર નથી !

એવા વટમાં મેં મજૂરોની હડતાલ પડાવી. થોડા દિવસ ગરમાગરમ ભાષણો કરીને મજૂરોનો જુસ્સો ટકાવી રાખ્યો, પણ ધીમેધીમે હડતાલ ભાંગી પડી અને હું મજૂરોમાં વગોવાઈ ગયો. કંપનીએ આપેલ રહેણાક પણ ગુમાવી દેવાનો વખત આવ્યો. દારૂ ચડે છે ત્યારે માણસને કેટલી હદે નીચે પાડે છે એની એ શરૂઆત હતી.'

વેદ ખોંખારો ખાવા થોડું અટક્યો. દેવકી અને દલીચંદ સહિત સૌ તેને એકચિત્તે સાંભળવા તત્પર બની ચૂક્યાં હતાં.

'અમારે ઝૂંપડપટ્ટીમાં રહેવાનો વખત આવ્યો. કંપનીમાંથી મળેલા આઠ-દસ હજાર રૂપિયાને લીધે પાંચ-છ મહિના ખેંચી કાઢ્યા. કરકસર કરવા ખાતર ઘેર દૂધ ન આવતું, પણ હું દારૂ પીવાનું ચૂકતો નહીં. બીજી નોકરી માટે ફાંફાં માર્યાં પણ મારો આગલો રેકર્ડ જોઈને કોઈ કામ આપવા તૈયાર થતું નહીં. છેવટે પત્નીના દાગીના વેચીને ગુજરાન કરવાનું ચાલુ થયું અને એવી દુર્દશા વચ્ચે પત્ની સગર્ભા બની. બે જીવવાળી બૈરી ઘેર ચલાવવા ખાતર અર્ધી ભૂખી રહેતી છતાં હું દારૂ વગર રહી શકતો નહીં.

અને અમારે ત્યાં દીકરી જન્મી. પોષણના અભાવે એ દૂબળી-પાતળી અને બીમાર રહેતી. માને દૂધ આવતું નહીં એટલે તેને બેબી મિલ્ક પાઉડર પર ઉછેરવી પડતી. એ અરસામાં બેબીફૂડની તંગી વર્તાતી હતી. પત્ની બજારમાં રખડીને ગમે ત્યાંથી દીકરી માટે એકાદ ડબ્બો લઈ આવેલી એ પણ ખલાસ થઈ ગયો ત્યારે એક સાંજે મારા હાથમાં વીસ રૂપિયા પકડાવીને કહ્યું, બિચારી બપોરની ભૂખી છે, બ્લૅકમાંથી ગમે તેમ કરીને પાઉડરનો ડબ્બો લઈ આવો. કહી પૈસા આપતી

વખતે એ બિચારીએ મારી સામે આજીજીભરી નજરે જોયું એનો અર્થ હું સમજી ગયો. મેં તેને હૃદયપૂર્વક વચન આપ્યું : ચિંતા કરતી નહીં, આ પૈસા હું પીવામાં ખરચી નહીં નાખું. દીકરીને ખાતર દારૂ છોડવો પડે તોપણ હું તૈયાર છું.

રોજ સાંજે દારૂની તલાશમાં નીકળનારો હું દીકરી માટે દૂધના પાઉડરની શોધમાં બે-ચાર સ્ટોરમાં ફર્યો. દરેક જગ્યાએથી સાંભળવા મળ્યું : સ્ટોક નથી... છતાં હિંમત હાર્યો નહીં. આકાશ-પાતાળ એક કરીને પણ એક ડબ્બો ઘેર લઈને જઈશ એવા સંકલ્પ સાથે ભાયખલા સુધી આવ્યો ત્યાં કોઈકે મારા નામની હાંક પાડી. મેં એ દિશામાં જોયું તો પરેલની કંપનીમાં સાથે કામ કરનારો કેળકર હતો.' કહી વેદે ઘડિયાળમાં જોયું : 'લગભગ આવો જ સાત વાગ્યાનો એ સુમાર હતો. પીનારના મગજમાં તલપની ઘંટડી વાગવાનો એ સમય. પેલાએ મને કહ્યું, ક્યાં જાય છે ? મેં સમજાવ્યું, બેબી મિલ્ક પાઉડર શોધવા નીકળ્યો છું, ત્યારે એણે મારું કાંડું પકડી લીધું : બેબી માટે દૂધ લઈ જતાં પહેલાં ચાલ, એકબે પેગ પી લઈએ. ઘણા વખતે મળ્યા છીએ. સુખ-દુઃખની બે-ચાર વાતો કર લઈએ... મેં ઘણી આનાકાની કરી, ખરેખર તો એ ઉપરછલ્લી જ આનાકાની હતી. કેળકર વધુ આગ્રહ કરે એની હું રાહ જોતો હતો અને છેવટે તેનો દોર્યો હું પીઠામાં દોરવાઈ ગયો...

માણસ પીવા માટે હંમેશાં બીજાને નિમિત્ત બનાવતો હોય છે, જાતજાતનાં બહાનાં બતાવતો હોય છે, પોતાની નબળાઈને બદલે નબળાં સ્થિતિ-સંજોગને દોષ દેતો હોય છે. રોજ છોડી દેવાનું નક્કી કરીને રોજ પીતો રહેતો હોય છે...'

વેદના બોલવામાં લાચારી ઉપરાંત જાત પરનો ફિટકાર પણ વ્યક્ત થતો હતો.

'અને હું પેલા કેળકર સાથે બે કલાક પીતો બેસી રહ્યો. મેં ખિસ્સાખર્ચી ઉપરાંત પત્નીએ મિલ્ક પાઉડર માટે આપેલા વીસ રૂપિયા પણ પીવા પાછળ ખર્ચી નાખ્યા હતા. લથડતી ચાલે હું ઘેર જવા નીકળ્યો. દબાતાં પગલે ઝૂંપડાનો અટકાવેલો દરવાજો ઉઘાડી ઘરમાં દાખલ થયો. ખાટલાની ઈસ પર માથું ટેકવીને જંપી ગયેલી પત્ની મારો પગરવ સાંભળતાં જ ઝબકીને જાગી ગઈ. આશાભરી આંખે તેણે મારી સામે જોયું. મને ખાલી હાથે અને ડગમગતા પગે ઊભેલો જોયો. એ સમજી ગઈ : મિલ્ક પાઉડર લાવવાને બદલે હું ક્યાંક પીવા બેસી ગયો હતો. એણે નિઃશ્વાસ નાખ્યો, પછી રડમસ અવાજે એટલું જ બોલી : બેબલી બે કલાક રડીરડીને ઊંઘી ગઈ બિચારી... પછી મારી સામે હાથ લંબાવ્યો : લાવો, વીસ રૂપિયા. હું સવારે ઊઠીને પાઉડર ન મળે તો દૂધ લઈ આવીને પિવડાવી દઈશ. હવે પાડોશીઓ પણ ઉધાર-ઉછીનું આપતાં નથી.

અને હું એના લંબાયેલા હાથ તરફ અપરાધભાવે જોઈ રહ્યો. પૈસા પાછા ન મળ્યા એટલે એની આંખોમાં આંસુ ઊભરાવા લાગ્યાં. થોડી વાર આંસુભરી આંખે મને જોયા કર્યા પછી એટલું જ બોલી : થોડો દારૂ ઘેર લેતા આવવો હતો ને... તમારી દીકરીને પાઈ દેત, તો સવાર સુધીમાં બિચારીનો છુટકારો થઈ જાત ને !

એ સાંભળીને મારા રૂંવાડે-રૂંવાડે આગ લાગી. અપરાધભાવે મારા શરીરનું ચેતન ચૂસી લીધું. ક્યાંય સુધી જડની જેમ હું ઊભો રહ્યો અને પથ્થરની મૂર્તિની જેમ એ મને જોતી રહી. હું એને કહી શક્યો નહીં કે કાલથી હવે ક્યારેય દારૂને હાથ લગાડીશ નહીં... એવું કહેવાનો કોઈ અર્થ નહોતો. અગાઉ અનેક વાર કહીને વારંવાર ફોક કરી ચૂક્યો હતો.

ત્યારથી હું ગુનેગારની જેમ જીવવા લાગ્યો, છતાં દારૂના સકંજામાંથી છૂટી ન શક્યો. એવામાં એક વાર મને બે ભલા માણસો મળી ગયા. જોકે મને મળતાં પહેલાં મારે ઘેર જઈ આવેલા. મારી પત્નીને સમજાવી કે અમે એનો દારૂ છોડાવવા માગીએ છીએ, તમે સાથ આપો. પત્ની બિચારી શું કહે ? એ એટલું જ બોલી, છોડવાનું કહું છું ત્યારે હું એમને કાળ જેવી લાગું છું. ઘરમાં કંકાસ જાગે છે. તેને બદલે તમે પ્રયત્ન કરી જુઓ, મને તો હવે આશા રહી નથી.

પેલા બંને મને બહાર મળ્યા ત્યારે સાંજ પડી હતી. હું પીવા માટે કોઈકને શોધતો હતો. પીઠાવાળાએ તો ઉધાર આપવાનું ક્યારનું બંધ કરી દીધું હતું. પેલા બંનેને જોઈને આશા જાગી. એમની આંખની ઓળખાણ કદાચ આજની સાંજે પીવામાં કામ લાગી જશે એમ માની હું તેમના તરફ હસ્યો. એ પણ હસ્યા : ચાલો, અમારી સાથે આવવું છે ? - એમ પૂછ્યું એટલે હું તૈયાર થઈ ગયો. ટૅક્સીમાં એ લોકો મને ક્યાં લઈ જતા હતા એ ખબર નહોતી, પણ રસ્તામાં પોતાની દારૂની લતની જ વાતો કરતા હતા, એટલે મને થયું : આ પણ મારા જેવા જ બેવડાબાજ છે. મજા આવશે !

અને ટૅક્સી આવીને *બાપનું ઘર*ના આ મકાનના દરવાજે ઊભી રહી. ત્રણ વરસ પહેલાં હું તમારી જેમ એમની સાથે અહીં આવ્યો હતો અને અત્યારે જેમ મારી કથની સંભળાવી રહ્યો છું તેમ દારૂએ કરેલી દુર્દશાની વાત બીજા કોઈના મોઢેથી સાંભળી રહ્યો હતો. ત્યારે મને સમજાયું કે માણસમાત્ર વ્યસનમાંથી છૂટવા માગતો હોય છે પણ એ માટેય એને કોઈકના આધારની જરૂર પડે છે... બસ, મને તે દિવસે આધાર મળી ગયો અને એ જ સાંજે હું દારૂના દૈત્યની ચુંગાલમાંથી છૂટી ગયો. એ વાતને આજે ત્રણ વરસ થઈ ગયાં. હવે હું સુખી છું. સારી રીતે જીવવા જેટલું કમાઈ લઉં છું. સવાચાર વરસની થયેલી દીકરી અને રાંક પત્ની સામે જોઉં છું ત્યારે ગુનાહિત ભાવ મારી આંખોમાં ઊપસતો નથી. જાણે ગુનાની લાંબી સજા ભોગવીને સમાજમાં પાછો આવી ગયો હોઉં એવી રાહત અનુભવું છું !'

વેદે આત્મકથાનું અંતિમ વાક્ય ઉચ્ચાર્યું ત્યારે વેરાન રણની રઝળપાટ પછી હરિયાળી વનરાજિમાં પ્રવેશ કર્યાનાં સુખશાંતિ જેવી પ્રસન્નતા તેના મુખ પર ઝળકતી સૌ કોઈ જોઈ શક્યાં. દેવકીને થયું : અહીં બેઠેલાં સૌ-કોઈનાં મનમાં વેદની વેદનાનો પડઘો અવશ્ય પડ્યો હશે. જાણે પોતાની જ વીતકકથા બીજાના મુખે બોલાઈ હોય એવું તેમને પ્રતીત થયું હશે એવી આશામાં તેણે પિતા તરફ જોયું તો એ વિચારમગ્ન બની ગયેલા દેખાયા. કદાચ એ પોતાના જીવનની કોઈક એવી ઘટનામાં ખોવાઈ ગયા હશે જ્યાં એમણે પણ દીકરી માટેના દૂધ સામે દારૂ પીવાનો જુગાર ખેલી નાખ્યો હશે.

'તમારામાંથી કોઈને જે કાંઈ કહેવું હોય તે અહીં બેધડક આવે.' વેદે સમાપનના સૂરમાં ઉમેર્યું : 'આ તો વ્યસનની હોળી પ્રગટાવવાનું કાર્ય છે, જેમાં પોતપોતાની વ્યથા-વેદના હોમી દઈને ભારમુક્ત થઈ શકાય છે અને છેવટે વ્યસનમુક્ત પણ થઈ જવાય છે.'

એટલું કહીને એ ત્યાંથી હઠી ગયા ત્યારે સૌ એ જ વિચારતાં હતાં કે હવે બોલવા માટે કોણ આગળ આવશે ?

દેવકીએ બાજુમાં બેઠેલા બાપ તરફ જોયું. કદાચ ઊભા થવા માટે એ હિંમત એકઠી કરી રહ્યા હશે એવી આશામાં તે એમને તાકતી રહી ત્યાં સુધીમાં વેદ એમની પાસે પહોંચ્યા :

'કેમ છો, બહેન ?' કહી દેવકી તરફ હાથ જોડ્યા, પછી દલીચંદને કહ્યું : 'કેમ છો, બાપુજી ?'

પરંતુ દલીચંદ તો સાંભળ્યું-ન-સાંભળ્યું કરી ગુમસૂમ બેસી રહ્યો ત્યારે દેવકીએ ખુલાસો કર્યો : 'તમારી હૃદયસ્પર્શી અનુભવવાણી સાંભળીને એ સ્તબ્ધ થઈ ગયા છે... મારી આંખો પણ એક-બે વખત ભીની થઈ ગઈ હતી.' કહેતાં-કહેતાં તેને યાદ આવ્યું : 'ભાઈ, હું તમારી સંસ્થા માટે ચેક લેતી આવી છું.'

કહીને દેવકીએ ખોળામાં જોયું તો પોતાની પર્સ નહોતી.

'મારી પર્સ ક્યાં ?' એમ બબડતાં તેનાથી પિતા તરફ જોવાઈ ગયું. ગુનાથી ખરડાયેલો માણસ પોતાનો નિકટ સ્વજન હોય તોપણ પહેલી શંકા તેના તરફ જાય છે એવું અનુભવી ચૂકેલા વેદે તરત જ પૂછ્યું :

'બહેન, તમને બરાબર યાદ છે કે તમે અંદર આવ્યાં ત્યારે પર્સ સાથે લઈને આવેલાં ? મેં તમને દાખલ થતાં જોયેલાં ત્યારે તમે ખાલી હાથે જ દેખાયાં હતાં !'

ત્યારે દેવકીએ લજ્જાની લાગણી અનુભવી.

'હા, યાદ આવ્યું. ઉતાવળમાં હું પર્સ વૃદ્ધાશ્રમમાં મધરના ટેબલ પર જ ભૂલીને ચાલી આવી.'

કહેતી એ ઊભી થઈ ગઈ : 'વેદભાઈ, તમે એમની બાજુમાં બેસજો, ત્યાં સુધીમાં હું પર્સ લઈ આવું.' પછી જતાં-જતાં ઉમેર્યું : 'એ બહાને મારી ગેરહાજરીમાં તમારી સમક્ષ દિલ ખોલવાનો એમને મોકો મળી જશે.'

એવી ભલામણ કરીને એ દરવાજા બહાર નીકળતી હતી ત્યાં કોઈક સ્ત્રીનો અવાજ તેની પીઠ પર અફળાયો :

'હું સારા ઘરની એક સ્ત્રી, દસ વરસથી દારૂના દૂષણમાં ફસાઈ છું.'

ઝાટકા સાથે દેવકીએ ગરદન ફેરવીને જોયું તો ખરેખર કોઈ સુખી ઘરની દેખાતી સન્નારી એકરાર કરવા ઊભી થઈ હતી. ઘડીભર તેને થયું કે એની કથની સાંભળીને જાઉં, પણ પછી વિચાર આવ્યો : હું નહીં હોઉં તો દલીચંદને કદાચ સૌની સમક્ષ ઊભરો ઠાલવી દેવાની ઇચ્છા થશે... એટલા ખાતર પણ મારે પંદર-વીસ મિનિટ માટે અહીંથી સરકી જવું જોઈએ.

પરંતુ પંદર-વીસ મિનિટને બદલે દેવકીને વૃદ્ધાશ્રમમાં પૂરો પોણો કલાક લાગ્યો. તેનું પર્સ તો મધરે સાચવીને જ રાખ્યું હતું. 'ઈશુની કરુણા (કૃપા) એવી છે કે પોતાના જ ઘરમાં ચોરી કરનાર સુધ્ધાં અહીં રહેવા આવ્યા પછી કોઈ ચીજને હાથ લગાડતા નથી.' ગૌરવભેર કહીને મધરે તેને કહ્યું હતું : 'મિસ શાહ, તમે આવ્યાં જ છો તો હવે ફૉર્મમાં તમારા ફાધરની વિગત પણ ભરતાં જાઓ ને !'

દલીચંદની ગેરહાજરીમાં મધરે તેની ઓળખાણ ફાધર તરીકે આપી એ તેને જરાય ખટક્યું નહીં, ન તો એણે ખુલાસો કરવો પડ્યો કે મેં સાચી સગાઈ શું કામ છુપાવી, કારણ કે કાર્ડિનલ બાપ્ટીસ્ટાએ તેમના ભલામણપત્રમાં બધી જ સ્પષ્ટતા કરી નાખી હતી : એના પિતાને સાચા

રસ્તે લાવવાના પુરુષાર્થમાં આ યુવતી યશસ્વી નીવડે એવી ઈશુને મારી પ્રાર્થના છે. પત્રના અંતે કાર્ડીનલનું એ વાક્ય વાંચ્યા પછી મધરે પોતે પણ મનોમન ઈશુને એવી જ પ્રાર્થના કરી હતી.

'હવે તમે આવ્યાં જ છો તો એમને આપવાનો રૂમ પણ જરા જોતાં જાઓ ને.'

દેવકીએ ફૉર્મમાં વિગત ભરી, નીચે સહી કરીને ત્રણ મહિનાની ફી-રૂપે રૂપિયા એકવીસસો મધરને ધર્યા એટલે મધરે ઘંટડી મારી પેલા યુવાન સેવકને બોલાવ્યો : 'આપણા નવા ફૅમિલી મેમ્બર મિસ્ટર શાહનો રૂમ આમને દેખાડ ને. અને હા, એમનો સામાન પણ બહેનની કારમાંથી ઉપર લેતો જજે.'

'સામાન માટે તેને તકલીફ આપવાની જરૂર નથી, મધર !' દેવકીએ ઊભાં થઈ જતાં કહ્યું : 'એક હળવી સૂટકેસ છે. હું જ જઈને લઈ આવું છું.'

દેવકી બપોરે રેડીમેડ સ્ટોર્સમાંથી પિતાનો બાંધો તથા ઊંચાઈના અંદાજ મુજબ ત્રણ જોડી પૅન્ટ-બુશકોટ, બે જોડી લેંઘા-કુર્તા, અન્ડરવેર્સ અને ટુવાલ-નૅપ્કિન ખરીદી લાવેલી એ બૅગ કારમાંથી લઈ આવીને પેલા યુવાનની પાછળપાછળ પહેલા માળે પહોંચી ગઈ.

સામસામે આવેલી રૂમની હારમાંથી ચોથા રૂમનું અટકાવેલું બારણું ઉઘાડી આશ્રમનો સેવક તેને અંદર દોરી ગયો : 'આ કૉટ અંકલ શાહનો છે.'

સામસામા બિછાવેલા લોખંડના બે કૉટમાંથી એક તરફ એણે આંગળી ચીંધી ત્યારે દેવકી પ્રસન્ન થઈ ગઈ. પથારી પર બિછાવેલી સફેદ સ્વચ્છ ચાદર, ઓસીકા પર ચડાવેલું ફૂલના ભરતકામવાળું કવર, બાજુમાં એક ટેબલ-ખુરસી અને બે પલંગની વચ્ચે જડેલું વૉશબૅસિન, સાબુ તથા અરીસો બધું જ સ્વચ્છ અને સુઘડ દેખાતું હતું

'અંકલ શાહના રૂમ-પાર્ટનર રઘુનાથ પંડિત અત્યારે બગીચામાં ગયા છે.'

સાંભળીને દેવકીએ બીજા ખાલી કૉટ પર નજર કરી તો ત્યાં એક પુસ્તક પડ્યું હતું, જેનું શીર્ષક હતું : 'પંડિત ઓમકારનાથની ગાયકી.'

શીર્ષક વાંચીને દેવકીના મુખ પર પ્રસન્ન આશ્ચર્ય પ્રસરી ગયું.

'રઘુનાથ અંકલ શાસ્ત્રીય ગાયનના બડા શોખીન છે.' પેલાએ વગર પૂછ્યે માહિતી આપી : 'ઘરવાળાં તેમના ગાયનથી ત્રાસી જઈને અહીં મૂકી ગયા. તેમની ફરિયાદ એવી હતી કે આખો દિવસ મોટેથી રાગડા તાણીને પંડિતજી સૌને પરેશાન કરે છે.'

સાંભળીને દેવકીથી નિઃશ્વાસ નખાઈ ગયો : આપણું જીવન કેટલું બેસૂરું થઈ ગયું છે ! વડીલના ગાયનનો શોખ સાચવી શકતાં નથી એટલા ખાતર તેમને પારકાને હવાલે કરવા પડે !

'અહીં આવ્યા પછી એમનું ગાવાનું તો ચાલુ જ છે.' પેલાએ દેવકીને પિતાના પાર્ટનરની વધુ માહિતી આપી : 'પરંતુ હવે સવારે સૂર્યોદય વખતે અને સાંજે સંધ્યાસમયે નીચે બગીચામાં જઈ પોણો-એક કલાક મન ભરીને ગાઈ લે છે.'

કહી તેણે બારી તરફ સંકેત કરીને દેવકીનું ધ્યાન ખેંચ્યું :

'જુઓ, ત્યાં બગીચામાં બેઠાં-બેઠાં પંડિતજી આલાપ-તાન લઈ રહ્યા છે.'

જિજ્ઞાસાભેર દેવકીએ બારી બહાર ડોકિયું કર્યું તો સફેદ લાંબા વાળ ધરાવતા વૃદ્ધ, બગીચાની હરિયાળ લૉન પર પલાંઠી વાળી ઊંચી ડોક કરીને ગાયન લલકારતા હતા : 'મત જા મત જા,

જોગી... પાંવ પડું મેં તોરે...' અને ઓમકારનાથજીની શૈલીએ ગવાતું એ ગીત સાંભળતા ત્રણ-ચાર વૃદ્ધજનો માથાં ડોલાવીને રઘુનાથ પંડિતને દાદ પણ આપતા હતા.

દેવકીએ આપોઆપ આંખ મીંચીને ઈશ્વરને પ્રાર્થના કરી લીધી : હે ભગવાન, અહીંના વાતાવરણમાં મારા પિતાને જીવનપરિવર્તનનો માર્ગ ચીંધી દેજે... બાકીનું હું સંભાળી લઈશ. એમને પપ્પા તરીકે ઘેર લઈ જઈને નાનાજીને કહીશ કે જુઓ, આ તમારા જમાઈ અને મારા પપ્પા દલીચંદ શાહ... હવે એ પહેલાં જેવા નથી રહ્યા.

એ જ વખતે દેવળમાં વાગે એવો ઘંટ દેવકીને સંભળાયો અને તેની આંખો ખૂલી ગઈ : શું ભગવાન ઈશુએ મારી પ્રાર્થના સાંભળી ?

'બહેન, અમારા આશ્રમનો આ ડિનર બેલ હતો.' સેવકે સમજાવ્યું : 'થોડી વારમાં સૌ ડાઈનિંગ હૉલમાં એકઠા થશે, પછી પોતપોતાના ઇષ્ટદેવને પ્રાર્થના કરી ભોજન લેશે.'

ત્યારે દેવકીને ભાન થયું કે દલીચંદ હજુ આલ્કોહૉલિકની મીટિંગમાં બેઠા છે. એ કહેવા જતી હતી, હું જઈને હમણાં જ મારા ફાધરને લઈ આવું છું... પણ પછી તરત જ સુધારી લીધું : 'શાહ અંકલને લઈને આવું છું. પ્લીઝ તમે એમની થાળી પીરસાવજો.'

કહી એ સડસડાટ સીડી ઊતરી, મારુતિ સ્ટાર્ટ કરી, કમ્પાઉન્ડમાંથી ગાડી બહાર કાઢી લેફ્ટ ટર્ન લેતી હતી ત્યાં સામેની ફૂટપાથ પર એની નજર પડી. એક ગુંડા જેવો માણસ કોઈ સારા દેખાતા માણસનો કાંઠલો પકડી તેને ધમકાવતો હતો અને... અને... દેવકીને પોતાની આંખો પર વિશ્વાસ ન પડ્યો : દલીચંદ એ જોતો ખડખડાટ હસતો હતો !

મારો બાપ અહીં ક્યાંથી આવી ગયો ?

દેવકીએ દાંત ભીંસીને કારને એ તરફ લેવા માટે રૉંગ સાઈડ પકડવી પડી. સામેથી પુરપાટ ધસી આવતી કાર સાથે તેની મારુતિ અફળાઈ જવાની અણી પર હતી ત્યારે છેલ્લી ઘડીએ બ્રેક મારીને દેવકી માંડ ઍક્સિડન્ટમાંથી ઊગરી ગઈ. તેને કારણે થયેલા એક-બે મિનિટના વિલંબ પછી એ સામી ફૂટપાથ પર પહોંચી ત્યારે પેલો ગુંડો તથા દલીચંદ ત્યાં હાજર નહોતા અને કાંઠલેથી પકડીને જેને ધમકાવવામાં આવતો હતો એ માણસ વીજળીના થાંભલાને ટેકે ઊંધું ઘાલીને બેઠો હતો. લગોલગ જઈને જોયું તો વેદ !

'અરે, વેદભાઈ, તમે અહીં ક્યાંથી ? આ બધું શું બની ગયું ?'

'નહોતું ધાર્યું એવું બની ગયું, બહેન !' કહેતો વેદ ઊભો થયો. ધૂળવાળાં કપડાં ખંખેરી, થાંભલા સાથે અફળાવાને કારણે ડાબા ખભા પર માર લાગ્યો હતો ત્યાં જમણો હાથ દાબીને એ કહેતો હતો : 'તમારા ગયા પછી એ મને કહે, ચાલો આપણે ખુલ્લી હવામાં બહાર જઈએ. હું આનાકાની કરવા જતો હતો, પણ એમણે કહ્યું કે તમારી જેમ હું આ બધા વચ્ચે મારું દિલ ખોલી નહીં શકું. બહાર આવો તો મોકળા મને તમને બધું કહી દેવા માગું છું... ત્યારે મને થયું, એ રીતે એમનું સારું થતું હોય તો બહાર જવામાં શું વાંધો છે ?'

'પછી ?'

'પછી ચાલતાં-ચાલતાં અમે અહીં આવી પહોંચ્યા.' ખભાની પીડાથી કણસતો વેદ કહી રહ્યો હતો : 'અહીં આવતાં જ એમણે મારું કાંડું પકડી લીધું. મને કહે કે તમે દારૂ છોડી દીધો છે

એની મારે ખાતરી કરવી છે... અહીં પાછળ આવેલી ઝૂંપડપટ્ટીમાં હું ઘણી વાર પી ચૂક્યો છું. અત્યારે આપણે બંને જઈને સાથે પીએ.

સાંભળીને હું ડઘાઈ ગયો. એમને રોકવા માટે પાછળ દારૂના પીઠા સુધી ગયો. એમના ચહેરા પર નશાની તલપનો તરફડાટ સ્પષ્ટ વર્તાઈ આવતો હતો. તમે મને સોંપીને ગયાં હતાં એટલે મારી જવાબદારી સમજીને મેં બાવડું પકડી એમને પાછા વાળવાનો પ્રયાસ કર્યો, ત્યાં પીઠાનો ગુંડો વચ્ચે પડ્યો : તુમ હમારે ઘરાક કો અંદર જાને સે ક્યું રોકતા હૈ ?

મેં એને સમજાવ્યું કે એ દારૂ છોડવા માગે છે... ત્યારે એ મવાલી મને ગાળો ભાંડવા લાગ્યો. તેમાં બોલાચાલી વધી પડી એટલે એ મને ઢસરડીને અહીં ફૂટપાથ પર લઈ આવ્યો : તુમ ઐસે ચિલ્લાયેગા તો હમારે ઘરાક પુલિસ કે ડર સે ભાગ જાયેંગે - એમ કહી તેણે મારો કાંઠલો પકડ્યો...'

'અને મારો બાપ સામે ઊભો ખડખડાટ હસતો રહ્યો !' દેવકી રોષભર્યા અવાજે બોલી ગઈ : 'પીવા ખાતર એણે તમને માર ખવડાવ્યો... હું જોઉં છું કે એ ગુંડો મને શું કરે છે...'

કહેતી દેવકી એ તરફ ધસી જવા લાગી ત્યારે વેદ તેને સમજાવતો રહ્યો : 'તમે ત્યાં નહીં જાઓ, દેવકીબહેન, એ બધા પીનારાઓ ભેગા મળીને તમારી બેઇજ્જતી કરશે. ઊભાં રહો, હું તમારી સાથે આવું છું.'

'નહીં, તમે હવે વચ્ચે નહીં આવતા, વેદભાઈ !'

તેના રુદ્ર-સ્વરૂપે વેદને આગળ વધતો રોક્યો અને બાપ પ્રત્યે ખુન્નસ ઘૂંટતી પાછળની ઝૂંપડી તરફ ધસી ગઈ. બાપને વિનાશના માર્ગેથી પાછા વાળવાના જુસ્સાએ તેને સ્થળ-કાળનું ભાન ભુલાવી દીધું હતું, બેઇજ્જતીના ભયથી પણ તેને પર કરી દીધી હતી.

પાંચ-સાત ઝૂંપડાંમાંથી પીઠું શોધવા તેણે વખત બગાડવો ન પડ્યો. વેદનો કાંઠલો પકડનાર પેલો ગુંડો જેના દરવાજે ઊભો હતો એ તરફ તેના પગ આપોઆપ વળ્યા. સારા ઘરની કોઈ છોકરીને પીઠા તરફ આવતી જોઈને પેલો ડઘાઈ જઈને જોતો રહ્યો અને દેવકી તેની હાજરી તરફ લક્ષ આપ્યા વિના જ રુઆબભેર અંદર દાખલ થઈ ગઈ.

બે-ત્રણ ઝૂંપડાંને જોડી દઈ બનાવેલા પીઠામાં ચારે તરફ પીનારા બેઠા હતા. લાકડાના દસ-બાર બાંકડા અને તેની સામે ગોઠવેલાં ગંદા ટેબલ. કેટલાક દારૂ પીને બીડી-સિગારેટના ધુમાડા કાઢતા હતા - કેટલાક ખીખી કરતા હસતા હતા. કોઈ-કોઈ ગુમસૂમ બેસીને નશો કરતા હતા અને તેનો બાપ... એક ખૂણામાં બંને હાથે લમણાં દબાવી નીચી મુંડીએ બેઠો હતો. દેવકી આવી તેની એને ખબર પડી નહીં અને બીજા બધા પોતાની હાજરીની નોંધ લઈને સ્તબ્ધ બની ગયા હતા એની દેવકીએ પરવા કરી નહીં.

બસ, આ ઘડી જ ખરી કસોટીની છે. ઈશ્વરને માત્ર પ્રાર્થના કરીને બેસી રહેવાથી ધાર્યું પાર પડતું નથી, માણસે પોતાનું દૈવત પણ દેખાડવું પડે છે... અને દૈવત દેખાડી દેવાનો સંકલ્પ કરતી દેવકી ધીમાં છતાં મક્કમ પગલે દલીચંદ પાસે પહોંચી ગઈ. બરાબર એ જ વખતે પીઠાનો માણસ ગ્રાહકે આપેલા ઑર્ડરનો ગ્લાસ મૂકવા આવી પહોંચ્યો. દેવકીને જોઈ ઉતાવળે ટેબલ પર ગ્લાસ મૂકીને એ ત્યાંથી સરકી ગયો અને દલીચંદની નજર દેશી દારૂથી છલકાતા ગ્લાસ પર ચોટી ગઈ.

ગ્લાસ ઉપાડવા માટે એ જમણો હાથ લંબાવવા જાય ત્યાં જ કોઈએ એનું કાંડું પકડી લીધું. દલીચંદે ચોંકીને ઊંચે જોયું તો દેવકી !

ક્રોધની સાક્ષાત્ મૂર્તિ જેવી દીકરીને બંને આંખોમાંથી જાણે ધિક્કારની અગનજ્વાળા તેના પર ફૂંકાતી-ફેંકાતી હતી. ભયભીત બની જઈ તેણે દેવકી પરથી નજર હટાવી લઈ દારૂના ગ્લાસ પર મીટ માંડી. એક તરફ દારૂની પ્યાસ હતી, બીજી બાજુ દીકરીની ધાક. બસ, એક જ ઘૂંટ પી લેવાય તો એ ધાકમાંથી પોતે મુક્ત બની શકે તેમ હતો.

અને દલીચંદે ગ્લાસ પકડવા ડાબો હાથ લંબાવ્યો, પણ એ મોડો પડ્યો. એના કરતાં વધુ આવેગથી દેવકીએ ગ્લાસનો કબજો લઈ, નીચલા હોઠને બંને દાંત વચ્ચે દબાવી, બાપની દૃષ્ટિ સામે ઊંધો વાળી ટેબલ નીચેની ધૂળમાં દારૂ ઢોળી નાખ્યો. માત્ર દલીચંદ જ નહીં, આજુબાજુ બેઠેલા તમામ એ દૃશ્ય જોઈને ડઘાઈ ગયા.

'ગેટ અપ !' ખાલી ગ્લાસને ટેબલ પર પછાડીને લોહીના ટશિયા ફૂટી નીકળેલા હોઠે દેવકીએ બાપને આજ્ઞા કરી - એવી આજ્ઞા જે ઉથાપી શકાય જ નહીં.

અને દલીચંદ નશાની પ્યાસનો નિઃશ્વાસ નાખતો ઊભો થયો, હીણપતભરી એ અવસ્થામાં આજુબાજુ બેઠેલા તરફ જોવાની હિંમત ન ચાલતી હોય તેમ યંત્રવત્ પગ ઉપાડતો એ દીકરીની આગળ થયો. સૌ આંખો ફાડીને જોતા રહ્યા અને દેવકી ગંધાતા એ માહોલ વચ્ચેથી સડસડાટ બહાર નીકળી ગઈ. ન તો કોઈએ એને રોકી, ન કોઈએ ટોકી...

ભુરાયા થયેલા આખલાને કોઈ બાળક અંકુશમાં લઈને દોરી લાવે એવી રીતે નશાની તલપથી તરફડતા દલીચંદને દેવકી ફૂટપાથ પર લઈ આવી ત્યારે સામે ઊભેલા વેદને માન્યામાં ન આવે એવો ચમત્કાર લાગ્યો.

'વેદભાઈ, તમે મારી કારમાં બેસી જાઓ. હું આને એના ઠેકાણે પહોંચાડીને આવું છું.'

કહી તેણે વેદને મારુતિની ચાવી પકડાવી દીધી ત્યારે દલીચંદ પછવાડે જોયા વિના મૂઢની જેમ રસ્તો ક્રૉસ કરતો હતો. અધવચ્ચે આઈલૅન્ડ(ચોક)માં આવીને સામી બાજુ જવા માટે એણે પગ ઉપાડ્યા ત્યાં પાછળ આવતી દેવકીની હાંક સંભળાઈ :

'ઊભા રહો !'

દલીચંદના પગ થંભી ગયા. *હવે શું બાકી છે ?* એવા ભાવથી તેણે દીકરી સામે જોયું. દેવકીએ ઊંડો શ્વાસ લઈ બાપ પર ધારદાર દૃષ્ટિ માંડી.

'તમે અત્યારે બરાબર અધવચ્ચે ઊભા છો.' પ્રત્યેક શબ્દને ઘૂંટતી એ કહી રહી હતી : 'તમારી ડાબી તરફ પંદર ડગલાં દૂર દારૂનું પીઠું છે અને જમણી બાજુ બરાબર એટલા જ અંતરે વૃદ્ધાશ્રમ !'

કહીને એ અટકી. દલીચંદે ડાબી-જમણી બંને બાજુ જોઈ લીધું. ખરેખર પોતે હવે બંને અંતિમની વચ્ચોવચ ઊભો હતો.

'નક્કી તમારે કરવાનું છે, દલીચંદ શાહ !' જુસ્સાના આવેગથી દેવકીએ સંભળાવ્યું :

'ડાબી તરફ દૂષણની ખાઈમાં પડવું છે કે જમણી તરફ દેખાતાં પરિવર્તનનાં પગથિયાં ચડવાં છે તમારે ?'

અબોલ દલીચંદ તેને તાકી રહ્યો.

'પીઠા તરફ જવું હોય તો એકલા ચાલ્યા જાઓ. હવે હું તમને ત્યાંથી પાછા વાળવા નહીં આવું. અને...'

એ જરા વાર અટકી :

'અને વૃદ્ધાશ્રમનો વળાંક પસંદ હોય, પીઠાની બરાબર સામે રહીને ન પીવાની સજા સહી લેવા જેટલું મનોબળ કેળવી શકો તેમ હો... તો હું તમારી સાથે આવું છું.'

છતાં દલીચંદ બે-ચાર ઘડી ચૂપ રહ્યો ત્યારે દેવકીને થયું : હમણાં જ પોતાની આશાને દારૂડિયો બાપ દારૂના ગ્લાસમાં ઓગાળીને ગટગટાવી જશે - વેદ તેની બીમાર બેબીના દૂધના પૈસાનો દારૂ ગટગટાવી ગયો હતો એવી જ રીતે.

'દેવકી, બેમાંથી કોઈ પણ માર્ગે જવા માટે તારે મારી સાથે આવવાની જરૂર નથી.'

કહી દલીચંદે જમણી બાજુ આવેલા વૃદ્ધાશ્રમ તરફ પગ ઉપાડ્યો ત્યારે દેવકી હેબતાઈ ગઈ. પરંતુ બીજો પગ ઉપાડતાં પહેલાં દલીચંદે ફરી તેના તરફ જોઈ લીધું :

'દેવકી, તું એમ માને છે કે હું તારા કહ્યા પ્રમાણે બધું કરી રહ્યો છું ?' બાપના ચહેરા પર કોઈ વિચિત્ર ભાવ તેને દેખાયો, તેના બોલવામાં આત્મવિશ્વાસનો ન સમજાય એવો તોર તેને વર્તાયો :

'પીઠામાં તું નહોતી આવી, દેવકી ! તારા પંડમાં રહેલી ચન્દ્રપ્રભા મને ત્યાંથી પાછો લઈ આવી... અને અત્યારે હું તારા કહેવાથી સામે નથી જઈ રહ્યો, ચન્દ્રપ્રભાનો દોર્યો વૃદ્ધાશ્રમ તરફ દોરાઉં છું.'

પછી મહેણું મારતો હોય તેમ છેલ્લાં બે વાક્યો બોલી ગયો દલીચંદ :

'હું તારો ગુનેગાર નથી, ચન્દ્રપ્રભાનો અપરાધી છું... અને સજા તો એ કરી શકે જેનો તમે ગુનો કર્યો હોય. જા, દેવકી, તું તારે રસ્તે જા અને હું મારા રસ્તે.'

કહી જુસ્સાના આવેગમાં દલીચંદ વૃદ્ધાશ્રમ પહોંચવા માટે મક્કમ પગલે રસ્તો ઓળંગી ગયો અને સ્તબ્ધ બની ગયેલી દેવકી બાપને સુગંધી ફૂલોના સુંદર બગીચાવાળા કમ્પાઉન્ડમાં દાખલ થતો નિહાળી રહી !

(પ્રથમ ભાગ સમાપ્ત)